விஸ்வரூபம்

விஸ்வரூபம்

இரா. முருகன்

எழுத்து
பிரசுரம்

Title: Viswaroopam
Author's Name: Era. Murugan

Published by Ezutthu Prachuram

Ezutthu Prachuram
(An imprint of Zero Degree Publishing)
No. 55(7), R Block, 6th Avenue,
Anna Nagar,
Chennai - 600 040

Website: www.zerodegreepublishing.com
E Mail id: zerodegreepublishing@gmail.com
Phone: 89250 61999

Ezutthu Prachuram First Edition: November 2022
ISBN: 978-93-93882-18-9
TITLE NO EP: 384

Rs.

Cover Design & Layout: Vijayan, Creative Studio

முன்னுரை

யாரும் 'மா நிஷாத' சொல்லவில்லை. வாழ்த்தாகவோ, வசவாகவோ. நானாவது காத்திருந்திருக்கலாம். அவர்கள் சொல்லும்போது சொல்லட்டும் என்று எழுத ஆரம்பித்து விட்டேன்.

இதற்கெல்லாம் ஆதிகாரணம் குளோரியா அம்மாள். பிரிட்டீஷ் மூதாட்டி. பரிசுப் பணம் கிடைத்தால் கவர்ன்மெண்ட் பென்ஷன் நின்றுபோனாலும் நாலைந்து மாதமாவது காலத்தை ஓட்டலாமே என்ற நப்பாசையோடு தொலைக்காட்சிப் போட்டியில் கலந்துகொண்டவள். அபான வாயு வெளியேற்றும் போட்டி.

'வாயு' என்று குளோரியா அம்மாளைப் பற்றி ஒரு குறுநாவல் எழுதினேன். இது தமிழ்ச் சூழ்நிலை இல்லை என்பதைச் சுட்ட, மொழிபெயர்ப்புப்போல் கொஞ்சம் மொடமொடப்பான கஞ்சிப் பசை, கொஞ்சம் மெழுகுத்துணி நெகிழல் என்று ஒரு நடையை உருவாக்கிக்கொண்டு எழுதிய அந்தக் குறுநாவல், நான் எழுதிய குறுநாவல்களில் என் மனதுக்கு நிறைவானது.

அபான வாயு பற்றி எல்லாம் கதையா, தமிழ்நாட்டில் இப்படி ஒரு போட்டியா, ஏன் இந்தத் தமிழ் வித்தியாசமாக இருக்கிறது

இப்படி விமர்சனங்கள். உச்சகட்டமாக ஒரு லைப்ரேரியன் 'கிறுக்கன் எழுதின கதை' என்று ஞானபீடமும் எனக்கு அளிக்க, பரம சந்தோஷம்.

இதுக்கு பத்து வருஷம் முன்னால் 'முத்தம்மா டீச்சர் பார்த்து முடிக்காத தமிழ்ப்படம்' என்று ஒரு குறுநாவல் எழுதினேன். முதிர்கன்னியான எலிமெண்டரி ஸ்கூல் டீச்சர் முத்தம்மா சினிமா பார்க்கப் போகிறாள். ஒரே படம்தான். ஒவ்வொரு தடவை பார்க்கப் போகும்போதும் ஓர் அனுபவம். ஒரு கட்டத்தில் அவளும் திரைப்படத்தில் கையில் குடையோடு கலந்துவிடுகிறாள்.

எனக்குப் பிடித்த இந்தக் குறுநாவல் பற்றியும் அரவமில்லை. ஆனாலும் முத்தம்மா டீச்சர் மனதிலேயே குடையோடு வளைய வந்து கொண்டிருந்தாள். அவள்தான் 'நம்ம ஊரைப் பத்தி ஒரு குறுநாவல் எழுதேம்பா' என்பாள் அவ்வப்போது. 'டீச்சர், சினிமா பார்க்கப் போங்க' என்று விரட்டுவேன் உடனே.

இந்த இரண்டு குறுநாவல்களின் தடத்தில் கூடுதலாக உதாசீனத்தை விலைக்கு வாங்கி வைத்துக்கொள்ள இன்னொன்று எழுதினால் என்ன? கதையை 1850 களுக்கு எடுத்துப் போய் அந்தத் தமிழிலும் எழுதிப் பார்க்கணும். அரசூர் வம்சம் என்று பெயர் வைத்து எட்டே அத்தியாயத்தில் ராஜாவையும் ராணியையும் மட்டும் கதாபாத்திரங்களாக வைத்து கடகடவென்று ஓட்டி முடித்து விடலாம்.

இப்படி நான் முடிவு செய்தபோது ராத்திரி மணி ஒன்று. இடம் பிரிட்டனில் மேற்கு யார்க்ஷையரில் ஹாலிபாக்ஸ் என்ற குறுநகரத்தில் வசிப்பிடம். பாகிஸ்தானி தாபாவில் சாப்பிட்ட பெஷாவரி னான் ஜீரணமாகாத தூக்கமின்மை தூண்டிய முடிவு அது.

ஆக, பாகிஸ்தானி தாபா னான் தான் 'அரசூர் வம்சம்' நாவலுக்கு மா நிஷாத சொன்னது.

தினசரி பாகிஸ்தான் தாபா வயிறு வாடாமல் காத்த புண்ணியத்தால் அரசூர் வம்சம் சடசடவென்று வளர்ந்து தானே

முற்றும் போட்டுக்கொண்டது அத்தியாயம் ஐம்பத்துரெண்டில். அது நிகழ்ந்த காலகட்டமாகக் கருதப்பட வேண்டியது 1870-கள். தமிழ் பாண்டி பிரதேசம், மலையாளத்தில் ஆலப்புழைப் பகுதி. மாறி மாறி தமிழும் பகுதி மலையாளமுமாக மனிதர்கள். சூழல். கதையாடல்.

இப்போதைக்கு அடுத்த நாவல் இல்லை என்று பிரசவ வைராக்கியம். சட்டென்று ஒரு நாள் - நான் இங்கே இந்தியா வந்த பிறகு - னான் சாப்பிடாமலேயே மா நிஷாத மனதில் கேட்டது. கொல்லூருக்குப் போகிற அம்பலப்புழை குடும்பத்து குப்புசாமி அய்யனின் அடுத்த வாரிசு. கூடவே அஸ்திக் குடத்தில் அம்மா விசாலாட்சி.

அடுத்த தலைமுறைக் கதை. அது என் கதையும் கூடத்தான் ஒரு விதத்தில்.

விஸ்வரூபம் எழுத ஆரம்பித்தேன். அரசூர் வம்சத்தின் பின் குறிப்பாக நாலு பக்கமாவது சிறுகதையாக எழுதி நிறுத்த உத்தேசம். நம்மைக் கேட்டுக்கொண்டா கதை நடக்கிறது?

நாலு பக்கம் நூற்று ரெண்டு அத்தியாயமாக முடிந்தபோது விசாலாட்சி சொன்னாள் - இன்னும் ஒரே ஒரு அரசூர் அம்பலப்புழை கதை எழுதிடுடா குழந்தே. அச்சுதம் கேசவம்னு பேர் வை. அமோகமா இருக்கும்.

அவள் எனக்கு முன்னோரில் ஒருத்தி. சொன்னால் தட்ட முடியாது. எழுதிக்கொண்டிருக்கிறேன்.

அரசூர் முக்கதை (டிரைலஜி)யில் இந்த விஸ்வரூபம்தான் நேரத்தையும் உழைப்பையும் அதிகமாக எடுத்துக்கொண்டது. கிட்டத்தட்ட இரண்டரை வருடம் எழுதி முடித்த நாவல் இது.

3 நாடுகள், 8 ஊர்கள், 4 கலாச்சாரச் சூழல்கள் ஊடே 6 இழைகளாகக் கடந்து போகிற கதை. ஒன்று 1938-லும் மற்றவை 1889-1891ல் தொடங்கி இவை 1938-ல் முடியும்.

மொழிபெயர்ப்புப்போல் எழுதும் நடையை 'வாயு'வில் பயன்படுத்தி இருந்ததாகச் சொன்னேனே. இந்த நாவலில் இரண்டு அத்தியாயம் 1900 பத்திரிகை பயணக் குறிப்பாக அதை இன்னும் கூர்மையாக்கி எழுதிய சுவாரசியம் வேறு எதிலும் வராது.

அதைத் தவிர 6 மொழி நடைகள். 50-க்கு மேற்பட்ட கதாபாத்திரங்கள்.

அத்தனை பேரையும் விட, நுங்கம்பாக்கம் மகாலிங்கய்யன் எப்படியோ முன்னால் வந்து பழைய போட்டோவில் போஸ் கொடுக்கிற சின்னத் தாத்தா போல விறைப்பாக நிற்கிறான். அவனை இந்தக் கதையில் கட்டுப்படுத்த முயன்று முடியாது என்று பட, விட்டுவிட்டேன்.

ஜான் கிட்டாவய்யன் கிறிஸ்து நாதர் விஷயமாக ஒரு கீர்த்தனம் எழுதுகிறான் (அத்தியாயம் 21). இது நண்பர் க்ரேஸி மோகன் எழுதிய வெண்பாவின் சற்றே நீண்ட வடிவம். இந்த அத்தியாயத்தை எழுதிக்கொண்டிருக்கும்போது அவருடைய கவிதை எஸ் எம் எஸ் வர அது எழுதப்படும் சூழலுக்கும் பொருந்தி வர... நாவலுக்குள் கிருஷ்ணார்ப்பணமாகி இருக்கிறது. மோகனுக்கு நன்றி.

> சிற்றின்பம் உண்டென்றால்
> பேரின்பம் உண்டென்று
> சற்றேனும் பார்மனமே - சிந்தித்து
> உற்றதொரு பானை அரிசி
> பதமென்று அறிந்திட
> பற்றுவை கிறிஸ்துவில்
> உற்றவர்தானே அவர்.

1860-களில் தொடங்கி 1940 வரையான மைக்ரோ ஹிஸ்டரியை (நுண் வரலாறு என்று சொல்லலாமா?) முழுவதுமாகச் சொல்ல முடியாவிட்டாலும் தொட்டுக்காட்ட முடிந்த திருப்தி உண்டு. சரித்திரத்தைச் சொல்வதை விட கதையைப் பெரிய

கான்வாஸில் நகர்த்திப் போவது ஷுமேகர் கார் பந்தயத்தில் பார்முலா கார் ஓட்டுகிறது போல் மகிழ்ச்சி.

ஒன்றிரண்டு பெரிய கதாபாத்திரங்களை சமூக வரலாற்றில் இருந்து நேரடியாக நாவலுக்குள் இறக்கி இதை மேக்ரோ ஹிஸ்டரி சார்ந்த புனைவாக மாற்றி இருக்கலாம். அரசூர் வம்சத்திலேயே அந்த சவுகரியம் இருந்தது. ஆனாலும் இந்த விஷயத்திலும் சோதனை செய்து பார்ப்பதில்தான் உற்சாகம். அது ஏன் பெரிய பாத்திரங்கள்? நாலு வாய் காப்பி குடிக்கிற சைஸில் குட்டி டம்ளர்களே போதுமே.

அரசூர் வம்சத்தில் மதராஸ் கருப்புப் பட்டினத்தில் சுவிசேஷப் பிரசாரகர் பரணி ஆண்டி நிஜ மனிதர். விஸ்வரூபத்தில் மொரிஷியஸுக்கு கரும்புத் தோட்ட ஒப்பந்தத் தொழிலாளரை அனுப்பி கமிஷன் வாங்கும் தொழில் பார்த்த புதுவை கருப்பாயி அம்மாள் நிஜமாக சுவாசித்துக்கொண்டு இருந்தவள்தான். கருப்பாயி அம்மாள் மட்டுமில்லை, எடின்பரோ நாடக அரங்கில் நடக்கும் ‘ஓ சோசன்னா’ நாடகம் மெய்யாலுமே அந்தக் காலகட்டத்தில் நடந்தது. குறிப்பிடப்படும் வசனங்கள் நாடக ஸ்க்ரிப்டில் உள்ளவை. நாடக நடிகர்கள், இங்கிலாந்து இளவரசரின் ஸ்காட்லாந்து பயண அத்தியாயங்களில் வருகிற ரயில்வே சிப்பந்திகள் பலரும் மூச்சு விட்டுக்கொண்டு இருந்தவர்கள்தான். பிரயாணக் குறிப்பு வெளியிடும் அந்தத் தினப் பத்திரிகையை மட்டும் மனதில் ஒரு பிரதி அடித்து வைத்துக்கொண்டேன். அதன் ஆங்கிலத்துக்குக் கொஞ்சம் ஸ்காட்மேன் பத்திரிகை சாயல் உண்டு.

நாவலில் 1890-1920 கால கட்ட லண்டனையும் எடின்பரோவையும் சித்தரிப்பதில் சிரமமே இல்லை. ஆனால் அதே கால கட்ட சென்னை (மதராஸ்) எழுத்தில் உருவாக அதிக முனைப்பு தேவைப்பட்டது. லண்டனும் எடின்பரோவும் நூறு வருடமாக பழையன இருத்தலும் புதியன புகுதலுமாக பழையதைப் பாதுகாக்கிறதால் அங்கே நான் குடியிருந்து பெற்ற இன்றைய வாழ்வனுபவத்தின் மூலம் சுலபமாகப் பத்தொன்பதாம்

நூற்றாண்டு போக முடிந்தது. நேற்று மதியம் இருந்த மதராஸ் இன்று இல்லை. திருக்கழுக்குன்றமும், அம்பலப்புழையும் கூடத்தான். மாறட்டும். அதுவும் வேண்டித்தான் இருக்கு.

மேஜிக்கல் ரியலிசம் இந்த நாவலிலும் உண்டு. மிகைபடச் சொல்வது போல், அடைமொழி கொடுத்து அழைத்துப் பெயரை மனதில் பதிய வைப்பதுபோல், காலத்தில் முன்னே பின்னே சகஜமாக நகர்ந்து கண்ணிகளை முடியவும் இழுத்து அவிழ்க்கவும் அது ஒரு சௌகரியத்தைத் தருகிறது - என் லேப்டாப்பும் தமிழ் ஒருங்குகுறி என்னெச்செம் ரைட்டர் மென்பொருளும் எப்படி என் எழுத்தை உருவாக்க உதவுகின்றனவோ அதுபோல்.

எழுத ஆரம்பித்ததும் விஸ்வரூபம் ஆலப்பாட்டு வயசன்போல் நாலு எட்டு அடி எவ்வி மேலேறி மிதக்க அந்த இலக்கிய உத்தி வழிசெய்கிறது. சகலமானதோடும் ஒட்டியும் ஒட்டாமலும் நெருங்கியும் விலகியும் புகுந்து புறப்படாமல் என்ன கதை எழுத வேண்டிக் கிடக்கிறது?

அரசூர் வம்சத்தில் நாவல் முழுக்க வந்த மாந்திரீக யதார்த்தம் இந்த நாவலில் காசர்கோட்டு குடும்பத்தோடு இழைந்து வருகிறது. அவர்களோடு மற்ற பாத்திரங்கள் ஊடாடுவதை எழுதும்போது எனக்கு அதெல்லாம் எப்படி முன்னேறிப் போகும் என்று முன்கூட்டியே தெரியாததால் படித்துக் கொண்டே எழுதும் ஒரு அலாதி இன்பம் விஸ்வரூபத்தில் கிடைத்தது. இது ஓர் அபூர்வமான அனுபவம்.

படிக்கும் உங்களுக்கும் நல்ல வாசிப்பனுபவம் கிடைக்க அம்பலப்புழை ஸ்ரீகிருஷ்ணன் அருளட்டும்.

இரா.முருகன்

அத்தியாயம் ஒன்று

1939 ஜனவரி 16 வெகுதான்ய தை 3 திங்கள்கிழமை

வெள்ளம்.

மூடிய கண்ணுக்குள் பச்சை வாடையோடு வெள்ளம் மெல்ல அலையடித்து விளிம்பு உயர்கிறது. குளம் விரிந்து விரிந்து நீளமும் அகலமும் ஆழமும் கூடிக்கொண்டே வர நடேசன் அதில் ஒரு துரும்பாக அடித்துப் போகப்படுகிறார். போகிறது எங்கே என்று தெரியவில்லை. இயக்கம் மட்டும் சீராக நடந்தபடி இருக்க, பழைய நிலைக்கதவு போல் நினைவு இறுக்கமாக அடைத்துத் தாழ்போட்டுக் கொள்கிறது. இருட்டு ஒரு பொதியாகச் சரிந்து விழிப் படலில் கருமையை அழுத்தமாக அப்புகிறது. வெள்ளத்தின் பச்சை வாடை நாசியில் அப்பி இருக்க, இந்த இருட்டுக் கருமையைப் பாளம் பாளமாகக் கடித்துச் சுவைத்து உள்ளே இறக்கும்போது அப்பு மாராரின் சோபான சங்கீதச் சத்தம் கைக்கு அருகே பிடி கூடாமல் மிதந்து வருகிறது.

வந்தே முகுந்த ஹரே ஜெய ஷவ்ரே

எய்ய் நடேசன். தியானமா இல்லே உறக்கமா?

மேல்சாந்தி உரக்க விசாரிக்கிற சத்தம். நடேசன் கண் திறந்தபோது நடுக் குளத்தில் அவர் மட்டும் இருந்தார். குளப்படிகளில் ஏறி சந்தியாகால பூஜைக்கு நடை திறக்கக் கோவிலுக்குப் போய்க் கொண்டிருந்த மேல்சாந்தியின் பின்புறம் அவர் பார்வையில் பட்டது. சந்நிதியிலும் சந்திக்க வேண்டிய பிருஷ்ட பாகம் அது. இடுப்பு முண்டுக்கு அடியில் ஒரு கோணகம் உடுத்த மாட்டாரோ திருமேனி? கிருஷ்ண பகவானே கூப்பிட்டுச் சொன்னாலும் தன் இடுப்பில் இருந்து அவிழ்த்துக் கொடுத்தாலும் அது என்னமோ நடக்கப் போகிறது இல்லை.

நம்பூதிரி கோமணம் கிடக்கட்டும் என்று நடேசன் கரைக்கு வந்தபோது மடக்கி வைத்த குடைக்கு அடியே கைக் கடியாரத்தைத்தான் முதலில் தேடினார். இரண்டு ஓரங்களும் நசுங்கி நீண்டிருந்த அந்தக் கடியாரம் இதுவரை துல்லியமாக நேரம் காட்டத் தவறியதேயில்லை. பகல் மூன்று மணிக்குக் குளத்தில் இறங்கும் முன்னால் நேரம் பார்த்துவிட்டுத்தான் கழற்றிக் கரையில் வைத்திருந்தார் நடேசன்.

தலையில் இருந்து வழிந்த நீரைப் புறங்கையால் துடைத்துக் கொண்டு கடியாரத்தை உற்று நோக்கினார். நேரம் சரியாக மூணு மணி ஐந்து நிமிடம்.

ஐந்து நிமிடத்தில் கரைந்துபோன யுகம் இன்னும் பச்சை வாடையோடு குளத்தில் மிச்ச சொச்சமாக அலையடித்துக் கொண்டிருந்தது. மேல்சாந்தி குளிக்கக் குளத்தில் இறங்கிக் கொண்டிருந்தார். அப்போ, குளித்துக் கரையேறி நடை திறக்கப் போனது?

நடேசன் கண்ணை மூடி குளக்கரையில் கோயிலைப் பார்க்க நின்றார்.

எய்ய் நடேசன், தியானமா இல்லே உறக்கமா?

மேல்சாந்தி விசாரிக்கும்போது கோயில் கதவுகளின் முன் அப்பு மாரார் எடக்கா மீட்டியபடி பாட ஆரம்பித்திருந்தார்.

வந்தே முகுந்த ஹரே ஜெய ஷவ்ரே

நடேசன் தலையைக் குலுக்கிக்கொண்டார். சிரிப்பு உதட்டு ஓரத்தில் எட்டிப் பார்த்து தைரியமடைந்து மழை இரைச்சலோடு போட்டி போட்டபடி குதித்து வந்தது.

கிருஷ்ணா. இது என்ன விளையாட்டு. காலத்தை நீட்டியும் குறுக்கியும் என்னைச் சுத்தி இலவம் பஞ்சு மாதிரிப் பொதிஞ்சு வச்சு விளையாட நான்தானா உனக்குக் கிட்டினது?

ஈர மணல் காலில் ஒட்டி விலகி மறுபடி ஒட்ட அவர் கோவில் வாசலுக்கு வந்தபோது நடை திறந்து மணிகள் ஆரவாரமாக முழங்கும் சத்தம் மழையை அடக்கிக்கொண்டு உயர்ந்து வெளி எங்கும் வியாபித்தது.

மஞ்சள் தீபத்தின் இதமான வெளிச்சத்தில் சந்தனமும் முல்லையும் மணக்க மணக்க உள்ளே சிரிக்கிற கிருஷ்ணன். கிருஷ்ண சுவாமி. அம்பாடிக் கண்ணன்.

வா. இப்பவே இங்கே வந்துடு. என் காலடியிலே துகளுக்குள்ளே சிறு துகளுக்குள்ளே இன்னும் சிறிய துகளில் ஒரு அணுவாக உயிரை ஒட்டி வைத்துக் காலத்தைக் கரைத்து வளைத்துப் போதமில்லாமல் போய்விடு என்கிறான் அவன்.

ஆமா, உன் கையிலே அந்தக் கடியாரம் ஏன் இப்படி நசுங்கி இருக்கு? சந்தியாகாலம் தொழுதானதும் இப்படியே இறங்கி அம்பலத்துக்கு படிஞ்ஞாறே நடையில் மணிக்குட்டன் கடியார ரிப்பேர்க் கடையில் ஒக்க இட்டு வா.

கிருஷ்ணா உன் காலடியிலே கலந்து போறபோது கடியாரம் எல்லாம் எதுக்கு?

உனக்குத் தெரியாதுடா நடேசா. சொன்னாக் கேளு. மணிக்குட்டன் கடை. உடனே போ. அவன் சோம்பேறி. கடையை எடுத்து வச்சுட்டு வீட்டுக்குத் தூங்கப் போயிடுவான். கிரமமா ராத்திரி ஏழு மணி சுமாருக்கு நித்திரை போறவன் அவன்.

அம்பல நடை அடைத்தது. உள்ளே மேல்சாந்தி பூஜையை ஆரம்பித்து விட்டார். கடியாரம் ஒக்கிட்டு வரும்போது அவருக்கும் ஒரு அம்பலப்புழை கோணகம் வாங்கி வந்து கொடுக்கலாமா? கிருஷ்ணன் சொன்னால் செய்யலாம். கோணகம் விலை அதிகம். பட்டுத் துணி. காசு வேணும் அதுக்கெல்லாம். கிருஷ்ணன் தரணும்.

நடேசன் நிதானமாக அடியெடுத்து வைத்து பிரதிட்சணம் வந்தார். சின்னச் சின்னதாக மழை ஈரத்தில் குளிர்ந்து கிடந்த கற்கள் நோவு கொடுக்காமல் அவற்றை விலக்கி நடக்க முழு நினைப்பையும் செலுத்தும்போது வயிறு முணுமுணுத்துக் கொண்டிருந்தது.

என்னையும் கவனியேண்டா பட்டி. நானும் கிருஷ்ணன்தான்.

விடிகாலையில் ஏகாம்பர அய்யர் காப்பிக் கடையில் ரெண்டு இட்டலியும் கொத்துமல்லித் துவையலும் சாப்பிட்டுக் கிளம்பிய நாள் இது. வழக்கமாக நடக்கிறதுதான். மழையோ தணுப்போ மீன மாசத்துச் சூட்டில் நாலு திசையும் எரியும் வெய்யிலோ, ஏகாம்பர அய்யர் காப்பிக்கடை அடைத்த நாளே கிடையாது என்பதால் இதுவரை இந்த ஏற்பாடு முடங்கவில்லை.

காலையில் பலகாரம் முடித்து அம்பலப்புழை முன்சீப் கோர்ட்டில் நுழைகிற வழக்கம். அது மட்டும் இன்றைக்கு நடந்தேறவில்லை.

நடேசன் அங்கே போனார்தான். வாதியும் பிரதிவாதியும் சாட்சியுமாக ஜனக்கூட்டம் அங்கே பரபரத்துக் கொண்டு இருந்ததும் உண்டுதான், ஆனால் இன்றைக்கு ப்ளீடர்கள் யாரும் வந்திருக்கவில்லை. ஜட்ஜ் வேலாயுதன் நாயர் மாத்திரம் கண்ணைக் கவிந்து கொண்டு வந்து தட்டுத் தடுமாறி கோர்ட்டில் நுழைந்து ஆள் இல்லாத கோர்ட்டை ஐந்து நிமிடம் பார்த்துக் கொண்டிருந்துவிட்டு பங்கா இழுக்கிற கோலப்பனைத் தேடினார்.

எடோ கோலப்பா, கச்சேரி இன்னிக்கு உண்டுங்கறது உன் புத்தியிலே தட்டுப்படலியோ?

நடேசன் தான் அதைக் கேட்டுவிட்டுக் கோலப்பனைத் தேடி சேம்பருக்கு உள்ளே நடந்து பின் தோட்டத்தில் புகுந்தார். சாப்பிட்டுக்கொண்டிருந்த கோலப்பனை எழுப்பிக் கூட்டி வருவதற்குள் ஜட்ஜ் குரிச்சியில் உட்கார்ந்தபடிக்கே தூங்கிப் போயிருந்தார்.

வக்கீல்கள் வராததால் கோர்ட் நடக்காமல் போன ஐந்தாம் தினம் இன்றைக்கு.

நடேசனுக்கு காந்தி மேல் ஏகத்துக்குக் கோபம் வந்தது. அந்த மனுஷன் தலைகாட்டியதற்கு அப்புறம்தான் இதெல்லாம் கோலாகலமாக நடந்தேறிக் கொண்டிருக்கிறது. பிள்ளைகள் பள்ளிக்கூடம் போவதில்லை. கயிற்றுத் தொழிலாளிகள் கயிறு திரிக்கக் கூட்டமாகக் கிளம்புவதில்லை. வக்கீல்கள் கோர்ட் கச்சேரி படியேறுவதும் இல்லை. அதற்கெல்லாம் நேரம் இல்லாமல் கொடி பிடித்துப் போய் இரைச்சல் இடுகிறார்கள். காக்கி உடுப்பும் தொப்பியும் வைத்த சங்கனும் பங்கனும் சர்க்கார் கொடுத்த போலீஸ்கார வேஷத்தில் தடதடவென்று ஓடிவந்து கொடியைப் பிடுங்கிக் கிழித்துப் போடுகிறார்கள். அவர்களோடு வம்பு வளர்த்துக் கொண்டு வக்கீல்களும் பிள்ளைகளும் ஜெயில் வாசலை மிதிக்கிறார்கள். பிள்ளைகள் சாயங்காலம் வீட்டுக்கு வந்து சேர்கிறார்கள். மற்றவர்கள் பத்து நாளோ பதினைந்து நாளோ உள்ளே இருந்து திரும்பி வருகிறார்கள். திரும்பக் கொடி தைக்க ராரிச்சன் துன்னல் கடை என்று பலகை எழுதித் தூக்கிய தையல் கடையில் காத்திருக்கிறார்கள்.

யாரோ எங்கேயோ காத்திருக்கட்டும். அவர்கள் எல்லோரும் கமிட்டி போட்டு தீர்மானம் கொண்டு வந்து நிறைவேற்றி, காந்தியையும், கடலைக்காய் கறியையும் வாரக் கடைசி ஒழிவு தினத்தில் வெளிச்செண்ணெய் புரட்டிக் குளித்த பகல் பொழுதுக்கு மாற்றி வைத்துவிட்டு, மற்ற நாளில் விதிக்கப்பட்ட கர்மங்களைச் சிரத்தையாகச் செய்து வரக் கூடாதா? பிள்ளைகள் பள்ளிக்கூடத்துக்குப் போகாவிட்டாலும் கூட ஒன்றும் குடி முழுகிவிடாது. இந்த வக்கீல்கள்?

அழிச்சாட்டியமாக இப்படி கோர்ட் பக்கம் போகமாட்டேன் என்று வீம்பாக வக்கீல்கள் கிளம்பினால், நடேசனின் மதியச் சாப்பாட்டில் இல்லையா அந்தத் தீர்மானம் திடமாக விழுந்து நசிப்பிக்கிறது? வக்கீல் இல்லாத கோர்ட்டில் நடேசன் போன்ற குமஸ்தன்களுக்கு என்ன வேலை? வேலை இல்லாத குமஸ்தன் வயிறு காயாமல் எப்படி இருக்கும்? அம்பலக் குளத்தில் முழுகியும், சந்தியாகாலம் தொழுதும் மனசும் கண்ணும் நிறைந்ததும் வயிறு தன்பாட்டில் கூக்குரல் இட ஆரம்பித்து விடுகிறது. பகவான் என்னடா என்றால் கடியாரக் கடைக்குப் போகச் சொல்கிறான். வெள்ளைக்காரனை கிளம்பி வந்த தேசத்துக்கே போகச் சொல்லியிருக்கலாம் அவன். வக்கீல்களையாவது பகல் நேரத்தில் சம்போகத்தில் ஈடுபடாமல், கோர்ட் கச்சேரி பக்கம் அவ்வப்போது நடமாட வைத்திருக்கலாம். நடேசனை பிளீடர் ஆக்காமல் போனதும் அவன் செய்த தப்புதான் என்று தோன்றுகிறது. இதெல்லாம் அவன் இலாகா இல்லாத பட்சத்தில் ஏகாம்பர ஐயரையாவது காசு வாங்காமல் நடேசனுக்கு மதியம் சோறு போடச் சொல்லியிருக்கலாம். சோற்றுக்கடை பாண்டிக்காரப் பட்டன் மூலமோ வேறே யார் மூலமோ நடேசனுடைய வயிற்றுக்குப் படியளக்கிறது அந்த அம்பாடிக் குட்டனுடைய பிரதான ஜோலி இல்லையோ?

ஏகாம்பர ஐயர் ஓட்டல் வாசலில் ஒரு வினாடி நடேசன் கால் நின்றது. ஐயர் கல்லாவில் உட்கார்ந்தபடி நடேசனை ஒற்றை நோட்டமாகப் பார்த்தார்.

ஓய் நடேசன், உச்சி வேளை கழிஞ்சு தேடிண்டு இருக்கேன். எங்கே போனீர்? படி கேரி வாரும். ஒரு பழைய டோக்குமெண்டை பிரதி எடுத்துத் தர வேண்டியிருக்கு.

நடேசன் அம்பலப்புழை கிருஷ்ணனுக்கு ஸ்தோத்ரம் சொன்னார். இன்னிக்கும் சாப்பாட்டுக்கு வழியைக் காண்பிச்சுக் கொடுத்துட்டார் பகவான்.

மணிக்குட்டனின் கடியாரக் கடைக்குப் போவதை நாளைக்கு

ஒத்திப் போட்டபடி ஏகாம்பர ஐயர் ஓட்டலுக்குள் நுழைந்தார் நடேசன். மணிக்குட்டன் நேரத்தோடு வீட்டுக்குப் போய் சுகமாக உறங்கட்டும். நடேசனின் ரிஸ்ட் வாட்ச்சை நாளைக்குச் சரி செய்துக்கலாம்.

ஒரு வாய் பசும்பால் காப்பி சாப்பிடுறீரா? அப்புறம் உக்காந்து தெம்பா கோப்பி பண்ணிடலாம்.

ஏகாம்பர ஐயர் சொன்னபோது வேண்டாம் என்று மறுத்துவிட்டு அவசரமாக ஓட்டல் சமையல்கட்டு இருட்டுக்குள் புகுந்தார் நடேசன்.

ஏய் பட்டாபி, இருக்கியோ இல்லே ஒழிஞ்சு மாறிட்டியோ? தைரும் சோறும் கொஞ்சம் இருந்தாச் சொல்லு. விசப்பு பிராணன் போறது.

சமையல்கட்டிலிருந்து எட்டிப் பார்த்த பட்டாபி காவிப் பல்லைக் காட்டிச் சிரித்தான்.

தைர் இல்லே. சம்பாரம் தான். ஆனாக்க, தீயலும், அவியலும், புளிக் குழம்பும் உண்டு. கோர்ட் உத்தியோகஸ்தர்கள் சாப்பிட வந்ததாலே கொஞ்சம் கூடவே உண்டாக்கினது மிச்சமாயிடுத்து. மாகாண காங்கிரஸ்காரன் வந்து தின்னுட்டு காசு கொடுக்காம போயிடுவான்னு ஏகாம்பர அண்ணா எல்லாத்தையும் ஓலைப் பாயைப் போட்டு மூடி வைக்கச் சொன்னார். இனியும் வச்சா கெட்டுப் போய்த் தூரத்தான் போடணுமாக்கும்னு நெனச்சேன். நீர் வந்து நிற்கறீர். இதோ எடுத்துண்டு வரேன்.

அப்ப ஊசிப் போற பதார்த்தத்தை எல்லாம் நடேசனுக்குப் போடற பரிபாடியா?

நடேசன் மனதுக்குள் மட்டும்தான் கேட்க முடியும். அல்லது கிருஷ்ணனிடம் விசாரிக்கலாம். அவன் இதற்கும் ஏதாவது பதில் வைத்திருப்பான்.

இலை நிறைய தணுத்துப் போய் மலை மாதிரி வந்து விழுந்த சோற்றை அவியலில் பிசைந்து கவளம் கவளமாகத் தின்றார்

நடேசன். எத்தனை ஜன்மத்துப் பசியோ முன்னுக்கு வந்து ஆகுதி கொடுத்ததை விழுங்கித் தீர்க்கிற அக்னி போல் இலையில் விழுகிற எல்லாவற்றையும் தின்று தீர்க்க வைத்தது. இப்போது கிருஷ்ணன் வயிறாக மட்டும் இருந்தான்.

கிருஷ்ணன் கோவிலில் நைவேத்தியமாகிற பால் பாயசம் நினைவுக்கு வந்தது நடேசனுக்கு. அதுதான் எத்தனை இனிப்பும் ஏலக்காயும் முந்திரியும் மணக்க மணக்க இருக்கும். கொல்லத்திலிருந்தும் திருவனந்தபுரத்தில் இருந்தும் ஏன் மதராஸ் பட்டணத்தில் இருந்தும் எல்லாம் வந்து அம்பலப்புழையில் அம்பலம் தொழுதுவிட்டு அவனவன் பாயசம் எங்கே கிடைக்கும் என்று நாக்கைத் தொங்கவிட்டுக்கொண்டு அலைந்து வாங்கிப் போகிறான். தினசரி அங்கே போய்ச் சேவித்தும் நடேசனுக்கு அது இன்னும் அபூர்வ வஸ்துவாகத்தான் இருக்கிறது.

போன மாதம் அச்சுதன் பிள்ளை வக்கீலுடைய கட்சிக்காரன் ஒருத்தன். அசமஞ்சமான பிரகிருதி. எட்டுப் பிரி சுற்றிய பளபளப்பான மூடியோடு கூடிய பித்தளை கூஜாவை பிசுக்கு இல்லாமல் முகம் பார்த்துத் தலை சீவக்கூடிய தோதில் நேர்த்தியாகத் துடைத்து ஊரிலிருந்து வரும்போதே எடுத்து வந்திருந்தான் அவன். தெலுங்கு பேசுகிற ராஜதானியில் இருந்து, அது மச்சிலிப் பட்டணமா, தெனாலியா என்று நடேசனுக்கு இப்போது ஓர்மை இல்லை. அந்தத் தெலுங்கன் வந்ததும் வராமலும் வக்கீலிடம் விண்ணப்பித்துக்கொண்டது இப்படி இருந்தது.

மகாப் பிரபோ. கேசு விஷயத்தை ஒரு நாள் உத்தேசம் முன்னே பின்னே கைகார்யம் செய்தாலும் பரவாயில்லை. இந்தப் பொழுதுக்கு பால் பாயசம் சாப்பிடுவது என்று ஏற்கனவே தீர்மானித்துத்தான் ஊரிலிருந்து பிரயாணம் வைத்திருக்கிறேன். உமக்கு கோயில் காரியஸ்தர் யாரையாவது பரிச்சயம் என்றால் தயவாகிக் காட்டித்தர வேண்டும். அம்பலப்புழை பால் பாயசம் சாப்பிட்டாலே மிச்ச வியவகாரங்கள் முனைப்பாக முன்னால் நகரும்.

அவன் சொன்னபோது வக்கீல் கையில் கூஜாவோடு நடேசனைத்தான் அம்பல நடைக்கு அனுப்பி வைத்தார்.

பாயசம் கிடைக்காமல் படி ஏறாதே. கோவிலில் இல்லை என்று கையை விரித்துவிட்டால், கிருஷ்ணவேணியிடம் சொல்லி நான் கேட்டேன் என்று ஒண்ணரைப் படி பாயசம் உண்டாக்கித் தரச் சொல்லு.

கிருஷ்ணவேணி மேல்சாந்திக்கு பெண்களை. அதாவது சகோதரி. கோட்டயத்தில் வேளி கழித்துக் கூட்டிப்போன நம்பூதிரிச் செக்கன் சொற்ப ஆயுசில் போய்ச்சேரத் திரும்பி வந்துவிட்டவள். அச்சுதன் வக்கீலுக்கு காந்தியோடு கூடவே யௌவனமான விதவைகள் மேலும் அலாதி பிரியம் உண்டு. அவர்கள் சுகப்பட தன்னாலானதைச் செய்கிறவர் அவர். தேச சேவை பல தரத்திலான விஷயமாச்சே.

இதாக்கும் நான் சொன்ன டோக்குமெண்ட். அவசரமா பிரதி எடுக்க வேண்டியிருக்கு. நீர் எழுதிக் கொடுத்தா, நோட்டரி கிட்டே கைச்சாத்து கிடைச்சு கோர்ட்லே அனுபவ பாத்யதைக்கு டிகிரி வாங்கிடலாம். விரசா முடிக்கற காரியம். மந்தமா இருந்தா, தோரணையோட சல்லாபிக்கும்போது பின்னாலே இருந்து கோணகத்தை யாரோ உருவின ஸ்திதியாயிடும்.

ஏகாம்பர ஐயர் பலமாகச் சிரித்தபடி ஒரு கத்தை பழுப்புக் காகிதத்தை நீட்டினார். அவர் சல்லாபிக்கும்போது இடுப்புத்துணியை உருவி யார் வேடிக்கை பார்க்கப் போகிறார்கள் என்று நடேசனுக்குப் புரியவில்லை. பட்டர் உடம்பு மட்டுமில்லே, வாய் வார்த்தையும் கோமணமும் கூட பெருங்காய வாடை அடிச்சில்லே கிடக்கும். கூட்டுப் பெருங்காயம், கட்டிப் பெருங்காயம், பால் பெருங்காயம் இப்படி ஏதேதோ பெயரில் ஊர் முழுக்க வாடை அடிக்க இந்தப் பெருங்காயத்தில் என்ன இருக்கு என்று நடேசனுக்குப் புரியவில்லை. ஆனாலும் அதைக் கரைத்துக் கொண்டு வந்து இலையில் வார்த்த சாம்பாரும் சம்பாரமும் கிர்ரென்று சம்போகத்துக்கு முந்திய விறைப்பை நரம்பில் ஏற்றுகிறது என்னமோ வாஸ்தவம்தான்.

சம்போகம் கிடக்குதடா புல்லே, டாக்குமெண்டைப் படியெடுத்து நாலு சக்கரத்துக்கு வழி பண்ணு.

பகவான் பழுப்புக் காகிதத்துக்குள் இருந்து எட்டிப் பார்த்து வார்த்தை சொன்னான்.

பொடி உதிர்கிற காகிதக் கட்டு, காய்ந்து போன வாழை நார் கொண்டு பொதிந்திருந்தது அது. நடேசன் வாழை நாரை விரல் நகத்தால் கீறித் திறந்தார். தும்மலுக்கு நடுவே அதைக் கண்ணுக்குப் பக்கமாகப் பிடித்துப் பார்க்க, அழுத்தமான கட்டைப் பேனா கொண்டு எழுதிய மலையாள எழுத்துகள். அம்பலக் குளத்தில் ஸ்தனபாரம் கொஞ்சம்போல் வெளித் தெரிய விடிகாலையில் கூட்டமாகக் குளிக்கிற ஸ்திரீகள் போல் புஷ்டியான சௌந்தர்யத்தோடு காகிதம் முழுக்க அவை நீந்திக் கொண்டிருந்தன.

'கொல்ல வருடம் ஆயிரத்து எழுபத்து நாலு மேட மாசம். கிறிஸ்து சகாப்தம் ஆயிரத்து எண்ணூற்றுத் தொண்ணூத்தொன்பது. கொல்லூர் தேவி க்ஷேத்ரத்தில் புஷ்பம் சார்த்தி உத்தரவு கிடைத்தபடி அம்பலப்புழை மகாதேவய்யன் நல்ல தேக ஆரோக்யமும், ஸ்வய புத்தியும் பூர்ண திருப்தியுமாக தனது சிறிய தகப்பனார் அம்பலப்புழை ஜான் கிட்டாவய்யன் குமாரனும் ஒன்றுவிட்ட சகோதரனுமான வேதய்யனுக்கு எழுதிக்கொடுத்தது யாதெனில்'.

அத்தியாயம் ரெண்டு

ஏப்ரல் 12 1899 விளம்பி வருடம் பங்குனி 31 புதன்கிழமை

அந்தி சாய்ந்து வர, காளைவண்டி ஊர்ந்துகொண்டிருந்தது.

மங்கலாபுரம் போய்ச் சேர இன்னும் நாலு நாழிகையாவது பிடிக்கும். நடுவில் மாடுகளை அவிழ்த்து விட்டு புழை ஓரமாக நிறுத்தி தண்ணீர் குடிக்க வைக்க வேண்டும். புல்தரை பார்த்து சிறு மேய்ச்சல் நடத்த, கூளம் தர என்று அவைகளுக்குக் கவனிப்பு தேவை. இன்றைக்கு அவற்றைக் குளிப்பாட்டி கழுத்தில் ஜவந்திப்பூ தரிக்க வைத்து, திரும்ப நுகத்தடியில் பூட்ட முடியாது. மங்கலாபுரம் கடந்து நாளைக்குக் கொல்லூர் போய்ச் சேர்ந்ததும் மற்ற காரியங்கள் எல்லாம் கிரமமாக முடித்து, வண்டி மாடுகளின் மற்ற சிஷ்ருஷை பற்றி யோசிக்கலாம். நாளைக்கு விஷு அங்கே தான். கொல்ல வருஷம் ஆயிரத்து எழுபத்துநாலு மேடம் ஒண்ணு கொல்லூர் தேவி க்ஷேத்ரத்திலே என்று அம்பலப்புழை கிருஷ்ணன் உத்தரவு போட்டு அனுப்பி வைத்திருக்கிறான்.

மகாதேவன் வண்டியை ஓட்டியபடி திரும்பி உள்ளே எட்டிப் பார்த்தான். அகத்துக்காரி பர்வதவர்த்தினி மடியில் சீமந்த புத்ரி குட்டியம்மிணி நல்ல நித்திரையில் இருந்தாள். கையில்

விளையாடப் பிடித்திருந்த கழற்சிக்காய் பிடி நழுவி சிற்றாடை மடிப்பில் உருண்டு கொண்டிருந்தது. பர்வதவர்த்தினியும் வண்டிச் சட்டத்தில் தலை சாய்த்தபடி அரைத் தூக்கத்தில் தான் இருந்தாள். நேற்று விடிகாலை காசர்கோட்டில் இருந்து கிளம்பி அங்கங்கே கொஞ்சம் நின்று இந்தக் காளைவண்டி நகர்ந்தபடி இருக்கிறது. பூர்வீகர்கள் எப்போதும் போல் வண்டிக்கு முன்னால் ஆவி ரூபமாக நகர்ந்து வழிநடத்திப் போய்க்கொண்டிருக்கிறார்கள். மகாதேவனுடைய அம்மா விசாலாட்சியும் பிரம்புக் கூடையில் இரண்டு எலும்பாக மாத்திரம் சஞ்சரித்துக்கொண்டிருக்கிறாள். கொல்லூரில் அவளுக்கு ஒரு பிரார்த்தனை பாக்கி இருக்கிறது.

குழந்தை சொப்பனத்திலே வவ்வால் துரத்தறதுடா மகாதேவா. பயந்து சத்தம் போட்டு சித்தாடையை நனைச்சுக்கறதுக்குள்ளே எழுப்பி உக்கார வச்சு இத்திரி வெள்ளம் கொடு.

அம்மா பிரப்பங் கூடையிலிருந்து முணுமுணுப்பது மகாதேவனுக்கும் பர்வதவர்த்தினிக்கும் நன்றாகவே காதில் விழுகிறது. இரண்டு எலும்பில் இத்தனை சத்தத்தை மிச்சம் வைத்திருப்பவள் முழுசாக உடம்பும் ஆத்மாவும் கோர்த்த ஜீவனாக இருந்தபோது பேசியே யாரும் பார்த்ததில்லை. மகாதேவனுக்கு நாலு வயதாகி இருந்தபோதே அவள் போய்ச் சேர்ந்து விட்டாள். குட்டியம்மிணியை விடவும் குறைந்த பிராயம் அப்போது மகாதேவனுக்கு. அந்தச் சமயத்திலும் விஜயதசமி, கொல்லூர்ப் பயணம். கொல்லூர் அம்பல நடையில் பரத்திய நெல்லில் அரிஸ்ரீ எழுதி வித்யாரம்பம் தொடங்கி வைத்து மகாதேவனை மடியில் கிடத்தித் தூங்கப் பண்ணிக்கொண்டு அவனுடைய பிதா குப்புசாமி அய்யன் அம்பலப்புழைக்குத் திரும்பியபோது விசாலாட்சியின் காலம் முடிந்திருந்தது.

உங்க அம்மா மனசு நிறையச் சிரிக்கறாடா குழந்தே. உசிரோட இருந்தபோது சிரிச்சதை விட இப்போதான் சந்தோஷமா இப்படி ஒரு சிரியும் கும்மாளமுமா இருக்கா. அரசூர் போயிருந்தபோது

நான் ஊருணித் தண்ணியைக் குடிச்சுட்டு இதென்ன மண்ணு வாடை அடிக்கறதேன்னு கேட்டேன். விசாலி திருப்பிக் கேட்டா மண்ணு வாசனை அடிக்காம ஆகாச வாசனையா இதிலே இருக்கும்? சொல்லிட்டுச் சிரிச்சா பாரு அம்பலத்திலே அம்மை சிரிக்கற மாதிரி. இப்போ ஆகாசத்திலே இருந்து அந்த வாடையும் பிடிச்சிருப்பா. இந்த அஸ்திக் குடத்திலே இருந்து தினசரி உதயத்திலும் அஸ்தமனத்திலும் அவ நாமம் சொல்லிப் பாராயணம் செய்யறது உனக்குக் கேக்கறதோடா?

குப்புசாமி அய்யன் காலமாகிறதுக்கு நாலு நாள் முன்னால் விசாலாட்சியின் அஸ்தி வைத்த உலோகச் சொம்பைத் தலைமாட்டில் வைத்துக்கொண்டு சதா கட்டித் தழுவி தாரைதாரையாகக் கண்ணீர் விட்டபடி இருந்தான்.

அம்மாவைக் காசியில் கடைத்தேற்ற வேண்டும். குடும்பத்தில் நிதிநிலைமை சரியில்லாமல் அந்தக் காரியம் முப்பது வருஷமாக முடங்கிக் கிடக்கிறது. அனாசாரம் என்று யாராரோ எச்சரித்தாலும் கேட்காமல் மகாதேவனின் தகப்பன் குப்புசாமி அவள் அஸ்தியை முழுசாக வேம்பநாட்டுக் காயலிலோ சமுத்திரத்திலோ கரைக்காமல், ரெண்டு எலும்பை மட்டும் பத்திரமாக எடுத்து வைத்திருந்தான். காசர்கோடு குடி பெயர்ந்ததும், வீட்டுக்கு வெளியே தோட்டத்துக்கு மத்தியில் ஒரு சின்னப் புரையிடம் ஏற்படுத்தி அங்கே வெங்கலச் செம்பில் வைத்தபடிக்குத் தான் விசாலாட்சி வீட்டு சுப நிகழ்ச்சிகளிலும் இப்படித் தூரதேச யாத்திரைகளிலும் பங்கெடுத்துக் கொள்கிறாள்.

அம்பலத்தில் எல்லாம் அஸ்தியைக் கொண்டு போகலாகாது.

அம்பலப்புழையில் இருக்கப்பட்ட காலத்தில் உள்ளூர்க் கோவில் தந்த்ரியும் நம்பூதிரி சமூகப் பெரியவர்களும் எத்தனை நயந்தும் மிரட்டியும் சொன்னாலும் மகாதேவய்யன் கேட்கிற வழியாக இல்லை.

இந்தப் பாண்டிப் பட்டன்மாருக்கு எத்தனை சொன்னாலும்

புரிகிறதில்லை. வாய்க்கு ருஜியாகச் சமைக்க, அதைச் சளைக்காமல் கொட்டி நிரப்பிச் சாப்பிட்டு ஏப்பம் விட்டுக் குடவண்டி வயிற்றைத் தடவிக்கொண்டு அடுத்த வேளை சோற்றைப் பற்றி நினைக்க மாத்திரம் அறிவு படைத்த ஜீவன்கள் இவர்கள்.

இப்படிப் பொது ஞானோதயம் ஏற்பட்டு மகாதேவய்யனையும் அவன் வீட்டில் வைத்த அஸ்திக் குடத்தையும் பற்றி மேற்கொண்டு எதுவும் யோசிக்காமல் தாம்பூலத்தால் சிவந்த வாயும், தென்னோலைத் துரும்பு நுழையமுடியாத ஸ்தன பாரங்களும் கூடிய பத்மினி ஜாதிப் பெண்களைப் பற்றிய நூதனமான ஸ்லோகங்கள் எழுதுவதிலும் எழுதுவித்துப் படித்து ஆனந்திப்பதிலும் சிந்தையைச் செலுத்தினார்கள் அவர்கள்.

மகாதேவா, எடோ மகாதேவா.

விசாலாட்சி தான் குடத்துக்குள்ளே இருந்து விளித்தாள். நாலு வயசுக் குழந்தையை உண்ணி மாங்காயும் கட்டித் தைரும் இட்டு விரகிய சோற்றை ஊட்டக் கூப்பிடுகிற வாஞ்சை அந்தக் குரலில் இழையோடியது.

குழந்தை மாதிரி அரண்டு போய் மகாதேவய்யன் கண் விழித்தான். காளை வண்டி சீரான சலனத்தில் போய்க் கொண்டிருக்க, அந்தி கவிந்துகொண்டிருந்த நேரம். கண் அயர்கிற பொழுது இல்லை இது. குளித்துவிட்டு, வாசல் முற்றத்தில் விளக்கேற்றி நாபஜெபம் பண்ணுகிற நேரம். பாண்டிப் பட்டனுக்கு சோற்றுக் கரண்டியைப் பிடிக்கவே நேரம் போதவில்லை. ஆனாலும் குடிபுகுந்த இடத்து ஆச்சாரம், அதுவும் நாலு தலைமுறையாக கூடவே வருகிறதால் தள்ள முடியாதது.

அம்மா கூப்பிட்ட மாதிரி இருந்ததே.

மகாதேவன் குடத்தைப் பார்த்தான். பசி வயிற்றைக் கிள்ளியது. உண்ணி மாங்காயும் கட்டித் தைரும் இட்டு விரகிய சுடுசாதம். அது கிடைத்தால் போதும்.

சூடான அன்னத்தில் தைரைப் பிசைந்து சாப்பிடாதேடா குழந்தை. ரோகம் உண்டாகும்.

விசாலாட்சி அவசரமாகச் சொன்னாள்.

பச்சைக் குழந்தை போல எப்போதும் கண்ணும் கருத்துமாக அவனுக்கு சவரட்சணை செய்கிறதில் அவளுக்கு சலிப்பு ஏதும் ஏற்படுவதில்லை. இரண்டு எலும்பும் கொஞ்சம் சாம்பலுமாக ஆனால் என்ன? அந்தக் குரலும், கனிவும், பச்சென்று காய்ந்த தரையில் வந்து விழுந்து ஒட்டிக் கொண்டு வந்த இடத்தை விருத்தியாக்குகிற தண்ணீரைப் போன்ற சிரிப்பும் இருக்கும் வரை உடம்பு இல்லாதது பற்றிக் கவலைப்படுவானேன்?

சாப்பாட்டுக் கடை என்று எழுதி வைத்திருந்த வாசலில் வண்டி நிற்கிறது. இன்னும் சூரிய வெளிச்சம் பாக்கி இருந்தாலும் அவசரமாகக் கொளுத்திய பந்தத்தை உயர்த்திப் பிடித்து யாரோ வண்டிப் பக்கமாக வருகிறார்கள்.

ஏனு பேக்கு?

பசிக்கறது.

மகாதேவய்யன் சொன்னான்.

ஐயோ சுவாமிகளே, தேகண்ட பட்டரெல்லாம் கொல்லூர் உற்சவத்துக்குக் கிளம்பிப் போனபடியாலே அரிவைப்புக்கு ஆள் இல்லாம அப்பம் வடை சுவியனை வச்சுத்தான் ஒப்பேத்திண்டு இருந்தேன். அதுவும் இப்போ இல்லே. உற்சவத்துக்குப் போறவா ஒரு கூட்டம் நாலு காளை வண்டி முழுக்க வந்து வாரி எடுத்துப் போயாச்சு.

சத்தம் கேட்டு வண்டிக்குள் இருந்து தூக்கம் கலைந்து எழுந்த மகாதேவய்யனின் பெண்டாட்டி பர்வத வர்த்தினி அலக்க மலக்க விழித்தபடி இறங்க முற்பட்டாள். அகால நேரத்தில் தூங்குவது ஒரு சுமங்கலி செய்கிற காரியமா என்று மாமியாரும் அவளோடு கூடவே தன்னுடைய சொந்தத் தள்ளையும்

கேட்டதுபோல் இருந்தது வர்த்தினிக்கு. வர்த்தினியின் அம்மா எந்தக் குடத்திலும் இல்லை. காசியில் படித்துறையில் பிண்டம் வைத்து சிரார்த்தம் நடத்தி கடைசி எலும்பின் சில்லும் கங்கையில் கரைந்து போனவள் அவள். அதில் அவளுக்கு அசாத்தியப் பெருமையும் கூட.

தூக்கம் வந்தா பரவாயில்லேடீ குழந்தே. பளிச்சுன்னு முகத்தை அலம்பிண்டு தலையை இழுத்து வாரி, பூ வச்சு மூகாம்பிகை குங்குமத்தை நெத்தியிலே இட்டுக்கோ. மகாலட்சுமி எங்கே எங்கேன்னு மனசுலேயும் முகத்திலேயும் தேஜஸா வந்து உக்கார்ந்துட மாட்டாளா.

இது மாமியார் தான். அம்மாவுக்கு வாயில் இழவும் சனியனும் பிரம்மஹத்தியும் முன்பாரம் பின்பாரமாக இல்லாமல் வாக்கு வராது. ஆனாலும் எப்படி இது சாத்தியம்? கட்டின புருஷனே நாலு வயசில் கடைசியாகப் பார்த்து வாய்க்கரிசி போட்டு அக்னிக்குத் தாரை வார்த்த மாமியார் அவன் பெண்டாட்டிக்கும் அனுசரணையாக பிரியத்தைப் பொழிந்துகொண்டு இந்தக் குடத்துக்குள் இன்னும் ஒரு துளி உயிராக ஒட்டிக் கொண்டிருப்பது ஏன்?

இதுவும் முடியப் போறதுடி குழந்தே. கடைத்தேத்தின அப்புறம் நான் இங்கே எங்கேயும் இருக்க மாட்டேன். குருக்கள் பொண்ணு மாதிரி ஈஷிண்டு கூடவே வர எனக்குப் பிடிக்காதுடீ பெண்ணே. அவளும் பாவம் தான். அவளைக் குத்தம் சொல்லி பிரயோஜனம் இல்லை. விதிச்சது அப்படின்னா இருந்தாலும் பிரேதமா அலைஞ்சாலும் அதுபடிக்குத்தானே?

மாமியார் இப்படித்தான் திடீரென்று ஏதாவது புரியாத பழைய கதை பேச ஆரம்பித்து விடுவாள். மரியாதைக்கு சும்மா தலை குனிந்து கேட்டுக் கொண்டிருக்க வர்த்தினிக்குப் பழகி இருந்தது.

பெண் பிள்ளையும் குழந்தையுமா வந்திருக்கீரே பிராமணரே. உமக்கு நான் என்னத்த எடுத்துப் பசியாற இப்பத் தர?

சாப்பாட்டுக் கடைக்காரன் கரண்டியை வெற்றுப் பாத்திரத்தில்

வைத்து அரிசிக் குருணையை வழித்தபடி கேட்டான்.

உண்ணி மாங்காயும் தணுத்த சாதமும் கொஞ்சம் கிடைச்சா.

மகாதேவ அய்யன் காதில் அம்மா சொல்லச் சொல்ல கிளிப்பிள்ளை போலத் திருப்பிச் சொன்னான் அவன்.

அது இருக்கு எதேஷ்டமா. நான் சாப்பிட மத்யானத்திலேயே வெள்ளம் கூட்டி ஓரமா வச்சுட்டேன். நாலு பேர் சாப்பிடற அளவு சோறும் மோரும் உண்டு.

சாப்பாட்டுக் கடைக்காரன் சந்தோஷமாகச் சொல்ல, குழந்தையை இடுப்பில் இருத்திக்கொண்டு வர்த்தினி கேட்டாள்.

இந்த மோர் என்ன மாதிரி விஷயம்? சாதாரணப்பட்ட கிருஹஸ்தர்கள் போஜனமா எடுத்துக்கறதுதானே?

அவள் கேட்க மகாதேவ அய்யனும் சந்தேகத்தோடு கடைக்காரனைப் பார்த்தான். இவன் பூணூல் போட்டுக் கொண்டிருந்தாலும் வியாபாரத்துக்காக இருக்கலாம். சித்தப்பன் கிட்டாவய்யன் ஜான் கிட்டாவய்யனாகி திருவனந்தபுரத்திலும் அப்புறம் கண்ணூரிலும் சோற்றுக் கடை போட்டபோதும் மார்பின் குறுக்கே பூணூலை விடாமல் போட்டுக் கொண்டிருந்ததாக இன்னொரு சித்தப்பன் துரைசாமி அய்யன் சொல்லி இருக்கிறான். கிறிஸ்து ரிஷியை தியானிக்கப் போகிறபோது மட்டும் குரிசு தரித்துப் போவானாம். பூணூல் என்பது வியாபார விருத்திக்கான சாதனம் என்பதை ஜான் கிட்டாவய்யன் போல இந்தக் கடைக்காரனும் உணர்ந்திருக்கக் கூடும்.

அசடே, அவன் காசுக்காகப் பூணூல் போட்டா உனக்கு என்ன, கர்மா செய்யப் போட்டாத்தான் என்ன? மோர்னா என்னன்னு தெரியாத பிரகிருதியா வளர்ந்து வச்சிருக்கியே. சம்பாரம்டா அது. தைரை மத்தால் கடஞ்சா வருமே நீர்க்க நீர்க்க வெள்ளையா. அதுதான். கெட்டியான சம்பாரத்தை விரகின சாதமும் அமிர்தம்தான்.

அம்மா சொன்னால் மகாதேவ அய்யன் தட்டமாட்டான். மோரே எதேஷ்டம் என்று அவன் சொல்லிவிட்டான்.

பின்னாலே கிணத்தங்கரை ஏதும் இருக்கா சுவாமின்? குளிச்சு சந்தி பண்ணிட்டு வந்துடறேன். பொம்மனாட்டியும் சித்தே கால் அலம்பிண்டா தேவலைன்னு சொல்றா.

கடைக்காரன் தோட்டமும் துரவுமாக இருந்த பாதையில் கைகாட்டி, கொளுத்திப் பிடித்த பந்தத்தைக் கையில் கொடுத்தான்.

ஜாக்கிரதையாகப் போய் வாரும். எப்பவாவது நாகராஜாவோ நாக யட்சியோ தட்டுப்படற பிரதேசம்.

வர்த்தினிக்கு முன்னால் பந்தத்தை விசிறி விசிறி அணையாமல் பிடித்தபடி மகாதேவன் போக, பின்னால் தோளில் குழந்தையுடன் அவள் ஒவ்வொரு அடியும் பார்த்துப் பார்த்து எடுத்து வைத்து வந்தாள்.

நீ ஏண்டி குழந்தே சிரமப்படறே. கண்ணை மூடிண்டு நீ பாட்டுக்குப் போ. நான் பாத்துக்கறேன்.

அம்மா குடத்துக்குள் இருந்து இரைந்தது சுவர்க் கோழிகளின் சத்தத்தில் அமர்ந்து போனது.

கிட்டன் பிள்ளை வேதய்யன் விஷு கழிந்து ரெண்டாம் நாள் காலையிலே அம்பல வாசலுக்கு வந்திடுவான். கையிலே ஆறு விரல். அதுதான் அடையாளம்.

அம்மா குடத்துக்குள் இருந்து இறங்கி தீப்பந்தத்துக்குள் இடம் மாறி மகாதேவனிடம் சொன்னாள். பந்தம் அம்பலத்தில் கொளுத்திய பத்ர தீபம் போல் மஞ்சளும் மங்கலமுமாக நாலாதிசையையும் ஜ்வாலாமயமாக்கிக்கொண்டு எரிந்தது.

அத்தியாயம் மூன்று

ஏப்ரல் 13 1899 விகாரி வருடம் சித்திரை 1 வியாழக்கிழமை

வேதய்யன் காலையில் தேவாலயத்துக்குக் கிளம்பியபோது நல்ல மழை. வீட்டு வாசல் பக்கத்து மச்சில்தான் ஓலைக்குடை, சீலைக்குடை எல்லாம் வைத்திருப்பது. ஒரு குடையும் சூடி கோவிலுக்குப் போய் மாரில் குரிசு போட்டுக்கொண்டு விரசாகத் திரும்ப உத்தேசித்திருந்தான் வேதையன். வேலை தலைக்கு மேல் பாக்கி இருக்கிறது. காலம் தப்பிய மழையோ வெய்யிலோ எது வந்தாலும் போனாலும் இருக்கப்பட்ட வேலை எல்லாம் கிரமமாக முடித்தாக வேண்டும். அடுத்த மாதம் கலாசாலை திறந்தானதும் எதையும் கவனிக்க நேரம் கிடைக்காது புத்தகமும் கையுமாக சதா ஓட வேண்டியிருக்கும்.

வேதையா, ஜாக்ரதை. தரை வழுக்கறதாக்கும். வழுதி விழுந்தா பின்னஞ்சந்தியிலே நோவு உண்டாகும். எழுந்திருக்க ஒட்டாது பின்னே.

மச்சுப் பக்கம் ஏணிப்படியை நிறுத்தி ஏறும்போது திண்ணையில் இருந்து ஜான் கிட்டாவய்யன் குரல் கேட்டது. அவன் ஏதோ மூளிப்பாட்டு பாடியபடிக்கு ஒரு நாலு தந்தி வயலினைக் கையில்

பிடித்து ஸ்வரம் வாசிக்க காலையில் இருந்து பிரயத்தனப்பட்டுக் கொண்டிருக்கிற சத்தத்தோடுதான் பொழுது விடிந்திருந்தது. சினையான பூனை முதுகில் அரிப்புக்கு முள்செடியில் சொரிந்து கொண்டதுபோல் வாதனையான இரைச்சல் அது.

அப்பன், கூப்பிட்டேளா?

வேதய்யன் ஏணியில் ஒரு காலும், தரையில் ஒரு காலுமாக எதிர்க் குரல் கொடுத்தான். தரையில் வைத்த கால் கொஞ்சம் வழுக்குகிற மாதிரித்தான் பட்டது. பெண்பிள்ளை இல்லாத வீடு. வேதையனைக் கட்டிய பரிபூரணம் தலைப் பிரசவத்துக்காக வைக்கத்துக்கு தாய்வீட்டுக்குப் போயிருக்கிறாள். அவள் இருந்தால் குடை, உடை என்று எது பற்றியும் கவலைப்பட வேண்டியதில்லை. ஜான் கிட்டாவய்யன் கூட இந்நேரம் பகல் சாப்பாடு முடித்து நித்திரை போயிருப்பான். சாப்பாட்டுக் கடையில் இருந்து சோறும் கூட்டானும் வந்து சேரக் காத்துக்கொண்டு இப்படி சங்கீதத்தில் பொழுதைக் கழித்திருக்க மாட்டான்.

அப்பன், கூப்பிட்டேளா? சீலைக் குடை எடுக்க மச்சுக்கு ஏறிண்டிருந்தேன்.

வேதையன் வயலின் இரைச்சலையும் மழைச் சத்தத்தையும் மீறிக் குரல் ஒலிக்கத் திரும்பவும் சொன்னான்.

அதேயடா மோனே. மேட மாசத்துலே இப்படி ஆகாசம் பொத்துண்டு கொட்டினா, கர்க்கடகத்துலே ஒழிக்க என்ன மிச்சம் இருக்கும்? இந்த அகால வர்ஷப் பொழுதில் வெளியே அலையறதைக் குறைச்சுக்கலாமில்லியோ? பனி பிடிச்சா யாத்திரை பின்னே குழப்பத்திலாயிடும் பார்த்துக்கோ.

ஜான் கிட்டாவய்யனுக்கு எப்போதுமே பிள்ளையுடைய ஆரோக்கியம் குறித்து கவலை. வேதையன் தோளுக்கு மேல் உயர்ந்து தோழனாகி, அவனுக்கு வைக்கத்தில் பெண் எடுத்துக் கல்யாணமும் நடந்திருந்தாலும் அதேபடிக்குத்தான்.

வேதையன் வாசலுக்கு வந்தான். கிட்டாவய்யன் வயலினை மாரில் சார்த்திக் கொண்டு விசித்ரமான சத்தம் ஏதேதோ எழுப்பிக் கொண்டிருந்தான். அம்மா இறந்துபோன துக்கம் இன்னும் அவனுக்குத் தீரவே இல்லையோ.

வேதையனின் அம்மா சிநேகாம்பாள் இறந்து போய் பத்து வருஷம் கழித்தும் பிள்ளையைப் பற்றிய கரிசனத்தோடு ஜான் கிட்டாவய்யன் அவள் நினைவிலும் உருகிக்கொண்டே தான் இருந்தான். இதுபோல துரைத்தனத்து வாத்தியமும் கையுமாக அவன் இருந்தாலே விஷயம் இன்னதென்று தெரிந்துவிடும். அப்படியும் இப்படியும் வில்லை இழுத்து கிட்டாவய்யன் வாசிக்கிற வாத்திய சங்கீதம் ஆரோகணத்தில் சஞ்சரிப்பதல்லாமல் ஏனோ அவரோகணத்துக்கு இறங்குவதே இல்லை.

இது என்ன செய்துகொண்டிருக்கிறீர் அப்பன்? பொழுது விடிந்த முதல் கொண்டு வாத்தியத்தோடு கூட விடாமல் மல்லுக் கட்டி விநோதமான பரிசோதனையில் இறங்கிவிட்டீரோ? என்னவென்று புரிபடாத ரீதியில் முக்கலும் முனகலுமாக பாட்டு மாதிரி வேறே ஏதோ அவஸ்தையும் கூடவே வருது.

அதொண்ணும் இல்லையடா. அடாணாவில் பால கனகமய உண்டல்லவா? அதே தோதில் கிறிஸ்து பகவான் விஷயமாக ஒரு கீர்த்தனம் சித்தப் படுத்தியாறது. முடிந்த பிற்பாடு உன் அம்மாள் விஷயமாக இன்னொரு கீர்த்தனம் சித்தப் படுத்தவும் நினைச்சிருக்கேன்.

இது விஷயமாக நீர் படுத்துகிறது கொஞ்ச நஞ்சமும் பொறுக்கவொண்ணாமல் போச்சு. நவீனமான கீர்த்தனம் என்கிறீர். வாயை விட்டுப் பாடவோ அதோ ஒரு காகிதத்தில் எழுதவோ செய்தால் விஷயம் சுலபமாக முடிந்திருக்குமே.

எடோ எனக்குத் தமிழ்பாஷை எழுத வராது என்கிறதை மறந்துபோனியோ?

அப்பன், வாயை விட்டுப் பாட லிபி எல்லாம் எதுக்குத் தெரிஞ்சிருக்கணும்?

வேதய்யன் விடாமல் பிடித்தாலும் அவன் முகத்தில் அனுசரணையான சிரிப்பும் குரலில் வாத்சல்யமும் நிரம்பி வழிந்தபடி இருந்தது.

எழுபது திகைய இன்னும் நாலு மாசம் இருக்கப்பட்ட கிட்டாவய்யன் இனியும் சாப்பாட்டுக் கடையைப் பார்த்துக் கொள்ள வேணும் என்று வேதையனோ அவனைக் கட்டியோளான பரிபூரணமோ ஒருபோதும் நினைக்கவில்லை. ஆனாலும் வீட்டில் இருப்பதைக் காட்டிலும் கடையில் ஏறியானதும் கிட்டாவய்யன் அலாதி நிம்மதியோடும் சுறுசுறுப்போடும் இருப்பதால் காளை வண்டியில் ஏற்றிவிட்டாவது தினசரி ஒரு மணிக்கூறோ ரெண்டோ, கண்ணூர்க் கடைத்தெருவில் சாப்பாட்டுக் கடை வாசலில் அவனைச் சேர்த்து விடுவதை வேதையன் நித்திய கடமையாக்கி வைத்திருக்கிறான்.

கிட்டாவய்யனுக்கு ஆதி நாள்தொட்டு சங்கீதத்தில் அவ்வளவு ஒண்ணும் ஈடுபாடு கிடையாது. ஆனாலும் கையில் நாலு காசும், காதோரம் நரையும், அரையில் துணிக்குக் கீழே சரிகிற குடவண்டி வயிறுமாக ஆனபோது, சங்கீதத்திலிருந்து சம்போகம் வரை காதலைப் பாடமாகத் தெரிந்திருக்க வேணும் என்று எதிர்பார்க்கப்படுகிறதே. அதுபடிக்கு அவனுக்கும் இம்மாதிரி ரசனைகள் ஏற்பட்டன.

இதிலே சங்கீதத்தோடு கூடச் சொல்லப்பட்ட விஷயம் ஜான் கிட்டாவய்யன் பெண்டாட்டி சிநேகாம்பாள் ஆயுசோடு இருந்து ரெண்டு பெண்பிள்ளையும் ஒரு ஆண்குட்டியும் ஈன்று பிற்பாடு மாசாந்திரம் தூரம் குளித்த வரைக்கும் எந்தக் குறைச்சலும் இல்லாமல் நடந்தேறிய ஒண்ணு. அவள் மரித்த பிறகு அதெல்லாம் தகிடம் மாறிப்போனது. வயதும் ஏறே ஆனதால் இது பெரிய விஷயமாக மனதில் படாது எப்போதாவது எங்கேயாவது யார் ஸ்தனத்தையாவது பார்த்து ஒரு நிமிஷம் மோகத்தில் ஆழ்கிற சங்கதியாகவே இருந்தது கிட்டாவய்யனுக்கு. கச்சுக்குள் அந்த முலைகளைத் தடவ வேண்டும் என்றும் அப்படியே தொடைகளை இறுக்கிக் கொள்ள

வேண்டும் என்றும் தோன்றும் போது தோசைக்கல்லில் தோசை தீய்கிற வாடை யதார்த்த உலகத்துக்குக் கிட்டாவய்யனை இழுத்துக்கொண்டு வரும்.

'கல்லைக் காயப்போட்டபடிக்கு பரஸ்த்ரியின் ஸ்தனத்தையும் யோனியையும் குறிச்சு அப்படி என்ன லகரி? ஸ்கலித சௌந்தர்யம் கூடின ஸ்திரியான்னு பார்த்தா அதுவும் இல்லே. தோசைக்கு அரைச்சுக் கொடுக்க வந்த மெலிஞ்சு கருத்த பட்டத்திப் பொண்ணு. அவ பக்கத்துலே போய்ப் பாரும். வாய் எட்டு ஊருக்கு நாறும். சந்தியை சரியா அலம்பாமலேயே ஸ்நானம் பண்றேன் பேர்வழின்னு ஒப்பேத்திட்டு புடவையைச் சுத்திண்டு வந்துட்டா. போய் இடுப்புக்குக் கீழே வாடை பிடிச்சு லகரி ஏத்திக்கும்.

சிநேகாம்பாள் கீச்சுக் கீச்சென்று கிட்டாவய்யன் மனதில் இரைந்து அது தறிகெட்டுப் போகாமல் பாதுகாப்பாள். ஆனாலும் சில ராத்திரி அதும் இதும் மனசில் குடியேறி அரையை நனைக்கும். இப்போது அதுகூடக் குறைந்து போனது. ஆனாலும் சங்கீதத்தில் வந்த பிரேமை என்னமோ நாளுக்கு நாள் கூடிக்கொண்டேதான் போனது.

அம்பலப்புழையில் குடியேறிய தெலுங்கனுடைய ஷட்டகன் கண்ணூரில் சங்கீத சிட்சை தொடங்கியபோது கிட்டாவய்யன் கடைக்கு காப்பி, இட்டலி சாப்பிட தினசரி வந்துபோய்க் கொண்டிருந்தான். அப்போது அவனுக்கு ஏதோ காரணத்தால் லிங்கத்தில் எரிச்சல் ஏற்பட்டு அவதிப்பட்ட நேரம். எரியாத பொழுதுகளில் அவன் தம்பூரா மீட்டிப் பாடி கிட்டாவய்யனுக்கு நாலைந்து ராகங்களுக்கான லட்சணம் கண்டுபிடிக்கும் ஞானத்தை ஏற்படுத்தினான்.

வற்றல் மிளகைத் தவிர்த்து, வைத்தியர் சொன்னபடிக்கு நெய் சாப்பிட்டு வந்தால் எரிச்சல் தீரும் என்று கிட்டாவய்யன் சொன்னதோடு தெலுங்கன் வேதத்தில் ஏறி ஏசு பகவானை அவனுடைய தாய்மொழியான தெலுங்கில் தியானம் செய்தால் எவ்வித சுகக்கேடும் இல்லாமல் போகும் என்றும்

வற்புறுத்தினான். அதற்குத் தெலுங்கன் வழங்கவில்லை என்பதோடு ஊரை விட்டே வேறே போய்விட்டான். அவன் போன வழியும் தெரியவில்லை கிட்டாவய்யனுக்கு.

தெலுங்கன் குறி எரிந்தால் என்ன, அறுந்தே தான் விழுந்தால் என்ன என்று எப்போதாவது அவன் சொல்லிக்கொடுத்த அடாணாவையும், ஆபோகியையும், கேதாரத்தையும் வாத்தியத்தில் பிடிக்க மதராஸ் பட்டணத்து துரைத்தன கம்பேனியில் இருந்து வயலினை அவன் வரவழைத்தான். சிநேகாம்பாள் சுவாசம் நிலைக்க ஒரு மாசம் முன்புதான் அது நடந்தது.

அடணாவும் அம்மாளும் கர்த்தரும் சுகமாக இருக்கட்டும் வேதையா. நீ இந்த மழையிலே வேதக்கோவில் போகல்லேன்னா பாதிரி வந்து கழுத்தில் நேரியலை முறுக்கிப் போட்டு இழுக்க மாட்டார் கேட்டியோ.

ஜான் கிட்டாவய்யன் தேவாலயத்துக்குப் போவதை நிறுத்திவிட்டான். தெருவில் இறங்கி நாலெட்டு நடந்தே வெகு நாளாகி விட்டது. தினசரி சாப்பாட்டுக் கடைக்கு வண்டியில் போயிறங்கி கொஞ்ச நேரம் அங்கே போக்கிவிட்டு நேராக அதேபடிக்கு வீடு திரும்புவது மட்டும் வாடிக்கையாக இருந்தது. அவ்வப்போது மதராசிலும் தெலுங்கு தேசத்திலும் சுவிசேஷ சம்மேளனம் என்று அவன் போவது கூட அடியோடு நின்று போயிருந்தது. அங்கமாலியில் ஒரு தடவை புது தேவாலயம் எழுந்தபோது மாத்திரம் அதுவும் அவன் பணம் கொடுத்து ஏற்படுத்தி வைத்ததுதான் உடம்பு அவஸ்தையைப் பார்க்காமல் ஒரு நடை போய்விட்டு வந்தான் அவன்.

வேதத்தில் ஏறினதும் உறவு விட்டுப் போனதால் மற்ற சொந்த பந்தமும் ஏறக்குறைய இல்லாமல் போயிருந்தது ஜான் கிட்டாவய்யனுக்கு. அவனுடைய ரெண்டு புத்திரிகளும் இங்கிலீஷூம் தத்துவ சாஸ்திரமும் கிரமமாகப் படித்து முடித்து தேவ ஊழியத்தில் இருக்கும்போது, சர்க்கார் உத்தியோகத்துக்கு வந்த துரைகளைக் கல்யாணம் கழித்து கப்பலில் சீமைக்குப்

பயணமானதும் அவர்கள் குடும்பத் தொடர்பும் அநேகமாக விட்டுப் போனது. சீமையில் இருந்து எப்போதாவது கடிதம் வந்து போய்க் கொண்டிருந்ததுதான்.

ஆக, கிட்டாவய்யனைக் கட்டிய சிநேகாம்பாள் ஐந்து கொல்லம் முன்பாக மலைப்பனி கண்டு மரித்தபொழுது சொந்த பந்தம் என்று யாரும் வரவில்லை. தமையன் குப்புசாமி அய்யனின் சீமந்த புத்ரன் மகாதேவய்யன் இங்கேதான் எங்கேயோ இருப்பதாக யார் யாரோ சொல்ல உத்தேசமாக விலாசம் எழுதி அவன் அனுப்பிய லிகிதம் எல்லாம் ‘இப்படியான விலாசதார் யாரும் இவிடம் இல்லை’ என்று முத்திரை குத்தி திரும்பி வந்துவிட்டன. இப்போது மகாதேவ அய்யனே தன்னை இனம் காட்டிக் கொண்டிருக்கிறான்.

கிட்டாவய்யன் வேதையனைக் கொண்டு அவனுக்கு எழுதுவித்த லிகிதம் இந்தவிதமாக இருந்தது -

பிரியமான மகாதேவா, கடிதாசு கண்டு ரொம்ப சந்தோஷம். தேகம் தளர்ந்து கிடக்கிறபடியால் எனக்கு வர முடியாமல் போய்விட்டது. ஆனாலும் கூட என் ஆசிர்வாதம் முழுக்க உனக்கும் உன் குடும்பத்துக்கும் எப்போதும் உண்டு. உன் பிதாவும் என் உசிர் போன்ற மூத்த தமையனாருமான குப்புசாமி ஐயர்வாள் பற்றியும் உன் தாயாரும் எனக்கு மாதா துல்யமானவளுமான விசாலாட்சி மன்னியைப் பற்றியும் நான் நினைக்காத நாள் இல்லை. உன் சித்தியும் என் மனையாளுமான சிநேகாம்பாள் அம்மாள் காலமான சமாசாரத்தை உனக்குத் தெரிவிக்க எத்தனை பிரயத்தனப்பட்டும் நிறைவேறாமல் போனது இன்னொரு பெருந் துக்கம். பழசில் சங்கிலிக் கண்ணியாக இருந்த எல்லோரும் சுவர்க்கம் போய்ச் சேர நான் மாத்திரம் இன்னும் உசிரைக் கெட்டியாகப் பிடித்துக்கொண்டு கிறிஸ்து நாதர் பாத கமலத்தை அடைய பிரார்த்தனையும் ஜபமுமாக இருக்கிறேன். உன் ஷேமத்துக்கும் கூடி இன்றைக்குப் பிரார்த்தனை செய்கிறேன். இது இப்படி இருக்க, என் புத்திரனும் உன் தமையனும் கலாசாலை மலையாள வித்வானுமான

வேதையன் உன்னை மங்கலாபுரத்திலோ கொல்லூரிலோ சந்தித்து ஷேமலாபம் விசாரித்துத் திரும்பி வருவதாக எனக்கு வாக்குத் தத்தம் செய்திருக்கிறான். வருகிற புதன் பகலுக்கு மேல் அவன் யாத்திரை கிளம்பி' இத்யாதி.

'எடோ வேதையா, நீ உச்சைக்கு ஊண் கழிந்து நீ இறங்க வேணும் இல்லியோ? நேரமும் தூரமும் ஏகத்துக்கு இருக்கப்பட்ட பிரயாணம். அதை வைத்துக்கொண்டு இப்போது எதுக்கு மழையில் பிரார்த்தனைக்குப் புறப்பட்டது? கொஞ்சம் விச்ராந்தியாகக் கிடந்து எழுந்திருக்கலாமே.

கிட்டாவய்யன் தணுத்துக் கிடந்த சுவரில் சாய்ந்தபடிக்கு வேதய்யனைப் பார்த்து விசாரித்தான். வேதையன் அவன் கால் மாட்டில் உட்கார்ந்தான். அங்கே கிடந்த வயலினை அந்தப்படிக்கே நரம்பை மீட்டியபடி 'அதென்ன கீர்த்தனம் அம்மாள் விஷயமாக? பல்லவி அனுபல்லவி மாத்திரமாவது சொல்லுமே' என்று சிரிப்பு மாறாமல் கேட்டான்.

பரிபூரணம் ஊரில் இருந்தால் அவன் கூட ஒத்தாசையாக உடனே எட்டுக்கட்டி நாலைந்து வரி பாடிக் கேள்பித்திருப்பாள். மாமனார் எதிரில் வர சங்கோஜம் என்றாலும் திண்ணைக்கு உள்புறமாக நின்றபடிக்கே அவள் பிரியமாக இவர்களின் வர்த்தமானத்தில் கலந்துகொள்வது வழக்கம்.

எடோ, கொல்லூர்லேருந்து திரும்பறச்சே வைக்கம் போய் ஒரு விசை பரிபூரணத்தையும் பார்த்துட்டு வந்துடேன். நிறைசூலி. ஆம்படையான் வந்தால் சந்துஷ்டியோடு என் பேரனையோ பேத்தியையோ பெற்றுக் கையில் கொடுப்பாள்.

கிட்டாவய்யன் வேதையனின் கையைப் பிடித்துக்கொண்டு சொன்னான். அந்தக் கையில் இருந்த ஆறாவது விரல் அவன் சொன்னது சரிதான் என்பது போல் தன்பாட்டுக்கு ஆடியது.

'பரிபூரணம் உம் பேரனோடு மட்டும் வரமாட்டாளே. பூண்டு, வெங்காய வாடையையும் திரும்ப இங்கே கொண்டு வந்து சேர்த்துவிடுவாளே, சரிதானா சொல்லும்'. வேதையன்

கேட்டான். இந்த மழையில் எங்கேயும் போகாமல் இந்தப்படிக்கே உட்கார்ந்து வார்த்தை சொல்லிக்கொண்டு ஓய்ச்சலாக இருக்க மனசு ஆசை காட்டியது.

'பூண்டு இருந்தா ஒதுக்கிட்டு மத்ததைச் சாப்பிட்டா போச்சு. அது சாப்பிடாமலேயே கிறிஸ்தியானியா இருக்க முடியாதா என்ன?

ஜான் கிட்டாவய்யன் வயலினைத் திரும்ப எடுத்தான். அவனுக்குள் இன்னும் அம்பலப்புழை தேகண்ட பிராமணன் கிட்டாவய்யன் பூணூலோடு சிரித்தான்.

அத்தியாயம் நாலு

ஏப்ரல் 8 1904 சோபகிருது பங்குனி 27 வெள்ளிக்கிழமை

மாட்சிமையும் மகா வல்லமையும் பொருந்திய, பூவுலகம் ஒரு குடைகீழ் அடக்கி ஆளும் சக்ரவர்த்திகள். சக்ரவர்த்திகளின் பிரதானியாக வீற்றிருந்து இந்த பாரத பூமியின் திலகமான மதராஸ் பட்டணத்தையும் அதையொட்டி விஸ்தாரமாகப் பரந்து விரிந்த தட்சிணப் பிரதேசமான நல்லுலகத்தையும் உய்விக்க வந்த சாட்சாத் மகாவிஷ்ணு அவதாரமான கவ்னர் துரையவர்கள்.

இந்த மேலோரின் பாதாரவிந்த கமலங்களில் தெண்டனிட்டு, மதராஸ் பட்டணம் மயிலாப்பூர் கஸ்பா வெங்கடேச அக்ரஹாரம் வைத்தியநாத சர்மன் புத்ரனும் மேற்படி பட்டணத்து உன்னத நியாயசபை ஏற்படுத்தியபடி தற்போது பிரதான காராக்ரஹத்தில் தெண்டனை அனுபவிக்கிற அடிமை ஸ்மார்த்த ப்ராமணனுமான மகாலிங்கய்யன், வயது இருபத்தொன்பது, சமர்ப்பிக்கிற கருணை மனு.

இது யாதெனில், இந்தப்படிக்கு நடந்தது நடந்த கிரமத்தில் இது எழுதப்பட்டது. என் புத்தியில் நினைக்கிறபோது மேலே கிளம்பி

வரும்படியான ரூபத்தில், சபையில் சொல்லுந் தரமானதோ இதெல்லாம் என்று கிஞ்சித்தும் யோசிக்காது இந்த லிகிதம் அமைந்திருப்பதை பெரியோர் மன்னிக்க வேணும். இப்படி ஆதியோடாந்தமாக உள்ளது உள்ளபடி துரையவர்களின் திவ்ய சமூகத்தில் லிகிதம் சமர்ப்பித்து பாதம் தொட்டு வந்தித்தால், இகத்தில் காராகிரஹ முக்தியும் பரத்தில் கதி மோட்சமும் கிட்டும் என்று மேன்மை பொருந்திய வக்கீல் துரையவர்கள் கடாட்சம் காட்டி அருளியபடி இதை எழுதுவிக்கலானேன்.

ஐயன்மீர். என் தகப்பன் வைத்தியநாத அய்யன் சுய முயற்சியாலும் துரைத்தனத்து உத்தியோக பெலனாகவும் நொங்கம்பாக்கத்தில் கட்டி எழுப்பிக் குடி போந்த ரெட்டை மாடி கிரஹம் ஒன்று உண்டு. அன்னாரும் என் தாயார் மாதுஸ்ரீ கோமதியம்மாளும் கைலாச ப்ராப்தி அடைந்த பிற்பாடு எனக்கும் என் இளைய சகோதரன் நீலகண்டய்யனுக்கும் நடுவில் அந்த வீடு பற்றிய வியாஜ்யம் ஏற்பட்டு கோர்ட்டுக்குப் போனோம். கனம் கோர்ட்டார் விதித்தபடி பாகப் பிரிவினை செய்து வண்ணாரப்பேட்டை பச்சையப்ப முதலியிடம் ரூ மூவாயிரம் விலை பேசி விற்கப்பட்டது அந்த நொங்கப்பாக்கத்து வீடு. விற்ற தொகை கைக்கு வந்ததும் நாங்கள் ரெண்டு சகோதரர்களும் அதை சரிசமமாகப் பாகம் செய்து கொண்டோம்.

அப்பால், மகாலிங்கய்யனான நான் என் மனையாள் லலிதாம்பிகையம்மாள் சகிதம் ஏற்கனவே பிரஸ்தாபித்த மயிலாப்பூர் வெங்கடேச அக்ரஹாரத்தில் ஆயிரத்து இருநூறு சதுஸ்ர அடியில் மங்களூர் ஓடு வேய்ந்து, காரைச் சுவர் எழுப்பி ஒரு நூதன கிரஹத்தை ஏற்படுத்திக்கொண்டு அங்கே குடி போனது நாலு கார்த்திகை முந்தைய ஒண்ணாம் தேதி. மேன்மை பொருந்திய துரைத்தனத்து கேலண்டர் படிக்கு அது இங்கிலீசு வருசம் ஆயிரத்து எண்ணூத்துத் தொண்ணூத்தொம்பது. தேதி விவரம் தெரியாததற்கு சர்க்கார் இந்த எளியோனை மன்னிக்க வேணும்.

என் பிதா வைத்தியநாதய்யன் என்னையும் என் சகோதரனையும் மிஷினரி பள்ளிக்கூடத்தில் கிரமமாகப் படிக்க வைத்தும்

பதினாலு வயசுக்கு அப்புறம் எனக்கு படிப்பு ஏறாத காரணத்தால் அங்கே நிறுத்திப்போட்டார். பிற்பாடு, எங்கள் பெந்துவும் என் தகப்பனாருக்கு தாயாதி வழியில் ஒண்ணு விட்ட சகோதரனுமான அரசூர் சங்கரய்யர் மதராஸ் கருப்புப் பட்டணத்தில் ஸ்தாபிதம் செய்த புகையிலைத் தூள் கலந்த நாசிகா சூரணம் மொத்தமாகவும் சல்லி துட்டுக்கும் விற்கிற கடையில் வேலை கற்றுக்கொள்ள என்னை சம்பளம் ஏதுமில்லாத எடுபிடியாளாக இருத்தினார்.

என் சகோதரனும் ஏற்கனவே பிரஸ்தாபிக்கப்பட்டவனுமான நீலகண்டய்யன் மதராஸ் கலாசாலை ஏற்படுத்திய பி.ஏ பரீட்சை கொடுத்து எம் தகப்பனார் செயிண்ட் ஜார்ஜ் கோட்டையில் கியாதியோடு வகித்து வந்த நாவிகேஷன் கிளார்க் உத்தியோகத்தில் அமர்ந்து தற்போது நொங்கம்பாக்கத்திலேயே நூதன கிரஹம் ஏற்படுத்திக்கொண்டு பெண்டாட்டி, குழந்தைகள் சகிதம் சுகஜீவனம் செய்கிறான்.

நானோ சொற்பமான பள்ளிக்கூடப் படிப்பும் பொடிக்கடை உத்தியோகமுமாக பிதுர்ராஜ்யமாக பாகம் பிரித்து வந்த சொத்தை வைத்துத் தரக்கேடு இல்லாமல் வெங்கடேச அக்ரஹாரம் மேலே குறிப்பிட்ட ரெட்டை மாடி வீட்டில் யார் சிரத்தையிலும் படாமல் என்னைக் கட்டிய பெண்டாட்டியான லலிதாம்பிகை சகிதம் சாமான்யமான கிரகஸ்தனாக ஜீவனம் நடத்தி வந்தேன்.

லலிதாம்பிகை சென்னை ராஜதானி காஞ்சிபுரம் தாலுக்கா திருக்கழுக்குன்றம் கிராமத்தில் புரோகிதம் செய்து வந்து அற்பாயுசில் உசிரை விட்ட ஒரு பிராம்மணோத்தமரின் புத்ரியாவாள். அன்னாருடைய பெயர் எத்தனை யோசித்தும் கிஞ்சித்தும் நினைவு வராமல் தலையில் லிங்கம் முளைத்து நடமாடுகிற விநோதமான ஒரு உருவம்தான் சதா மனசில் வந்து நிற்கிறது. இந்த துர்ஸ்மரணைக்காக துரைத்தனத்தார், தலையில் லிங்கம் உள்ள பெயர் தெரியாத அந்த பிராமணன் மற்றும் என் சகதர்மிணி லலிதாம்பிகை ஆகியோரின் மன்னிப்பை யாசிக்கிறேன்.

எட்டு வருஷம் முன்னால், ரிக் வேத ஆவணி அவிட்டத்துக்கு முந்திய ஒரு சுபயோக சுபதினத்தில் இந்த லலிதாம்பிகை என்ற ஸ்திரியை நான் மாங்கல்யதாரணம் செய்து மனையாளாக்கிக் கொண்டேன். வருஷக் கணக்காக சதிபதியாக ஜீவித்தும், எங்களுக்கு சந்ததி ஏற்படாது போன கவலையை பொடிக்கடையில் என் கூட அடிமை சேவகம் பார்க்கும் இதரரோடு பகிர்ந்துகொண்டபோது அதிலே ஒருத்தன் கொண்டித்தோப்பு கன்னையா நாயுடு வைத்தியரிடம் போய்க் கலந்தாலோசித்து அவர் சொன்னபடிக்கு மருந்தும் சூரணமும் லேகியமும் சாப்பிட்டு வந்தால் பிரச்சனை விரசாகத் தீர்ந்து விடும் என்று தெரிவித்தான். அவனுடைய சிநேகிதர்களில் சிலபேருக்கு இதேபோல் சந்ததி விருத்தியில்லாமல் கிலேசம் கொண்டு அலைந்து, மேற்படி வைத்தியர் சகாயத்தால் தற்போது வீடு நிறைய குஞ்சு குளுவான்களோடும் சதா வயிற்றைத் தள்ளியபடி சிரம பரிகாரம் செய்யும் பத்னியோடும் ஷேமமாக இருப்பதாகவும் அவன் சொன்னான்.

நான் சொல்லிக்கொண்டு வந்ததில் திரும்பிப்போய் கொஞ்சம் சேர்க்கவேண்டியிருக்கிறது. நீடித்த கலாசாலை அப்பியாசம் இல்லாத காரணத்தால் இப்படி முன்னாலும் பின்னாலும் முட்டி மோதி துரையவர்கள் சமூகத்துக்கு லிகிதம் எழுதி சிரமப்படுத்துவதற்காக இன்னுமோர் ஆயிரம் தடவை மன்னிப்பு வேணும்.

கருப்புப் பட்டணம் பொடிக்கடையில் உத்தியோக நேரம் போக, தங்கசாலை பள்ளிக்கூட தமிழ் வித்வானும் என் இளம் பிராய சிநேகிதனுமான செங்கல்வராய முதலியோடு நூறு இருநூறு வருஷம் முற்பட்ட தமிழ் கிரந்தங்கள் எழுதிய ஓலைச் சுவடிகளைப் பரிசோதனை செய்து அவற்றை புஸ்தகமாக்க அச்சு யந்திரத்தில் ஏற்றுகிற காரியத்திலும் அவ்வப்போது ஈடுபட்டு வந்தேன். பழைய ஓலையில் உலா, தூதுப் பிரபந்தம், மடல், குறவஞ்சி இப்படியான வகைகள் தட்டுப்படுவது உண்டு. கட்டளைக் கலித்துறை, வெண்பா, விருத்தம் என்று அமைந்த இவை சிருங்கார ரசம் மிகுதியாகப் பாராட்டுகிற சமாசாரமாக அமைந்துபோவது வாடிக்கை.

இத்யாதி விஷயங்களோடு நானும் முதலியும் ஆலோசித்து அங்கங்கே புதிதாகச் சேர்த்த காமரசம் சொட்டும் நூதனமான பாடல்களுமாக இந்தப் புஸ்தகங்களை சூளையில் அச்சுப் போட்டு வெளியே கொண்டு வந்தோம். ராஜதானியில் இவை கியாதியோடு விற்றது சகலரும் அறிந்ததே. இன்னும் பத்து புஸ்தகம் இதே ரீதியில் போட்டபின் முதலியோடு கூட்டு வைக்காமல் நானே இதையெல்லாம் புதுசாக இயற்றி அச்சுப் போட்டு விற்று மெச்சக்கூடிய தன ஸ்திதியை அடையலாம் என்று மனசில் திடமாக நம்பினேன். ஆனாலும் இதில் ஒரு சிக்கல் வந்து சேர்ந்தது.

ஸ்திரி புருஷ தேக சம்பந்தம் பற்றிய இந்தப் பாட்டுக்களை எழுதும்போது தளை தட்டாமல் இருக்க ஏகப்பட்ட முஸ்தீபுகள் எடுத்தாலும் எங்கேயாவது ஒரு இடம் ரெண்டு இடத்தில் அதுகள் தாறுமாறாகிப் போனதால், மேற்படி முதலி என்னிடம் பிரஸ்தாபித்தது இந்தத் தோதில் இருந்தது.

ஏனடா மகாலிங்க அய்யனே, பெண்டாட்டி கூடப் படுத்து எழுந்து ஒரு சிசுவைப் பெற மட்டுமில்லை, சிரத்தையாக தளை தட்டாது சிருங்கார விஷயமாக பாட்டு எழுதக்கூட உனக்கு யோக்யதை இல்லை. இதையெல்லாம் திருத்தி ஒட்டுவேலை செய்வித்து அச்சேற்றுவதற்குள் எனக்கு பிராணன் போகிறது. தயவாக இந்த சங்காத்தத்தை நாம் இத்தோடு முடித்துக் கொள்ளலாம்.

முதலிக்குத் தெரியாத ஒரு சங்கதியையும் இங்கே ஏற்கனவே உத்தேசித்தபடி மனசில் நினைவு வந்த தோதில் எடுத்துரைக்க சர்க்கார் உத்தரவு தயவாக வேண்டியிருக்கிறது. அது என்னவென்றால் முதலிக்காக இப்படியான பாட்டுக்களை நூதனமாக இயற்றிக் கொண்டிருக்கும்போது எனக்கு இந்திரிய ஸ்கலிதம் ஏற்பட்டு அரையை நனைத்துக் கொண்டதால்தான் அவற்றில் தளை தட்டிப் போனது. மற்றபடிக்கு எட்டு வகுப்பு முடிவதற்குள் கிரமமாகப் பாட்டெழுதக் கற்றவன் அடியேன். அது மட்டும் புத்தியில் படிய மற்ற எல்லாம் பிடிபடாமல் போனது என் கர்ம பெலன்தான் என்று இன்னும் திடமாக நம்புகிறேன்.

சிநேகிதன் யோசனைப்படி கொண்டித் தோப்பு வைத்தியரிடம் போய்ச் சேர்ந்து என் துக்கத்தை உரைத்தபோது அவன் சொன்னான் பிராம்மணரே, உமக்கு வேண்டப்பட்டதுதான் என்ன? முற்றிலும் சரியான, இலக்கணத்துக்குப் பொருந்தி வருகிற பாட்டு எழுத வசதியாக உம் ஸ்கலிதம் நிற்க வழி செய்வதா இல்லை நீர் வீட்டுக்காரியோடு சுகித்து சந்ததி விருத்தி செய்ய வாகாக மருத்துவம் செய்வதா? ரெண்டும் வேணுமென்றால் அது என்னைக் கொண்டு சடுதியில் எடுத்து முடிக்கிற காரியமில்லை. யோசித்துச் சொல்லும்.

நான் எத்தனை யோசித்தும் புரிபடாது போக, வைத்தியனே உபகாரமாகச் சொன்னான். ஓய் அய்யரே, பாட்டு எழுதும்போது வெளிப்பட்டு வெளிப்பட்டு சுக்கிலம் நீர்த்துப் போவதால் தான் நீர் மற்றைய இடத்தில் ஜெயம் அடைய முடியாமல் போகிறது. இன்னும் ரெண்டு மூணு வருஷம் இப்படியான சிற்றின்ப சாகித்தியம் எழுதுவதை நிறுத்திப் போடும். மாத்திரமில்லை. தேமா, புளிமா இன்னும் ஏதேதோ கிரமப்படி எழுதுவதே புலவர்களுக்கு வழக்கமில்லையோ. அதை முழுக்க மறக்கப் பாரும். உம் நல்லதுக்குத்தான் சொல்கிறேன். எழுதித்தான் ஆகவேண்டும் என்று உச்சி மயிர் சிலிர்த்து நின்றால் வசனமாக அதைச் செய்து விடும். கூடவே நான் கொடுக்கும் இந்த மருந்துகளையும் ஒரு மண்டலம் சாப்பிட்டு வாரும். இந்த எண்ணெய் மயில் றெக்கையிலிருந்து இறக்கியது. ராத்திரி படுக்கப் போகும்முன் இதை அரையில் அழுந்த தேய்த்துக் கொண்டால் சீக்கிரம் பெலன் கிடைக்கும்.

கௌபீனம் எல்லாம் எண்ணெய் வழிய அந்த மயில் றெக்கைத் தைலத்தை பூசிக்கொண்டு ஒரு ராத்திரி என் மனையாள் லலிதாம்பிகையை ஆலிங்கனம் செய்தபடி தரையில் கிடத்தினேன். அவள் எழுந்து தீபத்தைத் திரும்பப் பெருக்கி என் அரைக்கட்டை உற்றுப் பார்த்தாள்.

செத்து அழுகிக்கொண்டிருக்கும் ஏதோ ஜந்துவை உம் இடுப்பில் கட்டி வைத்திருக்கிறீரா? இந்தத் துர்வாடையை நான் எப்படி சகித்துக்கொள்வது. இடுப்புத் துணி அங்கேயே

இருக்கட்டும். உருவ வேண்டாம். தற்போது எனக்கு உடம்பு முழுக்க வலியெடுப்பதால் என்னை சிரமப்படுத்தாதீர்.

கோரைப் பாயைச் சுருட்டிக் கொண்டு போய், கரப்பான் ஊரும் சமையல் கட்டில் அவள் அடுத்து நித்திரை போய்விட்டாள். எண்ணெய் வாடைக்கு நடுவே நானும் உறங்கிப் போனதால் அவளிடம் கொண்டித்தோப்பு வைத்தியன் பற்றிச் சொல்ல நினைத்தது நிறைவேறாமல் போய்விட்டது.

சொந்த ஸ்திரி மடியை விரிக்க மாட்டேன் என்றாலும் பரவாயில்லை. காசு கொடுத்தால் சம்போகத்துக்கு பெண் கிடைப்பாள் என்று பொடிக்கடை சக உத்தியோகஸ்தன்கள் சொல்லி சில வேச்யைகளோடு பழக வைத்தார்கள். அவர்களும் மூக்கைச் சுளித்தபடி காசும் வேணாம் உம் சங்காத்தமும் வேணாம் என்று வாடை தாங்காமல் ஓடிவிட்டார்கள். பிற்பாடு, சற்று வயதானவளும், பீனிசத்தால் சதா மூக்கடைப்பு ஏற்பட்டு சிரமப்படுகிறவளுமான சூளை பங்காரு என்ற தெலுங்கு தேச தாசி சிநேகிதம் எனக்கு ஏற்பட்டது.

இலையில் கட்டி எடுத்துப்போன தயிர் சாதத்தைக் கடையில் வைத்துச் சாப்பிட்டுவிட்டு கடைக்குப் பின் சந்தில் இருந்த பங்காரு வீட்டுக்குப் போய் கொஞ்சம் போல் சிரம பரிகாரம் செய்து வருவதை வழக்கமாக வைத்திருந்தேன். எண்ணெய் குப்பியையும் அவள் வீட்டிலேயே கொண்டுபோய் வைத்துக் கொண்டேன். போன காரியம் முடிந்து அவசரமாகக் குளித்து உத்தியோகத்துக்குத் திரும்பத் தோதாக வீட்டில் பெரிய பித்தளை அண்டாவில் வென்னீர் நிறைத்து வைக்கிறதை தாசி பங்காரு சந்தோஷத்தோடு செய்தாள்.

கொண்டித்தோப்பு வைத்தியன் இடைக்கிடைக்குப் பரிசோதித்து இன்னும் சுக்கிலம் கெட்டிப்படவில்லை என்று சொன்னாலும் எனக்கே பிரத்யட்சமாக அவன் வைத்தியத்தால் ஒரு பெலன் தெரிய வந்தது. அது யாதெனில், பங்காரு என்ற தாசியோடு நான் சுகித்திருந்த பகல் பொழுதுகளில் மனசில் வெல்ல அச்சு போல் அருமையான ஆசிரிய விருத்தப் பாக்கள் முட்டிமோதிப்

புறப்பட்டன. அவற்றை குளிக்கும்போது நினைவுபடுத்தி கடையில் வேலைக்கு நடுவே காகிதத்தில் எழுதி வைத்தேன். மதியாதார் தலைவாசல் மிதிக்க வேணாம் என்று பெரியோர் சொன்னாலும் பாதகமில்லை என்று முதலியைத் திரும்பப் போய்க் கண்டு காகிதக் கட்டை அவனுக்குக் காண்பித்தேன்.

இவ்வளவு உன்னதமான சிருங்கார செய்யுளை தான் ஆயுசிலேயே படித்ததில்லை என்று சொன்ன முதலி வைத்தியர் தரும் எண்ணெயையும், பங்காரு தாசி சிநேகிதத்தையும் எந்தக் காரணத்துக்காகவும் விட்டுவிட வேண்டாம் என்று வேண்டிக் கொண்டான். கூடவே, எந்த பழைய செய்யுளுக்கு நடுவிலும் செருகாமல் நான் எழுதிய விருத்தங்களை புதிய புஸ்தகமாக அச்சுப் போடவும், அதில் வரும் லாபத்தை சரிவிகிதத்தில் பங்கு போடவும் உத்தேசம் தெரிவித்தான்.

ஆனாலும் பீனிசம் முற்றி ஜன்னி கண்டு பங்காரு மரித்ததோடு அந்த வியாபார முஸ்தீபுகள் எங்கும் முன்னேறாமல் முடிவடைந்தன. விருத்தமும் எழுத முடியாமல், லலிதாம்பிகையோடு கூடியிருந்து சந்ததியையும் விருத்தி பண்ண முடியாமல் கையில் அபூர்வமாகத் தங்குகிற துட்டையும் கொண்டித்தோப்பு வைத்தியனுக்குக் கொட்டி அழுது அரையில் துர்வாடையை பூசிக் கொள்ள வேண்டாம் என்று முடிவு செய்து அதை நிறுத்திப் போட்டேன்.

லலிதாம்பிகை என்னமோ நான் மூச்சுக் காற்று படுகிற தொலைவுக்கு நெருங்கி வந்தாலே உம் அரையில் நெடியைப் பற்றி நினைத்தால் அன்னத் திரேஷமாக இருக்கு என்று சொல்லி அந்தாண்டை போய்ச் சுருணையை விரித்து முடங்குவதையே நித்யக் கிரமம் செய்து கொண்டிருந்தாள்.

இது இப்படி இருக்க, தீபாவளி கழிந்து திருக்கார்த்திகைக்கு கடலையும், பொரியும், அவல் உருண்டையும் செய்து எடுத்துக்கொண்டு மாட்டு வண்டி பிடித்து பட்டணம் வந்தாள் லலிதாம்பிகையின் அம்மா. என் மாமியார். பேச்சுவாக்கில் கழுக்குன்றம் மலையில் ஒரு தடவை கழுகுகளை தெரிசனம்

செய்து தம்பதி சமேதராக அங்கே திருக்குளத்தில் ஸ்நானம் செய்து பிரார்த்தித்தால் புத்ர பாக்கியம் உண்டாகும் என்று பிரஸ்தாபித்தாள்.

அவள் ஊருக்குத் திரும்பியானபோது நானும் வீட்டு ஸ்திரியும் ஆலோசனை செய்து ஒருவிசை கிழவி சொன்னபடிக்கே திருக்கழுக்குன்றம் போகத் தீர்மானித்தோம். பொடிக்கடை அடைத்து வைத்த அமாவாசை தினத்தில் அந்தப்படிக்குப் போய் தரிசனம் செய்ய உத்தேசமாக இருந்தது. பங்காரு தாசியின் தம்பியும் கொத்தவால் சாவடியில் காய்கறி விற்கிற கடையில் நிறுத்து அளந்து கொடுக்கிற ஜோலி செய்கிறவனுமான தாங்குதூரி பாலையா மூலம் இங்கேயிருந்து திருக்கழுக்குன்றம் போய் இரண்டு அல்லது மூணு தினத்தில் திரும்பி வர மாட்டு வண்டி ஏற்பாடு செய்து அச்சாரமும் கொடுத்துவிட்டு வீட்டுக்கு வந்தேன். தேவரீர், என் கஷ்டம் சொல்லவொண்ணாதபடி போனது அந்த நேரத்தில் தான்.

வேளை கெட்ட வேளையில் தூரம் வந்துவிட்டது என்று லலிதாம்பிகை கிணற்றுப் பக்கம் பிரஷ்டையாக கந்தல் சுருணையோடு உட்கார்ந்தபடி சொன்னாள். அவள் வரத் தோதுப்படாது போய் நான் தனியே பிரயாணம் போனது இந்த விதமாகத்தான். அவளுக்கு அன்றைக்கு மாதவிலக்கு ஏற்படாதிருந்தால் காராக்ருஹத்தில் துன்பப்பட்டுக் கிடந்தபடிக்கு இந்த லிகிதத்தை சர்க்கார் பார்வைக்கு அனுப்புகிற துரதிர்ஷ்டம் எனக்கு ஏற்படாமலேயே போயிருக்கும்.

லிகிதம் எழுதுகிற பாராச் சேவகர் கையில் காகிதம் தீர்ந்து விட்டது என்று சொல்கிறார். அரைகுறையாக இதை எழுதி மேன்மை பொருந்திய சர்க்காருக்கு அனுப்ப எனக்கு மன சம்மதமில்லை. ஆனாலும் கீர்த்தி நிரம்பிய வக்கீல் துரையவர்கள் சொன்னபடிக்கு எழுதினவரைக்கும் இப்போது அனுப்ப சித்தம் செய்திருக்கிறேன். சொல் குற்றம் பொருள் குற்றம் பொருட்படுத்தாது தெய்வம் போன்ற தேவரீர் இதை வாசித்து எனக்குக் கருணை செய்ய வேணும். அடுத்த மாதம் எட்டு

தேதிக்கு என்னை உசிர் உடம்பிலிருந்து பிரியும்வரை தூக்கில் போட்டுக் கொல்ல மேன்மை தாங்கிய துரைத்தனத்து நீதிமான் விதித்திருக்கிறபடியால் இந்த உயிரைக் காப்பாற்ற தெய்வம் போலும் இப்போது துணையில்லை. சர்க்காரின் கடாட்சத்தை மாத்திரம் தெண்டனிட்டு யாசிக்கிறேன்.

வேணும் பகவத் கிருபையும் ராஜதானி மகாப்ரபு கருணா கடாட்சமும்.

இவ்வண்ணம்,
தங்கள் கீழ்ப்படிதலுள்ள மகாலிங்கய்யன்.

அத்தியாயம் ஐந்து

மே *11 1899 விகாரி வருடம் சித்திரை 29 வியாழக்கிழமை*

தெரிசா எழுந்தபோது விடிந்து வெகுநேரம் கழிந்திருந்தது. எட்டு மணி இருக்குமா? அவள் படுக்கைக்கு அடியே கழற்றி வைத்த இடுப்பு கடியாரத்தைத் தேடியபடி ஜன்னலைப் பார்த்தாள். கனமாக மேகம் கவிந்து குளிர் அப்பிக் கிடக்கும் ஒரு காலைப் பொழுது. லண்டன் இன்னும் தூக்கம் விழிக்கவில்லை.

ஜன்னலுக்கு வெளியே புகைமூட்டத்துக்கு நடுவே வெள்ளைச் சுண்ணாம்பு பூசிய கட்டிடங்கள் சீராக உயர்ந்து நின்றன. தெரிசா இருப்பதையும் சேர்த்து கென்சிங்டன் வீதி முழுக்க நூல் பிடித்தாற்போல் வரிசையாக இப்படியான வீடுகள் தான். இதையெல்லாம் உட்கார்ந்து திட்டம் போட்டு ஒரே மாதிரி வடிவமைத்து செங்கல்லை, பளிங்கை வைத்து இழைத்து, சன்னமான சுண்ணாம்பை அரைத்து விழுதாகப் பூசி எழுப்பி நிறுத்தி ஒரு நூறு வருடம் ஆகியிருக்குமா? சொல்லி வைத்து எல்லாவற்றிலும் ஒரே நேரத்தில் குடிவந்திருப்பார்களா? அவர்களில் எத்தனை பேருடைய அடுத்தடுத்த தலைமுறைகள் இங்கே இருக்கின்றன?

இந்த வருடம் பிறக்கும்போதே குளிரக் குளிரத்தான் பிறந்தது. இதுவரை பத்துக் குளிர்காலம் லண்டனில் இருந்தவள் தெரிசா.

அவளுக்கே ஆச்சரியமாக தெருவெல்லாம் பனி ராத்திரி முழுக்க விழுந்து உறைபனியாக உறைந்து வித்தியாசமாக ஆரம்பித்த வருடம்.

அம்பலப்புழையில் இடவப்பாதி கோடு கழிந்து அடித்துப் பெய்யும் பெருமழையையும், ஈரம் விசிறி அடிக்கும் மெல்லிய குளிரையும் ஒரு நிமிடம் நினைவுபடுத்தும் காற்று ஜன்னலுக்கு வெளியே இருந்து நுழைந்தது. வருடம் பிறந்து நாலு மாசம் கடந்தும் மிச்ச சொச்சக் குளிர் கூடவே வருகிறது.

கிருஷ்ணாய துப்யம் நமஹ.

தெரிசா மெல்லச் சொல்லும்போது அவளுக்கே சிரிப்பு வந்தது. ஏசு கிறிஸ்துவை இஷ்ட தெய்வமாக வரிந்துகொண்டு குடும்பத்தோடு வேதத்தில் ஏறிய அம்பலப்புழை தேகண்ட பிராமண ஸ்திரி அவள். அதாவது, மாஜி பிராமணப் பெண்.

படுக்கைக்கு அடுத்த நிலைக் கண்ணாடியைப் பார்த்தாள். முப்பது வயது கடந்தும் தேகமோ முகமோ அதை வெளிக்காட்டாது இன்னும் குட்டநாட்டு குக்கிராமத்தில் சிற்றாடையோடு சுற்றி வந்த தெற்றுப்பல் சிறுமியைத்தான் கண்ணாடி காட்டுகிறது. அந்த முகம் கிருஷ்ணன் கோவிலில் தொழுது வணங்கி நெற்றியில் சந்தனக் குறியோடு தினத்தைத் தொடங்கிய அதே பெண்குட்டியின் முகம்தான். இத்தனை வருடம் போனாலும் ஓடக் குழலும் உதட்டோரம் கொஞ்சம் மிச்சம் வைத்த புன்சிரிப்புமாக கிருஷ்ணன் காலையில் குசலம் விசாரிக்கிறான். ஜீசஸ், திஸ் இஸ் கிருஷ்ணா. மை பெஸ்ட் ஃப்ரண்ட்.

தெரிசா தலையணைக்கு அடியில் இருந்து தங்கச் சங்கிலியை இழுக்க, அலாரம் அடித்தபடி கடியாரமும் கூடவே வந்தது. கர்த்தாவே, அதற்குள் காலை பத்து மணி ஆகிவிட்டதா? இப்படி விடியலைக் குளிரில் ஒளித்து வைத்து விளையாட வேணாம். லைக் தட் ஸ்வீட் குட்டன் கிருஷ்ணன். ஓல்ட் பாய்.

தெரிசா நிலக்கரி அடுப்பை பற்றவைத்து தேனீர்ப் பாத்திரத்தை மேலே ஏற்றினாள். தேனீர் குடிக்காமல் பொழுது விடிந்ததாகக்

கணக்காக்க முடியாது. அம்பலப்புழையில் அவள் இருந்தவரை விடிகாலை என்பது விசாலாட்சி பெரியம்மா செப்புக் குவளையில் விளம்பிக் கொடுக்கும் நீராகாரத்தோடும், பழைய சாதம், ஊறுகாயோடும் தான் பிறக்கும். அப்பன் கிட்டாவய்யன் கொல்லத்தில் சாப்பாட்டுக் கடை போட்டு ஜான் கிட்டாவய்யன் ஆனபோது காப்பிக்குடி பழக்கத்தில் வந்தது. லண்டன் வந்ததும் தேனீர் ஆசாரம் விடாப்பிடியாகப் பற்றிக்கொள்ள பீட்டர்தான் காரணம். அவனைப் பற்றிப் படர்ந்ததால் அவன் பற்றிய சகலமானதும் பழகிப் போனது. டார்ஜிலிங் தேனீரும் டார்லிங் என்ற அழைப்பும் அதில் தொடக்கம்.

மேம், மேம்.

வாசல் பக்கம் இருந்து யாரோ உரக்கக் கூப்பிடும் சத்தம். பால்கனிக்கு வந்து எட்டிப் பார்த்தாள் தெரிசா.

நான் தான் கூப்பிட்டேன் மேம். மரியா. மரியா கெல்லர். உங்கள் விசுவாசமான பால்காரி. இங்கே, நேரே கீழே பாருங்க மேம்.

பால் நிறைத்த பெரிய மர வாளியை தோளில் கட்டித் தூக்கிப் பிடித்தபடி மரியா நின்றுகொண்டிருந்தாள். தலையில் சும்மாடும் அதற்கு மேல் தயிர்ப்பானையும் ஏறினால் அவள் ஒரு கோபிகையாக மாறிவிடுவாள். அம்பலப்புழை கிருஷ்ணன் அம்பலத்துக்கு வெண்ணெய் சுமந்து போகிற லட்சணமான வெள்ளைக்கார கோபிகா ஸ்திரி. இங்கிலீஷ் பேசும் பெண் கிருஷ்ணனுக்கு இஷ்டமோ? அவனுக்கு யார்மேல்தான் பிரியமில்லை?

மேலே வாயேன் மரியா. நீ வருவேன்னு கதவைத் திறந்துதான் வச்சிருக்கேன்.

தெரிசா குரல் உயர்த்திச் சொல்ல ஆரம்பித்தது பாதியில் நின்று சைகையானது. மரியா சத்தம் போடலாம். ஆனால் பட்டாளத்து மேஜர் பீட்டர் மெக்கன்சியின் மனைவி தெரிசா பதிலுக்கு இரைய முடியாது. இது சொந்த ஊர் இல்லை.

வந்து சேர்ந்த இடம். இனி திரும்ப முடியுமோ என்னமோ.

அம்பலப்புழையோ மதராஸ் பட்டணமோ இனிமேல் கனவில் மட்டும் வரும் சங்கதிகள். அங்கே போய் சத்தம் போட்டுப் பேசும் இன்னொரு கனவு கண்டு எழுந்திருக்க தெரிசாவுக்கு இப்போது நேரம் இல்லை. ஸ்காட்லாந்து பிரதேசத்தில் அபர்டீனுக்கும் எடின்பரோவுக்கும் கிளம்பியாக வேண்டும் அவள். இன்னும் ஒரு மணி நேரத்தில் வாசலுக்கு சாரட் வண்டி வந்து விடும்.

மேலே வா.

மரியா பூஞ்சிட்டாக அந்தக் குறுகிய மாடிப்படிகளில் ஏறி வரும் அழகைப் பார்க்க ஒரு வினாடி அப்படியே பால்கனியில் நின்றாள் தெரிசா. இன்றைக்கு இருந்தால் இவளுக்கு இருபது வயது இருக்குமா? தெரிசாவுக்கு ஒரு பெண் இருந்தால் இவள் வயதுதான் இருக்கும். கருத்து மெலிந்த மரியா. தெரிசா போல. உசரமானவள். பீட்டர் போல.

பீட்டருக்கு என்னமோ மரியாவைப் பிடிக்காது. இவளா, உனக்குப் பிறந்த பெண்ணா? இந்தக் குட்டிக்குப் பின்னால் போய் லண்டன் டவர் பக்கம் நடந்து பார். ஒரு அழுக்குக் கோப்பை சாராயம் போதும். புழுத்த வசவு இவள் வாயிலிருந்து வந்து நாலு திசையையும் கெட்ட வாடையடிக்க வைப்பதை உன் காது குளிரக் கேட்கலாம். அப்போ உன்னைப் பார்த்தா மேம்னு எல்லாம் மரியாதையாக் கூப்பிட மாட்டா. கருப்புப் பொட்டை நாய். இல்லாட்ட கருத்த தேவிடிச்சி. அதான் உனக்கு அவ மனசுக்குள்ளே கொடுத்திட்டு இருக்கற மரியாதை.

பீட்டர், நீ என்னை ப்ளாக் பிட்ச், ஸ்லட் அப்படி எல்லாம் கூப்பிட நினைக்கற ஆசையை இப்படிச் சொல்லித் தீர்த்துக்கறியோ?

தெரிசா பீட்டரின் இடுப்பை அணைத்தபடி கேட்டாள். அது போன ஜூன் மாசம். அவன் ஆப்பிரிக்கா கிளம்பிப் போனது அதற்கு அடுத்த நாள்.

நானா? வெல், வென் ஐ யாம் ஹார்ட் ஹியர் ஐ கால் யூ

ஆல் நேம்ஸ். யூ நோ தட்.

அவன் இடுப்புக்குக் கீழே காட்டியபடி சிரித்தான். வாஸ்தவம்தான். கலவி உச்சத்தில் அவனுக்கு தெரிசாவை ஆபாச வார்த்தையால் வர்ணிக்க, திட்டியபடி முயங்கத்தான் பிடிக்கும். அவன் வற்புறுத்தி வற்புறுத்தி கலக்கும் பொழுதுகளில் அரைக்கண் மட்டும் திறந்து அவனை அவிசாரி மகனே என்று விளித்தபடி உதட்டில் முத்தவும் தெரிசாவுக்குப் பழகி இருந்தது.

பீட்டருக்கு இத்தனை வருஷமாக அவள் முத்தம் மட்டும்தான் தரமுடிந்தது. குறை யார் வசம் என்று தெரியவில்லை. தெரிந்து என்ன ஆகப் போகிறது? ஒருத்தருக்கு ஒருத்தர் ஆதரவாக, இசைவான துணையாக இப்படியே இன்னும் கொஞ்சம் நீண்டு போய் கென்சிங்டனில் முடியப்போகிறது வாழ்க்கை. அம்பலப்புழை தெரசாள் மெக்கன்சி என்று பொறித்த கல்லறைக்குள் அப்புறம் அடக்கமாகி. வேண்டாம். இப்போ எதுக்கு அச்சானியமா அந்த நினைவெல்லாம்? அச்சானியம் என்றால் என்ன? ஜீசஸ் கேட்டபோது மரியா சொன்னாள் கிருஷ்ணா, டெல் ஹிம்.

மேம், என்ன யோசனையில் மூழ்கிட்டீங்க? எடின்பரோவில் எந்த சர்ச்சில் முதலில் பியானோ வாசிச்சு கூட்டம் போடறதுன்னு தீவிரமா யோசிக்கறீங்களா?

மரியா சுவாதீனமாக உள்ளே வந்து பாலை சமையல் அறைப் பாத்திரத்தில் நிறைத்தபடி சொன்னாள்.

இவளிடம் சொல்ல முடியாது. கேட்டால் பொட்டை நாய் என்று நிசமாகவே திட்டக்கூடும். சொந்த மகளாக இருந்தாலும் கேட்பாள். தேவ ஊழியம் செய்யப் போகிற மத்திய வயசு ஸ்திரிக்கு மனசு முழுக்க கிரீடை நினைவு, இல்லை சாவு பற்றிய யோசனை. இது தவிர வேறு எதுவும் உலகத்திலே இல்லியா?

மதராஸ் சர்வகலாசாலையில் பீட்டரைச் சந்தித்திருக்காவிட்டால் தெரிசா இந்தப் பேச்சை எல்லாம் கேட்க வேண்டியிருக்காது. அவள் கொல்லத்திலேயோ சென்னை அல்லது புதுச்சேரியிலோ வேதத்தில் ஏறிய ஒரு பிராமண வாலிபனை தாலி சார்த்த

வைத்து கல்யாணம் கழித்திருப்பாள். மூங்கில் தட்டி அடைத்து புதுசாகப் போட்ட சாப்பாட்டுக் கடைக்கு இட்லி அவித்து அனுப்பி தொழில் விருத்தியாக ஒத்தாசையாக இருந்திருப்பாள். ஞாயிற்றுக்கிழமை பட்டுக் குடை பிடித்தபடி தேவாலயத்துக்குப் போய் கூட்டத்தோடு சேர்ந்து மண்டியிட்டு பிரசங்கம் கேட்டுத் திரும்பி இருப்பாள். ஒரு பாவம் பிராமண ரோமன் கத்தோலிக்க ஸ்திரி.

ஜான் கிட்டாவய்யன் தன் இரண்டு புத்ரிகளையும் பட்டணத்துக்கு அனுப்பிப் படிக்க வைத்தபோது இப்படி இரண்டு பேருக்கும் துரைத்தன உத்தியோகம் பார்க்கிற வெள்ளைக்கார மாப்பிள்ளைகள் அமையும் என்று எதிர்பார்த்திருப்பானா? கால் காசு செலவில்லாமல் கல்யாணம் கட்டிய இந்த மாப்பிள்ளைகளில் ஒருத்தன் பெர்லினுக்கு தெரிசாவின் தங்கை நிர்மலாவோடு போனான். பீட்டர் தெரிசாவோடு லண்டனில் தன் கென்சிங்க்டன் மாளிகைக்குத் திரும்பினான். இவர்கள் ரெண்டு பேரும் ரோமன் கத்தோலிக்க மதத்திலிருந்து புராட்டஸ்டண்ட் ஆக மாறியது மட்டும் ஜான் கிட்டாவய்யனுக்குப் பிடிக்கவில்லை. எங்கே இருந்தால் என்ன? எல்லாம் கிறிஸ்து முனிவரைத் தொழுகிறதுதானே? அவன் சமாதானம் சொல்லி தெரிசாவை அனுப்பி வைத்தது தெரிசாவுக்கு நினைவு வந்தது. அப்பா, நீங்களும் கிருஷ்ணனை இன்னும் கூட நினைச்சுக்கறீங்களா?

மரியா, நேத்திக்கே உனக்குத் தரவேண்டிய ரெண்டு பவுண்ட், எட்டு ஷில்லிங் பால் காசைத் தர மறந்திட்டேன். வாங்கிட்டுப் போயிடு. அப்புறம் நான் திரும்பிவர இன்னும் ஒரு பத்து நாள் ஆயிடும். உனக்குக் கடன் சொல்லிட்டு சர்ச்சுக்குப் போனா ஜீசஸ் முகத்தை அந்தப் பக்கம் திருப்பிப்பார்.

மரியா புன்னகையோடு காசை வாங்கி எண்ணித் தோளில் பைக்குள் வைத்தாள்.

ஜாக்கிரதையாப் போய்ட்டு வாங்க மேம். ரயில் முழுக்க திருட்டுப் பசங்கதான்.

எந்த ரயிலைச் சொல்றே மரியா?

எல்லா ரயிலும் தான் மேம். நான் போன வாரம் டவர்லே இருந்து இங்கே பாதாள ரயில்லே வந்தேனே, அப்போ பிக்கடலியில் அடுத்த பெட்டியில் இருந்த என் சிநேகிதியைக் கத்தியைக் காட்டிக் கொள்ளையடிச்சது யாருன்னு நினைக்கறீங்க? தேவ ஊழியம் செய்யற ஒரு மதகுருதான்.

உளறாதே. எல்லா சர்ச்சிலேயும் கணிசமா பணம் இருக்கு. இன்னும் பத்து தலைமுறை குருமார்கள் உட்கார்ந்து சாப்பிட்டு உடம்பு ஊதினாலும் மடத்துச் சொத்து கொஞ்சமும் குறையாது. அப்புறம் மதகுரு எதுக்கு வழிப்பறி செய்யணும்?

மதகுருன்னா மதகுருவா? அந்த மாதிரி உடுப்பு மாட்டிய ஜேப்படிக்காரன். அது என்னமோ வேறே உடுப்பு எதையும் விட அவங்களுக்கு குருமார் வேஷம்தான் பிடிச்சிருக்காம். பொருந்தி வருதாம்.

மரியா அடக்க மாட்டாமல் சிரித்தாள். தெரிசா அவள் முதுகில் அடித்து பொய்க் கோபத்தோடு கண்டித்தாள். இன்னும் பலமாகச் சிரித்தபடி மரியா வெளியே ஓடினாள்.

பால் பாத்திரத்தை விட்டுட்டுப் போறியே, என்ன பொண்ணு நீ?

தெரிசா அவள் போனதும் கதவைத் தாழிட்டாள். ஜன்னல்களை ஜாக்கிரதையாக மூடி, காற்றில் அவை திறக்காமல் கொக்கிகளை அழுத்தி மாட்டினாள். குளிக்கலாமா? இப்போது நேரம் இல்லை.

குளிப்பதை சாயந்திரத்துக்கு ஒத்திவைத்து உடுப்பைக் களைந்தாள். உடம்பு முழுக்க வென்னீரில் நனைத்த ஈரத் துணி கொண்டு அழுத்தத் துடைத்தாள். கண்ணாடியில் தேகத்தோடு ஒட்டிக்கொண்டு அணைத்துப் பிடித்தபடி பீட்டர் இழைந்தான். தேவிடிச்சி. பீட்டர் அவள் மேல் கவிந்தபடி சொன்னான்.

நாயே, நீ ஏண்டா என்னைத் தனியா இங்கே விட்டுட்டு ஆப்பிரிக்கா போனே? ஆரஞ்ச் எஸ்டேட் போயர் சண்டையிலே நீ துப்பாக்கி எடுத்துச் சுடாமல் போனா, இங்கிலாந்து ஜயிக்காதா என்ன?

பீட்டருடைய இடுப்புக்குக் கீழ் ஆசையோடு தடவியபடி வாசல் கதவைப் பூட்டினாள் தெரிசா. வேண்டாம். இது தேவ

ஊழியம் செய்யப் புறப்படும் நேரம். மனசு அசங்கியமான சங்கதிகளை ஏன் நினைத்துத் தொலைக்கிறது? குளித்துவிட்டுக் கிளம்பியிருந்தால் இதெல்லாம் இல்லாது போயிருக்குமோ? குரிசுப் பள்ளிக்காவது போய் வந்திருக்கலாம். பிரயாணம் என்றதும் மனசு அந்த வாராந்திர கர்மத்திலிருந்து விடுப்பு எடுத்துக் கொள்ளச் சொல்லி மன்றாடுகிறது சனியன்.

★★★

நிறுத்து நிறுத்து இந்த வீடுதான். இந்தியாவின் சக்ரவர்த்தினி வராங்க பாரு. ரதத்தில் ஏறி உக்காரும்மா மகாராணி.

ரெட்டைக் குதிரை சாரட் ஒன்று கம்பீரமாக வீட்டு வாசலில் நின்றிருந்தது. உள்ளே இருந்து தொப்பியை உயர்த்திப் பிடித்தபடி தாமஸ் நாஷ் போலி மரியாதையோடு சொன்னான். அவன் வாயில் வழக்கம் போல் சுருட்டு புகைந்தபடி இருந்தது.

பதினொண்ணரை மணிக்கு யூஸ்டன்லே இருந்து ஸ்காட்லாந்து ரயில் கிளம்பிடும். அதைத் துரத்திக்கிட்டு அப்புறம் எடின்பரோ வரைக்கும் ஓட எனக்கு உடம்பிலே சக்தி இல்லே. நான் என்ன பீட்டர் மாதிரி பட்டாளத்துக்காரனா என்ன? சாதாரண டாக்டர். மகாராணிகள் மனது வைத்தால் ராஜ வைத்தியன் ஆக யோகம் வரும்.

தெரிசா சாரட்டில் ஏற கையைத் தாழ்த்திப் பிடித்தபடி தாமஸ் சொன்னான். பீட்டருக்கு அவன் அப்பா வழியில் ஒரு தலைமுறைக்கு முந்திக் கிளைத்த உறவின்படி, சிற்றப்பனின் மகன். இங்கே அப்படி எல்லாம் நார் நாராக சொந்த பந்தம் தேடிப் பிரித்து அழைக்காமல் எல்லோரும் கசின். பீட்டருக்கு இவன் கசின். அதனால் தெரிசாவுக்கும் தான்.

நான் போயர் யுத்தம் முடிந்து பிழைத்துக் கிடந்தால் சாவகாசமாக வந்து சேர்கிறேன். அதற்குள் நாம் புத்தாண்டு தீர்மானம் எடுத்தபடி எடின்பரோவிலும் அபர்டீனிலும் ஆலையிலும் சுரங்கத்திலும் உழைக்கிற ஏழைகளுக்கு உபகாரம் செய்கிறதை ஆரம்பித்து விடலாம். தெரிசா குழந்தைகளுக்குப் பாடம் சொல்லித் தரவும், தாமஸ் ஆரம்ப சுகாதாரத்தைப் பற்றிச்

சொல்லவும் மருத்துவம் பார்க்கவுமாக இதைத் தொடங்கி விடலாம். லீஸ்டர் பேங்கில் என் பெயரிலும் தெரிசா பெயரிலும் உள்ள கணக்கில் இருந்து ஐநூறு பவுண்ட் எடுத்துக்கொண்டு இந்த வாரமே நீங்கள் புறப்பட முடிந்தால் நன்றாக இருக்கும். இத்தனை வயசுக்கு மேல் என் தகப்பன் குடித்து அழியப் பணம் பாழாக்குகிற துக்கமும் இந்த நல்ல செலவினங்களால் குறையக் கூடும். தகப்பனுக்கும் நல்ல புத்தி வந்து நிலைக்கட்டும்.

பீட்டர் ஒரே கடிதத்தை ஜாக்கிரதையாகப் பிரதி செய்து தெரிசாவுக்கும் தாமஸுக்கும் அனுப்பியிருந்தது போன வாரம் தான் வந்தது. தெரிசாவுக்கு வந்த கடிதத்தோடு துண்டுக் காகிதத்தில் அவன் எழுதியிருந்தான்.

கருத்த தேவிடிச்சி. பெட்டை நாயே. உன்னை நினைச்சு இப்பத்தான் சுயமைதுனம் செய்துவிட்டு வந்தேன்.

அடிக்கடி இதைத் திரும்பச் செய்யாதே. நரகத்துக்குப் போகவேண்டி வரும்.

தெரிசா முணுமுணுப்பாகச் சொன்னாள். அவளையறியாமல் கொஞ்சம் சத்தமாகவே.

உன்னைக் கைகொடுத்து சாரட்டிலே ஏத்தி விட்டா நான் நரகத்துக்குப் போவேன்னா, எத்தனை தடவை வேணுமானாலும் அங்கே போய்த் திரும்பத் தயார்.

தாமஸ் கண்ணடித்தான். கசின் செய்கிற காரியமா அது?

சாரட் மெல்ல கென்சிங்டன் வீதியில் ஊர்ந்தபோது தெரிசா வெளியே பார்த்தாள். தெரு ஓரம் பனிமூட்டத்தில் யார் மரியாவா? அவளேதான்.

மரியா வெற்றுப் பாத்திரத்தை பூங்கா கம்பிக் கதவு ஓரம் வைத்துவிட்டு மரத்தில் சாய்ந்து நின்றிருந்தாள். அசப்பில் பீட்டர் போல் இருந்த ஒருத்தன் அவளுக்கு ஆர்வமாக முத்தம் கொடுத்துக் கொண்டிருந்தான். அவனுக்கு ஒரு கை இல்லாதது தெரிசா கண்ணில் பட்டது. அவன் தோளில் மாட்டிய துணி சஞ்சியிலிருந்து எட்டிப் பார்ப்பது குருமார்களின் உடுப்பா என்று தெரியவில்லை.

அத்தியாயம் ஆறு

1939 ஜனவரி *16* வெகுதான்ய தை *3* திங்கள்கிழமை

ஏகாம்பர ஐயர் ஓட்டலிலிருந்து நடேசன் இறங்கும்போது மணிக்கூண்டு இரைந்தது. டண்டண் என்று விட்டு விட்டு மணி அடிக்கிற சத்தம். அதை எண்ணிக்கொண்டு கண்ணை மூடியபடி தெரு ஓரமாக நின்றார் நடேசன். ஜன்மத்துக்கும் இதை மட்டும் செய்து கொண்டு இங்கேயே நில்லு என்று பகவான் கல்பித்திருந்தால் சரி என்று சொல்லியிருப்பார் அவர். கால் மரத்துப் போய் பூமியில் ஊன்றி நிலைகொண்டு விருட்சமாக வளரட்டும். உடம்பு வயிரம் பாய்ந்து வெயிலிலும் மழையிலும் ஊறி உலர்ந்து காற்றைத் தின்று காற்றையே குடித்து காற்றோடு கலக்கும் வரை அவர் மணிச் சத்தத்தை மட்டும் காது கொடுத்து எண்ணிக்கொண்டிருப்பார். அல்லது எண்ணிக்கை கூடக் காத்திருப்பார். இப்போதைக்கு ஒன்பது மணி அடித்து ஓய்ந்தது. நேரம் அதுதான் என்றான் பகவான்.

நேரம் அது இல்லை. கூடவே ஒரு பதினைந்து நிமிடத்தைக் கூட்டிக்கொள்ள மனதில் பழகியிருந்தது. வருடக் கணக்காக பழுதாகி கால் மணி நேரம் தாமதமாகவே ஓடுகிறது மணிக் கூண்டு கடிகாரம். அது ஊரில் எல்லார் மனதிலும் பதிந்து போயிருக்கிறது. விரல் விட்டோ மனதுக்குள்ளேயோ ஒண்ணு,

ரெண்டு என்று எண்ணத் தெரிந்த எல்லோரும் அதே பிரகாரம் எண்ணி முடித்து இப்படிக் கூட்டிச் சேர்த்துக் கொள்ளவும் தவறுவது இல்லை. நடேசனும் அப்படித்தான்.

வயிறு நிறைந்திருந்தது. பட்டாபி சாயந்திர நேரத்தில் வாழை இலை விரித்து அம்பாரமாக விளம்பிக் கொடுத்த சோறும் கூட்டானும் மற்றதும் சாப்பிட்டு கூடவே ஒரு குவளை கருப்புக்கட்டி காப்பியும் இறங்கி இன்னும் இதமாக புரண்டு கொண்டிருந்தது அது. நாளை விடியும் வரைக்கும் புகார் ஏதும் செய்யாது. நடேசன் மனம் போனபடிக்கு வேறு காரியங்களில் தாராளமாக ஈடுபடலாம்.

வீட்டுக்குப் போய் தோர்த்தை தரையில் விரித்துத் தூங்கிவிடலாமா என்று யோசித்தார் நடேசன். வீடு இருக்கிறது. கழுத்தில் ஈரிழை துண்டு மாலை மாதிரி தொங்குகிறதும் உண்மைதான். அதில் விழுந்த கிழிசல் தெரியாமல் சாமர்த்தியமாக மடித்துப் போட்டுக் கொண்டிருக்கிறார் அவர். தரையில் அதைப் பரத்தினால் அந்தக் கதகதப்போடு நித்திரை போய்விட முடியும்.

போய் என்ன செய்வது? சொப்பனங்களில் நடேசன் புஷ்பப் பல்லக்கில் பார்க்கவியை விவாகம் கழிக்க சதா வடமேற்கு திசையில் நகர்ந்து கொண்டேயிருப்பார். தும்பைப் பூ போன்ற டபிள் முண்டும் மேலே காந்திக்காரர்கள் போல் அதே வண்ணத்தில் ஜிப்பாவும் தரித்து பெண் வீட்டுக்குப் போகிற நடேசன். யௌவனமும் மிடுக்குமாக கையிடுக்கில் கருப்பு பர்மா குடையோடு அவர் போகிறதற்குள் கல்யாணம் முடிந்திருக்கும். விருந்துக்கு வந்தவர்கள் சாப்பிட்டு எழுந்து, வாசலில் வாழை இலைகள் குவித்துப் போய்க் கிடக்கும். நாளைக்கு வாரும். பார்க்கவி வீட்டுக்குள் இருந்தபடிக்கே யார் தோளிலோ சாய்ந்தபடிக்குச் சொல்வாள். அவள் இப்போது இல்லை. கண்டத்தில் மாதவன் நாயருக்கு வாழ்க்கைப்பட்டு, நாலு பெண் குட்டிகளைப் பெற்று அதுகளையும் நாயர் யுவன்களுக்கு கல்யாணம் செய்து கொடுத்து விட்டு, ஒரு திருவாதிரை புலரியில் அவள் மரித்தபோது மத்ய வயது ஸ்திரியாக இருந்தாள். அவள் அடியந்திரத்தில் ஊண் கழிக்க நடேசனும் போயிருந்தார். அப்போது வாசலில் வாழை இலையைப் போடும்போதும்

பார்க்கவி அதையேதான் சொன்னாள். நாளைக்கு வாரும்.

சொப்பனங்களில் பார்க்கவிக் குட்டிக்காக இன்னும் காத்திருக்கிற அவஸ்தையை இன்றைக்கும் பட நடேசன் தயாரெடுப்பில் இல்லை. அவள் அடியந்திரம் கனவில் வரலாம். அது இப்போது வேண்டியிருக்காது. ஏகாம்பர ஐயர் ஓட்டலில் வயிறு நிறைந்து கிடப்பதால் இன்னொரு தடவை வேறெங்கும் சாப்பிட முடியாது.

சோற்றுக்கு அலைவதே வாழ்க்கையாக அமைந்து போனது நடேசனுக்கு. ஆனாலும் நாராயணியம்மா அவருக்கு சந்தோஷமாகக் கழுத்தை நீட்டினாள். முன்சீப் கோர்ட் வக்கீலுக்கு குமஸ்தன். சட்டைப் பையில் சதா நாலு சக்கரம் கிலுங்க பர்மா குடையும் கையுமாக புஷ்பப் பல்லக்கில் போகிற மிடுக்கோடு நடை போடுகிற செக்கன். நாராயணியின் மாமனும் தரவாட்டுக் காரணவருமான கோபால மேனோன் சுருக்கமாகக் கணக்குப் போட்டு நடேசன் பெண் கேட்கப் போகாமலேயே யார் யாரையோ வைத்துக் கலந்து பேசி கல்யாணத்தை நிச்சயித்தார். ஐநூறு ஆயிரம் ஜனம் கூடி இருந்து, புள்ளுவனைக் கூப்பிட்டுவிட்டு சர்ப்பந் துள்ளல் வைத்து விஸ்தாரமாக சர்வாணி கழித்து ஊரோடு இலையை வீசிப் போட ஐவேசு இப்போது கைவசம் இல்லை. நீரும், கூட உம் சிநேகிதர் ரெண்டொருத்தர், ஒரு நாலு பந்து மித்ரங்கள், அவரோட ஆள்கார் இது மதி. நிறைபறைக்கும் நிலவிளக்குக்கும் செலவு செய்யாமல் முடியாது. ஏற்பாடு முன்னே பின்னே இருந்தாலும் நீர் விகல்பமாக எடுத்துக் கொள்ளாமல் தரவாட்டுப் பெண்குட்டியைக் கல்யாணம் கழித்துக் கூட்டிக் கொண்டு போய் சுகமாயிரும்.

நடேசன் அதேபடிக்கு இம்மியும் குறையாது நடந்து கொண்டார். நாராயணியம்மையை ஒற்றை முறி வீட்டில் தாமசமாக்கியது ஒரு மீன மாசத்தில். அவள் உடுத்தியிருந்த புளியிலைக்கரை முண்டு அவளைத் தரையில் கிடத்தியதும் நடேசன் கையோடு வந்தது. அம்பலக் குளத்துக்குப் போக வேண்டியிருக்காமல், குடிக்க வைத்திருந்த வெள்ளத்தில் பாதியும் செலவழித்து அதை நனைத்துத் தரையில் விரித்தபோது மனதில் பார்க்கவிக்

குட்டி நாளைக்கு வாரும் என்று வழக்கம்போல் பூடகமாகச் சொன்னாள்.

கேசவனையும் மாதவியையும் கார்த்தியாயினியையும் நாராயணியம்மா பெற்றுப் போட்டதும் சூடு பரந்த ஒற்றை முறித் தரையில் தான். குண்டும் குழியுமாகப் போன தரையில் தான் அவளை தகனத்துக்கு முன் கிடத்தியது. ஈர வஸ்திரம் விரிக்கலாகாது என்று அண்டை அயலில் இருந்து வந்தவர்கள் சொல்லிவிட்டதால் அவள் வெறுந்தரையின் சூட்டை உள்வாங்கியபடி எரிந்து அடங்கினது நாலு கொல்லம் முன்பு மீன மாசத்தில்.

கேசவனும் மாதவியும் கார்த்தியாயினியும் எங்கே? எத்தனை நினவுபடுத்திப் பார்த்தாலும் நடேசனுக்குப் புரிபடவில்லை. இல்லை. அவர் மனம் குறக்களி காட்டுகிறது. அப்படி யாருமே இல்லை. அவருக்கும் நாராயணிக்கும் புத்ர பாக்கியமே இல்லை. வெறும் வயிறுதான் நாராயணிக்கு விதிக்கப்பட்டிருந்தது. அப்படியானால் மாடத்தில் பத்திரமாக எடுத்து வைத்த பழைய நாலாம் கிளாஸ் மலையாள பாட புஸ்தகம்? பென்சிலால் கணக்குப் போட்டு பாதி வரைக்கும் ரப்பரால் அழித்து மேலே அடுத்த கணக்கைப் போட்டு அதையும் இன்னும் கொஞ்சம் அழித்து எண்கள் கலங்கி இருக்கும் அழுத்தமான பழுப்புக் காகித நோட்புக்? எல்லாவற்றிலும் மேலே பெயர் எழுதியிருக்கிறதே? கேசவன், மாதவி, காத்தி.

அதெல்லாம் நாராயணியம்மா கடைத்தெருவில் காகிதம் விலைக்கு நிறுத்து வாங்கிக்கொள்கிற அபு அம்சா கடையில் கேட்டு வாங்கி வந்தது. பழைய மாத்ருபூமியையும் மனோரமாவையும் இங்கிலீஷ் தினப் பத்ரங்களையும் பண்டிலாகக் கட்டி எடுத்து வந்து தராசில் நிறுத்து காசு வாங்கிப்போக ஒரு கூட்டம் இருந்தால், அங்கே பழைய நோட்டுப் புத்தகத்தை இலவசமாக வாங்கிப் போக ஒரு நாராயணியும் இருந்தாள். நடேசன் அப்படித்தான் நினைத்தார்.

ஆனாலும் அவர் அடியந்திரங்களை நடத்தியிருக்கிறார். கலந்து கொண்டு எல்லோரும் துக்கம் பிரகடனப்படுத்திவிட்டு பார்த்துப்

பார்த்து உண்டு முடித்துப் போன பிறகு இலையை வாரிப் போட்டுவிட்டு அவரும் சாப்பிட்டிருக்கிறார். நாராயணிக்காக, கேசவனுக்காக, மாதவிக்காக, கார்த்திக்காக, பார்க்கவிக் குட்டிக்காக எத்தனை ஈமக் கிரியைகள். அதோடு உச்சைக்கு ஊணில் பலாக்காய் கறி. பலாக்காய் சாப்பிட வெகு ருஜி. ஆனால் நாலு நாளைக்கு வயிற்றை உபத்திரவப்படுத்தும். சொப்பனத்தில் சாப்பிட்டாலும் சரிதான். இந்த லட்சணத்தில் நாளைக்கு மறுபடியும் வரச் சொல்லி பார்க்கவி உத்தரவு போடுகிறாள். வேண்டாம். வீட்டுக்குப் போய் அந்தி உறங்கினால் தானே கஷ்டம். நடேசன் இந்த ராத்திரி தன் ஒற்றை முறி வீட்டுக்குத் திரும்பப் போவதில்லை.

டாக்கி போட நேரமாச்சு. வாப்பூ, இப்படி நொச்சு நொச்சுன்னு தின்னுக்கிட்டு இருந்தா செட்டியார் இரைய ஆரம்பிச்சுடுவாக. சட்டுப் புட்டுனு முழுங்கிட்டு வெரசா வந்து சேரு. நான் போய் டிக்கெட்டு கொடுத்திட்டு இருக்கேன்.

தலையில் உருமாலும், முழங்காலுக்கு மேலே மடித்துக் குத்திய முண்டுமாக ஒரு தமிழன் ஆள் அரவமற்ற தெருவில் அலை பாய்ந்து கொண்டிருந்தான். பின்னால் இன்னொருத்தன் ஒரு இலைப் பொதியில் கட்டி வைத்திருந்த புளிச்சோறையோ வேறு எதையோ அடைத்துக் கிடந்த கடைத் திண்ணையில் உட்கார்ந்தபடிக்கு அவசரமாக விழுங்கிக் கொண்டிருந்தான். சினிமாக் கொட்டகை ஆள்காரில்லையோ. நடேசன் அவர்களை சிரத்தையில்லாமல் பார்த்தார்.

வந்துட்டேன் வந்துட்டேன். செத்த நில்லு.

சாப்பிட்டுக்கொண்டிருந்தவன் இன்னும் ஒரு கவளத்தை அள்ளி வாயில் திணித்துக் கொண்டு இலையை வீசி எறிந்தான். வீசி எறியும் எச்சில் இலை எல்லாம் நடேசன் காலடியில் தான் எப்போதும் விழுகிறது. கால தேச, கனவு, நினைவு வர்த்தமானம் அதற்கு இல்லை. நடேசன் காலை விலக்கிக் கொண்டு குனிந்து பார்த்தார். புளிச்சோறு மாதிரி தெரியவில்லை. நடுவிலே நீட்டமாக முழித்துக்கொண்டு என்னது அது? கோழி இறைச்சியா? அத்தனை அவசரமாகச் சாப்பிட்டுப் போக

இறைச்சி எல்லாம் சரிப்படுமா? பலாக் கறி போல இதுவும் வயிற்றில் இரையாதா?

இலையில் மிச்சம் இருந்த சோறு பெரிசு பெரிசாக விழித்துக்கொண்டு நடேசனை மிரட்டியது. ரத்தச் சிவப்பில் அதை மூடியிருந்த மிளகாய் விழுது அரைத்த ஏதோ பதார்த்தம் கூடவே அதட்டியது. கீழே குனிந்து உட்கார்ந்து இலையை மடியில் வைத்துக் கொண்டு எச்சில் சோறைச் சாப்பிட்டாக வேண்டும் என்று பார்க்கவி காதில் கிசுகிசுத்தாள். ஆமா, அப்போ தான் நாளைக்கு பார்க்கவி வீட்டுக்குப் போக விடுவேன் என்று இன்னொரு பக்கம் நாராயணி முண்டு அவிழ்ந்து தெருவில் இலையை மூட நக்னமாக நின்று சொன்னாள். சும்மா கிட சவத்து மனசே. நடேசன் அதட்டியது ஓர் உறுமலாக மட்டும் வெளியேற, இலையை அவர் காலடியில் போட்டவன் மன்னிச்சுக்குங்க ஐயா, தெரியாம விழுந்துடுச்சு என்றான்.

கொட்டாயிலே பயாஸ்கோப் காட்டித்தர பய்யன்மாரா?

நடேசன் நகர்ந்து கொண்டிருந்தவனை விசாரித்தார்.

ஆமாங்கய்யா.

என்ன டாக்கி போட்டிருக்கு?

அவர் கேள்விக்கு அவன் ஓடிக்கொண்டே சொன்ன பதில் நடேசன் காதில் சரியாக விழவில்லை. எதுவாக இருந்தால் என்ன? நடேசன் அதைத் தெரிந்துகொண்டு காரியமாக ஒன்றும் ஆகப் போகிறதில்லை.

ஏன் ஆகப் போகிறதில்லை? நடேசன் இன்றைக்கு ராத்திரி பயாஸ்கோப் பார்க்கப் போகிறார். நடு ஜாமம் வரைக்கும் கொட்டகை மணலில் உட்கார்ந்தும் படுத்தும் கருப்பிலும் வெள்ளையிலும் நகர்ந்து சதா பாடிக்கொண்டே இருக்கும் பயாஸ்கோப். பார்த்து முடிந்தால் அங்கேயே நித்திரை போய்க் காலையில் கிளம்பிவிடலாம். டாக்கி கொட்டகைக்கார சொக்கநாதன் செட்டியார் நீலன் வக்கீலுக்கு நாள்பட்ட கட்சிக்காரர். அவருக்காக பத்து பதினைந்து வருடமாக ஹரிப்பாடு பக்கத்தில் ஒரு பரம்பு பற்றி முன்சீப் கோர்ட்டில் வியாஜ்யம் நடந்து ஓய்ந்த பாடாக இல்லை.

சொக்கநாதன் செட்டியார் உறங்க விட்டாலும் கொட்டகை உள்ளே அனுமதிக்கிறவன் காசு வாங்காமல் விடமாட்டானே? அவன் தெரிசனம் முடிந்துதானே பயாஸ்கோப் ஆப்பீஸில் செட்டியார் கட்டை குட்டையாக பிரம்பு நாற்காலியில் அரைத் தூக்கத்தில் சர்வாங்க தெரிசனம் தருவார்? அதென்னமோ செட்டியாருக்கு இடுப்பில் முண்டு நிற்பதே இல்லை. நாராயணி தேவலை இந்த விஷயத்தில். படுத்தால் மட்டும்தான் அது இடுப்பை விட்டு விலகும். செட்டியார் உட்கார்ந்தபடி உறங்கினாலும் நழுவி தரையில் புரண்டு கிடக்கும் வேட்டி. கவனமாகக் காசு சேர்க்கிற இடத்தில் உடுதுணியை யார் பார்க்கப் போகிறார்கள்?

காசு. நடேசன் சட்டைப் பையைத் தொட்டுப் பார்த்துக் கொண்டார். கோபால மேனோன் அம்மான் கல்யாண நேரத்தில் சொன்னது எப்போதாவது பலிக்கிறது உண்டு. குப்பாயத்தில் நாலு சக்கரம் குலுங்குகிற நாள் இது. ஏகாம்பர ஐயருக்கு டோக்குமெண்ட் காப்பி செய்து கொடுப்பது பாதியில் நின்றாலும் வேலை முடிந்த அளவுக்கு காசு தரத் தவறவில்லை அந்தப் பட்டன்.

மீதியை விடிகாலையிலே வந்து பிராதல் கழிச்ச பின்னே முடிச்சுத் தாரும். பட்டாபியை இட்டலியும், கொத்துமல்லி சம்மந்தியும் எடுத்து வைக்கச் சொல்றேன்.

அவர் கடையடைக்கும்போது ஒரு ரூபாய் காசை கல்லாவிலிருந்து எடுத்து நடேசனிடம் கொடுத்தபடி சொன்னார்.

இன்னும் கொஞ்சம் வேகமாக நகல் எடுத்தால் ராத்திரிக்குள்ளேயே நடேசன் முடித்திருப்பார்தான். ஆனால் நாளைக்கு இட்டலியும் இன்னும் நாலு காசும் கிடைக்காதே?

நிதானமாக அதைப் படியெடுத்தபோது நடேசன் நினைவில் அம்பலப்புழை தேகண்ட பிராமணர்களின் போன தலைமுறைக் குடும்பம் ஒன்று மெல்ல விரிந்தது. டோக்குமெண்ட் எழுதி நாற்பது கொல்லம் கழிந்தாகிவிட்டது. சாதாரணமாக காகிதம் சீக்கிரம் செல்லரித்துப்போகும் என்று நடேசனுக்குத் தெரியும். முன்சீப் கோர்ட்டிலேயே நிலுவையில் நிற்கிற எத்தனையோ

கேசுகளில் வாதியும் பிரதிவாதியும் மரித்து வழக்கைக் கேட்ட ஜட்ஜியும் வக்கீல்மாரும் அதேபடிக்கு போய்ச் சேர்ந்து சும்மா வெறுதே கட்டி வைத்த எத்தனையோ காகிதங்களை அவருக்குத் தெரியும். அதெல்லாம் கரையான் அரித்து அப்புறம் கோர்ட் வராந்தாவில் தனு மாசத் தணுப்புக்குக் குளிர் காய கோர்ட் சேவகன் கோலப்பன் பந்தம் கொளுத்தி எரிப்பதுண்டு. ஆனாலும் முப்பது நாற்பது வருடத்தில் பொடி உதிர்கிறதாக அதில் எதுவும் இல்லை. அம்பலப்புழை பட்டன்மார் பெருங்காயம் வைத்த பரணியில் டோக்குமெண்டையும் வைத்து சம்ரட்சித்து அதை இப்படி நசிக்கவிட்டிருப்பார்களோ?

அம்பலப்புழை பிராமணர்கள் எப்படியோ போகட்டும். நடேசன் டாக்கி பார்க்கிற நேரத்தில் அவர்கள் குறுக்கே வந்து நிற்க வேண்டாம். பார்க்கவிக் குட்டியும், நாராயணியும் கூடத்தான். குப்பாயத்தில் ஒரு டிக்கெட் எடுக்கத்தான் பணம் உண்டு. கூட்டம் சேர்த்துக்கொண்டு உள்ளே நுழைய முடியாது. கோபால மேனோன் அம்மான் கோபித்துக் கொள்வார்.

நடேசன் டாக்கி கொட்டகை வாசலுக்கு நடந்தார்.

சாயற பெஞ்சு வேணுமா சார்வாளுக்கு?

டிக்கட் கொடுக்கிறவன் நடேசனை விசாரித்தான். பதினைந்து நிமிடம் முன்னால் அரைகுறையாக கோழி இறைச்சி சாப்பிட்டு விட்டு நடேசனை எதிர்பார்த்துக் கொண்டு முணுக் முணுக்கென்ற காடா விளக்கு வெளிச்சத்தில் காத்திருக்கிறான்.

சாய்மானம் ஏதும் வேணாம். நிம்மதியா மணலைக் குவிச்சு நீட்டி நிமிர்ந்து கிடந்துக்கறேன். என்ன டாக்கி ஆடுது இப்ப?

கிருஷ்ணலீலா சாரே.

இங்கேயும் வந்துவிட்டீரா?

நடேசன் கிருஷ்ணனை செல்லமாகக் கோபித்துக் கொள்ள கிருஷ்ணன் கதகளிகாரன் போல் முகம் எழுதிக்கொண்டு ஓலைத் தட்டியில் ஒட்டி வைத்த நோட்டீசில் சினிமாத்தனமாகச் சிரித்தான்.

சாரே, உள்ளே கேரும். டாக்கி போடற நேரமாயிடுச்சு.

பின்னால் இருந்து அவசரமாக யாரோ சொன்னார்கள்.

நடேசன் இருட்டில் தட்டுத்தடுமாறி உள்ளே நுழைந்தார். தரை டிக்கெட் பிரதேசத்தை உத்தேசமாகக் கணித்து அங்கே போய் தோர்த்தை விரித்து உட்கார்ந்தார். புதுசாகக் கொட்டி வைத்த சமுத்திர மணலோ என்னமோ. கடல் வாடை சுற்றிலும் கெட்டியாகக் கவிந்து கொண்டிருந்தது. தணுப்பும், வியர்ப்பும், நாக்கில் உப்பு ஊறுகிற சுவையுமாக சம்போக நேரத்து அனுபவம் போல.

ஏன் தரை டிக்கெட்டில் வேறு யாரையும் காணோம்? அவர்களுக்கு சமுத்திர வாடை கிளப்பித்தரும் சம்போக நெடி வேண்டாம். நாலு சுவர்களுக்கு நடுவே இப்போது பிரத்யட்சமாக அது கிடைத்திருக்கும். வீட்டு ஸ்த்ரி இடுப்பிலிருந்து புளியிலை முண்டு அவிழ்ந்து புரள ஆலிங்கனத்தில் ஆனந்தப்படுத்திக் கொண்டிருப்பாள். நாளைக்கு வரச் சொல்வாள் பார்க்கவி எல்லோரிடமும். அது இன்னும் லகரி ஏற்றிக்கொடுக்கிற குரலாச்சே.

நடேசனுக்கு ஒரு வினாடி கண் இருண்டு வந்தது.

மணிக்கூண்டில் மணி முழக்கும் சத்தம். அவர் எண்ண ஆரம்பித்தார். வேண்டாம். இதை எண்ணி முடித்து என்ன ஆகப் போகிறது? எத்தனை தடவை வேண்டுமானாலும் அடிக்கட்டும். சொக்கநாதன் செட்டியாரோ, இறைச்சி சாப்பிட்ட பாண்டிப் பையனோ அதையெல்லாம் காசோடு எண்ணி கணக்கு வைத்துக் கொள்ளட்டும். மறக்காமல் பதினைந்து நிமிடத்தைக் கூட்டினால்தான் கணக்கு நேராகும்.

படத்தைப் போடாமக் கழுத்தறுக்கறானுங்க சவத்துப் பயக்க.

இனிமேக்கொண்டு ஆரம்பிச்சு எப்போ முடிஞ்சு எப்போ வீட்டுக்குப் போறது?

பின்னால் சாய்மான வசதி கொண்ட பெஞ்சில் குந்தியிருந்த யாரோ பரஸ்பரம் ஆவலாதி வார்த்தை சொல்லிக்

கொண்டிருந்தார்கள். பாண்டிக் குரல்கள். படமும் தமிழில் பேசிப் பாடுகிறதாக இருக்கும்

பரசுராம பூமி முழுக்க பாண்டிப்படை ஊடுருவி விட்டது. ஆலப்புழை, அஷ்டமுடிக் காயல் தீரம் வரை எங்கேயும் விட்டு வைக்கவில்லை. பட்டன்மாரும் செட்டியார்களுமான அவர்களோடு நடேசனுக்கு ஒரு விரோதமும் இல்லை. இருக்கப்பட்ட கொஞ்சம் பூமியில் அவரும் ஒதுங்கிப் பிழைக்க இடம் கிடைத்தால் எல்லாரும் சமாதானமாக இருக்கலாம் தான்.

கனமான பீடிப் புகை சூழ்ந்து கொள்ளும் வாடை. காத்திருந்து அலுத்தவர்கள் பற்ற வைத்து ஊதுகிறார்கள். அதில் ஒருத்தன் பீடி கொளுத்தியபடி நடந்து ஓரமாக மூத்திரம் ஒழிக்க உட்கார்கிறான். அவன் காறித் துப்புவது இருட்டில் கேட்கிறது.

நடேசன் பார்த்துக்கொண்டே இருந்தபோது முன்னால் திரையில் பிரகாசம். காளைவண்டி ஒன்று இருட்டுக்கு நடுவே மெல்ல ஊர்ந்து கொண்டிருந்தது.

வண்டிக்குள் கூச்சலும் குழப்பமுமாக இருந்தது. உரத்த குரலில் தமிழ்ப் பேச்சு.

ஐயோ தெய்வமே. எங்களை ரட்சியும். காலமும் நேரமும் கடந்துபோன இந்த இருட்டு பூமியில் நானும் என்னைக் கட்டியவளும் பெண்குஞ்சும் இப்படி தாகித்தும் பசித்தும் திரிந்து கொண்டே இருக்கிறோமே. தயவு பண்ணி வந்து ரட்சிக்கக் கூடாதா? நாங்கள் உசிரோடு இருக்கிறோமா? அதையாவது சொல்லும்.

பாண்டி பட்டன் ஒருத்தன் குடுமி அவிழ்ந்து தொங்க இரண்டு கையையும் தலைக்கு மேல் உயர்த்தித் தேம்பிக் கொண்டிருந்தான். ஒரு ஸ்திரியின் அழுகையும் குழந்தை கரைச்சலும் கூடவே வந்தது.

அவர்கள் அம்பலப்புழை தேகண்ட பிராமண குடும்பம் என்று நடேசனுக்கு ஏனோ தோன்றியபோது அந்தக் காளைவண்டி அவரை நோக்கி முன்னேறி வந்து கொண்டிருந்தது.

அத்தியாயம் ஏழு

1939 ஜனவரி 16 வெகுதான்ய தை 3 திங்கள்கிழமை

இருட்டில் ஊர்ந்து வந்த காளை வண்டி நடேசன் மணல் குவித்துச் சாய்ந்து கிடந்த இடத்துக்கு பத்தடி முன்னால் நின்றது. ஓட்டி வந்தவன் குதித்து இறங்கினான். அழுது வீர்த்த முகத்தோடு கூடிய பூஞ்சையான உடல்வாகு படைத்தவன். கண்ணில் மிரட்சியும் பிராண பயமும் தெரிய அவன் கைகள் நடுங்கிக் கொண்டிருந்தன.

வண்டி மாடுகள் அப்படியும் இப்படியும் திமிறி நுகத்தை விட்டு வெளியே ஓட முயற்சி செய்ய, வண்டிக்கு உள்ளே இருந்து ஒரு பெண் கயிற்றைக் கையால் இறுக்க வலித்து இழுத்து, தெய்வத்தை உரத்த குரலில் விளித்து அலறினாள்.

ஸ்வாமி, ஸ்வாமி என்னைக் காப்பாற்றும்.

அந்த மனிதன் நடேசனின் காலில் தடாலென்று விழுந்து பாதத்தைப் பற்றிக் கொண்டான். நடுநடுங்கிப் போய் நடேசன் எழுந்து நின்றார். பின்னால் சாய்மான இருக்கையில் இருந்து டாக்கி பார்க்கிறவர்கள் எந்த நிமிடமும் கத்திக் கூப்பாடு போட்டு அவரை உட்காரச் சொல்வார்கள் என்று நினைப்பு அழுத்தமாக வந்தது. ஆனால் அப்படி யாரும் எதுவும்

செய்யவில்லை. ஏதேதோ வாத்தியங்கள் தாறுமாறாக ஒலித்துக் கொண்டிருக்க, முன்னால் நிற்கிறவன் குரல் தீனமாக ஒலித்தது. பேசி முடித்ததும் அவன் ராகம் இழுத்துப் பாடுவான் என்று நடேசனுக்கு ஏனோ தோன்றியது.

பிராமணரே, நில்லும். நீர் யாரையா? என்னை டாக்கி பார்க்க முடியாமல் உபத்திரவம் செய்து கொண்டு முன்னால் வந்து நிற்கிறீர். கொட்டகைக்குள் காளை வண்டியை எல்லாம் என்னத்துக்கு ஓட்டிக் கொண்டு வந்திருக்க வேணும்? செட்டியார் பார்த்தால் உங்கள் மேல் கோபப்படுவார் என்று உமக்குத் தெரியாதா?

இது நடேசன் பேசுகிறதில்லை. அவருக்கு தமிழ் இப்படி இலக்கண சுத்தமாகப் பேச வராது. யாரோ எழுதி எடுத்து வந்து அவர் வாயில் வார்த்தையைத் திணித்துப் பேச வைக்கிறார்கள். அவர் பேசும்போதும் வாத்திய சங்கீதம் பின்னால் சன்னமாக ஒலித்தபடியே இருக்கிறது.

ஸ்வாமி, நான் உம் காலத்து மனுஷ்யனில்லை. கொல்லம் ஆயிரத்து எழுபத்து நாலாம் வருஷம் விஷுவுக்கு மங்கலாபுரம் யாத்திரை புறப்பட்டவன். இன்னும் அங்கே போய்ச் சேரவில்லை. பசியும் தாகமுமாய் கூறு மாறிப்போய் வேறு ஏதோ பிரபஞ்சத்தில் குடும்பத்தோடு அலைந்து திரிந்து கொண்டிருக்கேன். அம்மா வேறே கண்காணாத ஊரில் கோர்ட்டுக் கச்சேரியில் குடத்தில் கிடக்கிறாள். பசிக்கிறது. தாகம் தொண்டை வரண்டு கிடக்கிறது. ஸ்வாமி, தயவு செய்து கிருபை செய்யுங்கள். மங்கலாபுரம் வேணாம். காசர்கோடுக்கே நான் திரும்ப வழி சொல்லுங்கள் புண்ணியமாகப் போகும்.

அவன் சொல்கிற காரியம் எதுவும் நடேசனுக்கு மனசிலாகவில்லை. என்றாலும் இவன் அம்பலப்புழை தேகண்ட பிராமணன்தான் என்று நடேசனுக்கு மனதில் நிச்சயமாகப் பட்டது. நாற்பது வருடம் முன்னால் பூர்வீக சொத்தைப் பாகப் பிரிவினை செய்ய தஸ்தாவேஜு எழுதி எடுத்துக் கொண்டு வந்தவன். குப்புசாமி அய்யன் மகன் மகாதேவ அய்யன். வேதத்தில் ஏறிய பந்துவான ஒரு கிறிஸ்தியானி அய்யனுக்கு

எழுதிக் கொடுத்த டோக்குமெண்ட் இல்லையா அது?

மகாதேவ ஐயரே, நாளை உச்சி வேளைக்கு நீர் எழுதிக் கொடுத்த பத்திரத்தை படியெடுத்துக் கொடுத்து விடுகிறேன். இப்போது சமாதானமாகப் போய்வாரும். நான் டாக்கி பார்க்கிற நேரம் இது. ராத்திரியில் தொழில் பார்க்கிறவனில்லை நான்.

உமக்கு சகலமும் தெரிந்திருக்கிறதே. நான் சரியான இடத்துக்குத் தான் வந்திருக்கிறேன். கொஞ்சம் தயவு செய்து என்னை ரட்சியும்.

நடேசன் முடிப்பதற்கு முன் திரும்ப கைகுவித்து சேவித்தான் வந்தவன்.

எனக்கு ஏதோ கொஞ்சம்போல்தான் தெரியும் சுவாமிகளே. நீர் அந்தப் பத்திரத்தைக் கையொப்பு போட்டு உம் உறவுக்காரனான வேதக்கார அய்யருக்குக் கொடுத்தீர்கள் இல்லையா?

யாரோ குரலில் புகுந்து நடேசனை இயக்குகிற மாதிரி அவர் தெளிவாக, சத்தம் கூட்டி, அதிகமான உணர்ச்சிகளைக் குரலில் காட்டிக்கொண்டு கேட்டார்.

அது நடந்திருந்தால் நான் இன்னேரம் மங்கலாபுரம் போய்ச் சேர்ந்து கொல்லூரிலும் தரிசனம் கழிந்து காசர்கோடு திரும்பப் போயிருப்பேன். புத்திர பாக்கியம் கிடைத்திருக்கும். இந்தப் பெண் குழந்தையை வளர்த்து கன்யகாதானம் செய்து கொடுத்துவிட்டு, வயோதிகனாகி உயிரையும் விட்டிருப்பேன். என் சகதர்மிணியும் அதேபடி எனக்கு முன்னாலோ அப்புறமோ போய்ச் சேர்ந்து புத்திரன் இறைக்கிற எள்ளுக்கும் தண்ணீருக்கும் உருட்டி விடும் பிண்டச் சோற்றுக்கும் என்னோடு கூட இறங்கிக் கொண்டிருப்பாள். வேதையனும், சரி விடும். பழங்கதை என்னத்துக்கு பிரயோஜனம்? பசிக்கு அது சோறு போடுமா?

பிராமணன் அலுத்தபடி சொல்லிக்கொண்டு மேல் துண்டால் முகத்தை அழுந்தத் துடைத்துக் கொண்டான். நடுராத்திரிக்குக் கொஞ்சமும் பொருந்தாமல் உச்சிவெய்யில் சூரியன் வெட்டவெளி முழுக்க சுட்டு எரித்தது.

நடேசன் புரியாமல் பார்த்தார். ஏகாம்பர ஐயருக்காக அவர் காப்பி எடுத்துக் கொடுக்கும் டோக்குமெண்ட் பின்னே சட்டப்படி சரியில்லாத ஒன்றா? அதை வைத்து ஓட்டல்கார ஐயர் ஏதாவது வழக்கு வம்பு பிராது என்று போய், போலி தஸ்தாவேஜு என்று நிரூபணமான பட்சத்தில் அவரோடு கூட நடேசனையும் இல்லையா கொச்சி ஜெயிலில் அடைப்பார்கள்? மாகாண காங்கிரஸ்காரர்களும் மூட்டைப் பூச்சிகளும் பிடித்துக் கொண்டது போக மீதி இடத்தில் அங்கே நிற்கத்தான் முடியுமா? கிடப்பதைப் பற்றி யோசிக்கவே வேண்டாம்.

அந்தப் பத்திரம் நிஜம்தான் ஸ்வாமிகளே. ரிஜிஸ்தர் ஆப்பீசில் ஒரு கோப்பி பதிவு செய்யக் கொடுத்துவிட்டு, மூலப் பத்திரத்தையும் எடுத்துக்கொண்டுதான் குடும்பத்தோடு கொல்லூர் புறப்பட்டது. என் சிற்றப்பன் ஜான் கிட்டாவய்யர் மகன் வேதையன் கைச்சாத்து போட்டு அதை என்னிடம் இருந்து வாங்கிக் கொண்டு க்ஷேமலாபம் விசாரித்துவிட்டுப் போக உத்தேசித்துக் கிளம்பினான். ஆனால் அவன் மங்கலாபுரம் வருவதற்குள் நான் காணாமல் போய்விட்டேன்.

மகாதேவ அய்யன் நடேசன் கையைப் பிடித்துக்கொண்டு சொன்னான். நடேசனிடம் சகலமான தகவலையும் சொல்லி சகாயம் தேடிக்கொள்வதில் மும்முரமாக இருந்தான் அவன். அதெல்லாம் புரிந்தாலும் புரியாவிட்டாலும் சரி. நடேசன் ஒரு வேளை சோறு, ஒரு குடம் நிறைய குடிக்க நீர் இது மட்டும் கொடுத்தாலே போதும். மகாதேவய்யன் ஆயுசுக்கும் நன்றி மறக்க மாட்டான். இன்னும் எத்தனை காலம் இப்படி அலைய வேண்டிய ஆயுசோ அது?

இது எந்த ஊர்? நேரம் இப்போது என்ன ஆச்சு? பசிக்கிறதே. தாகம் உசிர் போகிறதே. ஒரு சிராங்காய் வெள்ளம் கொடுக்க இங்கே யாருமே இல்லையா?

வண்டிக்குள் இருந்து எட்டிப் பார்த்து அந்த ஸ்திரி பிரலாபித்தாள். நடேசனுக்குப் பின்னால் யாரோ விசித்து விசித்து அழும் சத்தம்.

டாக்கி பார்க்க காசு கொடுத்திட்டு கரையவும் வேறே செய்யணுமா? கண்ணைத் தொடச்சுக்கோ. காமெடியன் வரப் போறான் பாரு இப்போ.

யாரோ யாருக்கோ நம்பிக்கை சொல்லிக்கொண்டிருக்க, நடேசன் முன்னால் நின்ற பிராமணன் திரும்ப ஒருதடவை அவரை சோறு கொடுக்கச் சொல்லி யாசித்தான். நைந்து போன முண்டும் முகம் முழுக்க அடர்ந்து படர்ந்த தாடி மீசையும் அவனுடைய பராரி கோலத்தை அழுத்தக் கோடு போட்டுக் காட்டியது.

சும்மா பேசிக் கொண்டே நின்றால் பொழுது நீண்டு கொண்டுதான் போகும் என்று நடேசனுக்குப் பட்டது. கடைத் தெருவில் ஏகாம்பர ஐயர் சாப்பாட்டுக் கடைக்கு இந்த பட்டனையும் அவன் குடும்பத்தையும் கூட்டிப் போகலாம். பட்டாபி கடைக்கு உள்ளேதான் படுத்துக் கிடப்பான். எழுப்பி விஷயத்தைச் சொன்னால் மனசு இரங்க மாட்டானா என்ன? சம்பா கோதுமையை சூடு வெள்ளத்தில் பொங்க வைத்து உப்புமாவாவது செய்து கொடுப்பான் அவன். பெண்பிள்ளையும் குழந்தையுமாகக் கூட்டி வந்து தொல்லை கொடுக்கிற இந்த பிராமணன் வயிறு குளிர்ந்ததும் வண்டி ஏறட்டும். அப்புறம் அவன் பாடு. வண்டிமாடுகள் நடக்கும் வழியின் பாடு. நடேசன் தன் ஒற்றை முறிவீட்டுக்குத் திரும்பி, விடிந்ததும் அம்பலக் குளத்தில் குளித்துத் தொழப் போக வேண்டும். இதுதான் காரியங்கள் நடக்க வேண்டிய நியதி.

நீரும் வண்டியில் ஏறிக் கொள்ளும். சித்தே நகர்ந்து உட்காரம்மா. இந்த மனுஷ்யரும் நம்மோடு வரட்டும். தெய்வம் தான் இவரைக் கைகாட்டி அனுப்பியிருக்கிறது.

அந்த மனிதன் திரும்ப வண்டித் தட்டில் ஏறி அமர்ந்தன. நடேசன் அவன் பக்கத்தில் உட்கார்ந்தபோது அவன் இந்துஸ்தானி சங்கீத மெட்டில் ஏதோ பாட ஆரம்பித்திருந்தான். தான் சும்மா கூட உட்கார்ந்திருக்காமல் கையால் தாளம் தட்டலாம் என்று நடேசனுக்குத் தோன்றியது. முன்னே அங்கங்கே இருக்கைகளில் ஒன்றும் இரண்டுமாக உட்கார்ந்து

டாக்கியில் மூழ்கியிருந்தவர்கள் அரையிருட்டில் கண்ணில் பட்டார்கள். சமுத்திர மணல் குவித்த தரையில் யாருமே தென்படாமல் இடமே வெறிச்சோடிப் போயிருந்தது. இருட்டு வாடையும் மூத்திர வாடையுமாக சூழ்ந்து கவிய வண்டி நகர்ந்தது.

பாட்டுப் படிக்கிற ஆளு கூட உட்கார்ந்து கையைத் தட்டிக்கிட்டுப் போறது யாருன்னு தெரியுதா? நம்ம நீலன் பிள்ளை வக்கீலோட குமஸ்தன். நடேசன்.

வக்கீல் எல்லாம் மாகாண காங்கிரஸ், அம்பல பிரவேசம், கயறுத் தொழிலாளி சமரம்னு கொடி பிடிச்சுக்கிட்டு அலையறாங்க. வருமானம் இல்லாம கும்பி வாடின குமஸ்தன் டாக்கியிலேதான் ஆக்ட் கொடுக்கப் போகணும். அங்கேயாவது காசைக் கண்ணுலே காட்டுவானுங்களா இல்லே அதுவும் பித்தலாட்டமா?

முன்னால் உட்கார்ந்து பார்த்துக்கொண்டிருந்த ஒருத்தன் சத்தமாகச் சொன்னபடி திரும்ப மண் சுவர் பக்கம் நடந்தான். மணிக்கு எத்தனை தடவை மூத்திரம் ஒழிப்பான் இவன்? நடேசன் அவனைப் பார்ப்பதைத் தவிர்த்துவிட்டு வண்டித் தட்டில் கூட உட்கார்ந்து ஓட்டி வந்தவனின் குரலை சிலாகித்துத் தலையாட்டியபடி இருந்தார்.

பாட்டு நின்றபோது வண்டிக்கு உள்ளே இருந்து பெண்குழந்தை குரல் திரும்பக் கேட்டது.

அம்மா, இன்னம் ரொம்ப தூரம் போகணுமா மங்கலாபுரத்துக்கு? எவ்வளவு தூங்கி எழுந்தாலும் ஊர் வரமாட்டேங்குதே? பசிச்சு பசிச்சு பழகிடுத்து. தாகம் தான் தாங்க முடியலை அம்மா. ஒரு வாய் ஜலம் கொடேன். அம்மா, கொஞ்சம் தாகஜலம்.

குழந்தை அழறது பார்க்கப் பொறுக்கலை அய்யரே. இப்படியே நிறுத்தும். பஞ்சாயத்துக் கிணத்துலே தண்ணி இருக்கான்னு பார்க்கறேன்.

நடேசன் வண்டித் தட்டிலிருந்து கீழே குதித்தார். அவர் இன்னும் தமிழில்தான் பேசிக்கொண்டிருந்தார். ஆனால் அது யாரோ

எழுதிக் கொடுத்து வாயில் திணித்ததாக இல்லாமல் சுபாவமாக வந்து விழுந்தது இப்போது.

குழந்தையா, யார் குழந்தை?

உள்ளே இருந்து பெண் குழந்தை மூக்கை உறிஞ்சிக்கொண்டே சொன்னது.

சித்தே சும்மா இருடி. பெரியவா பேசறபோது குறுக்கே பேசாதே.

அம்மா சொல்வதை லட்சியம் செய்யாமல் அவள் தொடர்ந்தாள்.

எனக்கும் மத்திய வயசுதான். வருஷக் கணக்கா குழந்தையாவே இருக்கேன். கொல்லூருக்குப் போற வழியிலே காளை வண்டி கவிழாம இருந்தா இதெல்லாம் நடந்திருக்காதோ என்னமோ?

வண்டியை நிறுத்தச் சொல்லி இறங்கி கிணற்றுக்குள் எட்டிப் பார்த்தார் நடேசன். ஆழத்தில் சந்திர பிம்பத்தோடு தண்ணீர் பதிலுக்கு சிரித்தது. ஒரு கடைகால் இருந்தால் போதும். இல்லை. கூடவே கயறும் வேணும்.

கயற்றுத் தொழிலாளி சங்கம் என்று பலகை வைத்த ஓலைக் குடிசை கண்ணில் பட்டது. இது எப்போது இங்கே முளைத்தது? எப்போது வேணுமானாலும் இருக்கட்டும். அதுவா முக்கியம். வாளியும் கயறும் தேவை. குழந்தை நாக்கை நனைக்கக் கொஞ்சம் தண்ணீர். அது இருந்தால் போதும்.

கதவைத் தட்டினார் நடேசன். திறந்துகொண்டபோது உள்ளே வெறுமையாகக் கிடந்தது அந்த இடம். கரண்ட் இழுத்துப் போட்ட குழல் விளக்கு பிரகாசமாக எரிந்துகொண்டிருந்தது. இதையும் பார்த்த ஓர்மை அவருக்கு இல்லை.

இன்னும் இதெல்லாம் வராத காலம். நாம் கொஞ்சம் முன்னாலேயே இங்கே வந்துட்டோம்.

மகாதேவ அய்யன் விரக்தியோடு சிரித்தான். இந்த முன்னே பின்னே சமாச்சாரம் நடேசனுக்கு சுத்தமாகப் புரியவில்லை.

அம்மா, அங்கே பாரு, இலையிலே வச்சு ரத்த வர்ணத்திலே சாதம் கிடக்கு. எடுத்துச் சாப்பிடட்டுமா?

குழந்தை தெருவில் கையைக் காட்டியபடி கேட்டது.

வேணாம் என்றார் நடேசன் அவசரமாக. டாக்கி கொட்டகைக்காரன் பாதி சாப்பிட்டுவிட்டுத் தெருவில் எறிந்தது அது. கறியும் எலும்புமாக எச்சில் சோறு.

ஆபத்துக்கு தோஷமில்லை. நன்னா இருந்தா சாப்பிடறதுலே என்ன தப்பு?

வண்டி ஓட்டி வந்த அய்யனின் பெண்டாட்டி கேட்டாள்.

அய்யன் ஏதோ சொல்ல வாயைத் திறந்துவிட்டு வேண்டாம் என்று தீர்மானித்து வண்டி ஓட்டுவதில் திரும்ப கவனமானான். அவன் இன்னொரு பாட்டுப் பாடினால் நன்றாக இருக்கும் என்று நடேசன் நினைத்தார்.

கடைத் தெரு முக்கில் வண்டி திரும்பியபோது ஏகாம்பர ஐயர் ஓட்டல் இருட்டுக்குள் தூங்கிக் கொண்டிருந்தது தெரிந்தது.

பட்டாபி, ஏ பட்டாபி, இருக்கியா, ஒழிஞ்சு மாறிட்டியா?

கடைப் படியேறி கம்பி அழிக்குப் பின்னால் பார்த்துச் சத்தம் போட்டார் நடேசன்.

உள்ளே இருந்து தூக்கம் முட்டத் தள்ளாடியபடி வந்து கண்ணை இடுக்கிப் பார்த்த பட்டாபி அடையாளம் கண்டுகொண்டு சிரித்தான்.

யாரு நடேசனா? பயாஸ்கோப் போய்ட்டு வராப்பலேயா? இவாள்ளாம் யாரு?

அதெல்லாம் மெதுவாச் சொல்றேன். ரவை இருந்தா கொஞ்சம் உப்புமா கிண்டும்.

நடேசன் முறையிட்டார். மரச் சில்லு பதித்த மேசைக்கு முன்னால் அலங்கார நாற்காலிகளில் உட்கார்ந்துகொண்டு மகாதேவ ஐயரின் குடும்பம் ஒரு பிடி சோற்றுக்காக, ஒரு குவளை குளிர்ந்த நீருக்காகக் காத்துக் கொண்டிருந்தது.

நடேசனுக்கு ஒரு வினாடி கண் இருண்டு வந்தது.

மணிக்கூண்டில் மணி முழக்கும் சத்தம். அவர் எண்ண ஆரம்பித்தார். வேண்டாம். இதை எண்ணி முடித்து என்ன ஆகப் போகிறது? எத்தனை தடவை வேண்டுமானாலும் அடிக்கட்டும். சொக்கநாதன் செட்டியாரோ, இறைச்சி சாப்பிட்ட பாண்டிப் பையனோ அதையெல்லாம் காசோடு எண்ணி கணக்கு வைத்துக் கொள்ளட்டும். மறக்காமல் பதினைந்து நிமிடத்தைக் கூட்டினால்தான் கணக்கு நேராகும்.

படத்தைப் போடாமக் கழுத்தறுக்கறானுங்க சவத்துப் பயக்க.

இனிமேக்கொண்டு ஆரம்பிச்சு எப்போ முடிஞ்சு எப்போ வீட்டுக்குப் போறது?

பின்னால் சாய்மான வசதி கொண்ட பெஞ்சில் குந்தியிருந்த யாரோ பரஸ்பரம் ஆவலாதி வார்த்தை சொல்லிக் கொண்டிருந்தார்கள்.

அத்தியாயம் எட்டு

ஏப்ரல் 19 1899 விகாரி வருடம் சித்திரை 7 புதன்கிழமை

மங்கலாபுரத்திலிருந்து திரும்பி வந்ததுமே வேதையன் காய்ச்சலில் விழுந்துவிட்டான். அஷ்ட வைத்யன் எடத்வா கேசவன் மூஸ் மூலிகைப் பெட்டியோடு வந்து நாடி பிடித்துப் பார்த்துவிட்டு விஷக் காய்ச்சல் என்று திடமாக அறிவித்தார். ராவிலே நாலும் ராத்திரியிலே நாலும் வீதம் எட்டு குளிகை தேனில் குழைத்து நாக்கில் பரத்தி விழுங்க, தொட்டடுத்தாற்போல், தசமூலாரிஷ்டம். சியவனப்ராசம். இளஞ்சூடாகத் தேய்த்து உள்ளங்காலில் புரட்டி நாலு மணி நேரம் கழித்து மிதமாகத் திளைப்பித்த நீரால் கழுவித் துடைக்க ஒரு மூலிகைத் தைலம். இப்படி ஒரு மரப்பெட்டி நிறைய மருந்து நிரப்பி விட்டுக் கிளம்பி விட்டார்.

கிளம்பும்போது நினைவு வந்தவராக வாசல் திண்ணையில் ஒரு நொடி நின்றார்.

ஜான் கிட்டாவய்யரே, உம் புத்ரன் இந்த மருந்தும் மற்றதும் கழிக்கிறபோது வீட்டுப் பெண்பிள்ளையோடு தேக சம்பந்தம் இல்லாமல் இருக்கறதும் அவசியம்.

அவள் பிரசவத்துக்குத் தாய்வீடு வைக்கம் போயிருக்காள், மூஸே.

அதுவும் சரிதான். ராத்திரி ரொம்ப நேரம் வைகிவிடாமல் குளிகை கொடுக்கணும். தேன் இருக்கா இல்லே அனுப்பி வைக்கட்டா? போன ஆழ்ச்சை தான் மலைப் பளிங்கன் பாட்டத்து மூலையில் நின்னு கூப்பாடு போட்டு வச்சுப் போனான். அரைப் படி நெல்லும் நாலு சிரட்டை வெளிச்செண்ணெயும் கொடுத்து வாங்கினது.

அது எதுக்கு ஸ்வாமி? இவிடத்திலேயும் அதுக்கெல்லாம் குறைச்சல் இல்லியே.

கிட்டாவய்யன் வீட்டு உள்ளறையில் ஒரு சீன பரணி முழுக்க தேன் வாங்கி நிரப்பி நாலு வருடம் ஆகிறது. அதை இத்தனை நாள் உபயோகப்படுத்த வாய்ப்பு இல்லாமல் இப்போது தான் பரணியின் வாயைக் கட்டிய மெழுகு சீலைத் துணியைத் திறக்க வேண்டி வந்திருக்கிறது. ஒரு துள்ளி, ரெண்டு துள்ளி எடுக்க வேண்டிய இடத்தில் தாராளமாகவே பஞ்ச பாத்திரத்தில் ஒழித்து வைக்கிறான் கிட்டாவய்யன். வேதையனுக்குக் குளிகை அரைத்துக் குழைத்தது போக மீந்ததை கிரமமாகக் குடிக்க, தலை கொள்ளாத உற்சாகம் வயசுக்குப் பொருந்தாமல் எட்டிப் பார்க்கிறது. அதுவும் பிள்ளை காய்ச்சலில் படுத்துக் கிடக்கும்போது.

அப்பன், நேரம் என்ன இருக்கும் இப்போ?

உள்ளே இருந்து வேதையன் கூப்பிட்டான். அவனுக்கு முழு ரோகமும் இல்லாமல் முழு சுவஸ்தமும் ஏற்படாமல் சள்ளைக்கடுப்பாக புரள வேண்டிய அவஸ்தை குரலில் தெரிகிறது. எப்பாடுபட்டாவது தூங்கக் கூடாது என்பதில் சிரத்தையாக இருக்கிறதுபோல், பகல் நேரம் முழுக்க கிட்டாவய்யனிடம் ஏதாவது பேச்சுக் கொடுத்தபடி இருக்கிறான்.

நேரம் உச்சை கழிந்து ஒரு மணிக்கூராவது ஆகியிருக்குமடா. நீ புனர்பாகமாக வடித்த அன்னம் கொஞ்சம் போல் கழிக்கிறியா? கோழி முட்டை போல் திடமான பெலத்தைத்

தரும் வஸ்து வேணுமென்றாலும் ஆக்கித்தர காளன் வந்து பரம்பிலே காத்திருக்கான். தாரா முட்டையும் கொண்டு வரச் சொல்லியிருக்கேன்.

கிட்டாவய்யன் வாசலிலிருந்து உள்ளே நடந்தபடி பதில் சொன்னான். மழை கொஞ்சம் தணிந்து வெய்யில் இன்னொரு தடவை மிதமாக அடிக்க ஆரம்பித்திருந்தது. நனைந்த சிறகை உலர்த்திக்கொண்டு முற்றத்து பலாவின் கொம்பில் கூவிக் கொண்டிருந்த பலிக்காக்கையைக் கையை உயர்த்தி அசைத்து விரட்டினான் கிட்டாவய்யன். இதென்னத்துக்கு அச்சானியமாக இங்கே?

ஏனோ இந்தக் கொல்ல வருஷம் முழுக்க காலாவஸ்தை கூறுமாறி வந்து கொண்டிருக்கிறது. மீன மாதத்தில் சுக்கு மாதிரி சகல மண்ணையும் பொடிபொடிக்க உலர்த்திவிட்டு மாசக் கடைசியில் காலம் தவறிக் கொட்டு கொட்டென்று மழை கொட்ட ஆரம்பித்தது. அதென்னமோ ஓயவில்லை. கர்க்கடகத்துக்கும் சேர்த்து இப்போதே பெய்கிற ஆவேசத்தோடு இடி நாதமும் மின்னல் வெட்டுமாக மழை தொடர்ந்தபடி இருந்தது.

அப்பன், மழையில் நனையாமல் இருந்தால் படுத்துக் கிடக்க வேண்டியிருக்காதோ.

வேதையன் படுத்தபடிக்கே குழந்தை போல் சந்தேகத்தைக் கிளப்பினான். கலாசாலையில் உபாத்தியாயன். கோடை முழுக்க அடைத்துப் பூட்டி இப்போது திறக்க ஆயத்தமாக இருக்கிற நேரத்தில் இப்படி உடம்பைப் படுத்துவானேன்?

சகல வர்ணத்துப் பிள்ளைகளும் படிக்கிற பள்ளிக்கூடம். கொட்டாரத்து இளைய தம்புரான் படிக்கச் சேர்ந்தபோது மட்டும் தீட்டுக் கற்பித்து ஈழவப் பிள்ளைகளை உள்ளே வரவிடாமல் விரட்டி அடித்தார்கள். வேதையனுக்கு அது வருத்தம்தான். ஆனால் அவன் சொல்லி எது நடக்காமல் போகிறது? எது நடக்கிறது?

மழையில் குளிரக் குளிர நனைந்தாலும், சீலைக்குடை

பிடித்து தேகத்தில் ஜலம் படாமல் போனாலும் ரோகம் வரணும் என்று கர்த்தர் விதித்தால் வராமல் போகுமோடா? மங்கலாபுரம் நீ போன நேரம் சரியில்லை. சகுனம் பார்க்காமல் கிளம்பிவிட்டிருப்பாய். பூனைக்குட்டியோ பாதிரி வீட்டு சேவகனோ குறுக்கே கடந்து போனானோ என்னமோ. அந்த இழவெடுத்த பள்ளியில் அச்சன் கறுத்த கத்தனாராகக் கூட இருக்கலாமடா மோனே.

கிட்டாவய்யன் சந்தேகத்தைக் கிளப்பியபடி வேதையன் பக்கத்தில் உட்கார்ந்தான். அவனுக்கு கிறிஸ்து நாதரைப் பிடிக்கும். உள்ளூர் கோவிலில் பூசை வைக்கும் கறுத்துத் தடித்த பாதிரியைத்தான் பிடிக்காது. கப்பலில் வந்த காப்பிரி அவன்.

புதைப்பை முழுக்க இழுத்து விடட்டுமா? குளிரும் ஈரமும் ரோகத்தை விருத்தியாக்குமே தவிர குறைக்காது. நல்லபடி நாலெழுத்து படித்தவன். உனக்கு நான் சொல்ல வேணுமா என்ன?

வேதையன் பதில் சொல்லாமல் உத்திரத்தை வெறித்துக் கொண்டிருந்தான். நாலெழுத்து தெரிந்து என்ன பிரயோஜனம்? போன ஆழ்ச்சை நடந்தது என்ன என்றே இன்னும் புத்தியில் தெளிவு வராமல் மயக்கமாக இல்லையா இருக்கிறது? வந்ததும் காய்ச்சலில் விழுந்ததற்கு மழையும் தணுப்பும் ஈரமும் இல்லை காரணம். அந்த மங்கலாபுரம் பிரயாணம்தானே? துளுவன் ஒருத்தன் கூடவே வந்தானே? அவன் எங்கே? ஸ்தாலிச் செம்பு தரையில் உருள நகர்ந்த வண்டி யாருடையது?

வௌவால் சிறகடிப்பது போல் வேதையன் கண்ணில் பயம் ஒரு வினாடி கவிந்து முகத்தை வெளிற வைத்து விலகியது. யோசித்தபடி தனியாக, அப்பனிடம் இதுவும் அதுவும் கேட்டு வர்த்தமானம் சொல்லாமல் இருந்தால் அவன் தூங்கி விடுவான். தூங்கினால் நேரம் கெட்ட நேரத்தில் சொப்பனம் வருகிறது. அதிலும் இருட்டில் நகரும் காளை வண்டி. ரட்சிக்கணும் தெய்வமே. வேதையா, ஓடி வா. ரட்சிக்கணும்.

குடுமி வைத்த பிராமணப் பிள்ளை சொல்கிறான். கூடவே வண்டிக்குள் இருந்து எட்டிப் பார்த்து ஒரு இளைய வயது

ஸ்திரி கூப்பாடு போடுகிறாள்.

மூத்தாரே, தயவு செஞ்சு எங்களைக் காப்பாத்தும். புண்ணியமாப் போகும். புடவையை வழிச்சுண்டு எவளோ தொம்தொம்னு குதிக்கற கண்றாவியை எல்லாம் பாக்கணுமா என்ன? உசிரு போயிண்டு இருக்கு இங்கே. வாரும் தயவு செய்து.

ஒரு வாரம் முந்தி வேதையனுக்கு மங்கலாபுரத்தில் ஆரம்பித்த அவஸ்தை அது.

ஏப்ரல் 14 1899 விகாரி வருடம் சித்திரை 2 வெள்ளிக்கிழமை

படகும் காளை வண்டியுமாக காசர்கோடும், அங்கே இருந்து மங்கலாபுரம் வரும் வரைக்கும் யாத்திரை எந்த தடசமும் இன்றி சுகமாகக் கடந்து போனது.

மங்கலாபுரத்தில் வேதையன் போய்ச் சேர்ந்தபோது பொலபொலவென்று விடிந்திருந்தது. அந்த விடிகாலை நேரத்திலும் காளை வண்டிகளும் குதிரை பூட்டிய சாரட்டுகளும் ஒன்றிரண்டாக அங்கேயிங்கே ஊர்ந்து கொண்டிந்தன.

சுவாமி தரிசனத்துக்கு வந்திருக்கிறீரோ அண்ணா?

துளு தேசத்தான் ஒருத்தன் ஊத்தைப் பல் தெரிய இளித்தபடி கேட்டான். முதுகை சரிபாதியாக அறுத்துக் கூறு போடுகிறது போல தோளில் மாட்டியிருந்த பூணூலை மேலும் கீழுமாக இழுத்துக் கரகரவென்று சொறிந்தபடி இருந்தான் அவன்.

இதென்னய்யா வீட்டில் அசுப காரியம் ஏதாவது நடக்கிற நேரமா?

வேதையன் அவன் பூணூலைக் காட்டி உள்ளபடிக்கே அக்கறையோடு விசாரித்தான். மாரின் குறுக்கே இடவலமாக இல்லாமல் மாற்றிப் போட்டிருந்தான் அந்த மாத்வன்.

அதெல்லாம் ஒண்ணும் இல்லை. முதுகின் வலப் பக்கமாக உசிர் போகிற மாதிரி கிரந்தி கிளம்பி பத்து திவசமாக ரண வேதனை. அது கிடக்கட்டும் அண்ணா, குளியும், காயத்ரியும் கழிந்து நாலு இட்டலியை விண்டுபோட்டுக் கொண்டு மங்கலாதேவி கோவிலுக்குப் போகலாமே? வசதியாக ஜாகை ஏற்பாடு செய்து தரட்டுமா? பித்ரு தர்ப்பணம் செய்யணும் என்றாலும் சடுதியில்

ஏற்பாடு செய்து விடலாம்.

வேதையன் அவனை ஏற இறங்கப் பார்த்தான். வருகிறவன் போகிறவன் தலை சாய்க்க, இட்லி தின்ன, எள் வாங்கித்தர, கூடவே மூட்டையைத் தலையில் சுமந்து கொண்டு ஓடிவர, கூப்பிட்ட குரலுக்கு அதையும் இதையும் செய்துதர என்று ஒரு வேலை. ரெண்டு காசு அதற்குக் கூலியாகத் தந்தால் போதும். விடுதி வைத்திருக்கிறவனும் ஒண்ணும் ரெண்டுமாய் சல்லி விட்டெறிய எல்லாவற்றையும் பொறுக்கி இடுப்பு சஞ்சியில் முடிந்தபடி இவன் ஜீவிதம் மேற்கொண்டு நடக்கும்.

துளு பிராமணர்கள் வேதம் படித்து பரசுராம பூமி முழுக்க மேல்சாந்தியாகவும், தந்திரியாகவும் அம்பலம் ஒன்று விடாமல் போய்க் கேரி சுகமாக இருக்க, இவன் என்ன காரணம் கொண்டு இப்படி ஒரு ஜீவனோபாயத்தைத் தேர்ந்தெடுத்தான்?

அந்த மாத்வ பிராமணன் இன்னும் நெருக்கமாக வந்தான். வாயில் இருந்து புகையிலைக் கட்டையும் தந்தசுத்தி செய்யாத அசுத்த மூச்சுமாக வாடை குடலைப் பிரட்டியது.

ராத்திரி ரதி மாதிரி ஸ்திரி வேணுமென்றாலும் ஏற்பாடு செய்யலாம் அண்ணா.

போடா பட்டி, அந்தாண்டை.

அவனை நெட்டித் தள்ளிவிட்டு வேதையன் தோள் சஞ்சியோடும் மடியில் கட்டிய தோல் சஞ்சியோடும் நடந்து படி ஏறின இடம் விசாலமான ஒரு விடுதியாக இருந்தது.

ஒரு பகலும் ராத்திரியும் தங்கியிருந்து போஜனம் கழித்து உறங்கி காலையில் விழித்து மேலே யாத்திரை செய்யலாம். எட்டணா மாத்திரம் கொடுத்தால் போதும்.

விடுதிக்காரன் சொன்னான். கிணற்றடியில் நாலைந்து பேர் கௌபீனத்தோடு தைலம் புரட்டி இரும்பு வாளியில் தண்ணீர் சேந்தித் தலையில் கவிழ்த்துக் கொண்டிருந்தார்கள்.

வேதையன் மடியில் இறுக்கிக் கட்டியிருந்த தோல் சஞ்சியில் இருந்து ஏழெட்டு சக்கரம் பணத்தை எடுத்தான்.

திருமேனி க்ஷமிக்க வேணும். திருவிதாங்கூர் காசு பணம் இவிடத்தே வாங்குகிற வழக்கமில்லை. இது துரைத்தனத்து பூமியாச்சுதே. மகாராணி தலைபோட்ட காசு தேவை. தெருக்கோடியில் சுப்பன் செட்டி லேவாதேவி கடையில் பத்மனாப சுவாமி சக்கரத்துக்கு ராணி தலை பவுன் காசு கிட்டும். கம்மியாகவே மாற்றுக் கூலி எடுத்துப்பான் செட்டி. நான் வேணுமானால் சீட்டெழுதித் தரேன். தயவு செய்து ஒரு நடை அங்கே போய் மாற்றி வந்துவிடுமே. இங்கே என்றில்லாமல் கொல்லூர், உடுப்பி, போலூர் என்று நீர் போகும் இடத்திலெல்லாம் உள்ளூர்ப் பணம் வெகுவாக பிரயோஜனப்படும்.

விடுதிக்காரன் நீளமாகச் சொல்லி முடிப்பதற்குள் வேதையன் சஞ்சியின் இன்னொரு பக்கத்து முடிச்சைத் திறந்து அதிலிருந்து துரைத்தனத்துக் காசை எடுத்து நீட்டினான்.

தயாராக வந்திருக்கிறீரே. பல தேசம் கிறங்கித் திரிஞ்சவரா இருக்கும். சரியோ?

ஓய் நான் அனந்தையிலே கலாசாலை உபாத்தியாயன். இந்த அல்ப விஷயம் கூடத் தெரியாமல் தூர தேசத்துக்கும் அண்டை தேசத்துக்கும் பரஸ்தானம் வச்சுப் பயணம் கிளம்பினால் நாசமாகப் போவேன் போம்.

வேதையன் பெரிதாகச் சிரித்தபடி குப்பாயத்தை அவிழ்த்து சுவரில் முளையடித்திருந்த இரும்பு ஆணியில் தொடுக்கினாற்போல் மாட்டினான். சஞ்சியை விடுதிக்காரனிடம் ஒப்படைத்து காசு எண்ணிப் பதிந்து காகிதச் சீட்டு வாங்கிக் கொண்டான். இனி காசையும் சஞ்சியையும் பாதுகாப்பாக வைத்திருப்பது அவன் பொறுப்பு.

உபாத்தியாயரே, எல்லாம் சரிதான். பிரயாணம் கிளம்புகிற அவசரத்தில் பூணூல் தரித்துக் கொள்ளாமல் வந்துவிட்டீர் போலிருக்கே. ஏற்பாடு செய்து தரட்டா?

விடுதிக்காரன் விசாரித்தான். வேதையனுக்கு துளு பிராமணன் உடனடியாக ஞாபகம் வந்தான். அவன் வேறே பலதும் ஏற்பாடு

செய்து கொடுத்திருப்பான்.

பூணூல் எல்லாம் போடுகிற வழக்கம் இல்லை ஐயா. வேதத்தில் ஏறின பிராமணனுக்கு என்னத்துக்குங்காணும் நூலும் மற்றதும்?

விடுதிக்காரன் கொடுத்த ஈரிழைத் துண்டை இடுப்பில் தரித்துக் கொண்டு, ரெட்டை முண்டு நெகிழ்ந்து விழ அவிழ்த்தபடி வேதையன் குளிக்கக் கிளம்பினான்.

அப்படியா சங்கதி? நல்லதாப் போச்சு. குளி கழிஞ்சு வாரும். நூதனமாக இங்கே எழும்பிக்கொண்டிருக்கிற சர்வேஸ்வரி மாதா கோவிலுக்கு உம்மைக் கூட்டிப் போய் விநோதம் எல்லாம் காட்டித்தர ஏற்பாடு செய்து தருகிறேன்.

விடுதிக்காரன் சிநேகிதமாகச் சொன்னான். வேதையன் வேதக்காரன் என்பதில் அவனுக்கு என்ன சந்தோஷமோ தெரியவில்லை. சஞ்சியில் காசைப் பார்த்த சந்தோஷமாக இருக்கும் அது.

அண்ணா, வாளி இங்கே இருக்கு. தலையில் புரட்ட மூலிகைத் தைலமும் உண்டு.

கிணற்றங்கரையில் உச்ச ஸ்தாயியில் குரல். இழவெடுத்த துளுவன்தான்.

எடோ உன்னை அப்போதே ஒழிஞ்சுபோகச் சொன்னேனே. இன்னும் என்னத்துக்காக என் காலைச் சுற்றின சனியனாகக் கூடவே வருகிறே? எனக்குக் கள்ளும் வேணாம். பெண்குட்டி சிநேகிதமும் வேணாம். இம்சைப்படுத்தாமல் போறியா இப்போ? இல்லே சவட்டிப் படி எறக்கட்டுமா?

அவன் இரைந்தபோது வாளியோடு நின்றவன் மரியாதையாகச் சிரித்தான். ஊத்தைப் பல்லன் இல்லை. வேறு துளுவன் இவன். குளித்துக்கொண்டிருந்தவர்கள் ஈரம் சொட்டச் சொட்ட அர்த்த நக்னராக இந்த சம்பாஷணையை சுவாரசியமாகக் கவனித்துக்கொண்டிருந்ததை வேதையன் ஓரக் கண்ணால் பார்த்தான்.

அவமானம் பிடுங்கித் தின்றது. நாக்கிலே சாத்தான் உட்கார்ந்து

ஆக்ஞாபித்து வரவழைத்துக் கொடுத்த அவமானம் அது.

மன்னிக்க வேணுமய்யா. நான் வேறே யாரோவென்று.

அவன் முடிக்கும் முன்னால் கடைகாலில் கயிற்றுப் பிரியை இறுக்க முடிச்சுப் போட்டு துளு பிராமணன் கிணற்றின் கைப்பிடிச் சுவர் மேல் வைத்தான்.

சித்தே அந்தக் கிணற்றடிக் கல்லில் உட்காரும்.

அவன் இளஞ்சூடாக தைலத்தை உள்ளங்கையில் வார்த்து, வேதையன் தலையில் பரபரவென்று புரட்டினான். முதுகிலும் முகத்திலும் கையிலும் கையை உயர்த்தச் சொல்லி அக்குளிலும் சீராக தைலம் புரட்டி விட்டான். பிரயாண க்ஷீணம் எல்லாம் காணாமல் போன சுகம் வேதையனுக்கு.

அப்புறம் வாளி வாளியாக இரைத்து வேதையன் தலையில் கவிழ்த்தான் துளுவன்.

போதும், போதும் நானே இரைத்துக் குளித்து முடிக்கிறேன்.

வேதையன் சொன்னதை லட்சியமே செய்யாமல் அவன் கருமமே கண்ணாக தண்ணீர் சேந்தினான். விடுதிக்காரன் ஒரு தட்டில் அரப்பும், வாசனாதிப் பொடியும் மற்றதில் வேப்பங்குச்சியுமாக வந்து உபசாரமாக நீட்டினான்.

துளு பிராமணனை நிறுத்தச் சொல்லிக் கைகாட்டி விட்டு வேதையன் பல் துலக்க ஆரம்பித்தான். பிராமணன் அவன் விழுத்து போட்டிருந்த இடுப்பு வஸ்திரத்தை நீலம் முக்கிய இன்னொரு வாளித் தண்ணீரில் அலக்கி தபதபவென்று கிணற்றடிக் கல்லில் அடித்துத் துவைக்கத் தொடங்கினான். குளிக்கத் தண்ணீர் சேந்திய இரும்பு வாளி நிறைந்து துளும்பும் நீரோடு கிணற்றடியில் காத்திருந்தது.

பல் துலக்கியபடி வேதையன் கிணற்றுக்குள் எட்டிப் பார்த்தான். ஆழத்தில் அவன் நிழல் அசைந்தது. கூடவே அபசகுனம் போல் ஒரு வெளவால் பறக்க ஆரம்பித்தது.

குழந்தே. சீக்கிரம் தந்தசுத்தி செய்து ஆகாரம் முடிச்சு கிளம்பு.

கிரமப்படி எல்லாம் நடக்கட்டும். விரசா நடக்கட்டும் அதெல்லாம். நீதான் பகவதி. நீதான் கிறிஸ்து பகவான். எல்லோரையும் தெய்வம் உன் மூலம்தான் ரட்சிக்கணும் குழந்தே. அரப்புத் தூள் கண்ணுலே படாமல் தேய்ச்சுக் குளிச்சுட்டுக் கிளம்பு. வெளவால் எல்லாம் பிரமை. அதைப் பார்த்து ஒண்ணும் பயப்படாதே, கேட்டியா.

மனதுக்கு இதமாக ஒரு குரல் அந்தக் கிணற்றுக்குள் இருந்து வந்தமாதிரி இருந்தது. இதுவரை கேட்டிருக்காத குரல் அது. அம்மா வயதில் அவளுக்கும் மூத்தவளாக ஒரு அன்பான தள்ளை தலையை ஆதரவாக வருடிப் பேசுகிறது போல் இதமாக மனதை வருடும் குரல் அது. கூடவே அவசரமும் தெரிந்தது.

உட்காருங்கோ சுவாமி. நானே முதுகு தேச்சு விடறேன். கண்ணை மூடிக்குங்கோ. அரப்புத் தூள் விழுந்தா பரபரன்னு எரியும்.

உடம்பு முழுக்க அரப்புப் பொடியையும் வாசனைப் பொடியையும் உருவித் தேய்த்துவிட்டு துளுவன் இன்னொரு வாளித் தண்ணீரை வேதையன் தலையில் கவிழ்த்தான்.

அத்தியாயம் ஒன்பது

ஏப்ரல் 14 1899 விகாரி வருடம் சித்திரை 2 வெள்ளிக்கிழமை

குளித்துவிட்டு தலையைத் துவட்டியபடி தரையில் வந்து உட்கார்ந்தான் வேதையன்.

அண்ணாவுக்கு இலையைப் போட்டு பரசேஷணம் செய்ய ஜலம் எடுத்து வையடா.

துளு பிராமணன் உக்கிராணத்தைப் பார்த்து உரக்கச் சொல்லிவிட்டு உடனடியாகத் திருத்திக்கொண்டான்.

இலையைப் போட்டு சூடா ரெண்டு கரண்டி உப்பிட்டு விளம்பு. ரவா கேசரியும் வரட்டும் கூடவே. அண்ணா, காப்பி ஒரு வாய் எடுக்கச் சொல்லவா? கள்ளுச் சொட்டாட்டம் ரம்யமா இருக்கும் இந்த இடத்திலே.

காப்பி எல்லாம் வேதையனுக்கு அவ்வளவாகப் பழக்கமில்லை. ஜான் கிட்டாவய்யனின் சாப்பாட்டுக் கடையில் அது பரபரப்பாக விற்றழிந்தாலும் வீட்டில் காப்பியும் தேத்தண்ணீரும் சதா நாவேறாமல் ஜாக்கிரதையாக இருந்தான் கிட்டாவய்யன்.

உள்ளே இருந்து வந்த பரிசாரகன் நீளமாக ஒரு பச்சை வாழை இலையை விரித்து வேதையன் தண்ணீர் தெளிக்கக்

காத்திருந்தான். அவன் சும்மா இருக்கவே பரிசாரகனே பக்கத்துக் குவளையில் இருந்து தண்ணீர் எடுத்து அந்த இலையை ஆசிர்வதிக்கிறதுபோல் விசிறினான். ஆவி பறக்க உப்பிட்டுவை அதில் பரிமாறி ஒரு கரண்டி காய்கறிக் குழம்பையும் கூடவே விட்டான் அடுத்து. வெல்லம் கரைத்து சேர்த்து அசட்டுத் திதிப்பாக இருந்த குழம்பு அது.

அவல் கேசரியா ரவா கேசரியா?

அவன் கேட்க ரெண்டுமே வேணாம் என்றான் வேதையன். கன்னடத்துக்காரர்கள் ராத்திரி படுக்கப் போவதே விடிந்த பிறகு ரவா கேசரி சாப்பிடத்தான் என்று தோன்றியது. இப்படி உடம்பில், ரத்தத்தில் தசையில் ஏகப்பட்ட சர்க்கரையை ஏற்றிக் கொண்டால் ஆரோக்கியத்துக்குக் கேடு என்று எல்லா தேசத்து வைத்தியர்களும் ஏகோபித்துச் சொல்கிறார்கள். இவர்கள் யாரும் கேட்பதில்லை.

விடிய ஒரு நாழிகை இருக்க கிண்டி எடுத்து வச்சுட்டேன். இன்னொரு தடவை கிண்டணும் போல் தெரியறது. இலை இலையா வார்த்து கையே நோவெடுக்கறது.

பரிசாரகன் தன் சாமர்த்தியத்தைத் தானே அதிசயித்துக் கொண்டு அப்பால் போக, வேதையனுக்கு நேரே கிழக்கே பார்த்து உட்கார்ந்து உப்பிட்டு சாப்பிட ஆரம்பித்த ஒரு நோஞ்சான் திடீரென்று பெருங்கூச்சலாக ஒச்சை எழுப்பினான். அவன் பூணூல் இல்லாத வேதையனின் வெற்று மாரைப் பார்த்தபடி இருந்தான்.

இதென்ன இந்த மனுஷ்யர் பிராமணர் இல்லை போல இருக்கே. நாலு வர்ணமும் கூடி இருந்து போஜனம் கழிக்கும் ஸ்தலமா இது? ஓய் மனுஷா இந்த நபரை வெளியே நீர் அனுப்பாத பட்சத்தில் ஒரு கவளம் உப்பிட்டு கூட எனக்குத் தொண்டையில் இறங்காது. நான் பட்டினி கிடக்கிற பாவம் உமக்குச் சேரும்.

அந்த சோனியான மனிதன் தன் சாப்பாட்டில் நரகலை யாரோ கலந்த மாதிரி பதற்றத்தோடு இரைந்தான். வேதையனுக்கு இதெல்லாம் அனந்தையிலும் கண்ணூரிலும் பார்த்து

அனுபவித்துப் பழகிய சங்கதி. பட்டன்மாரும் நம்பூத்ரிகளும் அவ்வப்போது தாண்டிக் குதிக்கிறது வழக்கம்தான். நாக்கை நொட்டை விட்டுக் கொண்டு ஜான் கிட்டாவய்யன் சாப்பாட்டுக் கடையில் படி ஏறுகிறபோதோ அவனிடம் ரகசியமாக வட்டிக்கு காசு கடன் வாங்கிப் போகும்போதோ இதொண்ணும் அவர்களுக்கு சவுகரியமாக நினைவு வராமல் ஒழிந்துவிடும்.

ஓய், ஓய், என் சஞ்சியைக் கொஞ்சம் எடுத்து வாரும்.

வேதையன் அதிகாரமாக விடுதிக்காரனிடம் சொன்னான். அவன் ஓட்ட ஓட்டமாக வேதையன் காபந்து செய்யக் கொடுத்து வைத்த தோல் சஞ்சியோடு வந்து சேர்ந்தான். அதை வேதையன் பக்கத்தில் பிரியத்தோடு நிலத்தில் வைத்தான். சஞ்சி சரிந்து விழவே சுவரோடு அதைச் சார்த்தி வைத்தான் விடுதிக்காரன். வந்திக்கப்பட வேண்டிய தெய்வரூபம் போல் வெகு மரியாதையாக நடந்தேறிய காரியம் அது.

வேதையன் உப்பிட்டுவை மென்றபடியே சஞ்சியைத் திரும்பத் தரையில் கவிழ்த்து சக்கரமும் ராணி தலைப் பவுன் காசுமாக ஒரு பக்கமாகக் குவித்தான். அதை இடது கையால் எண்ணி வலது பக்கம் நகர்த்தினான். அப்போதும் அவன் வாய் ஆகாரத்தை மென்றபடிதான் இருந்தது.

நான் இதோ இந்த க்ஷணமே இடத்தை ஒழிச்சுப் போறேன் ஐயா. குளிக்க வெள்ளம், இப்ப இந்த பிராதல், ஒரு மணிக்கூர் என் சஞ்சியைப் பார்த்துண்டதுக்கான கூலி, எல்லாம் மொத்தமா எவ்வளவு ஆச்சு, சொல்லும். விட்டெறியக் காசு உண்டு.

ஐயோ, நீர் ஏன் ஸ்வாமி ஸ்தலம் ஒழிக்கணும்?

விடுதிக்காரன் அதிகார பாவனையோடு கூச்சல் போட்ட நோஞ்சான் எதிரில், இலையில் பாதம் பட்டு சவிட்டுகிற நெருக்கத்தில் நின்றான். அவனுடைய முன் குடுமியைப் பற்றி இழுக்கத் தோதாக கையை நீட்டிக்கொண்டு இரைந்தான்.

ஓய் ஸ்வாமின், இஷ்டம் இருந்தால் வாயையும் பின்னாலேயும்

பொத்திக் கொண்டு போட்டதைச் சாப்பிட்டு இடத்தை ஒழித்துப் போம். இல்லையோ, எச்சில் கையை உம்முடைய அழுக்கு சோமனில் துடைத்துக் கொண்டு இப்படியே அந்தாண்டை ஓடும். நீர் கொடுக்க வேண்டிய நாலு சல்லியை பொணம் தூக்குறவனுக்கு தருமம் வார்த்ததாக கணக்கு எழுதிக்கறேன். காலை நேரத்திலே வழக்கு வம்பு என்று என் நேரத்தைப் பாழடிக்கவே வந்து சேர்ந்தீரா? வீட்டு ஸ்திரி பிரஷ்டையான கோபத்தை எல்லாம் இங்கே வந்து கொட்டி ஏனய்யா எழவெடுக்கிறீர்? பெரிய மர உலக்கையாகக் கிடைத்தால் சேர்த்துப் பிடித்துக்கொண்டு படுத்து சுகியும், போம்.

அந்த ஒல்லியான கிரகஸ்தன் அரண்டு போய் விடுதிக்காரனைப் பார்த்தான்.

கலிகாலம். கலிகாலம்.

கிரகஸ்தன் இதைச் சொன்னபடிக்கு இலையோடு சாப்பாட்டை சுருட்டிப் பிடித்து எடுத்துக்கொண்டு வெளியே போனான்.

இலையை வச்சுட்டுப் போமய்யா.

விடுதிக்காரன் ஓசையிட ஆரம்பித்து சட்டென்று அதை நிறுத்தி உரக்க சிரித்தான். வேதையனுக்கும் சிரிப்பு வந்துவிட்டது.

அந்தச் சிரிப்பு மாறாமல் அவன் அலேயோசிசு கோவிலுக்கு வரும்போது கூடவே துளு பிராமணனும் ஒட்டிக்கொண்டான்.

ஓய், இது உம் போன்றவர்கள் படியேறும் அம்பலம் இல்லையே. இங்கே என்னோடு வந்து என்ன செய்யப் போகிறீர்?

துளு பிராமணன் மௌனமாகக் குடுமியை அவிழ்த்து தழையவிட்டான். மந்திரம் முணுமுணுத்து தெய்வத்திடமோ பித்ருக்களிடமோ மன்னிப்பு கேட்டபடி பூணூலை அவிழ்த்து எடுத்தான். அதைச் சுருட்டி இடுப்பில் செருகிக்கொண்டு, வாங்கோ அண்ணா, இப்போ நானும் இங்கே தொழலாம் என்றான்.

பணி தீராத அம்பலமாக இருந்தது அந்த இடம். தச்சு ஆசாரிகள் ஒரு பக்கத்தில் இழைப்புளியை வைத்து இழைத்து இழைத்து

கதவும் ஜன்னலும் வைத்துக் கொண்டிருந்தார்கள். தனியாக நாலு சுவர் எழுப்பி நின்ற பின்கட்டில், மங்கலாபுரத்து ஓடு வேய்ந்து சூடு அடங்க தண்ணீரை விசிறித் தெளித்துக்கொண்டு சில பணிக்காரர்கள் கண்ணில் பட்டார்கள். கவனமாக சுண்ணாம்பு குழைத்துக் கொண்டிருந்த இரண்டு பேர் வாயில் அடக்கியிருந்த புகையிலையோ எதுவோ கன்னத்தில் கோடு போட்டு வழிந்திருந்தது. இந்த மாதிரி இடத்தில் எல்லாம் சாதாரணமாகத் தட்டுப்படும் கூச்சலும் குழப்பமும் இல்லாமல் ஒரே நிதானத்தோடு அதே நேரத்தில் ஓசை எழுப்பாமல் வேலை நடந்து கொண்டிருந்தது. சத்தம் எழுப்பி லண்டன் பட்டணத்தில் மகாராணியின் உறக்கத்தைக் கெடுக்காமல் அதி ஜாக்கிரதையாக ஓசைப்படாமல் கோவில் கட்டி முடிக்கச் சொல்லி உத்தரவு வந்து அதை சகலரும் நடப்பாக்குவதாக வேதையனுக்குத் தோன்றியது. ஓடும் பலகையுமாக அடுக்கி வைத்த குவியலுக்கு நடுவே கல்படி ஏறி அவன் உள்ளே நுழைந்தபோது நடுநாயகமாக பெரிய பிரார்த்தனை மண்டபம் தயாராகிக் கொண்டிருந்தது கண்ணில் பட்டது.

அண்ணா, மேலே பாருங்கோ.

துளுவன் கூரையை நோக்கிக் கைகாட்டினான். வேதையன் அங்கே நோக்க, அணி அணியாக சித்திரங்கள். மண்டபச் சுவர் முழுக்கவும் கூட அதே மாதிரி எல்லா வர்ணமும் கனிந்து அழகழகான சித்திரங்கள் வரிசையாக எழுந்து நின்றன. வேதாகமத்தில் இருந்து ஒவ்வொரு காட்சியாக எடுத்து சிரத்தையோடு அங்கே தத்ரூபமான படமாக எழுதியிருந்தார்கள். கிறிஸ்து மகரிஷி கன்றுகாலிகள் அடைத்த கொட்டிலில் அவதாரம் செய்வது, மற்ற ரிஷிகள் துருவ நட்சத்திரம் வழிகாட்ட அவரை தரிசிக்கப் போவது, ஆட்டுக் குட்டியைக் கையில் வைத்தபடி அந்த மகரிஷி மந்தையை ஓட்டிப் போவது என்று பலவாறு இருந்த அதில் நட்ட கண்ணை எடுக்க மனசே இல்லை வேதையனுக்கு. இவற்றைப் பார்த்தபடிக்கே இன்று முழுசும் நேரம் கழித்துவிட்டு விடிந்து ஊருக்குப் போய்விடலாம் என்று கூடத் தோன்றியது. கொல்லூருக்குப் போகாவிட்டால் என்ன குடி முழுகிவிடும்?

அப்படி நினைக்காதேடா குழந்தே. நீ போயே ஆகணும், காத்திண்டிருக்கான்.

காதில் அந்தப் பெண் குரல் திரும்ப ஒலித்தது. யாரென்று தெரியவில்லை. மனசை வெல்லமும் தேனும் விட்டுக் கரைத்து பிரியத்தோடு இண்டு இடுக்கு விடாமல் நிரம்பி வழியும் வாத்சல்யம். அம்மாவா அது? அம்மா முகத்தை நினைவு படுத்திப் பார்த்துத் தோற்றுப் போனான் வேதையன். அவளை அப்பன் ஒரு சித்திரமாக எழுதி வைக்க ஏற்பாடு செய்யாமல் போய்விட்டானே என்று வருத்தமாக இருந்தது.

ஈசான மூலையில் சாரம் கட்டிக் கீழே ரெண்டு கறுப்பர்கள் நீலமும் பச்சையுமாக வர்ணப் பொடியைக் குழைத்த தாம்பாளங்களோடு மேலே பார்த்தபடி இருந்தார்கள். சாரத்தின் மேலே கெச்சலாக வெளுத்த கத்தனார் துரை ஒருத்தர் கையில் தூரிகையோடு நின்று கொண்டிருந்தார். அரக்கு நிறத்தில் கழுத்திலிருந்து கால் வரைக்கும் மூடிய வஸ்திரம் தரித்த துரைத்தனத்து புரோகிதர் அவர்.

அவர் ஒரு வினாடி கீழே பார்த்து கறுப்பர்களிடம் ஏதோ சொன்னார். புரிந்து கொண்டதாகத் தலையசைத்து அவர்கள் ரெண்டு பேரும் வேதையனையும் கூட நின்ற துளு பிராமணனையும் மிரட்டுகிற தோரணையில் பார்த்தார்கள்.

சுவரண்டை என்னத்துக்கு சாட்டமா நிற்கறீர்? அது இன்னும் காயலை. உங்க உடம்பு அழுக்கு ஒட்டி அசுத்தமானா, கத்தனாரச்சன் மேலே இருந்தே சாபம் போடுவார். ஜாக்கிரதை. அவிசுவாசியாப் பிறக்க வேண்டி வரும்.

வேதையன் அந்தக் கறுப்பர்களை கொஞ்சம் விநோதமாகப் பார்த்தான். வேதத்தில் ஏறின தீண்டல்காரர்கள். கோட்டயத்திலும் எரணாகுளத்திலும் நம்பூத்ரியும் நாயரும் மட்டும் இல்லை, வேதத்திலே ஏறின மற்ற ஜாதிஜனம் எல்லாம் இவர்களைப் பக்கத்தில் அண்ட விடுவதில்லை.. பாதிரி ஞாயிற்றுக் கிழமை பூசை வைக்கிறபோது கூட இவர்கள் எல்லாம் பின்னால் தரையில் காலை மடக்கி உட்கார

வேண்டும். மற்றவர்கள் மரத்தில் செய்து வரிசையாகக் கிடத்திய ஆசனத்தில் இருந்து பிரசங்கம் கேட்பார்கள். திருப்பலி முடிந்து காசு போடாமல் நழுவும்போதுகூட மேலே இடிக்காமல் ஜாக்கிரதை காட்டுவார்கள் அவர்கள்.

இங்கே விஷயம் வேறே மாதிரி போலிருக்கிறது. அவர்கள் யாராக வேணுமானாலும் இருக்கட்டும். பாதிரி துரையின் பரிபூரண அனுக்ரஹத்துக்குப் பாத்திரமானவர்கள். வேதையன் விலகி நிற்காவிட்டால் சிறைச்சாலையில் அடைத்துப் போட இங்கிலீஷில் உத்தரவு எழுதி எடுத்துக்கொண்டு ராஜாங்க சிப்பாய்கள் சட்டமாக வந்து நிற்கக் கூடும்.

வெளிச்செண்ணெய் புரட்டிய துளு பிராமணனுடைய பின்னந்தலை சுவரில் படுவதற்கு முன்னால் அவசரமாக அவன் தோளைப் பிடித்து முன்னால் இழுத்தபடி வேதையன் அந்த இடத்திலிருந்து நகர்ந்தான். வெய்யில் உறைக்க ஆரம்பிக்கும் முன்வாசலில் நின்று உள்ளே பார்க்கும் போது கூரையில் வெள்ளைக்கார கத்தனார் இன்னும் வரைந்துகொண்டிருக்கும் சித்திரம் கண்ணில் பட்டது.

கிறிஸ்து நாதர் சிலுவை சுமந்து நிற்கிறார். வலது மார்பில் ஆறாம் திருமுறிவு தெளிவாகத் தெரிய உடல் முழுக்க ரணம். கிறிஸ்துநாதரின் சிரசை படச் சட்டகத்துக்கு வெளியே கற்பனையில் உருவகித்துக் கொள்ள விட்டிருந்தாலும் வேதையனுக்கு அந்த முகம் தெளிவாக மனதில் பிரத்யட்சமானது. கூடவே சிலுவை பாதி நீண்டு சுவரில் இருந்து பக்கவாட்டில் நீளக் கிளம்பி கண்ணில் இடிக்க வருகிற மாதிரி அசலாக எழுதிக் கொண்டிருக்கிறார் இந்தப் புரோகிதர்.

வெள்ளைக்கார தேசம். ஏதோ இத்தளி, அத்தளின்னு பேர் சொல்வாளாமே அங்கே போய் இப்படி படம் எழுதப் படிச்சுட்டு வந்திருக்கார் இந்த ஸ்வாமி. பிரம்மச்சரியத்தோட தேஜஸை அவர் முகத்திலே கண்டேரோ அண்ணா?

துளுவன் கிசுகிசுப்பதாக நினைத்துக் கொண்டு பேசியது அந்த மண்டபச் சுவரில் கூரையில் மோதி எதிரொலிக்க, துரை

சாரத்தின் மேல் இருந்து இன்னொரு தடவை கறுப்பர்களிடம் மெல்லிசான குரலில் ஏதோ சொன்னார்.

ஓய் மனுஷ்யா, சொன்னால் கேட்கவே மாட்டீரா? வேலைக்கு இடைஞ்சலாக இங்கே ஏன் நின்று கஷ்டப்படுத்துகிறீர்? இந்த சத்தத்தில் வீடு வைப்புப் பணிக்காரனும், தச்சனும் கூட பணியெடுக்க முடியாதே. துரை எப்படி எடுத்த புண்ணிய காரியத்தை கிரமமாக முடித்து விட்டுக் கீழே இறங்க முடியும்?

கறுப்பர்களில் ஒருத்தன் துளு பிராமணன் பக்கத்தில் நின்று காதுப் பக்கம் கிசுகிசுவென்று சொன்னான். அவன் குரல் அடக்கமாக இருந்தாலும் கண் என்னமோ வேதையனை எரித்து விடுவது போல் பார்த்தது. வேதையன் தான் இந்த கோளாறுக்கெல்லாம் காரணம் என்று குற்றம் சாட்டுகிற பார்வை அது.

இது ஏதடா வந்த இடத்தில் இப்படி வம்பும் வழக்குமாக? சாப்பிடுகிற இடத்தில் ஒரு தேசல் மனுஷ்யன் சண்டை கிளப்பினால், இங்கே ஒரு கத்தனார் சாரத்தில் இருந்தபடிக்கு வேதையனை கலகக்காரனாக பார்க்கிறார்.

வேதையன் முழுக் கோவிலையும் பார்த்து முடிக்காமல் அவசரமாக வெளியே கிளம்பினான். போகிற போக்கில் அவன் எதேச்சையாக இன்னொரு தடவை உள்ளே பார்க்க, கூரையில் கருப்பு எழுதியிருந்த இடத்தில் ஓரமாக ஒரு சக்கரத்தை வரைந்து கொண்டிருந்தார் பாதிரி. கிறிஸ்துவின் சிலுவைப்பாட்டில் காளைவண்டிச் சக்கரம் எங்கே வந்தது என்று வேதையனுக்கு புரியவில்லை. இத்தாலி தேசத்தில் அவர்கள் பாஷையில் எழுதி அச்சுப்போட்டு பாராயணம் செய்யும் வேதாகமத்தில் இதெல்லாம் வருகிறதோ என்னமோ? மொழி எதுவாக இருந்தால் என்ன, வேதாகமம் ஒன்றுதானே? கிறிஸ்து காலத்தில் காளை வண்டிகள் இருந்திருக்குமா?

வேணாம் அந்த மாதிரியான யோசனைகள். கிறிஸ்துநாதரில் அடங்கினாலும் இன்னொரு ஜன்மம் இவன் அவிசுவாசியாக பிறக்க அந்த வெளுத்த பாதிரி சாபம் கொடுக்கக் கூடியவர்.

சுவிசேஷத்தில் மறுஜன்மம் விஷயமாகவும் அவர் நூதனமாக எழுதிச் சேர்த்திருக்கலாம். அதற்கு சகல அதிகாரமும் கொடுத்தல்லவோ கப்பலேற்றி இங்கே அனுப்பி சாரத்தில் நிற்க வைத்திருக்கிறார்கள்.

அவன் பார்த்தபடியே நகர, துரை கூரையில் வரைந்த சக்கரம் சுழல ஆரம்பித்தது. கருப்பு வர்ணம் அப்பி உண்டாக்கிய இருட்டின் நடுவில் இருந்து அது மெல்ல கடகடத்து ஆடி அசைந்தபடி வெளியே வர, வண்டி மாடுகள் அடுத்து தட்டுப்பட்டன. கழுத்தில் மணிகள் தளர்வாக அசைய அவை ஊர்ந்து கொண்டிருந்தன. வண்டியை யாரும் ஓட்டுவதாகத் தெரியவில்லை. ஆனாலும் அது முன்னால் சீராக நகர்ந்தபடி இருந்தது. மேலேயிருந்து இருட்டு மெல்ல கீழே இறங்கி, வேதையனைச் சூழ்ந்தது. வண்டிச் சக்கரத்தின் அச்சாணி மட்டும் கடகடக்கிற சத்தம். பிறுபிறுவென்று ஒரு லாந்தர் வெளிச்சம் இருளைக் கூட்டிப் பெருக்கி பூதமாக்கிக் காட்டியது. சமுத்திரக் கரையில் இருந்து புறப்பட்ட மீன்வாடை கொண்ட காற்று சுழன்றடித்தது. வேதையனுக்கு மூச்சு முட்டியது.

பயப்படாதே குழந்தே. இன்னிக்கு ராத்திரி சீக்கிரமா நித்திரை போய் எழுந்து விடிகாலையிலே கொல்லூர் புறப்படு. சத்திரக்காரன் வெண்டைக்காயும் கத்தரிக்காயும் வெல்லம் கரைச்சு விட்டு வதக்கி துவையல் பண்ணி வச்சிருக்கான். சாதம் சரியா வேகலை. கொஞ்சமா சாப்பிடு. ராத்திரி உப்பிட்டு பண்ணித்தரச் சொல்லு. கோதுமை ரவை வயத்தைக் கெடுக்காது. மறக்காம சம்பாரம் குத்திக்கோ. சுடுசாதத்திலே இல்லே. கொஞ்சம் ஆறினதுக்கு அப்புறம். யாத்திரையிலே வர்ற க்ஷீணம் எல்லாம் மாறும்.

அந்தப் பெண்குரல ஆதரவாக ஒலித்தது.

நீங்க யாரு? எங்கே இருக்கீங்க?

வேதையனுக்கு உரக்கக் கத்த வேண்டும் போல் இருந்தது.

நானா? ஒரு சின்ன ஸ்தாலிச் சொம்பில் ரெண்டு எலும்பும் ஒரு பிடி சாம்பலுமாகக் கிடக்கேன். என் பிள்ளை,

நாட்டுப்பொண்ணு, பேத்தி எல்லாரும் என்கூட வரா. கொல்லூர் போயிண்டு இருக்கோம். எப்பப் போய்ச் சேருவோம்னு தெரியலை. போவோமான்னும் புரியலை. நான் பாட்டுக்கு பேசிண்டே இருப்பேன். அதையெல்லாம் லட்சியம் பண்ணாம நீ கிளம்புடா குழந்தே.

அண்ணா, சாப்பிட்டு முடிச்சு கொஞ்சம் சிரம பரிகாரம் பண்ணிக்குங்கோ. சாயந்திரம் ஒரு நடை மங்கலாதேவி க்ஷேத்ரம் போய் வந்து நித்திரை போய்ட்டு விடிகாலையிலே கொல்லூர் கிளம்பிடலாம்.

வாடா கொழந்தே. அவசியம் வா.

அந்தப் பெண்குரல் சொன்னது.

மறக்காம பாலடை பிரதமன் விளம்பச் சொல்றேன் விஷ்ணு ஆச்சே? வேதத்துலே ஏறினாலும் விஷ்ணு விட்டுப் போகுமா என்ன?

துளுவன் விசாரித்தான். வெய்யில் வெளியே கண்ணைக் குத்தியது. வேதையன் மனதில் காளைவண்டிச் சக்கரம் நீலமும் சிவப்புமான வர்ணத்தில் சுழன்றபடி இருந்தது.

அத்தியாயம் பத்து

ஏப்ரல் 14 1899 விகாரி வருடம் சித்திரை 2 வெள்ளிக்கிழமை

எரிந்து கருகும் வாடையோடு ஒரு மச்சு வீடு, அங்கேயும் ஊஞ்சல் அசைகிறது. போகம் போகம் என்று மனசு கொள்ளாத சந்தோஷத்தோடு ஊஞ்சலில் வேதையன் ஒரு பெண்ணாகக் கிடக்கிறான். அவளை ஆலிங்கனம் செய்து கலக்கிற திடபுருஷனும் வேதையனே தான். ஊஞ்சலுக்கு மேல் தோரணம் கட்டின மாதிரி வௌவால் தூங்குகிறது. ஒண்ணு ரெண்டு இல்லை. அழுகின வாழை மொக்குகளை வரிசையாகக் கட்டி தொங்கவிட்டது போல். அதெல்லாம் ஒரே நெரத்தில் முழித்து எலி மாதிரி தலையை நீட்டி கீழே நடக்கிற விநோதத்தை எல்லாம் கண்கொட்டாமல் பார்க்கின்றன. வக்கிரமான வௌவால்கள் அவை. திறந்த வாயில் வாச்சி வாச்சியாக பல் வேதையனை பயமுறுத்துகிறது. பெண்ணாக அவன் ஊஞ்சலில் இருந்து சாடி எழுந்திருந்து அந்தாண்டை போக பிரயத்தனம் செய்கிறான். ஆணாக அவனே பிடித்திழுத்து மாரில் சார்த்திக் கொள்கிறான். கூம்பிய யோனிகளாக வௌவால்கள் வெறிக்கூச்சல் போடுகின்றன. வேதையனின்

வலது கையில் ஆறாவது விரல் உயர்ந்து விரைத்த குறியாக மேலே கிளம்பி வருகிறது. உடம்பெல்லாம் நடுக்கம். எந்த உடம்பு அது? ஆவி ரூபமான பெண் உடம்பா, மெலிந்து கருத்து உயர்ந்த ஆண் உடலா? ரெண்டும்தானா?

வேதையன் கண் திறந்து பார்த்தான். விடுதியில் அவன் படுத்திருந்த ஊஞ்சல் மெல்ல பக்கவாட்டில் அப்படியும் இப்படியுமாக அசைந்து கொண்டிருந்தது. பகலில் தூங்கியிருக்கிறான். இப்படி ஒருபோதும் அசந்து தூங்கியதே இல்லை அவன்.

அண்ணா, கிளம்பலாமா? மங்கலாதேவி க்ஷேத்ரத்துக்கு இப்பப் புறப்பட்டா ராச்சாப்பாட்டு நேரத்துக்குத் திரும்பிடலாம். விடிஞ்சா கொல்லூர் தான் அப்புறம்.

துளுவன் ஊஞ்சல் தலைமாட்டில் நின்றபடி மெல்லச் சொன்னான். இடுப்பில் இருந்து நழுவி தரையில் புரண்டு கிடந்த உடுதுணியை அவன் குனிந்து எடுத்து வேதையனிடம் கொடுக்கும்போது வேதையன் தன் ஆறாம் விரலை ஜாக்கிரதையாக மறைத்துக் கொண்டான். பீஜத்தை வெளியே எடுத்துக் காட்டுகிறது போல் அந்த விரல் அசங்கியமானதாக அவனுக்குப் பட்டது.

கொஞ்சம் முன்னாடியே எழுப்பியிருக்கக் கூடாதா நீர்?

வேதையன் துளுவனை விசாரிக்கத் திரும்பியபோது அவனைக் காணோம். உள்ளே இருந்து ஒரு பரிசாரகன் தட்டு நிறைய ஏதோ பரத்தி எடுத்துக்கொண்டு வேதையன் பக்கம் வந்து நின்றான். வெல்லமும் தேங்காயுமாகக் கலந்து நெய்யைக் உருக்கிக் காய்ச்சி மேலே கொட்டிப் பிடித்த லட்டு உருண்டைகள் அதெல்லாம்.

இந்தப் பிரதேசத்தில் இனிப்பு சாப்பிட கால நேர வர்த்தமானம் ஏதும் இல்லையோ.

பரிசாரகனை விசாரித்தபடி தாம்பாளத்தைக் கையில் வாங்கிக் கொண்டான் வேதையன். அவன் பதில் சொல்லாதே சேவித்துவிட்டுத் திரும்பிப் போனான்.

மதியம் அச்சு வெல்லம் கரைத்துப் போட்ட புளிக் குழம்பும், அசட்டுத் தித்திப்பாக அஸ்கா சர்க்கரை கலந்த கத்தரிக்காய் துவட்டலும் போதும் போதும் என்று நிறுத்தச் சொல்லிக் கையைக் காட்டினாலும் லட்சியமே செய்யாது பரிமாறியவன் இந்த உக்கிராணக்காரன். சோறு தவளைக்கண்ணன் அரிசி கொண்டு உண்டாக்கியதில்லை. அதன் சிவப்பு தென்படாமல் வெளுத்து இருந்த சாதம்.

இதையெல்லாம் உண்ட பிறகு கொஞ்சம் அங்கே இங்கே நடந்துவிட்டு வந்திருந்தால் அசௌகரியம் இல்லாமல் போயிருக்கும். ஊஞ்சலில் கண் அயர்ந்தது ஏதேதோ துர்சொப்பனங்களை கிளப்பிவிட்டிருக்கிறது. இனித்து வழிகிற சாப்பாடு வயிற்றிலும் மனதிலும் என்னவெல்லாம் செய்யுமோ? வெல்லத்துக்கு இப்படியும் ஒரு சக்தி உண்டா என்ன? ஆணைப் பெண்ணாக நினைக்க வைக்கிறது அதுவா? இல்லை, புளிக்குழம்பில் கள்ளு கலந்திருந்ததா? பட்டன்மார் கள்ளு எல்லாம் குடிக்கிறதில்லைதான். வெளிப்படையாகவாவது. தேச ஆச்சாரத்தில் சாப்பாட்டில் அதைச் சேர்த்துக் கொள்ளலாம் என்று இருக்குமோ?

ஓய் மாத்வரே, நான் தேவி க்ஷேத்திரத்துக்குப் போய் என்ன பண்ணப் போகிறேன்? உள்ளே கேரித் தொழக்கூட எனக்கு வாய்க்காது. அப்படியே அங்கே புரோகிதன் அனுமதி கொடுத்தாலும் உள்ளூர் பாதிரி கண்ணில் பட்டால் நரகம் நரகம் என்று பிறுபிறுத்து உசிரை எடுத்து விடுவார். அதுவும் இங்கிலீஷில் மூச்சு விடுகிற வெள்ளைக்கார கத்தனார்கள் உடுப்பை மாட்டிக் கொண்டு திரியும் பிரதேசம் இது. துரைத்தனத்து உத்தியோகத்தில் இருக்கப்பட்ட எனக்கு சரிப்படாதே ஒண்ணும். வயிறு வேறு ஏதோ உபாதைப்படுத்துகிறது. நான் சும்மா இங்கே விச்ராந்தியாகக் கிடந்துவிட்டு விடிகாலையில் வண்டி ஏறி கொல்லூருக்குக் கிளம்பிக் கொள்கிறேன். நீர் போகிறதானால் போம். உமக்கு உதவி செய்த வகையில் எவ்வளவு தரணும் என்று மட்டும் சொல்லிப்போடும். குடிக்க இத்திரி வென்னீர் கிடைக்குமா கேளும்.

வேதையன் மடியில் சஞ்சியைத் தடவிக்கொண்டே பெரிய ஏப்பத்தோடு காலித் தட்டை ஊஞ்சலில் விழுந்து விடாமல் வைத்தான்.

உங்களை விட்டுட்டு இனிமேல் எங்கேயும் போகப் போறதில்லே அண்ணா. சித்தே இருங்கோ.

துளுவன் உள்ளே இருந்து பித்தளையில் செய்த முந்திரிங்காய் கூஜா ஒன்றை எடுத்து வந்தான். அதை உயர்த்திப் பிடித்துப் பிரியைச் சுற்றி மூடியைக் கழற்றினான். கொதிக்கக் கொதிக்க உள்ளே ஏதோ பானம்.

வெள்ளைக்காரன் காப்பியைப் பார்த்து நம்ம ஜனங்கள் உண்டாக்கினது. சுக்கு தட்டிப் போட்டு ஏலமும் கலந்த காப்பி. பால் எல்லாம் சேர்க்கலை. வயிற்றில் வேதனை இருந்தால் சமனப்படுத்த இதுமாதிரி இன்னொண்ணு கிடையாது.

ஒரு நசுங்கிய லோட்டா முழுக்க நிறைத்து துளுவன் வேதையனிடம் நீட்டினான்.

குடிச்சுட்டு சுறுசுறுப்பா முகத்தை அலம்பிண்டு கிளம்புங்கோ அண்ணா. மங்கலாபுரம் க்ஷேத்திரத்துக்கு உள்ளே போக வேண்டாம். தென்மேற்காக சும்மா ஒரு மைல்கல் தூரம் நல்ல காற்றாக சுவாசித்துக் கொண்டு நடந்துவிட்டு வரலாம். பாதிரியும் புரோகிதனும் எல்லாம் பார்த்தாலும் குறைச்சல் ஏதும் ஏற்படப் போவதில்லை. பாதிரி உம்மை பிராமணன் என்று நினைத்துக் கொள்வான். புரோகிதனும் நாலு காசுக்கு ஒரு பூணூலை உம் தலையில் கட்டப் பார்ப்பான். துரைத்தனத்துத் துட்டு ஜெயவிஜயீபவ சொல்லி அட்சதை போட வைக்குமே.

வேதையன் மங்கலாதேவி கோவில் பிரதேசத்துக்குப் போய்ச் சேர்ந்தபோது கொஞ்ச நஞ்சம் பாக்கி இருந்த மலையாள வாடை காற்றில் இருந்து முழுக்க மறைந்துவிட்டிருந்தது தெரிய வந்தது. பக்கத்தில்தான் எங்கேயோ கடல் இருக்க வேண்டும். அந்த திசையிலிருந்து உப்புக் காற்று சீராக வீசி எங்கும் மீன் வாடையைப் பரத்திக்கொண்டிருந்தது.

பரிபூரணத்துக்குப் பிடிக்கும் அந்த வாடை. கிட்டாவய்யன் சகித்துக்கொள்ள மாட்டான் என்பதால் வீட்டில் அது நுழையவில்லை. வைக்கம் போகும்போதெல்லாம் பிறந்த வீட்டில் மூணு வேளை மாமிசமும் மீனும் நண்டும் இன்னும் என்னென்னமோ எல்லாம் வெகு விமர்சையாக சாப்பிட்டு இடுப்பைச் சுற்றி கொஞ்சம் மினுமினுவென்று சதை போட்டு வருவாள் பரிபூரணம். வேதையனுக்கு மீன் ஆகாவிட்டாலும் அந்தச் சதை ரொம்பப் பிடிக்கும்.

இந்தப் பிரதேசத்துக்கு போலூர்னு பெயர் சொல்வா. எல்லாம் சுல்தான் கட்டினது.

ஓய் மாத்வரே, துலுக்க சுல்தான் இங்கே எதுக்கு வந்து கோவில் கட்டினான்?

சுல்தான் கோவில் எல்லாம் கட்டலை. அது துவாபர யுகத்திலேயே வந்த ஒண்ணு. பித்து சுல்தான் வெள்ளைக்காரன் வரானான்னு பார்க்க கோட்டைதான் கட்டினான்.

காற்று இதமாக இருந்தது. நடக்க நடக்க அது முகத்தில் மோதி சுவாசம் முட்டி வேதையனை உற்சாகப்படுத்தியது. குழந்தை மாதிரி தறிகெட்டு ஓடவேண்டும். இப்பவே. இந்தக் காற்று கொஞ்சம் உதவி செய்தால் பறக்கக் கூடச் செய்யலாம்.

ஓய், அது திப்பு சுல்தான். வயித்துலே அவருக்கு அஜீரணம் இருந்தா பித்து சுல்தான். தெலுங்குலே அதான் அர்த்தம். துளுவிலேயும் அப்படித்தானே?

சென்னைப் பட்டணத்திலிருந்து வந்த தெலுங்கு தேச உபாத்தியாயர்கள் வேதையனோடு கூட அனந்தை கலாசாலையில் கற்பிக்கிறார்கள். அவர்கள் புண்ணியத்தில் நல்லதாக நாலும் நாற்றமடிக்க நாலுமாக தெலுங்கு வார்த்தைகள் வேதையனுக்கும் தெரியும்.

கோவில் வந்துவிட்டது போலிருக்கே.

வேதையன் வலப்புறம் நாலைந்து லாந்தர் விளக்குகள் ராத்திரியைப் பகலாக்கிக் கொண்டு எரிந்த பக்கமாகக் கையை நீட்டிச் சொன்னான்.

கோவில் இல்லே. மேளா லாவணி. கோவிலுக்கு இன்னும் நடக்கணும்.

அப்ப நீர் மேற்கொண்டு போய் தரிசனம் முடிச்சு வாரும். நான் லாவணி பார்க்கறேன் சித்த நேரம்.

துளுவன் கோவிலுக்குப் போய்விட்டு வர நாம் ஏன் காத்திருக்க வேணும் என்று வேதையனுக்குப் புரியவில்லை. அவனை விட்டுவிட்டு தனியாக கிழக்கோ மேற்கோ நடையை எட்டிப் போடவும் மனசு வரவில்லை.

லாவணிக் கொட்டகை முழுக்க மல்லிகைப்பூவும் அத்தருமாக வாடை வந்தது. புஷ்பம் வேணுமா என்று அவனிடம் பூக்கூடையோடு வந்து யார்யாரோ விசாரித்தார்கள். கையில் செண்டாகப் பிடித்தபடி அவனவன் ஏதோ படுத்து உறங்கப் போகிறதுபோல் கண்ணில் லகரி தெரிய கொட்டகைக்கு உள்ளே போய்க்கொண்டிருந்தான்.

காசு எவ்வளவு தரணும்?

அவன் கொட்டகை வாசலில் காசு வசூலித்து ஆட்களை உள்ளே விட்டவனிடம் கேட்டான்.

முன்வரிசையில் உட்கார்ந்தால் நாலணா. பின்னாலே என்றால் அரையணா போதும். முன்வரிசை பரம சௌகரியம். போறீரா?

என்ன மாதிரியான சௌகரியம் அதெல்லாம் என்று தெரியாமலேயே வேதையன் மடியில் கட்டிய தோல்பையில் இருந்து நாலணாவை எடுத்துக் கொடுத்தான்.

இடுப்பில் கச்சத்தை முறுக்கிக் கட்டி, காலில் சதங்கையோடு யௌவனமான பெண்கள் உள்ளே குறுக்கும் நெடுக்கும் ஓடிக் கொண்டிருந்தார்கள். எல்லோரும் தலையை இறுக்கப் பின்னி முடித்து பிச்சோடா வைத்து தழையத் தழைய மல்லிகைப்பூ சூடியிருந்தார்கள். சந்தியை இறுக்கி இடுப்புக்குக் கீழே எடுப்பாகக் காட்டுகிற மாதிரி காலோடு சேலையை இறுகச் சுற்றி தார்பாய்ச்சி உடுத்தி இருந்தார்கள். உடுக்கும் தாள வாத்தியமும் டமடம என்று முழங்க ஆரம்பிக்க, முன்

வரிசையில் கிட்டாவய்யன் வயதுக் கிழவர்கள் ஆர்ப்பாட்டமாக கைதட்டினார்கள். லாவணி ஆட வந்த இன்னும் எட்டும் பத்தும் திகைந்து புஷ்பவதி ஆகாத பெண்குட்டிகளை இந்த வயசன்மார் மடியில் ஏற்றி உட்கார்த்திக் கொண்டு அசங்கியமாகப் பலதும் செய்து கொண்டிருந்தது வேதையன் கண்ணில் பட்டது.

நாலணா நாசமாகப் போகட்டும். அவன் பின் வரிசையிலேயே உட்கார்ந்தான். கொஞ்ச நேரம் சங்கீதமும் நாட்டியமும் பார்த்துவிட்டு நடையைக் கட்ட வேண்டியதுதான். நேரம் கூடி இருந்தால் வேறே ஏதெதோ இங்கே வைத்தே நடக்கலாம் என்று தோன்றியது. பெண்குழந்தையை இம்சிக்கிறவர்கள் நரகத்துக்கும் கீழே கிடந்து வாதனைப்படட்டும். கிருஷ்ண பகவானோ, கிறிஸ்து நாதரோ அவர்களை இன்னொரு ஜன்மம் நரகல் புழுவாகப் பிறக்க சாபம் தரட்டும்.

விட்டுவிட்டு நாலு தடவை கண்டாமணி முழக்கம். முன்னால் திரை உயர்ந்து ஜல்ஜல் என்று சத்தம். சின்னப் பெண்டுகள் குரூரமான கிழவர்களிடமிருந்து சுதந்திரப்பட்டு படுதாவுக்குப் பின்னால் ஓடினார்கள். அவர்கள் ஆடும் நேரம் இது.

இரண்டு கோஷ்டியாக அந்த நடனப் பெண்கள் பிரிந்து ஆடிக் கொண்டிருந்தது வேதையனுக்குப் புரிந்தது. இரண்டு வரிசையிலும் முன்னால் நிற்கிற ஸ்திரிகள் பரிபூர்ணம் வயசில் இருக்கப்பட்டவர்கள். கச்சுக்குள் இருக்கும் ஸ்தனபாரம் அற்றுப் போய் விழட்டும் என்று யாரோ ஆக்ஞை பிறப்பித்தமாதிரி எதுக்கோ ஆவேசத்தோடு அதுகளைக் குலுக்கி கீச்சென்று பாட வேறு ஆரம்பித்திருந்தார்கள்.

ஓரமாகப் போய் எட்டிப் பார்க்கிற மாதிரி ஒருத்தி அபிநயம் பிடித்தாள். அவள் பரங்கி சிப்பாயாம். வீடு வீடாக வாசல் கதவில் சாவி நுழைகிற துளையில் கண் வைத்து உள்ளே பெண்பிள்ளை இருக்கா என்று தேடுகிறானாம். சிரிப்பும் கொம்மாளமுமாக வந்த பாட்டு வேதையனுக்கு மேலோட்டமாக அர்த்தமாகியது.

எழவெடுத்த பாராக்காரா
எட்டி எட்டிப் பாக்காதே

குட்டி இல்லே வீட்டுக்குள்ளே
குடுகுடுத்த கிழவி இவ
தொட்டா விடமாட்டா
தீட்டு விட்டுப் போனாலும்.

வேதையன் பக்கத்தில் இருந்து யாரோ ஒருத்தன் எழுந்து முன்னால் ஓடினான். மேடையில் ஏறி குனிந்து பார்க்கிற அபிநயம் பிடித்தவளின் முலைக் குவட்டில் நாலணாவை வைத்து அழுத்தினான். அவள் அதைப் பிடுங்கிக் கீழே எறிந்துவிட்டு ஆவேசமாக முன்னாலும் பின்னாலும் நகர்ந்து ஆடத் தொடங்கினாள். கோ கோவென்று கொட்டகை முழுக்கக் கூச்சலும் சிரிப்புமாகச் சத்தம் எழுந்தது.

வேதையன் பக்கவாட்டில் பார்த்தான். தட்டி வைத்து அடைத்த படலில் அங்கங்கே ஓலை பிரித்து இடைவெளி ஊடாக வெளியில் வெளிச்சம் தெரிந்தது. கண்ணைக் கவிந்துகொண்டு ஒரு இடைவெளியில் அவன் பார்க்க, வெளியெ சட்டென்று விளக்கெல்லாம் அணைந்து அந்தகாரம் ஆனது.

இல்லை. ஒரே ஒரு வெளிச்சம் மட்டும் மெல்லிசாக தூரத்தில் தெரிந்தது. காற்றோடு சேர்ந்து அதுவும் முன்னேறிக்கொண்டிருந்தது. மேலும் கீழும் அசைகிற விளக்கு அது. வண்டியில் வைத்ததாக இருக்கலாம்.

வெளியிலே உம்ம தம்பி ஹெண்டத்தி உடுப்பை வழிச்சுக்கிட்டு குதிக்கறாளா என்ன? இப்படிப் பார்க்கறீரே.

பக்கத்தில் இருந்தவன் வேதையன் தோளில் தட்டிக் கேட்டான். அவன் குடித்திருந்தான்.

வேதையன் அவனை முறைத்துப் பார்த்தான். உன் பெண்டத்தியை. வேணாம். ஒழிஞ்சு போ பட்டீ.

வேதய்யா வேதய்யா. மேடையிலிருந்து பெண்கள் ஒரே சுருதியில் கூவினார்கள்.

வெளியே பார்க்க என்ன இருக்கு? இங்கே பாரு. பரிபூரணத்துக்கு இடுப்பு இதுமாதிரி மழமழன்னு இருக்குமா? வா, வந்து தடவிப் பார்த்துச் சொல்லு.

முன்வரிசை வயசன்மார் பின்னால் திரும்பி வேதையனைக் கையைக் காட்டி அழைத்தார்கள்.

அங்கேயே இருங்கோ அண்ணா, இதோ வந்துட்டேன்.

துளுவன் சிரித்தான். இவன் கோவிலுக்குப் போனவன் இல்லை. காலையில் ஊத்தைப் பல்லோடு எதிர்ப்பட்டு பெண் சிநேகிதம் வேணுமா ராத்திரிக்கு என்று கேட்டவன். வெளியே ஓடி, தட்டிக்கு நடுவே இடைவெளியை அவனுடைய சந்தி மறைக்க அழுக்கு வஸ்திரத்தைத் திரைத்துக் கொண்டு நின்றான்.

போடா புல்லே, உனக்கும் சமாதியாகிற நேரம் நெருங்கியாச்சு. விலகுடா.

வேதையன் இடைவெளி வழியாக கையை விட்டு அவனை ஓரமாகத் தள்ளினான். கை பனிக்கட்டி பட்டது போல் குளிர்ந்து விரைத்தது. உடம்பு கொஞ்சம் கொஞ்சமாக அடங்கும் முன்னால் இப்படித்தான் சம்பவிக்கும் என்றது மனது.

அந்த விளக்கு முன்னால் வந்தபோது வேதையன் ஒரு சக்கரத்தை மட்டும் பார்த்தான். காலையில் மாதாகோவிலில் பரங்கி பாதிரி வரைந்துகொண்டிருந்த நீலமும் சிவப்புமான சக்கரம் அது. நிற்காமல் அது வேகமாகச் சுழல புனிதமான யாரெல்லாமோ வானத்தில் நட்சத்திரத்தைப் பார்த்தபடி வண்டிக்கு வழிவிட்டு நின்றார்கள். சத்தம் போடாதே என்றான் பாதிரியின் சேவகன். அவன் குழைத்து வைத்திருந்த வர்ணம் ரத்த நிறத்தில் இருந்தது. இல்லை ரத்தம்தானோ அது?

வேதையா, வேதையா. வெளியே இருந்து பலத்த குரலில் கூவுகிற சத்தம்.

வேதையா, ஓடி வா. ரட்சிக்கணும்.

குடுமி வைத்த பிராமணப் பிள்ளை சொல்கிறான். கூடவே வண்டிக்குள் இருந்து எட்டிப் பார்த்து ஒரு இளைய வயது ஸ்திரி கூப்பாடு போடுகிறாள்.

மூத்தாரே, நான் உம்ம தம்பி பெண்டத்தி. தயவு செஞ்சு எங்களைக் காப்பாத்தும். புண்ணியமாப் போகும். புடவையை

வழிச்சுண்டு எவளோ குதிக்கற கண்றாவியை எல்லாம் பாக்கணுமா என்ன? உசிரு போயிண்டு இருக்கு இங்கே. வாரும் தயவு செய்து.

அந்த பிராமணன் கையில் காகிதக் கட்டாக எதையோ மடக்கிப் பிடித்திருந்தான். அதைக் காட்டிக் காட்டி அவன் ஏதோ சொல்ல முற்பட, லாவணிப் பெண்டுகள் அதைக் கேட்கவிடாமல் சதங்கை அணிந்த கால்களைத் தரையில் ஓங்கி மிதித்துச் சுழன்றார்கள். சாவித் துவாரம் வழியாக எட்டிப் பார்க்கிற துரைகள் பெண் மாதிரி புடவை உடுத்திக்கொண்டு ஓரமாக எக்கிப் பார்த்தார்கள். வேதையா, வேதையா. அவர்களும் கூப்பிட்டார்கள். பரிபூரணம் கூட இங்கே ஆடிட்டு இருக்கா திரும்பிப் பாரு. மூக்குத்தி போட்ட ஒரு ஆட்டக்காரி வேதையன் முகத்தில் கச்சுப்பட மார்பைக் குலுக்கினாள். அது பரிபூரணம். மீன் வாடை கொட்டகை முழுக்கச் சூழ, என்ன சுகம் என்று பரிபூரணம் வேதையன் இடுப்பை வளைத்துப் பிடித்து மடியில் சரித்தாள். ஓவென்று சூறாவளி சுழன்றடிக்கும் சத்தம். வெளியே ஒற்றை விளக்கு அணைந்து போனது. வேதையா, வேதையா, காப்பாத்து. ஓடிவா. காப்பாத்து. அந்த பிராமணன் காற்றின் இரைச்சலை மீறிக் கத்தினான். வண்டியில் இருந்து செம்பு ஒன்று வெளியே உருண்டது. கடகடத்து அது குழந்தே குழந்தே என்று இருட்டில் சத்தமிட்டபோது தூரத்தில் அந்த பிராமணன் இன்னும் விடாது வேதய்யா வேதய்யா என்று வாதனையோடு கூப்பிட்டபடி இருந்தான். அந்தப் பெண்ணும் கையெடுத்துக் கும்பிட்டாள். மூத்தாரே, மூத்தாரே, வாரும். புண்ணியமாப் போகும். உம் பங்கு சொத்து உம் அண்ணார் பாகம் பண்ணி வச்சிருக்கார். தஸ்தாவேஜிலே கையெழுத்துப் போட்டாச்சு. கால போதம் இல்லாம குடும்பத்தோடு எங்கேயோ நீங்கிண்டு இருக்கோம். இப்பவே வந்து ரட்சியும். புண்ணியமாப் போகும். அந்த ஸ்திரி அழுகைக்கு நடுவே சொன்னாள். கொல்லூருக்கு நாளைக்கு வரேன் என்றான் வேதையன்.

எதுக்கு? லாவணிப் பெண்டுகள் கன்னத்தில் கை வைத்து ஆச்சரியப்பட்டார்கள்.

அண்ணா, போகலாமா, ஏன் இப்படி கட்டை மாதிரி உறைஞ்சு போயிருக்கீர், அண்ணா, அண்ணா.

துளுவன் சுத்தமான வாயில் பல் வெளியே தெரிய அவனை எழுப்பினான். அந்தப் பல் வாச்சி வாச்சியாக வளர்ந்து வேதையனை மிரட்ட, அவன் மயங்கிச் சாய்ந்தான்.

அவன் எழுந்த பொழுது அந்த இடமே காலியாக இருந்தது. விடிந்திருந்தது.

துளுவா, துளுவா. ஓய் மாத்வ பிராமணரே. பிராம்மணோத்தமரே. எங்கே போனீர்?

அவன் கூப்பிட்டபடி நடந்தபோது வரிசையாக பழைய கல்லறைகளுக்கு நடுவே அந்தப் பாதை நீண்டு போனது.

இது கண்ணூர் போகிற வழி. யாரோ பாதையைக் காட்டினார்கள். பலிக் காக்கைகள் எவ்விப் பறந்து அவன் தலையில் எச்சமிட்டபடி தொடர்ந்தன. வெய்யிலும் மழையுமாக வானம் விட்டுவிட்டு விளையாட்டுக் காட்டியபடி இருந்தது.

அத்தியாயம் பதினொன்று

ஏப்ரல் 12 1904 சோபகிருது பங்குனி 31 செவ்வாய்க்கிழமை

மாட்சிமையும் மகா வல்லமையும் பொருந்திய துரைகளின் பாதாரவிந்த கமலங்களில் தெண்டனிட்டு, மதராஸ் பட்டணம் மயிலாப்பூர் கஸ்பா வெங்கடேச அக்ரஹாரம் வைத்தியநாத சர்மன் புத்ரனும் உன்னத நியாயசபை ஏற்படுத்தியபடி காராக்ரஹத்தில் தெண்டனை அனுபவிக்கிற அடிமை ஸ்மார்த்த ப்ராமணனுமான மகாலிங்கய்யன் (வயசு இருபத்தொன்பது) சமர்ப்பிக்கிற கருணை மனுவின் தொடர்ச்சியாகும் இது. பிரபுக்கள் இதுக்கு முந்தியதை வாசித்திருக்க வேணுமென யாசிக்கிறேன்.

(கீழ்க்கண்ட சம்பவங்கள் நடந்தது டிசம்பர் 3,4 1899 விகாரி வருடம் கார்த்திகை 19, 20 புதன்கிழமை, வியாழக்கிழமை எனக் கருதப்படும்)

திருக்கழுக்குன்றத்தில் தொழுதுவிட்டு, கழுகுகளின் தரிசனமும் முடித்துவர உத்தேசித்து நான் மாத்திரம் கிளம்பியது என் பூஜ்ய பிதாவின் சிரார்த்தம் முடிந்த தேய்பிறையில் திரயோதசிக்கு அடுத்த சதுர்த்தசியன்றைக்கு. அமாவாசைக்குக் கடையடைப்பு.

முந்தின ரெண்டு தினமும் கடையில் ரஜா சொல்லியிருந்தேன்.

சிரார்த்த தினத்தில் விஷ்ணு இலையில் சாப்பிட்டு சோமனும் தட்சிணையுமாக புரோகித சிகாமணிகள் இடுப்புத் துண்டை விரிக்கச் சொல்லி அதில் ஏறி, ஏப்பம் விட்டபடி நடந்து போன பிறகு நானும் சித்தே சிரம பரிகாரம் செய்து எழுந்தேன். பிறகு கொத்தவால்சாவடி போய் ஏற்கனவே பிரஸ்தாபித்த தாங்குதூரி பாலையா என்ற தெலுங்கனிடம், ரெட்டை மாடு பூட்டிய வண்டியில் திருக்கழுக்குன்றம போய்வர ஒரு ரூபாய் அச்சாரம் கொடுத்துவிட்டு சாயரட்சையோடு வீட்டுக்கு வந்தேன். அடுத்த நாள் பகலில் கிளம்ப வேண்டும் என்று உத்தேசித்து வைத்திருந்தபடி சதுர்த்தசியன்று வெய்யில் தாழ்ந்து கிளம்பியானது. வீட்டு ஸ்திரி பிரஷ்டையாக ஒதுங்க வேண்டிப் போனதால் தனியாகவே போகவேண்டி வந்த கஷ்டத்தை முந்தின லிகிதத்தில் தெண்டனிட்டு உரைத்தது துரைகள் கடைக்கண் பார்வையில் பட்டிருக்கக்கூடும்.

எட்டு பிரம்மரிஷிகளில் ரெண்டு ரெண்டு பேராக கழுகு உருவில் ஒவ்வொரு யுகத்திலும் பிறந்து ஆறு பேர் முக்தியடைய மிச்சம் ரெண்டு பேர் இந்தக் கலியுகத்தில் கழுகாக அலைந்து கொண்டிருப்பதாகச் சொல்கிறது கழுக்குன்றம் தலபுராணம். இந்தத் தகவல் என் தகப்பனார் சேகரித்து வைத்து செல்லரிக்கத் தொடங்கியிருந்த அச்சு புத்தகம் ஒன்றிலிருந்து நான் கிளம்புகிற நேரத்தில் கிடைத்தது. போகத்தைப் பற்றி ஆசிரியப்பாவும், கொச்சகக் கலிப்பாவும் எழுதாமல் இப்படியான ஸ்தல புராணங்களை இயற்றியிருந்தால் நான் காராக்ரஹத்தில் கண்ணீர் உகுத்துக்கொண்டிருக்க மாட்டேனோ என்னமோ. அது எந்தப்படிக்கும் போகட்டும். துரைகள் தொடர்ந்து மேலே படிக்க உத்தரவாகணும்.

பட்டணத்திலே பிறந்து, சமுத்திரக் காற்றைக் குடித்துக் கொண்டு, மயிலாப்பூர் திருக்குளத்து ஜலத்தில் குளித்துத் தொழுது குடத்தில் சேந்தி வந்து, கொத்தவால் சாவடியில் காய்கறி, பழ வர்க்கங்களும், ஆடியப்ப நாயக்கன் சந்தில் அரிசியுமாக வாங்கி வந்ததை நறுக்கியும் கொதிக்கவும் வேகவும் வைத்தும் ஆகாரம் செய்து நித்திரை போய் எழுகிற தினசரி

ஆச்சாரத்தில் இருக்கப்பட்டவன் நான். என் போன்றவர்களுக்கு திருக்கழுக்குன்ற யாத்திரை போன்றவை ஒரு சந்தோஷத்தையும் தரமாட்டாது. சதுப்பு நிலங்களையும் களிமண் பூமியையும் கடந்து, நடுவே கல்லும் முள்ளுமான பாதையில் சிரமத்தோடு போனால், பாதி தூரம் போவதற்குள் அது முடிந்து போகும். அப்புறம் வண்டி முன்னேற முடியாதபடி சேறும் சகதியும். எருமை மாடுகளும், வராகங்களும் நீந்தித் திளைத்துக் கொண்டிருக்கும் மடு. அந்தப் பிரதேசத்துக் கரையில் மாடுகளை நடத்தியபடி ஒரு தடவையும், வண்டியை ஜாக்கிரதையாக இழுக்க வண்டிக்காரனுக்கு ஒத்தாசை செய்தபடி இன்னொரு தடவையும் போய்வந்த பிறகு சகதி கடந்து திரும்ப வண்டி பூட்டி ஓட்டலானோம்.

வழியில் ஒரு கிராமம் தட்டுப்பட்டது. பெரிய மைதானமாக பக்கத்தில் நீர்நிலையோடு கூட இருந்ததால், வண்டிக்காரன் இங்கேயே தங்கி விட்டு விடிந்து இரண்டு மணி நேரம்போல் யாத்திரையைத் தொடர்ந்தால் திருக்கழுக்குன்றம் போய்விடலாம் என்றான். அவன் இங்கே ஏற்கனவே பல தடவை வந்து அனுபவப்பட்டவனாக இருக்க வேண்டும் என்று தோன்றியது. மாட்டை அவிழ்த்துக் கட்டி கூளம் வைத்த பிறகு உத்தேசித்திருந்தபடிக்கோ என்னமோ கள்ளு குடிக்க மேற்கே பார்த்து நடந்து போய்விட்டான்.

நான் கொண்டு போயிருந்த அவலை மோர் விட்டுப் பிசைந்து நாலைந்து உருண்டை ராப்போஜனமாக சாப்பிட்டான பிறகு சிரார்த்தத்துக்குச் செய்து மீந்த எள்ளுருண்டை நாலைந்தையும் தின்றேன். கொண்டு வந்திருந்த சுத்த ஜலத்தை ஒரு மடக்கு அருந்தியானது. அப்புறம் கொஞ்சம் அந்தத் தரிசில் லாந்திவிட்டு, பூச்சி பொட்டு இல்லாத இடமாகப் பார்த்து துண்டை விரித்து நித்திரை போக சித்தம் செய்தேன். பக்கத்திலே நீர்நிலையில் நீர் அலையடிக்கிறதும், ராப்பறவை இரைகிறதும், தவளைக் கூச்சலும் தவிர வேறு சத்தம் இல்லை. நானும் மேலே கவிந்த ஆகாசத்தில் நட்சத்திரமுமாக தனியாகக் கிடந்த பொழுது அது. காற்று ஆனந்தகரமாக வந்து தாலாட்டு பாடி கண்ணயரச் சொன்னபோது நான் சத்தியமாக பகவத் விஷயமாக

நினைத்துக் கொண்டிருந்தேன். ஆறு பிரம்மகுமாரர்கள் கழுகாக அவதாரம் செய்து முக்தி அடைந்து மற்ற ரெண்டு பேருக்காக பக்தவத்சலேசுவரரின் காலடியில் காத்திருக்கிறதை மனதில் வெண்பாவாகச் செய்கிறபோது இரண்டு அடிகளே இயற்றி முடியக் கண்ணயர்ந்து போனேன்.

திடீரென்று அந்த மைதானத்தில் களேபரமாகச் சத்தம் கேட்டு விழிப்பு வந்து விட்டது. எழுந்து உட்கார்ந்தேன். மட்டக் குதிரைகளை அவிழ்த்து பாறாங்கல்லில் கட்டி கொள்ளும் புல்லும் போட்டிருந்த வாசனை நாசியில் இதமாக ஏறியது. ஓரமாகத் தீ மூட்டி வள்ளிக்கிழங்கை சுட்டுக் கொண்டிருந்த ஒரு ஆணும் பக்கத்தில் உலையேற்றி அரிசி பொங்கும் பெண்ணுமாக யாரோ உரத்த தெலுங்கில் பேசுவது கேட்டது. கூடவே வயசான சிலரும் துணி விரிப்பில் உட்கார்ந்தபடிக்கு நடுவிலே நடுவிலே வார்த்தை சொன்னபடி இருந்தார்கள்.

சூளை பங்காரு தாசி சிநேகிதத்தால் அடியேனுக்குத் தெலுங்கு நன்றாகவே அர்த்தமாகும் என்பதால் அந்த வர்த்தமானம் முழுக்கக் காது கொடுத்துக் கேட்டேன். அந்தப் பெண்ணுக்கு வள்ளிக்கிழங்கு சுட்டுக் கொண்டிருந்த ஆம்பிளை அக்காள் புருஷன் முறையாக வேண்டும். அக்காள் நாலு மாசம் முன்பு வைசூரி போட்டு மரித்துப் போய்விட்டாள். அவளுக்கு ரெண்டு வயசில் ஒரு குழந்தை உண்டு. பெரியவர்கள் உட்கார்ந்திருந்த துணி விரிப்பில் நடுவிலே அது உறக்கத்தில் இருக்கிறது. குழந்தையையும் அக்காள் புருஷனையும் அக்காள் இடத்தில் இருந்து கவனித்துக் கொள்ள இந்தப் பெண்ணை வள்ளிக் கிழங்கனுக்கு கழுக்குன்றத்தில் வைத்து கல்யாணம் செய்து கொடுக்கவே எல்லோரும் போய்க் கொண்டிருக்கிறார்கள். அமாவாசை கழிந்து பிரதமை அன்று விடிகாலை கோவில் சந்நிதியில் வைத்து மாங்கல்ய தாரணம் நடக்கிறது.

கல்யாணம் கழிந்து நீ மாத்திரம் என் கூட வந்தால் போதும். குழந்தை வர வேணாம்.

கிழங்கன் சொல்கிறான். அது அவனுக்குப் பிறந்தது இல்லையாம். அவனுடைய சிநேகிதனான சிப்பாய் ஒருத்தன் வீட்டுக்கு

வரப்போக இருந்ததால் அவனுடையதாக இருக்கலாமாம். தவிர வருஷத்தில் எட்டு மாசம் உப்பும் புளியும் விற்க மலைநாடு, குடகுநாடு என்று அவன் திரிந்து கொண்டிருப்பதால், இரண்டு வருடத்துக்கு முன் மழைக்காலத்தில் அவளுக்குக் கருப்பிடித்திருக்க வாய்ப்பு இல்லையாம். அப்போது அவன் துளு பேசுகிற பூமியில் மங்களூர் என்ற இடத்தில் திருவிழாவுக்காக ஒரு மாதம் கடை போட்டிருந்தானாம்.

அதெல்லாம் சரிதான். நடுவிலே ஒரு வாரம் பத்துநாள் போல வந்துவிட்டுப் போனது நினைவு இருக்கோ என்று வயதான யாரோ கேட்டார்கள். அவன் ஒரு நிமிஷம் சும்மா இருந்தான். அப்புறம் கிழங்கைத் திருப்பிப் போட்டு சுட்டபடி மெலிசான குரலில் சொன்னான்.

அப்போ, தேக சம்பந்தம் வைத்துக் கொள்ள முடியாதபடி அசந்தர்ப்பமான சூழ்நிலை எனக்கு.

வருஷம் ஒருதடவை மட்டும் சுரக்கும் ஆண்தன்மை கொண்டவனா நீ என்று கையில் அகப்பைக் கரண்டியோடு கேட்டாள் அந்தப் பெண். பின்னால் பெரியவர்களில் யாரோ சிரிக்கிற சத்தம் குதிரை கனைப்போடு சேர்ந்து வந்தது.

பிரதமையும் அமாவாசையும் எதுக்கடி மச்சினிச்சி? இப்பவே வந்து படு. நான் யாருன்னு காட்டறேன்.

அந்தத் தெலுங்கன் தீய்ந்த வள்ளிக்கிழங்கை உயர்த்திப் பிடித்துக் காட்டினான். நான் இந்த வர்த்தமானம் அலுத்து திரும்ப நித்திரை போக யத்தனித்தபோது அரிசி கொதித்த உலையில் பிரகாசமாக அக்னி கொழுந்து விட்டெரிந்தது. வெளிச்சத்தில் அந்தக் கன்யகையை ஒரு வினாடி உற்றுப் பார்த்தேன். சதைப் பிடிப்பு இல்லாத முகமும் குச்சி குச்சியான கையுமாக இருந்தாலும் அவளுக்கு வேண்டிய தசையை எல்லாம் உருட்டி மார்பில் வைத்துத் திணித்திருந்தான் பிரம்மதேவன். இவ்வளவு பெரிய ஸ்தனங்களோடு நான் யாரையும் இதுவரைக்கும் பார்த்தது கிடையாது. பிழைத்துக் கிடந்தால் பார்ப்பேன் என்பதும் நிச்சயம் இல்லை.

அப்புறம் ராத்திரி முழுக்க அந்த பயோதரங்கள் என் மனதில் அழுந்திப் படாதபாடு படுத்தினவண்ணம் இருந்தன. ரிஷிகுமாரர்கள் பற்றி யாத்த வெண்பா அந்தரத்தில் நிற்க, இந்த முலைகளின் விஷயமாக அச்சு வெல்லம் போன்ற கிட்டத்தட்ட நூறு செய்யுட்களை மனதிலேயே இயற்றித் தீர்த்தேன். ஒரு தடவை கூட இந்திரியம் வெளிப்படாமல் ஒரு சீரும் அசையும் தப்பாமல் இப்படி ஒரு நூறு பாக்களை இயற்றியதை ஊருக்குத் திரும்பியதும் முதலியைப் பார்த்துக் கொடுத்து புத்தகமாக அச்சுப் போடவேண்டும் என்று மனதில் திடமாக தீர்மானமானது. கழுக்குன்றம் போய் இனி என்னவாகப் போகிறது? இப்படியே வீட்டுக்குப் போய் லலிதாம்பிகையைக் கட்டாயப்படுத்தி சுகித்தால் இங்கே வந்த பெலன் சித்தியாகும் என்றும் தோன்றியது. பாதகி இப்போது பார்த்து தீண்டலாக இருப்பது உடனடியாக நினைவு வந்து மனசாகிய உலையை அவித்துப் போட்டது. பங்காரு தாசியும் பரலோகம் போயாகிவிட்டது. இந்த ராத்திரியில் இப்படி சிருங்கார நினைப்பில் கிடந்து உழல என்ன பாவம் செய்தேன் என்று யோசித்தபடி நெடுநேரம் விழித்திருந்தேன். அந்தத் தெலுங்கு ரதி அவ்வப்போது பேசின குரல் மட்டும் காதில் அமிர்தமாக வர்ஷித்துக் கொண்டிருந்தது. அவளோடு மனம் போனபோக்கில் கற்பிதமாகச் சுகித்தபடி எப்போது உறங்கினேனோ தெரியாது.

காலையில் எழுந்ததுமே அவள் குரல்தான் காதில் கேட்டது. நீர்நிலையில் நான் குளிக்கிறபோது அவள் குளித்துக் கரையேறி இருந்தாள். உடம்போடு ஒட்டிய ஈரத் துணியோடு கையில் ஒரு குடமும் ஏந்தி கரையில் அவள் நடந்து போனாள். முழுக்க நனைந்த வெள்ளை வஸ்திரத்துக்குள்ளே அசைந்த அந்த ஒய்யாரம் தண்ணீருக்குள்ளேயே என்னை இன்னொரு தடவை அசுத்தப்படுத்திப் போட்டது. காமம் தவிர்க்கச் சொல்லி பகவானை வேண்டுகிற ஸ்லோகத்தை எல்லாம் மனதில் சொல்லி தியானிக்க முற்பட்டாலும் அவளுடைய இடுப்புக்கு மேல்பட்ட தேகம் மட்டும் பிடிவாதமாக மனதில் ஈரம் உலராமல் ஈஷிக் கொண்டு அலைக்கழித்தது.

வண்டிக்காரன் வண்டியை ஓட்ட ஆரம்பித்தபோது நான் உள்ளே இருந்து அந்தக் கூட்டத்தைத் தேடினேன். எங்களுக்கு முன்பே அவர்கள் கிளம்பியாயிருந்தபடியால் மைதானம் வெறுமையாக இருந்தது. முழுக்கத் தின்று முடிக்காமல் பாதை நடுவில் கிடந்த வள்ளிக்கிழங்கு வண்டி ரோதையில் நசுங்கியது. ராத்திரியில் அதை நெருப்பில் வைத்துச் சுட்டவன் நாளைக்கு அவளுடைய தேகத்தை அனுபவித்துக் கொண்டிருப்பான் என்ற நினைப்பு காலை நேரத்துக்குப் பொருந்தாமல் வந்தது.

அவன் போன வண்டி கவிழ்ந்து காலுக்கு நடுவே சக்கரம் ஏறிக் கூழாக நசுங்கி சண்டாளன் மடியட்டும். நான் அந்த ஸ்தன்ய ரதியை என் ரதத்தில் ஏற்றிக்கொண்டு மயிலாப்பூர் வெங்கடேச அக்கிரஹாரம் திரும்பி விடுவேன். லலிதாம்பிகை கிணற்றடியில் கந்தல் சுருணையில் படுத்தபடி பார்த்தாலும் பாதகமில்லை. பொடிக்கடைக்கு இன்னும் ஒரு மாதம் சம்பளம் இல்லாத ரஜா சொல்லிவிட்டு இந்தப் பெண்ணின் நெஞ்சுக்கு நடுவே சதா முகம் புதைத்துக் கிடப்பேன். காமம் அத்தனை கொடியது. ஊர் பேர் தெரியாத அன்னிய ஸ்திரியை இச்சிக்க வைப்பது.

கொஞ்சம் வேகமாக வண்டியை ஓட்டுமய்யா. இத்தனை மெதுவாகப் போனால் கழுகு பகல் போஜனம் முடித்துப் போய் ராத்திரி ஆந்தைகள் முழிப்பதைத்தான் தெரிசனம் செய்து வர வேண்டியிருக்கும் என்று வண்டிக்காரனிடம் சொன்னேன். உள்ளபடிக்கு அவன் விரசாகத்தான் வண்டியை ஓட்டிக்கொண்டிருந்தான். இன்னும் வேகமாகப் போனால் தெலுங்கு கோஷ்டியைப் பார்க்கலாம் என்ற நப்பாசை என்னைக் கொண்டு செலுத்தியதால் பொய் சொல்ல வேண்டிப் போனது.

பட்சி தீர்த்தக் கரையில் வண்டி நின்றது. இங்கே ஒரு முழுக்கு போட்டால் பூர்வ ஜன்ம பாவம் தொலையும். இறங்குகிறீரா?

வண்டிக்காரன் கேட்டான். அது தொலைந்து என்ன? இந்த ஜன்மத்துக்கும் இனி வரப்போகிறதுக்கும் எல்லாம் சேர்த்து இப்படி ஏற்றிக் கொண்டே போகிறேனே?

மேலே போகலாம் என்று சொல்ல நினைத்தாலும் கரையில் தெலுங்குக்காரர்கள் நின்றுகொண்டிருப்பதைப் பார்த்து நானும் சாடி இறங்கினேன். அந்த அப்சரஸோடு சாக்கடையில் அமிழ வேண்டி வந்தாலும் உடனே இறங்க நான் தயாராக இருந்தேன். அவள் எங்கே? வள்ளிக்கிழங்கன் மட்டும் கண்ணில் பட்டான்.

கேட்டுவிடலாமா இவனிடம்? என்ன கேட்பது?

இங்கே ஸ்நானம் பண்ணலாமா?

அவன் கூட வந்திருந்த பெரியவர்களில் யாரோ என்னை அரைகுறை தமிழில் கேட்டார்கள். நான் திரும்பிப் பார்த்தேன். முக்காலும் பாசி படர்ந்திருந்த திருக்குளம் அது. பிருஷ்ட சுத்திக்கு தவிர வேறு எதுக்கும் அந்த ஜலத்தை இங்கே யாரும் உபயோகிப்பதில்லை என்று அர்த்தமானது. அவள் எங்கே?

வேடு கட்டிய தலைமுடியோடு அவள் பட்சி தீர்த்தத்தை ஒட்டிய புதர்கள் பக்கம் இருந்து நடந்து வந்தாள். அற்ப சங்கை தீர்த்து வந்திருக்கிறாள். குளத்தில் காலை மட்டும் அளைந்து அவள் சுத்தி செய்வதைப் பார்த்தேன். காலில் வெள்ளிக் கொலுசு சூரிய உதயத்தில் தகதகவென மின்னியது. அதை மட்டுமா பார்த்தேன்?

இங்கே குளித்தால் நீங்கள் ஊர் போய் ரோகத்தில் படுக்கச் சரியாக இருக்கும். தலையில் மட்டும் புரோட்சித்துப் போனால் பட்ட இடத்தில் கொஞ்சம் போல முடி உதிரும். உசிதப்படி செய்து கொள்ளும்.

நான் நல்ல தெலுங்கில் சொன்னேன். ஈரக் காலோடு சேலையை உயர்த்திப் பிடித்தபடி கெண்டைக்கால் ரோமம் தெரிய முன்னால் வந்தாள் அவள். நான் சொன்னதில் ஹாஸ்யத்தைக் கண்டு கலகலவென்று சிரித்தாள். அவளைக் கட்டப் போகிறவன் சுட்ட கிழங்கு போல முகத்தை வீர்க்க வைத்துக்கொண்டான். எனக்கு என்ன போச்சு? நான் தரையைப் பார்த்தபடி நின்றேன். அந்தக் கால்களை.

எல்லா வண்டிகளும் ஒரே வேகத்தில் குன்றின் அடிவாரம்

வரை போனபோது என் மாட்டு வண்டி அவள் இருந்த மட்டக் குதிரை வண்டிக்குப் பின்னாலேயே தொடர்ந்தது. குன்றம் போகவே வேண்டாம். கழுகு தெரிசனமும் வேண்டாம். இப்படியே தொடர்ந்து இவளை வெறித்தபடி லகரியோடு ஜீவிதம் முழுக்க யாத்திரையாகிக் கொண்டிருக்க அந்த நிமிடத்தில் நான் சித்தமாக இருந்தேன்.

அடிவாரத்தில் வண்டிகள் நின்றன. எல்லா வண்டிக்காரர்களும் ஜாக்கிரதையாக ஓட்டி வந்த வாகனங்களை நிறுத்தி இறங்கினார்கள். சாராயக்கடை என்று எழுதி வைத்த ஒரு தென்னோலை வேய்ந்த குடிசை உடனடியாகக் கண்ணில் பட்டது.

அவர்கள் யாரும் கழுகு தரிசனத்துக்கு வருவதாகத் தெரியவில்லை.

சாமிகளே, நீங்க மேலே போய் தரிசனம் முடிஞ்சு ஜல்தியா திரும்பி வாங்க. கழுகு வந்த பிற்பாடு உடனே கிளம்பினா, நாளை விடியற நேரம் உங்க பேட்டை போய்ச் சேர்ந்திடலாம்.

நான் வண்டிக்காரன் பசியார கொஞ்சம் பணம் எடுத்துக் கொடுத்தேன். சாராயக் கடைக்குப் போகாதே என்று அவனுக்கு நல்லுபதேசமும் செய்தபடி நாலு பக்கமும் பார்வையால் மேய்ந்தேன். சுந்தரி நினைப்பில் மனசு அடித்துக்கொண்டது. அவள் கையைப் பற்றிக் கொண்டு கொங்கை மலையேறி அல்குல் தடாகத்தில் விழுவேனோ என பழம்பாட்டு எல்லாம் மனதில் வந்து அடைசலாகப் புகுந்தது.

குன்றின் உச்சிக்கு நடக்கும்போது பின்னால் பேச்சுச் சத்தம். திரும்பினால் அவள் தான் வந்து கொண்டிருக்கிறாள். கூட சிரமத்தோடு நடக்கிற வயதான பெண் அவளுடைய தாயாராக இருக்கும் என்று பட்டது. தோளில் ஒரு குழந்தையைச் சுமந்தபடி வந்தாள் அந்தக் கிழவி. மூத்த மகள் பெற்றதாக இருக்கும். கிழங்கன் இதுக்கு பிதா இல்லை என்று பிரஸ்தாபித்திருந்தான் இல்லையா? குழந்தை முகத்தில் ஜாடையைத் தேடினேன். எல்லாமே வள்ளிக்கிழங்காகத் தெரிந்தது.

இப்படி ஆண்பிள்ளைகள் யாரும் வரமாட்டேன்னு அடம் பிடிக்கறது நல்லாவா இருக்கு?

வயதில் மூத்த பெண் கேட்டாள்.

சாராயம் விக்கற கடையைப் பார்த்தாச்சில்லே. இனிமே நாளைக்கு கல்யாண நேரத்துக்குத்தான் கண்ணுலே படுவாங்க. அத்தையும் கால்வலின்னு தங்கிட்டா. கழுகு, காக்கா எல்லாம் நாளைக்கே சாவகாசமா பார்த்துக்கறாளாம்.

அவள் சொன்னபடி என்னைப் பார்த்தாள். நீ விரலை நீட்டினால் உடனே பற்றிக்கொண்டு கூடவே வந்துடுவேன் என்று அந்தப் பார்வையை அர்த்தப்படுத்திக் கொண்டேன்.

வெய்யில் தகிக்க ஆரம்பிக்க குழந்தை உஷ்ணம் தாங்காமல் அழ ஆரம்பித்தது. ஒரு கல் மண்டப வாசலில் குழந்தையை நிறுத்தி வயதானவளும் நின்றாள்.

எனக்கும் மூச்சு முட்டுது பொண்ணே. நான் இங்கேயே ரெண்டு பழத்தை உரிச்சுப் போட்டுக்கறேன். கொண்டு வந்த புளிசோற்றை குழந்தைக்கு ஊட்டிவிட்டு, நீரும் புகட்டி அவனைத் தூங்க வைக்கறேன். இனி ஆயுசுக்கும் இவன் என்னோடதான். என் மகளைப் பத்தி தூஷணை செய்யறானே நல்லா இருப்பானா இவனோட அப்பன்?

அவளுக்கு மூச்சு வாங்கியது. அழுதபடி முந்தானையால் முகத்தை அழுந்தத் துடைத்தாள்.

திரும்பவும் அவனே எனக்கு மாப்பிள்ளையா வாய்க்கணும்னு தலைவிதி. போறது, எனக்கும் சேர்த்து தரிசனம் செஞ்சு சீக்கிரமா வந்து சேரு. கழுகைப் பார்த்து கன்னத்திலே போட்டுக்கோ. பக்கமா எல்லாம் போயிடாதே. கொத்திடும். ஜாக்கிரதையா இருடி கல்யாணி. நாளைக்குக் கல்யாணம் ஆகப்போறவ.

ஆக, அந்த அதிரூப சுந்தரிக்குப் பெயர் கல்யாணி.

கல்யாணி மாத்திரம் எனக்குப் பின்னால் நடந்து வந்தாள். நான் கல்யாணியின் நடைக்கு ஈடாக என் வேகத்தைக் குறைத்தேன். இப்போது கல்யாணிக்கு ஜதையாகக் கூடவே

நடந்தேன். கல்யாணி என்னை நிமிர்ந்து பார்த்துச் சிரித்தாள். கசகசவென்று வியர்வை கல்யாணியின் ரவிக்கையை நனைத்து என் கண்ணில், நாசியில் போதை ஏற்றியது.

கல்யாணி, உனக்கு ஒரு முத்தம் போடட்டுமாடி? கன்னத்தில், கழுத்தில். இன்னும் கழுகு கொத்தாத இடத்தில், வலத்தில். கல்யாணி. அடி என் கல்யாணீ.

அத்தியாயம் பனிரெண்டு

(எழுதிய நாள்) ஏப்ரல் 12 1904 சோபகிருது பங்குனி 31 செவ்வாய்க்கிழமை

(கீழ்க்கண்ட சம்பவங்கள் நடந்தது டிசம்பர் 3,4 1899 விகாரி வருடம் கார்த்திகை 19, 20 ஞாயிற்றுக்கிழமை, திங்கள்கிழமை எனக் கருதப்படும்)

இந்தக் கழுக்குன்றம் என்ற ஸ்தலம் இப்படி அதிக உயரமும் இல்லாமல் சுற்று வட்டாரத்து பூமியோடு கலந்து சமதரையாகவும் கிடக்காமல் ரெண்டுங்கெட்டானாக நிற்கிற அதிசயத்தை எனக்கு நானே பிரலாபித்துக் கொண்டேன். கொஞ்சம் இடைவெளி கொடுத்து நடந்து வந்து கொண்டிருந்த கல்யாணி என்ற பெண் என்ன சமாச்சாரம் என்கிறதுபோல் என்னைப் பார்த்தாள்.

கேட்டு ஒரு வார்த்தை அரை வார்த்தை சொன்னால் முத்து உதிர்ந்து விடுமோடீ? அட உதிரட்டுமே, அதையும் தான் பார்க்க வெகுவாக எனக்குள் ஆசையுண்டு கறுத்த பெண்ணே. உன் எச்சில் ருசியோடு அதையெல்லாம் எடுத்து மாதுளம் முத்தாக வாயில் மெல்ல எனக்குக் கொடுத்து வைத்திருக்கிறதா தெரியலை போ.

மட்டக் குதிரை வண்டி சவாரி சுகமானது அல்லவே. சுபாவமாகவே கோணக்க மாணக்க என்று திரியும் இந்த ஜந்துக்களுக்கு கண்ணை மறைத்து சேணத்தையும் பூட்டி ஓட்டிப் போகிறபோது அதுகள் தடுமாறித் தத்தளித்து சஞ்சரிப்பது பார்க்கவே கஷ்டமான ஒண்ணு இல்லையோ?

தோள் சஞ்சியை ஒரு தோளில் இருந்து மற்றதுக்கு மாற்றிக் கொண்டு நான் இங்ஙனம் உரக்கச் சொன்னதும் கல்யாணிக்குக் கேட்க வேண்டும், அவள் அனுசரணையாக வர்த்தமானம் சொல்ல வேண்டும் என்று எதிர்பார்த்தபடிக்குத் தான். கூடவே நடந்தால் மட்டும் சகஜமாக முடியாது என்றபடியால் அவளோடான சம்பாஷணை மூலம் அதை உண்டாக்கிக் கொள்ள மெனக்கெட வேண்டிப் போனது. அந்தக் கடன்காரியோ கல்லும் பாறையுமாக இருந்த பாதையில் கல் மனசோடு மேல் நோக்கி காலடி வைத்து ஏறுகிறதிலேயே குறியாக இருந்தாள்.

இதென்ன பேசாமடந்தைப் பெண்ணும் அசமஞ்சமான பிராமணனும் நடந்து போன வழிக்கு வைத்து கரடியைப் பார்த்த கதை போல் இருக்குதே.

நான் அடுத்த அஸ்திரத்தைப் பிரயோகித்தேன். நினைத்தபடி சரியாகத்தான் போய் விழுந்தது அது.

அது என்ன கதை பிராமணரே?

அவள் முகத்தில் சிரிப்பு தெரிய என்னைப் பார்த்துக் கேட்டாள். ஆனாலும் அந்தச் சிரிப்பு வாயைத் திறந்து வந்த ஒன்றில்லை. மூக்கு கொஞ்சம் விடைத்து புருவம் ஏறிக் கண்ணால் சிரிக்கிற அபூர்வமான அழகி அவள்.

செங்கல்வராய முதலிக்காக கொக்கோகம் காலிகோ பைண்ட் புஸ்தகம் அச்சுப் பிழை பார்த்துக் கொடுத்த வேளையில் பதுமினி, சித்தினி இப்படி பல ஜாதிப் பெண்களைப் பற்றிய புலவரின் வர்ணனை அதுமிதுமாக குழப்பமாக நினைவில் வந்து போனது. இவள் என்ன ஜாதி? எல்லா ஜாதியும் கலந்த அபூர்வ புஷ்பமா?

ஓய் பிராமணரே, ரெட்டிப் பெண் கேட்டால் பதில் சொல்லக் கூடாதுன்னு உம் சாஸ்திரம் சொல்லுதாக்கும். வாய் வார்த்தைக்கும் தீட்டு பார்க்கிறவரா நீர்?

வெகு சுபாவமாக அவள் அரை மரியாதை விளிக்கு வந்து சேர்ந்தது நல்லதுக்குத்தான் என்று நினைத்தேன்.

என்ன கேட்டாயம்மா?

அம்மகாருவும் ஆச்சு, அத்தகாருவும் ஆச்சு. என்னைப் பார்த்தா தலை நரைச்ச கிழவி மாதிரியா தெரியறேன்? பதினாறு முடிஞ்சு பத்து நாள் தான் ஆச்சு ஓய்.

இந்த விளையாட்டைத் தொடர நான் சித்தம் செய்து கொண்டபடி அவளிடம் பதிலுக்கு வார்த்தையாடியது இப்படியாக இருந்தது.

நான் என்ன பித்தனா பெண்ணே? உனக்கு பதினாறு வயசுக்கு மேலே ஒருநாள் கூட்டிச் சொன்னாலும், மதியம் அன்னம் எடுக்க வரும் கழுகு சித்தெ முன்னாடியே வந்து சேர்ந்து என் நெஞ்சில் கொத்திப் புண்ணாக்கிப் போடும் என்பது சர்வ நிச்சயம். அதுக்குப் பிறகு எனக்குத்தான் பத்தும், கிரேக்கியமும், வருஷாப்தியும்.

சொன்னபடிக்குக் குடுமியை அவிழ்த்து உதறி மறுபடியும் இறுக முடிந்தேன்.

யாரோ போன வழிக்குக் கரடி எதிர்ப்பட்ட கதையைக் குடுமியில் முடிந்து வைத்திருக்கிறீரா? இல்லை கரடி அங்கே உக்கார்ந்து இருக்கா?

கரடி இருக்கப்பட்ட இடத்தைச் சொல்ல நினைத்தேன். எனக்கு சிரிப்பு வந்தது. கரடிக் கதை. பிராமணக் கரடி. கரடிக் கன்னி. மான் கண்ணி. மெல்லிதழ் பேதை. முத்தன்ன வெண்நகையாள். கருத்துருண்ட திடமான முலைச்சி. கரடிக் கதை என்று ஒன்று இருக்கா என்ன? அந்த நிமிஷம் அவளிடம் பேச எடுத்து விட்ட விஷயம் இல்லையோ அது?

நான் உத்தியோகம் பார்க்கும் பொடிக்கடையில் வீரராகவ

ஐயங்காரன் என்ற சோழியப் பிள்ளை ஒருத்தன் என் கூட நின்று வாழைப் பட்டையில் பொடி மடித்துத் தருகிற ஜோலியில் மும்முரமாக இருக்கிறான். கடையில் ஆள் வராத நேரத்தில் அவன் இட்டுக்கட்டி ஹாஸ்யமாகப் பலதும் சொல்வது வழக்கம். பரமார்த்த குரு கதை என்ற பெயரில் ஒரு பாதிரி தூஷணையாக எழுதின ஒரு கிரந்தத்தை ஒரு தினம் அவன் எடுத்து வந்து உரக்கப் படிக்க அந்த வர்த்தமானங்களைக் கேட்டு எல்லோரும் அடக்க முடியாமல் விழுந்து விழுந்து கண்ணிலே நீர் வரச் சிரித்தோம். கடையின் தலைமை உத்யோகஸ்தரான ராவ்காரு தலையை உயர்த்திப் பார்த்து உடனே அதை நிறுத்திப் போடுமய்யா என்று சத்தம் கூட்டிச் சொன்னார்.

இப்படி அன்னிய மத தூஷணையாக ஒரு பாதிரி மனம் போனபடிக்கு எழுதினதை எல்லாம் மற்ற பாதிரிகள் புஸ்தகம் போட்டு நாலு காசு சம்பாதிச்சுக் குப்பாயத்தில் அடைச்சுக் கொள்கிறாங்கள். அவங்களெல்லாம்தான் அப்படி என்றால் உமக்கும் ஏனய்யா புத்தி கெட்டுப் போனது ஐயங்காரே? அதைக் கொண்டு வந்து உத்தியோக நேரத்தில் உரக்க வாசித்து மற்றவர்களை என்னத்துக்கு இம்சைப் படுத்தணும்?

ராவ்காரு சொன்னபடிக்கு வீரராகவன் என்ற சோழியப் பிள்ளை வாசிப்பதை நிறுத்தினாலும் நான் அந்த கிரந்தத்தை ஒரு ராத்திரி கடன் வாங்கிப் போய் லலிதாம்பிகைக்குப் படித்துக் காட்டி அவளையும் சந்தோஷப்படுத்த நினைத்தேன். ஆனாலும் அவள் எழுத்தறிவில்லாத காரணத்தால் இதில் இருக்கப்பட்ட ஹாஸ்யம் புரியாமல், பரமார்த்த குருவுக்கு அஞ்சு சிஷ்யர்கள் என்று ஆரம்பித்த மாத்திரத்திலேயே வாயைப் பிளந்துகொண்டு நித்திரை போய்விட்டாள். அந்தப் பரமார்த்த குரு கதையும் கல்யாணியோடு சல்லாபிக்கிற நினைவில் நடந்த எனக்கு உடனடியாக ஞாபகத்தில் வரவில்லை.

சரிதான் போ, நாமே புதுசாக ஒரு கற்பனையை எடுத்து விடலாம் என்று உத்தேசித்து மேற்கொண்டு வார்த்தை சொல்லலானேன்.

சாஸ்திரம் படித்து விட்டு வந்த கரடியொன்று வழியோடு

போன பிராமணப் பிள்ளையை வம்புக்கு இழுத்து இலக்கண சந்தேகம் கேட்க, அவன் திருதிருவென்று முழிக்கிறான். இப்படி ஆரம்பித்துக் கதை கட்ட ஆரம்பித்தேன். என்ன மாயமோ இந்தப் பொண்ணு என் அண்டையில் இருந்து ஏற்படுத்தியது? சரம் சரமாக வார்த்தைகள் ஒண்ணோடு ஒண்ணு பின்னிப் பிணைந்து வாயிலிருந்து நேர்த்தியாகப் புறப்பட்டது. எனக்கே அது வெகு சுவாரசியமாக இருந்தது.

எனக்குத் தெரிந்த சமஸ்கிரதமும் தமிழ் செய்யுளும் சேர்த்து அந்தக் கதையை அவளுக்கு ஒருவாறு சொல்லி முடித்தேன். மேற்படி கட்டுக்கதை தற்போது ஞாபகத்தில் இல்லாத காரணத்தால் அதை துரைத்தனக்கு உண்மை உரைக்க எழுதும் இந்த லிகிதத்தில் சேர்க்க இயலாமல் போனது. பெரிய மனசு பண்ணி மன்னிக்க வேணும் என்று கோருகிறேன். பிற்பாடு அது நினைவில் வந்தால் அனுபந்தமாக அனுப்ப இந்த அடிமை பிராமணன் இனி ஆயுசுள்ளவரை சித்தம்.

நான் விஸ்தாரமாகக் கதை சொல்லி முடித்த பிறகு கல்யாணி முகத்தில் ஒரு சகஜ பாவம் தட்டுப்பட்டது. பிரவாகமாக செய்யுள் என் மனசில் மேலே கிளம்பி வந்தது.

இளமான் கன்னி கண்ணியில் வீழு பெண்மான். தேமா தேமா கூவிளம் தேமா தேமா. வாம்மா கருவிளம்பெண்ணே. செய்யுளாக எனக்கு வசப்பட்டு என்னோடு வாயேண்டீ.

உம் தோளில் சஞ்சியில் என்ன வைத்திருக்கிறீர்? மடி வஸ்திரம் தானே?

எல்லாம் தெரிந்த பாவனையில் கேட்டாள் அவள்.

துணி இல்லை. ஆகாரம். மதியம் பசித்தால் எடுத்து உண்ண சத்துமாவும் நாலைந்து மலைவாழைப் பழமும்.

எனக்குப் பசித்தால் கொடுப்பீரா? இல்லை தீட்டாகிவிடுமா?

என்னையே கொடுப்பேனடி என்று நினைத்தபடி சஞ்சியைத் திறக்க ஆயத்தமானேன்.

வேணாம். இப்போ பசி கிஞ்சித்தும் இல்லை.

அவள் சொல்லிவிட்டு ஒரு வினாடி என்னை கேசாதி பாதம் உற்று நோக்கினாள். ஆள் மிடுக்கு அவளை அசத்திப்போட்டது அவள் பார்வை தரைக்குக் கவிழ்ந்ததில் தெரிந்து போனது.

நீர் என்ன உத்தியோகத்தில் இருக்கிறீர்?

முணுமுணுப்பாக விசாரித்தாள் கல்யாணி.

கருப்புப் பட்டணத்தில் பிரசித்தமான மூக்குத் தூள் விற்கிற கடையை என் பூஜ்ய பிதா எனக்கு ஏற்படுத்திக் கொடுத்து விட்டு ஸ்வர்க்கம் போயிருக்கிறார். ஒரே மகனான நான் கலாசாலையில் பரீட்சை கொடுத்து ஜெயமடைந்தாலும் வேறு துரைத்தன உத்தியோகம் வேண்டம் என்று முடிவு செய்து கடையை முழுக்கக் கட்டி நிறுத்தி நிர்வாகம் செய்து வருகிறேன். லட்சுமி மாதிரி வஞ்சனை இல்லாமல் தனத்தை வழங்கும் தேவதையாச்சே புகையிலை என்பது.

அவள் தனத்தை வெறித்தபடி மனசறிந்து பொய் சொன்னேன். மார்ச்சீலையை சரியாக்க மறந்து போயிருந்த அவள் கண்ணை விரித்து இதையெல்லாம் ஆச்சரியமாகக் கேட்டுக் கொண்டிருந்துவிட்டு மேற்கொண்டும் கேள்வி போட ஆரம்பித்தாள்.

எத்தனை குழந்தைகள் உமக்கு?

சரியாப் போச்சு. எனக்கு இன்னும் கல்யாணமே ஆகலை கல்யாணி.

இன்னொரு பொய்யை முந்தியதுக்கு மேலே வைத்துக் கட்டும்போது சுவாதீனமாக அவள் பெயரையும் விளித்துச் சேர்த்துக் கொண்டேன்.

கல்யாணம் ஆகலியா? எனக்கும் அதேபடி தான். தேச ஆச்சாரப்படி பார்த்தால் நாம் ரெண்டு பேரும் இப்படி தனியாக சஞ்சரிப்பது சரியில்லை. நீர் ஒரு பரிசுத்த ஆத்மா என்று என் அம்மாள் உம்மோடு மலையேறி தெரிசனம் செய்து வரச் சொல்லி என்னை அனுப்பி வைத்தாள். இல்லாவிட்டாலும் பார்த்த மாத்திரத்திலேயே நீர் கண்யமான மனுஷ்யர் என்று

எனக்குத் தெரிஞ்சு போனதே.

அவள் சுபாவமாகச் சொன்னாள். காதில் கடுக்கனும், ஜரிகை வேஷ்டியும் வாயில் அலங்காரமான வார்த்தையும் எப்படியெல்லாம் நினைக்க வைத்துவிடுகிறது.

தேச ஆச்சாரம் அதுபாட்டுக்குக் கிடக்கட்டும். தேக ஆச்சாரம் உன்னை இழுத்துப் பிடித்துக் கிடத்தச் சொல்கிறதடி கண்ணே.

அவளுக்குக் கொஞ்சமும் சமஸ்கிருதம் தெரியாதது வசதியாகப் போனது. அரவம் மாட்லாடுவேன் என்று சொன்னாலும் தமிழும் அவளுக்கு வராத பாஷைதான்

எனக்கு நாளைக்கு மறுதினம் கல்யாணம் ஆகப்போறது. தெரியுமா?

அவள் குசும்பாகப் பார்த்தபடி கேட்டாள்.

சொன்னால் தானே தெரியும் ரெட்டிப் பொண்ணே. ஆனாலும் அவசரப்பட்டுட்டியே.

நான் கவலையோடு முகத்தைத் தூக்கி வைத்துக் கொள்வதாகப் பாவனை பண்ணினேன்.

என்ன அவசரத்தைக் கண்டீர்? உம்ம ஜாதியில் பிள்ளை பார்த்திருப்பீரா?

நான் இல்லையா?

ஹாஸ்யம் சொல்கிறதுபோல் இஷ்டமானதைச் சொல்லிப் போட்டேன்.

கேட்டபடி அவள் துருத்திய நாக்கை உதட்டால் கௌவிக்கொள்ள வேணாமோ? பொறுடா பிரம்மஹத்தி என்றது மனசு. என்னத்துக்காகப் பொறுக்கணும்?

கொஞ்சம் நெருங்கிப் போனேன். அவள் தலைக்குப் பூசியிருந்த நல்லெண்ணெய்க்குத் தான் என்ன மாதிரி ஒரு அமானுஷ்ய வாசனை? கொண்டித் தோப்பு வைத்தியன் கொடுத்த மயில் றெக்கை எண்ணெய் மாதிரி துர்வாடை அடிக்காமல் இப்படி

சுகந்த பரிமளமாக ஆகர்ஷிக்க வைக்கும் இதை இடுப்பில் பூசிக் கொண்டு லலிதாம்பிகையோடு சயனம் போயிருந்தால் அவள் இன்னேரம் இடுப்பைப் பிடித்துக்கொண்டு நிறைசூலியாக வந்து நிற்க மாட்டாளோ.

மயில் றெக்கை எண்ணெயும் கொண்டித்தோப்பு வைத்தியனும் நாசமாகப் போகட்டும். லலிதாம்பிகையும் என்னைத் தொந்தரவு செய்யாமல், மதியச் சாப்பாடு முடித்து பாத்திரம் ஒழித்துப் போட்டுவிட்டு சுகமாக உறங்கிக் கிடக்கட்டும். எனக்கு இங்கே இவளோடு கொஞ்சம் சல்லாபிக்க வேண்டியிருக்கிறது. இப்போது வேணாம். ஒரு மாதிரி நேரம் செல்லட்டுமே.

போகிற வழிக்கு வைத்து ஒரு சத்திரம் எதிர்ப்பட்டது.

உனக்குக் கதை சொல்லி நாக்கு வரண்டு போச்சு ரெட்டிப் பெண்ணே. இங்கே என்னமோ சத்திரம் மாதிரி இருக்கு பார். இவிடத்தில் பானகமோ நீர்மோரோ கிடைத்தால் தாகசாந்தி செய்து போகலாமே. கழுகு தரிசனத்துக்கு எதேஷ்டமா நேரம் பாக்கி இருக்கு.

நான் சொல்ல அவள் சரி என்று ஒப்புக்கொண்டு கூடவே வந்தாள்.

சத்திரத்துக்குள் களேபரமான கூட்டமாக இருந்தது. ஒரு தடவை குவளையில் நிரப்பிக் கொடுத்த பானகம் குடித்த ஒருத்தன் அந்தாண்டை போகமாட்டாமல் திரும்பத் திரும்ப வேணுமென்று பிடிவாதமாக நிற்க, சத்திரத்துச் சிப்பந்தி அவனை நகர்ந்து போகச் சொல்லிக் கொண்டிருந்தது காதில் விழுந்தது.

அய்யா, தாகத்தில் தொண்டை வரண்டு கிடக்கிறது. நீர் உழக்கு மாதிரி குவளையில் ஒரு சிராங்காய் தீர்த்தம் நிறைத்துக் கொடுத்துவிட்டு அப்பால் போகச் சொல்வது நியாயமா? இது என்ன வைத்தியன் சங்கில் கரைத்து சிசுவுக்குப் புகட்டச் சொல்லித் தருகிற அவுடதமா? வெறும் வெல்லம் கரைத்த ஜலம் தானே?

சிப்பந்திக்கு முன்னால் நின்றவன் தன் பங்கு நியாயத்தைச் சொல்லிக் கொண்டிருக்க நாங்கள் போய்ச் சேர்ந்தோம். எங்களை நிமிர்ந்து பார்த்த அந்தச் சிப்பந்தி சொன்னது இந்தப் படிக்கு இருந்தது.

ஓய் பிராமணரே, உம் பெண்ஜாதியை அந்தப் பக்கம் ஸ்திரிகளுக்கு பானம் கொடுக்கிற இடத்திற்கு போகச் சொல்லுமய்யா. இங்கே ஆம்பிள்ளைகள் தாக சாந்தி செய்து கொள்ள, அற்ப சங்கை தீர்க்க துரைத்தனத்தார் வசதி செய்து கொடுத்திருக்கிறது. உமக்குத் தெரியாதா என்ன? பெண்பிள்ளைகள் இங்கே வந்தால் அசங்கியமாக அனுபவப் படுவார்களே. அந்தப் பக்கம் ஸ்திரிகளுக்கானது. தயவு செய்து உம் மனைவியை அங்கே அனுப்பும்.

அந்த உத்தியோகஸ்தனை ஆலிங்கனம் செய்து கன்னத்தில் பலமாக முத்தமிட வேண்டும் என்று எனக்குத் தோன்றினதென்னமோ நிஜம். ஒரு நிமிஷம் வார்த்தை சொல்வதற்குள் என் மனம் கவர்ந்த அப்சரஸை எனக்குப் பெண்டாட்டியாக வந்து வாய்த்தவள் என்று ஒரு தடவைக்கு ரெண்டு தடவையாகச் சொல்லிவிட்டானே.

அவன் இதையெல்லாம் தமிழில் அந்தப் பிரதேசத்துக்கே உரிய கொச்சையான உச்சரிப்போடு சொன்னதால் கல்யாணிக்கு அதொண்ணும் அர்த்தமாகாமல் போனதும் நல்லதுக்குத்தான் என்று நினைத்தேன். அவள் ஹாஸ்யத்தைக் கேட்ட பாவனையில் கண்ணால் சிரித்துக் கொண்டு நின்றாள். அந்தப் பக்கம் போங்கோ மாமி என்றான் சிப்பந்தி அரைகுறை பிராமணக் கொச்சையில். அவனுக்கு முன்னால் இன்னும் பானகம் கேட்டபடி நிற்கிற பருமனான மனிதன் கிளம்புகிற வழியாக இல்லல என்பதையும் மறந்தபடிக்கு நையாண்டியாக இருந்தது அது.

இதுதான் சாக்கு என்று நான் அவள் புஜத்தைப் பிடித்து அழுத்தி அவளை உள்ளே ஸ்திரீகளின் சத்தம் வந்து கொண்டிருந்த இடத்துக்கு நடத்திப் போனேன். ஒரு வினாடி அவள் துணுக்குற்றாலும் அடுத்த வினாடி மகுடிக்குக் கட்டுப்பட்ட

நாகம் போல் நான் இழுத்த இழுப்புக்குக் கூடவே வந்தாள். புஜத்தில் வைத்த கையை இன்னும் இறக்கி அவளுடைய ஸ்தனங்களை வருட சந்தர்ப்பத்தை எதிர்பார்த்தபடி நான் நடந்தது சேணம் பூட்டிய மட்டக்குதிரை குறி விறைத்து நடக்கிற தோதில் இருந்திருக்க வேணும் என்று தோன்றுகிறது.

நல்ல வேளையாக என்னைப் பார்த்த பின்னாடி பானகப் பிரியனான அந்த மனுஷ்யன் இன்னொரு குவளை கடைசியாக வாங்கி வாயில் எச்சில் படாமல் உசத்திக் குடித்து விட்டு மேல் வஸ்திரத்தால் வாயைத் துடைத்தபடி கிளம்பிப் போனான். சத்திரத்து சிப்பந்தி எனக்கு அடுத்து ஒரு குவளை பானகம் பக்கத்தில் வைத்திருந்த பெரிய கங்காளத்தில் இருந்து மொண்டு கொடுத்தான்.

ரெண்டு நாளாக கழுகுகள் நேரம் தாமதித்துத்தான் வருதாம். தெரியுமோ உமக்கு?

அந்த சிப்பந்தி என்னைக் கேட்டான். இந்தத் தகவல் ஏதோ விதத்தில் எனக்கு பிரயோஜனப்படும் என்று அவன் நினைத்திருப்பானாக இருக்கும்.

மேக மூட்டமாக அல்லது மழை பெய்கிற நாளாக இருந்தால் பட்சிகள் பிரசாதம் உண்ண வராது என்று கேட்டிருக்கிறேன் ஐயா. இது என்ன பலபலவென சூரியன் தகிக்கும் தினத்தில் இப்படி அவை இடக்குப் பண்ணுவது?

நான் ஸ்திரிகளுக்கு பானம் கொடுக்கும் இடத்தைப் பார்த்தபடி சொன்னேன். கல்யாணி இன்னும் வந்திருக்கவில்லை.

என்ன செய்ய, சொல்லும். அந்தக் கழுகுகளும் புதுசாகக் கல்யாணம் ஆகி பாரியாளிடத்தில் சுகத்தையும் உபத்திரவத்தை அனுபவிக்கிறவையோ என்னமோ.

சத்திரத்து சிப்பந்தி சிரித்தபடி சொன்னான். எனக்கு அப்புறம் பானகம் தரச் சொல்லி யாரும் வராததால் அவன் கொஞ்சம் ஆசுவாசப்படுத்திக் கொண்டு ஓய்வாக இருக்கிற தருணம் இது என்று தெரிந்தது.

உமக்கும் சமீபத்திலேதான் கல்யாணம் ஆனதா?

நான் அவனை விசாரித்தேன். உமக்கும் என்பதை அழுத்தச் சொல்வதில் ஒரு சந்தோஷம். நான் கல்யாணியைக் கல்யாணம் கட்டி இங்கே கூட்டி வந்திருக்கிறேனாக்கும். அது வெகு சமீபத்தில் நடந்த கல்யாணம். மோகம் முப்பது நாளோ என்னவோ, இது முதல் நாள் கூட இன்னும் ஆரம்பிக்காத பொழுது.

அதை ஏன் கேட்கிறீர் என்று பொய்யாக அலுத்துக் கொண்டு அவன் சுகப்படும் ஆனந்தத்தைப் பகிர்ந்துகொள்ள ஆரம்பித்தபோது கல்யாணி வந்து சேர்ந்தாள். இவள் கொஞ்சம் தாமதித்தே வந்திருக்கலாமே என்று தோன்றியது. இவளுக்காகக் காத்திருப்பதில் உள்ள பரமானந்தம் அது.

கல்யாணியின் புடவை மார்புப் பக்கம் முழுக்க நனைந்திருந்தது. இதென்ன வாயில் ஊற்றிக் கொள்ளும் போது பாத்திரம் தவறி விழுந்ததோ என்று அவள் ஸ்தனங்களை விரலால் சுட்டிக் காட்டியபடி விசாரிக்கும்போதே எனக்குள் லகரி ஏறியது. பானகம் குடித்து ஈரமான உதடுகள் அதை இன்னும் அதிகமாக்கிப் போட்டன. பானகம். அதர பானகம். ஈர எச்சில் பருகச் சுகம்தானோ.

பானம் வைத்த பாத்திரம் உதட்டிலிருந்து தவறி விழுந்தாலும் சமுத்திரம் போன்ற மார்புப் பரப்பில் சுகமாகத் தங்கிக் கிடக்குமே தவிர தரையில் விழுந்து போகாதே.

சத்திரத்துச் சிப்பந்தி கையில் வெற்றுக் குவளையோடு பார்த்தபடி நிற்க இந்த ஈரத்தோடு அவளை ஆலிங்கனம் செய்து கொள்ள வேணும் என்று என்னுள் வெறி மிகுந்தது. அவனும் புதுசாகக் கல்யாணம் ஆனவன். இன்னொரு ஜோடி குலாவுவது அவனுக்குப் புரியும். ஆனந்தப்படுத்தும். கழுகுகளும் தாமதமாகவே வரட்டும்.

விரசா நடவுங்கள். இல்லையானால் இன்னிக்கு கழுகு தரிசனம் நமக்கு இல்லை.

கல்யாணி அவசரப்படுத்தினாள்.

பானகக்காரனிடம் சொல்லிக் கொண்டு கிளம்பி வெளியே வெய்யிலில் கல்படி ஏறும்போது கல்யாணி தவறி விழப் பார்க்க, அவள் கையை இறுகப் பற்றிக்கொண்டேன். அவள் விடுவித்துக்கொள்ளாமல் அப்படியே வந்தாள். மட்டக் குதிரை மனசுக்குள் தறிகெட்டு அலைந்துகொண்டிருந்தது.

இந்தப் பாறைக்குத் தான் கழுகு வரும்.

நான் மேலே நிமிர்ந்து பார்த்துக் கையைக் காட்டினேன். சூரியன் தகிப்பு மாறி மேகத்துக்குள் புகுந்திருந்த நேரம். மேலே பாறைக்குப் பக்கம் கூட்டமாகச் சில பேர் காத்திருப்பது இங்கிருந்தே கண்ணில் பட்டது. என் வண்டிக்காரனின் பச்சைத் தலைப்பாகை கூட்டத்துக்கு மத்தியில் பளிச்சென்று தென்பட்டது. அவனும் என்னைப் பார்த்திருக்க வேணும். என் கல்யாணியையும்.

அவளைப் பிடித்த கையை அவசரமாக உதறிவிட்டுக் கொஞ்சம் விலகி நடந்தேன்.

அத்தியாயம் பதின்மூன்று

எழுதிய நாள் ஏப்ரல் 12 1904 செவ்வாய்க்கிழமை சோபகிருது பங்குனி 31

(கீழ்க்கண்ட சம்பவங்கள் நடந்தது டிசம்பர் 3,4 1899 விகாரி வருடம் கார்த்திகை 19, 20 ஞாயிற்றுக்கிழமை, திங்கள்கிழமை எனக் கருதப்படும்)

நாங்கள் கழுக்குன்ற மலைக்கு மேலே போய்ச் சேர்ந்தபொழுது முதலில் கண்ணில் பட்டது துரைத்தனத்து கோர்ட்டு கச்சேரி உத்யோகஸ்தர்கள் ரெண்டு பேர். கூடவே சில போலீசு சிப்பாய்களும் அங்கே இருந்தார்கள். ஏதோ வம்பு வழக்கு இந்தப் பிரதேசத்தில் உண்டாகி அது ராஜாங்கத்தில் சந்துஷ்டி நிலவ ஒட்டாமல் அடிக்கிறதை விசாரித்துத் தீர்த்து வைக்க பட்டணத்திலிருந்து கிளம்பி வந்தவர்களாக இருக்கக் கூடும். வியாஜ்யம் தொடங்கும் முன்னரோ மங்களகரமாக முடித்துத் தீர்த்து வைத்த அப்புறமோ சுவாமி தரிசனமும் பட்சி தரிசனமும் கிடைத்து ஊர் திரும்ப உத்தேசித்திருப்பார்கள்.

இப்படி ஒரு அந்நிய ஸ்திரியோடு நான் ஈஷிக் கொண்டு நிற்கிற துராத்காரமான காரியத்தை இவர்கள் ஒரு கணமும் பொறுக்க மாட்டார்கள். கல்யாணியின் கையை நான் பற்றியபடிக்கு

மேலே ஏறி வந்ததை வேறே அந்த வண்டிக்காரச் சண்டாளன் பார்த்துத் தொலைத்திருக்கிறான். அவன் இதுக்குக் காது மூக்கு எல்லாம் வைத்து உத்தியோகஸ்தர் காதில் போட்டால் நான் வம்பு வழக்கை சந்திக்க இயலாமல் நிர்க்கதியாகி நிற்க வேண்டி வரும் என்று அஞ்சினேன். இந்தச் சிந்தனைகளோடு ஒரு ஓரமாகப் போய் நிற்க, கல்யாணி என் அருகில் வந்து, திரும்ப என் கையை இறுகப் பற்றிக் கொண்டாள்.

இது என்னத்துக்கு உபத்திரவம் கொடுக்கிறாயடி பெண்ணே என்று அவளைப் பார்வையால் விசாரித்தபடி அவள் கையை விலக்க முயன்றேன். அவளோ விடமாட்டேன் என்று உதட்டைக் கடித்தபடி கால்பெருவிரலால் தரையில் கோடு கிழித்தபடி நின்றாள்.

என் மேல் மையலுற்ற ஒரு பெண்பிள்ளையை ஆயுசில் முதல் தடவையாகப் பார்க்கிறேன். இதைவிட எனக்கு வேறென்ன அதிர்ஷ்டம் கிட்டும்? போலீஸ் உத்தியோகஸ்தனும் கச்சேரி சிரஸ்தார், நாசர் வகையறாக்களும் பெண்வாசனை இல்லாத நரகத்துக்குப் போய் குறி நசித்து அழியட்டும். இந்த தினத்தை எனக்காகவே படைத்து உண்டாக்கி விட்டிருக்கிறது பிரக்ருதி. அப்பு. வாயு. ஜலம் எல்லாம் சேர்ந்து. அனுபவிக்கப் பிறந்தவன் நான். இதை, இவளை எல்லாந்தான்.

இந்த யோசனை வந்ததும் பார்வையில் மிடுக்கும் வார்த்தையில் தெம்பும் தன்னாலேயே வந்து சேர்ந்தது.

பட்சி வருகிற நேரம் ஆச்சுதா?

நான் பக்கத்தில் நின்ற பருமனான மனிதனிடம் கணீரென்ற குரலில் விசாரித்தேன். அவன் வெய்யில் பொறுக்க ஒண்ணாமல் தலையில் மேல்வஸ்திரத்தைக் கைம்பெண் முக்காடு போட்ட ரீதியில் சுற்றி இருந்தான்.

என் குரலில் அதிகாரத்தைக் கண்டோ என்னமோ வெலவெலத்துப் போய் அவன் மேல்துண்டை இடுப்பில் சுற்றிக்கொண்டு என்னை நமஸ்கரித்தான். அப்போது கல்யாணியின் கை என் முதுகில் ரகசியமாக ஊர்ந்து பூணூலை நூல் பிரித்து விரலை நுழைத்து குறுகுறுப்பாக

வருடிக் கொண்டிருந்தது.

பட்சி இன்னும் வரலை என்றுதான் பார்த்துக்கொண்டு நிற்கிறோம் எல்லோரும் ஸ்வாமி.

சர்க்கார் உத்தியோகஸ்தர்கள் என்று நான் முன்னரே அனுமானித்தவர்களில் ஒருத்தர் என்னை மரியாதையோடு பார்த்துக் கைகுவித்து நமஸ்காரம் சொன்னார்.

நான் இந்த ஸ்தலத்தில் பரம்பரை தர்மகர்த்தா. என் நாமம் பக்தவத்சல முதலி என்பதாகும். இது என் தமையனார். இவரும் இதே கைங்கர்யம்தான் செய்கிறார். குடும்ப தாவா ஒன்றை சுவாமி சந்நிதியில் பூக்கட்டிப் பார்த்துத் தீர்த்துக்கொண்டு பட்சி தரிசனத்துக்காகக் காத்திருக்கிறோம்.

அவர் சொல்ல நான் சும்மா தலையை ஆட்டியபடி கேட்டுக்கொண்டேன்.

பிரபு பட்டணத்தில் சர்க்கார் சப்கலெக்டர் அல்லவா? போன மாசம் ஜமாபந்திக்கு வந்த இடத்தில் தரிசனம் செய்கிற பாக்கியம் எமக்குக் கிட்டியது.

அவர் நைச்சியமாகவும் நயந்தும் வாயைக் கையால் பொத்தியபடி என்னிடம் வெகு மரியாதையாகப் பேசினார். கல்யாணி என் பக்கத்தில் ஒரு அட்சரமும் புரியாவிட்டாலும் அவர் காட்டிய மரியாதையைப் பார்த்து வெகுவாக பிரமித்துப்போய் நின்றாள்.

நான் தர்மகர்த்தாவுக்கு ஆமாம் என்றும் இல்லாமல் அவர் சொல்லியதை எதையும் மறுக்கவும் செய்யாமல் புன்சிரிப்போடு தலையைக் குலுக்கி ஏதோ ஜவாப் சொன்னேன். திடகாத்திரமான உடம்பும், மேலே பூணூலும் காதில் கடுக்கனும் ஜரிகை சோமனும் பக்கத்தில் லட்சணமான ஸ்திரியும் உத்யோக லட்சணத்தை அள்ளிக் கொடுத்தால் வேணாம் என்று சொல்வானேன்.

தர்மகர்த்தா முதலியார்களுக்குப் பக்கத்தில் நின்றவர்களைக் கவனித்துப் பார்த்தேன். அவர்கள் இந்த முதலிகளின் மெய்க்காப்பாளர்கள். நாசமாகப் போன போலீசும் இல்லை, மண்ணாங்கட்டியும் இல்லை. போலீசுக்காரனுக்காவது

துரைகளின் பிருஷ்டத்தைத் தாங்கினால் நாலு காசு பக்ஷீஷ் கிட்டும். முன்னாலும் பின்னாலும் சேர்த்துத் தாங்கினாலும். இந்த மனுஷ்யர்களுக்கு விளக்கெண்ணெய் ஜம்ப ஆசாமிகள் வகையில் ஒரு பைசாவும் பெயராது,

இந்த இடத்தில் ஒன்றைச் சொல்ல அனுமதிக்க வேண்டுகிறேன். இதை இதுவரைக்கும் எழுதிக்கொண்டு வந்தது காராக்ருஹ போலீஸ் சிப்பாய் சேவகர் ஒருத்தர். இப்போது காகிதத்தையும் மசிக்கூட்டையும் கட்டைப் பேனாவையும் என் இருப்பிடத்துக்குள் வீசியெறிந்தார் அந்த சர்க்கார் உத்தியோகஸ்தர்.

ஓய் பிராமணரே, உம்மை லண்டன் பட்டணத்தில் மகாபிரபு சக்ரவர்த்திகள் நினைத்தாலும் இனி ரட்சிக்க முடியாது. போலீஸ் உத்தியோகஸ்தன் என்றால் உமக்குக் கிள்ளுக்கீரை ஆச்சுதோ? மனசு போனபடி ஏதேதோ பிதற்றி அதை என்னைக்கொண்டு எழுதச் சொல்கிறீரே? உள்ளதை உள்ளபடி எழுதிக் கொடுத்து சகாயம் செய்து நீர் உயிர் பிழைக்க ஒத்தாசை செய்யலாம் என்று கருதியிருந்தேன். உம்முடைய காமாந்தகாரமான வார்த்தைப் பிரயோகங்களை நான் சஷ்டி விரதமும் சோமவாரம் ஒரு பொழுதும் இருப்பதையும் பொருட்படுத்தாது நீர் சொன்னபடிக்கு இதுவரை எழுதிப் போனேன். வீடு திரும்பி காதை மட்டும் துளசி தீர்த்தத்தில் நனைத்துக் குளிக்கிற கிரமம் மூலம் ஒவ்வொரு நாளும் நான் பரிசுத்தம் செய்து கொள்ள வேண்டிப் படும் கஷ்டம் உமக்குப் புரியாது. காதில் சுபாவமாகவே சீழ் கிளம்பி வருகிற காரணத்தால் தலை குளிக்க முடியாமல் இப்படி காதுக் குளியலோடு நான் கஷ்டப்பட்டபோது கர்ண நாதம் என்ற நோயும் வந்து சேர்ந்தது. சதா காதுக்குள் ஏதோ மாட்டு வண்டி கடகடவென்று போகிற சத்தமும், யாரோ மலையாள பாஷையில் ரட்சிக்கணும் ரட்சிக்கணும் என்று கூப்பாடு போடுகிறதும் ஒரு மாசமாக என்னைத் தூங்க விடுவதில்லை.

உமக்கு லிகிதம் எழுதிக் கொடுத்ததை வீட்டுப் பெண்பிள்ளையிடம் ஆதியோடந்தமாக நேற்றைக்குச் சொல்லி வைக்க அவள் சிருங்கார வயப்பட்டு என்னை அவளோடு லயிக்கச் சொன்னாள். நாற்பது கடந்தவளிடம் ஐம்பது முடிந்த நான்

லயித்துச் சுகித்து இசகு பிசகாக ஏதாவது ஆகி, சாகப்போகிற நேரத்தில் அஞ்சாறு வயசே திகையும் ஒன்பதாவது பிள்ளையைப் பெற்றுக்கொள்ள முடியுமா சொல்லும். சிவசிவ என்று நல்ல சிந்தையில் மனதைச் செலுத்தச் சொல்லி அவளுக்கு அறிவுறுத்தி உம்மையும் அப்படியே நல்வழிப்படுத்த நினைத்து உடுப்பை தரித்துக்கொண்டு இங்கே காலையில் உத்தியோகத்துக்கு வந்தேன்.

இப்படி எல்லாவற்றையும் உமக்காகப் பொறுத்தால் நீர் செய்கிற கைம்மாறு இதுதானா? எனக்குச் சோறு போட்டு தாகம் தீர்க்க தண்ணீரும் மோரும் தரும் இந்த உத்தியோகத்தை எப்போது பழித்தீரோ அப்போதே நான் இந்த குமஸ்தன் கைங்கரியத்தைத் தொடரப் போவதில்லை என்று முடிவு செய்து கொண்டாயிற்று. நீரே இந்தக் கர்ம காண்டத்தை எழுதிப் பூர்த்தி செய்து கொள்ளும். என்னால் இந்த ஆபாஸ வியாசத்தினை இதுக்கு மேலுஞ் சகிக்க முடியாது.

நல்ல வேளையாக அந்தச் சிப்பாய் வீரர் இப்படிச் சொல்லியபடி வீசிவிட்டுப் போன மசிப்புட்டி உடையாமல் உருண்டு என்னிடம் வந்து சேர்ந்ததாலும், நாலு எழுத்து எனக்கே படிக்கத் தெரிந்திருந்த காரணத்தாலும் இந்தக் கடிதத்தை நானே எழுதி முடிக்க சித்தம் செய்து அதுபடிக்கு தற்போது தொடர்கிறேன்.

கழுக்குன்றம் பட்சி தரிசனத்துக்காகக் காத்துக் கிடக்கிற விஷயம் இந்தப்படிக்கு மேலே போகிறது.

உருட்டி வைத்த சாத உருண்டைகளோடும் பித்தளை கிண்டியில் நீரோடும் கழுகுகளை எதிர்பார்த்து உட்கார்ந்திருந்த பூசாரிகள் பொறுமை இழந்து போயிருப்பது அவர்கள் முகத்தில் ஸ்பஷ்டமாகத் தெரிகிறது. அடிக்கடி கிழக்கே பார்த்து அவர்களுக்குள் ஏதோ தழைந்த குரலில் சம்பாஷணை செய்து மேல் துண்டால் முகத்தைத் துடைத்துக்கொள்கிறார்கள். பட்சிகள் நேரத்துக்கு வந்து இரை எடுத்துப் போகாவிட்டால் இவர்கள் கோர்ட்டுக் கச்சேரி ஏறி பதில் சொல்ல வேண்டியிருக்குமோ என்னமோ என்று நான் நினைக்கலானேன்.

கூட்டத்தின் பொறுமையும் எல்லை கடந்து போய்க் கொண்டிருந்தது. அவரவரும் பகல் சாப்பாட்டு ஞாபகத்தில் பசி பொறுக்க முடியாமல் அங்கேயும் இங்கேயும் பிராக்குப் பார்த்துக்கொண்டிருந்தார்கள். பட்சிகள் வந்தால் அரக்கப் பரக்க தரிசித்து முடித்து கீழே இறங்கி நாலு கவளம் சாதத்தை உருட்டிப் போட்டு ஆசுவாசமாகக் கிடந்து உறங்க எல்லோருக்கும் ஆசையும் அசதியும் பசியும் கூடவே தாகமும் திடமாகத் தெரிந்தது. சூரிய வெப்பம் வேறே பொறுக்கமுடியாத தோதில் உடம்பு முழுக்க அந்தரங்க பாகம் வரைக்கும் சுட்டுப் போட்டது. பாறைச் சூட்டில் வெய்யில் பொறுக்காமல் கால் மாற்றி மாற்றி அங்கங்கே நின்றுகொண்டிருந்தவர்களைப் பார்க்க பரிதாபமாக இருந்தது.

நான் பின்னால் திரும்பி கல்யாணியைப் பார்த்தேன். அவள் பாறை நிழலில் வளைந்து படுத்து நித்திரை போயிருந்தாள். பூச்சி பொட்டு கடித்தால் உடம்பெல்லாம் ரணமாகி விடுமே என்று உண்மையாகவே அவளுக்காக அனுதாபப்பட்டேன். விலகியிருந்த அவள் மார்ச் சேலையை சரியாக்கினேன்.

சிறிது நாழிகை இப்படி நிச்சயமின்றிக் கழிந்தபின் தர்மகர்த்தாக்கள் என்னை நோக்கி நடந்து வந்தார்கள்.

நான் மேல் வஸ்திரத்தால் விசிறியபடி சாய்ந்து நின்று என்ன விஷயம் என்று விசாரிக்கிற தோரணையில் அவர்களைப் பார்த்தேன்.

இன்றைக்கு என்ன ஆச்சுதோ தெரியலை. பட்சிகள் வரக் காணோம். அப்போதைக்கப்போது அதுகள் இடக்குப் பண்ணுவது வாடிக்கைதான். என்னதான் ரிஷியாக இருந்தால் என்ன, ஜன்மனாவாசனையில் பறவை ஜந்துவாச்சே. இனியும் இங்கே கலெக்டர் ஐயர்வாள் காத்திருந்து களைத்துப் போக நாங்கள் கிஞ்சித்தும் சம்மதியோம். இன்றைக்கு பட்சி தரிசனம் கூடிவரலை. இன்னொரு நாள் சாவகாசமாக எல்லோரும் வரலாம் என்று சகலருக்கும் தெரிவிக்கச் சொல்கிறோம். சுவாமிகள் தம்பதி சமேதராக எங்களோடு செங்கல்பட்டு வந்து எங்கள் கிரஹத்தில் சிரமபரிகாரம் செய்து கொண்டு

பட்டணம் திரும்ப மனசு வைக்கணும்.

அவர்கள் வேண்டிக் கொண்டார்கள். எனக்கு அவர்களோடு போக அரை மனசுதான். ஆனாலும் கல்யாணி வரமாட்டாள். அவள் எனக்குச் சொந்தமான ஸ்திரி இல்லை என்று தெரிய வந்தால் என் பூர்வீகமும் அடையாளமும் கிளறப்பட சந்தர்ப்பம் ஏற்படலாம். எல்லாம் முடிவது நான் கருப்புப் பட்டணப் பொடிக்கடையில் மூக்குத்தூள் மடித்துத் தருகிற தரித்திரன் என்பதிலாக இருக்கும். இது சர்வ நிச்சயமாகப் புரிய அவர்களின் அழைப்பை நிராகரித்தேன்.

முதலியாரே, நீர் உசிதம் போல் இந்தக் கூட்டத்துக்கு பட்சி தரிசனம் கூடி வராதது பற்றி அறிவித்துப் போடும். அதையும் நீர் செய்வதை விட பூசாரிகளை விட்டுச் சொல்ல வைக்கலாம். அவர்கள் ரெண்டு தமிழ்ப் பாட்டு, புராணம் எல்லாம் சேர்த்து விளம்பி இதைச் சிறிய தோதில் பிரசங்கிக்கட்டும். கூட்டமும் வந்த நோக்கம் ஏதோ விதத்தில் நிறைவேறின திருப்தியோடு கலைந்து போகும். அது அந்த மட்டில் போகட்டும். அடுத்த பிரஸ்தாபம் நீர் எம்மை செங்கல்பட்டுக்கு அழைக்கிறது. உம்முடைய பிரியத்தை மெச்சுகிறோம். ஆனால் தற்போது வர சௌகரியமான ஸ்திதி இல்லாமல், உடனே பட்டணம் திரும்பி ராஜதானி காரியங்களைக் கவனிக்க வேண்டியிருக்கிறது. இன்னொரு சந்தர்ப்பத்தில் நானே முன்கூட்டி லிகிதம் எழுதி உமக்கு அறிவித்துவிட்டு பட்சி தரிசனத்துக்குக் கிளம்பி வருகிறேன்.

நான் நீளமாகப் பேசி முடித்து நாக்கு வரண்டு சுற்றும் முற்றும் பார்க்க, முதலியாரின் மெய்க்காப்பாளன் குறிப்பறிந்தவனாக மண் கூஜா நிறைய குளிர்ந்த நீரோடு வந்து என்னிடம் அதை நீட்டினான்.

நான் வாங்கிக்கொண்டு பாறைக்குப் பின்னால் நடந்தேன்.

பூசாரி பேச்சும் தேவாரமோ திருவாசகமோ ராகத்தோடு சொல்கிறதும் கூட்டம் கலைந்து குன்றம் இறங்கிப் போகிறதும் வேறுவேறு சப்தங்களின் கலவையாகக் காதில் விழுந்து

கொண்டிருந்தது.

அந்த மலைப் பிரதேசத்தில் இப்போது பாறைகளையும், மேலே தகிக்கும் சூரியனையும், பக்கத்தில் உஷ்ணத்தைப் பொருட்படுத்தாமல் நித்திரை போய்க்கொண்டிருந்த கல்யாணியையும், மகாலிங்கய்யனாகிய என்னையும் தவிர வேறே யாரும் இல்லை.

நான் கொண்டு வந்திருந்த சஞ்சியில் இருந்து சத்துமாவையும் வாழை இலையில் மடக்கிக் கட்டிக்கொண்டு வந்திருந்த லட்டு உருண்டைகளையும் எடுத்து எனக்கு முன்னால் வைத்தேன். சஞ்சியில் இருந்து கலயத்தை எடுத்து சத்துமாவில் ஜலம் சேர்த்து கெட்டியாகப் பிசைந்தேன். சஞ்சியில் மிச்சம் இருந்த வாழைப்பழங்கள் கனிந்து இருந்ததால் அவற்றை அப்படியே புசிக்க முடியாது என்று பட, அவற்றையும் கூழாக்கி சத்துமாவோடு கலந்தேன். ரெண்டுபேர் சாப்பிட தாராளமாக ஆகாரம் இருக்கிறது.

கல்யாணியைத் தலையில் ஆதரவாகக் கைவைத்து எழுப்பினேன்.

மனதுக்குள் காமமாகிய பிசாசு திரும்ப விழித்துக்கொண்டது.

பசியும் தாகமும் எங்கோ ஓடி மறைய காமம் மட்டும் உடம்பாகவும் மனசாகவும் என்னைச் சூழ்ந்த சகலமாகவும் பிரவகித்து என்னைச் செலுத்த ஆரம்பித்தது.

கல்யாணி, கொஞ்சம் எழுந்திருடி பெண்ணே.

நான் இப்போது அவள் புஜத்தைப் பற்றியபடி உலுக்கினேன். கைகள் தன்னிச்சையாக அவளை என் மடியில் சரித்தன. முந்தானை ஊடாக அந்த விசாலமான ஸ்தனபாரத்தில் அவை எந்த பயமும் இன்றி சஞ்சாரம் செய்யத் தொடங்கி இருந்தன.

தாகமா இருக்கு.

கல்யாணி அரைக்கண் திறந்தபடிக்கு சொன்னாள். அவள் மூக்குக்குக் கீழே உதட்டுக்கு மேலாக அரும்பியிருந்த வியர்வையை நான் விரலால் ஒத்தியெடுத்தேன். அந்த விரலை அப்படியே வாயில் இட்டுச் சுவைத்தேன்.

நாளைக்கு நமக்குக் கல்யாணம். இன்னிக்கு பசியோடு இப்படி தனிச்சு உட்கார்ந்திருக்கோமே. வேடிக்கையா இல்லை?

கல்யாணி என் இடுப்பைக் கட்டிக்கொண்டு சிரித்தாள். கிறங்கி இருந்த கண்கள் மூடித் திறந்தன. சித்த பிரமை கொண்டவளாக அவள் பேச்சு இருந்தது.

காமம் எனக்குள் அடக்காமல் பிரவகித்து அது போதாமல் அவள் உடம்பிலும் ஊர்ந்து ஏறி நிரம்பி வழிந்து செய்கிற மாயமோ என்னமோ அது.

கல்யாணம் முடிஞ்சு சென்னப்பட்டணம் போவோம். அங்கே குடித்தனம் நடத்த உங்க பொடிக்கடைக்கு அண்டையிலே தானே வீடு?

ஆமா, ஆமா.

நான் ஆமோதித்தபடி அவள் காது மடலை ருசித்தேன்.

பகல் நேரத்தில் தூங்கறவ இல்லே நான். நாலு எழுத்தும் கணக்கும் படித்திருக்கிறபடியால் கூடமாட ஒத்தாசையாக கடைக்கு வரட்டுமா?

என் கைகள் அவள் ரவிக்கை முடிச்சைத் தேடிக்கொண்டிருக்க அவள் என்னை விலக்கினாள்.

நாளைக்கு ராத்திரியும் அப்புறம் ஜீவிதம் முழுக்கவும் இது ரெண்டும் இன்னும் ஏதெல்லாமுமோ உமக்குத்தானே. எதுக்காக அவசரப்படணும் இப்போ?

கண்ணை இறுக்க மூடியபடி இன்னும் தூக்கம் விடாததுபோல் முனகினாள்.

நாளைக் கதை நாளைக்கு பெண்ணே.

நான் ஒரு கையால் கலயத்தில் இருந்து சத்துமாவையும் உதிர்த்த லட்டு உருண்டையையும் எடுத்து அவளுக்கு ஊட்டியபடி அவள் உடம்பு முழுக்க ஸ்பர்சித்து ஆனந்தப்பட்டுக் கொண்டிருந்தேன். அவள் பாதி சுவைத்த ஆகாரத்தை வாயை நெம்பித் திறந்து வழித்து என் வாய்க்குள் போட்டுக் கொண்டேன். உள்ளிப்

பூண்டு வாடையோடு திவ்யமான தித்திப்பாக இருந்தது அந்த எச்சில் கூழான லட்டுருண்டையும் சத்துமாவும்.

மண் கூஜாவில் இருந்து மெல்ல நீரை அவள் இதழ்களைப் பூசித் திறந்து சரித்தபோது லகரியின் உச்சிக்கே போயிருந்தேன்.

கூஜா தரையில் உருள நான் அவள் மேல் சரிந்தேன். அவளுடைய பட்டு ரவிக்கையின் முடிச்சு என் கையில் பட்டுக் கிழிந்து அந்த மார்பகங்கள் பீறிட்டு வெளிக்கிளம்பின. அவற்றைச் சேர்ந்து சுகிக்க முகம் புதைக்க வாகாக அவள் மேல் குனிய கல்யாணி எழுந்து உட்கார்ந்தபடி அலறினாள்.

பிராமணரே, என்ன காரியம் செய்கிறீர். என்னை எதற்கு மானபங்கப்படுத்துகிறீர்?

நான் எட்டி அவள் கூந்தலைக் கொத்தாகப் பிடித்து முகத்தை நிமிர்த்தினேன்.

நீ தானேடி சொன்னாய் நாளைக்கு நமக்குக் கல்யாணம் என்று. நான் விட்டாலும் நீ விடாமல் என் கையை வேறே பிடித்துக் கொண்டு வந்து உசுப்பேற்றி விட்டாய். இத்தனைக்கு சம்மதித்து மடியில் கிடந்து கொஞ்சிவிட்டு, இப்போ மாட்டேன் என்கிறது சரியாடீ? நீயே சொல்லு.

நான் அவளைத் திரும்பக் கீழே கிடத்தி உதட்டில் வலுக்கட்டாயமாக முத்தினேன். அந்த ஸ்தனங்களையும் ஒருசேர அணைத்து அழுந்த முத்தமிட்டேன்.

பாவி, நீ நாசமாப் போயிடுவே. ஏதோ மந்திரம் போட்டு என்னை இத்தனை நேரம் வசியப்படுத்திக் கட்டிப்போட்டு வச்சுட்டே. உடனே என்னைப் போகவிடு. விடு என்னை.

அவள் திமிறத் திமிற, நான் அவள் காலுக்கு வெகுமேலே சேலையை வழித்து உயர்த்தினேன். என் வஸ்திரத்தையும் களையத் தொடங்கினேன். அதற்குள் அந்த ஸ்தனங்களை இன்னொரு முறை சேர்த்து அணைத்துக் கொள்ள வெறி கட்டுக்கடங்காமல் போனது.

நான் கைகளை விரித்தபடி குனிந்து அவற்றை நெருங்கும்போது

வானத்தில் மேகமூட்டமும் தாழப் பறக்கும் றெக்கைகளின் சத்தமும் மயில் றெக்கை எண்ணெய் வாடையுமாக அந்த இடமே மாறிப் போனது. அழுக்கான கறுத்த சிறகுகளோடு ரெண்டு கழுகுகள் அங்கே இங்கே என்று சுற்றும் பறந்து அவள் தோளில் வந்து அமர்ந்தன. என் கண்ணை அவை குறி வைக்க, நான் அலறி எழுந்து அந்தாண்டை ஓடினேன்.

திரும்பிப் பார்த்தேன். அந்த ஸ்திரியின் மார்பில் ஸ்தனங்களுக்கு பதிலாக இரண்டு கறுத்த கழுகுகள் முளைத்திருந்தன. அவை அங்கே புடைத்துக் கொழுத்து அமர்ந்து என்னையே நோக்கின. சுட்டெரித்துக் கொல்கிற பார்வையை அந்த விழிகளில் கண்டேன்.

ஓடிக் குன்று இறங்கி மூச்சு முட்ட நடையும் ஓட்டமுமாகத் தொடர்ந்தேன். இடுப்பில் வஸ்திரம் நழுவிய இடம் தெரியவில்லை. மனதை ஆக்கிரமித்த காமமும் மோகமும் போன இடம் புரியவில்லை. உயிர் தப்பும் ஆசை மட்டும் பலமாக மிச்சம் இருந்தது.

வண்டிகள் கட்டிவைத்திருந்த இடத்தில் நான் ஏறிவந்த வண்டியைத் தேடினேன். அந்த இடத்தில் ஒரே ஒரு மாட்டு வண்டி தவிர வேறே எதையும் காணோம்.

எம்மை ரட்சியும். உமக்குப் புண்ணியமாப் போகும்.

இப்படிச் சொல்லியபடி ஒரு பிராமணன் வண்டிக்குள் இருந்து எதிர்ப்பட்டான். அவன் கையில் ஒரு ஸ்தாலிச் செம்பு இருந்தது.

நான் அம்பலப்புழை மகாதேவய்யன். குப்புசாமி அய்யன் குமாரன். கொல்லூருக்கு என் ஒண்ணுவிட்ட சகோதரன் வேதையன் என்ற பெயருடைய வேதத்தில் ஏறிய பிராமணப் பிள்ளையைச் சந்திக்க வந்து எப்படியோ காலதேச வர்த்தமானம் தப்பி குடும்பத்தோடு அலைய சபிக்கப்பட்டவன். எத்தனை வருஷம் ஆச்சுதோ ஓர்மையில் இல்லை. வீட்டு ஸ்திரியும் பெண் குழந்தையும் கூட நஷ்டப்பட்டுப் போனேன் தற்போது. இந்த ஸ்தாலிச் செம்பில் என் அம்மா இருக்கா. பத்திரமாக அவளை வைக்க இடம் கிடைக்கலை. நீர் இதை தயை செய்து வாங்கி அரசூர் தாசில்தார் வசம் சேர்க்க வேணும், பந்து ஜனத்தில் பட்டவர். விலாசம் தருகிறேன். நான் உமக்கும் தூரத்து

பந்துதான். அம்பலப்புழைக்கு நீர் சின்ன வயசில் வந்திருக்கறதாக அம்மா சொன்னாள். பகவதி சித்தி கல்யாணத்துக்கு சின்னப் பிள்ளையாக அரைஞாண் கொடியோடு வந்தீராமே. இதே போல் கௌபீனதாரியாக இருந்திருப்பீர். சரிதானே?

அந்த பிராமணனின் தமிழும் புரியவில்லை. சொன்ன சங்கதியும் புரியவில்லை. எனக்குக் கண் இருண்டு வந்தது. அவன் பாட்டுக்கு என் கையில் ஸ்தாலிச் செம்பை ஒப்படைத்து விட்டு வண்டியேறிப் போயே போய் விட்டான்.

செம்பும் கையுமாக நான் நிற்கிறபோதுதான் தர்மகர்த்தாக்களும் மெய்க்காப்பாளர்களும், என் வண்டிக்காரனும் தெலுங்கு தேச மனுஷர்களும் வந்து சேர்ந்தார்கள். இவன் தான் இவன் தான் என்று வண்டிக்காரனும் மற்றவர்கள் எல்லோரும் ஏக காலத்தில் சொன்னதும், வயதான ஸ்திரி பெருங்குரல் எடுத்து அழ ஆரம்பித்ததும் ஒரே நேரத்தில் நடந்தது.

தர்மகர்த்தாக்கள் தூசு நெடியடிக்கிற ஒரு அழுக்கு சிவப்பு வஸ்திரத்தை என்மேல் வீசி உடுத்துக் கொள்ளச் சொன்னார்கள். அவர்கள் வண்டியில் காலடி வைக்கிற இடத்தில் விரித்திருந்த துணி அது.

கல்யாணி என்ற ரெட்டிய ஜாதிக் கன்யகையை திருக்கழுக்குன்றம் மலையில் வலுக்கட்டாயமாகத் தூக்கிப்போய் பலதடவை அவள் உடம்பைச் சுகித்து அப்புறம் அவளைக் குன்றின் மேலே இருந்து உருட்டிவிட்டுத் தலை சிதறி விழவைத்துக் கொன்றதாக என்மீது குற்றச்சாட்டை அவர்கள் வைத்தார்கள்.

கல்யாணி எங்கே?

நான் தர்மகர்த்தாக்களும் மற்றவர்களும் கைகாட்டிய திசையில் பார்த்தேன். மட்டக் குதிரை வண்டியில் முழுக்க சிவப்பு சேலை போர்த்து மூடி ரத்தக் கசிவோடு சடலம் ஒன்று வைக்கப்பட்டிருந்தது தெரிந்தது. காற்றில் முகத் துணி விலக கல்யாணி சிரித்தாள்.

ஓய் பிராமணரே, நாளைக்குக் கல்யாணம். நமக்கு.

அவள் சொல்கிற மாதிரி காதில் ஒலித்தது.

ஐயன்மீர், எழுத வேறு காகிதம் இல்லாததாலும் இனியும் சிப்பாய்

வீரரின் சகாயம் கிடைக்காது என்பதாலும் இத்தோடு நான் இந்தக் கருணையை யாசிக்கும் லிகிதத்தை முடித்துக்கொள்ள அனுமதி வேண்டுகிறேன்.

கல்யாணி என்ற ரெட்டியக் கன்யகையின் ரூப சௌந்தர்யத்தில் மயங்கி அவளை என் வசப்படுத்த நான் முயன்றது என்னமோ உண்மைதான். அதற்கான அதிகபட்ச தண்டனைக்கு நான் தகுதியுடையவன் ஆவேன்.

ஆனால் கல்யாணியை நான் கொலை செய்யவில்லை. ரிஷிகள் கழுகு ரூபத்தில் வந்து என்னை ரட்சித்துத் துரத்திவிட, நான் அவளை விட்டு விலகி ஓடி, மலைக்குக் கீழே இறங்கி வந்துவிட்டேன். மனசை அடக்காமல் நாசமாப் போனேன். ஆனால், நான் அந்த அறியாப் பெண்ணை கொன்னு போடலை. என் பிதிர்க்கள் சத்யமாக நான் கொலைகாரன் இல்லை.

மலை இறங்கி வந்த இடத்தில் என்னோடு சம்பாஷணை நடத்திய மலையாள பிராமணன் ஒப்படைத்த ஸ்தாலி சொம்பு தற்போது போன இடம் தெரியவில்லை. அது இருந்தாலோ அல்லது அந்த பிராமணன் திரும்பி வந்தாலோ, நான் சொல்வது நிஜம் என்பதை ஏதோ விதத்தில் நிரூபிக்க அதெல்லாம் உறுதுணையாக இருக்கும் என்று என் மனசு சொல்கிறது.

இல்லாத பட்சத்தில், அந்த ரெட்டியக் கன்யகையை நான் படுகொலை செய்யவில்லை என்று சாமி சத்தியமாக இன்னொரு முறையும் தெரிவிக்கிறேன். தூக்கில் போடாது இந்த ஏழை உசிரைக் காப்பாற்ற வேணும். தீவாந்திர சிட்சை கொடுத்தாலும் அதை சொர்க்கமாக எண்ணி அனுபவிக்க இந்த அடிமை சித்தமாக இருக்கிறேன். வேணும் சகல தெய்வங்களின் கடாட்சமும் மன்னிப்பும்.

இப்படிக்கு

மயிலாப்பூர் கஸ்பா வெங்கடேச அக்ரஹார பூர்வவாசி

மகாலிங்கய்யன்

அத்தியாயம் பதினான்கு

மே *11 1899 விகாரி வருடம் சித்திரை 29 வியாழக்கிழமை*

சீரான வேகத்தோடு ஓடிக்கொண்டிருந்த ரெட்டைக் குதிரை சாரட் சட்டென்று நின்றது. லகான் இழுபட, குதிரையொன்று பலமாகக் கனைத்தது. வண்டியின் கதவுகள் அதிர்ந்து குலுங்கித் திறந்திட, தெரிசா எதிர்ப் பக்கம் உட்கார்ந்திருந்த தாமஸின் மடியில் போய் விழுந்தாள்.

ஐயாம் சாரி, தாமஸ். இந்தக் கேடுகெட்ட வண்டி இப்படி சட்டென்று நின்றுபோய்.

தாமஸ் தெரிசாவின் பின் கழுத்தில் வெப்பமான மூச்சுப்பட, அவளுடைய புஜங்களை அழுத்தப் பிடித்துத் தூக்கி நிறுத்தினான்.

இட்ஸ் ஆல் ரைட்.

ஜன்னல் திரையை விலக்கி வெளியே பார்த்தாள் தெரிசா. பனியும் மேகமூட்டமாகவும் இருந்த லண்டன். அங்கங்கே சின்னதும் பெரிசுமான தொழிற்சாலை எல்லாமும் வெளியேற்றுகிற புகையும் சேர்ந்து தேவனுக்கு உரிய முற்பகல் நேரத்தை சாத்தானின் இருண்ட பொழுதாக்கி இருந்தது. இந்த

வருடம் முழுக்க போகிற உத்தேசமில்லாத பனி.

தேவனுக்கு ஸ்தோத்ரம்.

தெரிசா கழுத்துச் சங்கிலியில் கோர்த்த சிலுவையை முத்தமிட்டபடி சொன்னாள். தாமஸ் ஆமோதித்தபடி வண்டியில் இருந்து குதித்து இறங்கினான். மேலே நகராமல் சாரட் நின்று போக என்ன காரணமாக இருக்கும்? தெரிசா யோசித்தாள்.

இது என்ன இடம்?

அவள் பனி மூட்டத்துக்கு இடையே கண்ணைக் கவிந்துகொண்டு பார்த்தாள். கண் பார்வை மங்கி வருகிறதா என்ன? தாமஸிடம் சொல்லிப் பரிசோதனை செய்து மூக்குக் கண்ணாடி மாட்டிக் கொள்ளலாமா என்று யோசனை பலமாக வந்தது.

இப்போது வேணாம். அவன் வேறு எதையாவது பரிசோதிக்க அச்சாரம் போடுவான்.

இந்தக் கட்டிடம்? க்ரீன் பார்க் பாதாள ரயில் நிலையம் இல்லையோ? எதிரே கொஞ்சம் தொலைவில் வலப்புறமாக பக்கிங்ஹாம் அரண்மனை எங்கேயோ பனியில் மறைந்து கொண்டு நிற்கிறது. மகாராணி என்ன செய்து கொண்டிருப்பாள்? தெரிசாவை வரவேற்க கையில் ஆரத்தித் தட்டோடு அரண்மனை வாசலில் நின்றுகொண்டிருப்பாள் விக்டோரியா அம்மாள்.

தெரிசாவுக்குச் சிரிப்பு வந்துவிட்டது. போலியாக இருமி, கைக்குட்டையால் வாயைத் துடைத்து அதை அழிக்கப் பார்க்க, தாமஸ் திரும்பி நோக்கினான்.

ஆர் யூ ஆல்ரைட் தெரீ?

ஒரு குழப்பமும் இல்ல. அது என்ன தெரீ? ரொம்ப நெருங்கறியா கசின் பையா?

தாமஸ் அவளை இன்னொரு முறை தீர்க்கமாகப் பார்த்தபடி வண்டிக்காரனை விசாரித்தான்.

ஜான், என்ன ஆச்சு?

காக்னி இங்கிலீஷில் வரும் பதில். தெரிசா எத்தனை கவனமாகக் கேட்டும் அது முழுக்க அர்த்தமாகவில்லை. லண்டன் வந்து இத்தனை நாள் போனாலும் புரிபடாத விஷயங்களில் இந்த உள்ளூர் மொழியும் ஒன்று.

ஓல்'டாம்டெவ்ல்'த்தாட். ஏட்'ரிங் டூ மெனி'ந்த மார்ன். ஜம்'ஸ் 'க்ராஸ் ரோட், டெவ்ல்.

என்னவாக இருக்கும் என்று யோசிப்பதற்குள் வெள்ளைக்கார வயசன் ஒருத்தனை போலீஸ்காரன் தரதரவென்று இழுத்துப் போனது தெரிசா கண்ணில் பட்டது.

சிரித்தபடி சாரட்டில் திரும்ப ஏறி உட்கார்ந்தான் தாமஸ்.

விடிகாலையிலேயே மனுஷன் மூக்கு முட்ட குடித்துட்டு பிக்கடலியிலே உருண்டுகிட்டு கிடக்கார். ஆள் யாரு தெரியுமில்லே?

யார் என்று கூர்ந்து பார்த்தாள் தெரிசா. தெரியவில்லை. அவளுக்குத் தெரிந்து ஒன்றும் ஆகப்போவதில்லை.

சாட்சாத் ஹாட்லி பிரபுதான். ஸ்கொயர் ஆஃப் நாஷ்வில். பதினாறாம் தலைமுறை.

தெரிசாவுக்குத் தெரிந்ததெல்லாம் பீட்டரை, தாமஸை. கொஞ்சம் எட்டிப் போனால் அம்பலப்புழை கிராம மகா ஜனங்களை. மதராஸ் பாடசாலையில் பாடம் எடுத்த பாதிரிகளை. சுவிசேஷக் கூட்டத்துக்கு வந்து, வேதத்தில் ஏறிய தெலுங்கு செட்டியார்களை. அவர்கள் வீட்டுப் பெண்களை. அவளுக்கு மொத்தமாகப் பரிச்சயமான முகங்களில் வெளுத்தது கொஞ்சம்தான்.

போலீஸ் இழுத்த இழுப்புக்கு வழங்கி வந்து அசட்டுத்தனமாகச் சிரித்துக்கொண்டு நடந்த வயசன் சாரட் பக்கம் வந்ததும் தலை தூக்கிப் பார்த்தான். தன் ஓட்டை விழுந்த தொப்பியைக் கையில் எடுத்துக்கொண்டு தெரிசாவுக்கு முன் மரியாதையோடு குனிந்தான்.

உன் ராத்திரி நல்லதாக அமைதியான உறக்கத்தோடு கூடியதாக

அமையட்டும் சீமாட்டியே.

பிரபுவே தான். சீமாட்டியை வாழ்த்திய அவருடைய ஆங்கில உச்சரிப்பு அற்புதமாக இருந்தது.

நடுப்பகல் நேரத்தில் குட்நைட் சொல்லும் இந்த வயசனுக்கு முத்தச்சன் சாயல் இருக்கோ? தெரிசா பதில் வணக்கம் சொல்லிக்கொண்டு யோசித்தாள்.

ஆலப்பாட்டு முத்தச்சன். பகவதி சித்தி கல்யாணம் நிச்சயம் ஆனபோது காற்றில் மிதந்துபோய் அம்பல நடையை நனைத்தவன். முத்தச்சன் வறுத்த கப்பலண்டியும், கடலாசுத் துணுக்கில் பொதிந்த மிட்டாயுமாக ஊட்டி விட்டது தேசலாக நினைவு வந்தது. அவன் எண்பதோ தொண்ணூறோ திகைந்து காலமானபோது அம்மா சிநேகாம்பாள் மட்டும் ஆலப்பாடு போய்வந்தாள்.

முத்தச்சனின் ஆத்மா மறு உயிர்ப்பு நேரம் வரை ஆலப்பாட்டிலோ அம்பலப்புழையிலோ சமாதானமாக உறங்கிக் கிடக்கட்டும். எங்கேயும் பறந்து ஈரமாக்கிப் போடவேணாம். கிருஷ்ணா, கவனித்துக்கொள். இது உன் இலாகா.

ஹாட்லி பிரபுவைப் பார்த்து அப்படியே யோசனையிலே ஆழ்ந்திட்டியே.

தாமஸ் அவள் மடியில் தட்டிச் சிரித்தான்.

தெரிசா மடியைக் குறுக்கிக் கொண்டு உட்கார்ந்தாள். இடுப்பில் இத்தனை இறுக்கமாகப் பாவாடை அணிந்து வந்திருக்க வேண்டாமோ? மார்பை முன்னால் தள்ள வைத்துவிட்டது இது. இல்லாவிட்டாலும் அங்கே சௌந்தர்யத்துக்கு இயற்கை எந்தக் குறையும் வைக்கவில்லை. மத்திய வயசில் அடியெடுத்து வைக்கும்போதும் அதைத் திரும்பப் பறிமுதல் செய்யவில்லை.

குனிந்து பார்க்கப் பரபரத்தது மனசு. மாரைக் குனிந்து பார்க்காதே. நீ இல்லை, எந்தப் பெண்ணும் அப்படிச் செய்தால் பக்கத்தில் இருக்கும் ஆண் உடம்பில் சூடேற்றி விடும். மோஸ்ட் எரோட்டிக் ஜெஸ்சர் ஆன் தி பார்ட் ஆஃப் லேடீஸ்.

பீட்டர் கல்யாணமான புதிதில் லண்டனுக்கு வரும்போது கப்பலில் வைத்து அவளிடம் சொன்னபோது தெரிசா கேட்டாள்.

வாழ்க்கையில் எத்தனை தடவை நீ அப்படி சூடாகி இருப்பே பீட்டர் இதுவரை? ஐயாயிரம்? பத்தாயிரம்? ஏழாயிரத்து எழுநூத்து எண்பது?

ஏழாயிரத்து எழுநூத்து எண்பத்தொண்ணு. இதோ நீ கேட்கறபோதே ஜிவ்வுனு பறக்க ஆரம்பிச்சுட்டேன். பறந்து பறந்து இந்தக் குருவி இறங்கறது இங்கேதான்.

யாரும் இல்லாத கப்பல் மேல்தளத்து இருட்டில், கருப்புக் கடல் சாட்சியாக சுற்றும் ஆர்ப்பரிக்க, பீட்டர் அவள் மேல் மறுபடியும் படிந்த கணங்களின் நினைவை பிடிவாதமாக விலக்கினாள் தெரிசா,

இந்த நிமிஷத்துக்குத் திரும்பணும். பக்கத்திலே இருக்கற கசின் தாமஸோடு ஒரு வார்த்தையாவது பிரியமாகப் பேசணும்.

ஹாட்லி பிரபு யார்னு சொல்லும் தாமஸ் நாஷ் பிரபு அவர்களே.

சகஜமாகச் சிரித்தபடி தாமஸைப் பார்க்க அவன் பனித்துளியாக உருகிப்போனான். நாற்பது வயதுக் கறுப்பியைக் காமுறும் முப்பத்தைந்துக்காரன். கப்பலில் வந்து சேர்ந்த, கல்யாணமான கருப்பி இவள். அவனுடைய ஒன்றுவிட்ட சேட்டனுக்குப் பெண்டாட்டி. சேட்டத்தி.

சேட்டத்தியும் ஒண்ணுவிட்ட ரெண்டுவிட்ட உறவுகளும் இருக்கட்டும். கசின்கள் விஷயத்தில் ஜாக்கிரதையாக இரு பெண்ணே.

பீட்டர் ஆரஞ்ச் எஸ்டேட்டில் துப்பாக்கியைத் துடைத்துக்கொண்டு கிசுகிசுத்தான்.

ஹாட்லி பிரபு எங்க குடும்பத்துக்கு தூரத்து உறவுதான்.

தாமஸ் சொல்ல ஆரம்பிக்க, கசினா என்று விசாரித்தாள் தெரிசா.

பாப்ஸ் யுவர் அங்கிள். ஹாட்லி டூ. எவ்வரிபடீஸ் அங்கிள்.

முழுக் குடும்பத்துக்கும் மாமாவான பிரபு. ஏன் இப்படி கந்தல் கம்பளி கோட்டும், ஓட்டை விழுந்த தொப்பியுமாக தரிசனம் தர வேணும்? அதுவும் நெரிசல் ஏறிக்கொண்டிருக்கும் பகல் நேர பிக்கடலி கடைவீதியில் குடிகாரனாக விழுந்து புரண்டு கொண்டு?

ஏழு தலைமுறை சொத்தை எல்லாம் ரயில்வே கம்பெனிகளில் கொண்டுபோய் கண்ணை மூடியபடி கொட்டி முதலீடு செய்தால் என்ன ஆகும்? இதான் நடக்கும்.

தாமஸ் தொப்பி ஓரமாக விரலால் தட்டிக்கொண்டு சொன்னான்.

புரியலே தாமஸ்.

நண்டு சிண்டாக ரயில்வே பாதை அமைத்து புகைவண்டி விடும் கம்பெனிகள் மும்முரமாகி இருந்த காலம் ஒன்று இருந்ததாம். கிட்டத்தட்ட ஐம்பது வருடம் முன்னால் அது ஏற்பட்டபோது அம்பலப்புழையில் தெரிசா பிறந்திருக்கவில்லை.

இங்கிலாந்து முழுக்க குறுக்கும் நெடுக்குமாக ரயில் பாதை போடவும், லண்டனில், மான்செஸ்டரில், நியூகேசிலில், இன்னும் பெரிய நகரம் ஒன்று விடாமல் பெரிய தோதில் ஊருக்கு நடுவே ரயில்வே ஸ்டேஷன் அமைத்து போக்குவரத்தைத் தொடங்கவும் ஏகப்பட்ட ரயில் கம்பெனிகள் போட்டி போட்ட காலம் அது.

கதை கேட்கிற சுவாரசியத்தோடு தெரிசா தாமஸை நிமிர்ந்து பார்த்தாள்.

இதிலே பலதும் எந்தக் கணக்கு வழக்கும் தெரியாமல் உத்தேசமாக செலவினத்தை யோசித்து ஊரிலிருக்கிறவங்க கிட்டே முதலீடு வாங்கிச் செயல்பட்டவை. ரயில் பாதை போட்டு முடிச்சு ரயில் விட்டு அது காசு வசூலிக்கற சாதனமாச்சு என்றால் முதல் போட்டவங்க காட்டில் மழை. ஒரு பவுண்ட் போட்டா, நூறு பவுண்ட் லாபம். ராஜாங்கத்துக்கு

வரி ஏதும் தரவேண்டியதில்லை. ஆனால் பலதும் தோற்றுப் போன கம்பெனி. பாதி வரைக்கும் இழுத்த தடம் அப்படியே நின்னுபோக, எஸ்டிமேட் தப்பாப் போச்சு. இன்னும் நூறாயிரம் பவுண்ட் தேவைன்னு அறிவிப்பு செய்வாங்க. ஏற்கனவே பணம் கட்டினவங்க, இன்னும் கொஞ்சம் கட்டணும், இல்லாட்ட முதலுக்கே மோசம். கட்டினாலும் முடியறது நிச்சயமில்லை.

ஹாட்லி பிரபு முதலீடு செய்த கம்பெனி எல்லாம் திவால் ஆச்சா?

தெரிசா கேட்டாள். முத்தச்சன் போல் அந்த வயசன் பிக்கடலிக்கு மேல் மிதந்தபடி மூத்திரம் போகிறான். பக்கிங்ஹாம் அரண்மனை வாசலில் ஆரத்தித் தட்டோடு நிற்கும் மகாராணியம்மா அசங்கியம் என்று அலுத்தபடி உள்ளே விரைகிறாள்.

இன்னொரு தடவை அவள் சிரிப்பை அடக்கியபடி தாமஸைப் பார்க்க அவன் கொஞ்சம் துணிச்சலோடு தெரிசாவின் பக்கமாகக் குனிந்தான். கசின் முத்தமிட்டால் தப்பில்லை என்று அறிவித்துவிட்டு செய்யப் போகிறானோ?

தெரிசா பின்னால் நகர்ந்தாள்.

ஹாட்லி பிரபு மட்டுமில்லே. பீட்டரோட அப்பாவும் ரயில் கம்பெனியிலே காசைப் போட்டு நிறைய இழந்துட்டார். நீ இருக்கறியே கென்சிங்க்டன் மாளிகை அதுகூட அப்போ பேங்குலே அடமானம் வச்சதுதான். பீட்டர் சொல்லியிருப்பானே.

தெரிசா கொஞ்சம் அதிர்ந்து போனாள். கடனுக்குப் பிணையாக வைத்த வீட்டிலா அவள் குடியிருக்கிறாள்? பீட்டரின் அப்பா, பீட்டர் இன்னும் மொத்த குடும்பமும் அடைக்க வேண்டிய தொகை எவ்வளவு? ஏன் பீட்டர் இதைத் தெரிசாவிடம் சொல்லவில்லை? அவன் தேவ ஊழியம் போகச் சொல்லி எழுதிய கடிதத்தில் மேம்போக்காகக் குறித்தது தகப்பன் வாங்கிய இந்தக் கடனையா?

உளறாதே தாமஸ். கென்சிங்க்டன் வீட்டு மேலே வேறே யாருக்கும்

உரிமை கிடையாது. இருந்தா பீட்டர் சொல்லியிருப்பானே.

தெரிசாவின் குரல் அவளுக்கே நம்பிக்கை இல்லாமல் ஒலித்தது.

ஐயாம் சாரி தெரிசா. பீட்டர் உன் கிட்டே சொல்லியிருப்பான்னு முட்டாள்தனமா நம்பி உளறிட்டேன். மன்சிலேருந்து அதை உடனடியா நீக்கிடு.

தாமஸ் தெரிசாவின் கைகளை ஆதரவாகப் பிடித்துக் கொண்டான். ஏனோ தெரிசாவுக்கு அது தேவையாக இருந்தது.

எங்க வீட்டு மேலே எவ்வளவு கடன் இருக்கு தாமஸ்?

அவள் கையை விடுவித்துக் கொள்ளாமல் கேட்டாள்.

அது எதுக்கு உனக்கு? போயர் யுத்தத்துக்கு பீட்டர் போக இன்னும் கொஞ்சம் காசு சம்பாதிச்சுக் கடனை அடைக்க நினைச்சதும் காரணம்.

நோ, இருக்காது.

சரி நம்ப வேணாம் தெரிசா. பீட்டரோட அப்பா மூணு தடவை விவாகரத்து செஞ்சு அலிமனி கொடுக்கறதிலேயே குடும்பச் சொத்தைப் பாதி கரைச்சதாவது சொல்லியிருக்கானா? அதைச் சொன்னாலும் இதைச் சொல்லியிருக்க மாட்டான். கென்சிங்க்டன்லே அந்தக் கிழம் இருந்தபோது வீட்டுக்குப் பால் கொண்டு வர்ற பொண்ணு, வேலைக்காரி, பூ விற்க வருகிறவ இப்படி ஒருத்தியையும் விட்டு வைக்காமல் ஆட்டம் போட்டது தெரியுமா? துணி துவைக்க வந்தவளைத் துவைச்சு எடுத்து தினசரி சொட்டச் சொட்ட ஈரத்தோடு அனுப்பின புண்ணியவான் அவர். ஹாட்லி பிரபு இந்த விஷயத்திலே நிஜமாகவே மேட்டுக்குடிதான். அவர் தகுதிக்கு சரியான பையன்களைத்தான் பார்ப்பார். என்ன சொன்னேன்? பையன்களை.

தாமஸ் தெரிசாவைக் கூர்ந்து பார்த்தான். மேலும் மேலும் அதிர்ச்சியான தகவல்களைக் கொடுத்து அவளைத் திக்குமுக்காட வைத்து நெருங்கி வந்து இழைய அவன் சந்தர்ப்பத்தை எதிர்பார்த்திருப்பான். தெரிசாவுக்கு அப்படித்தான் பட்டது.

கையை விலக்கிக்கொண்டு ஜன்னல் திரையை நீக்கினாள். வெளியே பளிச்சென்று சூரிய வெளிச்சம். பிக்கடலி சர்க்கஸ். ஏதோ பூதாகாரமாகக் கடந்து போக வழிவிட்டு சாரட் நிற்கிறது.

இது என்ன? குதிரை இழுக்காமல் தானே அசைந்து உருளும் ராட்சச சாரட்?

தெரிசா ஆச்சரியத்தோடு பார்த்துக் கொண்டிருக்கும்போதே திரும்ப பனி மூடத் தொடங்கியது. கிரகணம் பிடித்தது போல் அரையிருட்டில் அந்த ராட்சச வாகனம் முன்னால் ஊர்ந்து கொண்டிருந்தது. வரிசை வரிசையாக அதற்குள் மனுஷ்யர்கள். எங்கிருந்தோ எங்கேயோ பிரயாணம் போகிறவர்கள் அவர்கள் எல்லோரும்.

சேச்சி. ரக்ஷிக்கு சேச்சி. ஈ அனியனெ, என்னெக் கட்டியோளெ, எண்டெ பெண்குஞ்ஞெ.

கடைசி வரிசையில் இருந்தவன் தெரிசாவைப் பார்த்துக் கைகூப்பினான். அவன் குரல் காற்றில் கரைய, பொறுமையிழந்த சாரட் குதிரைகள் ஒருசேரக் கனைத்தன.

இப்பத்தான் முதல் தடவையா மோட்டார் வாகனத்தைப் பார்க்கறியா தெரிசா? இது ஒரு மாசமா இங்கே ஓடிட்டு இருக்கு. இனிமே கொஞ்சம் கொஞ்சமா சாரட் எல்லாம் ரிடையர் ஆயிடும். பாம்பாம்னு முழங்கிக்கிட்டு நாடு நகரம் உலகம் பூரா மோட்டார் காலம்தான் இனி. இன்னும் இருபது வருஷத்துலே நான் இருப்பேனோ என்னமோ இந்த சாரட் நிச்சயம் இருக்காது.

தாமஸ் தெரிசா தோளில் கைவைத்தபடி அவள் பக்கத்தில் அமர்ந்தான்.

அத்தியாயம் பதினைந்து

மே 11 1899 விகாரி வருடம் சித்திரை 29 வியாழக்கிழமை

வைக்கோல் சந்தை கடந்து போனதோ?

காலடியில் பிரம்புக் கூடையும் துணி சஞ்சியுமாக அடுக்கி வைத்ததில் எதையோ தேடிக்கொண்டு தாமஸிடமிருந்து ரெண்டு அங்குலம் தூரம் விலகி உட்கார்ந்தாள் தெரிசா.

ஹே மார்க்கெட்டா, எப்பவோ போயாச்சே. இன்னும் பத்து நிமிஷத்தில் கிங்க்ஸ் கிராஸே வந்துடும். நீ மும்முரமா உன் துணிகளுக்கு உள்ளே என்ன தேடறே?

அவள் முணுமுணுப்பாகச் சொன்னாள். அவனுக்குக் கேட்க வேண்டியதில்லை. கிளம்பும் நிமிடத்தில் எடுத்த வெல்வெட் மார்க்கச்சையை எங்கே வைத்தாள்?

மூட்டை எல்லாம் ஜாக்கிரதையா முடிஞ்சு வச்சிருப்பே. அவிழ்த்துத் தேடறதையாவது என்கிட்ட விட்டுடு. என்ன தேடறேன்னு சொன்னா நானும் சகாயம் செய்யறேன்.

அவனுக்கு எப்படியோ தெரிந்திருக்கும். தாமஸ் அவள் மார்பை வெறிக்கிறான்.

முப்பது வருடம் முன்னால், அம்பலப்புழை அம்பலத்தில் ஊட்டுப்புறையில் இலவச ஆகாரத்துக்காகக் காத்திருந்த விருதா ஆசாமிகளால் வெறிக்கப்பட்டவை அவளுடைய பிஞ்சு முலைகள். அதிலே ஒரு தடியன் மடி சஞ்சியில் இருந்து லட்டு உருண்டையை எடுத்து நாவால் நக்கி எச்சில் படுத்திக் கொண்டு அவளை விகல்பமாகப் பார்த்து மாரில் குப்பாயத்தைத் தூக்கச் சொன்னான். ஓடி வந்து அம்மா சிநேகாம்பாளின் மடியில் முகத்தைப் புதைத்துக்கொண்டு அழுதாள் அவள்.

கடங்காரி, எட்டும் பொட்டும் திகஞ்சும் நாணம் இல்லியா? இன்னும் முல குடிக்கற குஞ்ஞா என்ன? உனக்கே நாளைக்கு நாலஞ்சு குடிக்க இடுப்பிலே ஏறிடும். பொசைகெட்டவன் ஒருத்தன் அதுக்கும் பங்குக்கு வந்து கூடவே படுத்துப்பான். அது கூடாதே கண்ட கழுவேறிக்கெல்லாம் குப்பாயத்தையும் அடி வஸ்திரத்தையும் அழிக்கப் போறியாடி மிண்டை?

அம்மா தடித்த துணியில் புளியிலை போட்ட முண்டு ஒன்றை எடுத்து பிச்சோத்தி கொண்டு அதை ரெண்டாகக் கண்டித்தாள். இழுத்துப் பிடித்து அவள் தோளில் குறுக்காகச் சுற்றி இடுப்பில் செருகிவிட்டாள்.

மேலே துணி ஒதுங்காம பாத்துக்கோடி மூதேவி. முழுக்க அரும்பிட்டா ஊர் கண் எல்லாம் அங்கேதான் வந்து சேரும்.

சொல்லியபடியே அவளை அணைத்து தலையில் வாஞ்சையோடு முத்தமும் கொடுத்த அம்மா. வெற்றிலையும் கற்பூரமும் சதா நல்லதாக வாடையடிக்கும் அம்மாவின் அண்மை தெரிசாவுக்கு ஒரு வினாடி தட்டுப்பட்டு அப்பால் நகர அவள் கண்கள் நனைந்தன. நீ உன் கிருஷ்ணன் காலடிக்குப் போயிருப்பே அடி அம்மா.

வேதத்தில் ஏறியபோது அப்பா கிட்டாவய்யன் மதராஸ் பட்டணத்து துரைத்தன ஸ்திரிகள் உடுப்பென்று சொல்லி அங்கே கருப்புப் பட்டணத்திலே யாரோ துன்னல்காரனைக் கொண்டு உத்தேசமாகத் தையல் வேலை செய்து கொழகொழவென்று முழங்காலுக்குக் கீழே வழிந்து தரையைப் பெருக்கும் தோதில்

நாலு பாவாடையும் மேலே போட்டுக் கொள்ள பட்டுச் சட்டையும் வாங்கிக் கொடுத்தான். சட்டை ரொம்பவே நீளமாக இருந்தது. கத்தரிக்கோல் வச்சு வெட்டிட்டு ஊசியாலே தச்சுடு என்றான் கிட்டாவய்யன் சிநேகாம்பாளிடம். புரியாத பாஷை கேட்டு அவள் மலங்க மலங்க விழிக்க, அது பாண்டித் தமிழ் என்று சொல்லி பழகின வார்த்தைக்கு வந்தான். பிச்சோத்தி கொண்டு கண்டிச்சு சூசி எடுத்து துன்னல் செய்து தரச் சொன்னான். பட்டுச் சட்டையை வெட்ட மனசில்லாமல் சிநேகா அப்படியே விட்டுவிட்டாள்.

பாதிரியார் தெரிசா என்று நாமகரணம் செய்து முதல் திருப்பலி பிரசாதம் கொடுத்தபோது மண்டியிட்டு இருந்தவளுடைய பாவாடை நிலத்தை விட்டு எழுந்திருக்காமல் அவள் மட்டும் எழ கோவிலுக்குள் பெரும் சிரிப்பு. ஆனாலும் குழந்தைதானே. பாதிரியார் சிரித்தபடி அவள் தலையில் கைவைத்து ஆசீர்வாதித்தார்.

ஞாயிறாழ்ச்ச பிரார்த்தனைக்கு ஒரு மணி நேரம் முந்தி சங்கீர்த்தனம் சொல்லிக்கொடுக்கறேன். வந்துடு குட்டீ நீயும்.

அவர் பிரியமாகச் சொன்னபோது சும்மா தலையை ஆட்டினாள் தெரிசா. வீட்டில் நாமசங்கீர்த்தனமாக அவள் பாடாததா?

அச்சுதம் கேசவம் ராம நாராயணம்

கிருஷ்ண தாமோதரம் வாசுதேவம் பஜே

இங்கே அச்சுதனுக்குப் பதிலாக கிறிஸ்து மகரிஷி பெயரைச் சொல்ல வேணுமாக இருக்கும். போய் அதையும் கற்றுக் கொண்டு வந்துவிடலாம். சங்கீர்த்தன வகுப்புக்குத் தவறாமல் போனாள் தெரிசா.

பாட்டுக்கு நடுவே பையன்கள் பார்க்கப் பார்க்க அவள் உடம்பிலிருந்து பிரிந்து ரெண்டு தனி மலைகளாக அந்த மார்பு வளர்ந்து நிற்கிற அசௌகரியம் தட்டுப்பட்டது தெரிசாவுக்கு. பிச்சோத்தி கிடைத்து, இதைக் கண்டிக்க முடியும் என்றால் அரிந்து எடுத்து பார்க்கிறவன் கையில் கொடுத்துவிட்டு ஆசை தீரப் பாத்துண்டு இரு என்பாள் தெரிசா. அப்புறம் அவள்

எல்லோரையும் போல சாதாரணமாகி பாடவும், ஆடவும், நேரியல் இல்லாமல் ஓடித் திரியவும் செய்வாள்.

திரண்டட்டுகுளி, திரட்சை எல்லாம் வச்சுக்கக்கூடாது இங்கே வந்த அப்புறம்.,

அவள் பெரியவளானபோது ஜான் கிட்டாவய்யன் கிறிஸ்துநாதர் கனவில் வந்து ஆக்ஞாபித்ததுபோல் முகத்தில் வீர்ப்போடு அறிவித்தாலும் அக்கம்பக்கத்தில் வெல்ல உக்காரை இலையில் பொதிந்து கொடுக்கத் தவறவில்லை. சிநேகாம்பா வீடுவீடாகப் புட்டுப் போட்டுவிட்டு வரணும் என்றாள். புட்டு கடையில் அவித்து கூடை நிறைய விற்றுவிட்டு மீந்ததோடு படியேறி வந்து புது வியாபாரம் சூடு பிடித்ததைச் சொல்லிச் சிரித்தான் கிட்டாவய்யன்.

உங்களுக்கு விவஸ்தையே கிடையாது.

சிநேகாம்பாள் அவன் பஞ்ச கச்சத்தை உருவி விட்டபடி சிரிக்க, தெரிசாவும் அவள் தங்கை நிர்மலாவும் அந்தக் கலகலப்பில் சேர்ந்து கொண்ட அழகான சாயங்காலத்தை தெரிசா மனதில் பட்டுத் துணி நேரியலில் பொதிந்து வைத்திருக்கிறாள். அது யாரோடும் பகிர இல்லை. அவளுக்கு மட்டுமானது.

மதராஸில் சர்வகலாசாலையில் சேர காளை வண்டியும், கட்டை வண்டியும், புதுசாக வந்த ரயில் வண்டியும் ஏறிப் புறப்பட்டுப் போய்ச் சேர்ந்த வேளையில் புடவைக்கு மாறி இருந்தாள் தெரிசா. வெறித்த கண்கள் இன்னும் துரிச்சு நோக்க புடவை மட்டும் காரணமில்லை என்று தெரிசாவுக்குத் தெரியும். கூடப் படிக்கிற யாரோ சொன்னபடி, வேப்பேரியில் ஒரு எமிலி டிசௌசா துரைசானியிடம் போனாள். அவள் கறுப்பி தான். ரெண்டு தலைமுறை முன்னால் வெள்ளைக்கார சோல்ஜர் பீஜதானம் செய்து கூவம் நதிக்கரையில் சிசுவாக வந்து விழுந்தவள்.

வெஸ்ட் தச்சுத் தரணுமா டியர்?

இல்லே, முலக் கச்சு.

அது டர்ட்டி வேர்ட். சொன்னா உள்ளே இருக்கப்பட்டது தான் நினைவு வந்து தொலைக்கும். வெஸ்ட், இல்லேன்னா, பிரேசியர்னு சொல்லப் பழகிக்க.

சொல்ல, அணியப் பழகிக் கொண்டு லண்டன் வந்தாள். அதை அணிந்த அப்புறம் பார்வைகள் கூடினவே அன்றிக் குறைந்ததாகத் தெரியவில்லை.

பீட்டருக்கு அவள் கச்சு என்று சொல்வது ரொம்பப் பிடிக்கும். அவள் முயங்கும் முன் அதை சாவதானமாக அகற்றுவதை வெறியோடு பார்த்தபடி இருப்பான்.

நாற்பது நிறைந்தாலும் அவளுடைய ஸ்தனபாரம் இன்னும் எடுப்பாக இருக்கிறது என்பதில் தெரிசாவுக்கு ரகசியமாகப் பெருமைதான்.

தேவ ஊழியம் செய்யப் போகிற பெண்ணுக்கு வரும் நினைப்பா இது?

அம்பலப்புழை பாதிரியார் சங்கீர்த்தன வகுப்பை நிறுத்தி அவளைக் கேட்கிறாள். ஓரமாக உட்கார்ந்து வயலில் வாசிக்கும் மாத்துக் குட்டி தரக்கன், பாதிரியார் கண்ணில் படாது அவளை மடியில் போட்டு வாசிப்பது போல் அபிநயிக்கிறான்.

தட்ஸ் டூ குட்

தாமஸ் மாத்துக்குட்டியைப் பாராட்டுவது காதில் கேட்க நிமிர்ந்து பார்த்தாள் தெரிசா.

அவள் கொண்டு வந்திருந்த பிரம்புக் கூடை மூடி திறந்து பொரித்த அப்பளம் ஒன்று வெளியே உருண்டது. அது தரையைத் தொடுவதற்குள் குனிந்து பிடித்த தாமஸ் வெற்றிப் புன்னகையோடு அதை உதிர்த்துத் தின்ன ஆரம்பித்தான்.

இந்த மாதிரி இந்தியன் டெலிகசி எல்லாம் சமையல் செஞ்சு எடுத்து வருவேன்னு தெரிஞ்சிருந்தா, ரயிலை ரெண்டு மணி நேரம் மெல்லக் கிளம்பச் சொல்லி ரெயில்வே கம்பெனிக்கு டெலகிராம் கொடுத்திருப்பேனே. வாட் இஸ் திஸ் கால்ட்?

பப்படம். எந்த லஞ்சும் டின்னரும் இது இல்லாமல் நடக்காது கேரளத்துலே.

வாட் இஸ் கேரள்?

இந்தியாதான். தெற்கு மூலை. தமிழும் மலையாளமும் பேசற பகுதி.

தெரிசா இன்னொரு அப்பளத்தை எடுத்துக் கடித்தபடி பிரம்புக் கூடையை மூடிவைத்தாள்.

பீட்டருக்கு அந்த மொழி எல்லாம் சொல்லிக் கொடுத்திருக்கியா, இல்லே வேறே பலதும் உன் கிட்டே கத்துக்கிட்டானா? ஆல் சார்மிங் ஓரியண்டல் டிரிக்ஸ்.

டிரிக்ஸோடு நிறுத்தினான் நாசமாகப் போகிறவன். டிரிக்ஸ் ஆப் தி ட்ரேட் என்று சொல்லி அவளை அவிசாரி ஆக்காது விட்ட தாமஸ் நாஷ் மன்னிக்கப்பட்டான்.

கிங்க்ஸ் கிராஸ்.

சாரட்டை நிறுத்திக் குதித்து இறங்கினான் வண்டிக்காரன். கையில் சாட்டையோடு ஜன்னல் கதவைத் திறந்து வைத்தபடி அறிவித்தான்.

வெளியே மழை பெய்ய ஆரம்பித்திருந்தது. நிலக்கரித் துகள்கள் கனமாகப் படிய, அந்த மழையும் கருத்த நீர்த் துளிகளின் தாரையாக இறங்கி கல் பாளம் இட்ட வீதி நடைபாதையை மினுக்க வைத்தது. நடந்து போனவர்களின் முகம் எல்லாம் கருப்பு பூசி இருந்தது. அதைத் துடைக்கக் கூட நேரமில்லாமல் ஏதேதோ சின்னத் தொழிற்சாலைகளில் உலையை ஊத, அணையாமல் காத்து இரும்பு அடிக்க, ஏதேதோ செய்து பிழைக்க எல்லோரும் ஓடிக்கொண்டிருக்கிறார்கள். தெரிசா போல், தாமஸ் போல் சுகமாகக் கிளம்பி தேவ ஊழியம் செய்ய சகல சவுகரியங்களோடும் பயணம் போகிற காசு உள்ள வர்க்கத்தில் பட்டவர்கள் இல்லை அவர்களெல்லாம். மழையில் நனைந்தபடி நின்று இரையும் இந்த வண்டிக்காரனும் கூடத்தான்.

யூஸ்டன் போகணும் நாங்க.

தெரிசா மழையின் சத்தத்தை அடக்க ஒலியைக் கூட்ட முயன்று தோற்றுப்போய்ச் சொன்னாள். அப்போது தாமஸ் பெட்டி படுக்கைகளை அடுக்கி வைத்தபடி வெளியே இறங்கத் தயாராவது கண்ணில் பட்டது.

தாமஸ், கிங்க்ஸ் கிராஸ்லே எதுக்கு இறங்கணும்?

இந்தப் பக்கம் பார்த்தா கிங்க்ஸ் கிராஸ். அந்தப் பக்கம் யூஸ்டன். நீ முன்னாலே நின்னு பார்த்தா இந்தியப் பேரழகி. பின்னழகிலே பிரஞ்சுக்காரி. அப்படித்தான்.

அவன் பிரஞ்சுக்காரியைச் செல்லமாகத் தட்டிவிட்டு அப்பளக் கூடையோடு இறங்க, வண்டிக்காரன் இந்தச் சிருங்காரத்தை ரொம்பவே ரசித்தான். புதிதாகக் கல்யாணம் ஆன தம்பதி என்று அர்த்தம் செய்தவனாக இருக்கும் என்று தெரிசா நினைத்தாள். உபத்திரவம் இல்லாமல் அவனுக்கு ஒரு நிமிடம் சந்தோஷத்தைத் தர தெரிசாவோ கர்த்தரோ உத்தேசித்தால் அவளுக்குப் பராதி, என்றால் புகார், ஒன்றும் இல்லை.

தெரிசா இறங்க தாமஸ் ஆதரவாகக் கைநீட்டினான். அவள் இறங்கியதும் வண்டிக்குள் திரும்ப ஏறி பொறுப்பாக எல்லா துணி சஞ்சி, தோல் சஞ்சிகளையும் தண்ணீர் போத்தலையும் கொண்டு வந்து கீழே வைத்தான்.

பழம் வச்ச கூடை? ஆப்பிளும் ஆரஞ்சும் எடுத்து வச்சிருக்கேன்.

தெரிசா சொல்ல இன்னொரு முறை வண்டிக்குள் தாவியேறினான். இருக்கை அடியில் தேடி எடுத்து இதுவா பார் என்றான். அது தெரிசாவின் முலைக்கச்சு. இந்த சனியன் எங்கே பழக்கூடையோடு? அவள் தேடத்தேடக் கிடைக்காமல்.

அதது அததுக்கான இடம்னு தெரிஞ்சு போய்ச் சேர்ந்துடும். உலக நடப்பு.

காதில் தத்துவம் சொல்லிக் கள்ளச் சிரிப்பு சிரித்தான் கசின். இன்னும் ஒரு வாரம் இவனைப் பொறுத்துக்கொள்ளவேணும், பீட்டருக்காக. தேவ ஊழியத்துக்காக.

சட்டைப் பையில் வைத்திருந்த பெரிய தோல் பர்ஸில் இருந்து காசு எடுத்து வண்டிக்காரனிடம் கொடுத்தான் தாமஸ். வண்டிக்காரன் தொப்பியைக் கையில் பிடித்து காக்னியில்

ஏதோ முனக, பை உள்ளே தேடி நாலு நாணயங்களை எடுத்து அவனிடம் அலட்சியமாக அளித்தான். அதையும் வாங்கிக் கொண்டு அவன் தொடர்ந்து இரைய கால் சராயில் இருந்து ஒரு பெரிய நாணயத்தை எடுத்து அதில் எச்சில் துப்பித் தரையில் எறிந்தான் தாமஸ்.

உன் பொண்டாட்டியோட கச்சை அவுத்து கோவண்ட் கார்டன்லே ஆட வச்சு காசு வாங்கினியா? ஸ்கர்ட் இருந்ததா அதையும் உருவிட்டாளா தேவிடியா?

காசைப் பொறுக்கிக் கொண்டு சாரட்டில் தாவியேறி வேகமாக அதை விரட்டும்போது குனிந்து பார்த்துச் சொன்னான் வண்டிக்காரன். அவனுடைய காக்னி அதிசயமாக தெரிசாவுக்கு முழுக்க அர்த்தமானது.

சாரட்டுக்குப் பின்னால் இரைந்துகொண்டு தாமஸ் ஓடியபோது அவன் சொன்ன வார்த்தைகள் இன்னும் தரக்கேடாக இருந்ததை தெரிசா பொருட்படுத்தவில்லை என்று நடிக்க வேண்டிப் போயிற்று.

அவள் தோளில் மாட்டிய துணி சஞ்சியும், கையில் பழக்கூடையும் அதற்குள் செருகி வைத்த கருப்புக் கச்சுமாக கிங்க்ஸ் கிராஸ் புகைவண்டி நிலையத்தில் நுழைய, பின்னால் ஏதோ சத்தம்.

சேச்சி. ஆ முலக்கச்சு எண்டெ பெண் குஞ்ஞினு தரணே. திரட்சி ஆகிப் பத்து வருஷமாயிடுத்து. பசியும் தாகமுமா அலைஞ்சிண்டே இருக்கோம். வஸ்திரமும் இல்லே. அம்மே, மூகாம்பிகே. ரட்சிக்க மாட்டியா? சேச்சி. நீயாவது என்னைக் கவனியேன். அம்பலப்புழை தேகண்ட பிராமண குடும்பத்திலே வாக்கப்பட்ட ஸ்திரி நான். குப்புசாமி அய்யருக்கும் விசாலாட்சி அம்மாளுக்கும் மருமகளா வாச்சவள்.

யாரோ பெண் தமிழிலும் மலையாளத்திலும் விம்மும் குரல். தெரிசா ஒருவினாடி தயங்கி நின்று சுற்றும் முற்றும் பார்த்தாள். கருத்த மழையும் பனி மூட்டமும் தவிர வேறே எதுவும் கண்ணில் படவில்லை.

ஸ்டேஷன் உள்ளே ரயில் வண்டி சத்தம் உயர்த்திக் குரல் கொடுத்து அழைத்துக் கொண்டிருந்தது.

அத்தியாயம் பதினாறு

மே *11 1899 விகாரி வருடம் சித்திரை 29 வியாழக்கிழமை*

ஃப்ளையிங் ஸ்காட்ஸ்மேன் ரெடி டு லீவ் ஃபார் எடின்பரோ வேவர்லி, ஹே மார்க்கெட், பிர்த் ஓஃப் ஃபோர்த், அப் நோர்த்.

கிங்க்ஸ் கிராஸ் ஸ்டேஷன் முழுக்க கனமாக எதிரொலிக்க, ட்வீட் துணியில் உடுப்பு அணிந்த ஒரு நெட்டையன் ரெயில்வே சிப்பந்தி உரக்க அறிவித்துக் கொண்டு போனான்.

ரெயில்வே சிப்பந்திகள் ட்வீட் அணிந்தவர்கள். நெட்டையானவர்கள்.

பறக்கும் ஸ்காட்லாந்துக்காரன் என்று ஏன் ரயிலுக்குப் பெயர் வைக்க வேணும்?

தெரிசாவுக்குப் புரியவில்லை. அது பறக்கும் ஸ்காட்லாந்துக்காரி என்று ஏன் இருக்கக் கூடாது?

வேணாம். தாமஸ் கேட்டால் உடனே ரெயில் கம்பேனிக்கு எழுதிப் போட்டு மாற்றச் சொல்லலாம் என்பான். சகலரும் சட்டமாக ஆரோகணிக்கிற சாத்தியம் பறக்கும் ஸ்காட்லாந்துக்காரிக்கு விபரீதமாகப் பொருந்தி வரும்.

தெரிசாவும் பறக்கும் கறுப்பியானால் இன்னும் சந்தோஷம் அவனுக்கு.

வேண்டாம் வேண்டாம் என்றாலும் சனியன் போல் மனசு இந்த தாமஸைப் பற்றி நினைக்கிறதே. தெரிசாவுக்கு எரிச்சலாக வந்தது. இந்த கசின் இப்படி நாய்க்குட்டி மாதிரி கூடவே ஈஷிக்கொண்டு காலை நக்கிக்கொண்டு வருகிற காரணத்தால் இது நேர்கிறதோ என்னமோ.

கசினை ஓரமாகத் தள்ளி விட்டு கர்த்தரை நினை. போற வழிக்குப் புண்ணியம்.

எது போகிற வழி?

நகருங்க. தயவு செய்து நகர்ந்து போங்க.

பின்னால் நெட்டித் தள்ளிக் கொண்டு யாரோ கடந்து போனார்கள். எந்த கோட்டைக்கோ சீமாட்டி. அவள் வீட்டுக்கார பிரபு எங்கே? பிக்கடலியில் குடித்து விட்டு சாரட் வண்டிக்கு முன் உருண்டு கிடக்கிறானா?

தெரிசா ஜன நெரிசலுக்கு நடுவே நடந்தாள்.

சேச்சி, அந்த முலக் கச்சு.

தூக்கி வாரிப் போட ஒரு வினாடி நின்றாள். விடாமல் துரத்தும் இந்தக் குரல் எங்கே இருந்து வருகிறது? எப்படி இதை இந்தப் பத்து நிமிடத்தில் முழுக்க மறந்து போனேன்?

பின்னால் இருந்து வேகவேகமாக தள்ளுவண்டியில் தோல் வாரால் இறுகக் கட்டிய படுக்கைகளை அடுக்கித் தள்ளிக் கொண்டு வந்த இரண்டு ரயில்வே போர்ட்டர்கள் அவள் மேல் மோதாமல் வண்டியை வளைத்துத் தள்ளிப் போனார்கள்.

சீமாட்டி, கொஞ்சம் கவனமாக நடக்கலாமே.

வயோதிகர் ஒருத்தர் தொப்பியை உயர்த்திச் சொல்லி விட்டு புன்சிரிப்போடு முன்னால் நின்ற ரயில் பெட்டியில் ஏற முனைந்தார்.

சேச்சி. சேச்சி.

பின்னால் திரும்பித் திரும்பிப் பார்த்துக் கொண்டு தெரிசா அந்த ரயில் பெட்டி பக்கமாக நகர்ந்தாள்.

அந்த ஓரமாப் போ பெண்ணே. மூணாம் வகுப்பு கம்பார்ட்மெண்ட் இல்லே இது.

ரெயில் சிப்பந்தி குரலில் உதாசீனத்தோடு அவளைத் தடுத்தான்.

ரெயில் சிப்பந்திகள் பிரயாணிகளை தினசரி சந்திக்க வேண்டிய பெருந்துன்பமாக நினைப்பவர்கள். அதுவும் தெரிசா போன்ற கறுப்பிகளை. கறுப்பர்களின் தேசத்தை விக்டோரியா மகாராணி ரட்சித்து, போஷித்து அநாதை என்று கருணை கொண்டு வளர்த்து வருகிற காரணத்தால் அல்லவோ இந்தக் கறுப்பி லண்டன் மாநகரில் பிரபுக்களுக்கும் சீமாட்டிகளுக்கும் சரிசமமாக கரிந்த தோலோடு எந்த லஜ்ஜையும் இன்றி சஞ்சரித்துக் கொண்டிருக்கிறாள். ரெயிலில் வேறே, அதுவும் முதல் வகுப்பில் ஏற என்ன அறியாமை இந்த அடிமைச்சிக்கு? மகாராணி சார்பில் அவளை நேர்வழிப்படுத்துவது ரெயில்வேயின் கடமையன்றோ. என்றால், ரெயில்வே சிப்பந்தி என்று மாசா மாசம் அவன் நூறு பவுண்ட் சம்பாத்தியம் வாங்குவது மயிரைப் பிடுங்கவா என்ன? இந்த மாதிரியான தப்பை எல்லாம் தடுக்கத் தானே?

உனக்கு இங்கிலீஷ் அர்த்தமாகலியா பெண்ணே? என் உதட்டைக் கவனிச்சுப் பார்.

அவன் குரலைக் கொஞ்சம்போல் உயர்த்தினான்.

இது உனக்கான - ரெயில் - பெட்டி - இல்லை.

தெரிசாவுக்கு முன்னால் ரெயில் பெட்டியில் ஏறிய கனவான் ஜன்னல் அருகே உட்கார்ந்து பத்திரிகையைப் பிரித்தார். அது போன வாரத்து பஞ்ச் என்று தெரிசாவுக்கு அட்டையைப் பார்த்தே தெரிந்தது. இதுவா இப்போ முக்கியம்?

ஆபீஸர், பேசறதுக்கு முன்னாடி யார் கிட்டே பேசறோம்னு கவனிக்கணும். இவங்க கிட்டே முதல் வகுப்பு டிக்கெட் இருக்கு.

எங்கிருந்தோ முன்னால் வந்து, மிரட்டும் தொனியில் தாமஸ் குரல் கேட்டது.

ரயில்வே உத்தியோகஸ்தன் தாமஸைக் கூர்ந்து பார்த்தான்.

முதல் வகுப்பு டிக்கெட் இருக்குங்கறதாலே முதல் வகுப்பிலே ஏறிட முடியுமா?

தெரிசாவுக்கு ரோஷம் வந்து விட்டது. அது எப்போதும் தாமதமாகத்தான் வந்து தொலைக்கிறது. உடம்புக்குள், ரத்தத்தில் அடிமைத்தனம் ஊறிப்போயிருப்பதால் இருக்கும்.

உன் கிட்டே உத்தரவு வாங்கிட்டுத்தான் ரயில்லே ஏறணுமா என்ன? கருப்புத் தோல் இருந்தா மூணாம் வகுப்புன்னு எந்த ரயில்வே சட்டத்திலே இருக்கு? எங்கே எடுத்துக் காட்டு. நானும் சட்டம் படிச்சவ தான். மேஜர் பீட்டர் மெக்கன்ஸிஸ் லீகலி வெட்டட் ஒய்ப் ஃபார் தி பாஸ்ட் ட்வெல்வ் இயர்ஸ் அண்ட் வில் பீ ஸோ ஃபார் எவர். ஆல்ஸோ எ சின்சியர் பிரிட்டீஷ் சிட்டிசன் இன் எவ்வரி ரெஸ்பெக்ட்.

வசீகரமான ஆங்கிலத்தில் அழுத்தமாக வந்து விழுந்த வார்த்தைகள் அந்தச் சிப்பந்தியைத் தகித்துப் போட்டன. இவளிடம் வம்பு வளர்த்தால், க்ரேட் நார்த்தன் ரயில்வே கம்பேனி நிர்வாகி நார்ட்டன் துரை காதுக்கு உடனே விஷயம் போய்ச் சேரும். இன்றைக்கு ராத்திரியாகிற போது இந்தக் குப்பாயத்தைக் களைந்து வைத்துவிட்டு உத்தியோகத்திலிருந்து இறங்க வேண்டிப் போகும். அப்புறம் பிக்கடலி ஓரமாக குந்தி உட்கார்ந்து தொப்பியை எடுத்து எடுத்து ஒவ்வொருத்தராகப் பார்த்து கும்பிட்டு சில்லறை இருந்தா போடுங்க பிரபுவே என்று யாசிக்க வேண்டி வரும்.

ரெயில்வே சிப்பந்திகள் பயந்தவர்கள். உத்தியோகமே சர்வமுமாக இருப்பவர்கள்.

அவன் அவசரமாகத் தொப்பியைத் தலையில் இருந்து எடுத்து தெரிசா முன்னால் ஆகப் பாதிக்குக் குனிந்து வணங்கினான். கழுத்துப் பட்டியில் அழுக்குத் தீற்றியிருக்கும் நாள் கணக்காகக்

குளிக்காத வெள்ளைக்காரன்.

தாமஸ் அவனை அலட்சியமான கையசைப்பால் அந்தாண்டை போகச் சொல்லி ஒதுக்கிவிட்டு தெரிசா படி ஏற வாகாக ரயில்பெட்டிக் கதவைப் பிடித்தபடி நின்றான்.

குறுகிய படிகளில் தெரிசா ஏறும்போது திரும்ப சேச்சி, சேச்சி.

தாமஸ், உனக்குக் கேக்குதா? யாரோ என்னைக் கூப்பிடற சத்தம்.

யாரு, அந்தக் கிறுக்கு பிடிச்ச கிழட்டு நாய் ரயில்வேக்காரனா? அவன் காலுக்கு நடுவிலே கல்லடி பட்ட மாதிரி பொத்திக்கிட்டு அங்கே பதுங்கறான் பாரு.

தாமஸ் தணிந்த குரலில் சொல்லிவிட்டு உரக்கச் சிரித்தான். அவளோடு நெருக்கமான வார்த்தை பகிர்ந்துகொள்கிற போதை கண்ணில் தெரிந்தது.

அந்த ரயில்வேக்காரனைச் சொல்லலே.

தெரிசா வார்த்தையை முடிக்காமல் நிறுத்தினாள். இவனுக்குத் தெரிந்து என்ன ஆக வேணும்?

நீ உட்காரு தெரிசா. பெட்டி படுக்கையை எடுத்துட்டு வரச் சொல்லி இருக்கேன். போர்ட்டர் இன்னும் வந்து சேரலை. வேறே எங்கேயாவது போய் நிக்கறானான்னு பார்த்துட்டு வரேன்.

தாமஸ் ரயில் பெட்டியில் இருந்து குதித்து இறங்கி, நெரிசலை விலக்கிக்கொண்டு வேகவேகமாக நடந்து போனான்.

தெரிசா பழக்கூடையை பக்கத்தில் நெருக்கமாக வைத்துக் கொண்டாள். செல்லமாக அதை அணைத்தபடி சுற்றும் முற்றும் பார்த்தாள்.

விசாலமான ரயில் பெட்டி அது. இங்கேயே குடித்தனம் செய்ய உத்தேசித்தாலும் சரி என்று சகல ஏற்பாடும் செய்து கொடுக்க க்ரேட் நார்த்தர்ன் ரெயில்வே கம்பேனி சித்தமாக இருந்ததாகத் தெரிந்தது தெரிசாவுக்கு. அதுவும் அவள் போன்ற முதல் வகுப்பு

பிரயாணிகளுக்கு. கருப்பும் வெளுப்பும் பிரச்சனை இல்லை.

ஜன்னல் ஒன்றுவிடாமல் பூப்போட்ட திரைச் சீலை மறைக்க, உட்காரும் ஆசனம் கெட்டி மெத்தை வைத்துத் தைத்து, வெல்வெட் தலையணைகளோடு திருவாங்கூர் மகராஜா கொட்டாரம் மாதிரி நேர்த்தியாக இருந்தது.

அனந்தைக் கொட்டாரத்து அங்கணம் இல்லை இது. உள்ளே வெகு தூரம் கடந்து போனால், தம்பிராட்டிகள் இருக்கப்பட்ட இடம்.

தெரிசா திருவனந்தபுரம் போயிருக்கிறாள். கொட்டாரத்துக்கோ பத்மனாப ஸ்வாமி க்ஷேத்ரத்துக்கோ எல்லாம் போனதில்லை. தகப்பன் கிட்டாவய்யன் வேதத்தில் ஏறுவதற்கு முன்கூட்டிப் போயிருந்தால் அந்த வினோதம் எல்லாம் பார்த்து வரக் கிடைத்திருக்குமோ என்னமோ.

கொட்டாரம் போய், வயசன் மகராஜாவின் சயன கிரஹத்தைப் பார்ப்பதில் என்ன சுவாரசியம் இருக்கப் போகிறது?

கொட்டாரம் மேத்த மணி உண்டே சேச்சி. க்ஷேத்ரக் குளத்திலே ஸ்நானம் பண்ணிட்டு அம்பலத்தில் கேரித் தொழுதால் என்னமா ஒரு சம்திருப்தி. வந்து என்ன? எல்லா அம்பலத்திலேயும் கேரியாச்சு. இப்போ இப்படி அலையறேன்.

அந்தப் பெண்குரல் காதுக்குள் ரகசியம் பேச, தெரிசாவுக்குக் கண் இருண்டு வந்தது.

இருக்கையில் சாய்ந்து படுத்து ஒரு வினாடி கண்ணை மூடிக் கொண்டாள் அவள்.

மனசு குறக்களி காட்டுகிறது. காலையில் அசுத்த நினைப்பாக பீட்டரோடு சுகிப்பதைப் பற்றி யோசித்துக் கொண்டே தேவ ஊழியம் பண்ணக் கிளம்பினது தப்பு. அதுவும் தலை நனைய ஒரு குளி இல்லாமல், விழுப்பு வஸ்திரத்தைத் தரித்துக் கொண்டு. கூடவே உடம்பு மேலே கையை வைக்க நேரம் பார்க்கிற கசின் கடன்காரன் வேறே.

எல்லோரும் நரகத்துக்குப் போவார்கள். ஹாட்லி பிரபு,

ஸ்கொயர் ஆஃப் நாஷ்வில், தெரிசாவை அவிசாரி என்று சொன்ன காக்னி சாரட்காரன், மார்த்தா கெல்லருக்கு முத்தம் கொடுக்கும் பட்டாள உடுப்பு அணிந்த ஒற்றைக் கைய்யன், இந்த ரெயில்வே சிப்பந்திகள், தாமஸ், பீட்டர் எல்லாரும். வரிசைக் கடைசியில் அவள் இருப்பாள்.

கர்த்தரே என்னை ரட்சித்து அருளும். சப்த ரூபமாக, பிரத்தியட்சம் இல்லாத காட்சி ரூபமாக மனசை அலட்டுகிற சகலமானதையும் விலக்கி என்னை வழிநடத்திப் போம். உமக்கு ஸ்தோத்ரம்.

கழுத்தில் மாட்டிய சிலுவையைக் கண்ணில் ஒற்றியபடி பிரார்த்தித்தாள். கண்ணைத் திறந்தபோது ரயில்பெட்டியிலும் வெளியிலும் நல்ல வெளிச்சமாக இருந்தது. வெளியே ரயில் ஏற வருகிறவர்கள் எழுப்பும் சத்தத்தையும், உருளை வண்டி இரைச்சலையும், எங்கோ குழந்தை வீறிடுகிறதையும் தவிர மருட்டுகிற மாதிரி காதுக்குள் வேறு ஏதும் சத்தம் வந்து படவில்லை.

மேடம், குடிக்க ஏதாவது வேணுமா?

வயதான ரயில்வே சிப்பந்தி ஒருத்தன் அவள் அருகே வந்து குனிந்து மெல்லிய குரலில் கேட்டான். அவனுடைய மரியாதை தெரிசாவுக்கு வேண்டியிருந்தது. இவன் சொர்க்கத்துக்குப் போகக் கூடியவன்.

வென்னீர் எடுத்து வந்து கொடுத்து விட்டு அங்கே போகட்டும். கொஞ்சம் தாமதமானாலும் பாதகமில்லை.

குடிக்கக் கொஞ்சம் வென்னீர் கிடைக்குமா?

தாராளமாக. இதோ கொண்டு வரேன். சாப்பிடவும் ஏதாவது கொண்டு வந்து தரட்டுமா?

வயசன் திரும்ப மரியாதை விலகாமல் விசாரித்தான்.

எதுக்கு? இந்த மாம்ச பதார்த்தங்கள் அவளுக்கு ஒத்துக் கொள்ளாது. பழமும், ரொட்டியும், பப்படமும் போதும். நேற்றைக்கு மரியா கெல்லர் பாலோடு கொண்டு வந்த

பாலாடைக் கட்டியும் கூட இருக்கிறது. நாலைந்து கேக்குகளும் சாப்பாட்டுக் கூடையில் உண்டு. முழுக்கச் சாப்பிட்டு ஊட்டுப்புறை சாப்பாட்டுக்காரன் போல் வயிற்றைத் தள்ளிக் கொண்டு தூங்கலாம். ஓடுகிற ரயிலில் செய்ய வேறு என்ன இருக்கு?

இந்த ரெயில் எப்போது எடின்பரோ போகும்?

அந்தக் கேள்வியை எதிர்பார்த்ததுபோல் ரெயில் உத்யோகஸ்தன் தகவல் கொடுத்தான்.

வண்டி பகல் பனிரெண்டுக்குக் கிளம்பும். அதாவது இன்னும் பதினைந்து நிமிடத்தில். கிரந்தம் ஒண்ணரை மணிக்கு.

கிரந்தமா? அம்பலப்புழை கிருஷ்ணஸ்வாமி அம்பலத்தில் தாளியோலையில் எழுதிய பழைய கிரந்தங்களை சதா உருவிட்டபடி சுற்றம்பலத்திலும் குஞ்சன் நம்பியார் ஓட்டந்துள்ளிய மிழா வைத்த மண்டபத்திலும் உட்கார்ந்திருக்கும் நம்பூத்ரிகள் நினனவுக்கு வந்தார்கள். கோட்டும் வாயில் புகையும் சுருட்டும் முன்குடுமியுமாக இங்கே கிரந்தம் ஸ்டேஷனில் ரயிலேறக் காத்திருக்கிற வெள்ளைக்கார நம்பூத்ரி ஒருத்தர் ரெயில்வே சிப்பந்தியின் முகத்தில் அழிச்சாட்டியமாக ஓட்டிக்கொண்டு சிரிக்க தெரிசாவுக்கும் சிரிப்பு வந்துவிட்டது.

ரெயில்வே உத்யோகஸ்தன் மரியாதைக்குச் சிரித்து வைத்து, ராகம் இழுப்பது போல் தொடர்ந்து சொல்ல ஆரம்பித்தான்.

யார்க் மூணு மணி பத்து நிமிஷத்துக்கு வரும். பெர்விக் ஆறரை மணிக்குப் போயிடலாம். எடின்பரோ வேவர்லி ஏழே முக்காலுக்கு. எட்டு மணிக்கு முன்னாடி எடின்பரோ ஹே மார்க்கெட். அதை விட்டா அப்புறம் டால்மெனி.

ஒரு புன்சிரிப்போடு அவனை நிறுத்தச் சொல்லிக் கைகாட்டி, தெரிசா நன்றி சொன்னாள். அவன் இன்னொரு தடவை ஜாக்கிரதையாக வணங்கிவிட்டு வென்னீர் விளம்பி எடுத்துவரப் போனான்.

எடின்பரோ ஹே மார்க்கெட் பகுதியில் தான் தெரிசா இருக்க

விடுதி ஏற்பாடு செய்ததாக தாமஸ் சொல்லியிருந்தது நினைவு வந்தது. ராத்திரி நேரத்தில் அங்கே போய் இறங்கினால், யாராவது வாசல் கதவைத் திறந்து உள்ளே விடுவார்களா? இருக்க, படுக்க, குளிக்க எல்லாம் சவுகரியமான இடம்தானா அது? அது என்ன, லண்டனோ, எடின்பரோவோ எல்லா ஊரிலும் ஒரு வைக்கோல் சந்தை? எத்தனை காலம் ஹே மார்க்கெட்டில் தாமசிக்க வேணும்?

தாமஸ் பார்த்துக்கொள்வான் எல்லாவற்றையும். அவனுடைய சகாயமும் வேண்டித்தான் இருக்கிறது. ஜாக்கிரதையாகப் பழகினால் அவனும் விசுவாசமான வேலைக்காரனாக வென்னீர் கொண்டு வந்து கொடுப்பான். சொர்க்கத்துக்கும் போக சிபாரிசு செய்ய தெரிசா அப்போது ஒருவேளை உத்தேசிக்கக் கூடும்.

யார்க்கிலேருந்து பெர்விக் போகிறபோது அதிவிரைவாக மணிக்கு ஐம்பத்திரெண்டு மைல்கல் வேகத்தில் ஓடற வண்டி இது. அப்புறம் மேட்டுப் பிரதேசம் ஆனதாலே பெர்விக்லேருந்து எடின்பரோ மணிக்கு நாற்பத்தாறு மைல் வேகத்திலே தான் போகவேண்டி வரும். ரம்மியமான ஸ்காட்லாந்து பிரதேசம்.

போகிற வழியில் கொஞ்சம் நின்று கூடுதல் தகவல் அறிவித்தான் ரெயில்வே சிப்பந்தி. அவன் ஸ்காட்லாந்துக்காரனாக இருக்கலாம். ஸ்காட்லாந்துக்காரன் என்றால் பாவாடை சுற்றின மாதிரி இடுப்பில் கட்டியிருப்பானே.

ரெயில்வே சிப்பந்தி கில்ட் அணிவது தடை செய்யப்பட்டிருக்கிறதோ என்னமோ.

அவன் சொன்ன மேலதிகத் தகவலுக்காக இன்னொரு தடவை நன்றி சொன்னாள் தெரிசா.

அவசர அவசரமாக தெரிசாவின் பிரம்புக் கூடையும், பெட்டி படுக்கையும், தாமஸின் பிரயாண உருப்படிகளுமாக ஒரு ரெயில்வே போர்ட்டர் நுழைந்தான். தெரிசாவின் காலடியில் பெட்டிகளை இழுத்து வைத்துவிட்டு, மேலே பலகைத் தட்டில் பிரம்புக் கூடையை வைத்தான்.

அது தீனி சமாசாரம் நிறஞ்ச கூடை. மேலே வைச்சா பப்படம் நொறுங்கித் தலையிலே சிதறும்.

தாமஸ் வழக்கத்தை விட உரக்கச் சொல்லிக்கொண்டு போர்ட்டருக்குக் காசு கொடுத்தான். ரயில் கிளம்பி ஊர்ந்து செல்ல ஆரம்பித்தது.

சீக்கிரம் இறங்கு. இல்லேன்னா அடுத்த ஸ்டேஷன் வரை இங்கேதான் இருந்தாகணும்.

தாமஸ் பதற்றத்தோடு சொல்ல, போர்ட்டர் எல்லாம் தெரிந்த பாவனையில் சிரித்தான்.

அவுட்டரில் வண்டி ஐந்து நிமிஷம் நின்னுட்டுத்தான் யாத்திரையாகும். அப்ப இறங்கிக்கலாம்.

அவன் சொன்னபோதே ரயில் வேகம் கூட்ட, பாய்ந்து அவசரமாக இறங்கிப் போனான் அவன்.

சொன்னா கேக்கணும், எனக்குத்தான் எல்லாம் தெரியும்னு உன்னை மாதிரி ஒரு அடம்.

தாமஸ் தெரிசாவை சின்னச் சிரிப்போடு பார்த்தான். அவளும் சிரிக்கவேணுமென எதிர்பார்க்கிறான். சிரித்துவிட்டுப் போகலாம். என்ன குறைஞ்சு போகும்?

ப்ளையிங் ஸ்காட்மேன் வண்டின்னு சொன்னா, காட்டன் க்வீன் ரெயில் பக்கம் பெட்டி படுக்கையோட நிக்கறான். பிடிச்சு இழுத்துட்டு வந்தேன். முழு முட்டாள்.

அவன் அங்கேயே இறங்கிட்டான். இன்னும் ஏன் நீ அவனை விட மாட்டேங்கறே?

தெரிசா கேட்டாள்.

முட்டாள்களை சகிச்சுக்கறது மாதிரி அபத்தமான விஷயம் வேறே இல்லே. ஒரே நாளில் எத்தனை பேர்?

அவன் மனசுக்குள் கணக்குப் போட்டு விரல் மடக்கினான்.

அது போறது. இந்த ரயில்லே எலக்ட்ரிசிட்டி விளக்கு இருக்காமே.

மான்செஸ்டர் கார்டியன் பத்திரிகையிலே படிச்சிருக்கேன். இங்கே எங்கேயும் காணோமே?

தெரிசா விசாரித்தாள்.

முதல் வகுப்பில் இன்னும் வரலை. மகாராணியோ வேல்ஸ் இளவரசரோ இந்த ரயில்லே ஸ்காட்லாந்து போகிறபோது தனியா ஒரு பெட்டி சேர்ப்பாங்க. அதில் மின்சார விளக்கு, தனி சமையலறை, சிப்பந்திகளுக்கான இடம், ஒயினும், பிராந்தியும் நிறைச்ச பார், அவசர சிகிச்சைக்கு மருந்தோடு ஒரு அப்பாத்திக்கரி, டாக்டர் இப்படி எல்லா ஏற்பாடும் இருக்கும்.

முதல் வகுப்பில் என்ன எல்லாம் இருக்கும்?

தெற்குக் கோடியில் அருமையான கழிப்பறைகள், நீ குடிச்சுட்டு இருக்கியே வென்னீர், அது. வேணும்னு கேட்டா ஏற்கனவே தயார் செய்து வைத்த சாப்பாடு, போர்த்திக்க கம்பளிப் போர்வை, பத்திரிகை, உபசரிக்க சேவகன், அப்புறம் நான். இத்தனையும் உண்டு.

அவன் நாடகத்தில் அபிநயிப்பது போல் இரண்டு கையையும் விரித்துக் காட்டினான். பிரயாணம் அவன் மனசை லேசாக்கி இருந்ததாக தெரிசாவுக்குத் தோன்றியது. அவனுடைய சந்தோஷத்தை நசுக்கிப்போடும் எந்த வார்த்தையும் பேசவோ, செயல்படவோ மாட்டாள் அவள்.

உடனே வருவதாகச் சொல்லி தாமஸ் வண்டியோடு கூட ஆடிக் கொண்டு நீள நடந்து போனான். தெற்குக் கோடியில் கழிப்பறை வசதிகளைத் தேடி இருக்கும். அங்கே குளிக்கிற வசதி கூட இருக்குமா? இருந்தால் உடனே குளித்து. வேணாம். உடுப்பை மாற்றிக்கொள்வது கஷ்டமாகிப் போகும். விழுத்துப் போட்ட ஈரத் துணியை எப்படி எடுத்துப் போவது? பெண்களுக்குத் தனிக் கழிப்பறை இருக்குமா? தாமஸிடம் கேட்பதை விட அந்த வயசன் ரெயில்வே சிப்பந்தியிடம் விசாரிக்கலாம். இல்லை, அவளே கூட காலார நடந்து தேடிவிட்டு வரலாம்.

காட்டன் க்வீன் ரெயில் எந்த ஊருக்குப் போகிறது? மான்செஸ்டருக்கு இருக்குமோ? வென்னீர் கொண்டு வந்தவன் திரும்பி வரும்போது மறக்காமல் விசாரிக்க வேணும். ஒரு தகவல் தான் அது. எப்போதாவது எங்கேயாவது உபயோகப்படும். மனுஷர்கள், தகவல், பொருட்கள் எல்லாருக்கும் எல்லாத்துக்கும் உபயோகம் இருக்கிறது. உபயோக சூன்யமான ஒன்றால் யாருக்கும் பிரயோஜனம் ஏதும் ஏற்படப் போவதில்லை.

சேச்சி, அந்த முலக் கச்சு. ஓரமாக் கிழிஞ்சு இருக்கு. உங்களுக்கு உபயோகம் ஆகாது. கொடுத்திடுங்கோ. என் குழந்தை. தெரட்சி ஆகப்போற பொண்ணு இப்படி அரையும் குறையுமா நிக்கறதைப் பார்த்தா பெத்த வயிறு பத்தி எரியறதே. பசி வேறே. தாகம் வேறே. என்னை ரட்சிக்க மாட்டியா என் பொன்னு சேச்சி?

பறக்கும் ஸ்காட்லாந்துக்காரன் வேகம் கொண்டபோது எதிர் வசத்து இருக்கையில் அந்தப் பெண்ணைப் பார்த்தாள் தெரிசா. கூடவே கோழிக் குஞ்சு மாதிரி நடுங்கிக் கொண்டு ஒரு சின்ன வயசுப் பெண் குழந்தையையும்.

என்ன ஏது என்று தெரியாத சோகத்தில் அவள் மனசு கரைந்து போனது.

தெரிசா அடக்க முடியாமல் அழ ஆரம்பித்தாள்.

அத்தியாயம் பதினேழு

மே *11 1899 விகாரி வருடம் சித்திரை 29 வியாழக்கிழமை*

புகை ரூபத்தில் மடிசார் புடவை கட்டிக் கொண்டு ஒடிசலான தேகவாகு உள்ள ஒரு பெண். அவள் புடவைத் தலைப்பைப் பற்றியபடி ஒரு சின்னப் பெண் குழந்தை. குழந்தைக்கு முகம் மட்டும் இருபது வயசுக்காரி மாதிரி தெரிகிறது. பசியும் தாகமும் தெரியும் கண்கள் ரெண்டு பேருக்கும். அநாதைத் தனமும், யாசிக்க வேண்டி வந்ததைப் பற்றிய அவமானமும் அதையும் தாண்டி அந்த விழிகளில் தெரிகின்றன. கூடவே ஒரு மிரட்சி. இடம், காலம், சுற்றுப்புறம் பற்றிய தெளிவின்மையால் வந்த மிரட்சி அது.

எனக்கு புக்ககம் அம்பலப்புழை. உங்க ஜன்ம ஸ்தலம், உங்க கிரகம்தான். குப்புசாமி அய்யர்வாளுக்கும் விசாலாட்சி மாமிக்கும் நாட்டுப் பொண்டு. பெரியவா பேரைச் சொல்றதுக்கு மன்னிக்கணும். உங்க ஓர்மை புதுக்கிக்கச் சொன்னது.

அந்தப் பெண் தலையைக் குனிந்தபடி முணுமுணுப்பாகச் சொன்னாள்.

தெரிசா கண்ணைத் துடைத்துக் கொண்டாள். அவளுக்கு உடல் நடுங்கியது. உடம்பு முழுக்க ரோமக்கால்கள் குத்திட்டு நிற்க அவள் கனவுக்கும் நினைவுக்கும் இடைப்பட்ட ஒரு வெளியில் வேகமாகக் கலந்து கொண்டிருந்தாள்.

அவளுக்கு ஆறு வயசு. விசாலம் பெரியம்மா பிரியத்தோடு மடியில் இருத்தி உச்சந்தலையில் ராக்கொடி வைத்துத் தலை பின்னுகிறாள். ஆலப்பாட்டு முத்தச்சன் வாங்கி வந்து கொடுத்த அச்சு வெல்லத்தைக் கையில் பிடித்தபடி ஆசையோடு நக்கிக் கொண்டிருக்கிறாள் தெரிசா. அப்போது அவள் பெயர் தெரிசாவாகவில்லை. சாரதா. சிருங்கேரி க்ஷேத்ர அம்பாள் பெயர்.

ஏண்டி முண்டை, பெரியம்மா என்ன கரிசனமாத் தலை பின்னி விட்டிண்டிருக்கா. கண்ட சனியனையும் தின்னுண்டே பராக்குப் பாக்கறியே. வயிறா, வண்ணான் தாழியா? அருவதா சருவதா அரைச்சுண்டே கிடக்கியே மூதேவி. வெல்ல அச்சை வெளியிலே எறிஞ்சுட்டு கையலம்பிண்டு வாடி. உன் முத்தச்சனுக்கு போதம் கெட்டுப் போயிடுத்து. இதெல்லாம் வாங்கிண்டு வரலேன்னு யார் அழுதா?

அம்மா சிநேகாம்பா கீச்சுக் கீச்சென்று இரைந்தபடி தாழம்பூவை சின்னச் சின்னத் துண்டாக நறுக்கி எடுத்துக் கொண்டிருக்கிறாள். விசாலம் பெரியம்மா மடியில் இவள் இல்லாமல் போனால் இழுத்து வைத்து முதுகில் ரெண்டு சாத்து சாத்தியிருப்பாள் அம்மா.

அச்சு வெல்லத்தை நக்கி கையெல்லாம் எச்சலாக்காதேடி குழந்தே. இந்த வாசனைக்கே எங்கே எங்கேன்னு கட்டெறும்பு வீடு முழுக்க வந்துடும். அதை ஓரமா வைச்சுட்டு சமத்தா தலை பின்னிக்கோ. பின்னியானதும் லட்டு உருண்டை தரேன். சாப்பிட்டு ராத்திரி நடை சாத்த முந்தி அம்பலத்துக்குப் போகலாம்.

விசாலம் பெரியம்மா அவள் கன்னத்தில் மென்மையாக முத்தம் கொடுத்தபடி சொல்கிறாள்.

பெரியம்மா. நான் இப்ப எப்படி அம்பலத்துக்கு வர்றது? ஸ்காட்லாந்துலே கர்த்தரோட போதனையை எல்லாரும் அறியும்படி சொல்லப் புறப்பட்டுப் போயிண்டிருக்கேனே.

தலை பின்னிண்டு போடீ குழந்தே. இதோ ஆச்சு. சித்த நேரம் தான்.

என் தலைமுடியை ஆகப் பாதியா வெட்டி வச்சுருக்கேனே பெரியம்மா. இந்த பீட்டர் தடியன் கல்யாணம் ஆன புதுசிலே அப்படியே விடச் சொன்னான். கப்பல்லே துரைசாணிகளைப் பார்த்து என்னமோ தோணித்து. விடுவிடுன்னு நறுக்கிண்டுட்டேன். இப்ப நரைக்க வேறே ஆரம்பிச்சுடுத்து.

இந்த மனுஷன் கிட்டே திரிச்சும் மறிச்சும் சொன்னேன். வேதத்திலேயும் ஏற வேணாம் ஒரு மண்ணும் வேணாம். சாவக்காட்டுக் கிழவன் கடனை விட்டெறிஞ்சுட்டு வாங்கோ. அம்பலக் குளத்திலே முழுக்குப் போட்டுட்டு ஆத்தோட இருக்கலாம்னேன். கேட்கவே மாட்டேன்னுட்டார். இப்போ பாருங்கோ மன்னி. இவாத்துக்காரன் சட்டமா கோட்டும் சூட்டும் போட்டுண்டு சுருட்டை ஊதிண்டு வந்து நிக்கறான். என்னதான் வெள்ளைக்காரன்னாலும் நம்மாத்து மாப்பிள்ளைன்னு சபையிலே எப்படிச் சொல்றது சொல்லுங்கோ. அந்த அச்சு வெல்லத்தை அப்புறமாத் திங்கலாமேடி சனியனே. கையெல்லாம் எச்சில் ஒழுகறது. பாவாடையிலே தொடச்சுக்கோடி. எச்சில், பத்து ஒண்ணு கிடையாது. தரித்ரம்.

குழந்தையை வையாமே சித்த சும்மா இரேன் சினேகா. சின்ன நறுக்கா இன்னொரு தாழம்பூ மடலை எடுத்துக் கொடு. இங்கே முடி தெரியறது பார்.

குழந்தையா? முப்பத்தஞ்சு வயசு திகஞ்சாச்சு. இன்னும் ஒரு கூறும் இல்லே பாருங்கோ.

குழந்தைன்னா அப்படித்தான். என் பேத்தி மாதிரி இல்லியா இவ?

விசாலம் பெரியம்மா தெரிசாவின் தாடையைத் தொட்டுத் திருப்பி முன்னால் பார்க்க வைக்கிறாள். ரயில் பெட்டியில் எதிர் வரிசை ஆசனத்தில் அந்தக் குழந்தைப் பெண் தெரிசாவைப் பார்த்து சிநேகமாகச் சிரிக்கிறாள்.

வெளியே ஏதோ ஸ்டேஷன் இரைச்சல். பச்சைப் பசேல் என்ற புல்வெளியும், அங்கங்கே பனி இன்னும் விலகாத புகைப்போக்கிகளோடு கூடிய வீடுகளுமாக ஏதோ சிறிய ஸ்டேஷன். இதுதான் கிரந்தமா?

தெரிசாவை விட இறுக்கமாக உடுப்பு அணிந்து உதட்டில் சிவப்புச் சாயத்தைக் குழைத்துப் பூசிய ஒரு சீமாட்டி வண்ணக் குடையை மடக்கியபடி ரயில் பெட்டியில் ஏற ஓட்டமும் நடையுமாக வருகிறாள். அந்தக் குடையும் புது தினுசாக உள்ளது. தெரிசா பார்த்துக் கொண்டிருக்கும்போதே நடையும் உடையும் பேச்சுமெல்லாம் இந்த வெள்ளைக்கார தேசத்தில் முழுக்க மாறிக்கொண்டிருக்கிறது. அதிலும் பெண்கள் காட்டுகிற ஒயிலும், அவர்கள் சிங்காரம் செய்து கொள்வதும் சொல்லி மாளாத படிக்கு மும்முரமாக முன்னால் முன்னால் போய்க் கொண்டிருக்கிறது. ஸ்த்ரிகளும் ஆண்களுக்கு சமானமாக ஓட்டுப் போட்டு பார்லிமெண்டுக்கு மெம்பர்களை அனுப்பி வைக்க வேணும் என்று கூட மான்செஸ்டர் கார்டியனில் அவ்வப்போது யாராவது எழுதுகிறார்கள். லண்டன் டைம்ஸில் ஏனோ இதையெல்லாம் அச்சுப் போடுவதில்லை.

இது என்ன தேசம் சேச்சி?

வெளியே தெரிந்த ஸ்டேஷன் விலகி நகர்ந்து போக, அந்தப் பெண் விசாரித்தாள்.

இவள் எப்படி ஞாபகத்தில் வந்து வந்து தவறிப் போகிறாள்?

தெரிசா பதில் சொன்னபோது அவள் குரலில் அனுதாபமும் வாத்சல்யமும் கூடவே சேர்ந்து வந்தது.

அப்போ இதெல்லாம் கொல்லம், காசர்கோடு, மங்கலாபுரம் பக்கம் இல்லியா? ஏது மனுஷா எல்லாம் வித்தியாசமாத் தெரியறான்னு பார்த்தேன். வாகனமும் தெருவும் எல்லாம்

விநோதமா இருக்கே, கவனிச்சியாடீன்னு இந்தக் குழந்தை கிட்டச் சொன்னபோது ரெண்டு பேருக்கும் வேடிக்கை பார்க்கறதுலேயே கொஞ்ச நேரம் எல்லாம் மறந்துபோச்சு. இங்கே எப்படி வந்தோம், ஏன் வந்தோம்னு தெரியலை சேச்சி. நீங்க சேச்சின்னு மட்டும் தெரியறது. பசிக்கறது. தாகம் வேறே. அதுவும் ஸ்பஷ்டமா நினைப்புலே இருக்கு. பசிக்கறதே. தாகம் தொண்டையை வறட்டறதே. உங்களை விட்டா வேறே யாருமே உபகாரம் செய்ய இல்லியே என் சேச்சீ. காப்பாத்துங்கோ. தயவு செய்து காப்பாத்துங்கோ.

அந்தப் பெண் அழுதபடி எழுந்து நின்று இரண்டு கையையும் கூப்பி சேவிக்கப் பார்த்து அது முடியாமல் தளர்வாக திரும்ப இருக்கையில் உட்கார்ந்தாள்.

ரயில் பெட்டியில் தெரிசாவும், முன்னால் இருக்கப்பட்ட பெண்ணும் அவளுடைய குழந்தையும் இருந்த இடம் தவிர மீதி சாம்பலும் கருப்பும் படர்ந்து சத்தம் அடங்கிப் போனது. மங்கலாக வெளிச்சம் ஏதோ கனவில் நிகழ்வது போல படர்ந்த இந்தச் சின்ன வெளியில் காலமும் உறைந்து கிடந்தது.

உன் பேரு என்னம்மா?

பர்வதவர்த்தினி.

விம்மலுக்கு இடையே அவள் பதில் சொன்னாள். தொண்டையைச் செருமிக் கொண்டாள். சட்டென்று குரல் சரளமானது.

வர்த்தினின்னு கூப்பிடுவா ஆத்திலே. ராமேஸ்வரம் போய் ராமநாத ஸ்வாமி க்ஷேத்ர நடையிலே இருக்கற ஒரு தீர்த்தம் விடாது ஸ்நானம் செஞ்சு கும்பிட்டு விழுந்து பொறந்த பொண்ணு. ஆத்துக்கு நான் ஒரே பொண்ணு. இவ அப்பாவுக்கு வாக்கப்பட்ட போது எனக்கு பத்து வயசு திகஞ்சு இருந்தது. நீங்களும் குடும்பமும் வேதத்துலே ஏறிப் பிரிஞ்சு போய் ஒரு இருபது வருஷம் கழிச்சு ஏற்பட்ட சம்பந்தம். உங்களுக்குத் தெரிஞ்சிருக்காது.

எனக்குத் தெரிஞ்சதை விட தெரியாததுதான் ரொம்ப அதிகம் வர்த்தினி. பெரியப்பாவுக்குப் பிள்ளை பிறந்ததே நீ சொல்லித்தான் தெரியும். எனக்குத் தம்பி. பெயர் என்னன்னு கூடத் தெரியாது.

அம்பலப்புழை குப்புசாமி அய்யர் குமாரன் மகாதேவ அய்யர்.

அந்தப் பெண் குழந்தை சொன்னது. அவள் அம்மா முகத்தில் நாணம் ரேகையாகப் படிந்து விலகியது.

உன் பெயர் என்னடி குட்டி?

குட்டியம்மிணி. அதான் என் பெயர்.

தெரிசாவுக்கு அவளை அருகில் அழைத்துத் தலையை வருட வேணும் போல் இருந்தது. உட்கார்ந்தபடிக்கே கொஞ்சம் முன்னால் வளைந்து அந்தக் குழந்தையின் கையைத் தொட்டாள்.

வெட்டவெளியில் நீண்ட கையில் அசாத்தியமான குளிர் அனுபவப்பட்டது தெரிசாவுக்கு.

நாங்க ரெண்டு பேரும் எப்படியோ இங்கே வந்துட்டோம். அவரையும் பிரிஞ்சுட்டோம். அவரும் எங்களை மாதிரியே காலாகாலமா பசியும் தாகமுமா திரிஞ்சுண்டிருக்கார்.

தெரிசா இருக்கைக்குக் கீழே குனிந்து பழக்கூடையில் தேடி ரொட்டித் துண்டுகளை வாரி அள்ளினாள். எதிரே இருக்கையில் அந்த இரண்டு பேருக்கும் பக்கத்தில் அதையெல்லாம் வைத்துவிட்டு பழக்கூடையை முன்னால் நகர்த்தினாள்.

உள்ளே செருகி இருந்த முலைக்கச்சு பிடித்த பிடியில் கையோடு வந்தது. அதை எடுத்து அந்தக் குழந்தையிடம் கொடுத்தாள்.

போட்டு விடட்டாடி பொண்ணே.

தெரிசா அவளைக் கேட்டாள்.

அப்புறமா நானே போட்டு விடறேன்.

அவளிடமிருந்து வாங்கி தோளில் மாட்டி இருந்த சஞ்சியில் அடைத்துக் கொண்டாள் அவளைப் பெற்றவள்.

சாப்பிடு வர்த்தினி. நீயும் எடுத்துக்கோடீ குழந்தே.

தண்ணீர் அடைத்த பெரிய பாத்திரத்தை மூடி திறந்து முன்னால் வைத்தாள் தெரிசா. அதோடு கூட, கலந்து எடுத்து வந்த ஆப்பிள் சாற்றையும் வண்டியின் குலுங்கலில் கீழே விழாமல் ஜாக்கிரதையாக வைத்தாள்.

முன்னால் இருந்த இருவரும் ஆகாரத்தையும் பானத்தையும் ஆர்வத்தோடு பார்த்துக் கொண்டிருந்தார்களே தவிர அதை எடுத்து உண்ணவோ பருகவோ செய்யவில்லை.

பசிக்குதுன்னியேம்மா. சாப்பிடு. வெள்ளம், இதரமானது எல்லாம் இதோ வச்சிருக்கு. க்ஷீணம் தீர எடுத்துக்குங்கோ ரெண்டு பேரும்.

அந்தப் பெண் அசையாமல் பழங்களையும் ரொட்டியையும் பார்த்தபடி இருந்தாள்.

தெரிசாவுக்கு சட்டென்று நினைவு வந்தது. என்னதான் சேச்சி என்று இந்த பிராமண ஸ்திரி தன்னை விளித்தாலும், வேற்று மதத்தில் ஏறிய காரணத்தால் பிரஷ்டையாகப் பார்க்கிறாளோ? தெரிசா பார்த்ததும் தொட்டதும் எல்லாம் தீண்ட ஒண்ணாத வஸ்துவாக அவளுக்கும் அவளுடைய பெண் குழந்தைக்கும் இப்போது தோன்றுகிறதோ?

இல்லே சேச்சி. இந்த ஸ்திதிக்கு வந்த அப்புறம் ஜாதியாவது குலமாவது. காசர்கோட்டிலே சாப்பாட்டுக் கடை வச்சிருந்தபோதும் அவர் தேகண்டத்துக்கு வெளியூர் போயிண்டு இருந்தபோதும் வேண்டிய மட்டுக்கும் ஆசாரம் கொண்டாடியாச்சு. கொல்லூர் அம்பலத்திலே கேர விரதம், பூஜைன்னு இன்னும் நிறைய சீலம். எம் மாமியார் ஒண்ணு விடாம எடுத்துச் சொல்லுவா. ஸ்தாலிச் சொம்புக்குள்ளே ரெண்டு எலும்பு மாத்திரம் மிச்சமா இருந்தாலும் அந்த புண்ணியாத்மா என்னையும் ஆத்துக்காரரையும் என் குழந்தையையும் எப்படி வழிநடத்திண்டு இருந்தா. உங்க விசாலாட்சி பெரியம்மாவைத்தான் சொல்றேன்.

நாம கொல்லூர் போன கதையைச் சொல்லேன் அம்மா.

குழந்தை அம்மாவின் காதில் சொன்னது தெரிசாவுக்கு ஸ்பஷ்டமாகக் கேட்டது.

அதெல்லாம் இருக்கட்டும், இப்ப ரெண்டு பேரும் சாப்பிடுங்கோ.

சாப்பிட்டாச்சே. வெள்ளமும் முட்ட முட்டக் குடிச்சாச்சு. வயிறு நிறைஞ்சு போயிருக்கு.

அந்தப் பெண் வர்த்தினி திருப்தியோடு சொன்னாள். குழந்தை அவள் மடியில் படுத்து உறங்க ஆரம்பித்திருந்தது.

தெரிசா முன்னால் இருந்த ஒரு துண்டு ரொட்டியை எடுத்தாள். அதைக் கடித்துச் சாப்பிட சுபாவமாக முற்பட்டபோது எதிரே இருக்கிறவர்கள் பற்றிய நினைவு வந்தது. ரொட்டியைக் கையில் வைத்துக்கொண்டு அதிலிருந்து ஒரு சிறு க்ஷணத்தைப் பிய்த்து எடுத்து எச்சில் படாமல் வாயில் அன்ணாந்து போட்டுக் கொண்டாள்.

எந்த ருசியும் இல்லாமல் இருந்தது அந்த ரொட்டித் துண்டு. சுபாவமான மணமும் கூட இல்லை.

உங்க ஆகாரத்தையும் பிடுங்கி நான் சாப்பிட்டாச்சு. வேறே யார் கிட்டேயும் பிச்சை கேட்கவோ அடிச்சுப் பிடுங்கவோ மனசு கேட்கலே.

வர்த்தினி ஏதோ குற்றம் செய்த மாதிரி தலையைக் குனிந்து கொண்டு ஈன ஸ்வரத்தில் சொன்னாள். அவளுக்குக் கண் நிறைந்து போனது.

அவர் தான் பாவம் இதொண்ணும் இல்லாமே எங்கேயோ திரிஞ்சிண்டு இருக்கார்.

அவள் திரும்ப விசும்ப ஆரம்பித்தாள்.

நீ ஒரு தப்பும் செய்யலே வர்த்தினி. பசிக்கு ஆகாரம் கழிச்சது தப்பா?

தெரிசா சமாதானம் சொன்னாள். சாப்பிடாமலேயே

அவளுக்கு வயிறு நிறைந்திருந்தது. மனசிலும் என்னவென்று சொல்லவொண்ணாத திருப்தி.

தெரிசா ஓடுகிற மோட்டார் வாகனத்தில் பார்த்தது அவள் தம்பி மகாதேவ அய்யனையா? அவனும் இங்கேதான் பிரேதமாக அலைந்துகொண்டிருக்கிறானா?

இல்லே சேச்சி. நாங்க பிரேதம் இல்லே. ஆத்மாவோட கூட ஏதோ ரூபத்திலே இருப்பைத் தக்க வச்சுண்டு இருக்கோம். மங்கலாபுரத்திலே இருந்து கொல்லூர் போற வழியிலே காளை வண்டி குடை சாஞ்சு போகாம இருந்தா முழு உடம்பும் உசிரும் கலந்து நாங்க எல்லோரும் வேறே என்ன என்ன படிக்கோ ஜீவிச்சுண்டு கிடப்போம்.

அந்தப் பெண் தான் இன்னும் உயிரோடு இருப்பதாக நினைக்கிறதைப் பார்க்க தெரிசாவுக்குப் பாவமாக இருந்தது. குழந்தை மாதிரி அவளும் உறங்கினால் கொஞ்சம் நிம்மதி கிடைக்கக் கூடும். வர்த்தினி மட்டும் இல்லை, தெரிசாவும் தான்.

விஷுவுக்கு கொல்லூர் அம்பலத்து பரிசரத்துலே வச்சு உங்க தம்பி வேதையரைப் பார்த்து குசலம் விசாரிக்கணும். பூர்வீக சொத்து பங்கு வச்ச பத்திரத்தைக் கொடுக்கணும். போன தலைமுறையிலே முறிஞ்சு போன உறவை முடிஞ்ச வரைக்குமாவது புதுப்பிச்சுக்கணும். வேறே வேதம். வேறே சீலம். ஆனாலும் நாம ஒண்ணுக்குள்ளே ஒண்ணுன்னு உறவும் பந்தமும் ஆச்சே. நல்லது கெட்டது நாம எல்லாரும் சேர்ந்து இருக்க வேணாமா? என் மாமியார்தான் கடைசிவரைக்கும் இதைச் சொல்லிண்டு இருந்தா. அவ சொன்னபடிக்குத்தான் இந்த யாத்திரையும். அந்தப் புண்ணியாத்மாவுக்கே கொல்லூர் யாத்திரை இப்படி நடுவாந்திரத்திலே நிக்கப்போறதுன்னு தெரியாமல் போச்சு. அவா இருந்த ஸ்தாலிச் செம்பு எங்கே போச்சு, என்ன ஆச்சுன்னு கூட தெரியலை.

வர்த்தினி கண்ணைத் துடைத்துக்கொண்டாள்.

கரிப்புகையும், பனியுமாக வெளியில் இருந்து ஒரு காற்று

ரெயில் பெட்டிக்குள் நுழைந்து போனது. தெரிசா அதைத் தீர்க்கமாக சுவாசித்தாள்.

வேதையனுக்கு இதெல்லாம் தெரிந்திருக்குமா?

தெரிசா, அப்பா ஜான் கிட்டாவய்யருக்கு இரண்டு மாதத்துக்கு ஒரு முறை லிகிதம் எழுதி ஷேமலாபம் பரிமாறிக்கொள்வது உண்டுதான்.

சிரஞ்சீவி வேதையனும், செளபாக்யவதி பரிபூரணமும் கர்த்தர் அருளால் சகல செளபாக்கியங்களோடும் தீர்க்க ஆயுசோடும் மனதில் சந்துஷ்டியோடும் எப்பவும் இருக்க என் தினசரி பிரார்த்தனைகளில் கர்த்தரை வேண்டிக்கொள்கிறேன். நீங்கள் கிறிஸ்து சபை, தேவாலயம் என்று நிறைய அலைச்சல் வைத்துக் கொள்ளாமல் வீட்டில் இருந்தபடிக்கே தேவ ஊழியம் செய்ய அபேட்சிக்கிறேன். வயசும் தளர்ச்சியும் கணக்கில் எடுத்துக் கொள்ள வேணுமே அப்பா? உடம்பைப் பத்திரமாகப் பார்த்துக் கொள்ளவும். எரிவு மிகுந்த பதார்த்தங்களை விலக்கவும்.

தெரிசா எழுதுகிற கடிதங்கள் எல்லாம் இப்படி முடியும். கடைசிப் பத்தியில் ஒரு வரியாக வேதையன் மறுபடி வந்து போவான். கிட்டாவய்யன் இந்த லிகிதம் கிடைத்து எழுதுகிற பதில் லிகிதத்தில் ஊர் விஷயம், திருச்சபை வம்பு வழக்கு எல்லாம் ஆதியோடந்தமாகச் சொல்லி அவன் நூதனமாக சிட்டைப் படுத்திய சுவிசேஷ கானத்தையும் ராகம், தாளம் இன்னது என்று விளக்கி பிரதி செய்திருப்பது வழக்கம். அடாணாவும், சஹானாவும் லண்டன் குளிரிலும் நினைப்பில் இருக்க, அந்தக் கடிதங்களே உதவி செய்தன. ஆனால் மகாதேவய்யன் சம்பந்தப்பட்ட எதையும் எழுதியதே இல்லை அப்பா. எழுத விஷயம் ஏதும் அவருக்குத் தெரிந்திருக்காது போல. குப்புசாமி பெரியப்பாவின் மகன், அவன் குடும்பம், அது இருந்த, இருக்கப்பட்ட ஸ்திதி எல்லாம் ஜான் கிட்டாவய்யருக்கு எந்தத் தரத்திலும் மனசிலாகி இருக்கும் என்று தெரிசாவுக்குத் தோன்றவில்லை.

சேச்சி, நாங்க போகணும். அப்புறமா சாவகாசமா ஒரு

பொழுதிலே வந்து வார்த்தை சொல்றேன். சரியா?

அந்தப் பெண் எழுந்தாள். தூங்கிக் கொண்டிருந்த குழந்தையையும் உலுக்கி எழுப்பினாள். மலங்க மலங்க விழித்தபடி அந்தக் குழந்தையும் ஸ்திரியும் காற்றோடு கரைந்து போனபோது தெரிசாவின் விழிகள் களைப்பால் மூடிக்கொண்டன.

அவள் எழுந்தபோது சாயந்திரம் ஆகியிருந்தது. முன் இருக்கையில் ஒரு கத்தோலிக்க பாதிரியார் உட்கார்ந்திருந்தார். துடைத்து வைத்தது போல ரெயில் பெட்டியை யாரோ விருத்தி செய்திருந்தார்கள். அவள் இருக்கையில் பாதி சாப்பிட்டு அவள் மிச்சம் வைத்த ரொட்டித் துண்டு அப்படியே இருந்தது. மற்றபடிக்கு ரயில்பெட்டி சுத்தமாக இருந்தது.

தாமஸ் எங்கே போனான்?

அத்தியாயம் பதினெட்டு

1939 ஜனவரி 17 வெகுதான்ய தை 4 செவ்வாய்க்கிழமை

எட்டு மணிக்கு வருவீர்னு பார்த்தா உச்சி கழிஞ்சு வந்திருக்கீர். டோக்குமெண்ட் மிச்சத்தை யாராக்கும் பிரதி பண்றது? நான் பாட்டுக்கு அலைபாஞ்சுண்டு கிடக்கேன். நீர் பரப்பிரம்மமா நிக்கறீரே நடேசன். சுக நித்திரையா? பகல் வெளிச்சமேறினது கூடத் தெரியாம கதவு ஜன்னல் எல்லாத்தையும் அடைச்சு வச்சு உறங்கிட்டீரா இல்லே ஊரைச் சுத்திக் கறங்கிண்டு இருந்தீரா?

ஏகாம்பர ஐயர் வார்த்தை எரிவில் சிரிப்பைக் குழைத்து நடேசன் மேலே பூசினார். நடேசன் பாஷை புரியாத ஊரில் மாட்டிக் கொண்ட மாதிரி விழித்தார்.

உறங்கித் தான் போய்விட்டிருந்தார் அவர். சொல்லப் போனால் இன்னும் தூக்கத்தில் இருந்து நடேசன் எழுந்திருக்கவே இல்லை. ராத்திரி செட்டியார் கொட்டகையில் டாக்கி பார்க்கப் போனது நினைவு இருக்கிறது. காளை வண்டி, அதை ஓட்டிக்கொண்டு இந்துஸ்தானி மெட்டில் பாட்டும் பாடிக்கொண்டு ஒரு தமிழ்ப் பிராமணன். இதே ஏகாம்பர ஐயர் ஓட்டல், பட்டாபி.

உமக்கு எடுத்து வச்ச இட்டலி ஆறி அவலாப் போய் இப்பத்தான் தூக்கிப் போட்டான் பட்டாபி. எடோ பட்டாபி. போட்டுட்டியா இருக்கா இன்னும்?

இன்னும் போடலை அண்ணா. ஒரு ஈடு காணும். உதுத்து இட்டிலி உப்புமா கிண்டிடட்டுமா?

பட்டாபி, ராத்திரி ரவா உப்புமா கிண்டி எனக்கும் அந்த ஐயருக்கும் கொடுத்தீரே. அது பாக்கி இருந்தாலும் சரி.

நடேசன் சொல்லும்போதே தலை சுற்றிக் கொண்டு வந்தது. அப்படியே கையில் தலையைத் தாங்கிக்கொண்டு தரையில் உட்கார்ந்தார்.

ராத்திரி வந்தீரா? யார் கூட?

காளை வண்டி. மகாதேவ ஐயர். பட்டத்திப் பொண்ணு. பெண்குஞ்சு.

அவர் முணுமுணுத்தார். கண் இறுக மூடியிருந்தது.

பட்டாபி அருகில் வந்து அவரை மேல் நோட்டமாகப் பார்த்துவிட்டு ஏகாம்பர ஐயர் பக்கம் நகர்ந்தான்.

அண்ணா, இந்த மனுஷரை என்னமோ சல்யப்படுத்தறது. யாராவது ஏதாவது கரைச்சுப் புகட்டி அனுப்பினாளான்னு தெரியலை.

அவன் ஏகாம்பர ஐயர் காதில் சொன்னது நடேசனுக்குத் தெளிவாகக் காதில் விழுந்தது. ஐம்பது வயசு தாண்டியும் காதைக் கூர்மையாகத்தான் வைத்திருக்கிறான் கிருஷ்ணன்.

சங்கில் வைத்து, மூக்கில் பத்திரமாக உணரவைக்கும்படிக்குப் புடவை வாசனை பட மடியில் போட்டுப் புகட்டி அனுப்ப நடேசன் என்ன குழந்தையா? இவன் என்னத்தைச் சொல்கிறான். அபினா? அது இருந்தால் கூட இப்போது நன்றாக இருக்கும். இப்படியே ஓரமாகப் படுத்து அடுத்த தூக்கம் போடலாம். புடவையோடோ வழித்துக்கொண்டோ பார்க்கவியின் மடி கூட வேண்டாம்.

தூக்கம்தானா? அசதியா? அது ஏன் இப்படிச் செத்துத் தூக்கிப் போகக் காத்திருக்கிற மாதிரி என்னமோ கனமாகக் கண்ணைத் திறக்கவிடமாட்டேன் என்று கவிகிறது? மூச்சையும் நிறுத்திப் போடுமோ இது? காளைவண்டிப் பிரயாணம் அத்தனை அசதியை வரவழைக்குமா என்ன?

அதெல்லாம் இல்லை. நடேசனுக்கு ஒன்றும் ஆகவில்லை. ஆயுசோடுதான் இருக்கிறார். எழுந்து உட்கார்ந்து சுபாவமாக வார்த்தை சொல்லிக் கொண்டிருக்க வேணும். எழுந்திருக்கணும். இதோ ஒரு நிமிஷம் மாத்திரம். ஐயர்வாள் பொறுத்துக் கொள்ளணும். எடோ பட்டாபி, எனக்கு ஒரு சுகக்கேடும் இல்லை. கேட்டியா?

ஆனாலும் நாக்கு எழும்ப மாட்டேன் என்று சண்டித்தனம் செய்தது. இப்படியே இருந்துவிட்டுப் போகட்டும் என்று புத்தி வேறு அசமஞ்சமாகக் கட்டளை பிறப்பித்துக் கொண்டிருந்தது.

பட்டாபி. புள்ளிக்கு பசிக் கிறக்கம். வயசாயிண்டு போறதால் வர்ற க்ஷீணம் வேறே. என் வயசு ஆகியிருக்குமா. அதுக்கு மேலேயும் தான். எனக்காவது அகத்திலே கொட்டு ரசமும் சுட்ட அப்பளமும் வச்சுக் கொடுத்து சிஷ்ருஷிக்கவும் தேகத்துக்கு நோக்காடு வந்தா தைலம் காய்ச்சிப் புரட்டிக் குளிப்பிக்கவும் மாமி இருக்கா. வார்த்தை கேட்டு நடக்க, அப்பாவுக்கு வென்னீர் வச்சுக் கொடுன்னு அம்மா கிட்டேப் போய்ச் சொல்ல பெத்துப் போட்ட சந்தானங்கள் வேறே. இந்த மனுஷனுக்கு அதெல்லாம் வேண்டாம்னு கிருஷ்ணஸ்வாமி கல்பிச்சு அனுப்பிட்டாரே. போறது, நீ அந்த இட்டலி உதிர்த்த உப்புமாவைக் கிண்டி எடுத்துண்டு வா. ஒரு துளி இஞ்சி கிள்ளிப் போட்டு இறக்கற முந்தி அரை மூடி நாரிங்கா பிழிஞ்சுடு. சரியா. அப்படியே எனக்கும் ஒரு கை அள்ளி வச்சுடு.

ஏகாம்பர ஐயர் நீளப் பேசியபடி கல்லாவில் இருந்து உள்ளே பார்த்து நடந்த காலொச்சையும் நடேசன் காதில் பட்டது.

ராத்திரி சாப்பிட்ட ரவை உப்புமாவே வயிற்றில் இன்னும் இருந்தது நடேசனுக்கு. இந்தப் பட்டாபி தான் கிண்டிக்

கொண்டு வந்து சுடச்சுடப் பரிமாறினான்? கூடவே உட்கார்ந்து சாப்பிட்ட பாண்டி பட்டன் எங்கே? ஓரமாகப் பதுங்கின மாதிரி இருந்தபடி இலையில் பரிமாறியதை அள்ளி விழுங்கிய அவனுடைய வீட்டுக்காரி தான் எங்கே? மேலே எல்லாம் ஆகாரத்தைச் சிந்திக்கொண்டு வாயே உசிராக அவசர அவசரமாக உண்ட குழந்தைப் பெண் என்ன ஆனாள்?

இல்லை, அதெல்லாம் ராத்திரி டாக்கி பார்க்க முந்தி மனசில் தோன்றிய கற்பனை இல்லையோ. அப்போ, டாக்கியில் காளை வண்டியில் அந்தப் பிராமணன் சங்கீதம் பாடிக் கொண்டு போனபோது தான் கைதட்டிக் கொண்டு பக்கத்தில் இருந்தது கூடப் பிரமையா? விடியும் நேரத்தில் அம்பலக் குளங்கரையில் தன்னைக் கொண்டு போய் விட்டுப் போனது அந்தக் காளை வண்டிக் குடும்பம் இல்லையா?

வேண்டாம், இதையொண்ணும் யோசித்து இப்போ ஒண்ணும் ஆகப் போவதில்லை. அம்பலத்தில் அந்தக் கிருஷ்ணஸ்வாமி, கள்ளன் ஸ்ரீகிருஷ்ணன், பகவான் கிருஷ்ண பரமாத்மா நடேசனைக் கொண்டு ஏதேதோ செய்தும் செய்வித்தும் களித்துக்கொண்டிருக்கிறான். நடக்கட்டும்.

கிருஷ்ணா, இன்னிக்கு விடிஞ்சு நான் அம்பலத்துக்கு உள்ளே கேரி வந்து தொழுதேனா? எதுக்குக் கேக்கறேனா? தந்த சுத்தி செஞ்சேனா, குளத்தில் ஒரு முழுக்கு போட்டுட்டு வந்தேனா ஒண்ணும் நினைவில் இல்லே.

வந்தேடா நடேசா. குளிச்சிட்டுத்தான் வந்தே. உடுத்தியிருக்கற புது சோமன் யார் கொடுத்ததுன்னு நினைச்சே.

கிருஷ்ணன் ஏகாம்பர ஐயர் ஓட்டல் கல்லா பின் சுவரில் படத்துக்குள் சுவாதீனமாக மாறி வந்து உட்கார்ந்து சிரித்தான்.

நடேசன் சட்டென்று கண்ணைத் திறந்து இடுப்பைப் பார்த்தார். தரக் கேடில்லாத புது சோமன் அங்கே சுற்றி இருந்தது. இது எப்போ வாங்கினது? கிருஷ்ணன் கொடுத்ததா? காலையில் அம்பலக் குளத்தில் குளித்துவிட்டு ஈர முண்டோடு படி ஏறியபோது கரையில் இதுதானாக்கும் இருந்தது. தந்த சுத்தி

செய்யக் கடையில் வாங்கிய நம்பூத்ரி தந்த சூரணம் இல்லையோ தினசரி உபயோகிப்பது? பழைய மலையாள மனோரமா காகித நறுக்கில் அதை மடித்து இடுப்பில் முடிந்தபடிதானே காலையில் வீட்டுப் படி இறங்குகிற வழக்கம்? கிருஷ்ணா, இன்னொரு தடவை பார்த்துச் சொல்லேன், நான் பல் தேச்சேனா இல்லியா?

அட ராமா, நீ காளை வண்டியில் வரும்போதே அதெல்லாம் முடித்து வந்துட்டியே. நினைவு இல்லையா?

அப்ப, அந்தக் காளை வண்டியும், பிராமணனும், அவன் குடும்பமும், இந்துஸ்தானி சங்கீதமும் எல்லாம் நிஜமா?

இந்துஸ்தானி சங்கீதம் கிராமபோன் பிளேட்டில் கிடைக்கிற சங்கதிடா நடேசா. காளை வண்டி இப்பவும் காணக் கிடைக்கிற ஒண்ணு. மத்தப்படி எனக்கு ஒண்ணும் தெரியாது. உன் புது வேட்டி கொடுத்தது நான் இல்லே. அம்பலத்திலே தொழ வந்த ஒரு பக்தன். பத்து பேருக்கு வஸ்திர தானம் செய்யறதா பிரார்த்தனை. பத்திலே நீ கடைசி. குளத்திலே நீ இறங்கும்போதே கரையிலே உனக்காக வச்சுட்டுப் போய்ட்டான்.

கிருஷ்ணஸ்வாமி படத்தில் உறைந்துபோனார். நடேசன் தலைக்கு மேல் கையை உயர்த்திக் கும்பிட்டார்.

என்ன அய்யர்வாள், உம்ம கடையை நடேசன் அம்பலமாக்கற முஸ்தீபோட கேரியிருக்கானா? இது என்ன குருவாயூர் க்ஷேத்ர பிரவேசன சமரம் பார்ட் டூவா?

பலத்த சத்தத்தோடு சிரிப்பு. நடேசன் கண்ணைத் திறக்காமலேயே சுவரில் சாய்ந்தபடி இருந்தார். நாற்காலி இழுபடுகிற சத்தம். மூக்குத் தூள் வாடை. தும்மல். மூக்கு தெறித்துப் போகிற மாதிரி உறிஞ்சுகிற ஒலி. சுப்பிரமணிய போத்தி வக்கீல்தான்.

நடேசன், ஓய் நடேசன்.

போத்தி வக்கீல் குரல் நடேசனை உலுக்கியது. அவர் அசைந்து கொடுக்கவில்லை. ஏகாம்பர ஐயர் ஓட்டலுக்கு அவர் வந்தது வேறே ஏதோ காரியத்தை உத்தேசித்தல்லாமல் இந்த எழவெடுத்த போத்தியோடு வர்த்தமானம் சொல்ல இல்லை. என்னவாக்கும்

படி ஏறி வர வைத்த காரியம்? அதுதான் ஓர்மையில்லாமல் இப்போது தொந்தரவு கொடுக்கிறது.

பொம்மனாட்டிக்குத் தூரம் நின்னு போறபோது ப்ராணாவஸ்தையா இருக்கும்பா டாக்டர்மார். நடேசனுக்கு அந்த மாதிரி ஏதோ குழப்பமாக்கும்.

ஏகாம்பர ஐயர் போத்தி வக்கீலிடம் சொன்னதும் நடேசன் காதில் விழத் தவறவில்லை.

மெனொபாஸ். அதிலே ஏது ஓய் ஆம்பளை சமாச்சாரம்? இருந்தா சரிதான். நடேசன், கோணகத்தை ஸ்வப்னத்திலே நனைச்சுக்கறதை நிறுத்திட்டீரா? நம்மாலே அதொண்ணும் முடியலேங்காணும்.

போத்தி வக்கீல் திரும்பச் சிரிக்கும் சத்தம். அவர் எப்பவுமே இப்படித்தான். சர்க்கார் சபை, நாலு பேர் கூடுகிற இடம், சாவடி என்று எல்லாம் கவலை இல்லை. போத்தி கிரிமினல் கேஸ் நடத்துகிறபோது கூட்டம் அலைமோதும்.

பக்கத்து வீட்டுக்குள் கூரையைப் பிரித்து இறங்கி அங்கே சயனத்தில் இருந்த ஸ்திரியை வலுக்கட்டாயமாகத் துகிலுரித்து சங்கமித்த காரணத்துக்காக எடப்பாள் வாசுதேவ குறூப்பைக் கச்சேரியில் கொண்டு வந்து நிறுத்தினபோது குறூப்பு தரப்பில் போத்தி வக்கீல்தான் கேஸ் நடத்தினார்.

நடேசனுக்கு இதுவரை படியளந்த, இனியும் கொஞ்ச நாள் கழித்து உத்தியோகத்தைத் தொடர ஒத்தாசை செய்யக்கூடிய நீலன் வக்கீல் அனுபவித்துச் சொல்லிச் சிரிக்கிற ஒரு பலிதம் நடேசன் நினைவில் வந்து போனது. பாதி நினைவு இருக்கும்போதும் இது மாதிரி விஷயம் எல்லாம் மறக்கமாட்டேன் என்கிறது. போத்தி வக்கீலிடம் சொல்லணும். என்ன என்று?

இந்த போத்திக் கழுவேறி மாஜிஸ்ட்ரேட்டுக்கு முன்வைத்து நடத்திய வர்த்தமானம் நடேசனுக்கு அரைகுறையாகத்தான் அர்த்தமானது. அதை நீலன் வக்கீல் ஒரு சந்தோஷமான மனோநிலையில் இருக்கப்பட்ட நேரத்தில் பதம் பிரித்துச் சொன்னதால் மனசில் பதிந்து போயிருந்தது.

பிராதில் எதிர்த் தரப்புப் பெண்பிள்ளையை போத்தி வக்கீல் குறுக்கு விசாரணை செய்தது இந்தத் தோதில் இருந்ததாகத் தகவல்.

வென் ஹி க்ரஷ்ட் யுவர் நிப்பிள் வாஸ் தேர் அ ரஷ் ஓஃப் பிளஷர் இன் யூ? யூ ஸேட் எஸ் டூ ஃபோர்ப்ளே பட் நாட் டு கோர் ப்ளே. அர்த்தமாகலேயோ? உன் முலைக் காம்பை என் கட்சிக்காரன் கசக்கியபோது சுகமாக இருந்ததா உனக்கு? சம்போகத்துக்கு முந்திய களியெல்லாம்.

வாக்கியத்தை முடிக்கவிடாமல் போத்தி வக்கீலை அந்தப் பெண் ஒரு பார்வை பார்த்துவிட்டுச் சொன்ன பதிலும் அதை விடப் பிரசித்தமானது.

வக்கீலே, உம் வீட்டுக்காரி கிட்டேப் போய்க் கேட்க வேண்டிய வர்த்தமானம் இல்லையோ அது. காலையில் தொழுத்தில் பசுவைக் கறக்க வர தம்பானுக்காக கச்சு களைஞ்சுட்டு தோர்த்தோடு கதவைத் திறக்கறவளாச்சே உன்னைக் கெட்டியோள்? உனக்கு ஏதும் தெரியாது பாவம், சகலமான காம்பிலேயும் அவன் கறந்து முடிக்கற வரைக்கும் நீ சுகமா நித்திரை போயிருப்பே.

மாஜிஸ்ட்ரேட் வர்த்தமானத்தை அந்த மட்டில் நிறுத்தி குறூப்பை ஜெயிலுக்கு அனுப்ப தீர்ப்புச் சொல்வதற்கு முந்தி பெண்பிள்ளைக்காக ஆஜரான ப்ளீடர் குரியக்கோஸ் மாஜிஸ்ட்ரேட் காதில் ஏதோ சொன்னார்.

பிரதிவாதியும் இந்தப் பெண் பிள்ளையும் கல்யாணம் செய்து கொள்ளச் சம்மதித்து நாளைக்குப் புடமுறி நடக்கிறதாக வாதி வக்கீல் சொன்னதை ஜட்ஜி காது கொடுத்துக் கேட்டார்.

அது எந்தப் படிக்கு இருந்தாலும் தப்பு நடந்தது என்னமோ உண்மைதான். குறூப்புக்கு அபராதத் தொகையாக இருநூறு ரூபாய் விதிக்கப்படுகிறது. அந்தப் பணம் இந்தப் பெண்பிள்ளைக்குச் செலுத்த வேண்டியது.

அந்தப் பெண் தன் தங்கச் சங்கிலியை அடகு வைத்து கோர்ட்டில் பணம் கட்டினதாக சக குமஸ்தன்கள் சொன்னதும்

நடேசனுக்கு நினைவு வந்தது. அதுக்கு அப்புறம் குறுப்பு ஒடுங்கிப் போனான். விதைக் கொட்டையை நெறித்து அவனை வதைத்து இம்சிக்கிற பெண்டாட்டியாகிப் போனாள் கெட்டியவள். அது அவனுக்கு என்ன சுகமாக இருந்ததோ நடேசனுக்குத் தெரியாது. கிருஷ்ணா உமக்குத் தெரியுமா? அடி செருப்பாலே என்றான் கிருஷ்ணன். கண்ணைத் திறந்து பாருடா கழுவேறி. அவன் நடேசனை விரட்டினான்.

நடேசன் கண் திறந்தபோது முகம் பிரகாசமாக இருந்தது. தெளிவாக எழுந்து உட்கார்ந்து ஏகாம்பர ஐயர் ஓட்டலுக்குள் ஒரு தடவை கண்ணை ஓட்டினார். பகல் கழிந்து மூணு மணி என்று கடியாரம் அடித்து விட்டு ஓய்ந்தது. போத்தி வக்கீல் காப்பி குடித்துவிட்டுப் போன காலி வட்டை செட்டில் ஈ மொய்த்துக் கொண்டிருந்தது கண்ணில் பட்டது.

மேல் துண்டால் முகத்தைத் துடைத்தபடி குரிச்சியில் உட்கார்ந்தார் நடேசன்.

அண்ணா, இட்டலி உப்புமா கிண்டியாச்சு.

ஆவி பறக்க ஒரு பெரிய தாம்பாளத்திலும் நைவேத்தியத்துக்கு எடுத்து வைக்கிறதுபோல் இன்னொரு சின்னத் தட்டிலும் உப்புமாவோடு வந்து சேர்ந்தான் பட்டாபி.

நடேசனும் எழுந்தாச்சு. என்னய்யா, தலைக்குக் கெறக்கமா இருந்ததா?

ஏகாம்பர ஐயர் ஆதரவாக விசாரித்தார். அவருக்கு வேலை நடக்க வேண்டியிருக்கிறது. நடேசனுக்கு ஞாபகம் வந்துவிட்டது. டோக்குமெண்டை பிரதி எடுத்து முடித்துத் தரத்தான் அவர் இங்கே வந்திருப்பது.

தேவாமிர்தமாக இருந்த ஆகாரம் பட்டாபி விளம்பியது. சாப்பிட்டபடியே கல்லாவைப் பார்க்க, ஒரு ஸ்பூனால் சின்னத் தட்டில் இருந்து துளித்துளியாக எடுத்து ஆனந்தமாக ரசித்துச் சாப்பிட்டுக் கொண்டிருந்தார் ஏகாம்பர ஐயர். நிறையச் சாப்பிட்டு வயிறு நிறைந்து வீட்டுக்குப் போய், கொட்டு ரசம் விரகிய சோற்றைச் சாப்பிட முடியாமல் போனால் வீட்டு

அம்மாள் அவரை அரைக்குக் கீழ் கசக்கிக் கூழாக்கி விடக்கூடும். உனக்கு என்னத்துக்கடா அந்தக் கவலை எல்லாம் என்றார் கிருஷ்ணஸ்வாமி பகவான்.

ஆகாரம் கழிந்து ஒரு வாய் சுடச்சுட கள்ளிச் சொட்டு மாதிரி காப்பியையும் இறக்கியானதும் நாலு ஆள் தெம்பு திரும்ப வந்து சேர்ந்தது நடேசனுக்கு. முந்தின ராத்திரி ஏதோ தலை கிறுகிறுத்து இத்தனை நாழிகை இம்சைப் படுத்திக் கொண்டிருந்தது. இப்போது அதெல்லாம் கிருஷ்ணன் கடாட்சத்திலே ஒழிந்து மனதும் நினைப்பும் சீராகி இருக்கிறது. இல்லையா கிருஷ்ணா?

ஏண்டா புல்லே, உனக்கு எல்லாத்துக்கும் அரிஸ்ரீ எழுதி ஆரம்பிச்சு வைக்கறதுதான் எனக்கு வேலையா? கிருஷ்ணன் கேட்டான்.

பின்னே என்னய்யா வேறே வேலை உனக்கு? நடேசன் திரும்ப கல்லாச் சுவரில் கிருஷ்ணசாமியை இருகையும் கூப்பி சேவித்தார்.

சரி, இப்படியே உட்காரும். க்ஷீணம் மாறிப் போச்சோ இல்லியோ. பட்டாபி. அங்கே காப்பி சிந்தினதைத் துடைச்சுட்டு டபராவையும் டம்ளரையும் எடுத்துண்டு போ. நடேசன் மீதிக் காரியத்தை கடகடன்னு முடிச்சுட்டு சாயரட்சை தீபாராதனை பார்க்க அம்பலத்துக்கு இறங்கியாகட்டும்.

பட்டாபி சுத்தமாக துடைத்துப் போன மரமேஜையில் ஏகாம்பர ஐயர் டோக்குமெண்டைக் கொண்டு வந்து பூத்தாற்போல் வைத்தார். வீட்டுப் பத்திரம். மகாதேவ அய்யன் நாற்பது வருஷம் முன்பு கண்ணூரில் ஒரு வேதையனுக்கு எழுதிக் கொடுத்தது. டோக்குமெண்டோடு கூட, முத்திரைப் பத்திரத்தில் அதை நடேசன் படி எடுத்து முடித்திருந்த வரைக்குமானதையும் எடுத்து வந்து கொடுத்தார் அவர். பேனாவும் மசிக்கூடும் அடுத்து மேசைக்கு வந்து சேர்ந்தன.

நடேசன் டோக்குமெண்டைப் புரட்டினார்.

அது முழுக்க முழுக்க வெற்று வெளுப்பாக எழுத்தின் சுவடே இல்லாமல் இருந்தது.

அத்தியாயம் பத்தொன்பது

1939 ஜனவரி 17 வெகுதான்ய தை 4 செவ்வாய்க்கிழமை

கொஞ்சம் பரபரப்போடு தான் நீலன் வக்கீல் வீட்டுக்குப் போய்ச் சேர்ந்தார் நடேசன்.

ஏகாம்பர ஐயர் பிரதி செய்யக் கொடுத்த டோக்குமெண்ட் இப்படி வெள்ளைக் கடுதாசியாகிப் போன மாயம் என்னவென்று ஒரு சுக்கும் மனசிலாகவில்லை அவருக்கு. ஏகாம்பார் ஐயர் தான் நிலைகுலைந்து போய்விட்டார்.

இதென்னய்யா, இப்படி முழுக்க வெற்றுக் காகிதமா இருக்கே. நேற்று வரைக்கும் நீர் பிரதி செய்தது மட்டும் இருக்க, ஒரிஜினல் என்ன ஆயிருக்கும்?

அவர் வெற்று டோக்குமெண்டை திருப்பித் திருப்பிப் பார்த்தபடி கேட்டபோது பட்டாபி ஒரு வட்டையில் காப்பியோடு வந்து நின்றான். வேண்டித்தான் இருந்தது ஐயருக்கு. வீட்டில் இழவு விழுந்தாலும் காப்பிக் குடியை நிறுத்தாத பாண்டிப் பட்டன்மாரைப் பற்றி நடேசன் கேட்டது முழுக்க உண்மைதான் என்று நேரம் காலம் பார்க்காமல் மனசில் வந்து போனது.

சுவாமிகளே நீங்க யாதொண்ணுக்கும் கவலைப்பட வேண்டாம். மூடி மூடி பெருங்காய டப்பிக்குள் வச்சிருந்த காகிதக் கட்டை காற்றும் வெளிச்சமும் காணும்படிக்கு வெளியே எடுத்தபோது மசியெல்லாம் காற்றில் கலந்து போயிருக்கலாம். நான் எழுதியெடுத்துக் கிட்டத்தட்ட முடிச்சது இல்லையோ இந்தப் பிரதி? டோக்குமெண்டை முழுக்கப் படிச்சுட்டுத்தான் பிரதி எடுக்க உக்கார்ந்தேனாக்கும். வார்த்தைக்கு வார்த்தை கிரமமா நினைவு இருக்கு. வக்கீல் குமஸ்தன் வேலையில் இதொரு சௌகரியம். லா பாயிண்டும், சர்க்கார் பாஷையும் எங்கேயும் ஒரே மாதிரித்தான். நான் இந்தப் பிரதியை முழுப்பிச்சுத் தந்துடறேன்.

அவர் ஏதோ குருட்டு நம்பிக்கையோடு ஏகாம்பர ஐயரிடம் சொன்னபோது, காப்பியை டபாராவில் ஊற்றி ஆற்றிக் குடித்தபடி ஐயர் சொன்னார்.

அது சரிதான் நடேசன். ஆனால் அந்தப் பிரதியால் எனக்கு குண்டி துடைக்கக் கூட பிரயோஜனமில்லையே.

அதுக்கு நானாச்சு ஐயர்வாள். குதத்தைப் பத்தியது இல்லே இது. டோக்குமெண்ட் பத்தித்தான். எப்படியும் அதோட இன்னொரு பிரதி ஆலப்புழை ரிஜிஸ்தர் ஆப்பீசில் இருக்கும். நீலன் வக்கீலைப் பார்த்து வழி கேட்டால் ஒரு நிமிஷத்திலே சொல்லித் தரப் போறார். நான் எறங்கறேன்.

நடேசன் வேட்டியை முழங்காலுக்கு மடக்கிக் குத்தியபடி நடந்தபோது புதுத் துணியாக இருந்த காரணத்தால் மொடமொடவென்று அது சந்தோஷமாக இரைந்தது. ஒரு தடவை துவைத்துக் காயப் போட்டால் இந்த கம்பீரம் எல்லாம் அடங்கிவிடும். புதுப் பெண்டாட்டிக்கு அடங்கின அந்த தூர்த்தன் குறுப்பு மாதிரி.

ஓரிஜினல் டோக்குமெண்ட் கிடைக்கக் கூடுமான்னு விசாரிச்சுச் சொல்லும்.

வெளியே நடக்கும்போது ஏகாம்பர ஐயர் சத்தம் கூட்டிச் சொன்னது நாலு கடை தாண்டிக் கேட்டிருக்கும். இந்த

பட்டனுடைய ஒரு ஒரிஜினல் டோக்குமெண்ட். பெருத்த பிருஷ்டத்தில் செருகிக் கொள்ளறதுக்கா? கல்லாவில் உட்கார்ந்து காசு வாங்கிப் போடுகிறதில் வந்து சேரும் சந்தோஷம் எல்லாம் அங்கேதான் சதையாக இறங்கும் போல.

அன்னமிட்டவனை தூஷிக்காதேடா என்றான் கிருஷ்ணன்.

நடேசன் நீலன் பிள்ளை வக்கீல் வீட்டுக்குள் நுழைந்தபோது சாயந்திரம் கடந்து ராத்திரி இப்பவே வரட்டுமா இல்லே இன்னும் சித்தெ நேரம் சென்று வரட்டுமா என்று விசாரித்து விளையாடிக்கொண்டிருந்தது.

வக்கீல் வீட்டில் இருக்கிற நேரமா இல்லை ஆத்மஞான சபைக்குக் கிளம்பிவிட்டாரா? நடேசனுக்கு சந்தேகமாக இருந்தது.

வக்கீல் வீட்டு முற்றத்தில் அவருடைய மூத்த பெண் வத்சலகுமாரியும் அவளுடைய சிநேகிதியும் நின்றபடிக்குப் பேசிக்கொண்டிருந்தது பாதி இருட்டில் தெரிந்தது.

எய் கௌரி, உனக்கு என்னவாக்கும் பிரச்சனை இப்போ? பதினெட்டு திகையற முன்பே ராஷ்ட்ரியத்தில் போய்க் கேர அதுவும் ஒரு பெண்குட்டி போய் ஆம்பளைகளுக்குச் சமமா உட்கார்ந்து பேசறது சரியாப் படலே எனக்கு. அதுவும் நீ சாத்வீகமான காந்தி காங்கிரஸ் கூட இல்லே. நிவர்த்தன சமரக்காரி. அது எல்லாம் சரிதான். இல்லாட்ட இங்கே நாயர் பட்டாளம் தான் இருந்திருக்கும். ஆனாலும் கூட சோசலிஷ்ட் மோசலிஷ்ட்டுனு ஏதோ ஒரு கிறுக்கு உனக்குப் பிடிச்சிருக்க வேண்டாம். கட்டன் சாயாவும் பருப்பு வடையுமா உலகை ரட்சிக்க உக்கார்ந்து மணிக்கணக்கா பேசற கும்பல்னு அச்சன் சொல்லியது மறக்கலே.

வத்சலகுமாரி புஷ்டியான புஷ்பிணிப் பெண். திரண்டுகுளி என்று ஊர் முழுக்கத் தண்டோரா போட வேண்டாம் என்று வீட்டு மட்டில் வைத்து விருந்து கொடுத்துக் கொண்டாடியபோது நடேசனையும் கூப்பிட மறக்கவில்லை அவர். வக்கீல் சார்பில் பெண்ணின் ஜாதகத்தை எடுத்துக் கொண்டு தக்கலை,

பத்மனாபபுரம் என்று யார் யாரையோ பார்க்க நடேசன் நடந்திருக்கிறார். வக்கீலுக்குக் காந்தி கிறுக்கு தணிந்து கருப்பு கோட்டைத் தூசி தட்டி எடுத்துப் போட்டுக் கொண்டு கோர்ட்டுக்குத் திரும்பப் போக ஆரம்பித்ததும் ஜாதகக் கட்டோடு இன்னும் பயணம் நடேசனுக்கு விதிக்கப்பட்டிருக்கலாம். அதில் ஏதாவது ஒண்ணு இந்தக் குட்டியின் கல்யாணத்தில் முடியட்டும்.

சரி, அப்படியே ஆகட்டும். வேறே என்ன வேணும்? பிச்சுப் பிச்சுக் கேக்காமச் சொல்லித் தொலை என்றான் கிருஷ்ணன்.

நீலன் பிள்ளை வக்கீல் மகளோடு கூட நின்று வார்த்தை சொல்லிக் கொண்டிருக்கிற அந்த மெலிந்து கருத்த பெண்பிள்ளை யாராக இருக்கும்? ஈழவப் பெண் என்று பார்க்கும்போதே மனதில் பட்டது நடேசனுக்கு. அது ஒரு சாமர்த்தியம். அப்படித்தான் நினைத்தார் அவர். யாரையும் பார்த்த மாத்திரத்திலேயே ஜாதி என்ன என்று பிடிபட்டுப் போகும். நாயர் என்றால் எந்த சாகை என்று கூட மோப்பம் பிடித்து விடுவார். நான் என்ன ஜாதி தெரியுமா என்று சீண்டினார் கிருஷ்ணசாமி. இடையரல்லவோ. போடா பிராந்தா, நான் துருக்கன். கிறிஸ்தியானி. புலையன். ஈழவன். நம்பூத்ரி எல்லாம் தான்.

இந்தப் பெண்பிள்ளைக்கு கௌரி என்றில்லையோ பெயர். சரியாச் சொல்லிப் போட்டேடா நடேசா. நான் ஒரு ஆருடம் சொல்றேன் கேக்கறியா என்றான் கிருஷ்ணன். என்னவாக்கும் அது?

இவள் வர்த்தமான காலத்தில் ராஜ்யம் பரிக்கப் போறா. பார்த்துட்டே இரு. ஆளப் பிறந்தவள்.

கிருஷ்ணன் சும்மா பொழுது போகாமல் ஏதோ சொல்கிறான். நடேசன் வீட்டு முற்றத்துக்கு நடந்தார்.

நடேசன் அம்மாவனா. நல்ல நேரத்துக்கு வந்தீங்க.

நீலன் வக்கீல் மகள் சிரித்தபடி சொன்னாள். அச்சன் எங்கேயா?

இந்த நேரத்தில் வேறே எங்கே? சொசைட்டி தான்.

நடேசனுக்கு ஆயாசமாக இருந்தது. திரும்பப் பாதி தூரம் நடந்து தெற்கில் திரும்பி இன்னும் கொஞ்சம் மேற்கொண்டு போனால் சொசைட்டி வரும். கொஞ்சம் முன்கூட்டியே யோசித்திருந்தால் வெட்டி அலைச்சலைத் தவிர்த்திருக்கலாம்.

சரியம்மா. நான் இறங்கறேன். அச்சனை சொசைட்டியிலே வச்சுக் கண்டு தான் வீடு திரிச்சுப் போகணும். நீ எதுக்கு இப்படி இருட்டற நேரத்திலே இங்கே நின்னுட்டிருக்கே. பூச்சி பொட்டு தட்டுப்படற நேரம். உள்ளே போய் உக்காந்து விடிய விடியப் பேசுங்களேன் ரெண்டு பேரும்.

இல்லே, நான் இறங்கறேன். படகு போயிடும்.

கௌரி கிளம்பத் தயாரானாள்.

கௌரியைக் கொஞ்சம் காயல் ஓரம் படகுத் துறையில் கொண்டு விட்டு சொசைட்டிக்குப் போங்களேன் அம்மாவா. புண்ணியமாப் போகும். தானே நடந்து போய்க்கறேன்கிறா. நீங்க சொன்ன மாதிரி பூச்சி பொட்டு நெளியற பூமி. வெளியே இன்னும் அதிகம். பார்த்து ஜாக்கிரதையா நடத்திப் போகணும். விப்லவம் பேசும் பெண், புரட்சிக்காரின்னு பாம்பும் தேளும் ஒதுங்கி வழிவிடுமா என்ன?

கௌரி வேண்டாம் என்று முதலில் மறுத்தாலும் நடேசன் கூட ஒரு துணையாக வருவதில் ஆறுதல் கிடைத்திருந்தது அவள் வெளிச்சத்தில் வந்த போது தெரிந்தது. புத்தி தீட்சண்யமுள்ள ஈழவக் குட்டி என்றார் கிருஷ்ணஸ்வாமி. நடேசன் கேட்டது போலவே காட்டிக்கொள்ளவில்லை.

கௌரி கூட நடக்கும்போது அவளுடைய ராஷ்ட்ரீய விசனங்கள் பற்றி விசாரித்தார் நடேசன். நடை அலுக்காமல் இருக்க ஏதாவது பேச வேண்டி இருக்கிறது. அது ராஜாங்க விவகாரமாக இருந்துவிட்டுப் போகட்டுமே.

அந்தப் பெண் ரொம்பத் தெளிவாக மாகாண காங்கிரஸ் தலைவர்களை நார் நாராகக் கிழித்து வழி ஓரமாகப் போட்டாள்.

மெட்ராசில் இருந்து ஒரு ஷண்முகம் செட்டி, முக்ய மந்திரி வந்து சொன்னாராம். இங்கேயும் பொம்மைக் கொலு மாதிரி ஒரு சர்க்கார். மக்கள் ஆட்சியும் மண்ணும் இதானாம். சித்திரைத் திருநாள் கண்ணசைத்தால்தான் இந்த மாகாண காங்கிரஸ் மந்திரிகள் நிற்பாங்க. நடப்பாங்க.

அவருக்கும் இந்த மாகாண காங்கிரஸ் போக்குவரத்து எந்தத் திருப்தியையும் தராத விஷயம். காந்தியும் நேருவும் டில்லியிலும் கல்கத்தாவிலும் ஏதோ மறியலும் மற்றதும் செய்துவிட்டுப் போகட்டும். அது எல்லாம் இந்தியா. வேறே நிலம். இது திருவிதாங்கூரை ஆஸ்தானமாக்கி ஸ்ரீமூலம் திருநாள் மகாராஜாவின் அனந்திரவனான பகுமானப்பட்ட சித்திரைத் திருநாள் மகாராஜா ராஜ்யபரணம் செய்யும் பூமி. போனால் போகிறது என்று அம்பாட்டு மேனோனையும் கூடவே அவருக்குக் கைலாகு கொடுக்க நாலு மாகாண காங்கிரஸ்காரன்மாரையும் பிடித்து நாற்காலி கொடுத்து உட்கார்த்தி அட்டணக்கால் போட்டு ராஜவிழி விழிக்கச் சொல்லியிருக்கிறார். முடிந்தவரை முழித்துவிட்டு ராஜபோகத்தை அனுபவித்துப் போகாமல் காந்தி சொன்னபடி, கத்தரிக்காய் காய்ச்ச படி மறியல், வக்கீலன்மார் கோர்ட்டுக் கச்சேரிக்குப் போகாமல் ,பள்ளிக்கூடத்துக்குப் பிள்ளைகள் போகாமல் யாரும் ஒத்துழைக்காத வெண்டைக்காய் சமரம். காந்தியாலும் சுதந்திரத்தாலும் ஒரு சக்கரம் பிரயோஜனம் இல்லை நடேசனுக்கு. கிருஷ்ணா நீ ஒண்ணும் சொல்ல வேண்டாம். நான் கேட்கப் போறதில்லையாக்கும்.

கௌரி, எங்கே இவ்வளவு தூரம்? நான் கொண்டு போய் விடட்டா?

நெடுநெடுவென்று உசரமான ஒரு இளைஞன் பாதி வழிக்கு வைத்து கௌரியை நிறுத்திச் சொன்னான்.

யார் இந்தப் பிள்ளை என்று நடேசன் கூர்ந்து பார்த்தார். நாயர் தரவாட்டுப் பய்யன் தான். எங்கேயோ பார்த்த ஓர்மை.

நான் கோபாலன்.

நினைவு வந்துவிட்டது. செக்கனும் சிவப்புக் கொடி பிடித்து

ராஷ்ட்ரீயம் பேசுகிறவன்.

அவன் நெருங்கி வந்து பெண்குட்டி காதில் சொன்னது நடேசனுக்கும் கேட்டது. பாம்புச் செவியில்லையோ கிருஷ்ணா?

பிணறாயி போறேன். நாளை ராத்திரி கூட்டம். கௌரிக்குட்டியும் வந்தா நல்லா இருக்கும்.

கௌரி சிரித்தாள்.

வேணாம் சகாவே. நீங்க எதிர் வழியில் போறவர்.

எல்லாம் ஒரே வழிதான் என்றார் கிருஷ்ணஸ்வாமி. அது உனக்கு என்றார் நடேசன். இந்தப் பெண் மட்டுமில்லை, செக்கனும் பிரசித்தனாக வருவான். கிருஷ்ணன் இன்னொரு ஆருடத்தை நடேசன் கேட்காமலே சொன்னான்.

சகாவு என்றால் என்ன கிருஷ்ணா?

படகுத் துறை நெருங்கிக் கொண்டிருந்தது.

அம்மாவா, படகு வந்துட்டு இருக்கு. நான் போயிக்கறேன்.

கௌரி அவரை அம்மாவன் என்று விளித்தது மனதுக்கு இதமாக இருந்தது. அந்தப் பெண் வெகு சீக்கிரம் ஒரு கிறிஸ்தியானியைக் கல்யாணம் செய்துக்கப் போறாள். சொல்லாமல் நடேசனுக்கே தோன்றியது. கலிகாலம் என்றார் அவர். மனுஷன் ஜெயிக்கிற காலம் என்று கௌரி சொல்லும்போது படகு வந்து நின்றது.

நடேசன் கைக் கடியாரத்தைப் பார்த்தார். சரியாக ஓடிக் கொண்டிருந்தது. உம்ம வேலையா. நன்றி சகாவே. கிருஷ்ணன் பதில் வார்த்தை சொல்லவில்லை.

★★★

இந்த ஆத்மஞான சபையாகப்பட்டது வக்கீல்களும், ஜட்ஜிமாரும், மாஜிஸ்ட்ரேட், தாசில்தார், பேஷ்கார், ரயில் ஆப்பீஸ்காரர் போன்ற பதவிகளை திருவிதாங்கூர் மகாராஜா திருமனசு கல்பித்தபடியும், துரைத்தனத்து நியமனப்படியும் வகித்து தேசத்தை ரட்சித்து வரும் உயர் உத்தியோகஸ்தர்கள் கூடி

விளக்குக் கொளுத்தி வைத்துவிட்டு சத் விஷயங்களைப் பேசும் இடம். பேசிக்கொண்டிருந்தார்கள்.

பெசண்ட் அம்மை சொன்னபடிக்கு ஆத்மஞானத்தில் மனசு செலுத்தி, கவர்னர் ஜெனரல் துரையே நாடு வாழியாக தீர்க்காயுசோடு இருக்கட்டும்னு இருந்தா இப்படி கூட்டத்தோட சத்தியாக்கிரஹம், ஒற்றைக்கு சத்யாக்ரஹம் எல்லாம் வேண்டி வந்திருக்காது. கிரமமா பொழைப்பு நடத்தி நாலு காசு பார்த்திருக்கலாம்.

யார் சொல்கிறார்கள் என்று நடேசனுக்குத் தெரியவில்லை. யாராக இருந்தாலும் தீர்க்காயுசோடு இருக்கட்டும் என்று வாழ்த்தினார் அவர்.

நீலன் வக்கீல் தலை தெரிகிறதா என்று நோட்டமிட்டார்.

வட்ட மேஜையில் மெழுகுத்திரி கொளுத்தியிருந்தது. நாலு பேர் பரத்தி வைத்த ஏதோ காகிதத்தில் ஒரு காசை வைத்து அழுத்தியபடி எதிரும் புதிருமாக உட்கார்ந்திருந்தார்கள். நீலன் பிள்ளை அதில் ஒருத்தர்.

ஐ ஆம் பர்வதவர்தினி. இண்டர்ட் இன் எடின்பரோ.

எழுத்து எழுத்தாகச் சொல்லி அப்புறம் முழுவதும் படிக்கிற நீலன் வக்கீல் குரல் கேட்டது.

நான் பர்வதவர்த்தினி. எடின்பரோ நகரத்தில் அடக்கமாகியிருக்கிறேன்.

அவர் உள்ளே நுழையும் நடேசனைப் பார்த்தபடி சொன்னார்.

அத்தியாயம் இருபது

மே 12, 1899 விகாரி வருடம் சித்திரை 30 வெள்ளிக்கிழமை

திருமேனி. அகத்து திருமேனி உண்டோ?

கிட்டாவய்யன் வாசலில் ஓச்சை கேட்டுக் கண் விழித்தான்.

யாராக்கும் இப்படி ஒரு பக்கம் விடிந்து கொண்டிருக்கும்போதே ஊளையிட்டு உபத்திரவப் படுத்துகிறது? திருமேனியா? எடோ கழுவேறி, எந்தத் திருமேனி வேணும் உனக்கு? இங்கேயும் எங்கேயும் நாற்றம் பிடித்த மேனியும் யோனியும் தவிர வேறேதும் உண்டா என்ன.

திருமேனி.

மேல் தோர்த்தைப் போர்த்திக் கொண்டு வாசலுக்கு வந்தபோது அங்கே கெச்சலாக ஒரு பிராமணன் நின்றிருப்பதைக் கண்டான் கிட்டாவய்யன். மாத்வன் என்று நெற்றியில் கோபி முத்திரை நேரடியாக விலாசம் சொன்னது. கன்னடத்துக் காரன். கடன் கேட்க யாராவது அனுப்பி வைத்திருக்கிறார்களா இவனை? என்னத்தை அடமானம் பிடித்துக் கடன் தர? காதில் அழுக்கான கடுக்கன் பத்து சக்கரம் பெறுமா? இடம் மாறி

வந்து இழவெடுக்கிறான் போல. புறத்தாக்கித் துரத்தணும்.

யார் வேணுமய்யா உனக்கு?

கிட்டாவய்யன் கேட்டபோதே அவனுக்கு சம்பந்தா சம்பந்தமில்லாமல் சாவக்காட்டு வயசன் நினைவுக்கு வந்தான். இப்படித்தான், இதைவிட தரித்திரனாக அலைந்து கொண்டிருந்தவன் அவன். கிட்டாவய்யன் சமைக்கப் போன இடத்தில் காய்கறி நறுக்கிக் கொடுத்து ஒத்தாசை செய்ய வந்து ஒரு கும்பா சோற்றை மட்டும் யாசித்தவன். சொறி நாயைப் போல அவனை அடித்துப் புறத்தாக்கின அப்புறம் ஒரு திருநாளில் சாவக்காட்டான் கோடீஸ்வரன் ஆகிவிட்டான். கிட்டாவய்யன் அவன் தயவுக்காக வாசல் படியேறிக் காத்துக் கிடக்க வேண்டிப் போனது.

ஆகட்டுமே, கிட்டாவய்யனை ஜான் கிட்டாவய்யன் ஆக்கி இந்த ரெண்டு கட்டு வீட்டையும் வீட்டில் தனத்தையும் உண்டாக்கிக் கொடுத்தது சாவக்காட்டானும் கிறிஸ்து நாதரும் தானே?

இவன் யாரோ தெரியவில்லை. இவனையும் சவிட்டி இன்னொரு சாவக்காட்டான் ஆக்க வேண்டாம். இருக்கப்பட்ட வேதத்தில் இருந்து இறங்கி இன்னொரு வேதத்தில் ஏற வயசும் தளர்ச்சியும் அனுமதிக்கப் போவது இல்லை கிட்டாவய்யனை. இருக்கும் காலம் வரை ஜான் கிட்டாவய்யனாகவே இருந்துவிட்டு அப்புறம் குரிசுப் பள்ளிக்குப் பின்னால் சவக் குடீரத்தில் அடங்கி விடத்தான் இனிமேல் கொண்டு நேரம் இருக்கிறது. ஆவி மேலே போகும்போது பரிசுத்த ஆவியின் கலந்தாலும் பகவான் கிருஷ்ணனில் லயித்தாலும் கிட்டாவய்யனுக்கு எந்த விரோதமும் இல்லை. நல்லதுக்குத்தான் அது எல்லாம்.

நமஸ்காரம் திருமேனி. இளைய திருமேனி அகத்துண்டோ?

மாத்வ பிராமணன் பிட்சை வாங்கத் தயாரானது போல் அங்க வஸ்திரத்தைத் தோளில் இருந்து இறக்கிக் கையில் தழையத் தழைய வைத்துக் கொண்டு வெகுவான மரியாதையோடு விசாரித்தான். அவனைப் பார்க்கப் பாவமாக இருந்தது கிட்டாவய்யனுக்கு.

இடம் மாறி வந்திருக்கிறீர். வலியது, செறியது, வண்ணம் கொண்டு தடி வச்சதுன்னு எந்தத் தோதில் பட்ட திருமேனியும் இங்கே இல்லை. அச்சு அசல் கிறிஸ்தியானி கிரஹம் இது. மேலே வாசல் நிலையைப் பாரும்.

கிறிஸ்து நாதருக்கும் ஸ்தோத்ரம்.

மாத்வன் சத்தத்தைக் கூட்டிச் சொல்லி, வீட்டு நிலைவாசலில் பதித்திருந்த குரிசை அம்பலத்தில் தொழுகிறது போல் ரெண்டு கையையும் சிரசில் உயர்த்தி சேவித்தான்.

வேதையன் வாசலுக்கு வந்து என்ன விஷயம் என்று எட்டிப் பார்த்தது அப்போதுதான்.

ஓய் துளுவரே, வாரும், வாரும். எப்படி என் இருப்பிடம் தெரிந்தது?

வேதையன் வாத்சல்யத்தோடு மாத்வனை விசாரித்ததில் கிட்டாவய்யன் வெகுவாக ஆச்சரியப்பட்டுப் போனான். இவனுக்கு கலாசாலை உபாத்தியாயர்கள், படிக்கிற பிள்ளைகள் தவிர இந்தத் தரத்திலும் சிநேகிதர்கள் இருக்கிறதை முதல் தடவையாகப் பார்க்கிறான் அவன்.

அப்பன், நான் சொன்னேனே, மங்கலாபுரம் போனபோது கூடவே இருந்து சகல ஒத்தாசையும் செய்து கொடுத்தது இந்த மாத்வ பிராமணப் பிள்ளைதான்.

வேதையன் அது மட்டும்தான் சொல்லியிருந்தான். லாவணி போன விஷயமோ, கொட்டகையிலேயே கண் அயர்ந்து கிடந்து விடிகாலையில் எழுந்தபோது உடம்பு சூடு அனலாகத் தகிக்க, கல்லறைப் பக்கம் வந்து சேர்ந்ததையோ சொல்லவில்லை. காளை வண்டியில் வந்த குடும்பத்தைப் பற்றிச் சொன்னதாகவும் நினைவு இல்லை. அவ்வப்போது தூக்கத்தில் ஆழ்ந்தபோது வேணுமானால் இதில் சிலதையாவது அப்பனுக்குச் சொல்லியிருக்கலாம். ஜன்னி வந்து பிதற்றுவதாகக் கருதி அதற்கு யாதொரு கவனிப்பையும் கொடுத்திருக்க மாட்டான் கிட்டாவய்யன்.

காலில் சலங்கையும் பெண் வேஷமுமாக லாவணி ஆடினதாகச் சொன்னாயே இந்தப் பிராமணன் தானா? அது முதுகில் கிரந்தி புறப்பட்டு பூணூலை வலம் இடமாகப் போட்டுக் கொண்ட யாரோ அசத்து இல்லையோ?

கிட்டாவய்யன் தோண்டித் துருவ, வேதையனுக்கு மங்கலாபுரத்தில் வண்டி இறங்கியதும் இறங்கிய ஊத்தைப்பல் துளுவனும் உடனடியாக நினைவுக்கு வந்தான். மனசு தான் என்ன மாதிரியான ரசாயனம் எல்லாம் உற்பத்தி செய்கிறது. நினைப்பும் நடக்கிறதும், கற்பித்துக் கொண்டதும், நிஜமா நிழலா என்று நிச்சயமாகத் தெரியாத இன்னும் சிலவுமாகக் கொட்டிக் கலந்து அவ்வப்போது அது களிமண் பிரதிமை மாதிரிப் பிடிக்கிறது. ஜரூர வேகத்தில் இப்படியான பிரதிமை ஒன்றை அப்பனுக்குக் கைமாற்றியாகி விட்டது. அவனும் அதை வைத்துக் கொண்டு களிக்கட்டும்.

உட்காருமய்யா, நின்று கொண்டே இருக்கீரே.

வேதையன் வாசல் திண்ணையைக் காட்டினான்.

துளுவன் மரத் தூணில் சாய்ந்து உட்கார்ந்து முழங்காலை ரெண்டு கையாலும் கட்டிக் கொண்டு மேற்கொண்டு வார்த்தை கேட்க ஆயத்தமானான்.

கையை எடும். அப்படிக் கட்டினால் பீடை வந்து சேரும்.

ஜான் கிட்டாவய்யனுக்குள் இருந்த பழைய கிட்டாவய்யன் உடனே அதைத் தடுத்தான்.

கிறிஸ்தியானி மனையிலும் இந்த ஆசாரம் எல்லாம் உண்டு என்பதிலே மெத்த சந்தோஷம் ஸ்வாமி.

துளுவன் முன்னால் நீண்ட கையை ஜாக்கிரதையாக மார்புக்குக் குறுக்கே கட்டிக் கொண்டு தலையைக் கவிழ்த்து எத்தனையாவது தடவையாகவோ சேவித்தான்.

கிறிஸ்தியானியானால் என்ன, வைதீகமானால் தான் என்ன, புண்யத்தைத் தேட வேண்டிய பொழுதில் அல்லாததைச் செய்யக் கிஞ்சித்தும் அனுமதிக்காதே. சரி அது நில்க்கட்டும்.

உம் பெயர் தான் என்ன? எவ்விடத்து ஸ்வதேசி நீர்?

துளுவனுக்குச் சாப்பிடக் கொடுக்க உள்ளே இருந்து வெல்லமும் தேங்காயும் எடுத்துவரப் போன வேதையன் ஒரு வினாடி நின்றான். அவனுக்கும் தெரியாத ஒன்று இவனுடைய பெயரும் மேல் விலாசமும் மற்றதும்.

அடியேன் துர்க்கா பட்டன். விளிக்கிறதும் அதேபடிதான். துளு நாட்டில் இருந்து காசர்கோடு வந்து அப்புறம் திரும்பத் துளு பூமிக்கும் சீரங்கப் பட்டணத்துக்கும் அலைபாய்ந்து இப்போ மங்கலாபுரத்தோடு ஒதுங்கிக் கிடக்கிற குடும்பம். கஷ்ட ஜீவிதம் தான். இல்லாமல் இருந்தால் தூசி தும்பு போல அலைக்கழிய வேணாமே.

நானும் பாண்டியில் இருந்து இங்கே அம்பலப்புழைக்கு வந்து குடியேறின சமையல் காரப் பிராமணன் தான் என்று சொல்ல உத்தேசித்து வேண்டாம் என்று தோன்ற வெறுமனே பார்த்தான் கிட்டாவய்யன். அம்பலப்புழையில் இருந்து திரும்ப பாண்டிக்குப் போயிருந்தால் என்னவாகி இருக்கும்? பெரிதாக ஒன்றும் மாற்றம் இருக்காது. குரிசு இல்லாமல் மார்பில் பூணூலும் சிவன் கோவில் வீபுதியும் பாண்டி நாட்டுப் புழுக்கத்தால் கக்ஷத்தில் சதா வியர்வையும் கூடி இருக்கும்.

பாண்டி திரும்பப் போய் சுகஜீவனம் நடத்துவோர் இல்லையா என்ன? கிட்டாவய்யனுக்கு தன் ஆக இளைய சகோதரி பகவதி நினைப்பு சட்டென்று வந்தது. அரசூரில் அவளையும் அவளைக் கட்டிய சங்கரய்யரையும்தான் போய்ப் பார்த்துத்தான் எத்தனை வருஷமாகி விட்டது. சாப்பாட்டுக் கடை நடத்துகிறதிலும், சிநேகாம்பாள் படுத்த படுக்கையாகக் கிடந்து காலமானதிலும், கோட்டயத்தில் இருந்து கண்ணூருக்கு வந்து வீடு கட்டி கடை வைத்துத் தொழில் தொடங்குகிறதிலும், ரெண்டு பெண்பிள்ளைகள் வெள்ளைக்கார துரைமார்களை புருஷன்மாராக வரிந்துகொண்டு சீமைக்குக் கப்பலேறியதிலும், தொடர்ந்து வேதையன் கல்யாணத்திலும் தற்போது அவனுக்கு காய்ச்சலுக்குத் தேனில் சூரணம் குழைத்துக் கொடுத்து சிஷ்ருஷை செய்கிறதிலும் முக்காலே மூணு வீசம் வாழ்க்கை

கழிந்து போய்விட்டது. இனி ஜீவித்திருக்கும் அற்ப காலத்தில் உடன் பிறந்தவளை ஒரு நடை போய் பார்க்காவிட்டால் கட்டை திருப்தியாக வேகுமா? வேக என்ன இருக்கு? மனசு உலுக்கியது. அவனே பார்த்துப் பார்த்துக் கட்டின குரிசுப் பள்ளி பின்னால் மண்ணுக்குள் முடங்க வேண்டிய உடம்பு இல்லையா இது? சரி, ஏதோ ஒண்ணு. அடங்கின அப்புறம் இந்த லோகத்துக்கு அனுபவிக்கவும் சிரமப்படவும் என்னென்னைக்குமாகத் திரும்பாதது. பகவதிக் குட்டி, க்ஷேமமா இருக்கியா அம்மா? மாப்பிள்ளை எப்படி இருக்கார்? புகையிலைக்கடை விருத்தியா நடக்கறதா? உன்னைப் பார்க்கணும் போல இருக்குடி குழந்தே.

கிட்டாவய்யன் கண்ணில் குளம் கோர்த்து நின்ற கண்ணீரை இமையை இறுக்க மூடி வெளியே தளும்பாமல் நிறுத்திக் கொண்டான். இந்த பட்டனைப் பார்த்து யோக க்ஷேமம் விசாரித்து ஐந்து நிமிஷம் கூட ஆகவில்லை. அவனுக்கு முன்னால் தாரைதாரையாகக் கண்ணீர் வடிய விம்மி விதிர்த்து அழ அவனுக்கு சரிப்படாது. பட்டன் மாதிரி வெறும் பயல் இல்லை கிட்டாவய்யன். ஜான் கிட்டாவய்யனாக்கும்.

ஆனாலும் அரசூருக்கு சீக்கிரம் ஒரு பயணம் வைக்க வேண்டும். உடம்பு ஒத்துழைத்தாலும் இல்லாது போனாலும். அது மனசில் உறுதியாகத் தோன்ற சரிதான் என்று தலையைக் குலுக்கிக் கொண்டான். துர்க்கா பட்டன் அவனை ஒரு வினாடி உற்றுப் பார்த்து விட்டுத் திரும்பத் தூணில் ஆதரவாகச் சாய்ந்து கொண்டான்.

பட்டரே. துர்க்கா பட்டரே. உமக்காகத்தான் இந்த சம்பாரத்தைக் குடிக்க எடுத்து வந்தேன். தேங்காயும் வெல்லமும் கூட உண்டு. பசியாறிக் கொள்ளும். கை எதுவும் அளையாமல், அடுப்பில் சுடவைத்தும் வேகவைத்தும் பாகம் பண்ணாமல் எடுத்து வந்த ஆகாரம். உம் மடி ஆச்சாரத்துக்கு கேடு வருத்தாதது இதெல்லாம்.

வேதையன் கையில் கொண்டு வந்த ஸ்தாலிச் செம்பையும் வாழை இலை மூடிய தாம்பாளத்தையும் துளுவன் முன் வைத்தபடி சொன்னான்.

ஊர்க் கோடியில் இருந்து வழி விசாரித்தபடி நடந்து வந்த அசதியால் தூணில் சாய்ந்தபடிக்கே களைத்துக் கண்ணயரத் தொடங்கியிதருந்த துர்க்கா பட்டன் கண் திறந்ததும், மோர் நிறைத்த செம்பு தான் முதலில் பிரத்யட்சமானது.

காளை வண்டியில் வந்த ஒரு பிராமணன் அவனை வேதையன் கிரஹத்துக்கு வழி சொல்லி அனுப்பினானே. அவன் கையில் வைத்திருந்ததும் இதே போல் ஒன்று இல்லையா? ஓரத்தில் கொஞ்சம் நசுங்கி இருந்தது அந்தச் செம்பு. காளைவண்டி குடைசாய்ந்தபோது அதற்குக் கேடு வந்ததாகச் சொன்னான் அடையாளம் தெரியாத அந்த பிராமணன். செம்பில் வெள்ளம் இருந்தால் தாகத்துக்குத் தரமுடியுமா என்று துர்க்கா பட்டன் கேட்டதற்கு அதற்குள் பானம் செய்கிற ஆகாரம் செய்கிற தோதில் எதுவும் இல்லை என்றான் காளை வண்டிக்காரன். போகிறது. அவனை வழியில் வைத்துக் கண்டிருக்காவிட்டால் துர்க்கா பட்டன் வேதையனைத் தேடி இன்னும் சுற்றி அலைந்து கொண்டிருப்பான்.

அவனை மங்கலாபுரத்தில் இருந்து இங்கே வரச் சொல்லித் தூண்டியது என்ன? எத்தனை யோசித்தும் பதில் தெரியவில்லை துர்க்கா பட்டனுக்கு. எல்லாம் கிடக்கட்டும். பசியும் தாகமும் முன்னால் வந்து நிற்கிறது இப்போது. அப்போ, லஜ்ஜைப் படாமல் கேட்டு வாங்கிப் புசியும். மனதில் காளைவண்டிக்காரன் சொல்லியபடி வண்டியை ஓட்டிப் போனான்.

பட்டன் கிட்டாவய்யனை நிமிர்ந்து பார்த்தபடி எழுந்தான்.

ஸ்வாமி, க்ஷமிக்கணும். ஒரு கைப்பிடி அன்னம். அது இல்லையா, பிட்டு, இட்டலி, உப்பிட்டு விடிகாலையில் உண்டாக்கின ஏதாவது இருந்தாலும் கொடுத்தால் புண்ணியமாகப் போகும். வெட்கத்தை விட்டு யாசிக்கிறேன். உங்க கிட்டேயும் அண்ணா கிட்டேயும் கேட்க எதுக்கு வெட்கப் படணும்? தயவு செய்யுங்கோ. கூட மாட இங்கே பணி எடுக்கறேன். பசி தாளலை. போஜனம் மாத்ரம் போதும்.

அவன் பூணூலை இழுத்துக் காட்டி இரண்டு கைகளுக்கு நடுவில்

அதைச் சேர்த்துப் பிடித்துக் கொண்டு, கிட்டாவய்யனைத் தெண்டனிட்டு நமஸ்கரித்தான்

கிட்டாவய்யன் சட்டென்று எழுந்து நின்றான். அவனுக்கு தேகம் முழுக்க தடதடவென்று நடுங்கியது. இது அச்சு அசலாக சாவக்காட்டு வேதக்காரப் பிராமணன் வார்த்தை. நடவடிக்கை. கைமள் வீட்டு புடமுறிக்கு சமையல் செய்யப் போனபோது கறிகாய் நறுக்கிக் கொடுத்து ஒத்தாசை செய்ய வந்த சாவக்காட்டானை சவிட்டுத் தள்ளி இத்தனை வருடம் கழித்து அந்த வார்த்தை திரும்ப அவனுக்கு முன் கைகூப்பி நிற்கிறது. சவிட்டின அவன் இப்போது வேதத்தில் ஏறினவன். யாசிக்கிறவன் அதில் இல்லாதவன். சக்கரம் கறங்கி ஒரு சுற்று சுற்றி திரும்ப ஆரம்பித்த இடத்துக்கே வந்திருக்கிறது போல.

உந்தும் சவிட்டுமாகத் துள்ள கிட்டாவய்யன் காலுக்கு இனி சக்தி இல்லை. ஆனாலும் அவனுக்கு நடக்க முடியும். தட்டுத் தடுமாறியாவது நடந்து உள்ளே போய் இந்த துர்க்கா பட்டன் பசியாறத் தேவையானதை எடுத்து வரமுடியும்.

அவன் வீட்டுக்கு உள்ளே போனபோது காலையில் ஆகாரம் கழித்து மிச்சம் இருந்த நாலு தோசைகளும், தேங்காய்த் துவையலும் அப்படியே மூடி வைத்த பாத்திரம் கண்ணில் பட்டது. உச்சைக்கு ஊணின் போது சம்பாரம் விரகிய சாதத்தோடு தொட்டுக்கொள்ளவும், மிஞ்சிய பட்சத்தில் ராப்போஜனத்தோடு சேர்த்துக் கழிக்கவுமாக எடுத்து வைத்தது. ராத்திரி இது ஆறி அவலாகிக் காய்ந்து போகாமல், பட்டன் வயிற்றில் போய்ச் சேரட்டும்.

வேதையன் தேங்காயும் வெல்லமும் வைத்த தாம்பாளத்தை நகர்த்தி வைத்தபோது துர்க்கா பட்டன் தடுத்தான்,

இதுவும் இருக்கட்டும் அண்ணா, ஒண்ணொண்ணா கழிக்கலாம். திருமேனி, வேணாம். அம்மாவா. இதுவும் வேணாம். மாமா, அந்த தோசை லட்சுமியை கொஞ்சம் என் கையில் வைத்து நமஸ்கரிக்கக் கொடுங்கோ. உபகாரமாக இருக்கும்.

தேங்காய்த் துவையல் லட்சுமியில்லையா? வேதையன் சிரித்தபடி கேட்டான்.

அதுக்கு வேணுமானால் சுத்த கிறிஸ்தியானியாக ஒரு நாமகரணம் செய்துடலாம் என்றான் பட்டன் தோசையை விண்டு வாயில் போட்டபடி.

பரிபூரணம் அப்படீன்னு மட்டும் வச்சுடாதீர்.

வேதையன் சொல்லிக் கொண்டிருந்தபோது வாசலில் தபால் சேவகன் குடையும் கையுமாக விரசாக நடந்து வந்து கொண்டிருந்தது கண்ணில்பட்டது.

வைக்கத்தில் இருந்து மங்கள வார்த்தை வருது.

வேதையன் மனம் சொன்னது. அது தப்பாக இருக்காது என்று நிச்சயமாகப்பட்டது.

அத்தியாயம் இருபத்தொன்று

மே 12, 1899 விகாரி வருடம் சித்திரை 30 வெள்ளிக்கிழமை

மதுரம் எடுத்துக்கொள்ளும்.

லட்டு உருண்டை நிறைந்த வெள்ளித் தாம்பாளத்தை கிட்டாவய்யன் எடத்வா கேசவன் மூஸ் வைத்தியரிடம் நீட்டின போது உதிர்ந்தது போக வாயில் மிச்சம் இருந்த பல் சிலது அங்கங்கே தெரிய மலர்ச்சியாகச் சிரித்தான்.

மூஸே, பேத்தி, அதான் செறுமகள் பிறந்திருக்கா. நேற்று உச்சை கழிஞ்ஞு ரெண்டு மணி சுமாருக்கு கார்த்திகை நட்சத்திரத்தில் சுப ஜனனம். தாயும் சிசுவும் சௌக்கியம்.

கிட்டாவய்யனுக்குப் பின்னாலேயே கையைக் கட்டிக்கொண்டு நின்றான் துர்க்கா பட்டன்.

ஜான் கிட்டாவய்யரே. எல்லாம் பெருகி வரட்டும். காவிலே பகவதியம்மை இருக்கா. சகலமானதையும் அவ பார்த்துப்பா. இந்தச் செக்கன் யார்னு மனசில் ஆகலியே. உம் புத்திரனுக்கு பெண்ணு கெட்டின இடத்துலே பெந்துவோ.

கேட்டபடி மூஸ் வைத்தியர் வஞ்சனை இல்லாமல் வலது

கையை விரித்து ரெண்டு லட்டுக்களை எடுத்தார். எடுத்ததை உதிர்க்காமல் அப்படியே வாயில் போட்டுக் கொண்டு மேல் தோர்த்தில் கை துடைத்த மூஸை கிட்டாவய்யன் அசூசையோடு பார்த்தான். வைத்தியனாக இருப்பதாலோ என்னமோ சர்க்கரை வியாதி, வயிற்று உபாதை, சரீரத் தளர்ச்சி என்று எந்த ரோகமும் எப்பவும் அண்டாமல் ஆரோக்கியவானாக இருக்கப்பட்ட மூஸ் கிட்டாவய்யனுக்கு நாலு கொல்லமாவது மூத்தவர். என்ன செய்ய, அவனவனுக்கு விதித்தது வியாதியும் ஆரோக்கியமும் காசும் காமமும்.

அண்ணா, நான் இவாளுக்கு தாயாதி உறவு. தூரத்து பெந்து. பொழைக்க வழிதேடி வந்து சேர்ந்திருக்கேன். இப்போதைக்கு இங்கேதான் தாமசம்.

துர்க்கா பட்டன் மதுரம் வைத்த தாம்பாளத்தை வாங்கி பக்கத்தில் வைத்தபோது, இன்னும் ஒரே ஒரு லட்டுருண்டை எடுத்துக் கொள்ளலாமா என்று கேட்டார் வைத்தியர்.

உமக்கில்லாத மதுரமா மூஸே. நீர் மருந்து கொடும், நான் லட்டு தரேன். ஆனைக்கும் பானைக்கும் சரி. என்ன சொல்றே துர்க்கா?

பட்டன் இந்த வீட்டில் காலடி எடுத்து வைத்த நேரத்தில் வீட்டில் சுபச் செய்தி கிடைத்திருக்கிற சந்தோஷம் கிட்டாவய்யனுக்கு கொஞ்ச நஞ்சமில்லை. படி ஏறி வந்து ஒண்டிக்கொள்ள இடமும், கூடமாட இருந்து செய்து கொடுக்க வேலையும் மட்டும் கேட்டான் துர்க்கா பட்டன்.

ஜாதியையும் வேதத்தையும் என் வயிறும் மனசும் பார்க்கிறதில்லை மாமா. குரிசோ பூணூலோ இருந்தாலும் அல்லாது போனாலும் எனக்கு ஒரு போலதான். என்னமோ ஒண்ணு என்னை வேதமண்ணாவை அண்டி இருக்கச் சொல்லி நச்சரித்துத் துரத்திக் கொண்டிருக்கு. இங்கே திண்ணையில் ஒதுங்கிக் கொண்டு மேலே என்ன காரியம் செய்யச் சொல்லி எல்பித்தாலும் சடுதியில் செய்து முடிக்கறேன்.

அவன் சொன்னபோது, கட்டைப் பிரம்மச்சாரியான

பிள்ளையை வீட்டோடு வைத்துக்கொள்வதில் இருக்கிற சிரமம் கிட்டாவய்யனுக்குப் புரியாமல் இல்லை. பரிபூரணம் திரும்பி வரும்வரைக்கும் இங்கே அவன் இருந்துவிட்டுப் போகட்டும். அப்புறம் ஏது அமைகிறதோ பார்க்கலாம். நேற்று ராத்திரியே முடிவு எடுத்திருந்தான் அவன். வேதையன் இதில் எல்லாம் தலையிடுவது இல்லை.

ஒரு வாய் பசும்பால் குடியுங்கோ வைத்தியர் அண்ணா.

துர்க்கா பட்டன் பால் நிறைத்த குவளையை வைத்தியரிடம் பவ்யமாக நீட்டினான். ஒரே நாளில் இந்த வீடும் நடப்பும் எல்லாம் பழகிக் கைவந்த லாகவம் கையிலும் முகத்திலும் தெரிந்தது.

மூஸ் வைத்தியர் குவளையோடு வாசல் படியில் கால் நீட்டிக் கொண்டு நிலைவாசலுக்கு அந்தாண்டை உட்கார்ந்தார். எச்சில் படாமல் நிதானமாகக் குடித்து விட்டு, முறுக்கான் பெட்டியை தோள் சஞ்சியில் இருந்து வெளியே எடுத்து பக்கத்தில் வைத்தார். இன்னும் கொஞ்ச நேரம் இங்கே இருந்து வார்த்தை சொல்லிக் கொண்டிருந்து விட்டுப் போக உத்தேசித்திருந்தார் என்று பட்டது கிட்டாவய்யனுக்கு.

கிட்டாவய்யனும் வாசல் படிக்கல்லில் அதேபடிக்கு உட்காரப் பார்த்தபோது வைத்தியர் வேணாம் என்று தடுத்தார்.

உஷ்ணத்தை உள்வாங்கின கல்லாக்கும் இங்கே பளபளன்னு மினுக்கின படியாகக் கிடக்கிறது. உமக்கு ஏற்கனவே ஆசனவாயை ஆணி வைத்த மாதிரிக் குடைந்து ஏக உபத்திரவம். மூலச் சூட்டோடு மீனச் சூடும் சேர்ந்து போனால் நான் ஓலை படிச்சு, புதுசாக சூரணம் குழைத்து எடுத்து வர வேண்டியிருக்கும். பேசாமல், உம் கசேரையில் சாரி இரும். வயோதிகர்கள் உட்காரும் ஆசனம் அதுதான்.

முகத்தில் சிரிப்பு மாறாமல் சொன்னார் வைத்தியர்.

மூஸே. நீரே யௌவனவானாக இன்னும் ரெண்டு கல்யாணம் செய்து எல்லா நட்சத்திரத்திலும் சந்ததி உற்பத்தி பண்ணி

சுகமாக இரும். எனக்கு என் கசேரை மதி.

கிட்டாவய்யன் சாய்வு நாற்காலியில் சாய்ந்தபோது வீட்டுக்குள் இருந்து வேதையன் வெளியே வந்து வாசலில் விட்டிருந்த செருப்புகளை நோக்கி நடந்தான்.

வெகுதூரம் போறியோ மோனே. குடை வேணாமா?

இல்லை அப்பன். அடுத்த ஆழ்ச்ச கலாசாலை திறக்கிறதில்லையா. நான் ஒண்ணு ரெண்டு தினம் கழித்து போய்ச் சேரலாம்னு இருக்கேன். திருவனந்தபுரத்தில் என் கூட உத்யோகத்தில் இருக்கப்பட்ட சேகரன் தம்பி மாஸ்டர் இங்கே சன்மார்க்க சபையிலே உபன்யாசம் செய்ய வந்திருக்கார். அவரிடம் விவரமாகக் கடிதாசு எழுதி பிரின்சிபால் துரைக்குக் கொடுத்தனுப்பிவிட்டு வந்துடறேன்.

அப்போ வைக்கத்துக்கு வரலியா நீ? உன் புத்ரியைப் பார்க்க நீ வராமல் எப்படி?

கிட்டாவய்யன் அவசரமாகக் கேட்டான்.

வரலேன்னு எப்போ சொன்னேன் அப்பன்? வந்துண்டு தானே இருக்கேன். ராத்திரி முடிவு செய்த மாதிரி நாம் இங்கே இருந்து கிளம்பி வைக்கம் போகலாம். நான் அவிடம் விட்டு நேரே திருவனந்தபுரம் போயிடறேன்.

அப்போ நான் எப்படி மோனே தனியா திரிச்சு வரதாம்? வயோதிகம் படுத்தறதே.

கிட்டாவய்யன் முன்னைவிட அவசரமாக முறையிட்டான். இங்கே இருக்கப்பட்ட வைக்கத்துக்குப் போய்விட்டு வரவே துணை வேண்டி இருக்கிறபோது தெற்கில் மதுரையும் அதுவும் கடந்து அரசூரும் போய்விட்டு வருவது எப்படி?

அப்பன், பிரயாண விஷயமாக நீங்க எந்த விசனமும் படவேண்டியதில்லை. துர்க்கா பட்டன் நம்மோடு வைக்கம் வந்து உங்களை இங்கே திரும்பப் பத்திரமாகக் கொண்டு வந்து சேர்ப்பான்.

வேதையன் வெளியே நடந்தபடிக்குச் சொன்னான்.

அதுவும் நல்ல யோசனைதான். ஆனாலும் மூணு பேராகப் போவது உசிதமா மூஸே?

அதுக்கென்ன? நீரும் இந்தப் பட்டனும் முதலில் கிளம்பி ஊர் எல்லைக்குப் போய்விடும். அஞ்சு பத்து நிமிடம் கழித்து வேதையன் சேர்ந்து கொள்ளட்டும். அது சரி, எப்போ பயணம் வச்சிருக்கீர்?

மூஸ் முறுக்கான் செல்லப் பெட்டியைத் திறந்து வெற்றிலை எடுத்து இடுப்பு முண்டில் துடைத்தபடி சொன்னார். நாளை மறுநாள் நல்ல நாள் என்று வீட்டில் மறைவாக வைத்திருந்த பஞ்சாங்கம் பார்த்து பிரயாணத்துக்கு நாள் குறித்திருந்தான் கிட்டாவய்யன்.

சீக்கிரம் வைக்கம் போய்ச் சேரணும். பாதிரி வருவதற்குள்ளே ஜாதகம் கணிக்க ஏற்பாடு செய்துவிடலாம்.

கிட்டாவய்யன் மனசுக்குள் நினைத்துக்கொண்டான். வைக்கத்தில் எங்கே ஜாதகம் கணிப்பார்கள்? பகவதிக் குட்டி கல்யாணத்தின் போது அரசூர் ஜோசியர் வந்திருந்தது நேற்றைக்கு நடந்தது போல் இருக்கிறது. அது முடிந்து நாற்பது வருடம் ஓடிப் போய்விட்டது. அந்த வயசன் ஜோசியர் இப்போ இருக்கப் போவதில்லை. அவர் வம்சத்தில் யாராவது இருந்தால் பேத்திக்கு ஜாதகம் பார்க்கச் சொல்லலாம். துல்லியமாகக் கணிக்கக் கூடிய புத்தி சாதுரியம் உள்ளவர்கள். பாண்டிச் சீமை முழுக்க இப்படி ஏகப்பட்ட பேர் உண்டு. அதில் ஒருத்தராவது வைக்கத்துக்குக் குடி பெயர்ந்திருக்க மாட்டாரா என்ன?

இந்தாருமய்யா நீரும் கூடி முறுக்கும்.

வைத்தியர் வெற்றிலைச் செல்லத்தில் இருந்து அரை வெற்றிலை எடுத்துக் கிள்ளி மடியில் வைத்த வெற்றிலையில் பூசி இருந்த சுண்ணாம்பில் நாசுக்கான மனுஷன் சுந்தரிப் பெண்குட்டியை ஆலிங்கனம் செய்கிற மாதிரி லேசாக ஒற்றிவிட்டு கிட்டாவய்யன் கையில் கொடுத்தார்.

முறுக்கான் சாப்பிடறதைக் குறைக்கச் சொன்னது நீர்தானே மூஸே?

வெற்றிலையைக் கையில் வாங்காமல் கேட்டான் கிட்டாவய்யன்.

அது அடைக்காய்க்கும் புகையிலைக்கும் தான். வெறும் வெற்றிலை எத்தனை வேணுமானாலும் ஆடு அசை போடற மாதிரி முறுக்கும். சுண்ணாம்பை அந்த இலை தரிசித்ததோ திரும்பினதோன்னு இருக்கணும், இப்போ நான் செய்த மாதிரி.

வைத்தியர் வெற்றிலையை கிட்டாவய்யன் உள்ளங்கையில் வைத்து அழுத்தினார். அப்போது வாசலில் யாரோ வந்து நிற்கிற அரவம். ஒரு மத்திய வயது ஸ்திரி.

பட்டனுக்கு உறவு சொல்லிக்கொண்டு யாராவது புதுசாகக் குடியேற வந்து சேர்ந்து விட்டார்களா? கிட்டாவய்யனுக்கு யோசனை இந்த ரீதியில் போக சட்டென்று உறைத்தது. இது தரவாட்டுப் பெண் இல்லையோ. கிருஷ்ணன் உண்ணி தமக்கை ராதாமணி. ஆலப்புழையிலிருந்து வந்து குடியேறின குடும்பம்.

வைத்தியரைத் தேடி வந்திருந்தாள் அவள்.

ஓ, ஓ.

வைத்தியர் அவளைப் பார்த்ததும் எழுந்தார்.

ஓர்மை தப்பிப் போச்சு. காலையில் வரேன்னு சொன்னேன் இல்லே. பிராதல் கழிக்காமல் தவறிப் போயிருக்கும். பாவம்.

சாரமில்லே மூஸே. ரோகம் தீர்ந்தால் சரி.

வந்தவள் தயங்கி நின்றாள்.

நான் இதோ கிளம்பி வரேன். தைலம் புரட்டியாச்சோ?

கிளம்புகிற அவசரத்தில் கிட்டாவய்யனிடம் சொல்லிக் கொள்ளாமல் புறப்பட்டுப் போனார் மூஸ் வைத்தியர். கிருஷ்ணன் உண்ணி வீட்டில் யாருக்கு என்ன ரோகமோ. மூஸ் தாமதித்துப் போனதால் ஏறுமாறாக ஏதும் ஆகாமல் இருக்க வேண்டும்.

சம்பந்தம் இருக்கிறதோ என்னவோ சகலமானதுக்கும் கவலைப்படத் தனக்கு ஏன் நேர்ந்து விடுகிறதென்று

கிட்டாவய்யனுக்குப் புரியவில்லை.

கர்த்தர் எல்லோரையும் ரட்சிக்கட்டும். கிறிஸ்து நாதர் மேல் இன்னொரு கீர்த்தனம் செய்ய வேணும். தமிழில்தான்.

கண்ணை மூடிக்கொண்டான் கிட்டாவய்யன். வார்த்தைகள் சரம் சரமாக மனதில் பொங்கி கும்மாளி கொட்டி வருகிற உற்சாகம்.

சிற்றின்பம் உண்டென்றால்
பேரின்பம் உண்டென்று
சற்றேனும் பார்மனமே - சிந்தித்து
உற்றதொரு பானை அரிசி
பதமென்று அறிந்திட
பற்றுவை கிறிஸ்துவில்
உற்றவர்தானே அவர்.

கேட்க சுகமாக இருக்கிறது. வேதையனோடு கூட திருவனந்தபுரம் கலாசாலையில் வேலை பார்க்கிற புலவர் ஒருத்தர் இங்கே உபன்யாசம் செய்ய வந்திருக்காரே, தமிழும் மலையாளமும் தெரிந்தவராக இருப்பார். தமிழில் சிட்டைப்படுத்தி மலையாளத்தில் எழுதி வைத்த பாட்டை எல்லாம் அவரிடம் காட்டித் திருத்தி வாங்கினால் அச்சுப் போட்டு விநியோகித்து விடலாம். ஆரபி இதுக்கு சரிப்படுமா? தசதசரீசரிமாகரகரீ. மேல் ஆரபியில்லையோ இந்த ஸ்வரம்?

சட்டென்று களைப்பு தட்டுப்பட்டது அவனுக்கு. கண்பார்வை மங்கிக் கொண்டு வந்தது. வெற்றிலை மென்றதாலா என்ன?

உள்ளங்கையை உயர்த்திப் பார்த்தான். மூஸ் மடித்துக் கொடுத்த வெற்றிலை கையிலேயே இருந்தது.

குழந்தைக்கு தீபம்னு வர மாதிரி பெயர் வைக்கச் சொல்லு. அமோகமா இருப்பா.

விசாலாட்சி மன்னி குரல். கிட்டாவய்யனுக்குத் தெரியும் அந்தக் குரலை. அம்மா குரல் மாதிரி. அம்மா போய் எத்தனை

வருடம் ஆகி அவள் குரலே மறந்து விட்டது. விசாலாட்சி மன்னிதான் அம்மா. அவள் தான் அம்பலத்தில் பகவதி. குரிசுப் பள்ளியில் சர்வேஸ்வரி மேரி மாதா. எல்லோரையும் ரட்சிக்க வந்த புண்ணியவதி.

ஆனால், மன்னி இப்போது இல்லையே. விருச்சிகப் புலரியும் சபரி மலை சவிட்ட மாலை போட்டு குப்புசாமி அண்ணா கூட நிற்க அவள் காலில் விழுந்து ஆசிர்வாதம் வாங்கி இருமுடி ஏற்றிக் கிளம்பியதும் எந்த ஜென்மத்தில்?

ஸ்நேகா, ஸ்நேகாம்பா. சமையல் கட்டுலே என்ன பண்ணிண்டு இருக்கே. வாசல்லே மன்னி குரல் கேட்கறது பாரு. உள்ளே வரச் சொல்லு. விருச்சிகம் ஒண்ணு இன்னிக்கு. ஓர்மை இருக்கோ இல்லியோ. வாசல் தெளிச்சியோ. கோலம் போட்டாச்சா? பகவதி இன்னுமா எழுந்திருக்கலே. கல்யாணம் ஆகி ஆம்படையான் அகத்துக்குப் போக வேண்டிய பொண்ணு. எழுப்புடீ ஸ்நேகா. நீ குளிச்சியோ. மன்னியை உள்ளே கூப்பிடு. அடைக்கா, வெற்றிலை எல்லாம் தாம்பாளத்தில் எடுத்து வை. புகையிலை எதுக்கு? பகவதியாத்துக்காரர் கொடுத்தனுப்பிச்சாரா? க்ஷேமமா இருக்கட்டும். பேத்தி பிறந்திருக்கா. வேதையா, பரிபூரணத்தோடு ஜோடியா நின்னு அண்ணா கிட்டேயும் மன்னி கிட்டேயும் ஆசிர்வாதம் வாங்கிக்கோ. வாங்கோ மன்னி. உள்ளே வாங்கோ. லட்டு எங்கே?

குரல் எழும்பவில்லை. எல்லா வார்த்தையும் வாக்கியமும் சேர்ந்து ஒற்றை இழையாகக் கலந்து வாயில் அடைத்துக்கொண்டு தீனமான முணுமுணுப்பாக நீண்டது. கால் நீண்டு தடவியதில் வாசல் பக்கத்தில் இருந்த காலிக் குவளை படியில் உருண்டது. உள்ளே மிச்சம் இருந்த பால் வாசலை நனைத்து மண்ணில் கலந்து மறைந்தது.

மாமா, மாமா என்ன ஆச்சு?

துர்க்கா பட்டன் உள்ளே இருந்து ஓடி வந்தான்.

குழந்தைக்கு, வேதையன் புத்ரிக்கு. விசாலம் மன்னி சொன்னா. தீபம். தீபம்னு பேரு.

கிட்டாவய்யன் சொல்லும்போதே நினைவு தப்பிவிட்டது.

அத்தியாயம் இருபத்திரெண்டு

ஏப்ரல் 12 1907 பிரபவ வருடம் பங்குனி 30 வெள்ளிக்கிழமை

பிராண சகியும் மாதர் குல மாணிக்கமும் தீர்க்க சுமங்கலியுமான லலிதாம்பிகைக்கு அகம்படையானான மகாலிங்க ஐயர் எழுதிக்கொண்டது. இப்பவும் இவிடம் நான் க்ஷேமம். பதில் லிகிதம் எழுதுவித்து உன் க்ஷேமத்தையும் சொல்ல வேண்டியது. நீ மனசாற வழிபாடு பண்ணுகிற திருக்கழுக்குன்றத்து பக்தவத்சல ஸ்வாமி க்ருபையில் உனக்கு குறைவொண்ணும் வராது என் கண்ணே. வரவும் கூடாது என்பதே நான் மனசார பிரார்த்திக்கிறதும்.

நான் இதை அந்நிய தேசத்தில் இருந்து எழுதிக் கொண்டிருக்கிறேன். சமுத்திரம் கடந்து முப்பத்து மூணு நாள் கப்பலில் யாத்திரை செய்து இங்கே வந்து ஒரு மாசமாகிறது. வந்தபடிக்கே வயிற்றுப் போக்கு. உப்பு நீர் வாடை நாள்பட சுவாசித்து, போஜனத்தோடு உட்கொண்ட காரணத்தால் தீராத குமட்டல். பின்னஞ்சந்தியில் செங்கலை வைத்து அடைத்து காரையைப் பூசின மாதிரி கக்கூசுக்குப் போக ஒட்டாமல் அடைப்பு. இருக்கப்பட்ட ரோகம் எல்லாம் பிடித்துக் கிடந்து

இப்போதுதான் ஸ்வஸ்தமாகி நடமாட முடிகிறது. நாளை முதல்கொண்டு நான் வேலைக்குப் போக வேண்டும். அதுக்கு முந்தி உனக்கு தகவல் அறிவிக்க வேணும் என்று நிச்சயித்து இதை எழுதலானேன்.

உத்தேசமாக உன் அம்மாள் பேரும் திருக்கழுக்குன்றம் என்று ஊர்ப் பெயரும் மட்டும் விலாசமாகக் கொடுத்து அனுப்பி வைக்கிற இந்தக் கடுதாசு எப்படியாவது உன்னிடம் சேர்ப்பிக்கப்பட்டு விடும் என்று நம்புகிறேன். தக்கவராக, நம் குடும்ப வியவகாரங்களை வெளியே சொல்லாமல் இதைப் படித்து உனக்கு மட்டும் சொல்லி அப்புறம் இதைக் கிஞ்சித்தும் நினைக்காத நல்மனசு உள்ள பெரியவாள் யாரேனும் அங்கே இருக்கக் கூடும். எல்லா ஊரிலும் அன்னார் உண்டு. அவர்கள் மூலம் படிக்கவும் பதில் எழுதவும் செய்ய வேண்டியது.

செயிண்ட் ஜார்ஜ் கோட்டையில் கீர்த்தியோடும் க்யாதியோடும் நேவிகேஷன் க்ளார்க்காக உத்யோகம் வகித்த மகோத்தமர் வைத்தியநாத அய்யரின் புத்திரனான நான் சகல பிரஷ்டத்துக்கும் அருகதையுள்ளவனாக, நாயினும் கடையோனாக இப்படி மிலேச்ச தேசத்துக்கு வந்து சேர்ந்திருப்பது அநாச்சாரமும், வெளியே சொல்ல அவமானகரமானதுமான விஷயம் என்று எனக்கு வெகு துல்யமாகத் தெரியும். உன்னாலும் பொறுக்க ஒண்ணாத அவமானம் இது. எனினும் உனக்குச் சொல்லாமல் மனசில் பூட்டி வைத்தால் நான் நரகத்துக்குப் போவேன் என்பது நிச்சயம். ஏற்கனவே காராக்ரஹத்தில் அடைபட்டு பீடை பிடித்து ஏழு வருஷம் கழிக்க வேண்டி வந்தது என் துர்பாக்கியம். அது தொடராமல் இருக்க, உன்னையும் வந்து அண்டாமல் அந்தாண்டை விலகி நிற்க தினசரி நீ பக்தவத்சலன் சந்நிதியில் ஒரு இலுப்பெண்ணெய் விளக்காவது ஏற்றி நமஸ்காரம் பண்ணிப் பிரார்த்திக்க வேண்டியது. உனக்கு ஒரு குறைச்சலும் வராது லலிதே.

உன்னை விட்டுப் பிரிந்த ஒரே ஒரு ராத்திரி தொடங்கி அடுத்த நாள் மத்தியானம் வரைக்கும் நான் காமாந்தகாரனாகிப் போகாமல் இருந்திருந்தால் அந்த ரெட்டிப் பெண்ணை

மானபங்கப்படுத்தி படுகொலை செய்ததாக வீண் பழியும் அபவாதமும் எனக்கு ஏற்பட்டிருக்காது. மதராஸ் பட்டண ஜெயிலில் அடைத்து வைத்து கோர்ட் கச்சேரியில் விசாரித்து என்னைத் தூக்கில் ஏற்றிக் கொன்று போடும்படி தீர்ப்பும் ஆகியிருக்காது. எல்லாம் நான் திருக்கழுக்குன்றம் தனியாகப் போன தினத்தின் விசேஷமல்லாமல் வேறேதுமில்லை என்று இத்தனை வருஷம் பூர்த்தியான பிற்பாடு தெள்ளென விளங்குகிறது எனக்கு. உனக்கும் அதைச் சொல்கிறேன், கேள்.

அன்றைக்கு இங்கிலீஷ் தேதி டிசம்பர் நாலு என்று வெகு பிற்பாடுதான் எனக்குத் தெரிய வந்தது. 1899-ம் வருஷத்தின் கடைசி மாதத்தில் வந்த அந்த அசுப தினத்தில் ஏழு கிரகங்கள் கூடும் ஜோதிஷ, ஆகாய சாஸ்திர விபரீதமொன்று சம்பவிக்கப் போகிறது என்று அதுக்குப் பத்து தினம் முன்பு, அதாவது என் பூஜ்ய பிதா வருஷாப்திக்கு ரெண்டு நாள் முன்பு எங்கள் மூக்குத்தூள் கடை நிர்வாகியான ராவ்காரு சொல்லியிருந்தார். நான் தான் அங்கே இங்கே அலைந்து திரிவதிலும், பங்காரு தாசி சகோதரன் மூலம் கழுக்குன்றம் யாத்திரை போய்வரக் காளை வண்டி ஏற்பாடு செய்வதிலும் அதை மறந்து போனேன். உனக்கு மாசாந்தர தூரம் முன்கூட்டியே ஏற்பட்டு ஒதுங்க வேண்டி வந்ததும், வேண்டிக் கொண்டபடிக்கு தம்பதி சமேதனாகப் புறப்படாமல், நான் தனியே கழுக்குன்றம் போய் வர வேண்டிப் போனதும் எல்லாம் சேர்ந்து மனசில் உளைச்சல் உண்டான காரணத்தாலேயே அதை மறந்தது.

மறக்காமல் இருந்தாலும் நான் ஜில்லா கலெக்டர், சர்க்கார் மேல் உத்யோகஸ்தன், போலீஸ் சூப்பரெண்ட் போல் அதிகாரத்தை பிரயோகித்து முன் ஜாக்கிரதையாக ஏதும் நடவடிக்கை எடுத்திருக்கச் சக்தியில்லாதவன். மாயவரத்து வித்தைக்கார ஐயங்கார் போல இந்திரஜாலம் ஜெகஜ்ஜாலம் செய்து அந்த ஏழு கிரகத்தையும் ஒன்றோடு ஒன்று பிருஷ்டம் ஈஷ அடித்துப் பிடித்துக்கொண்டு ஒரே ஸ்தலத்தில் நிற்காமல் விலக்கி இருக்கவும் முடியாது. ஆனாலும் குறைந்தபட்ச முஸ்தீபுகளோடு யாத்திரையைத் தள்ளிப் போட்டிருப்பேன். கிரமப்படியான நித்ய ஜீவனத்தைத் தொடர்ந்து உனக்கும்

சுபாவமான இனங்களில் பெரிசாகக் குறைச்சல் வைக்காமல் ஜீவனோபாயத்தை மேற்கொண்டு முன்னால் போயிருப்பேன். மைலாப்பூர் கோவில் தெப்பக்குளத்தில் இருக்கப்பட்ட கொஞ்ச நஞ்சம் ஜலத்தில் ஸ்நானம் செய்து கபாலீசுவரரை நமஸ்கரித்து நவக்ரஹ தேவர்களைச் சுற்றி வந்து அதில் ஏழு பேரோ அவர்களின் தாயாதி, பங்காளிகளோ முன்கூட்டிப் பேசி வைத்துக் கொண்டு அபிவாதயே சொல்லி ஒருத்தருக்கு ஒருத்தர் சாஷ்டாங்கமாக நமஸ்காரம் செய்யும்போது என்னை இம்சிக்காமல் இருக்கச் சொல்லி வேண்டியிருப்பேன். எனக்கு இது விஷயமாக வெண்பா எழுதவும் முடியும்.

இந்தப் பாவிக்குத் தூக்குத் தண்டனை நிச்சயமாகி ஏதேதோ காரணத்தால் தள்ளிப் போடப்பட்டு ஒவ்வொரு நாளும் கம்பிக் கதவுக்கும் கல் சுவருக்கும் பின்னால் கட்டாந்தரையில் உட்கார்ந்து மனசெல்லாம் தகித்துச் சித்தரவதை அனுபவித்ததை உன்னைப் பார்த்ததும் ஆலிங்கனம் செய்துகொண்டு கண்ணில் தாரைதாரையாக நீர் வடிவதைத் துடைத்தபடி சொல்ல வேணும். உன் மடியில் முகத்தை வைத்தபடி சிசு மாதிரி கேவி அழுது, உன் காலைத் தொட்டு நமஸ்கரித்து நான் செய்த, நினைத்த பாபம் அத்தனைக்குமாக மன்னித்தருளச் சொல்லிக் கெஞ்ச வேணும் என்றெல்லாம் சித்தம் செய்திருந்தேன். நிராதரவாக உன்னை விட்டுவிட்டு இப்படி அடைபட்டு நீ பசியும் பட்டினியுமாக ஜீவனத்துக்கு வழி இன்றி பரிதவிக்க நேர்ந்தது என்னால்தான். அதற்காகவே எனக்கு ரெண்டு தூக்குத் தண்டனை கொடுத்தாலும் தகும். நான் பயந்த, இன்னும் பயப்படுகிற அப்படியான ஸ்திதியில்லாமல் நீ கொஞ்சம் போலவாவது சௌக்கியமாக இருந்தால் அது உன் பூர்வ ஜன்ம பெலன் கொண்டு மட்டுமே.

ஜெயிலுக்கு ஸ்திரிகள் வருவது வழக்கம் இல்லை என்பதாலும், உன் வீட்டுக்காரர்கள் என்று சொல்லக்கூடிய தரத்தில் சகோதரனோ, அத்திம்பேர், அம்மாஞ்சியோ உனக்கு வாய்க்கவில்லை என்பதாலும் நீ என்னை வந்து பார்க்க வரமுடியாமல் போனதை நான் அறிவேன். எத்தனையோ

நிலாக்கால ராத்திரிகளில் கம்பிக் கதவில் முட்டிக்கொண்டு உன் கதியை நினைத்து உருகி அழுதிருக்கிறேன். உனக்கு பகவான் எந்தக் குறையும் வைக்கக் கூடாது கண்ணே. நான் கைகூப்பி மந்திரமும், தமிழ்ப் பாட்டும் சொல்லிப் பிரார்த்திக்க நினைக்கிறேன். காயத்ரியும், தேவாரமும், திருவாசகமும் ஒண்ணும் நினைவு வரமாட்டேன் என்கிறது. ஜெயிலும் பிகில் சத்தமும் லாத்திக் கம்பு தட்டுகிற ஒச்சையும் நீச பாஷையும் தவிர வேறேதும் மனதில் வருகிறதுமில்லை.

உன்னை நிர்க்கதியாக விட்டுவிட்டு வந்த பாபம் காரணம் ஜெயிலில் கழிந்த ஐந்து வருஷமும் தினந்தோறும் பிராண பயம் கூடிக் கொண்டே போனதே அன்றிக் குறையவில்லை. கவ்னர் துரைக்கும் இங்கிலீஷ் தேசத்து சக்ரவர்த்திகளுக்கும் நீளமாக லிகிதம் எழுதி உயிர்ப்பிச்சை தரச் சொல்லி யாசித்து ஒவ்வொரு தினம் கடந்து போகிறபோதும் பகவானுக்கு நன்றி சொல்லி என்னமோ ஜீவித்தேன் போ.

இரண்டு மாசம் முன்பாக திரும்பவும் அந்த கிரகம் எல்லாம் சேர்ந்ததோ என்னமோ அறியேன். என் ராசிக்கு கொஞ்சம் போல் நல்லது செய்யலாம் என்று அதுகளும் தீர்மானித்திருக்கக் கூடும். அதைவிட உன் மாங்கல்ய பலம் பிரதானமாக இதை நிறைவேற்றி இருக்கலாம் என்று இதை எழுதுகிற இந்த நிமிஷத்தில் தோன்றுகிறது. அந்த திருமாங்கல்யச் சரடு சகல தேவதைகளும் ஆசிர்வதித்து ஒரு புண்ய தினத்தில் மனதில் கிஞ்சித்தும் பாப சிந்தனைகள் இன்றி நான் உனக்குக் கழுத்தில் கட்டியது. லண்டன் பட்டணம் வரை அது நீண்டு சர்க்கார் காருண்யத்தையும் கடாட்சத்தையும் நித்தமும் யாசித்து சத்யவானை யமன் கொண்டு போகாமல் ரட்சித்த பதிவிரதா தெய்வம் சாவித்திரி போல் என்னைக் காப்பாற்றியது என்பது திண்ணம். மாட்சிமை பொருந்திய கவெர்மெண்ட் நான் செய்து கொண்ட அபேட்சை மேல் தயை கூர்ந்து மறு விசாரணைக்கு ஏற்பாடு செய்து என் மேல் குற்றம் ஏதும் நிரூபணமாகவில்லை என்று அபிப்ராயம் சொன்னதும் சகல தேவதைகளுக்கும், முக்கியமாக உனக்கும் மனசில் அபிவாதயே

சொல்லி நமஸ்கரித்தேன்.

வத சிக்ஷையை மாற்றினாலும் இன்னும் ரெண்டு வருஷம் அடைபட்டுக் கிடக்க வந்த உத்தரவை வெகு சந்தோஷமாக ஏற்றுக்கொண்டேன். பிராண பயம் தொலைத்துத் தலைமுழுகிய சந்தோஷம் அது. அதுக்கு அப்புறம் காராகிரஹத்திலேயே ஜனித்து, வளர்ந்து வந்தவன் போல் அங்கேயும் ஜீவிதம் பழகிப்போனது. உன் நினைவும் முன்னே மாதிரி அடிக்கடி அலைக்கழிக்காமல் வந்து போக, உன்னை மறந்து கூடப் போனேன். ஒரு பாபத்திலிருந்து இன்னொரு பாபத்துக்கு நகர்கிற பாபாத்மா நான். ஒரு சந்தேகமும் இல்லை. எத்தனை தடவை உன்னை மன்னிக்கச் சொல்லி தெண்டனிடுகிறது. குனிந்து என்னை எழுப்பியே உன் முழங்கால் வலிக்க ஆரம்பித்திருக்கும். வேளாவேளைக்கு ஆகாரத்துக்கு வழியில்லாமல் கண் பஞ்சடைந்து தேகம் மெலிந்து வியர்வையும், தளர்ச்சியும் கூடியிருக்கும். நீ உசிரோடுதான் இருக்கிறாயோடி என் கண்ணுக்குக் கண்ணான லலிதாம்பாள் பரமேஸ்வரி ஜகன்மாதாவே.

போன வருஷக் கடைசியில் கிறிஸ்து நாதர் பிறந்த சுபதினத்தை உத்தேசித்தும் ஏழாம் எட்வர்ட் சக்ரவர்த்திகளின் க்ஷேமத்தை நாடியும், என்னையும் இன்னும் பத்து கைதிகளையும் விடுவித்து வெளியே அனுப்பச் சொல்லி கோர்ட் கச்சேரி உத்தரவு கிடைத்தது.

நான் அந்தப்படிக்கு வெளியே வந்தது ஒரு ஞாயிற்றுக்கிழமை நடு மத்தியானத்தில். இனியாவது தப்பு தண்டா செய்யாமல், மனசில் காமமும், இச்சையும் விலக்கி பகவான் பாதத்தைப் பணிந்து ராஜாங்கத்துக்கு விசுவாசமான பிரஜையாக உஜ்ஜீவித்து உய்யும்படி போலீஸ் உத்தியோகஸ்தர்கள் ஒட்டுமொத்தமாகச் சொல்லி என்னை வெளியே அனுப்பி வைத்தார்கள்.

மழை பெய்ய ஆரம்பித்த அந்த மத்தியான காலத்தில் நான் சக்கரவர்த்திகள் தானமாக அளித்த நாலு முழ வேஷ்டியும், ஜெயிலில் போட்டுக் கொள்ளக் கொடுத்த காடாத் துணிக் குப்பாயமும், கஷ்கத்தில் துணிப் பையில் அதேபடி கிடைத்த

இன்னொரு குப்பாயமும், காசித் துண்டும், அரைப் பவுன் சரட்டில் இடுப்பு அர்ணாக்கொடியுமாகக் கால் போன போக்கில் நடந்தேன். அர்ணாக்கொடி நான் ஏற்கனவே போட்டிருந்தது. நீ பார்த்திருப்பியே. கொண்டித்தோப்பு வைத்தியன் கொடுத்த எண்ணெயை வழித்துப் பூசி வந்தபோது பிசுக்குப் பிடித்து இருந்தது. இருந்தாலும் அதை ஏக ஜாக்கிரதையாக ஜெயிலுக்குப் போனபோது வாங்கி வைத்திருந்தார்கள்.

ஏழு வருஷத்தில் வெகுவாக மாறியிருந்தது பட்டணம். திருக்கழுக்குன்றம் மாறி இருக்காது. கழுகுகள் போஜனம் செய்ய இன்னும் வருகிறதில்லையோ? அந்த பட்சிகளை நினைத்தாலே பயமாக இருக்கு லலிதா.

ஜெயிலில் புஸ்தகம் படித்து மற்ற பிரஜைகளுக்குப் பாடம் சொல்லிக்கொடுத்த வகையில் எனக்குக் கையில் நூறு ரூபாயும், விக்டோரியா மகாராணி தலை போட்டிருந்த முப்பது காசுமாகக் கொடுத்தது உபகாரமாகப் போனது. அது தீர்வதற்குள் வெங்கடேச அக்ரஹாரத்துக்கு வந்து சேர்ந்து அகத்துப் படியேறி உன்னை இறுக்க ஆலிங்கனம் செய்து கொள்ளணும். சின்னதாக இருந்தாலும் கொண்டு வந்த பணத்தை முதலீடு பண்ணி கீரைக்கட்டு வாங்கி விற்கிற வியாபாரமாவது செய்து மிச்ச மீதி ஆயுள் பரியந்தம் உன்னைப் பிரியாமல் இருக்க மனசு வேகம் கொண்டது. நீ அங்கே வெங்கடேச அக்ரஹாரத்தில் இல்லை என்றும் இன்னொரு மனசு படித்துப் படித்துச் சொன்னது.

மதியம் ஜெயிலில் சாப்பிடக் கிடைத்த கம்பங்களி நடையாக நடந்ததில் முழுக்க ஜீரணமாகி திரும்ப வயிறு இரைய ஆரம்பித்தது. ராத்திரி ஏழு மணிக்கு சாதமும், புளிக் குழம்புமாக போஜனம் கிடைக்க இன்னும் மூணு மணி நேரம் இருக்கிறது என்று என்னையும் அறியாமல் கணக்குப் போட்டேன். காராகிரஹத்தில் ராத்தங்கி இருந்தால் அது கிடைத்திருக்கலாம். இனி ஒவ்வொரு வேளை சோறுக்கும் கஞ்சி, கூழுக்கும் மணியடிக்கக் காத்துக்கொண்டிருக்க வேண்டாம் என்பதில் துக்கமும் சந்தோஷமும் கலந்து வந்தது அந்த நிமிஷத்தில்.

கையில் காசு தீர்வதற்குள் வியாபாரம் நடத்த உத்தேசிப்பதோடு

கிடைத்தால் ஒரு உத்தியோகத்துக்கும் வழிசெய்துகொள்ள வேண்டும் என்று தோன்றியது. குற்றேவல் என்றாலும் குறைச்சல் இல்லை. கனகதாரா ஸ்தோத்ரம் சொன்ன மாதிரி சொர்ணமழை கொட்டாவிட்டாலும் இடுப்பில் முடிய நாலு காசு வந்தால் சரிதான்.

இந்த யோசனை வந்ததும் வெங்கடேச அக்ரஹாரம் போகிற பாதையில் மேற்கொண்டு நடக்காமல் திரும்பி எங்கள் கடைப் பக்கம் நடக்க ஆரம்பித்தேன். வழியில் ஒரு சாப்பாட்டுக் கடையில் நாலு இட்டலியும் சுண்டலும் வாங்கிச் சாப்பிட்டேன். தரையில் உட்கார்ந்து சாப்பிட வேண்டி இருக்காமல் மர மேஜையும் நாற்காலியும் போட்டு வைத்து பரிமாறிக் கொண்டிருந்த சாப்பாட்டுக் கடை பார்க்க நூதனமாக இருந்தது. காலணாவுக்கு இரண்டு இட்டலி முன்பெல்லாம் கிடைத்ததற்கு மாறாக ஒரே ஒரு இட்டலி மட்டும் கிடைக்கிற விலைவாசி நிலவரத்தில் பயந்து போனேன். குற்றேவல் செய்து இட்டலி தின்ன முடியுமா? இட்டலியும் தோசையும் வீட்டிலேயே செய்துவித்து கூவிக் கூவி விற்றால் சரிப்படுமா? உன்னையே கேட்க வேணும் என தீர்மானித்தேன். ஏழு வருஷம் கழித்துப் பார்க்கிற புருஷன் பெண்டாட்டியிடம் பேசுகிற முதல் விஷயம் இட்டலிக் கடையாகவா இருக்கும்? ஒண்ணும் புரியவில்லையடி பொண்ணே.

இட்டலி தின்று முடித்து இலையை எச்சில் தொட்டியில் எறிந்துவிட்டு மர பீப்பாயில் பிடித்து வைத்த உப்புத் தண்ணீரில் கை அலம்பி வந்தபோது ஒரு கூட்டம் யாசகர்கள் கடை வாசலில் நிற்பதும், ஆளுக்கு ஒரு சல்லி வாங்கியபடி அவர்கள் எல்லோரும் கூட்டமாக நடந்து போவதும் பார்வையில் பட்டது. அதற்குள் கடைக்காரன் நான் கொடுத்த விக்டோரியா காசு செல்லாது என்று வேறு காசு தரச் சொன்னான். கவர்மெண்ட் ஆபீசில் வேலை செய்து வாங்கி வந்த பணம். சந்தேகமிருந்தால் என் கூட வா. ஆபீசைக் காட்டுகிறேன் என்றேன். சரி போகலாம் என்று வந்து விடுவானோ என பயம் இருந்தாலும், அவன் என் தீர்மானமான பதிலைக் கேட்டு கொடுத்த துட்டையே

வாங்கிக் கொண்டு ஒரு முணுமுணுப்போடு என்னைப் போக அனுமதித்தான். பாக்கிப் பணம் என்னாச்சு என்று கேட்டேன். போய்யா இங்கே நின்னு தகராறு பண்ணாமே, உன் நாணயத்துக்கு இந்த இட்டலியும் சுண்டலுமே அதிகம் என்றான் அந்தப் பாவி.

வெளியே வந்தபோது தான் கவனித்தேன். தூரத்தில் போய்க் கொண்டிருந்த யாசகர் கூட்டத்தில் மடிசார் புடவையோடு ஒரு பிராம்மண ஸ்திரியும் இருந்தது புலப்பட்டது. நீதானா அது என்று ஒரு நிமிஷம் மனம் அடித்துக் கொண்டது. இருக்காது, நீ தாயார் வீட்டுக்கு பத்திரமாகப் போய்ச் சேர்ந்திருப்பாய். அழுதாலும் வயிற்றுக்கு காலோ அரையோ நீதி காட்டி உசிரை உடம்பில் ஓட்ட வைத்தபடி அங்கேயே நாளைக் கடத்திக் கொண்டிருப்பாய் என்று மனதில் இன்னொரு பக்கம் நினைப்பு. ஆனாலும் அந்த ஸ்திரி வலது பக்கம் கொஞ்சம் சரிந்து ஆடி ஆடி நடக்கிற தோரணை நீ நடக்கிற மாதிரி இருக்கிறதே. திரும்பிப் போய்க் கொண்டிருப்பதால் முகமும் புலப்படவில்லை. காலில் அழுக்குச் சுருணை சுற்றியிருக்கிறாள். ரோகியும், நிர்பாக்கியவதியுமான அந்த யாசகி நீ இல்லையே.

பலமாக உன் பெயரைச் சொல்லி நாலு தடவை சத்தம் போட்டேன். அந்த ஸ்திரி திரும்பிப் பார்க்காமல் இருக்க வேண்டும் என்று மனசார வேண்டிக் கொண்டேன். என்னமோ தோன்ற தெலுங்கிலும் கத்தினேன். யாசகர்கள் கூட்டத்துக்கு என் கூச்சல் காதில் விழத் தடையாக ஜட்கா வண்டிகள் தெரு முழுக்க ஊர்ந்துகொண்டிருந்தன. லலிதாம்பிகே, நீதானா அது?

திரும்பவும் கூவ முற்பட்டபோது, கடைக்காரன் இறங்கி வந்து தோளில் கையை வைத்துக் குலுக்கினான். அவன் பார்வை விரோதமாக இருந்தது.

இங்கே நின்று என்னத்துக்கு இரைச்சல் போட்டு ஊரைக் கூட்டுகிறீர். உமக்கு ஏதாவது சித்தப் பிரமையா இல்லை கடையில் சாப்பிட வருகிறவர்களுக்கு அசௌகரியத்தைக் கொடுத்து வரவிடாமல் செய்ய உம்மை மயிலாப்பூர் பார்ப்பான் அனுப்பினானா? நீர் கொடுத்த காசைத்தான் மேற்கொண்டு

ஏதும் கேட்காது நான் வாங்கி இழவே என்று கல்லாவில் போட்டுக் கொண்டேனே. போதாதா?

அவன் கேட்டபோதுதான் கவனித்தேன். பேசிய தமிழ் வித்தியாசமாக இருந்தது. தெலுங்கு இல்லை. இந்துஸ்தானி மாதிரியானது அது. அப்போ, இவனும் உக்கிராணத்தில் சமைக்கிறவனும், எனக்கு இட்டலி கொடுத்தவனும் பிராமணன் இல்லையா? கடை வாசலில் பிராமணாள் சாப்பாட்டுக் கடை என்று எழுதி வைத்த பலகையும் இல்லையே. பேசாமல் காசிப்பாட்டி கடைக்கே போயிருக்கலாமோ என்று மனதில் சஞ்சலம். அத்தோடு யாசகர் கூட்டத்தை மறந்தும் போனேன்.

நான் வேறே எதுவும் பேசாமல் ஒரு ஜட்கா ஏற்பாடு செய்து கொண்டு எங்கள் கடை இருந்த தெரு முனைக்குப் போய் இறங்கினேன். கடை வாசலுக்கே போய் வண்டியை நிறுத்தி இறங்கலாம்தான். ஆனால் நான் என்ன பரதேச பிரயாணமோ, வாரணாசிக்குப் புண்ய ஸ்தல யாத்திரையோ போய்விட்டா திரும்பி இருக்கிறேன். தூக்கு தண்டனை விதிக்கப்பட்டு ஏழு வருஷம் சர்க்கார் சிறைச்சாலையில் களி தின்று நீர்க்காவி ஏறிய பழைய வேட்டியும் முகத்தில் நாலு நாள் தாடியும் கலைந்த தலையுமாக வருகிறேன். இந்தக் கடை நான் திரும்ப நுழைய ஏற்பட்ட இடம் இல்லை. அந்த யாசகர் கூட்டம் வேணுமானால் எனக்குச் சரிப்பட்டு வரலாம். கையில் இருந்த நூறு ரூபாய் செலவானால் நானும் அங்கே சேர்ந்துவிடலாம். காலில் அழுக்குச் சுருணையோடு நீ நடக்க வேணாம். என் கஷ்கத்தில் துணிப்பையில் இன்னொரு சோமன் இருக்கே. கிழித்துக்கட்டி விடுகிறேன்.

கடைத் தெருவே ஏழெட்டு வருஷத்தில் நிறைய மாறி இருந்தது. கடைக்குக் கொஞ்சம் தொலைவில் நின்று நடவடிக்கைகளைப் பார்த்தேன். ராவ்காரு எங்கே? வாழைப்பட்டையில் மூக்குப்பொடி மடித்துக் கொடுத்த சிநேகிதர்கள் எங்கே? மூக்குத் தூள் வியாபாரம் செய்யும் இடமாகத் தெரியவில்லையே. வேறே என்ன இங்கே விற்கிறார்கள்? யார் நடத்துகிறார்கள்? நம்மைத் தெரிந்திருக்காத பட்சத்தில் ஒரு உத்தியோகத்துக்கு

யாசிக்கலாமா? என்ன கொடுத்தாலும் வாங்கிக் கண்ணில் ஒற்றிக் கொண்டு இடுப்பில் முடிந்தபடி திரும்ப வேண்டும். வரும்போது உனக்கும் இட்டலி வாழை இலையில் கட்டச் சொல்லி வாங்கி வரவேண்டும். இந்துஸ்தானி கடையில் வேண்டாம். காசிப்பாட்டி சாப்பாடுக்கடையில்.

ஒரு வேலை வேணும்.

நான் முன்னால் போய் நின்றபோது கல்லாவில் உட்கார்ந்திருந்த துருக்கன் சிரித்தான்.

அரே சைத்தான் கா பச்சா. ஆட்டுத் தோலும் மாட்டுத் தோலும் விக்கற கடையிலே பாப்பாரப் பிள்ளைக்கு என்ன ஜோலி? ஹராம்கோட் ஹட் ஜா.

வைத்தியநாத ஐயர் சைத்தான் இல்லை. அவருக்குப் பிறந்த நான் தான். தோலோ துருத்தியோ இருக்கிற இடத்தில் ஒண்டிக் கொண்டு வேலை பார்க்க சித்தம் செய்து கொண்டவன்.

வைத்தியநாதய்யன் சீமந்த புத்ரன் மகாலிங்கய்யன் சுபமரணம். இந்த க்ஷணத்தில் நிகழ்ந்தது அது.

நான் பிராமணன் இல்லை. தெலுங்கு தேசத்தான். வரதராஜ ரெட்டி என்பது என் நாமமாகும்.

அத்தியாயம் இருபத்திமூன்று

ஏப்ரல் 12 1907 பிரபவ வருடம் பங்குனி 30 வெள்ளிக்கிழமை

நான் வரதராஜ ரெட்டி. மகாலிங்கய்யன் போன நிமிஷத்தோடு கைலாச ப்ராப்தி அடைந்தான். அவன் கௌரவமாக ஜீவித்துக் கிடக்க இந்தப் பூலோகத்தில் இனி எந்த மார்க்கமும் இல்லை. ஸ்திரியை மானபங்கப் படுத்திக் கொன்றதாகக் குற்றம் சாட்டி காராக்ருஹத்தில் தூக்குத் தண்டனை எதிர்பார்த்து இத்தனை வருஷம் பூட்டி வைத்து வெளியே விடப்பட்டவனாக்கும் அவன். பொணம் தூக்குகிற வேலைக்குக் கூட அந்த பிரம்மஹத்தியைக் கூப்பிட மாட்டார்கள். பிராமணப் பொணமாக இருந்தால் தானே அது. நான் இப்போ ரெட்டி.

என் ப்ரியமான லலிதாம்பிகே, பேரையும் அடையாளத்தையும் மாற்றி வைத்துக்கொள்ள நிச்சயம் செய்துகொண்டதும் எனக்குள் கொஞ்சம் தெம்பு வந்தது. மாற்றி வைத்துக் கொண்டு சென்னைப் பட்டணத்திலேயே ஒண்டிக்கொண்டு கீரைக்கட்டு விற்று, குற்றேவல் செய்து ஏன் கஷ்டப்பட வேணும்? உலகத்தில் இதைத் தவிர பிழைக்க வேறே இடமே இல்லையா என்ன? பாஷையும் தமிழ், தெலுங்கு என்று ஒன்றுக்கு ரெண்டாகத்

தெரியும். கொஞ்சம் போல் இங்கிலீஷூம் அர்த்தமாகும். வாய் வார்த்தை வெகு பேஷாக வரும். கணக்கும் சுமார் ரகம். இதெல்லாம் தான் முதல். கைப்பணமாக இருபத்தஞ்சு ரூபா வேறே.

போகிறதுதான் போகிறேன், உன்னையும் கூட்டிக் கொண்டு போய்விட வேண்டியதுதான். கூழோ கஞ்சியோ கபாலீசுவரன் கிருபையில் சம்பா அரிசி சாதமோ இனி உன்னோடு தான் பகிர்ந்து கொள்ளணும். உன்னை இத்தனை நாள் நிர்க்கதியாக நிறுத்திய பாவமே ஏழு தலைமுறைக்குப் போதுமானது இல்லையா. அடுத்த தலைமுறைக்கே வழியில்லாத பிராமணா, ஏழவெடுத்த ஏழும் எட்டுமாக உமக்கு எங்கே வாய்ச்சது என்கிறாயா? அது என்னடி அப்படிச் சொல்லி விட்டாய்? இன்னும் நாற்பது கூட ஆகவில்லை. உனக்கு என்ன, முப்பது இருக்குமா? கொண்டித்தோப்பு வைத்தியனிடம் மயில் எண்ணெய் கிடைக்கும். போகிற போக்கில் வாங்கிக் கொண்டு போகலாம். வேணாம். அதுக்கு கழுகு றெக்கை வாடை. உனக்குப் பிடிக்காது. உனக்கு ரசிக்காத எதையும் நான் இனிமேல் கொண்டு எக்காலத்தும் செய்யமாட்டேன். நம்பு என்னை.

நான் மைலாப்பூர் வெங்கடேச அக்கிரஹாரத்தை நோக்கி மெல்ல நடந்தபோது மனசில் இதெல்லாம் கோர்வையாக இல்லாமல் வந்து போனது. அது மாத்திரமில்லை. சட்டென்று திருக்கழுக்குன்றம் மலையடிவாரத்தில் வைத்து என்னோடு வர்த்தமானம் சொல்லிக் கொண்டிருந்த மலையாள பிராமணன் நினைவு வேறே ஏன் எதற்கு என்று தெரியாமல் கூடவே ஒட்டிக்கொண்டது.

ரெட்டிய கன்யகையை மானபங்கப் படுத்திப் படுகொலை புரிந்ததாக என்னைக் கைது செய்து கொண்டு போவதற்கு பத்து இருபது நிமிஷம் முந்தி எங்கிருந்தோ வந்து என்னிடத்தில் பேசிக்கொண்டிருந்தவன் யார்? ம்காதேவய்யன் என்றோ எதோ பெயர் சொன்னான். எனக்கு ஏதோ தூரத்து பந்து அவன். ஆலப்புழையோ அம்பலப்புழையோ ஊர். சின்ன வயசில்

நானும் அங்கெல்லாம் போயிருக்கிறேன்.

அந்த பிராமணன் என் கையில் கொடுத்த தாமிரச் சொம்பு என்ன ஆனது? எத்தனை யோசித்தாலும் நினைவு வரமாட்டேன் என்கிறது. ஒரு வேளை போலீஸ் சிப்பாய்கள் என்னைப் பிடித்துக் கட்டி விலங்கு மாட்டிய களேபரத்தில் அந்த ஸ்தாலி செம்பை கையிலிருந்து நழுவ விட்டு விட்டேனோ. அதில் என்னமோ இருக்கிறதாகச் சொன்னானே மகாதேவய்யன். யாரிடமோ அதைப் பத்திரமாக ஒப்படைக்கவும் கேட்டுக் கொண்டானே அவன். அதை நிறைவேற்ற வேண்டாமா? அந்தப் பாவமும் சேர்ந்து தான் இத்தனை நாள் கஷ்டப்பட வைத்து விட்டதோ?

நான் தெரு திரும்பி நுழையும்போது முதல் வீட்டு வாசல் திண்ணையில் இருந்து சத்தம் கேட்டது ஓய் மகாலிங்கம். மகாலிங்கமய்யரே. நில்கணம். கேட்டோ.

திரும்பிப் பார்த்தேன். அந்த மலையாள பிராமணன். சாட்சாத் அவனேதான். நிற்கச் சொல்கிறான். என்னத்துக்கு?

நினைத்த மாத்திரத்தில் பிரத்யட்சப்பட இவன் என்ன பூதமா பிசாசா? அப்படியும் இருக்குமோ. அந்தி சாயும் நேரத்தில் பிசாசு அலையுமா என்ன? அதுவும் வண்டியும், இரைச்சலும், ஜன சந்தடியும் நெரிபடும் பட்டணத்து வீதியில்.

காலை நீட்டித் தூணில் சாய்ந்து உட்கார்ந்திருந்தான். சந்தியா காலத்தில் கைகால் சுத்தி செய்து, மேல் கழுவித் துடைத்து வீபூதி குழைத்துப் பூசி, நூற்றெட்டு காயத்ரி சொல்லி சந்தியாவந்தனம் செய்தவன். ராத்திரி இருட்ட ஆரம்பிக்க வெகு முன்பே ஆகாரம் கழித்துத் திண்ணையில் சிரம பரிகாரமாகக் குந்தி இருக்கிறவன். தாம்பூலம் தரித்தபடி வழியோடு போகிறவன் வருகிறவனை வாயைப் பிடுங்கிப் பொழுது போக்குகிறவன். என் தாயார் வழிப் பாட்டனார் போல் சதா சுகஜீவனம் செய்கிற தோதில் இருந்தது அவன் இருப்பும் பேச்சும்.

சுவாமி, நான் ஆத்துக்குப் போகணும். ரொம்ப நாழிகையாச்சு.

நான் முணுமுணுப்பாகச் சொல்லியபடி தயங்கினாலும் கால்

என்னமோ அவன் இருந்த திசைக்கு வெகு சுபாவமாக நகர்ந்து போனது.

என்னய்யா இத்தனை கொல்லம் இல்லாம இப்படிக்கு ஒரு புது ஏற்பாடு. ஆத்துக்கும் குளத்துக்கும் காலிலே றக்கையைக் கட்டிண்டு என்னத்துக்குப் பறக்கணும்? அங்கே மணியடிச்சா சாதம் போடக் காத்துண்டு இருக்காளா என்ன?

அவன் கையைச் சற்றே விரித்துப் பறப்பது போல் அபிநயித்துச் சிரித்தான். அந்தக் கைகள் விரிந்து தாழ்ந்தது கழுகு பறக்கிற மாதிரி இருந்தது ஒரு வினோதம்.

இவனைத் தெரிந்ததுபோல் காட்டிக்கொள்ள வேண்டாம் என்று தீர்மானித்தேன். அதில் பல இடைஞ்சலும் வந்து நுழையக்கூடும்.

சுவாமி, நீர் வெளக்கு வைக்கிற நேரத்தில் சரியாகப் பார்க்காமல் என்னை உங்களவர்னு நினைக்கற மாதிரித் தெரியறது. நான் அப்பிராமணன். வரதராஜ ரெட்டி. நெல்லூர்க்காரன். அரிசி வியாபாரம் பண்றவன்.

ஆத்துக்குப் போயிண்டு இருக்கறதாச் சொன்னீரே ரெட்டிகாரு? அது என்னவோ? அட, ஒரு நிமிஷம் உட்காருமய்யா. அது என்ன பையிலே, மாமியார் வீட்டு சீதனம் பொதிஞ்சு கொடுத்து அனுப்பியிருக்காளா? கட்டுச்சாதக் கூடையும் மத்ததும் பின்னால் வருதோ?

அவன் திரும்ப அடக்க முடியாமல் அட்டகாசமாகச் சிரிக்க, நான் திண்ணைப் பக்கம் போய் பராக்குப் பார்க்கிற தினுசில் நின்றேன்.

லேசுப் பட்டவன் இல்லை இந்த மனுஷன். ஆதியோடந்தமாக என் விருத்தாந்ததம் முழுசும் கரதலபாடமாக ஒப்பிக்கக் கூடியவன் என்று பட்டது. என் ப்ரிய லலிதே, நீயும் நானும் கல்யாணம் ஆன புதுசில் சிருங்காரம் கொண்டாடினதுக்கு எல்லாம் இவன் சாட்சியாக ஒரு மூலையில் உட்கார்ந்தபடி திருப்தியாகப் பார்த்துக் கொண்டிருந்திருப்பானோ என்ன

எழவோ. கேட்டால் அதையும் கூட இம்மியும் பிசகாமல் ஒப்பிப்பான்.

பயப்படாதீர். யாத்திரை கிளம்புகிறதும், மனசு கட்டு விட்டுப் போறதும், கச்சு அவிழ்க்கிறதும், கைது ஆகிறதும் இன்னிக்கு நேத்திக்கு சம்பவிக்கிற விஷயமா என்ன? லோகம் சுத்திக் கெறங்க ஆரம்பிச்ச நேரம் முதல் கொண்டு நடக்கற காரியமாச்சே இதெல்லாமே?

இல்லே சுவாமி. நம்புங்கோ என்னை. ரெட்டியோ மகாலிங்க அய்யனோ ஏதாவது எழவெடுத்தவனா நான் இருந்துட்டுப் போறேன். ரெட்டிப் பொண்ணை நான் கொலை செய்யலை. இத்தனை வருஷம் கழிச்சு சர்க்காருக்கும் அது புரிஞ்சுபோச்சு.

ஓய் மகாலிங்கம். அதைப் பத்தி நான் கேட்டேனா? என்ன என்ன நடக்கணுமோ அதது விதிச்சபடிக்கு க்ருத்ய சமயத்துலே தன் பாட்டுக்கு நடந்துண்டுதான் போகும். அதுக்கு உம்மைக் குத்தம் சொல்ல, சர்க்காரை, தெய்வத்தை விரோதிச்சு நாலு வார்த்தை பேச எனக்கு என்ன அருகதை இருக்கு சொல்லும். போறது, நான் உம்ம கிட்டே ஒப்படைச்சேனே, ஸ்தாலி சொம்பு. அது இப்போ எங்கே இருக்குன்னு தெரியுமா? அதானய்யா, நீர் கோணகதாரியா, நக்ன சரீரனா மலை சவட்டி இறங்கி வந்து நின்னபோது உம்ம கிட்டே எல்பிச்சேனே. ஓர்மை இருக்கோ?

நான் அவனை உற்றுப் பார்த்தேன். இந்த மலையாள பிராமணன் பில்லி சூனியம் வைத்து மனுஷாளை வசப்படுத்தி ஆட்டி வைக்கிற கூட்டத்தில் பட்டவனாக இருக்கும். அவன் பரிச்சயம் உண்டான அந்த நிமிஷம் காலைச் சுற்ற ஆரம்பித்த சனியன் பிடித்த பிடி எப்போ விடுமோ. என் பிராண சகி, தெரியலையடி எனக்கு.

ஓய், நான் குட்டிச் சாத்தானையும், யக்ஷியையும் உபாசிக்கிற துர்மந்திரவாதி எல்லாம் இல்லை. சொன்னேனே, அம்பலப்புழை மகாதேவயன். உமக்கு தூரத்து பெந்து. என் பூஜ்ய தாயாரோட அஸ்தியும் ரெண்டு எல்லும் வச்ச ஸ்தாலி சொம்பு அது.

கொல்லூர்லே சமுத்திரத்தோட விட முடியாம போச்சு. குடும்பத்தைத் தான் விட வேண்டி வந்தது. உம்ம மாதிரி நானும் பொண்டாட்டியைத் தேடறவன் தான். எங்கே இருக்காளோ. என் ஓமனக் குட்டி பெண்குஞ்சு என்ன பண்றாளோ?

அவன் ஒரு வினாடி அங்க வஸ்திரத்தால் வாயை மறைத்துக் கொண்டு விம்மினான். பார்க்க எனக்கு பாவமாக இருந்தது. இவன் எனக்குக் கெட்டது நினைக்கிறவன் இல்லை. சந்தர்ப்ப வசத்தால் நான் கண் இருண்டு போய் தத்துப் பித்தென்று ஏதெல்லாமே செய்து எங்கேயோ தொலைந்து போனது போல் இவனும் இன்னொரு விதத்தில் எதையெல்லாமோ தொலைத்துத் தேடிக் கொண்டிருக்கிறவன். ஒரு வினாடி இவனோடு ஆதரவாக வார்த்தை சொல்லிக் கொண்டிருந்துவிட்டு அப்புறம் என் செல்லக் கண்ணு லலிதாம்பிகே உன்னை தரிசிக்க நடக்கலாம். அந்த ஸ்தாலிச் செம்பு எங்கே? உனக்குத் தெரியுமோடி பொண்ணே?

நான் சொல்றேனய்யா அது எங்கே போச்சுன்னு. இப்படி உட்காரும்.

மலையாளத்தான் தரையில் கையை வைத்து மெல்ல ரெண்டு தடவை தட்டினான். அவன் சொன்ன இடத்தில் உட்கார்ந்தால் என் பிருஷ்டம் அவன் வலது கையில் ஆரோகணிக்கக் கூடும். நெருப்பை சுமக்கிற கரம் அது. அசுத்தப்படுத்தலாகாது.

நான் கொஞ்சம் விலகினாற்போல் உட்கார்ந்து என் சஞ்சியை மடியில் இருத்திக் கொண்டேன். ஒரு நிமிஷம் ரெண்டு நிமிஷம் மரியாதைக்கு வார்த்தை கேட்டுவிட்டுக் கிளம்பவேணும். இல்லாவிட்டால் உன்னை, என் உசிருக்கு உசிரான லலிதையை யாசகர் கூட்டத்தில் தேட வேண்டிப் போகும் என்று மனசு எச்சரித்தது. சும்மாக்கிட சனியனே, அந்த அபாக்கியவதிக்கு இனியும் ஒரு குறைவும் வராமல் கண்ணுக்குக் கண்ணாக வைத்து நான் காப்பாற்றப் போறேன். ரெட்டிப்பொண்ணின் ஸ்தனபாரம், பங்காரு தாசியின் பருத்த தொடை எல்லாம் இனி என்னை அழைக்கழிக்காது. அழகிகளும் அகழிகளும் போதத்தில் ஏறமாட்டாமல் என் லலிதாம்பிகையோடு சுகிக்கும்போதும்

சத்விஷயத்தை நினைத்து மெச்சப்பட்டுப் போவேன் இனி. இந்தப் பிராமணன் நேரம் கடத்தாமல் இருந்தாலே போதும்.

நான் என்னத்துக்கு உம் நேரத்தைக் கடத்தப்போறேன். உம்மால் எனக்கு உபகாரம் ஆக வேண்டியிருக்கிறது. அதை அபேட்சிக்கத்தான் அழைத்தது. எல்லாம் அந்த ஸ்தாலிச் செம்பு தான். என் அம்மாளின் அஸ்திக் கலசம்.

அதைத்தான் தவற விட்டுட்டேனே ஸ்வாமி. எட்டு வருஷம் முந்தி காணாமல் போக்கியதை இன்னிக்கு வந்து கேட்டால் நான் எந்தப்படிக்குத் தேடி எடுத்துக் கொடுக்கறது சொல்லும். ஒரு வாரம் பத்து நாள் அவகாசம் கிடைத்தால் ஏதாவது செய்யமுடியுமா என்று பார்க்கலாம். பிதுர்க்காரியம். எனக்கு அதோட முக்யத்துவம் அர்த்தமாறது. ஆனாலும் எல்லாத்துக்கும் வேளை வரணுமே.

நான் கேட்க உத்தேசித்ததை மனசில் கோர்வையாகச் சொல்லிப் பார்த்து சத்தம் எழுப்ப உத்தேசித்தபோது அவன் என்னைக் கைகாட்டி நிறுத்தினான்.

ஒண்ணும் மிண்ட வேணாம். கேட்டீரா. எனக்கு வல்லாத்த க்ஷீணம். எப்படியோ தவற விட்டுட்டேன். பக்கத்துலே தான் இருக்கா, ஆனா ரொம்ப தூரத்திலே குரல் கேட்கறது. ஆத்துக்காரியும் பொண்ணும் தான். கொல்லூர் போனதே தப்போ.

மலையாளப் பிராமணன் சொன்னது நிறையத் தமிழ் கலந்துகட்டியாகத்தான் என்ற போதும் எனக்கு ஒண்ணும் அர்த்தமாகவில்லையடி லலிதாம்பாளே. இன்னும் கொஞ்சம் நேரம் இவனோடு போக்கினால் எனக்கும் சித்தப் பிரமை வருமோ என்று பயம் வேறு பிடித்துக்கொண்டது.

எங்கே இருக்கு அந்த ஸ்தாலிச் சொம்புன்னு அண்ணா சொன்னா தேடிக்கொண்டு வரலாமான்னு பார்க்கலாம்.

அப்படியா? இதோ கேளும். அது சென்னப் பட்டணத்து பிரதம கோர்ட்டுக் கச்சேரியில் தஸ்தாவேஜு சேகரிக்கும் ஓட்டுக்

கட்டடத்தில் ஒரு மர அலமாரிக்குப் பின்னால் உருண்டு கிடக்கு. தூசி வாடையையும், வியாஜ்யம், பிராது, நமூனா, கூடவே அரக்கு உருக்கும் வாடையையும் முகர்ந்தபடி, பிதுர்ராஜ்ய சொத்துத் தகராறையும், பாகப் பிரிவினையையும் சொல்லி முறையிடும் கருப்பு மசி அட்சரங்களைக் காலம் முழுக்கப் பார்த்துக் கொண்டு கச்சேரிக்குள் குடுங்கி கஷ்டப்பட்டுக் கொண்டிருக்கு. உம்மால் ஒரு சுக்கும் செய்ய முடியாது. உம் சகோதரன், நேவிகேஷன் க்ளார்க்கன் நினைச்சா ஒரு வேளை அந்தச் சொம்பை மீட்டு எடுத்துத்தர முடியலாம். அவனுக்கு எளுப்பம். கழிவுள்ளவனாச்சே.

இதோடு இவன் தொந்தரவு முடிந்து இனி நல்ல காலம் ஏற்படலாம். ஸ்தாலியும் செம்பும் எனக்கு எதுக்கு? கொல்லைக்குப் போய் குண்டி அலம்ப இருக்கப்பட்ட சொம்பு தவிர நம்மாத்தில் ஏது செம்பும் வெள்ளியுமடி பொண்ணே? நீயே சொல்லு.

உம்ம புத்திக்கு நிறைய சுத்தி அவசியம்மய்யா. மூத்திர வாடையும் மயில் றெக்கை எண்ணை வாடையுமா பகல் நேரத்திலே பங்காரு தாசி கஷ்கத்து வியர்ப்பை முகர்ந்தபடி முயங்கினவன் ஆச்சே. நிணநீர் நாறும் இருட்டுப் புழையும், மலஜல விசர்ஜனம் கழிந்து சொம்பில் அரையும் குறையுமாக வெள்ளம் சேந்தி கழுவுகிறதாகப் பேர் பண்ணி கல அழுக்கைத் தக்க வைத்த குதமும் அல்லாது உம்ம புத்தி மேலே ஏறவே ஏறாது போம்.

அவன் என்னைக் கடிந்து கொண்டபோது சும்மா இருக்க வேண்டிப் போனது. தப்பு என் பேரில் தான். இத்தனை வருஷம் காராக்ருஹத்தில் கழித்தாலும் புத்தி தடுமாறி சகலமான அசுத்தத்தையும் பற்றிக்கொள்ள பன்றி மலம் தின்ன ஓடி வருகிறதுபோல் பாய்ந்தோடி வருகிறது. என் பீஜத்தை அறுத்துப் போட்டால் இதெல்லாம் இல்லாமல் போகுமோ? அப்புறம் என் லலிதாம்பிகைக்குக் கொடுக்க வேறென்ன இருக்கு?

லலிதாம்பிகை அம்மாளுக்கு, என் மன்னியும் ஆச்சே ஓய், அவாளுக்கு என் நமஸ்காரத்தைச் சொல்லவும். அதாகப்பட்டது,

கப்பல் ஏறறதுக்கு முந்தி அவாளைப் பார்க்க முடிஞ்சா. மனசிலாச்சா மகாலிங்கய்யரே?

நான் விநயமாகக் கையைக் கூப்பி அவனை நமஸ்கரித்தபடி நின்றேன். அவன் சொன்னதுக்கு என்ன அர்த்தம் என்று கேட்க வாயைத் திறந்தபோது அந்தத் திண்ணை ஆள் அரவமில்லாமல் இருந்தது.

விளக்கு வைக்கிற நேரத்திலே யாசகம் கேட்டு நிற்கிறியே. யாருப்பா அது? ராப்பிச்சைன்னா இன்னும் நேரம் கழிச்சு வரணும். பொங்கித் தின்னா இல்லே மிச்சத்தைக் கொண்டாந்து உனக்குக் கொட்ட.

உள்ளே இருந்து லாந்தர் விளக்கோடு வந்தவன் என்னைப் பார்த்துச் சொன்னான்.

என் கையை மங்கின வெளிச்சத்தில் ஒரு வினாடி கூர்ந்து பார்த்து விட்டு அதையே தெலுங்கில் சொன்னான்.

யாசகத்துக்கு வந்தாலும் ஜம்பமா பேரை கையிலே பச்சை குத்தி வச்சிறிக்கியே. ஒரேய் வரதாராஜ ரெட்டி, நீவு ஏதி ஊருரா?

நான் என் இடது கைத்தண்டையைப் பார்த்தேன். அங்கே பெரிய கம்பளிப் பூச்சி ஊர்கிறது போல் பெரிய பெரிய தெலுங்கு எழுத்தாக முளைத்துக் கிடந்தது. சுவர்க்கோழிகள் அந்தப் பெயரைத் திரும்பத் திரும்பக் கூவிக்கொண்டிருந்தன. அதில் ஒன்று லலிதாம்பிகை காத்திருக்கா நகர்ந்து போடா நாயே என்று விரட்டியது.

அத்தியாயம் இருபத்திநாலு

ஏப்ரல் 12 1907 பிரபவ வருடம் பங்குனி 30 வெள்ளிக்கிழமை

வெங்கடேச அக்ரஹாரத்தில் நான் நுழைந்தபோது கெட்டித் துணி குப்பாயமும் அரையில் சாயவேட்டியும் உடுத்திய ஒரு குப்பன் நால்சந்தியில் விளக்கு ஏற்ற லாந்தரோடு வந்து கொண்டிருந்தான். எனக்கு அவனைத் தெரியும். தீபாவளிக்கும் தைப்பொங்கலுக்கும் இனாம் கேட்டு வாசலில் நின்று நச்சரித்து கால் ரூபாயும் அரை ரூபாயுமாகக் கொடுத்திருக்கிறதை அவனும் மறந்திருக்க மாட்டான்.

வீட்டுப் படி ஏறுகிற நேரத்தில் இவன் கண்ணில் பட்டு வைக்க வேணாமே என்று இருட்டு அப்பியிருந்த தெருமுனையில் ஒரு க்ஷணம் நின்றேன். சாமி எங்கே போயிருந்தீங்க இம்மா நாளு என்று கேட்பான். சாமி என்ன வேண்டியிருக்கு. இவனுக்கும் ஊரில் மற்ற குப்பன் சுப்பனுக்கும் எல்லாம் நான் போன இடமும் போக இருந்து மயிரிழையில் தப்பிப் பிழைத்த சங்கதியும் தெரிந்திருக்க இடமுண்டு. எகத்தாளமாக இல்லையோ கேட்பான் யோவ் அய்யரே, மாமியா வூட்டுலே ஜாமானுக்கு வெள்ளிப்பூண் போட்டு மருவாதி பண்ணினாங்களா? அல்லாக்காட்டி பின்னஞ் சந்துலே லாடம் கட்டி அனுப்பிட்டானா?

காசு திருடி, பொய் பித்தலாட்டம் பண்ணி கம்பி எண்ணி விட்டு வந்தாலே இங்கே கிடைக்கிற மரியாதை சொல்லும் தரமில்லாததாச்சே. நான் பண்ணினதுக்கு அங்கே லாடம் கட்டி அடிக்காவிட்டாலும் இவன்கள் கையில் கிடைத்தால் குப்புறத் தொங்க விட்டு அரைக்குக் கீழே கரகரவென வெட்டி எடுத்து வாயில் திணித்து அனுப்பி விடுவான்களே. ஊர் கெட்டுக் கிடக்குடி பொண்ணே. ரொம்பவே.

லாந்தரும் சீமெண்ணெய் வாடையும் தூக்கலாக வர விளக்கு வைக்கிறவன் நடந்து போன பிற்பாடு நான் தோள் துண்டைக் குளிருக்குப் போர்த்திக் கொள்கிறதுபோல் தலையைச் சுத்தி முக்காடு போட்டுக் கொண்டு, இடுப்பு வேட்டியையும் தார் பாய்ச்சித் தெலுங்கன் போல் கட்டியபடிக்குத் தெருவில் இறங்கி நடக்கலானேன்.

ரெண்டு வீடு கடந்ததும் வீட்டுத் திண்ணையில் இருமல் சத்தம் கேட்டது. பெருமாள் கோவில் பட்டாச்சாரியான் வீடுன்னா இது. இருமித் துப்பிக்கொண்டு அவனுடைய சீக்காளித் தகப்பனார் அய்யங்கார் இன்னும்தான் மூச்சுவிட்டுக் கொண்டிருக்காரா? பிரம்புத் தட்டியைத் தூக்கிப் பார்த்துவிட்டு, தொண்டையிலே ஊறி உளுத்துப் போயிருக்கும் கோழையை எனக்கு முன்னால் துப்பிவிட்டு இந்தக் கிழமும் யோகக்ஷேமம் விசாரிக்கும். ஷேமம் என்ன? நாசமாப் போனீரா ஓய்?

பிரப்பந் தட்டியைக் காணோம் அந்தத் திண்ணையில். வாசலில் இருமிக் கொண்டிருந்தது பட்டாச்சாரியான் தான். அவன் தகப்பனார் வைகுண்ட பிராப்தி அடைஞ்ச விவரம் சாவகாசமாக உன்னிடம் தானடி லலிதேம்பிகே விசாரிக்கணும் என்று நினைத்துக் கொண்டேன். இன்னும் ஊர்க்கதை, தெரு வம்பு எத்தனையோ பாக்கி இருக்கும். வருஷக் கணக்காகப் பெண்டாட்டியைப் பிரிந்து இருந்துவிட்டு வருகிறவனுக்குப் பேச வேண்டிய உதவாக்கரை விஷயம் எத்தனை கிடக்கு பார்.

அந்த மனுஷன் இருமி இளைத்துப் போவதிலேயே குறியாக இருக்க நான் நாலடி எட்டடி நகர்ந்தபோது வாசலில் தேக்கு மர பெஞ்சியைப் போட்டு நாலு பேர் சட்டமாகக் குந்தியிருப்பது

தெரிந்தது. இந்த ஆசாமிகள் இருட்டில் இருந்ததபடியால் தெருமுனையில் கண்ணில் படாமல் போனார்கள். பட்டிருந்தால் நான் பக்கத்துக் குறுக்குச் சந்து வழியாக இவர்களையும் லகுவாகத் தாண்டி வந்திருப்பேன். நேரே போகாமல் குறுக்கும் நெடுக்கும் பாச்சை மாதிரி ஊற எனக்குப் படிந்து வந்துதான் வெகு காலமாச்சே. பொடிக்கடையில் மாசச் சம்பளத்துக்கு இருந்த கவுரதை என்ன, இப்போ முக்காடும், குற்றேவல்கார வேஷமுமாக என் வீட்டுப் படியேற நானே ஒளிந்து மறைந்து போகிற கஷ்டம் என்ன? எனக்கு பாத்தியதை இல்லாத ஸ்தனத்தையும் பிருஷ்டத்தையும் யோனியையும் இச்சித்து தெருநாய் போல் முகர்ந்தபடி பின்னால் போகாமல் இருந்தால் இந்த கதி வந்திருக்குமா?

சரி வந்தது வந்தாகி விட்டது. இனிமேல் கொண்டு திரும்பிப் போக சரிப்படாது. நடக்க வேண்டியதுதான். அவர்களைத் தாண்டிப் போனபோது அத்தர் ஜவ்வாது வாடை தூக்கலாக வந்தது. வெங்கடேச அக்ரஹாரத்தில் இந்தப்படிக்கு யாரோ?

யாரய்யா அது? எங்கே போய்ட்டு இருக்கே?

அதிகாரமாக எனக்குப் பின்னால் இருந்து குரல் தடுத்து நிறுத்தியது. வீட்டுக்குப் போய்ட்டு இருக்கேன் என்று சொல்லலாமா? இந்த வீட்டில் யார் இருந்தது? தபால் கச்சேரி உத்யோகஸ்தரா? அவர் அடுத்த தெருவாசி ஆச்சே. ஆஸ்பத்திரி டிரஸ்ஸர் குடும்பம் இருந்த இடமா இது? அவர் நம்மாத்துக்கு நேர் எதிர் வீடு இல்லையோ? இது வெகு காலம் வியாஜ்யத்தில் இருந்ததால் கோர்ட்டு கச்சேரி அமீனாவோ வக்கீலோ அரக்குக் காய்ச்சி சீல் வைத்து பூட்டியிருந்த வீடு அல்லவா? வழக்கு தீர்ப்பாகிக் குடிவந்தவர்களாக இருக்கும். ஜெயித்த மனுஷனுக்கு உள்ள தோரணை வாக்கில் வந்து விழுகிறது. பதில் சொல்லணும்.

இவன் என்னைத் தெரிந்தவன் இல்லாத பட்சத்தில் என் பாப மூட்டையை இவனுக்கு என்னத்துக்குத் திறந்து காட்டணும்? வரதராஜ ரெட்டியை இவனுக்குத் தெரியாது. தெரியப்படுத்த நேரம் இதுதான்.

பிழைப்புத் தேடி வந்தவன் சாமி. தெலுங்கு தேசத்தான். இங்கே ஒரு உபகாரி மனுஷரோட விலாசம் கொடுத்துப் பார்க்கச் சொல்லி தர்மகர்த்தா அனுப்பி வச்சார். பட்டணத்திலே எல்லா வீதியும் ஒரே மாதிரி இருக்கா. ஒண்ணும் புரியமாட்டேங்குது.

நான் தொண்டையைக் கனைத்துக்கொண்டு தெலுங்கில் சொன்னேன்.

யாரைத் தேடிப் போறீர், பேரைச் சொல்லும்.

அவன் தட்டுத் தடுமாறித் தெலுங்கில் கேட்டான். சரி, இந்த மட்டில் நாம் ஜெயித்தாகி விட்டது. மேற்கொண்டு நடக்கிறதைப் பார்க்கலாம்.

பெயர் கேட்கிறானே. என்ன பெயரைச் சொல்ல? வேறே யாராவது ஒரு ரெட்டி, ராவ், நாயுடு பெயராக மனசில் வந்து தொலைய மாட்டேன் என்கிறது.

யாரைப் பார்க்கப் போறீர்னு கேட்டேன்.

அவன் பொறுமையின்றிச் சொல்ல, நான் சட்டென்று மகாலிங்கய்யரைப் பார்க்கணும் என்றேன்.

எந்த மகாலிங்கய்யர்?

டவுணிலே மூக்குத்தூள், புகையிலை கடை. மொத்தமாவும் சில்லறையாகவும் விக்கறதாம். இங்கே போய்ப் பாருடா தெலுங்கான்னு அடுத்த தெருவிலே சொல்லி அனுப்பிச்சாங்க. அக்ரகாரம்னா இதானா சாமி?

மர பெஞ்சி மனுஷர்கள் கண நேரம் மௌனமாக இருந்தார்கள். இவர்களில் யாருக்கும் மகாலிங்கய்யனைத் தெரிந்திருக்காது.

ஏண்டா அம்பி, தெற்குலே தோ அங்கே ரெட்டைத் திண்ணை வீடு, ராமகிருஷ்ண ஸ்ரௌதிகள் ஆத்துக்குப் பக்கத்துலே. கங்காணி ஆபீசோ என்னமோ இருக்கே அதான்னு கேளு.

அதில் ஒருத்தன் என்னைக் குசலம் விசாரித்த மனுஷனிடம் தணிந்த குரலில் சொன்னான்.

அதே வீடு தான். எனக்குத் தெரியும்

இந்த எழவெடுத்தவனுக்கும் எப்படித் தெரிந்தது?

இருட்டில் எங்கேயோ வெளிச்சம் அசைந்து ஆடினது. திரும்பிப் பார்த்தேன். அஞ்சு விளக்கு ஏற்றிவிட்டு லாந்தரோடு வருகிறான் அநதக் குப்பன். அவன் கையில் பிடித்திருந்த ஜோதியில் மரபெஞ்சியில் குந்தியிருந்த நாலு பேரையும் பார்த்தேன். என்னத்தைச் சொல்லி எழவைக் கூட்ட? எல்லா முகமும் ஒரே சாயலில் தட்டுப்பட்டது. சாட்சாத் மலையாளத்து பிராமணன் மூஞ்சி அது.

ஒற்றை மனுஷக் கூட்டம். என்னைத் தெரிந்ததாகவே காட்டிக் கொள்ளவில்லை. வாயைப் பிடுங்குவதிலேயே குறியாக இருந்தான் நாலாக வந்த அந்த ஒத்தை பிராமணன். ஸ்தாலி செம்புக்கு அடிபோட்டு கூடவே வருகிறான். என்ன செய்வேன் தெய்வமே. கோர்ட் கச்சேரிக்கெல்லாம் போய் அலமாரிக்குப் பின்னால் செம்பையும் மற்றதையும் தேட எனக்கு திராணியும் இல்லை. ஆள்படை அந்தஸ்தும் இல்லை என்பதை இந்த பிரேத ரூபத்துக்கு எங்ஙனம் புரிய வைக்கப் போகிறேன்? இது எப்போது என்னை விட்டு ஒழிந்துபோகுமோ தெரியலியே.

கங்காணி ஆபீஸா? அங்கே விளக்கு வைச்ச பிற்பாடு யாரும் இருக்க மாட்டாளே.

எனக்கு கங்காணி ஆபீஸ் எல்லாம் போக வேண்டாம் சாமிகளே. மகாலிங்கய்யன் இருக்கப்பட்ட இடம் தெரிந்தால் சொல்லுங்க. இல்லே, நானே தேடிப் போய்க் கொள்கிறேன். இப்படி அவர்களிடம் கொஞ்சம் கறாராகச் சொன்னேன்.

பொழைப்புத் தேடி வந்துட்டு இந்த வீராப்பு வெத்து வார்த்தைக்கு மட்டும் குறைச்சல் இல்லே. உமக்கு ஒத்தாசை செய்யலாமேன்னு கேட்டேன். மத்தபடிக்கு நீர் மகாலிங்கய்யரைப் பார்க்க வந்தீரா மதில் சாடி கன்னக்கோல் போட்டுக் களவாடிப் போக வந்தீரான்னு தெரிஞ்சு எங்களுக்கு என்ன ஆகப் போறது? சாவடி போலீசுக்காரன் பாரா கொடுக்க வருவான். கட்டி இழுத்துண்டு போய் லாடம் கட்டுவான். வெள்ளிப்பூண் போட்டு விடுவான். பரம சுகமா இருக்குமாண்டா குப்பா.

நான் அவன் முகத்தை நிமிர்ந்து பார்த்தேன். ஏன் என்னை இப்படிப் பின்தொடர்ந்து வதைக்கிறீர் என்று கோபத்தோடு விசாரிக்க நினைத்தேன். லாந்தரைத் தூக்கிக் கொண்டு ஆடி ஆடி போனவனோடு வெளிச்சமும் தொலைந்து போக, இருட்டில் அந்த முகங்கள் ஒண்ணுக்கு ஒண்ணு வித்யாசமாக இருந்தன. வேறே வேறே மனுஷர்கள். இவர்களில் யாரும் என் காலை பிரம்மஹத்தி போல சுற்றி வருகிற மலையாளத்தான் இல்லை. என் பார்வை ரொம்பவே பழுதாகிவிட்டது போ.

மன்னிக்க வேணும். காலையில் இருந்து அலைச்சல். க்ஷீணம் வேறே. அதான் கொஞ்சம் பட்டென பதில் சொல்லிட்டேன். சாமிகள் சிரமப்பட வேணாம். இன்னும் பத்து இருபது அடி நடந்தால் தெரு முடிந்து அடுத்த வீதி வந்துவிடும். இங்கே இல்லாமல் போனால் அந்த அய்யர் சாமி பக்கத்திலேதான் வேறே எங்கேயாச்சும் இருப்பார்.

வேறே எங்கே? ஓசைப்படாம கப்பல் ஏறி கரும்புத் தோட்டத்துக்குப் போய்ச் சேர்ந்திருப்பார். புதுசா ஓலை மேஞ்ச குடிசைக்குள்ளே குந்தி உக்காந்துண்டிருப்பார். ஆத்துக்காரிக்கு இதோ மாஞ்சு மாஞ்சு லிகிதம் எழுதிண்டு இருப்பார். இந்த நிமிஷத்திலே நடந்தவரைக்கும் எல்லாத்தையும் விலாவாரியாச் சொல்லுவார் அதிலே.

ஆத்துக்காரி இல்லாத வீட்டுலே அந்த நபர் வாசல் திண்ணையிலே காலை நீட்டிப் படுத்து ஒரு ராத்திரி தூங்கட்டுமே. பேஷாக.

அவர்களில் யாரோ ஒரு பாட்டை அபசுவரமாக ராகம் இழுத்துப் பாட, கூட்டமாகச் சிரித்தபடி கலைகிற சத்தம். அடுத்த நிமிஷம் பெஞ்சி காலியாகக் கிடந்தது.

நான் நம்ம வீட்டை அடைந்தபோது எதிரகத்தில் சுவர் கடியாரம் சத்தமாக மணியடிக்கிற ஓசை. ஒன்பது எண்ணினேன். நீ தூங்கி இருப்பாய். அத்தனை நேரத்துக்கு அப்புறம் தனியாக இருக்கப்பட்ட ஸ்திரி கண் முழித்திருப்பது பிராணாவஸ்தை என்று எனக்குத் தெரியும்.

இருக்கிறாயா இல்லே அந்த யாசகர் கூட்டத்தில் கலந்து?

மனசே, பிசாசே. செத்தெ சும்மாக் கிட. கங்காணி வீடு என்று சொன்னானே. மனசில் துணிச்சல் ஏற்படுத்திக்கொண்டு நடுங்கி நடுங்கி நகர்ந்து வந்தேன்.

பின்னால் திரும்பி ருஜூப்படுத்திக்கொள்ள இன்னொரு தடவை பார்த்தேன். இருட்டில் பெஞ்சியும் தெரியவில்லை. மண்ணாங்கட்டியும் தெரியவில்லை.

நம் வீட்டுப் படி ஏறும்போது தான் வாசலில் திண்ணை கடந்து ஒரு கம்பிக் கதவு முளைத்திருப்பதும் உள்ளே இருந்து அது பூட்டியிருப்பதும் தெரிந்தது. பாதுகாப்பாக இருக்க வேண்டும். மதில் சாடி வந்து கன்னக்கோல் போட தார்ப்பாய்ச்சி வேட்டி கட்டிக் கொண்டு தலையில் முக்காடு போட்டுக் கொண்டு ஊரில் ஏகப்பட்ட பேர் திரிகிறார்கள்.

பூட்டைத் திறவேண்டி பெண்ணே. நான் தான், உன் அகம்படையான் வந்திருக்கேன். இனிமேல் எந்தப் பூட்டும் திறப்பும் வேணாம். இந்த வீடும் தெருவும் ஊரும் கூட வேணாம். பொழுது விடியும்போது கிளம்பி வேறே எங்காவது ஒரேயடியாகப் போய்விடலாம். வண்டி கிடைத்தால் வண்டி. கப்பலானால் கப்பல்.

நான் பூட்டைக் கதவில் நகர்த்தி மெல்லத் தட்ட உள்ளே இருந்து தீபத்தை எடுத்துக் கொண்டு வந்தது நீயாக இருக்கும் என்று நினைத்தேன்.

யார்? யார் வேணும்?

இந்துஸ்தானியில் விசாரிக்கிற சத்தம். சப்த நாடியும் தளர்ந்து போனது எனக்கு. ஆகக் கூடி நீ இல்லாத வீடு. நான் தேடியும் ஓடியும் வந்தது எல்லாம் ஒரே நிமிஷத்தில் வியர்த்தமாகிப் போனது.

நீ எனக்குக் கைநழுவிப் போன திரவியம்.

ஓரமாக ஒதுங்கி நின்று விம்ம ஆரம்பித்தேன். அது அழுகையில் முடியும்போது தீபத்தோடு வந்த விருத்தன் திரும்பிப் போய்க் கொண்டிருந்தது கண்ணில் பட்டது. அவனுக்குக் காது

சரியாகக் கேட்காதிருக்கலாம். அல்லது நான் அழுத சத்தம் மனசில் மட்டுமாகக் கரைந்து வெளியே ஒரு இழைகூட பிரிந்து நழுவாமல் இருக்கலாம். என் துக்கத்தைச் சொல்லியழக் கூட திராணி இன்றிப் போனேனடி கண்ணே.

இருட்டு மண்டிய திண்ணையில் இருந்து கம்பி அழி வழியாக நம் வீட்டைப் பார்த்தேன். சின்னதாக இருந்தாலும் பார்த்துப் பார்த்துக் கட்டிக் குடிபோன பிரியமான வாசஸ்தலம் ஆச்சே. வாசமும் இல்லை. ஸ்தலமும் இல்லை. நீயும்தான்.

இருட்டில் உள்ளே ஒண்ணும் தெரியவில்லை. திண்ணை கடந்து சின்ன ரேழி. நான் ராத்திரி உட்கார்ந்து முதலிக்கு வேண்டி சிருங்கார விருத்தம் எழுதிக்கொண்டிருக்கும் இடம். காடா விளக்கை சுவர் ஓரமாக வைத்து வைத்து அங்கே உன் வயிற்றுச் சுழியிலிருந்து கிளம்பும் ரோமரேகை மாதிரி ஒரு கருப்புக் கோடு சுவர் நெடுக நீளமாக விரிந்திருக்கும். ரேழியைத் தாண்டி உள்ளே கூடம். கட்டைப் பலகையை வைத்தபடி பகலில் நீ நித்திரை போகிற இடம். நாம் எப்போதாவது ரமிக்கிறதும் அங்கேதான். அமாவாசைக்கு துடைத்து மெழுகி தர்ப்பையும் எள்ளும் இரைபட என் பூஜ்ய மாதா பிதா பித்ருக்களுக்கு தர்ப்பணம் செய்கிற ஸ்வாமி மூலையும் அதுக்கு அப்புறம் தான். ஸ்வாமி மூலையில் மரக் கதவு ரெண்டு சின்னதாகச் சார்த்தி உள்ளே வெங்கலத்தில் கிருஷ்ண விக்ரகம், ராம பட்டாபிஷேகப் படம், கங்கா ஜலம், வீபுதிச் சம்புடம் எல்லாம் கிரமமாக வைத்திருப்பாய். அதையும் தாண்டிப் போனால் இடுக்கில் மாட்டிக் கொண்ட மாதிரி இத்தனூண்டு சமையல்கட்டு. வாழைக்காயையும் பாகற்காயையும் இலைக் கட்டையும் வைக்க அலமாரி. கோட்டை அடுப்பு. இட்டலிப் பானை. தோசை மாவு கரைத்து வைத்த கல்சட்டி. ஊறுகாய் ஜாடி. அஸ்கா ஜீனி போத்தல். பின்னால் நடந்தால் கிணற்றடி. பிருஷ்டையாக நீ தனித்து சுருணை விரித்து உறங்கின இடம். அங்கே உன்னை நிர்க்கதியாக விட்டுவிட்டு திருக்கழுக்குன்றம் போனேன். அந்தக் கன்யகை கண்ணில் பட்டாள். ரெட்டிப் பெண்ணின் ஸ்தன பாரம் என்னைத் தூக்குக் கயிற்றில் ஏற்றி விட்டது. அவளை

சுகித்திருந்தால் இன்னேரம் பரலோகம் போய்ச் சேர்ந்திருப்பேன். இந்தக் கஷ்டம் எல்லாம் இருந்திருக்காது. தப்பு இல்லையா? அடி போடி பெண்ணே. ஒரு நிமிஷமாவது லகரியின் உச்சத்துக்குப் போயிருப்பேனே. நீ தான் தூரத்துக்கு ஒதுங்கி உள்ளே கிணற்றடியில் கிடக்கிறாயே? செருப்புக் காலோடு ஒரு விருத்தன் ஸ்வாமி வைத்த மூலை இருக்கு என்று கூடக் கருதாமல் வீடு நெடுக செருப்பு போட்டுக்கொண்டு கையில் தீபத்தோடு நடந்து போகிறான். அப்படி என்ன கிணற்றடியில் உறக்கம்? வந்து வாசல் கதவைத் திறடி பெண்ணே. கச்சை எல்லாம் அவிழ்க்க மாட்டேன். என் காலுக்கு நடுவிலே கொத்திப் புண்ணாக்க கழுகுச் சனியன் வந்துசேரும். நான் பாட்டுக்கு ஒரு ஓரமாகப் படுத்து நித்திரை போகிறேன். நீ மயில் எண்ணை வாடை லவலேசமும் படாமல் மூக்கில் முந்தானையைப் இழுத்துக்கொண்டு தூங்கு.

எழுந்திரு. ஏண்டி லலிதாம்பிகே. உன்னைத்தான். எழுந்திரு.

நான் திண்ணையில் உட்கார்ந்து உள்ளே இருட்டில் வெறித்தபடி தலையைச் சாய்த்தேன். கண்ணை மறைத்துக் கழுகு றெக்கை உயர சிறகுகளின் சத்தத்தில் உறங்கியும் போனேன். கழுகுகளும் மலையாள பிராமணனும் ஒரே முகமும் உடம்புமாக என்னை எங்கேயோ எடுத்துப் போய்க் கொண்டிருந்தார்கள். அலையடிக்கிற கடல். அதைக் கடந்து உள்ளே உள்ளே போக அமைதியான சமுத்திரம். உப்புக் காற்று நாலு பக்கமும் மேலும் கீழுமாகச் சூழ்ந்துகொண்டது.

அத்தியாயம் இருபத்தைந்து

ஏப்ரல் 13 1907 பிரபவ வருடம் பங்குனி 31 சனிக்கிழமை

அதிகாலையிலேயே முழிப்பு தட்டிவிட்டது. எழுந்து உட்கார்ந்தபோது இருக்கப்பட்ட இடமும் ஸ்திதியும் புலப்படவில்லை. ஜெயிலில் இருக்கிறதாகப் பட்டது. இதோ பிகில் சத்தம் கொடுப்பான் பாராக்காரன். எழுந்து மூத்திரச் சட்டியைத் தூக்கிக் கொண்டு வெளியே புதர் மண்டிய பிரதேசத்தில் கவிழ்க்க வேண்டும். அப்படியே விசர்ஜனம் முடித்து தந்த சுத்தி. குளியல். ஆஜர் பட்டியல் எடுப்பு. கம்பங்களி. படிப்பும் வேண்டாம் மசிரும் வேண்டாம் என்று ஒதுங்கிப் போறவனை எல்லாம் இழுத்து உட்கார்த்தி அவன் வாயாற என் பொண்டாட்டி, தாயார், பாட்டி எல்லோரையும் கெட்ட செய்கைக்குக் கூட்டிவரச் சொல்லித் திட்டுவதை வாங்கிக் கட்டிக்கொண்டு நாலெழுத்து போதிக்க வேணும். அது முடிந்தால் எண்ணெய்ச் செக்கை ஓட்டி ஓட்டி அரைத்துக் கூழாக்கி எள்ளெண்ணெய் எடுப்பது, ஈரப் பிண்ணாக்கைக் காயப் போடுவது, தச்சுவேலை, கொத்துவேலை. உடம்பில் ஜீவன் இருக்கும் வரைக்கும் தான் அது எல்லாம்.

சர்க்கார் கடிதாசு இன்னிக்காவது வருமோ? இல்லே சீக்கிரமே எல்லாம் முடிந்து தூக்கில் தொங்கி உசிரை விட வேண்டி இருக்குமா? மனசு மருட்டியது. மூத்திரம் வேறே முட்டிக் கொண்டு வந்தது. உசிர் கிடக்கு. நீர் பிரியட்டும் முதலில்.

சட்டென்று எல்லாம் விளங்கினது. இப்போதைக்கு உயிர் போகாது.

காராகிருஹத்தை விட்டு வெளியே வந்து ஒரு நாள் ஒரு பொழுது முடியப் போகிறது. என் வீட்டில் நான் இருக்கேன். வாசல் திண்ணையில் படுத்து இதோ கண் முழித்து இன்னும் உசிரோடு தான் இருக்கிறேன். இந்த அளவு சந்தோஷமே போதும்.

திண்ணையில் இருந்து உள்ளே போனேன். ராத்திரியில் பூட்டி வைத்திருந்த கம்பிக் கதவு மட்ட மல்லாக்கத் திறந்து கிடந்தது. நீ வீட்டுக்குள் இல்லை என்பது கஷ்டப்படுத்தினாலும், அற்ப சங்கை கழித்து வந்து அதெல்லாம் யோசிக்கலாம் என்று முடிவு செய்து கொல்லைப் பக்கம் நடந்தேன்.

இது நம் அகம்தானே? அப்போ, ஒரு பண்டம், பாத்திரம், துணிமணி இல்லாமல் இதுக்கு எப்படி ஒரு அந்நியமான களை வந்து சேர்ந்தது? ஸ்வாமி மூலைக்கு முன்னால் தோல் செருப்பு ஒண்ணே ஒண்ணு குப்புறக் கிடந்தது. அனாசாரமாக அதை அங்கே விட்டுவிட்டுப் போனது யாராக இருக்கும்? செய்த பாவத்துக்கு அனுபவிப்பதே போறாதா? செருப்பை ஸ்வாமிக்கு முன்னால் விட்டு இன்னும் பாபச் சுமையை மேலே ஏற்றிக்கொள்ள வேணுமா என்ன?

அந்தச் செருப்பை அந்தாண்டை தள்ளியபடியே கொல்லைப் பக்கம் வந்து சேர்ந்தேன். ராத்திரி சமைத்து அலம்ப வைத்த பாத்திரமும், குவளையும் இல்லாமல், வெளியே போய் எறிந்துவிட்டு வர பிரப்பங்கூடையில் ராத்திரி சாப்பிட்ட எச்சில் இலை இல்லாமல் கிணற்றடி வெறிச்சென்று கிடந்தது. மாடப்புறையில் பார்த்தேன். பழைய தைல போத்தல். தூசி துப்பட்டைக்கு நடுவே தலையை நீட்டி சவுக்கியமா என்று

அது விசாரித்தது. துர்வாடை அடிக்கிற மயில் றெக்கைத் தைலம். என்னத்துக்கு எனக்கு அது?

எருக்கம் புதரும் கள்ளிச் செடியுமாக கக்கூசுக்குப் போகிற பாதை கிட்டத்தட்ட அடைந்து கிடந்தது. செருப்பு இல்லாமல் அங்கே போனால் முள் தைக்கவோ, பூச்சி பொட்டு கடிக்கவோ செய்யலாம். என்ன பண்ண? நம்ம வீட்டை இப்படிப் பாழடைய வைத்துவிட்டு நான் வெகுகாலம் கம்பங்களி சாப்பிட்டபடி பிண்ணாக்கு உலர்த்திக் கொண்டிருந்துவிட்டேனே. போறது, உசிராவது பிழச்சுதே சொல்லு.

சுத்தப்படுத்தி எத்தனையோ நாள் ஆகியிருந்த அந்த இடத்தின் துர்வாடையை சொல்ல ஒண்ணாது. நாசமாப் போச்சு போ. அங்கே என்ன இலை போட்டு பரசேஷணம் செஞ்சு எள்ளுருண்டையும் உளுந்து வடையுமா தெவசச் சாப்பாடு சாப்பிடவா போறேன்? இங்கே காதில் பூணூலை மாட்டிக் கொண்டு உட்கார்ந்து நீர் முழுக்கப் பிரியும்படிக்கு இறக்கி விடவேண்டியதுதான்.

பூணூல் எங்கே? அதைத் தான் அவிழ்த்து வீசியாச்சே. விட்டது தொல்லை. சந்தியாவந்தனமும் மாத்யானமும் அமாவாசையும் திவசமும் வேண்டவே வேண்டாம். அதுக்கான நேரமும் மிச்சம்.

அற்ப சங்கை கழித்து வெளியே வந்து திரும்ப கூடம் நெடுக நடந்து வாசலுக்கு வந்தபோது வாசலில் யாரோ தலை தட்டுப்பட்டது.

ஐயா, நாகப்பட்டணத்துலே இருந்து வர்றேன். ஞாபகம் இருக்குதா? போன மாசம் அமாவாசைக்கு அடுத்த நாள் வந்தேனே. தோட்ட வேலைக்குப் போறதுக்கு கப்பல் சத்தம் கொண்டாந்திருக்கேன். சொன்னபடிக்கு ஆடி பொறந்ததும் பயணம் வைக்க முடியலை. தப்பா எடுத்துக்க வேணாம். பணம் பொரட்ட சுணங்கிடுத்து. வீட்டோட மாரியாத்தா வந்து இறங்கிப்போனது வேறே. போறதுதான் போறோமேன்னு ரெண்டு மவளையும் கூடவே கூட்டிட்டுப் போயிட்டா. எல்லாம் பறிகொடுத்துட்டு அதான் இப்போ வந்து நிக்கறேன். மூட்டை

முடிச்சு கட்டக் கூட ஒண்ணும் கிடையாது. போகுது விடுங்க.. அடுத்த கப்பல் எப்போ சாமி புறப்படுது?

அவன் கேட்டபோதுதான் எனக்கு உறைத்தது. அவன் துக்கம் அவனுக்கு. எனக்கு ஏது மூட்டையும் மண்ணாங்கட்டியும்? என் துணிப்பை என்கிட்டேயே இருக்கட்டும். ஒப்படைக்கவும் திறந்து காட்டவும் யாரையும் தேட வேண்டாம். திறந்து வைத்து என்ன ஆகப் போகிறது? பொத்தி வைத்துப் போய்ச் சேர நூறு ரூபாய் பணம். நீர்க்காவி ஏறின வேஷ்டி. கொலைகாரப் பட்டம். போதும்.

இங்கே உட்காரலாமா?

அவன் திண்ணையைக் காட்டிக் கேட்டான். உட்காரச் சொல்ல நான் யார்?

நான் இப்போது இருப்பது என் வீடு இல்லை. ஸ்தூலமாக எனக்குச் சொந்தமானதாக இருக்கும். அதுவும் கூட இல்லாமல் போயிருக்கலாம். இந்த நிமிஷத்தில் எனக்கு பாத்தியதை இல்லாத இடம் இது. சாப்பாட்டுக் கடை போல், ஜெயில் போல், பெஞ்சி போட்டு நாலு பேர் குந்தி இருக்கிற தெரு வீடு போல் அந்நியமான இன்னொரு இடம். யாரும் எங்கேயும் இஷ்டம் போல் குத்த வைக்கட்டும்.

நான் முணுமுணுப்பாக அவனுக்கு ஏதோ பதில் சொல்லி விட்டு இருக்கச் சொல்லித் திண்ணையைக் காட்டினேன்.

நேரம் பிடிக்குமா சாமிகளே? அப்போ குளிச்சுக் கோவில் வாசல்லே நின்னபடிக்கு ஒரு கும்பிடு போட்டுட்டு ஓடியாந்துடறேன். போற இடத்துலே கோவிலும் குளமும் எங்கே இருக்கப்போவுது?

அவன் சொன்னபடிக்கு வந்த வழியே திரும்ப எனக்கும் யோசனை வந்தது. குளிக்க கோவில் தெப்பக் குளத்துக்குப் போனால் என்ன? பக்கத்திலேயே பிரம்ம சௌசத்தையும் முடித்துக் கொள்ளலாம். போகிற வழிக்கு வைத்து கொஞ்சம் கரித்தூளோ மரத்தில் எட்டிப் பறிக்கிற உசரத்தில்

வேப்பங்குச்சியோ கிடைத்தால் பல் விளக்கவும் சரிப்பட்டு வரும்.

நான் கோவில் பக்கம் வந்தபோது குளக்கரையில் ஒன்று ரெண்டாக ஜனங்கள் ஸ்நானம் முடித்து இடுப்புத் துணியை நனைத்து உலர வைத்தபடி கோவிலுக்குப் போகக் காத்திருந்தது கண்ணில் பட்டது. மலையாள பூமியில் ஈர உடுப்போடு ஸ்வாமி தரிசனம் பண்ணப் போவதில் தடையேதும் இல்லை தெரியுமோ? இங்கேயானால், பித்ரு காரியத்துக்காக, சரியாகச் சொன்னால் சம்ஸ்காரம் பண்ணும்போது மட்டும் ஈரத் துணி உடுத்துக் கொள்வது உசிதம். மற்றபடி அனாசாரம் இல்லையோ அது.

சுவாமி, சவரம் பண்ணலாமா? தலை மயிரையும் நறுவிசா வெட்டி விடறேன். ரெண்டு அணா தான். போணி பண்ணிட்டுப் போங்க, புண்ணியமாப் போகும்.

குளக்கரையில் ஒருத்தன் கத்தியை தோல்வாரில் தீட்டிக் கொண்டு விசாரித்தான்.

தாடையைத் தடவிப் பார்த்தேன். சாமியார் போல் முகத்தில் ரோமம் மண்டிக் கிடந்தது. தலையிலும் நமைச்சலும் அரிப்பும் தாங்க முடியவில்லை. எல்லாம் மொத்தமாக வெட்டிக் களைந்தால் என்ன? சௌசம் முன்னாடி. பிரம்ம சௌசம் அப்புறம்.

ஷவரம் பண்ணி தலையை முண்டிதமும் செய்யச் சொல்லி அவனிடம் சொல்லிவிட்டு முன்னால் உட்கார்ந்தேன்.

அவன் ஒரு வட்டக் கண்ணாடியை என் கையில் பிடித்துக்கொள்ளக் கொடுத்தான். அதில் தெப்பக்குளமும், தண்ணீரும், உதய காலத்து சூரிய வெளிச்சமுமாக பார்க்க ரம்மியமாக இருந்தது. அப்புறம் என் முகம். எனக்கே பிடிக்காமல் போன ஆனாலும் சுமந்து அலைந்து தொலைக்க வேண்டிய முகம் அது. உடம்பு இது.

கரகரவென்று தலையை மொட்டை அடித்து ஒரு குத்து சந்தனத்தை வேறே வெறுந்தலையில் பூசிவிட்டான் நாவிதன்.

முகத்திலும் தாடி மீசை ஒழிந்துபோனது.

ஆள் நடமாட்டம் இல்லாத மூலையில் குத்த வைத்துவிட்டு வந்தேன். வரும் வழியில் ஆலமரத்தில் குச்சி ஒடித்துப் பல் துலக்கிக் கொண்டு குளத்தில் மூழ்கிக் குளித்தேன். எப்போதும் ஏற்படாத அலாதியான ஆனந்தத்தையும் மன சமாதானத்தையும் அந்தச் சுத்தமான குளிர்ந்த பச்சைத் தண்ணி கொடுத்தது.

கோவிலுக்குள் நுழைந்து ஒரு தடவை பிரகாரம் சுற்றுவதற்குள் வயிறு பசிக்க ஆரம்பித்தது. இன்னும் ஒரே ஒரு சன்னிதி. நவகிரகத்தையும் ஒரே ஒரு தடவையாவது பிரதிட்சணம் வைத்து சண்டிகேஸ்வரரிடம் கையைத் தட்டிச் சொல்லிக் கொண்டு கிளம்ப வேண்டியது தான். அதை எல்லாம் சாவகாசமாக இன்னொரு நாள் வச்சுக்கலாம். இப்ப நான் தான் பிரதானம் என்றது வயிறு.

கோவில் பக்கம் சாப்பாட்டுக் கடையில் ராயன் ஒருத்தன் இட்டலியும் ரவை உப்புமாவும் பித்தளைப் பாத்திரத்தில் வைத்து விற்றுக் கொண்டிருந்தான். உட்கார்ந்து சாப்பிட அங்கே இருக்க இடம் இல்லாத காரணத்தால் பூவரசம் இலையில் ரெண்டையும் வாங்கி மேலேயே புளிக்குழம்பையும் துவையலையும் போடச் சொல்லிக் கையில் பிடித்தபடி குளக்கரைக்குத் திரும்ப வந்து சேர்ந்தேன்.

சாப்பிட்டு முடித்து வீட்டுக்கு நடந்தபோது பெரிசாக இரைச்சல் கேட்டது. தலைப்பாகை தரித்து அல்பாகா கோட்டு போட்ட ஒருத்தன் உள்ளே பார்த்துச் சத்தம் போட்டுக் கொண்டிருந்தான்.

வாசல் கதவை ராபணான்னு திறந்து போட்டுட்டு எங்கே போய்த் தொலைஞ்சீர்? எவனாவது கஜப் போக்கிரி குரிச்சியையும், அலமாரியையும் மட்டுமில்லே, கல்லாவைத் திறந்து காசையும் எடுத்துட்டு ஓடப் போறான். அப்புறம் எஜமானியம்மாவுக்கு நீர் தான் பதில் சொல்லியாகணும். தாணாக்காரன் லட்டியாலே இதமாப் பதமாத் தட்டி முட்டியைப் பெயர்த்துட்டு விசாரிப்பான். உம்மைத்தான். என்னை இல்லே. வயசான காலத்துலே தேவையா இதெல்லாம்?

உள்ளே இருந்து வந்த விருத்தனைத்தான் நான் நேற்று ராத்திரி ஒரு நிமிஷம் தீபத்தைக் கொளுத்திப் பிடித்தபடிக்குப் பார்த்தது. இவன் இங்கே காவல் இருக்க நியமிக்கப்பட்டவன் போல் இருக்கு. அப்படியானால் காலையில் நான் சர்வ சுதந்திரமாக உள்ளே போனபோது இவன் எங்கே காணாமல் போனான்?

பின் வாசல் பக்கமா சுருட்டு வாங்கப் போனேன். இப்பத்தான் கிளம்பினேன். செருப்பை வேறே காணோம். தேடிக்கிட்டு இருக்கச் சொல்ல நீங்க வந்துட்டீங்க.

அவன் வினயத்தோடும் கையில் ஒற்றைச் செருப்போடும் நின்றான்.

இன்னொரு செருப்பு நான் அலமாரிக்கு அந்தாண்டை சமையல் கட்டுப் பக்கம் தள்ளி விட்டு விழுந்துகிடக்கிறது என்று சொல்ல நினைத்தேன். பைத்தியமா என்ன? சும்மா இரு என்று மனசு அதட்ட வெறுமனே பார்த்துக்கொண்டு நின்றேன்.

நீர் யாரையா? உமக்கு என்ன வேணும்?

அல்பாகா கோட்டுக்காரன் என்னை மேலும் கீழுமாகப் பார்த்தபடி கேட்டான்.

வேலை தேடி வந்திருக்கேன். தெலுங்கு பிரதேசத்துக் காரன். நாலு எழுத்து, ரெண்டு பாஷை தெரியும். கணக்கு வழக்கெல்லாம் செய்யக் கூடியவன். உடனடியா என்ன வேலை கிடைக்கும்னு தெரிஞ்சா தேவலாம். எங்கேன்னாலும் பரவாயில்லே.

நான் கவனமாக இங்கிலீஷில் பதில் சொன்னேன். அதில் தப்பு இருக்கலாம். என்றாலும் பாதகம் இல்லை. அவன் ஒரு மரியாதையோடு என்னைப் பார்த்ததே போதும்.

நாலு வார்த்தை இங்கிலீஷ் பேசினால் பட்டணத்தில் ஒரு மரியாதை ஏற்பட ஆரம்பித்து வெகு காலம் ஆகிறது. பாதிரி பள்ளிக்கூடத்துக்கு ஒழுங்காகப் போயிருந்தால் நானும் கரதலபாடமாக அந்த பாஷையைக் கற்றுத் தேர்ந்து நேவிகேஷன் கிளார்க் ஆகியிருப்பேன். ஜெயிலில் தச்சு வேலை செய்துகொண்டு மூத்திரச் சட்டியைக் குப்புறக் கவிழ்த்துக்

கொண்டிருக்க மாட்டேன். கொடுப்பினை இல்லாமல் போச்சே, என்ன செய்ய?

சார், கொஞ்சம் வாசல் திண்ணையில் உட்காருங்கோ. முதலாளி வந்துடுவார். கப்பல் வரும் வாரக் கடைசியில் தான் கிளம்பறது. சமயம் ஏகத்துக்கு இருக்கு.

அவன் கைகாட்ட, வாசலுக்கு வந்து உட்கார்ந்தேன். என் பின்னாலேயே அந்த காவல்காரக் கிழவனும் வந்தான். அரவமா என்று விசாரித்தான். தெலுங்கு என்றேன். வெகு பிரியமாகச் சிரித்தான். அவனுக்கு இங்கிலீஷ் எல்லாம் எதுக்கு?

இந்த வீட்டுலே ஒரு தமிழ் பிராமணன் இருந்தானே? அவனும் வீட்டுக்காரியும் மட்டும் இருந்த ஞாபகம். கருப்புப் பட்டணத்திலே பொடிக்கடையோ ஏதோ வச்சு ஜீவனம் நடத்திட்டு வந்தான். ஒரு தடவை குண்டூர்லே இருந்து ரெண்டு சாக்கு மிளகாய் கொண்டு வந்து கொடுத்திருக்கேன். அது ஏழெட்டு வருஷம் முந்தி.

ஜாக்கிரதையாகப் பொய் சொன்னேன். இனி மிச்ச வாழ்நாள் முழுக்க வரதராஜ ரெட்டியாக இருக்க வேணும். அதோடு கூட லலிதாம்பிகையும் இந்த வீடும் வேணும். ரெட்டிக்கு உடமையானது இல்லை ரெண்டுமே. மகாலிங்க ஐயன் பாத்யதை கொண்டாட வேண்டியது. பொறுப்பாக வைத்துக் காப்பாற்ற வேண்டியது.

கிழவன் என்ன என்று புரிபடாத மாதிரி தலையை ஆட்டினான். காக்கிச் சட்டைப் பையில் இருந்து ஒரு சுருட்டை எடுத்து ஆசையோடு முகர்ந்து விட்டுத் திரும்ப அங்கேயே வைத்தான். அந்த வாடை இதமாக இருந்தது. பொடிக்கடையில் சதா வரும் நல்ல வாசனை அது. பத்திரத்தையும், பாதுகாப்பையும் கொடுக்கக் கூடியது.

இந்த வீட்டுக்குக் குடக்கூலி வாங்க அப்பப்ப பக்கத்து கிராமப் பிரதேசத்துலே இருந்து வயசான ஒரு பிராமணர் வந்துட்டுப் போவார். பார்த்திருக்கேன்.

அவன் திரும்ப சுருட்டை எடுத்துக் கையில் வைத்து உருட்டினபடிக்குச் சொன்னான்.

எங்கே இருந்து வருவார்? எப்படி இருப்பார்?

நான் பரபரப்பாகக் கேட்டேன். கழுக்குன்றத்தில் இருந்து உன் சார்பாக வாடகை வாங்கிப் போக யாரையாவது அனுப்பி வைத்துக் கொண்டிருக்கிறாயோடீ லலிதா?

தாட்டியான மனுஷன். ஊர்லே யாரோ பொம்பளைக்குப் போக வேண்டிய காசாம்.

அந்தப் பொண்ணு வந்திருக்காளா எப்பவாவது? நீர் பார்த்திருக்கீரா? என்ன வயசு?

என் குரலில் பரபரப்பு கூடியதை நானே புரிந்துகொண்டேன். இங்கே இன்னும் சில தினங்கள் இருந்தால் அல்லது திருக்கழுக்குன்றம் ஒரு விசை போய்வந்தால் நீ கிடைக்கக் கூடும் என்று தோன்றியது.

இதானே வேணாங்கிறது. பொம்பளைன்னதும் வாயைப் பொளக்கறீரே. குட்டி ஷோக்கு வேண்டியிருக்குதா? கரும்புத் தோட்டத்துலே இளுத்து வச்சு அறுத்து உப்புத் தண்ணியிலே போட்டுடுவான். எதுக்கும் மூட்டையிலே இன்னொரு ஜாமானை வாங்கிச் சொருகி வச்சுக்கும். பட்டணத்திலே காசு கொடுத்தா எதுவும் கிடைக்கும். புரியுதா?

கிழவன் எகத்தாளமாகச் சொல்லியபடி சுருட்டை வாயில் வைத்துச் சுவைத்தபடி வீட்டுக்குள் நடந்தான். அல்பாகா காரியஸ்தன் எங்கே போய் ஒழிந்தான். இந்தக் கிழட்டுக் கம்மனாட்டி பல்லைத் தட்டி நாக்கை அறுத்து ஜெயிலில் போட வேண்டாமோ?

அம்மா வந்தாச்சு.

அல்பாகா கோட்டுக்காரன் குரல் வாசலில் கேட்டது. ஒரு ஜட்கா வண்டி வந்து நிற்க கருத்த, தாட்டியான நடுத்தர வயசு பெண் ஒருத்தி இறங்கினாள்.

யாரு? அந்த மொட்டையா? இங்கிலீசு தெரியுமாமா? நல்லதாப் போச்சு. பிரஞ்சும் பேசுவாரான்னு கேளு.

என்னை குத்துமதிப்பாகப் பார்த்தபடி பேசியபடிக்கு அவள் உள்ளே போக, காரியஸ்தன் என் கையைப் பார்த்தான்.

பச்சை குத்தியிருந்த எழுத்துகளை ஒரு வினாடி உற்று நோக்கிவிட்டுக் கேட்டான்.

வரதராஜ ரெட்டி, உமக்கு ஃபிஜி, பிரஞ்சு கயானா, மொரீஷியஸ் இப்படி சமுத்திரம் கடந்து வேலைக்குப் போக சம்மதமா? அம்மா கேக்குது. சொல்லும். பிரஞ்சு பாஷை பேசுவீரா? இங்கிலீஷ் மட்டும் தானா?

அத்தியாயம் இருபத்தாறு

ஏப்ரல் 22 1907 விபவ வருடம் சித்திரை 9 திங்கள்கிழமை

என் பிரியமுள்ள லலிதாம்பிகே. இதுக்கு முந்தி எழுதின கடிதாசு பத்தரமாக வந்து சேர்ந்திருக்கும் என்று நினைக்கிறேன். படிக்கச் சொல்லிக் கேட்டு வர்த்தமானம் எல்லாம் ஒருவாறு விளங்கியிருக்கலாம். நீ உடனே பதில் கடுதாசு அனுப்பிவைக்க வேண்டும் என்றெல்லாம் நான் எதிர்பார்க்கவில்லை. வசதிப்படும்போது எந்த மார்க்கமாகவாவது தென்பட்டால் அதுபடிக்கு ரெண்டு வரி மட்டும் உன் தேக க்ஷேமத்தைத் தெரியப் படுத்தினால் மெத்தவும் சந்துஷ்டி அடைவேன்.

ஆக, நான் சொல்லிக் கொண்டு வந்தபடிக்கு, நல்ல நாள் பார்த்து விடிகாலையிலே பரதேச யாத்திரை கிளம்பியானது. முதலில் புதுச்சேரி. அங்கே இருந்து கப்பல் மார்க்கமாக சமுத்திரம் கடந்து பிரயாணம்.

புதுச்சேரி போக ரெண்டு மாட்டு வண்டி அமர்த்தியிருந்தது. நம் அகத்து வாசலில் வண்டி வந்து நிற்கக் காத்துக் கொண்டு என்னோடு கூட இன்னும் பத்துப் பேர் திண்ணையில் இடித்துப் பிடித்து உட்கார்ந்திருந்தோம்.

இன்னொரு வண்டி கொண்டு வந்திருந்தால் கொஞ்சம் சௌகரியமாக பிரயாணம் போயிருக்கலாம் என்று எல்லோரும் ஒருத்தனுக்கு ஒருத்தன் சொல்லிக் கொண்டிருந்தாலும் அதை எங்களைக் கூட்டிப் போகிற பெண்பிள்ளையிடம் சொல்ல யாருக்கும் மனோதைரியம் இல்லாமல் போனது.

அவளுடைய பெயர் கருப்பாயி அம்மாள் என்று காரியஸ்தனோடு பேசிக்கொண்டிருந்தபோது தெரிய வந்தது. தெற்கத்தி சீமைப் பெண்பிள்ளையாக இருக்கும் என்று எனக்கு ஒரு சமுசயம். அவள் யாராக வேண்டுமானாலும் இருந்துவிட்டுப் போகட்டும். நசித்துப் போனதாக நான் நினைத்திருந்த ஒரு ஜீவிதத்தை திரும்ப ஆரம்பிக்க வைத்து அந்நிய தேசத்துக்கு கப்பல் ஏற்றி அனுப்ப எல்லா முஸ்தீபும் செய்து தருவதால் சாட்சாத் கற்பகாம்பாளே தான் அவள். நான் இங்கே வந்த தினத்திலிருந்து, புதுச்சேரி புறப்பட்ட வரையான நாலு நாள் நம்ம வீட்டு வாசலிலேயே படுத்துக்கொள்ள அந்த மகராசி அனுமதி கொடுத்தாள். நம்ம வீட்டிலே தூங்க இப்படி வேற்றார் அனுமதியும் வேண்டிப் போனது போ.

புதுச்சேரிக்குப் பிரயாணம் கிளம்பிய நாளில், போகிற வழியில் பசி எடுத்தால் சாப்பிட எங்கள் எல்லோருக்கும் புளியஞ்சாதமும் எலுமிச்சங்காய் அன்னமும் பூவரசு இலையில் கட்டி ஒவ்வொருத்தருக்கும் கொடுக்க வழிவகை செய்திருந்தான் காரியஸ்தான். நம் வீட்டுப் பின்கட்டில் கோட்டை அடுப்பு வைத்து ஒரு ஐயங்கார் பையனும் எடுபிடிகளுமாக விடிய முந்தியே வடித்து ஓலைப்பாயில் கொட்டி இறக்கி விட்டுப் போனது அது. கல்யாணச் சாப்பாட்டுக் களை வராவிட்டாலும் வீட்டில் அப்படி நாலுபேர் குடித்தனம் இருக்கப்பட்ட மாதிரி புழங்கியதால் ஏதோ சீமந்தம், சுபசுவீகாரம் நடக்கிற தோதில் மனசுக்கு சமாதானமாகத் தெரிந்தது.

காரியஸ்தன் முந்தின நாள் ராத்திரி எல்லோரையுமே நம் வீட்டிலேயே கூடத்திலோ திண்ணையிலோ படுத்து நித்திரை போகச் சொன்னான். வெளியே எங்கேயும் போய் திரும்பி வராவிட்டால் அவனுக்குக் கஷ்டம் என்பதால் இந்தக்

கட்டளை. நம் அகத்துக்கு உள்ளே கிடந்து தூங்கச் சொல்லி நமக்கே ஒருத்தன் உத்தரவு போடுகிறது சகிக்க ஒண்ணாத துக்கமே. ஆனாலும், நல்ல காலம் வரப் போகிறது என்று தெரிந்த காரணத்தால் அதைப் பொறுத்துக்கொள்ள வேண்டிப் போனது.

நீயும் வீட்டில் இருந்தால் தம்பதி சமேதராக வண்டி ஏறிப் புதுச்சேரி போயிருக்கலாம் என்று கூடத் தோன்றியது. ஆனால் நீ லட்சுமிகரமாகப் புழங்கும் வீட்டில் இப்படி அந்நிய ஆம்பிளைகள் குறுக்கும் நெடுக்குமாகத் திரிந்துகொண்டிருக்க முடியாதுதான். அதுவும் அந்த சுருட்டுக் கிழவன் காலில் இருந்து பாதரட்சையைக் கழட்டுவதே இல்லை என்று ஒரு தீர்மானத்தோடு இருந்தான். அவன் தலையில் இடிவிழ. காலில் ரோகம் பற்றி இற்றுப்போய் அது இடுப்பிலிருந்து கழண்டு விழுந்து காணாமல் போகட்டும்.

ஓய் வரதராஜ ரெட்டி, இவங்க எல்லோரையும் உம்ம பொறுப்பில் விடறேன். படிப்பறிவில்லாத ஜன்மம் இது எல்லாம். நல்ல படிக்கு புதுச்சேரியும் அங்கே இருந்து கயானோவோ பிஜியோ வேறே ஏதேதோ இதுகளுக்குப் பேர் விளங்காத தீபகர்ப்பமோ - உம்மோடு கூட்டிப்போய் சுகமாக இருக்க வழிபண்ணும். வேதபுரீசன் உம்மையும் சந்ததியையும் எப்பவும் காப்பாத்துவான்.

கருப்பாயி அம்மாள் வாயில் போட்டிருந்த தாம்பூலத்தை ஒரு வெள்ளிக் கிண்ணியில் துப்பியபடிக்கு நல்ல வார்த்தையாக நாலு என்னைப் பார்த்துச் சொல்லி அனுப்பி வைத்தாள்.

இங்கே அந்த கருப்பாயி பற்றி இன்னொண்ணை உனக்காக சொல்லியாக வேணும். கருப்பு ரதி மாதிரி, கழுக்குன்றத்தில் என் மனசை அலைக்கழித்து நாசமாகப் போக வைத்த ரெட்டிய கன்யகை மாதிரி எல்லாம் செளந்தர்யமான ஸ்திரி அவள் என்று நினைத்திருந்தால் உடனே அந்த நினைப்பை அழித்துப் போடுவது சிலாக்கியமானது. ஆம்பளைக்குப் பொண்ணு வேஷம் போட்டது போல் ரொம்ப தாட்டியான, மத்திய வயசு கடந்த பொம்பளை அவள். குரலும் என் சத்தத்தை

விட கரகரப்பாக, கிட்டத்தட்ட உங்கம்மா பேசுகிற மாதிரி வந்து விழும்.

நான் நாலெழுத்து அதுவும் இங்கிலீசில் எழுதவும் பேசவும் தெரிந்தவன் என்பதால் என்மேல் கருப்பாயிக்கு ரொம்ப அபிமானம்.

ரெட்டியாரே, உம்மைப் போல் இன்னும் நாலு பேர் உம்ம ஊரில் இருந்தா விவரம் சொல்லும். ஆளனுப்பிக் கூப்பிட்டுக் கேட்கிறேன். கணக்கு எழுதுகிற பெட்டியடி உத்தியோகத்துக்கு துரை ஆள் அம்பு கேட்கிறான்.

அவள் என்னிடத்தில் சிநேகிதமாக விசாரித்தபோது வேறு யாரையும் தெரியாத காரணத்தால் விசனப்பட்டேன். நான் நல்ல ஸ்திதியில் இருந்தால் புகையிலைக்கடையில் வேலை பார்க்கிற மற்ற சிநேகிதர்களை இதுக்காக சித்தப்படுத்தலாம். இப்போ எங்கே போய் ஆளைப் பிடிக்க?

நான் நெல்லூர்த் தெலுங்கனாச்சே. மதராஸில் யாரையும் தெரியாதே அம்மகாரு.

போனால் போகிறது ரெட்டியாரே, நீர் வந்ததே எதேஷ்டம் என்று திருப்திப்பட்டாள் கருப்பாயி. நானும் என் பங்குக்கு அவளைப் பற்றிய வர்த்தமானம் எல்லாம் கூடிய மட்டும் வாயைப் பிடுங்கி விசாரித்து வைத்துக் கொண்டேன்.

அவளும் புதுச்சேரியில் தான் குடித்தனம் வைத்திருக்கிறாளாம். கைம்பெண்டு. புருஷன் இப்படி பிரஞ்சு பட்டிணத்தில் இருந்தும் மதராஸ் ராஜதானியில் இருந்தும் தக்க நபர்களை பிரஞ்சு தீவுகளுக்கு அனுப்புகிற ஏஜெண்டு வேலை பார்த்தவன். அவனுக்குக் கூடமாட ஒத்தாசையாக இருந்து, நாலைந்து வருஷம் முன்னால் அவன் காலம் முடிந்து போய்ச் சேர்ந்ததும் இவளே ஏஜெண்டு ஆகிவிட்டாளாம்.

பட்டணத்தில் பிரதி மாசம் பத்து நாள் இருந்தால் புதுச்சேரியில் மீதி தினம் என்று கணக்கு வைத்துக்கொண்டு ரெண்டு இடத்துக்குமாக சதா அலைகிறாளாம்.

இவள் நேரடியாக ஒவ்வொருத்தராகப் பார்த்துப் பேசி சொத்தை சொள்ளை இல்லாதவன் என்று தீர்மானம் செய்ய வேண்டுமாம். அப்படி இவள் பார்வைக்குத் தேறின ஆசாமிகள் அன்றி வேறே யாரையும் உத்தியோகத்துக்காக இங்கேயிருந்து பிரஞ்சு தீவுக்குக் கப்பல் ஏற்ற வேண்டாம் என்று பிரஞ்சு துரைகள் கண்டிப்பாக ஆக்ஞை பிறப்பித்திருக்கிறதால் இந்தக் கருப்பாயி ஆனவள் இங்கே சொன்னபடிக்கு லோல்பட வேண்டி வந்ததாம். தலைக்கு கம்மீஷனாக அவளுக்கு பதினஞ்சு ரூபா தருவதாக ஏற்பாடாம். அந்தக் காசுக்காகத் தான் கைம்பெண்டாட்டியாக இருந்தாலும் முக்காட்டை இழுத்து விட்டுக் கொண்டு வீட்டோடு முடங்காமல் இப்படி சஞ்சாரமும் மற்றதும் எல்லாமாம்.

துட்டு, காசு, தனம், எந்தப் பெயரோ அதைத் தேடிப் போய்ச் சேர்க்க, விருத்தி பண்ண லோகத்தில் என்ன எல்லாம் செய்ய வேண்டியிருக்கு பார்த்தியோடீ லலிதாம்பிகே?

நம்முடைய மதராஸ் பட்டிணம் இங்கிலீஷ்கார ராஜதானி ஆனபடியாலே வேறே தேசங்களுக்கு இப்படி அடிமை உத்தியோகம் பார்க்க ஆள் அனுப்புவது அபூர்வம். ஆனால் பிரான்சு தேசத்தின் சமாச்சாரமே வேறே. அதுவும் அவர்களுக்கு அடிமைப்பட்ட பிரதேசங்கள். அங்கே காப்பிரிகள் தான் இத்தனை நாள் எல்லா அடிமைக் காரியமும் பார்த்துக் கொண்டிருந்ததாகப் பிரஸ்தாபம். அவர்கள் இப்போது அதையெல்லாம் அடியோடு நிறுத்தியாச்சு. கையில் கொஞ்சம் காசு சேர்ந்திருந்த காரணத்தால் குச்சுவீடோ மச்சுவீடோ கிரயத்துக்கு வாங்கி அங்கேயே குடியும் குடித்தனமுமாக இருக்கார்களாம்.

எனவே அடிமை வேலைக்கு நம் தேசத்தில் இருந்து மனுஷர்கள் போகவேண்டி வந்ததாம். அங்கே போன முகூர்த்தம் அந்தக் காப்பிரிகள் போல் நமக்கும் கையில் நாலு காசு வந்து சேராதா என்ற நப்பாசை என்னையும் சேர்த்து எல்லோருக்கும் இருந்ததால் இப்படி அவனவன் ஏழு சமுத்திரம் தாண்டி யாத்திரை வைத்துக்கொண்டிருக்கிறான்.

வண்டி நகரத் தொடங்கி மாட வீதி வந்து சேர்ந்தோம். கற்பகாம்பாள் சந்நிதி வாசலில் ஒரு நிமிஷம் நிறுத்தச் சொல்லி அவசரமாக தரிசனம் செய்து கொண்டேன். அப்படியே பக்கத்தில் ராயன் கடையில் நாலைந்து மெதுவடையும் அப்பமும் ஓரணா கொடுத்து வாங்கி வைத்துக் கொண்டேன். விடிகாலையில் ஐயங்கார் பையன் எலுமிச்சங்காய் சாதம் பிசைகிறேன் பேர்வழி என்று இருட்டில் வெங்கலப் பானைக்குள்ளே வந்து விழுந்த என்னத்தை எல்லாம் கொட்டிக் கலந்து பிருஷ்டம் அலம்பின கையால் கட்டிக் கொடுத்தானோ. அது உச்சந்தலைக்கு உஷ்ணம் ஏறும் நடு மத்தியானத்தில் சாப்பிட லாயக்கில்லாமல் கெட்டுப் போனால் லேசம் பசியாற ராயன் கடை வஸ்து பிரயோஜனமாகுமே.

வண்டி அப்புறம் கடந்து போன பாதை கிட்டத்தட்ட எனக்கு சொப்பனத்தில் எல்லாம் தப்பாமல் வந்து இன்னும் இம்சை பண்ணுகிற அதே வழிதான். கொஞ்சம் வடமேற்காகத் திரும்பினால் திருக்குழுக்குன்றம். எனக்கு ஜென்ம சாபம் வந்து சேரவைத்த ஸ்தலம். ஊரைச் சொல்லி குரோதம் பாராட்டுவானேன்? கோமணத்தை இறுக்க முடிந்து கொண்டு பரஸ்த்ரி நினைப்பு இல்லாமல் கழுகு தரிசனம் முடித்து இறங்கி இருந்தால் இந்நேரம் இதை எல்லாம் எழுத வேண்டி வந்திருக்காது தான். விதி யாரை விட்டதடி என் பிராணசகி சதா சுமங்கலி லலிதாம்பிகை அம்மாளே.

மகாபலிபுரத்துக்குப் பக்கம் சேற்றுக் குட்டையை இன்னொரு தடவை கடக்க வேண்டி வந்தது. ஏழு வருஷம் முன்னால் பார்த்ததை விட திராபையாக ஆகியிருந்தது அந்த இடம். அப்போ வண்டிக்காரனுக்கு ஒத்தாசையாக பன்னிக் கூட்டத்துக்கு நடுவே வண்டியைத் தள்ளிப்போக தேகத்தில் தெம்பு இருந்தது. இப்போ அது குறைந்து அசதியும் மனசு ஓரத்தில் ஒரு அவமானமும் தான் பாக்கி இருக்கிறது. மற்றதைத் தொலைத்தது போல் உன்னையும் தொலைத்து விடுவேனா என்று ஒரு கிலியும் சதா ஆட்டுகிறது. போதாக்குறைக்கு அந்த ப்ரேத பிராமணன் வேறே ஏதோ ஸ்தாலிச் செம்பை கோர்ட்

கச்சேரி சுவரேறிக் குதித்து எடுத்து வா என்று விடாமல் நச்சரிக்கிறான். கஷ்டம்தான் போ.

நாங்கள் மரக்காணம் போகிறதுக்குள் நல்ல வெய்யில் வந்து விட்டது. போன விசை ராத்தங்கி இருந்த அதே பொட்டலுக்குப் போய்ச் சேர்ந்தோம். தகித்துக் கிடக்கிற உஷ்ண காலமானதால் அங்கே மரத்தடியில் உட்கார்ந்து பூவரச இலை பொட்டலத்தைப் பிரித்து வைத்துக் கொண்டு அவனவன் சட்டமாகச் சாப்பிட ஆரம்பித்தான். எனக்கோ அந்த இடமே வள்ளிக்கிழங்கு வாடையும் தெலுங்கு தேசப் பெண்பிள்ளை வாசனையுமாக மருட்டிக் கொண்டே இருந்ததால் தொண்டையில் சோறு செல்லவில்லை. ராயன்கடை வடையை ஒரு மாதிரி மென்னு முழுங்கி ஒரு சிராங்காய் தீர்த்தம் குடித்து பசியாறினதாகப் பெயர் பண்ணினேன்.

குளக்கரையில் இலையை எறிந்து விட்டுக் கை கழுவி வரப் போனபோது அந்தப் பெண்பிள்ளை நினைப்பில் ஒரு ராத்திரி முழுக்க மனசில் சித்தம் செய்து வைத்திருந்த சிருங்கார வெண்பாவும் தரவு கொச்சகக் கலிப்பாவும் ஒண்ணாவது மனசில் வருகிறதா என்று பிரயத்தனம் செய்து பார்த்தும் கழுக்குன்றம் புராண விஷயமாக யாத்த பாதி வெண்பா தான் நினைவுக்கு வந்தது. உனக்கு நல்ல காலம் பிறந்தாச்சுடா வரதராஜ ரெட்டி என்று மாதுஸ்ரீ கருப்பாயி அம்மாள் தாம்பூலத்தை என் மேல் உமிழ்ந்து கொண்டு சொன்னதுபோல் ப்ரமை.

அவிழ்த்துப் போட்ட வண்டிகளைத் திரும்பக் கட்டிக்கொண்டு கிளம்பியானது. பகல் மூணு மணி சுமாருக்கு போகிற வழியில் அவற்றை யாரோ தடுத்து நிறுத்தினார்கள். என்ன சமாசாரம் என்று வண்டிக்குள் இருந்து இறங்கிப் பார்க்க எனக்கு சப்த நாடியும் ஒடுங்கிப் போனது. இந்த ஆஜானுபாகு மனுஷன் அன்றைக்கு என்னை பிடித்து போலீசு கச்சேரியில் ஒப்படைத்த கோவில் தர்மகர்த்தா முதலி இல்லையோ?

பகவானே, இவன் கண்ணிலே நான் பட்டு கொஞ்ச நஞ்சம் திரும்பத் துளிர்க்கிறதும் ஓய்ந்தொழிந்து பட்டுப் போய் விடுமோ?

மனசில் உண்டான பயம் காரணமாக அவனைப் பார்க்காமல் கண்ணைக் கவிந்து கொண்டு ஒரு ஓரமாக நின்றேன்.

எங்கே ஓய் கோஷ்டியாகப் புறப்பட்டீர்? திருத்தணிக்கோ?

அந்த தர்மகார்த்தா கேட்டது காதில் விழுந்தது. யாரும் பதில் சொல்லாமல் இருக்கவே நான் சங்கடமாக நிமிர்ந்து நோக்க அவன் என்னைத் தான் குறிப்பாகப் பார்த்தான்.

ஐருகண்டியா? ஓய் மொட்டை மண்டை. உம்மைத்தான். வாயிலே என்ன லட்டுவா?

அவன் என்னைக் கேட்கக் கேட்க எனக்குக் கட்டுக்கடங்காமல் சந்தோஷமாகப் போனது. விளக்கெண்ணெய் முதலிக்கு என்னை அடையாளம் தெரியாதது நல்லதாகப் போச்சு. ஊர்ப் பெரிய மனுஷன் என்பதற்காக வருகிற போகிற வண்டிகளை நிறுத்தி வைத்து ரெண்டு வார்த்தை விசாரணை பண்ணி விட்டுப் போகட்டும். ஊர் கெட்டுக் கிடக்கிறது. அவனவன் பெண்பித்து பிடித்து கழுகு காட்டுகிறேன், கரடி காட்டுகிறேன் என்று சின்ன வயசுக் குட்டிகளை குன்றத்துக்கு மேலே கூட்டிப் போய் மாரைத் தடவிக் கொண்டிருக்கிறான்கள்.

அவனெல்லாம் சர்வ நாசமாகப் போகிறவன். நான் க்ஷேமப் பட்டது தெய்வாதீனம். இன்னொரு தடவை நீச புத்தி மனசில் வந்து புகுந்தால் நரகம் தான்.

நேனு வரதராஜ ரெட்டி.

நான் தெலுங்கில் பதில் சொல்ல தர்மகர்த்தா முதலி திரும்ப கேள்வி கேட்டான்.

அரவம் மாட்லாடுமா?

ஜாஸ்தி லேது. கொஞ்சம் கொஞ்சம்.

அது எதேஷ்டம். ஏனய்யா, இப்படி மாடுகள் சித்தரவதை அனுபவிக்கிற படிக்கு ஒரு வண்டிக்கு அஞ்சாறு பேர் அடைஞ்சு போகிறீர்களே. அந்த வாயில்லாப் பிராணிகள் சாபம் கொடுத்தால் நீர் உத்தேசித்துப் போகிறது பங்கமாகி விடுமே.

முதலி வத்தலும் தொத்தலுமாக நாக்குத் தள்ளி மூச்சு வாங்கிக் கொண்டிருந்த வண்டி மாடுகளைக் காட்டியபடி சொன்னான். கூட நின்ற அவனுடைய ஆட்கள் அது நியாயந்தான் என்கிறதாக முகத்தை வைத்துக் கொண்டு கையில் குண்டாந்தடியோடு முழித்துப் பார்த்தார்கள். பிறக்கும்போதே அதைத் தூக்கிப் பிடித்துக் கொண்டு வந்து விழுவார்கள் போல இருக்கு.

இன்னும் ரெண்டு வண்டி பண்ணிக் கொண்டு போனால் மெச்சப்பட்டதாக இருக்காதோ. இல்லை, வண்டிக்கு ரெண்டு பேர் இடம் ஒழித்து இறங்கி வண்டியோடு கூடவே நடந்து வந்தாலும் பாதகமில்லை. இதுகள் சம்பந்தப்பட்ட பாவம் வராது ஒழியும்.

இழவெடுத்த முதலி யோசனை சொன்னதை உடனடியாக நடப்பாக்கிப் போட்டோம். ரெண்டு வண்டியில் இருந்தும் ரெண்டு ரெண்டு தடியன்களை இறங்கி நடந்து வரச் சொல்லியானது. நானும் சித்தெ காலாற நடக்கிறேன் என்றபோது வண்டிக்காரன் என்னை வண்டியிலேயே உட்காரச் சொன்னான். நடக்கிற யாருக்காவது கால் வலித்தால் அவனை உட்கார வைத்து அப்புறம் கொஞ்ச நாழிகை நான் நடக்கலாம் என்று தீர்மானம் செய்து கொண்டு அதேபடி கிளம்பிப் போனோம்.

வண்டி இருபது அடி போயிருக்காது. அந்த முதலி பின்னால் இருந்து என்னைக் கூப்பிட்டது ஸ்பஷ்டமாகக் கேட்டது.

ஓய் மகாலிங்க அய்யர். மொட்டை அடிச்சா உம்மை அடையாளம் தெரியாது போய்விடுமா என்ன?

அவன் அபஸ்வரமாகச் சிரித்தான்.

எனக்கு அது அஸ்தியில் ஜுரம் வரவழைத்தது.

என்னைத் தவிர வேறே யாரும் அதைக் கேட்கவில்லை என்ற தோதில் இருந்தார்கள்.

தயவு செய்து போகவிடுமய்யா. நீர் என்ன சொன்னாலும் கேட்கிறேன்.

வண்டியை நிறுத்தி விட்டு ஓடிப் போய் இவனுக்கு முன்னால் முட்டிக்கால் போட்டு நிற்கலாமா என்று யோசனை. இவன் கட்டியிருக்கிற வேட்டியை உருவி மடித்து வைத்து விட்டு, இவனுடைய அரைக்கட்டில் வாயை வைத்து உறிஞ்சச் சொன்னால் கூட செய்து விட்டுப் போகலாம். பாதகமில்லை.

இவன் நினைத்தால் திரும்பவும் என்னை காராக்ருஹத்தில் அடைத்துப் போடக் கூடியவன். இவனுடைய வண்டிப் படி ஏறும் இடத்தில் பழைய சிவப்புச் சுருணை சகலமானவரின் கால் தூசு துப்பட்டையோடு கிடந்ததைப் பார்த்தேன். முன்னைக்கிப்போது இவன் ரெட்டை நாடி சரீரமாகி தொந்தி சரிந்ததால் ஏகத்துக்கு இறங்கிக் கிடந்தது இடுப்பு வேட்டி. அதோடு கூட அந்த கால்மாட்டுத் துணியும் சேர்ந்து என்னை வாவா என்று கூப்பிட்டது.

ஓய், அந்த ஸ்தாலி செம்பு விவகாரம் ஞாபகம் இருக்கட்டும். ஃபிஜி, பிரஞ்சு கயானா, மொரீஷியஸ் என்றபடிக்கு பிரயாணம் வைத்தாலும் யார் மூலமாவது பிரயத்னம் செய்வதை நிறுத்த வேணாம். என்ன புரிஞ்சுதா? சொல்லுமய்யா.

தர்மகர்த்தா நின்ற இடத்தில் மலையாளத்து ப்ரேத பிராமணன் நின்று கொண்டு விசாரித்தான்.

நான் வெறுமனே பார்த்தபடிக்கு வண்டியோடு நகர்ந்தேன்.

உம்ம வாயில் ஏதாவது அடச்சிருக்கா?

அவன் கேட்டபோது உருவம் திரும்ப மாறி தர்மகர்த்தா முதலி ஆகிவிட்டான்.

இதை வேணுமானா அடச்சுக்கோ என்று சொல்கிறதுபோல, இடுப்புக்குக் கீழே அவன் கையைக் கொண்டு சுகமாகச் சொறிந்து கொள்ள ஆரம்பித்தான்.

அத்தியாயம் இருபத்தேழு

ஏப்ரல் 22 1907 விபவ வருடம் சித்திரை 9 திங்கள்கிழமை

நாங்கள் புதுச்சேரி போய்ச் சேர்ந்தபோது ராத்திரி ஆகியிருந்தது. அம்பலத்தடியார் வீதி என்று பெயர் சொன்ன ஒரு விஸ்தாரமான தெருவில் ராத்தங்க ஜாகை ஏற்பாடானதாகத் தெரிந்தது.

ரொம்ப நெருக்கமாக சமுத்திரம் இருந்ததாலோ என்னமோ உப்பு வாடையும் குளிர்ச்சியுமாக ஒரு காற்று ரம்மியமாக வீசியது. நிலா வெளிச்சத்துக்கு அது ரொம்பவே இணங்கி வந்தது.

யாராவது குளிக்கணும்னா சொல்லலாம். வென்னீர் காய்ச்சித் தரேன்.

இடுப்பில் நாலு முழத் துண்டோடு வந்த சமையல்காரன் சொன்னான்.

ராத்திரி அத்தனை நேரம் கழித்துக் குளிக்க யார் வீட்டிலும் இழவு விழவில்லை என்று அவனுக்கு சொல்லலாமா என்று மனசில் பட்டாலும் சும்மா இருந்தேன். வாயையும் மற்றதையும் மூடிக் கொண்டு பரதேசம் போய்ப் பிழைக்க வந்திருக்கிற

வரதராஜ ரெட்டி நான். வாய்த் துடுக்கு எல்லாம் மகாலிங்க அய்யனோடு போச்சு.

ராத்திரி ஆகாரம் என்று ஆளுக்கு ஆறு இட்டலி வீதம் கல்லுக் கல்லாகக் கொடுத்தானது. ஆசாரம் பார்ப்பதைத் தொலைத்துத் தலை முழுகிவிட்டதால் யார் இட்லிக்கு அரைச்சது, யார் வார்த்தது, யார் துவையல் அரைச்சது என்று தேவையில்லாத யோஜனை ஏதும் வராமல் இலையில் விழுந்ததை எடுத்து முழுங்கி ராத்திரி சுகமாக நித்திரை போனேன்.

மூத்திர விசர்ஜனத்துக்காக நடு ராத்திரி எழுந்தபோது தலைமாட்டில் யாரோ உட்கார்ந்திருக்கிற மாதிரி இருந்தது. நிலா வெளிச்சத்தில் மாம்பழப் பட்டுப் புடவையும் மூக்கில் வைர மூக்குத்தியுமாக அது எங்கம்மா மகராஜி கோமதியம்மாள்தான்.

அவளைப் பார்த்ததும் என்னையும் அறியாமல் விம்மி விம்மி அழ ஆரம்பித்தேன்.

அம்மா, அடி அம்மா, ஏன் நான் இப்படி நாய் படாத பாடு படறேன்? புத்தி சிதிலமாகிப் போய் ஏதேதோ நடந்து தீர்ந்து ஜீவிதமே கெட்டு எதுக்காக இத்தனை வாதனை அனுபவிக்கணும்? நீ பார்த்துக் கல்யாணம் செஞ்சு வச்சியே. சகல சௌபாக்கியத்தோடும் கூடிய லலிதாம்பா. ஆயுசு முழுக்கக் கூட இருந்து சந்ததி வளர்க்க கிருஹத்துக்கு வந்த என் தர்ம பத்தினி. அவளையும் விட்டுப் பிரிஞ்சாச்சு. யாரோ தீர்மானிச்ச படிக்கு எங்கேயோ எல்லாம் அலைந்து திரிய என் பூர்வ ஜென்ம பாவம்தான் என்ன?

எங்கம்மாவைக் கேட்டேன்.

அவள் பதிலே சொல்லாமல் சிரித்தாள்.

ராத்திரி திடுதிப்பென்று விடிந்து கிரகணம் பற்றிப் பிடித்த காலையாக மாறினது. இது நொங்கம்பாக்கத்து வீடு. மச்சில் நானும் தம்பியும் நிற்கிறோம். கண்ணுக்கு மேல் கையை வைத்து மறைத்தபடி நான் சூரியனைப் பார்க்கிறேன். ஏதோ நிழல் ஆடுகிறது.

கிரகணத்தை வெறுங் கண்ணாலே பார்க்கக் கூடாதுடா குழந்தே. பள்ளிக்கூடத்திலே பாதிரி சொல்லலியா?

அவள் என் தலையை வாஞ்சையாகத் தடவினாள்.

எனக்கு கண் இருண்டு வந்தது.

ஒரு சின்னக் குழந்தையாக மறுபடியும் அவள் மடியில் படுத்துக் கொண்டேன். அந்த நிமிஷத்தைப் பிடித்து நிறுத்தினால் போதும். அது நழுவினாலும் பிரயத்னம் செய்தாக வேண்டும். முடியலியா, ஒன்றுமே மிச்சம் இல்லாமல் சமுத்திரக் காற்றில் கரைந்து போகணும். மனசு கிடந்து அடித்துக்கொண்டது.

அப்படிக் கரைகிற சுகத்தில் திரும்ப நித்திரை போனேன்.

விடிகாலையில் முழிப்பு தட்டியபோது கருக்கிருட்டு. பக்கத்தில் சமுத்திர இரைச்சல் மட்டும் கேட்க, காற்று நின்றுபோயிருந்தது.

ராத்திரி தலைக்குப் பக்கமாக அம்மா உட்கார்ந்து ஆசிர்வாதம் செய்து போனதை நினைக்க ஒரு பக்கம் சந்தோஷம். இன்னொரு பக்கம் அவளுக்கு எள்ளும் தண்ணியும் கூட இரைக்க வழி இல்லாமல் நான் இத்தனை வருடம் ஜெயிலில் கடத்தினதில் விசனம்.

இதுவும் போதாமல் இப்போது சமுத்திரம் தாண்டி வயிறு நிமித்தம் போகிறேனே என்று வருத்தம் வேறே நானும் நானும் என்று வந்து நின்றது.

ஒண்ணும் வருத்தப்படாமல் போய் வாரும். எல்லாம் நல்லதுக்குத்தான்.

மாட்டை ஓட்டிக் கொண்டு வீட்டு வாசலில் நிறுத்திக் கறக்கப் போய்க் கொண்டிருந்த யாரோ சொன்னான்.

வேறே யார்? அந்த மலையாளத்து பிராமணன் தான்.

எங்கே போனாலும் கூடவே விடாமல் துரத்துகிறதும் பழகிக் கொண்டு வருகிற படியால், இனியும் அதெல்லாம் ஒரு தொந்தரவாகத் தெரியவில்லை.

பொலபொல என்று விடிந்ததும் மற்றவர்களும் ஒருத்தர் ஒருத்தராக எழுந்திருக்க, எங்களைத் தேடிக் கொண்டு கருப்பு கோட்டும் நாலு முழ சோமனும் கோண கிராப்பு வெட்டிய தலையுமாக ஒருத்தர் வந்து சேர்ந்தார். புது நாகரீக மனுஷர். நம்மை மாதிரி கட்டுக் குடுமி, மூலத்தார் வேட்டி கோவிந்தாக் காரன் இல்லை.

மெட்ராஸ்லே இருந்து சௌக்கியமா வந்து சேர்ந்தீங்களா? இங்கே ஜாகை விஷயமா குறைபாடு இல்லியே? ஆமா, உங்களிலே யாரு வரதராஜ ரெட்டி?

அவர் என்னைப் பார்த்துத்தான் கேட்டார். அது இங்கிலீஷில் இருந்தது.

வெகு ஜாக்கிரதையாக ஒன்றுக்கு ரெண்டு தடவை மனசில் சொல்லி சரிபார்த்துக் கொண்டு நான் அவருக்குத் தகுந்த பதில் சொன்னேன்.

ரெட்டியாரே, இன்னிக்கு பகல் ஒரு மணிக்கு போலீஸ் கச்சேரியில் போய் உங்க எல்லாரையும் பத்தின விவரங்களைப் பதிவு செய்யணும்.

அதுவுஞ் சரிதான், காத்திருக்கோம், இன்னிக்குப் போயிடலாம் என்று சொன்னேன்.

நீர் தான் ஹெட் மஸ்தூர்னு சொல்லி இருக்கோம்.

ரொம்ப உபகாரம் செய்தீர் என்றேன்.

வேறே குப்பாயம், வேஷ்டி எல்லாம் இருக்கு இல்லியா? துரைக்கு முன்னாடி அட்டுப் பிடிச்சாப்பல போய் நிக்கக் கூடாது.

கருப்புக் கோட்டுக்காரர் தமிழில் தொடர்ந்து வார்த்தை சொன்னார்.

நான் தெலுங்கு தேச வரதராஜ ரெட்டி வேஷத்தில் இருக்கிறபடியால் அரை வார்த்தை தமிழும் பாக்கி தெலுங்கும் அங்கங்கே இங்கிலீஷுமாக பேச வேண்டிப் போனது.

அவருக்கும் அது பிடித்திருந்தது.

என்னிடத்தில் புதுசாக ஒரு குப்பாயமும் கிடையாது. நல்லதாக வேஷ்டி வேணுமானால் இருக்கு.

இதைச் சொல்லியபடிக்கு பையில் இருந்து நான் எடுத்துக் காட்டிய குப்பாயத்தைப் பார்த்து விட்டு இது போதாது என்று தலையை அசைத்தார் அவர்.

யாரையோ கூப்பிட்டார்.

என் ஷேர்ட்டிலே ஒண்ணு இஸ்திரி போட்டு உடனே எடுத்து வா. துவைக்கலேன்னாலும் பரவாயில்லே. அவசரத்துக்கு வேண்டியிருக்கு.

அந்த ஜாகைக்கு அடுத்துத்தான் அவர் வீடு இருக்க வேண்டும். உத்தரவு கொடுத்து அனுப்பிய வேலைக்காரன் ஒரு நீல நிறக் குப்பாயத்தோடு சடுதியில் திரும்ப வந்து சேர்ந்தான்.

புதுசு மாதிரி தெரியவில்லை. ஆனால் புது மோஸ்தரில் தையல் பண்ணினதாக இருந்தது. யாரோ விழுத்துப் போட்ட துணியை எல்லாம் உடுத்தாகணும் என்று மனசில் தைத்தபோது வேலைக்காரன் என் காதில் சொன்னான்.

வண்டிப் படிக்கட்டில் விரிச்ச சிவப்பு வஸ்திரத்துக்கு இது எவ்வளவோ மேல்.

அவனை நிமிர்ந்து பார்த்தேன். அட ராமா, அம்பலப்புழை பிராமணன்.

சந்தேகமே இல்லை. இந்த அம்பலப்புழையான் என்னை ஆயுசுக்கும் விடப் போகிறதில்லை. நல்லதாகப் போச்சு. பரதேசத்துக்கு பேச்சுத் துணை. ஆயுள் முடிந்து கூட நான் தனியாக அலைய வேண்டாம். என்னோடு சேர்ந்து ஆவியாக உலாத்தவும் சம்மன் இல்லாமல் ஆஜராகிவிடுவான்.

குப்பாயத்தில் இருந்து இதமான ஒரு வாசனா திரவியம் மணத்தது. இது நம்ம தேசத்து அத்தர், ஜவ்வாது வாசனை இல்லை. இங்கிலீஷ் செண்டு வாசனை கூட இல்லை. பூவைக் கொட்டி அப்புறப்படுத்தின மாதிரி ஒரு மெலிசான வாடை.

நெருப்புக் கங்கு போட்ட பெட்டியைத் துணி மேல் வைத்து இழுத்து இழுத்து அதிலே சுருக்கம் இல்லாமல் செய்திருந்ததால் பெரிய உத்தியோகஸ்தர்கள் உடுத்தக் கூடிய தோதில் அது மிடுக்காகவும், நெருப்பு மிச்சம் வைத்த சூட்டோடும் இருந்தது. கழுத்துப் பக்கம் மட்டும் அந்த உத்யோகஸ்தன் உடுத்தி துவைக்காமல் படிந்த வியர்வை அழுக்கு. இருக்கட்டும் அது பாட்டுக்கு.

உம்ம வேஷ்டியையும் இவன் கிட்டே கொடுங்கோ. இஸ்திரி பண்ணித் தருவான்.

கருப்புக் கோட்டுக்காரர் கையைக் காட்டினார்.

குளிச்சுட்டு வந்து தரட்டுமா?

நான் அந்த வேலையாளை தெலுங்கில் கேட்க அவன் பேபே என்று ஏதோ சொன்னான்.

இவனுக்கு வாய் பேச வராது ரெட்டிகாரு. ஆனா, வேலை சுத்தம்.

அதுவுமப்படியா என்று அதிசயித்தபடி நான் குளிக்கக் கிளம்ப சமையல்காரன் வந்து நின்று வென்னீர் இருக்கு என்றான்.

அந்த சுகம் கொண்டாடறது எல்லாம் போய் எத்தனையோ யுகமானபடியால் வேண்டாம் என்று சொல்லி கிணற்றடிப் பக்கம் திரும்பினேன்.

ரெட்டியாரே, வேஷ்டியைக் கொடுத்துட்டுப் போம். அதுக்கென்ன குளியும் பூஜையும்?

கருப்பு கோட்டு மனுஷர் என்னை மேலே போகவிடாமல் நிறுத்திக் கேட்டார்.

வேண்டாம்தான்.

கொண்டு வந்திருந்த துணிப்பையை எடுத்தேன்.

நீர் பஞ்சகச்சமா, மூலத்தாரா?

பஞ்சகச்சத்துக்கு நான் பிராமணன் இல்லை என்று சொல்லி

விட்டு பையில் இருந்து பிரிமணை மாதிரி முறுக்கி வைத்திருந்த வேஷ்டியைக் கொடுத்தேன்.

இதை நல்லா தண்ணியிலே நனைச்சுட்டு இஸ்திரி போடு புரியறதா? நெறைய யூதிகோலன் போடணும். மக்கின வாடை, நீர்க்காவி வாசனையே வரக் கூடாது.

கருப்புக் கோட்டு அவனுக்கு ஏகப்பட்ட சைகைகளோடு விஸ்தாரமாகச் சொல்லிக் கொண்டிருக்க நான் காதில் போட்டுக் கொண்டபடிக்கு கிணற்றடிக்குப் போனேன்.

ஒரு நாவிதன் கிரமமாக எங்கள் எல்லோருக்கும் சவரம் செய்து முகத்தை பார்க்கிற தோதில் மாற்றுகிற வித்தையைச் செய்தான். அப்புறம் அங்கேயே கிணற்றடியில் குளியல்.

ஜாகைக்குள் போக, ராத்திரி மாதிரி ஆளுக்கு ஆறு இட்டலி. எனக்கு மட்டும் கொஞ்சம் நெய்யும் ஊற்றி விட்டுப் போனான் பரிசாரகன். ஹெட் மஸ்தூரோ என்னமோ சொன்னாரே கருப்புக் கோட்டு ஆசாமி அதுபடிக்கு இது கூடுதல் உபசாரம் போல.

மூலக் கச்ச வேஷ்டியும், மேலே குப்பாயமும், தலையில் ஒரு தலைப்பாகையுமாகக் கிளம்பினேன். கருப்புக் கோட்டு மனுஷர் ஒரு பிரம்பையும் என்னத்துக்காகவோ என் வலது கையில் திணித்தார்.

ஒரு ஆகிருதிக்குத்தான் இதெல்லாம். துரையை தரிசனம் முடிச்சு வந்ததும் பிரம்பையும், தலைப்பாவையும் ஞாபகமாக இவனிடம் கொடுத்து விட்டு கப்பல் ஏறும். இல்லாவிட்டால் ஏழு கடலும் நீந்தி இவன் வசூல் செய்ய வந்து விடுவான்.

தன் வேலைக்காரனை அபிமானத்தோடு பார்த்தபடி கருப்புக் கோட்டு சொன்னார்.

தூப்ளே வீதியிலேதான் பீரோ.

பீரோன்னா?

புரியாமல் கேட்டேன்.

ஆபீஸ். பிரஞ்சிலே அதான் பெயர். நேரா போய் வலது பக்கம் திரும்பி கொஞ்சம் நடந்தா, பீரோதான். வாங்க, நான் வாசல்லே இருப்பேன்.

அவர் விவரம் சொல்லிவிட்டுக் கிளம்பினார். நாங்கள் சமுத்திரக் கரை வழியாக நாலு வீதியும் நேர்த்தியாகக் கோடு இழுத்த மாதிரி இருக்கிற அழகைப் பார்த்து ஆனந்தப் பட்டுக் கொண்டே தூப்ளே வீதிக்கு வந்து சேர்ந்தோம்.

பிரஞ்சு பாஷையில் எழுதின ஒரு சர்க்கார் ஆபீஸ். சொன்னபடிக்கு வாசலில் கருப்புக் கோட்டு எங்களை எதிர்பார்த்துக்கொண்டு நின்றார்.

மசமசன்னு வராம, கொஞ்சம் வேகமா வந்திருக்கலாமே. சாயந்திரம் கப்பல் ஏறணும். நினைவு இருக்கோ இல்லியோ?

அவர் தமிழில் என்னிடம் எரிந்து விழுந்தது புரியலை என்பதாக முகத்தை வைத்துக்கொண்டேன்.

இந்த நபரை இனி ஒரு நாளும் திரும்பப் பார்க்கப் போவதில்லை. தலப்பா, பிரம்பு ரெண்டையும் இவரிடம் கூட வேணாம், ஊழியக்காரனிடத்தில் ஒப்படைத்ததும் எல்லா தொடர்பும் முடிஞ்சு போகும். ஒண்ணொண்ணா இப்படி விட்டுப் போனால் இன்னும் கூட நிம்மதியாக இருக்கும். என்ன சொல்றேடீ லலிதா?

சர்க்கார் கச்சேரிக்குள்ளே வெல்வெட்டு தைத்த மேஜையும், நாற்காலியும் போட்டு ஒரு துரை உட்கார்ந்திருந்தார். சேப்பங்கிழங்குக்குக் கைகாலை ஒட்டி மேலே போலீஸ் உத்தியோக உடுப்பை மாட்டின மாதிரி இருந்தது. இங்கிலீஷ்கார அதிகாரி மாதிரி மிடுக்கு இல்லாவிட்டாலும் தோரணை அதேபடிக்கு இருந்தது.

போ’ழூர் மிஸ்யே அந்த்வான்.

கருப்புக் கோட்டை பார்த்து விநோத பாஷையில் துரைதான் முதலில் முகமன் கூறினார். கருப்புக் கோட்டு பிரசித்தமான நபராக இருக்க வேண்டும்.

ஒரு துபாஷி பக்கத்து மரமேஜை பின்னால் பவ்யமாக வந்து நின்றான்.

துரை என்னைப் பார்த்து, பெயரும் வயசும் கேட்டார். மொரிஷியஸில் கரும்புத் தோட்டத்தில் இருபது கூலிகளை கண்காணிக்கிற உத்தியோகத்துக்குப் போக உம் சுய விருப்பத்தோடு வந்திருக்கிறீரா?

துரை கேட்டதை துபாஷி இங்கிலீஷ் ஆக்க, நான் இஷ்டப்பட்டு வந்ததை அவன் மூலமே துரைக்கு தெரியப்படுத்தினேன்.

உமக்கு என்ன சம்பாவனை பேசியிருக்கு என்று அடுத்து அவர் விசாரித்தார்.

கருப்புக் கோட்டு எழுந்து மாசம் ஐம்பது ரூபாய் என்று பவ்யமாகச் சொன்னார்.

எனக்கு நிஜமாகவே சந்தோஷம். சென்னைப் பட்டணத்தில் காரியஸ்தன் மாசம் முப்பது தான் சொன்னதாக ஞாபகம்.

உமக்கு அட்வான்ஸ் தொகை ஏதாவது கொடுத்திருக்கா?

துரை கேட்டார். எனக்கு அது அர்த்தமாகவில்லை.

உம்ம அவசர செலவு எதுக்காவது முன் கூட்டியே கொஞ்சம் சம்பளப் பணத்தை கொடுக்கணும்னு எதிர்பார்க்கிறீரா? துரை கேட்கிறார்.

கருப்புக் கோட்டு விளக்கம் சொன்னது.

எங்கிட்டேயே நூறு ரூபா சொந்தப் பணம் இருக்கு. இப்போதைக்கு போதும்.

என் பதில் துரைக்கு திருப்தியளித்திருக்க வேண்டும். ஒரு தஸ்தாவேஜைக் காட்டி கையெழுத்து போடச் சொன்னார் அந்த மனுஷ்யர். வரதராஜ ரெட்டி என்று இங்கிலீஷில் உருட்டி உருட்டிக் கையெழுத்துப் போட்டுக் கொடுத்தேன்.

துரை முகத்தை சுளித்தமாதிரி இருந்தது. அப்புறம் என் பின்னால் நின்ற மற்றவர்களைப் பார்த்து வலது கட்டைவிரலை

மேலும் கீழுமாக ஆட்டியபடி சிரித்தார்.

அந்த போலீஸ் கச்சேரியில் இருந்தவன், வந்தவன், போனவன் எல்லாம் இந்த ஹாஸ்யத்துக்காக ரொம்பவே சிரித்து மகிழ்ந்தார்கள். ஏதோ அசங்கியமான சமிக்சையாக இருக்கும் இப்படி கட்டை விரலை ஆட்டிக் காட்டுவது என்று எனக்கு மனசில் பட்டது.

சிருங்கார புஸ்தகம் போட என்னோடு இருந்த பாகஸ்தன் முதலி இருந்தால் இதுக்கு என்ன அர்த்தம் என்று சட்டென்று சொல்லி இருப்பான். பொடிக்கடை நிர்வாகம் பண்ணின ராவ்காரு இருந்தாலும் அப்படித்தான். அவர்கள் எல்லாம் இப்போது எங்கே என்ன பண்ணிக் கொண்டிருக்கிறார்களோ?

கையெழுத்து, ரேகை புரட்டல் சமாசாரங்கள் ஒருமாதிரி முடிவடைவதற்குள் மதியம் ரெண்டு மணி ஆகிவிட்டது.

சீக்கிரமாகச் சாப்பிட்டுவிட்டு கிளம்ப வேண்டும். அதோ கப்பல் நிக்கிறது பாருங்க.

கருப்புக் கோட்டு கண்ணைக் கூச வைக்கும் சூரிய வெளிச்சத்தைக் கைக்குத் தடுப்பு வைத்துப் பார்த்தபடி இடது கையை சமுத்திரத்தை நோக்கிக் காட்டினார்.

கடலில் அலைக்கு அசைந்து கொடுத்தபடி ஒரு பெரிய கப்பல் நின்று கொண்டிருந்தது.

அத்தியாயம் இருபத்தெட்டு

மே 12 1899 விகாரி வருடம் சித்திரை 30 வெள்ளிக்கிழமை

இருந்த இடத்துக்கு ஒரு அடி முன்னால் தொடங்கி நீள நெடுக எங்கும் நீக்கமற நிறைந்த கடல்.

அலை ஒன்றே ஒன்று தயங்கித் தயங்கி நடுக் கடலில் இருந்து கிளம்பி சின்னதாக ஆர்ப்பரித்து எழுந்து வெளியே வருகிறது. நீல நிறமில்லை. கருநீலமாக, கிட்டத்தட்ட கருப்பு வழியும் திரவமாக சமுத்திரம் துளும்பிக்கொண்டிருக்கிறது.

நேரம் காலம் தெரியாதபடிக்கு எங்கேயும் ஒரு இருட்டு கனமாகக் கவிந்து அப்பிக்கொண்டிருக்க, கடலின் இரைச்சல் தீனமாக அழுகிறது போல், திரும்பத் திரும்ப யாசிக்கிறது மாதிரி விட்டு விட்டுக் கேட்டுக் கொண்டே இருக்கிறது.

அதை ஆமோதித்து ஒரு நீர்ப்பறவை கொக்கரித்தபடி கடல் அலைக்கு மேல் உயர்கிறது.

வந்துடேன்.

அது ஆதூரத்தோடு தெரிசாவை அழைக்கிறது.

சமுத்திரக் கரையில் கடலைப் பார்க்காமல் குனிந்து உட்கார்ந்திருக்கிறாள் அவள். அந்தப் பறவை தெரிசா தலைக்கு நேர் மேலே எம்பிப் பறந்து கீழே பார்த்து அலகைக் கோணலாக்கிக் கூப்பிடுகிறது.

வந்துடேன்.

வரமாட்டேன். எனக்கு வேலை இருக்கு.

தெரிசா தீர்மானமாகச் சொல்கிறாள்.

அப்படிச் சொல்லுங்கோ சேச்சி. இத்ரயோளம் கார்யத்தை எல்பிச்சுப் போயிருக்கா. செஞ்சு தீர்க்காம எறங்கிப் போகக் கழியுமோ?

குழந்தைப் பெண்ணை அணைத்துப் பிடித்து அவள் தலைமுடியை ஆதரவாக வருடிக் கொண்டு அந்த சின்ன வயசு பிராமண ஸ்த்ரி கடற்கரையோரமாக நிற்கிறாள். தெரிசா அந்தப் பெண் குழந்தையைப் பார்க்கிறாள். அரும்பு விடும் மார்பு மொட்டுகளின் மேல் தெரிசா கொடுத்த மார்க்கச்சு மறைத்து இருக்க சின்னதாக சீட்டிப் பாவாடையணிந்து, தலைமுடியை இழுத்துப் பின்னி வாழை நார் வவத்துக் கட்டி நிற்கிற குழந்தைப் பெண். பசித்த கண்ணும் உடம்பும் இதெல்லாம் பழக்கம் என்பதுபோல் விட்டேத்தியாகத் தெரிய அவள் தெரிசாவைப் பார்த்து சிநேகத்தோடு சிரிக்கிறாள்.

வந்துடேன். வந்துடேன்.

வானத்தில் கடல் பறவை திரும்ப வற்புறுத்துகிறது. அது ஒற்றையன் இல்லை. கூடவே ஏழெட்டு இப்போது அதைச் சுற்றிப் பறக்கின்றன. அது எல்லாம் தெரிசாவை ஒருசேர குரல் எழுப்பிக் கூப்பிடுகின்றன.

வந்துடேன். வந்துடேன். வந்துடேன்.

இங்கே எனக்கு ஜோலித் தெரக்கு.

தெரிசா ஏனோ முறையிடுகிற குரலில் சொல்கிறாள்.

கட்டினவனை யுத்தத்துக்கு அனுப்பி வச்சுட்டு அவனுக்கு

ஜேஷ்டனோடு கூத்தடிக்கற ஜோலித் தெரக்கோ?

மேலே நிமிர்ந்து பார்க்க எல்லாப் பறவையும் அலகு விரிப்பில் கோரமாகப் பல் தெரிய அசிங்கமாகச் சிரிக்கின்றன.

கட்டாலே போக.

பிராமண ஸ்திரி அவற்றை ஏசுகிறாள். அவை எச்சம் போட்டது அவள் தலைமுடியில் இருந்து கன்னத்தில் வழிய, இடது கையால் அதைத் துடைத்தபடி ஏசுகிறாள்.

நான் தேவ ஊழியம் பண்ணனும்.

தெரிசா தலையில் முக்காடு போட்டபடி குரிசுப் பள்ளிக்கு நடக்கிறாள். நடந்தபடிக்கு அவள் கழுத்து டாலரில் கோர்த்த சிலுவையை வலித்தெடுத்து வாயில் வைத்துக் கடித்தபடி சொல்கிறாள்.

அங்கே வந்து பண்ணிக்கலாமே.

அவள் காதுப்பக்கம் தாழப் பறந்து வந்த பறவையொன்று ரகசியம் சொல்லும் குரலில் பேசுகிறது.

சேச்சி, எச்சலாக்க வேணாம். கேட்டேளா?

பிராமண ஸ்திரி தெரிசா கழுத்துச் சங்கிலியை நேராக்கிவிட்டு அவள் தோளில் ஆதரவாகக் கை ஊன்றிக் கொள்கிறாள். யாருக்கு யார் ஆதரவு? தெரிசாவுக்குத் தெரியவில்லை.

இவாளைக் கடைத்தேத்தணும். இன்னும் எத்தனை நாள் பாவம் இப்படி அலைய முடியும்?

தெரிசா வானத்தை வெறித்தபடி கேட்க, பிராமண ஸ்திரி ஆமா என்கிறாள்.

அலையற யோகம் இருந்தா அலைஞ்சுண்டே இருக்க வேண்டியதுதான்.

தலை உச்சியில் நிழலிட்டுப் போன பறவையின் முகம் இப்போது ஆலப்பாட்டு வயசன் அப்பூப்பன் மாதிரி இருக்கிறது.. தேவ பிரச்னம் வைத்துப் பார்த்து பிரச்சனை நிச்சயமான எக்களிப்பில்

ஆலப்பாட்டு முத்தச்சன் குரல் ஒலிக்கிறது.

உன்னாலே முடியும் சேச்சி. என்னை, இந்தக் குஞ்ஞை, இதோட அப்பாவை எல்லாம் நீ நெனச்சா நிமிஷத்திலே கரையேத்திடலாம்.

அலை வந்து போன ஈர மணல்.

பிராமண ஸ்திரி தெரிசா முன்னால் ஒரு சுமங்கலி இன்னொரு பழுத்த சுமங்கலியை வணங்குவது போல் கும்பிட்டுத் தொழுது, தாலிச் சரடைக் கண்ணில் ஒத்திக்கொள்கிறாள்.

இன்னொரு அலை மணலை அணைத்து வருடிவிட்டு ஓடுகிறது.

இது ஓயாது. எப்பவுமே.

அது போகிற போக்கில் எக்காளத்தோடு சொல்லிப் போகிறது.

வந்துடேன். வந்துடேன். பாப்பாத்தியை விட்டுட்டு வந்துடேன்.

அத்தனை பறவைகளும் நீர்ப் பறப்பில் முக்குளித்து மறைகின்றன. கருப்பு திரவம் கசந்து துப்பின மாதிரி வழிய, கடல் இரைகிறது. அலைகள் தொடர்ந்து உயர்ந்து சூழலில் கருமையை இன்னும் இன்னும் அழுத்தமாகப் பூசிப் போக, எட்டிப் பார்த்து ஒரு வினாடி எல்லாவற்றையும் பிரகாசிக்க வைத்த சூரியன் அவசர அவசரமாக மேகத்துக்கும் அலைக்கும் பின்னால் போய் மறைகிறான்.

கடல் பறவைகள் மறுபடி சமுத்திரப் பரப்பில் மேலே வந்து தெரிசாவைச் சுற்றிப் பறக்கின்றன. அவை எல்லாம் ஜிவ்வென்று உயர்ந்து வானத்துக்கு எவ்வும்போதும் வந்துடேன். வந்துடேன்.

ஒற்றைப் பறவை மட்டும் அவள் தோள் பக்கம் இருந்தபடி, தொடர்ந்து நச்சரிக்கிறது. சொன்னாக் கேளு தெரிசா. நல்ல பொம்மனாட்டி இல்லியோ நீ. வந்துடுன்னா வந்துட வேண்டியதுதானே.

அது திரும்பத் திரும்பச் சொல்லியபடி தெரிசா வருவதற்காகக் காத்திருக்கிறது.

அவள் கண் திறந்தபோது அதைப் பார்த்தாள்.

ஜன்னல் விளிம்பில் தொக்கி இருந்தபடிக்கு வந்துடேன் என்றது இன்னொரு தடவை.

எங்கே இருக்கேன்? இது என்ன நாரையா, கொக்கா? விடாமல் என்னை ஏன் சல்யப்படுத்திண்டு இருக்கு சனியன் பிடிச்சது. அம்மா, அடீயே என் அம்மா. எங்கே போய்ட்டே?

தெரிசா கேவலோடு தொடங்கி சட்டென்று நினைப்பும் இடமும் காலமும் புரிபட நிறுத்தினாள்.

அம்பலப்புழையும் அம்மாவும் கேவலும் சிணுக்கமும் எல்லாம் எந்தக் காலத்திலோ முடிந்து போன கதை. இது லண்டன் வீடு. கென்சிங்டன் பகுதியில் மாடிவீடு.

இதுவா? வீடு ஏன் இப்படி சின்னதாகச் சிறுத்து ஒற்றைக் கட்டிலோடு மாறிப் போனது? பீட்டர். ஏய் பீட்டர். மிஸ்டர் பீட்டர் மெக்கன்ஸி. கேட்கிறாயா நீ?

கண்ணில் இன்னும் தூக்கம் போகாமல் இமை திரும்ப மூடுகிறது. வலுக்கட்டாயமாக அதைத் திறந்தபடி படுத்தேயிருக்கிறாள்.

பீட்டர், பீட்டர்.

கதவை யாரோ தட்டுகிறார்கள்.

உடுப்பை சரிபார்த்தபடி, வரலாம் என்று சத்தம் கொடுக்கிறாள் தெரிசா.

கையில் ஒரு தாம்பாளமும் அதில் வென்னீர்க் குவளை, மேலே மடித்து வைத்த வெள்ளைத் துவாலையுமாக விடுதிக்காரப் பெண் உள்ளே வந்து குனிந்து வணங்கினாள்.

காலை வணக்கம் மிசஸ் மெக்கன்ஸி.

இது லண்டன் இல்லை. எடின்பரோ மாநகரம். தெரிசா நேற்று மதியம் லண்டனில் இருந்து கிளம்பி இங்கே வந்திருக்கிறாள்.

தேவ ஊழியம் நிமித்தம் பயணம்.

வந்துடறியா?

கடைசியாக ஒரு தடவை விசாரித்த கடல் பறவை ஜன்னல் கம்பியை விட்டுப் பறந்து தோட்டத்து மரக் கொப்பில் உட்கார்ந்தது.

தெரிசா ஜன்னல் வழியாகப் பார்த்தாள்.

தோப்புத் தெரு. தெருக்கோடி இங்கிருந்தே இறக்கத்தில் தெரிந்தது. அதில் நட்டு வைத்திருந்த கல்லில் பொறித்த பெயர்ப் பலகையும்.

தெரு ஏற்றமாக இருந்த முனையில் இருந்து ஒல்லியான ஒரு வயசன் சந்தோஷத்தோடு குதித்துக் குதித்து நடந்து போய்க் கொண்டிருந்தான்.

குட்மார்னிங் ஆனந்தக் குட்டன்.

தெரிசா வாய்க்குள் சொல்லியபடி கையை மெல்ல அசைத்தபோது மனதில் திரும்ப உற்சாகம் தொற்றி இருந்தது.

ஆனந்தக் குட்டனுக்கு என்ன சந்தோஷம் வந்து இப்படி கொம்மாளி கொட்டி குதித்துப் போகிறான்?

தெரிசா கொஞ்சம் ஆச்சரியத்தோடு பார்க்க, அந்த சந்தோஷம் தெரு ஏற்றத்திலிருந்து இறக்கத்துக்கு நடக்கிறவர்கள் எல்லோர் நடையிலும் இருப்பதைக் கண்டாள். கால் வேகமாக மலைச் சரிவு இறங்குகிற மாதிரி ஓடும்போது தன்னையறியாமல் எல்லோரும் குழந்தை ஆகிற சந்தோஷம் அது. அவர்களுக்கு எதிர்த்தாற்போல் பாதை இறக்கத்திலிருந்து ஏறுமுகமாக வந்து கொண்டிருந்தவர்கள் முகத்தில் உலகின் மொத்த சோகமும் துன்பமும் கவிந்திருந்த மாதிரி இருந்தது. சிலுவைப்பாடை இவர்களிடம் உபதேசித்தால் நின்று இளைப்பாறிக் கேட்டுப் போவார்களோ. தெரிசாவுக்குத் தெரியவில்லை.

ராத்திரி வரும்போது தோப்புத் தெருவின் ஏற்றமும் இறக்கமும், கருப்பு நிறக் கல்லால் கட்டி நிறுத்திய அந்தத் தெரு வீடுகளும், பெயர்ப் பலகையும் எல்லாம் கண்ணில் படவில்லை.

‘ப்ளையிங் ஸ்காட்மேன்’ ரயில் நியூகேசில் ஸ்டேஷனில் ஏதோ எஞ்சின் கோளாறு என்று இரண்டு மணி நேரம் நிறுத்தி

வைத்து திரும்ப மெல்ல ஊர ஆரம்பித்து எடின்பரோவுக்கு வந்து சேர நடு ராத்திரி ஆகி விட்டது.

கிட்டத்தட்ட ஆள் ஒழிந்து வெற்றிடமாகக் கிடந்த ரயிலில் தெரிசாவும் கசின் தாமஸும் எதிரே கத்தோலிக்க பாதிரியாரும் தவிர வேறே யாரும் இல்லை.

அந்த பாதிரியாருக்கு மனசுக்குள் நன்றி சொன்னாள் தெரிசா. இவரும் இல்லாமல் இந்த நகரும் கூண்டுக்குள் தாமஸோடு ஒரு ராத்திரியின் பெரும்பகுதி நேரத்தைப் போக்க வேண்டிய தர்ம சங்கடத்திலிருந்து அவர்தான் காப்பாற்றினார்.

ஆனாலும் நியூகாசிலுக்கு ரெண்டு ஸ்டேஷன் சென்று அவர் இறங்கி விட்டார். தெரிசா அவரை குனிந்து வணங்கி நமஸ்கரித்து தேவனுக்கு ஸ்தோத்ரம் சொன்னபோது அவள் தலையில் வாஞ்சையோடு கைவைத்து முத்தச்சன் போல் ஆசிர்வதித்துப் போனார் அவர்.

இன்னும் ரெண்டே ஸ்டேஷன் தான். அப்புறம் சூடான தீனியோடு நமக்காக விடுதி காத்திருக்கும்.

தாமஸ் அவளுக்கு பக்கத்தில் நெருங்கி உட்கார வர, கார்டியன் பத்திரிகையை பிரித்தபடி எதிர் இருக்கையைக் காட்டினாள் தெரிசா.

பிரச்சனை இல்லை.

தாமஸ் அங்கே தொப் என்று மூட்டை முடிச்சை இறக்கின மாதிரி உட்கார்ந்து ரயிலுக்கு வெளியே நகர்கிற இருட்டை வெறித்துக் கொண்டு வந்தான். அவனோடு பேசாமல் இருக்கும் நிம்மதிக்காக ஏற்கனவே முழுக்கப் படித்திருந்த பத்திரிகையை திரும்பப் படிக்க வேண்டிப் போனது தெரிசாவுக்கு.

வேவர்லி ஸ்டேஷன். எடின்பரோ வேவர்லி.

சிவப்பும் பச்சையும் மாறிமாறிக் கண்சிமிட்டும் விளக்கை உயர்த்திப் பிடித்தபடி ஒவ்வொரு ரயில் பெட்டிக்குள்ளும் குனிந்து பார்த்து ஒரு ரயில்வே உத்தியோகஸ்தன் அறிவித்துப் போனான்.

தெரிசாவும் தாமஸும் இறங்கினார்கள்.

ரயில்பெட்டியின் படிகள் உயரத்தில் இருந்ததால் தெரிசா கொஞ்சம் தடுமாறினாள். கண்ணில் உறக்கம் வேறே பலமாகப் கவிந்து வந்தது.

தாமஸ் கீழே நின்று சும்மா பார்த்துக் கொண்டிருந்தான். பக்கத்தில் உட்கார அனுமதித்திருந்தால் இப்போது படி இறங்க உதவி செய்திருப்பான்.

சும்மா பாத்துக்கிட்டு நிக்கறியே. ஒரு கை கொடு.

தெரிசா அவனைப் பார்த்து சிரித்தாள். சட்டென்று அவளுக்குள் ஏதோ உற்சாகம் பரவியது. புது இடம். புது மனுஷர்களை சந்திக்க வேண்டும். கிறிஸ்துவுக்கு ஆன்மாவை ஒப்புக்கொடுக்க தெருத் தெருவாக, வீடு வீடாக, குரிசுப்பள்ளி ஒன்று விடாமல் பிரசங்கம், போதனை. இன்னும் நாலைந்து மாதம் ஓட்டமாக ஓடப் போகிறது.

தாமஸ் அவள் கையை இறுகப் பற்றி ரயில் பெட்டியில் இருந்து இறங்க உதவினான். அப்புறம் அந்தக் கையை விடுவிக்கவே இல்லை.

ரெட்டைக் குதிரை வண்டி இருட்டில் போன வழித்தடத்தை அவன் தான் ஜன்னல் வழியாக எக்கிப் பார்த்து பிரின்சஸ் தெரு, லோத்தியன் வீதி, மோரிசன் தெரு என்று தெரிசாவின் தகவலுக்காக அறிவித்தது.

மோரிசன் தெருவில் இடது புறம் திரும்ப, வண்டிக்காரன் ஒரு வினாடி குதிரைகளை நிறுத்தினான்.

எந்த விடுதின்னு சொன்னீங்க?

பாக்ஸ் ஹண்டர்ஸ்.

ஓ, அதுவா? வயசன் கானரியோட விருந்தாளிகளா? நல்ல மனுஷன். கொஞ்சம் லொடலொடன்னு வாய் ஓயாமப் பேசிட்டு இருப்பான். பியர் குடிக்கற போட்டியிலே இதுவரைக்கும் அவனை யாரும் ஜெயிச்சது இல்லே தெரியுமா. கானரிக்கு

வாய்ச்சது வயிறா இல்லே பீப்பாயான்னு தட்டிப் பார்த்துத்தான் சொல்லணும்.

அவன் வண்டியை நிறுத்திய இடத்தில் சின்னத் தோட்டத்துக்கு நடுவே நரிவேட்டைக்காரர்கள் விடுதி. படுக்கையும், காலைச் சாப்பாடும் என்று போட்ட பலகை ஒற்றை விளக்கு வெளிச்சத்தில் தெரிந்தது.

வாசலில் அந்த விளக்கு நிழல் படர்த்திய இடத்தில் வயிறே முழு உடம்பாக நின்று கொண்டிருந்தவன் கண்ணில் பட்டான். அவன் வயிற்றை நாளைக்கு தட்டிப் பார்க்கலாம்.

மிஸ்டர் அண்ட் மிஸ்டர் மக்நெய்ல். வெல்கம் டு எடின்பரோ.

வயிறு பெருத்த வயசன் சொன்னதைத் திருத்த தாமஸ் மெனக்கெடவே இல்லை என்பதை நினைத்தபடி தெரிசா படுக்கையில் விழுந்தது நினைவு வந்தது.

உங்க கணவர் உங்களுக்காக காலைச் சாப்பாடு மேஜையில் காத்திருக்கிறார் மேடம்.

விடுதிப் பெண் குனிந்து சொல்லியபடி கட்டில் பக்கத்து சிறிய மேஜையில் வெந்நீர் பாத்திரத்தையும் துணியையும் வைத்தாள்.

இவளுமா? தாமஸ் அவள் வீட்டுக்காரன் இல்லை என்பதை எத்தனை பேருக்கு இன்று தெரிசா சொல்ல வேண்டும்?

சுத்தம் செய்து கொண்டு கீழே வருகிறீர்களா மேடம்?

இந்த பொண்ணு மனசிலே நீ ராத்திரி முழுக்க என்ன பண்ணிட்டு இருந்தே தெரியுமா தெரிசா?

ஜன்னல் வெளியே இன்னும் இருந்த பறவை கேட்டது.

அவள் அதைக் கைவீசி விரட்டினாள். படுக்கைக்கு முன் ஆளுயர நிலைக் கண்ணாடியில் அந்தப் பறவை அவளோடு கூடவே தெரிந்தது.

புருஷனை ஊருக்கு அனுப்பிட்டு அவனோட அனியன், ஜேஷ்டன், அண்டை வீட்டுக்காரன் யாரோடோ வேற்று ஊர்

வந்து ரா முழுக்க கலவி செய்தவளாக்கும் நீ. கருத்து கொஞ்சம் போல் வண்ணம் வச்சு இன்னும் உடம்பு கட்டு விடாதவள். கண்ணிலே முலை குத்துற மாதிரி துருத்தி நிற்கிற மத்திய வயது ஸ்திரி. வந்துடேன். இன்னும் விதவிதமா க்ரீடைக்கு ஆள் உண்டு. காட்டறேன் வா.

அந்த கடல் பறவை கொக்கரித்துக் கொண்டே பறந்து மறைந்தது.

தெரிசா மேல் உடுப்பைச் சுற்றித் தோளில் ஒரு கனமான போர்வையைப் போர்த்திக் கொண்டாள். மாடிப்படிகளில் இறங்கத் தொடங்கினாள்.

அத்தியாயம் இருபத்தொன்பது

மே *12 1899 விகாரி வருடம் சித்திரை 30 வெள்ளிக்கிழமை*

குறுகலான மாடிப் படிகள். அதில் அங்கங்கே விரிசல் விட்டிருந்தது. மரத்தாலான படிகளில் பாதரட்சை அழுந்த பதிந்தபோது முழுப் படிக்கட்டுமே கொஞ்சம் சும்மா இரேன் என்று முனகியது.

இதெல்லாம் நூறு நூத்தம்பது கொல்லம் பழமை கண்டிருக்குமா?

தெரிசா நினைத்துப் பார்த்தாள்.

அம்பலப்புழை தேகண்ட பிராமணக் குடும்பம் பாண்டி பூமியிலிருந்து பரசுராம பூமிக்கு வந்து சேர்ந்து தோளில் அகப்பையைத் தூக்கிப் பிடித்துக் கொண்டு சோறு வடிக்கலியோ சோறு என்று ஊர் ஊராகச் சுற்ற ஆரம்பித்த அதே கொல்ல வருஷம் தான், இல்லை அதுக்குக் கொஞ்சம் முன்னே பின்னே, இதையும் இங்கே ஒரு வெள்ளைக்காரத் தச்சன் இழைத்துச் செதுக்கி நிறுத்தி இருப்பான். அம்பலப்புழை குடும்பம் உடைந்து எல்லாத் திசைக்குமாகச் சிதறிப் போய் விட்டது. அதே வயசு கண்ட இந்தக் கோணிப் படிகள் உடைந்து

நொறுங்கி ஒன்றுமில்லாமல் போக நேரம் காலம் பார்த்துக் கொண்டிருக்கோ என்னமோ.

திஸ் வே மேடம்.

மாடிப்படி வளைந்து திரும்பும் இடத்தில் ஒரு பணிப்பெண் மரியாதையோடு கையைக் காட்டினாள்.

அங்கிருந்தே, படி இறக்கத்தில் ஒரு விசாலமான அறை தெரிந்தது. நடுவில் கம்பளம் விரித்து நாலு மேசைகள் அடுத்தடுத்துப் போடப்பட்டிருந்தன. கதவை ஒட்டி இருந்த மேசைக்கு நேரே தாமஸ் காத்துக்கொண்டிருந்தான். எதிர் வசத்தில் வேறே யார் யாரோ. யாரும் தெரிசாவுக்கு இதுவரை அறிமுகமானவர்கள் இல்லை.

இந்திய மகாராணி வரவு அறிவிக்கப்படுகிறது.

தாமஸ் குரல்.

படிக்கட்டில் காலடி ஒலிக்கக் கேட்டு எழுந்த அவன் தெரிசாவைப் பார்த்து உரக்கச் சொல்லித் தொப்பியைக் கழற்றி ஆடம்பரமாகக் குனிந்து வணங்கினான்.

அவனுக்கு எதிரே இருந்த ஒரு சிவப்புச் சாயமடித்த தலைக்காரன் மட்டுமில்லாமல் அந்த அறையில் காலைச் சாப்பாட்டுக்கு கூடியிருந்த ஏழெட்டுப் பேரும் ஒருசேரக் கைதட்டும் சத்தம்.

கீழ்ப் படிகளை இறங்கக் கால் எடுத்து வைக்க முடியாதபடி ஒரு சங்கோஜம் தெரிசாவுக்கு சட்டென்று உடம்பில் வந்து புகுந்தது.

இத்தனை வயசுக்கு அப்புறம் நாணம் எட்டிப் பார்க்கிறது அவளுக்கு. குடும்பத்தோடு வேதத்தில் ஏறாமல் ஜான் கிட்டாவய்யன் வெறும் கிட்டாவய்யனாகவே இருந்திருந்தால் அம்மா சிநேகாம்பா போல கொசுவம் வைத்த மடிசார் புடவை, பதினாலு வயசில் ஒரு பிராமண செக்கனுக்கு நாலு நாள் கோலாகலமாக பாணிக்ரஹணம், புருஷாள் வரும்போதும் போகும்போதும் கதவுக்குப் பின்னால் இருந்து அரை வார்த்தை ஒரு வார்த்தை சொல்வது என்று நாணமும் பவ்யமும் உடம்பில்

அது பாட்டுக்கு ஏறி இருக்குமோ என்னமோ.

அவள் காலை ஆகாரத்துக்கான அறைக்குள் நுழைந்தபோது யார்யாரோ இந்திய பிரின்சஸுக்குக் காலை வணக்கம் சொன்னார்கள்.

நான் மகாராணி, மண்ணாங்கட்டி எல்லாம் இல்லை. எந்தக் கொட்டாரத்தில் இருந்தும் நாள் நட்சத்திரம் பார்த்துப் புறப்படாதவள். கால் தரையில் பாவாமல், ரத்னக் கம்பளத்திலும் சுமக்கிறவர்கள் தோளிலுமாக சதா பவனி வருகிற ராஜவம்சம் இல்லை. ஒய்யாரமாக முத்துப் பல்லக்கும் சிவிகையும் ஏறி ஊர்ந்து ஸ்காட்லாந்துக்கு வந்து சேர்ந்த உம்மிணித் தங்கச்சியோ, பார்க்கவி தம்புராட்டியோ கிடையாது. வெறும் தெரிசா. தரையில் பிறந்து தரையில் நடந்து தரையிலேயே அடங்கப் போகிறவள்.

ஒவ்வொருத்தரிடமும் பெயரைச் சொல்லிக் கைகுலுக்கிவிட்டு தாமஸுக்குப் பக்கத்து இருக்கைக்கு வந்தாள்.

வயிறு பருத்து நின்ற விடுதிக்காரன் வணக்கம் சொன்னான். அவன் முழங்காலுக்கு வரும் கட்டம் போட்ட பாவாடை மாதிரி உடுப்பும், மேலே முழு நீலச் சட்டையும் அணிந்து கழுத்துப் பட்டியோடு காணப்பட்டான்.

இந்தியாவில் இருந்து எங்களுக்கு என்ன கொண்டு வந்திருக்கீங்க யுவர் ஹைனஸ்?

அவன் சிநேகத்தோடு விசாரித்தான்.

நாகப் பாம்பு, பறக்கும் கம்பளம், அந்தரத்தில் நீளமாய் நின்று பிடித்து ஏறி சொர்க்கம் போக வழிசெய்கிற தாம்புக் கயிறு.

தாமஸ் அடுக்கினான். அறை முழுக்க எதிரொலித்த சிரிப்பில் தெரிசாவும் கலந்துகொண்டாள்.

எங்க பிழைப்பைக் கெடுத்திடுவீங்க போலே இருக்கு.

தாமஸுக்கு எதிர் இருக்கையில் இருந்த செம்பட்டை முடி வெள்ளைக்காரன் கண் சிமிட்டியபடி சொன்னான்.

அவனுடைய இங்கிலீஷ் அரச குடும்பத்தில் பிறந்தவர்கள் பேசுகிற கம்பீரமான அழகும் மிடுக்கும் கொண்டதாக இருந்தது. அந்தக் குரலும் அதன் ஏற்ற இறக்கமும் தெளிவான உச்சரிப்பும் தெரிசாவுக்குப் பிடித்திருந்தது. கணீர் என்று ஒலித்த குரல் அவன் ஆகிருதிக்கும் வெகுவாகப் பொருந்தி வந்தது.

மீட் கார்டன். ஸ்டான்லி கார்டன். என் பிரியமான சிநேகிதன். பிரபல நாடக நடிகன். ஓ ஸூசன்னா இவன் நடிக்கற புது நாடகம். இங்கே எடின்பரோவிலே இப்போ ஆடிட்டு இருக்கு. இவங்க எல்லாம் நாடகத்திலே நடிக்கறவங்க.

தாமஸ் தெரிசாவுக்கு அவனை அறிமுகப்படுத்தி வைத்ததோடு சுற்றிலும் இருக்கப்பட்டவர்களையும் கையசைத்து யாரென்று சொன்னான். திரும்ப இன்னொரு சுற்று வணக்கம் கூறப்பட்டது.

எதிரே உட்கார்ந்திருப்பவன் நாடகக்காரன் ஸ்டான்லி கார்டனா? தெரிசாவுக்கு நம்ப முடியவில்லை. இவன் டாக்டர் வேஷத்தில் வரும் புது நாடகம் பற்றி டைம்ஸ் பத்திரிகையில் நல்ல விதமாக எழுதியிருந்தது அவளுக்கு நினைவு வந்தது. கார்டியனில் அதை கண்ணுக்கும் காதுக்கும் மூளைக்கும் ஒருசேர அவமரியாதை என்று கிழித்துத் தோரணம் கட்டித் தொங்க விட்டாலும் அந்தப் பத்திரிகையில் ஸூசன்னா நாடக விளம்பரம் தினசரி வருவது என்னமோ நிற்கவில்லை.

நாலு வருஷம் முன் இந்த ஸ்டான்லி கார்டன் நடித்த கிங் லியர் நாடகத்தை பீட்டரோடு லண்டன் வைக்கோல் சந்தை பகுதி நாடகக் கொட்டகையில் பார்த்திருக்கிறாள் தெரிசா. அப்போது இவன் கிரீடமும் ஒப்பனையுமாக கம்பீரமாக மேடையில் இருந்தவன்.

இப்போது பார்க்கிறவனுக்கு, கதகளிக்கு புனைந்த தாடி வேஷம் அழித்த கேளு நாயர் மாதிரி ஒரு பரிதாபமான சாயல்.

இன்னிக்கு சாயந்திரம் ஏழரை மணிக்கு ஓ சோசன்னா நாடகம் ராயல் தியேட்டர்லே இருக்கு. மிஸ்டர் அண்ட் மிசஸ் மெக்நீல் வந்தால் எனக்கும் எங்க நாடக கோஷ்டிக்கும் சந்தோஷமாக இருக்கும்.

கார்டன் ஒரு விர்ஜீனியா சிகரெட்டை பற்ற வைத்துக் கொண்டு சொன்னான்.

மிசஸ் மெக்கன்ஸி.

தெரசா புன்னகையோடு அவனிடம் தெரிவித்தாள்.

கொஞ்சம் வியந்தபடி ராஜபார்ட்காரரன் பார்க்க, தாமஸ் இரண்டு கையையும் விரித்து உயர்த்தி உரத்த குரலில் சொன்னான்.

நான் இந்த மகாராணிக்கு எடுபிடி. அவள் வீட்டுக்காரன் மேஜர் பீட்டர் மெக்கன்ஸிக்கு கசின்.

மை அபாலஜீஸ் மிசஸ் மெக்கன்ஸி. நீங்களும் உங்களோட கசின் மிஸ்டர் மெக்நீலூம் அவசியம் சாயந்திரம் நாடகம் பார்க்க வரவேண்டும்.

மரியாதை விலகாத குரலில் கார்டன் திரும்பவும் சொன்னான். மன்னிப்பெல்லாம் எதற்கு என்பது போல் கைகாட்டிப் புன்சிரிப்பு சிரித்தாள் தெரிசா.

இன்னிக்கு சாயந்திரமா? நீ வேறே ஏதாவது வேலை வச்சிருக்கியா தெரிசா?

தாமஸ் விசாரித்தான்.

சாயந்திரம் ஒரு பியானோ வாடகைக்கு எடுக்கறதுக்குப் போகணும்னு சொல்லிட்டு இருந்தியே தாமஸ்.

தெரிசா நினைவுபடுத்தினாள்.

விடுதிக்காரன் தெரிசாவிடம் மரியாதை விலகாமல் ஒரு அட்டையை நீட்டினான். இங்கிலாந்தில் தொட்டதெற்கெல்லாம் மரியாதை பார்ப்பதை விட காலே வீசம் அதிகம் ஸ்காட்லாந்தில் இந்த விஷயத்தில் அக்கறை செலுத்துகிறார்கள் என்று தெரிசாவுக்குத் தோன்றியது. அதிவிநயம் தூர்த்த லட்சணம் என்று இல்லையோ அம்மா சிநேகாம்பாள் சொன்னது.

அவள் அட்டையைப் படித்தாள். ஹாகீஸ், போரிட்ஜ், ரொட்டி, ஆரஞ்ச் மர்மலெட், ஆரஞ்ச் ஜாம், வேக வைத்த முட்டை.

படிக்கறதுக்கோ யோசிக்கறதுக்கோ அவசியமே இல்லே. ஸ்காட்லாந்தில் வந்தால் காலையிலே ஹாகிஸ், ராத்திரியிலே ஸ்காட்ச் விஸ்கி.

எதிர் மேசையில் ரொட்டிக்கு வெண்ணெய் தடவ ஆரம்பித்த வேஷக்காரன் ஒருத்தன் சொன்னான்.

இந்த ஹாகீஸ் என்ன மாதிரிப் பட்டது?

தெரிசா தாமஸை ரகசியமாக விசாரித்தாள்.

என்ன சந்தேகம்? நூத்தைம்பது சதவிகிதம் அசைவம்தான். பன்றிக் குடலை வேகவைத்துச் செய்தது. ஸ்காட்லாந்து முழுக்க அதான் வழக்கமான காலை ஆகாரம். இங்கிலாந்திலே சாஸேஜ் மாதிரி. அங்கே பார்.

பக்கத்து மேஜைக்கு பணிப்பெண் எடுத்துப் போன ஹாகீஸைக் காட்டி ஆஹா என்று ரசனையோடு வாடை பிடித்தான் அவன்.

இந்தியாவில் ராஜ வம்சம் கூட மாமிசம் சாப்பிடாதா?

ரொட்டித் துண்டுக்கு நடுவே ஒரு பெரிய விழுது ஆரஞ்சு மார்மலெட் விழுந்து நிற்க அதை ஒரு வினாடி ரசித்தபடி இருந்த ராஜபார்ட் கார்டன் கேட்டான்.

ஆரஞ்சும் சர்க்கரைப் பாகும் சேர்ந்த அந்தக் கூழை சாப்பிட்டுப் பார்க்க தெரிசாவுக்கும் ஆசையாக இருந்தது. சின்ன வயசில் மனசில் ஏறிய முட்டாய் வாசனை. புடமுரிக்கும், கல்யாணம், அடியந்திரத்துக்கும் சமையல் செய்யப் போய்விட்டு அப்பா கிட்டாவய்யன் இலை நறுக்கிலும் காகிதத்திலும் பொதிந்து வாங்கி வந்து கொடுத்து, அம்மா சிநேகாம்பாள் வைய வையத் தின்று வளர்த்த சுவை.

எங்க விடுதியிலேயே செய்த ஸ்பெஷல் மார்மலெட் இது, மேடம். உங்களுக்கு ஊருக்கு எடுத்துப் போகக்கூட ஒரு ஜாடி ஆரஞ்ச் மார்மலெட் தரேன்.

விடுதிக்காரன் தாராள மனசோடு சொன்னான்.

ஒரு பவுண்ட்தான் கட்டணம்.

அதானே, சோழியன் குடுமி எதுக்கு சும்மா ஆடணும்?

நான் இப்போதைக்கு லண்டன் திரும்புகிற உத்தேசம் இல்லை. போகும்போது வாங்கிக்கொள்றேன்.

தெரிசா சொல்லியபடி போரிட்ஜ் ஒன்று கொண்டு வர முடியுமா என்று கேட்டாள்.

ஓட்ஸ் கஞ்சி. சுடச்சுட காய்ச்சி எடுத்து வரும் வெந்த ஓட்ஸ் கூழ் மேலே பாலைப் பெய்து சர்க்கரையையும் தாராளமாகக் கலந்தால், பாயசமேதான்.

போரிட்ஜா? அது எதுக்கு?

தாமஸ் முகத்தைச் சுளித்தான்.

அம்பலப்புழைக்காரிக்கு எப்படி பாயசம் பிடிக்காமல் போகும்?

முழு கோதுமை ரொட்டி இரண்டை அனலில் வாட்டி எடுத்து வந்த பணிப்பெண்ணுக்கு நன்றி தெரிவித்து விட்டு மடியில் சாப்பாட்டு மேசைத் துணியை விரித்தபடி மெல்லிய குரலில் கர்த்தருக்கு நன்றி சொல்ல ஆரம்பித்தாள் தெரிசா.

ராஜபார்ட் கார்டன் சாப்பிடுவதை உடனே நிறுத்தி, நானும் க்ரேஸ் சொல்கிறேன் என்று சேர்ந்துகொண்டான்.

ஆமா, இவன் முதல்லே இருந்து திரும்பவும் சாப்பிட ஆரம்பிக்க ஒரு சாக்கு.

தாமஸ் கார்டன் முதுகில் ஓங்கித் தட்டியபடி அவன் வைத்திருந்த காகிதப் பொதியிலிருந்து ஒரு சிகரெட்டை சுவாதீனமாக எடுத்துப் பற்ற வைத்தான்.

ஆ, சிகரெட்டுன்னா இதான். எங்கே பிடிச்சே?

கார்டன் காகிதத்துக்கு மேலே அச்சடித்த விலாசத்தை உரக்க வாசித்தான்.

எஃப். பெட்ரி, புகையிலைக்காரன், லீத் வீதி. ராத்திரி பதினொரு மணி வரைக்கும் எடின்பரோவிலே திறந்து வச்சிருக்கற ஒரே சுருட்டுக்கடை.

லீத் வீதிக்கு எப்படிப் போகிறது என்று அவன் தாமஸுக்கு விளக்கிக் கொண்டிருந்தபோது விடுதிப் பணிப்பெண் தெரிசாவிடம் ஹார்வி ஓட்ஸ் கட்டி போட்டு போரிட்ஜ் செய்து எடுத்து வரட்டுமா என்று கேட்டாள்.

ஹார்வியா? எதுக்கு அது? வேக வைச்சாலும் பச்சை மாமிசம் சாப்பிடற மாதிரி சவசவன்னு இருக்கும். எக்லிப்ஸ் ஓட்ஸ் கட்டி வாங்கி வைக்கலியா?

கார்டன் விசாரித்தான். அவன் இந்தப் பிரதேசத்து ஆகாரம், பானம், பழக்க வழக்கம் எல்லாம் அத்துப்படி ஆனவனாக இருந்ததை தெரிசா கவனித்தாள்.

சிகரெட் வாங்கணும். மூக்குத் தூள் டப்பா ரெண்டு வாங்கியாகணும். கொஞ்சம் அலெக்ஸ் ஃபெய்ர்லி விஸ்கி வேறே வாங்க வேண்டி இருக்கு. நீ எதுக்கு முகத்தைச் சுளிக்கறே தெரிசா? இது என் உடம்பிலே உயிர் தங்க அத்யாவசியமான மருந்து.

தாமஸ் தெரிசாவிடம் போலி வினயத்துடன் சொன்னான்.

ஒழியறது. இதையும் கூட சேர்த்துக்கலாம் உன் பட்டியல்லே.

தெரிசா விரலை மடக்கினாள்.

வாடகைக்கு ஒரு பியானோ எடுக்கணும். இன்னும் நாலைந்து மாசம் குடக்கூலிக்குத் தங்க இங்கே ஒரு வீடு பார்க்கணும். நல்ல டாய்லெட் சோப்பு வாங்கணும். என் உடுதுணி தைக்க அட்யர் அண்ட் கோ போகணும். லண்டன்லே கிளம்பறபோதே ஸ்ட்ராண்ட் துணிக்கடையிலே சொல்லி அனுப்பினாங்க. அப்புறம் சைனாக்காரன் லீசான் தானியம் விற்கற கடை எங்கேன்னு வேறே பார்க்கணும்.

தெரிசா தேவையானதைப் பட்டியலாக்கினாள்.

ஆமா, இது ஒண்ணொண்ணுக்குமே ஏகத்துக்கு அலஞ்சு மெனக்கெடணும். அப்புறம், இதை விட்டுட்டியே தெரிசா. உனக்கு பச்சைக் காய்கறி, பழம் என்ன என்ன கிடைக்குதோ அதெல்லாம் வாராவாரம் வந்து சேர ஏற்பாடு நடத்தி ஆகணும்.

இல்லே நீ தினசரி அரைப் பட்டினி தான். ஆக, இத்தனை வேலை இருக்கு. கார்டன், நீ பாட்டுக்கு சாவகாசமா இன்னிக்கு சாயந்திரம் ஓ சூசனா.

தாமஸ் முடிப்பதற்குள் ராஜபார்ட்காரன் குறுக்கே வெட்டினான்.

எல்லாமே காகிதத்திலே பட்டியல் போட்டு எழுதி எடுத்து வை. இன்னும் ரெண்டு நாள்லே ஒண்ணொண்ணா அத்தனையும் முடிச்சுடலாம். அதிலே பியானோ இன்னும் ஒரு மணி நேரத்திலே ஏற்பாடு ஆகிவிடும். நாலு எட்டு நடந்தா பிரின்சஸ் வீதியிலே மெத்தீன் சிம்சன். எனக்கு ரொம்ப நெருக்கமான சிநேகிதன் வச்சிருக்கற கடைதான். சல்லிசா முடிச்சுத் தரேன். என்ன கமிஷன் தருவீங்க?

கார்டன் கண் சிமிட்டியபடி தெரிசாவிடம் கேட்டான்.

நான் எடின்பரோவில் இருக்கற வரைக்கும் வாராவாரம் இந்த நரிவேட்டை விடுதியிலே ஒரு போத்தல் அருமையான ஆரஞ்சு மார்மலேட் வாங்கி அனுப்பி வைக்கறேன். சரியா?

தெரிசா சிரித்தபடி இன்னும் கொஞ்சம் மார்மலேடை வழித்து ரொட்டித் துண்டில் போட்டு ஸ்பூனால் சமச்சீராக்கினாள்.

எல்லாத் தரப்பும் விரும்புகிறபடியால் இந்த ஒப்பந்தம் கையெழுத்தாகி விட்டது.

பாவாடை உடுப்பை முழங்காலுக்கு இழுத்துச் சரிசெய்தபடி விடுதிக்காரன் நாடகத்தில் ராஜாங்க சேவகன் போல அறிவித்து விட்டு உள்ளே போனான்.

நிச்சயமா இவன் பரிமாறுகிற மார்மலெட் வேணுமா? உடுப்புக்குக் கீழே வேறே வஸ்திரம் ஏதும் போட்டுக்காத மனுஷன் இவன். இங்கே எல்லாரும் காத்தோட்டமா இருக்கப்பட்டவங்க தான். குளிக்கறது கூட அபூர்வம்தான்.

தாமஸ் தெரிசா காதில் ரகசியமாகச் சொன்னான்.

தெரிசாவுக்குத் தெரியும். ஸ்காட்டிஷ் தேசிய உடுப்பான இந்த கில்ட் கீழே காற்றோட்டமாகத் திறந்துதான் இருக்குமாம்.

ஸ்காட்லாந்தில் இஷ்டம் இருந்தால் குளிப்பார்கள். வருஷம் நாலஞ்சு தடவை அப்படியான இஷ்டம் வரும் போகும்.

அதுக்கும் மார்மலெடுக்கும் என்ன சம்பந்தம்?

தெரிசா தணிந்த குரலில் தாமஸிடம் பதிலுக்குக் கேட்டாள்.

மார்மலேட் விடுதிக்காரன் செய்வது இல்லை. உள்ளே ஹாகீஸும், ஓட்ஸ் கஞ்சியும் உண்டாக்கி அனுப்பும் இவன் பெண்டாட்டி செய்வது. அவள் நிச்சயம் உள்ளாடை போட்டிருப்பாள். போட்டிருந்தாலும் இல்லாவிட்டாலும், அவள் குளித்தாலும் குளிக்காவிட்டாலும் அதெல்லாம் தெரசா கவலைப்பட வேண்டிய விஷயம் இல்லை.

சேச்சி, இவளுக்குக் கொஞ்சம் ரொட்டியும் வெண்ணெயும் தர முடியுமா? ரொம்ப பசின்னு அழறா.

ஜன்னல் பக்கம் இருந்து குரல் வந்தது.

தெரிசா உற்றுப் பார்க்க, அங்கே கடல் பறவை ஒன்று குஞ்சுப் பறவையோடு மரக் கிளையில் உட்கார்ந்து தெரிசாவைப் பார்த்து அலகை விரித்துக் கொண்டிருந்தது.

ஒரு தட்டில் ரொட்டியும் வெண்ணெயும் மார்மலேடுமாக எடுத்துக்கொண்டு தெரிசா வெளியே வந்தாள்.

அத்தியாயம் முப்பது

மே *12 1899 விகாரி வருடம் சித்திரை 30* வெள்ளிக்கிழமை

நாடகக் கொட்டகைக்கு தெரிசா புறப்பட்டபோது ராத்திரி ஆனது போல இருட்டிப் போயிருந்தது. இத்தனைக்கும் சாயந்திரம் ஆறரை மணி கூட கழியவில்லை.

லண்டனை விட சீக்கிரத்தில் இருட்டு வந்து புகுந்துகொள்கிற ஊர் இந்த எடின்பரோ என்று தோன்றியது தெரிசாவுக்கு. இருள் அடைய அடைய தப்புக் காரியம் செய்ய மனசு இன்னும் ஊக்கம் காட்டி முன்னேறும். வாய்ப்பும் வந்து சேர்ந்தால், நரகத்தில் கொண்டு போய் விழவைக்கவும் அது சளைக்காது.

தெரிசாவுக்கு இருட்டைக் கண்டு பயம் ஏதும் இல்லை. அவளுக்கு மனசிலும் செயலிலும் தப்பு ஏதும் தற்செயலாகத் தட்டுப்படக் கூட விடமாட்டாள். கிருஷ்ண பகவானோ கிருஸ்து மகரிஷியோ இல்லை ரெண்டு பேரும் கூடிப் பேசியோ அவளை தடுத்தாட்கொள்ள ஏதாவது உருவில் வந்துவிடுவார்கள். அப்படி ஒரு திடமான நம்பிக்கை எப்போதும் அவளுக்கு உண்டு.

தெரிசாவின் சாரட் வண்டி விடுதியில் இருந்து கிளம்பி பத்தே

நிமிடத்தில் ராயல் தியேட்டர் போய்ச் சேர்ந்து விட்டது. லோத்தியன் வீதிக் கோடியில் பிரின்சஸ் வீதி சந்திக்கும் இடத்துக்கு வடக்கேதான் அந்த மரக் கொட்டகை இருந்தது. இவ்வளவு பக்கத்தில் என்று தெரிந்திருந்தால் காலார நடந்தே வந்திருக்கலாம்.

இனி தேவ ஊழியம் செய்ய நாள் முழுக்க நடக்கத்தானே போறே, இப்போ கொஞ்சம் இளைப்பாறிக் கொள்.

பிரின்சஸ் தெரு செயிண்ட் தாமஸ் சர்ச் மணி அலையலையாகச் சொன்னது.

தெருவில் அலைந்து கூவிக் கூவி சிகரெட் விற்கிற பையன்கள், பூங்கொத்து விற்கிற சின்னப் பெண்கள் என்று லோத்தியன் வீதி கலகலப்பாக இருந்தது. லண்டன் ஸ்ட்ராண்ட் மாதிரி அது பிரம்மாண்டமாக கண் இமைக்காமல் பார்த்து ஆச்சரியப்பட வைக்கும் அழகு இல்லை. எடின்பரோவும் லண்டனில் எட்டில் ஒரு பங்கு இருந்தாலே அதிகம். ஆனாலும் அந்தக் குறுக்கமே ஊருக்கு ஒரு தனி அழகையும் அந்நியோன்னியத்தையும் கொடுத்ததாக தெரிசா நினைத்தாள்.

ஓ சூசன்னா நாடக வசனம் புத்தகம் வேணுமா?

வழிமறித்த ஒரு பெண் கேட்டாள். ஒரு காகிதப் பொதியைக் கையில் பிடித்துத் தூக்கிக்கொண்டு நாடகக் கொட்டகை வாசலில் குறுக்கும் நெடுக்குமாக அலைந்துகொண்டிருந்தாள் அவள்.

ஒரு ஷில்லிங்தான் விலை. கொள்ளை மலிவு மேடம். உள்ளே போனா, ஒண்ணரை ஷில்லிங் விற்கிற புத்தகம்.

அவள் தெரிசாவை விடாமல் துரத்தி வந்து புத்தகத்தைக் கையில் திணித்தாள்.

நாடகம் பார்த்தால் புரியாதா என்ன? புத்தகம் எதுக்கு?

தெரிசாவுக்குத் தெரியவில்லை. ஆனாலும் நாடகக் கொட்டகை படியேறிய பலரும் ஆளுக்கொரு புத்தகம் வாங்கிப் புரட்டியபடி படி ஏறுவதைப் பார்த்து அவளும் ஒன்று காசு கொடுத்து

வாங்கிக் கொண்டாள்.

தெரிசா கைக்கடியாரத்தைப் பார்த்தாள். ஏழு மணி ஆகி விட்டிருந்தது. நாடகக் கொட்டகை உள்ளே முதல் மணியோ இரண்டாம் மணியோ தொடர்ச்சியாக அடிக்கிற சத்தம். இது நின்று படுதாவை ஏற்றியதும் நாடகம் ஆரம்பமாகி விடும்.

தாமஸ் எங்கே போய் ஒழிந்தான்?

நீ தியேட்டர் ராயலுக்கு நேரே வந்துடு. நான் அங்கே காத்திருக்கேன் என்று சொல்லி அவன் பிற்பகலிலேயே கோட்டை மாட்டிக் கொண்டு தொப்பியையும் தரித்தபடி படி இறங்கிப் போய்விட்டான். பியானோ வாடகைக்கு எடுக்க அலைந்துகொண்டிருக்கிறானா இல்லை விர்ஜினியா புகையிலை சிகரெட் விற்கிற கடைகளில் எதில் உசந்த தரத்து சரக்கு கிடைக்கிறது என்று தேடிக்கொண்டிருக்கிறானா? கார்டன் ஏதோ புகையிலைக்கடை பெயர் சொன்னானே? அரசூரில் பகவதி சித்தி வீட்டுக்காரர் மாதிரி இங்கே எத்தனை புகையிலைக்கடைக்காரர்களோ. சித்தி எப்படி இருப்பாள் இப்போ? இருக்காளா?

தெரிசா, சீக்கிரம் வா, நாடகம் ஆரம்பிக்கப்போகுது.

தாமஸ் குரல் கேட்டது.

அவன் நாடகக் கொட்டகை வாசலில் சீட்டு வாங்கிக் கிழித்து உள்ளே அனுமதிக்கிறவன் பக்கத்தில் நின்றுகொண்டிருந்தான்.

இங்கே சீட்டுக் கிழிக்க ஒத்தாசை பண்றானா என்ன?

தெரிசா உள்ளே போகும்போது தாமஸ் மூச்சில் பலமாகக் கவிந்து வந்த விஸ்கி வாடை மூக்கில் குத்தியது. கேட்டால் மருந்து என்று சொல்வான். சதா மருந்து குடிக்கும் சீக்காளி வைத்தியன் அவன்.

மதப் பிரசங்கம்னதும் பியானோ கிட்டத்தட்ட இலவசமாகவே கிடைச்சுடுத்து. எல்லாம் நம்ம ஹீரோ கார்டன் ஒத்தாசை பண்ணித்தான்.

தாமஸ் நாடகக் கொட்டகை உள்ளே கைகாட்டியபடி சொன்னான்.

நல்லதாப் போச்சு. அதைக் கொண்டாட இப்படி மூக்கு முட்டக் குடிச்சுட்டு வந்தியா?

அவனுக்கு மட்டும் கேட்கிற குரலில் கொஞ்சம் அதட்டலாக விசாரித்தாள் தெரிசா. என்ன இருந்தாலும் அவளை விட நாலஞ்சு வயசு சின்னவன். பீட்டர் மெக்கன்ஸியின் கசின் அவளுக்கும் கரிசனமான உறவுக்காரன் தான். இந்த இழவெடுத்த வைத்தியன் சாயந்திரத்திலேயே போத்தலைத் திறந்து குடிக்க ஆரம்பித்து கெட்டுக் குட்டிச் சுவராகிப் போவதை அவள் பார்த்துக் கொண்டு சும்மா இருக்க முடியாது.

விளையாட்டுக்காக கார்டனோட சேர்ந்து ஒரே ஒரு லார்ஜ் அடிச்சேன். வெளியே எங்கேயும் போக வேணாம். அதோ அங்கே பார். பித்-ஓ-மவ்த்னு பலகை தொங்குதே. அதான். மணக்க மணக்க மால்டட் ஸ்காட்ச் விஸ்கி.

தாமஸ் நாடகக் கொட்டகைக்கு உள்ளே காட்டிய மூலையில் நாலைந்து உயரமான மர ஸ்டூல் போட்டு வேலை மெனக்கெட்டு அதில் எப்படியோ ஏறி உட்கார்ந்து சட்டமாக குடித்துக் கொண்டிருந்த ஆண்களைக் கவனித்தாள்.

நாடகம் பார்க்க வந்து விட்டு இப்படி சுதி ஏற்றிக்கொண்டு உச்சாணிக் கொப்பில் உட்கார்ந்திருந்தால் எப்போ இறங்கி வந்து எப்போ பார்த்து முடித்து வீட்டுக்குப் போய்ச் சேர முடியும்? அல்லது ஒரு வேளை குடிக்க ஒரு சால்ஜாப்பாக நாடகம் பார்க்க போவதாக வேண்டப்பட்டவர்களிடம் சொல்லி விட்டு வந்து சேர்ந்தவர்களா?

இவன்கள் எக்கேடும் கெட்டு ஒழியட்டும். இந்த தாமஸ் கடன்காரன். அப்புறம் அந்த ராஜபார்ட் கார்டன். நாசமாகப் போறவன் குடிச்சுட்டா நடிக்கப் போறான்?

கார்டன் நேரமாயிடுச்சுன்னு மேக் அப் போட்டுக்க உள்ளே க்ரீன் ரூமுக்குப் போயிட்டான். அவன் போன துக்கத்தைக்

கொண்டாட இன்னும் ஒரு லார்ஜ் அடிச்சேன். அதுக்கு இலவசமா ஒரு ஸ்மால் கொடுத்தான். அதையும் குடிச்சாச்சு.

தாமஸ் கொஞ்சம் தள்ளாடியபடியே கோட் பாக்கெட்டில் இருந்து இரண்டு பெரிய அட்டைகளை எடுத்து தெரிசாவிடம் நீட்டினான்.

பால்கனியிலே முதல் வரிசை கோடியிலே ஒரு சீட்டு.

இன்னொண்ணு அது பக்கத்திலா? இந்தக் குடியனின் உளறலும் சீண்டலும் இன்னும் நெருக்கமாக வந்து ஈஷிக் கொள்ள மூணு மணி நேரம் பொறுமையாக இருக்க வேணுமா என்ன? தெரிசாவுக்கு எரிச்சலை மீறிய பொறுமை இருந்தது.

கதவு பக்கமா எனக்கு நாற்காலி சொல்லியிருக்கேன். அப்பப்ப வெளியே போக சவுகரியமா இருக்கும். நான் பக்கத்தில் இல்லேன்னு பயப்படாம உக்கார்ந்து நாடகம் பாரு. எடின்பரோ கனவான்கள் நிறைந்த இடம். எந்த பயமும் வேணாம்.

தெரிசா முதல் தடவையாக சந்தோஷப்பட்டாள். கனவான்கள் வாழ்க. கதவு பக்கம் தாமஸுக்குத் தனி இடம் ஒதுக்கிக் கொடுத்ததும் அவர்கள் கருணையாகத்தான் இருக்க வேண்டும்.

அவள் முதல் வரிசைக்கு நடந்தபோது தோளில் இரும்பு வளையத்தில் வட்டத் தட்டு ஒன்றைக் கோத்து சுமந்து வந்தவன் சிகரெட் வேணுமா என்று கேட்டான்.

சாரி? தெரிசா புரியாமல் விசாரித்தாள். இருட்டில் பெண் என்று புரியாமல் சிகரெட் விற்க முயற்சி செய்கிற பாவப்பட்ட செக்கனாக இருக்கும்.

லேடீஸ் சிகரெட் மேம். ரொம்ப மென்மையா, டாபடில் பூ மாதிரி சுகமான புகை. தரமான புகையிலை.

அவள் வேண்டாம் என்று உறுதியாகத் தலை அசைத்து முன்னால் நடக்க, இரண்டாவது மணி நீளமாக ஒலித்தது. திரைச்சீலை உயரத் தொடங்கியது.

தெரிசாவுக்கு பக்கத்து நாற்காலியில் பருமனான ஒருத்தி

பக்பக் என்று சிகரெட்டைக் கொளுத்தி ஊதிக்கொண்டு உட்காந்திருந்தாள். பின்னாலும் வரிசைக் கோடியிலும் எல்லாம் கையில் காகிதப் பொட்டலங்களைப் பிடித்துக் கொண்டு ஆளாளுக்கு சாப்பிட்டுக் கொண்டிருந்தார்கள். மேடைக்குக் கீழே சாப்பிட்டு முடித்து காகிதத்தைச் சுருட்டி மேலே விட்டெறிய, பால்கனியில் இருந்து நாடகம் பார்க்க வந்தவர்கள் அதே படிக்கு கீழே சகலமான அசுத்தத்தையும் வீசி எறிந்து கொண்டிருந்தார்கள்.

வேசி என்றும் வேசி மகன் என்றும் கீழே இருந்து பலமாக ரெண்டு தடவை சத்தம் உயர்ந்து சிரிப்பு கேட்டபோது மேடையில் விளக்குகள் பளிச்சென்று எரிய, வைத்தியனின் வீடா ஆஸ்பத்திரியா என்று புரியாதபடிக்கு ஒரு ஜோடனை.

நீளமான மேஜை. அதில் கலைத்துப் போட்டுக் கிடக்கிற காகித உறைகள். ஒரு பெண் அறையைப் பெருக்கி சுத்தம் செய்தபடி மேஜைப் பக்கம் வருகிறாள். மேஜையில் வைத்திருந்த நாலைந்து காகித உறைகளைப் பிரித்துப் படிக்கிறாள்.

டாக்டர் ஜான் ஷெப்பர்ட். நான் ஏன் இப்படி திடகாத்திரமா இருந்து தொலைச்சேன். உடம்பு சரியில்லாம இருந்தா நீ என் பக்கத்துலே இருப்பியே.

அவள் தாபத்தோடு ஏங்க ஒன்றிரண்டு சிரிப்பு அங்கும் இங்குமாக எழுந்தது. நான் வேணுமானால் பக்கத்தில் வந்து இருக்கட்டுமா என்று சகட்டுமேனிக்கு, கீழேயிருந்து குரல்கள் துரத்தின. அவளை உள்ளாடையைத் திறந்து காட்டச் சொல்லி யாரோ கத்த அடுத்த சிரிப்பு ஆரம்பமானது. தெரிசாவின் பக்கத்து தடிச்சி அடுத்த சிகரெட்டைப் பற்ற வைத்து இன்னும் கொஞ்சம் புகை இழுத்தாள்.

மேடையில் இருந்த பெண் மேஜை மேல் வைத்த கடுதாசிக்கெல்லாம் ஒன்று விடாமல் முத்தம் கொடுக்கிறாள்.

மேடைக்கு கீழே இருந்து விசில் சத்தம். பால்கனியில் தெரிசா பின்னால் இருந்து கூச்சல்.

அடியே, காகிதத்துக்கு முத்தம் கொடுக்காம என் கால்

இடுக்கில் கொடு. இந்தா இடுப்புக்கு உள்ளே செருகி வைச்சுக்க. இப்போதைக்கு இதான் இருக்கு.

அந்தக் குடிகாரன் பச்சென்று தன் உள்ளங்கையில் ஒரு முத்தம் கொடுத்தபடி நீட்டிய கையோடு முன்னால் நடக்க முயன்று வழியை அடைத்தபடி விழுந்தான்.

நாடகக் கொட்டகை சிப்பந்திகள் வேகமாக வந்து அவனை தரையோடு இழுத்துப் போக, மேடையில் கருப்பு தலைமுடி டோப்பாவோடு ஒரு வயோதிகனும் இரண்டு அழகான பெண்களும். சிக்கென்று மாரையும் இடுப்பையும் கவ்விப் பிடித்த அந்தப் பெண்களின் உடுப்பைப் பார்த்தோ என்னமோ கீழே இருந்து திரும்ப விசில் சத்தம்.

வேலை வெட்டி இல்லாத டாக்டர், அவனுக்கு வேலைக்காரி, டாக்டருக்கு பணம் எழுதி வைத்த பணக்கார அத்தை, சொந்தக்கார வக்கீல், வக்கீலுடைய பெண்கள், அவர்களுடைய காதலர்கள் இப்படி வசவசவென்று ஓ சூசன்னா முன்னேறிக் கொண்டிருந்தது.

நான் மட்டும் ஆம்பிளையா இல்லாம இருந்தா நிச்சயம் ஒரு விதவையா இருப்பேன். எத்தனை ஆம்பிளைகள் விதவைகளை சுத்திச் சுத்தி வராங்க.

ஆஸ்பத்திரி எடுபிடி பையன் சொல்ல அரங்கமே அதிரும்படி சிரிப்பு. தெரிசாவுக்கு இதில் என்ன விகடம் இருக்கு என்று புரியவில்லை. இவங்களை ஒரு மண்டலம் சாக்கியார் கூத்து பார்க்கச் சொல்ல வேண்டும். பாஷை புரிந்து, அந்த மேன்மையான நையாண்டி புரிந்து சிலாகிக்கப் பழகிக்கொண்டால் இப்படி விதவையை வைத்து நையாண்டி செய்கிற அபத்தமெல்லாம் காணாது போய்விடும். ஆமா, அது ஏன் விடோ என்பதை விட்டர் என்றும் அதையே இன்னும் திரித்து வைடர் என்றும் சொல்கிறான்கள்?

ஐ வில் பி எ ஜாலி குட் வைடர்.

அந்தச் சிப்பந்தி வேஷக்காரன் கால் கவட்டைப் பிளந்து

காட்ட இன்னும் அதிகமான சிரிப்பு. அட தேவடியா மக்களா, இதுதானா வைடருக்கு அர்த்தம்?

தெரிசாவுக்குப் பற்றிக்கொண்டு வந்தது. ராஜபார்ட்காரன் ஸ்டான்லி கார்டன் எப்போ மேடைக்கு வருவான் என்று தெரியவில்லை. அவன் வந்தாலும் இந்த நாடகத்தைக் கடைத்தேற்ற முடியாது என்று தோன்றியது அவளுக்கு.

வெளியே இதமான குளிரோடு இரவு கவிந்திருந்தது உள்ளே இருந்தே தெரிந்தது. இங்கே புகையிலை வாடையும், விஸ்கி வாடையும், முட்டைப் பண்ட சாப்பாட்டு நெடியும் மூச்சு முட்ட இந்தக் கழிசடையைப் பார்த்துக்கொண்டு உட்கார்ந்திருக்காமல் ஒரு நடை கால் வீசி நடந்துவிட்டு அப்படியே விடுதிக்குப் போய்ச் சேரலாம் என்று தோன்றியது.

அவள் எழுந்து வாசலுக்கு வந்தாள்.

தாமஸ் எங்கே? நாடகக் கொட்டகையின் வலப்புறக் கோடியில் புகை மண்டலத்துக்கு இடையே உயர ஸ்டூலில் இருக்கிற ஆசாமிகளில் அவனும் இருப்பானோ.

இருக்கட்டும், இறங்கவே வேண்டாம்.

அவள் மெல்ல லோத்தியன் வீதியின் கருங்கல் பாவிய நடைபாதையில் நடந்தபோது, அலாதியான அமைதியும் ஆனந்தமுமாக இருட்டு கூடவே வந்தது.

நான் என்ன தப்பு செய்ய மட்டும் துணை வருவேனா என்ன? உன்னை மாதிரி ஒரு கூட்டுக்காரி கிட்டினால், இதமாகத் தொடர்ந்து வந்து நீ நித்திரை போகும் நேரம் வரை கூடவே இருந்து மனசை சாந்தியடைய வைக்க மாட்டேனா?

இருட்டு கேட்டது.

இருள் எல்லாம் கெடுதல் இல்லை. வெளிச்சம் மட்டும் நல்லது இல்லை. தெரிசாவுக்குப் புரிந்த மாதிரி இருந்த போது விடுதி வந்திருந்தது.

என்ன மேடம், சூசன்னா அலுப்புத் தட்டி விட்டதா?

பாதியிலேயே எழுந்து வந்துட்டீங்க போல இருக்கு?

விடுதிக்கார உபசாரப்பெண் விசாரித்தாள். அவளும் லாந்தர் விளக்கு வெளிச்சத்தில் ஓ சூசன்னா நாடக வசனப் புத்தகம் ஒன்றைத்தான் அக்கறையாகப் படித்துக்கொண்டிருந்தாள்.

இல்லே, ராத்திரி சரியா தூக்கம் இல்லாததாலே உக்கார முடியலே. கொஞ்சம் ஓய்வா நடந்துட்டு ராத்திரி ஆகாரம் சாப்பிட்டு நேரம் அதிகம் ஆகிறதுக்கு முன்பே தூங்கினா, விடிகாலையிலே முதல் ஆளா எழுந்துடலாம்.

நல்லது மேடம். இன்னும் அரை மணி நேரத்துலே உங்க ரொட்டியும், அரிசி சமைத்ததும் தயாராயிடும். தயிர் வாங்கி வந்துட்டேன். இது மட்டும் போதுமா?

தெரிசா போதும் என்று தலையாட்டினாள். எங்கே போனாலும் இந்தத் தயிர் சாதத்தை மட்டும் விட முடியவில்லை. கையோடு கொஞ்சம் அரிசி எடுத்துப் போய், அதை பாகம் செய்ய ஒரு பத்து நிமிஷம் சொல்லிக் கொடுத்தால் உடனே கிரகித்துக் கொண்டு உதவி செய்ய, தயிர் வாங்கி வந்து கொடுக்க அங்கங்கே யாராரோ உண்டு. சீக்கிரம் சீனாக்காரன் கடை இருக்குமிடம் தெரிந்தால் இங்கே இருக்கும்வரை அவன் புண்ணியத்தில் அரிசிக்கும் தட்டுப்பாடு இல்லை. சகாயம் செய்யும் எல்லோருக்கும் அம்பலப்புழை கிருஷ்ணனின் அனுக்ரஹம் கிட்டட்டும். கிறிஸ்து மகரிஷி அதெல்லாம் வேண்டாம் என்றா சொல்லப்போகிறார்?

தெரிசா மாடிப்படி ஏறி அவள் அறைக்குள் நுழைந்தாள்.

மங்கிய வெளிச்சத்தில் கொஞ்சம் நேரம் ஓ சூசன்னா வசனப் புத்தகத்தைப் புரட்டி வாசிக்க முயற்சி செய்து தோற்று அப்படியே படுக்கையில் விழுந்தாள்.

நல்ல நித்திரையில் தெரிசா இருந்தபோது அவளுடைய தோளைப் பற்றி யாரோ பலமாக உலுக்கினார்கள்.

விளக்கு அணைந்துபோயிருந்தது. ஒரே புழுக்கமாக இருந்தது.

சேச்சி, சேச்சி.

யார், யார் அது?

சேச்சி. எழுந்து என் கூட வாங்கோ.

யார் அது?

வாங்கோ சேச்சி. சொல்ல நேரம் இல்லே. கோணிப்படி இங்கே இருக்கு. இறங்குங்கோ. இப்படி வாங்கோ. விரசா நடக்கணும்.

தூக்கத்தில் நடக்கிறதுபோல் அவள் நடந்தாள். தடதடவென்று மரப்படிகளில் வெறுங்கால் சப்திக்க வெளியே இறங்கி விடுதித் தோட்டத்துக்கு வந்ததும் நின்றாள். இதமான குளிரோடு சுற்றிச் சூழ்ந்து இருந்த பவுர்ணமி ராத்திரி அது.

தோட்டத்தில் கொச்சுக் குட்டிப் பெண் குழந்தையோடு அம்பலப்புழை மருமகள் நிற்பதை நிலா வெளிச்சத்தில் பார்த்தாள் தெரிசா.

வாங்கோ சேச்சி, வெளியே போயிடலாம்.

அவள் தெரிசாவின் கையைப் பிடித்து இழுத்து தெருவுக்கு வந்தபோது பின்னால் ஏதோ சத்தம்.

தெரிசா திரும்பிப் பார்த்தாள்.

ஒரு பெரிய நெருப்புக் குவியலாக அந்த விடுதி பற்றி எரிந்து கொண்டிருந்தது.

அத்தியாயம் முப்பத்தொன்று

ஏப்ரல் 13 1903 சுபகிருது பங்குனி 31 திங்கள்கிழமை

ரெண்டு பக்கமும் காய்த்துக் குலை தள்ளி இருந்த வாழை மரங்களுக்கு நடுவே துர்க்கா பட்டன் தவழ்ந்துகொண்டிருந்தான்.

ஆன, ஆன, கொம்பன் ஆன. வேகம் போ ஆன. திருசூர் பூரம் போ ஆன.

இது பேசுகிற ஆனை. குழந்தை கூடச் சேர்ந்து கொம்மாளி கொட்டிச் சிரிக்கிற ஆனை.

வேதையனின் பெண் குழந்தை அவன் முதுகில் உட்கார்ந்து பூக்குடலையைக் கவிழ்த்த மாதிரிச் சிரித்தது. அவன் வயிற்றில் சின்னக் காலால் மிதித்தது. ஆனையைத் தோட்டத்து வடக்கு மதில் சுவர் பக்கம் நகர்ந்து போகும்படி அடம்பிடித்துக் கொண்டிருந்தது அது.

வேதையன் வீட்டுத் தோட்டத்தில் வாழை மரங்களின் வரிசை முடிந்து இனி தென்னை, பலா, மா அப்புறம் பூச்செடிகள். ஆனை போக முடியாத ஒற்றையடிப் பாதையை அடுத்து சின்ன வாய்க்காலாக கிணற்றுத் தண்ணீர் பொசிந்துகொண்டிருந்தது.

கடைகால் கடைகாலாக கிணற்றில் இருந்து நீர் சேந்தி அந்தச் சாலில் செலுத்திய படிக்கு வீட்டுப் பணிக்காரன் ஒருத்தன் தோட்ட வேலையில் கருத்தும் காரியமுமாக இருந்தான்.

பட்டரே, குஞ்ஞும்மையைக் குப்புறத் தள்ளிடாதேயும். தென்னை நட வெட்டி வச்ச குழி உண்டு அங்கே. பின்னே நீரும் கூடி அதிலே விழுந்து வைக்கப் போறீர். கண்ணு தொறந்து ஆனை நடக்கட்டும்.

பணிக்காரன் தண்ணீர் இறைப்பதை நிறுத்திச் சொன்னான். பட்டன் முதுகில் உட்கார்ந்து ஆனையை முன்னால் செலுத்திக் கொண்டிருந்த மூணு வயசுப் பெண் குழந்தை தீப ஜோதி மழலையில் அவனை அதட்டியது.

சும்மா போ தோமச்சா.

எண்டெ பொன்னு குஞ்ஞும்மே. தோமச்சன் சும்மாவும் போகும். சுகமாயிட்டு பாரம் சுமந்தும் போகும். விதிச்சது தீர்ந்தால் பின்னே குரிசுப்பள்ளி உண்டல்லே கிடக்க.

அவன் முடிப்பதற்குள் துர்க்கா பட்டன் குழந்தையை லாகவமாக இடுப்பில் இருந்து இறக்கி தோளில் சுமந்தபடி எழுந்து நின்றான்.

தோமச்சா. குஞ்ஞுக் குட்டியோடு சம்சாரிக்க வேறே விஷயம் ஒண்ணும் கெடக்கலியா உனக்கு?

அவன் குழந்தை நெற்றியில் துளிர்த்திருந்த வியர்வைக் கீற்றைத் தன் மேல் முண்டால் பதமாகத் துடைத்தான். குழந்தை நெற்றியில் மெலிசாக முத்தம் இட்டபோது அது அவன் கழுத்தைக் கட்டிக்கொண்டு திரும்ப கூச்சலிட்டது.

அம்மாவா, ஆன, ஆன.

அம்மாவனு வல்லாத்த க்ஷீணம் குஞ்ஞே. ஒரு கவளம் சோறு கழிச்சு வந்நு ஆனக் கொம்பன் திருச்சூர் பூரம் காணான் இறங்கும். சரியா.

ஞானும் வயும். மன்னி, பூயம். பூயம்.

குழந்தை ஓட்ட ஓட்டமாக அம்மாவிடம் அனுமதி வாங்க ஓடியது.

கமுகு மர நிழலில் ஒரு வினாடி நின்று முகத்தை அழுந்தத் துடைத்துக் கொண்டான் துர்க்கா பட்டன். சாப்பிட வீட்டுக்குப் போய் விட்டு வரவேண்டும். பசி எடுக்க ஆரம்பித்திருந்தது.

துர்க்கா பட்டனுக்கு வீடு என்று ஒன்று தனியாக வைக்க வேண்டி வந்தது இந்த ரெண்டு மாதமாகத்தான். இதுவரைக்கும் வேதையனின் நிழலிலேயே ஒண்டிக்கொண்டு இருந்தாகி விட்டது.

வேதையனின் அப்பன் ஜான் கிட்டாவய்யன் தேக வியோகம் அடைகிறதுக்கு ஒரு வாரம் முன்னால் மலையாள பூமிக்கு வந்த அந்தத் துளுவ பட்டன், கிட்டாவய்யன் நல்லடக்கம் ஆகி ஒண்ணரை கொல்லம் அங்கே இங்கே எங்கேயும் போகாமல் வேதையனோடு கூடவே நிழலாகச் சுற்றி வந்தான். கிட்டாவய்யன் போகிற நேரத்தில் அவன் கையைப் பிடித்து மன்றாடிக் கேட்டுக் கொண்டபடிக்கு இது.

வேதையனுக்குப் பெண் குழந்தை பிறந்த சந்தோஷச் சேதியை எடத்வா கேசவன் மூஸ் வைத்தியனோடு பகிர்ந்துகொண்டு கிட்டாவய்யன் வாசல் படியில் விச்ராந்தியாகச் சாய்ந்து உட்கார்ந்தபோது அவனுக்கு அந்திம ஓலை வந்து சேர்ந்தது. புறப்பட நாலு நாள் மட்டும் அவகாசம் கொடுத்து வந்த அழைப்பு அது.

அவன் வாசல் படியில் உருண்டபடிக்கு தீபம் தீபம் என்று முனகிக்கொண்டிருந்தபோது துர்க்கா பட்டன் தான் உள்ளே இருந்து ஓடி வந்து அவனைத் தூக்கிச் சுமந்தபடி நடு வீட்டில் கொண்டு போய்ப் படுக்க வைத்தான்.

அப்புறம் கிட்டாவய்யனுக்கு நினைவு போகிறதும் வருகிறதுமாக இருந்தது.

விருச்சிகம் ஒண்ணு இன்னிக்கு. மலைக்கு மாலை போட்டுக்கணும்.

நடுராத்திரியில் எழுந்து உட்கார்ந்து பக்கத்தில் தரையில் படுத்திருந்த துர்க்கா பட்டனை உலுக்கி எழுப்பினான்.

தொரைசாமி அண்ணா, எழுந்திருங்கோ. குளிச்சுட்டுக் கோவிலுக்குப் போகணும். கோவிலுக்குப் போவானேன்? இதான் கோவில். விசாலாட்சி மன்னி ஜகஜ்ஜோதியா அம்பாள் மாதிரி நிக்கறா பாருங்கோ. விழுந்து கும்புடுங்கோ அண்ணா.

அவன் துர்க்கா பட்டனின் தோளைக் குலுக்கி உலுக்கினான்.

பட்டன் கண்ணைக் கசக்கிக்கொண்டு எழுந்து உட்கார அரை இருட்டில் அவன் முகத்தைப் பார்த்து சுய நினைவுக்கு வந்தான் கிட்டாவய்யன். அப்புறம் கழுத்தில் சிலுவையை இறுகப் பிடித்துக் கொண்டு தொலைவில் எங்கேயோ வெறித்தபடி நேரம் வெளுக்கிறது வரை ஒண்ணும் பேசாது உட்கார்ந்திருந்தான் அவன். பக்கத்திலேயே சுவர்க்கோழி சத்தம் கேட்டபடிக்கு ரா முழுக்கத் தூக்கம் விழித்துக்கொண்டு துர்க்கா பட்டனும்.

விடிகாலையில் கிட்டாவய்யனுக்குத் திரும்ப நினைவு போய் நடு மத்தியானத்தில் போதம் மீண்டபோது வேதையன் பக்கத்தில் இருந்தான்.

இந்தக் கொழந்தையை நீயும் பரிபூர்ணமும்தான் பாத்துக்கணும். நீ இவனுக்கு அனுஜன். இவன் உன் ஜ்யேஷ்டன். மனசிலாச்சா?

துர்க்கா பட்டனின் கையைப் பிடித்தபடி வேதையனைக் காட்டிக் குழறிக் குழறி கிட்டாவய்யன் சொன்னபோது வேதையன் துக்கமெல்லாம் ஒருசேர மனசில் திரள, ஓவென்று கதறி அழுதுவிட்டான்.

அப்பன், நீர் எங்கேயும் போக மாட்டீர். உம்ம பேத்தி வரப் போறா. அவளோட விளையாடி அவ கூட குரிசுப்பள்ளிக்கு நடந்து போய், பள்ளிக்கூடம் கொண்டுபோய் விட்டு அழச்சுண்டு வந்து, அவ மாங்கல்யம் நடந்தேறி குழந்தை உண்டாகி. எல்லாம் பாத்துண்டு வல்ய அப்பூப்பனா நீர் இருப்பீர் அப்பன்.

தீபம், அவ பேரு தீபம். தீப லட்சுமி. தீப ஜோதி. தீப.

கிட்டாவய்யன் பளிச்சென்று சிரித்தான். வயோதிகம் ஏறிச் சுருங்கிக் கிடந்த அந்த முகம் அலாதி சோபையோடு ஒரு கணம் ஒளிர்ந்தது. அந்த ஒளியோடு கிட்டாவய்யனின் மூச்சும்

விடைபெற்றுக் கொண்டு போய் மறைந்தது.

வைக்கத்துக்குப் போய் சேதி சொல்லி பரிபூரணத்தை அழைத்து வர, எடத்வா மூஸ் வைத்தியர் போனார். கூடத் துணைக்கு துர்க்கா பட்டன். தமக்கை தெரிசாவுக்கும் நிர்மலாவுக்கும் சேதி தெரிவித்து வேதையன் எழுதின லிகிதங்களை சீமைக்கு அனுப்பி வைக்க பட்டன் தான் வேண்டியிருந்தது. அவற்றைக் கோழிக்கோட்டுக்கு எடுத்துப் போய் தபால் கச்சேரியில் சேர்த்தது அவன்தான்.

குரிசுப் பள்ளியில் சவக் குழி வெட்டுவதை மேற்பார்வை செய்வதில் இருந்து, பெட்டிக்கு கருப்பு வர்ணம் தீட்டினது காய்கிறது வரை காத்திருந்து வாங்கி வந்தது, சவ அடக்கத்துக்கு வர பாதிரிக்கு வண்டி ஏற்படுத்திப் போய் கூட்டி வந்தது, சவ குடீரத்தை ஜான் கிட்டாவய்யன் கவுரதைக்கு ஏற்றபடிக்குக் கட்டி முடிக்க கொத்தனுக்கு யோசனை சொன்னது என்று சகலமானதுக்கும் துர்க்கா பட்டன் ஓடியாடி பம்பரமாகச் சுழன்று வேலை முடித்துக் கொடுத்தான்.

வேதையனை விட பரிபூரணத்துக்கு துர்க்கா பட்டன் வீட்டு மனுஷனாக, புருஷன் கூடப் பிறக்காத சொந்த சகோதரனாக மாறினது வெகு சுபாவமாக இருந்தது. அவன் அங்கேயே எப்போதும் இருக்கப்பட்டவன் என்றே பரிபூர்ணம் நினைக்கிற படிக்கு பட்டன் அந்த வீட்டோடு பிரிக்க முடியாதபடி இறுக ஒட்டிப் போனான்.

துர்க்கா பட்டன் அவளைப் பிரியமாக மன்னி மன்னி என்று கூப்பிட்டதை அவள் நாலைந்து முறை சேட்டத்தி என்று திருத்திப் பார்த்தாலும் பட்டன் வாயில் மன்னிதான் சரளமாகப் புழங்கியது. போதாக்குறைக்கு வீட்டில் வேலை பார்க்கிறவர்கள், அக்கம்பக்கத்து மனுஷ்யர் இப்படி எல்லோருக்கும் அவள் மன்னியாகி விட்டாள். குழந்தை தீபஜோதிக்கும் கூட அதே படிக்குத்தான்.

சாப்பாட்டுக் கடை கணக்கு வழக்கு பார்க்கவும் பணம் அடைக்க, வாங்கவும் எல்லாம் வேதையனுக்கு அத்துப்படியான

விஷயங்களாக இல்லாது போனதால், பட்டன் தான் ஐந்தொகை சரிபார்க்க, வரும் கடன் வசூல் செய்ய, சாப்பாட்டுக் கடைக்கு காய்கறியும் பச்சரிசி புழுக்கிய அரிசி வகையறாவும் கொள்முதல் செய்து கொண்டு வர எல்லாம் அலைய ஆரம்பித்தது. உடம்போடு கணக்கும் வழக்கும் காறுபாறும் ஒட்டிக்கொண்டு பிறந்த மாதிரி எல்லாமே அவனுக்கு வாய்த்திருந்தது. வேதையன் ஞாயிற்றுக்கிழமை வேதக் கோவிலுக்குப் போகக் கிளம்பும் முன் வென்னீர்க் குளியலுக்கு வெளிச்செண்ணெய் புரட்டி விடக்கூட துர்க்கா பட்டன் எங்கே என்று காத்திருக்க வேண்டிய ஸ்திதிக்குப் போனான்.

வேதையன் அவனை பட்டரே என்று கூப்பிடுவது எடோ துர்க்கா என்று உரிமையோடு மாறியதும் சுபாவமாக சடுதியில் நிகழ்ந்த ஒன்று. முழுக்க வாஞ்சை நிரம்பிய விளியாக்கும் அது. பரிபூரணத்துக்கு மட்டும் அவன் எப்பவும் துருக்கன் தான்.

துருக்கா இங்கோட்டு வரூ.

அவள் ராகம் போட்டு விளிக்கும்போது வேதையன் பரிகாசம் பண்ணுவான்.

இப்படி துருக்கா துருக்கான்னு கூப்பிட்டா நாளைக்கு அரவைசாலை பாபுக்கா தெரு வழியே போனா என்ன பட்டத்தியம்மான்னு பதில் குரல் கொடுப்பார், நீ வேணுமானா பார்த்துண்டே இரு.

நல்லதாப் போச்சு. நான் பட்டத்தியல்லவே. மாம்சம் பாசகம் செய்யவும் கழிக்கவும் தால்பர்யம் உள்ள அசல் வைக்கம் கிறிஸ்தியானி ஸ்திரியாக்கும். தா, இத்திரி ஆட்டிறைச்சி வாங்கி உமக்கும் உம்ம அனியனுக்கும் கறி வச்சுத் தரும் பரிபாடி கூடி உண்டு.

சும்மா சீண்டலுக்கு அது. பரிபூர்ணம் பிறந்த வீட்டில் மாம்ச பதார்த்தம் எப்போதாவது யாராவது கொடுத்தனுப்பியது, எப்படி இருக்கும் என்று செய்து பார்த்தது என்றபடி ஏதாவது பெயரில் புழங்குவது உண்டுதான் என்றாலும், அவள் இங்கே கல்யாணம் கழிந்து படியேறியபோது அதெல்லாம் கூட வந்து

சேரவில்லை. உள்ளியை மட்டும் விடாமல் அந்த ருஜியை இங்கேயும் கொண்டு வந்ததை பெரிசாக எடுத்துக் கொள்ளாமல் இருந்து விட்டுப்போக அனுமதித்திருந்தான் கிட்டாவய்யன். அவன் போன பிறகும் அந்த சீலம் அப்படியேதான் இருந்தது.

கிட்டாவய்யன் போய்ச் சேர்ந்த பிறகு குடும்ப நிலைமையைக் காரணம் காட்டி பக்கத்திலேயே பாதிரிமார் கலாசாலைக்கு உத்தியோக மாற்றல் வாங்கிக்கொண்டு வந்துவிட்டான் வேதையன். அப்பன் செத்த பிறகும் கூட அவனுக்குச் செய்த பெரிய ஒத்தாசையில் இதுவும் கூட ஒண்ணு என்று துர்க்கா பட்டனிடம் அவன் சொன்னபோது பட்டன் ரெண்டு கரத்தையும் ஆகாசத்தைப் பார்த்து உயர்த்தி பிரார்த்தித்தது தவிர வேறேதும் செய்யவில்லை.

அவனையும் கிறிஸ்தியானி ஆக்கிவிடலாமா என்று யோசித்தான் வேதையன். எதுக்கு, அவன் என்னவாக இருக்க இஷ்டப்படுகிறானோ அப்படியே இருக்கட்டுமே என்றாள் பரிபூரணம். அவன் அம்பலம் தொழப் போய் கதலிப் பழத்தோடு வந்து நின்று அதை உரித்து குழந்தை தீப ஜோதிக்கு ஊட்டுகிறது அவளுக்கு மனசுக்கு நிறைவான காட்சியாக எப்பவுமே இருந்து வந்திருக்கிறது.

துருக்கா, வா, நல்ல உண்ணி மாங்காயும் தயிர் விரகிய சம்பா சோறும் வட்டிச்சிருக்கேன். மெழுக்குப் பெரட்டலும் தயார். நீ சாப்பிட்டு சரின்னு சொன்னாத்தான் உன் சேட்டனுக்கு அனுப்பித் தரணும். வந்து உட்காரு.

பரிபூரணம் விசிறி மாதிரி கொசுவம் மடித்திருந்த தன் புளியிலைக்கரை முண்டில் கை துடைத்தபடி தோட்டத்துக்கு வந்தாள். குழந்தை அவள் கைத் தண்டையில் இருந்தபடிக்கு பப்படத்தைக் கடித்து வழியெல்லாம் உதிர்த்தபடி இருந்தது.

இல்லே மன்னி. அம்மா வீட்டுலே ஆகாரம் உண்டாக்கி வச்சிருப்பா. ஒரு நடை வேகமா போய் முழுங்கிட்டு வந்து அண்ணாவுக்குச் சாப்பாடு எடுத்துப் போறேன்.

துர்க்கா பட்டன் சொன்னபோதுதான் அவன் குடும்பம்

துளுவ நாட்டுப் பிரதேசத்தில் இருந்து இங்கே வந்திருப்பது பரிபூரணத்துக்கு ஞாபகம் வந்தது.

வந்து ரெண்டரை வருஷம் கழிந்தும் ஊர் நினைப்போ பெற்றவர்கள் ஞாபகமோ இல்லாமல் வேதையன் வீட்டு வேலை, சாப்பாட்டுக் கடை ஜோலித் தெரக்கு என்றே சுற்றிக் கெறங்கி வந்து கொண்டிருந்தவனை ஐபர்தஸ்தாக மங்கலாபுரத்துக்கு அனுப்பி வைத்தவள் அவள்தான். அது ரெண்டு மாசம் முன்பு.

துர்க்கா பட்டன் மங்கலாபுரம் போனவன் எண்ணி எட்டே நாளில் திரும்பி வந்து விட்டான்.

அங்கே இருப்புகொள்ளலே மன்னி. நீங்களும் அண்ணாவும் தனியா என்ன கஷ்டப்படுவேளோன்னு நெனச்சுப் பார்த்தேன். குழந்தை வேறே கண்ணிலேயே சதா நிக்கறா. கண்ணை செத்தெ அயர்ந்தா பெரியவர் வந்து எடோ நான் போற தருணத்திலே சொன்னது ஓர்மையில்லையோ. உன் ஜேஷ்டனை கவனிச்சுக்காம இங்கே என்ன பண்றேடா புல்லே அப்படீன்னு தெறி பறையறார்.

துர்க்கா பட்டன் தன் வயோதிகத் தள்ளையையும் கூடவே கூட்டி வந்திருந்தான்.

அவள் தான் சோறாக்கி விட்டுக் காத்திருக்கிறாள்.

துருக்கா, எமிலிக் குட்டியை உனக்கு இஷ்டமா?

பரிபூரணம் கேட்டாள். எமிலி அவளுக்கு ஒன்று விட்ட தங்கை உறவு.

போங்கோ மன்னி. எப்பவும் பரிகாசம் தான் உமக்கு. எமிலி, ஏலி, காத்தின்னு ஏதாவது பேரை எடுத்து விட வேறே யாரும் கிடைக்கலியா?

துர்க்கா பட்டன் ஒரே ஓட்டமாக வாசலுக்கு ஓடி விட்டான்.

குழந்தை தீப ஜோதி குரல் பின்னால் இருந்து கூப்பிட்டபடி இருந்தது.

அம்மாவா, பூயம். பூயம்.

அத்தியாயம் முப்பத்திரெண்டு

ஏப்ரல் 13 1903 சுபகிருது பங்குனி 31 திங்கள்கிழமை

விரோதமாகப் பேசி நோகடிப்பான் என்று எதிர்பார்த்துப் போன மனுஷன் தன்மையாக உபசரித்து மனசுக்கு இதமாக நல்ல வார்த்தை சொல்லி நாலு உத்தரிணி நாரிங்காய் வெள்ளம் மதுரமாக இனிக்க எடுத்து வந்து கொடுத்த மாதிரி வேனல் பகல் தண்ணென்று குளிர்ந்து போனது. துர்க்கா பட்டன் சாப்பாட்டுக் கடைக்குள் துணி சஞ்சியோடு ஏறுவதற்குள் முகத்தில் தெறித்து விழுந்த சாரல் துளிகள் தொப்பமாக நனைத்துப் போட்டன. அட, என்ன அவசரம், படி கேரின பிற்பாடு விழுந்து வச்சாத்தான் என்ன? பட்டனுக்குக் கோபம் இல்லை. முகத்தில் சிரிப்பாக ஒரு சந்தோஷம்தான் எட்டிப் பார்த்தது. மங்கலாபுரத்தானுக்கு மழையைக் கண்டாலே ஆனந்தம் களி துள்ளாதா என்ன?

துணி சஞ்சியில் இருந்து சாதம் வைத்த தூக்குப் பாத்திரம், மெழுக்குப் புரட்டி, புளிக் குழம்பு, சம்பாரம், இஞ்சிம்புளி, சாப்பிட வெள்ளித் தாலம் எல்லாத்தையும் எடுத்து சாப்பாட்டுக் கடை ஓரமாக தண்ணீர் தெளித்துச் சுத்தம் பண்ணி வைத்திருந்த இடத்தில் வைத்தான் துர்க்கா பட்டன்.

கூடவே நீளமான பழுப்பு நிற உறையில் அடைத்த ஏதோ காகிதமும் சஞ்சியிலிருந்து வெளியே வந்தது. அது நனைந்து போகவில்லை என்று நிச்சயப்படுத்திக் கொண்டு இன்னொரு தடவை இடுப்பு சோமனில் துடைத்து சுவர் ஓரமாக நகர்த்தி விட்டு வாசலுக்குப் போனான் துர்க்கா பட்டன். மழை இன்னும் விளையாட்டு காட்டிக் கொண்டிருக்க நடுப் பகலின் சுவடே இல்லாமல் குளிரக் குளிர ஒரு காற்று சாவகாசமாக தெருவோடு நடந்து போனது.

என்ன பட்டரே, மீன் வேணுமா? நல்ல கரிமீன். வாங்கி கறி வச்சுப் பாரும். எங்கே எங்கேன்னு எம்பின்னாடி சுத்துவீரு சொல்லிட்டேன்.

மீன் விற்கிற அப்துல்லா முசலி தலையில் போர்த்திய தென்னந்தட்டி ஊடாக எட்டிப் பார்த்து கூகூவென்று கூக்குரலாகச் சொன்னார். சட்டென்று வந்திறங்கிய மழை அவரையும் கூட சந்தோஷப்படுத்திப் போட்டிருக்க வேண்டும். முசலியை மட்டுமென்ன, பின்னாலேயே சீலைக் குடையை பாதி விரித்தபடி நடந்த குஞ்ஞாலிக் குட்டி மௌல்வியையும். கூடத்தான் மதியத் தொழுகைக்கு அத்தர் வாசனை எட்டு ஊருக்கு கமகமக்கப் பள்ளிக்குப் போகிறவர் அவர்.

பட்டனுக்கு பாசகம் செய்ய மடின்னா சொல்லட்டும். நானே வச்சு எடுத்துவந்து தர்றேன் திவசேனம்.

அத்தர் வாசனை பட்டனை இதமாகக் கடந்து அந்தாண்டை போனது.

ஓட்டமும் நடையுமாக கையில் மணி கட்டிய ஈட்டியோடும் தோளில் கடுதாசி சஞ்சியோடும் எதையும் யாரையும் லட்சியம் செய்யாமல் ஓடும் வர்க்கி, மிட்டாய்க் கடைக்கு சரக்கு எடுத்துப் போகிற சாகர்லால் சேட்டு, சாப்பிட்டு நிம்மதியாக தூக்கம் போட பெட்டியடியை விட்டு வீட்டுக்கு நடக்கிற பாண்டிக்கார வைரவன் செட்டியார் இப்படி ஒருத்தர் பாக்கி இல்லாமல் மனசை இதமாக்கிப் போன மழையை ரசித்தபடிக்கு சாப்பாட்டுக் கடை வாசலில் நின்றான் துர்க்கா பட்டன்.

வேதையன் அண்ணா மதியச் சாப்பாட்டுக்கு வரும் நேரம் கடந்து போய்க் கொண்டிருக்கிற சங்கடம் அவன் முகத்தில் எழுதி இருந்தது. வேளா வேளைக்குச் சாப்பிடாமல் வேதண்ணா கலாசாலையில் பிள்ளைகளுக்குத் தொண்டை வரளக் கத்தி நாள் முழுக்க போதிக்காமல் சாப்பாட்டுக் கடையை நிர்வகித்துக் கொண்டு இங்கே சுகமாக உட்கார்ந்திருந்தால் போதாதா?

துர்க்கா அண்ணா, நாளிகேரம், பச்சைமிளகாய், புழுங்கின அரிசி, வெல்லம் இது நாலும் வைகிட்டாவது போய் வாங்கி வந்துடணும். நாளைக்கு ஒருநாள்தான் வரும்.

கடை உக்கிராணத்தில் இருந்து பரசுவய்யன் வாசலுக்கு வந்து, மடியில் இருந்து புகையிலைக் கட்டையைக் கிள்ளி வாயில் அடக்கியபடிக்குச் சொன்னான்.

எடோ பரசு, அதான் ஒரு ப்ராவஸ்யம் சொல்லியாச்சே. எனக்கு ஓர்மை இல்லாது போச்சா என்ன? அதோ, நான் படு வயசன் ஆகிட்டேனா போதம் கெட்டுப் போக?

துர்க்கா பட்டன் பரசு குடுமியை விளையாட்டாகப் பிடித்து இழுக்க அதுக்குள் சிங்காரமாக வைத்திருந்த சாமந்திப் பூ தரையில் விழுந்தது.

அய்யன் பெண்ணாகப் பிறக்க வேண்டியவன். அவன் தளுக்கி, இடுப்பு துடுப்புப் போட உக்கிராணத்துக்கு நடந்து போய் நின்றான்.

நீரே இங்கே வந்து பாரும்.

வாசலில் நின்ற துர்க்காவிடம் ராகம் இழுத்துச் சொன்னான்.

போக வேண்டாம் என்று ஒரு மனசு சொன்னாலும் இன்னொரு மனசு உள்ளே போகச் சொன்னது. கடையில் ஆளொழிந்த பொழுது. மழையானதாலோ என்னமோ, வேதமண்ணா வருவதும் தாமதப்பட்டுக்கொண்டிருக்கிறது.

துர்க்கா பட்டன் உக்கிராணத்துக்குள் நுழைந்து இலைக்கட்டுக்கும் பாதி அரிந்த பரங்கிக்காய், வழுதணங்காய் குவியலுக்கும் நடுவே நின்றபோது பரசு அவன் பின்னால் நெருங்கி வந்து

இறுக்கி ஆலிங்கனம் செய்தான். பட்டனுக்கு இது தப்பு என்று மனசு திரும்பத் திரும்பச் சொன்னது. ஆனாலும் உடம்பு வேணும் என்றது. பரசுராமன் கை பட்டனின் இடுப்புக்குக் கீழே சாரைப் பாம்பு மாதிரி ஊர்ந்தது.

பட்டனின் முகத்தைத் திருப்பி அவன் உதட்டில் தீர்க்கமாக முத்தம் பதித்த பரசுவின் புகையிலை வாசனை துர்க்கா பட்டனுக்கு லகரி ஏற்றியது. இதோடு இறங்கிப் போய் கோர்ட் கச்சேரிக்குப் பின்வசம் குச்சுக்காரி யாரையாவது இழுத்துப் பிடித்துத் தரையில் சாய்த்து ஆசை தீர அனுபவிக்கச் சொன்னது மனசு.

சீக்கு வரவழைக்கும் தெரியுமா அவா கூட எல்லாம் படுத்தா? பரசுராமன் முந்தாநாள் இப்படி இசகுபிசகாக இடுப்புக்குக் கீழே இறுக்கிப் பிடித்தபடி சொன்னது நினைவு வந்தது.

இது மட்டும் சீக்குலே கொண்டு விடாதா?

பட்டன் அவன் குடுமியைப் பற்றி இழுத்துத் தலையைத் திருப்பிக் கேட்டான். தேக சம்பந்தம் இல்லாத வரைக்கும் ஒரு கேடும் சம்பவிக்காது என்றான் பரசு கையைத் தளர்த்தாமலேயே.

அண்ணா, கொஞ்சம் அந்தக் கள்ளியம்பெட்டி மேலே சித்தெ உக்காரணும்.

பரசு துர்க்கா பட்டனை ஓரமாக வலித்துத் தள்ளி அவன் இடுப்புச் சோமனை உருவியபடிக்குக் குனிந்தான்.

துர்க்கா, வந்துட்டியா? பசி உசிரு போகுது.

வெளியே வேதையன் சத்தம்.

பரசுவின் தலையை அரைக்கட்டில் இருந்து அவசரமாகத் தள்ள அந்த ப்ரம்மஹத்தி தேங்காய் மட்டையில் மண்டை மோத விழுந்தான். வாய்க்குள்ளேயே அவன் வாதனையோடு அலற, அவசரமாகச் செம்புத் தண்ணீரில் சுத்தம் செய்து கொண்டு துர்க்கா பட்டன் முன்வாசலுக்கு வேட்டியை நேராக்கிக் கொண்டு வந்தான்.

இன்னிக்கு ஒரு நாளைக்கு வீட்டுச் சாப்பாடு வேணாம்னா பரிபூரணம் கேட்க மாட்டேங்கறா. நான் என்ன குழந்தையா? கண்டதையும் வெளியே வாங்கித் தின்னு உடம்பு கெட்டுப் போக?

வேதையன் இருந்தபடிக்கே கிண்ணி ஜலத்தில் கையை நனைத்து தோர்த்தில் துடைத்துக் கொண்டு இலையைப் பார்த்து கிழக்கு நோக்கி உட்கார்ந்தான். துர்க்கா பட்டன் பரிமாற ஆரம்பித்தான்.

நல்ல பசி என்பதால் இலையில் வட்டித்த அன்னம் முழுக்க ஐந்தே நிமிஷத்தில் சாப்பிட்டு முடித்தான் வேதையன்.

கடையில் வச்ச அன்னமோ புட்டோ கொஞ்சம் விளம்பட்டா வேதண்ணா?

பட்டன் கேட்டபோது அது ஒண்ணும் வேணாம் என்றபடி கை அலம்பி வந்து, அவன் நீட்டிய வெற்றிலைச் சுருளை வாயில் போட்டுக் கொண்டான் வேதையன்.

வேறே ஏதாவது வர்த்தமானங்கள்?

வேதையன் கேட்க, சட்டென்று பட்டனுக்கு காகிதப் பொதி ஞாபகம் வந்தது.

சுவர்ப் பக்கம் குனிந்து அதை எடுத்து வேதையனிடம் நீட்டினான் பட்டன்.

கிளம்பறபோது வர்க்கி கொண்டு வந்து கொடுத்தான். சர்க்கார் காகிதம் மாதிரி இருக்கு.

என்னவாம்?

உறையைப் பிரித்துக் காகிதங்களை நேராக்கி வேதையன் வாசிக்கத் தொடங்கினான். அவன் கண்களில் வியப்பு ஸ்பஷ்டமாகத் தெரிந்தது பட்டனுக்கு.

துர்க்கா, யாருடா இதை உன்கிட்டே கொண்டு வந்து கொடுத்ததுன்னே? வர்க்கியா?

ஆமாண்ணா. ஏதும் சங்கடமான விஷயமா?

வர்க்கியேட்டன் இப்போ எங்கே இருக்கான் தேடிக் கூட்டிண்டு வா.

வர்க்கியை நான் எங்கே தேட அண்ணா? அரை மணிக்கூர் முந்தி அவன் கையிலே மணி கட்டின கொம்போடு தோல் சஞ்சியைத் தூக்கிண்டு கோழிக்கோட்டு மார்க்கமா ஓடிண்டு இருந்தான்.

துர்க்கா பட்டன் நிச்சயம் இல்லாத தொனியில் சொல்லிச் சிரித்தான். அவனுக்கு வீட்டுக்குப் போய் அசுத்தம் தீரக் குளிக்க வேண்டும் போல் இருந்தது. வர்த்தமானம் சொல்வதும் வர்க்கியைத் தேடுவதும் அது கழிந்துதான். ஆகாரம் கூட அப்புறமாக வைத்துக்கொள்ளலாம். மன்னி மிச்சம் மீதி இருக்கிறதை பாத்திரத்தை வழித்துப் போட்டதே போதும். வீட்டுக்குக் கூடப் போக வேண்டாம்.

இது சர்க்கார் கடுதாசி இல்லேடா துர்க்கா. கொல்லூர் அம்பல தேவஸ்வம் ஆப்பீஸ்லேருந்து வந்திருக்கு.

கத்தையாக இருந்த காகிதங்களின் மேல் இங்கிலீஷில் நாலு வரி கிறுக்கி இருந்த ஒரு சின்ன கடுதாசி.

அம்பல உண்டியலில் கிடைத்ததாம். வழியில் கிடந்து வழிபட வந்தவர்கள் யார் கையிலாவது கிடைத்து நல்ல மனசோடு கோவில் உண்டியலில் போட்டிருக்கணும். அதை படிச்சுப் பார்த்து என் விலாசம் தெரிஞ்சு, தேவஸ்வம் மேல் உத்தியோகஸ்தர் யாரோ அனுப்பி வச்சிருக்கார்னு தோணுது.

நல்லதாப் போச்சு அண்ணா. வர்க்கி கிட்டே எதுக்கு விசாரிக்கணும். உங்க உடமை உங்க கைக்கு வந்திருக்கு. அவ்வளவுதானே.

சரி, கவர் மேலே பாரு. உள்ளூர் தபால் கச்சேரி முத்திரை மட்டும் இருக்கு. அப்போ கொல்லூர்லே இருந்து வந்தா அர்த்தமா, இல்லே, உள்ளூர்லேயே யாரோ சிரத்தையா அனுப்பி இருப்பாங்களா?

வர்க்கியைக் கேட்டால்தான் தெரியுமோ என்னமோ.

பட்டனுடைய பதிலைக் கேட்டு வேதையன் சிரித்தான்.

அதேதான். நான் மட்டும் என்ன பிரஞ்சு பாஷையிலா சொன்னேன்?

விடுங்கோ அண்ணா. ரிஷிமூலம், நதிமூலம் போல கடுதாசி மூலமும் பார்க்க வேணாமே.

துர்க்கா பட்டனுக்கு அவசரம். குளிக்காமல் இனி ஒரு கணமும் இருக்க முடியாது என்ற நினைப்பு அவனுக்குப் பலமாக கவிந்து கொண்டிருந்தது.

வர்க்கி பதிவா கடை எடுத்து வைக்க முந்தி ஆகாரத்துக்கு வருவானாக்கும்.

உள்ளே இருந்து வந்த பரசு சொன்னான். அவனை நிமிர்ந்து பார்க்க துர்க்கா பட்டனுக்கு கஷ்டமாக இருந்தது. அசிங்கம் பிடித்தவன். இவனோடு கூட லௌகீகமா இழைய மனசு ஏன் அத்து கடந்து போய் சகதிக் குழியிலே விழணும்?

பரசு, ராத்திரி வர்க்கி வந்தா கொஞ்சம் என்னை உடனே பாக்கச் சொல்லு. எத்ர நேரம் கழிஞ்சாலும் சரி.

வேதையன் எழுந்தான். அவன் கலாசாலைக்குத் திரும்ப வேண்டிய நேரம்.

துர்க்கா, அம்பலப்புழை போக வேண்டி இருக்கு. இந்த வாரக் கடைசியிலே வச்சுக்கலாம். ஏற்பாடு செஞ்சிடு.

வெளியே இறங்கும் முன்னால் வேதையன் துர்க்கா பட்டனிடம் சொன்னான்.

என்னவாக்கும் அவசரம் அண்ணா? நீங்களும் மன்னியும் போற மாதிரியா?

துர்க்கா விசாரித்தான். இங்கே இருந்து வண்டியும் வள்ளமுமாக மாறி மாறி ஏறி இறங்கிப் போய்ச் சேர ரெண்டு முழு நாள் கழிந்துவிடும். கையில் குழந்தையோடு பரிபூரணம் மன்னி கஷ்டப்பட வேண்டி வரும். போகிற வழியில் ஆகாரம் எல்லாம் சரியாகக் கிடைக்குமா என்றும் துர்க்கா பட்டனுக்குத்

தெரிந்திருக்கவில்லை.

பரிபூரணம் வேண்டாமடா துர்க்கா. நான் மட்டும் போறேன்.

இல்லே அண்ணா, தனியாப் போக வேணாம். நான் கூட வரேன். அங்கே என்ன மாதிரி ஜோலின்னு சொன்னா அதுக்குத் தக்கபடி யாத்திரைக்கான ஏற்பாடு, எங்கே தங்கியிருக்கலாம் எங்கே ஆகாரம் பண்ணலாம்னு இன்னும் ஒரு மணிக் கூறிலே விசாரிச்சு ஏற்பாடு பண்ணிடறேன். ஒண்ணும் கஷ்டமில்லே. எளுப்பம்தான்.

துர்க்கா பட்டன் உற்சாகத்தோடு சொன்னான். பிரயாணம் வைக்கிறதில் ஏற்படுகிற சந்தோஷம் அது. வேலை நிமித்தமாக ஓயாமல் ஒழியாமல் நகர்ந்துகொண்டே இருந்தால் மனசில் கசடும் தேகத்தில் அசுத்தமும் நோக்காடும் அண்டாது. அவனுக்குத் தெரியும், இந்தப் பரசு கடன்கரன் மேலே விழுந்து ஈஷிக் கொள்ளாமல் விலகிப் போகட்டும். ஒரேயடியாக மனசில் இருந்து துன்மார்க்கமான நினைப்பு எல்லாம் பொடிப்பொடியாகி ஒண்ணுமில்லாமல் போகட்டும். பட்டன் மங்கலாபுரத்தில் இருப்புக்கொள்ளாமல் ரெண்டு கொல்லம் முன்பு ஒரு உதயத்தில் கண்ணூருக்கு புறப்பட்டு வந்து சேர்ந்தது இதுக்காக இல்லை.

இந்தக் காகிதத்தை பத்திரமா வீட்டு அலமாரியில் கொண்டு போய் வையடா துர்க்கா. சட்டபூர்வமான விவரம் சொல்கிற பத்திரம் இது.

துர்க்கா பட்டன் காகிதக் கட்டை வாங்கி மேலோட்டமாகப் பார்த்தான். மலையாள அட்சரங்கள் காகிதம் முழுக்க நெளிந்து ஏதோ முக்கியமான தகவலை ஊர் உலகத்துக்கு அறிவித்துக் கொண்டிருந்தன. ராஜா தலை அச்சடித்த காகிதம் அதை கவுரவமானதாகவும், ரொம்ப முக்கியமானதாகவும் ஆக்கிக் காட்டியது. ஏகப்பட்ட முத்திரைகள் காகிதத்துக்கு ரெண்டு பக்கமும் குத்தி இருந்தது வேறே தலை போகிற சர்க்கார் விஷயம் என்று அடித்துச் சொன்னது.

உனக்கு ஓர்மை இருக்கோ. மங்கலாபுரத்துக்கு நான் வந்தபோது

சொன்னேனே.

வேதையன் கேட்டான்.

என்ன சொன்னீர் அண்ணா?

யோசித்துப் பார்த்தும் துர்க்கா பட்டனுக்கு உடனடியாக ஒண்ணும் நினைவு வரவில்லை. பசி வேறு வயிற்றைக் கிள்ள ஆரம்பித்தது. உடம்பு அசுத்தம் எல்லாம் அதுக்குப் பெரிசு இல்லை சனியன்.

வீட்டுக்குப் போய் குளித்து விட்டு பரிபூரணம் மன்னி எடுத்து வைத்த ஆகாரத்தைச் சாப்பிட்ட பின்னால், கொஞ்சம் தோட்ட வேலை. அப்புறம் கடைக்கு கொள்முதல் பண்ண ஒரு நடை.

புழுங்கிய அரிசி வீட்டு சம்பரணியில் இருந்து எடுக்க வேண்டும். அது மாடனோ காளனோ பத்திரமாக சம்பரணிக்குள் இறங்கி நாழியில் நிறைத்து நீட்ட, வாங்கி வெளியே கொட்டிக் கொள்வதாக இருக்கும். பயல்கள் கள்ளுக்கடைக்கு நடப்பதற்குள் பிடித்துக் கூட்டி வந்து வேலையை முடிக்காவிட்டால் நாளைக்கு பரசு இட்டலி உண்டாக்க அரிசி இல்லை என்று மடியைப் பிடித்து இழுப்பான். கள்ளியம்பெட்டியில் உட்கார்த்தி, இன்னிக்கு மாதிரி. வேணாம் பரசு நினைப்பு.

என்ன சொன்னேனா? இருக்காதுதான். உன்கிட்டே சொல்லியிருக்க தோதில்லையடா. மங்கலாபுரத்திலே நடந்திருக்க வேண்டியது அதிலே கொஞ்சம் போலவாவது இப்போ முடிஞ்சிருக்கு. அப்பன் இருந்தா சந்தோஷப்பட்டிருப்பார்.

வேதையன் தெருவை வெறித்தபடி சொன்னான். அவனுக்கு சீலைக் குடையைப் பிரித்துக் கொடுத்தான் துர்க்கா பட்டன்.

வேதையன் இறங்கினபோது மழை விட்டிருந்தது.

அத்தியாயம் முப்பத்திமூணு

ஆகஸ்ட் 12 1903 சோபக்ருது வருடம் ஆடி 28 புதன்கிழமை

வண்டிக்குள் வேதையனோடும் துர்க்கா பட்டனோடும் கூட வயசனான ஒரு வெடி வழிபாடுக்காரனும் இருந்தான். அவனுடைய நனைந்த ஓலைக்குடை வண்டிக்கு வெளியிலும் உள்ளுமாக வண்டிக் கடைகாலோடு கூட அசைந்துகொண்டு வந்தது.

குடை தவிர ஒரு பெரிய பொதி வெடி மருந்தையும் வெடிக்காரன் தன்னோடு கொண்டு வந்திருந்தான். மழை ஈரம் அது மேலே படாமல் ஏதேதோ பழந்துணியை மேலே சுற்றி பத்திரமாக எடுத்து வந்திருந்தான் அவன். அந்தப் பொதி அடைத்துக் கொண்டது போக மிச்ச இடத்தில் உட்கார்ந்து வர வேதையனுக்குக் கொஞ்சம் அசௌகரியமாகப்பட்டது. ஆனாலும் இந்த மழையில் வேறே வண்டி எதுவும் அம்பலப்புழைக்கு பூட்டி வரச் சித்தமாக இல்லாது போனதால், சுகவீனத்தையும் சகித்துக்கொண்டு வெடிமருந்து நெடிக்கு இடையே இப்படி ஒரு பிரயாணம்.

மழை நேரம். வயசான காலம் வேறே. வீட்டோட சுகமா

தெய்வமேன்னு கிடக்காம என்னதுக்காக இப்படி அலைஞ்சு அல்லல் படறீர் அப்பூப்பன்?

வேதையன் வெடி வழிபாட்டுக்காரனை விசாரித்தான். நாலு மணி நேரம் கூடவே பிரயாணம் செய்ததில் அவனுக்கு வழிபாட்டுக்காரன் வெகு சிநேகமாகிப் போனான்.

அலையணும்னு தலைச் சோறிலே அந்த தெய்வம் வெண்டக்காய் அட்சரத்துலே எழுதி வச்சா பின்னே வேறே எப்படி ஜீவிக்க முடியும் மோனே?

இடுப்பு முண்டு இன்னொரு தடவை காலுக்குத் தழைத்து விட்டுக் கொண்டு பொக்கை வாயோடு சிரித்தான் வெடிக்காரன். அவன் வலது காலில் பெருவிரல் இல்லாததை வேதையன் கவனித்தான்.

தன்னிச்சையாக வேதையன் கையும் தன் மேல் துண்டுக்கு அடியே புகுந்து விட்டிருந்தது.

ஆறாம் விரலை அவன் மறைக்க பிரயாசைப்படுகிறதுக்குக் கொஞ்சமும் குறையாத விதத்தில் வெடிக்காரன் விரல் போன காலை மறைத்து வைக்கிறான்.

வேதையனுக்குச் சட்டென்று மனசிலானது.

மோன் சர்க்கார் கச்சேரியிலே வக்கீல் பணிக்காரன் அல்லே?

வெடிக்காரன் தான் சொல்வது சரியாக இருக்கும் என்ற தீர்மானத்தோடு விசாரித்தான்.

ஐயோ, நானா வக்கீலா?

வேதையன் கையைத் தட்டி அதை ரசித்தான்.

பிள்ளைகளுக்குப் பாடம் சொல்லிக்கொடுக்கிற ஒரு பாவம் மாஷ் நானாக்கும்.

வெடிக்காரனுக்கு ஏமாற்றம் துல்லியமாக முகத்தில் தெரிந்தது. நொடியில் அதையும் கடந்துவிட்ட சகஜத்தோடு வேதையனைப் பார்த்தான் அவன்.

வக்கீலன்மார் மோனுக்கு யாரும் தெரிஞ்சா சொல்லணும். ஒரு வியாஜ்யம் உண்டு.

வெடிக்காரன் குரல் மழைக்கு நடுவே பிசிறு தட்டி ஒலித்தது.

இதுக்கு மேலே போறது கஷ்டம் என்று வண்டிக்காரன் மழை இரைச்சலோடு சொன்னான். ஆனாலும் காளைகளுக்கு அது தெரிய வராததால் வண்டி என்னமோ நகர்ந்தபடிதான் இருந்தது.

என்ன வியாஜ்யம்?

துர்க்கா பட்டன் வெடிக்காரன் வாயைப் பிடுங்கினான். இந்த மழையில் இவன் பேச்சும் இல்லாமல் போனால் நேரம் போகிறது பெரும்பாடாகிவிடும்.

அம்பலம் உத்யோகஸ்தர்கள் பேரில் ஒரு பிராது கொடுக்கணும்.

ஏன், நீர் வெடி வச்சு ஜீவிக்க இடஞ்சல் செய்யற மனுஷரா இவரெல்லாம்?

வேதையன் பலமாகச் சிரித்தான்.

அதில்லே குஞ்ஞே.

வெடிக்காரன் ஒரு கட்டை புகையிலையை வாயில் அடக்கிக் கொண்டான். துர்க்கா பட்டன் கொஞ்சம் விலகி உட்கார்ந்தான். பாழாய்ப் போன பரசு ஞாபகம் வந்து தொலைத்தது அவனுக்கு.

இடஞ்சல் இவர் யாரும் செய்யலே. ஆனாலும் அம்பது வருஷமா என் காலுக்கு நஷ்ட பரிகாரம் தர ஒருத்தரும் முன்கை எடுக்கலியே? நியாயந்தானா சொல்லு.

வயசன் பழைய நினைவில் ஆழ்ந்துபோனான். இப்போது அவன் கை இடுப்புத் துணியை காலுக்கு மேலே மறைக்காமல் உயர்த்திப் பிடித்தபடி விரல் இற்றுப் போன பரப்பைச் சுட்டியது.

வெயிலும் புழுக்கமுமான ஒரு சாயந்திர நேரத்தில் சந்தியாகால பூஜைக்கு ஒரு மணிக்கூர் நேரம் இருக்க, மூத்ர வாடையோடு நக்னமான ஒருத்தன் அம்பலத்து த்வஜஸ்தம்பம் பக்கம் பறந்ததைப் பற்றி வேதையனிடம் சொன்னான் வெடிக்காரன்.

துர்க்கா பட்டன் நமுட்டுச்சிரிப்போடு வேதையனைப்

பார்த்தான். வேதையனுக்கும்தான் நம்ப முடியவில்லை. ஆனால் அவன் ஆறாவது விரல் என்னமோ துடித்தது. மனசு படபடக்கும்போதும், ஆச்சரியமும் அதிசயமுமாக ஏதாவது நடக்கப் போகிறது என்று தோன்றும்போதும் அது அப்படித்தான் அழிச்சாட்டியம் பண்ணும்.

வெடி வழிபாடு நடத்திக்கொண்டிருந்த தன்மேல் அந்த வயசன் விழுந்து வெடியும் கூடவே வெடித்து வைக்க, கால் பெருவிரல் இற்றுப் போனதும் அடுத்து வந்தது. மேலே நடந்தது இந்தப்படிக்கு இருந்ததாம்

பிஷாரடி வைத்தியர் சொன்னபடிக்கு அந்த விரலை வெடிக்காரன் வெளிச்செண்ணெய் புரட்டி மூலிகைத் தண்ணீரில் முழுக வைத்துச் சம்புடத்தில் எடுத்துப் பத்திரப்படுத்தி இருந்தான். கோவில் துவஜஸ்தம்பத்திற்குப் பத்து அடி தள்ளி கிழக்கு நோக்கி அதை வைத்து வெடி வழிபாடு நடத்தினால் அதில் சதை இன்னும் கொஞ்சம் வளரலாம் என்றும் அப்புறம் அதை சஸ்த்ர சிகிச்சை செய்து அவன் காலில் திரும்பவும் பொருத்திவிடலாம் என்றும் அம்பலத்தில் பூஜை வைக்கிற எம்ப்ராந்திரி யோசனை சொன்னபோது பிஷாரடி வைத்தியர் அரைமனதோடு சம்மதித்தாலும் வெடிக்காரன் முழுக்க சம்மதம் என்றானாம்.

ராத்திரியில் திரி அணைத்து, அம்பலம் அடைத்துப் பூட்டி மேல்சாந்தி நடக்கிறபோது துவஜஸ்தம்பத்திற்கு வெகுதூரம் அப்பால் மண் மேட்டில் பிரதிஷ்டை செய்ததுபோல் நட்டு வைத்திருந்த அந்தச் சம்புடம் கண்ணில் படும். அதின் மேல் சூட்டிய கொன்றைப் பூ மாலையும். நிர்மால்யப் பிரசாதத்தில் ஒரு பருக்கை எடுத்து அந்தப் பக்கம் எறிந்தபடி போவாராம் அவர்.

தினசரி பிரசாதம் கொடுத்தது அதிக போஷாக்காகி ஒரு விரல் இருந்த இடத்தில் ஐந்து விரல் முளைத்து விட அதிலே எல்லாம் வாச்சி வாச்சியாகப் பேய் பிசாசுக்கு வாய்த்தது போல் நகமும் வேறேயாம்.

குறூப்பே நீ யாதொண்ணுக்கும் கவலைப்படாதே. பிஷாரடி

வைத்தியன் சஸ்த்ரக்கிரியையிலே ஒரு விரலை மட்டும் கால்லே எடுத்து வச்சுடுவான்.

மத்ததை என்ன செய்ய?

வெடிக்காரன் எம்பிராந்திரியை விடாமல் கேட்டானாம்.

அர்த்தஜாம பூஜை முடிந்து வந்து யோசிக்கலாம் அதை.

எம்பிராந்திரி சொல்லியபடிக்குக் கிளம்பிப் போனதுக்கு அப்புறம் அம்பலத்தில் எத்தனை எத்தனை அஸ்தமன பூஜை, சீவேலி, பூரம், வெடிவழிபாடு, பாயச நைவேத்தியம், பூவன்பழக் குலை நேர்ச்சை. ஓட்டந் துள்ளல். பாண்டி மேளக் கொட்டு. ஆனாலும், கோவில் உத்யோகஸ்தர் யாரும் இந்த நாற்பது சில்லறை வருஷத்தில் குறுப்பே, சுகமாணோ என்று ஒரு மரியாதைக்குக் கூட பக்கத்தில் வந்து கேட்கலை தெரியுமோ?

வெடிக்காரன் வேதையனிடம் துக்கத்தை எல்லாம் இறக்கி வைத்தான்.

அதுக்காக இப்போ ப்ராது கொடுக்கணுமா நீர்? இதெல்லாம் இந்தப் படிக்கு நடந்திருந்தாலும் அதுவும் இப்போ ஐம்பது வருஷப் பழஞ்சன் விஷயமாச்சே,

வேதையன் சிரிப்பு மாறாமல் கேட்க வெடிக்காரன் கூப்பாடாகச் சொன்னான்.

மோனே, இது ஒண்ணுவிடாமல் நடந்ததாக்கும். எதுவும் கெட்டுக்கதை இல்லே. அஞ்சிலே ஒரு விரலை வைத்தியன் எனக்கு எடுத்து வச்சிருந்தாலும் என் கால் மூளி ஆகியிருக்காது தெரியுமா?

அந்த அஞ்சுமேதான் நான் என்று தனியாகத் துடித்தது வேதையனின் விரல். அவன் அதை இன்னும் இறுக மூடிக் கொண்டான். என்னமோ சூழ்நிலை இறுக்கம் மேலே வந்து பலமாகக் கவிந்த மாதிரி இருந்தது அவனுக்கு.

நாலு பக்கத்திலும் தண்ணீர் தேங்கியிருக்க, தொடர்ந்து விழுகிற மழை வெள்ளப் போக்கை இன்னும் அதிகப்படுத்திக் கொண்டிருந்தது. இதெல்லாம் காயல் பக்கமாக ஒழுகி

சமுத்திரத்தில் கலக்கிறது தாமதமானால் வெள்ளப் பொக்கத்தில் இந்தப் பிரதேசமே முழுகிவிடும் அபாயம் இருக்கிறது என்றான் வெடிக்காரன்.

முன்னாலே இப்படி ஆச்சுதா எப்பவாவது?

துர்க்கா பட்டன் விசாரிக்க, நினைவு மார்க்கமாகத் திரும்பவும் முப்பது கொல்லம் முன்னால் போனான் அவன். ஆனால் நல்ல வேளையாக பாச்சை மாதிரி, கோழி மாதிரி வெகு தாழ எவ்விப் பறக்கிறவர்களும், பூத பிரேதங்களும் இல்லாத காலமாக அது அமைந்ததில் வேதையனுக்கு நிம்மதி.

இதெல்லாம் நெல் பாட்டம். ஞாற்றுவேல நேரம் மழைக் கெடுதி. இந்தக் கொல்லம் நாசம்தான். வேறென்ன?

வெடிக்காரன் தண்ணீர்ப் பரப்புக்கு நடுவே சுட்டிக் காட்டி விசனப்பட்டான்.

இந்த வெள்ளத்துக்கு நடுவிலே பாட்டமும், பட்டணமும் எல்லாம் ஒண்ணும் தெரியலை அப்பூப்பன்.

வேதையன் கழுத்தை எக்கிப் பார்த்ததில் கொஞ்சம் ஆர்வம் தெரிந்தாலும், அவனால் வெளியே வெள்ளப் பெருக்கில் எதையும் அவதானிக்க முடியவில்லை என்பதைக் குரலில் ஏமாற்றம் வெளிப்படுத்தியது.

இதிலே நம்ம நிலமும் உண்டாக்கும்.

அவன் தணிந்த ஸ்வரத்தில் துர்க்கா பட்டனிடம் சொல்ல, பட்டன் ஆச்சரியத்தோடு வேதையனைப் பார்த்தான். வேதையன் தன் சஞ்சியைத் தொட்டுக் காட்டிய சைகை சர்க்கார் உறையைக் குறித்து என்று அவன் உடனே புரிந்து கொண்டான்.

ஆக, அதுதானா விஷயம்? இந்த மழையோடு அலைந்து வேதையன் அண்ணா நிலபுலம் விஷயமாகவா மெனக்கெடுகிறான்? நல்லதுதான்.

தனக்கும் குடும்பத்துக்கும் பிற்காலத்தில் நிலையாக வருமானம்

வர வழி ஏற்படுத்திக் கொடுக்கிற பிரயத்னத்தில் அவன் இருப்பதை கிட்டாவய்யன் பார்த்திருந்தால் சந்தோஷப்பட்டிருப்பான் என்று பட்டனுக்குத் தோன்றியது.

அது போகட்டெ. அம்பலப்புழையிலே ஆரா?

வெடிக்காரன் வேதையனையும் துர்க்கா பட்டனையும் மாறி மாறிப் பார்த்தபடி யோசனையில் ஆழ்ந்தான்.

ஆருமில்லே என்றான் வேதையன்.

வண்டி சட்டென்று நின்றது.

கடைகாலில் ஏதோ குழப்பம் ஏமானே. வண்டி இனி போகாது.

வண்டிக்காரன் இறங்கி முகத்தில் விசிறிய மழையை ஒதுக்கியபடி அறிவித்தான்.

சாமு, சாம்'வே, இப்படி நட்ட நடு வெள்ளச் சுழிப்பிலே நிறுத்தினால் எப்படி? எனக்கு கால் வழங்காது. இவரானா ஊருக்குப் புது மனுஷ்யர். எங்கே போறது சொல்லு.

வெடிக்காரன் மழையில் பழந்துணியாக நனைந்து, வண்டி ஓட்டி வந்தவனின் கையைப் பற்றியபடி சொன்னான். நிலம் காலில் படாது தடுமாறி நின்றான் அவன்.

வேதையன் சட்டென்று வண்டிக்காரன் கையில் ஒரு துரைத்தனத்துக் காசை வைத்து அழுத்த, அவனும் அதை மடியில் முடிந்து கொண்டு ஏதும் பேசாமல் வண்டியைக் கிளப்பினான்.

இப்போதோ, மாடுகள் நகர மாட்டேன் என்று அடம்பிடித்தன. அதுகளுக்குத் துரைத்தனத்து துட்டெல்லாம் புல்லு போல அத்யாவசியமான விஷயம் இல்லை என்றான் துர்க்கா பட்டன் வேதையனிடம். வேதையன் வெறுமனே சிரித்தான்.

மழைத் திரையைக் கீறிப் பிளந்து கொண்டு இன்னும் கொஞ்ச தூரம் போனதும் ஊருக்குள் நுழைகிறதாக துர்க்கா பட்டனுக்குப் பட்டது. அதை வேதையனுக்கும் சொன்னான்.

அதே, ஊருக்குள்ளே வந்தாச்சு. இந்த முடுக்கு திரும்பினா அம்பலத்துக்குப் போற தெரு. எல்லாம் இப்போ வெள்ளத்திலே தான்.

வெடிக்காரன் தன் மேல் துண்டை எடுத்து வெடிமருந்து பொதியை அழுத்த மூடினான்.

வண்டி திரும்ப நின்றது.

கொஞ்சம் கடைகாலை கவனிச்சுட்டு வரேன். நீர் இறங்கி உள்ளே போய் இளைப்பாறும்.

அவன் காட்டிய இடத்தில் ஒரு பழைய காரைக் கட்டிடம் கதவு மட்ட மல்லாக்க விரிந்து கிடக்கத் திறந்து கிடந்தது.

மலியக்கல் தோம மோன் செறியன் தோம எடுத்துக் கட்டற வீடாச்சே. நம்ம ஆள்கார்தான் அவரெல்லாம்.

வெடிக்காரன் உற்சாகமாகச் சொன்னான். ஒரே சாட்டத்தில் வெடி மருந்துப் பொதியை வீட்டுக்குள் ஓடிப் போய் முன் வாசலில் வைத்து விட்டு வந்தான் அவன். இந்த வயசில் ஒருத்தன் இப்படிச் சாடி வேதையன் பார்த்தது இதுதான் முதல் தடவை.

உள்ளே போய் இருக்கலாம் வாங்க.

அவன் வீட்டுக்குள் வேதையனை நடத்திக் கொண்டு போகத் தயாராகத் தன் ஓலைக் குடையைப் பிடித்தான்.

தோமையனுக்கு மோன் வீடு புதுக்கற காரியம் நல்ல நேரமாப் பாத்து ஆரம்பிச்சிருக்கான். இந்த மழை விட்டாத்தான் இனி முன்னே போக முடியும். ராசியான காரைக் கட்டிடம். இடிச்சுப் பொளிக்கவும் மனசு வராது. சும்மா விடவும் முடியாது.

தோமை வீடா? பிராமணர் மனை மாதிரி இருக்கே.

வேதையன் விசாரித்தான்.

சரியாச் சொன்னே மோனே. பூர்வீகத்திலே தேகண்ட பட்டர் குடும்ப வீடு. குப்புசாமி அய்யர் சோதரன்மார்னு ஆலப்புழை

பிரதேசம் முழுக்க பிரசித்தம் ஒரு காலத்துலே.

வெடிக்காரன் சொன்னபோது வேதையனுக்கு உச்சந்தலையில் இருந்து உள்ளங்கால் வரை ஜிவ்வென்று மயிர்க்கூச்செறிந்தது.

இதுவா? இதுதான் வேதையனின் பரம்பரை வீடா?

அவன் பரபரப்பாக இறங்கினான்.

பார்த்து, பார்த்து அண்ணா, விழுந்து வைக்கப் போறீர் என்றபடி துர்க்கா பட்டனும் வண்டியில் இருந்து கீழே குதித்தான்.

வாடா கொழந்தே. வழி தெரிஞ்சுதா இப்பத்தான்.

வீட்டுக்குள் இருந்து குரல் கேட்ட மாதிரி இருந்தது வேதையனுக்கு.

அம்மா போல வாத்சல்யமான, ரொம்பவே பழக்கமான குரல் அது. மங்கலாபுரத்தில் கேட்க ஆரம்பித்தது இப்போது மனசுக்கு இதமாகத் தொடர்ந்தது. அந்த நேசத்திலும் பிரியத்திலும் வேதையனுக்குக் கண்ணில் நீர் கோர்த்துக்கொண்டு பச்சைக் குழந்தை மாதிரி விசித்து அழவேண்டும் போல் இருந்தது.

அவன் இங்கே இருக்கப்பட்டவன். இந்த மண்ணில்தான் அவனைப் பெற்றெடுத்த சிநேகாம்பாள் அம்மாளும் ஜான் கிட்டாவய்யரும் இருந்து, கிடந்து, நடந்து சுவாசித்திருக்கிறார்கள். அவனுடைய தமக்கை தெரிசாவும் நிர்மலாவும் பிராமணச் சிறுமிகளாக சிற்றாடையில் ஓடி விளையாடிய பூமி இதுதான். ஒரு ஜீவ அணுவாக இங்கேதான் வேதையன் உருவானது. அவன் வேதையனானபோது இந்த இடத்தை விட்டு எல்லோருமே பிரிந்து நாலு திசையிலும் சிதறிவிட்டார்கள்.

சொப்பனத்தில் நடக்கிறது போல் அந்த ஆளரவம் ஒழிந்த வீட்டுக்குள் அடிமேல் அடியாக வைத்து மெல்ல நடந்தான் வேதையன். ஒவ்வொரு அடி வைக்கும்போதும் அந்தப் பெண் குரல் பார்த்துடா கொழந்தே பார்த்துடா கொழந்தே என்று கரிசனத்தோடு சொன்னபடி கூடவே இழைந்து வந்தது.

வேதையனுக்கு வேறே எதுவுமே வேண்டாம். காலம் இப்படி

இங்கேயே நின்று போகட்டும். அவன், இந்த வீடு, இந்த நிமிஷம் இதில் உறைந்து போக முடியுமானால்.

வேணாம்டா குழந்தே. என் குழந்தை மகாதேவன் குடும்பத்தோட உறஞ்சு போன துக்கம் உனக்கும் வரவேண்டாம்டா குஞ்ஞே. யாருக்கும் வரக்கூடாத கஷ்டம் அது.

அந்தப் பெண்குரல் விம்மியது. அழுகை பழக்கமில்லாததாலோ என்னமோ குரல் பிசிறடித்து சில வினாடிகள் மௌனம். அது திரும்ப இயல்பான உற்சாகத்தோடு இரைந்தது.

உங்கம்மாவும் அப்பாவும் இங்கேதான் சண்டை போட்டு சமாதானமாகி பேசிண்டு இருக்கறது. உங்க அப்பூப்பன் இந்த மாடிப்படி ஏறித்தான் மேலே போய் அம்பலத்து கொடிமரம் பக்கமா சாயந்திர நேரத்திலே பறந்து போய் மூத்ரம் ஒழிச்சது. பாவம், இவன் விரல் போச்சு அந்த வயசன் மேலே இருந்து விழுந்ததாலே.

வெடிமருந்து மூட்டையைக் கட்டிப் பிடித்தபடி நின்ற வெடிக்காரனை வேதையன் பார்த்த பார்வையில் புதிதாக ஒரு நேசம் தெரிந்தது.

வாங்க ஏமான். வண்டி சரியாயிடுத்து. உங்களை விசுவநாத அய்யர் சோத்துக் கடையிலே எறக்கிவிடணும்னு மனசுலே தோணுது. நல்ல விசப்பு இருக்குமே?

வண்டிக்காரன் வந்து நின்று பரிவோடு குரல் கொடுத்தான்.

நான் தாண்டா கொழந்தே அவனை அங்கே போகச் சொன்னது. பசியாற நாலு இட்டலியும் உளுந்து வடையுமாச் சாப்பிடு. விசுவநாதன் சுத்தமா சுகாதாரமா ருஜியோடு அதெல்லாம் ஆக்கி வச்சிருப்பான். மங்கலாபுரம் விடுதி மாதிரி இல்லே.

அந்தப் பெண் குரல் திரும்ப பிரியத்தோடு சொன்னது. பெண் குரல் இல்லை. அம்மா பேசியது. அவள் தான் கூடவே இருந்து எல்லாம் நடத்தி வைக்கிறாள்.

சாப்பாட்டுக் கடைக்கு மழையோடு வந்த வேதையன் மழையோடு அங்கே இருந்து இறங்கினது அடுத்த இரண்டு

மணி நேரம் கழித்து.

சாப்பாடு மட்டுமில்லை. அவன் விசுவநாத அய்யரிடம் அந்த தஸ்தாவேஜையும் ஒப்படைத்திருந்தான்.

அம்மா சொன்னபடிக்கு நடந்தது அது.

தஸ்தாவேஜின் கடைசிப் பக்கத்தில் அவன் நிறுத்தி நிதானமாக எழுதிக் கையெழுத்துப் போட்டது இந்தத் தோதில் இருந்தது.

அம்பலப்புழை, அது கழிந்து கோட்டயம், அதுவும் கழிந்து கண்ணூரை தாமச ஸ்தலமாகக்கொண்டிருந்த பரேதனாகிய ஜான் கிட்டாவய்யன் என்ற தேகண்ட பிராமணன். கிட்டாவய்யனின் ஏக புத்ரன் வேதையனான நான், கிறிஸ்தியானி ஆண் வயசு 32, இதில் கண்ட நிலத்துக்கு சகல பாத்யதையும் உள்ளவன்.

இந்தப் பத்திரப்படிக்கு எனக்கு என் ஒண்ணுவிட்ட சோதரன் அம்பலப்புழை மகாதேவய்யன் மூலம் வந்து சேர்ந்த அந்த பாத்யதையைச் சாப்பாட்டுக்கடை ஜீவனமாக வைத்திருக்கும் அம்பலப்புழை விசுவநாத அய்யருக்கு ஒத்திவைத்து ஒரு ரூபாய் மட்டும் வாங்கிக்கொள்கிறேன்.

தற்போது வெள்ளப் பொக்கத்தில் முழுகிக் கிடக்கிற நிலத்தை அதன் அடையாளங்களை தஸ்தாவேஜு மூலம் கண்டு நிச்சயித்து மேற்படி விசுவநாத அய்யர் வெள்ளம் வடிந்த பிறகு பயிர்ச் செய்கை செய்யத் தகுந்ததாக்க வேண்டியது.

விளையில் கிடக்கிற ஆதாயத்தில் இரண்டில் ஒரு பங்கை அம்பலப்புழை கிருஷ்ணன் அம்பலத்தில் காணிக்கையாகச் செலுத்த வேண்டியது. அரைப் பங்கை உள்ளூர் குரிசுப் பள்ளியில் சமர்ப்பிக்க வேண்டியது. மிச்சம் அவருடைய பாத்யதையாகும். வேறு யாரும் அதுக்குச் சொந்தம் கொண்டாட முடியாது.

இந்தச் சேவைக்காக மேற்படி விசுவநாத ஐயருக்கு நான் ஆயுசுக்கும் நன்றிக்கடன் பட்டவன் ஆவேன்.

அவராலோ சந்ததியாராலோ இந்தக் கைங்கரியத்தைத் தேக அசௌகரியம், மற்ற கஷ்டப்பாடு இப்படியாக ஏதேனும்

காரணத்தால் செய்ய முடியாமல் போனால், நேரம் தாமதிக்காமல் நிலத்தை அம்பலத்துக்கே எழுதிவைக்க வேண்டியதும் மேற்படி விசுவநாதய்யர் மனமுவந்து ஏற்றுக் கொண்ட கடமையாகும்.

அதற்கும் அன்னாருக்கு நன்றி விசுவாசம் உள்ள, கண்ணூர் கலாசாலை மலையாளம் வித்வானும் கிட்டாவய்யன் புத்ரனுமான வேதையன்.

வேதையன் இதையெல்லாம் எழுதினதுதானா அல்லது கையைப் பிடித்து அம்மாவும் அப்பாவும் எழுதினார்களா என்று ஆச்சரியம் தீராமலே அம்பலப்புழையிலிருந்து கிளம்பும்போது அடுத்த மழை நானும் வரேன் என்று துணைக்குச் சேர்ந்து கொண்டது.

அத்தியாயம் முப்பத்திநாலு

1939 ஜனவரி 18 வெகுதான்ய தை 5 புதன்கிழமை

விடிகாலையிலேயே ஏகாம்பர அய்யர் ஓட்டலில் இண்டு இடுக்கு விடாமல் ஆள் அடைஞ்சு உட்கார்ந்து இட்லி தின்றபடி இருந்தார்கள். பாண்டி தேசத்தில் இருந்து கன்யாகுமரியும் சுசீந்தரமும் அனந்தபுரியும் ஏறி இறங்கித் தொழுது அம்பலப்புழைக்கு வந்திருக்கிற பெருங்கூட்டம் அது. பாண்டிக் காரனுக்கே கைவந்த சாமர்த்தியமாகச் சாப்பிட்டபடியே ஏக சத்தத்தோடு எல்லாரும் ஏக காலத்தில் வார்த்தை வேறு சொல்லிக்கொண்டிருந்தார்கள்.

சாப்பிடாமல் ஒருத்தனும் அம்பலம் தொழப் படி சவட்ட மாட்டான் என்று நடேசனுக்குத் தோன்றியது. வயிற்றில் பசியை வைத்துக்கொண்டு கிருஷ்ணனை நினைத்தால் இட்லி ரூபமாகத்தான் பகவான் தெரிவான் என்று கோணக்கட்சி பேசினது மனசு, போத்தி வக்கீல் மாதிரி. சரிதாண்டா என்றான் எல்லாம் தெரிந்த ஸ்ரீக்ருஷ்ணன் கடைக் கல்லாவுக்கு நேர் பின்னால் படத்தில் சிரித்தபடி.

அண்ணா, வெங்காயம் போடாம ஆச்சாரமாப் பண்ணின

வடை. தேக அசொக்கியம் ஏதும் ஏற்படாது, எம்புட்டு சாப்பிட்டாலும். இன்னும் ரெண்டு போட்டுக்குங்கோ.

இனிமேல் தின்றால் வயிறு ஊதி படீரென்று வெடித்து விடும் ஸ்திதியில் இருந்த ஒருத்தன் கிட்டத்தட்ட இலையில் கவிழ்ந்து படுத்துக்கொண்டு வேண்டாம் வேண்டாம் என்று மன்றாட அவனுடைய இலையில் இன்னும் இரண்டு வடையைப் போட்டு விட்டு பட்டாபி பெருஞ் சத்தத்தோடு சொன்னான்

திருச்சூர் பூரத்துலே பதினோரு யானை நின்னாலும் பந்த்ரெண்டா ஒண்ணு வந்தா கொஞ்சம் நகர்ந்து வழிவிடுறதில்லையா?

தமிழன் ஆசையோடு வடையைச் சட்டினியில் புரட்டி வாயில் போட்டுக் கொண்டான். தண்ணீ தண்ணீ என்று கண்ணில் ஜலம் வர காரம் சாப்பிட்டுக் கதறிய அவனுக்கு பட்டாபி லோட்டா நிறைய வெள்ளம் எடுத்து வந்து கொடுத்தான். அதைக் குடித்து விட்டு அவன் முகம் போன போக்கை கொஞ்ச நேரம் சுவாரசியமாக நோட்டம் விட்டார் நடேசன்.

இதென்னது கோமூத்ரத்திலே மிளகுப் பொடியைக் கலக்கிக் கொண்டு வந்திருக்கீர்?

தமிழன் எகிற பட்டாபி அது கரிங்காலியும், ஏலத்தரியும், ராமச்சமும் கலந்த பச்சை வெள்ளம். அனல் சூட்டுக்கும் வயிற்று வேதனைக்கும் இதமானது என்று புரிய வைத்தான். கூடவே கல்லாவில் வைத்திருந்த கரிங்காலிப் பொடி சூரண பொட்டலங்களை ஒரு அணா, அரை அணா விகிதத்தில் அந்தக் கூட்டத்தின் தலையில் கட்டவும் அவனுக்குக் கழிந்த நேர்த்தியை நினைத்து ஆச்சரியப்பட்டுப் போனார் நடேசன்.

பட்டாபி பம்பரமாகச் சுழன்று ஒருத்தரையும் விடாமல், ஊசிப் போக ஆரம்பித்த முந்தைய நாள் வடையைச் சாப்பிட வைப்பதை நடேசன் கடையில் படியேறியபோதே கவனித்தார். எண்ணெய்ச் சட்டியில் இன்னொரு தடவை பொரித்து வெகு காரமான குழம்பும் சட்னியுமாக இலையில் விழுந்ததை அந்த மண்டன்மார் எல்லாரும் தேவ பிரசாதமாகக் கருதி ருசித்துச்

சாப்பிட்டுக்கொண்டிருக்க, பட்டாபி கையில் சாம்பார் வாளியோடு நடேசனைப் பார்த்தான்.

வாரும் ஓய், நாலு வடை சுடச்சுட எடுத்து வைக்கட்டா? இட்டலியும் உண்டு.

பட்டாபியை இட்டலி மட்டும் எடுத்து வரச் சொன்னார் நடேசன். கூட சட்டினி, சாம்பார் என்று பிருஷ்டத்தில் எரிவை உண்டாக்கும் எந்தச் சங்கதியும் வேண்டாம். கொஞ்சம் வெல்லம், இல்லாத பட்சத்தில் ஒரு முட்டைக் கரண்டி அஸ்கா. போதும்.

கடையில் நுழைந்தபோது ஏகாம்பர அய்யரைக் கல்லாவில் காணாதது பற்றிக் குழப்பமாக இருந்தது நடேசனுக்கு. இந்த நேரத்துக்கு வீட்டில் வென்னீர்க் குளியும், தேவாரமும் முடித்திருப்பாரே அய்யர்? அது கழிந்து இலை போட்டு விஸ்தாரமான பிராமண போஜனமாக சாப்பாடும் முடித்து அவர் இங்கே காசு வாங்கிப் போட்டுக்கொண்டு ஏப்பத்தோடு உட்கார்ந்திருக்கிற பொழுது இல்லையா இது? ஏகாம்பர அய்யர் இல்லாமல் சாப்பிட்டு, பட்டாபி காசு கேட்டு வைத்தால்?

குடையை ஈட்டி மாதிரி முன்னால் பிடித்துக்கொண்டு ஏகாம்பர அய்யர் படி ஏறி வருவதைப் பார்க்க நிம்மதி வந்தது நடேசனுக்கு. அவரிடம் சொல்ல வர்த்தமானம் ஏகப்பட்டது இருக்கிறது. அய்யருக்காக நடேசன் பிரதி செய்யும் தறுவாயில் எழுத்து எல்லாம் உதிர்ந்துபோன டாக்குமெண்ட் பற்றியும் அதில் உண்டு.

நடேசன் சுவாரசியமாக வேடிக்கை பார்த்துக்கொண்டிருக்க, நீலன் வக்கீலும் சக வக்கீலன்மாரும் பிரம்ம ஞான சபையில் முந்தின நாள் ராத்திரி சியான்ஸ் வைத்தது முடிந்தபோது நடு ராத்திரியாகி விட்டது. சியான்ஸ் என்ற அதியற்புதமான பதமே நடேசனுக்கு ரொம்ப தாமதமாக, முந்தைய நாள் ராத்திரி ஒன்பது மணிக்கு மேல்தான் தெரியவந்தது.

ஐ ஆம் பர்வதவர்தினி. இண்டர்ட் இன் எடின்பரோ.

ஸ்கோட்லாந்து தேசம் எடின்பரோ பட்டணத்தில் ஒரு கிறிஸ்தியானி கல்லறையில் அடக்கமாகி இருக்கும் தமிழ் பிராமண ஸ்திரி பேசறாள்.

சதுரம் சதுரமாகக் கோடு கிழித்த காகிதத்தைக் காட்டி நீலன் பிள்ளை நடேசனுக்குச் சொன்னபோது நடேசன் அட்சரம் புரியாமல் அவரைப் பார்த்தார்.

காகிதத்தில் பள்ளிக்கூடக் குழந்தை எழுதிப் பழகின மாதிரி ஏ, பி, சி, டி மொத்தமும் எழுதி சதுரத்தில் அடைத்து அதுக்கு மேல் ரரஜா தலைக் காசை வைத்து நகர்த்திக்கொண்டிருந்தார்கள் பக்கத்தில் போத்தி வக்கீலும் இன்னும் ரெண்டு வக்கீல்களும்.

வக்கீலன்மார் எல்லாம் சத்தியாக்கிரஹம், கும்பளங்காய் என்று காந்தி கட்சி பேசித் திரிந்து திரிந்து தலைக்கு வட்டு பிடித்து விட்டிருக்கும் என்று முதலில் நினைத்தார் நடேசன்.

நீலன் பிள்ளையை சத்தம் போட வேண்டாம் என்று போத்தி வக்கீல் உதட்டில் விரலை வைத்து சைகை காட்டும்போது கொளுத்தி வைத்திருந்த மெழுகுவர்த்தி அம்பலத்தில் பத்ர தீபம் போல கொழுந்துவிட்டு ஜகஜ்ஜோதியாக ஒரு கணம் ஒளிர்ந்து அடுத்த கணம் புகை கவிந்தது. அதற்கும் அடுத்த கணம் அது திரும்ப வெகு பிரகாசமாக வெளிச்சம் போட்ட போது நடேசனுக்கு ஒரு வினாடி மூச்சு நின்று போனது. யக்ஷிக் கதை மாதிரி இல்லையோ இருக்கு இது?

ஆவி பேசுகிறது என்றார் நீலன் வக்கீல் நடேசன் காதில் மட்டும் விழும்படியாக. கைகால் நடுங்க ஆரம்பிக்க, அம்பலப்புழை கிருஷ்ணனை உடனடியாக வரும்படி கூப்பிட்டார் நடேசன்.

வர சாத்தியப்படாதுடா நடேசா.

கிருஷ்ணன் அம்பலத்தில் நின்றபடிக்கு உறக்கச் சுவட்டோடு சொல்லிவிட்டான்.

நடேசனுக்கு மூச்சுத் திணறல் உண்டானதைப் பார்த்த நீலன் வக்கீல் மெல்ல அவர் கையைப் பிடித்து வெளியே அழைத்து வந்தார். பானையில் இருந்து ஒரு மடக்கு தணுத்த வெள்ளம்

குடிக்கச் சொன்னார் அவர். கிட்டத்தட்ட முழுப் பானை வெள்ளமும் தொண்டை கடந்து போன பிறகு நடேசனுக்கு போதம் வந்தது.

வக்கீல் சாரே, என்னவாக்கும் நடக்கறது முறிக்குள்ளே?

சியான்ஸ் என்றார் நீலன் வக்கீல். அப்புறம் வெகு சுருக்கமாக ஆவிகள் வந்து அந்தப் பலகையில் இங்கிலீஷ் எழுத்து மூலம் வர்த்தமானம் சொல்வதைப் பற்றி விளக்கினார் அவர்.

இங்கிலீஷ் தெரியாத ஆவிகள் கூட இதிலே வந்து பேசுமோ?

நடேசன் கேட்க, நீலன் பிள்ளை அவர் அறியாமையை நினைத்துச் சிரித்தார்.

மேலே போனதுக்கு அப்புறம் எல்லோருக்கும் இங்கிலீஷ் அர்த்தமாகிடும்.

வக்கீல் சொன்னால் சரியாக இருக்கும். காந்தி கிறுக்குப் பிடித்து கோர்ட் பக்கமே போகமாட்டேன் என்று தீர்மானத்தோடு ராட்டையில் நூல் நூற்றுக் கொண்டு வீட்டில் உட்கார்ந்தாலும் மனுஷருக்கு விஷய ஞானம் அபாரம்.

காகிதத்தில் வந்து பேசுகிற ஆவி எதுவும் கூடி இருக்கப்பட்டவர்கள் மேலே குடிபுகாது என்றும் வக்கீல் நிச்சயமாகச் சொல்ல, நடேசனுக்கு இருந்த பயம் மெல்ல விலகி, வக்கீலைத் தொடர்ந்து திரும்ப சியான்ஸ் பார்க்க உள்ளே போனார் அவர்.

அவர் சியான்ஸ் முறிக்குள் போனபோது மெழுகுவர்த்தி அணைந்து திரும்ப அதை உயிர்க்க வைக்க மும்முரமாக ஏற்பாடு நடந்துகொண்டிருந்தது.

டோண்ட் பிலீவ் தட். ஷீ இஸ் நாட் பர்வதவர்த்தினி.

போத்தி வக்கீல் திரும்பத் திரும்பச் சொன்னார். பக்கத்தில் யாரோ ஆமோதித்தார்கள்.

சியான்சில் வந்து களேபரம் விளைவிக்க என்றே ஏதோ ஒரு வெள்ளைக்கார ஆவி குறுக்கே புகுந்து குழப்பிவிட்டுப் போனதாம் இத்தனை நேரம். இப்போது வந்திருப்பது சுத்த

பத்தமான பாரத தேசத்து உயிராம்.

வக்கீலன்மார் எப்படி இதைக் கண்டுபிடித்தார்கள் என்று நடேசனுக்குத் தெரியவில்லை. ஆனாலும் சட்டம் படித்தவர்கள் சொன்னால் நம்பலாம் என்று அவருக்கு அம்பலப்புழை ஸ்ரீ கிருஷ்ணன் சொல்லி இருக்கிறான்.

புதுசாக காகிதத்தில் வந்த ஆவி சொன்னது இந்தப்படிக்கு இருந்தது

நான் அம்பலப்புழை மகாதேவய்யன். இங்கே பிரஸ்தாபமான ஸ்திரி பர்வதவர்த்தினி என் பார்யை ஆவாள். அவள் எந்தப் பட்டணத்திலும், நஸ்ராணி கல்லறை எதிலும் அடக்கமாகவில்லை என்பதை வெகு வினயத்தோடு தெரிவித்துக் கொள்கிறேன்.

கொல்ல வருஷம் ஆயிரத்து எழுபத்து நாலில் நானும் அவளும் பெண்குட்டி குஞ்ஞும்மிணியுமாக கொல்லூர் போனபோது நாங்கள் மூணு பேரும் தொலைந்துபோனோம். மரித்துப் போகவில்லை. காலமும் நேரமும் இல்லாத வெளியில் சதா சுற்றி அலைகிறபடிக்கு விதிக்கப்பட்ட துர்பாக்கியசாலிகள் நாங்கள்.

இங்கே இருக்கப்பட்ட நடேசன் என்ற வக்கீல் குமஸ்தனுக்கு ஒரு வார்த்தை சொல்லி நான் கிளம்பிப் போகிறேன்.

அவனும் ஏகாம்பர அய்யன் என்ற சாப்பாட்டுக் கடைக்காரனும் காணாமல் போக்கிய டோக்குமெண்டின் கோப்பி தற்போது மதராஸ் பட்டணத்தில் உள்ளது. மதராஸ் ஹைகோடதி கேட்டபடிக்கு அம்பலப்புழை ரிஜிஸ்தர் ஆப்பீசுக்காரர்கள் பழைய நிலப் பத்திரங்களை அனுப்பி வைத்தபோது தவறுதலாக அதையும் சேர்த்து அனுப்பிவிட்டார்கள். மகா கனம் பொருந்திய நீலன் பிள்ளை வக்கீல் இதை நல்லபடிக்கு சிரத்தையில் செலுத்தி நடேசனுக்கு உதவி செய்ய வேண்டிக் கொள்கிறேன். கிருஷ்ணார்ப்பணம்.

எழுத்து எழுத்தாக போத்தி வக்கீல் எழுதிக்கொண்டே இருக்க, நீலன் பிள்ளை வக்கீல் மெழுகுவர்த்தி வெளிச்சத்தில் படித்துக் கொண்டே போனார். அவர் படிக்கும்போதே நடேசனுக்கு

அதெல்லாம் அர்த்தம் ஆனது. அந்த ஆவி அய்யனோ, அம்பலப்புழை கிருஷ்ணனோ அவருடைய இங்கிலீஷ் ஞானத்தையும் ஒரே ராத்திரியில் விருத்தி செய்துவிட்டுப் போயிருக்கிறார்கள்.

இன்னும் ரெண்டு இட்லி போடட்டா நடேசன்?

பட்டாபி அவர் இலையைக் காட்டிக் கேட்டபோது நினைவை சியான்ஸில் இருந்து வலுக்கட்டாயமாகப் பிய்த்துக் கொண்டு ஏகாம்பர அய்யர் ஓட்டல் பாண்டிக் களேபரங்களோடு ஐக்கியமானார் நடேசன்.

அவர் கை அலம்பி வந்தபோது தான் ஏகாம்பர அய்யர் கல்லாவுக்கு பக்கமாகப் போட்டிருந்த மர ஸ்டூலில் அவரை உட்காரச் சொல்லிக் கை காட்டியது.

ராத்திரி சியான்சுக்குப் போயிருந்தீரோ?

எங்கே ஆரம்பிக்கலாம் என்று நடேசன் தீர்மானத்துக்கு வந்திருக்காத நிலையில் சட்டென்று பட்டர் அடியையும் முடியையும் சேர்த்துப் பிடித்ததும் தடுமாறிப் போனார் நடேசன். இவருக்கு எப்படியோ காற்றுவாக்கில் சியான்ஸ் பிரஸ்தாபம் வந்து சேர்ந்துவிட்டிருக்கிறது. அதுவும் ராத்திரி விடிந்து விடிகாலை ஆவதற்குள்.

பாண்டி பட்டன்மார் எட்டுக் கண்ணும் விட்டெறிய ஆள் அம்பு வைத்து நிர்வாகம் செய்து காசு பார்க்கிறது சும்மாவா என்ன? இப்படி ஊரில் நடக்கிற ஒண்ணுவிடாமல் தெரிந்து வைத்திருக்கிற சாமர்த்தியமும் அதுக்கு ரொம்பவே ஒத்தாசை செய்திருக்க வேணும்.

சியான்ஸ் காகிதத்தில் வந்தவன் ஏகாம்பர அய்யருடைய டோக்குமெண்ட் பற்றிச் சொன்னது கூட வார்த்தை பிசகாமல் அய்யர் வசம் வந்து சேர்ந்திருந்தது.

காலையில் அம்பலம் படிஞ்ஞாறே நடையில் போத்தி வக்கீலைப் பார்த்தேன்.

அவர் சொன்னபோதுதான் நடேசனுக்கு விஷயம் விளங்கியது. போத்தி சொன்னாரோ, இல்லை அம்பலத்துக்குள் பகவான்

தான் சொன்னாரோ, சங்கதி தெரிந்தால் சரிதான்.

அந்த டோக்குமெண்ட் எப்படி எங்க குடும்பத்துக்கு வந்ததுன்னு சியான்ஸிலே சொல்லப்பட்டிருக்காதே?

சொன்னதாக நடேசனுக்கு நினைவு இல்லை. அவர் கவனிக்காமல் விட்டிருக்கலாம். எல்லாமே இங்கிலீஷில் இருந்ததே. ஆனாலும் நேற்று ராத்திரிக்கு முழுக்க முழுக்க அந்த பாஷை அர்த்தமானதால் அப்படி ஏதும் நடந்திருக்க முடியாதுதான்.

ஏகாம்பர அய்யர் கேட்டதோடு நிறுத்தாமல் கல்லாவில் காசை வாங்கிப் போட்டு மீதி சில்லறை கொடுத்தபடி சுறுசுறுப்பாக நாற்பது வருஷப் பழைய கதையை நிதானமாகச் சொல்லி முடித்தார் நடேசனிடம்.

அந்த வேதக்காரன் எங்க தகப்பனார் விஸ்வநாத அய்யருக்கு ஒத்தி வச்சுப் போன நிலப் பத்திரம் தான் நீர் டோக்குமெண்ட் கோப்பி செய்ய எடுத்தது.

ஏகாம்பர அய்யர் நடேசனிடம் சொன்னபோது அம்பலப்புழை அம்பலத்தில் சீவேலியும் ஸ்ரீபலியும் முடிந்து செண்டை முழங்குகிறது காற்றோடு வந்தது.

ஓய் நடேசன், நான் முடிவு எடுத்தாச்சு.

ஏகாம்பர அய்யர் நடேசனைக் கூர்ந்து பார்த்தார்.

நீர் உடனே கிளம்பி மதராஸுக்குப் போய்ட்டு வாரும். நீலன் வக்கீலும் போத்தி வக்கீலும் நீர் அங்கே செய்ய வேண்டியதெல்லாம் என்னவாக்கும்னு சொல்லுவா. செலவுக்குக் காசு பத்தி யாதொரு கவலையும் பட வேணாம். நானாச்சு அதுக்கு.

போய்ட்டு வா என்றான் கிருஷ்ணனும்.

அந்த ஆவியோட பேசற சமாசாரம்?

அதைத் தூக்கி உடப்பிலே போடுடா நடேசா.

அத்தியாயம் முப்பத்தைந்து

1939 ஜனவரி 18 வெகுதான்ய தை 5 புதன்கிழமை

அய்யர் சொல்றபடிக்கு பட்டணம் போய்ட்டு வாரும். இங்கே இருந்து என்ன பண்ணப் போறீர்? கோர்ட்டுக் கச்சேரியும் அடைச்சுப் பூட்டியல்லோ?

நீலன் வக்கீலும் நடேசனை மதராஸுக்குத் துரத்துவதிலேயே குறியாக இருந்தார்.

சும்மா தொடை இடுக்கிலே கையை நுழைச்சுக்கிட்டு இங்கே உறங்கறதை அங்கே போய்ச் செய்யறது மேலானது கேட்டீரோ நடேசன். கை மட்டும் உம்மோடதுன்னாலும் தரக்கேடில்லை. பட்டணத்துலே துடைக்கா பஞ்சம்?

போத்தி வக்கீல் அவர் வார்த்தையில் சொன்னதும் பட்டணத்துக்கு நடேசனை ரயிலேற்றத்தான். ஆகக்கூடி நடேசனைக் குத்திக் கிளப்பி பிரயாணம் போக வைப்பதில் கண்ணில் எதிர்ப்பட்ட எல்லோரும் ஒற்றைக் கட்டாக நின்றார்கள்.

பட்டணத்துக்குப் போக எங்கே ரயில் ஏறணும், நடுவிலே

எங்கே ஆகாரம், உறக்கம், குளி, வண்டி இறக்கம், ஜாகை, யாரைப் போய்ப் பார்க்கணும் என்று சகலமானதையும் நீலன் வக்கீலும் போத்தி வக்கீலும் பிரம்மஞான சபை கட்டிடத்தில் மத்தியான நேரத்தில் உட்கார்ந்து பேசி காகிதம் முழுக்கக் குறித்துக் கொடுத்தார்கள். ஏகாம்பர அய்யரும் அப்போது கூட இருந்தார்.

நாளைக்கோ கூடிய சீக்கிரமோ ரயில் ஏறுகிற அவசரத்தில் இங்கே அம்பலத்தில் ஸ்ரீகிருஷ்ணனிடம் யாத்திரை சொல்லிக்கொள்ள அவகாசம் கிடைக்குமோ என்னமோ. பகல் உஷ்ணம் தணிந்ததும் நடேசன் அம்பலத்துக்குக் கிளம்பி விட்டார்.

அதுக்கு முன்னால் ஏகாம்பர அய்யர் கடையில் மதியத்துக்கு புளித்த தயிர் விரகிய சோறும் கூட்டானும் நல்ல வண்ணம் விளம்பிவிட்டிருந்தான் பட்டாபி. பட்டன்மார் போல் தைரும் சோறும் கழித்து மிச்ச நாள் எல்லாம் மதராஸில் ஜீவிக்க வேண்டி வந்தாலும் வரும். நடேசன் அதுக்கும் தயாராகத்தான் இருந்தார். கிருஷ்ணன் கைகாட்டினால் எல்லாம் சரியே.

அம்பலத்து படிஞ்ஞாறே நடையில் ஸ்ரீதேவி பிஷாரஸ்யார் அம்மாள் கெந்திக் கெந்தி நடந்து வந்து கொண்டிருந்தாள். ரெண்டு கையிலும் ஒரு பொதி ராமச்ச விசிறிகளோடு அந்த அம்மையார் வருவதைப் பார்த்து நடேசன் சற்றே நின்றார்.

பிஷாரஸ்யார் அம்மாள் பக்கத்திலே வந்ததும் நடேசனுக்கு ஒரு விசிறியை எடுத்து நீட்டினாள்.

ரொம்ப உபகாரம் என்றார் நடேசன் விசிறியை காம்பைப் பிடித்து வாங்கியபடிக்கு.

பிஷாரடி அத்தேஹம் ஸ்வர்க்கம் போய்ச் சேர இன்னும் கூடி விசிறி வினியோகிக்க வேண்டி இருக்கு. இறந்துபோன பரேதனாகத்தான் அதுவரைக்கும் இருப்பார்.

அவள் வீட்டுக்காரரான நாராயண பிஷாரடி வைத்தியர் மரித்து ரெண்டு வருஷம் ஆகிறது. இன்னமுமா சொர்க்கமோ வேறே லோகமோ போய்ச் சேராமல் அலைந்துகொண்டிருக்கிறார்

அவரும்?

அதை ஏன் கேட்கிறீர். பிரச்னம் வச்சுப் பார்த்தபோது நம்பூத்ரி வெளிப்படுத்தினதாக்கும். அவர் வியர்ப்போடு அவதிப்பட்டு மேலே போக ஒட்டாமல் அஷ்டமுடிக் காயல் ஓரமாகவே சுற்றிக் கெறங்கி வருகிறாராம். மனுஷர் வைகுந்தமோ கைலாசமோ போக, இங்கே அம்பலம் தொழ வரும் ஒரு நூத்து ரெண்டு புருஷன்மாருக்கு விசிறி தானம் செய்யணுமாம். நீர் தொண்ணூத்தஞ்சாமன்.

பிஷாரஸ்யார் அலுப்போடு சொன்னாள். ரெண்டு நாளாக நடந்து திரிகிறாளாம்.

விசிறி மேடிக்கணும். அம்பலத்தில் வச்சு அதைக் கொடுக்க ஆள்காரைத் தேடணும். ரொம்ப கஷ்டமாச்சே இதெல்லாம்?

நடேசன் கேட்க அவள் கஷ்டம்தான் என்றாள். பிஷாரடி ஜாதியில் ஜனித்தாலே கஷ்டம் அல்லாமல் வேறே என்ன? ரெண்டுங்கெட்டான் இல்லையோ நாங்கள்? முழுக்க பிராமணனும் இல்லாமல் முழுக்க க்ஷத்ரியனும் அல்லாமல் ரெண்டுக்கும் நடுவிலே கிடந்து உலையணும்னு விதிச்சிருக்கே?

அவள் கெந்திக் கெந்தி நடந்து அப்பால் வேறு யாருக்கோ விசிறி தானம் செய்யப் போனாள்.

கஷ்டம்தான். சகலருக்கும் நாடி பார்த்து வைத்தியம் செய்துகொண்டு பரிவார தேவதைகளுக்கு மட்டும் பூஜை நடத்திக்கொண்டு வாழ்க்கை முழுக்கக் கழிக்க வேண்டியவர்களாச்சே பிஷாரடிமார். மரித்தால் கூட புதைக்கத்தான் விதிக்கப்பட்டவர்கள். பிஷாரடி வைத்தியர் மண்ணுக்குக் கீழே வியர்த்து விறுவிறுத்துத்தான் போயிருப்பார். நடேசனுக்கு யாதொரு சந்தேகமும் இல்லை.

பரேதனான வைத்தியருக்கும் சேர்த்து ராமச்ச விசிறியால் விசையோடு விசிறிக்கொண்டு அம்பலக் குளக்கரைக்கு வந்து சேர்ந்தார் நடேசன்.

ஒரு முழுக்குப் போட்டு விட்டு சந்தியாகால பூஜை தொழுது

போக சன்னிதிக்கு வா என்றான் கிருஷ்ணன்.

வேஷ்டியைக் களைந்து, மேலே விசிறியையும் சார்த்தினது போல் வைத்துவிட்டு குளத்தில் இறங்கினார். மேலோட்டமாக வெதுவெதுப்பாக காலை நனைத்தது அம்பலக் குளத்து நீர்.

அதில் மூழ்கும்போது பாசி வாடை இதமாகக் கவிந்து சீக்கிரம் திரும்பி வந்துடு என்றது.

எங்கே சூரிய கிரகத்துக்கா போறேன்? பட்டணத்துக்குப் போயிட்டு கூடிய சீக்கிரம் இங்கே திரும்ப வந்து விழுந்துட மாட்டேனா?

குளத்து நீர் சுற்றிச் சூழ்ந்து மனசையும் உள்ளே அழுத்தி வேறு எங்கோ இழுத்துப் போனபோது நீர்ப் பரப்பு உள்ளே காளை வண்டியைத்தான் முதலில் பார்த்தார் நடேசன்.

வண்டி ஓட்டிப் போகிற பட்டன் ரொம்ப நெருங்கிய சிநேகிதன் போல் சிரித்தான். கூட உட்கார்ந்து போகிறவன் நடேசன் சாயலில் இருந்தான். இல்லை நடேசன்தானா அது?

வண்டிக்குள் வெள்ளைக்காரச்சி மதாம்மை ஒருத்தி உட்கார்ந்திருந்தாள். அவள் வெண்டைக்காய் இங்கிலீஷில் நடேசனிடம் ஏதோ சொன்னது சுத்தமாக மனசிலாகவில்லை அவருக்கு.

பாத்துப் போய்ட்டு வா பட்டணத்துக்குன்னேன். மனசிலாச்சோ நடேசா?

மதாம்மை நம்ம தேச பாஷைக்கு மாற நடேசன் அவளைக் கூர்ந்து பார்த்தார். நம்ம ஊர் ஸ்திரி தான். வேஷம் தான் வெள்ளைக்காரச்சி மாதிரி.

இப்போ வெளியூர் போயிருக்கேன். தேவ ஊழியம் பண்ணணுமே. இந்த கசின் கடன்காரன் வேறே வந்து உசிரை எடுக்கறான். தெரியுமோ, தங்கியிருந்த இடம் நெருப்பிலே வெந்து பஸ்பமாப் போயிடுத்து. பட்டணத்துலே ஜாக்கிரதையாத் தங்கு. இருக்கப்பட்ட இடத்துலே நெருப்பு பிடிச்சா முதலுக்கே மோசமாயிடும்.

மதாம்மையின் வாய்ப் பேச்சு அசல் பட்டத்திப் பொண்ணு மாதிரி இருந்தது நடேசனுக்கு. அவளுடைய தோரணை அவருக்குள் ஏகப்பட்ட மரியாதையை ஏற்படுத்த அந்தப் பெண் சொன்னதுக்கு மறுப்பு ஏதும் சொல்லாமல் தலையை ஆட்டினார். காதுக்குள் வெள்ளம் புகுந்து இக்கிக்கூ என்று சிரித்தது.

வண்டியும் பட்டனும் மதாம்மையும் கடந்து போக, குடையைப் பிடித்தபடி இன்னொருத்தன் வேகவேகமாக நடந்து வந்தான். குடையைப் பிடித்த கையில் அவனுக்கு ஆறு விரல் இருந்ததை நடேசன் கவனிக்கவே, அவன் குடைக் கம்பிக்குப் பின்னே அந்த ஆறாவது விரலை மறைக்க ரொம்பவே பிரயத்னப்பட்டான்.

அண்ணா, அதை கழட்டி கொடுத்துடுங்கோ. சாவகாசமா மாட்டிக்கலாம்.

நடேசன் பார்த்துக்கொண்டிருந்தபோதே குடைக்காரனுக்கு பக்கமாக மரியாதையோடு நடந்து வந்த துளு பாஷைக்காரன் என்று பார்வைக்குப் பட்ட இன்னொரு பட்டன் குடைக்காரனின் விரலை சுவாதீனமாக உருவி எடுத்து இடுப்பில் முடிந்துகொண்டான். நல்ல சிகப்பு மினுக்கும் தேகத்தோடு சின்ன வயதில் இருந்த அந்த பட்டன் நடேசனிடம் திரும்பி ரகசியமாகச் சொன்னான்

ஓய், பட்டணத்துலே கையை வச்சுக்க வேறே துடையெல்லாம் தேட வேண்டாம். சீக்கு வந்து ஈஷினா போறதுக்குள்ளே பிராணன் போயிடும். ஜாக்கிரதையா இரும்.

வண்டி ஓட்டிப் போன பட்டன் பின்னால் திரும்பிப் பார்த்து பரசு பரம சுகமா பரசு சுகமா என்று பாடினான். துளுவன் லஜ்ஜையோடு போங்கோண்ணா என்று நாணிக் கோணி நெளிய, ஸ்ரீதேவி பிஷாரஸ்யார் ஒரு ராமச்ச விசிறியைக் கையில் உயர்த்திப் பிடித்தபடி கெந்திக் கெந்தி நடந்து போனாள்.

மதாம்மை கூட வண்டிக்குள் இருந்த பட்டத்திப் பெண் வண்டியை நிறுத்தச் சொல்லி இறங்கி ஓடி வந்தாள். கூடவே அவளுடைய பெண் குழந்தையும் அரக்கப் பரக்க மாரை

மறைத்துக் கொண்டு பெரிய மனுஷி மாதிரி வேகவேகமாக நடந்து வந்தது.

பசிக்கறது அண்ணா, தாகமா வேறே இருக்கு. பட்டாபி கிட்டே சொல்லி உப்புமா கிண்டித் தரச் சொல்லுங்கோ. அன்னிக்கு தேவாமிர்தமா உண்டாக்கிப் போட்டானே? நடுராத்திரியிலே நீரும் தானே கழிச்சது? ஓர்மையில்லையோ?

அவள் சொல்ல, மதாம்மை வண்டியை விட்டு இறங்கி, உப்புமா எல்லாம் எதுக்கு? கேக் இருக்கு, சாப்பிடுங்கோ என்றாள். அவள் நீட்டின தின்பண்டத்தைப் பார்க்க நடேசனுக்கே நாக்கில் எச்சில் ஊறியது. வெள்ளைக்காரத் தீனியாக இருக்கும்போல அது. தண்ணீருக்குள்ளே ஏப்பம் வேறே சந்தர்ப்பம் தெரியாமல் வந்தது.

இதிலே கோழி முட்டை கலந்து தானேடியம்மா செய்யறா?

வண்டியில் வைத்த ஒரு குடத்துக்குள் இருந்து சத்தம்.

இல்லே பெரியம்மா. இதுலே முட்டை எல்லாம் போடலே. தனியா பாத்துப் பாத்து செஞ்சது.

மதாம்மை பிரியத்தோடு சொல்ல, அந்தப் பெண் குழந்தை சாப்பிட ஆரம்பித்தது.

வண்டிக்குள் உட்கார்ந்து சாப்பிடுடி கொழந்தே. நடேசனுக்கும் வேணுமான்னு கேளு.

குடத்துக்குள் இருந்து சத்தம் வர, நடேசன் வேணாம் என்றார். பட்டாபி கொடுத்த தயிர் சோறும் தேங்காய் சம்மந்தியும் இன்னும் நாலு நாளைக்கு பசியடக்கப் போதுமானது.

அதுக்கு அப்புறம் தேவைப்பட்டால் கோழி முட்டை போட்ட, போடாத வஸ்து எதையும் சாப்பிடலாம். பூந்தி லட்டு, வாழைப்பழம், எள்ளுருண்டை எல்லாம் தான்.

குளித்துவிட்டு ஈரச் சேலையோடு பெரிய முலைகளும் ஒல்லியான தேகமுமாக வந்த ஒரு கன்யகை தெலுங்கில் சொல்ல, குடுமியைத் தட்டி முடிந்தபடி பக்கத்தில் வந்தவன் அதை

மெனக்கெட்டு நடேசனிடம் தமிழில் அர்த்தப்படுத்தினான். இவன் பட்டணத்துப் பிள்ளையாண்டன் என்றான் பக்கத்தில் நின்று வேடிக்கை பார்த்த துளுவன்.

முட்டையும் கோழியும் எல்லாம் வேண்டாம் என்று நடேசன் சொல்வதற்குள் அந்தப் பாழாய்ப் போன பட்டணத்துப் பிள்ளையாண்டான் ஸ்தனம் பெருத்த பெண்ணை நீர்த் தரையில் சாய்த்து கச்சை களைய ஆரம்பித்தான்.

கையை வச்சுக்க இது மாதிரி இடம் வருமா நடேசா?

அவன் கேட்டபடி அவள் உடம்பில் தடவின இடம் நடேசனுக்கு சிலாக்கியமாகப் படவில்லை. டாக்கி பார்த்து கெட்டுப் போகிறார்கள் பட்டணத்துப் பிள்ளைகள்.

டாக்கி மட்டுமா? மொட்டைக் குண்டி பொம்மனாட்டி அந்நிய ஆம்பிளைக்கு வெளிச்செண்ணெய் புரட்டி ஸ்நானம் செய்விக்கிறது போல எல்லாம் தமிழில் பாய்ஸ் கம்பேனி நாடகம் வந்து பாண்டி பூமி தாண்டி சக்கைப் போடு போடுகிறது. பார்த்து விட்டு வெளியே வந்தவன் கையை வைத்துக் கொண்டு சும்மா இருப்பானா?

போத்தி வக்கீல் நீர்த் தரையில் கிடந்தவன் விலாவில் குடையால் குத்திக்கொண்டே நடேசனிடம் தெரிவித்தார். அந்தப் பெண் எழுந்திருக்காமல் ஏமி என்று தெலுங்கில் கேட்க, வக்கீல் அவளிடம் இங்கிலீஷில் பேசத் தொடங்கினார்.

வென் ஹி க்ரஷ்ட் யுவர் நிப்பிள் வாஸ் தேர் அ ரஷ் ஓஃப் பிளஷர் இன் யூ? யூ ஸேட் எஸ் டூ ஃபோர்ப்ளே பட் நாட் டு கோர் ப்ளே. அல்லேடீ? உன் முலைக் காம்பை என் கட்சிக்காரன் கசக்கினபோது சுகமாக இருந்ததோ?

போடா கழுவேறி.

நடேசன் வக்கீலிடம் தைரியமாகச் சொல்லிவிட்டு நடக்க, பிஷாரஸ்யார் பின்னாலேயே விளித்தபடி நடந்து வந்து போத்தி வக்கீலுக்கும் இன்னொரு ராமச்ச விசிறியை நீட்டினாள். வக்கீல் அதை லட்சியம் செய்யாமல் சீவேலிக்கு நேரமாச்சு என்றபடிக்கு அப்பால் போக, நடேசனிடம் விசிறியை நீட்டினாள் அவள்.

போத்தி வக்கீலுக்குக் கொடுத்திடும் இதை. சீவேலிக்கு வந்தபோது வாங்கிக்காமல் போய்ட்டார். இதோட நூத்து ரெண்டு. பிஷாரடி சொர்க்கம் புறப்பட்டாச்சு.

அவள் பேசிக்கொண்டிருந்தபோதே பெரிய அலறல் சத்தம் கேட்டது. தெலுங்கு பேசின கன்யகை ரத்தத்தில் மிதந்தபடி உயிர் போகிற தறுவாயில் நடேசனிடம் சொன்னாள்

டோக்குமெண்டை அரசூர்க்காரன் கொண்டு போய்ட்டானே நடேசா.

சீக்கிரம் குளிச்சிட்டு வாடா. ஊருக்குப் போக வேணாம்?

இந்தக் குரல் நடேசனுக்குப் பழக்கமானது.

வந்துட்டேன் கிருஷ்ணா.

அவர் கரைக்கு வந்தபோது அழித்து வைத்த சோமனுக்கு மேலே ஒன்றுக்கு ரெண்டாக ராமச்ச விசிறி.

போத்தி வக்கீலுக்குக் கொடுத்திடும் இதை. சீவேலிக்கு வந்தபோது வாங்கிக்காமல் போய்ட்டார். இதோட நூத்து ரெண்டு. பிஷாரடி சொர்க்கம் புறப்பட்டாச்சு.

ஸ்ரீதேவி பிஷாரஸ்யார் அம்மாள் நடேசன் முகத்தைப் பார்க்காமல் சொல்லியபடிக்கு நடந்து போனாள்.

இப்போ தானே இந்தம்மாள் இதைச் சொல்லிவிட்டு.

நடேசன் சட்டென்று எல்லா நினைப்பையும் துடைத்துக் களைந்தபடி அம்பலம் நோக்கித் தொழுதார்,

கிருஷ்ணா, இன்னும் எத்ர பிராவஸ்யம் இந்தக் களி எல்லாம் நீ நடத்தினாலும் எனக்குச் சம்மதமே. உன்னோட ஓட்டந்துள்ளலிலே ஓரமா நானும் இருக்கேனே, அதுவே போதும்.

அம்பல நடையில் மாராரின் செண்டை சத்தமாக ஒலித்துக் கொண்டிருந்தது.

அத்தியாயம் முப்பத்தாறு

7 செப்டம்பர் 1907 பிலவங்க வருஷம் ஆவணி 22, சனிக்கிழமை

ராஜா நல்ல தூக்கத்தில் இருந்தபோது நொட்டு நொட்டென்று சயனகிரஹத்துக் கதவில் யாரோ தட்டி உபத்ரவப்படுத்தினார்கள்.

முன்னோர்களாக இருக்கும். பல வருஷம் முன்பு காலம் சென்றவர்கள். வந்துடு வந்துடு என்று சதா நச்சரிக்கிறார்கள். ராத்திரி, பகல் என்று ஒரு விவஸ்தை கிடையாது.

முக்கியமாக புஸ்தி மீசைக் கிழவன். ராஜாவின் மரியாதைக்குரிய மாமனார்.

வெறும் பயல் இன்னொரு ஜன்மம் எடுத்து எருமை மாடாகவோ, நண்டு நரியாகவோ பிறந்து கண்காணாது போகப் படாதா? என்ன இழவுக்கு இன்னும் அலைபாய்ந்து அந்தரத்தில் திரிந்து கொண்டிருக்கிறான்?

அமாவாசைக்கு அமாவாசை இவன் வகையில் கள்ளுத் தண்ணியும் கண்மாய் மீனுமாகப் படைக்கவே கையில் இருக்கிற காசு சரியாக இருக்கிறது.

வந்துடு வந்துடு என்று பிடுங்கி எடுக்கிறானே மயிர்புடுங்கி

வக்காளி. வந்தா உனக்கு யாருடா திதி தெவசத்துக்கு கள்ளுத் தண்ணி ஊத்தி இழவெடுக்க?

ராஜாவுக்கு சகிக்க முடியாமல் ஆத்திரம் வந்ததுக்கு கிழவன் நினைப்போடு, வாசல் கதவை உடைக்கிற மாதிரி விடாமல் தட்டுகிறதும் கூடிக் காரணமாக இருந்தது.

வரேண்டா. இரு. நடந்து தானே வரணும். உசிரு இருக்கற கட்டையாச்சே? ஒய்யாரமாப் பறக்கவா முடியும் உன்னய மாதிரி?

கண்ணும் தெரியலை. காதும் சரியாகக் கேட்கலை. ஆனாலும் ராணிக்கு அது ரெண்டும் ரொம்ப சரியாகத்தான் இருக்கிறது. தூக்கம் தான் அதிகம் அவளுக்கு முழிச்சு இருக்கற பொழுதை விட அந்தக் கிழவி தூங்குகிற நேரம் தான் நிறைய. ராஜா மாதிரி மணி நேரத்துக்கு ஒரு முறை தொண்டை வரட்சிக்குத் தண்ணி குடிக்க, நீர் பிரிய வேண்டி எழுந்திருக்கிற உபத்திரவம் எல்லாம் அவளுக்குக் கிடையாது. கிழங்கு மாதிரி இருக்கா இந்த வயசிலும் என்கிறதில் ராஜாவுக்குக் கொஞ்சம் பெருமையும் ரகசியமாக உண்டு.

வந்துடு வந்துடு.

கதவுப் பலகை கடகடக்கிறது. வாசல் கதவைத் தட்டித் தட்டி உடைப்பதை புஸ்தி மீசைக் கிழவனோ வேறே அங்கே விவஸ்தையில்லாத எவனோ நிறுத்தவே இல்லை.

அந்தக் கையை உடைத்துத் தீயிலே பொசுக்க.

மாமனார்க் கிழவனைப் புதைச்சுப் புல் முளைச்சு எத்தனையோ காலமாச்சே. ராஜாவுக்கு உறைத்தபோது கதவு மட்ட மல்லாக்கத் தன் பாட்டில் தானே திறந்துகொண்டது.

ரெண்டு கையிலும் தூக்குப் பாத்திரமும் கஷ்கத்தில் செருகின வாழை இலையுமாக பொக்கை வாய்ச் சிரிப்போடு நின்றான் அரண்மனை மாஜி சமையல்காரன்.

ஏ பயலே பழனியப்பா, என்ன மயித்துக்கு கதவை உடைக்கறே?

ராஜா தன் பிரியத்துக்குரிய சமையல்காரனை சிநேகிதமாக விசாரித்தார். ராஜாவுக்கும் அவன் நிற்கிற தோரணையைப் பார்த்துச் சிரிப்பு வந்து விட்டது.

சமூகம் பசியாற்ற நேரமாச்சே. அய்யரூட்டம்மா தோசை கொடுத்து அனுப்பினாக.

பகவதியம்மா இருக்கிற திசை நோக்கி அந்தப் புகையிலைக்கார வீட்டை நின்றபடிக்கே தொழுதார் ராஜா. மூணு வேளை சாப்பாடு அவருக்கும் ராணிக்கும் அங்கே இருந்துதான் நிமிஷம் தவறாமல் வந்து கொண்டிருக்கிறது.

அரசூர் சங்கரய்யர் ஜீவ்யவந்தராக இருந்தபோதே ஆரம்பமான ஏற்பாடு இப்போது அவருடைய சகதர்மிணி மாதுஸ்ரீ பகவதி அம்மாள் புண்ணியத்தில் ஒரு குறைச்சலும் இல்லாமல் தொடர்ந்துகொண்டிருக்கிறது. புகையிலைக்கடை வீட்டில் ஜோசியக்கார அய்யன் குடும்பத்துக்கு பந்து ஜனமான யாரோ வந்து வேளாவேளைக்கு சமைத்துக் கொடுத்து விட்டுப் போகிறது அரண்மனைக்கும் சேர்த்துத்தான். இங்கே ரெண்டு உடம்பு கட்டையில் வேகும்வரை அது நிற்காது.

ராணியம்மா, ஆகாரம் கொண்டாந்திருக்கேன்.

பழனியப்பன் தேக்குமரக் கட்டில் தலைமாட்டு பிரதேசத்தில் கவிந்திருந்த இருட்டைப் பார்த்து உத்தேசமாகக் கத்தினான்.

உன்னைப் பாடையிலே வைக்க. என்ன எளவுக்கு சங்கீதம் பாடுறேன்னேன்?

ராஜா இருமலுக்கு நடுவே அபிப்ராயம் தெரிவித்தார்.

ராணி எழுந்து உட்கார்ந்தாள். பல் பலதும் உதிர்ந்து போன காரணத்தால் துலக்குகிற காரியம் அமாவாசை, பௌர்ணமி நேரத்தில் குளிக்கிற போதுதான் அவளுக்கு முடிகிறது. ராஜா அந்த விஷயத்தில் ரொம்பவே நேர்த்தி. தந்த சுத்தி செய்யாமல், தோளுக்குக் கீழே குளிக்காமல் சாப்பிட உட்கார மாட்டார்.

பழனியப்பன் மர பெஞ்சியைக் கட்டிலுக்கு முன்னால் இழுத்துப் போட்டு இலையைப் பரத்தினான்.

அட கூதற பயலே. தோசையும் இட்டலியும் உன்னோட கம்புக்கூட்டு வேர்வை வாடையோடயா திங்கணும்னு தலையெளுத்து? எலையைக் களுவிப் போடணும்னு தோணாதே. என்ன ஜன்மம்'டா.

தினம் திங்கறதுதானே. இன்னிக்கு என்ன புதுசா?

பழனியப்பன் முணுமுணுத்தது ராஜாவுக்குக் கேட்கவில்லை.

ரெவ்வெண்டு தோசை போடுறா போதும். நீயும் தின்னுக்கடா. பயபுள்ளே பசியா இருப்பே.

ராஜா உள்ளபடிக்கே பிரியமாகத் தன் மாஜி சமையல்காரனிடம் சொன்னார்.

ஆனை அடி மாதிரி பெரிசு பெரிசாக பத்து தோசை, துவையல், அய்யமார் வீட்டு சாம்பார் என்று ஏகத்துக்கு அனுப்பியிருந்தாள் பகவதியம்மாள்.

பிராமண போஜனம் சாப்பிட நல்லாத்தான் இருக்கு. தெனைக்கும் மூணு வேளை அதையே தின்னத்தான் பத்தியச் சாப்பாடு ருஜித்த மாதிரி நாக்கு அப்போ அப்போ அலுத்துக் கொள்கிறது.

தோசைக்குக் கருவாட்டுக் குழம்பு பக்க மேளமாக இருந்தால் அமிர்தமாக இருக்கும். இந்தப் பாழாப்போன பழனியப்பன் கைமணத்தில் அது எத்தனையோ தடவை ராஜாவுக்கு சாப்பிடக் கிடைத்திருக்கிறது.

என்ன செய்ய? பழனியப்பனைத் தற்போது உக்கிராணத்தில் படியேற்றுவது உசிதமில்லை. வயசாகிப் போனதால் சமையலில் திட்டம் தறிகெட்டு மண்டகுண்டமாக எதையோ செய்து வைத்தது நாலு வருஷம் முன்புதான்.

பூசணிப் பத்தையை அறுத்து மிளகும் வெல்லமும் போட்டுப் பொங்கி வைத்துவிட்டு வஞ்சிர மீன் குழம்பு என்று ஆத்தா சத்தியமாகச் சொன்னான் அப்போ. நல்லா இருந்தாலும் அதுக்கு அப்புறம் அவன் சமையலுக்கு உட்பட்டால் புஸ்திமீசைக் கிழவன் கிட்டே வரேன் வரேன் என்று சீக்கிரம்

சொல்ல வேண்டி வந்து விடலாம். ராஜாவுக்கு பழனியப்பன் ஒத்தாசையோடு கைலாசம் போக உத்தேசம் எதுவும் கிடையாது.

பெஞ்சன் வாங்கிட்டு அரண்மனையோட கிடடா பயலே.

ராஜா அவன் சமையலை நிப்பாட்டிப் போட்டபோது அவருடைய மகனும் மதுரையில் காலேஜு மகா பண்டிதருமான மருதையன் வெகு மும்முரமாக சமையலுக்கு வேறு ஆள் தேடத் தொடங்கினான்.

நீ ஒரு கல்யாணம் கட்டிக்கிட்டா போதாதா மருதையா? வாற மகராசி வாய்க்கு ருஜியா வடிச்சுக் கொட்டாமப் போயிடுவாளா என்ன?

ராணி எவ்வளவோ சொல்லிப் பார்த்தும், ராஜா கெஞ்சிப் பார்த்தும், மருதையன் நித்தியப் பிரம்மச்சாரியாகவே இருக்கிறதில் ரெண்டு பேருக்கும் ரொம்ப வருத்தம்.

அவர்களுக்கு மட்டும் இல்லை, பகவதியம்மாளுக்கும் அவளுடைய ஒரே புத்ரனும், மருதையனின் ஆப்த சிநேகிதனுமான டெபுட்டி தாசீல்தார் சாமா என்ற சாமிநாதனுக்கும் கூட இது துக்கத்தை விளைவிக்கிற ஒண்ணு.

சாமாவுக்கு நன்னிலத்தில் பெண் எடுத்து அவளும் காலாகாலத்தில் ஒரு பிள்ளைக் குழந்தையைப் பெற்றுத் தவழ விட்டு அந்தப் பிள்ளையும் இப்போ ஓடியாடி நடக்கிற ஆறு வயசுப் பையன்.

மருதையன் மாத்திரம் ராஜ வம்சம் விளங்க வைக்க வேணாம் என்று பிடிவாதம் பிடிக்கிறான்.

ராஜா முன்னோர்களை எம்புட்டுத் தடவைதான் பரிகாரம் கேட்பார். எந்தக் கிழமும் பிடிகொடுத்துப் பேசமாட்டேன் என்கிறது. புஸ்தி மீசைக் கிழவன் மட்டும் நீ இங்கே வந்துட்டா எல்லாம் தானே சரியாயிடும் என்று ஆசை காட்டுகிறான்.

மருதுத் தம்பி தாக்கல் சொல்லி விட்டாப்பலே.

இன்னொரு தோசையை வேணாம் வேணாம் என்று கை காட்டி

மறுத்த ராணியம்மா இலையில் போட்டபடி பழனியப்பன் சொன்னான்.

ராஜாவுக்கு அடக்க முடியாத ஆச்சரியம். நாலு நாள் ஒண்ணுக்கு, வெளிக்கிப் போகாவிட்டாலும் ராணிக்கு கிரமமாகப் பசி எடுக்க ஏதோ தெய்வம் ஆசி கொடுத்திருக்கிறது. ராஜா மாதிரி தின்னு முடிச்சதும் பின்னஞ் சந்து களேபரமாகத் திறக்கிற விவகாரம் எல்லாம் அவளுக்குக் கிடையாது.

என்னலே தாக்கல்?

ராணி தோசையை வாயில் போட எடுத்தபடிக்குக் கேட்டாள். அவளுக்கு இப்போது அவளுடைய அப்பன் புஸ்தி மீசைக் கிழவனின் சாயல் பரிபூரணமாக வந்து விழுந்திருந்ததாக ராஜாவுக்குத் தோன்றியது. மீசை இல்லாவிட்டால் என்ன?

அடுத்த மாசம் ஆயுத பூசை வருதில்லே. தம்பி இங்கன வருதாம். தாயில்லாராப்பீசுக்கு தாக்கல் சொல்லியனுப்பிச்சாப்பலே. அய்யரு சொல்லச் சொன்னாரு.

பழனியப்பன் தோசைப் பாத்திரத்தை நகர்த்தியபடி சொன்னான்.

சாமா என்கிற சாமிநாதன் டெபுடி தாசில்தாராக இருந்ததால் ஆள் அம்புக்குக் குறைவு இல்லை. தாசில்தார் ஆபீசில் இருந்து சதா யாராவது மதுரைக்கும் காரைக்குடிக்கும் போக்குவரத்தாக இருப்பதால் தகவல் தங்குதடையில்லாமல் எல்லா திசையிலும் போய் வந்து கொண்டிருக்கிறது. தபால் கச்சேரி கூட இத்தனை விரசாக செயல்படாது.

இப்பத்தான் சரசுவதி பூஜை வந்த மாதிரி இருக்கு. அதுக்குள்ளே ஒரு வருஷம் ஓட்டமா ஓடிடுத்தே.

ராணி ஆச்சரியப்பட்டாள். அதானே. இப்படி ராவும் பகலும் தூங்கினால் நாள் நட்சத்திரம் கடந்து போகிறது தெரியுமா என்ன? என்னத்துக்குத் தெரியணும்?

யாரையாவது விட்டு ஆயுதசாலையிலே கத்தி கபடா எல்லாம் புளி போட்டுத் தொலக்கி வெய்யில்லே காயப்போடச் சொல்லுங்க.

ராணி ஆணையிட்டது ராஜா காதில் நன்றாகவே விழுந்தாலும் சரியாகக் கேட்காத மாதிரி அபிநயித்துக் கொண்டு நேரத்துக்குப் பொருத்தமில்லாமல் தூங்கி விழவும் முற்பட்டார்.

அதானே, வேலை செய்ய ஆளனுப்புங்கன்னு சொன்னா காது டமாரமாயிடுமே. நீங்க என்னத்துக்குச் சொல்றது? நானே சொல்றேன்.

ராஜா தொண்டையைக் கனைத்துக்கொண்டார்.

பளனியப்பா. நீ போய்.

கல்யாணமும் கருமாதியும் எல்லாமே பளனியப்பன் தானா. உங்க தலையிலே இடி விள. ஒருத்தனும் ஆயுத சாலைப் படி ஏற வேணாம். எம்புள்ள மருதையன் வந்து பார்த்துப்பான்.

ராணி தீர்மானமாகச் சொல்லிவிட்டாள்.

பழனியப்பன் எசகுபிசகாக ஈட்டியையோ பழைய பட்டாக் கத்தியையோ கையாண்டு சுவர்க்கம் புகுந்தால் துரைத்தனத்துக் கோர்ட்டு கச்சேரி என்று ஏறி இறங்க வேண்டிப் போகும். அது கிடக்கட்டும். அப்புறம் அய்யர் வீட்டு பலகாரத்தை யார் வேளாவேளைக்கு இப்படிக் கொண்டு வந்து தருவார்கள்?

மருதுத் தம்பி வரக் கொள்ள, மலயாளத்தார் யாரோ இங்கிட்டு விருந்தாடி அய்யரூட்டுக்கு வராராம். தாயில்லாருக்கும் தம்பிக்கும் சிநேகிதம்முன்னாங்க. வேதக்காரப் புள்ளையாண்டானாமே?

பழனியப்பன் ஒரு குவளையில் நாலு சிராங்காய் தண்ணீரை எடுத்து ராஜாவுக்கு நீட்ட அவர் தாம்பாளத்திலேயே கைகழுவிக் கொண்டு திரைச்சீலையில் ஈரத்தைத் துடைத்துக் கொண்டார்.

ராணி இருந்த திசையில் இருந்து சத்தம் ஏதும் இல்லாததைக் கவனித்துத் திரும்பினார் ராஜா. அவள் எச்சில் கையோடு படுக்கையில் சரிந்திருந்தாள். அதுக்குள் அடுத்த தூக்கம் பலமாகக் கவிந்திருந்தது அவளுக்கு.

தோள் துண்டை பழனியப்பன் கொண்டு வந்த குவளையில்

நனைத்து ராணியின் கையைச் சுத்தமாகத் துடைத்து விட்டு அவள் வாயையும் ஈரத்தால் ஒற்றினார் ராஜா. இன்னும் ரொம்ப நாள் இவள் இருக்க மாட்டாள் என்று அவர் மனசு சொன்னபோது கண்ணில் அந்த ஈரம் குடிபுகுந்து விட்டது.

நீ போய்ட்டா நா மட்டும் என்ன செய்யப் போறேன் புள்ளே? வந்து சேர்ந்துட மாட்டேன் நானும் அங்கிட்டு?

மருதையனுக்கு ஒரு கல்யாணத்தை முடிக்காமல் போகிற துக்கம் அவர் மனதில் பலமாகக் கவிந்தது. *எதுக்கும் இப்போ வரும்போது உட்கார வைத்து நல்ல வார்த்தையாக நாலு சொன்னால் என்ன? சம்மதிக்காவிட்டால் கொல்லைப் பக்கத்து கிணற்றில் விழப் போகிறது மாதிரி போக்குக் காட்டி மிரட்டினாலும் தப்பில்லை. அவர் விழுவதற்கு பதில் ராணி அப்படிச் செய்ய முற்பட்டால் வியாஜ்யம் இன்னும் வலுவாக இருக்கும்.*

தூங்கிக் கொண்டே இவள் என்னத்தை விழுந்து வைக்க?

பழனியப்பனைப் பிடித்துத் தள்ளினால் என்ன?

அத்தியாயம் முப்பத்தேழு

3 அக்டோபர் 1907 - பிலவங்க வருஷம் புரட்டாசி 17, வியாழக்கிழமை

சாரட் வண்டி அரசூர் கடை வீதியில் சாவகாசமாக ஊர்ந்து கொண்டிருந்தது.

சாயந்திர நேரமானதால் பரபரப்போடு இருந்தது தெரு. ஊரில் சந்தை கூடுகிற தினமும் ஆனபடியால் கூட்டத்துக்குப் பஞ்சம் இல்லை.

நீ இங்கே வந்து இருபது வருஷம் ஆகியிருக்குமா வேதையா?

வண்டிக்குள் சாமா எதிர்வசமிருந்த வேதையனை விசாரித்தான்.

இருபத்துரெண்டு வருஷம்.

வேதையன் பதில் சொல்லிவிட்டுத் திரும்ப வேடிக்கை பார்ப்பதில் மூழ்கினான். அவன் பக்கத்தில் ராஜா முகம் கொள்ளாத சிரிப்பும் சந்தோஷமுமாக உட்கார்ந்திருந்தார்.

ராஜா கண்ணில் பட்ட பிரஜைகளுக்கு எல்லாம் கையை அசைத்து அனுக்கிரகம் செய்தபடி வந்தார். செய்து என்ன பிரயோஜனம்? அந்த நாசமாப் போனவன்கள் ஒருத்தனும்

இப்பேர்க்கொத்த பெரிய மனுஷன் வலிய வந்து முகமன் சொல்கிறதை பெரிய விஷயமாக எடுத்துக்கொள்ளாமல் அவனவன் ஜோலி மயித்தைப் பார்த்தபடி இருந்தான்கள்.

ஆனாலும் ராஜா உள்ளத்தில் கும்மாளம் கொப்பளித்துக் கொண்டிருந்தது. வண்டிக் கூட்டுக்குள் நின்றால் தலை இடிக்கும். கூரை மட்டும் கொஞ்சம் உசரத்தில் இருந்தால் அவர் எழுந்து நின்று பட்டு வேஷ்டியை அரைப் பாகம், காலே அரைக்கால் பாகமாக் கோவணம் தரிசனப்பட உடுத்திக் கொண்டோ, இல்லை குண்டித் துணியை அவிழ்த்து வீசிவிட்டோ ஆடக்கூட தயாரான ஆனந்தம் அது.

எல்லாம் அவர் பயிர்த் தொழில் செய்ய ஆரம்பித்ததில் தொடங்கியது.

காலையில் வெகு சீக்கிரமே முழிப்புத் தட்டி நித்திய கர்மங்கள் நேர்த்தியாக நடந்தேறுகிற படியால் நிறைய நேரம் கையில் வந்து மாட்டிக் கொண்டிருக்கிறது அவருக்கு.

செயலோடு இருந்த காலத்தில் உதய நேரத்தில் அரண்மனை காரியஸ்தன் தஸ்தாவேஜுகள் சகிதம் வந்து நின்று எத்தையோ கூட்டி எழவைக் கழித்து கணக்கு வாசிப்பான். இல்லை, அக்கம்பக்கத்து, பக்கத்து ஊர் பட்டி தொட்டி வம்பு வழக்கு எதையாவது சுவாரசியமாகக் கண்ணும் மூக்கும் வைத்துக் கதைப்பான். அது ஒண்ணும் இப்போ இல்லை. காரியஸ்தன் காரியம் முடிஞ்சு ஏக காலமாச்சு.

புகையிலைக் கடைக்கார வீட்டில் தீவிபத்து ஏற்பட்ட தருணத்தில் ஹர்ட்டன் துரை உத்தரவு பிறப்பித்து அரண்மனையில் புகையிலைக் கிடங்கு கொஞ்ச காலம் செயல்பட்டு வந்ததே. அப்போது இருந்த ஆள் நடமாட்டம் கூட அரசூர் சங்கரய்யர் கிட்டங்கி எல்லாம் வேண்டாம் என்று இடத்தை ஒப்படைத்து விட்டுப் போனபோதே ஒழிந்துபோய்விட்டது.

பழனியப்பன் மூலமாக அய்யர் வீட்டம்மா காப்பித் தண்ணி வைச்சுக் கொடுத்து விடுகிறதில் தான் ராஜாவுக்கு காலைப் பொழுது மெய்யாலுமே தொடங்குகிறது. வல்லாரை லேகியத்தை

விழுங்கியோ விளக்கெண்ணெயில் காய்ச்சிய வெண்டைக்காய் தைலத்தை ஆசனவாயில் வழித்துப் பூசியோ எல்லாம் மெனக்கெடாமல் அந்தக் காப்பித் தண்ணி என்ற மந்திர பானம் பண்ணிய மாத்திரத்தில் கொல்லைப்புறம் வாவா என்று புஸ்தி மீசைக் கிழவன் மாதிரி களேபரமாகக் கூச்சல் போட ஆரம்பித்து விடுகிறது.

காப்பித் தண்ணி பிரசாதத்துக்கும் அப்புறம் வரப் போகிற பலகாரத்துக்கும் இடைப்பட்ட நேரத்தில் பழனியப்பன் விளாவி வைத்த வென்னீரில் தலை நனையாமல் ஒரு காக்காக் குளியல். ஈரத் துண்டோடு நின்று ஒரு பொன்னார் மேனியனே புலித்தோலை அரைக்கசைத்து. அப்புறம் ஞாபகம் இல்லை. மிச்சத்தை புஸ்தி மீசையான் நேரே ஆண்டவனிடம் சொல்லி விடட்டும். அங்கே இருந்தால்.

ஆக ஏகப்பட்ட நேரம் சும்மா இருக்க வேண்டி வந்த ராஜா போன பவுர்ணமி அன்றைக்கு உதயத்தில் எழுந்திருக்கும்போதே விநோதமான யோஜனையோடு தூக்கம் விழித்தார். முன்னோர்கள் விடிகாலைக் கனவில் அவரை எதையோ சாகுபடி செய்யச் சொல்லியிருந்த தினம் அது.

காப்பி உபசாரமும், வயிறு சுத்தப்படுத்துதலும் குளியலும் பொன்னார் மேனியனும் முடித்து ராஜா அரண்மனை தோட்டத்தில் காலார நடந்தபோது தென்மேற்கு மூலையில் ஒரு நிமிடம் நின்றார். ஒரு காலத்தில் அரண்மனை ஜோசியக்கார அய்யர் யந்திரப் பிரதிஷ்டை செய்திருந்த இடம் அது.

கடுங்கோடைக் காலத்திலும் புல் முளைத்துக் காணப்படும் அந்த மண்தரையில் ஏழெட்டுச் செடிகள் ஒரே அளவுக்கு வளர்ந்து நிற்பதைக் கண்டார் ராஜா. ஒன்றில் மஞ்சள் நிறத்தில் பூ கூட விட்டிருந்தது.

ஒரு ராத்திரிக்குள் விதையூன்றி, அது வெடித்துப் பிளந்து மண்ணில் சூல்கொண்டு தாவரமாகக் கிளைவிட்டுப் பூப்பூத்து நிற்பது மனுஷப் பிரயத்தனத்தால் ஆகுமோ?

அதிகாலைக் கனவில் சாகுபடி செய்யச் சொன்னது இதைத்தான் போலிருக்கு.

ராஜா காலில் போட்டிருந்த வார்ச் செருப்பை ஓரமாக விட்டுவிட்டு அந்தச் செடிகள் பக்கமாக பயபக்தியோடு நடந்து போனார். இதுகள் என்ன தாவர வர்க்கமாக இருக்கும் என்று யோசித்தார். மூலிகை? மஞ்சனத்தி? இங்கிலீசு புதர்ச்செடி? ஒண்ணும் அவருக்கு அர்த்தமாகவில்லை.

காலைச் சாப்பாட்டோடு வந்த பழனியப்பனிடம் உனக்குத் தெரியுமோடா என்று விசாரித்தார் ராஜா.

அவன் சகலமும் அறிந்த பண்டிதன் போல செடியில் ஒரு இலையைப் பறித்து வாயில் போட்டு மென்றான்.

உடனே சாப்பாட்டுப் பாத்திரத்தைப் பக்கத்தில் வைத்து வேட்டியை வரிந்து கட்டினான். தைப்பூசத்துக்கு நேர்ந்து கொண்டு பால் காவடி எடுக்கிறவன்போல் ஏக ரகளையாக ஆட ஆரம்பித்தான்.

மழ பெஞ்சு ஊரெல்லாம் தண்ணி ஆமா

மலயப்பன் மகனுக்கு உடம்பெல்லாம்

எலே மயிரா. நிறுத்துலே. காலையிலேயே குடிச்சுட்டு வந்துட்டியா. கெட்ட வார்த்தை என்னமா வருது பாரு வாயிலே. எருமைச் சாணியைப் போட்டு மெளுக.

ராஜா அவனை அறைந்திருப்பார். கிழட்டுக் கடன்காரன் ஆட்ட வேகம் தாளாது தானே தரையில் விழுந்து வைத்தான். விழுந்தபடிக்கே உருண்டு புரண்டு கெக்கெக்கே என்று சிரிக்கவும் செய்தான் அவன்.

அந்தச் செடியில்தான் சூக்குமம் இருக்கு. ராஜாவுக்கு க்ஷணத்தில் புரிந்துபோனது.

தாயில்லாரைக் கூட்டிட்டு வாடா தாயோளி.

பழனியப்பனை எழுப்பி அரையில் வேட்டியை உடுக்க வைத்து புகையிலைக்கடை வீட்டில் இருந்து டெபுட்டி தாசில்தார் சாமாவை ஒரு நிமிஷம் வந்து போக முடியுமா என்று விசாரித்து வரும்படி அனுப்பினார் ராஜா.

சாமா வந்து பார்த்துவிட்டு சொன்னது -

என்ன மாமா, எப்போ இருந்து புகையிலைச் சாகுபடி ஆரம்பிச்சீங்க?

புகையிலையா? இந்த மண்ணுலே இது எப்படி வேர் பிடிச்சுது?

ராஜாவுக்கு ஒன்றும் புரியவில்லை. சாமாவுக்கும் தான்.

அவன் என்ன சந்தேகம் என்றாலும் தன்னுடைய ஆப்த சிநேகிதனும் காலேஜு பண்டிதனுமான மருதையனை விசாரித்து அதைத் தீர்த்துக்கொள்கிற வழக்கம் என்றபடியால் தாசில் கச்சேரிக்குப் போன மறு நிமிஷம் லிகிதம் எழுதி மதுரை பிரயாணமாகக் கிளம்பிக்கொண்டிருந்த உத்தியோகஸ்தர் வசம் கொடுத்து அனுப்பினான். கூடவே செடியில் இருந்து கிள்ளிய இரண்டு இலையையும் பொட்டலமாக மடித்து வைத்திருந்தான்.

மருதையனும் அது புகையிலை தான் என்று உறுதி செய்தான். ஆனால் இந்த ரகமான ஒன்றை இந்தப் பிரதேசத்தில் மட்டுமில்லை வேறு எங்கேயும் பார்த்த அல்லது அது பற்றிப் படித்த ஞாபகம் இல்லை அவனுக்கு.

அதை மதராஸ் பட்டணத்துக்கு அனுப்பி வைத்து அங்கே காலேஜ் பண்டிதர்களான துரைமார்களிடம் தகவல் விசாரித்து எழுதிய கடுதாசிக்கு இன்னும் பதில் இல்லை.

கடந்த ரெண்டு வாரத்தில் அரண்மனைத் தோட்டத்தில் அந்தச் செடிகள் அமோகமாக வளர்ந்தன. எல்லாம் ஒரே மாதிரி மேற்கே பார்த்து சாய்ந்து, எப்போதும் லகரியான ஒரு வாடையைச் சுற்று பிரதேசத்தில் பரப்பிக் கொண்டு, சொல்லி வைத்தாற்போல் ஒரே உயரம், கன பரிமாணத்தோடு இருந்தன.

அதுகளுக்கு தினசரி தண்ணீர் சேந்தி விடுகிற கைங்கர்யத்தை ராஜா தவறாமல் மேற்கொண்டிருந்தார். இன்றைக்கு நீர் இறைக்கும் போது ஏதோ தோன்ற அந்த இலைகளில் நாலைந்தைக் கிள்ளி வாயில் போட்டு மென்றார்.

நாள் முழுக்க அவர் சந்தோஷத்தில் திக்குமுக்காடிக் கொண்டிருப்பது அதற்கு அப்புறம்தான்.

எலே சௌக்கியமாடா? மயில் எண்ணெ விக்கறதை விட்டுட்டியா?

ராஜா சாரட் வண்டி ஜன்னல் வழியே எட்டிப் பார்த்த யாரையோ விசாரித்தார். அந்தப் புறம்போக்கு ஏதோ நாறின வார்த்தை தினுசில் முனகியபடி கம்புக்கூட்டில் சொரிந்து கொண்டு ராஜாவுக்குப் பின்புறத்தைக் காட்டி நின்றான்.

எதுக்கு வர்றவன் போறவனை எல்லாம் குசலம் விசாரிக்கணும் அப்பாரு? எவனும் மதிக்கறதில்லே.

ராஜாவுக்கு நேர் எதிரே சாரட்டில் வேதையன் பக்கமாக உட்கார்ந்திருந்திருந்த மருதையன் ராஜா கையை அசைக்க விடாமல் தன் கையால் கெட்டியாகப் பிடித்துக்கொண்டு சொன்னான்.

போகட்டும்'டா மருதையா. அவனுக பதில் சொல்லாட்டாலும் எனக்கு விசாரிக்கறது சந்தோஷம். நல்லா இருக்கட்டும் எல்லாப் பயபுள்ளையும்.

ராஜா கையை விடுவித்துக்கொண்டு கடைத் தெருவையே பொதுவாக அனுக்கிரகித்தார். அவர் பக்கத்தில் உட்கார்ந்திருந்த டெபுட்டி தாசில்தார் சாமா சிரித்தான்.

மருது. மாமாவை அவர் இஷ்டத்துக்கு விடேன். என்ன இருந்தாலும் இந்த ஊருக்கு அவர்தானே மகாராஜா? ஆயிரம் பேர் வந்து போனாலும் ராஜா ராஜாதானே?

ராஜா ஆதரவாக சாமா தோளில் சாய்ந்து நரைமீசைக்குள் கம்பீரமாகச் சிரித்தார். ராணி கூட இருந்து இதை எல்லாம் அனுபவிக்காமல் அரண்மனைக்குள் தூங்கிக்கொண்டிருக்கிறாள் பாவம்.

சாமா, நீயும் மருதையனும் நம்ம அரண்மனைத் தோட்டத்தை விருத்தி பண்ண வழிபாருங்களேன். இன்னும் கொஞ்சம் புகையிலைப் பயிர் பண்ணினா உங்க கடையிலே வச்சு வித்துடலாம் இல்லே? லச்சுமி வரேன் வரேன்கிறா. எதுக்கு வேண்டாம்டி பொண்ணே. சாவகாசமா வா இப்போதைக்கு

உங்க அக்காளை அனுப்பிவைன்னு தலையிலே அட்சதை போட்டுக்கணும்?

ராஜா சாமாவிடம் கேட்டார்.

நான் கவர்மெண்டு உத்யோகஸ்தன் மாமா. வேறே ஜீவனோபாயம் எதுவும் வச்சுண்டா சட்டப்படி தப்பு. மருதையனும் சர்க்கார் காலேஜ் வாத்தியார்ங்கறதாலே அதே படிக்குத்தான்.

அப்ப பழனியப்பனைக் கூடமாட வச்சுக்கிட்டு நானே பாத்துக்கறேன் போ.

ராஜா விரக்தியாகச் சொன்னார்.

சாமா நினைத்தால் தாயில்லார் ஆபீசு டவாலி சேவகன், குமஸ்தன் என்று நூறு பேரை ஒத்தாசை செய்யும்படியாக ஆக்ஞை பிறப்பித்து ராஜா முன்னால் கொண்டு வந்து நிறுத்தலாம். மாட்டேன் என்கிறான்.

சாரட் ஒரு நிமிடம் நின்றது.

அட, இதானே நம்ம புகையிலைக் கடை? தலையாட்டிப் பொம்மை கூட அப்படியே அன்று கண்டமேனிக்கு அழியாம இருக்கே.

வேதையன் ஆச்சரியத்தோடு உரக்கச் சொல்லியபடி வண்டித் தட்டில் இருந்து குதித்து இறங்கினான்.

புகையிலைக் கடை மாறவே இல்லை.

கல்லாவுக்குப் பின்னால் பூ மாலை போட்டு ஊதுபத்தி ஏற்றி வைத்து தெய்வப் படங்கள். கூடவே ரெண்டு சித்திரங்கள்.

கடையின் ஸ்தாபகர் அரசூர் சுப்பிரமணிய அய்யரும், பக்கத்தில் அவருடைய மகனும் டெபுட்டி தாசில்தார் சாமாவின் தகப்பனாரும் அரசூர் பிரமுகருமான சங்கர அய்யரும் எழுதி வைத்த படங்களாகத் தொங்கி சகலரையும் ஆசிர்வதித்துக் கொண்டிருந்தார்கள்.

மருதையன் ஏற்பாடு செய்து வங்காளத்தில் இருந்து தருவித்த ஓவியக்காரன் எழுதிய ஓவியங்கள் அது ரெண்டும்.

பகவதியம்மாளும், சாமாவும், ராஜாவும், மருதுவும், ஏன் சமையல்கார பழனியப்பனும் சொன்னதை வைத்து உத்தேசமாக வரைந்து கொடுத்திருந்த அந்த ரெண்டு படங்களும் சாமாவுக்கு திருப்தியாக வந்திருந்தாலும் பகவதிக்கு அவ்வளவாக ரசிக்கவில்லை. அவளுக்குத் தெரிந்த சங்கரனைப் படமாக எழுத யாருக்கும் முடியாது.

கடையை லீசுக்கு விட்டிருக்கேன் வேதையா. சர்க்கார் உத்யோகஸ்தன் கடை நடத்தலாகாதே?

சாமா படி ஏறும்போது சொன்னான்.

மாமா, நீங்களும் எறங்கறேளா?

ராஜா வேண்டாம் என்று கைகாட்டினார்.

இறங்க ஏற உதவி தேவைப்படும். கடைக்குள் குரிச்சி போட்டு உட்கார எல்லாம் சவுகரியப்படாது. அதுக்கு, வண்டிக்குள் இருந்தபடிக்கே சாயந்திரம் தீர்ந்து ராத்திரி இருட்டு கவிகிற வரைக்கும் வேடிக்கை பார்க்கலாமே.

ஒரு பெரிய கூட்டமாகப் பெண்டுகள் தெருவில் நடந்து போனார்கள். முன்னால் நாதசுவரமும் பொய்க்கால் குதிரையுமாக அமர்க்களப்பட்டது. நடந்து போன எல்லாப் பெண்டுகளும் தலையில் மானாமதுரை மண்பானையில் முளைப் பாலிகை எடுத்துப் போய்க்கொண்டிருந்தார்கள்.

என்ன விசேஷம்?

ராஜா ஜன்னல் பக்கமாகப் போன ஒருத்தனைத் தோளைப் பிடித்து நிறுத்தி விசாரித்தார்.

கொட்டகுடி மாதாவுக்குப் பொங்கல் பெரியப்பூ. ஆத்தா சமாதியான தினமாச்சே புரட்டாசி பதினேழு.

ராஜாவுக்கு நினைவு வந்தது.

அட, கொட்டகுடி தாசி செத்துப்போன நாள் இல்லையா இது?

அத்தியாயம் முப்பத்தெட்டு

5 அக்டோபர் 1907 பிலவங்க வருஷம் புரட்டாசி 19, சனிக்கிழமை

எவண்டா அங்கே ஒண்ணுக்கடிக்கறது?

ராஜா இரைந்துகொண்டிருந்தது எட்டூருக்குக் கேட்டிருக்கும்.

வருடம் முழுக்க அரண்மனைக் கதவை இழுத்துச் சார்த்தித்தான் வைத்திருக்கிற வழக்கம். வந்தான் போனான் தோலான் துருத்தி எல்லாம் உள்ளே வரப் போக இருந்தால் நாசம் பண்ணி விடுவான்கள் என்று ராணி தெரிவித்ததுதான் காரணம்.

நவராத்திரியும் ஆயுத பூஜையும் வருதே என்று அரண்மனைக் கோவிலுக்குள் விளக்கு வைத்து ஆயுத சாலையில் பழைய கேடயத்துக்கும் ஈட்டிக்கும் ஜவந்திப் பூ நறுக்கைச் சார்த்தி குங்குமப் பொட்டு வைத்ததும் ராணி சொல்லித்தான்.

ஊர் மகா ஜனங்களும் வந்து கும்பிட்டுப் போகட்டுமே.

அவள் கேட்டுக்கொண்டபோது ரொம்ப யோசனையோடு தினசரி ராத்திரி ஒரு மணி நேரம் மட்டும் கதவைத் திறந்து வைக்க சமையல்காரனுக்கு உத்தரவு கொடுத்தார் ராஜா. வருகிறவன் ஒரு கும்புடு போட்டுவிட்டு வெளியே திரும்பி

நடக்க இதுக்கு மேலே மேலே எம்புட்டு நேரமாகப் போகிறது?

பேதியில் போகிறவன் கும்புடுகிறேன் என்று உள்ளே நுழைந்து ராஜா சயனக்கிரஹத்தைப் பார்த்து நின்றபடிக்கே மூத்திரம் போனால் கோபம் வராமல் என்ன செய்யும்?

ஏண்டா நாதாரி, உனக்கு ஒண்ணுக்கு அடிக்க இடமா இல்லே ஊர்லே?

ராஜா சத்தம் கிளப்பிக்கொண்டே வெளியே வந்தார்.

ஏன் உள்ளாற வந்து தொறந்து விடட்டுமா?

அவன் நிறுத்தாமல் பொழிந்தபடி சொன்னான்.

அந்த வத்தக்காய்ச்சி மனுஷனின் சங்கை நெறிக்கணும் போல ராஜாவுக்கு ஆத்திரம் பொத்துக் கொண்டு வந்தது. வேணாம். முன்னால் போய் நின்றால் பீச்சாங்குழாயை அவர் மேலே திருப்பி விடுவான் கழுதைக்குப் பொறந்தவன்.

இவன்களுக்குப் போய் பிரசாதமாக அவலும் பொரிகடலையும் வெல்ல அச்சும் கொடுக்கலாம் என்றாளே ராணி. கூடுதல் காசு செலவுக்கு எல்லாம் துரைத்தனத்து பணம் வராது என்பதால் அந்த யோசனையை நடப்பாக்க முடியவில்லை. மருதையனிடம் சொன்னால் பிரசாதமாகக் கொடுக்க வாங்கி வந்து விடுவான் தான்.

வேணாம். அதைக் கூடையில் நிறைத்து பிடிப்பிடியாக விநியோகம் செய்ய ஆளை ஏற்பாடு செய்யணும். வெறும் பொரிகடலைதானா, பானகம் கிடையாதா என்று எவனாவது கேட்பான். அதையும் தரலாம். குடித்துவிட்டுச் சுவரில் கையைத் துடைத்துக்கொண்டு அங்கே ஓரமாக வரிசையாக நின்று அரண்மனையில் நீர்ப்பாசனம் நடத்துவான். என்னத்துக்கு விருதுபட்டி சனியனை விலை கொடுத்து வாங்கணும்?

நாளை முதல் கொண்டு அரை மணி நேரம் மட்டும், அதுவும் ஸ்திரிகள் வந்து கோவிலில் தொழுது போக அனுமதி கொடுத்தால் போதுமானது. ஆம்பிளைகள் வந்தால் அந்தப் பெண்களோடு வருகிறவர்களாக இருக்க வேணும்.

ராஜா புது உத்திரவைத் தீர்மானித்து ராணியின் ஒப்புதல் வாங்க காரை பெயர்ந்த அரண்மனை முற்றம் வழியாக திரும்ப நடந்தார். இருட்டு மட்டும் துணைக்கு கூடவே சூழ்ந்து கொண்டு வந்தது.

விளக்கு நீள நிறைய ஜகஜ்ஜோதியாக எரிய வைக்க கையில் ஐவேசு குறைச்சல் என்பதால் அங்கங்கே முணுக்கு முணுக்கு என்று இலுப்பெண்ணெய் தீபம் தான் ஏற்றி வைக்கிற வாடிக்கை.

சயன கிரகத்தில் வைக்க ஒரு அரிக்கேன் விளக்கை மருதையன் மதுரையில் இருந்து வாங்கி வந்தபோது வேணாம் என்று சொல்லி விட்டார் ராஜா. ராத்திரி வாயைப் பிளந்துகொண்டு தூங்கும்போது அது பாட்டுக்குக் கவிழ்ந்தோ இல்லை கண்ணாடி சிதறி வெடித்தோ இடுப்பு வேட்டியில் அக்னி படர வைத்து விடும். அதுவாக இல்லாவிட்டாலும் முன்னோர்கள் திரிசமன் செய்யக் கூடும். முக்கியமாக அந்த வக்காளி மாமனார் புஸ்தி மீசைக் கிழவன். இருப்பவர்களிடம் ஜாக்கிரதையாக உள்ளதை விட, இங்கே இருந்து பரலோகம் போனவர்களிடம் அதிக முன்ஜாக்கிரதை தேவை என்று ராஜாவுக்கு நிச்சயமாகத் தெரியும்.

வாசல் பக்கம் இருந்து பேச்சு சத்தம் கேட்கவே சற்று நின்றார் ராஜா. ஒண்ணுக்குப் போக ஊரோடு திரண்டு வருகிறான்களா?

பெண் குரல்கள். கூடவே ஆண் குரல்கள்.

வேதையா, மலையாள பூமி கலாசாலையிலும் ஷேக்ஸ்பியர் முழு நாடகமும் பரீக்ஷை கடுதாசுக்கு அருகதையா வச்சிருக்கா என்ன?

மருதையன் குரல் தனியாக கார்வையோடு ஒலித்தது.

பின்னே இல்லாம? அது மட்டும் இல்லே, தமிழ் விபாகமும் கூட திருவிதாங்கூர்லே உண்டாக்கும். மகாவித்வான் மீனாட்சி சுந்தரம் பிள்ளை எழுதின குசேலோபாக்கியானம் என் சிநேகிதன் அப்புகுட்டன்தான் நடத்தறான்.

குசேலோபாக்கியானம் நல்லூர் தேவராஜப் பிள்ளை எழுதினது

இல்லியோ?

மூணாவதாக வந்த குரல் சாமாவுடையது.

யாரோ எதையோ எழுதிவிட்டுப் போகட்டுமே. கோவிலுக்குப் போறபோது கூட பேச உங்களுக்கு வேறே விஷயம் இல்லியா?

பகவதி அம்மாள் குரலையும் ராஜா இனம் கண்டு கொண்டார்.

பரபரப்பாக சயன கிரஹத்தில் நுழைந்த அவர் முக்காலே மூணுவீசம் தூக்கத்தில் இருந்த ராணியை எழுப்பினார்.

தே, அய்யர் வீட்டம்மாவும் மருமகளும் அரண்மனைக் கோவிலுக்கு வந்துட்டு இருக்காங்க. பழமும் நாலு வெத்தலையும் வச்சுக் கொடு.

என்னழா?

அவள் அரைகுறையாக எழுந்து உட்கார்ந்தபடிக்கே தூங்க முற்பட்டாள்.

எளுந்திருலா. விருந்தாடி வந்துட்டு இருக்காகங்கறேன்.

ராணி ஒரு நிமிசத்தில் எழுந்து முகம் கழுவி நறுவிசாக வாசலுக்கு வந்து விட்டாள்.

வாங்க, வாங்க, இப்பத்தான் வழி தெரிஞ்சுதா?

அவள் விசாரித்தபோது மருதையன் சிரித்தான்.

ஆத்தா, என்னயச் சொல்லலியே?

உன்னையும் தாண்டா. நீ காலேசு அடைச்சுப் பூட்டி ரஜாவிலே வந்தேன்னு பேரு. வீட்டுக்குள்ளே அஞ்சு நிமிசம் சேர்ந்தாப்பலே இருந்திருக்கியாடா பயலே?

ராஜா மருதையனைக் கேட்டபடிக்கு பகவதி அம்மாளுக்கும் அவள் மருமகளுக்கும் கையைக் கூப்பி அமரிக்கையாக வந்தனம் சொன்னார். அய்யர் வீட்டு மருமகள் குனிந்து அவருடைய மற்றும் ராணியின் பாதங்களைத் தொட்டு வணங்கினாள்.

தீர்க்கசுமங்கலியா இரும்மா.

ராணி மனசார வாழ்த்தி அவளை எழுப்பி அணைத்துக் கொண்டாள். பகவதி சங்கரனைக் கல்யாணம் கழித்து கட்டுக் கழுத்தியாக வந்தபோதும் பெரிய மனுஷியாக இருந்து வாழ்த்திய வாவரசி அவள்.

இவன் பண்றது அநியாயம்தான் மாமா. கேட்டா படிக்க அரண்மனையிலே எதுவும் இல்லேங்கறான். எங்க வீட்டுலே இருக்கற புஸ்தக பீரோவிலே ரெண்டு மூணு இங்கே கொண்டு வந்து வச்சுடறேன். அப்புறம் லீவுக்கு வர்றச்சே எல்லாம் மருதையன் வீட்டோடதான் கிடப்பான், பாத்துக்கிட்டே இருங்க.

சாமா மருதையன் தோளில் தட்டிச் சொன்னான்.

அது சரிதான். மருதையனுக்கு நூதனமாக அச்சுப் போட்ட ஏதாவது புஸ்தகத்தைப் பொழுது முழுக்க வாசித்துக் கொண்டிருந்தால் போதும். புதுசோ, பழசோ, தமிழோ, துரைத்தனத்து பாஷையோ, புஸ்தகம் கிடைத்தால் அவனுக்கு ஆயுசுக்கு வேண்டிய தேவையில் முக்காலே மூணு வீசம் பூர்த்தியாகிவிடும். அப்புறம் அப்பப்ப கொஞ்சம் காப்பி பானம், ரெண்டு இட்டலி இல்லை தோசை. வேறே எதுவும் வேணாம்.

புஸ்தகமும் மற்றதும் அரண்மனையில் இருக்கப்பட்ட சமாசாரம் இல்லை. ராஜாவுக்கு அதில் எல்லாம் விசேஷ பிரேமை என்றைக்குமே இருந்ததில்லை. வேணுமானால், நூதன வாகனத்தில் வந்து போகும் அந்த ரெண்டு களவாணிகளையும் கேட்டுப் பார்க்கலாம்.

அந்தக் குட்டையனும் நெட்டையனும் இப்போ எல்லாம் எத்தனை தடவை அழைத்தாலும் வருவது இல்லை என்பது ராஜாவுக்கு நினைவு வந்தது.

மண்டையைப் போட்டுட்டாங்களோ? எப்படி சாத்தியம்? ராஜாவுக்குப் பிற்பட்ட காலம் ஆச்சே அவன்கள் ரெண்டு பேரும். ஆனால் என்ன? சாவு சகலருக்கும் பொதுவானது தானே.

இப்படி வாங்க. படி இருக்கு. பாத்து. பாத்து.

ராணி மாறாத சிரிப்போடு பகவதியம்மாளையும் அவள் மருமகளையும் ஆயுத சாலை கோவிலுக்குள் இட்டுப் போனாள்.

வேதையனோடு கூட சாமாவும் மருதையனும் வாசலிலேயே ரெண்டு பக்கத்திலும் அலங்காரமாக உயர்த்திக் கட்டியிருந்த திண்ணையில் உட்கார்ந்தார்கள்.

சாமா உள்ளே போய் ஒரு நாற்காலியை எடுத்து வந்து போட்டு, உக்காருங்கோ மாமா என்று ராஜா கையைப் பிடித்து அதில் அமர்த்தினான்.

நல்லா இரு புள்ளே.

குளிரக் குளிர நிலவு, பௌர்ணமி இல்லாவிட்டாலும் பிரகாசமாக அந்தப் பழைய அரண்மனையை அற்புதமான அழகோடு காட்டிக்கொண்டிருந்தது. தெற்கில் இருந்து சீராக வந்த காற்று வெக்கையை அடித்துத் துரத்தி மனசுக்கு இதமான சந்தோஷத்தைக் கொடுத்தது.

சுற்றுப்புறம் எல்லாம் நிசப்தமான ராத்திரி. இப்படித்தான் ராக்காலம் இருக்கும் என்று ஆதி மனுஷனுக்கு தெய்வம் சொன்னபடி அது இருந்ததாக ராஜாவுக்குத் தோன்றியது. அவர் குரிச்சியில் உட்கார்ந்தபடிக்கு முன்னால் இருந்த குமருகளை வாஞ்சையோடு நோக்கினார்.

நீங்களும் போய் ஒரு கும்பிடு போட்டுட்டு வந்து ஊர் வர்த்தமானம் சாவகாசமாச் சொல்லிட்டு இருக்கலாமேன்னேன். என்ன நாஞ்சொல்றது?

ராஜா கேட்டார்.

இவன் இந்தக் கோவிலுக்குள்ளே வரப்பட்டவன் இல்லியே அப்பாரு.

மருதையன் வேதையனைக் காட்டிச் சொன்னான்.

அப்படி ஒண்ணும் இல்லே. ஆனா கிறிஸ்தியானி வந்தா ஆசாரம் கெட்டுடும்னு மலையாள பூமியிலே ஒரு க்ஷேத்ரம் விடாம

தடசம். நானும் போறதில்லேன்னு நடப்பாக்கிண்டுட்டேன்.

வேதையன் சொன்னான்.

இவன் கிறிஸ்துவன் என்பதே நினைவில் வரமாட்டேன் என்கிறது ராஜாவுக்கு. பார்ப்பாரப் பிள்ளை. பூணூலையும் மூக்கையும் மாறிமாறிப் பிடித்துக் கொண்டு சூரியனைப் பார்த்துக் கொண்டு காலையிலும் சாயந்திரமும் மந்திரம் சொல்லாமல் எப்படி இவன் சிலுவை சார்த்தின கோவிலுக்குப் போக முடியும்? சாப்பிடுகிறது கூட கத்தரிக்காயும் பருப்பும் என்று பார்த்த மாத்திரத்திலேயே புரிகிறது. பேச்சு ரீதியும் சாமா மாதிரித்தான். கொஞ்சம் மலையாள வாடை இருந்தாலும் இது பார்ப்பாரக் கொச்சை ஆச்சுதே.

இங்கே சர்ச் எங்கே இருக்கு சாமா?

வேதையன் கேட்டான்.

மதுரை போற சாலையிலே அரச மரத்து முக்கு ஒண்ணு வரும். அதுக்கு எதிர்த்தாப்பலே திரும்பினா ஆர்.சி சர்ச் தான். போன வருஷம்தான் கட்டினது. ஆரோக்கியமாதா ஆலயம்னு வாசல்லே கல்லுலே கொத்தி வச்சிருக்கும்.

நீ புரோட்டஸ்டண்டா? ரோமன் கத்தோலிக்கா? சிரியன் கிறிஸ்துவமா?

மருதையன் விசாரித்தான்.

ராஜாவுக்கு ஆச்சரியமாக இருந்தது. சைவன் வைஷ்ணவன் என்கிற மாதிரி கிறிஸ்து நாதரைத் தொழ வருகிற கூட்டத்திலும் ஏகப்பட்ட உட்பிரிவு இருக்கா? அவர் என்னத்தைக் கண்டார்.

பார்ப்பாரக் கிறிஸ்துவர்கள் எல்லாம் தனியான கோஷ்டியாக இருக்குமோ. அவர்கள் மற்றவர்களை விட உசத்தியான இடத்தில் உச்சாணிக் கொப்பில் இருக்கப்பட்டவர்களோ?

வேதையனிடம் எப்படியாவது இதை விசாரிக்க வேணும்.

அத்தியாயம் முப்பத்தொன்பது

5 அக்டோபர் 1907 பிலவங்க வருஷம் புரட்டாசி 19, சனிக்கிழமை

காலிகோ பைண்டு பண்ணி ஒரு மலையாளப் புஸ்தகம் கொண்டு வந்திருக்கியே வேதையா, காவ்ய ரத்னாகரம்னு. அதைக் காலம்பற பொரட்டிண்டிருந்தேன்.

மருதையன் சொன்னான்.

ஏது, மலையாளமும் படிச்சிருக்கியா மருதையா?

வேதையன் விசாரிக்க, மருதையன் அடக்கமாகச் சிரித்தான்.

மதுரைக் கலாசாலையிலே கூட வேலை பார்க்கிற வேலு நாயர் சம்ஸ்கிருதம் க்ளாஸ் எடுக்கறதோட மலையாளத்திலேயும் பாண்டித்யம் உள்ள மனுஷர். அவர் மூலம்தான் நாலு அட்சரம் அந்த அற்புதமான பாஷை பரிச்சயம் ஆச்சு.

மருதையன் சாப்பிட்டபடியே தகவல் தெரிவித்தான்.

அரண்மனை முற்றத்தில் விருந்து நடந்துகொண்டிருக்கிறது. ராஜா நாற்காலியில் உட்கார்ந்தபடிக்கு முன்னால் ஒரு மர குரிச்சியைத் திருப்பிப் போட்டு அதில் வெள்ளித் தாலம்

வைத்து ராப்போஜனம் பண்ணிக்கொண்டிருக்கிறார். பக்கத்தில் தண்ணீர் கொட்டி குளிர்வித்துத் துடைத்த தரையில் இலை போட்டு முன்னால் வேதையனும் மருதையனும் சாமாவும் உட்கார்ந்திருக்கிறார்கள். சாமா வீட்டுக்காரி இந்துஸ்தானி பட்சணமாக சப்பாத்தி பண்ணி எடுத்து வந்ததைப் பாத்திரத்தில் இருந்து பரிமாறிக்கொண்டிருக்கிறாள்.

கோவிலில் தொழுது விட்டு பெண்டுகள் சயன கிரஹ பக்கம் உள்ளறைக்கு ராணியோடு போனார்கள். அப்போது மூணு பிள்ளைப் பிராய சிநேகிதர்களும் படிப்பு விஷயமாக சுவாரசியமாகப் பேசிக்கொண்டிருந்ததை ராஜா கண் இமைக்காமல் பார்த்துக்கொண்டிருந்தார்.

படிக்க லோகத்தில் இத்தனை விஷயம் இருக்கா? ஒரு ஜீவிதம் முழுதும் சாப்பிட்டு, வெளிக்கு வராமல் முக்கி வென்னீர் குடித்து, புஸ்தி மீசைக் கிழவனோடு மாரடித்து, ராணியோடு படுத்து எழுந்து, சேடிப் பெண்ணுக்குக் கால் பிடித்து விட்டுக் கழித்தாகி விட்டது. வெட்டி வேலை பல பொழுதும். நாலு எழுத்து படிக்க வந்திருந்தால் புஸ்தகங்களின் லோகத்தில் தானும் ராத்திரியும் பகலும் முழுகி முத்தும் ரத்னமும் எடுத்திருக்கலாமே.

எதுக்கு? அதுனாலே ஏதும் பிரயோஜனம் உண்டோ உனக்கு?

தோட்டத்து மூலையில் புஸ்தி மீசைக் கிழவன் வேப்ப மரத்தில் தலைகீழாகத் தொங்கியபடிக்குக் கேட்டான் அப்போது. நிஜமாகவே அவனுக்கு பிசாசுக் களை வந்திருந்தது ராஜாவுக்குத் திருப்தியாக இருந்தது.

மலையாள பூமிக்கு போகப் போறியாக்கும்?

அவன் நக்கலாக விசாரிக்க, போ சவத்து எளவே என்று விலக்கினார் ராஜா. சமயத்தில் அவனும் மற்ற முன்னோர்களும் விளங்காமல் பேசுகிறது வழக்கமாகிப் போனது. ராஜாவுக்குக் காது மந்தம் என்பதாலும் இப்படிப் பாதி புரியாமல் சம்பாஷணை நடக்கிறது உண்டுதான்.

உள்ளே ராணி பகவதியம்மாளின் மருமகளுக்கு ஒரு பட்டுத்

துணியும், மஞ்சள் கிழங்கு, குங்குமம் இதோடு ஒரு கொப்பரைத் தேங்காய், கால் சவரனில் ஒரு காசு இத்தனையும் தாம்பாளத்தில் வைத்து எடுத்துக்கொள்ளச் சொன்னாள்.

நமஸ்காரம் பண்ணிக்கறேன் மாமி.

சாமா பெண்டாட்டி அடக்கமாகத் தெரிவித்தாள்.

எதுக்கு? வந்தபோதே கும்புட்டுட்டியேடி பொண்ணே?

ராணி பொக்கை வாயோடு அழகாகச் சிரித்தாள்

அது வந்ததுக்கு. இது திரிச்சுப் போறபோது ஆசிர்வாதம் வாங்கறதுக்கு. மகாராஜாவும் சேந்து நின்னா பாந்தமா இருக்கும் ராணியம்மா.

பகவதி மரியாதையோடு சொன்னாள்.

கொஞ்சம் வந்துட்டுப் போங்களேன். கொளந்தை ஆசிர்வாதம் வாங்கணுமாம்.

ராணி வாசலைப் பார்த்துக் கூப்பிட்டாள்.

தொட்டதுக்கு எல்லாம் இந்தப் பார்ப்பாரப் பொண்டுகள் பொசுக்கு பொசுக்கு என்று காலில் விழுந்து கும்பிடுகிற ஆசாரம் ராஜாவுக்கு அலுப்பாக இருந்தது. ஒரு நாளைக்கு எத்தனை தடவை இப்படி யாரையெல்லாம் கும்பிட்டு விழுவது என்று கணக்கே இல்லியா?

சதுர் ஆடத் தயாரானது போல அந்தப் பொண்டுகள் புடவையைத் தார் பாய்ச்சி கட்டிக்கொள்வது இப்படி விழுந்து கும்பிட வசதியாக இருக்கத்தான் போல.

ராஜா உள்ளே போய் அவசரமாக ஆசிர்வதிப்பதற்குள் பகவதி நிறுத்தினாள்.

சாமா, சித்தெ வந்து இவளோடு சேர்ந்து நின்னு நமஸ்காரம் பண்ணு பெரியவாளை.

சாமா வந்து, ரெண்டு கையையும் ரெண்டு செவியில் வைத்துப் பொத்திக்கொண்டு பெண்டாட்டியோடு காலில் விழுந்தான்.

இந்தப்படிக்குக் காதைப் பொத்திக் கொண்டால், ஆசிர்வாதம் பண்ணினாலும் இவன் காதில் விழப் போவதில்லை என்று நினைத்தார் ராஜா.

அவர் முணுமுணுப்பாக உபசார வார்த்தை சொல்ல, ராணியம்மா குளிரக் குளிர நல்ல சொல் நாலு சொல்லி பழுக்காத் தட்டை நீட்டினாள்.

எதுக்கு மாமி இதெல்லாம்?

அசடே. நல்ல நாள் பெரிய நாள்னு வரச்சே பெரியவா கொடுத்தா வாங்கிக்கறதுதான் மரியாதை.

பகவதி அவள் காதில் சொன்னாள்.

வெளியே புறப்படும்போது பகவதியம்மாள் யாரையோ தேடினாள்.

யாரைத் தேடறே அம்மா?

சாமா கேட்டான்.

பழனியப்பன் எங்கே காணோம்? இவாளுக்கு ராத்திரி ஆகாரம் கொடுத்துவிடணுமே.

அவன் கடைத் தெரு பக்கம் நாட்டு மருந்து வாங்கப் போனவன் தான். திரும்பவே இல்லே.

வாசலில் இருந்தே ராஜா குரல் கொடுத்தார். அவருக்குப் பசிக்க ஆரம்பித்திருந்தது. நாசமாகப் போனவன் எங்கே தொலைந்தான்? படி அளக்கிற தேவதை ஒரு குறைச்சலும் இன்றி வாரி வழங்கினாலும் கொண்டு வருகிற பூசாரி குறுக்குப் பாதையில் நின்று இடக்குப் பண்ணினால்?

அப்போ எல்லாரும் இங்கேயே சாப்பிட்டுடலாமே.

சாமா யோசனை சொன்னதை மருதையனும் ஆமோதித்தான்.

வா, ஆளுக்கு ஒரு பாத்திரமா எடுத்துண்டு வந்திடலாம்.

அடுத்த பத்து நிமிஷத்தில் புகையிலைக்கடை அய்யர் வீட்டில் இருந்து சப்பாத்தியும், பருப்பு வேக வைத்து, பச்சை

மிளகாயும் கொத்துமல்லி விதையும் அரைத்துவிட்ட காய்கறிக் கூட்டும் தேங்காய் போட்ட காரக் குழம்பும் அரிசி அப்பளம், மிதுக்கத்தான் வற்றல், சுண்டைக்காய் வற்றல் வகையறாக்களும் புதுசாக உறை குத்தின கெட்டித் தயிரும், எலுமிச்சங்காய் எண்ணெயில் பொரித்த ஊறுகாயுமாக ஏகத்துக்கு வந்து சேர்ந்தன.

நீங்க சாப்பிடுங்கப்பா. நான் பொறகு தின்னுக்கறேன்.

ராஜா நழுவப் பார்த்தார். சின்ன வயசுப் பிள்ளைகள் கூட சாப்பிடும் போது பேச விஷயம் கிடைக்காமல் சும்மா வாய் பார்த்துக் கொண்டு பசுமாடு மாதிரி அசைபோட அவருக்கு மனசு கேட்கவில்லை.

நீங்களும் உட்காருங்கோ மாமா. மாமியும் சேர்ந்தே உட்காரட்டும்.

சாமா பெண்டாட்டி பரிமாறத் தயாராக இலையைக் கையில் எடுத்தபடி சொன்னாள்.

ஐயோ, நான் மாட்டேன். ஆம்பிளைங்க சாப்பிட்டு எந்திரிக்கட்டும்.

ராணி பிடிவாதமாக மறுத்து விட்டாள். பகவதியும், சாமா வீட்டுக்காரியும் அவளோடு கூட இருந்து சாப்பிட முடிவானது. இவர்கள் சாப்பிட்டு முடித்ததும் உள்ளறையில் நடக்கும் அது. ராணிக்காகக் குழைய வடித்த பச்சரிசிச் சோறும் பாகம் செய்து கொண்டு வந்திருந்தாள் பகவதியம்மாள் நாட்டுப்பெண்.

வேதண்ணா, இன்னும் ஒரு சப்பாத்தி போட்டுக்குங்கோ.

சாமா பெண்டாட்டி ஜபர்தஸ்தாக வேதையன் இலையில் ஒரு பெரிய சப்பாத்தியை இட்டாள். தனக்கும் இந்த உபசாரம் நடக்கும் என்பதை அறிந்த ராஜா கிட்டத்தட்ட முன்னால் எழும்பி இலையைப் பாதி மறைக்கிற மாதிரி கவிழ்ந்துகொண்டு போதும் போதும் என்றார்.

ஒரு சிராங்கா தயிர் குத்திக்குங்கோ மாமா. வெக்கை காலத்துலே உடம்புக்கு நல்லது.

சாமா பெண்டாட்டி என்ன சொல்லியும் அவர் மசியவில்லை.

நாக்கு கேட்கிறது என்று வயிற்றுக்கு வஞ்சனை இல்லாமல் சாப்பிட்டு வைத்தால் நட்ட நடுராத்திரிக்கு அது ஓர வஞ்சனை செய்ய ஆரம்பித்து விடும். கொல்லைக்கு இருட்டில் போய் திரும்பி வருவதற்குள் பிராணன் போய்விடும். தூக்கமும் அப்புறம் போனது போனது தான்.

மலையாளப் புஸ்தகம் படிச்சதா சொன்னியே. யார் எழுதின கவிதை?

சாமா மருதையனை விசாரித்தான்.

வெண்மணி அச்சன்னு போட்டிருந்தது.

ஆமா, பத்து வருஷம் முந்தி அந்தரிச்ச மகாகவியாக்கும்.

வேதையன் சொன்னான். சொன்னபடிக்கே புஸ்தகத்தைப் படிக்கிறதுபோல் மனசில் இருந்து கடகடவென்று செய்யுளும் கம்பீரமாக ஒப்பித்தான் அவன்.

பாஷை வேறே ஆனதால் ராஜாவுக்குப் புரியாவிட்டாலும் அவர் அவன் சொல்கிற தோரணையில் மனசைப் பறிகொடுத்தார்.

ரண்டு கையிலும் உருண்ட வெண்ணெயும்

இருண்டு நீண்ட கசபாரமும்

கண்ட தேசமதில் வண்டணிஞ்ச மலர்கொண்டு

தீர்த்த வனமாலையும்

பூண்டு பாயசமும் உண்டு கொண்டு

கிட்டத்தட்ட பாடுகிற ரீதியில் அவன் வெகு ரசமாகச் சொல்லிக் கொண்டு வந்தபோது சாமா இடைமறித்தான்.

அது என்ன பூண்டுப் பாயசம்டா? வெல்லப் பாயசம், தேங்காய்ப் பாயசம், பால் பாயசம் கேட்டிருக்கேன். இது என்ன புது தினுசான்னா இருக்கு?

மற்ற ரெண்டு பேரும் சிரித்தார்கள். ஒண்ணும் புரியாவிட்டாலும் ராஜாவும் நரை மீசையை இடது கையால் நீவிக்கொண்டு சிரித்தார்.

சாமா, வெண்மணி அச்சன் நம்பூத்ரி பகவான் ஸ்ரீகிருஷ்ணனைப்

பார்த்துப் பாடறது இது. ஆண்டவனுக்கு பூண்டு பாயசம் எல்லாம் படைப்பாளா என்ன? தெய்வம்னாலுமே, ஓக்களிச்சு உவ்வேன்னு குமட்டல் எடுக்காது? பூண்டுப் பாயசம் இல்லே. நல்லா கவனிச்சு இன்னொரு தடவை கேளு.

வேதையன் அந்தச் செய்யுளை இன்னொரு தடவை நிதானமாகச் சொல்லி நிறுத்தினான்.

மலர் கொண்டு தீர்த்த வனமாலையும் பூண்டு. அதோட ஒரு பகுதி முடியறது. அடுத்தாப்பல பாயசமும் உண்டு கொண்டு. குழந்தை கிருஷ்ணன் மலர்மாலை போட்டுண்டு வரான். வர்றவன் பாயசமும் ஒரு கும்பாவிலே எடுத்து மாந்திண்டு வரான். புரியறதோன்னோ?

சந்தம் ரொம்ப அழகா இருக்கு. பாட்டும் தான்.

மருதையன் சொன்னான்.

அம்பலப்புழை பால் பாயசம் லோகப் பிரசித்தமாக்கும்.

பகவதி மருதையனிடம் கூறினாள்.

பகவதி அம்பலப்புழை போய் எத்தனை வருஷம் ஆகிறது.

போக என்ன இருக்கு? யார் இருக்கா?

சங்கரன் போன பின்னே, இங்கேயும் தான் யார் இருக்கா அவளுக்கு?

நான் போன மாசம் அம்பலப்புழை போயிருந்தேன் அத்தை. நம்ம குடும்ப வீட்டுக்கும் போனேன்.

வேதையன் கைகழுவ எழுந்தபோது சொன்னான்.

பகவதிக்கு குளிரக் குளிர அம்பலத்தில் பால் பாயசம் பானம் பண்ணின மாதிரி மனசு நிறைந்து போனது.

மதம் ஏதாக இருந்தால் என்ன? அவளுடைய அண்ணா கிட்டாவய்யன் பிள்ளை. சாமா மாதிரி அவளுக்கு அவனும் குழந்தைதான்.

க்ஷேமமாக இருக்கட்டும் எல்லோரும்.

பகவதி செயலோடு இருக்கும்போதே இந்தக் குழந்தைகளில் யாராவது அந்த வீட்டை வாங்கி. கிடைக்காவிட்டால் வேண்டாம். அம்பலப்புழையில் துண்டு நிலம் வாங்கி ஒரு ஓலைக் குடிசை வேய்ந்து கொடுத்தால் கூட அதில் மிச்ச ஆயுசு முழுக்கத் தங்கி இருந்து அம்பலம் போய் ரெண்டு வேளையும் தொழுது கொண்டு கிருஷ்ணன் காலடியிலேயே காலத்தைக் கழித்து விடுவாள் அவள்.

முடிந்தால் திரும்ப சிற்றாடை உடுத்திய, நாணிக்குட்டியோடு சிரித்துக் களித்து சந்தியா காலம் தொழப் போகிற பகவதிக் குட்டி ஆகிவிடலாம். நாணி எங்கே?

வீட்டிலே இப்போ யார் இருக்கா?

கையலம்பிட்டு வந்து எல்லா விவரமும் சொல்றேன் அத்தை.

வேதையன் உள்ளே போனான். பகவதி அவன் போகிறதையே பார்த்தபடி நின்றாள். கிட்டா அண்ணா இப்படித்தான் சற்றே முன்னே குனிந்து நடப்பான். அவன் கூப்பிடுகிறது இன்னமும் காதில் ஒலித்துக்கொண்டிருக்கிறது.

குட்டிம்மா... பகவதீஇஇஇ

வந்துட்டேண்ணா. சித்த பொறுங்கோ. இன்னும் கொஞ்ச நாள்தான்.

அத்தியாயம் நாற்பது

5 அக்டோபர் 1908 - கீலக வருஷம் புரட்டாசி 20, திங்கள்கிழமை

என் கண்ணாட்டி லலிதாம்பிகே. எத்தனை கடுதாசு உனக்கு எழுதி எந்த எந்த மார்க்கமாகவோ எல்லாம் அனுப்பி வைத்து அதெல்லாம் ஒரு அம்பது நூறு இருநூத்தம்பது கூட இருக்கலாம் எனக்குக் கணக்குத் தப்பிவிட்டது பொண்ணே ஆத்மாவோ வேறே என்னமோ அதிகாரம் செய்து இழுத்து வந்து உட்கார்த்துகிறது. கையில் கிடைக்கிற காகிதம் குண்டி துடைத்துப் போட்டது என்றாலும் ஓரமாகக் கிழித்து எறிந்து விட்டு உட்கார்ந்து ப்ரியே லலிதே என்றபடிக்கு நாமஜபம் செய்து இப்படி எழுத ஆரம்பித்துவிடுகிறேன். கால்புள்ளி முழுப்புள்ளி போடக்கூட முடியாமல் மனசு எழுதுடா எழுதுடா என்று விதைக் கொட்டையை நெரித்து. அதுவும் ஒரு லகரி தான் போ. எழுதி அனுப்பினதில் எத்தனை உனக்கு வந்து சேர்ந்தது நீ எப்படி இருக்கே ஒரு தகவலும் இங்கே இல்லை. ஆயினும் என்? இதோ இன்னொரு கடிதாசு பாருடி.

நீ நம்ம ஊரில் ஊர் என்றால், பட்டணம் இல்லை பொண்ணே கிராமந்தரப் பிரதேசத்தில் எல்லாம், உங்க கழுக்குன்றத்து

சுற்றுவட்டாரத்தில் கூட நெல் சாகுபடி பார்த்திருப்பாய். தோப்பு வைத்து தென்னமரம் வளர்த்து தேங்காயும் கள்ளும் இறக்கி காசு பார்க்கிறதையும் வாழைத்தோப்பு மாந்தோப்பு இப்படியான சமாசாரம் எல்லாம் தெரிந்திருக்கும். கரும்புத் தோட்டம் பார்த்திருக்கியோடி நீ?

மைல் கணக்காக வரிசை வரிசையாக கரும்பு. தைப்பொங்கலுக்கு ஊர் உலகத்துக்கு முழுக்கச் சேர்த்து பொங்கல் பானையில் கட்டி வைத்துப் பொங்கலாம். அதுக்காகவே வேண்டி நட்டு வளர்த்த மாதிரி நல்ல உசரமான கழிகள் எல்லாமே. கொஞ்சம் சோகையாக சோனியாக இருந்தாலும் நம்ம ஊர் செங்கரும்பை விட தித்திப்பு ஜாஸ்தி.

மனசுக்கு வரும் உவமையைச் சொல்லிப் போடறேன். கோவிச்சுக்காதேடி பொண்ணே. தித்திப்பு என்றால், அந்த ரெட்டிக் கன்யகை எச்சில் அதே படிக்கு இனிச்சுக் கிடந்தது அன்னிக்கு.

நான் அழிந்தது அப்போது மட்டுமில்லை இனியும். நாசமாப் போறவனே உனக்கு நரகம்தான் என்று ஏசுகிறாயோடி கண்ணம்மா?

சொல்லு. உனக்கு இல்லாத பாத்யதை வேறு யாருக்கு அதை எல்லாம் சொல்ல? என் நெஞ்சில் காலை வைத்து நீ மிதித்து முகத்தில் உமிழ்ந்தாலும் எனக்கு மறுத்து ஒரு வார்த்தை சொல்லத் தகுதி இல்லை. மனசில் இருந்த கசடை எல்லாம் தோண்டி எடுத்தபடிக்கு அம்பாள் சந்நிதியில் நின்று என்னைச் சுத்தப்படுத்தச் சொல்லி வேண்டுகிற மாதிரி உனக்குக் கடுதாசு எழுதுகிறேன். அம்புட்டுத்தான்.

கரும்பு பற்றி ஆரம்பிச்சுவிட்டு எங்கேயோ போறேன் பார். ஆக நிலம் நீச்சு என்று பூமி எல்லாம் காலம் முழுசும் அந்த ஒரே ஒரு பயிர் மாத்திரம் சாகுபடி பண்ணுகிற நிலப் பிரதேசம் இது. விளைகிற கரும்பை எவனும் கணுவாக நறுக்கி வாயில் போட்டு சவக்கு சவக்கு என்று சாப்பிட்டு எச்சில் ஊறத் திரிவது மட்டும் நம்ம ஊர் மாதிரி இங்கே பார்க்க முடியாது.

இதெல்லாம் ஆலைக் கரும்பு.

எட்டும் பத்தும் திகையாத கன்யகையை பலாத்சங்கம் செய்கிற தூர்த்தன் போல இங்கே இரும்பில் அடித்து நிறுத்தி வைத்த யந்திரங்கள் ஒவ்வொரு கரும்பையும் தன் வசமாக்கி சக்கையாகத் துப்பிவிடுவது வாடிக்கை.

வடித்த சாறெல்லாம் அப்புறம் பதப்படுத்தி சர்க்கரையாக வெள்ளைக்கார தேசத்துக்கு அனுப்பி காசு கொட்டோ கொட்டென்று கொட்டுகிற ஒரு விஷயம் இது.

எல்லாத்துக்கும் துரைமாரும் அவன்கள் கூட மார் மறைக்காமல் திரிகிற துரைசாணிகளும்தான் இதுக்கெல்லாம் உடமைஸ்தர்கள், நிர்வாகிகள். மீதி இருக்கப்பட்டவர்கள் அதாவது உள்ளூர் கறுப்பு மனுஷர்களான காப்பிரிகள், நம்ம ஊரில் இருந்து இண்டெஞ்சர் ஊழியக்காரனாக வந்த என்னை மாதிரி அடிமை உத்யோகம் செய்கிற பிரகிருதிகள் என்று வெளுத்த பிருஷ்டங்களைப் பல்லக்கில் வைத்துச் சுமக்க ஒரு பெரிய கூட்டம் இங்கே உண்டு. உன் அகத்துக்காரன் பல்லக்குத் தூக்குகிறதில் முக்கியஸ்தன்.

நான் ஏற்கனவே எழுதின படிக்கு எனக்கு ஹெட்டு மஸ்தூர் என்ற கவுரதையான உத்தியோகம் இங்கே கரும்புத் தோட்டத்தில் கொடுத்திருக்கிறார்கள். இதுக்கான உத்தியோக உடுப்பு என்று வேஷ்டிக்கு மேல் ஒரு அல்பாகா கோட்டு, பட்டுக் குடை, தலையில் துரைமார் போல் ஒரு தொப்பி இப்படி இன்னும் கொஞ்சம் சிங்காரமும் கூட உண்டு. அப்புறம் இது ரொம்ப முக்கியம். கையில் ஒரு பிரம்பு எப்பவும் இருந்தாகணும். கொல்லைக்குப் போகிறபோது கூட அதையும் பிடித்துக் கொண்டுதான் உட்காரவேணும்.

விடிகாலை வேலைக்குக் கிளம்பும் நேரத்தில் இந்த நானாவித உத்தியோகச் சின்னங்களை கோவிந்தய்யங்கார் சுவாமிகள் ஸ்ரீசூரணம் தரிக்கிற கவனத்தோடு உடம்பில் ஏற்றிக்கொண்டு கிளம்பியாக வேண்டும். குளிக்கக்கூட நேரம் இல்லாமல் குதத்தையும் முகத்தையும் உப்புத் தண்ணீரில் அலம்பிக் கொண்டு உடனே உத்தியோகம். வயிறு சாப்பாட்டைக்

கொண்டாடா தேவடியாப் பயலே என்று தினசரி கூச்சல் போட்டு இப்போது அதுக்கும் பழகிப்போய்விட்டது.

வெறும் வயித்தோடு வேலைக்குப் போனால் முகத்திலும் பேச்சு செய்கையிலும் சுமுகம் எப்படி வரும் சொல்லு லலிதே.

நான் போகிறபோது ஒன்றும் ரெண்டுமாக தோட்ட வேலை செய்கிறவர்கள் எல்லாம் வந்து சேர்ந்திருப்பார்கள். இதில் காப்பிரியும் உண்டு நம்மூரான்களும் உண்டு. ஆனாலும் நம்ம பருப்பு காப்பிரி தடியன்களிடம் வேகாது. நான் அதிகாரம் பண்ண வேண்டியது நம்ம பக்கத்து குப்பனையும் சுப்பனையும் குருவம்மாவையும் வள்ளியம்மையையும்தான்.

இதெல்லாம் இங்கே வேலை பார்த்து நாலு காசு சம்பாதிச்சு ஊருக்குத் திரும்பும் உத்தேசத்தோடு வந்த ஜனங்கள். மரக்காணம், விழுப்புரம், திருப்பாதிரிப்புலியூர் இப்படி புதுச்சேரிக்கு அடுத்த ஸ்தலங்களையும் பக்கத்து கிராமங்களையும் சேர்ந்தவர்கள் பல பேரும்.

பட்டணத்தான் ஒண்ணு ரெண்டு பேர் வந்து தாக்குப் பிடிக்க முடியாமல் கிளம்பிப் போய்விட்டான்கள். கிராமத்தான் மாதிரி குண்டி வணங்கி வேலை செய்யாதவன்கள் என்கிறதே இதுக்குக் காரணம். மற்றபடி செங்கல்பட்டு, திருச்சிராப்பள்ளி இப்படிப் புறப்பட்டு வந்த சிலபேரும், தெலுங்கு பேசுகிற பூமிக்காரர்களும் கூட இங்கே அடிமை உத்தியோகத்துக்கு வந்து சேர்ந்திருப்பதை உனக்கு ஏற்கனவே நான் சொல்லியிருக்கிறேன்.

ஆண்பிள்ளைகள் மட்டும் இல்லாமல் இங்கே கரும்புத் தோட்டத்தில் வேலை பார்த்து ஜீவிக்கிற பெண்டுகளும் அதே படிக்கு விடிகாலை அஞ்சரை மணிக்கு வந்து சேர வேணும். இதில் ஒருத்தனும் ஒரு பொம்பிளையும் பல்லுகூட தேய்த்திருக்க மாட்டார்கள். அதுக்கு நேரம் கொடுக்க முடியாமல் தூங்கி எழுந்து தோட்டத்துக்கு வந்து வரிசையாக எல்லாரும் நிற்பார்கள்.

எவன் வந்தான் எவன் இன்னும் வரலை யார் ஒரேயடியாகப் போய் ஒழிந்தார்கள் என்று பட்டியல் சரிபார்ப்பது என்

வேலை. இதுக்கு ஆஜர் பட்டியல் என்று சொல்லுவார்கள் இங்கே. ஆம்பிளை வரிசையில் ஆள் எண்ணினதுக்கு அப்புறம் பொம்பளை கூட்டம். எனக்கு அது பிடிச்ச சமாசாரம் என்று உனக்குத் தெரியுமே.

ராத்திரி சம்போகத்தை பூரணமாக அனுபவித்து விட்டு இன்னும் ஸ்கலித வாடையும் கஷ்கத்தில் லகரி ஏற்றுகிற வியர்வை வாசனையுமாக நிற்கிறவர்கள் இந்த ஸ்திரிகள். பெரும்பாலும் இடுப்புப் புடவையையே மேலேயும் சுற்றியிருப்பார்கள். அந்தப் பெருத்த ஸ்தனங்களின் சுபாவமான மிருக நெடியும் கலந்து மிச்சமிருக்கிற நினைவையும் தப்ப வைக்கும். பக்கத்தில் போனால் மூச்சில் ஒச்சை வீசும். அதையும் சேர்த்து அனுபவிப்பது சொர்க்கம்தான். இதிலே மாதவிடாய் கண்ட பெண்களைப் பார்த்த மாத்திரத்திலேயே முகத்தில் சோர்வும் சிடுசிடுப்புமாகத் தெரிந்துவிடும்.

ஆனாலும் நான் இந்த லோகத்தையும் ஈரேழு பதினாலு லோகத்தையும் எனக்கு பட்டா போட்டு எந்த சும்பனாவது கொடுத்தாலும். எல்லாத்தையும் திரும்பத் தூக்கி எறிந்து விட்டு தூமை வாடை பிடிக்கிற சுகத்துக்காக அவள்களுக்கு நெருக்கமாக உட்கார்ந்து விடுவேன்.

இதெல்லாம் இங்கே சொல்வது உனக்கு உடம்பில் உஷ்ணத்தை ஏத்திவிட்டு அவஸ்தைப்படுத்த இல்லையடி லலிதாம்பிகே. என்னமோ உனக்கு எழுதினால் இனிமேல் இதிலெல்லாம் ஆசை கொஞ்சம் கொஞ்சமாகக் குறைந்து அப்புறம் முழுக்க இல்லாமல் போய்விடும் என்று ஒரு நப்பாசை.

எதுக்கு அப்படிப் போகணும் என்று இன்னொரு பக்கம் பாழும் மனசு அடம்பிடிக்கிறது.

இப்படி போதையேற்றிக்கொண்டு காலம்பற அந்த எழவெடுத்த ஆஜர் பட்டியலைச் சரிபார்த்துவிட்டு நான் தலையை அசைத்ததும் கரும்புக்குத் தண்ணீர் பாய்ச்சவும், வாய்க்கால் வழிக்கவும், உரம் கலக்கவும், சரியான பதத்தில் இருக்கப்பட்டதை வெட்டி முறித்து வண்டியில் ஏற்றவுமாக

அவரவருக்கு அன்றைக்கு விதித்த வேலையையும் சேர்த்துப் படிப்பேன்.

அப்புறம் ஒவ்வொருத்தரும் ஏற்படுத்திய காரியத்தை எந்த விதமாக நடத்திக்கொண்டிருக்கிறார்கள் என்று கரும்புத் தோட்டம் முழுக்கச் சுற்றி நடந்து கண்காணிக்க வேண்டியதும் என் வேலைதான். உயிரை வாங்குகிற விஷயம் இது.

கண் சிமிட்டும் நேரத்துக்கு முந்தித்தான் ஒருத்தன் பாத்தி கட்டிக் கொண்டிருப்பான். அவனைப் பார்த்தபடி நான் நடக்க என் பிருஷ்டத்துக்குப் பின்னால் அந்த வெங்காப்பயல் அடுத்த நிமிஷத்திலே சும்மா அரையில் சொறிந்து கொண்டு நிற்பான். இல்லை மூத்திரம் போகிறேன் பேர்வழி என்று ஓரமாகக் குந்தி உட்கார்ந்து உடம்பில் ஒரு சொட்டு பாக்கி இல்லாமல் சாவகாசமாக வெளியேற்றிக்கொண்டிருப்பான்.

அவனவனை வேலைக்குத் திரும்பச் செய்யணும். இல்லையோ, புகையிலைக் கட்டையை ஒடித்து வாயில் போட்டுக் கொண்டு அடுத்தவன் பொண்டாட்டி கூட ஜாடைமாடையாக சம்போகம் பற்றி கதைத்துக் கொண்டிருப்பான்கள். எனக்கே தோணுறபோது சின்ன வயசுப் பிள்ளைகளுக்கு ஏன் தோணாது சொல்லு.

தனியாக வந்து சேர்ந்த கட்டைப் பிரம்மசாரி பையன்களை அந்தந்த ஸ்திரிகளின் புருஷன்மார் சந்தேகக் கண்ணோடு தான் பார்க்கிற வாடிக்கை. முக்கியமாக சின்ன வயசுப் பிள்ளையாண்டான் ஒருத்தன் இருக்கான். குட்டிகள் அவனைப் பார்த்து தளுக்கிறதும் மினுக்குறதும் இழைகிறதும் சும்மா வம்புக்கு இழுத்து வாயைப் பிடுங்கறதும் பார்க்க ரசமாக இருக்கும். கழுக்கு முழுக்கென்று இருக்கப்பட்ட, கருப்புச் சுண்ணாம்பில் வார்த்தெடுத்த பையன். அந்த வயசில் கழுதை கூட அழகாக இருக்கும். இருந்திருக்கேனே.

இன்னிக்குக் காலமே நான் வேலைக்கு ஆஜர் பட்டியல் எடுக்கிற நேரத்தில் அந்தக் கழுக்கன் முழுக்கன் வந்து சேரவில்லை. வெட்டின கரும்பை வண்டியில் ஏற்றுகிறதில் ஒரு கை குறைந்ததால் கோபப்பட்டு மேனேஜர் துரை நாற்றம் பிடிச்ச இங்கிலீசில் என்னை சபித்துவிட்டுப் போனான். புழுத்த

நாயோடு என்னைக் கலவி பண்ணச் சொன்னான் அவன். அதைக் கேட்டு நான் மனசு ரொம்பவே கஷ்டப்பட்டு நிற்க வேண்டி வந்தது.

எந்தப் புழுத்த நாயைச் சொல்றான் நாய்மகன்? கிழவி என்றாலும் இன்னும் மாரைத் தூக்கிக் கொண்டு திரியும் அவனுடைய பொண்டாட்டி துரைசாணியா? காகிதம் உபயோகிக்கிற கிழவி. மூக்கைப் பொத்திக் கொண்டு அவள் கூடப் படுத்துப் பார்க்கவும் நான் தயார்தான். என்றாலும் அதை அந்த வெளுத்த மூஞ்சிக் குரங்கிடம் சொல்ல தைரியம் இல்லையே.

என் கோபத்தைக் காட்ட வேறே உபாயங்களைத் தேடிக் கொண்டிருந்த நேரத்தில் அட்டைக் கருப்பன் சாவகாசமாக நுழைந்தானே பார்க்கணும்.

எங்கேடா போனே தேவிடியா மகனே என்ற என் விசாரிப்புக்கு அவன் வெகு விநயமாக அசந்து தூங்கிட்டேன் ரெட்டியாரே என்றான் தலையைக் குனிந்துகொண்டே.

ஏண்டா தாயோளி காப்பிரிச்சி கூடப் கட்டிப் பிடித்து புரண்டு கிடந்துவிட்டு வந்தியோடா என்று பின்னும் கிண்ட அவன் ஊரில் இருக்கப்பட்ட எல்லா சாமி பூதம் அவனோட ஆத்தாள் அப்பன் என்று சகல பேரிலும் சத்தியம் செய்து தப்பு தண்டாவுக்கு எல்லாம் போகவில்லை என்று சாதித்தான்.

அதோடு நிறுத்தியிருந்தாலும் விட்டிருப்பேன். ஒரு ரெண்டு நிமிசம் தாமதமா வந்ததுக்கு இந்தக் கூச்சல் போடுறீங்களே எத்தனை நாள் சாயந்திரம் ஆறு மணிக்கு மேலே ஏழு எட்டுன்னு நேரத்தைப் பாக்காம வேலை பார்த்திருக்கேன். அதுக்கு என்ன தனியாவா அதிகக் கூலி போட்டுக் கொடுத்தீரு?

இப்படி அவன் கேட்க என் கோபம் உச்சத்துக்குப் போய் கையில் பிடித்த பிரம்பை எடுத்து வீசி அவன் முதுகை ரத்த விளாறாக்கிப் போட்டேன்.

குய்யோ முறையோ என்று அவன் கூச்சல் போட்டபடி

தோட்டம் முழுக்க ஓட நான் அவனை வேட்டை நாய் மாதிரி பின்னாடியே துரத்திப் போய் திரும்பத் திரும்ப அடித்து காலால் அவன் கொட்டையில் எட்டி உதைத்தேன். அவன் அங்கே இருக்கப்பட்டது கூழான மாதிரி ஈன சுவரத்தில் முனக பின்னும் சந்தோஷமாக அவன் குடுமியைப் பிடித்து இழுத்து கன்னத்தில் அறைந்தேன்.

ஒரு பத்து நிமிஷம் இப்படியாக சிட்சை நிறைவேற்றி கையும் காலும் எனக்கு வலியெடுக்க ஆரம்பித்தபோது அவனை வண்டியில் கரும்பு ஏற்றுகிற ஜோலிக்குப் போக விட்டேன். ஆனாலும் என் ஆத்திரம் முழுக்கத் தீர்ந்தபாடில்லை.

பக்கத்தில் ஏதோ நொய்நொய் என்று சத்தம். என்னடா என்று திரும்பிப் பார்க்க ஒரு சிசு அழுதுகொண்டிருந்தது. ஓரமாக நிழலில் ஒரு சாணிச் சுருணையை விரித்து அதைக் கிடத்தி விட்டு அதைப் பெற்றுப் போட்டவள் பிடுங்கின கரும்பை தோகை வெட்டிக் கொண்டிருந்தாள். கரும்பு யந்திரத்தில் போட வாகாக இதைச் சதா செய்யாவிட்டால் யந்திரம் ஓய்ந்து போய்விடும். மேனேஜர் துரை கத்துவான்.

பிறந்து நாலைந்தே மாசம் ஆன அந்தச் சவலைக் குழந்தை குரலைக் கேட்டதும் அந்தப் பெண்பிள்ளை கையில் எடுத்த தோகையையும் அரிவாளையும் அந்தப்படிக்கே தரையில் வைத்துவிட்டு நிழலுக்கு ஓடி வந்து குழந்தையை வாரி எடுத்தாள். முலையை எடுத்து அதுக்குக் கொடுக்க ஆரம்பிக்கிற வரைக்கும் பார்த்துக்கொண்டு ஓர் ஓரமாக நின்றேன் நான்.

அப்புறம் ஓங்கி அந்தப் பிரம்பால் அவள் முலை மேலேயே ஓங்கி அடித்தேன். திருட்டு முண்டே. வேலை நேரத்தில் என்ன சீராட்டிக் கொண்டு கிடக்கே? வரும்போதே இதையெல்லாம் முடிச்சிருக்கலாமில்லையா வேலைக்கு இடைஞ்சல் இல்லாமல்?

நான் சத்தம் போட அவள் என் காலில் விழுந்து குழந்தையையும் கிடத்தினாள். சாமி பால் பத்தாம அழுகிறான் பிள்ளை. பசி நேரம். நொய்க் கஞ்சி கொடுத்தா வாந்தி பேதியாவுது. வேறே வழி இல்லாம லயத்துலே இருக்கப்பட்ட காப்பிரிச்சி கிட்டே

எல்லாம் கையேந்தி பால் பிச்சை வாங்கிட்டு இருக்கேன். இன்னிக்கு யாரும் தானம் தரலை. பிள்ளை உசிரு போகுது.

திரும்பக் குழந்தையை வாரியெடுத்த அவளை முடிக்க விடாமல் திரும்ப மார்க்காம்பிலேயே பிரம்பால் அடித்தேன். குழந்தை பிடிவாதமாகப் பிடித்த காம்பை விட்டு விட்டு வீரிடும்படி அதன் உதட்டிலும் அடி விழுந்திருக்க வேண்டும்.

அந்தப் பக்கம் தலையில் கரும்பு சுமந்து போன ஒரு கிழட்டு காப்பிரிச்சியைக் கூப்பிட்டு குழந்தையைப் பறித்து எறியச் சொன்னேன். அவள் நான் சொன்னது புரியாத பாவனையோடு அந்தச் சிசுவை வாரியெடுத்து ஓரமாக வைத்துவிட்டு அங்கே இன்னொரு காப்பிரிச்சிக்குக் கண்காட்டியபடிக்குத் திரும்ப வந்தாள்.

தேவிடிச்சி போய் வேலையைப் பாருடி நாயே என்று நான் சத்தமாகச் சொல்லியபடி அடிவாங்கின பொம்பிளையை முறைக்க, அவள் எனக்குப் பின்னால் பார்த்து ரெண்டு கையையும் தலைக்கு மேல் உயர்த்திக் கும்பிட்டாள். நான் என்ன விஷயம் என்று பின்னால் நோக்கினேன்.

அங்கே இளம் வயசில் இன்னொரு காப்பிரிச்சி அந்தக் குழந்தையை நெஞ்சோடு அணைத்து அதுக்குப் பால் புகட்டிக் கொண்டிருந்ததைப் பார்க்க எனக்கே கண் நிறைந்து போனது.

இப்படி மனுஷத்துவம் கிஞ்சித்தும் இல்லாமல் நான் போன மாயம் என்ன என்று அதிர்ந்து போய் எல்லாத்திலிருந்தும் விலகி நின்று நான் பார்த்துக் கொண்டிருந்தபோது ரத்தம் கட்டின முதுகோடு அந்தக் கருப்பன் கரும்பைச் சுமந்து போகிறதைப் பார்த்து அவனுக்கு அண்டையில் போனேன்.

அவன் முதுகை ஆதரவாகத் தடவி எந்த ஊர்க்காரனடா நீ என்று தெலுங்கில் விசாரித்தேன்.

திருக்கழுக்குன்றம் என்றான் அவன்.

அத்தியாயம் நாற்பத்தொன்று

5 அக்டோபர் 1908 - கீலக வருஷம் புரட்டாசி 20, திங்கள்கிழமை

அந்தப் பிள்ளை சொந்த ஊர் திருக்கழுக்குன்றம் என்று சொன்னதுமே அவன் மேல் ஒரு வாஞ்சை தானே வந்து மனசில் குடியேறிவிட்டது என் லலிதாம்பிகே. ரொம்பவும் தான் கஷ்டப்படுத்திவிட்டேன் அவனை. எதுக்காக அடிக்க வேணும்?

அவன் வயசில் நான் எருமை மாடு மாதிரி நாள் முழுக்க தூங்கியிருக்கிறேன். உன்னைக் கல்யாணம் செய்துகொண்ட முதல் மாசம் ராத்திரி முழுக்க உன்னைத் தொந்தரவு படுத்திவிட்டு விடிந்தது கூடத் தெரியாமல் கோட்டுவாய் விட்டபடி பகலெல்லாம் இடுப்பில் ஈரம் காயக் காய அசந்து உறங்கியே கழித்திருக்கிறேன்.

என்னை எதுக்கு ஏன் என்று கேள்வி கேட்பார் யாருமில்லாத காரணத்தால் உறங்கியும் போகித்தும் உண்டும் நேரம் முழுக்கக் கழித்த வயதில் அவன் தூர தேசத்துக்கு சமுத்திரம் கடந்து வந்து இப்படி அடிமை ஊழியம் செய்துகொண்டிருக்கிறான். எல்லாம் வயிற்றுப் பிழைப்புக்காக இல்லாமல் வேறென்ன?

ரொம்ப அடிச்சுட்டேனாடா. வலிக்கறதோ என்று கேட்க ஆரம்பித்தபோது அவன் நிமிர்ந்து ஆச்சர்யத்தோடு பார்த்தான்.

தெலுங்கன் வரதராஜ ரெட்டி சுத்தத் தமிழ்ப் பிராமணக் கொச்சையில் பேசினால் பையன் மிரளாமல் என்ன செய்வான்? பூணூலைக் கழற்றி எறிந்து பெயரை மாற்றி குடுமியைச் சிரைத்து கட்டையாக மீசை வைத்துக்கொண்டு ரெட்டியாக சஞ்சரிக்க முற்பட்டாலும் ஆபத்து அவசரத்துக்கு இந்தப் பாழாய்ப் போன பாப்பாரப் பேச்சு நாக்கில் புகுந்து இழவெடுக்கிற கொடுமையை என்ன சொல்ல.

எங்க ஊர்லோ கோவிலு அய்ரு. அரவவாளு. அடி பட்டாகே மந்திரிக்கறதுலே பெத்த கை. ஆயனகாரு தோட்டத்துலே ஒக தொங்கா மாமுடிபண்டு அதாம்பா மாம்பளம் களவாடிச்சு. அய்ரு அவன அடியடின்னு அடிச்சுது. அப்புறம்கா மருந்து பெட்டி மந்த்ரம் செப்தாரு. அப்புடு அய்ரு அரவத்திலே மாட்லாடினாரு. அதி கதா நியாபகம் வந்துச்சு பிட்டா. சரிகா உந்தியா?

மனசறிந்து பொய் சொன்னேன். சின்னப் பையனுக்கு இது போதும். வரதராஜ ரெட்டியோ வேறே ஒருத்தனோ, அவன் மேல் கரிசனப்பட, கோபம் கொண்டு திட்டினதுக்காக மெய்யாலுமே வருத்தப்படுகிறான் என்று தெரிந்தால் அவனுக்குக் கொஞ்சம் ஆறுதலாக இருக்கும்.

ரெட்டியாரே உங்களைத் தப்பா நினைச்சுக்க என்ன இருக்கு? எல்லாம் என் கிரகம். கண்ணு காணாத இடத்துலே வந்து கஷ்டப்படணும்னு தலையிலே எளுதினதை அளிச்சு எளுத முடியுமா?

அவன் கண்கலங்கினான். அவன் தோளில் கைவைத்து ஆறுதலாக அணைத்துக்கொண்டேன். நமக்கு ஒரு குழந்தை இருந்தால் இந்நேரம் இவன் மாதிரித்தான், என்ன ஒரு மூணு நாலு வயசு குறைந்தவனாக இருப்பான்.

நான் பாட்டுக்கு கழுக்குன்றத்துலே கூழோ மோரோ குடிச்சுட்டு கிடந்தேன் ரெட்டியாரே. அப்பன் குடிகாரன். அம்மா

கிடையாது. பக்கத்து வீட்டு அய்யர் ஊட்டம்மாதான் ஐயோ பாவம்னு பரிதாபப்பட்டு எடுத்து வளர்த்துச்சு. அதுக்கு எம்மேலே பெத்த பிள்ளை மாதிரி பிரியம்.

எனக்கு ஏதோ பொறிதட்டின மாதிரி இருந்தது. யாரு அம்மா என்று விட்டேத்தியாக விசாரித்தேன்.

வீட்டுக்காரர் விட்டுட்டு பட்டாளத்துக்குப் போயிட்டாராம். பட்டணக்கரையிலே இருந்து பொறந்த வீட்டுக்குத் திரும்பி வந்துச்சு. நான் இங்க வரச்சொல்ல, காசிக்கு பரிவாரமாப் போன கூட்டத்திலே அதுவும் இருந்துச்சு. நீயும் வாடான்னு கூப்பிட்டுச்சு அய்யரு ஊட்டம்மா. போயிருக்கலாம். என்னமோ கிரகம் இங்கே வந்து விளுந்துட்டேன் அடியும் உதையும் வாங்கி மிச்சம் நாளை நவுத்த.

நீதான். நீயேதான். காசிக்குப் போயிருக்கிறாய். அதுதான் என் கடுதாசி எதுக்கும் பதில் இல்லை. திரும்பி வந்திருப்பாய் இப்போ என்று நிச்சயமாக நினைக்கிறேன். சரிதானே கண்ணே?

அவன் தொலைவில் பார்த்தபடி கண் நிறைந்து போயிருந்தான்.

அது இது வாங்கிக் கொடுத்து, மாசாமாசம் பட்டணத்துக்கு வந்து வாடகை வசூலிச்சுக் கொடுத்து. முழுசா ஒத்த ரூபா கொடுக்கும் அம்மா. இந்நேரம் காசியிலே இருந்து திருப்பி வந்திருக்கும். யாரு வாடகை வசூலிக்கப் போய்ட்டு வராங்களோ.

அவன் உன்னைத்தான் சொல்கிறான் என்று ஸ்பஷ்டமாகத் தெரிந்தது. நம்மாத்துக்கு வாடகை வசூல் பண்ண வந்தவன். உன்னைச் சுற்றி இருந்து கவனித்துக்கொள்கிற கூட்டத்தில் ஒருத்தனாக இருந்தவன். நீ வாஞ்சையாக சாதம் போட்டு வளர்த்த பிள்ளை.

தூரத்தில் இரைகிற சமுத்திரத்தைப் பார்த்தபடி ஒண்ணுமே பேசாமல் இருந்தேன். பேச என்ன இருக்கு? அவன் துக்கம் என் துக்கம்.

மகன் மாதிரி குசினி வாசல்லே உக்கார வச்சு பருப்பு சோறு போடும். கையெல்லாம் நெய்வாசம் அடிக்கும் தெரியுமா? தமிளு பேசமாட்டீங்களே. எப்படிப் புரியும்?

எனக்கு நடு முதுகில் மயிர்க்கூச்செறிந்தது லலிதே.

ஆக அங்கே சுத்தி இங்கே சுத்தி நீ ஜீவனோடு கொஞ்சத்துக்குக் கொஞ்சம் சுகமாக இன்னும் மூச்சு விட்டுக் கொண்டிருக்கே. எங்கேயோ.

நான் என்னிக்காவது அங்கே திரும்பி வந்தால் நேரே உன் காலில் விழுந்து நமஸ்காரம் செய்து.

வேண்டாமா? சரி, கையைப் பிடித்து மாரோடு அணைத்துக் கூட்டி வந்து மிச்ச காலம் எல்லாம் கூடவே இருப்பேன். அது அரை நாள், கால் மணி நேரம் இருந்தல் கூட சரிதான். உன் மடியில்தான் என் உயிர் போகுமடி என் உசுர்க் கண்மணீ. அந்த நாளிலே நான் சுத்த ஆத்மாவாக இருப்பேன். இப்போது மாதிரி இல்லை.

இப்போ. இன்னிக்கு என்னமோ எனக்குள்ளே இப்படி ஒரு ராட்சசத்தனம் புகுந்து ஆட்டி வைக்கிறதே, என்ன செய்வேன் சொல்லு. எல்லாம் சமுத்திரம் தாண்டி வந்த தோஷம் தான்.

பெரியவா சும்மாவா சொன்னா, பிராமணன் சமுத்திரம் கடந்து கப்பல் ஏறி அந்நிய தேசம் போகப்படாது. அவனவனுக்கு விதிச்ச கர்மத்தைப் பூர்த்தி பண்ணிக்கொண்டு அவனவன் இருக்கப்பட்ட ஸ்தலத்திலேயே கஷ்டமோ நஷ்டமோ இருந்து ஆயுசு பரியந்தம் ஜீவிக்க வேணுமென்று எழுதியிருக்காமே.

அதெல்லாம் பிராமணனுக்கு சரிதான். என்னை மாதிரி ஸ்திரிலோலனாய் அலஞ்சு யௌவன ஸ்திரியின் பருத்த ஸ்தனத்தில் மனசு பறிகொடுத்து பீஜம் விறைத்து நடந்து அவளை சம்போக நேரத்தில் கொன்னு போட்டதாய் ஜெயிலில் சிட்சை அனுபவித்த படுபாவி யாருண்டு? நான் எந்த எழவெடுத்த வேதப் பிரகாரம் பிராமணன் ஆகலாம் சொல்லு.

சுபாவமாகவே இருக்கப்பட்ட குரூரம் இந்த ஏகாந்தமான சந்தர்ப்பத்தில் மனசில் அழுத்தி அழுத்தி கொடூரனாக்குகிறதோ என்னமோ. எனக்குச் சொல்லத் தெரியலை. இதையெல்லாம் களையச் சொல்லி பிரார்த்தித்து, கபாலீசுவரர் சமேத

கற்பகாம்பாள் அம்மன் ஸ்துதியாக வெண்பா எழுதலாம். ஆனால் யாப்பு எல்லாம் சுத்தமாக மறந்து போச்சு. மனசு முழுக்க எரிச்சலும் குரோதமும் இருக்கும்போது பாட்டு எப்படி வரும்?

இந்தச் சமுத்திரக் காற்றில் ஏதோ நச்சு விஷயம் கலந்து இருக்கிறது லலிதே. நிச்சயமாகச் சொல்றேன். இந்தக் காற்றை சுவாசித்தபடி பத்து நாள் இருந்தால் பசுமாட்டை, பிறந்த சிசுவைக் கூடத் தலையில் பாறாங்கல்லைப் போட்டு நசுக்கிக் கூழாக்க வெறி வந்து சேர்ந்து விடும். அதெல்லாம் பாவம் என்கிற உணர்ச்சியே இருக்காது. நரகத்துக்குப் போக வைக்கும் அது. எந்த நரகம்னு கேட்டா சொல்லத் தெரியலை. இருக்கா என்ன நரகமும் சொர்க்கமும்?

ரௌராவாதி நரகம் எல்லாம் சும்மா திவசத்துக்கு வந்து எள்ளுருண்டையும் இஞ்சித் துவையலும் வழித்துத் தின்னு விட்டு ஏப்பம் விட்டபடி வைதீகர்கள் திரிக்கிற கயறு. அவாள் தொடையில் தேய்த்துத் தேய்த்து கல் தக்ளியில் நூற்கிற பூணூல் கூட அறுந்து போகும். இந்தப் பாவ புண்ணியக் கட்டுக் கதைச் சரடு தலைமுறை தலைமுறையாக எல்லாரையும் கட்டிப் போட்டிருக்கிறது. தப்பு செய்யாமல் தடுக்க இது மட்டும் போதுமான்னு தெரியலை லலிதா. உனக்கு என்னம்மா தோணறது?

சமுத்திரக் கரைக் காத்து மாத்திரம் இல்லை குத்தம் சொல்ல. இங்கே இப்படி கூரைக் கொட்டகை போட்டு ஒரு பெரிய ஜனக் கூட்டமாக ஒரே இடத்தில் தங்கி இருக்கிறதில், எந்த நியம நிஷ்டையும் இல்லாமல் குளிக்கக் கூட நேரம் இன்றி யாரோ பிருஷ்டம் அலம்பிய கையால் சமைத்த சோற்றை அரக்கப் பரக்க உண்டு விட்டு வேலைக்கு ஓடுகிறது கூட மகா தப்புதான்.

காயத்ரி சொல்லி ஜபிக்க வேண்டாம். அதெல்லாம் உள்ளூர் பிராமணாள் நேரம் தவறாமல் செய்து கொள்ளட்டும். சாப்பாட்டுக்கு ஒரு மரியாதை கொடுக்கிற தோதில் குளித்து தெய்வத்தை மனசார நினைத்து கிழக்குப் பார்த்து ஒரு கும்பிடு

போட்டுவிட்டு சாப்பிட்டுப் போகலாமில்லையா? உடம்பு வணங்க மாட்டேன் என்கிறதே, என்ன செய்வேன் சொல்லு.

மற்றபடிக்கு கள்ளுத் தண்ணி, சாராயம் என்று இந்த மகாலிங்கய்யன் வரதராஜ ரெட்டி எந்தத் தப்பு தண்டாவுக்கும் போறதில்லை. ஸ்திரிலோலன்தான். ஆனால் அது இப்போது மனசுக்கு உள்ளே மடங்கி அடங்கி ஒண்ணுமில்லாமல் போகப் போறதே. உனக்கு மாஞ்சு மாஞ்சு கடிதாசு எழுதறது அதுக்குத்தானே செல்லமே.

என்ன சொல்ல வந்தேன்? ஆமா, சாப்பாட்டு விஷயத்தில் கட்டுப்பாடாக, கொஞ்சம் போலாவது நியம நிஷ்டையை அனுஷ்டித்தால் இப்படி அசாத்தியக் கோபமும் கொடூரமும் எனக்கு வந்து சேராது.

சுபாவமாக, கொஞ்சம் சிரித்து, கொஞ்சம் கோபப்பட்டு, கொஞ்சம் பொய் சொல்லி, கொஞ்சம் ஜீவிதத்தில் நம்பிக்கை வச்சு நாலு காசு சேர்ந்ததும் திரும்பி வந்து உன்னைக் கூட்டிப் போகப் போகிற அற்ப ஜீவன். உடம்பின் வலுவை சக்தியை எல்லாம் இனிமேலும் கொடூரத்திலே தீர்த்துக்கொள்ளாதவனாக நான் இருப்பேன்.

குளிச்சுட்டுத் திங்கணும். ஒரு ஸ்தோத்ரமாவது சொல்லணும். இல்லை தேவாரம், திருவாசகம். உட்கார்ந்து ஸ்ரத்தையாக நினைச்சால் தானே எல்லாம் நினைவு வரும்.

குளித்தால் மட்டும் போறாதுன்னு தோணறதுடி. ஆழாக்கு அரிசியைப் பொங்கி இறக்க எத்தனை நேரம் பிடிக்கப்போறது. இந்த எழவு தூக்கத்தைக் கொஞ்சம் கட்டுப்படுத்தி ஒரு மணி நேரம் முந்தி எழுந்தால் ஒரு சாதமும் புளித்தண்ணி கரைச்ச ரசமும் பண்ணி இறக்கிவிட மாட்டேனா? இங்கே லயத்தில் பொதுவாக சமைக்கிற இடத்தில் கொஞ்சம் ரசப்பொடி கேட்டால் இல்லையென்றா சொல்லப் போறான்? ஹெட் மஸ்தூர் ஆச்சே நான்.

நாளைக்கே பக்கத்து கிராமத்துக்கு ஒரு நடை போய் அரிசியும் வெங்கலப் பானையும் வாங்கி வந்துடணும். ரசம் வைக்க

ஈயச் சொம்பு கிடைக்காவிட்டாலும் வாயகலமான பாத்திரம் கிடைக்கும். அதையும் வாங்கி வந்து விடணும். கொஞ்சம் பழகினால் காய்கறிக் கூட்டு, குழம்பு, ரசம் எல்லாம் கூட வைக்கலாம். பொறுத்துக்கணும். இதுலே ஆரம்பிக்கலாம் அரிஷ்ரீ சொல்லி.

சரிடி குழந்தே. தூக்கம் கண்ணைச் சுத்திக்கொண்டு வருது. நடு ராத்திரியாகி இருக்கும் போல இருக்கு. காடா விளக்கு முணுக் முணுக்குன்னு பிராணன் போகிற கிழவி மாதிரி போக்குக் காட்டுகிறது. அது உசிரை விடறதுக்குள் நான் உனக்கு வாயார ஒரு முத்தம் ஈந்து இதை முடிச்சுக்கறேன் லலிதே.

9 அக்டோபர் 1908 - கீலக வருஷம் புரட்டாசி 24, வெள்ளிக்கிழமை

ஆச்சு, நாலஞ்சு நாளாக சுயம்பாகம் அமர்க்களப்பட்டுண்டிருக்கு.

முதல் நாள் சாதம் விதை விதையாக கொட்டக் கொட்ட முழிச்சுண்டு நின்னுது. அதில் புளித் தண்ணியை விட்டால் ரெண்டும் ஜன்ம வைரிகள் மாதிரி சேராமல் ஒண்ணை ஒண்ணு எதிர்த்துக் கொண்டு வந்தது. எப்படியோ முழுங்கி வைத்தாலும் வயித்துக்குள் போய் அதுகள் தன் பாட்டுக்கு சண்டையைத் தொடர்ந்ததில் அஜீர்ணமாகி நாலைந்து தடவை வயத்தாலே போனேன். அப்புறம் ஸ்வஸ்தமாச்சுடி ஸ்வாமி அனுக்ரஹத்தாலும் உன் நல்ல மனசாலும்.

முந்தாநாள் கூத்து இன்னும் விசேஷம். சாதம் காய்ச்சல்காரனுக்கு கரைச்சுக் கொடுக்கிற புனர்பாகம் மாதிரி ஏகத்துக்குக் குழைந்து போய்விட்டது. ஆனாலும் ஆச்சரியத்திலும் ஆச்சரியமாக ரசம் சுகமான வாடையோடு வெகு அற்புதமாகக் கொதிச்சு இறங்கினது. லயம் சமையல்காரனே வாசனை பார்த்து வாயிலும் ஒரு சிராங்காய் விட்டு நாக்கை சப்புக்கொட்டினான்.

ரெட்டிகாரு பிரமாதமா சமையல் பண்ணியிருக்கீங்களே. என்னை மாதிரி ஜன்மா ஜன்ம அடுப்புக்காரனுக்கும் வராத

கைமணம் இல்லையோ இது என்று வாயாரப் புகழ்ந்துவிட்டுப் போனான் அவன்.

ஹெட் மஸ்தூரரை ஸ்துதி செய்தால் அவன் சம்பளம் ஒரு ரூபாய், ஒண்ணரை ரூபாய் மதிப்புக்குக் கூடும். சொந்த தேசம் போகும்போது கூடுதல் தொகைக்கு ஒரு பசுமாடு வாங்குவான். இல்லையோ, பெண்டாட்டிக்கு சுண்டுவிரலில் போடுற மாதிரியாவது சிண்ணூண்டுக்கு ஒரு தங்க மோதிரம் வாங்கிக் கடுதாசில் சுற்றி எடுத்துப் போவான். ஆனாலும் இதுக்காக என்னைப் புகழவில்லை. ஒரு தொழில்காரன் அதே தொழிலில் சிரத்தை காட்டிய இன்னொருத்தனை மனசாரப் பாராட்டினதாக அது இருந்தது சந்தோஷமான விஷயம்.

கொஞ்சம் யோசித்து அந்தச் சமையல்காரன் லயத்து ஜனக் கூட்டத்துக்காக வைத்த புளிக்குழம்பையும் ஒரு குவளை நிறையக் கேட்டு வாங்கிக் கொண்டேன். ஆனால் சுயம்பாகமாகச் செய்யாத வஸ்துவை எப்படிச் சாப்பிடுவது? ஆகவே அதை வாங்கி நாலைந்து கொத்துமல்லியைக் கிள்ளிப்போட்டு, கூடவே நிறைய தண்ணீரும் மிளகாய் விழுதும் சேர்த்து என் சமையல் ஆக்கிவிட்டேன். மடிக்கு மடியும் ஆச்சு. உப்பு உறைப்பு என் பழக்கத்துக்கு ஏற்றபடியும் ஆச்சு.

இப்படி காலையில் சமைக்கிறதை பத்திரமாக வைத்து ராத்திரிக்கும் கொஞ்சம் தயிரோ மோரோ குத்திச் சாப்பிடவும் இப்போ பழகிவிட்டது. சமுத்திரக் கரையாக இருந்தாலும் இங்கே பாலும் தயிரும் அபரிமிதமாகக் கிடைக்கிறது என்கிறதை உனக்குச் சொல்லியாக வேணும்.

இன்னொரு விஷயம் நான் சாப்பிடாதது. சமுத்ர புஷ்பம். அதாண்டி, மீன். என்னென்னமோ பேர் சொல்கிறான்கள் தமிழிலும் தெலுங்கிலும் அதுக்கு. ஜனக் கூட்டத்தில் முக்காலே மூணுவீசம் பேரும் ருஜித்துச் சாப்பிடுகிற வஸ்து அது.

நேத்து மதியம் சமையல்காரன் ஒரு பாத்திரத்தோடு ஏதோ வயித்தைக் குமட்டுகிற மீன் கூட்டோ பொரியலோ பண்ணி எனக்காக எடுத்து வந்து விட்டான்.

ரெட்டிகாரு, ஜாதி ஆசாரம் மீறி ஏன் இப்படி சுத்த சைவமாக இருக்கீங்க என்று உரிமையோடு கேட்டவனிடம் அதெல்லாம் ஒரு நேர்ச்சைக்காக விட்டொழித்தேன் என்று பொய் சொன்னேன்.

பெண்டாட்டி சாகக் கிடந்தபோது கழுக்குன்றம் பக்தவத்சலேஸ்வரனுக்கு நேர்ந்தபடிக்கு மீனும் கோழியும் இறைச்சியும் எல்லாம் விலக்கு இப்போ. மனசைக் கட்டுப்படுத்தி கட்டுப்படுத்தி பழகிவிட்டது.

பொய் சொல்லிச் சொல்லிப் பழகிவிட்டபடியால் இதுவும் சரம் சரமாக வந்து விழுந்தது.

இன்னிக்குச் சாயந்திரம் வெய்யில் தாழ்ந்து ரொம்பவே நேரம் சென்று லயத்தில் என் குடிலுக்குத் திரும்பினேன். காலம்பற வடித்த சாதம் காய்ந்து கருவாடாகிப் போய் அதில் எறும்பு வேறே மொய்க்க ஆரம்பித்திருந்தது. இது சாப்பிட பிரயோஜனப்படாதே, எடுத்துக் கொட்டி ஏனத்தைக் கழுவிட்டு இன்னொரு கை அரிசி வேகவைக்க வேண்டியதுதான் என்று தீர்மானத்தோடு தண்ணீர் சேந்த கிணற்றுப் பக்கம் நடந்தேன்.

கலுபிலுவென்று ஏகப்பட்ட இரைச்சல் அந்த வெளிச்சம் மங்கின நேரத்தில். சாயந்திரம் கப்பலில் வந்து இறங்கிய கிட்டத்தட்ட இருபது பேர் அங்கே புதுசாக எழுப்பிக் கொடுத்த குடில்களில் ஜாகை வைத்துக்கொண்டிருந்தார்கள்.

இரைச்சலை அடக்குகிற தோரணையில் கொஞ்ச நேரம் இரைந்து கத்தி நான் யார் என்பதை ஒருவாறு உணர்த்தினேன். எல்லாம் நம்ம ஊர் தமிழ் ஜனம். ஜாக்கிரதையாக தெலுங்கன் தமிழ் பேசுகிற தோரணையில் அவர்களிடம் என் பதவி, உத்யோக ஸ்திதி இன்னோரன்ன விஷயங்களை விளக்கி அங்கே துரையும் துரைசாணிகளும் இல்லாத போது, அது நித்தியப்படிக்கு சதா நடக்கிற விஷயமாச்சே, நான் தான் அவர்கள் எல்லோருக்கும் எஜமானன் என்று புரிய வைத்தேன். ஒரு சங்கடமான மௌனம் சுற்றி அடர்த்தியாக நிற்க அவர்கள் எல்லோரும் கலைந்து போனார்கள்.

சோற்றுப் பாத்திரத்தில் இருந்த பழைய சோறைக் கீழே மண்தரையில் கவிழ்த்தேன். நாய் பூனை ஏதாவது ராத்திரி வந்தால் தின்றுவிட்டுப் போகட்டும். கிணற்றில் நீர் சேந்தி பாத்திரத்தை அலம்பிக்கொண்டிருந்தபோது பின்னால் ஏதோ சத்தம். வளையல் குலுங்குகிற ஓசை அது.

திரும்பிப் பார்த்ததும் தெரிந்த முகம். ஐயோ என்னத்தைச் சொல்வேன். சாமி சத்தியமாக நிஜம் இது.

அந்தப் பெண்பிள்ளை யார் தெரியுமோடி? சாட்சாத் ரெட்டியக் கன்யகை தான்.

நான் கழுக்குன்றம் மலையில் ரெட்டை ஸ்தனத்தையும் ஆரத் தழுவிச் சுகிக்க ஆரம்பித்தபோது உசிரோடு இருந்து அது ரெண்டும் கழுகாக மாறினபோது உசிர் போய் ரத்தப் பிரவாகத்தில் சவமாகக் கிடந்தாளே அவளேதான்.

கல்யாணி. தெலுங்கு ரதி. கல்யாணி. ரதி. ரதி. ரதி.

அய்யரே கழுக்குன்றத்துலே பாதியிலே விட்டுட்டுப் போயிட்டீரே. மீதியை உங்கப்பனா வந்து முடிச்சு வைப்பான்?

அவள் நமுட்டுச் சிரிப்புடன் தமிழில் கேட்டாள். என் கையில் வைத்திருந்த பாத்திரம் நழுவி உள்ளே இருந்த ஜலம் எல்லாம் காலில் கொட்ட பாதம் மேலேயே விழுந்தது. அது ரத்தம் மாதிரி கொழகொழவென்று காலை நனைத்துச் சிவப்பாக ஒரு விநாடி தெரிய உடம்பெல்லாம் நடுக்கம் ஏற்பட்டது.

திரும்பியே பார்க்காமல் நடக்க முற்பட்டேன். அவள் குரல் பின்னால் இருந்து தொடர்ந்தது.

அய்யரே, லட்டு உருண்டை, பானகம், கனிஞ்ச வாழைப் பழம். எல்லாம் இன்னும் கொஞ்சம் வேணும். கழுகு பார்த்திருக்கீரா? ஜோடிக் கழுகு? இதோ.

அவள் மேல் சேலையை விலக்கினாள். பருத்த மார்பகங்கள் கழுகாகக் கவிந்து என்னை வாவா என்று ஈர்க்க இதமாக இருட்டு நகர்ந்து வந்து கொண்டிருந்தது.

கல்யாணி, அடி என் கல்யாணி. எனக்கு வேறென்ன வேணுமடி?

நீதான் நீயேதான்.

சாப்பாடும் சமையலும் கோவிலும் குளமும் ஸ்நானமும் ஸ்கலிதமும் வேலையும் கூலியும் எல்லாம் அப்புறம். நீ கிடைத்தால் போதுமடி கல்யாணி.

நான் மோகாவேசத்தோடு தமிழில் சொல்ல வாயெடுத்தபோது பின்னால் இருந்து ஒரு ஆம்பிளை குரல் கேட்டது.

ஏன் புள்ளே. எட்டு மஸ்தூரு தெலுங்குக்காரர். அவர்கிட்டே தமிழ்லே என்னத்தைச் சொல்லிக்கிட்டு நிக்கறே? பாவம் மனுஷர் பாஷை புரியாம முழிக்கிறார் பாரு.

அவன் முகம் ஒரு சாயலுக்கு கிழங்கனைப் போல் இருந்தது. ஆனாலும் இவன் தெலுங்கன் இல்லை. இந்தக் கல்யாணியும்.

பசியோட இருக்கீங்க போல. பாவம். நான் சுடச்சுட சோறு பொங்கித் தரேன். சாப்பிட்டுங்கன்னேன்.

அவள் புடவை முந்தானையை இழுத்துப் போர்த்தியபடி என் முன் வெகு மரியாதையோடு நின்று அப்படித்தான் சொன்னாள். என் மனசு தான் எதையோ கட்டி வைத்து அழகு பார்த்தது.

வேண்டாம்.

அவள் பொய் சொன்னாள். என் கல்யாணி. எனக்கு அது ரொம்பப் பிடித்திருந்தது.

அத்தியாயம் நாற்பத்திரெண்டு

மே 13 1899 விகாரி வருடம் சித்திரை 31 சனிக்கிழமை

முழிச்சுக்கோடி பொண்ணே. அப்படி என்ன பாழாப் போற தூக்கம்? மங்களகரமான திவசத்துலே மூதேவி மாதிரி கிடந்து உறங்கினா சீதேவி எப்படி படிகேரி வந்து தங்குவான்னேன். எழுந்திருடி. இந்தா தந்த சுத்தி சூர்ணம். மூத்ரம் ஒழி. பல் தேச்சுட்டு வந்து உக்காரு. பழைய சாதம் கையிலே பிசஞ்சு போடறேன். பாவாடையை நேராக்கிக்கோடி குடிகேடி. விரிச்சு வச்சுண்டு தர்ம தரிசனமா தரே? லோகத்துலே அவனவன் ஆட்டிண்டு அலையறான் பாத்துக்கோ.

அம்மா அதட்டினாள். அவள் குரல் கடல் நாரை குரல் மாதிரி கீச்சென்று ஒலித்தது. அடுத்த வினாடி அவள் எல்லையற்ற நீலவானப் பரப்பில் றெக்கை விரித்துப் பறக்க ஆரம்பித்திருந்தாள். மேலே இருந்து தெரிசாவைப் பார்த்து கண்ணை விழித்து மிரட்டி, எழுந்து உட்காரச் சொல்லிக் கொண்டிருக்கிறாள் சிநேகம்பாள். அப்பன் எங்கே?

தெரிசா தலையில் சிநேகாம்பாளின் கூர்மையான அலகு மூர்ச்சையோடு துளைக்கிறதுபோல் குத்திக் கிழிக்க இறங்கி

வந்தபோது தெரிசா கலவரத்தோடு விழித்துக் கொண்டாள்.

அம்மா, நீ ஏன் என்னை இப்படி பேடிச்சுப் போக வைக்கறே? நான் உன்னோட முதல் கொழந்தை இல்லையா? பொண்ணாப் பொறந்தது என் தப்பா? உன் உதிரம். உன் வயித்துலே பத்து மாசம் கிடந்தவ. புண்ணியமாப் போறதுடி அம்மா. என்னை வையாதே. தொடையில் நிமிண்டாதே. வலி பிராணன் போறது. அம்மா, அடி அம்மா, கேட்கிறாயோடி? வேணாம், எதுக்கு நாரை மாதிரி, கொக்கு மாதிரி, ஆலப்பாட்டு முத்தச்சன் மாதிரி இப்படி பறக்கறே? எதாவது அம்பலத்துக்கு நேர்ச்சையா?

நாரை இறங்கி வந்து காது பக்கத்தில் நாராசமாக இரைந்தது.

பொசை கெட்டவளே, வழிச்சுண்டு தூங்கறியே. பழைய சாதம் ஆகாரம் கழிச்சுட்டு துணி அலக்கி, வீடு முழுக்க அடிச்சுப் பெருக்கணும்னு போதமே இல்லியா? நாளைக்கு புக்காத்துக்குப் போனா கையும் காலும் வழங்குமோ இப்படித் தூங்கினா? நெத்தியைப் பாரு. பாழ் நெத்தி. குங்குமம் வச்சுக்கணும்னு தோணாதோ பொண்ணாப் பொறந்தவளுக்கு. சாந்துப் பொட்டு கூடவா ஆத்துலே இல்லே? என்னத்தை வெட்டி முறிக்கறே தடிச்சி. நான் பாட்டுக்குச் சொல்லிண்டே கிடக்கேன். நீ போடி போக்கத்தவளேன்னு ஏந்திருக்க மாட்டேன்னு ஒரு அடம்.

அம்மா வார்த்தை ஒவ்வொன்றும் முதுகிலும் முகத்திலும் நாரை அலகாகக் குத்தி ரணப்படுத்த தெரிசா விழித்துக்கொண்டாள். அம்மா இல்லை. நாரை மாத்திரம் இருந்தது. ஜன்னல் பக்கம் இருந்து உள்ளே பார்த்து நாராசமாக கத்தியபடிக்கு.

இது அம்பலப்புழை இல்லை. தெரியும். லண்டன் கூட இல்லே. அதுவும் தெரியும். எடின்பரோவிலே தங்கியிருந்த இடத்துலே நேத்து ராத்திரி தீ பிடிச்சுடுத்து. அதுவும் தெரியும். அப்புறம்? கடல் பறவை இளக்காரமாகக் கேட்டபடி எவ்விப் பறந்து சுற்றி விட்டு மரக் கிளையில் உட்கார்ந்தது.

தீ பிடித்த அப்புறம்? எங்கே இருக்கேன் நான்? இது யார் வீடு?

தெரிசா பரபரப்பாகப் பார்த்தபடி எழுந்து உட்கார்ந்தாள்.

விடிந்துகொண்டிருக்கிற அரை இருட்டு வெளிச்சத்தில் இருக்கப்பட்ட இடம் மனசிலாகவில்லை. ஏதோ ஆம்பிளை வாடை அடிக்கிற பிரதேசம். அது மட்டும் அர்த்தமானது. அடர்த்தியான புகையிலை வாசனை. குப்பியில் பாதி ஒழித்து மிச்சம் வைத்த சாராய வாடை. எங்கேயோ பக்கத்தில் மூத்திர நெடி. ஆம்பிளை மூத்திரம் போக வந்திருக்கிறான்.

அவள் படுத்திருந்த கட்டிலில் இருந்து எழுந்து தடதடவென்று வெளியே ஓடி வந்தாள். அந்த நாரையையே பார்த்தபடி அவள் முன்னால் நகர்ந்தாள்.

அம்மா, கோவிச்சுக்காதே. எங்கேயோ வந்து எப்படியோ படுத்துத் தூங்கிட்டேன். திட்டாதே. என்னைக் காப்பாத்து. வாசல் தெளிக்கறேன். இதோ வரேன். அம்மா, எங்கே இருக்கே. என்னைக் காப்பாத்து அம்மாடி. பறந்து போயிடாதே. வரேன்.

உடுத்திய உடுப்போடு வெளியே வந்தது உறைத்தபோது குளிர் தேகத்தை நடுக்கியது.

உடுத்தியிருக்கிறேனாடி அம்மா? மொட்டைக் கட்டையாக பிறந்த கோலத்தில் வந்துட்டேனோ. படுக்கையில் மூத்திரம் போறேன்னு இப்படியே படுக்க வைச்சுட்டியோ? என் பாவாடையைக் கொடுடி அம்மா. சித்தாடை எங்கே போச்சு?

தெரிசா குனிந்து பார்த்தபோது ராத்திரி அங்கியும் மேலே கம்பளிச் சட்டையும் அதுக்கும் மேலே கம்பளி சால்வையுமாக உடம்பு முழுக்கப் போர்த்தி இருந்தது கண்ணில் பட சின்னதாக ஓர் ஆறுதல்.

அம்மா உடுப்பைப் பிடுங்கிப் படுக்கப் போடவில்லை. ஆனாலும் பாதம் பனிக்கட்டியில் பதிந்த மாதிரி ரத்தம் கட்டி வலித்தது. செருப்பு எங்கே?

வீட்டுக்குள்ளே செருப்பா? அடி துடைப்பக் கட்டையாலே. பாவாடையை இழுத்துச் செருகிண்டு நெத்திக்கு இட்டுக்கோடி.

நாரை விடாமல் இரைந்தது. தெரிசா தயக்கத்தோடு வாசல் படி தாண்டாமல் நின்றாள். யாரோ அவசரமாகப் படி ஏறி

வந்து கொண்டிருந்தார்கள்.

குட் மார்னிங் தெரிசா. நல்ல உறக்கமா சீமாட்டியே? எழுப்பி விட்டுவிட்டோமா நாங்கள் ஏகத்துக்கு இரைச்சல் போட்டு? மனசார மன்னிப்பு கேட்கிறேன்.

தாமஸ் தொப்பியைக் கழற்றி இடுப்போடு குனிந்து வணங்கி விட்டு நிமிர்ந்தான். பக்கத்திலேயே நாடகம் பார்க்கிற ரசத்தோடு கண்ணை இடுக்கிக் கவனித்துக் கொண்டு புகைவிட்டபடி நின்றவன் நேற்றைக்கு ஓ சோசன்னா நாடகத்தில் கதாநாயகனாக வந்த ஸ்டான்லி கார்டன்.

தாமதமான வரவேற்புகள் மகாராணி, இந்த என் எளிமையான இல்லத்துக்கு.

கார்டனும் தலையசைத்துச் சிரித்தான்.

தெரிசாவுக்கு சட்டென்று மனசில் எல்லாம் வந்து சேர்ந்தது. இந்த நாடகக்காரன் வீட்டுக்கு அதுவும் தாமஸ் தடியனோடு அவள் எப்படி வந்தாள்? எப்போது வந்தாள்? அவன் படுக்கையையா பகிர்ந்துகொண்டாள்?

வீட்டுக்கு உள்ளே இருந்து ஒரு மர வாளி நிறைய வென்னீர் நிறைத்து எடுத்துக்கொண்டு நீளப்பாவாடை கட்டிய இளம்பெண் ஒருத்தி வெளியே வந்தாள். தெரிசாவைப் பார்த்துப் புன்னகையோடு வணக்கம் சொன்னாள் அவள்.

என் தோழி. ஓ சூசன்னா நாடகத்தில் நாலு காட்சியில் தலையைக் காட்டுகிற தோழியாக வருகிறாள் பார்த்திருப்பீங்களே. சிந்தியா. இவள் தான் என் கூட வசிக்கிறவள். தற்போதைக்கு.

கார்டன் தன் சிநேகிதியைத் தெரிசாவுக்கு அறிமுகம் செய்து வைத்தான். மரியாதைக்குப் பதில் வணக்கம் சொன்னாள் தெரிசா.

அது என்ன கல்யாணம் ஆகாமல் உறவு வைத்துக் கொண்டு சிநேகிதியாக சிநேகிதனாகக் காலம் தள்ளுவது என்கிறது? தெய்வத்துக்குக் கிஞ்சித்தும் பிடிக்காத பாவ காரியம் இல்லையா?

அம்மாவைக் கேட்டாள் தெரிசா.

அவா அவா பாவ புண்ணியம் என்னன்னு பார்த்துக்கட்டும். நீ உன் ஜோலியைக் கவனிடீ பொண்ணே.

நாரை அலுத்துக்கொண்டு பறந்து மேலே நீல ஆகாசத்துக்கு உயர்ந்து காணாமல் போனது.

சிந்தியாவுக்கு சீமாட்டி சார்பில் நன்றி சொல்லக் கடமைப் பட்டிருக்கிறேன். தன் படுக்கை அறையை அப்படியே ஒதுக்கிக் கொடுத்து விட்டு ராத்திரி முழுக்க வெளியே இருந்த நல்ல மனசு இல்லையா இவளுடையது?

தாமஸ் குறுக்கே வெட்டி வார்த்தை சொல்லிவிட்டு சுவாதீனமாக ஸ்டான்லி கார்டனின் கோட்டுப் பையில் இருந்து சிகரெட்டை எடுத்துப் பற்ற வைத்துக் கொண்டான்.

தெரிசா நன்றியோடு சிந்தியாவைப் பார்த்தபோது மனசில் நாரை வந்து உட்கார்ந்து நொட்டச் சொல் சொன்னது.

என்னத்த படுக்கையை உனக்குக் கொடுத்தா? கூட்டுக்காரனோடு ரமிக்க அவன் படுக்கையைப் பகிர்ந்துண்டு இருப்பா. கூறு கெட்டவளே. நீ ஒழுங்கா உடுப்பு விலகாம உறங்கி எழுந்தியோ இல்லே ராத்திரியிலே அந்த தாமஸ் தடியன் மாரைத் தடவிட்டுப் போனானோ?

கம்பளிப் போர்வையை இன்னும் இறுகத் தோளில் சுற்றி இறக்கிக்கொண்டு தெரிசா மிரண்டுபோய் தாமஸைப் பார்த்தாள்.

மர வாளியைப் பக்கத்தில் வைத்து விட்டு சிந்தியா பிரியமாகச் சிரித்தாள்.

ராத்திரி தோப்புத் தெரு விடுதியிலே தீ பிடிச்சதும் எல்லோரும் உசிரு பிழைக்க ஓடினாங்க. இல்லேன்னா குய்யோ முறையோன்னு கூச்சல் போட்டு சுத்திச் சுத்தி வந்தாங்க. தெரிசா தோட்டத்துக்குப் போய் மயக்கம் போட்டு விழுந்துட்டாங்க. இதைவிட புத்திசாலித்தனமா ஒரு இக்கட்டை எப்படி சமாளிக்கறது சொல்லு? நீயா இருந்தா என்னை உள்ளே தள்ளி

கதவைப் பூட்டிட்டு மேன்செஸ்டர் ஓடியிருப்பே. உங்க அம்மா கிழவி அடுத்த கல்யாணம் பண்ணிக்கறதைக் கண்குளிரப் பார்க்க வேண்டாமா?

கார்டன் சிந்தியாவை சீண்டினான்.

பாவம்டா சும்மா இரு. தெரிசா நிலைமையிலே இருந்தா நானும் அப்படித்தான் மூர்ச்சையாகி விழுந்திருப்பேன். புது இடம். புதுசா அறிமுகம் ஆன மனுஷங்க. வந்த முதல் நாளே இப்படி ஒரு அதிர்ச்சி. விபத்து. என்ன செய்ய முடியும் சொல்லு.

சிந்தியா ஆதரவாக தெரிசாவை அணைத்துக் கொண்டாள். தெரிசாவுக்கு இதமாக இருந்தது. சிந்தியா குனிந்து ஒரு குவளை மிதமான சூட்டோடு வென்னீரை தெரிசாவின் பாதத்தில் கவிழ்த்தாள். மனசில் இனம் புரியாத நிம்மதி. சுகம். இளைப்பாறுகிற உணர்ச்சி.

வெறும் காலோடு நிக்க வேணாம் தெரிசா. பனி வெடிப்பு ஏற்பட்டுதுன்னா ஆறறது கஷ்டம். உள்ளே போகலாம் வாங்க.

அவள் தெரிசாவைக் கையைப் பிடித்து மறுபடியும் வீட்டுக்குள் அழைத்துப் போனாள். நாற்காலியில் அவளை உட்கார வைத்து விட்டு உள்ளே போய் தேநீர் உண்டாக்கிக் கொண்டு வந்து கொடுத்தாள்.

பாலும் சர்க்கரையும் தனித்தனியாக வைத்து எடுத்து வந்த கோப்பைகளில் இருந்து சூடான பாலை மாத்திரம் தேநீரில் கலந்தாள் தெரிசா. இனிப்பு வேண்டி இருக்கவில்லை என்னமோ இப்போது.

பல்லு தேய்க்காம கண்டதையும் குடிக்காதேடி.

அம்மா மனசுக்குள் சொன்னபோது தெரிசா சமாதானம் சொன்னாள் ராத்திரியே பல்லு தேச்சுட்டேனே. தேச்சேனா இல்லியா?

எங்கே பல்லு தேய்க்க? ராத்திரி தீயில் கருகிப் போனது உடுப்பு, பணம், துணிமணி, பல் தேய்க்கிற பிரஷ், தலை வாரும் சீப்பு இன்னும் என்ன எல்லாமோ.

ராத்திரி நாடகம் முடிஞ்சு வந்தபோது தோப்புத் தெருவிலே களேபரமா தீ பற்றி எரிந்தபடிக்கு இருந்தது. சட்டுன்னு உன் நினைப்பு. உள்ளே தூங்கிட்டு இருக்கியோன்னு பயம். தீயைப் பத்திக் கவலைப்படாமல் ஓடி உள்ளே போனேன்.

தாமஸ் சொன்னான். அவன் பார்வையில் நேசம் தெரிந்தது. மனுஷர்கள் நல்லவர்கள். அவ்வப்போது சாத்தான் குடியேறி ஒரு நிமிஷம் அரை நிமிஷம் ஆட்கொண்டாலும் தேவன் மிச்ச நேரம் சுத்தமாக்கிப் போட வந்துவிடுகிறான்.

என்னத்தை உள்ளே ஓடினே. வயிறு முட்டக் குடிச்சுட்டுன்னா வந்தே? அப்படியே உள்ளே போயிருந்தா படுத்தே கருகிச் செத்திருப்பே. உன்னை வழிமறிச்சு இழுத்துப் பிடிச்சுக்க நாலு பேர் வேண்டியிருந்தது. தெரிசா தெரிசான்னு நீ அலறினது லண்டனுக்கே கேட்டிருக்குமோ என்னமோ ராணியம்மாவோட ஹோலிராட் அரண்மனைக் கதவைக் கடந்து கேட்டு எழுப்பி இருக்கும் எல்லோரையும்.

ஸ்டான்லி கார்டன் தாமஸைப் பார்த்துக் கண் அடித்தான். தாமஸ் தலையைக் குனிந்து கொண்டான்.

தெரிசாவை அவன் தொட்டுத் தூக்கி வரவில்லை. ஆனால் என்ன? அவளுக்கு ஒன்றும் ஆகக் கூடாது என்று உள்ளபடிக்கே கவலைப்பட்டிருக்கிறான். தெய்வ அனுக்கிரகத்தில் அவன் நல்லபடிக்கு குடும்பம் வைத்து க்ஷேமமாக இருக்கட்டும்.

தெரிசா தேவ ஊழியம் செய்ய வந்த பரிசுத்த ஆத்மாவாக அவனை ஆசீர்வாதம் செய்தாள்.

தெரிசா, நீங்க தோட்டத்திலே மயக்கம் போட்டு விழுந்து கிடந்ததை என் கூட வந்த சிந்தியாதான் முதல்லே பார்த்தா. அப்படியே நானும் அவளும் கைத்தாங்கலா ஒரு சாரட்டுலே ஏத்தி இங்கே கொண்டு வந்துட்டோம். தாமஸையும் போதையிலேயே வண்டியிலே அடைச்சு எடுத்து வந்து என் அறையிலே போட்டுட்டேன். இப்பத்தான் எழுந்தான்.

சிந்தியா காலி தேநீர்க் கோப்பைகளோடு உள்ளே போனவள்

அதே வேகத்தில் திரும்ப வந்தாள்.

சொல்லவே மறந்துட்டேன். நடு ராத்திரிக்கு வாசல் கதவை யாரோ பலமா இடிச்சாங்க. பயத்தோடு திறந்து பார்த்தா தோப்புத் தெரு விடுதியிலே வேலை பார்க்கிற பொண்ணு நின்னுட்டிருந்தா. கையிலே இந்தப் பெட்டி.

தெரிசா சிந்தியா கையில் பிடித்திருந்த தோல்பெட்டியைப் பார்த்தாள். அவளுடையதுதான்.

அந்தப் பணிப் பெண் எங்கே? காசு விலை மதிப்பு என்று பார்த்தால் ஒன்றும் இல்லாத பெட்டிதான் அது. ஆனால் மற்ற மதிப்பு? உள்ளே உடுப்பும் பீட்டரின் புகைப்படம் ஒன்றும் அம்பலப்புழை கிருஷ்ணன் படமும் எந்தக் காலத்திலேயோ பட்டணத்துக்கு வந்தபோது பறித்துப் போட்ட உலர்ந்து போன நந்தியாவட்டை சருகின் சருகும் இருக்கப்பட்ட பெட்டி அது. கிறிஸ்துவ தோத்திரப் பாட்டுக்கள் அடங்கிய புத்தகமும் அதிலே உண்டு. கர்னாடக சங்கீத ரீதியில் சிட்டைப்படுத்தி அப்பன் கடுதாசியாக எழுதி அனுப்பிய நாலைந்து தமிழ் கானங்களும் அந்தப் பெட்டியில் இருந்தன. கிறிஸ்து நாதர் விஷயமான பாட்டுக்கள் அதெல்லாம்.

அந்த வேலைக்காரப் பொண்ணு நடு ராத்திரியிலே வீட்டுக் கதவைத் தட்டிக் கொடுத்ததே ஆச்சரியம். அதைவிட ஆச்சரியமா அவ ஒண்ணு சொன்னாளே பாக்கணும்.

சிந்தியா கொஞ்சம் நிறுத்தி தெரிசாவைப் பார்த்தாள். அவள் இன்னொரு ஆச்சரியத்தை எதிர்பார்த்தாள். இது வழக்கமான ஆச்சரியமாக இருக்கப் போகிறது என்றது மனம்.

நிஜத்துக்கும் மாயத்துக்கும் நடுவிலே அவள் ஊசலாட ஆரம்பித்து கொஞ்ச காலமாகிறது. எல்லாவற்றையும் நம்பச் சொல்லுகிறது ஒரு மனசு. இல்லை, எதையும் யாரையும் நம்பாதே என்று எச்சரிக்கிறது இன்னொன்று. இப்போது எந்த மனசு முன்னால் வந்து நிற்கப் போகிறதோ தெரியவில்லை.

நல்ல கருப்பிலே இந்தியாக்காரி போல உடுப்பு அணிஞ்ச ஒரு

ஸ்திரியும், கூடவே அரைகுறையா உடுத்த ஒரு பெண்குழந்தையும் அவள் கிட்டே இந்தப் பெட்டியைக் கொடுத்து இங்கே தெரிசாவிடம் சேர்ப்பிக்கச் சொல்லிட்டுப் போனாங்களாம். தீ விபத்து நடந்த கலவரத்துலே அவ யாரு, எங்கேயிருந்து வந்தா, எங்கே போனான்னு எதையும் விசாரிக்க முடியலியாம்.

தாமஸ், நீதான் கொட்டகையிலே வந்து மூக்கு முட்டக் குடிச்சுட்டு தடுமாறினேன்னா, இங்கே பாரு, விடுதியிலே ஒரு வேலைக்காரப் பொண்ணு பிராந்தி எடுத்துக் குடிச்சுட்டு ரகளை பண்ணியிருக்கா. அவளைச் சொல்லிக் குற்றம் இல்லை. அபாயமும் நெருக்கடியும் பயமும் சேர்ந்து ஆட்டி வச்சிருக்கு. கையிலே கிடைச்ச குப்பியைத் திறந்து கடகடன்னு குடிச்சுட்டா. போகுது. தெரிசா அது உன் பெட்டிதானா பாரு.

கார்டன் சொன்னான்.

பெட்டியைத் திறக்காமலேயே தெரிசாவுக்குத் தெரியும். அவள் பெட்டிதான் அது. கொண்டு வந்து கொடுக்கச் சொல்லிக் கொடுத்து அனுப்பியதும் யார் என்று அவளுக்குத் தெரியும். அம்பலப்புழைக்காரிப் பெண். குழந்தையோடும் பசியோடும் வந்த பிராமணப் பெண்.

சேச்சி. பசி பிராணன் போறது.

நாரை திரும்ப தாழப் பறந்து தோட்டத்துக்குள் நுழைந்தபடி கூவியது.

வந்துட்டேன். இதோ மூத்ரம் ஒழிச்சுட்டு தந்த சுத்தி செஞ்சுண்டு வந்து ஆகாரம். பழையது போடறேன்னா அம்மா. சாப்பிடுவேளோ இல்லியோ?

அத்தியாயம் நாற்பத்திமூன்று

மே *13 1899 விகாரி வருடம் சித்திரை 31 சனிக்கிழமை*

தெரிசா மேடம் தங்க விடுதி தயார். அறையை மெழுகி சுத்தப்படுத்திட்டு இருக்காங்க.

எங்கேயோ கேட்ட குரல் இல்லியா இது?

தெரிசாவுக்கு நினைவு வந்தது. தோப்புத்தெரு விடுதி வேலைக்காரப் பெண்.

நல்லா இருக்கியா குட்டிப் பெண்ணே? பொழைச்சுக் கெடந்து எழுந்து வந்தியா?

நாற்காலியில் உட்கார்ந்தபடிக்கு வாஞ்சையோடு அவள் முதுகைத் தடவினாள் தெரிசா. அந்தக் குட்டி சிநேகிதமாக தெரிசா தோளில் முகத்தைப் புதைத்துக் கொண்டாள்.

தெரிசாவுக்குப் பிறக்காத எத்தனையோ குழந்தைகளின் இன்னொன்று இங்கே.

முடிச்சாச்சான்னு பாத்துட்டு வந்துடறேன்.

சொல்லிவிட்டு திரும்ப வெளியே ஓடினாள் அந்தப் பெண். அவளால் ஓடி வந்து மூச்சு இரைக்கப் பேசினால் மட்டுமே நாலு

வார்த்தை கோவையாகப் பேசமுடியும் போல தெரிசாவுக்குப் பட்டது.

எதுக்கு எடுத்தாலும் ஓட்டம். கும்மாளி கொட்டி வரும் ஆனந்தம். அம்மா முழங்காலில் அடித்து அடித்து அடக்கிப் போட்டது. தெரிசாவுக்கும் இந்த வயதில் இருந்த ஒண்ணு அது.

பொண்கொழந்தையா லட்சணமா இல்லாம சதா சுரைக் குடுக்கை மாதிரி குலுக்கிண்டு சாடினா அடுத்தாத்து தடியன் கையைப் பிடிச்சு இழுத்துண்டு ஓடிடுவான் பாத்துக்கோ. உனக்கு வாய்ச்ச ஆத்துக்காரனும் கோட்டுவாயையும் அரக்கட்டையையும் காத்தாடத் திறந்து போட்டுண்டு தூங்கிண்டு கிடப்பான் பிரம்மஹத்தி. வந்து வாய்ச்சது எல்லாம் வக்ரம். அறு வஷால் அத்ரயும்.

சிநேகாம்பாள் பீட்டர் மெக்கன்சியைப் பார்த்ததில்லை. அவளுக்கு அந்த வெளுப்பு உவ்வே என்று குமட்டிக்கொண்டு வந்தாலும் பெண்ணைக் கல்யாணம் கழித்ததால் மாப்பிள்ளை.

பீட்டர் வாய் எச்சில் தலகாணி எல்லாம் வடிய தூங்குகிறவன் தான். விசேஷமாக ராத்திரி முழுக்க தெரிசாவோடு ரமித்து விட்டு விடிகாலையில் அவள் தொடையை இறுக்கிக் காலால் சுற்றிக் கொண்டு மலைப்பாம்பு மாதிரி தூங்குவான்.

பாம்பு போகம் பண்ற மாதிரி பின்னிப் பிணைஞ்சு கிடக்கோம். தாமஸ் நினைச்சாலும் என்னை பீட்டர் கிட்டே இருந்து பிரிச்சு கையைப் பிடிச்சு இழுத்துண்டு ஓட முடியாதுடி அம்மா.

மேடம், மேடம்.

திரும்ப ஓடி வந்த பெண் அழைத்துவிட்டு ஒரு வினாடி நின்றாள். அப்புறம் வந்த வழிக்கே அதே வேகத்தில் திரும்பினாள்.

அவள் பின்னால் அவசரமாக ரெண்டு எட்டு எடுத்து வைத்தாள் தெரிசா. ஓடிப் பார்த்தால் என்ன? தெரு முழுக்க, கல் பாவிய அந்த நடைபாதையின் பனி ஈரம் காலோடு பச்சென்று ஒட்டிக்கொண்டு வர ஓடணும். பனி வெடிப்பு வரட்டும். சுவஸ்தமாகட்டும். எங்கே ஓட? அம்பலப்புழைக்கா?

ஏண்டி லண்டி முண்டே, கட்டினவன் சண்டைக்குப் போறேன்னு பரதேசம் போயிருக்கான், பாழாப் போனவன். இந்தச் சுருட்டுக்காரத் தடியனோட தானே அயலூருக்கு வந்திருக்கே. இப்ப ஓட வேண்டாம். அவன் கமனம் பண்ண ராத்திரி நுழைஞ்சா தப்பிச்சு ஓடறதுக்குக் கால்லே வலு வேணும். காப்பாத்திக்கோ.

அம்மா சிடுசிடுப்போடு சொல்லிவிட்டு காணாமல் போனாள். தெரிசா அப்பன் கிட்டாவய்யனைத் தேடினாள். அவன் ஏதோ இயேசு கீர்த்தனத்தை அடாணா ராகத்தில் சிட்டைப் படுத்திக்கொண்டு அம்பலக் குளக்கரையில் உட்கார்ந்திருந்தான். அந்தத் தண்ணீரின் பச்சை வாடை தெரிசா மூக்கில் குத்தியது. அப்பன் நிமிர்ந்து பார்த்து, ஜாக்கிரதைடா குஞ்சு என்று மட்டும் சொல்லிவிட்டு கீர்த்தனத்தில் முழுகிவிட்டான்.

மேடம் மேடம்

வேலைக்காரப் பெண் திரும்ப வந்திருந்தாள். தெரிசாவை உலுக்கி எழுப்பினாள்.

நாற்காலியில் உட்கார்ந்தபடிக்கே தூங்கியிருக்கிறாள் அவள். வெறும் ஐந்து நிமிடம். ராத்திரியில் சரிக்கு உறங்காத க்ஷீணம்.

மனசு குறக்களி காட்டுகிறது நிஜத்தில் ஒரு கீற்றும் நினைவில் இன்னொண்ணும் எடுத்துச் சேர்த்து.

மேடம், அறைக்குப் போகலாமா?

அந்தப் பெண் தெரிசாவின் பெட்டியைத் தூக்கிக்கொண்டு திரும்ப ஓடினாள்.

வேண்டாம், நில்லு.

ஓ சோசன்னா நாடக வேஷக்காரன் ஸ்டான்லி கார்டனின் சக நடிகை சிந்தியா சொன்னாள். கல்யாணம் எல்லாம் வேண்டாம் என்று வைத்து அவன் கூடவே நடித்து சாப்பிட்டு படுத்து எழுந்து மூச்சுவிடுகிற சிநேகிதி.

அவள் விருப்பம் அது என்றால் ஆட்சேபம் சொல்ல தெரிசா யார்? எல்லோரும் வேதாகமப்படி ஜோடி சேர்ந்து,

ஆசிர்வதிக்கப்பட்டு குடித்தனம் நடத்தி அப்புறம் ஏகமனசோடு முடிவு செய்து, தேவ ஊழியம் பண்ண ஊர்விட்டு ஊர் வருவார்கள் என்று எதிர்பார்க்க முடியுமா?

தெரிசா உடுப்பை மாத்திட்டு வரட்டும். இப்படியே தெருவிலே உன்னோட ஓடிவரவா முடியும்? நீ ஓடினாலே நாலு பேர் நின்னு பாக்கறாங்க. கூட இந்த மகாராணியும் தடதடன்னு ஓடின்னா பாதி எடின்பரோ தூக்கத்தைத் தூக்கி எறிஞ்சிட்டு வந்து நின்னுடும் வேடிக்கை பார்க்க.

சிந்தியா முகத்தைக் கூர்ந்து பார்த்தாள் தெரிசா. கொஞ்சம் அம்மா சிநேகாம்பாள் சாயல் தட்டுப்பட்டது.

குளியல் அறை வலது கை ஓரமா இருக்கு தெரிசா. இப்பத்தான் உங்களுக்காக சுத்தப்படுத்தி வச்சேன். போறதுன்னா போயிட்டு வாங்க.

ராஜபார்ட்காரன் சிநேகிதி ஆதரவாகச் சொன்னாள். ராத்திரி முழுக்க அரைகுறையாக உறங்கி மூத்திரம் முட்ட நிற்கிற பெண்ணின் கஷ்டம் புரிந்த பெண். ஆசிர்வதிக்கப்பட வேண்டியவள்.

தெரிசா அறைக்குள் நுழைந்தபோது தான் மாதவிலக்கு வந்துவிட்டிருந்தது மனதில் போதமானது.

அட கஷ்டமே, இந்தத் தடவை என்ன சீக்கிரமே இந்த சனியன் வந்துடுத்தே. இப்பத்தானே தூரம் குளிச்ச மாதிரி இருக்கு.

நல்ல வேளை. சுத்தமான துணி எடுத்து வந்திருக்கிறாள். டவுச் என்று அவ்வப்போது சுத்தப்படுத்திக் கொள்ள பீட்டர் மருந்து வாங்கிக் கொடுத்திருக்கிறான்.

தெரிசாவுக்கு இந்த உதிரப் பெருக்கு வந்து உடம்பை வேதனைப்படுத்தும் போதும் தன் கூடப் படுத்துக்கொள்ளச் சொல்லி வேறே வற்புறுத்துவான் அவன். அவள் அதை மட்டும் வலுக்கட்டாயமாக விலக்கி வைத்திருந்தாள். சே, கர்மம். அசுத்தம்.

அரைக்கட்டில் சுத்தமாக இருந்தா பிரச்சனை இல்லே. அவன்

சொல்வான். மழித்துக் கொள்ள மட்டும் வேண்டாம் என்று சொல்லி விட்டான் கடன்காரன். காட்டுப்பூ வாடையடிக்கிற புதர் தான் பிடிக்குமாம் நாசமாகப் போனவனுக்கு.

ஊரில் தூரம் குளித்தால் வீட்டுக்குள் வருவதற்கு முன் அம்மா சிநேகாம்பாள் ஒரு செம்புத் தண்ணீரைத் தலையில் கவிழ்ப்பாள். வேதத்தில் ஏறின பிற்பாடும் இந்தச் சொம்பு ஸ்நானம் ரொம்ப நாள் தொடர்ந்த ஒண்ணு.

ஏண்டி லஜ்ஜை கெட்டவளே, ஜடை பின்னி பூச்சூட்டி விடலாம் போல இருக்கு. கத்தியோ பிச்சோத்தியோ வச்சு களைஞ்சு போடணும்னு தோணலியா? என்ன பொண்ணோடி நீ. நான் வேணும்னா நறுக்கிவிடவா? ஜாக்ரதையா செஞ்சு விடறேண்டி குழந்தை. ஒரு தடவை பாத்துண்டா நீயே பண்ணிண்டுடுவே.

சிநேகாம்பா காதில் கிசுகிசுத்தபோது தெரிசா அவசரமாக அரைக்கட்டை மறைத்து துணி செருகிக் கொண்டாள்.

ரத்தம் படர ஆரம்பிக்கிறது. மதியம் இதைக் களைந்து வேறே துணி வேண்டியிருக்கும். மாற்றியதும் கண்காணாமல் போட கையில் துணிப்பை எடுத்துப் போகவேண்டும். கூடவே நிறைய உலர்ந்த துணியும் பஞ்சும் கூடத் தேவை. பெண்ணாகப் பிறந்தால் என்ன எல்லாம் சித்தரவதை.

குளியல் அறையில் எங்கேயும் ரத்தச் சுவடு தட்டுப்படுகிறதா என்று அங்கேயிருந்து வெளியே போகும்போது ஒருதடவைக்கு ரெண்டு தடவையாக இண்டு இடுக்கு விடாமல் பார்த்து உறுதிப்படுத்திக்கொண்டாள் தெரிசா.

அவள் தெருவில் இறங்கி நடந்தபோது முன்னால் பெட்டியோடு நெட்டோட்டம் ஓடின வேலைக்காரப் பெண்ணைத் தவிர வேறே ஆள் நடமாட்டம் இல்லை.

என்ன தெரு இது? தோப்புத் தெரு இல்லையோ. அவள் கேட்டபோது ஓடிக்கொண்டே முன்னாலிருந்து பதில் வந்தது - கில்மோர் தெரு, மேடம்.

அடைத்துப் பூட்டின ஒரு கட்டிடக் கதவுக்குப் பின்னே மாடத்தில் அங்கி உடுத்திய நாலு பெண்கள் நிற்பதைக் கவனித்தாள் தெரிசா.

கத்தோலிக்க கன்னிமாடம்.

நானும் தேவ ஊழியம் செய்யத்தான் வந்திருக்கேன்.

அந்தக் கன்யாஸ்திரிகளைப் பார்த்து இரைந்து சொல்லி அறிவிக்க வேண்டும் போலிருந்தது தெரிசாவுக்கு.

மணவாளனுக்காகக் காத்திருக்கிற மணவாட்டிகள் நாங்க எல்லாம். ஆம்பளையோட படுத்து எழுந்து தேவ ஊழியத்துக்குக் கிளம்பற அசுத்த ஜன்மம் இல்லே. அந்தக் கன்யாஸ்திரிகள் சொல்லலாம். அவர்களிடம் யாரும் கஸ்தூரி மணக்கும் காட்டுப்புதர் பற்றி ரசனையோடு சொல்ல மாட்டார்கள்.

டைகர் ஹண்டர்ஸ்.

கன்னிமாடத்துக்கு இரண்டு கட்டிடம் தள்ளி, தெரு மேட்டுப் பிரதேசமாக உயரும் இடத்தில் பெயர்ப் பலகை தொங்கிய கட்டிடத்துக்குள் வேலைக்காரப் பெண் நுழைந்தாள்.

அவளைத் தொடர்ந்து உள்ளே போன தெரிசா முதலில் பார்த்தது ஸ்காட்டிஷ் பாவாடைக்காரனைத்தான். தோப்புத் தெரு விடுதிக்காரன். பெயர் என்ன? கானரியோ என்னமோ. அங்கே சட்டமாக உட்கார்ந்து சுருட்டு பிடித்துக்கொண்டிருந்தான் அந்த வயசன்.

மகாராணி. பிரஜைகளை ரட்சிக்க வரணும். வரணும்.

பாவாடை விலகாமல் அவன் குனிந்து வணக்கம் சொன்னபோது பெரிதாக வாயு பிரிந்தான்.

அடக்க முடியாமல் சிரித்த வேலைக்காரிப் பெண் வெளியே ஓட தெரிசா கண்ணில் சிரித்தபடி அவனைப் பார்த்தாள். சங்கடமான சிரிப்பு அவனுக்கும்.

அந்தக் கல்லுளிமங்கனுக்கு ராத்திரி நடந்த பெரிய தீவிபத்து ஒரு பாதிப்பும் ஏற்படுத்தினதாக தெரிசாவுக்குத் தெரியவில்லை.

சர்வசாதாரணமாக இன்னொரு நீலக்கட்டம் போட்ட அரைக்கால் பாவாடையைச் சுற்றிக் கொண்டு சுருட்டு பிடித்துக் கொண்டு சத்தமாக வாயு பிரிந்து கொண்டு. வாழ்க்கையை அனுபவிக்க தீவிபத்து, வயசு எல்லாம் குறுக்கே நிற்காது போலிருக்கிறது.

ஆனாலும் ஆறுதலாக ரெண்டு வார்த்தை சொன்னால் நன்றாக இருக்கும் என்று தெரிசாவுக்குத் தோன்றியது.

பலத்த நஷ்டமாகிப் போனதோ நேற்று ராத்திரி தீ பிடித்ததில்? போகட்டும். கர்த்தர் கிருபையில் உயிர்ச் சேதம் ஒண்ணும் இல்லியே? கட்டிலும் மெத்தையும் வீடும் வாசலும் எரிந்து போனால் திரும்ப உழைத்து ஏற்படுத்திக் கொள்ளலாம். உயிர் நிலைக்க, தெய்வத்தின் கருணை இருக்க, அப்புறம் வேறே என்ன வேணும்?

அவன் சுருட்டை காலில் மிதித்து அணைத்து இடுப்புப் பாவாடைக்கு முன்னால் என்னமோ மாதிரி தொங்கிய துணிப்பையில் திணித்துக் கொண்டபடி நன்றி சொன்னான். அது தெய்வத்துக்கா தெரிசாவுக்கா என்று அவளுக்குத் தெரியவில்லை.

தோப்புத்தெரு விடுதியும் என் பெண்டாட்டி கட்டிடம். இந்த கில்மோர் விடுதியும் தான். அவளை மாற்றாத வரைக்கும் எனக்கு இருக்க இடமும் செய்ய தொழிலும் இல்லாமல் போகாது. இப்படி விதித்ததுக்கும் சேர்த்து கர்த்தருக்கு நன்றி சொல்லணும்.

அவன் தெரிசாவை நாற்காலியில் உட்காரச் சொல்லிக் கைகாட்டியபடி சொன்னான்.

தோப்புத்தெரு விடுதியில் இருந்த மர்மலேடும் ரொட்டியும் பன்றி மாமிச சாசேஜும் அதே நரகல் பிராணியின் குடலை பாகம் செய்து உண்டாக்கிய ஹாகிஸும் எல்லாம் பத்திரமாக கில்மோர் தெருவுக்கு வந்து சேர்ந்திருந்தன. அதெல்லாம் அக்னி தேவனுக்கு ஆஹுதியாகத் தகுதி படைத்தவை இல்லையோ.

தெரிசா, காலை வணக்கம்.

தாமஸ் குரல். இங்கேயும் வந்துட்டானா குடிகாரன்?

தாமஸ் எதையோ நீட்டினான். துணிப்பையில் அது என்ன? அட எழவே, நாலு மார்க்கச்சையையும் இடுப்புத் துண்டுத் துணியையும் பொட்டலம் கட்டி வைத்ததை பெட்டியைத் திறந்து தூரத்துணி எடுத்தபோது ராஜபார்ட்காரன் வீட்டிலேயே விட்டுவிட்டு வந்திருக்கிறாள் மடச்சி. இவன் கண்ணுக்கு இதுதான் படணுமோ? எடுத்து முகர்ந்து பார்த்திருப்பானோ? சீ சும்மா கிட மனசே.

தெரிசா நீ இங்கே வந்தது தெரியாம அங்கே காத்துக்கிட்டிருந்தேன். வேலைக்காரக் குட்டிதான் சொன்னா. புத்திசாலிப் பொண்ணு. போறதுக்குள்ளே ஒரு முத்தம் கொடுக்கணும். அட, பரிசுத்தமான அன்போட கொடுக்கறதாக்கும்.

தாமஸ் சொன்னதை தெரிசா ரசிக்காவிட்டாலும் பாவாடைக்காரன் ரொம்பவே ரசித்து சிரித்தான். ராத்திரி வீட்டைக் கொளுத்திக் குளிர் காய்ந்து முகம் மிளகாய்ப்பழச் சிவப்பில் ஆரோக்கியமாக இருந்தான் அந்தத் தொப்பையன். அவனோடு கூட கேட்ட இன்னொரு சிரிப்பு சத்தம் ஓடிக் கொண்டே மறைந்தது.

வேலைக்காரப் பெண்ணை ஜாக்கிரதையாக இருக்கச் சொல்லணும். தாமஸ் தேவ ஊழியத்துக்கு வந்த மாதிரி தெரியவில்லை. மற்ற ஊழியம் எல்லாம் கரிசனமாகச் செய்ய அவனுக்கு சாக்கு ஏற்படுத்திக் கொடுத்துட்டேனா? தெரிசாவுக்குத் தெரியவில்லை.

திருமதி தெரிசா மெக்கன்ஸி செயலுக்கு எல்லாம் அவளுடைய அன்பான மணவாளனும் ஜீவாந்தர சிநேகிதனுமான ஸ்ரீமான் பீட்டர் மெக்கன்ஸிதான் காரணம்.

தாமஸைக் கூட்டிப் போகச் சொன்னியே. ஏண்டா நாயே இவனோடு என்னை அனுப்ப ஏன் உனக்குத் தோணினது? நான் காலை இறுக்கிக் கொண்டு சதா இருக்கிறேனா என்று பரிசோதிக்கவா? பதில் சொல்லுடா பீட்டர் டார்லிங்.

அவள் ஒன்றின் மேல் ஒன்றாகக் கால் மடித்து அட்டணக்கால் போட்டு உட்கார்ந்து கொண்டாள். உடுப்பு முழுக்க மூடி தரையில் வழிந்ததில் அலாதி நிம்மதி. மேல் சட்டை கூட இறுக்கம் குறைச்சலாக இருந்ததால் மார் முன்னால் பிதுங்கிக் கொண்டு நிற்கவில்லை. தாமஸ் வேலைக்காரியையே துரத்தட்டும்.

தீ பிடிச்சு கட்டிடம் எரியறதும் திரும்ப கட்டறதும் இங்கே சர்வ சாதாரணம். இந்த தடியனே தூக்கத்திலே சுருட்டு பிடிச்சு பத்த வச்சிருப்பான் தோப்புத் தெரு விடுதியை. ஆனாலும் என்ன, இன்னும் ரெண்டு மாசத்துலே அங்கே திரும்ப வந்துடும். மரக் கட்டிடம்தானே முக்காலே மூணு வீசமும்? காட்டிலே மரம் இருக்கற வரைக்கும் கையிலே காசு இருக்கற வரைக்கும் கவலையே இல்லை.

தாமஸ் சொன்னபோது ஓட்ஸ் பாயசத்தோடு வந்த விடுதிக்காரன் ஆமேன் என்று ஸ்தோத்திரமாக ஆமோதித்தான்.

இந்தத் தடவை தீ விபத்தைக் காரணம் காட்டி சக்கரவர்த்திகளுக்கு மனுப்போட்டு பணமாக நன்கொடை வாங்க உத்தேசம். விக்டோரியா ராணியம்மா வராவிட்டாலும் ராஜாக்கள் எல்லோரும் இன்னிக்கு சாயந்திரம் எடின்பரோ வராங்களே. மனு எழுதத்தான் யாராவது உதவி செய்தாங்கன்னா.

அவன் சொல்லி முடிக்கும் முன்பே தாமஸ் இடைமறித்தான்.

தெரிசாவோட இங்கிலீஷும் கையெழுத்தும் தேவதை எழுதின மாதிரி நேர்த்தியா இருக்கும். அதைப் படிச்சா ஹோலிராட் அரண்மனையையே உனக்கு எழுதி வச்சுட்டுக் கிளம்பிடுவார் மகாராஜா. அங்கேயும் போய் ராத்திரி படுக்கையிலே சுருட்டு குடிச்சு பத்த வச்சுடாதே.

வேலைக்காரக் குட்டி செய்தித்தாளோடு படியேறியபடி இதுக்கும் சிரித்தாள்.

ரொம்ப சிரிக்காதேடி பெண்ணே. இந்த தடியன் தன் தோல்வாயால் உன் சிரிப்பை அடைச்சுடலாம்னு நேரம்

பாத்துண்டிருக்கான். பொத்திண்டு இரு.

சிநேகாம்பாள் தெரிசாவுக்குள் பிரத்யட்சமானாள். ரெண்டு பேரும் வேறேயா என்ன?

சேச்சி. விசப்பு. பசிக்கறது.

வந்துட்டேன். வந்துட்டேன்.

ஓட்ஸ் பாயசக் கிண்ணத்தோடு தோட்டத்துக்கு நடந்தாள் தெரிசா. கடல்நாரைகள் இப்போது ஒன்றுக்கு ரெண்டாக மரக்கிளையில் அவளுக்காகக் காத்திருந்தன.

அத்தியாயம் நாற்பத்திநான்கு

28 நவம்பர் 1900 - சார்வரி வருஷம் கார்த்திகை 14, புதன்கிழமை

ஸ்கோட்லாண்டில் நடைபெற்றுவரும் மாபெரும் பாலம் அமைப்பு பணிகளை மேற்பார்வை செய்யும் பொருட்டு வேல்ஸ் இளவரசர் எட்வர்ட் அவர்கள் நேற்று இரவு லண்டன் கிங்க்ஸ் கிராஸ் ரயில் நிலையத்திலிருந்து விசேஷ ரயிலில் பயணமானார். இளவரசரின் குழுவினரில் நம் ஸ்காட்லாந்து பயனியர் பத்திரிகை நிருபர் மகாகனம் பொருந்திய ஜான் க்ளீ அவர்களும் இடம் பெற்றிருப்பதை வாசகர்களுக்கு நாம் அறிவிக்கக் கடமைப்பட்டிருக்கிறோம்.

பக்கிங்ஹாம் அரண்மனை வாசலில் தவமாய்த் தவமிருந்து எத்தனையோ பத்திரிகாசிரியர்கள் உத்வேகத்தோடு முயற்சி செய்தாலும் அவர்கள் முயற்சி பலிக்கவில்லை என்பதையும் மன்னர் பெருமானோடு பிரயாணம் செய்து அவருடைய நடவடிக்கைகளை பத்திரிகை அறிக்கையாக எழுதும் உரிமையைப் பெற்ற ஒரே ஸ்கோட்லாண்ட் தினப் பத்திரிகை நம்முடையது என்பதையும் வாசகர்கள் மற்றும் பொது ஜனங்களுக்கும் கனவான்களுக்கும் பெருமையோடு தெரிவித்துக்

கொள்கிறோம்.

ஸ்ரீமான் ஜான் க்ளீ அவர்கள் சமர்ப்பித்த முதல் செய்தி அறிக்கை கீழே தரப்பட்டிருக்கிறது. இதன் அடுத்த பகுதிகள் அடுத்த சில தினங்களில் நித்தியப்படிக்கு நம் பத்திரிகையில் வெளியாகும்.

ஜான் க்ளீ எழுதுகிறார்

தற்போது குளிர்காலம் ஆனதால் சாயந்திரம் ஆறு மணிக்கே லண்டன் நகரில் இருட்டும் மூடுபனியும் படர்ந்திருந்ததை இப்பத்திரிகையின் தட்ப வெப்ப நிலவரம் பகுதியில் வாசகர்கள் படித்திருக்கலாம்.

நாம் எட்டு மணிக்கு கிங்க்ஸ் கிராஸ் ஸ்டேஷனில் நுழைந்தபோது ராத்திரியைப் பகல் ஆக்குகிறது போல் எல்லா வாயு விளக்குகளும் ஜகஜ்ஜோதியாக எரிந்தன. வழக்கத்துக்கு மேற்பட்ட அளவில் ரயில்வே மற்றும் போலீஸ் உத்தியோகஸ்தர்கள் ஸ்டேஷனுக்குள் குறுக்கும் நெடுக்குமாக அலைந்து கொண்டிருந்தார்கள்.

இவர்கள் எல்லோருக்கும், ரயில் ஏறி வெவ்வேறு ஸ்தலங்களுக்கு யாத்திரை போக ஸ்டேஷனுக்கு வரும் பொது ஜனங்களுக்கு எந்த விதமான தொந்தரவும் கொடுக்காத வகையில் ராஜ சேவை செய்ய உத்தரவு பிறப்பிக்கப்பட்டிருந்ததாக அறிகிறோம்.

அது காரணமோ என்னமோ, முதல் ப்ளாட்பாரத்தில் இருந்து அரசரும் கோஷ்டியும் அடங்கிய இந்த விசேஷ ரயில் கிளம்புவதை பலரும் அறிந்திருக்கவில்லை. வந்தவர்களும் தொலைவில் இருந்தே நின்று பார்த்து விட்டு, அவரவர் வேலைகளில் ஈடுபட்டு மற்ற பிளாட்பாரங்களில் இருந்து புறப்படும் ரயில்களை நோக்கி பெட்டி படுக்கைகளோடு கூட்டம் கூட்டமாக நடந்து கொண்டிருந்தார்கள்.

வேல்ஸ் இளவரசர் இரவு சரியாக ஒன்பதே முக்கால் மணிக்கு அவருடைய சொந்த மோட்டார் காரில் கிங்க்ஸ் கிராஸ் ரயில் நிலையத்துக்கு வந்து சேர்ந்தார். அங்கே இளவரசரை வரவேற்கக் குழுமியிருந்த சீமாட்டிகளும் துரைமார்களும்

அன்னாருக்குக் கைலாகு கொடுக்க வரிசையாக நின்ற பொழுது, ஸ்டேஷன் மாஸ்டர் திருவாளர் தாம்ஸன் ஹார்வி அவர்கள் காதில் இளவரசர் அவர்கள் ஏதோ ரகசியமாகக் கேட்டதை கூட்டத்தினர் கவனிக்கத் தவறவில்லை.

வேல்ஸ் இளவரசர் பிரயாணம் கிளம்புகிற அவசரத்தில் அரண்மனையில் அவருடைய பாதரட்சைகளையோ அரைக் கச்சையையோ விட்டு விட்டு வந்திருப்பதால் ஆளனுப்பி அதுகளை கொண்டுவரும்படி ஸ்டேஷன் மாஸ்டருக்கு ஆக்ஞை பிறப்பித்திருக்கலாம் என்று ஒரு சாரார் பேசிக் கொண்டதை நாம் கேட்க நேர்ந்தது. இளவரசரின் முகம் கொஞ்சம் இறுகியிருந்ததும் கவனித்துப் பார்த்தவர்கள் கண்ணில் படாமல் போயிருக்காது.

ரயில் கிளம்பும் என்று அறிவித்துவிடலாமா என்று ஸ்டேஷன் மாஸ்டர் ஹார்வி அவர்கள் பணிவோடு கேட்டபோது சரியென்று தலையசைத்து தன் தொப்பியை மறுபடி அணிந்து கொண்டார் நம் இளவரசர். அப்போது வேல்ஸ் இளவரசரோடு இந்தச் சுற்றுப் பயணத்தில் பங்கு பெறும் எடின்பரோ மகாபிரபு, ஜார்ஜ் இளவரசர், ஃபைஃப் நகரப் பிரபு, ராஜ குடும்ப மருத்துவர் கர்னல் எல்லீஸ் துரை ஆகியோர் அவசரமாக கிங்ஸ் கிராஸ் ரயில்வே ஸ்டேஷனில் இளவரசரின் விசேஷ ரயில் நிற்கும் முதலாம் பிளாட்பாரத்துக்கு வந்து சேர்ந்தார்கள்.

இவர்களை கென்ஸிங்க்டனில் அவரவர் மாளிகைகளில் இருந்து ரயில்வே ஸ்டேஷனுக்கு அழைத்து வர அமர்த்தி இருந்த மோட்டார் வாகனம் பிக்கடலி சர்க்கஸ் பகுதியைக் கடக்கும்போது யந்திரக் கோளாறு காரணமாக நின்று போனதால், சாரட் வண்டிகள் மூலம் இப்பிரமுகர்கள் வாகனம் மாறிப் பிரயாணம் செய்ய வேண்டி வந்ததாம். அதனால் ஏற்பட்டதே மேற்குறிப்பிட்ட தாமதம் என்பதை நம்பத் தகுந்த வட்டாரங்கள் தெரிவிக்கின்றன.

வேல்ஸ் இளவரசரும் நாம் உள்பட அவருடைய பரிவாரமும் லண்டனிலிருந்து ஸ்கோட்லாண்ட் யாத்திரை மேற்கொள்ள அதிநவீன ரயில் ஒன்றை ரயில்வே நிர்வாகம் ஏற்பாடு செய்து

கொடுத்திருந்தது.

இந்த யாத்திரைக்காகவே க்ரேட் நோர்த்தர்ன் கம்பேனியார் உருவாக்கிய விசேஷ ரயில் வண்டியாகும் அது. அந்த வண்டியின் மிகப் பெரிய ஒரு ரயில் பெட்டி வேல்ஸ் இளவரசர் மட்டும் தங்கி இருந்து, பட்சணம் கழித்து, மல மூத்ர விசர்ஜனம் செய்து, உடுப்பு மாற்றி, படுத்து நித்திரை போக, யாராவது முக்கியஸ்தர்கள் வந்தால் உட்கார வைத்துப் பேச இன்னோரன்ன சவுகரியங்களோடு அமைந்திருந்தது. அதற்குள் மற்றவர்கள் நுழைவது தடை செய்யப்பட்டு, அவசியமானவர்களை மட்டும் திரு மனசு உத்தரவு பிரகாரம் உள்ளே அழைக்க ஒரு சேவகர் வாசலிலேயே நிறுத்தப்பட்டிருந்தார்.

இளவரசரின் அறைக்குள் சாட்டின் இருக்கைகளும், சாட்டின் படுக்கையும் அதன் மேல் பழுப்பு நிற வெல்வெட் படுக்கை விரிப்பும் இருந்தன. இளவரசரின் கழிப்பறை வெள்ளைப் பளிங்கால் செய்யப்பட்டு கண்ணில் ஒற்றி முத்தமிடும் தோதில் சுத்தமும் நறுமணமும் அழகான வேலைப்பாடுமாக இருந்தது.

இந்த அரண்மனை போன்ற பிரதேசம் தவிர அந்த விசேஷ ரயில் பெட்டியில் ஒரு முப்பது நாற்பது பேர் கஷ்டமின்றி அமர, படுத்து யாத்திரை செய்யத் தோதான விசாலமான இருக்கைகளோடு ஒரு ரயில் பெட்டி, கூடுதலாக படுக்கை அறைப் பெட்டி, புகைச் சுருட்டு குடிப்பவர்களின் சவுகரியத்துக்காக ஒரு சிறிய ரயில் பெட்டி, கழிப்பறைகளும் குளியல் அறைகளுமாக ஆறு, வேல்ஸ் இளவரசரின் தனி சேவகர்களுக்கான ரயில் பெட்டி (சிறியது), பொதுவான வேலைக்காரர்களுக்கான ரயில் பெட்டி ஒன்று (சிறியது) ஆகியவையும் இடம் பெற்றிருந்தன,

சுத்தமும் சுகாதாரமும் காற்றோட்டமும் வெளிச்சமும் கொண்ட ஒரு சமையல் அறைப் பெட்டியும் விசேஷ ரயில் வண்டியில் உண்டு, அதில் சமையலுக்கான நிலக்கரி மற்றும் எண்ணெயை எரிபொருளாகக் கொண்டு எரியும் பெரிய அடுப்புகள் ஆகியவை இருந்தன.

ரயில் பெட்டியில் வேல்ஸ் இளவரசர் இருந்த பகுதி

முழுக்க எலக்ட்ரிசிட்டி உபயோகித்து விளக்குகள் எரிய வைக்க வசதிகள் இருந்ததோடு சிறிய லஸ்தர் விளக்குகளும் அங்கங்கே பொருத்தப்பட்டிருந்தன. வேலைப்பாடமைந்த இந்த எலக்ட்ரிக் விளக்குகளும், லஸ்தர் விளக்குகளும் பக்கிங்ஹாம் அரண்மனையே தளத்தில் சக்கரம் மாட்டி கிங்க்ஸ் கிராஸ் ஸ்டேஷனில் ரயில் பெட்டியாக்கி நிறுத்தப்பட்டிருக்கிறதோ என்ற பிரமையை சகலருக்கும் ஏற்படுத்தியது.

பயணத்தின் போது கோஷ்டியினருக்கு பாகம் செய்து விளம்ப ஆட்டிறைச்சி, பன்றி இறைச்சி, சயாமிய அரிசி, ரொட்டி, ஜாம், மர்மலேட், வெண்ணெய், பாலாடைக் கட்டி, புதிதாகப் பறித்து பக்குவம் செய்து அனுப்பப்பட்ட டார்ஜிலிங் தேநீர் இலைகள் அடைத்த பொதிகள் ஆகியவை சமையல் அறையின் ஒரு பகுதியில் பனிக்கட்டிப் பாதுகாப்பு அமைந்த மரப் பெட்டிகளில் வைக்கப்பட்டிருந்ததை நாம் கவனிக்க நேர்ந்தது.

சமையல் அறையில் குடிப்பதற்கும் உடம்பு சுத்தப்படுத்திக் கொள்வதற்குமான வென்னீர் உண்டாக்க வசதி இருந்ததோடு, வேல்ஸ் இளவரசர் மற்றும் நாம் பிரயாணம் செய்யும் ரயில் பெட்டிகளைச் சுற்றிக் குழாய்கள் மூலம் வென்னீரைக் கொண்டு சூடு உண்டக்கிக் குளிரைத் தவிர்க்க வழி செய்யப்பட்டிருந்தது.

கூடவே ஷார்டனி, சிவப்பு ஒயின், வெள்ளை ஒயின், ஷாம்பேன், ஸ்காட் விஸ்கி, லாகர் பியர் ஆகிய பானங்களும் சமையல் அறையை ஒட்டி அமைக்கப்பட்ட மது அரங்கத்தில் நேர்த்தியாக கண்ணாடி பீரோக்களில் அடுக்கப்பட்டிருந்ததையும் கண்டபோது இந்தப் பிரயாணம் லண்டனில் இருந்து ஸ்கோட்லாண்ட் வரை தானா அல்லது சூரியன் அஸ்தமிக்காத பிரிட்டீஷ் சாம்ராஜ்யம் முழுக்க யாத்திரை போய் ஒரு மாதம் இரண்டு மாதம் கழித்துத் திரும்ப ஏதாவது அறிவிக்கப்படாத திட்டம் இருந்ததா என்று மலைப்பதைத் தவிர நமக்கு வேறு வழியில்லை என்பதை பிரியமான வாசகர்களுக்குத் தெரிவித்துக் கொள்கிறோம்

இளவரசரும் அவருடைய கோஷ்டியினரும் அடங்கிய யாத்திரா கோஷ்டி செல்லும் இந்த ரயிலுக்கு ரயில்வே நிர்வாகம் ப்ளையிங்

ஸ்கோட்மேன் ரெண்டு என்று நாமகரணம் செய்திருந்தது. தினசரி லண்டன் கிங்ஸ் கிராஸ் ஸ்டேஷனில் இருந்து எடின்பரோ செல்லும் சாமானிய ஜனங்களையும் மகாபிரபுக்களையும் ஏற்றிச் செல்லும் அதே ப்ளையிங் ஸ்கோட்மேன் ரயிலின் பெயரை இந்த ராஜ ரயிலுக்கும் வைத்து கவுரவப்படுத்தியதற்காக ஒவ்வொரு ஸ்கோட்லாண்ட் பிரஜை சார்பிலும் பல்லாயிரக் கணக்கானோர் ஆர்வத்தோடு வாசிக்கும் இந்தப் பத்திரிகை வியாசம் மூலம் ரயில்வே நிர்வாகத்துக்கு நன்றி அறிவித்துக் கொள்கிறோம்.

எட்டு பெட்டிகள் அடங்கிய இந்த ரயில் வண்டியில் வேல்ஸ் இளவரசரின் இருப்பிடமான ரயில் பெட்டி நான்காவதாக இருந்தது. நாங்கள் உட்கார்ந்து வந்த மெத்தை விரிப்பு இருக்கைகள் கொண்ட பெட்டி அதை ஒட்டி அமைந்திருந்தது. இந்தப் புதிய ரயிலை இழுத்துப் போய் ஸ்கோட்லாண்ட் சேர்க்க புதியதாக நிர்மாணம் செய்யப்பட்ட ஒரு சக்தி வாய்ந்த நீராவி இஞ்சினையும் க்ரேட் நோர்த்தன் கம்பேனியார் விசேஷமாக ஏற்பாடு செய்திருந்தனர்.

எந்த துர்வாடையும் அடிக்காத, கண்ணில் விழுந்து கண்ணீரை வரவழைக்காத தோதில் உயர் தரத்தில் அமைந்த சன்னமான நிலக்கரியை எரிபொருளாகக் கொண்டு ஓடும் இந்த ப்ளையிங் ஸ்கோட்மேன் ரெண்டு ரயிலில் ஒரு குலுக்கலோ, அளவுக்கு அதிகமான பக்கவாட்டு அசைவோ, தண்டவாளத்தில் சக்கரம் உராய்ந்து எழும்பும் உச்ச பட்ச சத்தமோ இல்லாமல் அன்னப் பறவை மீதமர்ந்து பறக்கும் சுகமாக யாத்திரா வசதி இருந்தது குறிப்பிடத்தகுந்தது.

ரயில் யாத்திரை கிளம்பும் முன்னரே தந்தி மூலம் அறிவிப்பு செய்து லண்டனில் இருந்து எடின்பரோ தாண்டி ஸ்கோட்லாண்ட் ஃபைஃப் நகரம் வரை ரயில் பாதையைப் பழுது பார்த்து சீராக்கி வைத்திருந்ததால் இந்த சவுகரியமான பிரயாணம் சாத்தியமாயிற்று என்று ஊர்ஜிதமாகாத வட்டாரச் செய்திகள் சொல்கின்றன.

இதே அக்கறையை நிர்வாகம் தினசரி ஓடும் ரயில்கள்

விஷயத்திலும் காட்டியிருந்தால் தேசம் முழுக்க ரயில் யாத்திரை தினந்தினம் பொது ஜனங்களுக்கு மெச்சத் தகுந்த விதத்தில் அமைந்திருக்குமே என்று எங்கள் கோஷ்டியில் வந்த பிரிட்டீஷ் பாராளுமன்ற அங்கத்தினரான ஒரு ஆப்தர் நம்மிடம் சொன்னபோது அதை ஏற்றுக்கொள்ளாமல் இருக்க முடியவில்லை.

சாமான்ய ஜனங்களையும் வேல்ஸ் இளவரசராகக் கருதி உபசரிக்க ரயில்வே நிர்வாகத்தில் ஆள்பலம், பணபலம் இல்லாமல் இருந்தாலும் இன்னும் கொஞ்சம் அக்கறையும், ரயில்கள் காலாகாலத்தில் கிளம்பும் உத்திரவாதமும், பிரயாணத்தின் போது ஆகாரம், பானம், இருக்கை, விசர்ஜன சவுகரியங்களை அதிகப்படுத்திக் கொடுக்க முனைப்பும் இருந்தாலே போதும். அப்போது, சாதாரண பிரிட்டீஷ் குடிமகனும் ஒருநாள் ராஜாவாக அல்லது ராணியம்மாளாக ரயில் யாத்திரையின் போது உன்னதமான அனுபவத்தை அடைய முடியும்.

வேல்ஸ் இளவரசரின் ஸ்கோட்லாண்ட் யாத்திரையைப் பற்றிய பத்திரிகைக் குறிப்பில் நடைமுறை ரயில் யாத்திரை சிரமங்கள் குறித்து பிரஸ்தாபித்து வியாசத்தின் நோக்கத்தைக் கொஞ்சம் போல் திசை திருப்பியதற்கு அன்பான வாசகர்களின் மன்னிப்பைக் கோரி இக்குறிப்பைத் தொடர்கிறோம்.

ராத்திரி பத்து மணி அடித்து மூன்று நிமிஷங்கள் கூட ஆனபோது இந்த விசேஷ ஃப்ளையிங் ஸ்கோட்மேன் ரெண்டு என்ற நம் ரயில் கிளம்பியானது.

முன்னால் குறிப்பிட்டபடி, முகக் குறிப்பில் கொஞ்சம் இறுக்கம் தெரிந்தாலும் வேல்ஸ் இளவரசர் நல்ல ஆரோக்கியத்தோடு கூடியவராகக் காணப்பட்டார். அவர் குளிருக்கு இதமாக முழங்கால் வரை நீண்ட ஒரு யாத்திரா அங்கியை அணிந்திருந்தார். ஆட்டு ரோமம் உள்ளிட்ட நேர்த்தியான உடுப்பாகும் அது.

இளவரசர் கருப்பு நிறத்தில் ஸ்காட்டீஷ் தொப்பி ஒன்றையும், பச்சை நிற யார்க்ஷயர் தொப்பி ஒன்றையும் மாறி மாறித் தரித்து

வந்தது ஒரு கண்ணில் வெண்ணெய், மற்றதில் சுண்ணாம்பு மனோபாவம் இன்றி இங்கிலாந்து, ஸ்கோட்லாண்ட் ஆகிய ரெண்டு பிரதேசங்களுக்கும் ஒரே மாதிரி மரியாதையும் அன்பும் அக்கறையும் செலுத்தி ராஜ்ய பரிபாலனம் செய்ய பக்கிங்ஹாம் அரண்மனையும், பிரிட்டீஷ் பாராளுமன்றமும் அக்கறை கொண்டிருப்பதைச் சொல்லாமல் சொல்லியதாகவே நாம் நினைக்கிறோம்.

வேல்ஸ் இளவரசரை உரிய மரியாதைகளோடு தக்க உபசார வார்த்தைகள் கூறி கிங்க்ஸ் கிராஸ் ரயில்வே ஸ்டேஷன் சூப்ரண்டெண்ட் ஸ்ரீமான் காக் ஷாட் அவர்களும், லண்டன் ஸ்கோட்லாண்ட் ரயில் பாதை சூப்ரண்டெண்ட் ஸ்ரீமான் வைஸர் ஆகியோரும் மற்ற உயர் உத்தியோகஸ்தர்களும் லண்டன் நகர போலீஸ் உதவி கமிஷனர் அவர்களும் வழியனுப்பி வைத்தார்கள்.

ரயில் புறப்பட்டு கொஞ்ச நேரம் அதையும் இதையும் எல்லோரும் பேசிக்கொண்டிருந்ததோடு, இப்போது இளவரசர் என்ன செய்து கொண்டிருப்பார் என்று ஊகங்களையும் பரிமாறிக் கொண்டிருந்தோம்.

அரண்மனை வைத்தியர் கர்னல் எல்லீஸ் அவர்கள் ஒரு குடுவையில் மருந்து எதையோ கலந்து எடுத்துக் கொண்டு வேல்ஸ் இளவரசர் பிரயாணம் செய்த ரயில் பெட்டியை நோக்கி நடந்ததையும் கவனித்தோம்.

ரயிலின் எட்டு பெட்டிகளும் ஒன்றிலிருந்து ஒன்றுக்கு வெளியே வராமலேயே கடந்து போக வசதி செய்யப்பட்டிருந்ததால், ஏதாவது ஸ்டேஷனில் ரயில் நின்றபிறகு இறங்கி ஏறத் தேவை இருக்கவில்லை. மேலும் இளவரசரின் ரயில் லண்டனில் இருந்து கிளம்பியானதும், அவசரமான அதிமுக்கியமான காரணம் ஏதாவது ஏற்பட்டால் ஒழிய வழியில் எங்கேயும் நிற்கப்போவதில்லை என்பதையும் வாசகர்களுக்கு நினைவு படுத்த வேண்டிய அவசியம் கிடையாது என்று கருதுகிறோம்.

நாங்கள் யாத்திரை செய்த ராத்திரி முழுக்க உறைபனி பெய்து

கொண்டிருந்தது. இந்த வருஷம் கொஞ்சம் முன்கூட்டியே குளிர்காலம் வந்துவிட்டதைக் குறித்து நம் பத்திரிகையின் வாசகர்கள் கடிதங்கள் மற்றும் தட்ப வெப்ப நிலை பகுதிகளில் படித்திருக்கக் கூடும் என்பதால் இதை விசேஷமாகச் சொல்ல வேண்டியதில்லைதான்.

ஒவ்வொருத்தரும் இருக்கப்பட்ட ஆசனத்தை மடக்கி வைத்திருந்ததைப் படுத்துக் கொள்ள வசதியாக நீட்டி இழுத்து மெத்தையை சரியாக விரிக்க ரயிலில் கூடவே வந்த சேவகர்கள் உதவினார்கள். க்ரேட் நோர்த்தன் கம்பேனியைச் சேர்ந்த சிலர் இந்த நவீன வசதியைப் பற்றி யாத்ரீகர்களிடம் பணிவாக எடுத்துச் சொன்னதோடு, சேவகர்களுக்கு உபதேசம் நல்கி பிரயாணிகளின் சவுகரியத்தைக் கவனித்துக் கொள்ள ராத்திரி நேரம் என்றாலும் சுறுசுறுப்பாக ரயிலுக்குள் குறுக்கும் நெடுக்குமாக நடந்துகொண்டிருந்தார்கள்.

உன்னதமான போக்குவரத்து சேவை அளிக்கும் நிறுவனங்களில் இந்தக் கம்பேனிக்கு முதல் இடம் உள்ளது மறுக்க முடியாத உண்மையாகும்.

அத்தியாயம் நாற்பத்திஐந்து

29 நவம்பர் 1900 - சார்வரி வருஷம் கார்த்திகை 15, வியாழக்கிழமை

வேல்ஸ் இளவரசரின் ஸ்கோட்லாண்ட் விஜய யாத்திரையை வர்ணிக்கும் இந்தப் பத்திரிகைக் குறிப்பை நேற்று நம் பயனியர் பத்திரிகையின் முதல் பக்கத்தில் வாசகர்கள் படித்து மகிழ்ந்திருக்கலாம். அதைப் படித்து விட்டு நேரில் நம் பத்திரிகைக் காரியாலயத்துக்கு வந்த லண்டன் வாசகர் ஒருவர் நம் விசேஷ நிருபர் ஸ்ரீமான் ஜான் க்ளீ அவர்கள் பயனியர் பத்திரிகையில் உத்தியோகம் செய்கிறவரா அல்லது ரயில்வே நிர்வாகம், க்ரேட் நோர்த்தர்ன் ரயில்வே கம்பேனி இப்படி வெளியே உத்தியோகத்தில் இருக்கப்பட்டவரா என்று கேட்டார்.

ரயில் கம்பேனி, ரயில்வே நிர்வாகம் பற்றி தன் மனதில் பட்ட நல்ல கருத்துகளை திருவாளர் ஜான் க்ளீ தன் வியாசத்தில் சொல்லியிருப்பத்தால் அவர் அந்த ஸ்தாபனங்களில் வேலை செய்கிறவர் அல்லது அவற்றை ஸ்தோத்ரம் செய்து எழுதி ஜீவனோபாயத்தை மேற்கொள்கிறவர் என்று நம் ப்ரியமான வாசகர்கள் யாரும் அந்த நேயரைப் போல நினைக்க

மாட்டார்கள் என்பது நிச்சயம்.

மேலும் இன்று நம் பத்திரிகை காரியாலயத்துக்கு வந்த இன்னொரு வாசக அன்பர், பக்கிங்ஹாம் அரண்மனையில் சக்ரவர்த்தினி அம்மையார், வேல்ஸ் இளவரசர், எடின்பரோ மகாப்ரபு இன்னும் இவர்களின் குடும்பம் முழுவதற்கும் அவ்வப்போது வயிறு சம்பந்தமான சின்னச் சின்ன வாயு ரோகங்கள் ஏற்படுவது வழக்கம் என்றும் மகா கனம் பொருந்திய வேல்ஸ் இளவரசர் நேற்று யாத்திரை கிளம்பும்போது வயிற்றில் மந்த நிலைமை காரணமாக முகம் இறுகியிருந்திருக்கலாம் என்றும் அபிப்ராயம் தெரிவித்தார்.

அவருக்கு வந்தனம் தெரிவித்துக்கொள்வதுடன், ராஜ குடும்பத்து ஆரோக்கியம் குறித்த வியவகாரங்களை நம் பத்திரிகை சர்ச்சை செய்யாது என்பதை இன்னொரு முறை வாசகர்களுக்குத் தெளிவுபடுத்திக்கொள்கிறோம். நம் விசேஷ நிருபர் ஜான் க்ளீ எழுதிய வியாசத்தின் தொடர்ச்சி கீழே தரப்படுகிறது - ஸ்காட்டீஷ் பயனியர் பத்திரிகை அதிபர் ஹென்றி டூலிட்டில்.

ஜான் க்ளீ அவர்களின் வியாசத் தொடர்ச்சி எடிட்டர் சரிபார்த்த, அச்சுக்கு முந்திய பிரதி:

நேற்றைய பத்திரிகைக் குறிப்பில் ஒரு முக்கியமான விஷயம் விடுபட்டதற்கு வாசகர்களின் மன்னிப்பைக் கோருகிறோம். ஸ்கோட்லாண்ட்டில் அமைக்கப்படும் மிகப் பெரும் பாலங்களை வடிவமைத்துக் கட்டித்தரும் பெரும் பொறுப்பில் மகாராணி அவர்களால் நியமிக்கப்பட்ட மிஸ்ஸே ஈபல் என்ற பிரான்சு தேசத்து எஞ்சினியரும் அவருடைய சீஷர்களான கிட்டத்தட்ட பத்து உப எஞ்சினியர்களும் வேல்ஸ் இளவரசரின் யாத்திரா கோஷ்டியில் அங்கமாக வந்திருக்கிறார்கள்.

பாலம் நிர்மாணக் கம்பேனியான நார்த்தன் பிரிட்ஜஸ் பிரைவேட் லிமிடெட் கம்பேனியின் சேர்மன் கால்வில் பிரபுவும் அவருடைய இளைய சகோதரர் கர்னல் லீ கால்வில் அவர்களும், கம்பேனி டைரக்டர்கள் ஸ்ரீமான் ஆண்ட்ரூ பேர்பாரின், ஸ்ரீமான் ப்ரோபின் ஆகியோரும் கூட யாத்திரா கோஷ்டியில் உண்டு.

கிரந்தம் ரயில்வே ஸ்டேஷனை நம் விசேஷ ரயில் அடைந்தபோது ராத்திரி எத்தனை மணி என்று இடுப்பு கடியாரத்தில் பார்த்தோம். நடுராத்திரி தாண்டி ஐந்து நிமிஷம் ஆகியிருந்தது.

கிரந்தம் ஸ்டேஷனில் வழக்கமில்லா வழக்கமாக அந்த ராத்திரியில் வண்டி நின்றது ஏன் என்று நாம் பெட்டிக்கு வெளியே வந்து பார்க்க, நார்த்தன் ப்ரிட்ஜஸ் கம்பேனி துணைத் தலைவர் ஹிண்ட்லிப் பிரபு அங்கே வண்டி ஏற இருப்பதாகத் தெரிந்தது.

ப்ளாட்பாரத்தில் காத்து நின்ற உயர்ந்த ஸ்தானம் வகிக்கும் ரயில்வே உத்தியோகஸ்தர் ஒருவரை நாம் விசாரித்தபோது வண்டி யார்க் ஸ்டேஷனை ராத்திரி ஒரு மணி நாற்பது நிமிஷத்துக்கு அடையும், ஆனால் அங்கே நிற்காது என்றும் தெரிய வந்தது.

அதேபடி பெர்விக் ஸ்டேஷன் விடிகாலை நாலு மணி ஐம்பத்தொன்பது நிமிஷத்துக்கு வந்து சேரும். எடின்பரோ நகரை இந்த விசேஷ ரயில் அடையும்போது பொலபொலவென்று விடிந்து காலை ஆறு மணி பத்து நிமிஷம் ஆகியிருக்கும்.

தினசரி பகலில் யாத்திரையாகும் ப்ளையிங் ஸ்கோட்மேன் ரயில் போல் இல்லாமல் வேல்ஸ் இளவரசரும் கோஷ்டியினரும் பிரயாணம் செய்யும் இந்த விசேஷ ப்ளையிங் ஸ்கோட்மேன் ரெண்டு ரயில் லண்டனுக்கும் ஸ்கோட்லாண்டுக்கும் இடைப்பட்ட தூரத்தை கொஞ்சம் மிதமான வேகத்திலேயே கடந்தது.

அதாவது முதல் இருநூறு மைல் தொலைவு வண்டியின் வேகம் மணிக்கு நாற்பத்தைந்து மைல் வேகம் வீதமும், யார்க் பெர்விக் இடையே மணிக்கு நாற்பத்தெட்டு மைல் வேகம் வீதமும், மேட்டுப் பாங்கான பெர்விக் எடின்பரோ இடைப்பட்ட தூரத்தை அதி ஜாக்கிரதையாக மணிக்கு முப்பத்தாறு மைல் வேகத்திலும் இந்த வண்டி கடந்தது.

வேகமாக நகர்ந்து அசம்பாவிதம் ஏதும் சம்பவிக்காமல்

இருக்க முன்னேற்பாட்டு நடவடிக்கையே இந்த வேகக் குறைப்பு என்று பெயர் குறிப்பிட விரும்பாத ரயில்வே உயர் உத்தியோகஸ்தர் ஒருவர் தெரிவித்தார். (அடுத்த வாக்கியத்தை நீக்கவும் பத்திரிகாசிரியர்). அப்படி ஏதும் தெய்வ கோபம் காரணமாக நடந்தால் ரயில்வே உத்தியோகஸ்தர்களில் பெரும்பாலானோருக்கு உத்தியோகச் சீட்டு கிழிந்துவிடும் என்பதை நாம் சொல்லித் தெரிய வேண்டியதில்லை.

(பத்திரிகாசிரியர் குறிப்பு - இனி வரும் ஐந்து பத்திகளைப் பிரசுரிக்க வேண்டாம். நம் நிருபர் ஸ்ரீமான் ஜான் க்ளீ அவர்களை வேலை நேரத்தில் அதிகமாகக் குடிக்க வேண்டாம் என்று கோர வேண்டியது உதவி ஆசிரியர்கள் செய்ய வேண்டியதாகும்.)

நாம் பிரபுவின் வருகைக்குக் காத்திருந்தபோது முப்பது வயது மதிக்கத் தகுந்த ஓர் இந்திய அல்லது ஆப்பிரிக்க ரீதியில் உடுத்திய ஸ்திரியும் சிறுமியான பெண் குழந்தையுமாக ரெண்டு பேர் வண்டியில் காலியாக இருந்த புகைபிடிக்கும் பெட்டிக்குள் நுழைந்ததைப் பார்த்தோம்.

நடு ராத்திரி நேரமானதால் யாரும் சுருட்டுப் பிடிக்க உள்ளே செல்லாத அந்தப் பிரதேசத்தில் அர்த்த ராத்திரியில் ஏறிய ஸ்திரியை நான் வியப்போடு பார்க்க, அவள் இந்த இடமும் சூழ்நிலையும் ஏற்கனவே பழக்கமானது போல் போர்வையை இழுத்துப் போர்த்திக் கொண்டு இருக்கைகளுக்கு இடையே வெறுந்தரையில் குழந்தைப் பெண்ணோடு படுத்து நித்திரை போய்விட்டாள்.

உள்ளே போய் அவளை எழுப்பி வெளியே அனுப்பலாம் என்று நாம் உத்தேசித்தபோது, ஹிண்ட்லிப் பிரபு வருகை நிகழ்ந்ததால் அவருக்கு முகமன் கூறும் ரயில்வே உத்தியோகஸ்தர்களோடு நாமும் சேர்ந்துகொண்டோம்.

பிரபு வந்ததும் வேல்ஸ் இளவரசர் நல்ல வண்ணம் உறங்குகிறாரா என்று அரண்மனை மருத்துவர் எல்லீஸ் பிரபு அவர்களை விசாரித்து தகுந்த வார்த்தை பதிலாகக் கிடைக்கத் திருப்தியுற்று தானும் நித்திரை போக இருக்கையை சித்தம் செய்யச் சொன்னார்.

நாமும் அவரிடம் விடைபெற்றுக் கொண்டு நித்திரை போகத் தொடங்கினோம். ரயிலில் ஏறிய கருப்பு ஸ்திரி பற்றியும், ராஜாங்க யாத்திரை கோஷ்டி பிரயாணம் செய்யும் வண்டியிலும் பாதுகாப்பு ஏற்பாடுகள் பங்கப்படுவது குறித்தும் யோசித்தபடி நாம் நல்ல உறக்கத்தில் ஆழ வெகுநேரம் செல்லவில்லை.

(பத்திரிகாசிரியர் குறிப்பு - இனி வரும் பத்தியில் இருந்து பிரசுரத்தைத் தொடரலாம்)

நாம் உறக்கத்தில் இருக்கும்போதே யார்க் ஸ்டேஷனைக் கடந்து போனதால் அங்கே வண்டி நின்றதா என்று நினைவு இல்லை. ஆனால் பெர்விக் வந்து சேர்ந்து வண்டி நின்றபோது நமக்கு விழிப்புத் தட்டியிருந்தது. இடுப்பு கடியாரத்தை ராத்திரி அங்கியின் பையில் வைத்தது மறந்துபோய் ரயில் பெட்டி முழுக்க, கழிப்பறைகளிலும் விடாமல் தேடி ஒருவழியாகக் கண்டுபிடித்து மணி பார்க்க, நேரம் காலை ஐந்து மணி பதினெட்டு நிமிஷம்.

அந்த அதிகாலை நேரத்திலேயே வேல்ஸ் இளவரசர் துயில் எழுந்ததாகவும், பெர்விக் ஸ்டேஷன் காபி வழங்கும் நிலையத்தில் நல்ல காபி கிடைக்கும் என்பதை அவர் அறிந்திருந்த காரணத்தால் அங்கேயிருந்து சூடான ஒரு கோப்பை பால் சேர்க்காத காப்பி வரவழைத்துக் குடிக்க இஷ்டம் தெரிவித்ததாகவும் ராஜாங்க உத்தியோகஸ்தர் ஒருவர் ஓட்டத்துக்கு நடுவே சொன்னதைக் கேட்க நமக்குப் பெருவியப்பாக இருந்தது.

ஒரு சாதாரண பிரஜை போல் எட்வர்ட் இளவரசரும் இம்மாதிரி விஷயங்களில் ஆர்வம் காட்டுவது அவருக்கும் பிரஜைகளுக்கும் இடையே பெரிய இடைவெளி இல்லாமல் இருக்க காரணமாக அமைந்திருப்பதைச் சொல்ல வேண்டியதில்லை.

இளவரசருக்காகத் தயாரிக்கப்பட்ட காபியின் சேஷ பாகத்தை நாமும் குடித்துப் பார்த்தோம். நல்ல தரமானதாகவே அது அமைந்திருந்தது என்றாலும் சற்று நீர்க்க இருந்தது. தண்ணீரையும் இன்னும் அதிக நேரம் சுட வைத்திருக்கலாம்.

இளவரசருக்கு காலை நமஸ்காரம் சொல்லலாம் என்று நாம் உத்தேசித்து முன்னால் நடந்தபோது அது தற்போது சாத்தியமில்லை என்றும் இளவரசருடைய ஆஸ்தான நாவிதர் (இவரும் யாத்திரா கோஷ்டியில் உண்டு) முகம் மழிக்கும் முன்னர் யாரையும் சந்திப்பதில்லை என்றும் மன்னரின் அந்தரங்க காரியதரிசி அறிவித்ததால் நாம் முயற்சியைக் கைவிட்டு புகைபிடிக்கும் பெட்டியை நோக்கி நடந்தோம்.

(இனி வரும் பத்தியை வெட்டி விடவும் -பத்திரிகாசிரியர்)

நேற்று ராத்திரி நாம் பார்த்த இந்திய அல்லது ஆப்பிரிக்க கறுப்பு இன ஸ்திரியையும், சிறுவயதுப் பெண்ணையும் பார்க்க முடியவில்லை. அவர்கள் ரயில் பெட்டியின் கழிப்பறை ஒன்றில் ஒளிந்திருக்கலாம் என்றும் வண்டியில் வருகிறவர்களின் மூக்குக் கண்ணாடி, பொடி டப்பா, சிகரெட் பெட்டி, இடுப்பு கடியாரம் போன்ற வஸ்துக்களையும் பணம் வைத்த பர்ஸ்களையும் திருடிப் போக உத்தேசித்து வந்தவர்களாக இருக்கும் என்று தோன்றியது. க்ரேட் நோர்த்தர்ன் ரயில்வே நிர்வாகம் அவ்வப்போது எல்லா வண்டிகளிலும் பாதுகாப்பு சோதனை நடத்த வேண்டியதன் அவசியம் பற்றித் தனியாக ஒரு வியாசம் எழுதி வெளியிட உத்தேசம்.

(இனி வரும் பத்தியில் இருந்து பிரசுரத்தைத் தொடரலாம் பத்திரிகாசிரியர்).

நோர்த் பிரிட்டீஷ் கம்பேனி சேர்மன் ட்வீட்டேல் பிரபு, காரியதரிசி ஸ்ரீமான் வீய்லாண்ட், பயணிகள் யாத்திரா சவுகரியப் பொறுப்பு வகிக்கும் ஸ்ரீமான் மக்லாரன் ஆகியோரும் பெர்விக் ஸ்டேஷனில் காப்பி குடித்துவிட்டு வண்டி ஏறினார்கள்.

குறிப்பிட்ட நேரத்துக்குப் பத்து நிமிடம் தாமதமாக, சரியாக காலை ஆறு மணி இருபது நிமிஷத்துக்கு எடின்பரோ வேவர்லி ஸ்டேஷனை நம் விசேஷ யாத்ரா ரயில் அடைந்தது. அந்த விடியற்காலை நேரத்திலும் குளிரைப் பொருட்படுத்தாமல் கிட்டத்தட்ட நானூறு பேர் அடங்கிய ஒரு கூட்டம் வேல்ஸ் இளவரசரை வரவேற்க நெம்பர் ஒண்ணு ப்ளாட்பாரம் தெற்கு வசத்தில் காத்திருந்தது.

ஸ்காட்டீஷ் தேசிய உடுப்பான கில்ட் அணிந்து குளிர் உறைக்காமல் இருக்க உச்ச ஸ்தாயியில் தேசீய இசைக் கருவியான ஸ்காட்டீஷ் பேக் பைப் ஆகிய பைக்குழல் வாத்தியத்தை ஊதிக் கொண்டே ஏழெட்டு வித்துவான்கள் ஸ்டேஷனைச் சுற்றிச் சுற்றி வந்து கொண்டிருந்தது பார்க்க ரம்மியமாக இருந்தது.

எடின்பரோ நகரின் திலகம் போன்ற வேவர்லி ஸ்டேஷனில் வேல்ஸ் இளவரசருக்கு அரசாங்க வரவேற்பு வைக்காமல் அதற்கு அடுத்த வைக்கோல் சந்தை ரயில் நிலையத்தில் அந்த வைபவம் நிகழவிருப்பதில் ஆச்சரியும் கொஞ்சம் அதிருப்தியும் அடைந்தவர்களாக அங்கே கூடியிருந்த கூட்டத்தில் பலரும் இருப்பதைக் காண முடிந்தது.

எடின்பரோ நகர போலீஸ் சூப்ரண்டண்ட் ஸ்ரீமான் பெய்ன் அவர்கள் வரவேற்க, தன் சொகுசு ரயில் பெட்டியின் வடக்கு ஓரத்து கழிப்பறையை ஒட்டிய தாழ்வாரத்தில் வேல்ஸ் இளவரசர் நின்று கரத்தை கூட்டத்தை நோக்கி அசைத்தார். அவர் முகத்தில் இறுக்கம் கொஞ்சம் கூட இல்லாமல் நிறைவான மகிழ்ச்சி தெரிந்தது.

கழிப்பறையை உபயோகித்து விட்டு அவர் வெளியே வந்தபோது எடின்பரோ வேவர்லி ஸ்டேஷனுக்கு வண்டி வந்து சேர்ந்திருக்கக் கூடும்.

(கீழ்க்கண்ட பத்தியை வெட்டவும். இப்படியான கருத்துகளை வைத்து வியாசம் எழுதும்போது நாசுக்கான மொழியில் எடுத்துச் சொல்லும்படிக்கு நிருபர்கள் கையேட்டில் ஒரு ஷரத்து புதிதாகச் சேர்க்கவும் பத்திரிகாசிரியர்)

பொது ஜனங்கள் தன்னை வரவேற்க வந்த மகிழ்ச்சியில் அவர் முகத்தில் இறுக்கம் காணாமல் போனதாக நாம் சொன்னபோது, தான் ராத்திரி கலக்கிக் கொடுத்து இளவரசரைக் குடிக்க வைத்த மருந்து நன்றாக வேலை செய்வதாகவும், இளவரசர் எந்தக் கஷ்டமும் இன்றி மலஜல விசர்ஜனம் நடத்தி முடிந்ததால் அவருக்கும் மற்ற பிரஜைகளுக்கும் சொல்லொணா சந்தேஷம் என்றும் மருத்துவர் கர்னல் எல்லீஸ் அவர்கள் நம்மிடம் தெரிவித்தார். பிரிட்டீஷ் சாம்ராஜ்யம் முழுவதற்கும் இது

சந்தோஷம் அளிக்கும் விஷயம் ஆயிற்றே.

(இனி வரும் பத்தியில் இருந்து பிரசுரத்தைத் தொடரவும் பத்திரிகாசிரியர்)

நாமும் வேல்ஸ் இளவரசரின் ரயில் பெட்டிக்கு வெளியே போலீஸ் சூப்ரண்டெண்ட் குழுவோடு நின்று பார்க்க, உள்ளே ஆசனங்களில் வேல்ஸ் இளவரசரின் சகோதரர்கள் எடின்பரோ மகாபிரபுவும், ஜார்ஜ் இளவரசரும், அவர்களோடு ஃபைஃப் நகர பிரபுவும் அமர்ந்து வேலைப்பாடு அமைந்த போர்சிலீன் கோப்பைகளில் தேநீர் அருந்திக்கொண்டிருந்ததைக் காண முடிந்தது. பெர்விக் ஸ்டேஷனில் காப்பி குடிக்கக் கிடைத்து வைக்காமல் அவர்கள் உறங்கியிருக்கலாம்.

எடின்பரோ மகாபிரபு தேநீர்க் கோப்பையை அருகில் அமைந்த ஆசனத்தில் வைத்துவிட்டு வேல்ஸ் இளவரசரின் அனுமதியோடு ஒரு புகையிலை சிகரெட்டை பற்ற வைத்துக் கொண்டு வெளியே திரண்டிருந்த கூட்டத்தை சுவாரசியமாக கவனித்தபடி இருந்தார்.

நாம் அவருக்குக் காலை வந்தனம் சொல்லிக் கையசைக்க, நாமும் சிகரெட் ஒன்றை எடுத்துப் பற்ற வைத்துக் கொள்ள விருப்பமா என்று விசாரித்தார். நாம் புகை வலிப்பதில்லை என்பதால் அவருடைய அன்பான உபசரிப்பை வருத்தத்தோடு மறுக்க வேண்டி வந்தாலும், வேறு எந்த லண்டன் மற்றும் எடின்பரோ பத்திரிகைகளின் விசேஷ நிருபர்களையும் பக்கிங்ஹாம் அரண்மனைவாசிகளான ராஜ பரம்பரையினர் தங்கள் கூட இருந்து புகைச் சுருட்டு பிடிக்க இதுவரை அழைத்ததில்லை என்ற முக்கியமான தகவலை நம் வாசகர்களிடம் பகிர்ந்து கொள்வதில் பெருமையடைகிறோம்.

இன்னொரு ஏழு நிமிஷம் வண்டி வேவர்லி ஸ்டேஷனில் நின்றது. வேல்ஸ் இளவரசர் தன்னை தரிசிக்க வந்த பெருங் கூட்டத்தின் கரகோஷத்தையும் வந்தனங்களையும் அடிக்கடி தொப்பியைக் கழற்றியும், கையை அசைத்தும் சிரித்தும் தெரிவித்தார்.

(பின்வரும் பத்தியை வெட்டவும் பத்திரிகாசிரியர்)

அவர் முகம் மழுமழுவென்று சவரம் செய்யப்பட்டிருந்தாலும், தாடையில் ஒரு சிறிய ரத்தக் காயம் தட்டுப்பட்டது. அரையிருட்டில் ஆஸ்தான நாவிதர் மழித்து விட்டபோது ஏற்பட்டதாக இருக்கக் கூடும் அது. இளவரசரின் முகத்தில் தோல் கரடு முரடாக அமைந்திருப்பதால் ரோம வளர்ச்சி சீராக இல்லாததும் காரணமாக இருக்கலாம்.

(இனி பிரசுரத்தைத் தொடரவும் பத்திரிகாசிரியர்)

நம் விசேஷ ரயில் சரியாகக் காலை ஆறு மணி இருபத்தெட்டு நிமிஷத்துக்கு எடின்பரோ வேவர்லி ஸ்டேஷனில் இருந்து புறப்பட்டு ஹே மார்க்கெட் என்ற வைக்கோல் சந்தை ஸ்டேஷனை அடுத்த ஐந்தாவது நிமிடத்தில் அடைந்தது.

காலை நேரக் குளிரையும் பனி விழுவதையும் கிஞ்சித்தும் பொருட்படுத்தாது எடின்பரோ நகரமே வைக்கோல் சந்தை ஸ்டேஷனில் வேல்ஸ் இளவரசரை வரவேற்கக் கூடியிருந்தது.

நமஸ்காரத்துக்கு அருகதையுள்ள நகர மேயர் ஜான் பாய்ட் மற்றும் உயர் நிர்வாக உத்தியோகஸ்தர்கள் எல்லோரும் காலை ஆறு மணிக்கு முன்னரே கில்ட் தரித்து ராஜாங்க உத்தியோக சின்னங்கள் மற்றும் பதக்கங்கள் அணிந்து நகர மன்றத்தில் ஆஜராகி அவர்களின் வருகைப் பட்டியல் சரிபார்க்கப் பட்டதாகவும் அப்புறம் எல்லோரும் ஒரே நேரத்தில் கிளம்பி வைக்கோல் சந்தை ஸ்டேஷனை காலை ஆறு மணி பதினைந்து நிமிஷத்துக்கு அடைந்ததாகவும் ராஜாங்க உத்தியோகஸ்தர் ஒருவர் சொன்னார்.

இந்தச் சுறுசுறுப்பை நகர பரிபாலன நடவடிக்கைகளில் மேயரும் மற்றவர்களும் காட்டினால், எடின்பரோ நகரம் எலிப் பொந்து போல் அங்கங்கே குண்டும் குழியுமாக இருக்காது என்று ஒரு வயோதிக நகரக் குடிமகனார் சொன்னது நம் காதில் விழத் தவறவில்லை.

வைக்கோல் சந்தை ஸ்டேஷன் முழுக்க பல நிறக் காகிதத்

தோரணங்களால் அலங்கரிக்கப்பட்டு, அழகான விளக்குகள் ஆங்காங்கே தாற்காலிகமாகப் பொருத்தப்பட்டு சூழ்நிலையை சுவர்க்க லோகமாக்கிக் கொண்டிருந்தன. விசேஷ நிகழ்ச்சிக்காக உத்தியோகஸ்தர்கள் தரித்து வந்த உடுப்புகள் அந்த வெளிச்சத்தில் கம்பீரமாக ஒளிர்ந்தது தனி சோபையை அளித்தது.

இவர்களோடு நகரப் பிரமுகர்களின் குடும்பங்களைச் சேர்ந்த அழகான பெண்கள் அற்புதமான உடுப்புகளோடு காத்திருந்தது அந்த ஸ்தலத்தையே ரம்மியமாக்கியது. (அடுத்த வாக்கியத்தின் பிற்பகுதியை வெட்டவும் - பத்திரிகாசிரியர்) அவர்களின் குயில் நாதம் போன்ற பேச்சுகள் காலை நேரத்துக்கு இதமாக இருந்ததோடு காற்றில் அசைந்த இந்த அழகான சீமாட்டிகளின் வர்ண மயமான இடுப்புப் பாவாடைகள் உள்ளார்ந்த பேரழகுக்குக் கட்டியம் கூறிக்கொண்டிருந்தன.

(இனி பிரசுரத்தைத் தொடரவும் - பத்திரிகாசிரியர்)

ஸ்டேஷனுக்கு உள்ளே வடக்கு ஓரமாக கேமரான் ஹைலாண்டர் படைப் பிரிவைச் சேர்ந்த நூறு ராணுவ வீரர்கள் வேல்ஸ் இளவரசருக்கு அணிவகுப்பு மரியாதை தரக் காத்திருந்தார்கள். காப்டன் ஆண்ட்ரூ உருஹார்ட் தலைமையில் அமைந்த இந்தப் படைப்பிரிவுக்கு மகாராணியார் வழங்கிய ரெஜிமெண்ட் கொடியை ஏந்திப் பிடித்தபடி லெப்டினண்ட் பிண்ட்லேயும் லெப்டினண்ட் மக்வெயினும் முன்வரிசையில் நின்றிருந்தார்கள். ஸ்கோட்லாண்ட் படைத் தலைவரான மேஜர் ஜெனரல் லைட்டில்டன் அன்னெஸ்லி அவர்களும் அங்கே இருந்ததைக் காண முடிந்தது.

விசேஷ வண்டி வந்து நிற்கும்போது வேல்ஸ் இளவரசர் வீற்றிருக்கும் ரயில் பெட்டி வந்து சேரும் இடம் என்று தீர்மானித்த இடத்தில் ப்ளாட்பாரத்தில் ஒரு பெரிய மேடை அமைத்து மரியாதை செலுத்தி உபசார வார்த்தை படித்துக் கொடுக்கவும், வரவேற்பு பிரசங்கம் செய்யவும் ஏற்பாடு செய்யப்பட்டிருந்தது. அந்த இடத்தில் நகர முக்கியஸ்தர்கள் பலரும் கூடியிருந்தார்கள். அவர்களின் ஜாப்தா வருமாறு - ஸ்ரீமான் ஸ்கின்னர் (நகரசபை குமாஸ்தா), ஸ்ரீமான் டர்ன்புல்

(பொக்கிஷதாரர்), ஸ்ரீமான் பெய்லீஸ் வால்காட் (செண்ட் ஜான் தேவாலய தலைமை பிஷப்) மற்றும் தேவ ஊழியம் செய்ய லண்டனில் இருந்து எடின்பரோ வந்த ஸ்ரீமதி தெரிசா மெக்கன்ஸி (பிறப்பால் இந்தியரான இவர் மதராஸ் மற்றும் லண்டன் சர்வ கலாசாலைகளில் தத்துவ சாஸ்திரம், ஆங்கில இலக்கியம் ஆகியவற்றில் பட்டம் பெற்றவர் என்பதையும், இவரது கணவர் மேஜர் மெக்கன்ஸி தற்போது ஆப்பிரிக்காவில் நிகழும் போயர் யுத்தத்தில் முக்கியப் பொறுப்பேற்று வெற்றி வாகை சூடி வருவதையும் நேயர்களுக்கு அறிவிக்கக் கடமைப் பட்டிருக்கிறோம்).

தேவ ஊழியம் செய்ய வந்து தங்கியிருந்த இடத்தில் நிகழ்ந்த தீ விபத்தில் தான் வாடகைக்கு எடுத்த பியானோ மற்றும் மதப் பிரசாரத்துக்கான பைபிள் பிரதிகள் மற்ற புத்தகங்கள், ஏழைக் குழந்தைகளுக்கு அன்பளிப்பாக அளிக்க எடுத்து வந்த குளிர்கால உடுப்புகள், போர்வைகள் ஆகியவை எரிந்து போனதாகவும், விடுதிக் காப்பாளருக்கும் தீவிபத்தில் பேரிழப்பு ஏற்பட்டதாகவும் திருமதி தெரிசா தெரிவித்தார். வேல்ஸ் இளவரசர் பாலங்களைப் பார்வையிட்டு முடித்து எடின்பரோ ஹோலிராட் அரண்மனையில் வரும் வாரம் தங்கும்போது அவரை ஐந்து நிமிடம் சந்திக்க அனுமதி கோரும் விண்ணப்பம் ஒன்றையும் ஸ்ரீமதி தெரிசா மெக்கன்ஸி கொண்டு வந்திருந்தார்.

விசேஷ ரயில் கொஞ்சம் முன்னால் போய் நின்றதால் நேரடியாகப் பிரசங்க மேடையில் அடியெடுத்து வைத்து வேல்ஸ் இளவரசர் இறங்க முடியாமல் போனது. அவரை ஒரு பல்லக்கில் சுமந்து போக சித்தமாக நாலைந்து உத்தியோகஸ்தர்கள் ஓடி வந்தபோது, இளவரசர் கனிவாகச் சிரித்து தான் திடகாத்திரமாக இருப்பதாகவும் நாலு அடி நடப்பதால் ஆரோக்கியத்துக்குக் கேடு ஏதும் ஏற்படாது என்றும் நகைச்சுவை ததும்பச் சொன்னார்.

ராணுவ அணிவகுப்பு வீரர்கள் கொம்பு வாத்தியம் முழங்க காலணிகளை அழுத்த நிலத்தில் பதித்து இளவரசருக்கு வந்தனம் தெரிவிக்க, மேஜர் ஜெனரல் அவர்களும் மேயர் அவர்களும் கைலாகு கொடுத்து பிரயாண சவுகரியம் குறித்து மன்னர் பெருமானை விசாரித்து தகுந்த விடை பெற்று திருப்தி

அடைந்தார்கள்.

பின்னர் மற்ற பரிவாரங்கள் பின்தொடர பிரமுகர்கள் மேடை ஏறும் முன், திருமதி தெரிசா மெக்கன்ஸி அவர்கள் மேல் மதிப்புக்குரிய இளவரசர் அவர்களின் பார்வை பட்டது. அவர் இந்திய வம்சாவளியினர் என்பதைத் தன் நுண்ணறிவின் மூலம் ஒரு வினாடியின் அரைக்கால் பகுதி நேரத்துக்குள் அறிந்து கொண்ட வேல்ஸ் இளவரசர் இவ்வம்மையாரை இந்திய முறைப்படி கைகுவித்து சேவிக்க, அங்கே குழுமியிருந்த பெருங்கூட்டம் ஆரவாரமாகக் கைதட்டி மகிழ்ந்தது.

பிரிட்டனுக்கு சற்றே பிற்பட்ட சரித்திரம் உடைய இந்தியப் பெருநாட்டை அறியாமை மற்றும் ஏழ்மை இருளில் இருந்து மீட்க பிரிட்டீஷ் அரசாங்கம் நல்லெண்ணம் கொண்டு நிர்வாகத்தை மேற்கொண்டு சீரும் சிறப்புமாக நடத்தி வரும் வேளையில் இளவரசரின் இந்த இந்திய முறையிலான வணக்கம் இந்தியர்கள் மேல் பக்கிங்ஹாம் அரண்மனையும் பிரிட்டீஷ் பாராளுமன்றமும் வைத்திருக்கும் பேரன்பைத் தெள்ளத் தெளிவாக வெளிப்படுத்தியது.

திருமதி மெக்கன்ஸி தன் கையில் வைத்திருந்த மனுவை இளவரசரின் அனுமதியோடு எடின்பரோ மகாபிரபு அவர்களிடம் கொடுத்தார். மகாபிரபு புகைத்துக் கொண்டிருந்த புகையிலை சிகரெட்டை அந்த நொடியில் காலடியில் போட்டு மிதித்து அணைத்து விட்டு மனுவைப் பணிவோடு கையில் வாங்கிக் கொண்ட கரிசனம் எடின்பரோ நகர மக்களின் பெருங்கூட்டத்தை நெகிழச் செய்தது.

அணிவகுப்பு மரியாதை முடிந்து பிரசங்கங்கள் ஆரம்பமாயின. (தொடரும் வாக்கியத்தை வெட்டவும் பத்திரிகாசிரியர்). வேல்ஸ் இளவரசர் இருந்த ரயில் பெட்டிக்கு அடுத்த பெட்டியில் இருந்து முப்பது வயது மதிக்கத்தக்க இந்திய அல்லது ஆப்பிரிக்க உடுப்பு அணிந்த பெண்ணும், சிறுமியும் இறங்கி கூட்டத்தில் கலந்ததை நாம் கவனித்தோம்.

அத்தியாயம் நாற்பத்தி ஆறு

ஏப்ரல் 5 1907 பிரபவ வருடம் பங்குனி 23 வெள்ளிக்கிழமை

நீலகண்டய்யன் செயிண்ட் ஜார்ஜ் கோட்டைக்கு வெளியே வந்தபோது சமுத்திரக் காற்று இதமாக வீச ஆரம்பித்திருந்தது. அதென்னமோ தெரியலை, இன்னிக்குக் காலையிலே கண் முழித்து பாயைச் சுருட்டி வைத்தது முதல் நாள் கிரமமாக முன்னால் போய்க் கொண்டிருக்கிறது.

அது முந்திய ராத்திரியே ஆரம்பமாகி விட்டது. அவன் குழந்தைகள் ரொம்ப சுருக்காகவே ராத்திரி நித்திரை போய்ப் பிள்ளையார் சுழி போட்ட சுபவேளை அது.

அகத்துக்காரி கற்பகம் தூரம் குளித்து நாலு நாள் ஆன உடம்பு மினுமினுப்பும் தேக வாசனையும், வாயில் தாம்பூலமும் தலை கொள்ளாமல் மல்லிகைப்பூவுமாக நீலகண்டன் படுத்து உருண்டு கொண்டிருந்த மச்சு உள்ளுக்குள் எட்டிப் பார்த்தாள் அப்போது.

சுடச்சுடப் பசும்பால் குடித்து விட்டு தூங்கினால் என்னவாம்? சர்க்கார் உத்தியோகம் உடம்பை உருக்கி இப்படி நோஞ்சானாக்கிடுத்தே. பெலம் வேணாமா எல்லாத்துக்கும்?

கரிசனமாக அவள் விசாரித்து விட்டு பாலோடு சூடாக வந்தபோது சுபஹோரை கனிந்து வந்தது. குளிரக் குளிர கற்பகத்தை ஆலிங்கனம் செய்து பக்கத்தில் கிடத்தி ராத்திரி கிட்டத்தட்ட முழு நேரமும் போகம் முந்தாமல் கிரீடை செய்ய முடிந்ததில் இன்னும் உடம்பும் மனசும் கெக்கலி கட்டிப் பறக்கிறது.

ஆனாலும் நீர் ராட்சசர்ங்காணும். இப்படியா நாலு தடவை ஒரே ராத்திரியிலே.

தஞ்சாவூர்க்காரியான கற்பகம் முகத்திலும் உடம்பு முழுக்கவும் திருப்தி எழுதியிருக்க அந்த இருட்டில் நீலகண்டய்யனோடு காலைப் பிணைத்து இறுக்கமாக ஒட்டிக் கொண்டு படுத்தபடி காதுமடலைக் கடித்தது இன்னும் சுகமாக வலிக்கிறது அவனுக்கு.

விடிய கொஞ்ச நேரம் முந்தி அவன் முதுகை இதமாக நீவி, குடுமியைப் பிரித்து இழை நீள உருவி ரெண்டு காது ஓரமும் மறைத்தாற்போல் பரத்தியவள், அவன் வாயில் முத்தம் ஈந்தபடி எழுப்பினாள்.

நீலகண்டய்யன் இன்னொரு தடவை ரமிக்கத் தயாரானவனாக அவள் பக்கம் திரும்பி கழுத்தில் பல் பதித்தபோது அவள் அவசரமாக விலக்கினாள்.

விடிகாலை அஞ்சு மணி. வேலைக்காரி வந்துடுவா. குழந்தை பாடசாலை போயாகணும். நீங்க உத்யோக ஸ்தலம் போகணும். நினைப்பு இருக்கோ இல்லியோ.

எல்லாம் இருக்கு, வாடி என்றான் நீலகண்டன்.

இன்னிக்கு வெள்ளிக்கிழமையாக்கும். வாசல் தெளிச்சு செம்மண் கோலம் போடணும். சீக்கிரம் குளிச்சாகணும். மார்கழி. சூனிய மாசத்திலே நீங்க வேறே ராக்கூத்து அடிச்சு.

அவள் வெட்கத்தோடு நிறுத்தி எழுந்து நின்றாள்.

கூத்துக் கொட்டகையிலே படுதா எறக்க முந்தி மங்களம் பாட விட்டுப் போச்சு. வாடி என் செல்லமே.

நீலகண்டன் விடாமல் சீண்டினான்.

பார்த்துண்டே இருங்கோ. நேத்திக்கு அடங்காம ஆடினது சூல் வச்சு ஒண்ணுக்கு நாலா ஒரே பிரசவத்திலே உண்டாகப் போறது. ராஜதானியிலேயே முதல் தடவையா நாலு கர்ப்பம் ஒருசேரத் தாங்கின ஸ்திரின்னு என்னைப் பார்க்க ஊரோட திரண்டு வரப் போறா. போறும்'ன்னா. சொன்னாக் கேளுங்கோ.

அவள் சிரித்தபடி நீலகண்டய்யனின் இடுப்புக்குக் கீழ் அழுத்திப் பிடித்தாள்.

ராட்சசி, விடுடி, உசிரு போறது. நாலு என்ன கணக்கு? இன்னும் அஞ்சு நிமிஷம் சாஞ்சு படுத்துண்டா இன்னொண்ணு கழுக்கு முழுக்குன்னு உன்னை மாதிரிப் பெத்துக்கலாம். தயவு பண்ணி இப்படி வாடி என் ராஜாத்தியோன்னோ.

நீலகண்டன் யாசித்தான்.

அதுக்கு வேறே யாராவது இரும்புலே இடுப்பும் மத்ததுமா கிடைக்கறாளா பாருங்கோ. உள்ளே எல்லாம் அனல் மாதிரி காந்தறது. ஆனாலும் மகா முரடு.

அவள் நீலகண்டன் காதில் சொல்லி விட்டு தலையை முடிந்து கொண்டு நடந்தாள்.

இருடி, போகலாம். ஆபீஸ்லே போய் தஸ்தாவேஜ்லே கையெழுத்தா போடப்போறே?

நீங்க தான் உடம்பு முழுக்க ராத்திரி போட்டு வச்சிருக்கேளே. அதெல்லாம் தொடச்சு அலம்பிவிட்டுக் குளிச்சாகணும் முதல்லே.

காப்பி சேர்த்துட்டுக் குளிக்கப் போயேண்டி கண்ணுக்குட்டி.

இன்னிக்கு என்ன கொஞ்சல் ஜாஸ்தியா இருக்கு? ஆபீஸ் எல்லாம் போறாப்பல உத்தேசமா இல்லே மத்தியானமும் இதே லஜ்ஜை கெட்ட கூத்துதானா?

கற்பகம் ஜாக்கிரதையாக ஒரு அடி தள்ளி நின்று அவன் குடுமியைப் பிடித்து இழுத்துக் கேட்டாள்.

எதுடி லஜ்ஜை கெட்ட கூத்து. நீயும் தானே சேர்ந்து ஆடினே?

மோகம் தலைக்கேறி அவளுக்காக கைநீட்டிய நீலகண்டய்யனை சுய ஸ்திதிக்குக் கொண்டு வந்தது வாசலோடு போன பஜனை கோஷ்டிதான். தேவாரத்தையும் திருவாசகத்தையும் பாராயணம் பண்ணிக் கொண்டு நாலு வீதி சுற்றி தெருக் கோடி கோவிலில் முடிக்கிற அந்தக் கோஷ்டியில், வேலைக்குப் போன புதுசில் நீலகண்டய்யனும் அவன் தமையன் மகாலிங்கய்யனும் தாளம் தட்டிக் கொண்டு போனது உண்டு. அந்த ரம்மியமான நேரத்தில் வீதி முழுக்க கோலம் போட வருகிற சின்ன வயசுப் பெண்டுகளைப் பார்க்கத் தோதான ஏற்பாடு அது. தஞ்சாவூரிலே கற்பகத்தைப் பார்க்க அப்படி ஒரு கோஷ்டி அலைஞ்சிருக்குமோ என்னமோ.

அதே நினைப்போடு கூட தந்த சுத்தி செய்து காலலம்பி வந்து அவள் சேர்த்துக் கொடுத்த கள்ளிச்சொட்டுப் பால், முதல் டிகாக்ஷன் சர்க்கரை தூக்கலாகக் கலந்து கொடுத்த காப்பியை மச்சு அறையில் உட்கார்ந்தபடிக்கே சுடச்சுட ரசித்துக் குடித்தான்.

எச்சப் பண்ணாம அண்ணாந்து லோட்டாவை வைச்சுண்டு குடிங்கோ.

ரொம்பப் படுத்தினா திரும்ப எச்சல் பண்ண வேண்டி வரும்.

கற்பகம் அவசரமாகக் குளிக்கப் போனபோது பச்சைப் பெட்டியோடு நாவிதர் வந்து சேர்ந்தார். கைநடுங்கும் வயசில் கிழவர். அவரிடம் தலையையும் முகத்தையும் சர்வாங்கத்தையும் மழிக்கக் கொடுத்துத்தான் நீலகண்டய்யனின் தகப்பன் சுவர்க்கஸ்ரீ வைத்தியநாதய்யன் தன் பெண்டாட்டி கோமதியம்மாளை ஆகர்ஷித்து ரெண்டு குழந்தை பெற்று வளர்த்துவிட்டது. சர்வாங்கம் வேண்டாம் என்று வைத்ததாலோ என்னமோ நீலகண்டனுக்கு ஒரு சந்ததி ஏற்பட கல்யாணத்துக்கு அப்புறம் ஏழு வருஷம் காத்திருக்க வேண்டிப் போனது.

சாமி, அப்படியே திண்ணையிலே சாஞ்சு உட்காருங்கோ. நிமிஷத்துலே முடிச்சுடறேன்.

போன வருஷம் வரைக்கும் கந்தசாமி நாவிதனுக்குத் துணையாக அவன் பிள்ளை ஆண்டியப்பனும் வந்து கொண்டிருந்தான். அவன் மழித்து விட்டுப் போனால் கன்னம் ஒரு ரோமம் கூட உறுத்தாது மழுமழுவென்று ராத்திரி வரைக்கும் இருக்கும்.

எங்கே மூஞ்சியை வச்சுக்கறதுன்னு விவஸ்தையே இல்லையா? பிருஷ்டத்துலே போய்.

ரெண்டும் ஒரே மாதிரி தாண்டி.

கற்பகம் ஆரம்பத்தில் முகத்தைச் சுளித்தாலும் அவளுக்கும் ரசிக்க ஆரம்பித்தது. அப்புறம் சூல் பிடிக்க அதிக நாள் ஆகவில்லை.

ஆண்டியப்பன் வேதத்தில் ஏறி சோசப்பு ஆன பிற்பாடு கந்தசாமி தனித்துப் போய் இருக்கப்பட்ட வாடிக்கைகளைக் கவனித்துக்கொண்டிருக்கிறார். அங்கங்கே அறுத்து ரத்தம் வர வைத்தாலும் மொத்தத்தில் முகம் வெளியே காட்டுகிற தோதில் சிரைக்கிறது கந்தசாமிக்குக் கைவந்த வித்தை.

உள்ளே குளித்து தலைக்கு வேடு கட்டிக் கொண்டு சமையல் கட்டுக்குப் போன கற்பகத்தைப் பார்த்தபடிக்கு கத்தி புதுசா என்று கந்தசாமியை விசாரித்தான் நீலகண்டய்யன்.

மளுமளுன்னு சரைச்சு விட நானாச்சு சாமி. குந்துங்க.

கற்பகம் உள்ளே இருந்தபடிக்கே ஐந்து விரலையும் விரித்துக் காட்டிக் கொண்டு வாய்க்குள் சிரித்தபடி போனபோது, உள்ளபடிக்கே இந்த சம்சார வாழ்க்கை மாதிரி உவப்பான சங்கதி வேறே ஏதும் இருக்க முடியாது என்று தோன்றியது நீலகண்டனுக்கு.

அப்போது தான் சட்டென்று இன்றைக்கு கோர்ட்டு கச்சேரி போய் தன் ஆப்தன் ராமானுஜலு நாயுடுவைப் பார்த்து வர ரெண்டு நாள் முந்தியே ஏற்பாடு செய்து வைத்திருந்தது ஞாபகத்தில் பட்டது அவனுக்கு.

அது அவனுடைய மாதா பிதா ஆக்ஞைப்படியான ஒண்ணு. சமீபத்தில் ஒரு தினம் நீலகண்டனுடைய சொப்பனத்தில்

வந்து அவர்கள் சொல்லிப் போனது.

அன்றைக்கு விடிந்தும் எழுந்திருக்க மனசே இல்லாமல், விடிகாலை கடந்து போன பின்பும் அரையும் காலுமாகத் தூங்கிக் கொண்டிருந்தபோது ஏற்பட்ட ஒண்ணு.

பிதா வைத்தியநாதய்யனும் அம்மா கோமதியும் வீட்டு வாசல் படியேற மாட்டேன் என்று அடம்பிடிக்கிற கனவு அது.

ஆத்துக்காரி பிரஷ்டைங்கறதாலே நாங்க உள்ளே வரல்லேன்னு நினைச்சுக்காதே.

வைத்தியநாதய்யன் அமரிக்கையாக வாசல் திண்ணையில் உட்கார்ந்தபடி வெற்றிலை மடித்து வாயில் குதப்பியபடி சொல்ல, படி ஏறாமல் ஓரமாகவே நின்றாள் கோமதியம்மாள்.

என்ன குத்தம் நான் பண்ணி இருந்தாலும் மனசுலே வச்சுக்காதீங்கோ. நீங்க இல்லேன்னா நான் யாரை அண்டிப் போய் அம்மா அப்பான்னு பூஜிச்சுண்டு நிப்பேன்? அடுத்த மாசம் அப்பா திவசம் வரும்போது வாத்தியார் சம்பாவனையா பட்டுக்கரை வேஷ்டி, கால் பவுன் மோதிரம், கோதானம் எல்லாம் கொடுக்கப்போறேன் தெரியுமா. உங்க புண்ணியாத்மாவை வைதாரணி தாண்டிப் போக வைக்கறேன் நம்புங்கோ. அடுத்த வருஷம் துரை கிட்டே சொல்லி ரஜா வாங்கிண்டு போய் வாரணாசியிலே பித்ருக் காரியம் பண்றேன். அம்மா, உள்ளே வாம்மா. என்னத்துக்கு வாசல்லேயே நிக்கறே. இது உன் வீடு. வா அம்மா.

நீலகண்டய்யன் அழ ஆரம்பித்தபோது வைத்தியநாதன் கண்டிப்பான குரலில் சொன்னான்.

ஏண்டா சின்னம்பி, நானும் இவளும் பொறுத்துப் பொறுத்துப் பார்த்து அடக்க முடியாம இப்போ கேட்க வந்திருக்கோம். அது என்னடா உனக்கு அப்படி ஒரு நெஞ்சழுத்தம்?

என்ன தப்பு செஞ்சேம்பா? எப்போ? எதா இருந்தாலும் மன்னிச்சு.

இத்தனை நாள் போயும், உன் உடன் பிறந்தவன் என்ன ஆனான்னு விஜாரிச்சியோ? அவனை காராகிருஹத்துலே

அடைச்சதும் கோர்ட்டிலே கேஸ் நடந்ததும் எல்லாம் தெரியும்தானே? ஒரு விசையாவது போய்ப் பார்த்தியோ? அப்படி என்னடா மனசிலே வன்மம் பெரியம்பி மேலே உனக்கு?

வன்மம் எல்லாம் இல்லேப்பா. ராஜாங்க உத்தியோகமாச்சே. நாளைக்கு கோர்ட்டு கச்சேரி, ஜெயில்னு அலைஞ்சா என்ன விஷயம்னு துரை மூக்கை நுழைச்சு விசாரிக்கலாம். அப்புறம் என் நேவிகேஷன் ஹெட்கிளார்க் உத்தியோகத்துக்கு சீட்டு கிழிச்சுடுவானேன்னு பயம். அதான் போறதைத் தள்ளிப் போட்டுண்டே இருந்தேன்.

நிறுத்துடா. அது ஒரு நொண்டிச் சாக்கு. ஆத்துக்காரி அங்கேயெல்லாம் போகாதே, அண்ணா சகவாசம், மன்னி சகவாசம் எல்லாம் மறந்துடுன்னு கண்டிச்சு உன்னை அடக்கி வச்சுட்டது தெரியாதோ எங்களுக்கு?

வைத்தியநாதய்யன் கனவில் சொல்லிவிட்டு இன்னொரு பிடி வெற்றிலையும் சீவலும் கேட்க, நீலகண்டய்யன் வீட்டுக்குள் சமையல் கட்டில் போய் ரெண்டையும் எடுத்து வந்து அப்பனிடம் பயபக்தியோடு கொடுத்தான்.

நான் பாத்துப் பாத்துக் கட்டின கிரஹத்தை நீங்க அண்ணா தம்பி ரெண்டு பேரும் வித்ததிலே எனக்கும் உங்கம்மாவுக்கும் ரொம்பவே மனசு வருத்தம் தான். ஆனா, அதுக்கு அப்புறம் ஏழெட்டு வருஷம் கழிஞ்சு போச்சு.

வாஸ்தவம்தான் அப்பா.

நீ ஆமோதிக்கணும்னு சொல்லலே. பெரியம்பி உசிரே சர்க்கார் தூக்குக் கயிறு மாட்டி முடியற ஸ்திதி வந்தும் நீ பழைய வன்மத்தோடேயே இன்னும் இருக்கியே அதாண்டா எங்களுக்குத் தாங்கலே. அவன் ஆயுசு கெட்டி. பொழச்சுட்டான். அதாவது தெரியுமோ?

கோமதியம்மாள் சொல்லிக் கொண்டு போனபோதே முழிப்பு உண்டாகி, அதிகாலைக் கனவு என்பதால் பலிக்கும் என்ற பயம் ஏற்பட, அடுத்த தெருவுக்கு ஓடினான் நீலகண்டன் அப்போது.

கிருஷ்ணக் கோனாரின் தொழுவத்தில் சாதுப் பசுவாகப் பார்த்து அதன் காதில் சொப்பனத்தைச் சொல்லி முடித்தபோது இது என்ன கஷ்டம்டா நீலகண்டா என்று அந்த மிருகம் பல்லைக் காட்டி சிரித்த மாதிரி இருந்தது.

பெரியம்பி மகாலிங்க அண்ணா உசிரோடு இருக்கான் என்பது அவன் காதிலும் விழுந்த சங்கதி. அவன் இப்போது எங்கே இருக்கான் என்று முதலில் தேடணும். மன்னி லலிதாம்பாளையும் ஒரு விசை கற்பகத்தோடு கூடப் போய்ப் பார்த்து விட்டு அகத்துக்குக் கூட்டி வரணும்.

மயிலாப்பூர் வெங்கடேச அக்ரஹாரத்தில் பெரியம்பி வீடு கட்டி கிரகப்பிரவேசம் என்று மூணாம் மனுஷ்யர் மூலம் சொல்லி அனுப்பினபோது வேணுமென்றே போகாமல் தவிர்த்து விட்டான் நீலகண்டன். வீட்டு விலாசம் கூடத் தெரியாது. ஆனால் இப்போ அதையெல்லாம் தேடிக் கண்டுபிடிக்க வேண்டும். பித்ரு கட்டளை. தட்ட முடியாது.

மகாலிங்க அண்ணா தற்போது இருக்கப்பட்ட இடம் என்னவாக இருக்கும்? சூளைமேட்டில் தங்கலட்சுமியோ, வெள்ளையம்மாளோ ஒரு தாசியோடு அடிக்கடி குலவிக் கொண்டிருந்தது, ரெட்டிய ஸ்திரியோ, செட்டிச்சியம்மாளோ ஒரு சின்ன வயசுப் பெண்ணை பலாத்சங்கம் செய்து கொன்றும் போட்டுவிட்டதாக அவன் மேலே குற்றம் சாட்டி சிக்ஷை விதித்தது, அதை மேல் கோர்ட் தள்ளி வைத்தது என்று அரசல் புரசலாக ஏதேதோ விஷயம் யார் யார் மூலமாகவோ தெரிய வந்தபோது அவனுக்கு அண்ணா மேல் பொறாமைதான் முதலில் வந்தது.

அற்பமாக மூக்குத் தூள் மடித்துக் கொடுக்கிற உத்தியோகத்தில் இருக்கப்பட்ட அவனுக்கு எப்படி சகல ஜாதி ஸ்திரிகளும் வாய் எச்சில் வாடை தெறிக்கிற தூரத்தில் பரிச்சயமானார்கள் என்று புரியாத விஷயம் அது. நேவிகேஷன் ஹெட் கிளார்க் நீலகண்டய்யனுக்கு அகத்துக்காரி கிடைத்ததே பெரிய சங்கதி. ஆனாலும் அண்ணா ஆகிருதி கெம்பீரம் தான். அவனுக்கு வாய்க்காதது அது.

மகாலிங்க அண்ணா காராகிருஹத்திலிருந்து வெளியே வந்தது பற்றியும், அவனுடைய தற்போதைய இருப்பு பற்றியும் யாரை விசாரிக்கலாம்?

ராஜாங்க உத்தியோகஸ்தன்? கோர்ட்டு கச்சேரி குமஸ்தன்?

சட்டென்று ராமானுஜலு நாயுடு நினைவு வந்தது நீலகண்டனுக்கு. தன் கூடப் படித்து இப்போது ஹைகோர்ட் கச்சேரியில் சிரஸ்ததாராக இருக்கும் நாயுடுவைப் போய்ப் பார்த்துக் கேட்கலாம் என்று மனசில் பட்டபோது அப்பா வைத்தியநாதய்யனும் கோமதியும் ஆசிர்வதித்த மாதிரி இருந்தது.

நேவிகேஷன் ஆபீசில் உத்தியோகம் கம்மியான வெள்ளிக்கிழமை பின் மத்தியானம் ராமானுஜலு நாயுடுவைப் பார்க்க வருகிறதாக லிகிதம் அனுப்பினான். அவனும் வரும்படிக்கு பிரியத்தோடு அழைத்து உடனே பதில் கொடுத்தனுப்பினான்.

ஆக, இப்போது நீலகண்டய்யன் தான் உத்தியோகம் பார்க்கும் செயிண்ட் ஜார்ஜ் கோட்டையை விட்டுக் கிளம்பி கோர்ட் கச்சேரிக்குப் போகிற காரியம் விக்னமில்லாமல் நிறைவேறி கொண்டிருக்கிறது.

சாமி, எங்கே போகணும்? நம்ம வண்டியிலே ஏறுங்க. பூஞ்சிட்டா பறிஞ்சு கொண்டாந்து சேர்த்துட மாட்டேன்?

முன்னால் வந்து நின்ற ஜட்கா வண்டிக் காரன் வண்டித் தட்டில் இருந்து குதித்து நீலகண்டய்யனைக் கேட்டான். வண்டியில் பூட்டிய குதிரை மெல்லக் கனைத்தது.

மதர்த்து நின்ற அந்தக் கருப்புக் குதிரையைப் பார்த்ததும் கற்பகம் ஞாபகம் வந்தது.

நாளைக்கு நாயுடுவைப் பார்க்கப் போனால் என்ன? இப்போ இப்படியே ஜட்கா ஏறி வீட்டுக்குப் போய்.

போடா. பொண்டாட்டி தொடைக்குள்ளேயே எத்தனை நாள் வாசம் பண்ற உத்தேசம்?

வைத்தியநாதய்யன் வெற்றிலை எச்சிலை திண்ணையில் இருந்து துப்பினான்.

பெரிய கோர்ட்டு கச்சேரி போப்பா.

நீலகண்டய்யன் அவசரமாக ஏறி உட்கார வண்டி நகர்ந்தது.

அத்தியாயம் நாற்பத்தி ஏழு

ஏப்ரல் 5 1907 பிரபவ வருடம் பங்குனி 23 வெள்ளிக்கிழமை

நீலகண்டய்யன் கையில் மடக்கிப் பிடித்த கருப்புக் குடையோடு ஹைகோர்ட்டு இருக்கப்பட்ட வீதியில் நுழைந்தபோது சாரட்டுகளில் ஜட்ஜ் மற்றும் வக்கீல் துரைமார்கள் வீட்டுக்குக் கிளம்பிக்கொண்டிருந்தார்கள். நாமம் போட்ட இரண்டு மயிலாப்பூர் அய்யங்கார்கள் அல்பாகா கோட்டும் தலைப்பாகையுமாக அவசரமாக ஜட்கா வண்டி ஏறிப் போனார்கள். என்னமோ ஏழாம் எட்வர்ட் மகாராஜாவே நேரில் வந்து சன்னத்து கொடுத்து சாம்ராஜ்ஜியத்திலேயே முக்கியமான தாவா தீர்த்து வைக்க அனுப்பியது போல ஸ்பஷ்டமான திருப்தி அவர்கள் முகத்தில் தெரிந்தது.

கோர்ட்டு கச்சேரி உள்ளே தூசியும் துப்பட்டையுமாக எதையோ இடித்துக் கட்டிக் கொண்டிருந்ததும் நீலகண்டய்யன் கண்ணில் படத் தவறவில்லை. புதுசாக எழுப்பின கட்டிடத்தில் இடிப்பானேன், திரும்பக் கட்டுவானேன் என்று அவனுக்குப் புரியவில்லை. நாலு பேர் நாலு காசு பார்க்க சர்க்கார் வகையில் செய்து கொடுத்த ஏற்பாடாக இருக்கும்.

செயிண்ட் ஜார்ஜ் கோட்டையில் மட்டும் எந்த ராஜா எந்தப் பட்டணம் போனாலும் ஒரு செங்கலைக் கூட நகர்த்தி புதுசாகச் சாந்து குழைத்துப் பூசுகிற வழக்கம் இல்லை. தெய்வங்கள் இருக்கப்பட்ட இடம் ஆச்சே. இடித்துக் கட்டினால் கும்பாபிஷேகம்தான் பண்ண வேணும் அந்த வெள்ளை மூஞ்சிகள் பரிபாலனம் செய்யும் புண்ணிய ஸ்தலத்தில்.

நீலகண்டய்யன் வலது கைப்பக்கம் திரும்பினான். நீள அப்படியே நடந்தால் மங்களூர் ஓடு வேய்ந்து ஒரு பெரிய காரைக் கட்டிடம் இருக்கும். அதுக்கு உள்ளே விதவிதமான உத்தியோகப் பெயர்களோடு அழுக்கு வேட்டியும், சுருங்கின குப்பாயமும், மூக்குப் பொடி மணமுமாக ஏகப்பட்ட பேர் காகிதக் கட்டுக்களைக் கக்கத்தில் இடுக்கிக்கொண்டும் கையில் அட்டை வைத்துக் கட்டிச் சுமந்து கொண்டும் சதா திரிந்தபடி இருப்பார்கள்.

இந்தப் பரிவார தேவதைகளை எல்லாம் கடந்து இன்னும் உள்ளே போனால் கொஞ்சம் பெரிய காவல் தேவதைகள். சிரஸ்தார் ராமானுஜலு நாயுடு போல. இதுகளுக்கு எல்லாம் புறாக் கூண்டு போல உத்தியோக இடம் சித்தம் செய்து வாசலுக்குக் கதவும் உள்ளே கம்பி அழி வைத்த ஜன்னலும் மர மேஜையும் நாற்காலியும் போட்டு பிரதிஷ்டை பண்ணுகிறது வாடிக்கை.

நாயுடு கொஞ்சம் கவுரதையான உத்தியோகம் பார்க்கிறபடியால் அவனைப் பார்க்க வருகிற முக்கியஸ்தர்கள் உட்கார்ந்து வார்த்தை சொல்ல அவன் மேஜைக்கு முன்னால் ரெண்டு குரிச்சி போட்டிருக்கும். வாசலில் டவாலி தரித்த ஒரு சேவகன் யார் என்ன என்று தீர விசாரித்து உள்ளே அனுப்பி வைக்கிறதும் வழக்கம்தான்.

நீலகண்டய்யன் போனபோது மேற்படி சேவகன் ஓரமாக நின்று பங்கா இழுத்துக் காற்றை உள்ளே அனுப்பிக் கொண்டிருக்க, நாயுடு மேஜை மேல் சாய்ந்தபடிக்கே அரைத் தூக்கத்தில் இருந்தான்.

ஐயா கேசு விஷயமா ஏதோ ரோசனை பண்ணிட்டிருக்காரு.

எந்திருக்க நேரம் பிடிக்குமே.

டவாலி மரியாதையாகச் சொன்னதைக் கேட்டது போல் காட்டிக் கொள்ளாமல் நீலகண்டய்யன் நாயுடு முன்னால் பிரத்யட்சமானான்.

டரடரவென்று நாற்காலியை இழுத்துப் போட்டு அவன் உட்காரப் போனபோது கோட்டு வாய் எச்சிலைத் துடைத்துக் கொண்டு நாயுடு முழித்துக் கொண்டான்.

ஏண்டா, இன்னிக்கு வேலை இல்லையா? ஆனந்த சயனத்திலே இருக்கே?

நாயுடு மேலே தேகம் படாமல் கையில் வைத்திருந்த குடையால் அவன் தோளில் விளையாட்டாக அடித்தான் நீலகண்டன்.

ஏன் அய்யரே, வந்ததும் வராதுமா ஆயுதத்தை என்னாத்துக்கு ஏவறே?

நாயுடு சிரித்தபடி மேஜை மேல் வைத்திருந்த காகிதக் கட்டை ஓரமாக நகர்த்தி வைத்தான். நீலகண்டனை ரொம்ப நாள் கழித்துப் பார்த்த சந்தோஷம் அவன் முகத்தில் பட்டவர்த்தனமாகத் தெரிந்தது.

ஆகாரம், பானம் ஏதாவது கொண்டு வரச் சொல்லட்டுமா அய்யரே?

நாயுடு விசாரித்தான்.

ஆத்துக்கு வெளியிலே அதெல்லாம் நான் சாப்பிட மாட்டேண்டா பழி. உனக்குத் தெரியாதா என்ன?

போடா புடலங்கா, இங்கே கச்சேரி உள்ளேயே கீத்துக் கொட்டகை போட்டிருக்கான் மதுரைக்கார அய்யன் ஒருத்தன். ஆளு அட்டைக் கறுப்பு. என்னைய விடக் கருப்பன்னா பாத்துக்கயேன். ஆனா, வக்காளி என்ன காரசாரமா சுடச்சுட வெங்காய வடை போடறான். வாங்கிட்டு வரச் சொல்றேன். தின்னு பாத்துட்டு சொல்லு. ஆத்துக்காரி கைமணம் கூட அப்புறம் சாதாரணமாப் போயிடும்.

வேணாம் வேணாம் என்று நீலகண்டய்யன் மறுத்தாலும் உள்ளூர

அவனுக்கும் இப்படி வரவழைத்துச் சாப்பிடுவதில் ஆசைதான். வீட்டிலே வெங்காய வடை எல்லாம் பண்ண மாட்டாள் கற்பகம். ஞாயிற்றுக்கிழமை தவிர மற்ற நாளில் தொடக்கூடாத சமாச்சாரம் அந்தச் சனியன் பிடித்த ஆனால் வாய்க்கு வெகு ருஜியான வெங்காயம். அதுவும் ஞாயிற்றுக்கிழமையன்று அமாவாசை வந்து வாய்த்தால் கிடையாது.

நாயுடு மேஜை இழுப்பறையைத் திறந்து துட்டு எடுத்து டவாலி கையில் போட்டான். சுக்குக் காப்பித் தண்ணி வேணுமா ஐயா என்று விசாரித்தான் அந்த சேவகன்.

மதுரைக்காரன் எலுமிச்சம்பழ ஷர்பத்து போட்டிருக்கானான்னு கேளு. இருந்தா.

சரி எசமான்.

இவன் ஒருத்தன். ராகுகாலத்திலே பொறந்த பய. எதுலேடா வாங்கிண்டு வருவே? நீ பாட்டுக்கு கருத்த பார்ப்பான் கடை லோட்டாவிலே வாங்கிட்டு வந்தா இந்தச் செவத்த பார்ப்பான் குடிக்க மாட்டேன்னு களுத்தறுப்பான். கொஞ்சம் இரு.

நீலகண்டய்யன் மறுக்க ஆரம்பிப்பதற்குள் கையைக் காட்டித் தடுத்தபடி மேஜைக்கு இடது பக்கம் நடந்தான் நாயுடு. மர பீரோ மேல் வைத்திருந்த ஒரு குவளையை எடுத்து சேவகனிடம் கொடுத்தான் அவன்.

கழுவி எடுத்துட்டுப் போ. உள்ளே விரல் படாமப் பிடிச்சு எடுத்து வரணும்.

சேவகனுக்கு அடுத்த உத்தரவையும் பிறப்பித்து விட்டு போதுமா என்று கேட்கிறது போல் பார்த்தான் நாயுடு.

இன்னிக்கு வீட்டுக்குப் போய் குளிச்சுட்டுத்தான் மத்ததெல்லாம்.

நீலகண்டன் தீர்மானித்துக் கொண்டான். சாயந்திரம் சந்தியாவந்தனம் பண்ண வெங்காய வடையும் எலுமிச்சங்காய்ச் சாறும் ருசித்த நாக்கு புரளுமா என்ன? சந்தியையும் மாத்தியானத்தையும் நித்யப்படிக்கான நியம நிஷ்டையாகச் செய்து வைத்த ரிஷிகளும் மற்றவர்களும் மணக்க மணக்க

வெங்காயம் சாப்பிட்டு வழக்கப்படுத்தியிருந்தால் எல்லாம் புரளும்.

வடை வர இன்னொரு யுகம் காத்திருக்க வேணும் போல் இருந்தது நீலகண்டனுக்கு. அதுக்குள் வந்த விஷயம் என்ன என்று நாயுடுவிடம் சாங்கோபாங்கமாகச் சொல்ல ஆரம்பிக்கலாம் என்று வாயெடுத்தபோது வாசலில் சத்தம்.

யாரோ ரெண்டு பேர் தடதடவென்று நாயுடு இருப்பிடத்துக்குள் நுழைந்தார்கள்.

துரை இங்கே வைக்கச் சொன்னார் எசமான்.

அவர்கள் பெரிய கள்ளியம்பெட்டி ஒன்றைத் தூக்க முடியாமல் தூக்கி வந்திருந்தார்கள்.

எந்த துரை?

நாயுடு அசிரத்தையாகக் கேட்டபோது நீலகண்டனுக்கே கொஞ்சம் ஆச்சரியமாக இருந்தது. எல்லா துரைகளுக்கும் கேள்வி கேட்காமல் சலாம் போட்டுத்தான் அவனுடைய நாவிகேஷன் கிளார்க் உத்தியோகம் சமீபத்தில் ஹெட் கிளார்க்காக உயர்ந்திருக்கிறது. நாயுடுவுக்கு புரமோஷன் பற்றி எல்லாம் அக்கறை இல்லையா?

எந்த துரைன்னு கேட்டேன்.

பதில் வராமல் போகவே திரும்ப விசாரித்தான் நாயுடு.

ஜட்ஜி துரை எசமான். டவாலி குப்பையா செட்டி வந்து சொன்னாரு.

சரி சரி, இப்படி ஓரமா வச்சுட்டுப் போங்க.

அவசரமாகச் சொன்னான் நாயுடு. ஜட்ஜ் துரையை விட குப்பையா செட்டிக்கு அங்கே செல்வாக்கு என்று நீலகண்டனுக்குப் பட்டது. சிரஸ்தாருக்கு உத்தியோக உயர்வு என்னவாக இருக்கும்?

அங்கே இங்கே இழுத்து, நீலகண்டன் உட்கார்ந்திருந்த குரிச்சியில் மோதி, நாயுடு மேஜை மேல் வைத்த காகிதக்

கட்டைக் கீழே தள்ளிவிட்டு எடுத்து வைத்து ஒரு வழியாக கள்ளியம்பெட்டியை நாயுடுவுக்குப் பின்னால் அமர்த்தினார்கள் வந்தவர்கள்.

அங்கேயிருந்து பின்னால் இருக்கப்பட்ட ஜன்னலைத் திறக்கவோ மூடவோ பெட்டி மேல் ஏறி நின்றால் தான் முடியும்.

ஜட்ஜ் துரைக்காக அது கூட செய்ய மாட்டானா என்ன நாயுடு?

பெட்டியை இறக்கி நகர்த்தி வைக்கிற களேபரத்துக்கு நடுவே நாயுடுவின் சேவகன் கையில் பூவரசு இலைத் தொன்னைகளும் ஜாக்கிரதையாக உயர்த்திப் பிடித்த குவளையுமாக வந்து சேர்ந்தான்.

இவன் கையால் ஆகாரம் கொடுத்துச் சாப்பிடுவதற்காக இன்னொரு வாளி இரைத்து ஊற்றி சாயந்திரம் குளிக்க வேணும் என்று நீலகண்டன் மனதில் முடிச்சுப் போட்டுக் கொண்டான்.

சாப்பிடு அய்யரே. ஆறினா சவசவன்னு போயிடும்.

நாயுடு ஒரு வடையை எச்சில் படுத்திக் கடித்தது அன்ன திரேஷமாக இருந்தது நீலகண்டனுக்கு. ஆனாலும் அந்த வாசனை ஆகர்ஷிக்கும் ஒண்ணு. அவனும் முன்னால் வைத்த தொன்னையில் இருந்து விண்டு வாயில் போட்டுக் கொண்டான்.

மதுரைக்கார கறுப்பன் கோர்ட்டு கச்சேரிக்குள் கீத்துக் கொட்டகை போட்டு பொரித்தெடுத்துக் கொடுத்த வெங்காய வடை அமிர்தம் தான். இதைச் சாப்பிட்டால் ரிஷிகள் சந்தியாவந்தனம் செய்யும் முன்னால் அவசியம் வெங்காயம் சேர்த்துக் கொள்ளச் சொல்லி நியமம் உண்டாக்கியிருப்பார்கள்.

வேதகாலத்தில் வெங்காயம் இருந்ததா? என்னத்துக்கு அதெல்லாம் இப்போ? சம்போக நேரத்தில் எலிப்பொறியைப் பற்றி நினைக்கிற மாதிரி,

இதைப் பொட்டலம் கட்டி வாங்கிப் போய் கற்பகத்துக்கு ஊட்டி விட்டால் என்ன என்று தோன்றியது நீலகண்டனுக்கு. வீட்டுக்குள்ளேயே இந்த மாதிரிப்பட்ட சமாசாரத்தை நுழைய விடமாட்டாள் அந்தக் காவேரிக்கரைப் பெண்பிள்ளை.

சொல்லு. என்ன சமாச்சாரம்?

நாயுடு சாப்பிட்டபடியே விசாரித்தான்.

ஒண்ணுமில்லேடா. என் தமையன் மகாலிங்கய்யன் இருக்கானே.

ஆமா. நீ உங்க ஆத்துக்கு வெளியே ஆசாரமா வெங்காய வடை தின்றே. அவரு கீரை வடை தின்னாரு.

நாயுடு தன் ஹாஸ்யத்தைத் தானே ரசித்தபடி வாயில் ஆகாரத்தை அடைத்துக் கொண்டு சிரித்தான்.

சே போடா, எப்பவும் எசகு பெசகாத்தான் பேசுவே நீ.

நீலகண்டனுக்கும் சிரிப்பு வந்துவிட்டது.

அண்ணாத்தை கூத்தியா வச்சிருந்தாரில்லே.

அதுக்கு என்ன இப்போ?

ஆடத் தெரிஞ்சவளான்னு தெரியுமா?

ஆமா, ரொம்ப அவசியம்டா அது.

நீலகண்டன் திரும்பச் சிரித்தான். பேச வந்த விஷயத்தை எடுக்கவே விடமாட்டேன் என்கிறான் கடங்காரன்.

பின்னே. ஆட்டமும் பாட்டும் அவசியம் இல்லியா? இன்னிக்கு ராத்திரி திருவாலூர் பெரிய பாப்பா சதுர்க் கச்சேரின்னு சவுகார்பேட்டையிலே தண்டோரா அடிச்சுட்டுப் போனான். போகலாம் வாயேன்.

நாயுடு கண் அடித்தான்.

அய்யோ, ஆத்துக்குப் போய்க் குளிச்சுட்டு கோவிலுக்குப் போகணும். சூனிய மாசம் ஆச்சே. பகவானை நினைக்கறதுக்காகவே இந்த மாசத்திலே சுபகாரியம் எதுவும் வச்சுக்கக் கூடாதுன்னு பெரியவா சொல்லியிருக்கா.

நீலகண்டன் கடைசி விள்ளலை வாயில் போட்டு மென்றபடி சொன்னான்.

சதுர்க் கச்சேரி பார்த்துக்கிட்டே பகவானை நினைச்சுக்கோ. காளிதாசன் பண்ணின மாதிரி.

நாயுடு திரும்ப பூடகமாகச் சிரித்தான்.

காளிதாசன் என்ன பண்ணினான், கம்ப ராமாயணத்துலே

என்ன சொல்லியிருக்குன்னு எல்லாம் எனக்குத் தெரியாதுடா. உன் கிட்டே இப்ப நான் பேச வந்தது.

அட வாயேன்'பா, நடந்துக்கிட்டே கிட்டே பேசலாம். வீட்டுக்குப் போறதும் கோவிலுக்குப் போறதும் பொண்டாட்டி முந்தானையிலே பத்திரமா முடிஞ்சிக்கறதும் எப்பவும் தான் இருக்கே. சதுர், சங்கீதம்னு எப்ப அனுபவிக்கறது?

போன வருஷம் மார்கழியில் நாயுடுவோடு கூட சதிர்க் கச்சேரி பார்க்க சிந்தாதிரிப்பேட்டை போனது ஞாபகம் வந்தது அவனுக்கு.

என்ன அய்யரே அநியாயம். கும்மோணம் தனலட்சுமி சதிர்னு கூப்பிட்டானுங்க. லட்சுமியைத்தான் முகரையிலே காணோம்னு பார்த்தா தனத்தையும் காணோம். இம்மாந் தூரம் கும்மோணத்துலே இருந்து வந்தவ அக்கம்பக்கத்துலே கடன் வாங்கியாவது மாட்டிக்கிட்டு வந்திருக்கலாமில்லே.

அன்றைக்கு கச்சேரி முடிந்து வெளியே வந்தபோது அவன் சொன்னது நடுராத்திரியில் நினைவு வரப் பலமாகச் சிரித்தபோது விஷயம் புரியாமல் கற்பகம் அவனை இறுக்கிக் கொண்டு நெஞ்சில் முத்தினாள்.

நாயுடு காலி தொன்னையை நகர்த்தினான்.

திருவாலூர் பெரிய பாப்பா ஆடிப் பார்த்திருக்கியா? கால் ஆடுதோ என்னமோ மேலே ரெண்டும் என்னமா குதிக்கும்.

அது பாட்டுக்குக் குதிக்கட்டுமடா. மகாலிங்கய்யர் பத்தி கொஞ்சம் பேசலாமா? என் தமையனார்.

நாயுடு பதில் சொல்லாமல் எச்சில் கையோடு எழுந்து, பின்னால் வைத்த கள்ளியம்பெட்டியைத் திறந்தான்.

அத்தியாயம் நாற்பத்தி எட்டு

ஏப்ரல் 5 1907 பிரபவ வருடம் பங்குனி 23 வெள்ளிக்கிழமை

நன்னாத்தான் இருக்குடா நாயுடு. பொட்டியும் சட்டியுமா இங்கேயே குடித்தனம் நடத்தற உத்தேசமா?

நீலகண்டய்யன் விசாரித்தபடி குவளை நிறைய நுரைக்க நுரைக்க தளும்பி இருந்த எலுமிச்சம்பழ ஷர்பத்தை வாய்க்கு மேலே உயர்த்தினான்.

துரை அனுமதி கொடுத்தா அதுக்கும் தயார்தான். குடக்கூலி மிச்சமாச்சே. என்ன சொல்றே?

நாயுடு திரும்பிப் பார்த்தபோது நீலகண்டய்யன் கன்னத்தில் எல்லாம் எலுமிச்சைச் சாறு வடிந்து மூக்கில் புரையேறி இருமிக் கொண்டிருந்தான்.

அய்யரே இப்படி அண்ணாந்து ஊத்தி மூக்காலே குடிக்கணும்னு எந்த வேதத்துலே எழுதி வச்சிருக்கு. லோட்டாவோட மல்லுக் கட்டாம குடியேன்.

எச்சல் பண்றது அனாசாரம்டா நாயுடு.

நீலகண்டன் தலையில் தட்டிக் கொண்டு குவளையை வாய்க்குப்

பக்கத்தில் கொண்டு போனான். அப்படியே வைத்து பானம் பண்ண என்னவோ தயக்கம்.

உன் எச்சி தானே. என்ன பண்ணிடப் போறது? சொர்க்கத்துலே விடமாட்டேன்னு எவனாவது பன்னாடை சொன்னா இந்த நாயுடு பேரைச் சொல்லு.

ஆமாடா, உன் அதிகாரம் எங்கே தான் கொடிகட்டிப் பறக்கலே. ஜாம்ஜாம்னு, இருக்கப்பட்ட இடம் எல்லாம் ராஜா மாதிரி இருடாப்பா நீ.

நீலகண்டன் சீப்பிக் குடிக்க ஆரம்பித்தான். தப்புக் காரியம் செய்கிற குழந்தையின் குறுகுறுப்பு அவன் முகத்தில் தெரிந்தது. போதாக்குறைக்கு ஷர்பத்தில் நன்னாரி சாறும், ஏகப்பட்ட சர்க்கரையும் சேர்த்திருந்ததால் முட்டாய் சாப்பிட்ட ஆனந்தம்.

ராஜா மாதிரி நான் எங்கே இருக்க? தொள்ளாயிரத்து மூணு வருஷம் பொறக்கச் சொல்லவே ஏழாம் எட்வர்ட் சக்கரவர்த்தி இந்துஸ்தானத்து ராஜான்னு ஏற்படுத்தி உத்தரவு வந்தாச்சே. உங்க நேவிகேஷன் ஆபீசுலே கடுதாசி ஏதும் அப்போ வரல்லியா?

வராம என்ன? எல்லோரும் கூடி நின்னு கொடியேத்தி காட் சேவ் தி கிங்க் பாடிட்டு ஆத்துக்குப் போனோம்.

உத்தமமான காரியம் அய்யரே. பாத்துக்கிட்டே இரு. நம்ம ஊர்லே திரியற நண்டு சிண்டு பெருந்தலை அதாம்பா, பாரப்பட்டி ஜமீந்தார், கண்டனூர் மகாராஜா, சாத்தூரு சக்கரவர்த்தி எல்லாத் தாயோளியும் இன்னும் கொஞ்ச காலத்திலே ஒளிஞ்சிடுவானுக.

நாயுடு முகத்தில் அலாதியான திருப்தி தெரிந்தது. ராஜ வம்ச சொத்து பாகப்பிரிவினை தாவா எதாவது ஹைகோர்ட் வரை வந்து ஜட்ஜ், வக்கீல், சிரஸ்தார், நாஸர், அமீனா, டவாலி என்று மண்டையைக் குழப்பி அவனைத் தூங்க விடாமல் அடித்திருக்கும் போல. நீலகண்டனுக்கு அப்படித்தான் அர்த்தமாகியது.

இப்போதெல்லாம் பழைய மகாராஜாக்கள் யுத்தம் புரிகிறது கோர்ட் கச்சேரிப் படியேறித்தான். துரைகளும் மயிலாப்பூர்

வக்கீல்களும் திருப்தியாக மூணு வேளை சாப்பிட்டு நித்திரை போய் எழுந்து சுகமாக இருக்க இந்தக் காகிதக் கட்டு யுத்தங்கள் இல்லையோ வழி செய்கின்றன?

நீலகண்டன் ஷர்பத்தை முழுக்கக் குடித்து முடித்து குவளையை மேஜைமேல் ஜாக்கிரதையாக வைத்தான். மேல் சட்டையில் இருந்து சின்ன உருமாலை எடுத்து வாயைத் துடைத்துக் கொண்டான்.

சொல்லு அய்யரே. வந்த நேரம் தொட்டு கம்முனு உக்காந்திருக்கியே.

அட பாவி, பேச விடாம வெங்காய வடை மண்ணாங்கட்டின்னு கொடுத்து வாயை அடைச்சுட்டு பேச்சு வேறேயாடா உனக்கு?

நீலகண்டன் பரம சந்தோஷமாகச் சிரித்தான். மகாலிங்க அண்ணா விவகாரத்தைக் கூட இன்னொரு விசை இங்கே வரும்போது பார்த்துக் கொள்ளலாம். இப்படி நல்ல சிநேகிதமும் வாய்க்கு ருஜியான ஆகாரமும் ஜன்னல் வழியே சுகமாக இறங்குகிற சமுத்திரத்து ஈரக் காற்றும் தினமுமா கிடைக்கும்? மனசு லேசாக, சும்மா வாய் வார்த்தை சொல்லிக் கொண்டிருக்கும் சுகம் போதும் இப்போதைக்கு அவனுக்கு.

கள்ளியம்பெட்டியில் இருந்து நாலைந்து காகிதக் கட்டுகளை மேஜை மேல் தொப்பென்று போட்டுவிட்டு பெட்டியை மூடினான் நாயுடு. மேஜையில் இருந்து சுற்றிவர தூசி பறந்து ரெண்டு பேரையும் அடுக்கடுக்காகத் தும்ம வைத்தது. அந்தக் காகிதத்திலேயே ஒன்றை உருவி மூக்கைத் துடைத்துக் கொண்டான் அவன்.

பாழாப் போறவன் கையை அலம்பிட்டு காகிதத்தைத் தொட்டா என்ன? மூக்கை வேறே அதிலே சிந்தறான் முட்டாள். வம்போ வழக்கோ ஜாதகமோ விருதா விஷயமோ, எழுதி வச்ச பேப்பர் எல்லாம் சரஸ்வதி ஆச்சே?

நாயுடு வெளியே சுவரை ஒட்டி வைத்திருந்த இரும்பு வாளிப் பக்கம் நடந்தான்.

அவன் திரும்பி வந்தபோது நீலகண்டன் நாக்கில் ஷர்பத் அசட்டுத் தித்திப்பு பாக்கி. ஞாபகம் இருக்கும்போதே கேட்டுவிட வேண்டியதுதான்.

ஏண்டா நாயுடு, என் தமையன் சிக்ஷை முடிஞ்சு வெளியே வந்துட்டான்னு தெரியும். அப்புறம் எங்கே போனான்னு கச்சேரி ரிக்கார்டு எதாவது கிடைக்குமா?

எங்கே அய்யரே கிடைக்கப் போறது? பொதுவா, வெளியே போற கைதிகளைக் கொஞ்ச நாள் தொடர்ந்து விலாசம் வாங்கி அப்பப்போ கண்காணிக்கணும்னு இருக்கு. ஆனா, இப்படி கச்சேரியும் ஜெயிலும் ரொம்பி வழியறபோது அதுக்கெல்லாம் ஏது நேரம்? போறியா, மகாராஜனா போ. திரும்பி மட்டும் வந்துடாதே. அதான் எல்லார் கிட்டேயும் ஜெயில் சூப்ரண்டு துரை சொல்லி அனுப்புவார்.

உனக்கு எப்படிடா தெரியும் அதெல்லாம்? பக்கத்துலே நின்னு பார்த்த மாதிரி சொல்றே. நானும் சர்க்கார் உத்தியோகஸ்தன் தான். கப்பல்லே வரவன் போறவன் விவரணை தவிர ஒரு புண்ணாக்கும் தெரியாது.

நாவிகேஷன் ஹெட் கிளார்க்குக்கு அது தெரிஞ்சா போறும் அய்யரே. சிரஸ்தாருக்கு சர்க்கார் துரைகளோட மர்ம ஸ்தானத்து மசிரு நீள அகலம் கூட அத்துப்படியாகி இருக்கணும். என்ன உத்தியோகம் போ.

துரைகளும் சர்வாங்கம் பண்ணிப்பாளாடா?

அய்யரே, வேணாம். அப்புறம் துரைசாணிகளைப் பத்தி கேட்பே. வாயைப் பிடுங்காதே.

அவனுக்கு அதுவும் தெரிந்திருக்கலாம். நீலகண்டனுக்குச் சொல்லாவிட்டால் பரவாயில்லை.

அவாள்ளாம் சுபிட்சமா இருக்கட்டும்டா நாயுடு. விட்டுத்தொலை.

அவனுங்க நாசமாப் போகட்டும். மத்தவங்க விவகாரம் எப்படியோ. ஜெயில் சூப்பரண்டு மூச்சு விட்டாக் கூட எனக்குக் கேட்கும். கக்கூஸ் கழுவ வந்த பையனை, நல்லாக்

கேட்டுக்க, பையனைக் கையைப் பிடிச்சு இளுத்த தடியன் அந்தக் கசுமாலம்.

இதெல்லாம் கூட நடக்குமா என்ன? எப்படி உனக்குத் தெரிய வந்தது?

நீலகண்டன் ஆச்சரியத்தின் உச்சிக்கே போய்விட்டான்.

சூப்ரண்டு துரை குமஸ்தன் நம்ம தோஸ்த் ஆச்சே. துரைக்கு பொண்ணுகளை விட நல்ல வடிவா இருக்கப்பட்ட கறுப்புப் பையன்களைத்தான் பிடிக்குமாம்.

அட தேவுடா. இப்படியுமா லோகத்திலே.

நீலகண்டன் இன்னொரு தடவை அடக்க மாட்டாமல் சிரித்தான்.

அட, அது வேறே மாதிரி குஷால் அய்யரே. குசினிக்காரன், தோட்டக்காரன்னு வீட்டு வேலைக்கு சின்ன வயசுப் பிள்ளையா இட்டாறச் சொல்லி குமஸ்தனை நச்சரிக்கிறானாம். சொல்றாம்பா நம்ப தோஸ்த்.

எதுக்கும் குமஸ்தனை ஜாக்கிரதையா இருக்கச் சொல்லு.

அங்க மட்டும் என்ன வாழுது? அவனும் குஷால் பேர்வழிதான்.

நிசமா?

அட, துரை போல கருத்த பையன் எல்லாம் தேடற கழிசடை இல்லை'பா. திம்சுக்கட்டை மாதிரி பொண்ணு மாட்டினா உன்னைய மாதிரி சரி என்னைய மாதிரி எச்சி விடுவான். திருவாலூர் பெரிய பாப்பா சொன்னேனே. அவ தங்காச்சி சின்னப் பாப்பா தொடுப்பு அவனுக்கு.

இதுவும் தெரியுமா? இனிமேலே என்ன பாக்கி இருக்கு? அவா ரமித்த திதி, நட்சத்திரம், நேரம் இதெல்லாம்தான் சொல்லணும்.

சூப்பிரண்டு குமஸ்தன் ஆதியப்ப முதலி இருக்கானே. அவன் மச்சக் காரன் அய்யரே. உங்க அண்ணாத்தை போலன்னு வச்சுக்கயேன். பொண்ணுங்க எல்லாம் ஓடி வந்து மேலே விளுந்து பிடுங்கற ஆகிருதி களவாணிப் பயலுக்கு. சின்னப்

பாப்பா விளுந்தவ எந்திருக்கவே இல்லே. அவளைப் பாத்திருக்கியா? மெத்தை தலகாணியே வேணாம். அப்படி திம்முனு ஒரு உடம்பு கட்டு.

நாயுடுவை சின்னப் பாப்பா, பெரிய பாப்பா அங்க விசேஷங்களில் இருந்து திரும்ப சாமானிய ஸ்திதிக்குக் கொண்டு வர பேச்சை மாற்ற வேண்டிப் போனது நீலகண்டனுக்கு.

ஏண்டா நாயுடு இங்கே கச்சேரியிலே எதுக்கு இடிச்சுப் பொளிச்சு புதுசா ஏதோ கட்டிண்டு இருக்கா? இதெல்லாம் வந்தே அதிக காலம் ஆகலியே?

அதை ஏன் கேக்கறே அய்யரே. ஐகோர்ட்டு இப்ப சொல்ல ஒரே கந்தர்கோளமாயிட்டுக் கெடக்கு. கிரகசாரம்.

நாயுடு சொல்லிக் கொண்டே மேஜை மேல் சப்பணம் கட்டி உட்கார்ந்தான். இது ஆபீசா பிரம்மச்சாரி பிள்ளைகள் குடக்கூலிக்கு திருவல்லிக்கேணி பக்கம் இடம் பிடித்து வாசம் செய்கிற ஸ்தலமா என்று நீலகண்டனுக்கு ஒரு வினாடி சந்தேகம்.

அவன் புறங்கையை அப்படியும் இப்படியும் அசைத்துப் பார்த்தான். கையலம்பி விட்டு வரலாமா? நாயுடு உபயோகப்படுத்தி வெளியே மிச்சம் இருந்த வாளித் தண்ணீர் அதுக்குச் சரிப்படாது.

நாயுடு கள்ளியம்பெட்டியில் இருந்து எடுத்துப் போட்ட பழைய காகிதக் கட்டில் இருந்து சுவாதீனமாக இன்னொரு காகிதத்தை உருவி நீலகண்டனிடம் கொடுத்தான். கையில் படிந்திருந்த கடலை எண்ணெய் மிச்சத்தை அதில் துடைத்துக் கொண்டான் நீலகண்டன்.

இது மட்டும் சரஸ்வதி இல்லையோ? மனசு கேட்டது. சாயந்திரம் சந்தி பண்ணும்போது ரெண்டு காயத்ரி அதிகமாகச் சொல்லிவிட்டால் சரியாப் போச்சு.

காரனேஷன் தர்பார் வச்சு எட்வர்ட் ராஜாவை நம்ம தேசத்து சக்கரவர்த்தியா முடிசூட்டினாங்க இல்லே. அதைக் கொண்டாடணுமாம். நம்பெருமாள் செட்டியைக் இந்த ஷணமே

கூட்டிட்டு வான்னு அடம்.

அது யாருடா நாயுடு நம்பெருமாள் செட்டி?

கோர்ட்டைக் கட்டிக் கொடுத்த ஆசாமி'பா. நம்மாளுன்னாலும் வெள்ளைக்காரனுக்கே சவால் விடற மாதிரி என்னமா கட்டி இருக்கான் பாரு. அவனை வச்சே கோர்ட்டு உள்ளாற புதுசா கல்லுக் கட்டிடம் எழுப்பி கவ்னர் துரையை வச்சுத் திறந்து வைக்கணும்னு ஜட்ஜ் மாருங்க திட்டம் போட்டாங்க.

நல்ல விஷயம்தானே?

என்ன நல்ல விஷயம். நாசமாப் போறவனுங்க கவ்னரை ப்ரீதிப் படுத்தினா சுருக்கா சீமைக்கு திரும்பி சவுக்கியமா இருக்கலாம்னு ஆலோசனை பண்றாங்க. அவனுங்கதான் இப்படின்னா நம்மாளு வக்கீல் இருக்கானுங்களே, இவங்க பண்ற கொடுமை தாங்கலேப்பா.

என்ன வேணுமாம் நம்மூர் வக்கீல்களுக்கு?

விட்டா கவ்னருக்கு பாதபூஜையே பண்ணி. அதோட நிறுத்துவானுங்கங்கறே? கால் கழுவின தண்ணியை சிரசிலே தெளிச்சு வீட்டுக்காரிக்கும் புகட்டி விடுவாங்க. காலுன்னா இடக்கரடக்கல்.

நாயுடு தன் புட்டத்தில் தட்டிக் காட்டிச் சொன்னான்.

அய்யோ, வேணாம்டா. சாப்பிட்டது எல்லாம் எதுக்களிச்சுண்டு வந்துடும்.

நீலகண்டன் அவசரமாக அவனைத் தடுத்துக் கையைக் காட்டினான்.

புதுக் கட்டடம் கட்ட பழசை இடிக்க வேணாமா? உள்ளே வேறே எங்கேயும் சரிப்படாதுன்னு பாதிரியும் சொல்லிட்டான். நம்ம குடுமிக்கார சோசியனும் ஆமான்னுட்டான். நம்பெருமாள் செட்டிக்கு நாலு காசு ஆதாயம்னு ஜாதகத்திலே எழுதியிருக்கு போல. ரிக்கார்ட் ஆபீஸ்லே கை வச்சுட்டானுங்க. பழைய டாக்குமெண்ட் எல்லாம் வச்சிருக்கற இடம்.

எந்த தஸ்தாவேஜ்? கேஸ் நடந்தது, சிக்ஷை விதிச்சது இதெல்லாமா?

ஆமா. வேறே என்ன இங்கே. சின்னப் பாப்பா பெரிய பாப்பா முலையை அளந்து கன பரிமாணம் குறிச்சா வச்சிருக்கோம். கண்றாவி கேசு, வாய்தா, வக்காலத்து, கீழ்க் கோர்ட்டு அப்பீல், ஜட்ஜ்மெண்ட் இந்த எளவுதான் பொளுது முச்சூடும்.

ரிக்கார்ட் ஆபீஸில் மகாலிங்கய்யன் மேலே சர்க்கார் சுமத்திய கேசு விஷயம் இருக்கலாம். மானபங்கப்படுத்தி கொலையும் செய்ததாக குற்றம் நிரூபணம் ஆகாமல் போனதுக்கு தீர்ப்பு கூட அங்கே கிடைக்கக் கூடும். தூக்குத் தண்டனை தவிர்த்து அவனை எங்கே கொண்டு போனார்கள்?

ரிக்கார்ட் ஆபீஸ் முக்கிய தஸ்தாவேஜ் எல்லாத்தையும் பத்து இருபது கள்ளியம்பெட்டியிலே அடைச்சு இப்போதைக்கு ஒவ்வொரு ஜட்ஜ் சேம்பரிலும் வைக்கச் சொல்லி உத்தரவு. அதுலே கழிசல் கசம் எல்லாம் பிரிச்சு எடுத்து நம்ம மாதிரி மாச சம்பளக்காரன் கிட்டே எறியச் சொல்லி இன்னொரு ஆர்டர். பாரு, என்ன எல்லாம் நமக்கு வந்து சேர்ந்திருக்கு.

நாயுடு கள்ளியம்பெட்டியைத் திரும்பிப் பார்த்தான்.

நீலகண்டன் கை துடைத்துக் கசக்கிப் போட வைத்திருந்த மக்கிய கடுதாசைக் கவனித்தான். சட்டென்று அவனுக்குள் ஒரு சுவாரசியம். இது என்ன, மதராஸ் பட்டண ஹைகோர்ட்டில் மலையாளத்தில் எழுதின டாக்குமெண்டு?

தேரடித் தெரு கிருஷ்ணன் கோவில் நம்பூத்ரி தயவில் அவன் கொஞ்சம் போல் மலையாளம் எழுதப் பழகினவன். நம்பூத்ரி பெண் ரதி மாதிரி பெரிய உதட்டோடு இருப்பாள். அவளைப் பக்கத்தில் வைத்துப் பார்க்க அப்பனை சிநேகிதம் பிடித்தபோது அந்தப் பெண்பிள்ளை தெலுங்குக்கார தபால் சேவகனோடு மச்சிலிப்பட்டணத்துக்கு ஓடிவிட்டதால் நீலகண்டய்யனின் மலையாள அப்பியாசம் பூர்த்தியாகாமலேயே நின்று போனது.

ஆனாலும் படிச்சது மறக்குமா என்ன?

அம்பலப்புழை சப் ரிஜிஸ்தர் ஓப்பீஸில் அம்பலப்புழை தேகண்டம் தொழிலாகக் கொண்ட குப்புச்சாமி அய்யன் மகனான முப்பது வயசு திகைந்த மகாதேவய்யன் சொந்த புத்தியோடு தன் சிற்றப்பன் ஜான் கிட்டாவய்யன் குமாரன் வேதையனுக்கு எழுதிக் கொடுத்த நிலப் பட்டா கை மாற்றம் ரிஜிஸ்தர் ஆன தேதி கொல்ல வருஷம். எழுத்து எழுத்தாகப் படித்தான் நீலகண்டன்.

மேஜை மேல் வைத்திருந்த காகிதக் கட்டை எடுத்துப் பிரித்தான் அவன். என்னவென்று சொல்ல முடியாத சுவாரசியம். அம்பலப்புழை, குப்புசாமி அய்யன், மகாதேவ அய்யன், கிட்டாவய்யன் இதெல்லாம் என்னமோ ரொம்ப நாள் பழகின இடம், மனுஷ்யர்கள் மாதிரி எலுமிச்சை ஷர்பத்தாக மனதில் ஈரமாக நிறைகிறது.

நாயுடு திரும்ப கள்ளியம்பெட்டியைத் திறந்தான்.

விச்சியா இருக்கியாடா குழந்தே?

யாரோ வயதான ஸ்திரி பேசினது போல் இருந்தது. நீலகண்டய்யன் காதில் பிரியமாகக் விசாரித்தது அந்தக் குரல்.

நாயுடு ஒரு ஸ்தாலிச் செம்பை பெட்டியில் இருந்து எடுத்து மேஜை மேல் வைத்தான்.

அத்தியாயம் நாற்பத்தி ஒன்பது

ஏப்ரல் 7 1907 பிரபவ வருடம் பங்குனி 25 ஞாயிற்றுக்கிழமை

சமையல் ஆக நேரமாகும்னா கொஞ்சம் காப்பியாவது கண்ணுலே காட்டேண்டி கல்பு.

நீலகண்டன் சமையல்கட்டைப் பார்த்துக் குரல் கொடுத்தான்.

இதோ ஆச்சு. அரசூர் அத்திம்பேர் வந்திருக்கார். ஒரு பருப்புப் பாயசமாவது பண்ணிப் போடாம எப்படி? மெட்ராஸ்கார மனுஷா எல்லாம் உறவு சொல்லிண்டு சர்க்கரையா பேசுவா. கை மட்டும் கருணைக்கிழங்குன்னு நினைச்சுட மாட்டாரா?

கற்பகம் சமையல்கட்டிலிருந்தே பதில் கொடுத்தாள்.

நான் எதுக்கு அப்படி நினைக்கப் போறேண்டியம்மா. ஞாயித்துக்கிழமை ஒரு நாளாவது ஓய்வு ஒழிச்சல் உனக்கும் வேணாமா பொண்ணே?

அரசூர் சாமா திண்ணையில் இருந்தே சொன்னான். சாமா பெண்டாட்டி வழியில் அவளுக்கு கற்பகம் ஒண்ணுவிட்ட ரெண்டு விட்ட தங்கை உறவு. தலையைச் சுற்றி மூக்கைத் தொடாமல் தனக்கு அவள் மச்சினி என்று அந்தச் சிக்கலை

முடிவுக்குக் கொண்டு வந்துவிட்டான் சாமா. இத்தனை அழகான மச்சினி கிடைக்க அரசூர் சாமாவுக்குக் கசக்குமா என்ன?

இது ஆறு வருடம் முன்னால் திருக்கார்த்திகை நேரத்தில் நீலகண்டய்யனும், கற்பகமும் அரசூருக்கு வந்தபோது நடந்தது.

அந்த மயிலாப்பூர் கற்பகாம்பாளே நேரிலே இந்த கிரஹத்துக்கு வந்த மாதிரி இருக்கு உன் தங்கையைக் காணறபோது. உனக்கு எல்லாம் நன்னா நடக்கும்போ.

அப்போது பகவதியம்மாள் மருமகளிடம் சொல்லிச் சொல்லி மாய்ந்து போனாள். கற்பகம் வயிற்றில் குழந்தையைச் சுமந்திருந்த நேரம் அது.

ஆமா அம்மாவுக்கு நீ மதுரை மீனாட்சி. உன் தங்கை மயிலாப்பூர் கற்பகாம்பாள். நீலகண்டன் சாட்சாத் கபாலீசுவரன். நான் தான் வெட்டிச் சொக்கன்.

நீயா வெட்டி. டிபுட்டி தாசில்தார். சுத்துவட்டாரத்துலே பத்து கிராமம் எழுந்து நின்னு மரியாதை கொடுக்கற பெரிய மனுஷன். என்னை மாதிரியா? செயிண்ட் ஜார்ஜ் கோட்டைக்கு வெளியிலே நேவிகேஷன் க்ளார்க் நீலகண்டனை எத்தனை பேருக்குத் தெரியும்?

நீலகண்டன் சாமா தோளில் ஓங்கி அடித்தபோது பகவதி அம்மாள் ரெண்டு பேர் தலையையும் ஆதரவாகத் தடவி ஆனந்தப்பட்டாள்.

அவர் இருக்கற வரைக்கும் நெனச்சுண்டா அண்ணாவைப் பாக்கணும் மன்னியைப் பாக்கணும்னு உன் தகப்பனாரையும் தாயாரையும் தேடிண்டு பட்டணத்துக்கு வண்டி ஏறிடுவார். பொடிக்கடை காரியத்தை மேற்பார்வை பார்க்கறதுன்னு நொண்டிச் சாக்கு வேறே. கோமதி மன்னி கலந்து கொடுக்கற காப்பி மாதிரி ஈரேழு லோகமும் கிடைக்காதுன்னு சொல்லிச் சொல்லி மாஞ்சு போவார் மனுஷன். அங்கே எல்லாம் தேடிண்டு இருப்பார் இப்போ அதையெல்லாம்.

கண்கலங்க பகவதி உள்ளே போனவள் பூஜையறை வாசலில் ஒரு வினாடி நின்றாள்.

அந்தப் பிரியமும் வாத்சல்யமும் இனிமேலும் தொடரணும். வந்து போயிண்டு இருங்கோ. என்ன, தெரிஞ்சுதா பொண்ணே?

கற்பகத்திடம் சொல்லியபடி பகவதி மருமகளுக்கு ஒத்தாசையாக சமையல்கட்டில் புகுந்து விட்டாள் அப்புறம்.

நாம அரசூர் போனா பகவதி மாமியும் என் அக்காளும் எவ்வளவு பிரியமா நம்மளை நடத்தியாறது. காலம்பற குளிக்க வென்னீர் மொதல் கொண்டு மாமி கோட்டை அடுப்பிலே வச்சுக் கொடுக்கறா. குளிச்சுட்டு வந்தா மல்லிப்பூ மாதிரி இட்டிலி. கொத்துமல்லி சட்டினி. அப்புறம் மணக்க மணக்க மலையாளக்கரை சமையல். மாமி அம்பலப்புழையை விட்டு வந்து மாமாங்கம் ஆகியும் இன்னும் மலையாள ஸ்திரிதான். நான் எப்படி காவேரிக்கரை பொம்மனாட்டியோ அதுபோல.

கற்பகம் ஒரு சின்னக் குவளையில் பாலும் மற்றதில் காப்பியுமாக உள்ளே இருந்து வந்தாள்.

பால் தானே அத்திம்பேரே?

நினைவு வச்சிண்டிருக்கியே பேஷ். நமக்கு இந்த காப்பி எல்லாம் அவ்வளவா ஒத்துக்காத சமாச்சாரம்.

அரசூர் சாமா டபராவைக் கையில் வாங்கினான்.

அரசூர் அத்திம்பேரைப் பாருங்கோ. சமத்தா பால் தான் எப்பவும். காப்பிப் பக்கமே போறதில்லை. நம்மாத்துலே ஞாயித்துக்கிழமை ஆச்சுன்னா காலம்பறத் திறந்த காப்பிக்கடையை பொழுது சாயற வரைக்கும் மூடற சமாச்சாரமே கிடையாது.

நீலகண்டன் அவளைக் குறும்புச் சிரிப்போடு பார்த்தபடி குவளையை வாங்கிக் கொண்டான். போன வாரம் அவளை எச்சில் படுத்த வைத்து காப்பி குடிக்க அடம்பிடித்த ஞாபகம் வந்தது ரெண்டு பேருக்கும். ராத்திரி கடை திறக்க அச்சாரம் என்றான் அவன் அப்போது கற்பகத்திடம்.

ஆனாலும் இந்த ஞாயிற்றுக்கிழமை பொழுதும் ராத்திரியும் நீலகண்டனுக்கு வெகு சாதாரணமாகவே போக விதிக்கப்பட்டது.

காலையிலேயே வந்து விட்டான் அரசூர் சாமா. நாளைக்கு தாசீல்தார், டெபுடி தாசீல்தார் வகையறாக்களையும் சப் கலெக்டர்களையும் ஒரே இடத்தில் கூட்டி வைத்து கவ்னர் துரை ஏதோ பிரசங்கம் செய்யப் போகிறாராம். என்ன, எட்வர்ட் சக்கரவர்த்திக்கு விசுவாசமாக எல்லோரும் நடந்து ரூபா அணா பைசா சுத்தமாக வரி வசூல் பண்ணித் தரச் சொல்லி உத்தரவு போடுவாராக இருக்கும் என்றான் சாமா.

இந்தப் பசலிக்கு ஆகக் குறைச்சுத்தான் வரி வசூல் ஆகியிருக்கு. மாகாணம் முழுக்க அதே படிக்குத்தான். மலையாள பூமியிலே மழை அழிக்கறது. இங்கேயானா வறண்டு வதங்கி பஞ்சத்திலே பயிர் எல்லாம் கருகிண்டுருக்கு.

சாமா பசும்பாலை சுபாவமாக எச்சில் பண்ணி சாப்பிடுவதைப் பார்த்து தானும் அப்படியே செய்ய ஆரம்பித்தான் நீலகண்டன். இந்த அனாசாரத்துக்கு எல்லாம் கற்பகம் உண்டு இல்லை என்று ஆக்கி விடுவாள். சாமா புண்ணியத்தில் அதெல்லாம் ரெண்டு நாள் கண்டுகொள்ளப்படாமல் போய் ஏதாவது ராத்திரி நல்ல தூக்கத்தில் இருந்து அவளை உசுப்பும்போது பாஷாண்டி என்று கொஞ்சலான வசவில் நினைவு வைக்கப்படும்.

முடிச்சாச்சுன்னா குளிக்கப் போகலாம். அந்தக் காலி டபராவை சித்தெ தாங்கோ.

கற்பகம் திரும்ப உள்ளேயிருந்து வந்தாள்.

அக்காவையும் கூட்டிண்டு வந்தா என்ன குறைஞ்சா போயிடுவேள். நீங்க மட்டும் ராபணான்னு வந்து இறங்கிட்டேளே. அவ கோவிலைக் கண்டாளா குளத்தைக் கண்டாளா? அரசூருக்கு வெளியிலேயும் லோகம் இருக்குன்னு கூட்டிண்டு வந்துதான் காட்டுங்கோளேன் அத்திம்பேரே.

இன்னும் கொஞ்சம் காப்பி தரச் சொல்லிக் கேட்கலாமா என்று யோசித்தபடி நீலகண்டன் காலி லோட்டாவை நீட்டினான்

கற்பகத்திடம்.

இன்னொரு டோஸ் காப்பியா? நிச்சயம் கிடையாது. போய்க் குளிக்கற வழியைப் பாருங்கோ. பாஷாண்டி மாதிரி இன்னும் எத்தனை நேரம்தான் ரெண்டு பேரும் வம்படிச்சுண்டு இருப்பேள்?

நீலகண்டன் இடுப்பில் துண்டை சுற்றிக் கொண்டு குளிக்கக் கிளம்பினான். அரசூர் சாமா இன்னும் பசும்பாலைக் குடித்து முடிக்காமல் நூதனமாக அச்சடித்து வந்த நியூஸ்பேப்பரை வரி விடாமல் படித்துக்கொண்டிருந்தான். காலையில் படியேறும்போதே அதோடு தான் உள்ளே நுழைந்தான் அவன்.

கற்பகம் அடுப்பில் எண்ணெயை ஏற்றி அப்பளம் பொரிக்க ஆரம்பித்தாள். வடை தட்டுகிற வாசனையும் நீலகண்டன் மூக்கை எட்டத் தவறவில்லை. வெங்காயம் எல்லாம் இல்லை. வெகு சாதாரண பருப்பு வடைதான் அது என்று தெரியும்.

குளிச்சுட்டு வந்து உங்க கங்கா ஜலத்தை பூஜை மாடத்துலே வச்சுடுங்கோ. மாடத்திலே விளக்கை எடுத்துட்டு இப்ப சிரத்தைக்கு அங்கே வச்சிருக்கேன்.

ரொம்ப நல்லது. அப்புறம் ஏதாவது ஆக்ஞை இருக்கா என் அழகு சுந்தரிக்குட்டி?

சமையல்கட்டுக்குள் எட்டிப் பார்த்துத் தணிந்த குரலில் சொன்னான் நீலகண்டன்.

ஐயோ, சகிக்கலை. வெளியிலோ போங்கோ. அத்திம்பேர் உட்கார்ந்திருக்கார். பட்டப் பகல்லே என்ன சரசம் வேண்டி இருக்கு.

கற்பகம் அவசரமாக கையை அசைத்து அவனை விரட்டினாள்.

நேத்து ராத்திரி எல்லாம் உள்ளே இருந்து ஏதோ சத்தம் வந்த மாதிரி இருந்தது. கங்காதேவியைச் செம்புலே அடச்சு கோர்ட்டு கச்சேரியிலே எதுக்கு வச்சாளாம்?

நீலகண்டனுக்கு அந்த ஸ்தாலி சொம்பு வீட்டில் இருப்பது அப்போதுதான் நினைவில் உறைத்தது.

நாயுடுவைப் பார்க்க வெள்ளிக்கிழமை மத்தியானத்துக்கு அப்புறம் ஹைகோர்ட்டுக்குப் போயிருந்தபோது கொடுத்தனுப்பினான் அவன். நீலகண்டன் புறப்பட்ட காரியத்துக்குச் சம்பந்தமே இல்லாமல் வெங்காய வடை, எலுமிச்சை ஷர்பத்து, காகிதக் கட்டு, ஸ்தாலிச் செம்பு என்று முடிந்த சந்திப்பு அது.

கோர்ட்டுக் கச்சேரியிலே எதுக்குடா இப்படி கங்கா ஜலத்தை எல்லாம் கைப்பத்தி வச்சிருக்கு?

நீலகண்டன் கேட்டபோது கள்ளியம்பெட்டியில் இருந்து தனியாக உதிர்ந்த ஒரு கடுதாசை எடுத்துப் படித்தான் நாயுடு.

திருக்கழுக்குன்றத்தில் சந்தேகத்து இடமான முறையில் இடுப்பில் வேஷ்டி கூட இல்லாமல் நக்னமாக நடமாடிய இளம் வயசு பிராமணரிடம் கைப்பற்றப்பட்டது அந்தச் செம்பு. இந்தக் குறிப்பு மட்டும் எழுதி சர்க்கார் சீல் வைத்த காகிதம்.

நீலகண்டன் செம்பை அசைத்துப் பார்த்தான். மேலே மூடி இறுக்கமாக ஒட்டி இருந்தது. கிட்டத்தட்ட ஈயத்தைக் காய்ச்சி அதை செம்போடு சேர்த்துப் பூசின மாதிரி இறுக்கம். இவ்வளவு பய பத்திரமாக கங்காஜலத்தை எடுத்துப் போய்க் கொண்டிருந்தது யார்? அவன் மேல் என்னத்துக்கு சர்க்காருக்கு சந்தேகம்?

தெரியலியே என்றான் நாயுடு கள்ளியம்பெட்டி மேல் ஏறி ஜன்னல் கதவைச் சார்த்திக் கொண்டு. ஐகோர்ட்டு கச்சேரியில் அவன் உத்தியோக ஸ்தலத்துக்கு வெளியே ஏதோ பொசுங்குகிற வாடை.

பழைய தஸ்தாவேஜ் எல்லாத்தையும் தகனம் பண்ணியாறது.

நாயுடு மூக்கை மேல் துண்டால் பொத்திக்கொண்டு சொன்னான்.

இந்தக் காயிதத்தையும் எரிச்சுடுவேளா?

கையில் வைத்திருந்த மலையாள டாக்குமெண்டை காட்டியபடி கேட்டான் நீலகண்டன்.

என்ன கசுமாலம் அய்யரே. வெளியே எரிச்சு பொண வாடை. உள்ளே கலத் தூசி மூக்குலே ஏறுது. கோர்ட்டு கச்சேரியிலே உத்தியோகம் பார்க்கறதுக்கு சதுர்க் கச்சேரி போற தாசிக்கு வெத்தலைப் பொட்டி தூக்கி மாமா வேலை பாக்கலாம்.

பெரிய பாப்பா சின்னப் பாப்பா நினைப்போ என்னமோ நாயுடு கண்ணை மூடி ஆகா என்றான். எதுக்கு பாராட்டு என்று நீலகண்டனுக்குப் புரியவில்லை அப்போது.

இந்த மலையாள கடுதாசியையும் எரிச்சுடுவேளான்னு கேட்டேன்.

நீலகண்டன் கையில் பிடித்திருந்த கசங்கிய காகிதத்தை முன்னும் பின்னும் திரும்பிப் பார்த்தான். அங்கங்கே எண்ணெய் மினுக்கிக் கொண்டு ஒரு அட்சரமும் அழியாமல் இருந்தது அது.

அந்தக் கடுதாசு இருந்த காகிதக் கட்டை எடுத்து அப்படியே நீலகண்டனிடம் கொடுத்தான் நாயுடு.

பாரு அய்யரே, ஆலப்புழையிலே இருந்து கேசு விஷயமா வேறே ஏதோ தஸ்தாவேஜு கேட்டா இதைக் கைமறதியா முன்குடுமிக்காரன் எவனோ அனுப்பி வச்சிருக்கான். துரை நோட் போட்டு திருப்பி அனுப்பச் சொல்ற கடுதாசு மேலேயே இருக்கு கண்டுக்கிட்டியா?

அனுப்பிட வேண்டியதுதானே?

என்னத்தை அனுப்பி தாலியை அறுக்க? பத்து வருஷம் முந்தின சமாச்சாரம். நோட்டு போட்ட துரை கூட ரிடையர் ஆகி குழிக்குள்ளே போய்ப் படுத்தாச்சு. இனிமே இதுக்கும் தகனம் தான்.

நாயுடு ஜன்னல் பக்கம் பார்த்தான்.

ஏதாவது முக்கியமான டாக்குமெண்டா இருக்கப் போறது.

நீலகண்டன் காகிதக் கட்டைப் பிரித்துப் பார்த்தான். இன்னும் கொஞ்சம் சிரத்தையாக மலையாளம் படித்திருந்தால் எவ்வளவு நன்றாக இருக்கும். இதெல்லாம் என்ன என்று நொடியில்

விளங்கி இருக்குமே. ஆனாலும் என்ன? பொறுமையாக எழுத்துக் கூட்டிப் படித்தால் புரிந்துவிடும்.

என்ன முக்கியம் போ. எர்ணாகுளத்திலேயோ ஆலப்புழையிலேயோ எவனோ நாயரும் நம்பூத்திரியும் தென்னந்தோப்பு குத்தகைக்கு சண்டை போட்டு குடுமியைப் பிடிச்சு அடிச்சுக்கிட்ட வம்பு வழக்கா இருக்கும். என்ன சொல்லு, மலையாளத் தேங்காய்க்கு அடிபிடி தகும்தான். எம்மாம் பெரிசு ஒவ்வொண்ணும்.

போறும்டா ஸ்பஷ்டமா விளங்கறது எல்லாம். நீ இன்னிக்கு குஷாலா சின்னப் பாப்பா, பெரிய பாப்பா, மலையாளத்துத் தேங்காய்னு வம்படிச்சுண்டு இருக்கே. நான் போய்ட்டு இன்னொரு நாளைக்கு வரேன்.

நீலகண்டன் கிளம்பினபோது மகாலிங்க அண்ணா பற்றித் தகவல் போலீஸ் கச்சேரியில் விசாரித்துச் சொல்வதாக வாக்குக் கொடுத்திருந்தான் நாயுடு. அதொண்ணும் நடக்கிற காரியமில்லை என்று ரெண்டு பேருக்குமே தெரியும். ஆனாலும் எங்கேயாவது ஏதாவது துப்பு கிடைத்தால் கூட தேடிப் போய் அதன் அந்தத்தை அறிய நீலகண்டன் தயார்தான்.

சும்மா குப்பையிலே கங்கா ஜலத்தை எறிய வேண்டாம். நான் அடுத்த வருஷம் வாரணாசியிலே எங்க தோப்பனாருக்கு திவசம் கொடுக்க ஏற்பாடு பண்ணிண்டு இருக்கேன். அப்போ இதையும் அங்கே சேர்த்துடறேன். எந்த ஆத்மாவோ புண்ணியமான இடத்துக்குப் போய்ச் சேரட்டும்.

நீலகண்டன் நாயுடுவின் மேஜையில் இருந்து ஸ்தாலிச் செம்பைக் கையில் எடுத்துக் கொண்டான்.

அப்படியே இதையும் கங்கையிலே விட்டுட்டு வா புண்ணியமாப் போகும்.

காகிதக் கட்டையும் சேர்த்து நீட்டினான் நாயுடு.

வாங்கிக்கோடா குழந்தை.

நீலகண்டனிடம் யாரோ அப்போது சொன்ன மாதிரி இருந்தது. பெண் குரல். அம்மா கோமதி குரலா இது? இல்லை, வேறே

யாரோ.

நாயுடுவோடு நடத்தின வர்த்தமானங்களை கிரமம் இல்லாமல் மனசில் மறுபடி ஓட்டிக் கொண்டு மாடப்புறையைப் பார்த்தபடி நின்றான் நீலகண்டன்.

இன்னமா குளிக்கலே?

கற்பகம் குரல் நீலகண்டனை கிணற்றடிக்கு விரட்டியது.

என்னை சாமா கிட்டே சேத்துடேன். புண்ணியமாப் போகும்டா குழந்தே. உனக்கு ஒரு குறைச்சலும் வராது.

மாடப்புரையில் இருந்துதான் அந்தச் சத்தம் கேட்டது. நீலகண்டனுக்கு நிச்சயமாகத் தெரியும். கோர்ட்டு கச்சேரியில் கேட்ட அதே பெண்குரல் தான்.

அத்தியாயம் ஐம்பது

ஜனவரி 29 1908 - பிலவங்க வருஷம் தை 16 புதன்கிழமை,

துர்க்கா பட்டன் சாப்பாட்டுக் கடைத் தரை முழுக்க வாளி வாளியாகக் கிணற்றுத் தண்ணீரை அடித்து வீசி அலம்பி விட்டுக் கொண்டிருந்தான். கடையிலும் மனசிலும் கசடு எல்லாம் அந்த வெள்ளத்தில் அடித்துப் போகட்டும்.

ரெண்டு நாளாகச் சாப்பாட்டுக் கடையைப் பூட்டி வைத்திருந்தது. துர்க்கா பட்டனும் வேதையனோடு போலீஸ் கச்சேரி, கொட்டாரம் ஆஸ்பத்திரி என்று அலைய வேண்டிப் போனது. பாழாய்ப் போன பரசுதான் எல்லாத்துக்கும் காரணகர்த்தன்.

இன்னிக்கு என்ன ஆழ்ச்ச? புதன். இல்லே வ்யாழம். ஏதோ ஒண்ணு. ஏதோ ஒண்ணெல்லாம் இல்லை. புதனாழ்ச்ச தான்.

ரெண்டு நாள் முந்தி, ஞாயிறாழ்ச்ச அன்றைக்கு விடிந்ததும் பதிவு போலே குளியும் பட்சணமும் கழிந்து, வேதையன் அண்ணாவும் பரிபூரணம் மன்னியும் குரிசுப் பள்ளிக்கு தொழுது வர இறங்கினார்கள்.

குழந்தை தீபஜோதி வீட்டுத் தோட்டத்தில் விளையாடிக்

கொண்டிருந்தாள். சிற்றாடையை மடக்கிச் செருகிக் கொண்டு மணலில் கோடு கிழித்து கையில் கோலோடு நின்றாள் அவள். கோட்டுக்கு அந்தப் பக்கம் நாலெட்டு தள்ளி கண்ணை இறுக்கமாக மூடி கறுப்புத் துணி கட்டி அவள் துர்க்கா பட்டனையும் நிறுத்தி வைத்திருந்தாள்.

அம்மாவா. சாடி வா.

தீபஜோதி உத்தரவிட்டாள். துர்க்கா பட்டன் ஓடி வரணும். வந்த வேகத்தில் அவள் மணலில் கிழித்திருந்த கோட்டைத் தாண்டிக் குதித்து ஓடி பலாமரச் சுவட்டில் போய் நிற்கணும்.

சரியாகச் செய்தால் அவனுக்கு ஒரே ஒரு தடவை மட்டும் மலையாள அட்சரமாலை உரக்கச் சொல்லி விட்டு மற்ற வேலை பார்க்கப் போக அனுமதி உண்டு. இல்லையோ, தீபஜோதி சொன்னபடிக்கு தோட்ட மண்ணில் மலையாள அட்சரம் ஒவ்வொன்றும் பத்து தடவை எழுதியாக வேண்டும்.

குஞ்ஞே அம்மாவனுக்கு மலையாளமும் மண்ணாங்கட்டையும் எல்லாம் எதுக்கு? சேட்டன் கடையிலே ஆயிரத்தெட்டு ஜோலி தலைக்கு மேலே தூங்கிக் கிடக்கு. கோட்டை சாடி அந்தாண்டை போகணுமல்லே. தோ, சாடறேன். சரியா வரல்லேன்னா நாளைக்கோ மற்றைநாளோ திரிச்சும் வந்து சாடறேன் சரியா? மரிச்சாலும் வார்த்தை மாறமாட்டான் உன் துர்க்கா அம்மாவன் குஞ்ஞே.

துர்க்கா பட்டன் கெஞ்சிப் பார்த்தாலும் தீபஜோதி மசியவில்லை.

அம்மாவா, நாலு அட்சரமாவது அறியாதே நீ தெய்வத்திண்டே நேர்க்கு போய் நின்னா, அதுவும் உன்னை பகடி பண்ணும். சொர்க்கத்திலேயும் தாண்டிக் குதிக்க வேண்டி வரும் பாத்துக்கோ. கால் பிழச்சால், தெய்வம் சிக்ஷிக்கும். மனசிலாயோ?

துர்க்கா பட்டன் கண்ணில் கருப்புத் துணியோடு ஓடி வந்தபோது கிருஷ்ண பகவான் கையில் இரும்பில் வார்த்த ஏதோ அஸ்திரத்தை வைத்து அவன் முதுகில் குத்தத் தயாராக அந்தப் பக்கம் நின்றிருந்தான்.

பரசுவோட சுகிக்கவா உனக்கு ஜன்மம் கொடுத்தேன் கழுவேறி.

கிருஷ்ணா அப்படி எல்லாம் இல்லே. பரிபூரணம் மன்னி பார்த்துச் சொன்ன பெண்குட்டியைக் கல்யாணம் கழிச்சு எந்தக் கழிசடை நினைப்பும் இல்லாம இனிமேல் கொண்டு இருக்கேன். இப்போ என்னை விட்டுடேன்.

சாடு அம்மாவா. கோடு வந்தாச்சு.

தீபஜோதி குரல் கொடுத்தாள். குதிடா மண்டச்சாறே. கிருஷ்ணன் தூண்டினான்.

எழும்பிக் குதித்தான்.

கோடு இன்னும் வரலே. உனக்கு பராஜயம். அட்சராப்யாசம் தான் சிக்ஷை.

தீபஜோதி அவன் முதுகில் குச்சியால் அடித்துத் தரையில் உட்கார்த்தினபோது பரிபூரணம் புழக்கடைக் கதவைத் திறந்து உரக்கக் கூப்பிட்டாள்.

அடீ தீபஜோதி. பள்ளிக்குப் போற நாள்னு போதமே இல்லியா. அப்பன் காத்திருக்கார். வேகம் வா.

தீபஜோதி மாட்டேன் என்றாள்.

சொன்னா கேளு குழந்தே. போய்ட்டு வா. அம்மாவன் நாளைக்கு அப்யசிக்கறேன்.

துர்க்கா பட்டன் நகரப் பார்த்தான். அவன் குடுமியை எம்பிப் பிடித்து இழுத்துத் திரும்ப அமர்த்தினாள் தீபம். ஏழு வயசே ஆனாலும் குழந்தைக்கு அசாத்திய வலு கையில். அம்மாவைக் கொண்டிருக்கிறாள் அவள் திடகாத்திரத்தில்.

துருக்கன் எங்கேயும் ஓடிட மாட்டான். வாடி கொழந்தே. கொடியிலே அலக்கின கருப்பு வஸ்திரம் கிடக்கு பாரு. அதை எடுத்து மேலே புதச்சுண்டு வா. மேல் துணி இல்லாமே வெளியிலே இறங்கக் கூடாதுன்னு சீலம் இனிமே வச்சுக்கணும். ஒழிஞ்சு மாறிடக் கூடாது. வல்ய ஸ்திரீயாச்சே நீ இப்போ. இல்லையோடி?

பரிபூரணம் பேசிக்கொண்டே அவரைப் பந்தலில் படபடவென்று காய் பறித்து மடியில் நிறைத்து பச்சை மணக்க உள்ளே எடுத்துப் போனாள். அவளிடம் அது ஒரு குணம். முழிப்புத் தட்டி எழுந்து உட்கார்ந்தது முதல் ராத்திரி கிடப்பு முறியில் உறங்கப் போகிறது வரை ஒரு நிமிஷம் கூட வீணாக்க மாட்டாள்.

தீபஜோதி துர்க்கா பட்டனைப் பார்த்து விளையாட்டாக கண்ணை உருட்டி விழித்துக் கொண்டு வீட்டுக்குள் போனபோது வாசலில் இருந்து வேதையன் ஒச்சை கேட்டது.

எடோ துர்க்கா. இங்கோட்டு வா.

வந்துட்டேன் அண்ணா.

பட்டன் வீட்டைப் பிரதட்சணமாகச் சுற்றி தோட்டத்தின் வழியே கீரைப் பாத்தியை ஒரே எட்டில் தாண்டிக் குதித்து முன்வசத்துக்கு ஓடினதை தீபஜோதி பார்த்திருந்தால் அவனுக்கு கடின சிட்சை விதிக்காமல் அதை லகுவாக்கியிருப்பாள்.

வீட்டு வாசலில் துணி சஞ்சியும் சீலைக் குடையுமாக ஒரு கருத்த செக்கன் மலங்க மலங்க விழித்தபடி நின்றிருந்தான். அவன் தலைமேல் ஒரு பூவன் பழக்குலை.

அம்பலப் புழையில் இருந்து வந்திருக்கான் துர்க்கா. விசுவநாத அய்யர் அனுப்பி வச்சிருக்காராம்.

எந்த விசுவநாத அய்யர்? துர்க்கா பட்டனுக்கு உடனடியாக நினைவு வரவில்லை.

அட மண்டா. நாம் நாலஞ்சு கொல்லம் முந்தி கர்க்கடகத்து மழையோட பிரயாணம் போனோமே. ஓர்மை இருக்கா. அப்போ.

அதே. வீட்டுப் பத்திரத்தை அவசரமாகக் கைமாற்றி எழுதிக் கொடுத்து விட்டு வந்ததாக வேதையன் சொன்னானே. ஊர்ச் சாப்பாட்டுக் கடை அய்யன் இல்லையோ அந்த மனுஷர்.

அதென்னமோ, வேதத்தில் ஏறினாலும் இருக்கப்பட்ட வேதத்தில் ஊறி அம்பலம் தொழுது இறங்கி ஜீவித்தாலும் தமிழ் பிராமணன்மார் சாப்பாட்டுக்கடைதான் லோகமெங்கும்

நடத்தணும் என்று எங்கோ எழுதி வச்சிருக்கு. துர்க்கா பட்டனுக்கு அதுதான் மனசில் பட்டது.

ஊர் வர்த்தமானம் எல்லாம் பறஞ்சு ஏதேதோ எனக்கு தேவப் பிரசாதம் அது இதுன்னு அய்யர் அனுப்பியிருக்கார். நான் பள்ளிக்குப் போய் வந்து சாவகாசமா எல்லாம் நோக்கிக்கறேன். நீ செக்கனை அழைச்சுப் போ.

எங்கே அண்ணா அழைச்சுப் போக?

அடே, நம்ம சாப்பாட்டுக் கடைக்குத் தாண்டா. விசப்பு அடங்கட்டும். பாவம். கடையிலேயே இன்னிக்கு ராத்திரி தங்கிக்கட்டும்.

அதுதான் வினையாகி விட்டது.

வேதையன் மன்னி, குழந்தை சகிதம் வெள்ளை உடுப்பு தரித்து கழுத்தில் குரிசு மாலையோடு வேதக் கோவிலுக்கு நடந்த பிற்பாடு வீட்டைப் பூட்டித் தாக்கோலை மடியில் முடிந்து கொண்டு அம்பலப்புழை செக்கனோடு துர்க்கா பட்டன் கடைத் தெருவுக்கு நடந்தான். அது ஞாயிற்றுக்கிழமை பகலுக்கு கொஞ்சம் முந்திய நேரம்.

கடையில் ஆள் ஒழிந்த நேரமும் அதுதான். வழக்கம் போல் பரசு தான் இருந்தான். மோக வசப்பட்ட தோதில் அவன் துர்க்கா பட்டனை நோக்கி, கூட வந்த செக்கனையும் அப்படியே பார்த்த பார்வை பையனில் நிலைத்து விட்டது.

டேய் பரசு, இந்த அம்பி அம்பலப்புழையிலேருந்து அண்ணாவைப் பார்க்க வந்திருக்கான். விசப்பு தீர என்ன இருக்கு கழிக்க?

காலையில் வார்த்து வைத்துக் காய்ந்து போன இட்டலியும் வெண்பொங்கலுமாக பரசு இலை நிறையப் பரிமாறும்போது அவன் பார்வை பையனை விட்டு அந்தப் பக்கம் இந்தப் பக்கம் நகரவில்லை என்பதை துர்க்கா கவனிக்கத் தவறவில்லை. என்னமோ ஒரு இனம் தெரியாத பொறாமை அவனுக்கு. அடங்கு சவமே என்று மனதில் சொல்லிக் கொண்டாலும் அது மனசில் ஓரமாக கண்ணை உருட்டி விழித்துக் கொண்டிருந்தது.

அம்பலப்புழையில் தற்காலம் என்ன விசேஷம் எண்டெ கொச்சு அனியா?

துர்க்கா கேட்க வந்த பையன் துணி சஞ்சியை தோளில் இருந்து இறக்கிப் பக்கத்தில் வைத்தபடி தீவிரமாக யோசித்தான்.

ஊர் முழுக்க வெளவால் வந்து நிறஞ்சுது தெரியுமோ.

பையன் கண்ணை அகல விரித்துக் கொண்டு சொன்னான்.

வரட்டுமே. மழைக்கு வந்ததா இருக்கும். அதுலே என்ன விசேஷம்?

மழைதான். கொட்டு கொட்டுன்னு கால வர்ஷம் நாளும் ராத்திரியும் விடாமப் பொழியறது. வைகிட்டு நாலு மணி போல. திடீர்னு ஊர் முழுக்க அப்பின இருட்டு.

பரசு கூடக் கரண்டியைக் கையில் பிடித்துக் கொண்டு சுவாரசியமாகக் கேட்டுக் கொண்டிருந்தான்.

வெடிவழிபாட்டுக்கார முத்தச்சன் உண்டல்லே அவிடெத்து அம்பலத்துலே.

துர்க்காபட்டனுக்கு நினைவு வந்தது. அவனும் வேதையனும் நாலைந்து கொல்லம் முந்தி அம்பலப்புழை போன மழைக் காலத்தில் பார்த்த வயசன். நமுத்துப் போன வெடிமருந்துப் பொதியைக் கக்கத்தில் இடுக்கிக்கொண்டு இவர்களோடு காளை வண்டியில் வந்தவன்.

காலில் ஒரு விரல் ரெண்டு விரல் அங்கஹீனப் பட்டுப்போன விருத்தன் இல்லியோ?

அதே மனுஷ்யன் தான். குறூப்பு முத்தச்சன். அவன் மரிச்சது வைகும்நேரம் நாலு மணிக்கு. ஏழெட்டு நாளா மழையில் திரிஞ்சும் மறிஞ்சும் புரண்டு வாதனையோட கிடந்தான் என் முத்தச்சன்.

சொந்த முத்தச்சனா உனக்கு?

இல்லாட்டாலும் என்ன? எங்க ஓட்டல்கார பட்டருக்கு

வேண்டப்பட்ட நல்ல ஆத்மா. முத்தச்சனை சிஷ்ருஷை பண்ண என்னைத்தான் எல்பிச்சிருந்தார் எங்க ஏமான்.

அனியன் ஆர்ய வைத்யம், யுனானி இப்படி ஏதும் கிரமமாப் படிச்சதாலோ அது?

துர்க்கா கேட்க, பையன் இல்லையென்று தலையாட்டினான்.

மிஷினரி ஆஸ்பத்திரியிலே டிரஸ்ஸருக்குக் கூடமாட ஒத்தாசை செஞ்சு ஏதோ கொஞ்சம் வைத்யம் தெரியும். அத்ரயே உள்ளூ. ஆனாலும் குறூப்பு முத்தச்சன் பாவம் ஆத்மா.

போதம் கெட்டு பொலம்பியபடியே மரிச்சான். நக்னமா ஒரு வயசன் அவன் மேலே விழறதுக்கு வரான்னு அலறல் வேறெ அப்போ அப்போ.

மூத்ர வாடையோட வயசன் கொடிமரப் பக்கம் பறக்கறான் பாரு.

வெடிக்காரன் போல அபிநயித்துச் சிரித்து உடனே வாயை இறுக்க மூடிக் கொண்டான் அம்பலப்புழைப் பையன்.

ஊர் முழுக்க எங்கே இருந்தோ வந்த வௌவால் கூட்டம் நெறஞ்சு இடம் முழுக்க அழுக்குத் தோல் கந்தம். மூச்சு முட்ட எல்லோரும் அலைபாய்ந்து கிடந்த நேரத்திலே யார் கிட்டேயும் சொல்லாமல் முத்தச்சன் யாத்ர ஆயிட்டான்.

அவன் சாப்பிட்டபடியே பேசிக் கொண்டிருக்கும்போதே குரிசுப் பள்ளியில் இருந்து இறங்கி நேரே கடைக்கு வந்திருந்தான் வேதையன்.

எடோ அம்பலப்புழை செக்கா, விருத்தி கெட்ட வர்த்தமானம் எல்லாம் எதுக்கு? விசுவநாத அய்யர் என்ன சொல்லிவிட்டார்? அதைச் சொல்லு முதல்லே.

வௌவால் பற்றிய வர்த்தமானம் அவனுக்கு ரசிக்கவில்லை என்று துர்க்கா பட்டனுக்குப் புரிந்தது.

விசுவநாத அய்யர் கொடுத்தனுப்பிய லிகிதத்தை செக்கன் இடது கையால் எடுக்க, துர்க்கா பட்டன் அதை அவசரமாக

வாங்கி வேதையனிடம் மரியாதையோடு கொடுத்தான். லிகிதத்தைப் பிரித்து துர்க்கா பட்டனும் கேட்க உரக்கப் படித்தான் வேதையன்.

நம், அதாவது உங்கள் பாட்டத்தில் வாழைச் சாகுபடி செய்து வந்த குலை நமக்கு வேண்டப்பட்ட செக்கன் வசம் அனுப்பியிருக்கிறேன். முதல் குலையை கிருஷ்ணன் அம்பலத்தில் சமர்ப்பித்து விட்டேன். நெல் சாகுபடி நல்ல விதம் நடத்தி முடித்து நாலு கொல்லமும் தவறாது ரெண்டில் ஒண்ணரைப் பாகம் விளையை கோவிலுக்கும் குரிசுப் பள்ளிக்கும் கொடுத்து விட்டு, மீதியை விற்று எனக்கு எடுத்துக் கொள்கிறேன். நீங்கள் சொல்லாவிட்டாலும், அதில் கால் பங்கு எடுத்து உங்களுக்காக மலியக்கல் செறியதோமையிடம் வட்டிக்கு விட்டுச் சேமித்துக் கொண்டிருக்கிறேன். உங்களுக்குத் தேவைப்படும் போது ஒரு வார்த்தை அனுப்பினால் அந்தப் பணத்தை அனுப்பித் தர ஏற்பாடு செய்கிறேன்.

விசுவநாத அய்யர் போல நல்ல மனுஷ்யர்கள் நிறஞ்சதினாலே தானே அம்பலப்புழையிலே மழை கொட்டு கொட்டுன்னு கொட்டறது துர்க்கா.

துர்க்கா பட்டன் ஆமோதித்தான். மங்கலாபுரத்திலும் மழை எப்போதும் பெய்கிறது உண்டுதான். அங்கே அப்படி ஒண்ணும் நல்லதைக் காணாமல்தான் அவன் கண்ணூர் வந்தது.

வேதையன் கடை மேசைப் பக்கம் உட்கார்ந்து உடனடியாகப் பதில் லிகிதம் எழுதிச் செக்கனிடம் கொடுத்தான்.

துர்க்கா, இவனுக்கு கண்ணூரில் காண வேண்டிய ஸ்தலம் எல்லாம் காணிச்சுக் கொடு. முடிஞ்சா பரசினிக்கடவு க்ஷேத்ரத்துக்குப் ஒரு நடை போய்ட்டு வந்துக்கோ.

பட்டன் தலையாட்டினான்.

செக்கன் ராத்திரி கடையிலேயே தங்கி இருந்துட்டு உதயத்துலே அம்பலப்புழை திரிச்சுப் போகட்டும். சரியா?

வேதையன் சொன்னபடியே பதிலை எதிர்பாராமல் குடையை

விரித்துப் பிடித்தபடி இறங்கிப் போனான். பரசு முகத்தில் அலாதியான ஆனந்தத்தைப் பார்க்க துர்க்கா பட்டன் தவறவில்லை.

அத்தியாயம் ஐம்பத்தியொன்று

ஜனவரி 29 1908 - பிலவங்க வருஷம் தை 16 புதன்கிழமை,

அம்பலப்புழை செக்கனோடு ஞாயிற்றுக்கிழமை பகல் முழுக்க இருக்க வேண்டிப் போனது துர்க்கா பட்டனுக்கு. பரசு அந்தப் பையனுக்கு விழுந்து விழுந்து சகல விபவங்களும் விளம்பி ஊண் கழிக்க வைத்தான். விட்டால் எடுத்து வாயில் ஊட்டி விடுகிற வாத்சல்யம் அவன் செய்கையில் தெரிந்தது.

ஞாயிற்றுக்கிழமை மதியத்துக்கு மேல் செக்கனோடு கூட துர்க்கா பட்டன் சமுத்திரக் கரை காண்பித்துக் கொடுக்கப் புறப்பட்டான். பரசு தானும் வருவதாகச் சொன்னாலும், கடையில் வருகிறவர் போகிறவரை கவனிக்க ஆள் இல்லாமல் போய்விடும் என்பதால் அவனை வேணாம் என்று சொல்லி விட்டான் பட்டன்.

ராத்திரி சீக்கிரம் வந்துடுங்கோ. சமுத்திரக் கரையோரமா பய்யாம்பலம் மசானத்துலே யட்சி அலையறான்னு ஊர் முழுக்கப் பேச்சு. நீங்க ரெண்டு பேரும் பிரம்மசாரிகள். யட்சி தட்டுப்பட்டா, பார்த்த மாத்திரத்திலேயே ஸ்வாஹா தான்.

பரசு சொன்னபோது செக்கன் அடக்க முடியாமல் சிரித்தான்.

ஓய் யட்சியை நீர் பாத்ததுண்டா?

அவன் பரசுவைப் பார்த்துக் கேட்டான்.

பாக்காம என்ன? எங்க புலியூர்க்குறிச்சியிலே சகல சௌந்தர்யத்தோடும், உடம்புலே த்ரிபங்க வளைவோடும் ஒரு யட்சி வந்து சேர்ந்தா. தடி தடியா ரெண்டு முலையையும் சுமக்க முடியாம தோள்லே தூக்கிப் போட்டுண்டு நடுநிசிக்கு அவ தாட்தாட்டுனு நடந்ததைப் பார்த்துத் தொலைச்சேன்.

அப்புறம்?

பையன் சிரிப்பு மாறாமல் கேட்டான்.

பனி பிடிச்சு ஒரு மாசம் கிடக்கையிலே கிடந்தேனாக்கும்.

பரசு பார்த்த யட்சியை தான் பார்த்திருக்கக் கூடாதா என்று துர்க்கா பட்டனுக்கு ஏக்கமாக இருந்தது. அவளுக்கு தோள் வலிக்காமல் சேவை சாதித்திருக்க அவனுக்குக் கூடும் தான். யட்சிகளைக் கல்யாணம் செய்து கொள்ள முடியுமா?

கூடக் கூட்டிக் கொண்டு நடந்தபோது செக்கனின் ஜாதகத்தையே அலசி விசாரித்துக் கூறு போட்டுவிட்டான் பட்டன். பையன் வெடிவழிபாட்டுக்கார வயசனின் அனியத்தி வழி பேரன். விசுவநாதய்யன் சாப்பாட்டுக் கடைக்கு காய்கறி வாங்கி வருவது, வாழைக்காயும் சேனையும் அரிந்து தருவது, தொட்டியில் வெள்ளம் நிறைத்து வைப்பது என்று உக்கிராணத்துக்குள் படி ஏற்றாமல் சின்னச் சின்னதாக அய்யன் இவனை வேலை ஏவுகிறது வழக்கம்.

நித்தியப்படிக்கு மூணு வேளை தரக்கேடில்லாத ஊண், தலை சாய்த்து உறங்க கடைத் திண்ணை, கிணற்றடியில் தந்த சுத்தியும் குளியும் நடத்திக் கொள்ள சௌகரியம். செக்கனுக்கு அய்யன் தெய்வம் மாதிரி தெரிந்து கொண்டிருக்கிறான். அவனுக்காக வண்டி ஏறி, நடந்து, வள்ளம் துழாவிப் புழை கடந்து தலையில் பூவன் பழக்குலையைச் சுமந்து கண்ணூருக்கு வந்திருக்கிறான் பையன்.

வழியில் வேதையன் வீட்டிலும் படியேறி பரிபூரணம் மன்னிக்கு

செக்கனை பரிசயப்படுத்தி வைத்தான் பட்டன். அதுக்கு முன்னால் வாசலில் கோடு கிழித்துப் பாண்டி விளையாடிக் கொண்டிருந்த குழந்தைக் கூட்டத்தில் தீபஜோதியையும்.

அம்மாவா, நீயும் வந்து சாடு.

அம்மாவன் புதுச் செக்கனை காரணம் காட்டி தீபஜோதியிடம் இருந்து தப்பித்து உள்ளே போனான்.

பய்யன் வரதுக்குள்ளே அவன் கொண்டு வந்த பூவன்பழம் பரிச்சயமாயிடுத்து.

பரிபூரணம் சிரித்துக் கொண்டே கை காட்டின திசையில் நோக்கினான் துர்க்கா பட்டன்.

வேதையன் பழக்குலையைப் பக்கத்தில் செல்லமாக அணைத்துப் பிடித்து வைத்தபடிக்கு ஏதோ புத்தகம் வாசித்துக் கொண்டிருந்தான். பழக்குலையில் இருந்து ஒவ்வொரு பழமாகப் பிய்த்துச் சாப்பிட்டுவிட்டு தொலியைக் கீழே போட்டபடி இருந்தான் அவன்.

தொழுத்தில் இருந்து நடந்து வந்திருந்த கன்றுக்குட்டி அதை ஒன்று விடாமல் சவைத்துத் தின்றபடி அவன் பக்கத்திலேயே நின்றுகொண்டிருந்தது.

அண்ணா.

பட்டன் குரல் கேட்டு நிமிர்ந்து பார்த்து என்ன என்று பார்வையால் விசாரித்தான் வேதையன். மனசுக்குப் பிடித்த புத்தகப் படிப்பும் நாக்குக்கு இதமான பூவன் பழமுமாக நேரம் கடந்து போகிற ஆனந்தம் அவனுக்கு.

கன்னுக்குட்டி பாவம் அண்ணா. ரொம்ப தொலி சாப்பிட்டா அதுக்கு சுகக்கேடு ஆயிடும்.

பட்டன் சிரிக்காமல் சொல்ல, அடக்க முடியாமல் சிரித்து விட்டான் வேதையன். கையில் வைத்திருந்த புத்தகத்தை பட்டன் தோள் மேல் குறி பார்த்து எறிந்தபடி அவன் சிரிக்கும்போது பரிபூரணம் சிரித்ததும் அதோடு சேர்ந்து கொண்டது.

எடோ கள்ள பட்டா, நல்லா பேசப் பழகிட்டேடா. இல்லே பரிபூரணம் கத்துக்கொடுத்தாளா?

ஆமா, தொட்டதுக்கெல்லாம் பரிபூரணம். வேறே வேலை இல்லையா எனக்கு?

பரிபூரணம் பொய்க் கோபத்தோடு உள்ளே போனாள்.

நில்லுடீ என் சம்பூர்ண ராமாயணமே. ஒரு சேதி சொல்லணும்.

நான் வேணா இறங்கட்டுமா அண்ணா? பட்டன் அவசரமாகத் திரும்பினான்.

அண்ணாவும் மன்னியும் கொஞ்சிக் கொள்ளும் அத்யந்த வேளையில் அவன் எதுக்குத் தேவையில்லாமல் இங்கே?

போகண்டா. உனக்கும்தான் சொல்லியாகணும்.

பரிபூரணம் பூவன் குலையை அந்தாண்டை நகர்த்தி வைத்தாள்.

அடுத்த வாரம் மத்தியிலே அரசூர்லே இருந்து எங்க பகவதி அத்தையும் சாமா, வீட்டுக்காரி, குழந்தைகளும் வரப் போறதா நேத்திக்கு கடிதாசு வந்துது. சொல்ல விட்டுப் போயிடுத்து.

வேதையன் எட்டி இன்னொரு பழத்தைப் பறிக்கக் கையை நீட்ட அதைத் தட்டிவிட்டபடி பரிபூரணம் குலையை இன்னும் தூரத்தில் நகர்த்தி வைத்தாள்.

நல்லா வரட்டும் உங்க அத்தையும் மக்களும். ஆனா அவங்க பட்டர் வீட்டம்மா ஆச்சே. நம்ம வீட்டுலே தங்கினா ஆசாரம் போகும்னு சொல்ல மாட்டாங்களா?

பரிபூரணம் நியாயமான சந்தேகத்தைக் கிளப்பினாள்.

அவா எல்லாரும் அம்பலப்புழைக்கு பிரார்த்தனை நேர்ந்துண்டு வரா. முடிச்சுட்டு இங்கே ஒரு நடை எட்டிப் பார்த்துட்டுக் கிளம்பிடறதா உத்தேசம். இங்கே கோவில் மேல்சாந்தி வீட்டிலே தங்க, சாப்பிட சௌகரியம் செய்து கொடுத்தாப் போச்சு.

வேதையன் எளுப்பமாக பிரச்சனையைத் தீர்த்து வைத்தபடி பட்டனைப் பார்த்தான்.

பட்டா, நீ.

மேல்சாந்தி கிட்டே இப்பவே சொல்லிடறேன் அண்ணா. போற வழிதானே.

பட்டன் தோள் துண்டால் முகத்தைத் துடைத்துக் கொண்டு அம்பலப்புழை செக்கனோடு இறங்கினது ஞாயிற்றுக்கிழமை அந்தியும் ராத்திரியும் சந்திக்கிற நேரம்.

ராத்திரி அவனோடு கடைக்குத் திரும்பும்போது மழை பிடித்துக் கொண்டது. மகர சங்கராந்தி கழிந்து எங்கேயிருந்து மழை வருகிறது என்று பட்டனுக்குப் புலப்படாவிட்டாலும், ராத்திரி மழை குளிரை அதிகப்படுத்திப் போயிருந்தது அனுபவிக்கப் பரம சுகமாக இருந்தது.

எடோ பரசு ஒரு லோட்டா சுக்கு வெள்ளம் கொடேன்.

அவன் கேட்டபோது பரசு அவசரமாக அம்பலப்புழை செக்கனை இழுத்து அவன் தலையைத் துவட்ட ஆரம்பித்தான். கோழி மாதிரி நனைந்திருந்த பையன் சாதுவாகத் தலையைக் காட்டிக்கொண்டு நிற்க, பட்டன் சுக்கு வெள்ளத்துக்காக ஒரு யுகம் காத்திருக்க வேண்டிப் போனது.

அண்ணா, சுடச்சுட இட்டலி இருக்கு. சாப்பிட்டுப் போயிடுங்கோ. இனிமே போய் அரி வைப்பும் சம்பாரம் உண்டாக்கறதும் என்னத்துக்கு?

பரசு கேட்டபடி பட்டனுக்கும் அம்பலப்புழை செக்கனுக்கும் கடை உக்கிராணத்திலேயே இலை போட்டு இட்டலி எடுத்து வைத்துப் பரிமாறினான்.

பட்டனுக்கு மறுக்க முடியவில்லை. அவனும் தான் குடும்பம் நடத்த என்ன பிரயத்தனப்பட்டான்? வயதான மாதாவையும் அவள் கூடப் பிறந்த வல்யம்மையையும் கூட்டி வந்து குடித்தனத்தை ஆரம்பித்த நேரம்தான் சரியாக இல்லை.

வல்யம்மைக் கிழவி மங்கலாபுரம் பாஷையும் ஆகாரமும் ஆயுசு முழுக்க பழகினதாலோ என்னமோ கண்ணூர் சூழ்நிலை கிஞ்சித்தும் சரிப்பட்டு வராமல் வந்து நாலே மாசத்தில்

வைகுண்ட பதவி வகிக்கப் போய்ச் சேர்ந்தாள்.

ஏலிக்குட்டி, மரியம்மா, கொச்சு தெரிசா, காத்தி, பிலோமீனாள், ரெபக்காள் என்று பரிபூரணம் யார்யாரோ குமர்களை வீட்டுக்கு வருவதும் போவதுமாக இருக்கும்போது அவனுக்குப் பரிச்சயப்படுத்தி அதில் ஒருத்தியைக் கட்டியோள் ஆக்கிக் கொள்ளச் சொன்னாள்.

எல்லாமே அதிரூப செளந்தர்யவதிகள் இல்லையென்றாலும் தரக்கேடு இல்லாத பெண்கள். அவனைக் கல்யாணம் கழிக்க அதில் ஒருத்திக்கும் மடியில்லை.

ரெபக்கா மாத்திரம் கல்யாணத்துக்கு அப்புறமும் திவசேனம் மீன் கழிக்கிற ஏற்பாடு வேணும் என்று அவசியப்பட்டாள். அது செம்மீனாகத்தான் இருக்கணும் என்றில்லை. அயிலை, கேவலம் மத்தி ஆனால் கூடச் சேர்த்திதான்.

மீனுக்குக் கூட இத்தனை ஜாதி வித்தியாசம் இருக்கிறது தெரிந்து பட்டனுக்கு ஆச்சரியம். ஆனால் தினசரி மீன் சாப்பிட்டு வாய் வாடையில் அது மணக்க மணக்கப் படுக்க வருகிற பெண்ணோடு சுகிக்க முடியுமா என்று யோசித்தான் அப்போது.

பழகிப் போகலாம். அவனும் நாளாவட்டத்தில் மத்தியும் குத்தியும் ருஜித்துச் சாப்பிடக்கூடும். ரெபக்காவோ மற்ற யாரோ ஒருத்தியோ, கட்டியவளாக வாய்த்தவள் கேட்ட மாத்திரத்தில் பாகம் செய்து தருவாள்.

அந்தப் பெண்களின் அப்பன்மார் ஒரே ஒரு கோரிக்கை மட்டும் தான் வைத்தார்கள். பட்டன் வேதத்தில் ஏறினால் போதும். பெண்ணும் கொடுத்து பொன்னும் கொடுக்க, பயிர் செய்ய பாட்டம் ஒதுக்கித் தரக்கூட அவர்கள் எல்லாம் தயாராக இருந்தார்கள்.

மங்களூர் சிவத்த பார்ப்பானுக்கு மவுசு அல்லே என்று சிரித்தாள் பரிபூரணம் அப்போது.

பட்டனின் அம்மாதான் பிராமணத்தி அல்லாத பெண்ணு மருமகளாக வீட்டுப்படி ஏறக்கூடாது என்று கண்டிப்பாகச்

சொல்லிவிட்டாள். அது வேதத்தில் ஏறினவளாக இருந்தாலும் பரவாயில்லை அவளுக்கு. அந்தப் பெண் பிராமணத்தி இல்லாவிட்டால் என்ன? அவள் அப்பனோ அவனுக்கும் அப்பனோ குளித்து அம்பலம் தொழுது விரதம் இருக்கிற பிராமணனாக இருந்திருப்பான். அந்தப் பெண் கையால் வைத்த சாதத்தில் சம்பாரம் விரகிச் சாப்பிட்டாலும் நேராக சொர்க்கம் போகலாம் என்று அவளுக்கு நம்பிக்கை. அந்த சுவர்க்கத்தில் வேறே ஜாதிக்காரர்கள் யாரும் இருக்க முடியாது.

இப்படி கல்யாண ஆலோசனைகள் அரைகுறையாக அலைபாய்ந்து கொண்டிருந்த போது பட்டனின் அம்மாவும் ஜன்னி கண்டு உயிரை விட்டாள். அது போன கொல்லத்துக்கு முந்திய திருச்சூர் பூரத்துக்கு அடுத்த தினத்தில் நடந்த ஒன்று.

குடித்தனம் வைத்த குச்சு சதா அடைத்துக் கிடக்க துர்க்கா பட்டன் வேதையன் வீடும் சாப்பாட்டுக் கடையுமே கதியாக ஆகிப்போனான் அப்புறம். பரிபூரணம் சொந்தத் தமக்கை மாதிரி கவனித்துக் கொண்டாலும், அவளை குரிசுப் பள்ளி காரியங்களுக்கும், தையல் பின்னல் வேலை கற்றுக் கொள்ளவும் சுற்றி வருகிற குமரிகள் பட்டனைத் தொடர்ந்து ஆகர்ஷித்தாலும் என்னமோ கழிசடை கால் தன்னிச்சையாக இங்கே சாப்பாட்டுக் கடைக்கு இழுத்து வந்து வாரத்துக்கு ஒரு தடவையாவது பரசு முன்னால் உட்கார்த்தி விடுகிறது.

ஆனால் பரசு இன்றைக்கு அவனைக் கவனிக்கவே இல்லை. அம்பலப்புழைப் பையன் இங்கே இவனோடு ராத்தங்க வேணுமா என்று பட்டனுக்கு யோசனையாக இருந்தது. பேசாமல் வீட்டுக்குப் போய் அங்கேயே அவனைத் தங்க வைத்து காலையில் வண்டி ஏற்றி அனுப்பினால் என்ன?

வேணாம். வீடு இருக்கப்பட்ட ஸ்திதியில் அதை விருத்தியாக்கவே ராத்திரி முழுக்க சரியாகப் போய்விடும்.

சாப்பாட்டுக்கடைத் திண்ணையில் இருந்து, ராத்திரி பத்து மணி வரைக்கும் ஊர்க்கதை, வேடிக்கை விநோதம், நம்பூதிரி பலிதம் என்று வாய் வார்த்தை சொல்லிக் கொண்டிருந்தார்கள்

மூவரும்.

படுத்துக்கலாமே. இனிமே யாரும் சாப்பிட வரப் போறதில்லே.

பரசு பட்டனிடம் சொன்னான். திரும்ப மழை சன்னமாகப் பெய்ய ஆரம்பித்திருந்தது.

இல்லே, நான் வேதண்ணா வீட்டுக்குப் போறேன். விடிகாலையிலே வாழைக்கு தண்ணீர் பாய்ச்சணும். ஒரு மரத்திலே வாழைப்பட்டைச் சாறு வடிச்சு மூஸ் வைத்தியருக்குக் கொடுக்கணும். யாருக்கோ மூத்ரகோச சிகிச்சைக்கு வேண்டியிருக்காம்.

பட்டன் கிளம்பின போது பரசு முகத்தில் அலாதி நிம்மதி தெரிந்தது.

எடோ செக்கா, நீ உள்ளே வந்து உக்கிராணத்துலே ஒரு கோரம்பாயை விரிச்சுக் கிடக்கலாமே. காலையிலே கோவில்லே செண்டை உயரும்போது கிளம்பிப் போய்க்கோ. பரசு எழுப்பி விட்டுடுவான்.

பட்டன் சொன்னபோது பையன் சுவரில் சாய்ந்து குந்தி உட்கார்ந்தான்.

பட்டரே, நான் ராத்திரி முழுக்கத் தூங்கறதே கிடையாது.

ஏன் அப்படி?

ஒரு கொல்லம் முந்தி ராத்திரியிலே தோட்டுப் பக்கம் நடந்து வந்தபோது கரிமூர்க்கன் கடிச்சு ஏற்பட்ட பெலன்.

கரிமூர்க்கன் கடிச்சா காலம் முடிஞ்சு போயிடுமே செக்கா.

துர்க்கா பட்டன் கேட்டான்.

கோவில் எம்பிராந்தரி அது நடக்காம சரிபண்ணிட்டார். ஆயிரத்தெட்டு தடவை மந்திரம் உருவேத்தி அம்பலக் குளத்திலே பதினோரு தடவை குளிக்க வச்சு, விஷம் போச்சு. ஆனாலும்.

ஆனாலும் என்ன? ஆகாட்டாலும் என்ன. நீ வந்து படு. துர்க்கா அண்ணாவுக்குத் தலைக்கு மேலே வேலை இருக்கு.

அவர் போய்க்கட்டும்.

பரசு சொன்னான். அவன் அவசரம் அவனுக்கு.

கரிமூர்க்கன் தீண்டியதில் இருந்து ராத்திரி ஒரு நிமிஷம் தூங்கினாலும் எங்கேயிருந்தோ எலிகள் எல்லாம் வாடை பிடிச்சு வந்து கால் விரல்லே கடிச்சுட்டுப் போயிடுது.

பையன் சோகமாகச் சொன்னபடி தன் காலை நீட்டிக் காட்டினான். பாதம் முழுக்க தளம் போடக் கொத்தி வைத்த மாதிரி அங்கங்கே அரித்திருந்தது பார்க்க பட்டனுக்கே பாவமாக இருந்தது.

எம்பிராந்திரி இது ஸ்வஸ்தம் ஆக ஒண்ணும் செய்யலியா? அவன் கேட்டான்.

இது ஜபத்துக்கு இணங்கி வராதுன்னு சொல்லிட்டார். அப்புறம் எங்க பிஷாரடி வைத்தியர் மருந்து கலக்கிக் கொடுத்தார். வெடிவழிபாட்டு அப்பூப்பன் வயசு அவருக்கும். மருந்திலே ஏதோ சரியா அமையலை.

அப்புறம்?

காலைச் செருப்பில் நுழைத்துக் கொண்டு துர்க்கா பட்டன் கதை கேட்கிற சுவாரசியத்தோடு கேட்டான்.

மருந்தை சாப்பிட்டா உடம்பு லேசாகி கோழி மாதிரி தாழப் பறக்கணும் போல இருந்துது.

பரசு கடைக்குள் பாயில் படுத்து உறங்க ஆரம்பித்திருந்தான். அது பொய்த் தூக்கமாக இருக்கலாம் என்று தோன்றியது பட்டனுக்கு. அவன் போகிறதுக்காகக் காத்திருக்கிறானோ?

நீ பாட்டுக்குப் பறந்து கோயில் கொடிமரத்துப் பக்கம் போய் நனைச்சுடுவே. வெடிவழிபாட்டுக்காரப் பாட்டன் மேல் விழுந்து அவனையும் பரலோகம் போக வச்சுடுவே. ராத்திரி தூங்காட்டாலும் பாதகமில்லேன்னுட்டார் பிஷாரடி வைத்தியர்.

சரிதான். தூங்கினாலும் முழிச்சிண்டிருந்தாலும் ஜாக்கிரதையா இருடாப்பா.

பட்டன் பரசுவைப் பார்த்தபடியே சொல்லிவிட்டுப் படி இறங்கினது ஞாயிற்றுக்கிழமை ராத்திரி பத்து மணி கழிந்து.

முந்தாநாள் திங்கள் காலையில் வேதையன் வீட்டுத் திண்ணையில் அவன் தீர்க்கமான உறக்கத்தில் இருந்தபோது களேபரமான சத்தம்.

என்ன ஏது என்று புரியாமல் கண் விழித்தபோது ராஜ கொட்டார உத்தியோகஸ்தரா, திருவிதாங்கூர் போலீஸ் உத்தியோகத்தில் இருக்கப்பட்டவரா என்று தீர்மானிக்க முடியாதபடி உடுப்பு தரித்திருந்த ஒரு அதிகாரி வீட்டுப் படி ஏறி வந்து கொண்டிருந்தார். அந்த விடிகாலை நேரத்தில் இத்தனை மிடுக்காக ஒரு மனுஷர் இருக்க முடியுமா என்று பட்டனுக்கு வியப்பு அடங்காமல் பார்த்தபடியே உட்கார்ந்திருந்தான்.

வேதையன் சொன்னபடி உள்ளே போய் குரிச்சி எடுத்து வந்து அந்த உத்தியோகஸ்தர் உட்கார வேண்டி வாசல் திண்ணையில் போட்டபோது வந்த மனுஷர் ஏகச் சத்தத்தோடு சொல்லிக் கொண்டிருந்தார்.

சார்வாள், உங்க கடை சிப்பந்தி அங்கே தங்க வந்திருந்த அம்பலப்புழைக்காரப் பையனை இடுப்புக்குக் கீழே கடிச்சு.

அட கஷ்டகாலமே. பரசுவா?

வேதையன் பதற்றத்தோடு விசாரித்தான்.

ஏன் கேட்கறீங்க சார்வாள். அனாசாரம். அவன் ரத்தம் சொட்ட கச்சேரிக்கு வந்து பிராது கொடுத்தது விடிகாலை நாலு மணிக்கு. செக்கனை வைத்தியசாலைக்கு அனுப்பி வச்சிருக்கு. தனியா வந்துட்டாலும் சேர்த்து வச்சுத் தச்சுடலாம்கறார் டிரஸ்ஸர். சார்வாள் தேஷ்யப்பட வேணாம். கடையிலே ஏன் இப்படியான ஆளுகளை.

உத்தியோகஸ்தர் பட்டனைப் பார்த்து நிறுத்தினார். சத்தம் கேட்டு பரிபூரணமும் வாசலுக்கு வந்துவிட்டாள்.

தலையில் அடித்துக் கொண்டு வேதையன் கண்ணடையைக் கண்ணில் மாட்டிக் கொண்டு கடைக்குப் புறப்பட்டான்.

கூடவே தந்த சுத்தி கூடச் செய்யாமல் பட்டனும் கிளம்பி விட்டான்.

பரசுவை சகல ராஜாங்க மரியாதைகளோடும் கோர்ட்டுக் கச்சேரிக்குக் கொண்டு போய், அப்புறம் கம்பி அழிகளிக்குப் பின்னால் அடைத்தும் வைத்தார்கள்.

பட்டன் கடையிலேயே நின்று வியாபாரத்தைக் கவனித்துக் கொள்கிறேன் என்று சொன்னாலும், வேணாம் என்று மறுத்து விட்டான் வேதையன்.

காப்பி குடிக்க வருகிறவனும், இட்டலி தின்ன நாலு சக்கரம் மடியில் முடிந்துகொண்டு படி ஏறுகிறவனும் வம்பு விசாரிப்பார்கள். ஒவ்வொருத்தனாகப் பதில் சொல்லி உனக்கு மாளாது. ஸ்திரியைக் கூட்டிண்டு வந்தான்னு பிராது வந்திருந்தால் கூட பரவாயில்லே. சு-வர்க்க ரதி. கர்த்தர் சொன்னபடி நரகம் போக வைக்கிற பாவம். நம்ம கடையிலே இப்படியும் நடக்கணுமா?

ரெண்டு நாள் கடையை அடைத்து வைத்து இண்டு இடுக்கு விடாமல் கழுவித் துடைத்து சுத்தம் செய்து நம்பூத்திரியையோ பாதிரியையோ அல்லது ரெண்டு பேரையும் வேறு வேறு நேரத்திலோ வரவழைத்துப் பரிகாரம் செய்த அப்புறம் சாவகாசமாகக் கடையை மறுபடியும் திறந்தால் போதும் என்று கண்டிப்பாகச் சொல்லி விட்டான் அவன். அதுவரை காப்பியும் தோசையும் இல்லாமல் கண்ணூர்க்காரன் எவனும் பட்டினி கிடந்து உயிரை விடப் போவதில்லை.

பரசுவுக்கு எத்தனை வருஷம் சிக்ஷை கிடைக்கும்?

யோசித்தபடி கையில் வைத்திருந்த வாளித் தண்ணீரைப் பக்கத்தில் வைத்து விட்டு அடுப்படியைத் துடைக்க ஆரம்பித்தான் துர்க்கா பட்டன்.

அண்ணா, இப்படி இந்தக் கள்ளியம்பெட்டி மேலே உக்காருங்கோ.

பரசு குரல் மனசுக்குள் கிசுகிசுத்தது.

பட்டன் இடுப்பில் கை வைத்தபடி அமர்த்தி, முன்னால் குனிந்து தரையில் குந்தினான் பரசு.

ஜீவ பரியந்தம் எனக்கு. வெறும் பத்து நிமிஷம் உங்களுக்கு. ரெபக்காளைக் கல்யாணம் கழிச்சா, மத்தி மீன் வாங்கிட்டு வரணும். அதுக்கு ஆகிற நேரத்திலே ஆறிலே ஒரு பங்கு கூட கிடையாது.

பட்டன் நழுவிக்கொண்டிருந்த இடுப்பு வேஷ்டியை அவசரமாகச் சரிசெய்தபடி அந்தக் கள்ளியம்பெட்டி மேல் ஒரு வாளித் தண்ணீரை ஊற்றினான். இறங்கிப் போடா கழுவேறி.

பரசு கலைந்து போனான். மனசு மட்டும் இன்னும் கசடு தீராமல் தொல்லைப்படுத்திக்கொண்டிருந்தது பட்டனை.

மத்தி மீன் எப்படி இருக்கும்? மதியம் பரிபூரணம் சேச்சியிடம் கேட்கலாமா? ரெபக்காளையே நேரடியாகக் கேட்டு விடலாமா?

அத்தியாயம் ஐம்பத்திரெண்டு

28 மே 1910 - சாதாரண வருஷம் வைகாசி 15 சனிக்கிழமை

அடியே லலிதாம்பிகே.

இந்தக் கடுதாசியின் ரெண்டாவது தாள் இது. நேற்றைக்கு எழுதின இதன் முதல் பக்கம் தொலைந்து போனது. வைப்பாட்டி வீட்டிற்குக் கிளம்பும் முன்னால் எழுதினது. காப்பிரிச்சி கூடப் படுத்து எழுந்து எழவெடுத்த மூலையில் எல்லாம் தேடியும் அதைக் காணலை. சுக்கிலத்தை அதில் துடைத்து வீசிவிட்டேனா என்று கூட நினைவில்லை. என்ன போச்சு? எப்படியும் நான் எழுதுகிற எதுவும் உன்னிடம் வந்து சேரப் போவதில்லை. நீ அதை யாரையாவது வாசிக்கச் செய்வித்து பதில் அனுப்பி விடுவாய் என்று நம்புவதை விட்டொழித்து எத்தனையோ நாளாகி விட்டது.

இப்போதெல்லாம் உனக்கு எழுதுகிறதாகப் பெயர் பண்ணி நானே எனக்குச் சொல்லிக்கொள்கிற சமாசாரமாகத்தான் இதையெல்லாம் எழுதி பத்திரமாக என் டிரங்குப் பெட்டிக்குள்ளேயே வைத்துக் கொள்கிறேன். நீ இருக்கியோ, செத்துப்போய் எரிச்ச இடத்தில் இன்னும் நூறு பொணம்

நித்தியப்படிக்கு விழுந்து எரித்து எல்லோரும் சொர்க்கத்துக்குப் போனீர்களோ தெரியலை.

நீ அங்கே போயிருக்கும் பட்சத்தில் உன்னை இனி எப்போதும் நான் பார்க்கப் போறதில்லை என்று தெரியும். நான் பண்ணுகிற மகாபாவத்துக்கு நரகம்தான் எனக்கு விதிக்கப்படும். அதெல்லாம் இருக்கோ என்னமோ. அப்படி இருந்தால் நானும் என் ஆசைக் கண்ணாட்டி இந்த வைப்பாட்டிப் பெண்ணாளும் அங்கே இன்னும் கொஞ்சம் சுகம் அனுபவித்துக்கொண்டிருப்போம். உன்னை யாராவது வேலையத்த குப்பன் பெண்டாள வந்து சேர்ந்து, இல்லை நீ எந்தப் பரதேசியையாவது மயக்கிப் போட்டு ஆணாண்டு சுகித்திருந்தால் நீயும் அந்த மயிராண்டி சிரவுதி பிரசவனத்தில் சொல்வானே ரவுராவாதி நரகமோ என்னமோ. அதே பாவக்குழியில் வந்து நாங்கள் கிரீடையில் இருக்கிறதைப் பக்கத்தில் இருந்து பார்த்து ஆனந்தப்படலாம். வந்துடு.

திருக்கழுக்குன்றம் தெலுங்கச்சி ரெட்டிய கன்யகைதானடி என் வைப்பாட்டி அடி நாசமாகப் போன லலிதாம்பிகே. தனபாரத்துக்கு ஏத்த மாதிரி உடம்பில் கொஞ்சம் சதைப் பிடிப்பும் உதட்டில் மயக்குகிற சிரிப்புமாக இங்கே அவள் எப்படியோ வந்து சேர்ந்து விட்டாள். அவளை நான் வலுக்கட்டாயமாக அனுபவிக்க பிரயத்தனம் செய்தபோது பாறையில் இருந்து சாடி உயிரை விட்டு என்னை காராகிருஹத்துக்கு அனுப்பிய மோகினி திரும்பி விட்டாள். பிசாசாக, மலையாள யட்சியாக இல்லை. உடம்பும் உயிரும் எல்லாத்துக்கும் மேல் சதா போகத்துக்கு ஏங்குகிற மனசுமாக என்னைத் தேடி இங்கே சமுத்திரம் தாண்டி வந்து விட்டாள் கேட்டியோடி. என் கல்யாணி வந்தாச்சு. நம்ப மாட்டே. ஆனாலும் எனக்கு நிஜம்.

அதெப்படி அதே பெயர், அதே உடம்பு, அதே கள்ளச் சிரிப்பு என்று அவள் என்னை ஆச்சரியப்பட வைக்கிறது கொஞ்ச நஞ்சமில்லை. இத்தனைக்கும் நான் பலாத்சங்கம செய்த ரெட்டிய கன்யகை கல்யாணி தெலுங்கச்சி. இந்தக் கல்யாணியோ தமிழ் மட்டும் தெரிஞ்ச குட்டி. நான் அன்றைக்கு

திருக்கழுக்குன்றத்தில் அவளோடு செய்த சில்மிஷம் ஒன்றைக் கூட விடாமல் நினைவு வைத்திருக்கிறாள் என்று திடமாக நம்புகிறேன்.

தெலுங்கச்சியை ரெண்டாம் கல்யாணம் செய்து கொள்ளக் கழுக்குன்றத்துக்குக் கூட்டி வந்தான் ஒரு கிழங்கன் என்று உனக்கு எதோ த்ரேதாயுக கடுதாசியில் சொன்னேனே ஞாபகம் இருக்கோ. அந்தக் கிழங்கன் போல இந்தக் கல்யாணிக்கும் சொத்தை சொள்ளையாக ஒரு புருஷன். கிழங்கன் கூட இல்லை. செனைப் பூனை மாதிரி பம்மிப் பம்மி நடக்கிற பயந்தாங்கொள்ளி. அவன் பெண்டாட்டியைத்தான் நான் படு சுவதந்திரமாக இந்த நாலைந்து வருஷமாக வைத்துக் கொண்டிருக்கிறேன். சூப்பரவைசர் உத்தியோகம் பார்க்கிற எனக்கு சலாம் போட்டுக் கும்பிட்டு விழுந்துதான் பெண்டாட்டியைக் கூட்டிக் கொடுத்திருக்கிறான் அந்தப் பேடி.

அதென்னமோ முதல் நாள் பார்த்ததுமே கல்யாணிக் குட்டி மனசில் ஜிவ்வென்று வந்து குந்தி விட்டாளடி லலிதாம்பிகே. புத்திக்குத் தெரிகிறது இவள் இல்லை நான் கழுக்குன்றத்தில் கார்த்திகை பட்சத்து நாயாகக் காமத்தோடு துரத்திப் போனவள் என்று. அடுத்தவன் பெண்டாட்டியை இச்சிக்கிறது தப்பு என்று அதுக்குத் தெரிகிறது. அதுக்கு இன்னமும் கூடத் தெரிகிறது ஒரே மாதிரி இருக்கப்பட்ட அதிரூபவதிகளான ரெண்டு பெண்களை சிநேகம் செய்து கொள்ள எனக்கு, எனக்கு மட்டும் அதிர்ஷ்டம் ஏற்பட்டிருக்கு என்று.

பழைய கதை எல்லாம் இவளுக்கு எப்படித் தெரிந்தது என்று நினைப்பதை கொஞ்சம் விட்டொழித்தால் ரமிக்கவும் அதில் லயிக்கவும் எந்தத் தடையும் இல்லை. புரியாத விஷயங்களைக் கேள்வி கேட்டு மடியில் வந்து விழுந்த சொர்க்கத்தை வேண்டாம் என்று தூக்கி அந்தாண்டை தூக்கிப் போட்டு விட்டு சத்தியத்தைத் தேடிப் போகிறதை மகான்கள் செய்து கொள்ளட்டும். எனக்கு இந்தப் பெண் கொடுக்கிற சுகமே ஏழேழு பிறவிக்கும் போதும். நீ என்ன சபித்தாலும் மசிரே போச்சு போடி.

இதைக் கேளு. நேத்து ராத்திரி ஏழு மணிக்கு வேலை முடிந்து வந்து காப்பிரிச்சி வைத்துக் கொடுத்த ஓட்சுக் கஞ்சி குடித்தேன். தொட்டுக் கொள்ள ஏதோ மீனை வறுத்து வைத்திருந்தாள் அந்தக் கறுப்பி. எல்லா சனியனும் இப்போ பழகி நான் அதை முள் எடுத்து விட்டு ரசித்துச் சாப்பிடவும் அனுபவப்பட்டு ஒரு ஜன்மம் கழிந்த மாதிரி ஆயிடுத்து போ. மகாலிங்கய்யன் போய் ஒழிந்தான். நீ உயிரோடு இருந்தால் அந்தக் கபோதிக்கு திவசம் கொடுக்க ஏற்பாடு செய். எள்ளுருண்டை சாப்பிட்ட வாயோடு சொர்க்கம் போகலாமாம். அலம்பக் கூட வேணாம்.

இப்போ நான் முழுக்க முழுக்க வரதராஜ ரெட்டியாகி விட்டேன். தெலுங்கில்தான் நினைக்கிறேன். சொப்பனத்தில் கூட கல்யாணியோடு தெலுங்கில்தான் கொஞ்சுகிறேன். இருட்டில் அவள் தமிழில் பேசி ராஜா, துரை, செல்லப்பா என்று ஏதேதோ பிதற்றி எனக்கு தமிழ் கற்றுக் கொடுக்கிறாள். கெட்ட வார்த்தை எல்லாம் அவளைச் சொல்ல வைத்துக் கேட்கிற சுகத்துக்காக இன்னும் அவ்வப்போது தமிழ் தெரியாத தெலுங்கனாக நடித்துக்கொண்டிருந்தாலும் மனசில் ஓரத்தில் மகாலிங்கய்யன் பேசின பார்ப்பனக் கொச்சை உட்கார்ந்து கொண்டிருக்கிறது.

உனக்கு என்று சாக்கு வைத்து எழுதி நான் சாக்கிலும் கூடையிலும் வாரிச் சேர்க்கிற பாவத்தையும் சுகத்தையும் சொல்கிற இந்தக் கடுதாசி எழுத லிபியும் தமிழாகத்தான் இன்னும் இருக்கிறது. இனிமேல் தெலுங்கு எழுதக் கற்றுக் கொண்டு என்னத்தைக் கிழிக்கப் போகிறேன் சொல்லு. யாருக்கு எழுதணும்?

பாரேன், நேற்று ராத்திரி கஞ்சி குடித்ததில் ஆரம்பித்து விட்டு நான் வரதராஜ ரெட்டியின் பிரதாபத்தில் முழுகிவிட்டேன். சுய பிரதாபம் தான். ஆனாலும் அவ்வப்போது இந்த ரெட்டியோ, செத்தொழிந்து போன அந்த மகாலிங்கய்யனோ நான் இல்லை என்று தோன்றுகிறது. பின்னே நான் யார்?

வேணாம். அதெல்லாம் சத்திய வேட்கை. தேடிப் போய் நேரத்தை வீணாக்காமல் கல்யாணியின் காலடியில் விழுந்து கிடக்கலாம்.

இல்லை, நாலு காசு வட்டிக்கு விட்டு வருமானம் தேடலாம். ரெண்டையும் சிரத்தையாகச் செய்து கொண்டிருக்கிறேன். பரம சௌக்கியமாக இருக்கேன். நீ எப்படி இருக்கே?

இப்போ நான் லயத்தில் இந்தக் கூலிக்காரக் கழுதைகளோடு இல்லை. சமுத்திரக் கரையிலிருந்து கொஞ்சம் தொலைவில் வீட்டு மனை வாங்கி அதில் ஒரு கல் கட்டிடம் எழுப்பி அங்கேதான் வாசம். தமிழன், தெலுங்கன் என்று வீட்டில் ஒன்றுக்கு ரெண்டு ஆசாமிகளை எடுபிடி உத்தியோகத்துக்கு நியமித்திருக்கிறேன். அப்புறம் இன்னொண்ணு, நான் சொன்னேனே, ஒரு காப்பிரிச்சி எனக்கு கஞ்சி காய்ச்சிக் கொடுத்தாள் என்று. அவளைப் போன வாரம் மோதிரம் மாற்றிக் கல்யாணம் செய்து கொண்டேன்.

நீ இதைப் படிக்காவிட்டாலும் மனதில் நினைப்பு தட்டியோ, உசிர் போய் சவமாகவோ, பிரேத ஆத்மாவாகவோ எங்கோ சுற்றி அலைந்துகொண்டோ என்னைச் சபிப்பது தெரிகிறது. என்ன செய்யட்டும் சொல்லு. காப்பிரிச்சி மடியில் காசையில்லையா முடிஞ்சு கொண்டு வந்தாள்.

கரும்புத் தோட்டம் வைச்சு அவள் வீட்டுக்காரன் சேர்த்து வைத்த பணம் அது எல்லாம். அவன் குழிக்குள் போனதும் தனியாக அலைபாய்ந்தவள் என் நோட்டத்தில் மாட்டினாள். அவள் தான் கல்யாணம் பற்றி பிரஸ்தாபித்தாள்.

நான் கல்யாணி சிநேகம் பற்றி ஆள் அடையாளம் தெரிவிக்காமல் சொன்னேன். அவள் உலக்கை மாதிரி பருத்த கையை மூணு வளைவாக வளைத்து அந்தக் குட்டியின் அங்க லட்சணம் காட்டி உன் கதையெல்லாம் தெரியுமே என்கிறது மாதிரி சிரித்தாள்.

நீ யாரோடு கூட படுத்தாலும் கவலை இல்லை. வீட்டில் என்னோடு இருக்கும்போது அதெல்லாம் நினைக்காமல் கிடந்தால் சரி.

அவளிடம் உன்னைப் பற்றி ஒரு வார்த்தையும் சொல்லவில்லை. எதுக்குச் சொல்லணும்? நீ மகாலிங்கய்யன் பாரியாள். அவன்

போய்ச் சேர்ந்ததால் சரி போ என் வாயால் கையால் எதுக்கு உன் பொட்டை அழிக்கணும். சவுக்கியமாக இரு.

பாதிரி இல்லாமல், பூசாரி இல்லாமல் எங்கள் கல்யாணம் நடந்தது. கஷ்ட ஸ்திதியில் இருந்து என்னிடம் கடன் வாங்கி இப்போது கரும்பு அரவைத் தொழிலில் முன்னுக்கு வந்து கொண்டிருக்கும் நாலைந்து கருப்பன்களும், வழியோடு போன நம்ம ஊர்க்கார வேலையத்த சுப்பன்கள், சுப்பிகள் ஏழெட்டுப் பேரும் கூடி இருந்து கரகோஷம் செய்ய லோலாவோடு (என் காப்பிரிச்சி பெண்டாட்டி பெயர் அதுதான்) மோதிரம் மாற்றிக் கொண்டது போன ஞாயிற்றுக்கிழமை பகலில்.

எல்லாருக்குமாக நாகப்பட்டினத் தமிழன் கடையில் சாப்பாடும் காப்பிரி கடையில் கள்ளும், கவிச்சியும் வாங்கி வைத்திருந்ததால் ஒருத்தரும் ஒரு துரும்பைக் கூட நகர்த்த அவசியமில்லாமல் விருந்து போட்டு அனுப்பினேன்.

ஞாயிறு ராத்திரி லோலாவை ஒரு மாதிரி திருப்திப்படுத்தி (ராட்சசி அவள், உடம்பே கணுக் கணுவாக வலிச்சுப் போனது) தூங்க வைத்து விட்டு கல்யாணியைத் தேடிப் போனேன். வழக்கம்போல் பக்கத்தில் சொங்கியாகத் தூங்கிக்கொண்டிருந்த அவள் வீட்டுக்காரனை எழுப்பி அந்தாண்டை வெளித் திண்ணையில் படுக்கச் சொல்லிவிட்டு நான் கதவை அடைத்துக் கொண்டு சாய்ந்து படுத்தேன்.

மிச்ச ராத்திரி முழுக்க கல்யாணி கூட இருந்து விட்டு பொழுது விடிந்ததும் தான் என் வீட்டுக்குப் போனேன். உடம்பு வலிக்கு ஒத்தடம் கொடுத்த இதம் அந்த சுகம்.

லோலா எழுந்திருந்து எனக்கு கருப்பாக ஒரு துளி தித்திப்பு கூட இல்லாமல் காப்பி கலந்து கொடுத்தாள். அவளுடைய பேரில் இருக்கப்பட்ட அரவை சாலையில் உண்டு பண்ணின சர்க்கரையைக் கேட்டு வாங்கி அதில் கலந்து குடித்தேன்.

அதை சுத்தம் செய்யாமல் சாப்பிடக் கூடாதாம். காப்பிரிச்சி சொன்னாள். என் உடம்புக்கு ஒண்ணும் ஆகாதுடி என்றேன்.

எனக்கு காப்பிரி பாஷையும் இப்போது அத்துப்படி லலிதாம்பிகே. அந்த ஜனத்துக்கும் நம்மை மாதிரி அனேகம் பாஷை உண்டு. லோலா பேசுகிறது இங்கே சாதாரணமாக மற்ற காப்பிரிகளும் பேசுகிறது. என்னிடம் கடன் வாங்கி வட்டி கட்ட வாய்தா கேட்டு காலில் விழுந்து கெஞ்சும்போது அவன்களின் பாஷையில் என்னை தெய்வமே என்று தான் கூப்பிடுகிறார்கள். அதுவும் சுகமாகத்தான் இருக்கு கேட்க.

போன ஞாயிற்றுக்கிழமையில் இருந்து வாரம் முழுக்க வேலை. வீட்டை ஒழுங்குபடுத்துகிறதும், வட்டிக்குக் கொடுக்கிற பணத்துக்கான கணக்குகளைச் சீர்பிரித்து சரிபார்ப்பதிலும் நேரம் கழிந்து போனது. நடுவில் ஒரு நாள் மதியத்துக்கு மேல் லோலாவோடு சாரட் வண்டியில் அவளுடைய கரும்பாலைக்குப் போய் வந்தேன். ரொம்பவே சின்ன ஆலை. நாலைந்து பேரே வேலை பார்க்கிற ஸ்தலம். தொழில் அபிவிருத்திக்கு இடம் இருக்கும்போது, ஆள்பலம், நிர்வாக சாமர்த்தியம் இல்லாது போனதால் அந்த இடம் மட்டும் நசித்த ஸ்திதியில் இருக்க, பக்கத்தில் மற்ற ஆலையெல்லாம் பெரிசு பெரிசாகக் கைகோர்த்து நர்த்தனமாடுகிற காப்பிரிச்சிகள் மாதிரி ஓங்கி உயர்ந்து நின்றன.

நம்மோட ஆலையையும் அதுபோல் ஆக்கிப் போடலாம் என்று லோலாவிடம் உத்திரவாதம் கொடுத்தேன். நானா அவளைப் பிடித்தேன்? அந்தக் களவாணிச்சி என்னை புருஷனாக வளைத்துப் போட்டது அவளுக்குப் படுக்கையில் சுகம் கொடுக்க மட்டும் இல்லை. சொத்தை நிர்வகிக்கிறதும் அதை விருத்தியாக்க ஓடியாடிப் பாடுபடுகிறதும் இந்த அடிமையின் வேலையில் அடக்கம், தெரியுமா?

சொன்னால் சிரிப்பாய். காப்பிரிச்சியோடு கிடக்கும்போதெல்லாம் நான் ஊரில் இருந்த காலத்தில் அரையில் பூசிக்கொண்ட தைலம் நினைவுக்கு வந்து விடுகிறது. அந்த வாடையே பிடிக்காமல் நீ என்னை விட்டு தூரமீனாளாக கிணற்றடியில் பழைய வஸ்திரத்தோடு ஒதுங்கி ஒரேயடியாக எங்கேயோ போய்ச் சேர்ந்தாய். அதை ரொம்ப அனுபவித்த கொருக்குப்பேட்டை

பங்காரு தாசியும் அஸ்தி ஜ்வரம் கண்டு உசிரை விட்டது உனக்குத் தெரிந்ததுதானே. என்னமோ பங்காரு தாசி மாதிரி இந்தக் காப்பிரிச்சிக்கும் தைலவாடை ரொம்பவே பிடித்துப் போகும் என்று தோன்றிக் கொண்டே இருக்கிறது. கல்யாணி? அவளுக்காக நான் அத்தரும் ஜவ்வாதும் வெள்ளைக்காரன் இங்கிலாண்டில் உண்டாக்கிக் குப்பியில் அடைத்த பரிமளகந்த செண்டும் இல்லையோ வாங்கித் தருகிறேன். நானும் பூசிக் கொண்டு ஆலிங்கனம் செய்து கொள்கிறேன். இது நாசிக்கு சுகம், கேட்டுக்கோ.

வாரம் முழுக்க காப்பிரிச்சி காரியம் ராவும் பகலும் இருப்பதாலும், கையில் கொஞ்சம் போல ரெண்டு பேர்கிட்டேயும் காசு சேர்ந்திருந்ததாலும் நான் இங்கே வந்தது முதல் பார்த்து வந்த கரும்புத் தோட்ட ஹெட் ஸூபர்வைசர் உத்தியோகத்துக்கும் தலைமுழுகிவிட்டேன். விடிகாலையில் எழுந்து தொப்பியையும் நிஜாரையும் மாட்டிக்கொண்டு ஓட வேண்டியதில்லை என்ற நிம்மதியே மனசில் பெரிசாக எழுந்து நிற்கிறது. விடிந்து வெகு நேரம் போய்த்தான் இப்போதெல்லாம் எழுந்திருக்கிறேன். அந்த நேரத்துக்குத் தோட்ட வேலைக்கு எவனாவது தாமதமாக வந்து நின்றால் என் பிரம்பும் நாக்கும் விளாசி எடுத்து விடும். நாலு காசு பார்க்க சீமைக்கு வந்த அந்த ஜந்துக்களுக்கு அதெல்லாம் சரியான தண்டனைதான். நான் தனத்தைப் பார்த்தவன். இன்னும் ஆசை அடங்காமல் அனுபவித்துக் கொண்டிருப்பவன். கல்யாணி, காப்பிரிச்சி, காசு.

நேற்றைக்கு வெள்ளிக்கிழமை சாயங்காலம். லோலா மதியத்திலேயே அரிசிக் கள்ளு என்று எதோ பெயர் விளங்காத பானத்தை மூக்கு முட்டக் குடித்து விட்டு சாயந்திரம் முழுக்க படுக்கையில் உருண்டு கொண்டிருந்தாள். நான் கணக்கு வழக்கு வேலையில் மூழ்கி திங்கள்கிழமை பொழுது விடிந்ததும் யாரைத் தேடிப் போய்க் கழுத்தில் துண்டைப் போட்டு இழுத்துக் காசு பிடுங்க வேண்டும் என்று ஜாபிதா தயார் பண்ணிக் கொண்டிருந்தேன்.

சட்டென்று இந்தக் கல்யாண விஷயத்தை உன்கிட்டே சொல்லவில்லையே என்று ஞாபகம் வந்தது. சொன்னாலும்

உனக்கு போய்ச் சேரப் போவதில்லை, போய்ச் சேர்ந்தாலும் இந்தத் தகவலால் உனக்குக் கால் காசு லாபமில்லை என்றெல்லாம் எனக்குத் தெரியும்தான். ஆனால் என்ன? கல்யாணம், சீமந்தம், வளைகாப்புக்கு பிள்ளையார் பெயருக்குப் பத்திரிகை எழுதி வைக்கிறதுபோல் உனக்குச் சொல்கிறதை இன்று நேற்றா, நான் காராகிருஹத்துக்குப் போன காலம் முதல் செய்து கொண்டு வந்திருக்கிறேன் இல்லையா? அதிலே ஒரு ஒரே ஒரு கடுதாசு, கடுதாசியில் ஒரு காகிதமாவது கிடைத்த சமாச்சாரம் எனக்குத் திரும்ப வந்திருந்தால் நான் இன்னேரம் சமுத்திரம் கடந்து போன காரியத்திலேயே கண்ணாக ஒழுக்க நெறியோடு இருந்திருப்பேனோ என்னமோ.

மசிப்புட்டியில் மசிக்கான மாத்திரை போட்டு தண்ணீர் விட்டுக் கரைத்துப் பக்கத்தில் வைத்துக் கொண்டு, கட்டைப் பேனாவை முக்கியெடுத்து ஒரு பக்கம் முழுக்க கல்யாணியோடு வைத்துக் கொண்ட பந்தம் பற்றி எழுதி, அவள் போதாமல் இங்கே இன்னொருத்தியையும் கூடச் சேர்த்துக் கொண்ட வைபவம் பற்றி எழுதப் பக்கத்தைத் திருப்பினேன்.

எழுதின பக்கத்தில் மை உலராமல் திருப்பின பக்கத்தில் எழுதக் கொஞ்சம் காத்திருக்க வேண்டியிருந்தது. அங்கங்கே திட்டு திட்டாக பின்னாலும் அது புடைத்துக்கொண்டு விகல்பமாகத் தெரிந்தது. கல்யாணியும் காப்பிரிச்சியும் மாதிரி. என்ன சொல்லு, அந்த ரெண்டு பெண்டுகளும் உடம்பு சவுந்தர்யத்தில் ஒவ்வொரு ஜாதி புஷ்பம் போல். உன்னை அதுபோல எல்லாம் நினைச்சுப் பார்க்க முடியலேடியம்மா. மாச விலக்கு ஏற்பட்டு விலகிப்போய் கிணற்றடியில் பழைய வஸ்திரத்தோடு படுத்திருக்கிறவளாகத்தான் சதா நினைவுக்கு வருகிறாய்.

காப்பிரிச்சியும் கல்யாணியும் இல்லாமல் சுத்தபத்தமான ஒரு ஜீவிதம். அதெல்லாம் எனக்கு விதிக்கப்பட்டதில்லை. இந்தக் கறுப்பு தடிச்சி, அந்தக் கறுப்பு சுந்தரி. உலகம் இவர்களோடு தான் இனிமேல் கொண்டு. உடம்பு ஆசையும் காசு ஆசையும் மட்டும் பிரதானப்பட்ட உலகம். அங்கே இருந்து குரல் வருகிறது.

வா, வந்து படு.

லோலா போதையில் என்னைப் பார்த்துச் சொன்னாள்.

ஓய் ரெட்டி. அந்தக் கணக்கெல்லாம் இருக்கட்டும். இங்கே கொஞ்சம் பக்கத்தில் வந்து படுத்து வார்த்தை சொல்லிக் கொண்டிருந்து விட்டுப் போம்.

சாயந்திர நேரத்தில் இது வேணுமா என்று சலிப்போடு அவள் பக்கத்தில் போனபோது அவளே ஆரம்பித்து விட்டாள். சொன்னால் நம்ப மாட்டே. யாராவது அந்த நேரத்தில் அதுவும் பெண்பிள்ளை. சரி, இருக்கலாம். ஆனால் நடுவிலேயே தூங்க முடியுமா? காப்பிரிச்சி பாதி வார்த்தை சொன்னபடிக்கு உறங்கிப் போனாள்.

நான் பலகீனமாக உணர்ந்தபடி கட்டிலில் இருந்து இறங்கி எழுத்து மேஜை மேல் நான் எழுதி வைத்திருந்த கடுதாசியைப் பார்த்தேன். எங்கே தொலைந்தது அந்த ஒற்றைக் காகிதம் என்று தெரியவில்லை. சமுத்திரக் காற்றில் பறந்து போய் அலைக்கு நடுவிலே குதிபோட்டுக்கொண்டு உன்னைத் தேடிப் போய்க் கொண்டிருக்கா? இல்லை, கக்கூசுக்குள் காப்பிரிச்சி துடைத்துப் போடத் தோதாகக் கிடக்கிறதா தெரியலை. அதைத் தேடிப் போக ஆயாசமாக இருந்தது.

மேல் கொண்டு கணக்கு வழக்கைப் பார்க்க முடியாத ரெண்டுங்கெட்டான் மன நிலையும், உடம்பில் பெரிசாக எழுந்த பசு தர்ம தாகமுமாக கொஞ்சம் சீக்கிரமே கல்யாணி வீட்டுக்குப் போய் விட்டேன். பாதி சாப்பிட்டுக் கொண்டிருந்த அவளுடைய புருஷனை எச்சில் தட்டோடு வாசலுக்கு விரட்டி விட்டு கதவைச் சார்த்தினேன். சோற்றையாவது அவன் வெளியே உட்கார்ந்து முழுசாக அனுபவிக்கட்டும்.

நான் முன்னிரவில் வெளியே வந்து என் சொந்தமான காப்பிரிச்சி வீட்டுக்குள் நுழையும்போது தான் வாசலில் பார்த்தேன். யாரோ உட்கார்ந்திருந்தார்கள்.

ஓய், மகாலிங்கய்யரே. சௌக்கியமா இருக்கீரா?

மலையாளத்துப் பார்ப்பான் இங்கே எங்கே வந்தான்?

அத்தியாயம் ஐம்பத்திமூன்று

28 மே 1910 - சாதாரண வருஷம் வைகாசி 15 சனிக்கிழமை

ஓய் மகாலிங்கய்யரே, சித்தே இங்கே உட்கார்ந்து சிரம பரிகாரம் பண்ணிக்கும் ஐயா. இப்படியுமா ஒரு உழைப்பு. உடம்பு என்னத்துக்காகும்?

மலையாளத்து பிராமணன் என்னைப் பார்த்துச் சிரித்தானடி லலிதாம்பிகே. அப்படியே, அப்படியே, என்ன சொல்றதுன்னு தெரியலை பாரு. ரோமாஞ்சனம். மயிர்க்கூச்செறிந்து போச்சுது எனக்கு என்று சொல்லவும் வேணுமோ.

இவன் இங்கே எப்படின்னு பார்க்கறீரோ?

மலையாளத்தான் திரும்ப சிரித்தான். இவன் போடுகிற சத்தத்தில் உள்ளே தூங்கிக்கொண்டிருந்த காப்பிரிச்சி எழுந்து வந்துவிடலாம் என்று எனக்கு பயம். உடம்பில் சக்தி இல்லை.

அவள் வந்தாலும் பாதகமில்லே ஓய். நான் உம்ம ரெண்டாம் பாரியாள் கண்ணில் எல்லாம் படமாட்டேன். கூடச் சேர்த்துக் கொண்ட பெண்பிள்ளை வீட்டுக்கு சகல அலங்கார பூஷிதனாக, உல்லாச புருஷனாக நீர் போகும்போது எத்தனையோ

தடவை பின்னாடியே வந்திருக்கேன் தெரியுமா. வாசல்லே அந்த பிரம்மஹத்தி படுத்திண்டிருக்குமே. அதான் அந்தப் பெண்பிள்ளையைக் கெட்டின செக்கன். அவனை நகர்ந்து கொள்ளச் சொல்லிவிட்டு நானும் வெளியே கடல் காற்றை அனுபவித்துக்கொண்டு தூங்கியிருக்கேன். யார் கண்ணிலும் படாமல்தான்.

மலையாளத்தான் அவனுக்கே பிரத்யேகமான உச்சரிப்பில் சொல்லிக்கொண்டே போனான்.

ஏனய்யா, நீர் என்ன பிரேத ஆத்மாவா? கதி கிட்டாது அலைகிறீரா? கழுக்குன்றத்தில் என் கையில் எந்த நேரத்தில் ஒரு ஸ்தாலிச் செம்பைத் திணித்தீரோ அந்த நிமிஷத்தில் இருந்தே எனக்கு அஷ்டமத்தில் சனி பிடிச்சுதோ. இல்லை, நவகிரகமுமே வக்கரித்து வெவ்வெவ்வே என்று அழகு காட்டிக்கொண்டு திசைக்கு ஒன்றாகப் புட்டத்தைக் காட்டியபடிக்குத் திரும்பி நிற்க ஆரம்பித்ததோ தெரியலை. நரக ஜீவிதம்தான் எனக்கு இந்த நாள் வரை.

குற்றம் சாட்டுகிற உத்தேசத்தோடு அவனைச் சுட்டிக் கொண்டு இரைய ஆரம்பித்தேன். வரட்டும், காப்பிரிச்சி எழுந்து வந்து என்ன என்று விசாரிக்கட்டும். கண்ணில் படாவிட்டால் என்ன? சொன்னால் புரிந்துகொள்வாள். அவள் ஜாதி ஜனத்திலும் பிசாசு எத்தனையோ உண்டு. மனுஷர்களை விட அதுகளே அங்கேயும் அதிகம்.

மலையாளத்தான் கையைக் கட்டிக்கொண்டு எழுந்து நின்றான். வானத்துக்கும் பூமிக்குமாக வளர்ந்த மாதிரி, நரசிம்ம ரூபம் காட்டின மாதிரி இந்தக் குடுமியான் நிற்கிற கோலமும் சிரிக்கிற கோலமும் மனதைப் பதைபதைக்க வைத்தது. போதாக்குறைக்கு என் மனசும் உடம்பும் வேறே அசுத்தமாக இருக்கிறது. மொறிச்சென்று குளித்து பஞ்சகச்சமாகக் கட்டிய வெள்ளை வேட்டியோடு கம்பீரமாக நிற்கிற இந்த பிராமணன் முன்னால் எனக்கு உரிமையில்லாத ஸ்திரியோடு கூடி வந்து அரையில் ஸ்கலிதம் உலர ஆரம்பித்து நான் இருக்க வேண்டி வந்த அவமானம் அது.

மகாலிங்க அய்யரே, உம்மை அப்படிக் கூப்பிட்டால் உமக்கு இஷ்டப்படாதே. வரதராஜ ரெட்டின்னே கூப்பிடலாமா? அதுக்கென்ன? பேரிலே என்ன இருக்கு? உமக்காவது ஒண்ணுக்கு ரெண்டாகப் பேர், ஒரு உடம்பு, அதுலே சுகம், துக்கம் எல்லாம் இருக்கு. எனக்கு? என் ஆத்துக்காரிக்கு? ஓமனக் குட்டி என் பெண்குஞ்ஞும்மைக்கு. என்ன இருக்கு? இனிமேலே என்ன இருக்கு எங்களுக்கு? தணியாத பசியும் தீராத தாகமும் இனியும் எத்தனை காலம்னு தெரியாத எங்கே எதுக்குன்னு புரியாத அலைச்சலும் தவிர வேறே என்ன உண்டு எங்களுக்கு?

அவன் குலுங்கிக் குலுங்கி அழ ஆரம்பித்தான்.

நான் அவனுக்கு ஆசுவாசமாக நாலு வார்த்தை சொல்ல வேண்டும் என்று நினைத்தேன். நாலு பருக்கை சாதமாவது எடுத்து கொஞ்சம் மோர் விட்டு ஒரு உப்புக்கல்லைக் கரைத்து கும்பாவில் நிறைத்து அவனுக்குக் குடிக்கக் கொடுக்க வேண்டும். மனுஷன் பசித்து வந்திருக்கிறான். தாகமாக இருக்கிறான். என் மூலம் ஏதாவது உபகாரம் கிடைக்கலாம் என்று நான் போகும் இடம் எல்லாம் துரத்திக் கொண்டு ககன மார்க்கமோ வாயு மார்க்கமோ என்கிட்டே வந்து சேர்ந்து விடுகிறான். தாயாதி, பங்காளி என்று திருக்கழுக்குன்றத்தில் வைத்துப் பார்த்த போது ஏதோ உறவு கூடச் சொன்னான். என்ன என்று தான் நினைவில் இல்லை.

மங்கலாபுரத்துக்கும் அங்கேயிருந்து கொல்லூருக்கும் புறப்பட்ட நேரமே சரியில்லை வரதராஜ ரெட்டியாரே. ஒண்ணொண்ணா துரந்தம்.

துரந்தம்ன்னா? இவன் பேசுகிறது பாதிக்கு அர்த்தமாகிறதில்லை எனக்கு என்று சொல்லியிருக்கேனே லலிதாம்பிகே. நினைவு இருக்கோ இல்லியோ. என்னத்தை நினைவு இருக்க? எழுதுகிறதெல்லாம் உனக்கு எங்கே போய்ச் சேர்ந்தது? எனக்காக நானே எழுதி வைத்துக் கொள்கிற நடப்புக் கணக்கு தானே இதெல்லாம்?

துரந்தம்னா கஷ்டம். துக்ககரம். விபத்து.

அவன் விளக்கினான். இதுக்கு முன்பும் என்கிட்டே சொல்லி இருக்கானோ நினைவில்லை.. நிறுத்தி நிதானமாகச் சொல்லிக் கொண்டே போனான். இப்படி உயிர் மிச்சம் இருக்க, உடம்பின் பிரமையோ இல்லை ஸ்தூலமாகவோ அது அவ்வப்போது புலப்பட, கூடவே அவஸ்தைகளாக பசியும் தாகமும் பாதித்தபடி இருக்க, பூலோகப் பரப்பில் இருந்தும் இருக்கப்பட்ட காலத்தில் இருந்தும் பிய்த்து ஆகாச வெளியில் எறிந்தது போல ஒரு குடும்பமே அலைந்துகொண்டிருக்கிற சேதி இதுவரை நான் கேட்டிராத ஒன்று.

இவனை என்ன விதமாக ஆசுவாசப்படுத்துவது என்று புரியவில்லை. நாலு காசு கொடுத்தால் இவனுக்கு எந்த விதமாவது பிரயோஜனமாக அமையுமா?

நான் குப்பாயத்தில் கைவிட்டுத் தேடினேன். கொண்டு போகிற பணத்தை எல்லாம் கல்யாணியின் முலைக்குவட்டில் செருகி விட்டு எழுந்து வருகிற பழக்கத்தால் குப்பாயம் மட்டும் துடைத்து விட்டமாதிரி சுத்தமாக இருந்தது.

காசு எல்லாம் எனக்கு வேணாமாய்யா. நீர் சவரன் வைர வைடூரியம் கொடுத்தாலும் அதுகளைக் கொண்டு எனக்கு ஒண்ணும் ஆகப் போறதில்லை.

அவன் சொன்னான். பார்வை எனக்குப் பின்னால் தூரத்து இருட்டில் அலையடித்துக் கொண்டு சமுத்திரத்தில் நிலைத்திருந்தது. நேரம் தப்பிப் பறந்த நாரை ஒன்று பயந்து அலறிக் கொண்டு இருட்டில் பாய்ந்து போக, சுவர்க் கோழிகள் சரி கிடக்கட்டும் விடு, அதெல்லாம் நடக்கிறது போல் நடக்கும் என்று நீட்டி முழக்கி சம்பாஷணையை ஆரம்பித்திருந்த வேளை. யார் வீட்டிலோ மீன் வறுக்கிற வாடை காற்றில் வந்தது. எனக்கு நாக்கில் எச்சில் ஊற ஆரம்பித்தது.

ஸ்வாமின் மன்னிக்கணும். நான் தேக ஸ்திதி மகா அசுத்தமா இருக்கேன். கொஞ்சம் உள்ளே போக அனுமதிச்சா சுத்தியாக்கிண்டு ஒரு முழுக்குப் போட்டுட்டு வந்துடுவேன். அப்புறம் உம்மோடு உட்கார்ந்து ராத்திரி முழுக்க வேணும்னாலும்

பேசத் தயார்.

லலிதாம்பிகே. அவனிடம் என்னமோ பிரியத்தோடு பேசணும் என்று எனக்குப் பட்டது. மனசு சதா காமத்திலும் காசு ஆசையிலும் குரூரத்திலும் அமிழ்ந்து கிடந்தாலும் அப்போதைக்கப்போது அதில் அந்தக் கசடை எல்லாம் சட்டை செய்யாமல் கடவுளோ அங்கி மாட்டின தேவதையோ பறந்து வந்து உட்கார்ந்து விடுகிறார்கள். உலகமே அழகானதாகத் தோன்றுகிற அந்த நிமிஷ நேரம் உனக்கு அனுபவப்பட்டிருக்கோ லலிதே? கல்யாணியையும் காப்பிரிச்சியையும் கூட இதைப் பற்றிக் கேட்க வேண்டும். அதுக்கு முன்னால் குளிக்க வேண்டும்.

பரவாயில்லை ஐயா. பித்ரு காரியமா பார்க்கப் போறீர்? என்னோட சித்தே காத்தாட உட்கார்ந்து வார்த்தை தானே சொல்லிண்டு இருக்கப் போறீர். சுத்தமும் பத்தமும் எல்லாம் பார்க்க வேண்டாம். ஆனாலும் இப்படிப் போற இடத்துலே எல்லாம் பீஜ தானம் பண்ணிண்டே போனா எழுந்து நடக்கக் கூட சக்தி இல்லாமே தவழ வேண்டிப் போயிடும். பிள்ளையில்லாத வீட்டுலே கிழவன் துள்ளி விளையாடறது இல்லே. நீர் கொடுத்த பிள்ளை நெறைஞ்சிருக்கிற வீடுகள்லே நீரே தவழ்ந்து அவஸ்தைப்படற நிலைமை. வேணுமா ஓய்?

மலையாளத்தான் முகத்தில் திரும்பச் சிரிப்பு குடிபுகுந்தது. அதுவே எனக்குப் பெரிய ஆசுவாசமாகத் தோன்ற நான் வராந்தா ஓரமாக இருட்டில் உட்கார்ந்தேன்.

நாங்க எப்படியோ அலையறோம். என் அம்மா. அவளைக் கடைத்தேத்த நினைச்சேன். என்ன ஆச்சு? அதிலேயும் பலன் பூஜ்யம்.

அவன் திரும்ப ஆரம்பித்து விட்டான். இவன் காலமும் தேகமுமாகத் திரும்ப வந்தாலும் இன்னும் தீராமல் சொல்லி அழ ஏகப்பட்ட கவலை மிச்சம் இருக்கும்போல.

அடுத்தாற்போல் அவன் சொன்னது திருக்கழுக்குன்றத்தில் முடிந்தது.

உம்ம கையில் ஒப்படைத்தேனே ஸ்தாலிச் செம்பு.

அவன் சொல்ல ஆரம்பித்தபோது நான் திரும்ப அந்த நொடியில் திருக்கழுக்குன்றத்தில் இருந்தேன். பத்து வருஷத்துக்கு மேலாகியும் அந்த நேரம் ஒரு தசாம்சம் கூட பங்கம் வராமல் மனசில் வந்து போனது. லலிதாம்பிகே அன்றைக்கு நான் மகாலிங்கய்யன். உன்னை பாணிக்கிரஹணம் பண்ணி வீட்டில் பிரஷ்டையாக இருத்தி விட்டு புண்ணிய தரிசனத்துக்குப் போய் பாவத்தை வாங்கி மலையிறங்கி வந்தவன். கிட்டத்தட்ட நக்னமாக. எதிலிருந்து ஓடுகிறேன் என்று புரியாமல் ஓடி வந்தவனை இவன் அன்றைக்கு வழிமறித்தான்.

நான் அம்பலப்புழை மகாதேவய்யன். குப்புசாமி அய்யன் குமாரன். கொல்லூருக்கு என் ஒண்ணுவிட்ட சகோதரன் வேதையன் என்ற பெயருடைய வேதத்தில் ஏறிய பிராமணப் பிள்ளையைச் சந்திக்க வந்து எப்படியோ காலதேச வர்த்தமானம் தப்பி குடும்பத்தோடு அலைய சபிக்கப்பட்டவன். எத்தனை வருஷம் ஆச்சுதோ ஓர்மையில் இல்லை. வீட்டு ஸ்திரியும் பெண் குழந்தையும் கூட நஷ்டப்பட்டுப் போனேன் தற்போது. இந்த ஸ்தாலிச் செம்பில் என் அம்மா இருக்கா. பத்திரமாக அவளை வைக்க இடம் கிடைக்கலை. நீர் இதைத் தயை செய்து வாங்கி கண்ணூரில் வேதையன் வசம் சேர்க்க வேணும், விலாசம் தருகிறேன். நான் உமக்கு தூரத்து பந்து. அம்பலப்புழைக்கு நீர் சின்ன வயசில் வந்திருக்கறதாக அம்மா சொன்னாள். பகவதி சித்தி கல்யாணத்துக்கு சின்னப் பிள்ளையாக அரைஞாண் கொடியோடு. சொல்லியிருக்கேனே ஏற்கனவே. ஓர்மை இருக்குமே?

அரைஞாண் இல்லாத இடுப்பில் காய்ந்த ஈரம் வரவரவென்று உலர்ந்து துர்வாடை வீச ஆரம்பித்தது எனக்கே தெரிந்தது. ஸ்தாலிச் செம்பு, அஸ்தி, மகாதேவய்யன். அம்பலப்புழை. பட்டுக் கோணகம். வெள்ளி அரைஞாண். பகவான் கிருஷ்ணன். கும்பாவில் பால் பாயசம். பரிசுத்தம். சுவர்க்கம். நான் மட்டும் பாஷாண்டியாக இப்படி.

ஒரு நிமிஷம் கொடுத்தா குளிச்சுட்டு.

நான் சொல்லியபடி உள்ளே போகப் பார்க்க அவன் திரும்ப இடைமறித்து என் கையைப் பிடித்து இழுத்து நிறுத்தினான். என்னைத் தொட்டு இவன் அசுத்தப்படணும் என்று எழுதியிருந்தால் அதை யார் மாற்ற முடியும்?

ஒரு நிமிஷம் தான். நான் இறங்கிண்டே இருக்கேன்.

அந்த ஸ்தாலிச் செம்பை நான் தேடி எடுத்துத் தரேன்னு உம்ம கிட்டே சொன்னது நினனவு இருக்கு மகாதேவய்யரே. ஆனால் நான் இப்ப இருக்கப்பட்ட காலதேச வர்த்தமானத்துலே.

இதையும் நீர் பாண்டிச்சேரி போற நேரத்திலே சொன்னீர். மறந்துட்டீரா?

இவனோடு எங்கே எப்போது என்ன பேசினேன் என்று கோர்ட்டில் பெஞ்ச் கிளார்க் ரிக்கார்டு எடுத்து வைக்கிற மாதிரி துல்லியமாக நினைவு வைத்திருக்கிறான். எல்லாம் சரிதான். எதுக்கு என் பின்னால் வரணும் இப்போ?

அந்த ஸ்தாலிச் செம்பை உம்மைக் கைது செய்த போலீஸ் உத்யோகஸ்தர்கள் கோர்ட்டு கச்சேரியில் எச்சிபிட்டாக வச்சிருந்தா. உம்ம சகோதரன் நீலகண்டய்யன் இருக்கானே அவன் அதை கோர்ட்டிலே இருந்து எடுத்துண்டு வந்து வீட்டுலே வச்சுண்டான்.

யார் நீலகண்டனா? மானம் எல்லாம் கப்பலேற என் மேலே கேசு போட்டு கூண்டில் நிறுத்தி விசாரித்தபோது அவன் வரலை. தூக்கிலே போடற வரைக்கும் அடைஞ்சு கிடடா என்று ஜெயிலுக்கு அனுப்பின போதும் வரலை. அங்கே நான் உசிரைக் கையில் பிடித்துக்கொண்டு அது உடம்பை விட்டுப் போகாமல் இருக்க பிரம்மப் பிரயத்னம் செய்து துரைக்கு கடிதாசுக்கு மேல் கடிதாசாக அனுப்பி கருணை செய்ய பிரார்த்தித்துக் கொண்டிருந்தபோது எல்லாம் என்னைப் பார்க்க வராதவன் என் சொந்தத் தம்பி. அவன் இந்த மலையாளத்து பிராமணன் என்னிடம் ஒப்படைத்த ஸ்தாலிச் செம்பை வாங்கிப் போக வந்தானா? அது அவன் கைக்குக் கிடைத்ததா? செம்போடு அவன் என்னைப் பற்றி, என் பிரியமான லலிதாம்பிகே உன்

இருப்பிடம் பற்றி எல்லாம் விசாரித்திருப்பானா? நீ எங்கே இருக்கே என்று அவனுக்காவது தெரியுமா? நான் இருக்கப்பட்ட இந்தப் பிரதேசத்து விவரம் நீலகண்டனுக்குத் தெரிந்திருக்குமா?

அதெல்லாம் கேட்கச் சொல்லி உம்மைப் பெத்தவா அவனை அனுப்பினா. ஆனா அவன் வாயை அந்த நாயுடு வெங்காய வடை கொடுத்து அடைச்சுட்டான்.

புரியாமல் ஏதோ பேசிக்கொண்டு போனான் மலையாள பிராமணன்.

ஸ்தாலிச் செம்பை அவன் மூலமா காசியிலே சேர்த்து எங்கம்மாவைக் கரையேற்றணும்னு நினைச்சிருந்தேன். ஆனா அந்தக் கழுவேறி என்ன பண்றான் தெரியுமோ?

புரியாமல் பார்த்தேன் நான்.

ஏழு வருஷமா கங்கா ஜலம்னு வீட்டுலே வச்சு பூஜை பண்ணினான். அவன் யாத்திரை போறபோது காசிக்குப் போறபோது எடுத்துண்டு போற திட்டம்.

நீலகண்டன் காசிக்குப் போறானா? போகட்டும். போய்ட்டு வந்து எல்லாருக்குமா பிரார்த்தனை பண்ணி, எல்லோரும் க்ஷேமமா இருக்கட்டும்.

எங்கே போனான்? இன்னும்தான் அதுக்கு நாள் வரல்லே. துரை ரஜா கொடுத்தாலும் மத்த எல்லாம் சேர்ந்து வர மாட்டேங்கறாதாம்.

மலையாளத்து பிராமணன் அலுத்துக் கொண்டான்.

அது எப்படியோ போறது. உம்ம தாயாரோட அந்தச் செம்பு.

அது கங்கா ஜலமில்லே. அந்தப் பாத்திரத்தை வீட்டுலே வச்சதாலே தான் அவனுக்கு சதா துர்சொப்பனம், வீட்டுக்காரிக்கும் குழந்தைகளுக்கும் நோக்காடு, வீட்டுக்கு பீடை பிடிச்ச மாதிரி கிடக்கு. இப்படி ஒரு ஜோசியன் சோழி உருட்டிப் பார்த்துச் சொன்னானாம். போன மாசம் வால் நட்சத்திரம் வேறே தட்டுப்பட்டு லோகம் முழுக்க பயந்து போயிருக்கே.

ஜோசியன் அதையும் காட்டி பயமுறுத்தியிருக்கான்.

எந்த ஜோசியன்? லலிதாம்பிகை இருக்கும் இடம் தெரிந்தவனா அவன்?

எனக்கே தெரியலை அவனுக்கு எங்கே தெரியப் போறது?

வானத்தைப் பார்த்துக் கண்ணை உயர்த்தியபடிக்கு சிரித்தான் வந்தவன். நான் அவனையே பார்த்துக் கொண்டிருந்தேன். வால் நட்சத்திரமோ வெற்று நட்சத்திரமோ இல்லாமல் ஒரேயடியாக கருப்புக் கம்பளி போர்த்தின சவம் மாதிரிக் கிடந்தது ஆகாசம்.

ஜோசியன் சொன்னதைக் கேட்டு ஸ்தாலிச் செம்பை திரும்ப கோர்ட்டுக் கச்சேரிக்கே கொண்டு வந்து நாயுடு கிட்டேயே விட்டுட்டுப் போகப்போறான் உம்ம சகோதரன்.

திரிலோக சஞ்சாரியாக இவனுக்கு எல்லாமே தெரிந்திருக்கிறது. ஆனாலும் நீ இருக்கப்பட்ட இடம், ஸ்திதி பற்றி மட்டும் தெரியாதாம்.

மகாலிங்கய்யரே, ஒரு காரியம் செய்யும். உம்ம சகோதரனுக்கு கடிதாசு எழுதும்.

என்ன எழுத? இவ்விடத்து வர்த்தமானம் எல்லாம் சொல்லும் தரத்திலா இருக்கு? எழுதி எங்கே அனுப்ப?

நேவிகேஷன் ஆப்பீசு மேற்பார்வைன்னு போடும் விலாசம். சொல்லித் தரணமா உமக்கு இதெல்லாம். என் தாயாரைக் கரையேற்றச் சொல்லி எழுதும்.

அவன் ஏதோ நினைத்துக் கொண்டதுபோல் எழுந்தான். இடுப்பு வேட்டியில் இருந்து மண்ணைத் தட்டி விட்டுக் கொண்டு வேகமாக இருட்டில் நடந்து மறைந்தான். அவன் கையில் வைத்திருந்த காகிதம். நினைவு வந்துவிட்டது லலிதே. நான் உனக்கு எழுத ஆரம்பித்த கடுதாசி தான்.

அந்த ஒற்றைக் காகிதமாவது உனக்குக் கிடைக்கிறதா பார்க்கிறேன்.

அத்தியாயம் ஐம்பத்திநாலு

28 மே 1910 - சாதாரண வருஷம் வைகாசி 15 சனிக்கிழமை

அம்மா எழுந்துக்கறியா?

ரயில் வண்டியின் சுகமான குலுக்கலில் மரப் பலகை ஆசனத்தில் ஒருக்களித்துப் படுத்து நித்திரை போயிருந்த பகவதியை எழுப்பினான் சாமா. கோப்பி விற்கிறவனும் இட்டலிக்காரனும், புட்டும் கடலையும் கத்திக் கத்தி ஒரு மூங்கில் தட்டில் பரத்தி எடுத்து வந்து விற்றபடி ரயிலோடு நெடுக ஓடுகிறவனுமாக சேர்த்தலை ரயில்வே ஸ்டேஷன் விடிகாலைக் கலகலப்போடு அழகாக இருந்தது.

மலையாள பூமி. மேல் புடவை இல்லாது ரவிக்கைக்குள் அடைபட்ட ஸ்தனங்களின் கன பரிமாணம் துல்லியமாகத் தெரிய தலை குளித்த சுந்தரிப் பெண்குட்டிகள் அங்கங்கே நெல் வயலிலும், தோப்பு துரவிலும் கண்ணை ஈர்த்தபோது சாமா அவசரமாக பார்வையைத் திருப்பிக் கொண்டான். கோவிலில் நேர்த்திக் கடன் கழிக்கப் போகிறபோது இதென்னத்துக்கு? திரும்பி வரும்போது கண்ணில் பட்டால், படாமலா போய்விடும், கொஞ்சம் தீர்க்கமாகப் பார்த்துக்கொள்ளணும்.

அவன் மனசு முடிவு செய்ததைச் சட்டென்று உள்வாங்கினது போல் சாமா வீட்டுக்காரி பக்கத்தில் வைத்திருந்த வெங்கல கூஜாவை தடால் என்று தரையில் தவறவிட்டாள். குடிக்க வைத்திருந்த நீர் கிட்டத்தட்ட தீர்ந்து போயிருந்த அந்த கூஜா தரையில் உருண்டு ரயில் அலைபாய்ந்ததில் கண் பார்வையை விட்டு வெளியே எங்கேயோ போய்க் கிடந்தது.

என்ன சத்தம்டி குழந்தே?

பகவதியம்மாள் விழித்துக் கொண்டு எழுந்து உட்கார்ந்தாள். தலைமுடியை நேராகக் கோதி விடணும். நெற்றியில் குங்குமம் கலைந்து கிடந்தால் ஒற்றி எடுத்து விட்டு புதுசாக இட்டுக் கொள்ளணும். மஞ்சள் மணக்க தொட்டால் கையில் பச்சென்று இதமாக ஒட்டிக் கொண்டு மனதில் இழைபடும் மதுரை மீனாட்சி அம்மன் கோவில் குங்குமம் அம்பாரமாக சங்கரன் கொண்டுவந்து குவித்தது குங்குமச் செப்பில் நிறைத்து சமையல் கட்டில்தான் இருக்கிறது.

அவள் எழுந்தபோது நாட்டுப்பெண் கையை ஆதரவாகப் பிடித்தாள்.

கக்கூஸுக்குப் போகணுமா அம்மா?

காலமும் இடமும் நினைவு வர பகவதிக்கு மனதில் கவிந்த சோகத்தை மீறிக்கொண்டு சிரிப்புத்தான் வந்தது. வீடும் சமையல்கட்டும் பத்திரமாக அரசூரில் உண்டு. குங்குமத்துக்குத்தான் ஒரு தேவையும் இல்லை. காஞ்சனங்கால் மசானத்தில் அவள் புருஷன் சங்கரன் எரிந்து அடங்கும்போது அதையும் கூடவே கொண்டு போய்விட்டான். எதாவது அதிசயம் நடந்து அவன் காஞ்சனங்காலில் இருந்து திரும்ப எழுந்து வந்தால் குங்குமச் செப்பைப் பற்றிக் கவலைப்படலாம். நரைக்க ஆரம்பித்த முன்முடி சீகிச் சிடுக்கெடுத்து, புக்ககம் போகிற பொண்ணு மாதிரி அடக்கமாகப் படிந்திருந்தால் என்ன, நெற்றியில் கலைந்து கிடந்தால்தான் என்ன? யாருக்காக அதெல்லாம்?

சங்கரன் முறைக்காய்ச்சல் பிடித்துப் போய்ச் சேர்ந்தபோது

பகவதி நாற்பது வயசுக்குள் நுழைந்திருந்தாள்.

நாப்பது ஆனாலும் அம்பலப்புழை அகத்துலே சாஸ்தா ப்ரீதியிலே முதல்லே பார்த்த அதே சின்னக் குட்டி மாதிரி இருக்கேடி.

ஜூர வேகத்தில் கண்ணைத் திறந்து பார்த்து சங்கரன் அவளிடம் திக்கித் திணறிச் சொன்னபோது அவன் கண்களில் வேறு எதுக்காகவும் இல்லாவிட்டாலும் பகவதிக்குட்டியின் பிரியத்தை மனசார அனுபவிக்க மட்டுமாவது இன்னும் கொஞ்சம் நாள் உசுரோடு இருக்க வேண்டும் என்ற நப்பாசை தெரிந்தது. சாமா உத்தியோகத்தில் சேர்ந்து கச்சேரிக்குப் போக ஆரம்பித்திருந்த அந்த நேரத்தில் பகல் பொழுதுகள் அவளுக்கும் சங்கரனுக்கும் மட்டும் என்று விதிக்கப்பட்டவை.

சங்கரன் தேக அவஸ்தை இல்லாமல் இருந்தபோது மதியம் தூக்கம் போட்டு விட்டு புகையிலைக் கடைக்குப் போவதற்கு முன் பகவதியை உரக்க விளித்து சுக்கு வெள்ளம் தவறாமல் கேட்பான். கூடவே வாய்க்கு ருஜியாக எருமைப்பால் காப்பி. அப்புறம் பகவதிக்குட்டியை ஆரத்தழுவி ஆலிங்கனமும் வாயார முத்தமும்.

ஐயோ விவஸ்தையே இல்லையா. உங்களுக்கு நாப்பத்தைந்து திகஞ்சாச்சு. நானும் அரைக்கிழவி ஆகிண்டு இருக்கேன். சாமா கல்யாணம் முடிஞ்சா மருமகளும், பின்னாடி குஞ்சு குளுவானா குட்டிகளும் இதோ வந்துடும். கிடக்கறது கிடக்கட்டும்னு இந்தக் கிழவியை என்னத்துக்கு இப்போ மடியில் வைச்சுண்டு பகல் கூத்து அடிக்கணும்?

பகவதி அவனைக் கிண்டல் செய்தாலும் ஒரு வினாடியாவது அவன் மடியில் சாய்ந்து உதட்டில் கடித்து ஈர முத்தம் கொடுக்கத் தவறியதில்லை.

நீ ரொம்ப அழகா இருக்கேடி பகவதிக் குட்டி.

சங்கரன் வேறே வார்த்தையே பேசத் தெரியாதவனாக தினசரி உச்சரிக்கிறது இதுதான்.

அது சரி. நாற்பது திகையறதுக்கு முந்தியே தூரம் விலகிப் போச்சு. இப்போதான் அழகா இருக்கேனாக்கும்?

தூரம் நிக்கறதுக்கும் அழகா இருக்கறதுக்கும் என்ன சம்பந்தம்?

சங்கரன் குரலை இறக்கி அவள் காதில் சொல்லும் அடுத்த மந்திர வார்த்தைக்காகக் கண்மூடிக் காத்திருப்பாள் பகவதி.

படுத்துக்கறியாடி செல்லம்?

ஏன், உள்ளே வரணும் போல இருக்கா?

வரட்டா?

சீ, பட்டப் பகல்லே. அப்புறம் ஏடாகூடமாச்சுன்னா.

எப்படி ஆகும்? தீண்டல்தான் விலகிடுத்தேடி உனக்கு?

ஆனாலும் ஜாக்கிரதையா இருக்க வேணாமா? சரி இன்னிக்கு பிரதோஷம். கோவிலுக்குப் போகணும். காப்பியைக் குடிச்சுட்டு கடைக்கு நடையைக் கட்டுங்கோ. அஞ்சு மணியைப் போல கோவிலுக்குப் போறபோது உப்புமாக் கொழக்கட்டை பண்ணி எடுத்துண்டு வந்து கொடுத்துட்டுப் போறேன்.

பகவதி எழுந்திருக்கும்போது உப்புமா கொழுக்கட்டை ருசியில் சங்கரன் மனசு லயித்திருக்கும். பகவதியோடு கொஞ்சிக் கொள்வதை அப்புறம் வைத்துக்கொள்ள அவன் மனசு சொல்லியிருக்குமோ என்னமோ.

கொழக்கட்டையிலே தேங்காய் துருவிப் போடுடி தங்கம். தொட்டுக்க என்ன?

கமகமன்னு கத்தரிக்காய் கொத்சுதான். வேறே புதுசா என்ன? சாளூர்க் கத்தரிக்கா பச்சுப் பச்சுன்னு காலம்பறத்தான் வாங்கினேன்.

அதை ராத்திரி வதக்கிடு.

அப்புறம் இப்போ?

வழக்கம்போல உதட்டைக் கடிச்சு ஈர முத்தம் இப்பவே அச்சாரமாக் கொடுத்துடு.

சங்கரன் சாடி எழுந்திருக்கும்போது பகவதி லாகவமாக கூடத்திலிருந்து கிளம்பி சமையல்கட்டுப் பக்கம் நடந்து கொண்டிருப்பாள்.

உங்களுக்கு வயசாக வயசாக.

பகவதி புகார் செய்கிற தொனியில் உரக்க முணுமுணுத்தபடி சமையல் கட்டுக்குள் போகும்போது முகம் வெட்கத்தில் சிவந்திருக்கும்.

எல்லாம் கனவா? இல்லை போன ஜன்மத்தில் நடந்ததா?

பகவதிக்கு மலைப்பாக இருக்கிறது. ரயில் பெட்டிக்கு வெளியே உரக்க மலையாளத்தில் பேசிச் சிரித்துப் போகிற இரண்டு முன்குடுமி நாயர்கள். சம்சயெ'ந்தா சங்குண்'யாரே, ஸ்வப்னந்தன்னே என்று அதில் ஒருத்தர் மற்றவர் தோளைத் தட்டி உரக்கச் சிரிக்கிறார்.

பகவதிக் குட்டிக்குத்தானே? பகவதி அவர்களை உற்றுப் பார்த்தபோது கடந்து போயிருந்தார்கள்.

அம்மா, பல்லுத் தேச்சுடறியா? உமிக்கரி எடுத்து வச்சிருக்கேன். இன்னும் இங்கே அரைமணி வண்டி நிக்கும். சூடா இட்லி வித்துட்டு போறான். வாங்கிச் சாப்பிட்டுடலாம்.

சாமா வெளியே கூடை கூடையாகச் சுமந்து போகிற பலகாரங்களை ஆசை ஆசையாகப் பார்த்தபடி கேட்டான். அம்மா மடி ஆசாரம் ரொம்பவும் அதிகமாகவே பார்க்கிறவள் என்றாலும் தூரதேச பிரயாணம் வரும் இடத்தில் அதையெல்லாம் ஒதுக்கி வைத்து விட்டு அனுசரித்துப் போவாள் என்று அவனுக்கு ஒரு நம்பிக்கை. பெண்டாட்டியைச் சரிக்கட்டி விடலாம். அவளுக்கும் இதெல்லாம் சாப்பிட இஷ்டமாக இருக்கும். பெரியவா இல்லாட்ட எல்லாமே ஆபத்துக்கு தோஷமில்லாத சமாசாரம் தான்.

இட்லியும் மத்ததும் எல்லாம் எனக்கு எதுக்குடா சாமா? பல்லுத் தேச்சுட்டு எப்படிச் சாப்பிடறது? தலையிலே நாலு சொம்பு ஜலமாவது பட வேணாமா?

அம்மா, ஆலப்புழை போய் இறங்கி வண்டி பிடிச்சு அம்பலப்புழை போறதுக்குள்ளே பத்து பதினொரு மணியாவது ஆயிடும். பசி தாங்குமோ?

உனக்கு தாங்காதுதான். வாங்கி சாப்பிட்டுக்கோ. அவளுக்கும் மேடிச்சுக் கொடு.

இந்த வார்த்தைக்காகத்தான் காத்திருந்ததுபோல் வெளியே இட்லியோடு போன ஒரு தட்டுக்காரனை அரக்கப்பரக்க விளித்தான் சாமா.

வாழை இலை நிறைய நிறைய இட்டலியும், தோசையும் வடையுமாக நிறைத்துக் கொடுத்த தட்டுக்காரன் காப்பியும் வேணுமோ என்று கேட்டான்.

சாமா அவசரமாக எழுந்து அந்தப் பக்கம் போய்க் குனிந்து தேடி வெங்கல கூஜாவோடு வந்தான்.

நன்னா சுத்தம் பண்ணிட்டு இதிலே ஆறு காப்பி ஊத்திக்கொண்டா. சித்தெ சீக்கிரம் வா. வண்டி கிளம்பிடும்.

அவனிடம் கூஜாவைக் கொடுத்து கூடவே காசையும் கொடுத்தனுப்பியதில் பகவதிக்குக் கொஞ்சம் கூட இஷ்டம் இல்லை. கிழங்கு மாதிரி கூஜா. அவள் கல்யாணச் சீராகக் கொண்டு வந்தது. சங்கரன் ராத்திரி வெட்டிவேர் ஊறிய செட்டியூரணித் தண்ணீர் தாகஜலமாகக் குடிக்க அதில்தான் தினசரி நிறைத்து வைக்கச் சொல்லுவான். சேர்த்தலை ரயில்வே ஸ்டேஷன்லே எவனோ இட்லிக்காரக் கட்டையிலே போறவன் கூஜாவோடு ஓடப்போவது தெரிந்திருந்தால் அவள் கல்யாணச் சீரில் கூஜா இல்லாமலேயே அரசூருக்கு வந்து சேர்ந்திருப்பாள்.

ஆனாலும் போன சுருக்கில் சேர்த்தலைக் கழுவேறி வந்து சேர்ந்து விட்டான். கூஜா நிறைத்து ஆவிபறக்கத் துளும்பிக் கொண்டிருந்த காப்பியைப் பார்க்க பகவதிக்கும் அதை ருஜிக்க ஆர்வம் வந்தது.

ஸ்வாமி, புட்டும் கடலையும் வேணுமா?

வேறே ஒரு தட்டுக்காரன் எட்டிப் பார்த்து விசாரிக்க, சாமா அம்மா முகத்தை உத்தரவு கிடைக்காதா என்று ஏக்கமாகப்

பார்த்தான்.

விட்டால் அங்கே ஒரு தட்டு விடாமல் கொஞ்சம் கொஞ்சம் எடுத்து விளம்பச் சொல்லிச் சாப்பிட்டு விடுவான். பல்லுத் தேய்க்காவிட்டாலும் பழுதொண்ணும் இல்லை.

புட்டும் கடலையுமா? அய்யே. நம்மவா சாப்பிடற மாதிரி இல்லியே.

சாமா பெண்டாட்டி சந்தேகத்தைக் கிளப்பினாள். அவளும் பகவதியை ஆதரவு தரச் சொல்கிற பார்வையோடு காத்திருந்தாள்.

அதுலே என்ன மீனும் ஆட்டு மாமிசமுமா போட்டு இருக்கு? அரிசிமாவு புட்டும் கொண்டக்கடலைக் கூட்டானும் தானே?

நான் கேட்டது நம்மளவா சாப்பிடறதான்னு.

சாமா பெண்டாட்டி திரும்ப அவளுக்கு அனுகூலமாகத் தெரிந்த விஷயத்தை அழுத்தச் சொல்ல வண்டி நீளமாகக் கூக்குரல் இட்டுக் கொண்டு நகர ஆரம்பித்தது.

பகவதியின் கண்ணில் நிலக்கரித் தூள் விழுந்து படிந்தது. எரிச்சலும் உறுத்தலும் அதிகமாக உமிக்கரியோடு அப்படியே திரும்ப இடத்தில் உட்கார்ந்தாள்.

காப்பிக்கு எச்சல் பத்து எல்லாம் கிடையாது.

சாமா பெண்டாட்டி டம்ளரில் காப்பி நிறைத்து நீட்டியபோது அவளை அறியாமல் கை அதை வாங்கிக்கொள்ள நீண்டது.

புட்டும் கடலையும் கூடச் சேர்த்திதான். கொஞ்சம் முந்தி வந்திருந்தால் சாமா சாப்பிட அவள் எந்தத் தடையும் சொல்லியிருக்க மாட்டாள். காப்பிக்கு எச்சில் பத்து எல்லாம் கிடையாது. இருந்தாலும் அவளுக்கு ஒரு சுக்கும் இல்லை. சங்கரன் கைலாசத்திலோ வைகுந்தத்திலோ சகல சௌகரியத்தோடும் அவளுக்காக ஒரு குச்சோ மச்சோ ஒதுக்கி வைத்துவிட்டுக் காத்திருக்கிறான்.

ஏன்னா, காப்பி வேணுமா?

உதட்டைக் கடிச்சு.

சங்கரன் குரலில் ரயில் பாடிக்கொண்டு போனது.

அத்தியாயம் ஐம்பத்தைந்து

28 மே 1910 - சாதாரண வருஷம் வைகாசி 15 சனிக்கிழமை

அம்பலம்.

அம்பல நடையில் கால் வைத்தபோதே பகவதிக்கு உடம்பில் ஒரு திரள் சதையும் எலும்பும் விடாமல் ஜிவ்வென்று பரவசம் ஏறிப் படர்ந்தது. ஓடிப் பிரவகிக்கிற ரத்தம் அச்சுதம் கேசவம் ராம நாராயணம் கிருஷ்ண தாமோதரம் வாசுதேவம் பஜே என்று ஆனந்தமாக ரீங்கரித்துக் கொண்டு துள்ளிப் பாய்ந்தது.

அச்சுதம் கேசவம் ராம நாராயணம் கிருஷ்ண தாமோதரம் வாசுதேவம் பஜே.

வா, வா, வழி தெரிஞ்சுதா பகவதிக் குட்டீ?

கிருஷ்ணசாமி ரொம்ப நாள் சந்திக்காத சிநேகிதியைத் திரும்பவும் பார்த்த சந்தோஷத்தில் கர்ப்பகிருகத்தில் இருந்து சிரித்தான். மயிர்க்கூச்செறிந்தது பகவதிக்கு. இவனைப் பார்த்தபடி இப்படியே கரைந்துபோய்விடக்கூடாதா?

அச்சுதம் கேசவம் ராம நாராயணம் கிருஷ்ண தாமோதரம் வாசுதேவம் பஜே.

அவள் பதினைந்து வயது மட்டும் திகைந்த அந்தக் காலப் பகவதி ஆகியிருந்தாள். விசாலாட்சி மன்னி தலை பின்னிப் பொட்டு இட, சிநேகா மன்னி தலை கொள்ளாமல் பிச்சிப்பூ சூட்டி விட, பாந்தமாக சுங்குடிப் புடவையை காமாட்சி மன்னி இடுப்பில் இறுக்கிக் கட்டி, மேலே ஒட்டியாணத்தையும் பூட்ட திரும்பவும் விசாலாட்சி மன்னி.

டீ சிநேகா. கொஞ்சம் கண்மஷியைக் கொண்டா.

கண்ணுக்கு இடுகிற கருப்பு மசியைத் தொடுகுச்சியில் வழித்து பகவதியின் கன்னத்தில் திருஷ்டிப் பொட்டாக இடும்போது விசாலாட்சி தவறாது அவளை அணைத்துக் கொண்டு என் குழந்தே என்று மனசாரச் சொல்லி இன்னொரு கன்னத்தில் முத்தம் கொடுக்கத் தவறினதே இல்லை.

அம்மா, மன்னி, பகவானே கிருஷ்ணா.

பகவதியின் கண்ணில் நீர் கோர்த்துக் கொண்டு நிறைந்து வழிந்தது. இந்த மண்ணை விட்டு இங்கே உசிராக இருந்த மனுஷர்களை விட்டு எப்படி வெளியே போனேன்? எதுக்குப் போனேன்?

போகாட்ட, இப்படி ஒரு பிள்ளை, மருமகள், குடும்பம், வீடு, உடம்பு கொஞ்சம் ஸ்தூலிச்சு சதை இதெல்லாம் எப்படி கிட்டும் மோளே?

கிருஷ்ணன் விசாரிக்கிறான். நடையில் நகர்ந்து முன்னால் போகிறபோதே அவன் சிரிப்பு கெக்கலி கொட்டிக் காதில் முழக்கமிடுகிறது.

போடா, உனக்கு என்ன சிரிப்பு தான் எல்லாத்துக்குமே. கடன்காரா, கொடுக்கற மாதிரி கொடுத்துட்டு பறிச்சுண்டிட்டியே. நன்னாயிருப்பியாடா நீ?

பகவதிக்கு அவன் மேல் கொஞ்ச நஞ்சமில்லாமல் கோபம் எட்டிப் பார்த்தது.

மோள் தேஷ்யப்படுன்னது எந்தினு?

தமிழ்லே கேளேண்டா கழுவேறி.

பகவதிக்கு என்ன கோபம்? சங்கரனைக் கூட்டிண்டு போய்ட்டேன்னா?

பின்னே இல்லியா? உசிருக்கு உசிரா இருந்த ரெண்டு ஆத்மாவிலே ஒருத்தரை மட்டும் பிரிச்சு எடுத்துண்டு போறது மாதிரி சித்தரவதை வேறே என்ன உண்டு? நீ எப்பவாவது பொண்டாட்டியைப் பிரிஞ்சு இப்படி வேதனைப்பட்டிருக்கியாடா?

கிருஷ்ணன் சும்மா இருந்து புஞ்சிரி பொழிந்தான்.

இதுக்கும் சிரிப்பா? பட்டுக் குஞ்சலம் கட்டின வெளக்குமாறாலே ரெண்டு போடட்டா? உனக்கு எல்லாமே வேடிக்கைதான். பரமசிவனா நீ பரிதாபப்பட?

கோவில் கூத்தம்பலத்தில் எப்போதோ சாக்கியார் காளிதாசனின் குமாரசம்பவம் சுலோகம் சொன்னது நினைவுக்கு வருகிறது.

பெண்டாட்டி உமாவை தீயில் சாகக் கொடுத்த பரமசிவனின் மனநிலையை அவர் வர்ணித்துக் கொண்டு போக, பக்கத்தில் இருந்த நாணிக்குட்டி பகவதி காதில் சொன்னாள் 'தலைக்கு மேலே தான் இன்னொருத்தி இருக்காளே. இறக்கிவிட்டு சிருங்காரம் பண்ணிக்க வேண்டியதுதானே. அவ வீட்டுக்கு விலக்கா? அப்ப சிவன் தலையிலே ரத்தக் காடா இருக்காதோ'.

ஈ குட்டி ஞான் கத பறயும் மும்பே களிகொட்டிச் சிரிக்குன்னது கண்டோ. அவள் காளிதாசண்டெ ஒரு பின்காமியா.

(இந்தப் பொண்ணு நான் கதை சொல்ல ஆரம்பிக்கறதுக்கு முன்னாடியே சிரிக்கறா பார்த்தீங்களா? அவள் மகாகவி காளிதாசனோட தலைமுறையில் வந்தவளாக்கும்)

சாக்கியார் நாணிக்குட்டியைக் காட்டிச் சொல்ல, திரும்ப நாணிக்குட்டி பகவதி காதில் சொன்னது எதுக்கு பின்னாலே காமிக்கணும். முன்னாலே காமிச்சாலே செக்கன் முட்டுக்குத்திடுவானே.

பகவதி உரக்கச் சிரித்து விட்டாள்.

அம்மாவுக்குச் சொந்த ஊருக்குத் திரும்ப வந்த சந்தோஷம் பாருங்கோ. வாய்விட்டுச் சிரிக்கறா. இனிமே ஒரு நோயும் அண்டாது அந்த பகவான் கிருஷ்ணன் புண்யத்திலே.

நாணிக்குட்டி இப்போ எங்கே இருக்கா? அவளைக் கட்டிய நம்பூதிரிச் செக்கன், செக்கனா, வல்ய மனைக்கு உடமஸ்தனான நம்பூத்ரியாக, அஸ்ஸலாயி, ஆ கவிடி ஒண்ணு ஞான் நிரைச்சு நோக்கட்டே என்று சோழி உருட்டி பிரச்னம் வைத்துக் கொண்டு முன் குடுமியும் முன்தள்ளிய வயிறுமாக வயசனாக இருக்க மாட்டானோ அவன்? நாணிக்குட்டி தவிர இன்னும் எத்தனை அந்தர்ஜனத்தை வேளிகளித்து பீஜதானம் செய்திருப்பான்?

மூட மனசே, கிருஷ்ணனை எதுக்கு அடிக்கணும்? உன்னைத்தான் சிக்ஷிக்கணும். எங்கே நின்று என்னத்தை நினைக்கிறே பார்?

பகவதி நாக்கைக் கடித்துக் கொண்டாள். நாணிக்குட்டி எங்கே இருந்தாலும் சுகமாக, இன்னும் இரண்டு தலைமுறை பார்த்து ஜீவித்து இருக்கட்டும்.

நீ சொன்னாப் போதுமா?

கிருஷ்ணன் சிரித்தான்.

சரிடா என் குஞ்சுக் குட்டப்பா. நான் யார் தீர்மானிக்க? எல்லாம் நீதான். நீயேதான். நீ மட்டும்தான்.

அச்சுதம் கேசவம் ராம நாராயணம் கிருஷ்ண தாமோதரம் வாசுதேவம் பஜே.

சட்டென்று பகவதி காதில் விசாலாட்சி மன்னி குரல்.

இங்கேதான் அம்பலத்தில் எந்த மூலையிலேயோ அவள் நிற்கிறாள்.

நிர்மால்யம் தொழ விடிகாலையில் அம்பலக் குளத்தில் குளித்துவிட்டு வந்து நின்றவள் இன்னும் நகரவே இல்லையா? வீட்டுக்குப் போங்கோ மன்னி.

நீயும் வாயேண்டி குஞ்சே.

மன்னி வாத்சல்யத்தோடு கூப்பிடுகிறாள்.

பிரமையா? இந்த அம்பலத்திலே தானே அதோ அங்கே பலிபீடத்தின் பக்கம் ஒரு ராத்திரி காலத்தில் ப்ரேத ரூபமாக ஒரு பெண்பிள்ளையைப் பார்த்தது? கையில் பிடித்திருந்த நைவேத்யத்தை யாசித்தபடி பசியோடு நின்ற அவளை அப்புறம் எங்கே பார்த்தேன்?

அம்மா, வேதையன் காத்திண்டு இருப்பான். உன் பழைய சிநேகிதன் கிருஷ்ணசாமியை அப்புறம் இன்னொரு தடவை கும்பிட வரலாமே.

சாமா பகவதி தோளை அசைத்து மெல்ல உலுக்கினான். அவன் செய்வது தப்புதான். அவனுக்கே தெரியும். ஆனாலும் கோவில் உச்சிக்கால பூஜை முடிந்து நடை சார்த்துகிற நேரம். மேல்சாந்தி காத்திருக்கிறார் இவர்கள் போவதற்காக.

வேதையன். வேதையன் காத்திருக்கிறான். நைவேத்தியம் யாசித்த அந்தப் பெண்ணின் சாயல் வேதையனிடம் இருக்கா?

சனியன் பிடிச்ச மனசே. மொட்டைத்தலைக்கும் முழங்காலுக்கும் என்னமா முடிச்சுப் போடறே.

பகவதி தலையைக் குலுக்கிக்கொள்ள நாணி அவள் காதில் சொன்னாள் 'வழுவழுன்னு என் முழங்கால்லே மொட்டைத்தலை என்ன, முன்குடுமி வச்ச தலையைக் கட்டி வச்சாலும் அது ஆனந்த தரிசனத்துலேதான் மாசத்துலே மூணு நாள் தவிர மிச்ச நேரம் முழுக்க இருக்கும்.

சீ போடி உனக்கு.

விவஸ்தையே இல்லே.

சங்கரன் உப்புமா கொழுக்கட்டை சாப்பிட்டபடி சிரித்தான்.

கத்தரிக்காய் கொத்சு காரம்டி. சாளூர் கத்தரியோட பச்சை மிளகாயையும் அள்ளிப் போட்டிருக்கியோ?

மாப்பிள்ளைக்குத் தண்ணி கொடுடி பகவதி.

விசாலம் மன்னி சிரிக்கும் சத்தம்.

இதென்ன இந்த ஊருணித் தண்ணி செம்மண்ணு வாடை

அடிக்கறது?

குப்புசாமி அண்ணா கொஞ்சம் தண்ணீர் குடித்துவிட்டு விசாலம் மன்னியை விசாரிக்கிறார்.

மண்ணு வாடை அடிக்காம ஆகாச வாடையா அடிக்கும்?

மன்னி சிரிப்பு இப்போது பிரகாரம் முழுக்க இதமாகப் பரவி இருக்கிறது.

வாடி பொண்ணே. நம்மாத்துக்குப் போகலாம்.

அவள் முன்னால் போக பகவதி அந்தக் குரலையும் சிரிப்பையும் கேட்டபடிக்கே பின்னால் நடக்கிறாள்.

அம்மா, இப்படி வா. வேதையன் வெளியிலே நிக்கறான்.

சாமா கூப்பிடுவது காதிலேயே விழவில்லை பகவதிக்கு.

கோவிலுக்கு வெளியே எல்லாரும் வந்தபோது அங்கே தன்னை நமஸ்காரம் செய்தபடிக்கு நின்ற வேதையன் கூட பகவதி கண்ணில் படவில்லை. அவள் உதடுகள் அச்சுதம் கேசவம் ராம நாராயணம் என்று நிறுத்தாமல் உச்சரித்துக் கொண்டிருக்க, கண்களில் பரவசம். சின்னக் குழந்தை போல் முகம் எல்லாம், சுற்றுப்புறம் எல்லாம் ஒளிர வைக்கும் சிரிப்போடு அவள் நடக்க, முன்னால் அவசர அவசரமாக விசாலாட்சி மன்னி நடக்கிறாள்.

இந்தப் பக்கம்டீ குழந்தே. நம்மாத்துக்குப் போற வழி மறந்துடுத்தா என்ன?

எப்படி மறப்பேன் மன்னி? சித்தெ மெதுவாப் போங்கோ. என்னாலே நடக்க முடியலே. நீங்க எப்படி அன்னிக்குப் பார்த்த மேனிக்கே அப்படியே இருக்கேள் மன்னி? என்னைப் பாருங்கோ. வயசாகி, முன் தலை நரைச்சு, உடம்பு பெருத்து.

பெருக்கவும் இல்லே ஒண்ணும் இல்லேடி குழந்தே. கொஞ்சம் பூசினாப்போல இருக்கே அத்ரயே உள்ளூ.

புகையிலைக்கடை பட்டன் கொத்துக் கரண்டி வச்சுத்

தோண்டித் தோண்டிப் பூசினதுன்னா சும்மாவா?

போடி நாணிக்குட்டி. உனக்கு எல்லாமே வேடிக்கைதான்.

பகவதி நாணிக்குட்டியைக் கடிந்து கொண்டாலும் அவளுடைய வார்த்தை காதுக்கு இதமாக இருக்கிறது. உன் நம்பூத்ரி விச்சியா இருக்காறாடி பெண்ணே? விச்சியா இருக்கறதா? அரசூர் பாஷை. சுகமாணோன்னு கேக்கறது.

விச்சியா இருக்கியா?

வேதையனைத் திரும்பப் பார்த்து பகவதி விசாரித்தாள்.

அவள் எங்கே நடந்து வந்திருக்கிறாள்? பின்னாலேயே வேதையனும், சாமாவும் சாமா பெண்டாட்டியும் பொறுமையாக ஏன் தொடர்ந்து வந்திருக்கிறார்கள்? விசாலம் மன்னி எங்கே? நாணிக்குட்டி எங்கே?

முன்னால் பழுதாகிப் பாழடைந்து கிடக்கும் இந்த வீடு?

பகவதியின் முகத்தில் சிரிப்பு மறைந்து அழுகை முட்டிக் கொண்டு வந்தது.

விசாலம் மன்னி, சிநேகா மன்னி, காமாட்சி மன்னி. குப்புசாமி அண்ணா. துரைசாமி அண்ணா. கிட்டாவண்ணா.

ஆசையோடு ஒவ்வொருத்தராகப் பெயர் சொல்லி அவள் வாய் நிறைய உரக்க அழைக்க, கதவு அடைத்துக் கிடந்த அந்த வீடு மௌனமாக அவள் குரலை ஏற்று வாங்கி எங்கோ உள்ளே கரைத்து விட்டு நின்றது.

நம்ம வீடு. தெரியலியா. உள்ளே வாடி பொண்ணே.

விசாலாட்சி மன்னி தலை குளித்து வேடு கட்டி தலை காய வைத்தபடி வாசலில் நின்றாள்.

அச்சுதம் கேசவம் ராம நாராயணம் கிருஷ்ண தாமோதரம் வாசுதேவம் பஜே.

இதெல்லாமும் எனக்குள்ளே அடக்கம்.

கிருஷ்ணன் சிரித்தான்.

அத்தியாயம் ஐம்பத்தி ஆறு

22 மே 1910 - சாதாரண வருஷம் வைகாசி 9 ஞாயிற்றுக்கிழமை

பியானோ வகுப்பு முடிந்து தெரிசா செயிண்ட் ஜான் தேவாலயத்தை விட்டு இறங்கும்போது கோவில் மணி ஒன்பது அடிக்கத் தொடங்கி இருந்தது. ராத்திரி குளிர் விலகியும் குளிர்ச்சி விலகாமல் இருட்டோடு இழைந்த நேரம். பிரின்சஸ் தெருவில் இரண்டு மணி நேரம் முன்னால் இருந்த பரபரப்பு எல்லாம் ஓய்ந்து போய் குடிகாரன்கள் அலைய ஆரம்பித்திருந்தார்கள். எல்லா வயசிலும் இருக்கப்பட்டவர்கள். வாயைத் திறந்தால் வசையைத் தவிர வேறே எதையும் உதிர்க்க முடியாதவர்கள்.

தெரிசா செயிண்ட் ஜான் வாயில்படி இறங்கி வெளியே இடப்புறம் தெருவுக்கு வர கம்பி அழிக்கதவைத் திறந்தபோது அந்தக் கதவின் மேலேயே சிறுநீர் பொழிந்து கொண்டிருந்த ரெண்டு மத்திய வயது ஆண்களைக் கண்டாள். அருவருப்போடு அவள் வந்த வழியே திரும்பி தேவாலயத்தில் நுழைந்தபோது பின்னால் இருந்து லேடி லேடி என்று சத்தம்.

மூத்திரம் ஒழித்தாலும், மூக்கு முட்டக் குடித்தாலும் பெண்பிள்ளை வாடை மாத்ரம் இந்தக் கடன்காரன்களுக்கு புத்தியில் உறச்சுடும்.

அவள் கல்லறை வளாகம் வழியாக வெளியேற முடிவு செய்து பிரார்த்தனை இருக்கை வரிசைகளுக்கு நடுவே மெல்ல நடந்தாள்.

பியானோ பயில வந்த பெண்களோடும் அவர்களுக்குத் துணையாகக் கூட்டிப் போக வந்த கனவான்களான தமையன், தகப்பன்மாரோடும் போயிருந்தால் இன்னேரம் கல்லறைப் பக்கம் போக வேண்டியிருக்காது. பிஷப் வருகைக்காகக் காத்திருந்தது நேரமாகி விட்டது.

அடுத்த மாதம் மிஷனரி மாநாடு எடின்பரோவில் நடக்கப் போகுதே. அறுநூறு பிரதிநிதிகள் அமெரிக்கா, கனடாவிலே இருந்து, இங்கேயிருந்து ஏன், கிழக்கே மதராஸ்லே இருந்தெல்லாம் வராங்க. அவங்களை எங்கே தங்க வைக்கறதுன்னு பேசி முடிவு செய்யணும். இன்னிக்கு சாயந்திரம் உட்கார்ந்து முடிச்சுடுவோம்.

பிஷப் அனுப்பிய வர்த்தமானம்.

காலை பிரார்த்தனை நேரத்தில் பிரசங்கிக்க ஆரம்பிப்பதற்கு முன் அவர் துண்டுச் சீட்டில் கோழி கழிந்த மாதிரி கிறுக்கி இருந்தார். நட்டமாக நின்றபடிக்கே எழுதியது இது.

அவர் கோவில் நுழைவாசலில் நின்று வழக்கமாக பிரார்த்தனைக்கு வருகிறவர்களை வரவேற்கிறது மட்டுமில்லாமல் தெருவில் பராக்குப் பார்த்தபடி நகர்ந்து போகிற வழிப்போக்கன், சுற்றுலாப் பிரயாணி, சும்மா வேலை வெட்டி இல்லாமல் தண்டத்துக்கு மூச்சை இழுத்துவிட்டபடி ஊர் சுற்றுகிறவன் என்று ஒருத்தர் விடாமல் உரக்கக் கூப்பிட்டு உள்ளே அழைப்பார்.

சூடாக ஒரு சாயா குடிச்சுட்டுப் போகலாம் வாங்க.

சர்ச்சுக்கு வரவழைக்க இப்படி சாயாக் கடை மாதிரி கூப்பிடுவதை தெரிசா அறவே விரும்பவில்லைதான். ஆனால் என்ன, வழி தவறிய ஆடுகளை மந்தைக்குக் கொண்டு வர இதுவும் வேணும், இன்னமும் வேணும் என்று பேராயர் மெக் நிக்கல் அடித்துச் சொன்னபிறகு அவள் வாயைத் திறக்கவே

இல்லை.

தேவ ஊழியம் செய்ய வந்து, அதுவும் தரக்கேடில்லாமல் நடந்து கொண்டிருக்கும்போது இருக்க இடம் கொடுத்தவர்களைப் பகைத்துக்கொண்டு உள்ளதும் போச்சுது என்று திரும்ப முடியாது அவளால்.

பிஷப் ஒரு துண்டுச் சீட்டில் எழுதி கூட்டத்தில் அனுப்பியதை, கூடுதல் காணிக்கைக்கான விண்ணப்பம் என்று நினைத்தோ என்னமோ பல பேர் படிக்காமலேயே அடுத்தவரின் கைக்கு மாற்றிவிட்டார்கள்.

அந்தச் சீட்டு கடைசி வரிசையிலிருந்து முதல் வரிசைக்கு வந்தபோது கீதம் முடிந்து பிரசங்கிக்க பேராயர் கம்பீரமாக உள்ளே நடந்து வந்தார்.

சீட்டு அனுப்பினதற்குப் பதிலாக அவரே ஒவ்வொருத்தராகக் கூப்பிட்டு சாயாவுக்காக உள்ளே வரும்போதே சொல்லியிருக்கலாம். அல்லது பிரசங்கத்தின் இடையில் அறிவிப்பாக இதை நுழைத்திருக்கலாம் என்று தெரிசாவுக்குப் பட்டது.

தேவாலய மேற்கூரையில் விரிசல் ஏற்பட்டு சதா மழை வெள்ளம் உள்ளே சால் கட்டித் தேங்குகிறது. அதில் கொசு முட்டையிட்டு இனவிருத்தி செய்த வகையில் பிரசங்க நேரத்தில் தேவைப்படாத இடத்தில் எல்லாம் கைதட்டி கொசு விரட்டுகிற சத்தம் மிரள வைக்கிறது. இது நாலு மாதம் முன்பு அனுப்பிய சீட்டு.

கூரையை தார்ச்சீலை போட்டு மூடலாம் என்று நாலைந்து கிழவர்கள் சீட்டிலேயே கிறுக்கி அனுப்பினார்கள் அப்போது. அதில் ஒருத்தர் சர்ச் கல்லறை வளாகத்துக்குப் போன வாரம் தான் உறக்க ஸ்தலத்தை மாற்றிக்கொண்டிருக்கிறார்.

பிஷப் புதுசாக குரோவ்னர் தெருவில் வீடு வைத்தபோது சுண்ணாம்பு அடிக்கப் பணம் தேவைப்படுவதால் நன்கொடை கேட்டு சீட்டு அனுப்பி வைத்திருந்தார்.

கல்லறை வளாகத்தில் அடிக்க, போன தடவை நன்கொடை கேட்டு வாங்கிய சுண்ணாம்பு மிச்சம் இருக்கிறதாமே, அதை

உபயோகப்படுத்திக் கொள்ளலாமே என்று ஒரு முதிர்கன்னி பிரசங்கத்தின் இடைமறித்து அபிப்பிராயம் சொல்லி ரசாபாசமாகி விட்டது ரெண்டு மாசம் முன்பு. இவ்வளவுக்கும் அவள் பிஷப் மேல் பட்சம் உள்ளவள்தான்.

இந்தச் சீட்டு உள்ளபடிக்கே கால் காசு தருமம் கேட்டு பிஷப் அனுப்பவில்லை. பொத்திப் பொத்திச் சேர்த்து வைத்திருக்கும் தேவாலயச் சொத்திலிருந்து கொஞ்சம் செலவு கணக்கில் போய்ச் சேர்ந்து விடும். என்ன மாதிரி அதை மிச்சம் பிடிக்கலாம் என்றுதான் ஆலோசனை கேட்கிறார் அந்த மனுஷர்.

எடின்பரோ மிஷனரி மாநாடு இரண்டு வருடமாக எதிர்பார்க்கப்பட்ட ஒன்று. இங்கிலாந்து, ஸ்காட்லாந்தில் இருக்கப்பட்ட புராட்டஸ்டண்டுகள் தவிரவும், ஐரீஷ் கத்தோலிக்க பாதிரியார்களும் இது என்ன மாதிரி நடக்கிறது, யாரெல்லாம் பேசி என்ன திட்டம் எல்லாம் உருவாகப் போகிறது என்ற எதிர்பார்ப்பில் இருந்ததாக சர்ச் வட்டாரத்திலும், வெளியே சும்மா பொழுது போகாமல் அரட்டை அடிக்கிற நேரத்திலும் பலரும் பேசிக் கொண்டது.

வாத்திகனில் போப் கூட இந்த மகாநாடு ரொம்ப பிரம்மாண்டமாக வெற்றி பெற்று விட்டால் ஐரோப்பாவில் நம் செல்வாக்கு கிஞ்சித்தும் மிச்சம் இருக்காதே என்று துக்கித்து ராத்தூக்கம் தொலைத்து அவதிப்பட்டதாகச் செய்தி.

கிறிஸ்துவத்தில் நம்பிக்கை வைக்காத, அதைப் பற்றி யாதொரு விதமான அறிவும் இல்லாத பெரும்பான்மை உலக மகாஜனங்களை ஞானஸ்நானம் செய்வித்து வேதத்தில் ஏற்றுகிற விஷயம்தான் இங்கே முக்கியமாக விவாதிக்கப்படும் என்று முடிவு செய்தாகி விட்டது. முக்கியமாக இந்தியா மாதிரியான அஞ்ஞான நிலப்பரப்புகளில் லட்சோப லட்சம் அறியா ஜீவன்களை ஆகமத்துக்குத் திருப்பவேண்டியிருக்கிறதால் ஆயர்களுக்குத் தலைக்கு மேல் வேலை காத்திருக்கிறது.

அமெரிக்காவிலிருந்து எண்ணூறு பேரும் இங்கே இருக்கப்பட்ட ஆர்ச் பிஷப், பிஷப் தொடங்கி, கோவில் குட்டியார் வரைக்குமாக ஒரு எண்ணூறு பேர், அப்புறம் இந்தியா, ஆப்பிரிக்கக் கண்டம், மலேயா தீபகற்பம், இலங்கை இங்கே இருந்து வரப்பட்ட

பிரதிநிதிகள் என்று திருவிழாக் கூட்டம் அடுத்த மாதம் எடின்பரோவில் கூடிவிடும். இவர்களை எங்கே தங்க வைப்பது? எப்படி போஜன, ஸ்நான, உறக்க சௌகரியங்கள் செய்து கொடுப்பது? ஆர்ச் பிஷப் சதா தலையைக் குடைகிறார்.

தெரிசா தேவாலய ஊழியை இல்லைதான். ஆனாலும் தேவ ஊழியம் செய்ய லண்டனில் இருந்து வந்து போய்க் கொண்டிருக்கிறவள். அதுவும் இந்தியாவில் பிறந்த பெண்பிள்ளை. இதைவிட விசேஷம் ஒரு பிராமண ஸ்திரி ஒரு வைதீக பிராமணனுக்கு கர்ப்பம் தரித்து பிராமண கன்யகையாக வளர்ந்து அப்புறம் மதம் மாறியவள். படிப்பும், மிடுக்கும் துணை செய்ய இங்கிலீஷ்காரன் பீட்டர் மெக்கன்சியைக் கல்யாணம் செய்து இங்கே நிரந்தரமாகக் குடியேறியவள் என்பது உபரியான விசேஷம்.

யார் பிஷப் நடத்தும் ஆலோசனைக் கூட்டத்துக்கு இருக்கிறார்களோ இல்லையோ, தெரிசா நிச்சயம் இருப்பாள். ஞாயிற்றுக்கிழமை பிரசங்கத்தில் மனசு ஒட்டாமல் கடனே என்று உட்கார்ந்து கேட்டதற்கு அது பிராயச்சித்தம் ஆகும்.

இந்தப்படிக்கு அவள் பிரசங்கம் முடிந்து வந்த கூட்டம் எல்லாம் கலைந்து போனபிறகும் இருந்த இடத்திலேயே உட்கார்ந்திருந்தாள். அவ்வப்போது கைப்பையைத் திறந்து கொஞ்சம் பழசான ஒரு கடிதாசைப் படிக்கிறதும், கண்ணை மூடி யோசிக்கிறதுமாக இருந்தாள் அவள்.

பீட்டர் மக்கென்சி போயர் யுத்தத்துக்குப் போன இடத்தில் இருந்து எழுதித் தபாலில் சேர்ப்பித்தது அந்தக் கடிதம். எழுதி மூன்று மாதமாகி விட்டது. உலகம் முழுக்க பிரதட்சணம் செய்தது போல் ஏகப்பட்ட தபால் முத்திரைகளை உடம்பெல்லாம் வாங்கிக் கொண்டு அந்தப் பழுப்பு உறை தெரிசா கைக்குக் கிட்டியபோது அவள் மிஷனரி ஸ்கூல் மூணாம் பாரம் பெண்பிள்ளைகளுக்கு தேவ கீதங்கள் பாடக் கற்பித்துக்கொண்டிருந்தாள்.

போன வருடம் வரைக்கும் பீட்டர் தெரிசாவுக்கு அனுப்பிய

கடிதம் எல்லாம் 'தாமஸ் நாஷ் மேற்பார்வையில் பட்ட தெரிசா மெக்கன்சி சீமாட்டி' என்றுதான் விலாசம் எழுதி வரும். தாமஸ் லண்டனுக்குத் திரும்பிப் போய் இனி வரமுடியாது என்ற சூழ்நிலை ஏற்பட்டது முதல் அது மாறிப்போய் விட்டது.

தாமஸை லண்டனுக்கு ஒரே முடிவாக அனுப்பி வைக்க பிஷப் வரை தகவல் போய் சர்ச்சைக்குரிய விஷயம் ஆனது தெரிசாவை வெகுவாக பாதித்துப் போட்டது.

பின்னே இல்லையா? ஒரு டாக்டர். அதுவும் லண்டன் பட்டணத்தில் ஸ்ட்ராண்ட் பக்கம் உதவிக்கு அபோதிகரி ஒருத்தனையும், டிரஸ்ஸர் இரண்டு பேரையும், இன்னும் மருந்து கலக்கித் தருகிற கம்பவுண்டர் ஒருத்தனையும் பகுதிநேர ஊழியத்துக்கு வைத்துக் கொண்டு நோய் சிகிச்சைக்குக் கடை திறந்தவன் அவன். தரக்கேடில்லாத வருமானம் வந்தாலும், எடின்பரோவில் இன்னும் கொஞ்சம் அதிகம் காசு பார்க்கலாம் என்று தேவ ஊழியத்தை சாக்காக வைத்து இங்கே வந்தான். பீட்டர் மக்கென்சி தெரிசாவுக்குப் பாதுகாப்பாக வரச் சொன்னது ஒரு சாக்கு. இந்த இந்தியக் கறுப்பியின் அந்தரங்க வாடையை முகரவும், நேரம் கூடிவந்தால் முயங்கவும் சந்தர்ப்பம் வாய்க்கும் என்றும் எதிர்பார்த்துத்தான் கூட வந்தான் தாமஸ்.

வந்த இடத்தில் அவனுக்குக் கிடைத்த சிநேகிதம்தான் சரியாக அமையாமல் போய்விட்டது. நாடகக்காரன் தானியல் நல்ல சேக்காளிதான். ஆனால், எத்தனை நாள் அவனோடு நாடகத்தையும், கவிதையையும், பிரஞ்சு மதுவகைகளையும் பற்றி மட்டும் பேசிக் கொண்டிருப்பது? அவன் இல்லாத நேரத்தில் அவனுடைய சிநேகிதியின் மாரைப் பிசைய முயற்சி செய்வதை கொஞ்சம் யோசித்துச் செய்திருக்கலாம்தான். நாடகக்காரன் டாக்டர் தாமஸை அப்போது கழுத்தைப் பிடித்துத் தள்ளினான். அவன் எடின்பரோவில் ஏற்படுத்தவிருந்த ஆஸ்பத்திரியும் திறக்காமலேயே ஆயுசு முடிந்துபோனது அப்போதுதான்.

தாமஸ் அப்புறம் ஒண்ணுக்குள் ஒண்ணாக இருந்து பழகிய சிநேகிதர்களை தெரிசா நினைத்துப் பார்த்தாள். சிநேகிதர்கள் கூட இல்லை. பெண்வாடை பிடித்துத் திரிந்து அவன்

டால்கிரேவ் பக்கம் ஒரு வீடு வைத்துக் கொண்டான். அங்கேயே மேல் மாடியில் தெரிசாவைத் தங்கி இருக்க அவன் யாசித்தாலும், இடம் தோதுப்படாது என்பதோடு இவனுக்கு நெருக்கமாக இருப்பதும் உசிதமானதாக இருக்காது என்றுபட, தெரிசா தோப்புத்தெரு விடுதியிலேயே தங்கிவிட்டாள். இன்று நேற்றல்ல, கடந்து போன பத்து வருஷமாக இதுதான் ஸ்திதி.

அப்புறம்தான் தாமசுக்கு பெண் சீக்கு வந்து சேர்ந்தது. டாக்டருக்கு சீக்கு வந்தாலே கொஞ்சம் அந்தஸ்து குறைச்சல் ஆகிவிடும். அதுவும் பெண்சீக்கு வந்த ஸ்திரீலோலன் மருத்துவனாக அவதாரம் எடுத்து நாடி பிடித்துப் பார்க்க வந்தால், குல ஸ்திரிகள் மட்டுமில்லை, கூட வரப்பட்ட கனவான்களும் அவன் அண்டையில் வர யோசிப்பார்களே. தெரிசாவுக்கு நிலைமை தெரிந்திருந்தாலும் தாமசை நினைக்கப் பாவமாக இருந்தது. அவனை தேவாலயத்திலேயே படி கடத்தாத போது தேவ ஊழியம் செய்ய ஒத்தாசைக்குக் கொண்டு போய் எப்படி நிறுத்துவது?

அவன் கல்யாணம் கட்டியிருந்த ஸ்திரி ரத்துப் பண்ணி விட்டுப் போய் வேறு ஒரு தடியனோடு கூட அமெரிக்காவுக்கு ஓடிப் போகாமல் இருந்தால் தாமஸ் வேலி தாண்டி இருக்க மாட்டானோ என்னமோ.

தாமஸ் பிரச்சனை இருக்கட்டும். பிஷப் இன்னும் வரவேயில்லையே, விடுதிக்கு எப்போது போய்ச் சேர்ந்து ராத்திரி ஆகாரம் கழித்து நித்திரை போவது என்று தெரிசா குழம்பியிருந்தபோதுதான் பிஷப் வந்து சேர்ந்தது.

காண்டர்பரி ஆர்ச் பிஷப் அனுப்பிய போதகர் லண்டனில் இருந்து காலையில் வந்து சேர்ந்து பேச்சுவார்த்தை நடத்திக் கொண்டிருந்ததால் உத்தேசித்தபடி இந்தக் கூட்டத்தை நடத்த தாமதமானதாக அவர் அறிவித்தபோது தெரிசாவைத் தவிர இரண்டே இரண்டு விசுவாசிகள் மாத்திரம் பாக்கி இருந்தார்கள்.

அப்புறம் சர்ச் ஊழியர்களை அனுப்பி மற்ற முக்கியஸ்தர்களைத் தருவித்து, அவர்கள் வருவதற்காகக் காத்திருக்க வேண்டிப் போனது. சொல்லிவைத்தாற்போல் பலருக்கும் காலை பிரார்த்தனைக்கு வந்து போன பிற்பாடு உடம்பெல்லாம் வலி,

நோவு, சுகவீனம். பிஷப்பின் பிரசங்கத்துக்கு இப்படியான சக்தி உண்டென்று ஊரெல்லாம் பிரசித்தமான செய்தியாகிப் போனது பழங்கதை.

கடைசியில் அப்படி இப்படி எட்டுப் பேரோடு ஆரம்பமான ஆலோசனைக் கூட்டத்தில் எந்த முடிவுக்கும் வரமுடியாமல் ஆளாளுக்கு ஒரு திசையில் பேச்சை வளர்த்துக் கொண்டே போனார்கள். வயசர்கள் அவர்கள் எல்லோருமே என்பதால், ஞாயிற்றுக்கிழமை பிற்பகல், சாயங்காலத்தை கோவில் கணக்கில் சாயா குடித்தபடி லோக விவகாரம் பேசி நேரம் கடத்த உத்தேசித்து வந்ததாக தெரிசாவுக்குத் தோன்றியது.

எல்லோரையும் ஒவ்வொரு விசுவாசியின் வீட்டிலும் ஒரு பிரதிநிதியாகத் தங்க வைத்துக்கொள்ளலாம் என்று பிஷப் சொன்னபோது எட்டு வயசன்மார்களும் அது சரிப்படாது என்று சொல்லி விட்டார்கள்.

அமெரிக்கர்கள். வெள்ளைக்காரன், அதுவும் இங்கே ஸ்காட்லாந்திலிருந்து போனவர்களின் வம்சாவளி. என்றாலும் நாகரிகமும் மரியாதையும் தெரியாத கூட்டம் இல்லையா அது.

தேவ ஊழியம், மிஷனரி மகாநாடு என்று வந்தாலும், வீட்டு ஆண்பிள்ளைகள் இல்லாத நேரத்தில், மகாநாடுமாச்சு மத்ததுமாச்சு என்று வீட்டுக்குள் சுற்றி வந்து பெண்பிள்ளைகளைத் தொட்டுப் பார்க்கவும் செய்வார்கள். பொலிகாளை மாதிரியான அந்த பிரகிருதிகளை பாவம் வெள்ளந்தியான இங்கிலீஷ், ஸ்காட்டிஷ் பெண்களும் பெருவாரியாக இச்சிக்க இடமுண்டு என்பது வயசர்கள் சுற்றி வளைத்துப் பேசியதில் தெரிசாவுக்குத் தெரிந்த விஷயமானது.

ரயில்வேக்காரர்கள் திறந்திருக்கும் பல்மோரா ஹோட்டல் வேவர்லி ஸ்டேஷன் பக்கம்தானே இருக்கு. அங்கே அறைக்கு மூன்று அல்லது நான்கு பேராக தங்க வைத்தால், பிரின்சஸ் தெருவில் இருந்து போக வர, ஆகாரம் போன்ற சமாசாரங்களுக்கு எளுப்பமாக இருக்குமே என்று தெரிசா சொன்னபோது பிஷப் வேண்டாம் என்று சொல்லி விட்டார். அந்த அளவு காசு

நம்ம சபையில் கிடையாது சீமாட்டியே என்றார்.

போன வாரம் தான் புதுசாகக் கட்டின வீட்டில் கக்கூஸில் மர வாளி முதல் கொண்டு ரெட்டைக் கட்டில் வரைக்கும் சபை செலவில் வாங்கிப் போட்டார் அவர் என்று சபையில் தகவல் உண்டு. தேவ ஊழியத்தில் அதுவும்தான் சேர்த்தி. தெரிசா கேள்வி கேட்கப் போவதில்லை.

செவ்வாய்க்கிழமை மதியத்துக்கு மேல் ஒரேயடியாக உட்கார்ந்து ஏழு மணிக்குள் இறுதி முடிவு எடுப்பதாகவும் செவ்வாய் மதியமாவது இருபது முப்பது பேர் வந்திருந்தால் விஷயம் சீக்கிரமாக முடிவெடுக்கப்பட்டு விடும் என்றும் பிஷப் சொல்லி கூட்டத்தைக் கலைத்தது அவசரமான ஒரு பிரார்த்தனையோடு. ராச் சாப்பாட்டு அவசரம் அது. தெரிசாவுக்கும்தான் பசித்தது.

பிஷப் வெளியே போனபிறகு குடையையும், கைப்பையையும் இருட்டில் தேடி எடுப்பதற்குள் வெளிவாசல் இரும்பு அழிக் கதவைச் சார்த்திப் போயிருந்தார் அவர். உள்ளே இருந்து அதைத் தள்ளித் திறக்கலாம்தான். வண்டி வண்டியாக மூத்திரம் ஒழிக்கும் குடிகாரன்களும் அவர்களுக்கு நீர் வார்க்கும் மதுக்கடைகளும் வெளியே லோத்தியன் தெருவில் சர்ச்சுக்கு முன்பாகவே அமைந்திருக்கின்றன. உடுப்பு நனையாமல் தெரிசா தெருவில் இறங்க முடியாத சூழ்நிலை.

அவள் கல்லறைகளுக்கு நடுவே மெல்ல நடந்தாள். புதிய கல்லறைகளில் உறங்கிக் கிடந்தவர்கள் சுத்தமான சூழலில் இளைப்பாற, ஒரு நூற்றாண்டு முன்னால் போய்ச் சேர்ந்தவர்களில் சிலரைப் புதைத்த இடத்தில் நட்ட கல்தூண்கள் அடி பெயர்ந்து போய்க் கல்லறை மேல் குறுக்கும் மறுக்குமாகக் கிடந்தன. உள்ளே மூச்சு முட்டி வெளியே வந்து விடலாம் அவர்கள்.

வேவர்லி பிரபு குடும்ப சவ குடீரங்கள் பக்கம் நடக்கும்போது தெரிசாவுக்குப் பழக்கமான குரல்.

அக்கா, செத்தெ நில்லுங்கோ. அக்கா. விசப்பு உசிரு போறது. தாகம்.

அவளுக்குத் தெரியும் அந்தப் பெண்ணை. கூட நிற்கும் பெண் குழந்தையை.

அத்தியாயம் ஐம்பத்தி ஏழு

10 ஜூன் 1910 - சாதாரண வருஷம் வைகாசி 28 வெள்ளிக்கிழமை

கிளாரா என்றாள் இந்தப் பக்கம் நின்ற பெண். வெளுத்து மெலிந்த வெள்ளைக்காரி. அவளுக்குப் பின்னால் நின்றவள் கறுப்பி. கொஞ்சம் சதை போட்டு, முன் உதடு பெருத்த குட்டைப் பொண்ணு. சாரா என்றாள் அவள் தன் பெயரை.

ரெண்டு பேரும் மிஷனரி மகாநாட்டுக்கு வந்தவர்கள். வெள்ளைக்காரி அமெரிக்காவில், வாஷிங்டனில் இருந்து வந்து சேர்ந்தவள். கறுப்பி ஆப்பிரிச்சி. அபிசீனியாக்காரி. சீனாவில் வேதம் பரப்புகிற ஊழியம் செய்கிறவள். அங்கேயும் வேதாகமம் கப்பலும் வண்டியும் ஏறிப் போய்ச் சேர்ந்துள்ளது. பரத வர்ஷே பரத கண்டே மேரோஹு என்று கிழக்கே வந்த பிற்பாடு ரொம்ப நாள் கழித்துத்தான் அது. அப்படித்தான் தெரிசாவுக்குப் பட்டது.

எடின்பரோ கிறிஸ்துவ மிஷனரி மகாநாட்டுக்கு வந்த பிரதிநிதிகளை ஹோட்டல், விடுதி என்று தங்க வைப்பதை விட, கூடிய மட்டும் விருந்தினர்களாக வீடுகளில் தங்க வைத்தால் நலம் என்று முடிவானபோது தெரிசா சொன்னாள்

நானே விடுதியில்தான் தங்கியிருக்கிறேன். என்னால் முடிந்த காரியம் இரண்டு பெண் பிரதிநிதிகளை நான் தங்கியிருக்கும் தோப்புத் தெரு விடுதியில் இருத்திக்கொள்கிறேன். அவர்களுடைய ஆகார செளகரியம், போக்குவரத்து, இளைப்பாற ஒத்தாசை எல்லாத்துக்கும் நானே பொறுப்பேற்றுக் கொள்ளுவேன்.

அவள் சொன்னதற்கு உடனடியாக பிஷப் சம்மதம் தெரிவித்ததோடு, அம்மாதிரி கட்டணம் குறைச்சலான விடுதிகளில் மகாநாட்டுக்கு வரக்கூடிய பிரதிநிதிகளைத் தங்க வைக்க பண உதவி செய்ய மற்றவர்களும் முன்வர வேண்டும் என்று யோசனை சொன்னார். அதை முன்யோசனையுடன் துண்டுச் சீட்டில் எழுதி ஞாயிற்றுக்கிழமை பிரார்த்தனை நேரத்தில் கடத்திவிடாமல், பிரசங்கத்தை ஆரம்பித்ததுமே காரியத்தில் கண்ணாகச் சொல்லிப் போட்டார்.

பெண் பிரதிநிதிகள் ரொம்பவே குறைவாக இருந்ததால் அவர்களை விடுதிகளில் தங்கவைப்பதை விட வீடுகளில் தங்கவைப்பதே பத்திரமான ஏற்பாடு என்று சபை உறுப்பினர் ஒருத்தர் ஆலோசனை சொன்னாலும், தெரிசா கண்காணிப்பில் தோப்புத்தெரு விடுதியில் வருகிற பெண்கள் எல்லோரையும் தங்கவைக்கலாம் என்று முடிவாயிற்று.

இதைத் தவிர, குடும்பத்தோடு வரும் பிரதிநிதிகளின் ஒத்தாசை இருந்தால் நாலைந்து ஆண்கள் ஒரு விடுதியிலும் அவரவர்களுடைய பெண்சாதிகள் வேறே இடத்திலும் சேர்த்துத் தங்க வைக்கலாம் என்ற ஆலோசனையும் சொல்லப்பட்டு, உடனே நிராகரிக்கப்பட்டது. இது வந்தவர்கள் விருப்பத்தைப் பொறுத்ததில்லையோ.

ஆகக் கூடி நேற்று லண்டனில் இருந்து ஃப்ளையிங் ஸ்கோட்மேன் ரயில் எடின்பரோ வந்து சேர்ந்ததும், தெரிசா பங்குக்கு இரண்டு பெண் பிரதிநிதிகளை வரவேற்றுத் தோப்புத் தெரு விடுதிக்குக் கூட்டிப் போனாள். கிளாராவும், சாராவும்.

கிளாரா அவள் குடும்ப வேர்கள் ஸ்காட்லாந்தில் இருப்பதாகவும் மிஷரரி மகாநாட்டில் பங்கெடுப்பதோடு பூர்வீக கிராமத்தைப்

பார்த்து வர வேண்டும் என்றும் புறப்பட்டு வந்ததாகவும் ஆசை ஆசையாகச் சொன்னாள்.

தெரிசாவுக்கு அம்பலப்புழை நினைவு வந்தது. எத்தனை தடவை போக நினைத்து முடியாமல் தள்ளிப்போட்டிருக்கிறாள்.

அடுத்த வருடம் போகணும் என்று முடிபோட்டு வைத்தால், அடுத்த வருடம் வேறே ஏதாவது காரியம் முளைக்கும். ஓதுக்குப்புறப் பகுதி தேவாலயத்தை ஒட்டி பெண்கள் பள்ளிக்கூடம், அல்லது கில்மோர் தெருவில் பியானோ வகுப்பு எடுக்க கோரிக்கை.

கில்மோர் தெருவில் இருந்த கத்தோலிக்க கன்யாஸ்த்ரிகளின் கன்னிமாடத்தில் இருந்து கூட இப்படி வகுப்பெடுக்க கோரிக்கை வந்தபோது பிஷப்புக்கே தாங்க முடியாத ஆச்சரியம். அவருடைய ஜீவிதத்தில் கத்தோலிக்கர்கள் இவ்வளவு இணக்கமாக இதுவரை வந்ததாக ஒரு நிகழ்ச்சி நடந்ததே கிடையாது. அவசியம் போய்ச் சொல்லிக் கொடுக்கச் சொல்லி அவர் கோரிக்கை விடுத்ததால் போன வருடமும் தெரிசா இந்தியா போவதைத் தள்ளிப்போட வேண்டிப் போய்விட்டது.

கிளாராவுக்கு வயசு அறுபதாவது காணும். சாரா சின்ன வயசு. தெரிசாக்கு இடமும் வலமுமாக ஒவ்வொருத்தரும் இருபது வயசு வித்தியாசம் என்றாலும் பார்த்த மாத்திரத்திலேயே அவளோடு பிரியமாக ஒட்டிக்கொண்டுவிட்டார்கள்.

நாளைக்கு மகாநாடு இருக்கு. அதுக்குள்ளே எடின்பரோவை கொஞ்சம் சுற்றிப் பார்க்கலாமா?

சாரா கேட்டபோது தெரிசாவுக்குச் சிரிப்பு வந்தது. அவளே எடின்பரோவை இந்தப் பத்து வருடத்தில் முழுக்கப் பார்த்ததில்லை. இரண்டு வாரத்துக்கு ஒரு தடவை லண்டன், அங்கே வீட்டைப் பராமரிப்பது, ஓட்டம் ஓட்டமாகத் திரும்பி வந்து எடுத்துக்கொண்டிருக்கும் வகுப்புகளைத் தொடர்வது, திரும்ப அடுத்த லண்டன் பயணம் இப்படி ரயில் வண்டியில் தான் பாதி வாழ்க்கை கழிந்துகொண்டிருக்கிறது.

எல்லா தேவாலயமும் போகணுமா? தெரிசா கேட்டபோது சொல்லிவைத்தாற்போல் இரண்டு பேரும் அதொண்ணும் வேண்டாம் என்று தீர்மானமாக அறிவித்துவிட்டார்கள். கோவில், மதப் பிரச்சாரம், வேதாகமம், அனுஷ்டானம் இத்யாதி விஷயங்களைத்தான் திகட்டத் திகட்ட இன்னும் ஒரு வாரம் பேசித் தீர்க்கப் போகிறோமே. வேறே எடின்பரோவில் பார்க்க என்ன எல்லாம் இருக்கு?

கோட்டை. அதில் அரச பரம்பரையின் வீர வாள், மகுடம்.

தலை இல்லாத கிரீடமும் வாளும் ரசிக்காது என்று சொல்லி விட்டாள் கிளாரா. லண்டனில் இப்போதான் லண்டன் கோபுரப் பகுதியில் சுற்றித் திரிந்து அனிபோலினைச் சிரச்சேதம் செய்த இடம் விடாமல் தரிசித்து சரித்திரத்தைத் தொண்டைக்குழி வரைக்கும் விழுங்கிவிட்டேன். இதுக்கு மேலே ஸ்காட்லாந்த் சரித்திரம் வேறே என்றால் கடுத்த அஜீர்ணமாகிவிடும், வேணாம் என்றாள் சாரா.

நாடகம், ஓபரா? தெரிசா கேட்டாள். அவளே இந்தப் பத்து வருடத்தில் இரண்டே இரண்டு நாடகம்தான் பார்த்திருக்கிறாள். அதில் ஒண்ணு பாதியில் இறங்கி வந்த ஓ சோசன்னா நாடகம். தங்கியிருந்த விடுதி தீயில் கருகிப்போன ராத்திரி அது. நாடகம் என்றாலே ஏனோ அடிவயிற்றில் பயம். வற்புறுத்தி நாலைந்து வருடம் முந்தி கிறிஸ்துமஸ் சமயத்தில் பள்ளிக்கூடப் பிள்ளைகள் நடித்த ஏசு பிறப்பு நேட்டிவிட்டி நாடகம் பார்த்தபோது கூட பாதியில் எழுந்து போய் விடுதி என்ன ஆச்சு என்று பார்க்கத் தோன்றிக் கொண்டே இருந்தது.

நாடகம், சங்கீதம் எல்லாம் சாவகாசமாகப் பார்த்துக் கொள்ளலாம். அதான், மகாநாட்டில் சாயந்திரம் கொஞ்சம் கொஞ்சம் இந்த இனங்களைக் கைகார்யம் செய்வார்களாமே. வேறே பரபரப்பான ஏதாவது.

சாரா இழுத்தாற்போல் சொல்ல, தெரிசாவுக்கு செயிண்ட் ஜான் தேவாலய கம்பி அழிக்கதவின் மேல் மூத்திரம் ஒழித்துக் கொண்டிருந்த குடிகாரக் குப்பன்கள் ஏடாகூடமாக நினைவுக்கு

வந்தார்கள்.

என்ன தெரிசா சிரிக்கறே?

சாரா ஆர்வமாக விசாரித்தாள்.

ஒண்ணுமில்லே. ஸ்காட்லாந்தில் சாப்பாடும், குடியும் தவிர வேறே மும்முரமான, சுவாரசியமான விஷயம் இருக்கறதா தெரியலே. சாப்பாட்டு விஷயத்திலே நான் சுத்த சைவம். அடுத்த சமாசாரம் அருகே அண்டக்கூட விடமாட்டேன்.

அது ஏன் இந்தியாக்காரங்க எல்லாரும் சுத்த சைவம்? மீன், முட்டை கூட இல்லையா? புத்த மதத்திலே இதுவும் ஒரு ஆசாரம்தானே?

கிளாரா கேட்டாள். அமெரிக்கப் பெண்மணிக்கு இந்தியா தெரியாததில் அதிசயம் இல்லை. ஆனாலும் தெரிசா வேறு மதம் என்று நினைத்துக்கொண்டிருந்ததுதான் ஆச்சரியமாக இருந்தது. அதுவும் புத்த மதம்.

அவளிடம் தான் வேதத்தில் ஏறின கதையை சாவகாசமாகச் சொல்லிக் கொள்ளலாம். வேறே எடின்பரோவில் என்ன சுவாரசியமான விஷயம்? மழை? அதில் என்ன சுவாரசியம் இருக்கப்போகிறது? வருஷம் முழுக்க மழையில் கருப்புக் கல் கட்டிடங்கள் நனைந்து சதா துக்கம் அனுஷ்டிக்கிறதைப் பார்க்க மனசு முழுவதும் அழுகை பீறிட்டு வரும். இதயம் இருக்கப்பட்ட எல்லோருக்கும் தோணும் இப்படி.

ஊர் பார்க்க வந்தவர்களிடம் இப்படியான துக்கத்தை என்னத்துக்குப் பகிர்ந்துகொள்ளணும்?

ஆமா, இங்கே பேய் பிசாசு எல்லாம் நிறைய உலாவுவதாகச் சொன்னார்களே.

சாரா கேட்டாள்.

ஆமா, நானும் கேட்டிருக்கேன். அமானுஷ்ய அனுபவங்கள் இங்கே இருக்கற இடங்கள்லே கிடைக்கும்னு என் மாமி சொல்லியிருக்காங்க. அவங்க கிளாஸ்கோவிலிருந்து நாற்பது

வருஷம் முந்தி வாஷிங்டன் வந்தவங்க.

கிளாராவும் அமானுஷ்யத்தில் ஆர்வம் காட்டினாள். இதெல்லாம் கிறிஸ்துவம் இல்லை என்று முகத்தில் அடித்தாற்போல் சொல்லிவிடலாம் தான். ஆனால் தெரிசா இங்கிதம் தெரிந்தவள். விருந்தாளிகள். பெண்ணுக்குப் பெண் துணையாக இருக்க வந்த கூட்டுக்காரிகள்.

அப்புறம், அமானுஷ்யம் தெரிசாவைத் தொடர ஆரம்பித்து எத்தனை வருஷம் ஆகிவிட்டது.

சேச்சி, அக்கா என்று மாறி மாறி அழைத்தபடி அவளை எங்கே போனாலும் தொடர்கிற பெண். கூடவே வருகிற அவளுடைய குழந்தைப் பெண். ஒரு வினாடி எதிர்ப்பட்ட வாகனத்தில் உட்கார்ந்தபடி அவளை விளித்த தெக்கத்தி சாயல் கொண்ட குடுமிக்காரப் பையன். எல்லோரும் இருக்கப்பட்டவர்களா?

காலத்தின் சுழற்சியில் எப்படியோ இசகு பிசகாக இடம் மாறி கதி கிட்டாமல் திரிந்துகொண்டிருக்கும் அவர்கள் தெரிசாவுக்கு உற்றவர்கள். உறவுக்காரர்கள். பீட்டர் போல், இப்போது விலகிப் போனாலும் பீட்டரைக் கல்யாணம் கட்டியதால் உறவான தாமஸ் போல, சில நேரங்களில் அவர்களையும் விட இத்திரி அதிகமாகத் தொடர்கிற உறவுகள். அதிலே அமானுஷ்யம் எங்கே இருக்கு?

சாரா படம் போட்ட ஒரு புத்தகத்தைப் பிரித்தாள். இங்கிலாந்திலும் ஸ்காட்லாந்திலும் பார்க்க வேண்டிய இடங்கள், வரைபடம், பிரயாண வசதிகள் என்று சகல தகவலும் கொண்ட புத்தகம்.

இந்த இடம் எங்கே இருக்கு?

அவள் படத்தைச் சுட்டிக் காட்டிக் கேட்ட இடத்தை தெரிசாவுக்கு நன்றாகவே தெரியும். அங்கே பக்கத்தில் கல்யாணம், பொது நிகழ்ச்சி என்று எத்தனையோ தடவை போயிருக்கிறாள். கிரமமாக அரைப் பாவாடை கட்டிய நாலைந்து கிழவர்கள் பேக்-பைப் வாசித்து வரவேற்பார்கள். அந்த

சங்கீதம் அசைப்பில் மகுடியும் நாதசுவரமும் சேர்ந்ததுபோல் அம்பலப்புழை ஸ்ரீகிருஷ்ணன் அம்பலத்தை நினைவுபடுத்தும். இத்தனை வருடம் கழிந்தும் மறக்காத இசை. ஆனாலும் இடக்க வாசித்து சோபான சங்கீதம் பாடுகிற மாரார் ஸ்திரி போல பாவாடை உடுத்தியிருக்க மாட்டார்.

இங்கே ராத்திரி ராத்திரி விநோதமான அனுபவம் எல்லாம் ஏற்படுகிறதாமே. நம்பாதவர்களும் ஒரு தடவை அனுபவப்பட்டால் இந்த உடம்பில்லாத பிரகிருதிகளை நம்பி அவர்களைத் தொடர வைத்து விடுவார்களாமே.

சாரா புத்தகத்தில் இருந்து கண்ணை எடுக்காமலேயே சொன்னாள்.

நான் பார்த்ததில்லையே அதெல்லாம் என்றாள் தெரிசா.

வாங்க, இன்னிக்கு ராத்திரி பார்த்துட்டு வரலாம். மதியத்திலேயே போனால், இன்னிக்கு ராத்திரி பேய் பிடிக்கக் கூட்டிப் போகறதுக்குப் பதிவு பண்ணிக்கலாம்னு போட்டிருக்கே புத்தகத்திலே.

சாரா பலமாகச் சிரித்தாள்.

தெரிசாவுக்கு எடின்பரோ தெரிந்ததைவிட அபிசீனியாவில் இருந்து வந்த சாராவுக்கு இந்த ஊரை அங்குலம் அங்குலமாகத் தெரிந்திருக்கிறது.

சாயந்திரம் மூன்று மணிக்கு தெரிசா பதிவு செய்கிற இடத்துக்குப் போனபோது ஏற்கனவே பத்துப் பேர் ராத்திரி கல்லறைகளையும் பேய் அலையும் கட்டடங்களையும் பார்க்க பெயர் பதியக் காத்திருந்தார்கள்.

தெரிசாம்மா, நீங்க கூடவா இதைப் பார்க்க நிக்கறீங்க?

யாரோ பின்னால் இருந்து கூப்பிடும் சத்தம். திரும்பிப் பார்த்தாள் தெரிசா. தோப்புத்தெரு விடுதி சொந்தக்காரன் காணாததைக் கண்ட சந்தோஷத்தில் சிரித்தபடி நின்றிருந்தான்.

எனக்கு இல்லே. நம்ம விருந்தாளிகள் வந்திருக்காங்களே, அவங்களுக்கு நிஜமாகவே பேய் அலையுதான்னு பார்க்க

இஷ்டம்.

நீங்க வேணும்னா பாருங்க. இன்னும் அரை மணி நேரத்திலே முப்பது பேர் சேர்ந்தா, பேயைக் காட்டறேன்னு சாயந்திரமே ஒரு கோஷ்டியைக் கூட்டிட்டுக் கிளம்பிடுவாங்க. பிசாசு தட்டுப்படுதோ என்னமோ, ஊர்லே நல்ல பியர் கிடைக்கிற ஒரு கடை விடாமல் படி ஏறிடலாம். மப்புலே அவனவன் அலையறபோது எதிர்ப்பட்டது எல்லாம் பிசாசாத்தான் தெரியும். ஆனா, நல்ல பியர். மர பீப்பாய்லே அடைச்சு பதப்படுத்தின சரக்கு. பேய் கிடைக்காட்டாலும் அதுக்கே போகலாம்.

விடுதிக்காரக் கிழவன் பியர் சுகத்தில் கண் கிறங்கிச் சிரித்தான். இவன்களுக்கு போக சுகம் கூட மறந்து போகும். குடிக்கிற சொர்க்கம் அந்திம உறக்கம் வரை கூட வருவது ஒருக்காலும் நிற்காது போல.

பாவம், விருந்தாளிகள் மிஷனரி மகாநாட்டுக்கு வந்துட்டு பியரையும் பீப்பாயையும் பார்க்கணும்னு ஏன் ஆசைப் படறாங்களோ தெரியலை.

தெரிசா அவனுக்கு பதில் மரியாதையாகச் சிரிப்பைத் திருப்பிக் கொண்டே சொன்னாள். அவளுக்கும் ஏனோ இந்த மாதிரி ஒரு குழுவாக அலைய வேணும் என்று தோன்றியது. பிசாசு இருந்தால் நல்லது தான். இருக்கட்டுமே. அதோடும் அலைந்தால் போச்சு. பெண் பிசாசாக இருக்கணும். அவ்வளவுதான்.

எத்தனை பேர்?

சீட்டு கிழித்துக் கொண்டிருந்தவன் கேட்டான்.

அஞ்சு.

எதுக்காக ஐந்து கேட்டோம் என்று தெரிசாவுக்குப் புரியவில்லை.

அத்தியாயம் ஐம்பத்தி எட்டு

10 ஜூன் 1910 - சாதாரண வருஷம் வைகாசி 28 வெள்ளிக்கிழமை

தெரிசா ராத்திரி ஆகாரம் ஏதும் வேண்டாம் என்று சொல்லி விட்டாள். விடுதி வேலைக்காரிப் பெண் வற்புறுத்தி இரண்டு ரொட்டியும் கொஞ்சம் பாலும் கொடுத்துக் கழித்து விட்டுப் போகச் சொன்னாள்.

ஊர் பூரா சுற்றி நடந்து பிரேத ஆத்மாக்களைத் தேட உடம்பில் கொஞ்சம் போல பெலம் ஒட்டிக் கொண்டிருப்பது சிலாக்கியம் என்று விடுதிக்காரனும் சொன்னான்.

வழக்கமாக இந்த மாதிரி இடங்களுக்கு அழைத்துப் போகிற வழிகாட்டிகள் தேடும் ஆவிகள் தவிர இன்னும் நாலைந்து பெயர்களை அவன் சொன்னான். ஐம்பது வருடம் முன்னால் கொடிகட்டிப் பறந்து மர்மமான முறையில் உயிர் விட்டவர்கள் என்று கிடைத்த தகவல்படி அதில் மூன்று இளம் பெண்களும் ஒரு ஆணும் உண்டு. எல்லாரும் வேண்டப்பட்டவர்களாம். முக்கியமாக அந்த ஸ்திரிகள்.

அவங்களைப் பார்த்தால் நீங்க விசாரிச்சதா சொல்றோம்.

சாரா சொல்லிவிட்டுச் சிரித்தாள்.

வேணாம், வந்துடச் சொல்லப் போறாங்க. நான் இப்போ கிளம்பற உத்தேசம் இல்லை.

விடுதிக்காரன் மரியாதையாகக் குனிந்து வணங்கியபடி சொன்னபோது அவன் இடுப்பில் ஸ்காட்டிஷ் கில்ட் அவிழ ஆரம்பிக்க, கிளாரா சிரிப்பு உச்சத்தை அடைந்தது.

இவர்களை இப்படியே கூட்டிப் போனால், பியர் குடித்த உற்சாகமான பெண்கள் என்று தான் படுமே தவிர மிஷினரி மகாநாட்டுக்கு வந்த பிரதிநிதிகள் என்று யாரும் சொல்ல மாட்டார்கள்.

சிரிப்பை நிறுத்த அவர்களை அவசரமாக அப்பால் நடத்திப் போனாள் தெரிசா.

கிளாராவும், சாராவும் நடந்தே மிண்ட் தெருவுக்குப் போகலாம் என்று ஒருமித்துச் சொல்லிவிட்டதால் ராத்திரியில் கோச் வண்டியை வரச் சொல்ல வேண்டிய அவசியம் இல்லாமல் போனது. ராத்திரி பயணத்துக்கு ஏகத்துக்குக் காசு வாங்குகிறதோடு வண்டி ஓட்டி வர ஆள் கிடைப்பதும் கஷ்டம்.

ஊரோடு குடிக்கும் நேரத்தில் இப்படி அற்பமான உத்தியோகம் பார்த்துக் காசு பார்க்கத் தயாரானவர்கள் சொற்பமான இடமாச்சே இந்த எடின்பரோ.

நிலா வெளிச்சத்தில் இடது பக்கத்தில் அமெரிக்க வெள்ளைக்காரியும் வலது வசத்தில் ஆப்பிரிக்கக் கறுப்பியுமாக தெரிசா நடந்தபோது மனசுக்கு இதமாக இருந்தது. ரெண்டே நாள் பழக்கத்தில் அவர்கள் இரண்டு பேரும் நல்ல சிநேகிதிகளாகி இருந்தார்கள்.

வயதில் சின்னவளாக இருந்தாலும் சாரா கறுப்பி தெரிசாவுக்கு அம்மா மாதிரி அவளைக் கிட்டத்தட்ட ஏவி பிரியத்தைக் காட்டினாள். அம்மா வயசு என்றாலும் கிளாரா சவலைக் குழந்தை மாதிரி தெரிசா கையைக் கெட்டியாகப் பற்றிக் கொண்டே வழி முழுக்க நச்சரித்துக் கொண்டு வந்தாள்.

எடின்பரோவிலே ராத்திரி பெண்கள் தனியாப் போகறது பாதுகாப்பு இல்லாத ஒண்ணா?

கிளாரா கேட்டாள்.

வாஷிங்டன்லே பகல்லேயே அப்படியாமே?

சாரா அவளைச் சீண்டினாள்.

நான் வீட்டை விட்டு வெளியே போனாலே மோட்டார் வண்டியிலே போய் இறங்கிடுவேன். வண்டி ஓட்டிப் போறதுக்கு ரொம்ப கஷ்டப்பட்டு டிரைவர் தேட வேண்டிப் போச்சு.

ஏன், காசு விட்டெறிஞ்சா நிறையப் பேர் வரிசையா வீட்டு வாசல்லே வந்து நிப்பாங்களே

சாரா கேட்டாள்.

நிப்பாங்க தான். வேலை பார்க்க எடுக்கறதுலே ஜாக்கிரதையா இருக்கணும். ஊர்லே இருக்கற கறுப்பு.

அவள் சட்டென்று நிறுத்தி காலில் செருப்பு கடிக்கிறது என்று குனிந்து முனகிய போது முதல் தடவையாக தெரிசாவுக்கு சிரிப்பு வந்தது.

ஹோலிராட் அரண்மனை பக்கம் இவர்கள் வந்து சேரும் முன்பே பிரேத ஆத்மாக்களைச் சந்தித்துக் குசலம் விசாரிக்க அங்கே ஒரு கூட்டம் தயாராக நின்றார்கள்.

மூணு சீட்டு குறைச்சுதுன்னியே ஜாக், வந்தாச்சு.

கல்யாண விருந்துக்குப் புறப்படத் தயாரானவன் போல் உடுப்பணிந்து இருந்த கிழவன் பக்கத்தில் நின்ற பையனைப் பார்த்துச் சொன்னான். அவனை செயிண்ட் ஜான் தேவாலய வாசலில் அழிக்கம்பியை நனைத்துக்கொண்டு நின்றபடிக்கு பார்த்ததாக தெரிசாவுக்கு என்னமோ நினைப்பு.

என்ன கர்மாந்திரமோ. இருந்துவிட்டுப் போகட்டுமே. இந்த விருந்தாளிப் பெண்டுகள் சுற்றிப் பார்த்து முடிக்கிற வரை இதை எல்லாம் பொறுத்துக்கொள்வதால் ஒன்றும் குடிமுழுகிப்

போகாது.

தெரிசா அந்தக் கூட்டத்தில் இருந்தவர்களைப் பார்த்தாள். கிட்டத்தட்ட எல்லோரும் ஐம்பது வயசு கடந்த ஆசாமிகளாக இருந்தது வேடிக்கையாக இருந்தது. ஒவ்வொருத்தராகக் கூப்பிட்டுக் குறுக்கு விசாரணை செய்தால் அதில் கிட்டத்தட்ட எல்லோரும் மிஷனரி மகாநாட்டுக்காக வந்தவர்களாக இருக்கலாம்.

இந்தத் தெருவிலேயே ஆரம்பிக்கலாமா? முன்னூறு வயசுக்கு மேலே ஆன சில பேரை உங்களுக்கு பரிச்சயப்படுத்தலாம்னு பார்க்கறேன். அதுக்கு இன்னும் கொஞ்சம் நேரம் ஆகும். என்ன ஒரு அரை மணி நேரம் போல. வரவேண்டிய விருந்தாளிகள் எல்லாம் வரவேண்டாமா?

அவன் கால் தரையில் பரவாது நடக்கிறதாக பாவனை காட்டியபடி கைக்கடியாரத்தைப் பார்த்தான். நேரம் பார்த்து வந்து போகிற புண்யாத்மாக்களோடு தினசரி சுமுகமாக வார்த்தை சொல்லிப் பழகின கைபோல.

அதுக்கு முன்னாடி தெம்பா பக்கத்துலே ஹார்டி பார்லே ஒரு பியர் அடிச்சுட்டு வரதுன்னா நல்லது. நம்ம சீட்டைக் காட்டினா, கடையிலே கணிசமாகத் தள்ளுபடி உண்டு.

அட, இப்படியும் ராத்திரியிலே ஒரு கூட்டுக் களவாணி வியாபாரமா? தெரிசாவுக்கு ஆச்சரியமாக இருந்தது.

ஸ்காட்லாந்தில் பணம் பண்ண என்ன எல்லாம் செய்கிறார்கள். இங்கிலீஷ்காரர்களுக்கு இந்தச் சாமர்த்தியம் கிடையாது.

இருந்தால் பீட்டர் மெக்கன்சியின் அப்பா மாதிரி வீட்டுப் பெயரில் இவ்வளவு கடன் வாங்கிக் குடித்தே அழித்திருப்பாரா?

ஒவ்வொரு தடவை லண்டன் போகும்போதும் பீட்டருடைய பாங்க் கணக்கில் இருந்து கணிசமான தொகை அந்தக் கடனை அடைக்கப் போயிருப்பதை பேங்கில் நுழையும்போது சொல்கிறார்கள். கண்டம் விட்டுக் கண்டம் போய், யாரையோ எதிர்த்து என்னத்துக்கோ யுத்தம் செய்து கூலி வாங்கி அவன்

சேர்க்கிற காசு இப்படியா வீணாகப் போகவேண்டும்?

மாமனார் மக்கென்சி குடல் அழுகிக் கெட்டுப் போய் இறந்தபோது கென்சிங்க்டன் வீட்டுக் கடன் பாதிதான் அடைந்திருந்தது என்று நேரம் கெட்ட நேரத்தில் தெரிசாவுக்கு நினைவு வந்தது.

பீட்டர், நீ இன்னும் எத்தனை வருஷம் எல்லா சவுகரியத்தையும் விட்டுப் பிரிஞ்சு போய் காசு சம்பாதிக்கறதுக்காகத் தனியா இருக்க வேணுமோ. உனக்குப் பிரியமான தேவ ஊழியம் செய்யறதுக்காவது எனக்கு உடம்பிலே தெம்பு வேணும். பியர் குடிச்சு வர்ற தெம்பு இல்லே அது. மனசில் தானே பீறிட்டுக் கிளம்புவது.

தேவ ஊழியத்தில் பிசாசு பிடிக்கறதும் உண்டா என்று பீட்டர் உரக்கச் சிரித்தபடி அவன் மார்பை அழுத்தினான்.

ஏய், நடுத் தெருவிலே என்ன விளையாட்டு. கையை எடுறா.

காயா, பழமா பார்க்கறேண்டி, கொஞ்சம் பொறு.

உதுந்து போற ஸ்தானத்திலே இருக்குடா ஸ்தனம் ரெண்டும். கையை எடுடா உதவாக்கரை.

மனசு தான் எப்படி எல்லாம் குறக்களி காட்டுகிறது.

தெரிசா சட்டென்று மேல் சட்டையைப் போர்த்தியிருந்த கம்பளிச் சால்வையை இறுக்க இழுத்து மூடிக் கொண்டாள்.

குளிருக்கு இதமா ஜின்னும் லெமனும் சாப்பிடலாமா என்றாள் சாரா.

அவள் குரல் கேட்டு வழிகாட்டிக் கிழவன் பக்கத்தில் தயங்கி நின்றான்.

சீமாட்டிப் பெண்டு பிள்ளைகள் தனியாக பத்திரமாக உட்கார்ந்து ஜின் அப்புறம் இன்னும் வேறே நாசுக்கான சமாச்சாரம் பலதும் சாப்பிட வசதி இருக்கு அம்மணி.

அவன் நிச்சயம் மதுக்கடையில் தினசரி கூலி பியராக வாங்கி

மாந்தி விட்டுத் தேவாலய வாசலுக்கு உடுப்பைத் தளர்த்திக் கொண்டு நடக்கக்கூடியவன்.

ஐயோ போதையான வஸ்து ஒண்ணும் வேணாம். அப்புறம் நாளைக்கு காலையிலே மகாநாட்டுக்குப் போய் உட்கார முடியாது.

கிளாரா அவசரமாக முட்டுக்கட்டை போட்டாள்.

இல்லாவிட்டாலும் இந்த மூன்று பேரில் ஒருத்தரும் கடை வாசல்படி ஏறி ஒரு துள்ளி பானம் கூடப் பண்ணப் போவதில்லை. மூணு பேருக்குமே அது தெரியும்.

பக்கத்தில் நகரசபைக் கட்டடம் இருளில் மூழ்கிக் கிடந்தது. சாரா அங்கே போய் எப்படி இருக்கிறது ராத்திரியில் சபை என்று பார்க்கலாம் என்றாள்.

கிளாராவுக்கு பயமாக இருந்தாலும், ஆள் ஒழிந்த அந்த பிரம்மாண்டமான கட்டிடம் இருட்டில் எப்படித் தட்டுப்படும் என்று தெரிந்துகொள்ள ஆசையாக இருந்தது என்று அவள் ஆர்வமாக தெரிசாவைப் பார்த்ததில் இருந்தே தெரிந்தது.

அங்கே கதவெல்லாம் அடைத்து வச்சிருப்பாங்களே என்றாள் தெரிசா.

தேவையில்லாமல் அவசியம் இல்லாத இடத்தில் எல்லாம் நேரம் கெட்ட நேரத்தில் போய்வர அவளுக்கு உண்டான சஞ்சலம் அம்பலப்புழையில் இருந்து அவள் கட்டி எடுத்து வந்தது.

இதென்னடி கூத்து. கன்யகையான ஸ்திரி அகால நேரத்துலே தெருவிலே நடக்கறதுக்கு மிந்தி ஒண்ணு தீர யோசிக்கணுமின்னே உனக்கு போதமாகாதா? நீ கிறிஸ்து பகவானைத் தொழுதா என்ன, ஸ்ரிகிருஷ்ணனை சந்தியா காலம் கழிஞ்சு அம்பலம் போய் தொழுதா என்ன, பொண்ணுன்னா ஒரு விவஸ்தை வேணாமோடீ?

அம்மா சிநேகாம்பாள் வீட்டு வாசல்படி இறங்க நினைக்கும்போதே குரலால் கட்டிப் போட்டது. இன்னும்

கட்டு அவிழவில்லை.

வா தெரிசா, இந்த மிடாக் குடியன்மார் எல்லாம் கடையிலே இருந்து படி இறங்க இன்னும் அரை மணிக்கூறாவது ஆகும். அதுக்கு அப்புறம் பிசாசு வேட்டை.

சாரா தெரிசாவைக் கையைப் பிடித்து அழைத்தபடி நகராட்சிக் கட்டடத்துக்குள் நுழைந்தபோது கிளாரா அவசரமாக தெரிசாவோடு ஒட்டிக்கொண்டு புறப்பட்டாள்.

தெரிசா எதிர்பார்த்ததற்கு மாறாக கட்டடம் மட்ட மல்லாக்கத் திறந்து கிடந்தது. சர்க்கார் கட்டிடத்தில் ராத்திரியில் நுழைந்து அதை இதை கிளப்பிக் கொண்டு போவது இதுவரை நடக்காத ஒன்று போல.

முணுக் முணுக் என்று லஸ்தர் விளக்கு ஒன்று விஸ்தாரமான நடு மண்டபத்தில் கண்சிமிட்டிக் கொண்டிருந்தது.

உள்ளே நுழைந்தபோதே என்னமோ தெரியலை தெரிசாவுக்குத் தலை சுற்றி கண் அயர ஆரம்பித்துவிட்டது. இன்னும் நடக்க ஆரம்பிக்கவே இல்லை. அதுக்குள்ளே இப்படி ஒரு ஆயாசமா?

வரிசையாகப் போட்டிருந்த நாற்காலி ஒன்றில் அவள் ஒரு வினாடி உட்கார்ந்தாள்.

கொஞ்சம் இப்படியே உட்கார்ந்து வார்த்தை சொல்லிக் கொண்டிருந்து விட்டு, கூட்டத்தோடு மிச்ச நேரத்தைக் கழிக்கலாமே.

அவள் பக்கத்தில் நின்ற இரண்டு பேரையும் பார்த்தாள். இந்த ஊர் சுற்றல் முடிய ராத்திரி பனிரெண்டு மணிக்கு மேலே ஆகிவிடும். அப்புறம் விடுதிக்குப் போய்ப் படுத்துத் தூங்கி, ஏழு மணிக்கு எழுந்திருந்து. மலைப்பாக இருந்தது.

தெரிசா, நீ வேணும்னா இப்படியே உட்காரு. நானும் கிளாராம்மாவும் ஒரு சுத்து சுத்தி வந்துடறோம்.

நான் வரல்லே. தெரிசாவைத் தனியா விட்டுட்டு எங்கேயும் போகமாட்டேன். பேய் உலாவற நேரம் வேறே. அந்நிய நாட்டுக்காரி நாம் ரெண்டு பேரும். வம்பு ஏன்?

கிளாரா தப்பிக்கப் பார்த்தாலும், சாரா அவளை விடவில்லை.

அமெரிக்காவிலே இருந்து எங்க ஊருக்கு தலைமுறை தலைமுறையா வந்து ஆள் பிடிச்சுப் போன பேயை விட இங்கே இருக்கற பேயும் பிசாசும் தன்மையானதாத்தான் இருக்கும் கிளாராம்மா. இல்லேன்னா, நான் அதுகளை வேண்டியபடிக்கு கைகாரியம் செஞ்சுடறேன். ரொம்ப அலட்டிக்கிட்டா கட்டிப் பிடிச்சு ஒரு முத்தம். மிஷனரி பொண்ணு முத்தம் சுவர்க்கத்திலே கொண்டு போய் விடுமாக்கும். உதட்டுலே கரி படிஞ்ச படிக்கே போனாலும் குத்தமில்லே.

தெரிசாவுக்கு அந்தச் சூழ்நிலையிலும் சிரிப்பு வந்தது. கறுப்பிக்கு மதமும், நம்பிக்கையும், நிறமும், இனமும் எதுவும் பொருட்டில்லை. மிஷனரி மகாநாட்டுக்கு வந்தாலும் ஊர் சுற்றிப் பார்க்க சும்மா வந்து சேர்ந்தாலும் இதே மனோநிலைதான் அவளுக்கு இருக்கும். ஆனாலும் அபிசீனியாவில் அதிகம் மத மாற்றம் ஏற்படுத்திய இயக்கத்தை வழிநடத்திப் போகிறவள் அவள் என்று பிஷப் சொல்லி இருக்கிறார்.

சரி, நானும் வரேன். வா, சீக்கிரம் சுத்திட்டு திரும்பி வந்துடலாம். இல்லே மத்த பிசாசு எல்லாம் நம்மளை விட்டுட்டு வேறே மதுக்கடைக்குப் போயிடும்.

தெரிசா மெல்ல எழுந்தாள். மனசு சந்தோஷமாக இருந்தாலும் உடம்பு இன்னும் ஒத்துழைக்க மாட்டேன் என்று நாற்காலியோடு கட்டிப்போட்டு இருக்கிறது.

ஆனாலும் இது ஒரு வித்தியாசமான ராத்திரி. அவள் உடம்பு அசௌகரியத்தைப் பொருட்படுத்தப் போவதில்லை. எழுந்திருக்க இந்த ரெண்டு பேரில் யாராவது கைகொடுத்தால் போதும்.

உடம்பு ஒத்துழைக்க முடியாது என்று ஒரே சண்டித்தனம் செய்தது. உட்கார்ந்தபடிக்கே கொஞ்சம் தூங்கினால் என்ன?

சாரா, தெரிசாவைக் கொஞ்சம் இளப்பாற விட்டுட்டு நாம் போய்ட்டு வந்துடலாம் வா.

கிளாரா கிளம்பினாள். தெரிசா ஒரு வினாடி அவர்களைப்

பார்த்துவிட்டு கண்களை மூடிக்கொண்டாள். தெரு சத்தங்கள் தேய்ந்தும் உரத்து ஒலித்தும் அவளுக்கு விளையாட்டுக் காட்டிக் கொண்டிருக்க மனம் சூனியமான பிரதேசத்தில் சஞ்சரித்துக் கொண்டிருந்தது. இப்படியே மிச்ச வாழ்க்கையும் போகுமானால் என்ன?

சாரா, மெல்ல, மெல்ல.

கிளாரா குரல் எங்கேயோ கேட்டுவிட்டு அஸ்தமித்துப் போனது. அவர்கள் போய்விட்டிருந்தார்கள்.

கிளாராவும் சாராவும் முதல் மாடிப்படி ஏறும்போது லஸ்தர் விளக்கு அணைந்துபோனது. அதுகூட தெரிசாவுக்குப் போதமானது. எப்படி? தெரியவில்லை.

எங்கேயோ யாரோ மெழுகுவர்த்தியை ஏற்றும் வாடை நாசியில் தீர்க்கமாகப் படிந்தது. அப்புறம் தெரிசாவுக்கு ஒரு போதமும் இல்லை.

மினுக் மினுக் என்று மெழுகுவர்த்தி வெளிச்சத்தில் ஒரு இந்தியப் பெண்ணும் சிறிய வயசில் ஒரு பெண் குழந்தையும் முதல் மாடியில் எதிர்ப்பட்ட அறையில் உட்கார்ந்திருந்தார்கள்.

சேச்சியுடெ கூட்டுக்காரிகள் அல்லே நிங்ஙள் ரெண்டு பேரும்?

அவள் மலையாளத்தில்தான் பேசினாள். ஆனால் கிளாராவுக்கும் சாராவுக்கும் ஸ்பஷ்டமாகப் புரிந்தது அந்தப் பெண்மொழி.

அத்தியாயம் ஐம்பத்தி ஒன்பது

10 ஜூன் 1910 - சாதாரண வருஷம் வைகாசி 28 வெள்ளிக்கிழமை

நீங்க யார்யார்னு எனக்குத் தெரியலே. நான் பேசற பாஷை உங்களுக்கு அர்த்தமாகுமான்னு கூடத் தெரியாது. முதல்லே நான் இருக்கேன், உயிரோடு கூட சுவாசிச்சுண்டு இருக்கேன், எங்கேயோ இருந்து வேறே எங்கேயோ வந்து சேர்ந்திருக்கேன்கறதை எல்லாம் நீங்க நம்பணும்.

உங்களைப் பார்த்தா அதை சந்தேகிக்கறவா மாதிரி தெரியலை. வெள்ளைக்காரி சீமாட்டி, கூட அவளோட ஒத்தாசையா இருக்கற வேலைக்கு நிக்கற பொண்ணு. அப்படித்தானே.

இல்லையா? நீங்க வேறே வேறே பூமண்டல பிரதேசத்துலே இருந்து வரப்பட்டவாளா? எங்க தெரிசா அக்காவுக்கு வேண்டப்பட்டவா இல்லையா?

பார்த்திருக்கேன். ரெண்டு நாளா பின்னாலேயே அலைஞ்சுண்டிருக்கேனே. தெரிசா அக்கா என்னைப் பத்தி உங்க கிட்டே ஒண்ணும் சொல்லலியா?

பேய் அலையற ராத்திரியிலே நீங்க இப்படி வந்தது எனக்கும்

என் கொழந்தைக்கும் கொஞ்சமும் பிடிக்கலே.

பொம்மனாட்டின்னா தைரியம் இருக்க வேண்டியதுதான். கொஞ்ச நஞ்சம் அது இருந்தா, நான் எங்காத்துக்காரர் கொல்லூர் போகலாம்னு கிளம்பினபோதே அஸ்து கொட்டியிருக்க மாட்டேனா?

காசர்கோட்டுலே தேமேன்னு சோத்துக் கடை நடத்திண்டு குடும்பத்தை சம்ரட்சணம் பண்ணிண்டு கோவில், குளம், அடுத்து அயல்லே வம்பு, சின்னதா சண்டை. கோலத்துலே கூட சண்டை வந்திருக்கு தெரியுமோ.

நம்மாத்து வாசல் வரைக்கும் அடைச்சு சூனிய மாசத்துலே கோலம் போட்டுட்டா அந்த ராயர் மாமி சட்டமா. நானும் கொழந்தையும் பெரிய தோதிலே எழுபது புள்ளி நூறு வரிசை ஏற்பாடு பண்ணி ஒரு கோல நோட்டு முழுக்க வரைஞ்சு பார்த்து பொடி எல்லாம் திரிச்சு எடுத்துண்டு விடிகாலையிலே வாசலுக்கு வந்தா, ராயச்சி நடுவாசல் வரைக்கும் கோடு இழுத்து வச்சிருக்கா. அதுவும் பிசிறு பிசிறா.

அன்னிக்கு வந்த வாக்குவாதம் முத்தி ரெண்டு நாள் பேசலே அந்தப் பக்கத்து வீட்டுலே. ஆனாலும், தன் கொழந்தைக்கு திரண்டுகுளி வந்திருக்குன்னு ராயர் மாமி நம்மாத்து வாசல்லே நின்னு சொன்னதும் மனசே கரைஞ்சு போச்சு.

என் குழந்தை மாதிரின்னா ராதையும். ஓடிப் போய் குழந்தையை வாரி அணைச்சுண்டேன். ராயச்சி கிறுக்கச்சி. ஏண்டி சண்டை போட்டேன்னு கூட கேட்க வாயில்லாம, அஸ்காவைக் கொண்டு வந்து என் வாயிலே கொட்டி முழுங்குடி முழுங்குடிங்கறா,

எங்கேயோ ஆரம்பிச்சு எங்கேயோ போய்ண்டு இருக்கேன் பாருங்கோ. நீங்க ரெண்டு பேரும் தைரிய லட்சுமி அவதாரம் தான். தைரிய லட்சுமி தெரியாதா? அக்கா கிட்டே கேட்டுப் பாருங்கோ. மறந்திருக்க மாட்டா இன்னும்.

சின்ன வயசுலே இருந்து அம்பலத்துலே புராணம் கேட்டு, படிச்சுப் பழகினது எப்படி மறக்கும்?

அவளையும் வேறே பிரேத ஆத்மாக்களைப் பார்க்க கூட்டிண்டு வந்துட்டேளா? சரியாப் போச்சு. ஏற்கனவே பூஞ்சை சரீரம், இப்படி ராத்திரி அலைஞ்சா உடம்பு என்னத்துக்கு ஆகும்? உங்களுக்கும்தான் சொல்றேன். தைரியத்துக்கும் ஒரு பரிதி உண்டல்லே?

நீ ஏண்டி எந்த தைரியத்திலே இப்படி ஊர் விட்டு ஊர் வந்து காலம் விட்டு காலம் மாறி ராத்திரியா பகலான்னு இல்லாம திரிஞ்சிண்டு இருக்கேன்னு கேட்கறேளா? என்ன பண்ணச் சொல்றேள். எல்லாம் இந்த வயத்துக்குத்தான்.

எனக்கு இன்னும் பசியும் தாகமும் தெரியும். நான் பிரேத ஆத்மா இல்லே. உசிர் இன்னும் இருக்கு. வாதனைப் படறதுக்குன்னு இன்னும் இருக்கு. உடம்பும் இருக்கு. எனக்கு மட்டும் இல்லே. என் பொண்குழந்தைக்கும். குட்டியம்மிணியும் பசியோடதான் இருக்கா.

கொஞ்சம் நான் சொல்றதை உட்கார்ந்து கேட்கறேளா. பிசாசு பார்க்கறதுக்கு இன்னும் நேரம் இருக்கு. அதுகள் வந்து இருந்தாலும் இந்த மனுஷா தாகசாந்தி பண்ணிண்டு செருப்புலே காலை நொழச்சுண்டு கிளம்ப வேணாமா?

அந்தக் கிழவன் உங்களை எல்லாம் கூட்டிண்டு போறேன்னு காசை வாங்கிப் பையிலே போட்டுண்டு நிக்கறானே, அவன் சொல்றதை எல்லாம் முழுக்க நம்ப வேணாம். அம்புட்டு பேய் இந்த ஊர்லே கிடையாது. நான்தான் சுத்திண்டு இருக்கேனே. எனக்குத் தெரியாதா?

ரொட்டி கொண்டு வந்திருக்கேளா? அக்கா கையிலே வச்சிருப்பாளே அந்தப் பையிலே எப்பவும் நாலு துண்டு ரொட்டியும் கிச்சிலி பழப் பாகுமா எடுத்து வச்சிருப்பா. எப்போ எங்களைப் பார்த்தாலும் கூட்டி வச்சு, கொடுத்துட்டுத்தான் போவாள்.

சித்த சிரமத்தைப் பார்க்காம அவ பையை இங்கே எடுத்துண்டு வரேளா? ஒண்ணும் தப்பா நினைச்சுக்க மாட்டா. நீங்க அவளுக்கு ஆப்த சிநேகிதிகளாச்சே. அவ பணம் எல்லாம்

பையிலே எடுத்துண்டு போக மாட்டா. ஒரு பொல்லாப்பும் உங்களுக்கு வராது. நான் ஜவாப்தாரி.

உங்க பேரு சாரான்னு தெரியும். இங்கிலீஷ்காரா மாதிரி உங்க ஊர் பாஷையிலும் இதுக்கு நன்னி சொல்றது எப்படின்னு சொல்லிக்கொடுங்கோ. சொல்லிடறேன்.

இங்கே வந்த புதுசுலே தெற்கே ஒரு தெரு, பெயர் கூட, ஆமா, கார்வர் தெருவோ என்னமோ, அங்கே ஒரு கிழவன் திரிஞ்சிண்டிருக்கான். அவன் கண்ணுலே பட்டேன் பாருங்கோ. எச்சூஸ் மீ எச்சூஸ் மீன்னு சொல்லிண்டே பின்னாலே வந்துட்டான்.

பிரேதமாம். யாரைப் பார்த்தாலும் மரியாதை விலகாமல் அப்படி மன்னிப்பு கேட்டுண்டே இருப்பானாம்? என்னத்துக்காம்? எனக்கு என்ன தெரியும்? நீங்கதான் பார்க்கப் போறேளே. அவன் வந்து உங்க கிட்டேயும் சொல்வானா இருக்கும்.

இவதான் குட்டியம்மிணி, என் ஒரே பொண்ணு, அஞ்சு வயசா? அதெல்லாம் எந்தக் காலத்திலேயோ. நாங்க இப்படி அலைய ஆரம்பிச்சே கொல்ல வருஷம் பத்து ஆயிடுத்து.

இவ இப்போ பெரியவளாயிட்டா. அதான் அக்காவோட சல்லாத் துணியை இடுப்புலே குறுக்கே சுத்தி விட்டிருக்கேன். வயசு வெளியிலே தெரியாட்டாலும் பெத்தவளுக்குத் தெரியாதா என்ன? அப்படியே நம்மாத்துக் குழந்தையை பொறத்தியான் கொள்ளிக் கண்ணை வச்சுண்டு வெறிச்சுப் பார்க்க விட்டுடுவோமா என்ன? உங்க ஊர்லேயும் இதானே நடைமுறை?

இந்த மாமி வெள்ளைக்கார தேசமில்லையோ? அமெரிக்கையான ஊரா அது? பெயர்தான் வாயிலே நுழையலே. எனக்கு என்னத்து இங்கிலீஷு'ம் மத்ததும். உள்ளதையே உபயோகப்படுத்திக்கத் தெரியாம கோட்டை விட்டுட்டு நிக்கறேன்.

ஆனா இங்கே எப்படியோ வந்து சேர்ந்துட்டேன். அக்கா கிட்டே போ போன்னு என் மாமியார்தான் கொண்டு வந்து

தள்ளினா போல இருக்கு. ஒண்ணும் புரியலை.

மாமியாரா? அவளைத்தான் ஒரு குடத்துலே கொல்லூருக்குக் கொண்டு போனோம். நன்னாப் பேசிண்டுதான் வந்தா. அவ பிள்ளை மேலே ரொம்ப பிரியம். ஒத்தைக் குழந்தை ஆச்சே. நான் கல்யாணம் ஆகி வரதுக்கு முந்தியே அவ சிவலோகப் பிராப்தி அடைஞ்சுட்டா. அக்கா அதுக்கும் முந்தியே அம்பலப்புழையிலே இருந்து கிளம்பியாச்சு. அக்காவோட அப்பா வேதத்துலே ஏறினதுக்கு அப்புறமாம் அது.

எங்க மாமியார் பேரு விசாலாட்சி அம்மாள். மாமனார் பேரு குப்புசாமி அய்யர். பெரியவா பேரை எல்லாம் சொல்றது எங்க பக்கத்துப் பழக்கம் இல்லே. ஆனா, நீங்க அக்காவோட சிநேகிதிகள். என்னை மாதிரி, குட்டி அம்மிணி மாதிரி பெண் ஜன்மம் எடுத்தவா.

நாங்க படற சித்ரவதை உங்களுக்கோ அக்காவுக்கோ இதுலே லட்சத்துலே ஒரு பங்கு கூட ஏற்படக்கூடாது. பாவம் தாங்க மாட்டேள் நீங்க.

இங்கே விண்ட்போர்ட் தெருவிலே சுத்திண்டு இருக்கற சீமாட்டி ஒருத்தி இப்படித்தான் ஆதரவு வார்த்தை சொன்னா. ஆமா, ஆவிதான். இவா எல்லாம்.

நானும் என் குழந்தையும் இவாளைப் போல இன்னொரு தரத்திலே இருக்கப்பட்டவான்னு நினைச்சோ என்னமோ எங்களோட நன்னா பழகறா.

இப்போ உங்க கிட்டே நான் பேசறது புரியற மாதிரி, நீங்க சொல்றது எனக்கு அர்த்தமாகிற மாதிரி இந்த ஊர்லே இருக்கற அமானுஷ்ய ஆத்மாக்களும் பேசப் பழகச் செய்யறா.

என்ன சொல்லிண்டு இருந்தேன். ஆமா, விண்ட்போர்ட் தெரு சீமாட்டி. அவதான் சொன்னா, இப்படி நீயும், குழந்தையுமா ஒரு பக்கம், எங்கே திரிஞ்சிண்டிருக்கான்னு தெரியாம உங்காத்துக்காரன் இன்னொரு பக்கம். உங்க மட்டுலே உங்க மூணு பேரை மட்டுமாவது சேர்த்து வைக்கறதுக்கு பிரயத்தனம்

பண்ணச் சொல்லி மகாராஜாவுக்கு மகஜர் கொடுங்களேன்.

நான் சொன்னேன். அது மட்டும் இல்லே, என் மாமியார் நல்ல கதிக்குப் போகணும். அவ இருக்கப்பட்ட ஸ்தாலிச் சொம்பு கிடச்சு அதை கங்கையிலோ வேறே நீர்நிலையிலோ கரைக்கணும்.

அது எல்லாம் அப்புறமாடியம்மா. மகாராஜா கிட்டே மகஜர் கொடுத்தா சர்க்கார் சிலவிலே விக்ஞானம் படிச்ச பண்டிதர்களை நியமிச்சு உன்னோட காலத்தை நேராக்கிடக்கூட முடியும்னு தோணறது. அட, பத்து வருஷம் உனக்குத் திரும்ப கிடைக்கலேன்னாலும் அதுலே பாதி, முக்கால் வாசி கிடைச்சாலும் பிரத்யட்சமான காலபோதம் வந்துடுமே. அப்புறம் அலையாம கொள்ளாம, உங்க ஊர்லேயே போய் வேதத்துலே ஏறி ஊழியம் பண்ணலாமேன்னு கேட்டா அவள்.

வேதத்துலே எல்லாம் ஆயிரம் ரூபாய் தட்சிணை வச்சாலும் எங்காத்துக்காரர் ஏற மாட்டார். கொல்லூர், மங்கலாபுரம், அம்பலப்புழை. ஒரு அம்பலம் விடாம தொழுதுட்டு நாங்க பாட்டுக்கு தேமேன்னு காசர்கோட்டுலே சாப்பாட்டுக்கடை திரும்ப தெறந்து வச்சு ஒத்தருக்கும் விரோதம் இல்லாமே நடத்திண்டு வருவோம்.

நான் சொன்னதை எல்லாம் பெட்டிஷனா எழுதி எடுத்திண்டு போய் மகாராஜா கிட்டே கொடுக்கச் சொன்னா சீமாட்டி.

எங்க ஆத்துக்காரர் சாயல்லே லண்டன் பட்டணத்துலே யாரையோ யந்திரம் பூட்டின சாரட் வண்டியிலே பார்த்தேன்னு அக்கா கூட சொல்லியிருந்தா. அவர் அங்கேதான் இருக்காரோ, வேறே எங்கே எல்லாம் அலைஞ்சுண்டு இருக்காரோ.

அவர் பெயரா, மகாதேவ ஐயர். பெயரைச் சொன்னா ஆயுசு குறைச்சல்னு சொல்வா. அது எதுக்குக் குறையப் போறது? என்றும் முப்பது அவர். இருபத்து நாலு நான். என் குழந்தை நாலு வயசு.

இது மாதிரி தண்டனை வேறே யாருக்காவது உங்க கிறிஸ்து

மகாரிஷி உபதேசிக்கற புராணத்திலே சொல்லி இருக்கா?

எங்க புராணத்துலே இருக்கான் ஒருத்தன். மார்க்கண்டேயன். ஆனா, அவனை எங்களை மாதிரி காலத்திலே பறிச்சுப் போட்டு எங்கேயோ இருந்து எங்கேயோ இழுத்துண்டு போய் பசியோட, தாகத்தோட சுத்த வச்சதா எந்த பௌராணிகனும் சொல்லலே. நான்தான் எத்தனை கதை கேட்டிருக்கேன் கோவில்லே.

ரொட்டி தேவாமிர்தமா இருந்தது. கொஞ்சம் வெள்ளம் தரேளா? பரவாயில்லே. நீங்க குடிச்சு மீந்ததுனாலும் சரிதான். தண்ணிக்கு என்ன தீட்டும் மத்ததும்? அதெல்லாம் பார்க்க ஸ்திதியிலா நாங்க இருக்கோம். சொல்லுங்கோ.

மகஜர் எல்லாம் எழுத ஆள் கிடைக்காததாலே, நீயே நேர்லே ராஜாவைப் பார்த்துச் சொல்லிடு, அவர் லண்டன் பட்டணத்துலே இருந்து கிளம்பி இந்த ஊருக்கு வந்துண்டு இருக்கார்னு சீமாட்டியும், இன்னொரு அழுகை மூஞ்சி ஆசாமியும் சொன்னாங்க.

ஆமா, அவர் விண்ட் தெருவிலே இருக்கப்பட்டவர். உங்க கண்ணுலே இன்னிக்குப் பட்டாலும் படுவார். ஐயரம்மான்னு கேட்டுப் பாருங்க. நன்னாத் தெரியுமேம்பார்.

ராஜா வந்த ரயில் வண்டியிலே ஏறி நானும் குழந்தையும் ஆளொழிஞ்ச ஒரு பெட்டியிலே காத்திண்டு இருந்தோம். மருத்துவன் ஏதோ கலக்கி எடுத்துண்டு போய்ப் போய் ராஜாவுக்கு ராத்திரி முழுக்கக் கொடுத்துண்டே இருந்ததாலே திருமனசை தரிசிச்சு பிரார்த்தனை சொல்ல நேரமே வாய்க்கலை. ராஜாவும் தான் பாவம் என்ன பண்வார்? கடுத்த அஜீர்ணத்தோடு லண்டன்லேருந்து கிளம்பி வந்தாராமே?

வண்டியிலே ஸ்நான, மூத்ரம் ஒழிக்கற சௌகரியம் எல்லாம் நன்னா இருந்ததாலே, குட்டி யம்மிணிக்கும் குளிச்சு விட்டு நானும் குளிச்சேன். இங்கே இல்லாட்டா கடல் ஸ்நானம்தான் அனுதினமும்.

அஜீர்ணமா? எனக்கா? காலம் மறிஞ்சு இப்படி ஆனதிலே

ஒரே நல்ல விஷயம் மல மூத்ர விசர்ஜனம் பத்தின கவலைக்கே இடம் இல்லாம உடம்பு நேராயிடுத்து. தூரம் கூட நின்னு போயிடுத்து எனக்கு. இருந்தா மட்டும் என்ன பண்ணப் போறேன்.

குட்டி அம்மிணிக்கு வந்தாத்தான் பிரச்சனை. இந்த ஸ்திதியிலே இருந்துண்டு எங்கே போய் எப்படி மாப்பிள்ளை பார்க்கறது?

யாரோ படி ஏறி வர்ற மாதிரி இருக்கு. சித்தெ இருங்கோ. பார்க்கறேன். எல்லாம் அந்த வழிகாட்டுற கிழவன் தான்.

இங்கே ரெண்டு சின்ன வயசுப் பசங்களுக்கு சாராயம் வாங்கிக் கொடுத்து நிலவறைக்கு அனுப்பி வச்சிருக்கான். நிலவறை தெரியாதா? நீங்க போய்ப் பார்க்கத்தானே போறீங்க. அங்கே ஏழெட்டு பிசாசு இருக்கு. எல்லாம் சாத்வீகமானவா தான்.

ஆனா, அப்புறம் அதுலே என்ன சுவாரசியம்? நீங்க நிலவறையிலே நிக்கும்போது பிசாசு தூங்காமா இருந்து பொழுது போகாம இருந்தா ஒரு ஓரமா வந்து நின்னு பார்த்துட்டுப் போயிடும். ஆனா இருட்டுலே உங்க கையிலேயோ, தோள்ளேயோ ஒரு கீறல் விழுறதுக்கு வாய்ப்பு உண்டு.

பிசாசு பண்றது இல்லே. கிழவன் அனுப்பின பசங்க இருட்டுலே உட்கார்ந்து உத்தேசமா யாரையாவது இப்படிப் பண்ணிடுவா. வாச்சி வாச்சியா கையிலே நகம் வச்சுண்டு இருக்கு இந்த பசங்கள்.

ஒரு நாள் இல்லாட்ட ஒரு நாள் பாருங்கோ, நான் இதுகள் கைநகத்தைப் பழம் நறுக்கற கத்தியாலே முழுசா மழிச்சுத் தள்றேன். அது என்ன அன்னிய ஸ்திரி தோள்லே நகக்குறி வைக்க இவன் யாரு கட்டிண்ட புருஷனா?

நகக்குறி தெரியாதா? கொஞ்சம் இருங்கோ. அப்பாடா, அம்மணி தூங்கிட்டா.

நகக்குறிங்கறது கொக்கோக சாஸ்திரம். புஸ்தகம், ஓலைச்சுவடி எல்லாம் எங்க நாட்டுலே பிரசித்தம். நீங்க எங்க ஊர்லே போனா இங்கிலீஷ்லே அச்சுப் போட்டதே கிடைக்கும்.

பாவாடை சாமி, கன்யாஸ்திரி இல்லியே உங்க கூட்டத்துக்கு வந்தவா? குடும்பஸ்தரா இருந்தபடி ஸ்வாமி கும்பிடறவா தானே? நகக்குறி தெரிஞ்சுக்க வேண்டிய ஒண்ணுதான் அப்போ.

என்ன சொல்லிண்டு வந்தேன்? ரயில்லே மகாராஜாவை தரிசனம் பண்ணி குறை தீர்க்க பரிகாரம் கேட்டு பிரார்த்திச்சிக்கற உத்தேசத்தோடு நான் ரயில்லே ஏறினதுதானே?

குளிச்சுட்டு படுத்து நானும் குஞ்சுவும் தூங்கியே போய்ட்டோம். எவனோ பத்திரிகைக்காரனாம், சட்டமா ஏறி நாங்க படுத்துண்டு இருந்த இடத்துக்கு பக்கத்துலே ஒண்டிண்டு உக்காந்து புகை விட ஆரம்பிச்சான் படுபாவி.

குடலைப் பிடுங்கற நாத்தம். நான், கொழந்தையைக் கூட்டிண்டு இறங்கிட்டேன். ராஜா ஆயுசோடு இருந்தா மகஜரை அப்புறமாக் கொடுத்துக்கலாமே?

உங்க மகாநாட்டுக்கு அவர் வருவாரா? வேறே யாராவது பெரிய மனுஷா வந்திருந்தா, எங்க துன்பத்தை அவா கிட்டே சித்தெ சொல்லித் தீர்த்து வைங்கோ அக்கா. புண்ணியமாப் போகும். சரி நான் கிளம்பறேன். தெரிசா அக்கா வரா.

அத்தியாயம் அறுபது

25 ஜூலை 1910 – சாதாரண வருஷம் ஆடி 10 திங்கள்கிழமை

எத்தனை சீக்கிரம் எழுந்தாலும் ஆபீசுக்குப் போய்ச் சேரும்போது தாமதமாகி விடறது. அதுவும் இந்த திங்கள்கிழமை வந்தாலே தலைக்கு என்னமாயொரு எரிச்சல்! மனுஷனை மட்ட மல்லாக்கப் புரட்டிப் போட்டு கொட்டையை நெறித்து அடிமை உத்தியோகத்துக்கு வாடா தேவடியா மகனே என்று கண்ணுக்குத் தெரியாத ஒரு சக்தி பல்லை நெரிக்கிறது.

அதுக்கு டவாலி ரங்கசாமி நாயக்கனும் ஒண்ணுதான், செயிண்ட் ஜார்ஜ் கோட்டை ஆரோக்ய டிப்பார்ட்மெண்டு ஆபீசு தலைமை குமஸ்தன் நீலகண்டனும் ஒண்ணுதான். ஏன், பரிபாலனம் பண்ணுகிற துரைமார்களுக்கும் கொட்டை இருக்கிறதால் அவர்களும் ஜாப்தாவில் அடக்கம்.

சந்தர்ப்பமும் கூடி அந்தப்படிக்கு அமைந்து போகிறது. ஞாயிற்றுக்கிழமை என்னத்தை வேணாம் வேணாம் என்று புத்தி சொன்னாலும் சின்ன வெங்காயத்தை அப்படியே வேகப் பண்ணி கமகமவென சாம்பார் வைத்து கற்பகம் இலையில் வட்டிக்கும்போது இன்னும் ஒரு கரண்டி வெங்காயமாப்

போடுடி பெண்ணே என்று வாங்கி ஆசையாக ருஜித்துத் தின்ன வைக்கிறது. அப்புறம் தாராளமாக பெரிய வெங்காயம் அரிந்து போட்டு மிளகாய்ப் பொடி சன்னமா விசிறி கிழங்கு பொடிமாஸ்.

அப்பா வைத்தியநாதன் காலத்தில் எப்போதாவது வீட்டில் தலையைக் காட்டிய வெங்காயமும் உருளைக்கிழங்கும் இப்போது சர்வ சகஜமாக மாசாந்திர தர்ப்பணம் பண்ணி வைக்க வருகிற சீனு வாத்யார் மாதிரி பிரதி ஞாயிறு காலையில் ஆஜராகி விடுகிறது.

வாங்க மறந்தாலும் கற்பகம் விட மாட்டாள். சனிக்கிழமை பாதி நாள் ரஜா என்பதால் ஆபீசுக்குக் கிளம்பும்போதே துணிப்பையும் காகிதத்தில் பென்சிலை அழுத்தப் பதித்து எழுதின காய்கறி பட்டியலோடும் தான் அனுப்பி வைக்கிறாள்.

எழுத மறந்தால் கூட பாதகம் இல்லை. ஆபீஸ் கிளம்புகிற அவசரத்திலும் நீலகண்டனின் கிராப்புத் தலையை முன்னுக்கு இழுத்து உதட்டில் மணக்க மணக்க கிராம்பு வாசனை முத்தத்தோடு கரதலப் பாடமாகச் சொல்கிறாள்.

முட்டைக்கோசு அரை வீசை, சின்ன வெங்காயம் ஒரு வீசை, போறாது, ஒண்ணரை, அப்புறம் பெல்லாரி வெங்காயம் அது அரை வீசை, சீமைக் கத்திரிக்காய் ஒரு வீசை.

ஏண்டி நாட்டுச் சரக்கே இல்லையாடி நம்மாத்து சமையல் கட்டுக்கு?

அவனும் சனிக்கிழமைக்கே ஆன சொகுசோடு அவள் இடுப்பை நிமிண்ட, கொஞ்சம் விலகி பங்கனப்பள்ளி ஒரு கூடை வாங்கிடுங்கோ என்பாள் கற்பகம்.

மல்கோவாவை வச்சுண்டு அது வேறே என்னத்துக்குடி?

சரி, நீங்க ஆபீஸ் கிளம்பலாம்.

அவசரமாக முந்தானையை இழுத்து மூடிக் கொண்டு அவள் உள்ளே ஓடுவதில் முடியும் சனிக்கிழமை காலை முத்தத்துக்கு சாயந்திரம் வரைக்கும் தீராத சக்தி உண்டு. நீலகண்டன்

மதியம் கொத்தவால் சாவடிக்குக் கொண்டு போய் கற்பகம் சொன்னது, சொல்லாதது எல்லாம் வாங்கி நிறைக்கும்போது சமயத்தில் கை கனம் அதிகமாகி ஆள் வைத்து வீட்டில் கொண்டு சேர்ப்பித்தது உண்டு.

இது என்ன சனியன் பீர்க்கங்காய் வாங்கிண்டு வந்திருக்கேள்? பெரியவா பார்த்தா கொன்னே போட்டுடுவா.

பீர்க்கங்காய்த் தொகையல் நன்னா இருக்குமேடி. நாளக்கு ஞாயித்துக்கிழமை காலம்பற இட்லிக்குத் தொட்டுக்க.

நன்னா இருக்கு. அதுக்கு ஒரு முழுக்காய் என்னத்துக்கு? அரிஞ்சு தரச் சொன்னா கொடுத்துட்டுப் போறான்.

அவ முடியாதுன்னு சொல்லிட்டாடீ. முழுசா வாங்கினா வாங்கு அய்யரே இல்லே எடத்தைக் காலி பண்ணுங்கறா.

ஓ, பொம்மனாட்டி வியாபாரம் பண்ற கடையா? சுரைக்காயைக் காட்டினாலும் வேண்டாம்னு சொல்லியிருக்க மாட்டேளே? உங்க முழியும் மூஞ்சியிலே அசடும் பார்த்துட்டு சும்மா விட்டுடுவாளா என்ன?

கழுக்குன்றத்தில் இருந்து காய்கறி கூடையில் கொண்டு வந்து கூறு கட்டி விற்றுக் கொண்டிருந்த படுகிழவியை ஒரே நொடியில் கற்பகம் குரல் ரூபமாக அதி சுந்தரி அழகு ராணிப் பெண்ணாக்கி விடுவது வாடிக்கை.

நல்ல வேளை, போன வாரம் ஒரு வீசைக்கு பதில் சின்ன வெங்காயம் மலிவாக் கொடுக்கறான்னு மூணு வீசை வாங்கி வந்தபோது கொஞ்சம் மலைத்தாலும், கற்பகம் முடிவாகச் சொன்னாள் நாளையிலே இருந்து தினசரி வெங்காய சாம்பார்தான்.

அமாவாசை, திவசம் என்று எதுவும் குறுக்கிடாததால் கற்பகத்தின் அடுக்களை சாம்ராஜ்யத்தில் ஒரு வாரம் கொடி கட்டிப் பறந்த சின்ன வெங்காயம் தினசரி நீலகண்டனை நடு ராத்திரிக்கு உசுப்பி விட்டது. அதுவும் நேற்று ஞாயிற்றுக் கிழமை பகல் நித்திரையும் இருந்ததாலோ அல்லது பீர்க்கங்காய்த்

துவையல் சேர்ந்ததாலோ என்னமோ, கிட்டத்தட்ட ராத்திரி ஒரு மணிக்கு காவல் சேவகன் பிகில் ஊதிக் கொண்டு பாரா கொடுத்துப் போகிற வரை கற்பகத்தைத் தூங்கவிடவில்லை.

இனிமே வெங்காயம் பக்கம் போகாதீங்கோ.

அவள் தூங்க ஆரம்பிக்கும் முன்னால் கடைசியாகச் சொன்னது பாதி அலுப்பும் பாதி திருப்தியுமாக நீலகண்டன் காதில் பட்டுக்கொண்டிருக்க அவனும் நித்திரையில் அமிழ்ந்தான்.

ஆறு மணிக்கு எழுந்திருக்க வேண்டிய நியமம் இந்த எழவெடுப்பான் வெங்காய நிமித்தம் தவறிப்போய் ரெண்டு பேருக்குமே ஏழு மணிக்கு முழிப்புத் தட்ட அப்புறம் களேபரம் தான்.

இலுப்பசட்டி நிறைய ரவை உப்புமாவைக் கிண்டி குழந்தைகளுக்கு ஆகாரம் கொடுத்து அதையே மதியத்துக்கும் இலையில் பொதிந்து தந்தாள் கற்பகம். நீலகண்டனும் வேண்டாத விருந்தாளியை வரவேற்கிற தோரணையில் அதை விழுங்கி வைத்தான்.

எனக்கு மதியத்துக்கு டிபன் கேரியர்லே இந்தக் கருமாந்திரம் வேணாம். கூட்டமா சாப்பிடறபோது பக்கத்திலே எவனாவது பேமானி என்ன கொண்டு வந்திருக்கேடா பழின்னு கழுத்தை நீட்டிப் பார்த்தா அவமானமாப் போயிடும். நான் ஆபீஸ் பக்கம் சாப்பாட்டுக் கடையிலே பார்த்துக்கறேன். எலுமிச்சங்கா சாதம் அமிர்தமா கிடைக்கும். தைர் சாதம் புளிச்சாலும் அதிலே திராட்சைப் பழத்தையும் கொத்தமல்லியையும் போட்டு சரிக்கட்டிடுவான் லாலாப்பேட்டை பிராமணன்.

அவன் கிட்டேயே நித்தியப்படிக்கு வச்சுக்க வேண்டியதுதானே? அவாத்து பொம்மனாட்டியும் வியாபாரம் பண்றேன்னு கூட நின்னா, அவளுக்கும் சின்ன வெங்காய சேவை சாதிச்சுக்கலாமே. நான் நிம்மதியா இருப்பேன் பிடுங்கல் இல்லாம.

கற்பகம் அந்த அவசரத்திலும் வாய் வார்த்தையால் குத்தி வேடிக்கை பார்க்க மறக்கவில்லை.

ஏண்டி, தலைமுடியை தழைச்சுண்டு நீயும் தானேடி ரதி சுகம் வேணும் வேணும்னு கூப்பிட்டே. உள்ளே வாடா உள்ளே வாடான்னு எத்தனை தடவை வந்து போய் உடம்பே நோகறதுடீ.

சொல்ல முடியாது. அதுவும் திங்கள்கிழமை ஆபீஸ் கிளம்பும் அவசரத்தில் இப்படி சாங்கோபாங்கமாகப் பேச முடியாது.

போன வாரம் மூர்மார்க்கெட்டில் பக்கத்து வீட்டு வக்கீல் வாங்கிப் படித்து விட்டுக் கொடுத்த நீதி போதனை புத்தகம் நேரம் கெட்ட நேரத்தில் ஞாபகம் வந்தது.

காலையில் எழுந்திருந்து எந்தப் பக்கம் உட்கார்ந்து எவ்வளவு நாழிகை வெளிக்குப் போக வேண்டும், என்ன தேவதையை எப்படி பிரார்த்தித்து பிருஷ்டம் சுத்தப்படுத்த வேணும், எப்படி குளிக்கணும், எப்படி சாப்பிடணும், இலையில் கொஞ்சம் மிச்சம் வைத்து வாசலுக்கு கொண்டு வந்து அதை எறிந்து விட்டு நாய்க்கும் காக்காக்கும் எத்தனை தடவை தோ தோ தோ மற்றும் கா, க்கா, க்க்கா சொல்லணும், அப்புறம் நாலு திசையிலும் என்ன என்ன சகுனம் தோன்றும் வரை காத்திருந்து வெளியே கிளம்பணும், அதுவும் கிழமை வாரியாக சகுன சம்பிரதாயம். எல்லாம் விலாவாரியாக அச்சுப் போட்ட புத்தகம்.

இதையெல்லாம் பார்த்து சகுனம் சரியாக நிண்ணுண்டு இருந்தால், சாயந்திரம் ஆகி ஆபீசே மூடிடுவா. தள்ளு சனியனை.

சொன்னாலும் அந்தப் புத்தகத்தை பத்திரமாக ஆபீசுக்கு எடுத்துப் போகிற சஞ்சியில் எடுத்து வைத்திருந்தான் நீலகண்டன்.

டிராமில் வாய்நிறைய வெற்றிலையை மென்றபடி சஞ்சிக்குள் கையை விட்டு புத்தகத்தை எடுத்தான் நீலகண்டன்.

இது என்ன பைண்ட் புஸ்தகம்? அவன் சஞ்சிக்குள் வழக்கம் இல்லாத வழக்கமாக வேறே ஏதோ புத்தகம். குழந்தைகள் விளையாடுகிறபோது பாடப் புத்தகத்தை ஒளிச்சு வச்சிருக்குதுகளா என்ன? புஸ்தகம் கொண்டு போகாமல் போய் பாதிரியாரிடம் பிரம்படி வாங்கினால் கஷ்டமாச்சே.

அதுவும் சின்னவனுக்குப் பாடம் எடுக்கிற பாதிரி, பிள்ளைகளை

இடுப்புக்குக் கீழே கிள்ளுவதாக பிராது வேறே.

சனியன் இந்தப் பள்ளிக்கூடமே வேணாம். மாத்துங்கோ என்றாள் கற்பகம்.

இங்கே இருக்கற மாதிரி இங்கிலீஷ் படிப்பு வேறே எங்கேயும் கிடைக்காதே. பாதிரி கிள்ள வந்தா, கையைத் தட்டிவிட்டுடுடா. நான் எட் மாஸ்டரைப் பார்த்துப் பேசறேன்.

போக முடியவில்லை இதுவரைக்கும். இப்போ அந்தக் களவாணி பாதிரி சின்னவனின் இடுப்பில் சில்மிஷம் பண்ணிக் கொண்டிருப்பானோ?

கையை முறிச்சு அடுப்பிலே வைக்க.

நீலகண்டன் கொஞ்சம் உரக்க முணுமுணுக்க டிக்கட்டுக்காக கையை நீட்டிய டிராம் கண்டக்டர் அவசரமாகப் பின்னால் வலித்துக் கொண்டான்.

சாமிகளே, டிக்கட் வாங்கறதும் வாங்காததும் அவ்விடத்து இஷ்டம். வாரம் பிறந்ததும் எனக்கு பிராமண சாபம் என்னத்துக்குங் காணும் கொடுக்கறீர்?

வருஷக் கணக்காக இதே வண்டியில் போய் வந்து சிநேகிதமான குரலில் அவன் சொல்ல, நீலகண்டன் நெளிந்தான்.

உம்மை இல்லைய்யா முதலியாரே. ராத்திரி பிரவசனம். திரௌபதி வஸ்திராபஹரணம் கோவில்லே. மனசெல்லாம் இன்னும் அதுதான்.

மனசறிந்து பொய் சொன்னபடி டிக்கட்டுக்கு சில்லறையாக ஒரு அணா எடுத்துக் கொடுத்தான் நீலகண்டன். கையில் வைத்திருந்த பைண்ட் புத்தகத்தைப் பிரிக்க, அதில் ஒரு பக்கம் நீள நீளமாக கோலம். பாதியில் புத்தகம் முடிந்து தலைகீழாக இன்னொரு புத்தகம். அதில் அற்பவீரன் கதை. நூதனமான கற்பனையும் நுண்மான் நுழைபுலனுமாக ஆரணிப் பக்கம் இருந்து யாரோ யாத்த வசனப் புத்தகம்.

கற்பகம் படிக்கிற விஷயம் இதெல்லாம். தூரமானால் பின்கட்டு மச்சில் ஒதுங்கும்போது படிக்க என்றே பிறந்த வீட்டில் இருந்து அவள் கொண்டு வந்த சீதனத்தில் இதுவும் அடக்கம்.

இந்த தூரமீனா புஸ்தகம் சஞ்சிக்குள் எப்படி வந்தது? கூடவே என்னத்துக்கு ஒரு வெற்றிலைக்குள் கட்டின மஞ்சள் துண்டு?

அதென்னமோ, அஞ்சாறு வருஷமாக இப்படி ஏன் எது என்று தெரியாமல் ஏதோ வீட்டில் சின்னச் சின்னதாக நடந்தபடி இருக்கிறது.

மாடப்புரையில் வைத்த அந்த ஸ்தாலிச் செம்பில் இருந்து அவ்வப்போது விட்டு விட்டு குழந்தே குழந்தே என்று ஒரு பெண்குரல் விளிக்கும். பக்கத்தில் போய்ப் பார்த்தால் ஒரு மண்ணும் இருக்காது.

நாலைந்து தடவை சொப்பனத்தில் அம்மா வயசில் ஒரு ஸ்திரி காசிக்கு என்னைக் கூட்டிண்டு போடா குழந்தே என்றாள் நீலகண்டனிடம். சின்ன வெங்காயம் சாப்பிட்டு காசிக்குப் போகலாமா என்று அவன் சந்தேகம் கேட்டபோது சொப்பனம் முடிந்திருந்தது.

வீட்டில் வைத்த பொருள் காணாமல் போவது, எங்கேயோ காணாமல் போனது சம்பந்தம் இல்லாமல் வேறே எங்கோ திரும்பக் கிடைப்பது என்று அவ்வப்போது நடக்கிறது.

போன அமாவாசைக்குத் தேடின பஞ்சபாத்திரம் உத்தரிணியில் உத்தரிணி மட்டும் காணாமல் போய், வருஷாந்திர புளி அடைத்து வைத்த அண்டாவில் கிடைத்ததும் இதில் அடக்கம். எலி இழுத்துப் போய்ப் போட்டிருக்கும் என்றாள் கற்பகம். எலி என்ன அமாவாசை தர்ப்பணமா பண்ணுகிறது?

ஹைகோர்ட் பக்கமே டிராமை நிறுத்திவிட்டார்கள். ராஜ பிரதிநிதி கோட்டைக்கு வரப்போகிறதால் கூடுதல் பந்தோபஸ்து ஏற்பாடு.

ஐயய்யோ, ஏற்கனவே தாமதம். இதில் ராஜப் பிரதிநிதி வேறே வந்து.

வந்து என்ன ஆஜர் பட்டியலைப் படித்து எந்த குமஸ்தன் வரலை வந்திருக்கான் என்று கொட்டை நெறிக்க முஸ்தீபோடு கணக்குப் பார்க்கப் போகிறானா என்ன?

ஓட்டமும் நடையுமாக நீலகண்டன் கோட்டைக்குள்

நுழைந்தபோது குமஸ்தர்கள் ஏக காலத்தில் பேசிக்கொண்டு அவன் காரியாலய வாசலில் நின்றார்கள்.

சூப்ரண்டெண்ட் துரை இன்னிக்கு காலமே காலமாகிட்டாராம்.

நீலகண்டனுக்கு றெக்கை கட்டி ஆகாசத்தில் பறக்கிற சந்தோஷம்.

ஹெட் கிளார்க் வந்தாச்சு. போகலாமா?

இதோ, வந்தேன்.

எங்கே என்று கூட கேட்காமல் பையை நாற்காலியில் வைத்து விட்டு வாசலுக்கு வந்தான் நீலகண்டன்.

அதை ஏன் விட்டுட்டுப் போகணும்? எடுத்துண்டு வாரும். இனிமே இன்னிக்கு எதுக்கு ஆபீசுக்குத் திரும்ப வரணும்? நீர் உம்ம ஆத்துக்குப் போய்க் குளிச்சு சுத்தி பண்ணிக்க வேணாமா? கலெக்டர் துரை நம்ம டிபார்ட்மெண்டுக்கு ரஜா அறிவிச்சிருக்கார். தெரியுமோல்லியோ.

சீனியர் டபேதர் நாதமுனி செட்டியார் பார்ப்பனக் கொச்சையில் நீட்டி முழக்கினார். அவருக்கும் மனசுக்குள் சந்தோஷம் சின்ன வெங்காயம் சாப்பிட்ட மாதிரி பொங்கிக் கொண்டிருப்பதாக நீலகண்டனுக்கு ஸ்பஷ்டமாகத் தெரிந்தது.

சாந்தோம் சர்ச் பக்கம் கல்லறைத் தோட்டத்துக்குப் போகணும். நாலு வண்டி கொண்டு வரச் சொல்லு.

நாதமுனி இதர கடைசி நிலை சிப்பந்திகளுக்கு உத்தரவிட்டுக் கொண்டிருக்க, யாரோ அவசரமாக நீலகண்டனை பெயர் சொல்லிக் கூப்பிட்டார்கள்.

நீலகண்டன் திரும்பினான்.

ஹைகோர்ட் ஹெட்கிளார்க் நாயுடு பதற்றமாக பக்கத்தில் வந்து நின்றான்.

அத்தியாயம் அறுபத்தொன்று

25 ஜூலை 1910 - சாதாரண வருஷம் ஆடி 10 திங்கள்கிழமை

அய்யரே மயிராண்டி தொரை ஆசனவாயிலே விரலை விட்டுக் கொடையறான்யா.

நாயுடு செயிண்ட் ஜார்ஜ் கோட்டையில் பாதி தூரம் கேட்கிற மெல்லிய சுவரத்தில் சொன்னான்.

ஏற்கனவே கோட்டையில் பரிபாலனம் செய்து வந்த இன்னொரு துரை பகவான் பாதத்தில் போய்ச் சேர்ந்த களேபரத்தில் இருந்த உத்தியோகஸ்தர்கள் காதில் அது விழுந்ததும் விழாதுமாகப் பாவித்துக் கொண்டு சும்மா அங்காடி நாய் போல வெகு மும்முரமாக அங்கேயும் இங்கேயும் அலைந்து கொண்டிருந்தார்கள்.

என்னடா நாயுடு, ஆசன வாயிலே எல்லாம் அனாசாரமாத் தொரையைத் தொட விட்டுண்டு. துரைசாணி தொட்டாலும் பாதகமில்லே.

நீலகண்டன், நாயுடு காதில் கிசுகிசுத்தான்.

நித்தியப்படிக்கு தலைகுளித்து காதில் துளசி வைத்தபடி

கோவிலுக்குப் போய் இத்தனை வருஷம் நாயுடு கழித்ததாலோ என்னமோ, அவன் பக்கத்தில் போனாலே அந்தத் திருத்துழாய் மணமும் கூடவே அவன் நாலு வேளையும் போஜனத்தில் இஷ்டப்பட்டு சேர்த்துக் கொள்ளும் பூண்டு வாடையுமாகச் சூழ்ந்திருந்தது.

ஒவ்வொருத்தருக்கும் ஒவ்வொரு வாடை. நீலகண்டன் நினைப்பில் கற்பகம் எப்போதும் கறிவேப்பிலை வாடையோடு தான் வருகிறாள்.

கற்பகம் வீட்டில் சமையல் ஒழித்துப் போட்டு விட்டு அரைத் தூக்கமாகப் புரண்டு கொண்டிருப்பாள். கறிவேப்பிலை வாசனை நீலகண்டனுக்குத் தூக்கலாக மனதில் எழுந்தது.

இன்னிக்கு ஆபீஸ் குரிச்சியில் உட்கார்ந்து காகிதக் கட்டுக்களைப் பிரித்துப் படித்து இங்கிலீஷில் நோட்டு போட்டுக் கொண்டிருக்கிற வேலை கிடையாது. கிளம்பி வீட்டுக்குப் போனாலும் ஏன் போனேடான்னு கேட்க ஒருத்தனும் இல்லை.

வாரம் பிறந்து உடனே வந்த இன்னொரு ஞாயிற்றுக்கிழமை. அண்டிக்ளேர்ட் ஹாலிடே. ரஜா. விடுப்பு. இன்னும் என்னென்ன பாஷையில் என்ன எல்லாம் உண்டோ அதெல்லாம்.

படியளக்கிற துரை பரலோகம் போய் இப்படி ஒரு நாள் திடுதிப்பென்று ரஜாவாகிப் போன சந்தோஷம் நீலகண்டன் மனதில் றெக்கை கட்டிப் பறந்தது. சுற்றி நடக்கிற சுவாரசியமான வர்த்தமானங்களை சாவகாசமாகக் கொஞ்சம் அனுபவிக்கலாம்.

இந்த நாயுடுப் பையன் அரக்கப்பரக்க வந்து நின்று அந்த மாதிரிப்பட்ட ஏதோ சொல்கிறான். அந்தத் தெலுங்கனுக்கு எஜமானனான ஜட்ஜ் துரை இடக்குப் பண்ணுகிறது ரசமான வேடிக்கை விவகாரமாச்சே இந்த மணி நேரத்தில்.

இப்படி வா, ஓரமா ஒரு நிமிஷம் உட்காரலாம்.

ஆள் ஒழிந்த ஆபீசில் ஒரு நாற்காலியை சர்வ சுவாதீனமாக எடுத்துப் போட்டுக் கொண்டு நாயுடு உட்கார்ந்தான். எதிரில் மேஜை மேல் ஆரோகணித்தான் நீலகண்டன்.

குரல்கள். சுற்றிலும் உற்சாகமாக ஒலித்தபடி நகர்கிற குரல்கள்.

பூமாலை ஆள் உயரத்துக்குக் சொல்லிடலாம்.

உயரத்துக்கு என்னத்துக்கு? நீளத்துக்குன்னு சொல்லுமய்யா.

மாலை சார்த்தி மரியாதை செய்யணும்னா இப்பவே வாங்கிடணும். காசு வசூல் பண்ணிடலாமா? நேரம் போயிட்டு இருக்கே.

ஆரியக் கூத்தா இது காசு காரியத்துலே கண்ணு வைக்க. நாதமுனி ஒரு தடவை புகையிலைக் கட்டையை மென்னு துப்பினா உடனே அனுமான் மாதிரி பெலம் வந்து நொடியிலே முடிச்சுடுவான். எங்கே போனான் அவன்?

நாயுடு தோளில் பின்னால் இருந்து கை வைத்துப் பார்த்து, அட, நாதமுனி இல்லியா என்று யாரோ சத்தமாகச் சொல்லிக் கொண்டு போனார்கள். பக்கத்து செக்ஷன் டெபுடி சூப்பிரண்டு சேஷகிரி ராவு அந்த மனுஷ்யர்.

அட எழவே. நாதமுனி டவாலி போட்டாலும் போடாவிட்டாலும் சேவகன். அவன் எந்தக் காலத்தில் நீலகண்டன் மாதிரி மேல் உத்தியோகஸ்தன் முன்னால் சரி சமானமாக உட்காருவான்? இது கூட சூப்பிரண்டு புத்திக்கு உறைக்கலியா?

நீலகண்டனுக்கு எரிச்சல் வந்தது. போகட்டும். ராவுகாருவுக்கு பகலிலேயே பசுமாடு தெரியாது. அவ்வளவு தீர்க்கமான கண் பார்வை. இப்போது துரை செத்துப்போன சந்தோஷத்தில் அதுவும் அஸ்தமித்துப் போயிருக்கலாம்.

சொல்லுடா நாயுடு. உங்க துரை என்னிக்குப் போகறதா உத்தேசம்?

அவனா, நமக்கு கருமாதி பண்ணி முடிச்சுட்டுத்தான் நாண்டுக்கிட்டு சாவான் கபோதி. ரெண்டு நாளா அவனோட ரோதனை தாளலை.

நாயுடு நிஜமாகவே கவலையோடும் எரிச்சலோடும் சொன்னான்.

என்ன ஆச்சுடா?

டாக்குமெண்டைக் கொண்டான்னு வம்படி அடிச்சுட்டு நிக்கறான்யா ஆடிட்டு வந்த துரையோட சேர்ந்துக்கிட்டு இந்த உள்ளூரானும். வந்த புடுங்கி ஜட்ஜூம் கிடையாது மண்ணாங்கட்டியும் கிடையாது. கணக்கு வழக்குப் பார்க்க வந்தவன். அவன் சொல்றான்னு ஹைகோர்ட் ஜட்ஜ், இவன் குதிக்கறான்யா.

குதிக்கட்டும். என்னை என்ன பண்ணச் சொல்றேடா நாயுடு?

ராஜா இல்லே, டாக்குமெண்டைக் கொடுத்துடுப்பா. சிரமம் பார்க்காமா வீட்டுக்குப் போய் கொண்டாந்துடு. நீ பயபத்திரமா வச்சிருப்பேன்னு எனக்குத் தெரியாதா என்ன?

எந்த டாக்குமெண்டைச் சொல்லி எழவைக் கூட்டறேடா நாயுடு. எங்க துரை சொர்க்கத்துக்குப் போயிட்டான்னு நாங்க எல்லாம் துக்கிச்சுண்டு நிக்கறோம். இப்போ போய் வீட்டுக்கு என்னத்துக்குடா போகச் சொல்றே?

கையூட்டாகக் கிடைத்த தனம் மாதிரி தானாக வந்து சேர்ந்த ரஜா நாளை இஷ்டத்துக்கு லகரி விஷயமாகக் கருதிச் செலவழிக்கத் துடிக்கிறபோது நாயுடு என்னமோ காரியத்துக்கு ஏவுகிறானே. அவனை உபத்திரவப் படுத்துகிற ஜட்ஜ் நாசமாகப் போக.

நீலகண்டனுக்கும் நாயுடுவின் எரிச்சல் தொத்திக் கொண்டது.

துரை பங்களாவுக்கு எல்லோரும் புறப்படும் வரை பரபரப்பாக மாலையைக் கொண்டா, நாரைக் கொண்டா, பாடை கட்ட மூங்கிலைக் கொண்டா என்று அலைகிற மாதிரி போக்குக் காட்டிக் கொண்டிருப்பான் அவன். மற்றவர்கள் ஜட்கா, டிராம் இதர வாகனங்களில் இழவு வீட்டுக்குப் போன பிற்பாடு குடையைத் தோளில் தொங்க விட்டுக் கொண்டு பிராட்வே சாப்பாட்டுக் கடையில் ஏறி மனசுக்குத் தோணிய மாதிரி சகலமானதையும் ருஜித்துச் சாப்பிட்டு விட்டு சைனா பஜாரில் பராக்குப் பார்த்தபடி அலைய உத்தேசமாக திட்டம் போட்டிருந்தான். இந்தப் பழிகார நாயுடு என்னத்துக்கு இப்போ வந்து நிக்கணும்?

டெத்துக்கு மல்லிப்பூ மாலை என்னத்துக்கு? ரோஜா மாலையே வாங்கிடலாம். பெரிசா இடுப்பு வரைக்கும் வரணும். கல்யாண வரன் மாதிரி அனுப்பி வச்சுடலாம். மேலே போயாவது துருத்தியைச் சும்மா வச்சுட்டு கிடக்கட்டும்.

டபேதார் நாதமுனி யாரிடமோ சொல்லிக்கொண்டும் சிரித்துக் கொண்டும் வந்தது ஆபீசுக்கு அன்னியனான ஹைகோர்ட் நாயுடுவைப் பார்த்ததும் நின்று போனது.

சார் மன்னிக்கணும். ஒரு டெத் ஆயிடுச்சு.

அவனுக்கு இங்கிலீஷ் பேசுகிற சந்தோஷம் உச்சத்தில். டெத் என்ற வார்த்தையை இப்படி நொடிக்கொரு தடவை நாலு பேர் கூடிய சபையில் உச்சரிக்க வாய்ப்ப்பு கிடைக்கும் என்று அவன் சொப்பனத்திலும் நினைத்ததில்லை. அவன் தொடுப்பு வைத்திருந்த சட்டைக்காரி அன்னி நாலைந்து கெட்ட வார்த்தையோடு டெத், பர்த், வாட் இஸ் யுவர் நேம், ஷெல் வி ஸ்லீப் இப்படியும் சொல்லிக்கொடுத்திருக்கிறாள்.

நாதமுனிக்குத்தான் அதீத துக்கம். பார்த்துப் பார்த்துப் பங்கா வீசிப் பழகின தோஷமாச்சே. இவனுக்கு சுடச்சுட ஆப்பம் சாப்பிட்டாத்தான் இன்னிப் பொழுதுக்கு விசனம் தீரும். இல்லியா செட்டியாரே?

நீலகண்டன் சிரிக்காமல் சொன்னான்.

சாமிகளே, உங்க ஹாஸ்யத்தை சாவகாசமா அனுபவிக்கறேன். இப்போ தலைபோற விஷயம். உத்தரவு கொடுத்தா.

ரோமமாச்சு. அட, நேரமாச்சுய்யா. சொல்லு.

நாங்க பியூனுங்க டவாலி எல்லாம் தலைக்கு கால் ரூபா போடறோம். குமஸ்தன்மார் அரை ரூபா. உங்களைப் போல தலைமை உத்தியோகஸ்தாள் அவங்க அவங்க இஷ்டம் போல தரலாம்னு தீர்மானம் ஆகியிருக்கு.

நாதமுனி காசுக்காகக் காத்திருக்கிறான். நீலகண்டன் ஒரு ரூபாயோ ரெண்டு ரூபாயோ கொடுத்தால்தான் துரை சாயந்திரம் மண்ணுக்குள் போவான்.

ரெண்டு ரூபாய் கொடுக்கிற அளவு அவன் ஒண்ணும் நீலகண்டனுக்கு அத்தனை அபிமானம் காட்டவில்லை.

பார்த்தசாரதி அய்யங்கானுக்குத்தான் பட்சமாக இருந்து ரெண்டு வருஷம் முன்பாகவே உத்தியோக உயர்வு வாங்கிக் கொடுத்தவன் பரமபதமடைந்த துரை. அவனுக்கு எருக்கம் பூ மாலையே ஜாஸ்தி. சாணிப் பிள்ளையார் மாதிரி போட்டுக் கொண்டு பாதிரி உதவியோடு நரகத்துக்குப் போய்ச் சேரட்டும். துடைக்கு நடுவே கிள்ளுகிற பாதிரியாக இருந்தால் கஷ்டம். துரை எழுந்து உட்கார்ந்து விடலாம்.

சாமிகளே, நான் நிக்கட்டா இல்லே மத்தவங்களை முடிச்சுட்டு.

என்னை இப்பவே முடிச்சுடு நாதமுனி. போய்ச் சேர்ந்திடறேன்.

அவச் சொல்லு என்னத்துக்கு சாமி. எட்டுக் கிளார்க்கு சீமான்கள் சௌக்கியமா இருந்தாத்தான் என்னைப்போல பாவப்பட்ட டவாலிகளுக்கு ஒரு வாய்க் கஞ்சி.

இதையும் கஞ்சிக் கணக்குலே சேத்துக்கோ. எட்டுக்கிளார்க் நீலகண்டய்யர் உபயம் ஒரு கோடி வராகன். அழுகிப் புழுத்துப் போவானுக்கு மாலை மரியாதை செய்கிற வகையில் ஆசீர்வாதப் பணம்.

நீலகண்டன் ஜேபியில் இருந்து ஒரு முழு ரூபாயை எடுத்து மனசே இல்லாமல் கொடுத்தான். டபேதார்களும் மற்ற டவாலிகளும் பிணத்துக்கு ரோஜா மாலை போட்டது போக மிச்சம் பிடித்த பணத்தில் இன்னிக்கு ராத்திரி சாராயக் கடையில் ஏக ரகளையாக இருப்பார்கள். அவனுக்குத் தெரியும்.

அய்யரே, துரையைக் கடைத்தேத்தறதோட என்னையும் கொஞ்சம் கவனிய்யா. ஆபீசுக்கு லேட் ஆகிட்டு இருக்கு. அவசரமா வயித்தைக் கலக்குதுன்னு சொல்லி மருந்து வாங்க வந்தேன்.

நாயுடு நெளிந்தான்.

என்னடா பண்ணனும்கிறே நாயுடு? கக்கூஸ் எங்கே இருக்குன்னு காட்டணுமா?

பகடி பண்ணாதே அய்யரே. சிரிக்கற ஸ்திதியிலே இப்ப இந்த நாயக்கன் இல்லே.

விஷயத்துக்கு வாடா.

உன் கையிலே ஒரு பித்தளைக் கொடம் கொடுத்தேன் இல்லே முன்னே ஒரு வாட்டி நீ நம்ம கோர்ட்டுக் கச்சேரிக்கு வந்தபோது. சனிக்கிழமையோ வெள்ளிக்கிழமையோ மத்யானம். வடை துன்னோமே. வெங்காய வடை.

வெங்காய வடையா? கொடமா? எதைப் பத்திடா பிரஸ்தாபம்?

கொடம்யா அய்யரே. பித்தளையோ செப்புக் கொடமோ. நல்லா வடிவா.

அவன் கையைக் குவித்து உதாரணம் சொல்வதற்கு முன் தடுத்து நிறுத்தினான் நீலகண்டன்.

கொடம் எங்கேடா கொடுத்தே? ஒரு ஸ்தாலிச் சொம்பு கொடுத்தே. ஞாபகம் இருக்கு.

அதான் அய்யரே. அதேதான். என்ன அழகா பேரு சொல்றே பாரு. நமக்கு எல்லாமே கொடம்தான். அந்த தாலிக் கொம்போடு கூட.

ஸ்தாலிச் சொம்புடா பழி.

என்ன எழவோ. அதோட கூட ஒரு டாக்குமெண்ட் கொடுத்தேனே. நினைவிருக்கா?

வீட்டு பீரோவில் பத்திரமா பூட்டி வச்சிருக்கேண்டா. அதுக்கென்ன இப்போ.

நாயுடு ஒரு எட்டு முன்னால் வந்து நீலகண்டனை ஆரத் தழுவிக்கொண்டான். மற்ற நேரத்தில் மடி ஆசாரம் தீண்டல் பார்க்கிற நீலகண்டனுக்கு இந்த சந்தோஷ நேரத்தில் பிரஷ்டாகப்படவில்லை அது. சாயந்திரம் குளிக்கிறபோது இன்னொரு வாளி கிணற்று ஜலத்தை நாயுடு பெயர் சொல்லித் தலையில் கவிழ்த்துக்கொண்டால் போச்சு.

ராஜா இல்லே. வீட்டுக்குப் போய் அந்தத் தாலிக் கொடியையும், டாக்குமெண்டையும் எடுத்தாந்து கொடுத்திடு அய்யரே. மதியம் மதுரைக்கார கருத்த பார்ப்பான் கடையிலே அசோகா அல்வா நம்ம கணக்குலே உனக்கு. சிரமம் பார்க்காமப் போய் வந்துடு கண்ணு. நீ ஒரு சல்லிக்காசு தர வேணாம். அல்லாத்தையும் இந்த நாயுடு பாத்துப்பான்.

உலகத்தையே சுருட்டி எடுத்து தத்தம் பண்ணுகிற மனநிலையில் நாயுடு இருந்தான்.

எதுக்குடா இப்படிக் கூத்தாடறே?

நீலகண்டன் விசாரித்தான். வீட்டுக்குப் போய் உடனே திரும்ப உண்டான வண்டிச் சத்தத்தையும் கொடுக்க நாயுடுவிடம் தாராளமாகப் பணப் புழக்கம் உண்டு இப்போது என்பதில் கொஞ்சம் பொறாமை நீலகண்டனுக்கு.

அந்த டாகுமெண்ட் ஹைகோர்ட் கட்டிடத்தை இடிச்சுக் கட்டும்போது என் கவனிப்புக்காக ஒப்படைச்சது. ஜாபிதா போட்டுக் கையெழுத்து வாங்கிட்டானுங்க நாய்ங்க. இப்போ ஆடிட் வந்த வெண்குஷ்டக்காரன் அந்தக் காகிதத்தை வச்சு நாக்கு வழிச்சுட்டு நிக்கறான்.

என்ன சொல்றா பிரஜாபதிகள்?

மயித்தப் புடுங்கச் சொல்றான். நான் அந்த டாக்குமெண்டை எங்கேயோ தொலைச்சிட்டேன்னு ஜட்ஜ் மயிரான் ஆடிட்டன் கிட்டே சொல்லிட்டானாம். எங்கேடா அதுன்னு இவன் கொடையறான். ஒரு புடுங்கிக்கும் அந்த மலையாளக் காகிதத்திலே முலையாளச்சி மச்ச லச்சணம் எழுதியிருக்கா மத்த மயித்து விவரம் பதிஞ்சிருக்கான்னு தெரியாது. காணோமா? நாயுடுவைக் காச்சு. கிடைச்சுதா? வாகா மடிச்சு குண்டியைத் தொடச்சுப் போட்டுக் போய்க்கினே இரு. அவன் வச்சதுதானே அய்யரே சட்டம்.

நாதமுனியும் ரெண்டு ஜூனியர் குமஸ்தன்களும் அவசரமாக வந்து நின்றார்கள். அதிலே ஒரு குமஸ்தன் போன மாசம்தான்

உத்தியோகத்தில் சேர்ந்தவன். பாலக்காட்டுக்காரன். வேலை கற்றுக்கொடுக்கும் முன்னால், தபால் சமாச்சாரங்களைக் கவனிக்க அவனுக்கு உத்தரவு கொடுத்து உட்கார்த்தி வைத்திருக்கிறான் நீலகண்டன்.

தபால் குமஸ்தா உடம்பு தடதடவென்று நடுங்கிக் கொண்டிருந்தது. ஜன்னி கண்ட மேனிக்கு ஆபீசுக்குப் புறப்பட்டு வந்துவிட்டானோ?

ஸ்வாமின், க்ஷமிக்கணும். நான் இவா கேக்கற காசு கொடுத்திடறேன். துரையோட ஆத்துக்கு எல்லாம் போகணும்னு சாட்டியம் பண்றாளாக்கும் பின்னேயும். எனக்கு பிரேத பயம் ஜாஸ்தி. பக்கத்துலே நின்னாலே மூச்சு முட்டும் கேட்டேளா. என்னை விட்டுடச் சொல்லுங்கோ தயவு செஞ்சு. நான் எங்கேயும் வரலே.

மற்ற நேரமென்றால் நீலகண்டன் குஷியாக கீழ் உத்தியோகஸ்தனை சகலமான மிடுக்கோடும் கடிந்துகொண்டிருப்பான்.

ஓய், ஒரு சர்க்கார் காரியாலயத்தில் உத்தியோகம் என்று ஆனபிறகு ஊரோடு ஒட்ட ஒழுகலேன்னாலும் சக உத்யோகஸ்தர்களோட அனுசரிச்சு நடந்துக்க வேண்டாமா? நமக்கெல்லாம் பிரபு துல்யனான துரை இன்னிக்குக் கார்த்தாலே பகவான் திருவடி போய்ச் சேர்ந்திருக்கார். எல்லோரும் போய் மரியாதை பண்ணும்போது நீர் மட்டும் வரலைன்னா எப்படி? அதுவும் என்னைப் போல மேல் உத்யோகஸ்தன் ஆர்டர் போட்ட அப்புறம்?

கீழ்ப்பட்டவர்களை இப்படிக் காய்ச்ச அவனுக்கு வெகு இஷ்டம். சொந்த ஸ்தானத்தை அவ்வப்போது இப்படி நிர்ணயம் செய்து கொள்ளாவிட்டால் குழிபறிக்க கீழே இருக்கிற சும்பன்கள் எப்படா எப்படா என்று காத்திருப்பார்கள்.

ஆனால் இன்னிக்கு அது முடியாது. நீலகண்டனே துரையை வழியனுப்பி வைக்கப் போகப் போறதில்லை.

இந்த நாயுடு விஷயமாக போக வர ஒரு ரெண்டு மணி

நேரம் வேலை. நடுவிலே வீட்டிலேயே சுடச்சுட மத்யானச் சாப்பாட்டையும் வைத்துக் கொள்ளலாம். மதியம் ஒரு சின்னத் தூக்கம். அப்புறம் டாக்குமெண்டை நாயுடுவிடம் ஒப்படைத்து விட்டு சமுத்திரக் கரையில் காற்று வாங்கிக்கொண்டு லாந்தி விட்டு வீட்டுக்குப் போக ராத்திரி ஆகிவிடும். வழியிலே சோழியன் கடையிலே சுடச்சுட இட்டலியும் சுவியனும் வெங்காயச் சட்னியோடு வழித்து முழுங்கினால் அமிர்தமாக இருக்கும்.

எல்லாச் செலவையும் நாயுடு கவனித்துக் கொள்வான். கோர்ட்டு வம்பு வழக்கு வியாஜ்ஜியம் என்று வரும் கட்சிக்காரர்கள் அவரவர் கேசுகளின் பேப்பர் கட்டு முன்னும் பின்னும் போக, அவன் கையை சதா நனைத்தபடி இருக்கிறார்கள்.

செட்டியாரே. இந்த டெஸ்பாட்ச் கிளர்க்கனுக்கு நெக்ரோபோபியா ரோகம். வேணாம். குழந்தைப் பிள்ளை. மரண ஸ்தலத்திலே வலுக்கட்டாயமா இழுத்துண்டு போய் நிறுத்தினா, மூர்ச்சை ஆகி இவனும் யாத்திரை சொல்லிட்டுக் கிளம்பிடுவான். எனக்கு புதுசா டெஸ்பாட்ச் கிளார்க் கிடைக்கறது இன்னும் கஷ்டம். இவன் வராட்ட பரவாயில்லே. யார் வந்தாலும் யார் போனாலும் போன துரை திரும்ப வந்து நீ இழுக்கற பங்கா முன்னாலே உட்காரப் போறதில்லே.

நெக்ரொபோபியா. நல்ல நேரத்தில் சரியான இங்கிலீஷ் வார்த்தை ஞாபகம் வந்ததற்காக தன்னைத் தானே பாராட்டிக் கொண்டான் நீலகண்டன். அந்த வார்த்தைப் பிரயோகத்தில் நாதமுனி மட்டுமில்ல, சிநேகிதன் நாயுடு கூட தன்னை வெகு மதிப்போடு நோக்கினதாக அவனுக்குப் பட்டது.

தபால் குமஸ்தன் ஆயிரம் நமஸ்காரங்களோடு போக நாயுடுவை பெருமிதமாகப் பார்த்தான் அவன்.

சரி நீ போய்ட்டு எப்ப வர்றே? இந்தா வண்டிச் சத்தத்துக்கு வச்சுக்கோ. பிகு பண்ணிக்காதே.

நீலகண்டன் கையில் பெரிய துட்டாக சிலதைத் திணித்தான் நாயுடு. அவன் சொன்னானே என்று பிகு செய்து அப்புறம்

மனசே இல்லாதவனாக வாங்கிக் கொண்டான் நீலகண்டன். இந்தத் துட்டு எதேஷ்டம். ராத்திரி இட்லிவரை பையில் மிச்சமாக இருக்கும். நாளைக்கு மதியம் வெளியே சாப்பிடக்கூட மீதி வரலாம்.

ஏழெட்டு குதிரை வண்டிகள் வந்து நிற்க வெயிலுக்குப் பிடித்த குடையை மடக்கிக் கொண்டு வண்டிக்கு ஐந்தாறு பேராக உத்தியோகஸ்தர்கள் புளிமூட்டையாக அவற்றில் அடைந்தார்கள்.

சாமி, உங்களுக்குத் தனி வண்டி ஏற்பாடு பண்ணிடட்டா?

நாதமுனி ரோஜாப்பூ மாலையை நாசுக்காகத் தூக்கிப் பிடித்தபடி கேட்டான்.

நீ போய்ண்டு இரு நாதமுனி. ஹைகோர்ட்டுலே என்னமோ வியாஜ்யமாம். நம்ம ஆபீஸ் சம்பந்தப்பட்டதுங்கறான் நாயுடு. பேசிட்டு தோ வந்துடறேன்.

கொஞ்சம் உரக்கவே சொன்னான் நீலகண்டன். மற்றவர்கள் காதிலும் விழட்டும்.

அவர்கள் போன பிற்பாடு, நாயுடுவும் புறப்பட்டுப் போனான்.

திரும்பத் திரும்ப அவன் சொன்னது இதுதான்.

அய்யரே சாயந்திரத்துக்குள்ளே வந்துடுவே இல்லே?

அத்தியாயம் அறுபத்திரெண்டு

25 ஜூலை 1910 - சாதாரண வருஷம் ஆடி 10 திங்கள்கிழமை

கற்பகம், கற்பகம். எங்கேடி போனே?

வீடே அமைதியாகக் கிடந்தது. குழந்தைகள் பள்ளிக்கூடம் விட்டு வந்திருக்க மாட்டார்கள். அதுகளுக்கு சாப்பாடு கட்டிக் கொடுத்து விடுவதாலும், பள்ளிக்கூடம் கொஞ்சம் தொலைவிலே இருப்பதாலும் மதியம் கழிந்து மூணு மணி வாக்கில்தான் திரும்ப ஜட்காவில் வந்து இறங்குவார்கள். கற்பகம் அகத்துக் காரியம் எல்லாம் முடித்து விட்டு குரோஷா வேலை, பாசிமணி கோர்த்த கிருஷ்ணன் படம் என்று கொஞ்ச நாழி பொழுது கழித்துவிட்டு, மகா பக்த விஜயம் பைண்ட் புத்தகத்தைக் கையில் எடுத்துக் கொண்டு மெழுகு சீலை தலகாணியில் தலை வைத்துப் படுத்தால் பாதியும் முழுசுமாகப் பகல் நித்திரை போய்விடுவது வழக்கம்.

பக்த விஜயத்தைக் கையில் எடுக்கறதுக்கு முந்தி வாசல் அழிக்கதவை அடச்சுத் தாழ்ப்பாள் போட்டுக்கோடி. எவனாவது ரைட் ராயலா உள்ளே வந்து பக்த விஜயம், மடிசார் விஷயம் எல்லாத்தையும் லாவிண்டு போயிடுவான்.

ஆபீஸ் போகிறபோது நீலகண்டன் தவறாமல் கற்பகம் காதில் சொல்வது இது. லாவிண்டு போறதாகப் பயம் உண்டாக்கும் விஷயங்களில் அவனுடைய அழகுப் பொண்டாட்டியும் அடக்கம். பின்னே இல்லையா? கதவை மட்ட மல்லக்கத் திறந்து போட்டுக் கொண்டு தூங்கினால் எவனாவது வந்து.

வந்து என்ன பண்ண? மடிசாரை உருவுவதற்குள் எட்டு ஊருக்கு கத்திவிட மாட்டாளா கற்பகம்? அவளோட அம்மா அவள் பிறந்ததுமே முதல் காரியமாக கோரோஜனை கொடுத்தில்லையா தஞ்சாவூர் மிடுக்கோடு கொஞ்சம் ஆண்பிள்ளைத்தனமான அதிகாரக் குரலை அவளுக்குச் சொந்தமாக்கி இருக்கிறாள்.

செவிடனாக எவனாவது உள்ளே புகுந்திருப்பானோ. சீ, பாழும் மனசே. சும்மா கிட.

ராஜாத்தி, எங்கேடி செல்லம் இருக்கே?

நீலகண்டன் கூச்சலும் இல்லாமல் மெல்லிய சுவரமும் இல்லாமல் தேனொழுக அழைத்தான்.

உச்சந்தலையில் வெயில் இறங்கும் பகல் நேரத்தில் இப்படி மோக வசப்பட்டு வழிவது அவனுக்கே விபரீதமாகப் பட்டது.

குளிரக் குளிர தயிர் சாதமும் மாவடு ஊறுகாயும் கொட்டிக் கொண்டு அலைச்சல் தீர கொஞ்சம் உறங்கி மதியம் கழிந்து வெளியே கிளம்புகிற திட்டத்துக்கு ராஜாத்தியும் செல்லமும் ஏக இடைஞ்சல் ஆகிவிடும்.

வீட்டு முகப்பில் இருந்து சமையல் கட்டுக்கு நுழையும் வழியில் மெழுகுசீலை தலகாணியும் பக்த விஜயம் பைண்டு புஸ்தகமும் தட்டுப்படவில்லை. சமையல் கட்டிலேயே கையைத் தலைக்கு அணையாக வைத்துக்கொண்டு இந்தப் பெண்டு உறங்கிப் போய்விட்டாளோ?

கல்ப்பு.

இது பரவாயில்லை. சமையல் கட்டில் அவனுடைய குரல் முன்னால் நுழைந்தது.

ஊஹூம். அங்கேயும் கற்பகத்தைக் காணோம்.

தட்டில் விளம்பிய சாதமும் மேலே சாம்பாரும் பாதி சாப்பிட்ட ஸ்திதியில் இருந்தது. மோர்க் கச்சட்டி மட்ட மல்லக்கத் திறந்து கிடக்க, ஊறுகாய்ப் பரணி வாயில் கட்டிய வெள்ளைத் துணி அவிழ்ந்து லீலை முடிந்த கோலம் போலத் தொங்கிக் கொண்டிருந்தது.

பாதி சாப்பாட்டில் எங்கே போனாள்?

நீலகண்டன் மனம் முழுக்க இனம் புரியாத பயம். தோட்டச் சுவருக்கு அந்தப் பக்கம் நாய் குரைக்கிற சத்தம் கேட்டது.

சுவர் ஏறிக் குதித்து எவனாவது களவாணி நுழைந்து எச்சில் கையோடு இலைக்கு முன்னால் உட்கார்ந்திருந்த கற்பகத்தைத் தோளில் சாத்திக்கொண்டு திரும்ப சுவர் ஏறிப் போய்விட்டானா? தயிர் சாதம் அப்பிய வாயோடு அவளை.

கல்ப்பு. என் கண்ணம்மாடீ.

வந்துட்டேன்னா.

அவன் குரல் திரும்ப உயரும் முன்னால் சமையல் கட்டில் அவசர அவசரமாக நுழைந்தாள் கற்பகம்.

ஏண்டி கழுதே எச்சல் கையோட எங்கே போய்த் தொலைஞ்சே. வாசல் கதவும் தேவடியா வாசல் மாதிரி தெறந்து கெடக்கு. உன்னை நம்பி நான் எல்லாத்தையும் போட்டது போட்டபடிக்கு ஆபீசுக்குப் போறேன் பாரு. நீ ஒரு நாள் இல்லாட்டாலும் ஒரு நாள் எல்லாத்தையும் வழிச்சு வாரிக் கொடுத்துட்டுத்தான் நிக்கப்போறே. கம்ப்ளீட்லி ராப்ட் ஆப் எவ்வரிதிங்.

என்ன உளறல் உமக்கு? தேவிடியா சவகாசம் வேறே வந்தாச்சா? ஹெட் கிளார்க் ஹெட் மட்டும் இல்லே மத்ததும் இங்கிலீஷ்லே தான் அதிகாரம் தூள் பரத்துமோ.

அத்தோட அதிகாரத்தையும் அடங்கிப் போறதையும் நித்தியப்படிக்கு நீதான் பார்க்கறியேடி.

நீலகண்டன் குரலை சமாதானமாக்கினான். தலை குளித்திருக்கிறாள் கழுதை. அள்ளி முடிந்து மனசை

அலைக்கழிக்கிறாள். நாயுடுவும் டாக்குமெண்டும் நாசமாகப் போகட்டும். இப்படியே இவளை ஊஞ்சலில் சரித்து.

பசங்க வர்ற நேரம். பள்ளிக்கூடம் திறந்து நாலு நாள் தானே ஆச்சு. பாவாடைக்காரரா கொடுக்கற பாடப் புஸ்தகத்தை எல்லாம் கட்டித் தூக்கிண்டு சீக்கிரமே வந்துடும் ரெண்டும். அட்டை போடணும் அதுக்கெல்லாம். வேலை காத்திண்டுருக்கு. கையை எடுங்கோ.

வலிந்து ஏற்படுத்திக்கொண்ட அவசரமாக அவனுடைய ஆலிங்கனத்திலிருந்து விலகி கற்பகம் ஊஞ்சலில் உட்கார்ந்தாள். அந்த அவசரத்திலும் அவன் உதட்டில் வெற்றிலை வாசனையோடு முத்தமிட மறக்கவில்லை அவள். தஞ்சாவூர்க்காரிக்குக் கோபத்தைத் தணிக்கிற வழியைச் சொல்லியா தரணும்?

எச்சக் கையோட எங்கேயும் தொலையலேன்னா. சாப்பிட்டு கையை அலம்பிண்டு போனேன். வாசல் கதவையும் சாத்தி அடச்சுட்டுத்தான்.

தொறந்திருந்ததேடி தங்கம்.

மண்ணாங்கட்டி. நீங்க அழுத்தமா எவளையோ நினைச்சுண்டு ஓங்கி இடிச்சிருப்பேள். தலையாலே தான்.

நீலகண்டன் துரைமார்களும் சாவும் ரோஜாப்பூ மாலையும் நெக்ரோபோபியாவும் இல்லாத உலகத்தில் சஞ்சரிக்க ஆரம்பித்திருந்தான்.

அடுத்தாத்து வக்கீல் மாமிக்கு குரோஷாவிலே ரோஜாப்பூ போடச் சொல்லிக் கொடுத்திண்டிருந்தபோது காளை மாடு பசுவை அழைக்கற மாதிரி ஏங்கலோட உங்க குரல் கேட்டது. மாமி சொல்றா. பாருடி, பகல்லேயே உங்காத்து மனுஷர் அம்புவிட வந்துட்டார். போய்ட்டு வாடியம்மான்னு குங்குமம் கொடுத்து அனுப்பறா. மானம் போறது.

காவேரிக்கரைக்காரி ஓய மாட்டாள். சொல்ல நினைத்ததைச் சொல்லிவிட்டுத்தான் வேறே பேச்சை எடுப்பாள். அவள் கிடக்கட்டும். அந்த எச்சல் இலை?

காணோம். சமையல் கட்டு தரை மொறிச்சென்று கிடந்தது. கல்சட்டி வாயை இறுக்கிக் கட்டி வெள்ளைத்துணி கட்டினது கட்டின மேனிக்கு இருந்தது.

என்ன பிரமை இது? பிரமையா இல்லே கண்கட்டு வித்தையா? ஏதாவது துர்தேவதை இவள் வெளியே போன பிற்பாடு உள்ளே நுழைந்திருக்குமோ?

நாதமுனி பீக்காட்டுப் பிசாசு என்றோ வேறே ஏதோ கண்றாவிப் பெயரிலோ சாயந்திரங்களில் கதை கதையாகச் சொல்வானே.

அவன் மாமியார் ஒரு துஷ்டிக்குப் போனபோது கூடவே அந்தப் பிசாசு வீட்டுக்குள் வந்துவிட்டதாம். சாப்பிட இலை போட்டு உட்கார்ந்தால் அன்னத்துக்கும் காய்கறிக்கும் நடுவிலே ஒரு கரண்டி நரகலும் திடீரென்று வீட்டில் தட்டுப்பட ஆரம்பித்ததாம்.

பீத்துண்ண வச்சுட்டா சாமி என் மாமியா. அப்புறம் பூசாரியைக் கூட்டியாந்து கோடாங்கி அடிச்சு. அதான் ரெண்டு நாள் ஆபீசு பக்கமே தலைகாட்டலே.

அவன் சொல்லாமல் கொள்ளாமல் காணாமல் போய் திரும்பி வந்தபோது விஸ்தாரமாகச் சொன்னதை அப்போது நம்பவில்லை நீலகண்டன். ஆப்பக்காரிச்சி கூட எங்கேயோ ஊர் சுற்றி விட்டு சால்ஜாப்பு சொல்கிறான் என்று டெபுடி சூப்பரண்ட் கிட்டே கூட சொன்னான். ஆனால் இப்போது நாதமுனி சொன்னதை நம்பாமல் இருக்க முடியவில்லை.

ஐயர் அகத்துக்குள் அந்த பீக்காட்டு சமாச்சாரம் எல்லாம் வருமோ என்ன? லலிதா சகஸ்ரநாமமும் ஆவணி அவிட்டம் முடிந்து காயத்ரி ஜப தினத்தில் நிறுத்தாமல் புரோகிதர்கள் ஆளாளுக்கு நேரம் ஒதுக்கி முறை வைத்துச் சொல்லும் முறை ஜபமுமாக வேதம் ஒலிக்கிற வீட்டில் அதெல்லாம் எதுக்கு வரணும்?

வேதமாவது, மண்ணாவது. சாப்பாட்டு இலையில் நரகல் தட்டுப்பட தலைவிதி இருந்தால் யாரைக் கொண்டு எத்தைக்

கொண்டு அதை வழிச்செறிய?

நீலகண்டன் சமையல்கட்டை ஒட்டி பூஜை அறைக்குள் திரும்பினான். இருட்டும் கொஞ்சம் குளிர்ச்சியுமாக இருந்தது அந்த இடம். வெட்டிவேர்த் தட்டி வாசனையும், காலையில் ஏற்றி வைத்து அணைந்துபோன தீபத்தில் நல்லெண்ணெய் வாடையும், கட்டிக் கற்பூர வாடையும் சேர்ந்து சுகமாக இருந்தது.

போகட்டும். எல்லாக் கவலையையும் விட்டொழிக்கலாம். துரை சொர்க்கம் போன புண்ய திவசம் இன்னிக்கு. சந்தோஷம் கொண்டாட வேண்டிய தினம்.

இங்கே கொஞ்சம் அக்கடா என்று படுத்தால் என்ன? முதல்லே சாப்பிடணும். சாப்பிட்டுவிட்டுப் மேற்கொண்டு என்ன செய்யலாம் என்று பார்க்கலாம். அதுக்கு முந்தி அந்த காகிதக் கட்டை எடுக்க வேணும். நாயுடு காத்திருக்கிறான்.

அதுக்கும் முன்னால் மாடப்புரையைக் காலி செய்து விடணும். அந்த ஸ்தாலிச் செம்பு அங்கேதான் இருக்கு. வீட்டில் குறக்களி காட்டுவது அதுக்குள்ளே இருக்கப்பட்ட பீக்காட்டு தேவதையா இல்லை முனியா?

அவன் அவசரமாக மாடப் புரை இருட்டில் துழாவ இழைகிற ஐந்து ஏதோ கையில் ஊர்ந்து அப்புறம் தரையில் விழுந்தது.

அம்மாடீ. பூரானா?

அவன் போட்ட சத்தத்தில் கற்பகம் பூஜை அறைக்குள் வந்துவிட்டாள்.

ஏன் என்ன ஆச்சு? எதுக்கு அலறணும்? கேக்கறேன். அலங்க மலங்க முழிச்சுண்டு நிக்கறேளே. என்ன ஆச்சு?

அவனை தோளில் தட்டி பலமாக அசைத்துவிட்டு அப்படியே புடவை விலக்கி மாரில் சாய்த்துக்கொண்டு ஸ்தனங்களால் அவன் முகத்தில் அழுத்தினாள். போன நிமிஷ அதிர்ச்சியும் பயமும் எல்லாம் போக, வியர்வையும் கறிவேப்பிலை வாசனையுமாக இருந்த அவளில் அடைக்கலமானான் நீலகண்டன்.

குழந்தே. ரொம்பப் பசியா இருந்ததுடா. அதான் சாப்பிட உட்கார்ந்தேன். சரி, நீங்க ஆம்படையானும் பொண்டாட்டியும் அந்யோன்யமா இருக்கற இடத்துலே இந்தக் கிழவிக்கு என்ன வேலை. நான் வெளியிலே போயிடறேன். சாப்பிட்டுட்டுத் தானே என்னைத் திரும்ப கூட்டிண்டு போகப்போறே. மெல்ல வா. நான் காத்துண்டு இருக்கேன்.

நீலகண்டனுக்கு மாத்திரம் முணுமுணு என்று கேட்ட சத்தம். ஸ்தாலிச் சொம்பு தரையில் விழுந்தது. விழுந்த வேகத்தில் அது பூஜை அறைக்கு வெளியே உருண்டது.

ஐயோ, இந்தக் குரல். மனசை ஈரப்படுத்துகிற இது நிச்சயம் துர்தேவதை இல்லை. அம்மா கோமதியா? பகல் நேரத்தில் தயிர் சாதமும் மாவடுவும் சாப்பிட இறங்கி இருக்கிறாளா? ஆவக்காய் ஊறுகாய் என்றால் அவளுக்கு இஷ்டமாச்சே.

இது அம்மா இல்லை. அவள் குரல் இப்படி இருக்காது. கற்பகத்தை விட அதிகாரமாக, எல்லாவற்றையும் கட்டி ஆள்கிற தொனியில் இருக்கப்பட்டது இல்லையா அது? இந்த அடங்கின குரலும் வார்த்தைக்கு வார்த்தை குழந்தே குழந்தே என்று ஹிருதயத்துக்குள் இருந்து கூப்பிடுகிறதும். எங்கே எப்போதோ கேட்டிருக்கிறோம். சின்ன வயசில் எங்கேயோ பிரயாணமாக குடும்பத்தோடு போனபோது. எங்கே? மலையாளக் கரைக்கு ஒரு விசை போனபோதா? அது ஏன் அந்தப் பிரயாணம் மட்டும் இப்போது ஞாபகம் வருகிறது?

நீலகண்டன் மெல்ல கற்பகத்தின் ஆலிங்கனத்தில் இருந்து விலகினான். அவன் முகம் வியர்த்திருந்தது. கற்பகம் முந்தானையால் ஒற்றி எடுத்தாள்.

இருங்கோ, கொழுமோர் காய்ச்சிக்கொண்டு வரேன். ரொம்பத்தான் பயந்திருக்கேள்.

அவள் சமையல் கட்டுக்குள் நடந்தாள்.

ஏய், அதெல்லாம் ஒண்ணும் வேணாம். நான் என்ன பச்சைக் குழந்தையா மோரும் மத்ததும் குடிக்க?

அப்புறம் ஏன் இப்படி பகல் நேரத்திலேயே பிரமை பிடிச்ச மாதிரி ஒரு கூச்சல்? அது சரி, ஆபீசுக்குக் கிளம்பிட்டு இதென்ன இப்பவே திரும்ப வந்து நிக்கறேள்?

கொஞ்சம் தொணதொணக்காம இருக்கியா. துரை படார்னு மார் அடைச்சு பரலோகம் போயிட்டான். இன்னிக்கு எல்லோரும் அவாத்துக்கு மாலையும் மத்ததும் எடுத்துண்டு போறா. நான் இப்படி வந்தாச்சு. தலை போற வேலை.

சாப்பாட்டுக் கூடை எங்கே? அதுலே ரெண்டு ஆப்பிள் பழம் வச்சுருந்தேனே? இருக்கோ?

எல்லாம் ஆபீசுலே இருக்குடி. சாதத்தைப் போடு. சாப்பிட்டு கொஞ்சம் சிரம பரிகாரம் பண்ணிண்டு போறேன்.

சாயந்திரத்துக்கா கல்லறை இருக்கப்பட்ட இடத்துக்குப் போகப் போறேள்? வேண்டாம்னா. சொன்னாக் கேளுங்கோ. குளிச்சுட்டு கோவிலுக்குப் போயிட்டு வாங்கோ. துரைக்காக வேணும்னா பத்தாம் நாள் காரியத்தன்னிக்கு மோட்ச தீபம் மயிலாப்பூர் கோவில்லே ஏத்திடலாம்.

ஏண்டி அவா ஆச்சாரப்படி ஒரே நாள்லே குழியைத் தோண்டி பொதைச்சு கல்லை மேலே வச்சு சிலுவை நட்டுடுவாடி. பத்தும் பதினஞ்சும் நமக்குத்தான். சரி சாதம் போடு. பசி உயிர் போறது.

ஆனாலும் வர்ற மனுஷன் சாப்பாட்டுப் பாத்திரத்தை இப்படியா விட்டுட்டு வருவீர்? அதிலே வச்ச சாதமும் கூட்டு கறியும் ராத்திரி கெட்டுப் போய் நாளைக்கு நாத்தம் குடலைப் பிடுங்குமே?

எல்லாம் வெளியிலே எறிஞ்சுட்டு சுத்தமா அலம்பிக்கொண்டு வரேன். போதுமா?

உங்க ஆபீசுலே பத்து பாத்திரம் தேய்க்க பெண்டுகள் இருக்காளா என்ன?

உண்டே. நான் தான் தேடிப் போய் மடியிலே உக்காத்தி வச்சுத் தேய்க்கணும்.

இந்த அலட்டலுக்கு ஒண்ணும் குறைச்சல் இல்லே. ஒரு நிமிஷம் தனியா விட்டா பீக்காட்டுப் பேயைக் கண்ட மாதிரி கத்த வேண்டியது.

நீலகண்டன் மர பீரோவைத் திறந்தவன் கொஞ்சம் நிதானித்தான்.

உனக்கு யார் பீக்காட்டுப் பேயைப் பத்திச் சொன்னது?

இதுக்காக ஆள் போட்டா தகவல் சொல்ல வைக்கணும்? நீர் தானே அன்னிக்கு அதான் சித்ரா பௌர்ணமிக்கு.

அவள் சட்டென்று நிறுத்தினாள். நமுட்டுச் சிரிப்பு சிரித்தாள்.

நீலகண்டனுக்கு ஞாபகம் வந்தது. ஜன்னல் வழியாக நிலா வெளிச்சம் மேலே பட நக்னமான மேனி கலந்து ரமித்த நடுராத்திரியில் போகம் முந்த விடாமல் இருக்க பேயையும் பிசாசையும் பற்றி கற்பகம் காதில் சொன்னபடி இயங்கினவன் அவன்.

மர பீரோவின் உள்ளறையில் இன்னும் கொஞ்சம் மக்கி அந்த மலையாளக் காகிதக் கட்டு கிடந்தது. பத்திரமாக வெளியே எடுத்து கையில் தூக்கிக்கொண்டு நடக்கும்போது சில்லென்று ஏதோ காலில் பட்டது.

ஸ்தாலிச் செம்பு.

சாப்பிட்டு வெயில் தாழக் கிளம்பலாம்டா குழந்தே. எனக்குத்தான் எதுவுமே கொடுத்து வைக்கலே. கற்பகத்தையும் குழந்தைகளையும் ஜாக்கிரதையா பார்த்துக்கோ. சும்மா கண்டதுக்கும் பயந்து நடுங்காதே. கொழுமோர் உடம்புக்கு நல்லது.

முணுமுணுவென்று குரல் ஒலித்து அப்புறம் அந்தக் கூடம் முழுக்கக் கவிந்த மௌனம். ஊஞ்சல் அசைகிற சத்தம் அப்புறம். ஊஞ்சலை ஓரமாகத் தள்ளிக்கொண்டு சமையல்கட்டுக்குள் போனாள் கற்பகம்.

ஸ்தாலிச் செம்பை வெறித்தபடி நின்றான் நீலகண்டன்.

அத்தியாயம் அறுபத்திமூன்று

1915 *ஆகஸ்ட் 14 - ராட்சச வருஷம் ஆடி 30 சனிக்கிழமை*

ஏண்டா பரதேசிங்களா என்ன ஊருடா இது?

ராஜா சத்தமாகக் கேட்டார். இருமலில் பிசிறடிக்காமல், கபத்தை முழுங்கிக்கொண்டு கொழகொழவென்று எதிரொலிக்காமல் கணீரென்று இருந்த அவருடைய குரலைக் கேட்க அவருக்கே ஆச்சரியமாக இருந்தது. *அட, கேக்குதே எளவு இம்புட்டுத் துல்லியமா!*

யாரோ றெக்கை கட்டின சாமியான் மாதிரி பறந்து வந்து பக்கத்தில் நின்றது கவனத்தில் பட்டது. புஸ்தி மீசையும் புதுசாக் கல்யாணம் ஆன மிடுக்குமா இது அந்த மாமனார்க் கிழவன் இல்லியோ?

ஆமா, நீ இன்னும் இளந்தாரின்னு நெனப்போ.

புஸ்தி மீசைக் கிழவன் கொக்கரித்தான்.

வக்காளி, நெனைக்க விட மாட்டேங்கறான். சரி, கொஞ்சம் மரியாதையாத்தான் வார்த்தை சொல்லிப் பார்ப்போம்.

நல்லாயிருக்கீகளா மாமா?

ஏதோ இருக்கேன்'பா. காலையிலே தான் நம்ம பொம்பளை சொன்னா நீ வந்து சேர்த்துட்டேன்னு. போக்குவரத்து எல்லாம் பிரச்சனை இல்லியே?

என்ன போக்குவரத்து? எங்கிட்டு இருந்து எங்கிட்டுப் போறதுக்கு?

ராஜாவுக்கு ஒரு மண்ணாங்கட்டியும் புரியவில்லை. மசங்கலாக அவருக்கு நினைவு இருக்கிறது. நினைப்பும் கனவுமாக ஒரு மாசம் போல கட்டிலில் புரண்டு கொண்டிருந்தார். மருதையனோ, அடுத்த வீட்டு தாசீல்தார் அய்யர் பையனோ சட்டியிலே இவர் மூத்திரம் போக, கொண்டு போய்க் கொட்டிக் கொண்டிருந்தார்கள். பழனியப்பன் இல்லை அது நிச்சயமாக. அவன் சொர்க்கவாசி ஆகி நாலு மாசம் ஆகிவிட்டது. ராஜா பயிர் செய்து வைத்திருந்த புகையிலையை ஆசை தீர மென்றபடிக்கே அவன் மேற்கொண்ட யாத்திரை அது. போகட்டும் அவனுக்காவது அரண்மனை சாகுபடி பிரயோஜனப்பட்டதே.

பழனியப்பன் வியோகமானதற்கு ரெண்டு நாள் கழித்து மீதி புகையிலையை மண்வெட்டியால் கெல்லி தூரப் போட்டு விட்டு அரண்மனைத் தரையில் காரைக் கட்டடம் எழுப்ப மருதையன் மேற்பார்வை பார்த்தபடி நின்றதை ராஜா கட்டிலில் இருந்தே கவனித்திருக்கிறார்.

தீர பசி என்பதே இல்லாமல், சகல நேரமும் தாகம், அதுவும் தேத்தண்ணியோ காப்பியோ குடிக்க இச்சை. தாசீல்தார் சாமா வீட்டில் இருந்து படிக் கணக்கில் அனுப்பின காப்பித் தண்ணி குடிக்க வேண்டியது, யாரையாவது மூத்திரச் சட்டியைப் பிடிக்கச் சொல்ல வேண்டியது, தூங்க வேண்டியது இப்படியே போன ஜீவிதம் என்ன ஆச்சு?

நேத்துப் பகல் ஒரு மணிக்கு அது முடிஞ்சுது மாப்புளே.

புஸ்திமீசையான் ரொம்ப சந்தோஷமாகச் சொன்னான்.

மூணு சீட்டு விளையாட ஒரு கை குறைந்த நேரத்தில் ஏப்பை சாப்பையாக ஒருத்தன் நானும் வரேன் என்று வந்து உட்கார்கிற மாதிரி அவன் சந்தோஷம் அவனுக்கு.

ஏதோ பொம்பளை என்றானே வந்ததும் வராதுமாக. எந்தப் பொம்பளை? இந்தாளு இங்கேயும் வந்து தொடுப்பு வச்சுக்கிட்டானா? செய்யக் கூடியவன்தான். சரி நமக்கு எதுக்கு வம்பு?

ராஜா கொஞ்சம் அடக்கி வாசிக்க முடிவு செய்தார்.

வந்தது வந்தாகி விட்டது. இது அவன் இருக்கப்பட்ட இடம். ரொம்ப நாள் முன்னாடியே துண்டையோ கோவணத்தையோ உருவிப்போட்டு இடத்தைப் பிடித்து வைத்திருக்கிறான். ராஜா அனுசரித்துத்தான் போகணும் அவனை.

மாமா உடம்பெல்லாம் சொடக்கு எடுத்துவிட்ட மாதிரி சீரா இருக்குது.

எதையாவது பேச வேண்டியிருக்கிறது. கஷ்டத்தைச் சொன்னால் இவன் சந்தோஷப்படுவான். சந்தோஷத்தைத் தாராளமாகப் பகிர்ந்துகொள்ளலாமே.

மாப்புளை தொரை, உடம்பா? அது எங்கே இருக்குது இங்கே? அலங்காரமாப் பாடை கட்டித் தூக்கிப் போய் அடக்கம் பண்ணிட்டாங்களே.

கிழவன் கபடமாகச் சிரித்தான். என்ன கருமாந்திரமோ அவனுக்கு மட்டும் தொளதொளவென பாதிரியார் ஞாயித்துக்கிழமை மாதா கோவிலுக்குப் போக அங்கி மாட்டிக் கொண்டு வந்த மாதிரி ஒரு உடுப்பு, முகமும் உடம்பும் அன்னிக்கிக் கண்ட மேனிக்கு அழிவில்லாமே அப்படியேதான் இருக்குது. சுகலோலப் பிரியனாக இன்னும் எத்தனை காலம் சுற்றி வருவானோ.

அதென்னமோ தெரியலே மாமா, என் கண்ணுக்கு நீங்க தெரியறீங்க நல்லாவே. உங்க குரல் கூட அட்டகாசமாக் கேக்குது. கூடவே தொப்பு தொப்புன்னு சத்தம் வேறே.

என் இடுப்புக்குக் கீழே குனிஞ்சு பாரு. முடி உதுர்ற சத்தம்.

நாறப் பயபுள்ளே. இவன் எத்தனை காலம் இங்கனக்குள்ளே சுத்திக்கிட்டுக் கெடந்தா என்ன, கவட்டுக்குள்ளேதான் புத்தி.

ஆமா மாப்பிளே, வாச்சிருக்கறவன் வச்சுக்கிட்டு என்ன வேணும்னாலும் செய்யுவான். உனக்கு ஏன் பொச்சாப்பு?

அட போடா வக்காளி, உன்னை அப்பாலே கவனிச்சுக்கறேன்.

ராஜா நடந்தார். அவர் நினைப்பு முழுக்க ராணியைத்தான் சுற்றி இருந்தது. எங்கே போனாளோ? அறியாப் பொம்பளையாச்சே பாவம். நாலு வருசம் முந்தி மதுரைத் தேர்த் திருவிழா முடிஞ்சு அழகர் ஆத்துலே இறங்கற நாள்லே புட்டுக்கிட்டுக் கிளம்பினவளாச்சே. என்னதான் கடிஞ்சுக்கிட்டாலும், என்னப் பார்க்க வராம இருப்பாளா என்ன?

நாச்சி, ஏம்புள்ளே எங்கிட்டு இருக்கே?

அவர் சத்தம் நாலு திசையிலோ அதுக்கும் மேலே கீழே எல்லாம் எதிரொலித்தும் பிரயோஜனம் இல்லை. புஸ்தி மீசைக் கிழவனைக் கேட்கலாமா? மகளாச்சே? இருப்பிடம் தெரியாமலா இருக்கும்?

மாமோய்.

கூப்பிடத் திரும்பினார் ராஜா. கிழவன் போய் விட்டிருந்தான்.

இதென்னமோ மேளமும் கொம்பு வாத்தியமுமாகச் சத்தம்.

அட, அரண்மனை இல்லையோ. நடந்து நடந்து இங்கேயா வந்து சேர்ந்திருக்கோம்.

இத்தனை கம்பீரமாக அவருடைய அரசூர் அரண்மனை இருந்து இந்த ஜன்மத்திலே பார்த்ததில்லையே. சுத்தமாக வெள்ளை அடித்து, ஓட்டை உடைசல் ஏதும் தட்டுப்படாமல் அங்கங்கே காரை அடைத்து தில்லி சுல்தான் கோட்டை மாதிரி என்னமா எழும்பி நிக்குது. அரண்மனையிலே ஒரே சந்தடி.

நடுநாயகமாக மருதையன் நிற்கிறான். பக்கத்தில் அடுத்த வீட்டுக்காரப் பிள்ளை டெப்புட்டீ தாசீல்தார் சாமா. என்னமோ படையல் நடக்கிறது போலிருக்கு. ஜோசியக்காரர் வேறே

சட்டமா நட்ட நடுவிலே பூசணிக்காயை வைப்பாட்டி மாதிரி அணைச்சுப் பிடிச்சுக்கிட்டு உட்கார்ந்திருக்கார். எம்புட்டு காசு பிடுங்கினானோ அந்த ஓமம், இந்தச் சுக்கு, திப்பிலின்னு வாக்குதத்தம் கொடுத்து.

முன்னாடி ரோஜாப்பூ மாலையெல்லாம் போட்டு சார்த்தி வச்சிருக்கற படம்? ராஜாவேதான். தான் இத்தனை கோலாகலமாக எப்போ இருந்தோம் என்று அவர் யோசித்தார். கல்யாணமான போது இருந்திருக்கலாம். அப்போது அரண்மனை நிதிநிலைமை ஏதோ இழுத்துப் பிடிச்சு மெச்சத் தகுந்த தரத்தில் இருந்ததால் அவரை எல்லா ராஜ உடுப்போடும் நாற்காலியில் நட்டக்குத்தலாக உட்கார வைத்துப் படமாக எழுத ஆரம்பித்தது. காரியஸ்தன் ஏற்பாடு அது. அந்தப் பயலும் இங்கேதான் எங்கேயோ செனைப் பூனை மாதிரி கீச்சுக் கீச்சென்று இரைந்து கொண்டு கிடப்பான். கிடக்கட்டும். அவனை சாவகாசமாப் பார்த்துக்கலாம்.

ஆமா, அந்தப் படம் என்ன ஆச்சு? முடிஞ்சாத்தானே என்ன ஆச்சுன்னு கேட்க? வங்காளத்தில் இருந்து வந்த சித்திரக்காரனை மேற்படி வர்ணச் சித்திரம் வரைய அமர்த்த, அவன் உள்ளூர்ச் சாப்பாட்டு ருசி பிடிக்காமல் சமையல்காரி அழகம்மையோடு சவாரி விட்டு விட்டான். அழகம்மை மேலே அமர்க்களமா சதா மீன்வாசனை அடிக்கும். ராஜா ஏகப்பட்ட தடவை ஆசைதீர அனுபவித்திருக்கிறார். அவள் கூட வங்கிழடாக இங்கேதான் இருப்பாளோ?

அப்புறம் இந்தக் களவாணிகள் குட்டையனும் நெட்டையனும். பனியன் பிரதர்ஸ்னோ என்னமோ மருதையனும் தாசில்தார்ப் பையனும் அவங்களைப் பத்திப் பேசிச் சிரிக்கிறது அரைகுறையாக ராஜா காதில் விழுந்திருக்கு. அப்போ அவர் சீக்கு முத்திப் போன கோழியாக படுக்கையே கதியாகக் கிடந்ததால் ரொம்ப ஒண்ணும் எதைப் பத்தியும் யோசிக்க முடியவில்லை.

குட்டை பனியன், நெட்டை பனியன் ஆளுங்களும் இங்கே தான் திரிஞ்சுக்கிட்டு இருப்பாங்க. எத்தனை கேட்டானுங்க, ராஜா ஒரு படம் பிடிச்சிருந்தா இப்போ அதை இல்லே வச்சு

ஐயர் சகலமானதையும் படைச்சுக்கிட்டு இருப்பார். மூஞ்சியும் கைகாலும் கோண கோணையா இருந்தாலும் அவர் இருந்த மாதிரிக்கு அச்சு அசலாப் படம் அமைஞ்சிருக்குமே.

சாமா, முடிஞ்சுதா இன்னம் இருக்குதா? எனக்கு இந்தச் சடங்கு சம்பிரதாயத்துலே எல்லாம் நம்பிக்கை விலகிப் போய்க்கிட்டே இருக்கு.

அதான் நூறு தடவையாவது சொல்லிட்டியே மருதா. இப்போ சும்மா இரு.

சாமா அவனைச் சத்தம் போட்டு அடக்கினான்.

டெபுடி தாசீல்தார் நீ ஆர்டர் போட்டு இருக்கே. ஆர்டினரி சிட்டிசன் ஆஜராகம முடியுமா? புண்ணியமாப் போகுது. சீக்கிரம் முடிப்பா. காலேஜ்லே அடுத்த வாரம் பாடம் எடுக்க ஏகத்துக்குப் பழைய புத்தகத்தைப் புரட்ட வேண்டியிருக்கு.

தோ முடிஞ்சாச்சுடா மருதையா. செத்தெ இரு. அம்மா வந்துண்டு இருக்கா. ஜோசியக்கார அய்யங்கார் ஏதோ பதார்த்தம் பண்ணி எடுத்துண்டு வரச் சொன்னாரோல்லியோ. கொண்டு வரா.

பகவதி ரொம்பவே தளர்ந்துபோய் கையில் தூக்குப் பாத்திரத்தோடு உள்ளே வந்ததை ராஜா பார்த்தார். பாவம் இந்தம்மாவும் சீக்கிரமே இங்கனக்குள்ளே வந்துடும் போல இருக்கே.

காலம்தான் என்னமா பறக்குது. நேத்துக்குத்தான் இது சங்கரய்யரைக் கல்யாணம் கட்டி மலையாளச் சீமையிலே இருந்து அரசூருக்கு அடியெடுத்து வச்ச மாதிரி இருக்கு. கருக்கடையான பிள்ளை. இப்படியா தலை நரைச்சு கிழவியாகி ஓய்ஞ்சு போகணும்?

கம்பங்காடு கரிசல்காடு வித்தியாசமில்லாம மேயற புஸ்தி மீசையான் இம்புட்டு நாள் போயும் உரமா பேசிக்கிட்டு திரிஞ்சுக்கிட்டு கிடக்கான். இந்த மாதிரி நல்ல ஜென்மங்க தான் தும்பப்படும் போல.

பகவதியம்மா கூட வந்த பெண்ணை இதுக்கு முன் பார்த்ததாக ராஜாவுக்கு நினைவு இல்லை. இது தாசீல்தார் பொண்டாட்டி இல்லை. அந்தக் குட்டியை விட கொஞ்சம் வயது அதிகம். உடுப்பும் அது என்ன வேட்டியை இடுப்புலே சுத்திக்கிட்டு மேலே ஆம்பளைக் குப்பாயத்தை மாட்டிக்கிட்ட மாதிரி? காது முழுக்க மறைக்கற மாதிரி தங்கத்துலே காதுவாளி. நம்ம பக்கத்து சமாச்சாரம் இல்லியே. யாரு இதுன்னு ராஜா யோசித்தார்.

அந்தப் பெண்ணுக்குப் பின்னால் ஒரு ஓலைக் கொட்டானில் வெற்றிலை பாக்கும், பூவன் பழக் குலையுமாக வந்த மனுஷனைப் பார்த்ததும் ராஜாவுக்கு எல்லாம் விளங்கியது. மலையாளத்துப் பிள்ளை. பகவதியம்மா உடம்புறந்தான் வேதத்துலே ஏறி பிள்ளை பெத்துக்கிட்டானே. திருவனந்தபுரமோ கொல்லமோ பள்ளிக்கூட வாத்தியார். அட, அவனும் வந்தாச்சா.

எங்கே எங்கே இருந்தெல்லாம் வேண்டப்பட்டவங்க வந்து மரியாதை செலுத்தறாங்க. ராஜ சாவுதான் தனக்கு. கௌரதை அப்படி. புஸ்திமீசைக் கிழவனா என்ன? தாரை தப்பட்டையோடு தோலான் துருத்தியான் எல்லாம் கள்ளுத் தண்ணி முட்டக் குடிச்சுட்டு குழிக்குள்ளே கொண்டு தள்ள?

இந்த மலையாளத்தான் பேரு என்ன? ராஜா நினைவுபடுத்திப் பார்த்தார். ஊஹூம், புஸ்தி மீசைக் கிழவனின் ரோமம் உதிர்கிற சத்தம் தான் காதுக்குள்ளே கேக்குது.

மருதையன், அரண்மனையைப் பிரமாதமா ஆக்கிட்டீங்களே. ராஜ குடும்பத்து ரத்தமாச்சே. நினைச்சா முடிச்சுட்டுத்தான் மத்த வேலை.

வேதையன் மனசு திறந்து பாராட்டிச் சொன்னான்.

வேதையன் சார், ராஜ குடும்பத்து ரத்தமும் இல்லே. அரண்மனையும் இல்லே. இன்னொரு அரசூர்க்காரன், இன்னொரு அரசூர்க் கட்டிடம். அம்புட்டுத்தான், இந்தத் தாசீல் சாமா அய்யரு ஆளு அம்பு எல்லாம் ஏற்பாடு பண்ணித் தராட்ட, நம்ம மாதிரி வாத்தியாருங்களுக்கு ஏது செல்வாக்கு? பார்ப்பார ராஜா. சர்க்காருக்கு வேண்டப்பட்டவன் ஆச்சே.

சாமா தோளில் மருதையன் பலமாகத் தட்டிச் சிரிக்க, ஏதுக்கென்று தெரியாமல் ஜோசியக்கார ஐயரும் சிரித்து வைத்தார்.

அசமஞ்சமான பயலா இருக்கானே. ராஜா அவனைப் பார்த்ததுமே நினைத்தார். அரசூரில் ஜோசியக்காரக் குடும்பங்களே அஸ்தமித்துப் போய், வேறே எங்கே இருந்தோ தாசில்தார் சாமா முயற்சியில் கொண்டு வந்து இறக்கப்பட்டவன்.

என்ன இருந்தாலும் அந்தக் காலத்தில் அரண்மனையில் யந்திரம் பிரதிஷ்டை செய்த ஜோசியருடைய புத்திசாலித்தனத்தில் அரைக்கால்வாசி கூட இந்தப் பிள்ளையாண்டானுக்கு வராது. வராகன் வராகனாக சிரித்துக் கொண்டே பிடுங்கி, அரசூர்ச் சக்கரவர்த்தி, மயிராண்டி மகாராஜன் என்றெல்லாம் உரக்க சுலோகம் சொல்லி உற்சாகப்படுத்திய அந்த ஜோசியக்கார அய்யரும் இங்கேதான் எங்கேயோ மிதந்து கொண்டிருப்பார் போல. மனுஷன் சவரனையும் பத்திரமாக அரைஞாண்கொடியில் முடிச்சுக் கொண்டு வந்திருப்பார். புஸ்தி மீசையானுக்கு சளைத்த ஆள் இல்லை அந்த அய்யனும்.

யாரோ தயங்கித் தயங்கி பின்னால் நிற்கிற ஓசை. ராஜா திரும்பிப் பார்த்தாள். மத்திய வயது பிராமணப் பெண். எங்கேயோ பார்த்த ஞாபகம் ராஜாவுக்கு.

பகவதி, என் பொன்னு பகவதிக் குட்டி.

அந்த ஸ்திரி தீனமாக அரற்றினாள். கையை கையை முன்னால் நீட்டி இங்கே இருந்தே பகவதியம்மாவைத் தொட்டுத் தோளைத் திருப்பிப் பேச முயற்சி செய்கிறவளாகத் தெரிந்தாள் அவள்.

அம்மா, நீங்க?

ராஜா மரியாதை விலகாமல் கேட்டார்.

விசாலம். அம்பலப்புழை விசாலம். பகவதிக்குட்டிக்கு மன்னி. யாராவது எங்க குடும்பத்தை கடைத்தேத்துவாளான்னு பிச்சைக்காரியா அலைஞ்சிண்டு இருக்கேன் மகாராஜா.

அவள் அழ ஆரம்பித்தாள்.

உயிரோடு இருக்கப்பட்டவர்கள்தானே அழ சபிக்கப்பட்டவர்கள்?

உசிரோடு சந்தோஷமா இருந்தேன். செத்ததும்தான் துக்கமே.

அந்த ஸ்திரி ஓரமாக விலகி நின்று முணுமுணுக்கிற ஸ்வரத்தில் பேசினாள். அவள் மூச்சுக் காற்று ஓசை கூட ராஜா காதில் ஸ்பஷ்டமாக விழுந்தது.

செத்தாத்தான் துக்கம். சாவும் இல்லாம ஜீவனும் இல்லாமே, அது இன்னொரு மாதிரி.

அந்த ஸ்திரி சொல்லியபடிக்குக் கரைந்து போனாள்.

அரண்மனையில் எள்ளுருண்டை வாடை எழும்பி ராஜா மூக்கில் சுகமாகக் கவிந்தது. அவர் கண்ணைச் சற்று மூடிக் கொண்டார். இதுதான் சாவு வாசனையா?

அத்தியாயம் அறுபத்திநாலு

1915 ஆகஸ்ட் 14 - ராட்சச வருஷம் ஆடி 30 சனிக்கிழமை

பகவதி ரெண்டு கையையும் குவித்துக் கும்பிட்டாள். அவள் கண்கள் ஆழமான லயிப்போடு கவிந்திருந்தன. போன ஆத்மாக்கள் நல்ல கதிக்குப் போகட்டும். இனி வரும் தலைமுறைகள் அவர்களைக் கூப்பிட்டு உறவாடி, இதமாக வார்த்தை சொல்லி எள்ளும் தண்ணீரும் இறைக்க மாட்டார்கள். அவரவர் பாடு அவரவருக்கு. மருதையனையோ சாமாவையோ சொல்லிக் குற்றம் இல்லை.

போன திதிக்கு பகவதி வீட்டுக்காரன் சங்கரனுக்கு சிரார்த்தம் கொடுக்க சுப்பா சாஸ்திரிகள் நாலு நாள் முன்னதாக ஞாபகப்படுத்த வந்தார். வழக்கமான வருஷா வருஷம் முன்னறிவிப்பு கொடுக்க வருகிறவர்தான்.

கார்த்திகை சுக்ல பட்சம் திரயோதசி. அடுத்த வாரம் செவ்வாய்க்கிழமை வர்றது. உங்க அப்பா தெவசம்டாம்பா. கோதானம், வஸ்த்ர தானம் எல்லாம் எப்பவும் போல ஏற்பாடு பண்ணிடு. சுத்துக் காரியம் செய்யறதுக்கும் வடை தட்டறதுக்கும் மாமியை நான் சொல்லி வச்சுடறேன். விஷ்ணு எலைக்கு அந்த ராமசுப்பன் உண்டு.

பகவதி சிரத்தையாகக் கேட்க, சாமா இடைமறித்தான்.

இந்த வருஷம் தோதுப்படாது போல இருக்கு. திங்கள்லே இருந்து சென்னைப் பட்டினத்து துரை ஜமாபந்தின்னு ஆர்ப்பாட்டமா வந்து உட்கார்ந்துடறான். அப்பா திவசத்தை ஆர அமர முடிச்சு அப்பம் வடை தின்னு ஏப்பம் விட்டுண்டு ஆபீஸ் போறதுக்குள்ளே அவன் ஆகாசத்துக்கும் பூமிக்குமா எழும்பிக் குதிப்பான்.

விடிகாலையிலேயே வந்துடறேனே. ஆபீசு போறதுக்குள்ளே எலை போட்டுடலாம்.

இல்லே, சரிப்படாது. அந்தச் சாப்பாடும் ஹோமப் புகையும் நாள் முழுக்க தூக்கம் தூக்கமா கண்ணைச் சுழட்டிண்டு வரும். தாசில்தார் தூங்கினா ஆபீஸே தூங்கிடும்.

பகவதி பரிதாபமாக பிள்ளையைப் பார்த்தாள்.

அரசூர் சங்கரய்யரே, உமக்கு இந்த வருஷம் பிண்டப் பிராப்தி இல்லே. எள்ளை இறச்சு தர்ப்பையாலே இதம் ஆசனம் போட்டு உபசாரம் பண்ணி உட்கார வச்சுப் பசியாத்தி அனுப்ப சிரமமாம். சமத்தாப் போய்ட்டு அடுத்த வருஷம் வாங்கோ.

சங்கரன் உயிரோடு இருந்தபோது சகலமானதுக்கும் உபயோகப்பட்ட ஊஞ்சலைப் பார்த்தபடி மனதில் சொல்லிக் கொண்டாள் பகவதி.

சங்கரன் ஊஞ்சலில் உட்கார்ந்து இடது காலால் விந்தி விந்தி ஆடியபடி சிரித்தான்.

வாழைக்காயும், சேனைக்கிழங்கும் இந்த விசை கெடையாதா? போறது. பழகிக்க வேண்டியதுதான். நீயாவது இப்படி ஊஞ்சல்லே வந்து உக்காறேண்டி ராஜாத்தி.

கொஞ்ச நாள் பொறுத்துக்குங்கோ. ராஜாத்தி, கண்ணம்மால்லாம் கட்டிப் பிடிச்சுண்டு அழ அங்கேயே வந்து சேர்ந்துடலாம்.

பகவதி அவனிடம் ஏங்கலும் முறையீடுமாகச் சொல்ல, கண்ணீர் அடக்க முடியாமல் கன்னங்களில் வழிந்தது.

பரவாயில்லே. இரண்ய சிரார்த்தமும் நியம நிஷ்டைப்படியான

தெவசம் கொடுக்கற அதே பலன் தான் தரும். சிருங்கேரி மடாதிபதி, இப்போ இருக்கற பட்டத்துக்கு ரெண்டு பட்டம் முந்தினவா இருந்தாளே அந்த மகான் ஸ்பஷ்டமா கிரந்தமா எழுதி வச்சிருக்கா.

சுப்பா சாஸ்திரிகள் ஏதோ சுலோகத்தை அரைகுறையாகச் சொல்லி நிறுத்தினார். அவருக்கும் சந்தோஷம்தான். நாலு மணி நேரம் சமித்தை ஒடித்துப் போட்டு, நெய்யை ஊற்றி அக்னி வளர்த்து கண் எரிச்சலும் உடம்பு முழுக்க தொப்பமாக நனைக்கிற வியர்வையுமாக மெனக்கெட வேண்டாம். வந்தோமா போனோமா என்று நறுவிசாக இரண்ய சிரார்த்தத்தை முடித்து விட்டு, இடுப்பில் வாத்தியார் சம்பாவனையை முடிந்து கொண்டு கிளம்பி விடலாம். கண்ட எண்ணெயையும், நெய்யையும் விட்டுப் பொரித்த அதிரசமும் பாதி சொத்தையான எள்ளைத் திரட்டிப் பிடித்த எள்ளுருண்டையும் இலையிலே சரமாரியாக வந்து விழுந்து அஜீர்ணம் ஏற்படுகிற அபாயமும் இல்லை.

சங்கரனுக்காவது இரண்ய சிரார்த்த பாக்கியம் இருந்தது. ராஜாவுக்கு அதுவும் இருக்கும் என்று பகவதிக்குத் தோன்றவில்லை. மருதையன் கொஞ்ச நாளாகவே நாஸ்திகத்தில் ஒரு காலும், பழகின சம்பிரதாயத்தில் இன்னொரு காலுமாக இருக்கிறதாக சாமா சொல்லியிருக்கிறான். அது ராஜா மரித்த அடுத்த நாள்.

இதென்னடா, இன்னிவரைக்கும் இல்லாத வழக்கமா இவன் புத்தி இப்படிப் போகணுமா? அவனோட அப்பாவை கொலைப் பட்டினி போட்டுடுவானா இனிமே?

அவள் ஆச்சரியப்பட்ட போது சாமா கேட்டான்.

இதென்ன புடலங்கா சமாச்சாரம். உங்க அண்ணா, அதான் எங்க மாமா ஜான் கிட்டாவய்யர் என்ன எள்ளும் தண்ணியுமா வருஷாப்தீகமா வாங்கிண்டு இருக்கார்?

ராஜா விதி அப்படீன்னா பகவதி என்ன செய்ய முடியும்? கிட்டா அண்ணா கதி?

பக்கத்தில் வேதையனும் பரிபூர்ணமும் நிற்பது நினைவுக்கு

வர அவர்களை விசனத்தோடு பார்த்தாள் பகவதி. கிட்டா அண்ணாவை மறந்திருப்பார்களோ.

நாங்க இங்கே இருக்கலாமா இல்லே கிளம்பட்டுமா?

வேதையன் மெல்லிய சப்தத்தில் பகவதியைக் கேட்க, அவன் பெண்டாட்டி பரிபூரணம் இதையெல்லாம் முழுக்கப் பார்த்து விட்டுத்தான் போகப் போறேன் என்பது போல் ஓரமாகப் போய் உட்கார்ந்து பனை ஓலை விசிறியால் விசிறியபடி நடக்கிறதை எல்லாம் சுவாரசியமாகக் கவனித்துக்கொண்டிருந்தாள்.

கிட்டா அண்ணாவுக்கு கிறிஸ்து மகரிஷி சொன்னபடி வேதையன் வருஷா வருஷம் ஏதாவது சடங்கு சம்பிரதாயம் செய்து தீர்ப்பான் என்று பகவதிக்குத் தோன்றியது. அவன் விட்டாலும் அவன் பெண்டாட்டி பரிபூரணம் விடமாட்டாள். கருத்தான பொண்ணு. மதம் ஏதானால் என்ன, அவளும் நல்ல ஈஸ்வர விஸ்வாசி இல்லையோ.

ஜோசியக்காரர் என்ன மந்திரம் என்று தெரியாமல் அரை முணுமுணுப்பும் கனைப்புமாக ஏதோ சொல்லிக்கொண்டே போக, வேதையன் கையைக் கூப்பிக்கொண்டு நின்றான். அவன் நிற்கிற சாயல் அசல் கிட்டா அண்ணா தான். விருச்சிகம் ஒண்ணு சாஸ்தா கோவிலுக்கு மாலை போட்டுக் கொண்டு விசாலம் மன்னியை நமஸ்கரிக்க கிட்டாவய்யன் இப்படித்தான் பவ்யமாக நிற்பான்.

அதெல்லாம் எந்த ஜன்மத்தில்? நிஜமாகவே நடந்ததா இல்லே மனசு கற்பனை செய்கிறதா?

பகவதிக்குப் புரியவில்லை. எங்கேயோ ஜனிக்க வைத்து எங்கேயோ வாழ்க்கைப்பட்டு மிச்ச காலம் முழுசும் ஜீவிக்க வைத்து கொஞ்சம் லாபப்பட, நிறைய நஷ்டப்பட வழிசெய்து இன்னும் அலையடித்துக்கொண்டு பொங்கிப் போய்க்கொண்டிருக்கும் பெயர் தெரியாத பிரவாகத்தில் அவள் ஒரு துரும்பு.

கிழக்குப் பார்த்து உட்கார்ந்து இந்தப் பூணலைப் போட்டுக்கறேளா?

ஜோசியக்காரர் நீட்டிய பூணூலை மரியாதையோடு தொட்டு

வேணாமே என்று சொல்லிவிட்டான் மருதையன்.

பகவதிக்காகத்தான் இவ்வளவு வணங்கிக் கொடுத்து வந்து உட்கார்ந்து பித்ரு காரியம் பார்க்கிறான் அவன். அவள் சொன்னால் சாமா கூட எதிர்ப்பேச்சு பேசுவான். மருதையன் மாட்டான்.

ஒரு நாள் தானேடா மருதையா. போட்டுண்டு கழட்டிடேன்.

பகவதி கேட்டு முடிக்கும் முன்னால், அதில்லாட்ட என்ன, பரவாயில்லே என்று தாராள மனசோடு சொல்லிவிட்டார் ஜோசியக்காரர்.

பெரிய இடத்துப் பிள்ளைகள். ஆயிரம் ஜோலி இருக்கும். போனவர்கள் போய்ச் சேர்ந்தாச்சு. இந்தப் படையலும் மற்றதும் அவர்களுக்கு பத்திரமாக ஏதாவது ரூபத்தில் போகுமா என்று ஜோசியக்காரருக்கும் சந்தேகம்தான். தவிரவும் கர்மத்தை செய்து முடிக்க முடியாதபடியான விதிவிலக்கு சந்தர்ப்பங்களில் என்ன மாதிரி செயல்படணும் என்று கிரந்தங்களில் சொல்லி இருக்கிறது. அவர் தட்சணையைப் பத்து ரூபாயாக்கி சாயந்திரம் பனைவெல்லம் கலந்த தயிரை மருதையன் பானம் செய்தால் போதும். பரலோகம் போன ராஜா பங்குக்கு இன்னும் ஒரு வருஷத்து ஆகாரமும் பானமும் அதி விரசாகப் போய்ச் சேர்ந்துவிடும்.

மருதையன் இஷ்டமே இல்லாமல் தட்சிணையைக் கூட்டிக் கொடுக்க ஒப்புக்கொண்டான். பகவதி பனை வெல்லத்துக்கு ஏற்பாடு செய்வதாகச் சொல்லி கையில் கொண்டு வந்திருந்த அப்பம், வடை, அதிரசத்தை எல்லாம் விரித்து வைத்த வாழை இலையில் பரிமாறினாள்.

சாமிகளே, கொஞ்சம் சீக்கிரம் உங்க படையலை முடிச்சீங்கன்னா வேறே வேலையை ஆரம்பிச்சுடலாம். அம்மா வேறே பாவம் காலை முச்சூடும் அடுப்படியிலே வெந்து எல்லாம் செஞ்சு எடுத்து வந்திருக்கு.

மருதையன் பகவதியை வாஞ்சையோடு பார்த்தபடி சொன்னான்.

உனக்கு என்னடியம்மா கொறச்சல்? ஒண்ணுக்கு ரெண்டா பிள்ளைகள். இந்த அப்பம் வடையிலே கொஞ்சம் நானும்

எடுத்துக்கறேன். ராஜா வேண்டாம்னா சொல்லப் போறார். எத்தனை நாள்பட்ட பழக்கம் ரெண்டு குடும்பத்துக்கும்.

சமித்துப் புகையில் பகவதி கண்ணில் மங்கலாகப் பட்டு சங்கரன் மறைந்து போனான்.

புதுத் துண்டில் காய்கறியை மூட்டை கட்டிக் கொண்டு இலையில் பொதிந்த ஏழெட்டு அதிரசமும் வடையுமாக ஜோசியக்காரர் கிளம்பியபோது அவர் முகத்தில் அலாதியான ஆனந்தம் தெரிந்தது. மருதையன் இருபது ரூபாய் தானம் கொடுத்திருந்தான்.

இவன் கொடுக்கிற கடைசி தட்சணை இது.

அடங்கிக்கொண்டிருந்த ஹோமப் புகையில் திரும்ப எழுந்து வந்த சங்கரன் பகவதி காதில் கிசுகிசுத்தான்.

அடுத்த வருஷம் முழு நாஸ்திகனாயிடுவான் இந்தப் பிள்ளையாண்டான்.

மூணு தலை, ஏழு கை பிறவி மாதிரி மருதையன் ஆகிறதாக பகவதி கற்பனை செய்ய, அதொண்ணும் இல்லை என்றான் சங்கரன் அவள் தோளை ஆதரவாகத் தழுவி அணைத்துக் கொண்டு.

மனுஷ்ய சிநேகியா இருப்பான். அது போறும். ராஜாவோட வம்சத்துக்கு முழுக்க பித்ரு கடன் அடைச்ச புண்ணியம் அவனுக்கு சித்தியாகப் போறது.

இதெல்லாம் இப்போ சாப்பிடறேளாடா இல்லே மதியச் சாப்பாட்டுக்குப் போட்டுக்கறேளா?

பகவதி தூக்குப் பாத்திரத்தோடு கிளம்பும்போது மருதையனையும் சாமாவையும் கேட்டாள்.

ஒண்ணு ரெண்டு எடுத்து வச்சுட்டு பிள்ளைங்களுக்குக் கொடுத்திடுங்கம்மா.

அதுக்கு இன்னும் கொஞ்சம் பண்ணி வச்சிருக்கேனே.

நான் இதெல்லாம் சாப்பிடலாமோ?

வேதையன் சந்தேகத்தோடும் சங்கோஜத்தோடும் கேட்டான்.

ஆஹா, அதுக்கென்ன? வாங்களேன். எல்லோருமா மதியச் சாப்பாட்டை முடிச்சுடலாம்.

மருதையன் சட்டென்று சொன்னான். வேதையன் மனைவி பரிபூரணம் அவன் இப்படி யாசிக்கிறது மாதிரிக் கேட்டதுக்காக சங்கடப்பட்டு வெளியே கிளம்ப யத்தனித்திருந்ததை அவன் கவனித்திருந்தான்.

சரி, இங்கேயே எல்லோரும் உட்காருங்கோ. பரி, நீயும் நானும் அப்புறமா சாப்பிட்டுக்கலாம். ரெண்டு பேரா பரிமாறினா எளுப்பமா இருக்கும். ஒரு கை கொடுடியம்மா.

பரிபூரணம் முகத்தில் உடனே அலாதியான ஆனந்தம் தெரிந்தது. தன்னையும், வீட்டுக்காரனையும் இங்கே தனியாக ஒதுக்கி வைத்து யாரும் பார்க்கவில்லை. இதுவும் அவளுடைய சொந்த வீடு மாதிரித்தான். நல்ல மனுஷ்யர்கள். அத்தை அவளைச் செல்லமாகப் பரி என்றில்லையா கூப்பிடுகிறாள்.

குதிரைக்கு கொள்ளு தின்னக் கொடுக்கலாமா?

வேதையன் கேட்டபடி பரியைப் பார்க்க, இதுக்கு ஒண்ணும் கொறச்சல் இல்லே என்றாள் அவள் முகத்தில் சிரிப்பு மாறாமல்.

ஜாதிக் குதிரை மாதிரி ஜிவ்வுனு இருக்கேடி என்று அவன் போக சுகத்தில் பிதற்றுகிறது வழக்கம்தான். இது வேறே மாதிரி பரிவான அழைப்பு அவளுக்கு.

சாமா பிள்ளைகளும் வேதையனோடு சேர்ந்து உட்கார்ந்து சாப்பிட இஷ்டப்பட்டார்கள். மலையாளம் கலந்த தமிழில் அந்த மாமன் விஞ்ஞானம், சரித்திரம், லகுவான முறையில் கணிதம் எல்லாம் அவர்களுக்குச் சொல்லிக்கொடுத்திருக்கிறான். பதிமூன்றாவது பெருக்கல் வாய்படை அவர்கள் கரதலப் பாடமாகச் சொல்ல முடியும் இப்போது. இங்கிலீஷிலும் நூதனமான பாட்டுகளை துரைத்தனத்து மெட்டுக்களில் பாட அவர்களுக்குக் கற்பித்திருக்கிறான் வேதையன்.

திவச வீட்டுக்குப் பொருந்தாத கோலாகலத்தோடு அங்கே விருந்து நடக்க, வாசலிலே ஏதோ சத்தம்.

நாடிமுத்துக் கொத்தனாரும், தச்சு ஆசாரியும் இன்னும் யாரோ

நாலைந்து பேரும் தலையை உள்ளே நீட்டிப் பார்த்து விட்டுப் பின்வாங்கினார்கள்.

மகாராஜா போஜனம் பண்றாப்பல இருக்கு. மெதுவா முடிச்சு வந்தாப் போதும். வாசல்லே காத்தாட உக்கார்ந்து வார்த்தை சொல்லிட்டு இருக்கோம்.

நாடிமுத்து கொத்தனார் குரல் மட்டும் வெளியே இருந்து வந்தது.

வேதையன் சிரித்து விட்டான். அவனுக்கு மருதையனை கிரீடம் வைத்த மகாராஜாவாகக் கற்பனை செய்ய உற்சாகமாக இருந்தது.

நாடிமுத்து அண்ணாச்சி, மகாராஜா எல்லாம் இங்கே இல்லே. வெறும் பய மருதையன்தான் அப்பம் வடை சுவியம் தின்னுக்கிட்டிருக்கேன். உங்களுக்கு நாலு எடுத்துத் தரச் சொல்லட்டா?

அய்யோ, மகராஜா என்னத்துக்கு சிரமம்? நாங்க இப்பத்தான் மூக்குப் பிடிக்கத் தின்னு முடிச்சு வரோம். சித்தாள் பொம்பளை பொன்னாத்தா இருக்குல்லே. அதோட மக ருதுமதியான சடங்கு. ஆடு வெட்டி அமர்க்களம் பண்ணிட்டா போங்க. கண்ணு கெறங்குது. அய்யா கூப்பிட்டு விட்டீங்களேன்னு கிளம்பிட்டோம்.

பள்ளிக்கூட விஷயம் பேசத்தானே வந்திருக்காங்க?

சாமா மருதையனை விசாரித்தான்.

சாப்பிட ஆரம்பித்த வேதையன், எந்தப் பள்ளிக்கூடம் என்பது போல் மருதையனைப் பார்த்தான்.

அரண்மனையை இனிமேல் கொண்டு பள்ளிக்கூடமாக்கிடலாம்னு முடிவு செஞ்சிருக்கேன்.

திருப்தியாக இன்னொரு அதிரசத்தை எடுத்துக் கடித்தபடி மருதையன் சொன்னான்.

அத்தியாயம் அறுபத்தைந்து

1915 ஆகஸ்ட் 14 - ராட்சச வருஷம் ஆடி 30 சனிக்கிழமை

மனசுக்கு உகந்தவனும் உயிர் போன்றவனுமான ப்ரிய புத்ரன் வைத்தாஸ் என்ற வைத்தியநாதனுக்கு தகப்பன் வரதராஜ ரெட்டி என்ற மகாலிங்கய்யன் எழுதுவதிது.

ஆசிர்வாதம் அனந்தகோடி உனக்கு. அஞ்சு வயசுப் பிராயம் பூர்த்தியான தினம் இல்லையா இன்றைக்கு? ஆடிக் கோடியிலே பிறந்த தலைச்சன் பிள்ளையாச்சே நீ. எல்லா சுபிட்சமும் ஈஸ்வர கடாட்சமுமாக நீ அமோகமாக இருக்கணும்.

அடே வைத்தா.

வைத்தா வைத்தா அப்படீன்னு உன்னை நீட்டி முழக்கிக் கூப்பிடும்போது சுக்கிலமாக என்னைச் சுமந்து என் பூஜைக்குரிய தாயாரின் வயிற்றில் என்னை உயிர் கொடுத்து வளரவிட்ட என் அப்பன் வைத்தியநாதய்யர் ஞாபகம் வந்தபடிக்கே இருக்கிறது.

அதுவும் உன்னை அடே என்று சுபாவமாகக் கூப்பிடும்போது அவருடைய மடியில் சிசுவாக உட்கார்ந்தபடிக்கு கழுத்திலே போட்டிருந்த மைனர் செயினைப் பிடித்து இழுத்து அப்படி

அவரையும் செல்லமாகக் கூப்பிட்டது மங்கலாக நினைவுக்கு வந்து ஆனந்தம் கொள்ள வைக்கிறது. ஆனால் அந்த ஆனந்தம் கூட வரவில்லை.

நான் கடுதாசு எழுதியே ஜீவிக்கவும் அந்தப்படிக்கே மரிக்கவுமாகச் சபிக்கப்பட்டவன் என்பது உனக்குத் தெரியாதுடா வைத்தா.

ஒரு கன்யகை படுகொலையானதைக் காரணம் சொல்லி என்னைக் காராகிருஹத்தில் வைத்து தூக்கு மாட்டி பரலோக யாத்திரை புறப்பட ஏற்பாடுகள் நடந்துகொண்டிருந்த வேளையில் ராஜாங்கத்துக்கு விரசாக என்மேல் பட்சம் வர பிரார்த்தித்துக் கொண்டு நான் எழுத ஆரம்பித்தது அடுத்த பதினைந்து வருஷமாகத் தொடர்ந்தபடிதான் இருக்கிறது.

அந்தக் கருணை மனுக் கடுதாசு லார்டு துரை கைக்குக் கிடைத்ததா, அதைப் படித்துப் பார்த்தானா, பிருஷ்டம் துடைத்து அந்தாண்டை போட்டானா என்பதெல்லாம் தெரியாத சங்கதி. ஆனாலும் சாவிலே இருந்தும் ஜெயிலேலே இருந்தும் நான் ரட்சைப் பட்டது என்னமோ நிஜம்.

உன்னைப் பெற்ற அம்மாவும் என் மாஜி சகதர்மிணியுமான லோலா என்ற லோலிடா விக்டோரியா அம்மையின் மூத்தாளான லலிதாம்பிகா அம்மாளைத் தேடி நான் அலைந்து திரிந்ததும், சமுத்திரம் தாண்டி வந்து கரும்புத் தோட்ட நிலவாரத்தை எல்லாம் அவ்வப்போது அவளுக்குத் தெரிவிக்க வேண்டி கடுதாசு எழுதியதும் அப்புறம் கிரமமாக இல்லாவிட்டாலும் அவ்வப்போது நடந்தேறியது.

மேற்படி லலிதாம்பாளுக்கும் நான் எழுதி அனுப்பிய வர்த்தமானம் எல்லாம் போய்ச் சேர்ந்து அதையெல்லாம் படித்து மனதில் இருத்தி என் ஞாபகம் லவலேசமாவது கொண்டு எங்கேயாவது கையும் காலுமாக ஜீவிக்கிறாளா என்று தெரியாது. ஆனால், அதெல்லாம் கிட்டியிருந்தால் அவள் துடைத்துப் போட மட்டும் உபயோகப்படுத்தியிருக்க மாட்டாள் என்பது திண்ணம்.

ஐந்து வயசு நிறையும் உனக்கு அப்பன் ஸ்தானத்தில் இருந்து

அப்த பூர்த்திக்காக கணபதி ஹோமமும் நவக்ரஹ ஆராதனையும் பண்ணிய பிற்பாடு இந்த வருஷம் உபநயனம் நடத்தவும் நாள் குறிக்க வேண்டிய கடமை எனக்கு உண்டு.

அதையெல்லாம் துறந்து உன்னையும் உன்னம்மை லோலா சீமாட்டியையும் நட்டாற்றில் விட்டு நடு ராத்திரியில் ஓடி வந்து இப்போது லண்டன் பட்டணத்தில் தெரு பொறுக்கிக் கொண்டிருக்கிற தறுதலை நான்.

நீ உன் கைக்குக் கிடைத்தாலும் எழுத்து தெரியாத காரணத்தால் இந்தக் கடுதாசைப் படிக்கப்போவதில்லை. ஆனாலும் பத்திரமாக வைத்திருந்து தமிழ் எழுதத் தெரிந்த யாரிடமாவது கொடுத்துப் படித்து அர்த்தமாக்கிக்கொண்டு என்னையும் புரிந்து கொண்டால் எதேஷ்டம்.

மற்றப்படிக்கு நீ பூணூல் மாட்டிக்கொண்டு சந்தியாவந்தனம் பண்ணி பிராமண சிரேஷ்டனாக இருக்கவேண்டும், நான் மரித்த பிறகு எள்ளும் தண்ணியும் எறச்சு எனக்கு திவசம் கொடுக்கணும் என்ற எதிர்பார்ப்பெல்லாம் எனக்கில்லை. அதுக்காக உன்னைப் பெத்துப் போட்ட மகராஜி லோலா மாதிரி லோல்படவும் வேணாம்.

அப்பன் என்ற ஸ்திதிக்கு உனக்கு நான் எதுவும் சேர்த்து வைக்கலைதான். சேர்மானமான தொகையை எல்லாம் அந்தக் கடன்காரி கல்யாணியும் அவளுடைய கையாலாகாத களவாணி வீட்டுக்காரனும் சுருட்டிக் கொண்டு ஓடிப் போன இடம் தெரியலேடா என் குழந்தே.

உன் நல்ல அதிர்ஷ்டம், உன்னம்மை லோலா என்னை ரத்துப் பண்ணித் துரத்திவிட்ட அப்புறமாக இதெல்லாம் நடந்தது. இல்லாவிட்டால் ஆட்டைக் கடித்து மாட்டைக் கடித்து மணியாரன் பணியாரத்தைக் கடித்த கதையாக லோலா சொத்தெல்லாம் கூட கோர்ட்டு நடவடிக்கையில் விழுந்து நசித்திருக்கக் கூடும்.

எனக்கு என்ன ஆச்சு என்று நீ இன்னும் கொஞ்சம் வளர்ந்து பெரியவனாகும்போது அரசல் புரசலாக யாராரோ சொல்ல

ஆரம்பிப்பார்கள். அப்புறம் வயசுக்கு வரும்போது அந்தக் கதையெல்லாம் கை, கால், பீஜம் பெருத்து வளர்ந்து போயிருக்கும்.

அவனவன் தன் மனசில் நினைத்து ஏங்கிச் செய்ய முடியாமல் போன வக்கிரத்தையும் காமாவேச துர்க்காரியங்களையும் ஒண்ணு விடாமல் இதிலே நுழைத்து பூர்த்தி செய்த அந்தக் கதையெல்லாம் நான் சொல்ல வருவதை விட சுவாரசியமாக இருக்கவும் கூடும். ஆனால், அது எதுவும் இதுபோல் முழு முதல் சத்தியமில்லை.

அடே வைத்தா, உன் பொசைகெட்ட அப்பன் சொல்றேன் கேளு. ஸ்திரி சகவாசமே இல்லாத பூமி ஏதாவது இருந்தால் முதல் காரியமாக அங்கே ஜாகை மாற்றிக்கொள். முடியாத பட்சத்தில் காலாகாலத்தில் உன் மனசுக்குப் பிடித்த கன்யகை யாரையாவது கல்யாணம் பண்ணி உடம்பில் உயிர் இருக்கிற காலம் வரை அவளுக்கு விசுவாசமாக இருந்து உய்யும் வழியை மேற்கொள்வது உசிதம்.

பெண்டாளும் பித்துப் பிடித்து தெரு நாயாக மைதுனதுக்கு ஓடி அலைந்த கழிசடைத்தனம் என்னோடு மண்ணாகி ஒழியட்டும்.

நீ வைத்தாஸாக இருந்தாலும், உன்னம்மை லோலா காப்பிரி எவனையாவது அடுத்த கல்யாணம் பண்ணிக்கொண்டு. செஞ்சிருப்பாள் தடிச்சி. சுற்று வட்டாரத்து காப்பிரி தடியன்கள் பல தரத்திலும் வயசிலும் அவளை மோப்பம் பிடித்துச் சுற்றி வந்தது எனக்கும் தெரியும். நானும் அதேபடிக்கு வெளியே அலைந்ததால் அதை ஒரு பொருட்டாக கவனத்தில் இருத்திக் கொள்ளவில்லை.

ஏன், உனக்கு நாலு அட்சரம் கஜானனாம் பூத கணாதி சேவிதம் என்று கணபதி ஸ்லோகமும், ஆறுவது சினம் என்று ஆத்திசூடியும் கூடச் சொல்லிக் கொடுக்காமல் உடம்பு திமிர்த்து திரிந்தேன் நான்.

என்ன சொல்ல வந்தேன்? ஆமா, உன்னம்மை காப்பிரிச்சி லோலா அடுத்த கல்யாணம் முடிந்து உனக்குக் கிடைத்த

புது அப்பன் உன்னை முழு கிறிஸ்துவனாக வளர்க்க முடிவு செய்திருக்கலாம். நீ யாராக எப்படி இருந்தாலும் தகப்பன் ஸ்தானத்தில் இருந்து நான் சொல்கிற இந்த புத்திமதி பொருந்தி வரும்.

தோளுக்கு வளர்ந்த பிள்ளை தோழன்னு ஒரு பழமொழி உண்டு. நீ என் உசரமும் அதுக்கு மேலேயும் உன்னம்மை லோலா மாதிரி திடகாத்திரமாக வளர்ந்து சகல ஆரோக்கியத்தோடும் இருக்கணும். உன்னை உற்ற சிநேகிதன் போல் பாவித்து. அப்படி யாரும் எனக்கு இதுவரை கிடைக்கலை. சிநேகிதனாக பாவித்து மனசு திறந்து சொல்கிறது இதெல்லாம்.

நான் பலாத்சங்கம் செய்து படுகொலைப்படுத்தினேன் என்று என்னைத் தூக்கு மரத்தை தரிசிக்க வைத்த தெலுங்கச்சி கல்யாணி செத்தாலும் எப்படியோ என்னை விடாப்பிடியாகத் தொடர்ந்து தமிழ் மட்டும் பேசுகிற பெண்டாக சமுத்திரம் கடந்தும் வந்த கதையை உனக்கு சாவகாசமாகச் சொல்கிறேன். அதையெல்லாம் நம்புவதும் நம்பாததும் உன் இஷ்டம்.

இவளும் அவளும் கல்யாணி என்கிற பெயரும், ஒரே சாயலும் கொண்ட ரெண்டு பெண் ஜன்மங்கள் என்று நீ எடுத்துக் கொண்டாலும் பாதகமில்லை. ஆனாலும் தெலுங்கச்சியை நான் இச்சித்து திருக்கழுக்குன்றம் பாறையில் பூமியும் ஆகாயமும் தகிக்கும் ஒரு பகல் வேளையில் கிடத்தி அவள் உடம்பில் அடக்கி வச்ச சுகத்தை அனுபவிக்க முற்பட்டது முழுக்க இவளுக்கு எப்படியோ தெரியும்.

ஆனால் என்ன? அதே உடம்பு. அதே சுகந்தமான வியர்வை வாடை. அதே மாதிரி சிருங்காரமான பாவனைகள். ஆக, நான் திரும்ப என் கல்யாணி என்ற மாயச் சுழலுக்குள்ளே ஆனந்தமாக விழுந்தேன். சுற்றிச் சுழற்றி அலையடித்து என்னைக் கீழே ஒரு வினாடி தள்ளி அடுத்த நொடியில் மேலே எறிந்து விளையாடி உடலை, மனசை, நினைப்பை எல்லாம் எல்லா நேரமும் ஆக்கிரமித்த மோகம் அது.

உன்னம்மை லோலாவைக் கல்யாணம் செய்தாலும்

கல்யாணியோடு என் தொடுப்பு தொடர்ந்தபடிதான் இருந்தது. அவள் வீட்டுக்காரனும் அதுக்கு அனுசரணையாக இருந்ததைச் சொல்லியாக வேணும்.

நான் தான் இப்படி வேலை வெட்டி இல்லாமல், இல்லை அதெல்லாம் அம்பாரமாகக் குவிந்திருந்தும் எதையும் சட்டை பண்ணாமல் ரதி சுகத்தில் மூழ்கிக் கிடந்தேன் என்றால் என்னைச் சுற்றி இருக்கிற மொத்த உலகமுமே அந்தப்படிக்கு லகரி லகரியென்று மூச்சுவிட்டுக்கொண்டிருக்குமா என்ன?

பாரத தேசத்தில் இருந்தும் லங்கையில் இருந்தும் கொஞ்சம் போல் மிலேயா, சயாமில் இருந்தும் கரும்புத் தோட்ட வேலைக்கு கப்பல் கப்பலாக ஆணும் பெண்ணுமாக வந்து இறங்கியது ரெண்டு வருஷம் முந்தி வரை ஒரு குறைச்சலும் இல்லாமல் நடந்தேறி வந்தது.

சொல்லப்போனால், நம்ம தேசம், என் ஜன்ம பூமியான மதராஸ் பட்டினத்திலும் சுற்றிப் பரந்து விரிந்த தமிழும் தெலுங்கும் உச்சரிக்கும் துரைத்தனத்து ராஜதானியிலும் உழைக்கிற உழைப்புக்குக் கிடைக்கிறதை விட கூடுதலாக இங்கே கிடைத்ததாலும், அங்கே இருக்கப்பட்ட ஆயிரத்துச் சொச்சம் தீட்டு சமாசாரங்கள் இங்கே இல்லாமல். முழுக்க இல்லேன்னு சொல்ல முடியாது.

ஆனாலும் நான் மகாலிங்க அய்யனா, வரதராஜ ரெட்டியா என்று நதிமூலம் பார்த்து யாரும் ராத்தூக்கத்தைக் கெடுத்துக் கொள்ளவில்லை. அந்த அளவுக்கு ஜாதி விஷயம் இங்கே பெரிசாக எடுத்துக் கொள்ளப்படாததாலும், மதராஸ் ராஜதானி, வங்காளம், இந்துஸ்தானி பேசுகிற பிரதேசம் இப்படிப் பல இடத்தில் இருந்தும் தோட்ட வேலைக்கு ஆட்கள் இங்கே வந்த மணியமாக இருந்தது உண்மை.

இதிப்படி இருக்க, போன வருஷம் இந்த நிலைமைக்கு சீர்கேடு உண்டாச்சு. இதுவரைக்கும் இல்லாத தோதில், பூலோகத்து தேசங்கள் எல்லாம் கட்சி கட்டி மோதி சர்வ நாசம் விளைவிக்கிற யுத்தம் ஏற்பட்டதே காரணம். நீ இதைப் படிக்கிற காலத்தில்

அதெல்லாம் ஓய்ந்து போய் எல்லோரும் எவ்விடத்திலும் சமாதானமாகித் தத்தம் ஜீவனோபாய அபிவிருத்திக்கு வழி செய்து கொண்டு சகஜமாகப் போய்க்கொண்டிருக்கலாம்.

இன்னும் யுத்தம் தொடர்ந்துகொண்டிருக்கும் பட்சத்தில், துப்பாக்கியும் வெடிமருந்தும் கொண்டு லோகமே அழிந்து போகும் என்று பாதிரி ஞாயிற்றுக்கிழமை பிரசங்கத்தில் சொன்னால் அதையெல்லாம் நம்பாதே. பயப்பட வைத்து காசு பார்க்கிறது எல்லாக் கோவில் பூசாரியும் எங்கேயும் செய்கிறதுதான்.

கிரகணம் பிடித்தால் பீடை. அதுக்குப் பரிகாரம் என்று நெற்றியில் ஓலைச் சுவடியைப் பரிவட்டம் மாதிரிக் கட்டிக் கொண்டு நான் கூட உட்கார்ந்து புகை படிந்த கண்ணாடிச் சில்லு மூலம் ஆகாசத்தில் சூரியன் அஸ்தமிப்பதைப் பார்த்திருக்கிறேன். வேம்பு சாஸ்திரிகள் பரிகாரம் பண்ணிய விதத்தில் வசூலித்த தட்சணையை இடுப்பில் முடிந்துகொண்டு கிளம்பறச்சே சூரியன் திரும்ப வரும்.

சூரிய கிரகணம் கிடக்கட்டும். நான் என்னைப் பிடித்த கல்யாணி கிரகணத்தைப் பற்றி இல்லையோ சொல்லிக் கொண்டிருந்தேன்?

ரெண்டு வருஷம் முன்னால் ஒரு ராத்திரி உன்னம்மை லோலாவை ப்ரீதிப் படுத்தி விட்டு அரையில் வேட்டியைத் தளர்த்தியபடி கல்யாணி இருந்த குச்சுக்கு நடந்தேன். நித்திய கர்மம் மாதிரி இந்த விஷயத்தில் காட்டின சிரத்தையை வேறே கல்வி கேள்வி, தொழில் அபிவிருத்தியில் காட்டி இருந்தால் நான் இன்னேரம் மெச்சத் தகுந்த பெரிய மனுஷனாக ஆகியிருப்பேன். என்ன செய்ய, என் தலைவிதி.

நிலாக் காய்ந்து கொண்டிருந்த நேரம். கல்யாணி தோளில் கை வைத்து உலுக்க அவள் இதுக்காகக் காய்ந்து காத்துக் கொண்டிருந்த மாதிரி என் இடுப்பைப் பற்றி இழுத்து மேலே கிடத்திக் கொண்டாள். அந்தப் பேடிப் பயல் போன இடம் தெரியலை.

ஒரே புழுக்கமாக இருந்ததால் குச்சுக்குள் ரெண்டு பேரும் வெந்து போவானேன், நிலாக் காய, வாசலிலேயே விச்ராந்தியாகப் படுத்து மேற்கொண்டு ஆகவேண்டியதைப் பார்ப்போமே என்று நான் யோசனை சொன்னேன். அவளை வெளியே கிடத்தி அனுபவிக்க வேணும் என்று என்னமோ அன்று அடங்கா வெறி.

அர்த்த நக்னமாக வீட்டு முற்றத்தில் ஆகாசத்துக்கும் நட்சத்திரங்களுக்கும் தன் சௌந்தரியம் எல்லாம் காட்டிக் கொண்டு மல்லாந்து கிடந்த கல்யாணிக்குள்ளே நான் அடைக்கலமானேன். தூரத்தில் சமுத்திரம் அலையடிக்கிற சத்தம் ரம்மியமாக காதில் விழ, ராப்பறவை கூவல் அதுக்கு ஒத்தாசையாக அடியெடுத்துக் கொடுக்க, நான் சொர்க்கம் போனதாகக் கற்பனை செய்தபடி அப்புறம் அவள் பக்கத்தில் கிடந்தேன்.

மெல்ல என் காது மடலை முன் பல்லால் கடித்து உதட்டில் முத்தம் ஈந்தாள் கல்யாணி. கண் இமைகளையும் எச்சில் படுத்தி அவள் காதில் குறுகுறுத்தாள்.

நம்ம ஊர்லே இருந்து ஆளுங்களைக் கொண்டு வந்தா கமிஷன் கிடைக்கறதாமே.

ஆமா, கேள்விப்பட்டேன்.

நானும் நாலு காசு பாக்க வேணாமா?

அவள் ஆலிங்கனத்தில் அழுத்தியபடி கேட்டாள்.

நானும் உன்னை முழுசாப் பார்க்கணும்.

ராஜா நீங்க நினைச்சா எல்லாம் நடக்கும்.

அவள் அணைப்பில் உறங்கிப்போனேன் அந்தப்படிக்கே.

அத்தியாயம் அறுபத்தாறு

1915 ஆகஸ்ட் 14 - ராட்சச வருஷம் ஆடி 30 சனிக்கிழமை

அடே வைத்தா, அந்த ராட்சசி கல்யாணி திட்டம் செய்து வைத்திருந்தது இந்தப் படிக்கு இருந்தது.

யுத்த காலமாச்சா? பெரிய தோட்டம் துரவு எல்லாம் வாங்கி வளச்சுப் போட்டு நிர்வாகம் பண்ணுகிற பரங்கித் துரைகளும், சின்னத் தோதில் தோட்டம் போட்டுப் பயிர் வளர்க்கும் உன் மாதா லோலா மாதிரிப்பட்ட கருப்பு சீமாட்டிகளும் தோட்ட வேலைக்கு ஆள் கிடைக்காமல் ரொம்பத் துன்பப் பட்டார்கள்.

ஏற்கனவே வேலைக்கு இருந்த ஆட்கள் மெய் தளர்ந்தோ சீக்குப் பிடித்தோ இல்லேன்னா, எல்லாம் அலுத்துப் போயோ, பொறந்த பூமிக்குத் திரும்பப் போக துடியாகத் துடித்தார்கள்.

இருந்தாலும், பட்டாளக்காரன் துப்பாக்கி வச்சு சுட்டுத் தள்ளிச் செத்தாலும் அதெல்லாம் சொந்த ஊரிலே, பந்தப்பட்டவர்கள் கூடி இருக்க நடக்கணும் என்று பல பேர் வாய்விட்டுச் சொல்லிக் கேட்டிருக்கேன். புருஷனும் பெண்டாட்டியுமாக வந்தாலும், தனிக்கட்டையாக இங்கே உழைத்துப் பணம் சேர்க்க

வந்தாலும், இதே கதை தான். இதே மாதிரி நினைப்பு தான்.

போகிறவர்கள் போகிறதும் புதுசாக வருகிறவர்கள் அவர்கள் இருந்த குச்சுக்குள் மீந்து போன பழைய சட்டி பானையை எடுத்து வீசி விட்டுப் புதுப் பானையும் சருவமுமாக நுழைவதும் இத்தனை வருஷம் நடந்ததுதான். ஆனால், போறவனைப் போக விட்டு, புதுசாக வர ஆள் கிடைக்காமல் துரைகள் பட்ட கஷ்டம்தான் எவ்வளவு.

கரும்பைக் கண் மாதிரி காத்து தண்ணீர் பாய்ச்சி, பூச்சி பொட்டு அண்டாமல் வச்சு அறுத்து எடுக்கணும். அப்புறம் ஆலைக்குக் கொண்டு போறது, நறுக்கித் துண்டு போடறது, உலையிலே ஏற்றிக் காய்ச்சி சர்க்கரை எடுக்கறது இதெல்லாம். இந்த வரிசைக் கிரமத்துலே எங்கேயாவது தப்பு நடந்தா, பொழப்பு நாறிடும் போ.

வேலையிலே இருக்கறவனுக்கு அதிக வேலை செய்ய சம்பளம் கொடுத்துப் பார்த்தாலும் பிரயோஜனமில்லை. பதினாறு மணி நேரம் ஒரு நாள் போல உழைக்க மாட்டுக்குக் கூட முடியாதே. மனுஷன் எம்மாத்திரம்?

அப்புறம்தான் இங்கே வர ஆள் பிடிச்சு அனுப்பற ஏஜண்டுக்கு கமிஷன் கொடுக்கற ஏற்பாடு ஆரம்பமாச்சு. தமிழ் பேசற தஞ்சாவூரா, மாயவரமா, தெலுங்குக்கார வாராங்கல்லா, ஓங்கோலா, மலையாள சமுத்திரக் கரையா, வங்காளமா, கிராமம் கிராமமா அங்கே எல்லாம் போய், தோட்ட வேலைக்கு ஆள் சேர்க்கற வேலை.

முன்னாடியும் இது நடந்தது. நான் கூட புதுச்சேரியிலே இருக்கப்பட்ட ஒரு பெண்பிள்ளை மூலமாத்தான் இங்கே வந்தேன். அப்போ எல்லாம் வர்றவன் ஏஜெண்டுக்குப் பணம் கொடுப்பான். வந்து சம்பாதிச்சதிலே கொஞ்சம் கொஞ்சம் மாசா மாசம் அடைக்க வேண்டி வரும். இது ஒரு மூணு வருஷம் நடந்தா, அக்கடான்னு கடன் தொல்லை இல்லாம அப்புறம் காசு சேர்க்கலாம்.

யுத்த காலத்திலே வர்றவன் ஒரு தம்பிடியும் யாருக்கும்

தர வேண்டாம். சகலமும் வரவு கணக்குத்தான். அவனை மனோவசியம் செஞ்சு அவன் பாஷையிலே பேசிக் கப்பலேற்றி விடற ஏஜெண்டுக்கு இந்தக் கமிஷனைத் தோட்ட முதலாளி கொடுக்கணும். அதான் புது நியதி.

சமுத்திரத்துக்கு அக்கரையிலே ஆயிரத்தெட்டு ஏஜெண்ட் வச்சுண்டு ஒவ்வொருத்தனுக்கும் பணப் பட்டுவாடா பண்றது பிடுங்கல் ஆச்சே. ஆகக் கூடி, இங்கேயே இருந்து ஊர்லே ஆள் அம்பு படையை நியமிச்சு நிர்வாகம் பண்ணி சப்ஜாடா இதையெல்லாம் செய்யற நாலைஞ்சு பேர் இருந்தா தொரைகளுக்கு காசு போக்குவரத்து நடத்த சுலபம். கல்யாணி உத்தேசிச்சது அப்படி ஒரு ஏஜண்ட் ஸ்தானத்தைத்தான்.

என் கூறுகெட்ட வீட்டுக்காரனை கப்பல் ஏத்தி நம்ம பூமிக்கு அனுப்பிச்சது எதுக்குன்னு நெனச்சீரு ரெட்டியாரே?

கல்யாணி என்னைக் கேட்க நான் வழக்கம் போல் அவள் ஸ்தனத்தை வெறித்தேன்.

நாம ரெண்டு பேரும் குஷியா சிருங்காரக் கேளிக்கை நடத்தி சுகத்தை சதா அனுபவிக்கத்தான்.

விடிஞ்சாலும் விட்டுப் போகாத மோகத்திலே மிதந்தபடிக்குச் சொன்னேன்.

அதுதான். அதேதான். இந்த சுகமும் சொர்க்கமும் தொடரணுமா வேணாமா?

வேணும் தான். ஆனா, அவன் திரும்பி வந்துடுவானே? அப்புறம் ராத்திரியிலே பூனை மாதிரி வந்து பாலைக் குடிச்சுட்டுப் போக வேண்டியிருக்கும் போ.

நான் நாற்காலியில் கால் பரப்பி உட்கார்ந்தபடி ஏக்கமாகச் சொல்ல என் தாவாக்கட்டையை நிமிர்த்தித் தந்த சுத்தி செய்யாத வாயால் முத்தம் ஈந்தாள் கல்யாணி. அந்த வாடை கூட விடிகாலையில் மனசுக்கு ரம்மியமாக, ரொம்ப வேண்டி இருந்தது. உனக்கு ஸ்திரி பந்தம் அனுபவமானதும் நான் சொல்றது புரியும்.

கல்யாணி குனிந்து என் கால் பக்கம் நெருங்கி உட்கார்ந்து கால் ரெண்டையும் எடுத்துத் தன் மடியில் போட்டுக் கொண்டாள்.

அவனைத் தீர்த்துட்டா?

அவள் கபடமாகச் சிரித்தாள். கொலை கிலை செஞ்சுடப் போறாளோன்னு மிரண்டு போனேன் நான் ஒரு நிமிஷம்.

தூக்குக் கயிறை தீர்க்கமா முகர்ந்து பார்த்துட்டு தப்பிப் பொழச்சு வந்தவன் நான். கல்யாணியைக் கொன்னதுக்காகத் தூக்குத் தண்டனை. இப்போ கல்யாணி அவளோட ஆம்படையானைக் கொல்ல ஒத்தாசை செஞ்சு அதுக்கும் தூக்கு.

வேண்டாம்டி கண்ணு, அவனை ஒண்ணும் பண்ணிடாதே. ஆயுசோட கை காலோட அவன் பாட்டுக்கு நடமாடிட்டு இருக்கட்டும். நாய், பன்னி மாதிரி ஒரு உபத்திரவமும் கொடுக்காத பிறவி.

நான் நைச்சியமாகச் சொல்ல அவள் பேசாமல் தலையை மட்டும் ஆட்டினாள். அவள் வாயில் என்ன கொழக்கட்டையா என்று கேட்க வேண்டாம். அந்தத் தகவலை மட்டும் அசங்கியம் கருதித் தவிர்க்கிறேன்.

பல்லும் மற்றதும் சுத்தம் செய்து கொண்டு நான் திரும்ப வந்தபோது அவள் கருப்பட்டிக் காப்பி கலந்து சூடு பறக்க நீட்டினாள். ஆடி அயர்ந்த உடம்புக்கு இதமான பானம் அது. நீ குடிச்சிருக்கியோ?

என் வீட்டுக்காரன் ஊர்லே இருபது முப்பது சப் ஏஜெண்ட்மாரை ஏற்படுத்திட்டு வருவான். இன்னும் ரெண்டு மாசத்துலே ஐநூறு பேரைக் கொண்டு வந்து இறக்கிடலாம் பார்த்துக்கிட்டே இருங்க. துரைகள் கிட்டே இருந்து கமிஷன் வகையிலே அப்புறம் நெறைய நமக்கு வரதுக்கு வாய்ப்பு நெருங்கிட்டு வருது.

அவள் சந்தோஷமாகச் சிரித்தபடி சொன்னாள்.

எனக்கு அந்தக் காசிலே எதுக்குப் பங்கு? அவள் வீட்டுக்காரனுக்கும் அவளுக்கும்தானே அதெல்லாம். சப் ஏஜெண்ட்களுக்குக் கொஞ்சம் போல பிய்த்து விட்டெறிந்தால்

மிச்ச ஆப்பம் முழுசும் இந்தப் பூனைகளுக்குத்தானே.

வீட்டுக்காரனுக்கு ஒரு தொகை கொடுத்து பந்தத்தை தீர்த்துக்கலாம்னு உத்தேசம்.

கல்யாணி சொன்னபோது பரம சந்தோஷமாக இருந்தது. பயமாகவும் இருந்தது.

அப்புறம் ரெட்டியாரும் நானும் தான். நீரு லோலா தடிச்சியை விட்டுட்டு இங்கேயே வந்தாலும் மூணு வேளையும் ஆக்கிப் போடத் தயாரா இருக்கேன். இல்லேன்னாலும் பாதகமில்லே. அங்கே அவ இங்கே இவ. உம்ம அரைக்கெட்டுலே சதா மழைதான்.

காமம் சரி. அனுபவிக்க நான் இல்லியா காசு கொடுக்கணும்?

எதுக்கு ரெட்டியாரே. என் பணம் உங்க பணம்னு வித்தியாசம் இருக்கா என்ன? இந்த உடம்பே உங்களுக்குன்னு ஆன பிற்பாடு அல்ப விஷயம் பணம் என்ன?

நான் ஜிவ்வுனு மனசுலே றெக்கை கட்டிப் பறந்தேன். ஆம்பிளை வேசைத்தனம்கிறயோடா வைத்தா? என்னமோ போ.

துரை கமிஷன் வந்து சேர கொஞ்சம் காலம் பிடிக்கும். ஆனா டாண்ணு வந்துடும். உமக்குத்தான் இதெல்லாம் அத்துப்படியாச்சே. சம்பளப் பட்டுவாடா, பிடித்தம், ஓவருட்டயம் இதெல்லாம் எந்த துரையாவது ஏமாத்தி இருக்கானா? அவனவன் பொண்டாட்டி கண்ணுலே மண்ணைத் தூவிட்டு அடுத்த வீட்டு தொரைசாணியோட படுத்தாலும் படுப்பானே தவிர உழைச்ச துட்டை தராமல் போவானா?

நிச்சயம் மாட்டான்கள் இவங்க எல்லோரும். எனக்கும் தெரியும்.

சப் ஏஜெண்ட்களுக்கு முன்கூட்டியே கொஞ்சம் தொகை கொடுத்தால்தான் சுறுசுறுப்பா ஆள் பிடிச்சு அனுப்ப ஆரம்பிப்பாங்க. ஜெகஜாலப் புரட்டனுங்க நான் பார்த்து வச்சிருக்கறவன் எல்லாம். தில்லிக்கு ராஜாவா இருந்தாலும் சாமர்த்தியமாப் பேசி வசப்படுத்தி, கப்பலேத்தி

அனுப்பிடுவானுங்க.

அவளோடு நானும் சிரித்தேன்.

ரெட்டியார் தயவு இருந்தா சப் ஏஜெண்ட் பயலுகளுக்கு இந்தத் தொகையை வெட்டி விட்டுடலாம்.

பொடி வச்சுப் பேசினாள் கல்யாணி. நான் கருப்பட்டிக் காப்பியைக் குடித்து முடிக்கிறவரைக்கும் என் பக்கத்தில் பவ்யமாகக் கைகட்டி நின்றபடி இருந்தாள்.

அவள் சொன்னது எனக்குப் புரிந்தது.

நான் நம்ம தோட்டம், மற்ற அண்டை அயல் தோட்டம் இங்கெல்லாம் வேலைக்கு வந்த நம்ம ஊர் ஜனங்களுக்காக மாசாந்திர சீட்டு ஒண்ணு நடத்தி வந்தேன். பிரதி மாசம் பிறந்து ஒரு ரூபா கொடுத்து சீட்டெடுப்பிலே விழுந்தா ஐநூறு ரூபாய். இந்த ஊர்க் காசையும் ரூபாய்னுதான் ஒரு சௌகரியத்துக்காகச் சொல்றோம்.

பணம் விழுந்தவன் அப்புறம் அதைக் குறைஞ்ச வட்டி கொடுத்து அடைச்சா போதும். விழாட்டாலும் பாதகமில்லே. அஞ்சு வருஷத்துலே கணிசமான தொகை கைக்கு வரும்.

ஊர்லே, வீட்டுலே சுப காரியச் செலவு, அசுப காரியச் செலவு, குலதெய்வம் கோவிலுக்கு பிரார்த்தனை, கள்ளுத் தண்ணி வாங்கின கடனை அடைக்க. நிலம் நீச்சு வாங்கிப்போட, இப்படி இங்கே வரக்கூடிய எல்லோருக்கும் எதுக்காவது கணிசமான பணம் எப்பவும் தேவைப்பட்டதாலே, சீட்டைத் தள்ளி எடுக்கவும் சதா போட்டா போட்டி.

எனக்கும் லாபமாச்சே. சீட்டுப் பணத்தை அட்டியில்லாம சம்பளம் வாங்கினதும் அவனவன் கொடுத்துடுவான். பத்திரமா ஐந்தொகை போட்டுப் பதிஞ்சு வச்சுப்பேன் எல்லாத்தையும் ஒரு காசு கூட விடாமல். கணக்குலே நான் சுத்தம். அதுலே மட்டுமாவது.

இப்படி சீட்டு பிடித்த பணத்தை இங்கே அடகுக்கடை நடத்த நம்ம ஊர்லே இருந்து வந்த பெரிய கருப்பன் செட்டியார்

வசம் ஒப்படைத்திருந்தேன். அந்த வகையில் பத்தாயிரம் ரூபாய் செட்டியாரிடம் இருந்தது.

உன் அம்மாளும் என் பிரியமான பெண்டாட்டியுமான லோலா சீமாட்டியும் பெரிய கருப்பன் செட்டியார் வசம் நல்ல வட்டிக்கு பணம் கொடுத்திருந்தாள். சிக்கனமாக ஜீவனத்தை நடத்தி, உனக்கும் சந்ததிக்கும் வேண்டி சேர்த்து வைத்த அந்தப் பணத்தை நானும் அவளும் பாத்தியஸ்தராக இருந்து செட்டியாரிடம் கொடுத்து வைக்க, வாங்க உரிமை இருக்கிறதாக ஏற்பாடு.

அந்த வகையில் கிட்டத்தட்ட அரை லட்சம் ரூபாய் உங்கம்மா சிறுவாடுப் பணமாகப் பெருந்தொகை சேர்த்திருந்தாளடா என் கண்ணு வைத்தீஸே.

ஒரு முப்பதாயிரம் ரூபாய், இல்லேன்னா, இருபத்தஞ்சு. ரெட்டியார் கடனாக் கொடுத்தா, ஆயுசு பூரா கடன் பட்டிருப்பேன் சந்தோஷமா என்றாள் கல்யாணி. என் கடனை துரை கமிஷன் கிடைச்சதும் பைசல் பண்ணிடறேன்னா.

என்னையும் தீர்த்துடாதேடி கல்யாணிக் குட்டி. ஒக்கல்லே வச்சுக்கோ. இல்லே ரவிக்கை முடிச்சுக்குள்ளே முடிஞ்சுக்கோன்னு நான் அதைப் பிரிக்க ஆரம்பிக்க, வேணாம், விடிஞ்சு நேரமாச்சு, வீட்டைப் பார்க்கப் போம் என்று துரத்திவிட்டாள்.

ஆக, என் சீட்டுப் பணம் முழுசாக பத்தாயிரம் ரூபாய், லோலா உயிரைக் கொடுத்துச் சேர்த்து வைச்சதில் ஒரு இருபதாயிரம் ரூபாய். செட்டியாரிடம் ஒரே தவணையில் கேட்டால் சந்தேகப்படுவார் என்று மாசத்தில் நாலைந்து தினத்தில் பணம் திரும்ப வாங்கினேன். முதல் தடவை போனபோது செட்டியார் கேட்டார்.

என்ன வே, தொடுப்பு வகையிலே செலவு ஜாஸ்தியாச்சோ?

மனுஷன் மகா புத்திசாலி. சட்டுனு எல்லாம் புரியற கல்பூர புத்தி. இல்லாமலா, காசு கொடுத்து வாங்கி காசு பண்ண இப்படி சமுத்திரம் தாண்டி வந்திருப்பார்?

அதெல்லாம் இல்லே செட்டியார்வாள். சீட்டுக்காரன் ஒவ்வொத்தனும் ஒவ்வொரு செலவுன்னு கையப் பிசஞ்சபடி வந்து நிக்கறான். சீட்டுப் பணம் வாங்கினதுக்கு மேலேயே கடனாக் கொடுத்து வசூலிக்க வேண்டி இருக்கு. நம்ம மனுஷாளாச்சே. நாமதானே உதவி செய்யணும், சொல்லும்.

நான் தலையைக் குனிந்தபடி சொன்னேன்.

உதவி, உபத்திரவம் எல்லாம் இருக்கட்டும். ஆரியக் கூத்தோ, காப்பிரிக் கூத்தோ. எதை ஆடினாலும் காசு காரியத்திலே கண்ணு வையுமய்யா.

செட்டியார் கண்ணை சிமிட்டிக் கொண்டு திண்டில் சாய்ந்து உட்கார்ந்தார். பொழுதுபோக்காகப் பேசுகிற உற்சாகம். அவர் நல்ல மனநிலையில் இருந்தால் எனக்கும் நல்லதுதான்.

ரெட்டியாரே. இதைக் கேளும். எங்க பக்கம் ஏகப்பட்ட நிலபுலம் வச்சிருக்கற உடையார் உண்டு. அவுஹ வீட்டு வளவிலே உக்கார்ந்து கணக்கு அய்யர் கண்ணைக் கவிஞ்சுக்கிட்டு கிரமமா வரவு செலவுக் கணக்கு எளுதுவாரு.

அதுக்கென்ன இப்போன்னு கேட்க நினைச்சேன். போறது, செட்டி காசு தரணுமே.

ரெண்டு போகம் விளையற நெலமாச்சே ஓய் நமக்கு. வரவை விட செலவு கூடுதலா எழுதியிருக்கீரே அப்படீன்னு உடையான் கேட்டபோது பாப்பான் என்ன பதில் சொன்னான் தெரியுமா?

எனக்கெப்படித் தெரியுமய்யா நீரே சொல்லும் என்றேன்.

உடையாரே, உம்ம நிலம்தான் ரெண்டு போகம். உமக்கு தினசரி மூணு போகமாச்சே. செலவு ஏறாம என்ன பண்ணும்னாராம் அய்யர்.

செட்டியார் சிரித்தபடி எடுத்துக் கொடுத்த பணத்தைக் கையெழுத்துப் போட்டு வாங்கிக் கொண்டு போய் அப்படியே கல்யாணியிடம் கொடுத்தேன்.

முப்பதாயிரம் ரூபாய் அவள் கைக்குப் போய்ச் சேர்ந்ததும்

சிரிப்பாய் சிரித்தது செட்டியார் மட்டுமில்லை. ஊரிலே மிச்சம் மீதி எல்லோரும்.

கல்யாணி காணாமல் போயிருந்தாள்.

அத்தியாயம் அறுபத்தேழு

1915 ஆகஸ்ட் 14 - ராட்சச வருஷம் ஆடி 30 சனிக்கிழமை

மூணு பக்கமும் கரும்புத் தோட்டமும் கிராமமும் சின்னப் பட்டணமுமாக மனுஷ நடமாட்டம் மிகுந்த தரை. கிழக்கிலே எல்லையே இல்லாத சமுத்திரம். இங்கே அங்கே புகுந்து எலி மாதிரி ஊர்ந்து ஓடினால், விரட்டிப் பிடித்து அடித்தே கொன்னுடுவான்கள். இல்லே கடல்லே சாடினாலோ. நீந்தவும் வேறே தெரியாது. கட்டையைப் பிடித்துக் கொண்டு மிதந்தால் அக்கரை சேருவேனோ பரமபதம் அடைவேனோ தெரியாது. கப்பலோ படகோ ஒண்ணும் வருகிற நேரமும் இல்லை.

கரும்புத் தோட்டத்துக்குள் புகுந்து ஓட ஆரம்பித்தேன். வெட்டி நிறுத்திய இடம் எல்லாம் காலில் கையில் சிராய்ப்பை உண்டாக்க, நனைந்து கிடந்த தோகை முடை நாற்றம் எடுத்து காலை வழுக்கியது. யாரோ என்னைத் தொடர்ந்து வருகிறார்கள். முகம் தெரியாவிட்டாலும் கால் சத்தம் காதுக்குள்ளே இடி மாதிரி கேட்கிறது. பிராணன் ரட்சைப்பட, ஓடாவிட்டால் வேறே மார்க்கம் இல்லை. ஓடு.

வெட்டி அறுத்து, அறுத்து வெட்டி வளர்த்து சத்தெல்லாம

போய் என்னைப் போல் சோகையான கரும்புத் தோட்டத்துக்கு நெருப்பு வைத்துக் கொளுத்திக் கொண்டிருந்தார்கள். அதைப் பொசுக்கி அழித்து விட்டு அங்கே புதுசாக பயிர் பண்ணுவார்கள். அது வளரும். வெட்டுவார்கள். வளர்ப்பார்கள். அழிப்பார்கள்.

நான் இருந்தால் நீ வளர முடியாது. நெருப்போ, கடலோ, நான் போகவேணும். போறேன்.

முதுகுக்குப் பின்னால் கடல் இரைந்து எக்காளமிட்டு என்னைப் பழித்துக்கொண்டிருந்தது.

உடம்பே லிங்கமாக வளர்த்தி வச்ச மகாலிங்கய்யன் ஓடறான். விடாதே பிடி. இதோ வந்துடறேன். சம்போகம் நடத்தின படிக்கே கூடப் படுக்கிறவளைக் கழுத்தை நெரிச்சும் கொல்ல அஞ்சாத படுபாவி போறான். அந்தப் பொணத்தோட படுத்து மிச்ச மீதி போகத்தையும் அனுபவிச்சு எழுந்திருக்கற நாய்ப் பயல் ஓடறான். ஓடி வாங்கோ. ரம்மண்டி. வரூ. கரும்பு இல்லே. குறியே விஷ விருட்சமா நடக்கிற அசுர ஜீவன். லலிதாம்பிகே, லாராம்பிகே, கல்யாணீ, வாடீ.

ஓடி ஓடி, நாலு கல் தொலைவிலே பழையனூர் கிராம எல்லைக்கு வந்து சேர்ந்தேன். காப்பிரிப் பெயர் எல்லாம் வாயில் நுழையாமல் இருக்கிறதாலே, இங்கே வரப்பட்டவன் அவனவன் பாஷையில் இருக்கற, புழங்கற இடத்தை எல்லாம் நாமகரணம் செஞ்சுக்கற வகையில் அது பழையனூர்தான் எனக்கு.

ஞாயிற்றுக்கிழமை ஆனபடியால், ஊர் ஜனம் முழுக்க மாதா கோவிலில் அடைந்து கிடந்தது. தமுக்கு தட்டிக் கொண்டு கிறிஸ்து நாதரை வாழ்த்திப் பாடுகிற சத்தம் அங்கே இருந்து விட்டு விட்டுக் கேட்டது. இன்னும் அரை மணி நேரம் பிரசங்கம், சங்கீதம் இப்படி பொழுது கழித்து விட்டு அவர்கள் அப்பத்தோடு திரும்புவதற்குள் நான் இங்கே கொஞ்சம் இளைப்பாற வேணும். தூங்கக் கூடாது. அப்புறம் ஒரேயடியாக உறங்கிவிட வேண்டி வரும்.

பசி. எங்கே, யாரைக் கேட்க? யாரையும் கேட்க வேணாம்.

எந்த வீட்டுக் கதவு அடைந்திருக்கவில்லை என்று பார்த்து தெருநாய் போல நுழஞ்சாப் போதும்.

கோவிலுக்குப் பின்னால் இருபது அடி தள்ளி என்றி மாரிமுத்து வீடு என்பது நினைவுக்கு வந்தது. என்றி வேஷம் கட்டி ஆடுகிறவன். சாமியாடியாக இருந்து வேதத்துக்கு ஏறினவன் என்பதால் ஆட்டமும் பாட்டுக் கட்டுவதும் கூடப் பிறந்து கொண்டுபோன விஷயங்கள். பொங்கல், தீபாவளி, கிறிஸ்துநாதர் ஜன்ம தினம் இப்படி வந்தால் கூத்து ஏற்பாடு பண்ணி, பத்து இருபது இளந்தாரிகளைப் பிடித்து பாட்டுப்பாட, வார்த்தை சொல்லப் படிப்பித்து படுதா கட்டி ராத்திரி முழுக்க கோலாகலமாக நடத்தி காணிக்கைப் பணம் வாங்கினவன் இந்த என்றி.

அவன் செயலோடு இருந்த நாளில் நான் கரும்புத் தோட்டத்தில் கணக்கு எழுதிச் சம்பாதித்ததை விடக் கூத்தாடி ரெண்டு துட்டாவது அதிகமாகவே சம்பாதித்தவன் என்ற வகையில் எனக்கு அவன் மேல் பொறாமை உண்டு.

லண்டனில் இருந்து தருவித்த வாசனைத் திரவியத்தை அக்குளில் பூசிக்கொண்டு மணக்க மணக்க மாதா கோவிலுக்கு என்றி ஞாயிற்றுக்கிழமை காலையிலே நடக்கிறபோது முன்னால் முப்பதடி அந்த வாசம் மிதந்தபடி பராக் பராக் என்று ராஜபார்ட்காரன் சபா பிரவேசம் நடத்துகிறது போல கட்டியம் சொல்லும்.

ஆனால், இன்றைக்கு இருக்கப்பட்ட என்றி சீக்குப் பிடித்தவன். பெண் சீக்கு வந்து அரைக்கட்டு நசித்து, மதுமேகம் வந்து மூத்திரம் போகமுடியாமல் கட்டி, இன்னும் என்னென்ன ரோகமோ எல்லாம் அவனை இஷ்ட மித்ர பந்துக்களாகச் சூழ்ந்து படுக்கையில் தள்ளிவிட்டன. அதிலும் சதா இருமி, கடைவாயில் சளியோடு ரத்தமும் வடிய வைக்கிற ஷயரோகம்.

சீக்கு முற்றிப் போய் இனிமேல் ஜீவிப்பது சிரமமான காரியம் என்று ஆஸ்பத்திரி டிரஸ்ஸர் நாடி பிடித்துச் சொன்னதால் வீட்டிலேயே அடைந்து கிடக்கிறவன். யாராவது வந்து அப்போ அப்போ ரொட்டியும், பாலும், இட்டலியுமாக வைத்துவிட்டுப்

போவார்கள். குடிக்க சிராங்காய் நல்ல தண்ணியும்.

நான் என்றியின் வீட்டுக் கதவை மெல்லத் தள்ளினேன். எனக்காகக் காத்துக்கொண்டிருந்த மாதிரி அது திறந்து கொண்டது. உள்ளே இருந்து புழுத்த வாடை மூக்கில் பலமாகப் படிந்தது. இதே வாடையோடுதான் என்றியும் இப்போது ஊர் நினைவில் ஜீவிக்கிறான். வாடைக்குப் பார்த்தால் முடியுமா? என் பசி எனக்கு.

என்றி படுக்கையில் கண்ணை மூடித் தூங்கிக் கொண்டிருந்தான். கட்டில் பக்கத்தில் மர ஸ்டூல். அதிலே கல்லு கல்லாக ரொட்டித் துண்டு நாலைந்து. ஒன்றை எடுத்துக் கடித்தபடியே நித்திரை போயிருந்தான் அந்தச் சீக்காளி. பக்கத்து ஜன்னலில் நாய்ச் சங்கிலி போட்டுக் கட்டி ஒரு பித்தளை போணியும் அது தழைந்து தொடுகிற தூரத்தில் ஒரு மண் ஜாடியில் பழைய தண்ணியுமாக இருந்தது. தண்ணீரை மாற்றாததாலோ என்னமோ, கொசு மிதந்துகொண்டிருந்தது அதில். சங்கிலி படுக்கையில் படுத்தபடியே அவன் வாய் வரை வருமா என்று தெரியவில்லை. தாகம் எடுத்தால் உதடாவது நனைக்க முடியும். அது போதும்.

நான் கால் ஒச்சை எழுப்பாமல் நடந்து போய் வீட்டு உள்ளே ஒரு இடம் பாக்கி வைக்காமல் தேடினேன். வேறே சாப்பிடக் கூடிய தரத்தில் ஏதும் கிடைக்கிறதா என்று பார்த்தால் யாதொண்ணும் கிட்டவில்லை. ஒரு பிடி மீன் வத்தல், பழம்புளி, வெல்லம், கோதுமை மாவு. அஸ்கா. ஊஹூம். சமைத்துச் சாப்பிட்டு மாமாங்கம் ஆகியிருந்த அடுப்பில் காளான் முளைத்திருந்தது. விஷமாக இருக்கலாம் என்ற பயம். இல்லாவிட்டால் அதைக் கெல்லித் தின்றிருப்பேன்.

இந்த தரித்திரவாசியின் வீட்டில் இவன் கட்டிலுக்கு சேக்காளியாக வைத்த ரொட்டித் துண்டு தவிர வேறே உருப்படியான விஷயம் கிடையாது. குனிந்து அதை எடுத்தேன். போகம் முடித்து உச்சகட்ட சுகம் அனுபவித்து ஓய்ந்து தூங்கி எழுந்தவள் யோனி மாதிரி பிருபிருவென்று காய்ந்து கிடந்தது. பிராணன் போகிற நேரத்திலும் மனசில் வருகிறது அந்த

ரூபம்தான். நரகத்துக்குப் போனால் போச்சு.

ரொட்டித் துண்டில் எறும்பு மொய்த்தது. ஜன்னல் ஓரமாக எடுத்துப் போய்ப் பொறுமையாகத் தட்டினேன். எறும்பு எல்லாம் உதிர்ந்து கொஞ்சம் மாவை அவசரமாக வாயில் அள்ளிக்கொண்டு நானாதிசையிலும் ஓடி மறைந்து போனது. நல்ல வேளை, கரப்பான் பூச்சியும் பாச்சை பல்லியும் பாத்யதை கொண்டாடிக் கொண்டு வந்து மொய்க்கவில்லை. இல்லை அதெல்லாம் ராத்திரியே வந்து திருப்தியாகக் கழித்து, இது மேலேயே கழிந்துவைத்து விட்டுப் போயிருக்குமோ.

எக்கேடும் கெடட்டும். மிச்சம் இத்தனையாவது விட்டு வச்சிருக்கே. என்னிக்கு சுட்டெடுத்த ரொட்டியோ. யார் கொண்டு வந்து வீசி எறிந்ததோ. அவர்கள் சொர்க்கம் போகிறபோது நல்ல ரொட்டியை ரெண்டு கையிலும் பிடித்தபடி போய்ச் சேரட்டும்.

சங்கைக்குரிய மார்க்கு பதினொண்ணு திருவசனம் ஒன்பது. அவர்கள் ஓசன்னா சொல்லியபடி நடந்துபோகிறதுக்கு முந்தி, நம்ம கோவில் குட்டியார் பெண் முந்தாநாள் மங்களகரமான வெள்ளியன்று ருதுவானபடியாலே கனவான்களும் சீமாட்டிகளும் குழந்தையை ஆசீர்வாதம் பண்ணி நாலு காசு நன்கொடை கொடுத்தால் குழந்தை கல்யாணம் உங்கள் ஆசீர்வாதத்தோடு நடக்கும். பரலோக சாம்ராஜ்யம் நல்ல மனசுக்காரர்களுக்குக் கதவு திறந்து வைத்துக் காத்திருக்கிறது. நடந்து போனார்கள். திருநாமத்தை உச்சரித்தபடி வருகிறவர்கள் ஆசீர்வதிக்கப்பட்டவர்கள். சங்கீதம் பதினேழு. சீரேசு ராஜனே செவி கொடுத்துக் கேளுமய்யா பரிவோடெம் பிரார்த்தனையை. பாடலாம். காணிக்கை தட்டு வந்துட்டு இருக்கு. காசு போடாம எளுந்திரிக்காதே ஜேம்ஸே. நரகத்துக்குப் போகாதே.

பிரசங்கியார் உச்சமான குரலில் முழங்கி இடைவேளை விட்டுப் பாட்டு எழுந்துகொண்டிருந்தது இங்கே இருந்தே காதில் விழுந்தது. என்றிக்கு ரெண்டு வேளை சாப்பாடு கிடைக்க இப்படி காசு சேர்த்துக் கொடுத்தாரா என்றால் இல்லை என்றுதான் சொல்வேன்.

பிரசங்கி உடையான். என்றி குலாலன். அப்பா வகையில் மானாமதுரைப் பக்கம் மண்பாண்டம் செய்து கையிலும் மனசிலும் படிந்த தொழில் தேர்ச்சியோடு இங்கே வந்தவன். செங்கல் சூளை வைத்து கையைச் சுட்டுக் கொண்ட பிற்பாடு கூத்தாடக் கிளம்பிவிட்டான். சக்கரம் கைவிட்டாலும் கைக்கரகமும் தமுக்கு தப்பட்டையும் கைவிடவில்லை அவனை.

சட்டி பானையை விட்டு விட்டு, சிலுவையைக் கழுத்தில் மாட்டிக் கொண்டு வேதத்தில் ஏறினாலும், வேத பாடசாலையில் பழைய ஆகமமும் புதுசும் படிச்சுத் தேர்ந்து பிரசங்கி ஆனாலும் ஜாதியை யாரும் எதுக்காகவும் மறக்காத காரணத்தால் என்றிக்கு வெறும் பிரார்த்தனை. கோவில் குட்டியார் பெண்குட்டி திரண்டால் காசு பணம் ஆசீர்வாதப் பணம்.

இன்னும் ரெண்டு சங்கீதம், இடையிலே கல்யாண வார்த்தை அறிவித்து ஓலை படித்தல், மரண ஓலை சம்பிரதாயத்துக்காகப் படித்து ஆத்மா நித்திய உறக்கம் கொள்ள பிரார்த்தனை, மிச்ச பிரசங்கம்.

பரிசுத்த ஆவி கொஞ்சம் தாமதமாக பிரசங்கிக்குள்ளே இறங்கினால் அதுக்கு முந்தி நான் ரொட்டி தின்றுவிட்டுக் கிளம்பிவிடுவேன். சொல்லேண்டா என்றி. ஊஹூம் அந்தக் சீக்குக் கோழி தூங்கின படிக்கே இருந்தான்.

மண்பானையில் இருந்து அழுக்குப் போக தண்ணீரை உள்ளங்கையில் வடித்து விட்டு ரொட்டித் துண்டு மேலே தெளித்து நனைத்துச் சாப்பிட்டேன்.

அசுரப் பசி. முழுக்கச் சாப்பிட்டு முடித்தும் இன்னும் கொஞ்சம் குடுடா பிரம்மஹத்தி என்றது வயிறு. வேறே என்ன இருக்கு?

சீக்காளியோட ஜாமான்தான் புழுத்துப் போய் கிடக்கு. பல்லாலே கடிச்சு எடுத்து, சுட்டுத் திங்கறியா? தூரத்தில் சமுத்திரம் அக்கறையாக விசாரித்தது.

இந்த க்ஷயரோகி பாதி கடித்துத் தூங்கிப் போனதால் கையில் மிச்சமிருந்த அரையே அரைக்கால் ரொட்டித் துண்டு.

எச்சில்தான். பாதகம் இல்லை. கொடுடா பன்னி.

என்றி தூங்கினாலும் தூங்குவேனே தவிர கையை விடமாட்டேன் என்று அடம்பிடித்தான். கையை என் தொடைக்கு நடுவே வைத்து முறுக்கி ஒருவழியாக அதை விடுவித்தேன். ரொட்டியைக் கொடுத்து விட்டு அவன் கை கீழே விழுந்தது. அப்புறம் ஒரு அசைவும் இல்லாமல் தேமேன்னு அது பாட்டுக்கு கிடந்தது.

அவன் செத்துப்போயிருந்தான்.

என் புத்திக்கு அதுவரை உறைக்காத விஷயம். உடம்பே வயிறாக ஆகாரம் பண்ணிக் கொண்டிருந்ததால் புத்தி மரத்துப் போயிருக்கு. இந்தக் கல்யாணிக் குட்டி இடுப்புக்குக் கீழே நான் உசிரோடு ஜீவிக்க, மிச்ச உடம்பை, புத்தியை எல்லாம் வாத நோக்காடு பிடிச்ச மாதிரி மரக்க வச்சுட்டாள். தேவிடியா முண்டை.

ஆமாடா ரெட்டியானே, நீ செத்தா உன் பெண்டாட்டி மோதிரம் கழட்டின முண்டை. நான் தேவிடியாத் தொழில் செஞ்சா உனக்கு வெத்தலைப் பொட்டியும் கூஜாவும் வாங்கித் தரேன். கிராக்கி பிடிச்சு வா. கமிஷன் தரேன்.

கல்யாணி காமம் சொட்டச் சொட்ட சிரித்தாள். ரவிக்கை முடிச்சை அவிழ்த்து திரும்பப் போட்டு அப்புறம் அவிழ்த்து.

கரும்புக் கொல்லையைத் தீவைத்துப் பொசுக்கின மாதிரி இந்த மனசை, அது காட்டுகிற ரதிக்கிரீடை கூத்தை எல்லாம் சொக்கப்பனை கொளுத்தி எரிக்க முடியுமானால் எம்புட்டு நன்றாக இருக்கும்.

பொணத்தோட கையிலே இருந்து ஜபர்தஸ்தாகப் பறித்த எச்சில் ரொட்டியையும் சாப்பிட்டு முடித்தேன். என்றியின் புழுங்கின நாற்றம் என்மேல் பூர்ணமாகக் கவிந்திருந்தது இப்போது. அவன் செயலோடு இருந்த காலத்தில் வழித்து வழித்து கம்புக்கூட்டில் பூசிக் கொண்ட புனுகோ, அத்தரோ, லண்டன் சீமாட்டிகளை வசப்படுத்தும் செண்டோ காலி பாட்டில் கிடைத்தால் கூட சரி. மண்பானை தண்ணீரில் அலம்பி மேலே அபிஷேகம் செய்து கொண்டு இந்தப் பீடை

வாடையிலிருந்து தப்பிக்கலாம். சாவு வாடை போகும்.

வேணாம். சுகந்த பரிமளம்தான் சாவு வாடை. ஆள் இருக்கிறான் என்று காட்டிக் கொடுத்து விடும். இதுவே எதேஷ்டம்.

வாயைத் துடைத்துக் கொண்டு படுக்கைக்குக் கீழே இருட்டில் கையை விட்டுத் துழாவினேன். இரும்பில் பெட்டி ஒண்ணு கரகரவென்று இழுத்த இழுப்புக்குக் கல்யாணி மாதிரி கூடவே வந்தது. களவாணிச்சி. குடிகெடுத்தும் அவள் நினைப்பு மாயமாட்டேன் என்று கூடவே வருகிற மருமம்தான் என்ன.

பெட்டிக்குள் ஒண்ணும் ரெண்டுமாக முன்னூறு உள்ளூர் பணம் வச்சிருந்தான் என்றி. மேலே பழுப்பேறிய காகிதத்தில் 'நான் பரலோகம் போனால், கல்லறைச் செலவுக்கு' என்று செலவு உத்தேசத்தையும் ஸ்பஷ்டமாக எழுதி வச்சிருந்தான். ஆரியக் கூத்தாடினாலும், அரையில் ரோகம் வந்து அழுகிச் சொட்டினாலும், காசு காரியத்தில் கண் வச்ச புத்திசாலி அவன். என்னைப் போல பைத்தியம் இல்லை.

கோமாளி உடுப்பு, ஒட்டு மீசை, ஏசுநாதர் கூத்தில் ராஜா ஒட்டிக்கும் கத்தாழை நார்த் தாடி, அப்புறம் அட்டைக் கறுப்பாக ஒரு சிமிழில் கண்மசி இத்தனையும் அந்தப் பெட்டிக்குள் இருந்தது. பிலாத்து ராஜா உடுப்பு கூட மேல் சட்டை மட்டும் கிடைத்தது. அப்புறம் ஒரு பொட்டலம் அரிதாரம். தண்ணியில் கலக்கினால் நுரை வழிந்து கொண்டு கருப்பாக கையெல்லாம் பூசியது. சாத்தான் வேஷம் கட்ட ஏற்பட்டதாக இருக்கும். எனக்கு எடுப்பான சாயம்தான். பூசிக்கொண்டேன்.

நான் கட்டியிருந்த சாரத்தை அவிழ்த்துவிட்டு கோமாளி கால்சட்டையை மாட்டிக்கொண்டேன். கருத்தான் ராவுத்தர் கப்பலேறப் போகிற மாதிரி ரெண்டு பக்கமும் தொளதொளவென்று வழிந்து அது இடுப்பிலேயே நிற்க மாட்டேன் என்று அடம்பிடித்தது. ஹென்றியின் இடுப்பு சாரத்தைக் கீழே இருந்து நாலு அங்குலம் அகலத்துக்குக் கிழித்து அதை இடுப்பைச் சுற்றி கால்சராயோடு சேர்த்துக் கட்டினேன். மேலே பட்டுத் துணியில் அந்துருண்டை மணக்க பிலாத்து குப்பாயம். மீசையும் தாடியும், கண்ணில் மசியும்,

கன்னத்தில் கருப்புச் சாயமும் ஏற எந்த தேசக்காரன் என்று சொல்ல முடியாத ஓர் அடையாளம்.

ஹென்றியின் தொப்பி கதவுக்கு மேல் ஒட்டடை அடைந்து கிடந்ததை எம்பி எடுத்து தூசு துப்பட்டை போகத் தட்டி விட்டுத் தலையில் போட்டுக் கொண்டேன்.

ஞாபகமாக, ஹென்றி சேர்த்து வைத்திருந்த காசை ஒரு தம்பிடி விடாமல் அள்ளி கால்சராயில் திணித்துக்கொண்டேன்.

பரலோக சாம்ராஜ்யம் போக இங்கிலீஷ் தேச ராஜா லண்டனில் அடிச்சு அனுப்பின காசு பிரயோஜனப்படாதுடா என்றி. பிரசங்கி வந்து பார்த்துட்டு புதைக்க ஏற்பாடு செய்வார். கோவில் குட்டியார் பெண் திரண்டுகுளிக்கு சேர்த்த காசிலே கொஞ்சம் போட்டா நீ கல்லறைத் தோட்டத்துலே இருமித் துன்பப்படாமல், தும்மி சளியைத் துப்பாமல் தூங்கலாம். நான் வரட்டுமா? ஜாக்கிரதையா இருடா பொணமே.

ஓரமாக வைத்திருந்த குச்சியை ஊணிக் கொண்டு விந்தி விந்தி நடந்து ஊர்க் கோடிக்குப் போகும்போது மாதா கோவிலில் இருந்து கூட்டம் இறங்கிக்கொண்டிருந்தது.

அத்தியாயம் அறுபத்தெட்டு

1915 ஆகஸ்ட் 14 - ராட்சச வருஷம் ஆடி 30 சனிக்கிழமை

இன்னிக்குப் பளபளன்னு விடிஞ்ச மொதக்கொண்டு உனக்கு கடிதாசு எழுதிண்டு இருக்கேன். வயித்திலே பசி. தாகம். தெருவோடு போற வெள்ளைக்காரன்கிட்டே வயித்தைத் தொட்டுக்காட்டி பல்லை இளிச்சு ஒண்ணும் ரெண்டுமா காசு தண்டினேன். நாலு ரொட்டித் துண்டு. நதித் தண்ணீ தகர டப்பாவிலே. போதும்.

இன்னும் கொஞ்சம் நேரத்திலே இருட்டு வந்து கவிஞ்சுடும். அப்புறமா ஆத்தங்கரை ஓரமா, இல்லே பாலத்துலே ஒரு முடுக்குலே கட்டையைக் கிடத்தினா காலம்பற பொழச்சுக் கிடந்தா பாத்துக்கலாம். பிச்சைக்கார பொழப்பு.

அதுக்குள்ளே உனக்கு எழுதி முடிச்சுடணும். தபால்லே அனுப்பக்கூட காசு கிடையாது. அனுப்பினாலும் எனக்குத் தெரிஞ்ச விலாசத்துலே நீ இருப்பியோ, உனக்குப் படிச்சு சொல்ல யாராவது உண்டோன்னு தெரியாது. நீ படிக்காட்டாலும் உன் தாயார் புரிஞ்சுப்பான்னா நிம்மதியோட சாவேன். லோலா என்னைத் தீர்த்துத் தலை முழுகினாலும் லவலேசமாவது

அபிமானம் என்பேரிலே இருக்குமோ?

கிராமத்துலே இருந்து கோமாளி உடுப்பும் செத்தவன் கிட்டே திருடின காசும் வயித்திலே அவன் எச்சில் பட்ட ரொட்டியுமா ஓடினேன்னு சொன்னேன் இல்லியா? கால் சுபாவமா நம்ம ஊரு, நம்ம வீடுன்னு இழுக்கறது.

பொணமே, எங்கேடா வீடும் மண்ணாங்கட்டியும் தெருப்புழுதியும்? லோலாச்சி ஒரு தீர்மானத்தோட எல்லாத்தையும் தீர்த்து விடுதலைப் பத்திரம் வாங்கித்தான் ரெண்டு நாளாச்சே. இனிமே படி ஏறினா உன் பொட்டலத்தை அறுத்து வாயிலேயே திணிச்சு சாக்கடைப் பன்னி மாதிரி தெருவிலே கிடத்திடுவா.

மனசு சட்டுனு முழிச்சுண்டு கூப்பாடு போட்டது.

ஆமாடா கொழந்தே வைத்தாஸே. கல்யாணி குச்சே கதின்னு கிடந்தது கூட உங்கம்மாள் லோலாவுக்கு ஒண்ணும் பஞ்ச மாபாதகமாப் படலே. செட்டியார் கிட்டே சேர்த்து வச்சிருந்த தொகையிலே குறையறதே, என்ன பண்ணினீருன்னு கேட்டா. நான் சீட்டுப் பணத்துலே கொஞ்சம் நெருக்கடி வந்து எடுத்துண்டேன்னு சமாளிச்சேன். சீட்டுக் கணக்கைக் காட்டுடா நாயேன்னு கேட்டதோட மட்டுமில்லாம, அரைகுறையா கணக்கு வழக்கு தெரிஞ்ச ஒரு கிழட்டு காப்பிரியை விட்டு அதையெல்லாம் பரிசோதிக்கச் சொல்லணும்னு வேறே பிடிவாதம்.

ஏண்டி சிறுக்கி, நீ ஆம்படையானா, நானா? போகத்துலே கூட நான்தானேடி மேலே எப்பவும்? காசும் மசிரும் உனக்குச் சொல்லிட்டு நான் புடுங்கணும்னு எந்தத் தேவிடியாப் புள்ளை சாஸ்திரத்துலே எழுதி வச்சுருக்கு. சொல்லுடி தேவிடியான்னு நான் அவள் பிருஷ்டத்துலே சூரல் கம்பாலே ரெண்டு தட்டு பலமாத் தட்டினேன். இப்படி ஆரம்பமான சண்டை அன்னிக்கு அவ என் இடுப்புக்குக் கீழே இறுக்கிப் பிடிச்சு நெறிச்ச வலியிலே பிராணன் போக நான் கத்தி மூர்ச்சையான மாதிரி மூச்சு அடக்கிச் சவம் போல கிடந்தேன்.

உனக்கும் எனக்கும் தீர்ந்துதுடா ரெட்டி. உன் அசுத்தமான குதம் இந்தப் படியேறி இனிமே வந்தா வெட்டிப் பலி வைக்கவும் யோஜிக்க மாட்டேன்.

கொட்டையை நசுக்கிண்டே நாலஞ்சு காகிதத்தைக் கொடுத்து கையொப்பம் போடச் சொன்னா. கல்யாணியோட ராக்கூத்து அடிச்சுட்டு வந்த அசதியிலே எனக்கு உடம்பே ஓஞ்சு கிடக்கு. இவ அக்கப்போர் முடிஞ்சா கொஞ்சம் தூங்கி எழுந்திருக்கலாம். விடுடி ராட்சசின்னு மன்னாடியும் பலம் இல்லே. கையெழுத்துப் போட்டுக் கொடுத்தேன்.

கோர்ட்டு கச்சேரி நாலு நாள் அடச்சிருக்கு. திறந்த உடனே சட்டப்படி உனக்கு ரத்து பண்ணின உத்தரவு வந்துடும். ஓடிப் போ சாத்தானேன்னு காறித் துப்பினா.

ஜீவனாம்சம்னு ஒரு சல்லி கூட கொடுப்பேன்னு சொப்பனத்திலேயும் நினைக்காதேடி தடிச்சின்னு வாசல்லே நின்னு மீசையைத் தடவிட்டு கத்தினேன்.

போடா நோஞ்சான். உன் சிரத்திலே இருக்கற ரோமமும் இதுலே எனக்கு இருக்கறதும் ஒண்ணுதான்னு லோலாச்சி எங்கேயோ கைவச்சு அபினயிச்சா.

நினைச்சுண்டா வழிச்சுப் போடற அந்த மயிருக்குக் கிடைக்கற மதிப்பு கூட இந்த ரெட்டியானுக்கு இல்லை. அங்கே கோமாளி உடுப்போட படியேறி அவளோட புதுப் புருஷனுக்கு, அதாண்டா உன்னோட இன்னத்தி அப்பன். அவனோட நிறுத்தினாளோ, இன்னும் நாலஞ்சு அப்பனை உனக்கு ஏற்படுத்தியிருக்காளோ இந்தக் கடுதாசை நீ படிக்கற போது. தெரியலை போ. எவனாவது கருப்பனுக்கு அவளோட கட்டில் பக்கத்துலே நின்னு மண்ணெண்ணெய் விளக்கு பிடிக்க எனக்கு கவுரதை இடம் கொடுக்காதுடா வைத்தாஸே.

ஓடி ஓடி எங்கெங்கோ குச்சிலும் சாவடியிலும் ஊர்ப் பொதுவிலும் எல்லாம் ராத்தங்கி, யார் யாரோ பெரிய மனசு பண்ணிக் கொடுத்த சகலமான ஆகாரத்தையும் உசிரோடு ஜீவிச்சு இருக்க வேண்டிய ஒரே காரணத்துக்காக

சந்தோஷமா ருஜிச்சு சாப்பிட்டேன். நாலஞ்சு காப்பிரிச்சிகளுக்கு ஆம்பிளை தேவடியானாவும் பணம் பண்ணினேன். கருப்பனோ, வெளுத்தானோ கிடைக்காட்ட வத்தக் காய்ச்சிப் பய வேண்டியிருந்தது அந்தச் சீமாட்டிகளுக்கு. உங்கம்மா லோலாவைப் பத்தி அப்படி நான் சொன்னா நீ கோபப்படுவே. உனக்கு அது நியாயம். எனக்கு இதையெல்லாம் சொல்றது மனசுக்கு இதம். என்னமோ போ.

கோமாளி உடுப்போட போனதாலே அங்கங்கே கூத்தாட வேண்டியிருந்தது. கள்ளுக் குடிச்ச குரங்கு மூக்குப் பொடியை ஆசனத் துவாரத்திலே ஏத்திண்டு குதிக்கற மாதிரி அங்கங்கே யாரோ டொம் டொம்முனு கொட்டி முழக்கின தாளத்துக்கு ஆடினேன். இங்கிலீஷும் தமிழும் நம்ம ஊர் பாஷைகளோட கலப்புமா கர்ண கடூரமா வேறே பாடினேன். வெறும் சோத்துக்காக எவனையும் நான் உக்கார வச்சு வாய் உபச்சாரம் பண்ணலே. மத்ததெல்லாம் பண்ணியாச்சு ஏக கோலாகலமா.

சமுத்திரக் கரைப் பட்டணத்துக்கு வந்து சேர்ந்ததும் முதல் காரியமா தாணாக் கச்சேரி எதிலும் என் பெயர் அங்க அடையாளம் எழுதி ஒட்டி வச்சிருக்கானான்னு மனசு படபடக்கத் தேடினேன். ஆயிரக் கணக்குலே காசை மோசம் பண்ணிட்டு கட்டின பெண்டாட்டிக்கும் பட்டை நாமம் சாத்திட்டு பொழுது ஒரு பக்கம் விடிஞ்ச போதே தப்பிப் பொழச்சு வந்தவன் ஆச்சே. ஒருத்தன் ரெண்டு பேர் இல்லே லோலாச்சி அதுவும் இல்லாட்ட பெரிய கருப்பன் செட்டி இப்படி யாராவது புகார் எழுதின மகஜர் கொடுத்திருந்தாலும் துரைத்தனத்து போலீஸ் மோப்பம் பிடிச்சுண்டு வந்து பிருஷ்டத்திலே வெடுக்குனு பிடுங்கி திரும்ப இருட்டு ஜெயில்லே ஜீவ பரியந்தம் அடைச்சு வச்சுடும். அங்கேயாவது களி கிடைக்கும். இங்கே பூச்சி புழு, நத்தைன்னு நீர்க்க வென்னீர்லே வேகவைச்சுத் போடுவான்னு நினைக்கறேன்.

நல்ல வேளையா எந்த தாணாக் கச்சேரியிலும் என் பெயர் இல்லை. லோலா நல்லவதான். போன சனியன் போய் ஒழிஞ்சது. காசு போனா என்ன, சம்பாதிச்சுக்கலாம். நிம்மதி

திரும்பக் கிடைச்சது பெரிய சங்கதி இல்லையான்னு சமாதானம் செஞ்சுண்டு அடுத்த வேலையைக் கவனிக்கப் போயிருக்கலாம்.

தோட்ட வேலை ஜனங்களுக்கு இருக்கவே இருக்கு பிராப்தமும் கலியும். நம்ம பிராப்தம் சேர்த்த பணத்தை ரெட்டிக் கண்டாரவாளி அடிச்சுண்டு போகணும்னு நம்ம தலையெழுத்து இருந்தா யார் மாத்த முடியும். தன நஷ்டம்னு ஜோசியன் சொன்னது பொய்க்குமா என்ன? கலி முத்தலை. காசு போனாலும் உசிரு மிச்சம்.

இப்படி மனசைத் தேர்த்திண்டு கரும்புத் தோட்டத்துக்குத் தண்ணி பாய்ச்சக் கிளம்பிப் போயிருக்கலாம். வண்டை வண்டையா ரெண்டு மாசம் திட்டிட்டு பொண்டாட்டியோட படுத்து எழுந்து நித்தியப்படி காரியத்தைக் கவனிக்கறதுலே அவனவன் முழுகியிருக்கலாம். ரெண்டு மாசமாவா நான் தேசாந்தரியா சுத்தினேன்.

பின்னே இல்லியா? இனிமேலும் திரிய முடியாதுன்னு ஸ்திதி. உடுத்த உடுப்பு நஞ்சு போய் லாலி லாலின்னு குண்டியிலே கிழிஞ்சு தொங்கறது. கால்லே வங்குசொறி மாதிரி ஏதோ பற்றி சதா அரிப்பு. இனிமேலும் சுத்தவோ ஆடிப் பாடி பிச்சை எடுக்கவோ கருப்பிகளுக்கு தேக ஊழியம் செய்யவோ இயலாத ஸ்திதி.

பகவானே பார்த்து அனுப்பின மாதிரி யுத்தம் வந்து சேர்ந்தது. அது வந்ததே ரொம்ப தாமதமாத்தான் எனக்குத் தெரியும். கல்யாணி தான் ஒரு ராத்திரி ஜோலி எல்லாம் முடிஞ்சதும் யுத்தத்துக்கு நம்ம ஊர்லே மட்டும் ஆள் சேர்க்கலே ரெட்டிப் பயலே, இங்கேயும் கட்டு மஸ்தான பசங்களைத் தேடிக்கிட்டு அலையறாங்கன்னா.

நான் வேணா அதுலே ரெண்டு மூணு பேரை உனக்குப் பிடிச்சுண்டு வரட்டான்னு கேட்டேன். அவள் வேறே யாரோடயாவது சல்லாபமா இருக்கறதை குரிச்சி போட்டு உக்காந்து ரசிக்கணும்னு என்னமோ வெறி. அவ வீட்டுக்காரன் மட்டும் வேண்டாம்னு சொன்னேன். அவன் குரங்கு நாயை

விடக் கேடு கெட்டவன் ஆச்சே.

கல்யாணி சொன்ன வார் ஆபீசை கடல் கரைப் பட்டணத்துலே பார்த்தேன். நாலு அஞ்சு பேரா காப்பிரிகள். அதுகள் கால் சட்டையை மாட்டிண்டு தலையிலே பழைய கங்காணித் தொப்பியை பழசு விக்கற கடையிலே வாங்கியோ குப்பையிலே பொறுக்கியோ தூசி தட்டிப் போட்டுண்டு வரிசையிலே நின்னுண்டு இருந்தது கண்ணுலே பட்டுது. நானும் போய் வரிசைக் கடைசியிலே நின்னேன்.

கால்லே அரிப்புத் தாங்காமா சொறிஞ்சு ரத்தம் கட்டிப் போயிருந்த இடத்தைச் சுத்திக் கட்டியிருந்த சுருணையை பிரிக்கலேன்னு உறைச்சது. இதோட போனா குஷ்டரோகின்னு விரட்டிடுவானேன்னு அவுத்து வீசினேன். கேட்டா, ராத்திரியிலே இருட்டுலே ஏதோ ஜந்து கடிச்சு படை மாதிரி கிளம்பிடுத்து. காப்பிரி வைத்தியன் மருந்துலே சுவஸ்தமாயிண்டு இருக்குன்னு சொல்லிக்கலாம். கப்பல்லே ஏத்தி எங்கேயாவது அனுப்பின அப்புறம் நடுக் கடல்லே போடா திரும்பன்னு இறக்கிவிட முடியுமா என்ன?

எங்கே கூட்டிண்டு போவான்? யுத்தம் எப்படிப் பண்றது? பிராமணனாப் பிறந்தவன் ஷத்திரியனாவா யுத்தம் பண்ண முடியும்? யாரு, நீயாடா பிராமணன்னு மலையாளத்தான் சிரிக்கற சத்தம் ஸ்பஷ்டமாக் கேட்டது. அந்தக் களவாணி எங்கேயும் போகலே. என் மனசுலேயே விக்கிரமாதித்தன் சுமந்து போன வேதாளம் மாதிரி உப்பு மூட்டை தூக்க வச்சு சதா கூடத்தான் இருக்கான். கல்யாணியைக் கூட அசுர பலத்தோட மூணு போகம் அனுபவிச்சது அவன் தான்.

நான் இல்லே ஸ்வாமி. உடம்பு இல்லாம உசிரோட மாத்திரம் அலைஞ்சுண்டு இருக்கேன். ஸ்தாலிச் சொம்பைக் கொடுத்தா வச்சுக்க துப்பு இல்லாம தொலைச்சுட்டே. அது கோர்ட்டு கச்சேரிக்கும் உன் தமையன் வீட்டுக்குமா உதச்சு விட்ட பந்து மாதிரி மாறி மாறிப் போய் விழுந்துண்டு இருக்கு. உள்ளே எங்கம்மா வேறே கடைத்தேத்துடான்னு கெஞ்சறா. என் பொண்ணு குஞ்சம்மிணி.

அவன் வழக்கம்போல பிலாக்கணம் பாட நான் காலில் சுத்திச் சீழ் படிந்த சுருணையோடு கூட அவன் நினைப்பையும் அவிழ்த்து வீசி எறிந்தேன். பின்னாலே பார்த்தேன். இன்னும் ஏழெட்டுப் பேர் என்னை விட சொங்கியா நின்னாங்க. அவங்களை முன்னாலே போக விட்டுட்டு நான் ஆகக் கடைசியா நின்னேன்.

அவா யாரையும் துரை ஏறெடுத்தும் பார்க்கலே. நான் இங்கிலீஷ்லே வந்தனம் சொல்லி யார் என்னன்னு வர்த்தமானம் வேறே கூட்டிச் சேர்த்தேன். வாராங்கல் ஸ்வதேசி வரதராஜ ரெட்டி சன் ஓஃப் எர்ரா ரெட்டி சன் ஓஃப் ஒபுல் ரெட்டிகாரு.

துப்பாக்கி பிடிச்சுப் பழக்கம் இருக்கான்னான். கட்டைப் பேனாவாலே கணக்கு வழக்கு எழுதியிருக்கேன். நல்லா சாக பட்சணம், மிலிட்டேரி சாப்பாடு எல்லாம் பாகப்படுத்துவேன்னு சொன்னது அவனுக்கு ரொம்பவே இதமா இருந்தது போல.

யோவ் ரெட்டி, துப்பாக்கி பிடிக்க அப்பியாசம் பண்ண வேண்டி வரும். உம்ம இப்போ சிரத்தைக்கு லங்கர்லே சேத்துக்கறோம். சரியான்னான்.

லங்கர்னா என்ன எழவுன்னு தெரியாம முழிச்சேன். ஏய்யா, மதராஸ்காரன்கறீர். நான் இங்கிலாந்து தேசத்துலே பொறந்து விழுந்தது முதல்கொண்டு இருந்தாலும் நாலு வருஷம் டெல்லிப் பட்டணத்துலே இருந்து ஹிந்துஸ்தானி தெரிஞ்சவன். நீயும் அது பேசறவன் தானே? லங்கர் தெரியாதா லங்கர்? ஹிந்துஸ்தானி வார்த்தை.

ஸ்வாமி, மன்னிக்கணும். இங்கிலீஷுும் கணக்கு வழக்கையும் தவிர ரெட்டிப் பிள்ளைகளுக்கான பள்ளிக்கூடத்துலே அடிமை பாஷை எதுவும் போதிக்கலே தனியா வச்சுப் படிக்க அதுகள்லே ஒரு குசுவும் இல்லேன்னு ரொம்ப அடக்கமா சொன்னதும் அவனுக்குப் பிடிச்சுப் போயிடுத்து. மாத்ருபாஷையை மண்ணை வாரித் தூத்தற தாசாதிதாசக் கருப்பனுக்கு கடாட்சம் காமிக்கறதே தனக்குப் புண்ணிய காரியம்னு அவனுக்குப் பட்டிருக்கும். அஞ்சேல்னு அடைக்கலம் கொடுத்தான்.

லங்கர்னா சமையல் கட்டாம். வாழக்காய் நறுக்கித்தர, மீன் செதில் போக தேச்சு சுத்தம் பண்ண, மாடும் பன்னிக் கொடலும் எடுத்து மாமிசம் வறுக்க, துரை சாப்பிட ரொட்டித் துண்டும் வெண்ணெய்க் கட்டியும் கொண்டு போய் ஏந்தன்னு வேலை.

யுத்தத்துலே துப்பாக்கியைத் தூக்கிட்டு ஓடறவனுக்கு நீதான் போஷாக்கு கொடுக்கப் போறே. பக்கத்திலேயே கண்ணிவெடி வெடிச்சாலும் கலங்காம ரொட்டி தட்டி அடுக்கிட்டு இரு. மெடல் குத்தி கவுரவம் பண்ணுவாங்க உசிரோட, கையோட காலோட ரிட்டயர் ஆனா.

அவன் என் தோளில் தட்டினான். ஜன்ம எதிரி எந்த தேசம்? யாரெல்லாம் லோக மகா யுத்தத்துலே நமக்கு இஷ்ட மித்திரங்கள்? எதுக்காக யுத்தம்? எங்கே எல்லாம் போய் சண்டை போடணும், இல்லே கோதுமை மாவு பிசையணும்?

ஒரு கண்றாவியும் தெரியலே. ஆனா, இந்தப் பாவப்பட்ட பூமியிலே இருக்க வேண்டாம். கப்பல்லே போகலாம். பொழச்சுக் கிடந்தா உன்னை, உங்க பெரியம்மா லலிதாம்பிகையைப் பார்க்கலாம்னு நப்பாசை. லலிதாம்பிகையை எரிச்ச இடத்துலே கள்ளிச்செடி முளைச்சு அதுவும் பூச்சி அரிச்சு உதிர்ந்திருக்கும். சாகறதுக்கு முந்தி அவளுக்கு இன்னொரு கடிதாசாவாது எழுதிட்டுத்தான் கட்டையைக் கிடத்தணும்.

சரிடா குழந்தே, என் கையே எனக்குத் தெரியாதபடி ராத்திரி வந்து கவிஞ்சுடுத்து. அப்புறமா மிச்சத்தை எழுதறேன். உன் பொசைகெட்ட அப்பன் மகாலிங்க ரெட்டி.

அத்தியாயம் அறுபத்தொன்பது

1915 ஆகஸ்ட் 14 - ராட்சச வருஷம் ஆடி 30 சனிக்கிழமை

துர்க்கா பட்டனுக்கு மனசு சந்தோஷத்தில் றெக்கை கட்டிப் பறந்தது. கூடவே ஒரு துள்ளி வருத்தமும்.

குழந்தை தீபஜோதிக்குக் கல்யாணம் வந்து கொண்டிருக்கிறது. பட்டனின் முதுகில் ஆனை சவாரி போன தீபம் இப்போது பதினாறு பிராயம் திகைந்த கன்யகை.

அம்மாவா என்று வாய்நிறையக் கூப்பிட்டு நேரத்துக்குக் கழிக்க ஆகாரம் விளம்புவதும், பட்டனுக்கு உடம்பு சுகக்கேடு என்றால் பிஷாரடியைப் பார்க்கக் கூட்டிப் போய் வருவதும், பிரியமான கூட்டுக்காரிகளின் உள் வீட்டு வர்த்தமானம் பகிர்ந்து கொள்வதுமாக அவள் இப்போது ஒரு ஆத்மார்த்தமான சிநேகிதியுமாகி விட்டாள்.

துர்க்கா பட்டனுக்குக் கல்யாணம் ஆகிப் பெண் குழந்தை பிறந்திருந்தால் இப்படித்தான் அவன் மேல் பிரியத்தைப் பொழிந்திருப்பாள். அவனும் உயிரையே கொடுக்கவும் இதுபோல தயாரெடுப்பில் சதா இருந்தபடி இருப்பான்.

அவள் விஷயமாக பாண்டி பிரதேசத்திலும் கோட்டயம், ஆலப்புழை, எர்ணாகுளத்திலும் வரன் தேடி அலைந்த அனுபவம் துர்க்கா பட்டனுக்கு இன்னும் மனதில் நிறைவாக இருந்தது.

சுபாவமாகவே அலைந்து சுற்றி நடக்கிறதிலும் இட்ட வேலையைக் கர்ம சிரத்தையாகச் செய்து முடிப்பதிலும் உற்சாகம் கொண்டாடுகிற பட்டனுக்கு, இதெல்லாம் அவனுடைய ப்ரியமான தீபக்குட்டிக்காக என்றபோது இன்னும் இஷ்டமானதாகக் கலந்து போயிருந்தது.

ரெண்டு வருஷ அலைச்சல் இப்போது கல்யாணமாகக் குதிர்ந்ததில் அவனுக்குப் பரம சந்தோஷம். இந்தக் காரணமாக இனியும் அலைய வேண்டியதில்லை என்பதில் கொஞ்சம் வருத்தம். ஆனாலும் என்ன, அலைய ஆயிரம் விஷயம் உண்டே. காலார நடந்து கெறங்கி வராவிட்டால் உறக்கம் எளுப்பத்தில் வருமோ.

எல்லாம் பரிபூரணம் ஒரு ஞாயிற்றுக்கிழமை விடிகாலை சத்தம் கூட்டி துர்க்கா பட்டனை எழுப்புவதில் ஆரம்பித்தது. நீளமாக நிறுத்தாமல் பேசினாள் அவள். பட்டன் கேட்க இல்லை. வேறே யாரோ கேட்க வேண்டியவர்கள் காதில் விழ.

எடோ துருக்கா. நாள் முழுக்க சாப்பாட்டுக் கடை. ராத்திரி வந்து அடிச்சுப் போட்ட மாதிரி ஒரு உறக்கம். எழும்பினா பின்னே துணி அலக்கல். பிராதலுக்கு சதா தோசை. கட்டன் காப்பி. திரும்பக் கடை. உன் பொழைப்பு உனக்குப் பெரிசு. இந்த வீட்டுலே அவங்க அவங்களுக்கு அவங்க அவங்க காரியம் தான் முக்கியம். என்னடா திரண்டு குளிச்ச பெண்குட்டி ஒண்ணு தங்கக் கொடி மாதிரி வளர்ந்து இருக்காளே. அவளை நல்ல வரனாப் பார்த்துக் கல்யாணம் கழித்து அனுப்பணும்னு ஒருத்தருக்காவது கருதல் உண்டோடா. நான் தான் நெல்லிப்பரம்பு முத்தச்சி மாதிரி ஒச்சை வச்சுட்டு கிடக்கேன். போடி கிழவின்னு அவங்க அவங்க போய் வந்துட்டு இருக்காங்க. எழும்பித் தொலைடா. உன்னை உபத்ரவிக்காம நானே இன்னிக்கு அலக்கிக் கூட முடிச்சுட்டேன். குரிசுப்

பள்ளிக்கு ஆஜர் பட்டியல் கொடுக்கப் போயாகணும். அது மட்டும் இகத்துக்கும் பரத்துக்கும் போதும். குடும்பம், குழந்தை குட்டி எல்லாம் எப்படியோ போகட்டும் போ. அடே, எழும்பு.

கையில் வைத்திருந்த துணி காயப்போட உபயோகிக்கும் மரக் கொம்பால் போர்வைக்கு மேலே அவள் லொட்டு லொட்டென்று அடித்தது துர்க்காவின் கால் மூட்டில் இதமான வலியாக வந்து விழுந்தது. அந்த சுகத்தோடு தூக்கம் விழித்த துர்க்கா பட்டனுக்கு நிமிஷத்தில் நிலைமை மட்டுப்பட்டது.

பரிபூரணம் மன்னி புகார் எதுவும் அவனைக் குறித்து இல்லை. அண்ணா வேதையனைப் பற்றி அவளுக்கு இருக்கப்பட்ட குறைச்சல் எல்லாத்தையும் இப்படித்தான் கொட்டித் தீர்க்க வேண்டி இருக்கிறது. துணி உலர்த்துகிற கொம்பு கூட அதற்கு ஒத்துழைக்கிறது. துர்க்கா பட்டன் மட்டும் சும்மா கிடக்க முடியுமா?

மன்னி, நீங்க சொல்றது எல்லாம் ரொம்ப சரி. ஆனா, உங்களை யார் எப்போ கிழவின்னு அபாண்டமா சொன்னா சொல்லுங்கோ, அந்தப் பேப்பட்டியை சவட்டிட்டு வந்துடறேன். மகாலக்ஷ்மி மாதிரி என் மன்னியை நிந்திச்ச தூர்த்தன் வைதாரணி கடந்து ரௌராவாதி நரகம் ஒண்ணொண்ணாப் போய்த் தொலையட்டும்.

அவன் எழுந்து உட்கார்ந்து ரெண்டு கைவிரல்களையும் சேர்த்து நெறித்துச் சொடக்கி சாபம் கொடுக்க, பரிபூரணம் படு சிரத்தையாக அலக்கிய முண்டும் மற்ற வஸ்திரமும் மடிக் கொடியில் கைக் கொம்பின் துணையோடு உலர்த்திக் கொண்டிருந்தாள்

அவள் மாமனார் கிட்டாவய்யன் காலத்தில் இருந்து இதுதான் வழக்கம். அதாவது மாமியார் சினேகாம்பாள் செய்து வைத்த ஒழுங்குக் கட்டுப்பாடு.

வீட்டுக் கூடத்தில் உத்திரத்துக்கு இணையாக மூணு தாம்புக் கயிறுகள் ரெண்டு பக்கச் சுவரிலும் வலுவான இரும்பு முளை அடித்து அதிலிருந்து இறுகிப் பிணைத்துக் கட்டி இருக்கும்.

முதல் கொடியில் சுக்காகக் காய்ந்த வஸ்திரம். எடுத்துத் தரித்துக் கொண்டு கிளம்ப வசதிக்காக அது. ரெண்டாம் கொடியில் நேற்றைக்கு அலக்கிய வஸ்திரம் முழுக்கக் காயாமல் கொஞ்சம் ஈர வாடையோடு. கடைசிக் கொடியில் இந்த நாளில் அலக்கின துணி எல்லாம் வரிசையாக ஈரம் சொட்டத் தொங்கும்.

தரித்துப் போக வேண்டியவர்கள் சரியான நேரங் காலத்துக்குத் தரித்துப் போனால் முதல் கொடி சூரியன் உதித்து ஒரு மணிக் கூரில் வெறுமையாகிக் கிடக்கும். பரிபூரணம் குளித்துக் காய வைத்த தலைமுடியில் வெள்ளை வஸ்திரத்தோடு, ரெண்டாம் கொடியில் இருந்து முதல் கொடிக்கு உலர்ந்த துணியும், கடைசிக் கொடியிலிருந்து நடுக்கொடிக்கு பாதி உலர்ந்ததையும் மாற்றுவாள். அப்புறம் அவளோ, துர்க்கா பட்டனோ அலக்கிய துணியை எல்லாம் கடைசிக் கொடியில் அந்தக் கொம்பால் உலர்த்துவதும் அவள் சிரத்தை எடுத்துச் செய்யும் காரியம்.

மடி வஸ்திரம் எல்லாம் தனியா வைக்கணும். அரைகுறை ஈர வஸ்திரம் பிணத்துக்கு உடுத்திக் களைஞ்ச அடி வஸ்திரம் மாதிரி நரகலா வாடை அடிக்கும். அதைத் தனியா போட்டு அக்கடான்னு விட்டா அதுபாட்டுக்கு காய்ஞ்சு அடங்கும். புதுசா அலக்கினதுக்கு இருக்கவே இருக்கு. ஒண்ணொண்ணும் தனி. கலந்துடாதே.

கல்யாணம் ஆகி வந்தபோது சினேகாம்பாள் தன் மருமகளுக்குப் படிப்பிச்சுக் கொடுத்த முதல் வீட்டுப் பாடம் அதுதான். அதுமட்டும் இல்லை. களைந்த வஸ்திரத்தை எல்லாம் பின்னங்கட்டில் பிரம்புக் கூடையில் சேகரிக்கிற ஏற்பாடும் அவள் உண்டாக்கி வைத்துவிட்டுப் போனதுதான்.

அவள் பிறந்து வந்த ஆலப்பாட்டு தமிழ் பட்டன்மார் குடும்ப நடைமுறை அது. வைக்கத்தில் பரிபூர்ணம் வீட்டுப் பரம்பில் துணி காய வைத்து மர அலமாரியில் மடித்து வைத்து அணிந்து கொள்கிற பரிபாடியிலிருந்து ரொம்பவே மாறுபட்டது. பட்டன்மார் ஆச்சாரம்.

மூணு கொடி நடைமுறையில் இருந்து, பூண்டு கிள்ளிக்கூடப்

போடாமல் சமையல் செய்வது, அமாவாசைக்கு வெங்காயம் விலக்கல் வரை ஒரே மாதத்தில் கரதலப் பாடமாகக் கற்றுக் கொண்டு சிநேகாம்பாளையே அசத்திவிட்டாள் பரிபூரணம்.

சிநேகாம்பாளுடைய ஆலப்பாட்டுத் தமிழ்க் கொச்சை மட்டும் அவள் நாக்கில் சிக்க மறுத்து விட்டது. என்ன போச்சு. இல்லாமலேயே இப்படி ஒரு தங்க விக்ரகம் போல் ஒரு பெண்குஞ்சைப் பெற்று வளர்த்துப் பெருமையோடு நிற்கிறாள்.

அந்தக் குட்டிக்கு வரன் பார்க்க இங்கே இருக்கிற தடிமாட்டு ஆண்பிள்ளைகளுக்கு, பிள்ளைகள் என்ன, அப்பனான இக்னேஷியஸ் வேதையர் சுவாமிக்கு ஆயாசமாக இருக்கிறது. சமையலில் பூண்டு சேர்த்தால் இந்த அசமஞ்சம் போகும். நாக்கில் ஏறின விறுவிறுப்பு காரியத்திலும் தட்டுப்படும்.

சரிதானேடா துருக்கா?

துணி உலர்த்திக்கொண்டே அரைச் சிரிப்போடு துர்க்கா பட்டனை நோக்காமலேயே கேட்டாள் பரிபூரணம். அவள் மனசில் ஓடின எண்ணம் எல்லாம் அர்த்தமானது போல் துர்க்கா பட்டன் அப்போது சொன்னது இது.

மன்னி, கவலையை விடுங்கோ. நான் இன்னிக்கு கடைக்குப் போகலை. தமிழ்ப் பிரதேசத்துக்கு யாத்திரை. ஜாதகம் பொருந்தி இருக்கற சம்பந்தம் கிடைக்காம படி ஏற மாட்டேன். ஜிவ்வுனு ஒரு பூண்டு ரசம் மாத்திரம் உண்டாக்கி சாப்பாடு போட்டு அனுப்புங்கோ.

பூண்டு ரசம் தயாரானது. நம்பிக்கை இல்லை என்றாலும், கிட்டாவய்யன் ஜீவியவந்தனாக இருந்த காலத்தில் ஜோசியனை வைத்துக் கணித்த தீபஜோதிப் பெண்குழந்தையின் ஜன்ம நட்சத்ர ஜாதகமும் அப்புறம் பரிபூரணமே முன்கை எடுத்து துர்க்கா பட்டன் மூலம் உண்டாக்கின ருது ஜாதகமும் கள்ளியம்பெட்டியில் பத்திரமாக நாலு மூலையிலும் மஞ்சள் தடவி பத்திரமாக இருக்கின்றன.

ருது ஜாதகத்தைக் கணித்தது அரசூர் அரண்மனை ஜோசியராக

இருந்த அண்ணாசாமி அய்யங்காரின் வம்சத்தில் வந்த பூச்சி அய்யங்கார் என்ற சோழியன். அரசூர் சாமா மூலம் அது சாத்தியமானது.

குழந்தைக்கு அத்தையான பகவதி அம்மாள் சகல ஒத்தாசையும் செய்து அந்த ஜாதகக் கடுதாசை ஒரு பட்டுப் புடவை, ஒரு பவுனில் மோதிரம், காதுக்கு ஜிமிக்கி, தலையில் வைக்க தங்க ராக்கோடி இப்படி நாலைந்து நகைநட்டோடு சர்வ ஜாக்கிரதையாக அனுப்பி வைத்திருந்ததைப் பரிபூரணம் மறக்கவில்லை.

அந்தப் புடவை உடுத்தத் தயாராக ஜாதகத்தோடு கூடப் பெட்டியில் இருக்கிறது. நகை எல்லாம் வேதையன் பத்திரமாக இரும்பு பீரோவில் பூட்டி வைத்திருக்கிறான். அவனுக்குக் கரிசனம் இல்லை என்று சொல்ல முடியுமா என்ன?

துர்க்கா பட்டன் அலைச்சல் இப்படி ஒரு ஞாயிற்றுக்கிழமை தொடங்கியது.

ஒரு மாசம் போல் ஞாயிற்றுக்கிழமையும் திங்கள்கிழமையும் ஒரு சேர கடைக்கு மட்டம் போட்டு விட்டு கண்ணூர், சாவக்காடு, ஏற்கனவே சொன்ன ஆலப்புழை, ஆலப்பாடு, கன்னட பூமியில் மங்கலாபுரம், மல்ப்பே இப்படி பல இடம் அலைந்தும் பிரயோஜனம் இல்லை.

வேதத்தில் ஏறின பிராமணர்கள் அரிதாகவே தட்டுப் பட்டார்கள். கொங்கண பிரதேசத்தில் நாலு தலைமுறைக்கு முந்தி அப்படியானவர்கள் இருந்ததென்னமோ வாஸ்தவம் தான். ஆனால் மீனும் மாமிசமும் இல்லாமல் ஆகாரம் உள்ளே இறங்காது அவர்களுக்கு எல்லாம்.

வீட்டுக்கு கல்யாணம் கழித்து வருகிற பெண்குட்டிக்கும் மீன் கறி பாகம் பண்ணத் தெரிந்திருக்கணும் என்பதை வேதையன் ஏற்றுக்கொள்ள மாட்டேன் என்று சொல்லிவிட்டான்.

வேதத்தில் ஏறினவனாகவும் இருக்கணும். கோழி முட்டை தவிர வேறே மாமிச பதார்த்தம் புசிக்காதவனாகவும்

இருந்தாகணும். வயசும் இருபதுக்கு மேலே தாண்டக்கூடாது. ஒரு உத்தியோகம், இல்லையோ பூர்வீகர் விட்டுப் போன ஆஸ்தி, பள்ளிக்கூடம் முழுக்கப் போய் போர்ட் பரீட்சை குடுத்து ஜெயித்த வித்யாப்யாசத் தகுதி இத்தனையும் கட்டாயம் தேவை. கையில் கால்காசு கூட இருக்க வேணாம்.

வேதையன் சொன்னபடிக்கு ஒரு ஒற்றை வரன் கூட அங்கெல்லாம் அமையாது வெறுங்கையோடு திரும்பி வந்தபோது தமிழ்ப் பிரதேசத்தில் இப்படியான குடும்பங்கள் தஞ்சாவூர் பக்கம், சரியாகச் சொன்னால் திருச்சிராப்பள்ளியில் குடியும் குடித்தனமுமாக இருக்கிறார்கள் என்று குரிசுப் பள்ளிக்கு அந்த ஊர்ப்பக்கம் இருந்து வந்த பிரசங்கியார் தெரிவித்தார். சந்திக்கத் தோதாகச் சில நபர்களின் பெயர் விலாசமும் அவர் வேதையனுக்குக் கொடுத்தார்.

வேதையனே நேரில் போக முடிவு செய்திருந்தாலும், வருடாந்திரப் பரீட்சை நேரமாதலால் கூடி வரவில்லை. வழக்கம் போல் துர்க்கா பட்டன்தான் இதற்கும் சுற்றிக் கெறங்க வேண்டி வந்தது.

அடுத்த நாள் தமிழ் பேசுகிற திருச்சிராப்பள்ளிக்கு வந்து சேர்ந்தான் அவன். வேதத்தில் ஏறின தமிழ் பிராமணர்கள் இருக்கப்பட்ட ஊர் அது என்று வேதையன் தகவல் சொல்லி இருந்தான்.

போக வேண்டிய இடத்துப் பெயரையும், வழியையும், சந்திக்க வேண்டிய மனுஷர்களின் விலாசங்களையும் எழுதின ஹோ ஏண்ட் கோ கம்பெனி டயரி ஒன்றையும் வேதையன் துர்க்கா பட்டனுக்குக் கொடுத்து வழிச் செலவுக்குத் தகுந்த துரைத்தனத்துப் பணமும் ஒரு தோல் சஞ்சியில் பத்திரமாக வைத்துத் தந்தான்.

திருச்சிராப்பள்ளியில் மேரித் தோப்பு எங்கே இருக்கிறது என்று பட்டன் டயரியைப் படித்து வழியை மனப்பாடம் செய்து வைத்திருந்தாலும் மறந்து விட்டது. பிரம்மாண்டமான அந்த மலைக்கோட்டையையும், மேலே இருக்கிற கணபதி

கோவிலையும் சுற்றி வந்து அந்த ஊரின் அதி உஷ்ண சூழ்நிலை காரணமாக உடம்பு தொப்பமாக நனைந்து போய் ரெண்டு தடவை கொள்ளிடத்தில் குளித்து வஸ்திரம் மாற்ற வேண்டிப் போனது.

நல்லவிதமாக வந்த காரியம் முடிந்தால் பக்கத்தில் தான் சீரங்கம், அப்புறம் அதென்ன ஊர், குருக்கள் புடவை கட்டிக் கொண்டு அம்பிகைக்கு பூஜை செய்வாரே. பட்டன் ஈரம் உலராத குடுமியைப் பறக்க விட்டுக் கொண்டு ஆற்றங்கரையில் நின்று டயரியைப் புரட்டினான்.

திரு ஆனைக்காப்பு. கண்ணடை எங்கே போச்சு. மடி சஞ்சியில் இருந்த மூக்குக் கண்ணாடியை மாட்டிக்கொண்டு திரும்பப் படிக்க அது திருவானைக் கோவில்.

ஆனைக்கோவிலுக்கும் போகணும். முன்னால் மேரித் தோப்பு. வேதண்ணா டயரியில் எழுதிக் கொடுத்த தகவல் சரியானது தான். ஆனால் அது போதாது. நாலு பேரை விசாரித்தால் முழுக்க முழுக்க பாண்டித் தமிழில் அல்லாது வேறு அந்நிய பாஷையில் பேசுவது இல்லை இங்கே யாரும்.

பொம்மனா நீர்?

கன்னடம் கலந்த தமிழில் அவனை விசாரித்த இனிப்பு மிட்டாய்க் கடைக்காரன் ஓசூர்க்காரனாம். அவனிடம் முழுக் கன்னடத்திலேயே பேசி ஒரு மாதிரி வாங்க வேண்டிய சகல தகவலையும் வாங்கிக் கொண்டான் துர்க்கா பட்டன்.

அதுக்கு சன்மானம் தரமுடியாது ஆதலால் நாலு பொட்டலமாகக் கட்டிய அரை வீசை அல்வாவையும் காசு கொடுத்து வாங்கியானது. போகிற வீடுகளில் சின்னக் குழந்தைகள் இருக்குமானால் வெறுங்கையோடு போய் நிற்க வேண்டாமே.

ஜோசப் பரசுராம அய்யர் என்ற முதல் விலாசத்தில் வேதையன் குறித்திருந்த மனுஷர் பரலோகம் போய் பதினைந்து வருஷம் ஆகிவிட்டது என்று பட்டனுக்குத் தெரிய வந்தபோது விசனமாக

இருந்தது.

மேற்படி பரசுராம பட்டரின் புத்திரர்கள் வேதத்தில் இருந்து இறங்கி சுய ஜாதிக்கே திரும்பிப் போனதாகவும், அங்கே அவர்களை ஏற்றுக் கொள்ளாததால், சென்னைப் பட்டணம் போய் வெள்ளைப்படுகிறதை சுவஸ்தப்படுத்துகிற மருந்து தயாரித்து விற்று அமோகமாக ஜீவிக்கிறதாகவும் தெரியவந்தது.

ஸ்ரீமடத்தின் அங்கீகாரம் அவர்கள் தனத்துக்கும் அவர்களுக்கும் கிடைத்ததால் பட்டணத்தில் சத்காரியங்களை முன்கை எடுத்து நடத்துகிறவர்கள் அவர்கள்தானாம். வேதபாடசாலை, கோவில் கும்பாபிஷேகம், சமஷ்டி உபநயனம், ஜாதகம் பரிமாறிப் பொருத்தம் பார்த்து கல்யாணம் நடத்திக்கொடுக்க ஒத்தாசை செய்யும் மகாசபை இப்படி எத்தனையோ சொல்லலாமாம். ஆனாலும் என்ன செய்ய? முழு பிராமண சம்பந்தம் தவிர வேறே எதையும் கருத மாட்டார்களாம்.

துர்க்கா பட்டன் படி ஏறின அடுத்த விலாசம் ரெண்டு தலைமுறைக்கு முந்தி சீர்காழி பக்கம் அஷ்ட சகஸ்ர வகுப்பு பிராமணர்களாக இருந்து, கலாசாலையில் படிக்க வேண்டி தன உபகாரம் கிட்டியதால் வேதத்தில் ஏறினவர்கள் என்று தெரிந்தது. கல்யாண வயதில் வீட்டில் பிள்ளை இருந்தாலும், மலையாளக் கரையில் பெண் எடுக்க அவர்கள் யோசிப்பதாக துர்க்கா பட்டனுக்கு அர்த்தமானது.

யட்சி மாதிரி மயக்கி ரத்தம் குடிக்கிற பெண்டுகளா நம்ம தேசத்தில் இருக்கப்பட்டவர்கள்? பட்டன் எத்தனை யோசித்தும் அப்படி யாரும் நினைவுக்கு வரவில்லை. இருந்தால் அதில் ஒருத்தி பட்டனைக் கல்யாணம் கழித்து பீஜத்தில் அழுந்த கடித்து குருதி பானம் பண்ணி இருப்பாளே?

என்னை விடவா அவளுடைய அரையின் கீழ் உபச்சாரம் லகரி ஏற்றும்?

பட்டன் மனசில் இருட்டுக் குகையில் இருந்து எழுந்து வந்த பரசு சிரித்தான்.

சவமே, செத்து ஒழி.

பட்டன் வெறுங்காலை சவட்டி கல்படியில் உதைத்தபடி கொள்ளிடக் கரையில் இன்னொரு தடவை குளிக்க இறங்கின போது சாயந்திரம் ஆகியிருந்தது.

அவன் திருவானைக்கோவிலுக்குப் போனபோது ராத்திரி அர்த்தஜாமம் முடித்து புடவை கட்டின குருக்கள் சந்நிதியில் இருந்து இறங்கிக் கொண்டிருந்தார்.

அம்பிகே, நம்ம தீபஜோதிக் குட்டிக்கு ஒரு நல்ல ஆம்படையான் அமைய ஆசிர்வாதம் பண்ணும்மா.

பட்டன் வேண்டிக் கொண்டபோது தோளில் புடவையை அங்க வஸ்திரம் மாதிரிப் போட்டுக் கொண்டு தூரத்தில் நடந்த அர்ச்சகர் இருட்டில் திரும்பிப் பார்த்தார்.

பொம்மனா நீர்?

அவர் கேட்டது போல் இருந்தது.

நீ வீட்டுக்குப் போடாப்பா குழந்தே. சம்பந்தம் தானே தேடி வந்திருக்கும்.

யார் குரலோ பட்டன் காதில் சொன்னது. அர்ச்சகர் இல்லை. பெண்குரல். வாத்சல்யமானது. அம்மையைப் போல், பாட்டித் தள்ளையைப் போல்.

என் பேத்தி குட்டியம்மிணிக்கு ஒரு வரன் கிடைக்குமாடா துர்க்கா?

இருட்டில் கேட்ட அந்தக் குரலை சுவர்க்கோழிகள் அடக்கி விட்டன.

துர்க்கா பட்டன் திரும்பத் திரும்பக் கோவிலுக்குள்ளே பார்த்தபடி வெளியே வந்தான்.

அத்தியாயம் எழுபது

1915 நவம்பர் 14 - ராட்சச வருஷம் ஐப்பசி 29 ஞாயிற்றுக்கிழமை

'அம்மா, கண்ணூர் வந்தாச்சு'.

மருதையன் குரல். இப்போது தானே சாமா கூப்பிட்டு அம்பலப்புழையில் இறங்கச் சொன்னான். அதற்குள் அவன் எப்படி மருதையன் ஆனான்?

அம்பலப்புழை வந்து போயே நாலைந்து வருடம் ஆகிவிட்டது. இது வேறு பயணம். வேறு இடத்துக்கு.

எழுந்துதான் ஆகணுமா?

அவளுக்கு எழுந்திருக்கவே மனசு வரமாட்டேன் என்றது. ஏதோ கண்கட்டி வித்தை நடந்துகொண்டிருந்தது. கட்டிய கண் இமைகள் திரும்ப மூடுகின்றன.

இந்த ஐப்பசியில் அறுபது வயசை எட்டிய முத்தச்சி பகவதி இல்லை அவள். பச்சைப் பட்டுப் பாவாடையும் கரு நீல வண்ண ரவிக்கையும் தரித்தவள். தலைகொள்ளாமல் முல்லைப்பூவும் மல்லிப்பூவும் கலந்து நெருக்கமாகத் தொடுத்த சரம். மஞ்சள் தாவணியை இழுத்துச் செருகினது எடுப்பான மார்பை இன்னும்

நிமிர்த்தி சவால் விட்டு நிற்கச் சொல்கிறது. காலில் சலங்கை பாதத்து மருதாணிச் சிவப்பை புதுப் பெண்டாட்டி போல் அடிக்கொரு தடவை வருடி வருடி ஆசையோடு விசாரித்துக் கொண்டிருக்கிறது.

விடிந்தால் அவளுக்குக் கல்யாணம். அரசூர்ச் சங்கரன் என்கிற பிள்ளையாண்டான் அரசூர்ப் பட்டணத்தில் இருந்து வந்து பகவதியை வாரி எடுத்து மலையாள பூமியில் இருந்து தமிழ் புழங்குகிற பிரதேசத்துக்கு எடுத்துப் போகப் போகிறான். புகையிலைக் கடை வைத்திருக்கிற பிராமணன். மலையாளம் அறியாதவன்.

அவனுடைய கரளை கரளையான கையும் காலும் அவனுக்கு வேறே என்ன சங்கதி எல்லாமோ தெரிந்திருக்கும் என்று அவளிடம் ரகசியம் சொல்கின்றன. பகவதிக்கு மார்பு படபடக்கிறது, நெற்றியில் வியர்வை பூக்கிறது.

விசாலாட்சி மன்னி அவள் முகத்தைத் தன் புடவைத் தலைப்பால் துடைத்து விட்டு 'என் கண்ணே பட்டுடும் போல இருக்குடி குழந்தே' என்று அவள் கன்னத்தில் திருஷ்டிப் பொட்டு வைக்கிறாள்.

சிநேகாம்பாள் மன்னியின் ரெண்டு பெண்குட்டிகளும் எட்டிப் பார்க்கின்றன. கல்யாணப் புடவையும் பூமாலையும் பட்சணமும் வைத்த அம்பலப்புழை வீட்டு அறையில் இருந்து லட்டு உருண்டைகளை எடுத்துக் கடித்தபடி ரெண்டும் ஓடுகின்றன. சிநேகா மன்னி அதுகளை பிசாசி என்று இரைகிறாள். அவள் கண் ஏனோ நிறைந்து இருக்கிறது.

பொண்ணைக் கூட்டிண்டு வாங்கோ.

அரசூர் ஜோசியர் உரக்கச் சொல்கிறார். பழுத்த சுமங்கலியான ஒரு கிழவி வாரணம் ஆயிரம் சூழ வலம் வந்து என்று தமிழில் பாடுகிறாள். யார் எழுதினது என்று தெரியவில்லை பகவதிக்கு. யாரோ பெண்தான் அது என்று மட்டும் படுகிறது.

எடி எண்டெ பொன்னு பகவதி. எழுந்நள்ளூ எண்டெ கரளின் கரளே.

அடித்தொண்டையில் கரகரவென்று குரல் மாற்றிப் பேசி எல்லாரையும் சிரிக்க வைத்து நாணிக்குட்டி அவளைக் கல்யாண மேடைக்கு அழைத்துப் போகிறாள்.

சங்கரன் நிமிர்ந்து பார்த்துச் சிரிக்கிற மாதிரி இருக்கிறது. சாந்தி முகூர்த்தம் நாளை ராத்திரி. யாரோ உரத்த குரலில் ரகசியம் பேசுகிறது பகவதி காதில் விழுகிறது. சங்கரனும் கேட்டிருக்க வேண்டும். கூர்ந்து அவளைப் பார்க்கிறான். பூமி பிளந்து விழுங்கி விடக்கூடாதா என்று வெட்கம் பகவதிக்கு.

ஒண்ணும் பண்ணிட மாட்டேளே.

கண்ணால் சங்கரனிடம் கேட்கிறாள். சத்தியமாக மாட்டேன் என்கிறது அவன் சிரிப்பு. கள்ளத்தனத்தைக் கண் துல்லியமாகச் சொல்லிவிடுகிறது. அப்புறம்?

அம்மா, நாம் தான் கடைசி. துர்க்கா பட்டர் காத்திட்டு இருக்காரு. எழுந்திருங்க.

மருதையன் தலையில் அன்போடு கைவைத்துச் சொந்த அம்மாவை எழுப்புகிற வாஞ்சையோடு எழுப்புகிறான் பகவதியை. அவள் எழுந்து உட்கார்ந்தாள்.

பொலபொல என்று விடிந்து விட்டிருந்தது. ஓடி முடித்திருந்த ரயில் ஓ என்று ரீங்காரத்தோடு சத்தம் முழக்கியது.

ஐயோ, வண்டி கிளம்பிடுமே.

பகவதி பரபரப்பாக எழுந்து நிற்க முற்பட்டு கால் தடுமாற ஜன்னல் கம்பியைக் கெட்டியாகப் பற்றிக்கொண்டாள். வயசாகிக்கொண்டிருக்கிறது.

வண்டி எங்கேயும் போகாதம்மே. இதுதான் கடைசி நிறுத்தம்.

துர்க்கா பட்டன் ரயில் பெட்டிக்கு உள்ளே வந்து உட்கார்ந்தபடி சொன்னான். அவன் கையில் ஒரு பித்தளை கூஜா உள்ளே ஏதோ தளும்பி வழிந்தபடிக்கு.

சூடா நம்ம சாப்பாட்டுக் கடையிலே இருந்து காப்பி போட்டு எடுத்து வந்திருக்கேன். குடிச்சுட்டு தெம்பாக் கிளம்புங்கோ.

நாம ஆர அமர காப்பி குடிச்சு முடிக்கறதுக்குள்ளே வண்டி யார்டுக்குப் போயிடப் போகுது பட்டர் சாமிகளே. வெளியே காத்தோட்டமா மர பெஞ்சுலே உட்கார்ந்து குடிச்சா என்ன குறைஞ்சுடும்?

மருதையன், பகவதி மெல்ல இறங்க ஆதரவாகக் கைகொடுத்தபடி சொன்னான்.

பகவதிக்கு ஒரு வாய்க் காப்பி சாப்பிட்டால் நன்றாக இருக்கும் என்று தோன்றியது. இந்தத் தேவபானத்தைக் குடிச்சுட்டுக் கிளம்பினா ஏழு லோகத்தையும் சமுத்திரத்தையும் தாண்டி சூளாமணியைக் கொண்டு வந்து உன் காலடியிலே வைப்பேண்டி கண்ணம்மா. சங்கரன் சொல்வான்.

பகவதி கைக் காப்பிக்கு அத்தனை மணம். அவள் சங்கரனுக்காகக் காப்பி கலக்கும்போது ரெண்டு முட்டைக்கரண்டி அஸ்கா சர்க்கரை போட்டுத்தான் கண்ணை மூடுகிற காலம் வரை காலையில் சுகம் கொண்டாடிக் கொண்டிருந்தான் அவன். எந்த பூமியில், எந்த சமுத்திரத்துக்கு அடியில் சூளாமணியைத் தேடிட்டிருக்கானோ.

நல்ல வேளையாக கண்ணூர் நெருங்கிவிட்டது என்று தவறாக கணக்குப் போட்டு நாலு மணிக்கே எழுந்து அவளும், மருதையனும் தந்த சுத்தி செய்து முகம் அலம்பிக் கொண்டதால் காப்பி குடிக்க தடை ஏதும் இல்லை. ஆனாலும் அவள் இப்படித் திரும்பப் படுத்துக் கண் அயர்ந்திருக்கக் கூடாதுதான். ரயிலின் ஆட்டம் தூங்கு தூங்கு என்று எல்லோரையும் பச்சைக் குழந்தையாக்கிக் கிடத்திவிடுகிறது.

துர்க்கா, கொஞ்சம் ஜலம் கொடேன்.

பகவதி கேட்டாள்.

இருங்கோ அம்மா, பிடிச்சுண்டு வரேன்.

துர்கா பட்டன் கூஜா மூடியாக இருந்த கிண்ணத்தை மறை திருகிக் கழற்றிக்கொண்டு ஓடினான். பக்கத்துக் குழாயில் இருந்து அருவி மாதிரி கொட்டிக்கொண்டிருந்த குளிர்ந்த

தண்ணீரைப் பிடித்து வந்தான் அவன்.

வாங்கி ரெண்டு தடவை வாய் கொப்பளித்தாள் பகவதி. அந்தக் காப்பியை ஆற அமர பெஞ்சில் உட்கார்ந்தபடி வாய் எச்சில் படாமல் குவளையை உசத்திவிட்டுக்கொண்டு அதன் சூட்டையும் மணத்தையும் ஒரு வினாடி கண்ணை மூடி அனுபவித்தாள். பிரயாணக் களைப்பும் அசதியும் எல்லாம் ஓடி ஒளிந்த மாதிரி உற்சாகம்.

தெம்பாக எழுந்து தண்ணீர்க் குழாய்ப் பக்கம் போய் கையைக் குவித்து வெள்ளமாக எடுத்து முகத்தில் விசிறி அடித்துக் கொண்டாள். இதமான மலையாளக் கரைக் காற்று சிநேகிதமாக பகவதிக் குட்டீ சுகம் தன்னே என்றது.

அம்மா, பட்டர் மோட்டார் வண்டி கொண்டாந்திருக்காராம். போகலாமா.

மருதையன் குழந்தை போல் குதூகலத்தோடு சொன்னான். மோட்டார் வண்டி அரசூருக்கு வரும் முன்பே கண்ணூருக்கு வந்து சேர்ந்துவிட்டது போலிருக்கு.

அதெல்லாம் எதுக்குடா மருதையா. நடந்தே போயிடலாம். எங்கேயாவது போய் முட்டி வச்சா கையோட காலோட கல்யாணத்துக்குப் போய்ச் சேர முடியாது.

பகவதி அவசரமாகச் சொன்னாள். கண்ணில் மிரட்சி தட்டுப்பட்டது.

ஏதொண்ணுக்கும் விசனப்பட வேண்டாம் அம்மே. வண்டி ஓட்டிக்கப் படிச்ச ஆள்கார்தான் இதுக்குன்னு நியமிச்சு வைச்சிருக்கறது.

பட்டன் பகவதியின் ஹோல்டாலைக் கையில் இடுக்கிக் கொண்டே சொன்னான்.

அதென்ன பட்டரே ஆள்கார். அய்யங்காருக்கு அண்ணன் தம்பி முறையா?

மருதையன் கடகடவென்று சிரித்தான். அவனுக்கும் இந்த இதமான சீதோஷ்ணமும், விடிகாலையில் ரயிலை விட்டு இறங்கி

ஒரு அழகான ஊரில் அடியெடுத்து நடக்கிறதும் எல்லாத்துக்கும் மேலாக நாலு நாள் காலேஜ் போக வேண்டி இல்லாமல் ரஜா வாங்கி வந்ததும் எல்லாம் சேர்ந்து உற்சாகத்துக்குக் காரணம். பகவதி அம்மாளோடு பிரயாணம் செய்கிறதிலும் இப்படி ஒரு சுப காரியத்துக்காக அது நடப்பதிலும் கூடுதல் சந்தோஷம் அவனுக்கு.

சாமாவும் வந்திருக்கலாம். கல்யாணத்துக்கு அழைக்க வேதையனும் பரிபூரணமும் அரசூர் வந்து பத்திரிகை கொடுத்து காலில் விழுந்து ஆசிர்வாதம் வாங்கினபோது பகவதி மட்டுமில்லை, முழுக் குடும்பமுமே வருகிற திட்டம் தான் இருந்தது.

வேதையன் பெண் தீபஜோதி கல்யாணம். ஊரெல்லாம் தேடி, கடைசியில் பரிபூரணம் சொந்தத்திலேயே அமைந்த வரன். அதிசயத்திலும் அதிசயமாக கோழி முட்டை கூட சாப்பிடாத சுத்த சைவன். கண்ணூரில் கல்யாணம். பகவதியும் சாமாவும் வராமல் நடக்கப்போவதில்லை.

ஒரு வழியாக அரசூர்க் குடும்பம் கண்ணூர்ப் பிரயாணம் கிளம்பியாகிவிட்டது. ஒரு நாளா ரெண்டு நாளா? நாலு வருஷமாக யோசித்து, பிரயாணத்துக்கான ஏற்பாடு செய்ய ஆரம்பித்து ஏதாவது காரணத்தால் தள்ளி வைக்க வேண்டியது.

அம்பலப்புழை வரை சாமாவோடும் அவன் வீட்டுக்காரியோடும் வந்தபோது கூட கண்ணூர் போகத் திட்டம் இருந்தது. ஆனால், கவ்னர் துரை தெற்குத் தமிழ்ப் பிரதேசத்துக்கு மேற்பார்வை செய்ய வரப் போகிறதாகப் பேப்பரில் படித்து, சாமா குடும்பத்தோடு கண்ணூர் போகாமலேயே அரசூர் திரும்பி விட்டான்.

தீபஜோதி திரண்டுகுளி சுபமூகூர்த்தத்துக்கு ரெண்டு வருஷம் முந்தி ஏற்பாடு செய்தபடி கிளம்ப முடியாமல், நெருங்கின சொந்தத்தில் ஒரு சாவு வந்து சேர்ந்தது.

கல்யாணச் சாவுதான். எண்பத்தொன்பது வயசு முழுசாக வாழ்ந்து எத்தனையோ பேருக்கும் அவர்களின் அடுத்த

தலைமுறைக்கும் கூட தகனம், திவசம் என்று கிரமமாக நடத்திக் கொடுத்து விட்டு கனபாடிகள் போய்ச் சேர்ந்த தருணம் அது.

போகிறதுக்கு முந்தின தினம் கூட அரசூர் பக்கம் சாளூரில் யாருக்கோ பத்தாம் நாள் காரியம் என்று வந்து பகவதி வீட்டில் தான் ராத்தங்கினார் அவர்.

எள்ளுருண்டை பிடிக்கும்போது எள்ளைக் கொஞ்சம்போல வறுத்துட்டு வெல்லத்தைப் பாகு முத்தறதுக்கு முந்திக் கலந்து பிடிச்சா அமிர்தமா இருக்கும்னு நானும் ஆயுசு முழுக்க ஒரு பொம்மனாட்டி விடாம சொல்லி ஓஞ்சு போய்ட்டேண்டியம்மா.

எள்ளுருண்டையும், உளுந்துவடையுமாக அவர் போய்ச் சேர்ந்த சுவர்க்கம் சதா எள்ளெண்ணெய் மணத்துக் கொண்டிருக்கட்டும் என்று பகவதி வேண்டிக் கொண்டாள். ஆகாரம் மூலம் ஆத்மபோதத்துக்கு வழி கண்டவர் அந்தப் பெரியவர் என்று அவள் சொன்னபோது சாமா அடக்க முடியாமல் சிரித்தான்.

அம்மா, கனபாடிகள் ஸ்தூல சரீரத்தோட அங்கே யாருக்கு தெவசம் நடத்தப் போறார்? அதுக்கு வேண்டிய உருப்படி எல்லாம் கைலாசம் போன கேசு ஆச்சே.

போடா, பெரியவா, ஆசீர்வாதம் என்னென்னைக்கும் குடும்பத்துக்கு நல்லது. எத்தனை பேரைக் கடைத் தேத்தினவர். சாப்பாடு தவிர வேறே என்ன கண்டார்? வீட்டுக்காரி கூட எப்பவோ போய்ச் சேர்ந்துட்டா.

ஆமாமா, பூஜை பண்ணறேன் பேர்வழின்னு பகல் மூணு மணி வரை கொலைப் பட்டினி போட்டா படியளக்கிற பரமசிவன் காலடியிலே சேராம என்ன பண்ணுவா?

சாமா அம்மாவைச் சீண்டினான். அவள் ஏதாவது மனசு ஒட்டாமல் வைய வேண்டும். அதைக் கேட்டு இன்னும் கொஞ்சம் சீண்ட வேண்டும். வீட்டுக்காரி கோபித்துக் கொண்டாலும் அம்மா கையால் செல்லமாகக் குட்டு வாங்குவது சந்தோஷம்தான்.

அதென்னமோ, பகவதியம்மாளின் கல்யாணம் கூட நிச்சயம் ஆன தினத்தில் இருந்து நாலைந்து மாதத்தில் நடந்து விட்டது. அது ரயில் வண்டி ஓடாத, சாலை வசதி இத்தனை கூட இல்லாத காலம். நாற்பது வருஷம் முந்திய சங்கதி அதெல்லாம். நாற்பது கொல்லம் கழித்து பகவதி இன்னொரு கல்யாணத்துக்காகப் பயணமாகலாம் என்று பகவான் விதித்திருக்கிறான். சாமா கூட வராமல்.

அவளோடு நாள் முழுக்க இருந்து வார்த்தை சொல்ல முடியாமல் அவனுக்கு உத்தியோகம் குறுக்கே நின்று தொலைக்கிறது. அவனும்தான் ஆசைப்பட்டான்.

இந்தக் கண்ணூர்க் கல்யாணத்தைச் சாக்கு வைத்தாவது ஒரு வாரம் அக்கடாவென்று அம்மாவையும் இவளையும் கூட்டிக் கொண்டு மலையாளக் கரையில் டேரா அடித்து விட வேண்டியதுதான்.

சாமா மனதில் முடிச்சுப் போட்டு வைத்தபடி ரஜா விண்ணப்பம் சப் கலெக்டர் துரைக்கு அனுப்பி வைத்தான். அது சாங்க்ஷனும் ஆனது.

ஆனாலும் என்ன செய்ய? சனியன் போல் கலெக்டர் துரையின் ஜமாபந்தி வந்து சேர்ந்தது. தாசில்தார் சாமா ஊரை விட்டு நாலடி வெளியில் எடுத்து வைக்கக் கூட ஏழெட்டு சாணித்தாள் காகிதத்தில் சகல துரைகள், அவர்களை அண்டி இருக்கிற, சிவப்புத் தோலும் நூலுமாக கித்தாய்ப்பாய்ப் பேசி நடக்கிற உள்ளூர்த் துரைகள் என்று சகலரிடமும் நூற்றுச் சில்லறை இடங்களில் கையெழுத்துப் போட்ட உத்திரவுகள் வாங்க வேணும்.

கொஞ்ச நாளாக ஜில்லா கஜானாவுக்கும் சாமாதான் பொறுப்பான, சாவியை அரைஞாண்கொடியில் முடிந்து வைத்துக் கொள்ளும் அதிகாரி. அப்படித்தான் தொங்க விடணும் என்கிறது சர்க்கார் மேன்யுவல்.

நான் வர முடியாத இக்கட்டுலே இருக்கேன்'மா. நீயும் அவளும் போய்ட்டு வாங்கோ. துணைக்கு வேணும்னா நம்ம ஆபீஸ் டவாலி புலியேறுத்தேவனை அனுப்பறேன், அவனுக்கு

மலையாளம் அர்த்தமாகும்.

சாமா சொன்னான்.

அவன் புலியேறவும் வேண்டாம். சிங்கத்தை விட்டு இறங்கவும் வேண்டாம். என் மலையாளமே ஏழு தலைமுறைக்குப் போதும்.

பகவதி சிரித்தாள். ஆனாலும் தனியாக அவ்வளவு தூரம் போக மனசு ஒத்துழைத்தாலும் உடம்பு யோசிக்கிறது. சித்தே இரு, படபடன்னு வருது, கொஞ்சம் தலை சாஞ்சுட்டுக் கிளம்பலாம் என்று முரண்டு பிடிக்கிறது.

நானும் வரல்லே அம்மா.

சாமா வீட்டுக்காரி பகவதி காதில் சொன்னாள். அவளுக்கு தூரத்துக்கு நாள். அதுவும் இப்போதெல்லாம் உதிரப் பெருக்கு அதிகமாகி மாசத்துக்கு நாலு, அஞ்சு நாள் பிராணன் போகிற மாதிரி அந்தப் பெண் அவஸ்தைப்படுகிறதை பகவதி மௌனமாகப் பார்த்து அனுதாபப்படுவதைத் தவிர வேறேதும் செய்ய முடியவில்லை.

இங்கிலீஷ் வைத்தியம் படித்துவிட்டு மதுரையில் ஆஸ்பத்திரி நடத்தும் எர்ஸ்கின் துரையிடம் மருந்து வாங்கிச் சாப்பிட்டுக் குணப்படுத்தலாம் என்று சாமா சொன்னபோது, துரை கிட்டே எல்லாம் உடம்பைக் காட்டணுமா? நாணக்கேடு. உங்களுக்கு ஏன் இப்படி அபத்தமான யோசனை எல்லாம் தோணறதோ என்று அவள் புலிப்பாய்ச்சல் பாய்ந்தாள்.

மருத்துவனிடம் போயிருக்கலாம் என்று பகவதிக்குப் பட்டது. ஆனால் ஆம்பிளை வைத்தியனிடம் இதை எப்படிச் சொல்லி, அவன் என்னத்தைப் பரிசோதித்து என்ன மருந்து கொடுப்பான்?

அம்பாளுக்கு நேர்ந்து கொள்வது, குங்குமம் கரைத்து ஆரத்தி எடுப்பது என்று அவளுக்குத் தெரிந்த பிரார்த்தனை வைத்தியம் அந்தப் பெண்ணை சுவஸ்தப்படுத்தவில்லை. கொஞ்சம் போல் நிம்மதியாவது கொடுத்திருந்தால் அவளுக்கு சந்தோஷம். இன்னும் ஒன்பது தடவை கோவில் பிரகாரத்தில் பிரதக்ஷணம் செய்வாள் மனசெல்லாம் நன்றியோடு.

அம்மாவை நான் வேணா கண்ணூர் கூட்டிப் போய் வரட்டா?

எல்லாம் மௌனமாகப் பார்த்துக் கொண்டு நின்ற மருதையன் கேட்டான். வேதையனும் வீட்டுக்காரியும் அரசூர் வந்து திரும்புகிற வழியில் மதுரையில் அவனையும் சந்தித்து கல்யாணப் பத்திரிகை வைத்திருந்தார்கள். இல்லாவிட்டாலும் அவன் பகவதி அம்மாளை பத்திரமாகக் கூட்டிப் போய்க் கொண்டு விட வந்து நிற்பான்.

ராஜ உபச்சாரம்னா இதுதான். ராஜாவே உபச்சாரம் பண்றார் பாரு உனக்கு.

சாமா அவன் பகவதி அம்மாளிடம் காட்டும் பிரியத்தை சந்தோஷத்தோடு பகடி செய்வான். ராணியம்மாவும் ராஜாவும் உயிரோடு இருந்த காலத்தில் அவர்களுக்கும் மனசில் எந்த வருத்தமும் இல்லாமல், அதே சந்தோஷத்தோடு அந்தக் கிண்டலில் கலந்துகொள்வார்கள். சங்கரன் மட்டும் கொஞ்சம் ஒதுங்கியே இருப்பான்.

ராஜா வம்சம் என்ற மரியாதை ஒரு பக்கம். எப்போதாவது நினைவில் வந்து கஷ்டப்படுத்துகிற இன்னும் குளிக்கிற கொஞ்சம் போல் இளமையான ராணி இன்னொரு பக்கம். சாமிநாதன் ஏன் வீட்டோடு எரிந்து போனான் என்று மனதில் குடைகிற விடை தெரியாத கேள்வி இன்னொரு பக்கம். ஒதுங்கி இருக்க ஒன்பது காரணம்.

அம்மா, ஒதுங்கி உட்கார வேணாம். சவுகரியமா சாய்ஞ்சு உட்காருங்கோ.

மோட்டார் வண்டியைக் கிளப்பியபடி அரைகுறை தமிழில் மாத்யூ தரக்கன் சொன்னான்.

அஸ்ஸலாயி. ஞான் அல்ப நேரம் விஸ்ரமிக்கட்டே பிள்ளேரே. நம்முடெ மனை வன்னபாடே என்னெ ஒண்ணு உணர்த்தியா மதி.

பகவதி பச்சை மலையாளத்தில் சரளமாகப் பேச ஆரம்பிக்க ஆச்சரியத்தோடு திரும்பிப் பார்த்த தரக்கன் படு குஷியாக

பாம் பாம் என்று ஹாரனை அடித்தபடி வண்டி ஓட்டிப் போனான்.

இப்படியே போய்ச் சேர்ந்தா எப்படி இருக்கும்?

பகவதி கூடவே இருக்கும் சங்கரனைக் கேட்டாள்.

அசத்தே. என்ன அவசரம். இன்னும் கொஞ்ச நாள் இருந்துட்டு வா. எனக்கு இங்கே காப்பி கிடைக்கறது.

சங்கரன் அட்டகாசமாகச் சிரித்தான் வழக்கம்போல.

சும்மா இருங்கோ. காப்பியை இடுப்பிலே தேடுவானேன். கையை எடுங்கோ.

அத்தியாயம் எழுபத்தொன்று

1915 நவம்பர் 14 - ராட்சச வருஷம் ஐப்பசி 29 ஞாயிற்றுக்கிழமை

என்ன எதுக்கு என்று சொல்லாமல் அழுகிற குழந்தை போல் வானம் பொத்துக்கொண்டு ஊற்றிய சாயந்திர நேரம். கண்ணூரில், ஏன், மலையாள பூமி முழுக்கவே விருச்சிக மாசத்தில் இப்படி மழை பெய்கிற வழக்கம் இல்லை என்று பகவதிக்கு அனுபவபூர்வமாகத் தெரியும்.

விருச்சிகத்திலும் கர்க்கடகம் போல் மழை வர்ஷிக்கலாம்னு இன்னொரு அனுபவத்தைக் கூட்டிச் சேர்த்துக்கோ

சங்கரன் பகவதி தோளில் தட்டிச் சிரித்தான். அவன் இன்னும் பக்கத்திலேயே இருப்பதாக பகவதி உணர்வதும் அனுபவ பூர்வமாகத்தான். அவளுக்குத் தெரிந்தது அத்தனை பேருக்கும் தெரிந்திருக்க வேணும் என்று கட்டாயமா என்ன?

காலையில் ரயிலை விட்டு இறங்கி, துர்க்கா பட்டன் அவளையும் மருதையனையும் பத்திரமாக வேதையன் வீட்டுக்குக் கொண்டு வந்து சேர்த்து விட்டான். அவர்கள் வந்த மோட்டார் வழியில் நாலு இடத்தில் நின்று போய் துர்க்கா பட்டனும், மருதையனும் வண்டி தள்ள வேண்டிப் போனது தவிர வேறே புத்திமுட்டில்லை.

பட்டரே, போகிற இடம் வரைக்கும் இப்படியே தள்ளிக்கிட்டே போயிடுவோமே. உடம்பு இளைக்க கசரத்து செய்த மாதிரி எனக்கும் இருக்கும். உமக்கும் கொஞ்சம் ஊளைச்சதை கரையும். என்ன சொல்றீர்?

மருதையன் துர்க்கா பட்டனை வம்புக்கிழுக்க மறக்கவில்லை.

அது ஒண்ணும் இல்லே மாஷே. உம்ம மாதிரி பிரமுகர்கள் ஏறிண்ட பெருமையிலே அடிக்கடி இந்த மோட்டார் இது நிஜமா பிரமையான்னு நிலைச்சுப் போயிடறது.

இது எதுவும் என்னை பாதிக்கலையாக்கும் என்கிறது போல் நேர் பார்வை பார்த்துக் கொண்டு தரக்கன் வண்டியை ஓட்டித்துப் போய் ஒரு வழியாக வேதையன் வீட்டுத் தெருவில் வளைத்துத் திருப்பினான்.

முண்டும் கச்சுமாக வாழைக்குலையும் குடத்தில் தண்ணீரும் எடுத்து வந்து கொண்டிருந்த சின்ன வயசுப் பெண்கள் கூட்டம் தரக்கன் வண்டியின் ஹாரனை அடிக்கும்போதெல்லாம் உரக்கச் சிரித்தபடி கடந்து போனது. பகவதி அம்மாள் பக்கத்தில் இல்லாவிட்டால் அதைக் கட்டாயம் மருதையன் ரசித்திருப்பான்.

இதுகளுக்கு என்னமா ஒரு சிரியும் கொம்மாளியும் பாரு.

பகவதி சொல்லும் போதே அவளும் நாணிக்குட்டியும் அம்பலப்புழையில் இந்த வயசில் சேர்ந்து திரிந்த, இதே தரத்தில் சந்தோஷமாகப் பறந்த நாட்கள் நினைவில் வந்து போய்க் கொண்டே இருந்தன.

வாசலில் கார் நின்று பகவதி இறங்கியதுமே, அவளுக்காகக் காத்துக் கொண்டிருந்த வேதையனும் பரிபூரணமும் அவள் காலைத் தொட்டுக் கண்ணில் ஒற்றிக் கொண்டார்கள்.

பரிபூரணம் நெஞ்சோடு சேர்த்துப் பிடித்த சிலுவையை ஒரு தடவை ஆதரவாக முத்தம் கொடுத்தபடி கண்ணில் ஒற்றிக் கொண்டாள். பகவதி அவளை இழுத்து அணைத்துக் கொண்டாள்.

என் கண்ணே, உனக்கே இப்பத்தான் கல்யாணப் பிராயம்

வந்த மாதிரி இருக்கு. விடிஞ்சா உன் குழந்தைக்குக் கல்யாணம். காலம் எத்தனை வேகமாப் பறக்கறது.

அத்தை, இவ ஏற்கனவே எனக்கும் சேர்த்து சதை போட்டிருக்கா. நீங்க சொன்னதைக் கேட்ட சந்தோஷத்திலே இன்னும் ஊதிட்டா, ஆலப்பாட்டுத் தாத்தன் மாதிரி பறக்கவே ஆரம்பிச்சுடுவா.

வேதையன் சிரிக்காமல் சொன்னான். பகவதி அவனை செல்லமாக கன்னத்தில் அடித்தாள்.

அட போடா அசடே உனக்கு ஆலப்பாட்டு வயசரையும் தெரியாது ஆத்துக்காரி சௌந்தர்யமும் கண்ணுலே படாது.

வயசன் எப்போ காலமானார்? சிநேகா மன்னி அப்போ எங்கே இருந்தாள்? பகவதி எத்தனை யோசித்துப் பார்த்தும் நினைவு வரவில்லை.

அத்தை நீங்க தங்க தனியா ஜாகை ஏற்பாடு செஞ்சு வச்சிருக்கேன்.

வேதையன் அவளுடைய படுக்கை சஞ்சியைத் தூக்கிக்கொண்டு உள்ளே நடந்தபடி சொன்னான்.

எதுக்குடா? இங்கேயே தங்கிக்கறேனே. நீங்க குடித்தனம் நடத்தற அழகை ஆற அமர இன்னிக்கு முழுக்கப் பார்த்துண்டு இருக்கலாமே.

நல்லா சொல்லுங்க அத்தை. நான் அப்போ பிடிச்சு நீங்க இங்கே தான் இருக்கணும்னு சொல்லிக்கிட்டு இருக்கேன். உங்களுக்காக மாடியிலே இடம் கூட விருத்தியாக்கி கட்டில், கிருஷ்ணன் சாமி படம், வீபுதி, குங்குமம் எல்லாம் மேடிச்சு வச்சிருக்கு. நான் உண்டாக்கற பட்சணம் கழிக்க முடியாதுன்னா குழப்பம் ஒண்ணுமில்லே. துர்க்கா பட்டனை விட்டு பாகம் பண்ணித் தரச் சொல்லி இருக்கேன். இத்தனை செஞ்சும் இவரானா உங்களுக்குத் தனி ஜாகை வேணும்னு பிடிவாசியோட ஏற்பாடு செய்து வச்சிருக்கார்.

பரிபூரணம் நீளமாகப் பேசி நிறுத்தினாள். புகார் மாதிரியும்

இருந்தது, அன்போடு வைக்கிற கோரிக்கை மாதிரியும் இருந்தது அது.

ஏண்டி அசடே, நீ பாகம் பண்ணின சாதம் நய்யும் சம்பாரமும் குத்தி நான் சாப்பிட மாட்டேன்னு என்னிக்காவது சொல்லியிருக்கேனா? ஆனா மூணு வேளையும் சாதம் போட்டுடாதேடீயம்மா. சாயந்திரம் நல்லா மொறுமொறுன்னு தோசை வார்த்துடு.

பரிபூரணம் முகத்தில் சந்தோஷம் பரிபூரணமாகப் படர, அவளை முந்திக்கொண்டு வீட்டு மாடிக்குப் படியேறிக் கொண்டிருந்தாள் பகவதி. வயசு காரணமாக வரும் ஆயாசமும் அயர்ச்சியும் போன இடம் தெரியவில்லை.

இது அவளோட வீடாக்கும். அண்ணா கிட்டாவய்யன் மேல் மச்சில் அவளுக்காகக் காத்துக் கொண்டிருக்கான்.

அண்ணா, சௌக்கியமா இருக்கேளா? சினேகா மன்னி எங்கே? அம்பலத்துக்குப் போயிட்டாளா? கொஞ்சம் நின்னிருந்தா நானும் வந்திருப்பேனே.

மாடிப்படியின் கோடியில் அவள் நின்று உள்ளே விசாலமான மாடியறையை நோட்டமிட்டாள்.

கட்டில் ஒன்று நட்ட நடுவே கிடந்தது. வெளுத்த படுக்கை விரிப்பில் தாமரைப்பூ அடுக்கடுக்காக விரிந்து கட்டிலைச் சுற்றி நாலு பக்கமும் வழிந்தது.

அந்த இடம் முழுக்க வெள்ளைக்கார வாடை. அவளுக்குத் தெரியும். எப்படி என்றால் சொல்ல முடியாது.

சங்கரன் கப்பலில் பிறந்த மேனிக்கு வெள்ளைக்காரிகளோடு கிடந்ததை அணுஅணுவாக விவரித்துச் சொல்லி அந்த வாடை சகிக்கவொண்ணாமல் இன்னும் மூக்கில் குத்துகிறது. அவனோடு பிணங்கியும் பிணைந்தும் கிடந்தபோதெல்லாம் அந்த வாடை அவளைச் சுற்றிச் சூழ்ந்து வேடிக்கை காட்டிக் கொண்டிருந்தது.

சங்கரன் தப்பு செய்ததாக ஒரு வினாடி தோன்ற வைத்து அப்புறம் அதை மறக்க வைத்து செப்பிடு வித்தை செய்து

கொண்டிருந்த வாடை அது. அனுபவிக்காமலேயே அதை உணர்ந்திருந்தாள் பகவதி.

சங்கரனை எரிக்கத் தூக்கிப் போனபோது கடைத்தெரு பிரமுகர்கள் ஆளுயரத்துக்கு, ஆள் நீளத்துக்குச் சார்த்தின ரோஜாப்பூ மாலையின் சாவு வாடையை மீறி அந்த வெள்ளைக்காரி வாடை ஒரு வினாடி எட்டிப் பார்த்துத் துக்கம் விசாரித்துப் போனது.

அதற்கு அப்புறம் இத்தனை வருஷம் கழித்து இப்போது தான் அது திரும்பி இருக்கிறது.

கிடக்கையில் அயர்ந்து உறங்கிக் கொண்டிருந்த வெள்ளைக்காரி யார்? எந்தக் கப்பலில் இருந்து வந்தவள்? இல்லை இன்னும் கப்பலில் தான் இருக்கிறாளா?

அப்போ, பகவதி எப்படி சமுத்திரத்துக்கு வந்தாள்? இது கண்ணூர் இல்லையோ? பையாம்பலம் மாயானம் பக்கத்தில் இரைகிற கடல் இங்கேயும் உண்டுதான். ஆனால் கப்பல் எல்லாம் வராதே.

பகவதிக்கு ஒண்ணும் புரியவில்லை. ஏதோ பிரமையாக இருக்கணும். அசதி அசதியாக ரயிலில் தூங்கிக் கொண்டு வந்தது இன்னும் மிச்சம் இருந்து கண்ணை மறைக்கிறது. நாசியையும் அது கட்டிப் போட்டு விட்டது. மாடியை விட்டு இறங்கி வெளியே காற்றோட்டமாக உட்கார்ந்தால் சரியாகி விடும்.

கிடக்கையில் மல்லாக்கப் படுத்து நித்திரை போயிருந்த வெள்ளைக்காரி அசைந்த மாதிரி தெரிந்தது. போர்த்தியிருந்த புதைப்புக்கு வெளியே வந்த கையில் ஒரு வளையல்.

இவள் என்ன மாதிரி மதாம்மை? மதாம்மையும் இல்லை மண்ணாங்கட்டியும் இல்லை. அது என்ன வளை குலுங்குகிற சத்தமா?

பகவதி கதவுப் பக்கம் அவசரமாக நகர்ந்தபோது பின்னால் வெள்ளைக்காரி எழுந்து படுக்கையில் உட்கார்வது ஒரு வினாடி கண்ணில் பட்டது.

வேதையா, அனியா. ஆரு அவிடே?

பகவதிக்குப் பழக்கமான பாஷையில் உரக்க கூப்பிடுகிற மதாம்மை.

க்ஷமிக்கணும். தவறுதலா நான் இங்கே.

பகவதி பாதி திரும்பி அவளைப் பார்த்தும் பார்க்காமலும் முணுமுணுப்பாகச் சொன்னாள்.

அத்தை. பகவதி அத்தை. இது நான் தான் அத்தை.

அந்தப் பெண் ஓடி வந்து பகவதியை இறுகக் கட்டிக் கொண்டாள்.

என் குழந்தே, நீ சாரதை இல்லையோடி?

பகவதி வியப்பும் சந்தோஷமுமாக கண்ணை அகல விரித்தபடி அவளை இன்னொரு தடவை உடம்போடு சேர்த்துக் கட்டிக் கொண்டு உச்சந்தலையில் முத்தினாள்.

அண்ணா கிட்டாவய்யனின் மூத்த பெண்குட்டி. எத்தனை வருஷத்துக்கு அப்புறம் அவளைத் திரும்பப் பார்க்க வாய்த்திருக்கு. பகவதி கல்யாணத்தில் லட்டுருண்டையை சிற்றாடையில் மறைத்து வாசலுக்கு எடுத்துப் போனதற்காக அவளுடைய அம்மா சிநேகாம்பாள் கன்னம் சிவக்க விரலால் நிமிண்டி அழ வைத்த குட்டிப் பெண். இப்போ, இத்தனை வருஷம் கழித்து மதாம்மை போல் ஆகிருதியும், வனப்பும், உடுப்பும், இருப்பும்.

நன்னா இருக்கியாடி சாரதே?

தெரசாவுக்குக் கண்ணில் நீர் நிறைந்தது. அவளை சாரதா என்று கூப்பிட இன்னும் உலகத்தில் ஒரு சொந்தம் உண்டு. பகவதி அத்தைக்கு அவள் சாரதாவாகவே இருந்துவிட்டுப் போகட்டும். தெரிசாவாக இல்லாவிட்டால் ஒரு குறைச்சலும் இல்லை.

ஏண்டி குழந்தே தனியாவா இத்தனை தூரம் வந்தே? அகத்துக்காரர் வரல்லியா? எப்படி இருப்பார்னு பார்க்க கொள்ளை ஆசைடி அம்மா. உனக்கு எத்தனை குழந்தை

குட்டி? அவர் என்ன உத்தியோகம் பார்க்கிறார்? கோர்ட்டு கச்சேரியா, நேவிகேஷன் கிளார்க்கா?

பகவதிக்குத் தெரிந்த உத்தியோக உலகத்தில் இதற்கு மேல் பதவிகள் இல்லை. கரண்டி பிடித்து ஊர் ஊராக கல்யாணத்துக்கும், அடியந்திரத்துக்கும் சோறும் கூட்டானும் அடைப் பிரதமனும் உண்டாக்கிக் கொடுக்க ஒரு கும்பல் இன்னும் இந்தப் பிரதேசங்களில் திரிந்து கொண்டிருக்கலாம். பகவதி வந்த பரம்பரை அது. ஆனால் அதை எல்லாம் உத்தியோகமாக எடுத்துக்க முடியாது அவளுக்கு.

அப்ப, புகையிலைக் கடை?

சங்கரன் அவள் தோளைத் தொட்டுத் திருப்பிக் கண்ணை ஊடுருவிப் பார்த்துக் கேட்டான்.

சித்தெ சும்மா இருக்கேளா? என் குழந்தை இத்தனை வருஷம் கழிச்சு வாய் நிறைய அத்தைன்னு கூப்பிட்டுண்டு வந்திருக்கா. அவளைக் கொஞ்சிட்டுத்தான் மத்த எல்லோரும். புகையிலைக் கடைக்காரா, போய்ட்டு மத்தியானம் வா.

அவளுக்கு உற்சாகம் பொங்கி வழிந்தது. தெரிசா இழுத்த இழுப்புக்குச் சின்னப் பெண் போல குதித்து ஓடி கூடவே அவளோடு கட்டிலில் உட்கார்ந்து கொண்டாள்.

அத்தை நீங்க ஏன் இப்படி இளைச்சுப் போய்ட்டீங்க? அந்தக் கண்ணு மட்டும் இன்னும் அப்படியே சிரிக்கறது. அதுக்கு வயசாகாதா?

தெரிசா பகவதியின் இமைகளை நீவிக்கொண்டே அவள் தோளில் முகம் புதைத்தாள்.

நான் எப்பவும் இதைத்தானே சொல்றேன்.

சங்கரன் பகவதிக்கு முத்தம் கொடுக்க அடியெடுத்து வைத்தான்.

ஒரு லஜ்ஜையும் கிடையாதாடா புகையிலைக்காரா? குழந்தை வந்திருக்கான்னு சொல்றேன். கேட்டாத்தானே?

தெரிசா பகவதியின் மடியில் தலை வைத்துப் படுத்துக் கொண்டாள்.

அப்புறம் சொல்லுங்கோ அத்தை.

விட்ட இடத்திலிருந்து கதை சொல்லச் சொல்கிறாள். எத்தனை வருஷக் கதை பாக்கி இருக்கு.

அத்தியாயம் எழுபத்திரெண்டு

1915 நவம்பர் 14 - ராட்சச வருஷம் ஐப்பசி 29 ஞாயிற்றுக்கிழமை

கண்ணூர் என்றால் என்ன, காசர்கோடு என்றால் என்ன, குட்டநாட்டில் ஆலப்புழை, அம்பலப்புழை என்றால் என்ன? சகலரின் மனதிலும் ஒளிந்தும் தெரிந்தும் பொங்கி வரும் குளிர்ச்சி எல்லாம் குவிந்த மாதிரி இதமும் கும்மாளம் இட்டுப் போகிற வெள்ளப் போக்குமாக இந்த மலையாளக் கரை முழுக்கத் தண்ணீருக்கு என்றைக்குத்தான் பஞ்சம்?

பகவதி ஆசை தீர கிணற்றடி வாய்க்காலில் சேர்ந்து பிரவகித்து வீட்டை ஒட்டிக் குளிமுறியில் சுழித்தும் நுரைத்தும் அலையடிக்கிற நீர்ப் பிரவாகத்தில் ஆனந்தமாகக் குளித்தாள்.

அவள் பார்வைக்கு எட்டாத தூரத்தில் துர்க்கா பட்டன் அரசூர் அரண்மனை ஜோசியர் வடித்து நிறுத்தின யந்திரம் போல் எழும்பிய ஆழக் கிணற்றில் ஜலம் இறைத்து வாய்க்காலில் வட்டித்தபடி இருந்தான். அவன் பாடுகிற கொங்கணிப் பாட்டு சத்தம் மெலிசான இழையாக குளிமுறி வரை அவ்வப்போது கேட்டது.

மரத்தில் குயில் விடாமல் பகவதி குட்டி குளிக்கிறியாடீ

என்று விசாரித்த சத்தத்தில் பட்டன் பாட்டுப் போன இடம் தெரியவில்லை. ஆமா, குளிக்கறேன். வந்து பாரு நீ வேணும்னா. உனக்கும் அவருக்கும் லஜ்ஜைன்னா என்னன்னு தெரியுமோ?

பகவதி ஒரு கைப்பிடி தண்ணீரை விசிறி எங்கே என்று இலக்கு வைக்காமல் மேலே எறிந்து சிரிக்க அது அவள் மேலேயே முழுக்க வழிந்தது.

சீக்கிரம் குளித்து முடிக்க வேண்டும். இல்லையோ, மஞ்சள் வாசனை பிடிக்க சங்கரன் குளிமுறியின் கோடிக்குக் குடியேறி விடுவான்.

போங்கோ, பொம்மனாட்டி குளிக்கற இடத்திலே என்ன வேலை உங்களுக்கு?

இன்னொரு கைப்பிடி தண்ணீர் வெள்ளிச் சிதறலாக மேலே எழும்பி தலை நனைக்க, பகவதி உடுப்பு ஈரத்தில் படாமல் உடுபாவாடையும் மேலே கிறிஸ்தியானி குப்பாயமும், சேர்த்துப் போர்த்தின மேல் தோர்த்தும், தலைமுடியை அணைத்துக் கட்டிய நேரியலுமாக பின் வழியாக மாடிக்கு நுழைந்தாள்.

தெரிசா மண்டியிட்டு கையில் ஜபமாலை உருட்டியபடி பிரார்த்தனையில் மூழ்கி இருந்தாள். பகவதிக்கு பிரியமான காரியத்தை அவளுக்குப் பிரியமான கிட்டாவண்ணாவின் பெண் சாரதை ஆழ்ந்த சிரத்தையோடு செய்கிறது மனதுக்கு இதமாக இருந்தது. இதுவே அம்பலப்புழை கிருஷ்ணன் அம்பலம், இவள் அங்கே சீவேலி முடிந்து தொழுது நிற்கிறாள். நாமம் சொல்கிறாள். இங்கிலீஷில்.

எந்த தெய்வம் ஆனால் என்ன? அவளையும் பகவதியையும் மீண்டும் சேர்த்து வைத்த அந்தக் கடவுளுக்கு, அது பெண்ணோ, ஆணோ, அலியோ, மிருகமோ, எல்லாமோ, அந்த இருப்புக்கு அவளும் ஒரு வினாடி கைகுவித்து சேவித்தாள். நிலத்தில் விழுந்து நமஸ்கரித்தாள்.

அவள் பெட்டியைத் திறந்து மாம்பழப் பட்டுப் புடவையை உடுத்திக் கொள்ள எடுக்கும்போது தெரிசா பிரார்த்தனை

முடிந்து ஜபமாலையைக் கையில் சுருட்டி வைத்துக்கொண்டு எழுந்திருந்தாள்.

அத்தை, ஒரு நாள் நான் எனக்கு உங்க புடவையைக் கட்டி விடறேளா?

பகவதி அவள் உச்சந்தலையில் முத்தினாள்.

உனக்கு இல்லாத புடவையாடி ராஜாத்தி? எந்த நிறம் பிடிக்கும் சொல்லு. இந்தக் கிளிப்பச்சை? புத்தம்புதுசு. பாந்தமா இருக்கும் உனக்கு.

மேலே போட்டுக்க ரவிக்கை இல்லியே அத்தை.

ஒரு விசாரமும் வேண்டாம்டீ குழந்தே. என்னுதே உனக்கு அளவெடுத்து தைச்ச மாதிரி கச்சிதமா இருக்கும். நீ வேணா பாரு.

இருந்தது. தெரிசா புடவை, ரவிக்கையில் மகாலக்ஷ்மி போல இருந்தாள். மீனாட்சியம்மன் குங்குமம் தொட்டு நெற்றியில் ஒரு திலகம் மட்டும் வைத்திருந்தால் இன்னும் களையாக இருந்திருக்கும். போறது போ.

அத்தை, நீங்க என் சீமைக் குப்பாயத்தை மாட்டிப் பார்த்துண்டா என்ன? ஏக அமர்க்களமா இருக்கும்.

தெரிசா கண்ணில் குறும்பு தெறிக்க, ஓடத் தயாராகப் போக்குக் காட்டியபடி வாசல் பக்கம் ஒரு காலும் உள்ளே மற்றதுமாக நிலைப்படியில் நின்றாள்.

பச்சைக் குழந்தையாட்டமா என்னைக் களியாக்காதேடீ சாரதே. என் கல்யாணத்தும்போது லட்டு உருண்டையோட ஓடின களியெல்லாம் மறந்து போகலியா இன்னும்?

பகவதி அவளைச் செல்லமாக அடிக்கக் கை ஓங்கியபடி ரெண்டு எட்டு ஓடி தலை சுற்ற சுவரைப் பிடித்துக் கொண்டாள்.

பதுக்கெ, பதுக்கெ.

அவளை ஆதரவாகத் தாங்கி மாடிப்படி இறங்கி தெரிசா கீழே வந்தாள்.

‘மேசையில் உட்கார்ந்து மதாம்மா ஊணு கழிக்கும் இல்லியா?

பட்டன் தெரிசாவைக் கேட்டான். அது ஒண்ணும் வேண்டாம் என்று மறுத்துவிட்டு தரையில் கால் மடித்து உட்கார்ந்தாள் தெரிசா. நிறைய இடம் விட்டு இன்னொரு இலை போட்டு அதுக்கு முன்னால் ஒரு மனையும் போட்டான் துர்க்கா பட்டன்.

அம்மா, நீங்க வரலாமா?

பகவதியைப் பார்த்துக் கேட்டான் அவன்.

இம்புட்டு இடம் என்னத்துக்கு நடுவிலே? நீயும் வேதையனும் சமாராதனை முடிஞ்ச மாதிரி படுத்து உருளப் போறேளா?

பகவதி இலையையும் மனையையும் கையில் எடுத்து வந்து தெரிசாவின் தோளில் இடிக்கிற மாதிரி நெருக்கத்தில் உட்கார்ந்து கொண்டாள்.

என் பிள்ளையாண்டன் எங்கேடா துர்க்கா?

மருதையனை அவள் கண்கள் தேடின.

யாரு பிரின்சிபால் சாரா? அவர் காலையிலே பிராதல் கழிச்சு ஒண்ணு கெறங்கிட்டு வரேன்னு போனவர்தான் இன்னும் காணலே.

பட்டன் ரெண்டு இலையிலும் சோறும் கறியும் இதர விபவங்களும் விளம்பிக்கொண்டே சொன்னான்.

பரிபூரணம் கல்சட்டியில் கொதிக்கக் கொதிக்க புளிக்குழம்பை பிடிதுணி சுற்றித் தூக்கிக்கொண்டு சமையல்கட்டிலிருந்து வந்தாள்.

பரி, போதும். இப்படி ஒரே நாள்லே உடம்பு சக்தி எல்லாத்தையும் சமையல்லே செலவழிச்சுடாதே. கல்யாணம் முடிஞ்சு மாப்பிள்ளையும் சம்பந்திகளும் வந்து இறங்கினா விதவிதமா செஞ்சு போடணும். அதுக்கு உடம்பு ஒத்துழைக்கணும்.

பகவதி சொல்லியபடி பரிபூரணம் பரிமாறினதை ருசித்துச் சாப்பிட்டாள். அவளிடம் சொல்லிவிடலாமா என்று

பரிபூரணத்துக்கு ஒரு மனது.

என்னதான் அத்தை சொன்னாலும் அவளுக்கு தானே சமைத்து பகவதிக்கு உண்ணக் கொடுக்க மனசு ஒப்பாமல் துர்க்கா பட்டனை விடிகாலையிலேயே எழுப்பி எல்லாப் பதார்த்தமும் அவனைக் கொண்டு உண்டாக்கி வைத்திருந்தாள்.

இப்போது அதையெல்லாம் சூடாக்கிப் பரிமாறுகிறது மட்டும் தான் அவள் செய்கிறது.

அத்தை சந்தோஷத்தைக் கெடுக்க வேணாம் என்று அவள் தீர்மானித்து ஒன்றும் பேசாமல் சிரித்தபடி வாழை உப்பேறி எடுக்க திரும்ப சமையலறைக்கு நடந்தாள்.

அத்தை, இங்கே வேறே யாரோ இருக்கற மாதிரி இல்லே?

திடீரென்று தெரிசா கேட்டாள். அவள் நெற்றியில் வியர்க்க ஆரம்பித்திருந்ததை பகவதி கவனித்தாள். பயந்திருக்காளா குழந்தை?

நம்மளைத் தவிர யாருமே இல்லியேம்மா. பரிபூரணம் உள்ளே போயிருக்கா. பட்டன் தோட்டத்துலே தண்ணி எறச்சு ஊத்திண்டு இருக்கான்.

இல்லே அத்தே, சுவர் ஓரமா யாரோ. ரொம்ப வாத்சல்யமா பார்த்துண்டு உங்க மாதிரியே ஆனா இன்னும் வயசாகி. எங்கேயோ பார்த்திருக்கேன். அது அது.

தெரிசா சாப்பிட மறந்தவளாக எதிர்ச் சுவரையே வெறித்துக் கொண்டிருந்தாள்.

உனக்கு இன்னும் சமுத்திர வழியா வந்த யாத்ரையோட க்ஷீணம் மாறலேடி குழந்தே. சாப்பிட்டு விச்ராந்தியா சித்த நாழி படுத்து உறங்கு. தீர்ச்சையா மாறும்.

பகவதி தரையில் கையை ஊன்றி சற்று சிரமத்தோடு எழுந்தாள்.

கையலம்பப் போகட்டாடீ சாரதே? நீ மெல்லச் சாப்பிட்டு முடிச்சுட்டு வா. ஆகாரம் வேண்டாம்னு ஒதுக்கிடாதே. உனக்குத் தெரியாததில்லே.

இல்லே அத்தை. போதும். நானும் எந்திருக்கறேன்.

பாதி சாப்பாட்டில் தெரிசாவும் எழுந்து விட்டாள்.

பிடிக்கலியா தெரிசா?

பரிபூரணம் கேட்டபோது அவள் அவசரமாக மறுத்து ஆகாரம் உள்ளே எறங்க மாட்டேங்கறது மன்னிம்மா என்று சொல்லியபடி கை அலம்பப் போனாள்.

அவளுக்கு முன்னால் மாடி ஏறி இருந்த பகவதி ஒரு வினாடி ஆச்சரியப்பட்டு நின்றாள். அதெப்படி சாரதை அவளுக்கு முதுகைக் காட்டிக் கொண்டு அங்கே உட்கார்ந்திருக்கிறாள்? அவள் உடுத்திவிட்ட புடவை கூட நிறம் மாறி, இன்னும் பிரகாசமான வர்ணத்தில் மனதுக்கு நிறைவாக. அந்த புடவையில் இருந்து வருகிற வாடை, பகவதி நினைவு மறந்து போன அம்மாவின் தேக வாடையா?

சாரதே, நீ நீ சாப்பிட்டு முடிச்சுட்டியா? எப்போ?

என் பொன்னு பகவதிக் குட்டி. நான் சாரதை இல்லே. உன்னோட ஸ்வந்தம் விசாலாட்சி மன்னி.

திரும்பிப் பார்த்து சிநேகமாகச் சிரிக்கிற விசாலாட்சி மன்னி. தான் ஸ்வப்ன லோகத்தில் இருக்கிறோமா இல்லை இதெல்லாம் நிஜமாகவே நடந்து கழிந்துகொண்டிருக்கிறதா என்று பகவதிக்குத் தெரியவில்லை.

சந்தோஷமும் பயமுமாக மனதில் மாறி மாறி வருகிறது. விசாலாட்சி மன்னி, இப்போ இங்கே எப்படி? உயிரோடு இருந்தாலும் தொண்ணூறு வயசாவது காணுமே. அன்னிக்குக் கண்ட கோலத்தில் அழியாத யௌவனத்தோடு எப்படி?

தெரிசா கதவைத் திறந்துகொண்டு உள்ளே வந்ததும் சத்தம் கிளப்பாமல் பகவதியின் தோளைப் பிடித்துக் கொண்டு அவள் அருகே அமர்ந்ததும் பகவதிக்கு மனதில் போதமானது.

அவளுக்கும் அர்த்தமானதோ எல்லாம். இல்லை, பகவதி போல் அவளும் கனவுக்கும் நினைவுக்கும் நடுவே அல்லாடிக்

கொண்டிருக்கிறாளோ?

விசாலம் மன்னிடீ சாரதே. இங்கே வந்திருக்காடி மன்னி. தெரிஞ்சுதா? விசாலி மன்னி வந்திருக்கா. நம்ம விசாலாட்சி மன்னி. குப்புசாமி அண்ணா ஆத்துக்காரி. வந்திருக்கா. அண்ணா செளக்கியமா மன்னி? ஏன் இத்தனை வருஷமா பார்க்க வராம? அவர் மட்டும் இருந்தா எவ்வளவு சந்தோஷப் படுவார் தெரியுமா? சாரதே, நமஸ்காரம் பண்ணுடி மன்னிக்கு. இவ நம்ம கிட்டாவண்ணா பொண்ணு, மன்னி. எவ்வளவு பெரியவளா வளர்ந்துட்டா பார்த்தேளா? ஆசீர்வாதம் பண்ணுங்கோ.

பகவதி உரக்க முணுமுணுத்தாள். தெரிசாவுக்குச் சொல்வதை விட விசாலாட்சி மன்னி என்று மனதில் பட்ட வடிவத்தோடு பேசுவதை விட தனக்குத் தானே உறைப்பு வருத்த அவள் விடாமல் தணிந்த குரலில் பேசிக்கொண்டிருந்தாள்.

மன்னி நான் சாப்பிட்டுண்டு இருக்கறபோதே வந்தாச்சு.

தெரிசா பகவதி காதில் சொன்னாள்.

அய்யோ, அதுக்காக பாதியிலே எழுந்திருக்கணுமா? ஆகாரத்தை வீணாக்கலாமாடி என் தங்கம்?

வேண்டியிருக்கலே விசாலம் பெரியம்மா.

தெரிசா தன்னையறியாமல் மாரில் குரிசு வரைந்தபடி சொன்னாள்.

குட்டியம்மிணிக்கு சாதம் போடறியா குழந்தே? பாவம் கொச்சு பெண்குட்டி. அவளும் பர்வதமும் இன்னும் அலைஞ்சுண்டு தான் இருக்கா.

விசாலம் விம்மும் சத்தம் தெரிசாவுக்கும் பகவதிக்கும் நெஞ்சுக்குள் கேட்டது.

அத்தியாயம் எழுபத்தி மூன்று

1915 நவம்பர் 14 - ராட்சச வருஷம் ஐப்பசி 29 ஞாயிற்றுக்கிழமை.

ஒற்றை சுருதியில் ஒரு தம்பூரா இடைவிடாமல் தன் சோகத்தைச் சொல்லிக்கொண்டிருந்ததுபோல் தெரிசாவுக்குக் குரல் கேட்டுக்கொண்டிருந்தது.

ஒரு வீணையாக, வாய்விட்டுப் பாடக்கூடிய குரலாக இருந்திருந்தால் துயரத்தை ஒற்றை இருப்பில் முழுக்கச் சொல்லிக் கரைந்தும் போயிருக்கலாம். அப்படி ஆக முடியாத வலியும் அந்த முணுமுணுப்பான குரலில் கோடிட்டிருந்தது.

பகவதிப் பொண்ணே, என் கரளிண்டெ கரளே, குஞ்ஞே எண்டெ சாரதே எங்ஙனெ நிங்களெ விட்டு நில்க்கான் எனிக்குப் பற்றும்? ஜீவிச்சாலும் அல்லெங்கிலும். சொல்லேண்டி குழந்தே. ரெண்டு பேருமே எனக்குப் பிறக்காத சிசுக்களாச்சே.

விசாலம் மன்னியின் வார்த்தைகள் மலையாளத்திலும் தமிழிலும் மாறிமாறி வந்தபடி இருந்தன. அவள் அழுது பகவதி கண்டதே இல்லை. இத்தனை வருடம் கழித்துப் பார்க்கும்போது அந்த முகத்தில் தேங்கி வைத்த துன்பம் எல்லா வனப்பையும் மூடி மறைத்து ஒரு பனித் திரையாக மேலே படிந்திருந்தது.

பகவதிக்கு அவள் மேல் இரக்கமும் பச்சாதாபமும் அவள் துக்கத்தில் பங்கு பெற முடியாமல் போன ஆற்றாமையும் தொடர்ந்து அனுபவப்பட்டுக் கொண்டிருந்தது.

அம்மா இல்லாத பகவதியை சிற்றாடை தரித்த பெண்ணாக இருந்தபோதே தத்தெடுத்த தாய் அவள். திரண்டுகுளியும், கல்யாணமும், அரசூரில் புகுந்த வீட்டுக்குக் கூட வந்து கொண்டு விட்டுக் கண்ணீரோடு பிரிந்த தள்ளை அவள். கால ஓட்டத்தில் அவளும் அண்ணா குப்புசாமி அய்யனும் காலம் தப்பி அவர்களுக்குப் பிறந்த மகாதேவனும் எல்லாம் யாரோ சொல்லக் கேட்ட தகவல்களாகவும் தாமதமாக வந்து சேரும் சர்க்கார் முத்திரை குத்திய லிகிதத்தில் பாதி கலைந்த எழுத்துக்களாகவும் மாறி மறைந்தே போனார்கள்.

மகாதேவன் பிறந்து அவனுக்கு ஒரு வயது பூர்த்தியாகி அப்த பூர்த்திக்கும் காதுகுத்தல் வைபவத்துக்கும் கொல்லூருக்கு ஒரு தடவை பகவதியும் சங்கரனும் போயிருந்தார்கள்.

அப்புறம் ரெண்டு தடவையோ மூணு முறையோ ராமேஸ்வரத்துக்கும், குன்னக்குடியில் விருச்சிக மாத நடுவே கார்த்திகையை ஒட்டி பால் குடம் எடுக்கவும் அண்ணா குப்புசாமி வந்தபோது விசாலம் மன்னி மட்டும் மகாதேவனோடு வந்திருந்தாள்.

குப்புசாமி அய்யனுக்கு சர்க்கரை நோய் முற்றி காலில் ஏற்பட்ட பிளவை அவனை எங்கேயும் நடக்கவிடாமல் காலை முறித்து வீட்டிலேயே உட்கார்த்திவிட்டிருந்தது. அவன் காலம் முடிந்தபோது பகவதியைக் கர்ப்ப ரோக நிமித்தம் மதுரை ஆஸ்பத்திரியில் சேர்த்து அவசமில்லாமல் ஒரு மாதம் படுத்திருந்தாள்.

குணமாகி ரெண்டு மாசம் கழித்தே மரண வார்த்தை பகவதிக்குத் தெரியப்படுத்தப்பட்டது. சங்கரன் மட்டும் போய் வந்த பத்தாம் நாள் சடங்கைப் பற்றிக் கூட பகவதியிடம் ஒற்றை வார்த்தையில் சொல்லி நிறுத்திவிட்டான் அவன்.

அப்புறம் அவன் காலம் முடிந்ததும், அம்பலப்புழைக்கும்

பகவதிக்குமான தொடர்பு முற்றிலுமாக துண்டிக்கப்பட விதித்திருந்தது போல. மகாதேவன் கல்யாணமானது சங்கரன் காலமானதற்கு ஒரு மாதம் கழித்து என்று மட்டும் பகவதிக்கு நினைவு இருக்கிறது.

கடுதாசி வந்து வாங்கி வீட்டில் வைத்து மனசில் வாழ்த்தினது தவிர வேறே எதுவும் செய்ய முடியாத, வெளிக்கிளம்ப முடியாத நிலைமையில் இருந்தாள் அவள். கடையைக் கவனிக்க வேறே யாரும் இல்லாததால் அவள் வைதவ்யம் கூட புகுந்த வீட்டிலேயே தொடங்கியது.

அவர் போனார். எனக்கு பூமியே காணாமல் போச்சு பகவதி.

விசாலம் மன்னி விதும்பினாள்.

இங்கேயும் அதேதான் மன்னி. இவர் போய், எங்கே போனார் இருக்கார் இன்னும் என்னோடதான். நீங்களும் அண்ணாவும் தான் இல்லே. கிட்டாவண்ணா, சிநேகா மன்னி யாருமே இல்லே. சாரதை மட்டும் கிடைச்சிருக்கா அருகம்புல்லு மாதிரி.

விசாலம் சாரதையைப் பார்த்துச் சிரித்தபோது ஒரு வினாடி அவள் முகத்தில் பழைய பிரகாசத்தின் தேசலான சாயல் புலப்பட்டது.

இவளை எனக்கு மட்டுமா தெரியும், என் மருமகள் பர்வதவர்த்தினி, குழந்தை குஞ்ஞும்மிணி ரெண்டு பேருக்கும் நன்னா பழக்கம். வயிறு வாடாம அந்நிய தேசத்திலே வச்சு சாதம் விளம்பின மகாராஜி இந்தக் குட்டி. நன்னா இரும்மா.

விசாலம் வாயார வாழ்த்தினாள். பகவதிக்கு தலையும் புரியவில்லை. காலும் புரியவில்லை. அம்பலப்புழை தேகண்ட குடும்பத்தில் வேதத்தில் ஏறி சமுத்திரம் கடந்து போன கிட்டாவண்ணாவின் பெண் குட்டிகளைப் பற்றித்தான் அவளுக்குத் தெரியும்.

மகாதேவன் குடும்பம் வெள்ளைக்கார தேசம் எப்படிப் போனது? அது கிடக்கட்டும். விசாலம் மன்னி எப்படி எங்கே இருந்து வந்தாள் இங்கே?

நான் இல்லே. ஆனா, அவா எல்லாம் இருக்கா.

மன்னி விரக்தியாகச் சிரித்தாள். பகவதிக்குக் குழப்பம்தான் அதிகமானது.

நான் போய்ச் சேர்ந்து இந்த மகரம் எட்டு வந்தா இருபது வருஷமாச்சு. வருஷாப்தி கொடுக்கக்கூட யாரும் இல்லாம, எலும்பும் புண்ய தீர்த்ததிலே கரைஞ்சு கடைத்தேறாம, பட்டணத்திலே கோர்ட் உத்தியோகஸ்தன் வீட்டுப் பரண்லே அடசலோட அடசலா கிடந்திண்டிருக்கேன்டி பகவதி. எனக்கு வந்த கஷ்டத்தைப் பார்த்தியா? இதைவிடப் பெரிசு என் குழந்தை மகாதேவனுக்கும் அவன் பாரியாள், குஞ்ஞுக்கும் ஆனது. ஏன் கேக்கறே போ. ஒரு பாட்டம் அழுதா நிறுத்த முடியாம போயிடும். கல்யாணம் ஆற வீட்டிலே எதுக்கு அழணும் சொல்லு.

விசாலம் மன்னியின் சிரிப்பு மட்டுமே பகவதிக்கு நினைவில் இருந்தது. இருக்கும். இந்த விசாலம் மன்னி உயிரோடு இருந்தாலும் ஆவி ரூபம் என்றாலும் அந்நியப்பட்டு நிற்கிறவள். அவள் குற்றம் இல்லை. விதின்னா இது விதிதான்.

தெரிசா மௌனமாக இதெல்லாம் கேட்டும் அனுபவித்தும் தீர வேண்டிய சங்கதிகள் என்ற தோரணையில் கையில் ஜப மாலையை உருட்டியபடி அரைக் கண் மூடியிருந்தாள். அவள் உதடுகள் பிரார்த்தனையிலும் காதுகள் அமானுஷ்யமாகப் படியும் வார்த்தைகளிலும் பிணைந்திருந்தன.

மகாதேவனும் பர்வதமும் குழந்தை குஞ்ஞும்மிணியும் கொல்லூர் போகும் வழியில் காணாமல் போனது, அவர்கள் காலம் கடந்த வெளியில் இன்னும் சுற்றிச் சுற்றி வருவது, தெரிசா மூலம் கிடைத்த உபகாரம் என்று மன்னி கோர்வையில்லாமல் சொல்ல பகவதிக்கு ஒரு மாதிரி எல்லாம் புரிந்த மாதிரி இருந்தது. இதுவரை ஜீவித்திருக்கும் காலத்தில் புரிந்த எல்லாம் மறந்த மாதிரியும் இருந்தது.

விசாலம் அத்தை, பர்வதத்தையும் குஞ்ஞும்மிணியையும் நான் எடின்பரோவிலே பார்த்து நாலு வருஷத்துக்கு மேலே ஆச்சு.

எங்கே போனா? அவா அடங்கி.

சட்டென்று நிறுத்தினாள் தெரசா. கல்லறை வளாகத்தில் அவர்களை அடக்க அவள் உத்தேசிக்கவில்லை. வேறே மதம். உயிரோடு இருக்கப்பட்டவர்கள் என்று இத்தனை பேர் நம்புகிறார்கள். அவர்களையும் சேர்த்து.

அதை ஏன் கேக்கறே போ சாரதே. உங்க சத்சங்கம், அதான் ஏதோ லோகத்திலே இருக்கப்பட்ட கிறிஸ்தியானிகள் எல்லாம் உங்க ஊர்லே கூடிக்காழ்ச்ச நடத்த வந்தபோது உன்னோட ரெண்டு சிநேகிதிகள் அமெரிக்கை தேசத்திலே இருந்து வந்திருந்தாளே. ஓர்மை இருக்கோ?

தெரிசாவுக்கு எப்படி மறக்கும்? அதுவும் எடின்பரோவில் ஒரு ராத்திரி நேரம் பிசாசுகளைக் காண்பித்துக் கொடுக்கிற வயசனோடு நடந்தபோது அந்த சிநேகிதிகளுக்கு அனுபவப்பட்டது. பர்வதம் அவர்களோடு பேசினாளில்லையோ.

ஆமா, அந்த ரெண்டு ஸ்திரிகளும் அவங்க ஊருக்குத் திரும்பினதும் உங்க தேசத்து ராஜாவுக்கோ ராணிக்கோ இந்த ஏழைப்பட்ட இந்திய ஸ்திரியும், பெண்குழந்தையும் இருக்கற ஸ்திதியைப் பற்றி மனுப் போட்டாளாம். லண்டன் பட்டணத்து அரண்மனையிலே அந்தக் காகிதத்தைக் குப்பைக்கூடையிலே யாரோ சிப்பந்தி விட்டெறிஞ்சு அவன் பாட்டுலே மத்யலகரி ஏத்திக்கப் போய்ட்டானாம்.

தெரிசாவுக்கு இதெல்லாம் தெரியாத விஷயம். பகவதிக்குப் புரியாததும் கூட.

மனுப்போட்டு ஒண்ணும் ஆகப்போறதில்லேன்னு நிச்சயம் ஆனதும் அந்த அமெரிக்கையான ஸ்திரிகள் என்ன பண்ணினா தெரியுமோ? நீ கூட கொஞ்ச நாள் தங்கி இருந்து தீப்பிடிச்சு தெய்வாதீனமாப் பிழைச்சு வந்தியேடிம்மா. அது என்ன பேர், கில்மோர் தெருவோ என்னமோ. அங்கே கன்யாமாட ஸ்திரிகளுக்கு எழுதிப் போட்டிருக்கா. கிறிஸ்தியானியிலேயே ஏகப்பட்ட பிரிவு இருக்காமே. ஆனாலும் சத்சங்கத்திலே சிநேகிதமாச்சாமே. உனக்குத் தெரியுமில்லையோ.

கொஞ்சம் தெரியும், மற்றது தெரியாது. தெரிசா அமைதியாக ஜெபமாலை உருட்டிக் கொண்டிருந்தாள்.

அந்தக் கன்யாஸ்திரிகள் சாஸ்தாப்ரீதி தோதிலே கிறிஸ்துபகவான் ப்ரீதியோ ஏதோ நடத்த ஸ்ரமிச்சிருக்கா. உசிரோட இருக்கப்பட்டவாளாச்சே. ப்ரீதிப்படுத்தி சாந்தியாக்க என்னைப்போல் உசிர் போனவா இல்லையே. என்ன ஆச்சோ, உன் கிட்டே பர்வதமும் குஞ்ஞம்மிணியும் அப்புறம் நெருங்கவே முடியாம தடசமாயிடுத்து. யாரையும் குத்தம் சொல்ல மாட்டேன் நான். நல்ல நோக்கத்திலே பண்ணினது. தாறுமாறாயிடுத்துன்னா யார் என்ன பண்ண முடியும் சொல்லு.

தெரிசா நாலைந்து வருஷமாக அம்பலப்புழைக் குடும்பத்தைச் சந்திக்க முடியாமல் போனதுக்கான காரணம் இதுதான் என்று மனதில் பட்டதை யோசித்தபடி இருந்தாள். இந்தக் குடும்பத்துக்கு இனியும் என்ன உதவி செய்வது என்று அவளுக்குப் புரியவில்லை.

புரியாவிட்டாலும் பகவதிக்கு விசாலம் மன்னி படும் கஷ்டம், அவள் பிள்ளையும் குடும்பமும் படும் கஷ்டம் எல்லாம் மனசை இன்னும் அதிகம் விசனப்பட வைத்தது.

மற்ற எதுவும் செய்யாவிட்டாலும் விசாலம் அத்தையின் அஸ்தி மட்டும் எப்படியாவது பட்டணத்தில் கோர்ட் உத்தியோகஸ்தன் யாரோ சொன்னாளே அவனிடம் இருந்து கிடைத்தால் அவள் கங்கையில் கரைத்துக் கரையேற்றுவாள்.

அம்மா போன்ற, பெற்றவளை விடவும் உயர்ந்த ஸ்தானத்தில் இருக்கப்பட்ட ஸ்திரிக்குச் செய்து தீரவேண்டிய அவளுடைய கடமை அதாச்சே.

‘மாப்பிள்ளை வீட்டுக்காரங்க வந்தாச்சு. அத்தையும் மருமகளும் நல்ல பகல் உறக்கத்திலேயா இருக்கீங்க?’

கதவைத் திறந்து வந்த வேதையன் சொன்னான். விசாலம் கலைந்து போயிருந்தாள்.

அத்தியாயம் எழுபத்துநாலு

1915 - நவம்பர் 15 ராட்சச வருஷம் ஐப்பசி 30 திங்கள்கிழமை

பகவதி இந்த அறுபது வருஷ ஜீவிதத்திலேயே முதல் தடவையாக குரிசுப் பள்ளிக்குள் அடியெடுத்து வைத்தாள். அரசூர்ப் பக்கத்தில் மாதா கோவில் என்று சொல்கிற வழக்கம். சொல்லும்போது பேச்சளவில் கொஞ்சம்போல் விலகி நிற்கிற குரிசுப் பள்ளியை விட மாதாகோவில் பிடித்திருந்தது. அதுவும் கோவில்தான். அங்கே இருக்கப்பட்டவளும் சகல ஜீவராசிகளுக்கும் அம்மைச்சிதான்.

இதென்னடா மருதைய்யா அம்பல நடை போல் விசாலமாகத்தான் இருக்கு. ஆனா, கர்ப்பகிருஹத்தைக் காணோமேடா. நடுவிலே சிலாரூபமாத்தான் தெரியறது.

கைத்தாங்கலாகக் கூட்டி வந்த மருதையனை விசாரித்தாள் அவள்.

குரிசுப் பள்ளி ஏகப் பரபரப்பாக இருந்தது. தீபஜோதி கல்யாணத்துக்காக அதைச் சிரத்தையெடுத்துக் கொண்டு அலங்காரம் செய்திருந்தார்கள். குருத்துத் தோரணமும், குலைவாழை கட்டிய முகப்பும், உள்ளே வர்ணக் காகிதத்தால்

பூவும் செடியும் கொடியுமாக ஏகக் கோலாகலமாக அதை சிங்காரம் செய்ததில் துர்க்கா பட்டனுக்கும் பங்கு உண்டு.

அது ஏன் நம்மாத்துக் குழந்தை கல்யாணத்தை நம் வீட்டிலேயே வைச்சு அமோகமா நடத்தாம கோவிலுக்குக் கொண்டு போகணும்?

வந்து சேர்ந்ததுமே அவள் வேதையனை விசாரித்து விட்டாள்.

கோவில்லே வச்சுத்தான் எல்லாக் கல்யாணமும் சவ அடக்கமும்னு பல நாள் பழக்கம் ஆச்சே.

வேதையன் கவனமாக விளக்க முற்பட, பரிபூரணம் அவனை உடனே கடிந்துகொண்டாள்.

கொஞ்சமாவது விவஸ்தை இருக்கா. நம்ம குழந்தை கல்யாணம் நல்லபடியா முடியணும்னு அத்தை ஆசையோட இத்தனை தூரம் வந்திருக்காங்க. ஒரு பாட்டித் தள்ளையா குடும்ப வீட்டுலே சுபச் சடங்கு நடக்கணும்னு அவங்க மனசு நிறைஞ்சு சொல்றபோது நீங்க அமங்கலமா ஏதோ பேசிட்டுப் போறீங்களே.

வேதையன் உடனே பேச்சை மாற்றினான்.

அதாவது நான் சொல்ல வந்தது என்னன்னா, ஏழையோ பணக்காரனோ எந்தவிதப் பட்ட மனுஷனா இருந்தாலும் வித்தியாசம் பார்க்காம, ஒரே மாதிரி கோவில்லே சடங்கு சம்பிரதாயம், பிரார்த்தனை நடக்கறது வாடிக்கை. அப்புறம் வீட்டுக்கு வந்து சௌகரியம்போல விஸ்தரிச்சு காரியங்களை நடத்திக்கத் தடையொண்ணும் இல்லை.

மாப்பிள்ளை அழைப்பு எல்லாம் உண்டோ இல்லியோ? அன்னப் பறவை வச்சு சாரட் வண்டியிலே வந்து ஜம்முனு மாப்பிள்ளை நம்மாத்து வாசல்லே வந்து இறங்கினா எவ்வளவு அம்சமா இருக்கும். ஏற்பாடு செஞ்சிருக்கியோ இல்லியோ?

பகவதி அம்பலப்புழை குடும்பத்துச் சடங்கை வேதத்தில் ஏறின கிட்டாவைய்யன் வீட்டில் ஒட்டிவைக்கப் பார்க்க, பரிதாபமாகத் தோற்றுத்தான் போனாள்.

ஆனால் என்ன? ஹோமம் வளர்த்து புரோகிதர் நீட்டி முழக்கி மந்திரம் சொல்லிக் கன்யாதானம் செய்து கொடுத்தால் தான் கல்யாணமா? இங்கே சந்தோஷமாக அங்கேயும் இங்கேயும் ஓடிக்கொண்டிருக்கிற இளசுகள் யாரைக் கேட்டாலும் இல்லை என்றுதான் சொல்வார்கள்.

அவர்கள் உலகம் வேறே. அதுவும் சடங்கு, சம்பிரதாயம், மகிழ்ச்சி, துக்கம் என்று புது வருஷப் பிறப்புக்கு உண்டாக்குகிற மாங்காய்ப் பச்சடி மாதிரி எல்லாம் கலந்திருக்கும். அதிலும் கால ஓட்டத்தில் மாற்றம் ஏற்படும்.

பகவதி போல இவர்கள் வயசர்களான முத்தச்சன்மாரும் முத்தச்சிகளும் ஆகும்போது கடந்துபோன காலத்தை கற்பனையிலாவது தடுத்து நிறுத்த படாதபாடு பட்டு தோற்றுப் போய் இதேபோல் நின்றுகொண்டிருப்பார்கள்.

குரிசுப் பள்ளிக்கு வெளியே வேதையன் மட்டும் நின்று கொண்டிருந்தான். உள்ளே இருக்கப்பட்ட கூட்டம் முழுக்க மாப்பிள்ளை வீட்டுக்காரர்களால் நிறைந்தது.

அம்மா, நீங்க உள்ளே போய் விஸ்ராந்தியா ஒரு குரிச்சி போட்டு உட்கார்ந்து எல்லாம் பாருங்க. துர்க்கா பட்டன் உள்ளேதான் இருக்கான். அவன் கவனிச்சுப்பான். ஆகாரம் செஞ்சாச்சு இல்லியோ?

வேதையன் பகவதியைக் கேட்டான்.

ஆச்சு அய்யரே. புட்டும் கடலையும் இட்டலியுமா கொதிக்கக் கொதிக்கப் பரிமாறித்தான் அண்ணி அனுப்பி வச்சுது. அம்மா தான் புட்டுத் தின்ன மாட்டேனுடுச்சு. கொண்டக்கடலை நவராத்திரிக்கு சுண்டல்லே போடற சமாச்சாரமாம். காலையிலே ஆகாரத்துக்கு உதவாதாம்.

மருதையன் சுகமாக வயிற்றைத் தடவியபடி சிரித்தான். சமைக்கிற எல்லாவற்றிலும் தேங்காயை அரைத்துப் போட்டு ஊரே தேங்காய் எண்ணெய் வாடை அடிக்கிறதை மட்டும் பொறுத்துக் கொண்டால் கண்ணூரும் மலையாளக் கரையும்

சுவாரசியமான பிரதேசங்கள்தான்.

பழகிடுத்துன்னா புட்டும் கடலையும் இல்லாம ப்ராதல் இறங்காது தெரியுமோ?

அம்பலப்புழை தேகண்ட குடும்பத்தில் புட்டும் கடலையும் கடந்து வந்ததில்லை என்று பகவதி சொல்ல நினைத்தாள். அந்த ஆசாரம் வேறே. இது வேறே. அண்ணா கிட்டாவய்யன் ஜான் கிட்டாவய்யன் ஆகி மண்ணுக்கு உள்ளும் போய் எத்தனை மாமாங்கம் ஆகிவிட்டது.

அம்மா உட்கார்ந்துக்கட்டும். நான் என்ன செய்யணும்?

பிரின்சிபால் மாஷ் கல்யாணச் சடங்கு முடியற வரைக்கும் மண்டி போட்டு நிக்கணுமாக்கும்.

உள்ளே இருந்து ஒரு பீங்கான் பூ ஜாடியைத் தூக்கிக்கொண்டு வந்த பட்டன் சொன்னான்.

ஐயோ, ப்ரைமரி பள்ளிக்கூட வாத்தியார் கூட அத்தனை நாழிகை மண்டி போட்டு நிக்க வச்சது இல்லியே. தப்பிக்க வேறே வழியே இல்லியா?

ஆமாடா, நீ ராஜா வீட்டுக் கன்னுக்குட்டி. உன்னை நம்மூர்லே ஒரு பயல் முட்டி போட வச்சிருப்பானா? சேர்த்து வச்சு இங்கே போட்டுடு. தெய்வத்துக்கு முன்னாடி தெண்டனிட்டா பரம புண்ணியம்.

பகவதி தன் பங்குக்கு மருதையனை சீண்டியபடி மேரி மாதா ஸ்வரூபத்தைப் பார்த்து கன்னத்தில் போட்டுக் கொண்டாள். அப்படியே தரையில் விழுந்து நமஸ்கரிக்கவும் செய்தாள். அவள் வாய் லலிதா சகஸ்ரநாமத்தை உருவிட்டுக் கொண்டிருந்தது.

மருதையனும் பட்டனும் பகவதியைக் கைத்தாங்கலாக உள்ளே கூட்டிப் போனார்கள். மாப்பிள்ளை வீட்டுக்காரர்கள் முந்தின தினமே அவள் யார் என்று தெரிந்திருந்ததால் மரியாதையோடு எழுந்து வரவேற்றார்கள்.

துடிப்பான ஒரு பையன் முன்னால் வந்து, ‘அம்மா, கொஞ்சம்

ஷர்பத் கொண்டு வரச் சொல்லட்டுமா? நாரிங்கா சேர்த்து அருமையா புதுசா பிழிஞ்சது.'

பகவதி வேண்டாம் என்றபடி அவனைப் பார்த்தாள். ஏது, இவன் மாப்பிள்ளையா? கம்பீரமாக, உத்தியோகத்துக்குக் கிளம்பின தோதில் வஸ்திரம் தரித்து வெள்ளைக்கார துரை போல் கழுத்தில் ஒரு பட்டியையும் நேர்த்தியாக அணிந்து நிற்கிறானே.

சந்தேகத்தை வாய்விட்டே கேட்டுவிட்டாள் அவள்.

மாப்பிள்ளை பிரான்சிஸ் அங்கே இருக்கான் அம்மா. நான் பெஸ்ட் மேன்.

மரியாதையோடு குனிந்து சொன்னான் அந்தப் பதவிசான பையன்.

அவளுக்கும் கொஞ்சம் போல் இங்கிலீஷ் தெரியும். எழுத்துக் கூட்டிப் படிக்க சங்கரன் சொல்லிக்கொடுத்திருக்கிறான். ரெண்டு பேரும் சேர்ந்து அடிப்படை இங்கிலீஷ் புத்தகத்தை முடிக்கவில்லை. அதுக்குள் அவன் ஜீவிதப் புத்தகம் முடிந்தாகி விட்டது.

பெஸ்ட் மேன். நல்ல மனுஷனா? அப்ப மத்தவா எல்லாம்?

அந்தப் பையன் அந்தாண்டை போனபிறகு மருதையன் காதில் விசாரித்தாள்.

அது வந்து, இந்தச் சடங்குலே மாப்பிள்ளைத் தோழன். இவங்க சம்பிரதாயப்படி மாதாகோவில்லே முதல்லே மாப்பிள்ளை வீட்டார் வந்து பெண் வந்து சேரக் காத்திருக்கணும். காத்திருக்காங்க. அதோ பொண்ணு வீட்டு வண்டி வந்தாச்சு.

தழையத் தழைய உடுத்த வெண்பட்டுச் சேலையும் தலையை மறைத்து மூடிய முந்தானையுமாக தீபஜோதி வண்டியில் இருந்து மெல்ல இறங்கினாள். பகவதிக்குக் கண்ணை நிறைத்தது.

குழந்தைக்கு ஒரு திருஷ்டிப் பொட்டாவது இட்டிருக்கக் கூடாதோ. பட்டா நீயாவது சொல்லக் கூடாதா?

பகவதி பட்டனிடம் புகார் சொல்லத் திரும்ப அவன் போன இடம் தெரியவில்லை.

என் கண்ணே பட்டுடும்போல இருக்குடா மருதையா. அதென்னத்துக்கு வெள்ளைப் புடவை அச்சானியமா? போறது விடு. நம்பூத்ரி வீட்டுக் கல்யாணத்துலேயும் வெளுப்பு வஸ்திரம் போர்த்தித்தான் கூட்டிண்டு வருவா பொண்ணை.

தனக்குத்தானே சமாதானம் சொல்லிக்கொண்டு அவள் நிற்க, தீபஜோதியும் அவளைத் தொடர்ந்து வந்த பரிபூரணமும் பகவதியைப் பார்த்து ஒரு வினாடி நின்றார்கள்.

தீபம் சட்டென்று குனிந்து பகவதி காலில் விழுந்து சேவித்து, ஆசீர்வாதம் செய்யுங்கோ அத்தைப் பாட்டியம்மா என்றாள் பிரியத்தோடு.

அவளை எழுப்பி அப்படியே நெஞ்சோடு அணைத்துக் கொண்டாள் பகவதி.

என் கண்ணே. சகல சௌபாக்கியத்தோட தொங்கத் தொங்கக் கட்டிண்டு நீ ஆயுசு உள்ள வரைக்கும் ஆத்துக்காரனோடும் குழந்தை குட்டிகளோடும் அமோகமா இருக்கணும். எல்லாம் அந்த அம்பலப்புழை கிருஷ்ணன் பார்த்துப்பான்.

பகவதி கண்ணை மூடி கைகுவித்து அம்பலப்புழை அம்பல முற்றத்தில் நின்றாள்.

பரிபூரணமும் அவள் பார்த்த திசைநோக்கி வணங்கி கன்னத்தில் போட்டுக்கொண்டாள்.

பக்கத்தில் நின்ற பாதிரியார் குரிசு வரைந்து சகலரையும் ஆசீர்வசித்தபடி மௌனமாகப் புன்னகை செய்தார்.

பிராமண கிறிஸ்தியானிகள் கொஞ்சம் வினோதமானவர்கள். வேரோடு அறுத்து வர முடியாது தலைமுறை தலைமுறையாக நம்பிக்கைகளையும் சம்பிரதாயங்களையும் அங்கேயும் இங்கேயும் கொஞ்சம்போல் கூடவே எடுத்து வருகிறவர்கள். ரகசியமாக ஜாதகம் கூடக் கணிப்பார்கள். இந்தப் பெண்ணுக்கும் செய்திருக்கலாம். இருந்தாலும் அவருக்கு என்ன?

தோழிப் பெண்களும் இதர பெண் வீட்டுக்காரர்களும் கல்யாணப் பெண்ணைத் தொடர்ந்து வர அவர்கள் மெல்ல ஊர்வலமாக சபையைச் சுற்றினார்கள். பிள்ளை வீட்டுக்காரர்கள் எல்லோரையும் வரவேற்று உபசார வார்த்தை சொன்னார்கள்.

பகவதியும் மருதையனும் ஓரமாக காற்றோட்டமாக ஒரு பெரிய ஜன்னலுக்குக் கீழே உட்கார்ந்து நடக்கிற காரியங்களை சுவாரசியமாகப் பார்த்துக்கொண்டிருந்தார்கள். பகவதிக்கும் பெண் கூட நடந்து போய் வாரணம் ஆயிரம் பாட ஆசைதான். அவள் கல்யாணத்தின்போது அரசூர்க்காரி நித்திய சுமங்கலிக் கிழவி சுப்பம்மாள் பாடியது.

சுப்பம்மாள் சொர்க்கத்தில் அந்த இனிமையான கானத்தை ஆவர்த்தித்துப் பாடிக்கொண்டே இருக்கட்டும்.

பாதிரியார் கையை அசைத்து சமிக்ஞை காட்ட குரிசுப் பள்ளி சங்கீத கோஷ்டி வாத்திய சங்கீதத்தில் இனிமையாக ஏதோ வாசிக்க ஆரம்பித்தது. பகவதி மருதையனைப் பார்த்தாள்.

என்னம்மா, நடேச பண்டிதர் நாதசுவரம் இல்லாம கல்யாணமான்னு பார்க்கறீங்களா?

அவள் காதில் மட்டும் கேட்கிற தோதில் சொல்லி மருதையன் சிரித்தான். கள்ளன், அவன் ஜாதியைச் சொல்லவில்லை. நிஜமாகவே இந்தப் பிள்ளை மனதை அவள் எப்படியோ படித்துவிட்டிருக்கிறான்.

அம்மா, அவங்க பியானோவிலேயும் பிடில்லேயும் இப்போ வாசிச்சிட்டு இருக்கறது வேக்னர்னு ஒரு இசைமேதை ஸ்வரப்படுத்தின கானம். பிரார்த்தனை இனிமே ஆரம்பமாகும்.

உனக்கு எப்படித் தெரிஞ்சுது இதெல்லாம்?

பகவதி கேட்க, சட்டைப் பையில் இருந்து நாலாக மடித்த ஒரு கடிதாசை எடுத்தான் மருதையன். பகவதி வாங்கிப் பார்த்தாள். அச்சு எழுத்தில் ராமநவமி நோட்டீசு மாதிரி வரிசையாக சடங்கு சம்பிரதாய விவரம் அதில் கண்டிருந்தது. ரெண்டு பக்கமும் றெக்கை கட்டிப் பறக்கிற கந்தர்வர்களைத்தான்

காணோம்.

அத்தை, நானும் இங்கேயே நின்னுக்கட்டா?

பகவதி நிமிர்ந்து பார்த்தாள். தெரிசா புன்னகையோடு அவள் கையைப் பற்றிக்கொண்டாள்.

சாரதே நீ அங்கே போய் அவாளோட உக்கார்ந்து பிரார்த்தனையும் மத்ததும் பண்ணலியா? மண்டி போட சிரமம்னா வேணாம்.

சலுகை காட்டுகிறவளாக பகவதி சொல்ல தெரிசாவுக்குச் சிரிப்பு வந்தது.

இல்லே அத்தை. இது கத்தோலிக்க சர்ச். நான் ப்ராட்டஸ்டண்ட். நெறைய வித்தியாசம் இருக்கு எல்லாத்திலேயும். அதான் இங்கேயே நின்னுக்கறேன்.

அது என்னடி, கிறிஸ்து மகரிஷிக்குத் தானே நீயும் உங்காத்துக்காரனும் அஷ்டோத்ரம் சொல்றது? வேதையனும் அதே ஸ்வாமிக்குத்தானே ஆராதனை?

அம்மா, சாவகாசமா அதை எல்லாம் சொல்றேன். தெரிசா அக்கா இங்கே உக்காருங்க.

மருதையன் தான் உட்கார்ந்திருந்த குரிச்சியை தெரிசா உட்கார ஒழித்துக் கொடுத்து விட்டு, பகவதி பக்கம் நின்றபடி முன்னால் பார்த்தான்.

சங்கீர்த்தனம். பாடல் பதினெட்டு.

சின்னக் குருக்கள் மாதிரி துறுதுறுப்பான ஒரு கொச்சு பாதிரிப் பையன் சொல்ல எல்லாரும் பாட ஆரம்பித்தார்கள். அது முடிந்து பாதிரியார் தாலி எடுத்துக் கொடுக்க மாப்பிள்ளைப் பையன் தீபஜோதி கழுத்தில் முடிச்சுப் போட்டான். கூடவே தம்பதிகள் மோதிரத்தைக் கழற்றி ஒருத்தருக்கு ஒருத்தர் மாற்றிக் கொண்டதையும் பகவதி கவனித்தாள்.

தாலி கட்டும்போது மேளத்தை முழக்கி அமர்க்களப்படுத்த வேண்டாமா? என்னமோ போ. இந்த ஆசாரம் இப்படின்னா

நான் என்ன சொல்ல இருக்கு?

கேட்டபடி வேகமாக முன்னால் போன பகவதி முன்வரிசைப் பெண் யாரிடமிருந்தோ ஒரு வெள்ளித்தட்டை வாங்கி அதில் இருந்த பூக்களை ஓரமாக இட்டாள்.

ஜலம். கொஞ்சம் ஜலம்.

யாரோ பன்னீர்ச் செம்பைக் கவிழ்த்தார்கள்.

பட்டா, கொல்லூர் குங்குமம் சதா மடியிலே வச்சிருப்பியே. எடு.

பக்கத்தில் நின்ற பட்டன் ஒரு வினாடி தயங்கிவிட்டு எடுத்துக் கொடுத்தான்.

குங்குமத்தைக் கரைத்த ஆரத்தித் தட்டை பரிபூரணத்திடம் தரச் சொன்னாள் பகவதி.

ஏண்டியம்மா, மசமசன்னு நிக்காம மாப்பிள்ளை, பொண்ணுக்கு ஆலத்தி எடுங்கோ. வேறே யாராவது சேர்ந்துக்கலாம்.

தெரிசா முன்னால் வந்து புடவையை இழுத்துச் செருகிக் கொண்டு ஆரத்தித் தட்டை பரிபூரணத்தோடு பற்றிக்கொண்டு மெல்ல ஆலவட்டமாகச் சுற்றினாள்.

சீதா கல்யாண வைபோகமே.

பகவதியின் குரல் கணீரென்று இனிமையாக குரிசுப் பள்ளிச் சுவர்களில் எதிரொலிக்க ஆரம்பித்தது.

அத்தியாயம் எழுபத்தைந்து

1915 - நவம்பர் 30 ராட்சச வருஷம் கார்த்திகை 15 செவ்வாய்க்கிழமை,

பட்டணம் இந்தப் பத்துப் பதினைந்து வருஷத்தில் எத்தனையோ மாறிடுத்து.

எல்லோரும் எந்தக் காலத்திலும் சொல்கிற வார்த்தைதான். நாசுக்காக கப்பலில் வந்து இறங்கி குடை பிடித்துக் கொண்டு சாரட்டில் போகிற துரையானாலும் சரி, தெவசம் செய்விக்கிற விஷ்ணு இலைக்கார ஸ்மார்த்த பிராமணனாக இருந்தாலும் சரி, கொத்தவால் சாவடியில் கத்தரிக்காயை மூட்டையாகக் கொட்டி வைத்து கூவிக் கூவி விற்கிற ஆற்காடு முதலியானாலும் சரி ஏகோபித்துச் சொல்கிற சொல். தெரிசாவும் இன்னொரு தடவை தனக்குள் முணுமுணுத்துக்கொண்டாள்.

நாளை மறுநாள்தான் கப்பல் ஏற வேண்டும். கல்கத்தா வரை போய் அங்கே இன்னொரு கப்பல். அது ஊரெல்லாம் சுற்றிக் கொண்டு இங்கிலாந்து போய்ச்சேர கிட்டத்தட்ட ஒரு மாதம் ஆகிவிடும். போய்ச் சேர்ந்து, லண்டன். வீட்டில் ஒரு வாரம் இருந்து விருத்தியாக்கிவிட்டு, வர்த்தமானங்கள் ஏதும் இருந்தால்

கவனித்து விட்டு, எடின்பரோவுக்குக் கிளம்ப வேண்டியதுதான்.

பீட்டர் வந்திருப்பானோ? வந்திருந்தால் எப்பாடுபட்டாவது தந்தி அடித்துச் செய்தி சொல்லி இருப்பானே.

கண்ணூரில் தம்பி வேதையன் வீட்டு விலாசத்தை பீட்டருக்கு இங்கே வர ஒரு மாதம் முன்னதாகவே கடுதாசு எழுதி அறிவித்து விட்டுத்தான் வந்திருக்கிறாள் தெரிசா.

யுத்தம் முடிந்திருந்தால் எங்கேயாவது அதைப் பற்றி பிரஸ்தாபம் இருக்கும். கண்ணூரில் இருந்தபோது அங்கே கிடைத்த இங்கிலீஷ் பத்திரிகையைப் புரட்டியபோது உள்நாட்டு விஷயங்களோடு லண்டன், எடின்பரோ என்று சொந்த தேசம் போல் இங்கிலாந்து விவரமும் அச்சடியாகியிருந்தது அவளுக்குப் பிடித்திருந்தது.

அக்கா, மலையாளப் பத்திரிகை கூட இருக்கு.

துர்க்கா பட்டன் கொண்டு வந்து கொடுத்த, நாலு தாள் பழுப்பு நிறத்தில் மடக்கி, மலையாளத்தில் அச்சாகி வந்திருந்த பத்திரிகையைப் பார்த்து ஆச்சரியப்பட்டுப் போனாள்.

ஒண்ணுக்கு ரெண்டாக ரெண்டு மதத்துக்காரர்களும் பத்திரிகை அச்சுப் போட்டு இறக்குவதாகவும் யாரும் யாரையும் தூற்றுவது இல்லை என்றும் முடிந்தால் பரஸ்பரம் பாராட்டவும் செய்கிறார்கள் என்றும் அந்தப் பத்திரிகைகளைப் படித்தபோது தெரிசா புரிந்துகொண்டாள்.

அப்புறம் இன்னொரு விஷயத்தையும் தெரிசா மலையாளப் பத்திரிகைகளில் கவனிக்க மறக்கவில்லை. சரமம் என்று தலைக்கெட்டு கொடுத்து பிரதேச வாரியாக யார் எங்கே மரித்தார்கள், எத்தனை வயசு, கூடப் பிறந்தவர்கள். கட்டியோள், குழந்தை குட்டி இப்படி சகலமான விவரமும் நாலைந்து வரிக்குள் அடக்கி அந்த மரண வார்த்தைச் செய்திகள் இருந்தன.

பத்திரிகை வீட்டு வாசலில் விழுந்ததும் எல்லோரும் பரபரப்பாக அந்த சாவுத் தகவல்களைத்தான் மலையாள பூமி முழுக்க மும்முரமாகப் படிப்பதைக் கவனித்தாள் தெரிசா.

கல்யாணம் விசாரிக்க யார் யாரோ வந்து கொண்டிருக்க,

வேதையன் சாய்வு நாற்காலியில் ஓய்வாக உட்கார்ந்து சாவு விவரத்தில் லயித்திருக்க, காப்பியோடு வந்த பகவதி அதை கவனித்து விட்டு இரைந்தது இப்போதும் தெரிசாவுக்கு சிரிப்பு வரும் விஷயம்.

சரியாப் போச்சு. சாருகசேரியில் குந்தி இருந்து சாவுச் செய்தி படிக்க இதான் நேரமாடா வேதையா? ஆத்துலே கல்யாணம் நடந்து குழந்தை கட்டுக் கழுத்தியா, ஆம்படையானோடு வந்திருக்கா. அவளை ஆசீர்வதிக்க எத்தனையோ பெரிய மனுஷா வந்து போயிண்டு இருக்கா. அவாளுக்கு லட்டு உருண்டையும், கைமுறுக்கும், நாரிங்கா வெள்ளமும் கொடுத்து, திரிச்சுப் போறபோது ஒரு பையிலே தேங்காயும் பழமும் நாலு வெத்தலை, அடக்காய் முதலானதும் வச்சுக் கொடுக்க நீதானே நின்னாகணும். ஊர்லே யார் துங்கி மரிச்சா, யார் முங்கி மரிச்சா, யார் ஜீவித காலம் முடிஞ்சு போய்ச் சேர்ந்தா அப்படீன்னு தெரிஞ்சுக்காட்ட என்ன குறைஞ்சு போகும் சொல்லு. நேரம் காலம் விவஸ்தை கிடையாதோடா உனக்கு?

பகவதி அந்தப் பத்திரிகையையும் பிடுங்கி மடியில் செருகிக் கொண்டு ‘போடா, வந்தவாளைக் கவனி’ என்று வேதையனை விரட்ட, அவன் சாடி வெளியே ஓடியதைப் பார்த்து திருப்தியாகச் சிரித்ததில் பரிபூரணம் முதல் நிறையில் இருந்தாள்.

கல்யாணத்தை ஒட்டி பத்து நாள் தம்பி வீட்டில் இருந்ததில் தெரிசாவுக்கும் பத்திரிகை வந்ததும் சரம வார்த்தை படிப்பதே முதல் நித்யக் கிரமமாகி விட்டது.

மலையாளிகள் எல்லோருக்கும் சாவோடு என்னவோ அவ்வளவு சிநேகிதம். இல்லாட்ட காலமானார் சேதிக்கு இவ்வளவு பிராபல்யம் இருக்குமா?

காலேஜ் வாத்தியார்களான மருதையனும் வேதய்யனும் இதைப் பற்றி தீவிர சர்ச்சை செய்து கடைசியில் வேதய்யன் சொன்னது

மருதையா, இதிலே இருக்கற தால்பர்யத்தை, அதாவது ருஜியைத் தெரிஞ்சுக்கணும்னா நீ மலையாளியா பிறந்திருந்தாத்தான் சாத்தியம்.

பகவதி அந்தப் பக்கம் வரவே அச்சானியமான பேச்சுக்கு எல்லாம் முற்றுப்புள்ளி வைக்கப்பட்டு இதர வர்த்தமானங்கள் மட்டுமே பேசப்பட்டன பிற்பாடு.

துர்க்கா பட்டன் குதிரை வண்டியில் அழைத்துப் போக கண்ணூர்க் கடைத் தெருவில் அப்பன் ஜான் கிட்டாவய்யன் அமோகமாக ஆரம்பித்து வைத்து, இப்பவும் குடும்பப் பெயரைச் சொல்லி விருத்தியாகிற சாப்பாட்டுக் கடையில் ஒருநாள் படியேறி எல்லாம் என்ன நிலையில் இருக்கிறது என்று பார்த்தாள் தெரிசா.

இப்படி ஒரு சாப்பாட்டுக் கடையை வெள்ளைக்காரப் பட்டணத்திலே நடத்தினா எடுபடுமா அக்கா?

துர்க்கா பட்டன் வெகு யோசனையோடு விசாரித்தபோது, லண்டன் பட்டணத்தில் அவன் இட்டலியும் தோசையும் காசுக்கு ரெண்டு என்று கூவி விற்கிற கடை போட்டதைக் கற்பனை செய்ய தெரிசாவுக்குச் சிரிப்பு வந்துவிட்டது.

அப்படி ஒரு கடை இருந்தால் ஆகாரம் பற்றி அவள் ஆயுசு முழுவதுமே கவலைப்பட மாட்டாள். சின்ன வயசில் கழிக்கப் பழகியது அதன் மணம், ருசி, நிறம் இத்யாதி சமாச்சாரங்களோடு மனதில் ஆழமாகப் பதிந்து அப்புறம் மிச்ச வாழ்நாள் முழுக்க அதையெல்லாம் தேடி ஏங்க வைக்கிறது.

இந்த ரொட்டியையும், பழக்கூழையும் புளிக்குழம்பு சேர்த்துப் பிசைந்த சாதமும், உண்ணி மாங்காய் உப்பேறியும் சட்டமாகக் கழித்துப் பழகிய மனுஷி எத்தனை காலம் சாப்பிட்டு ஜீவிக்க முடியும்?

லண்டனில் பிராமணாள் சோற்றுக்கடை போட்டால் இப்படி நாலு ஆத்மாவாவது சாப்பிட வந்து நிற்காதா? துர்க்கா பட்டனை அழைத்துப் போய் ஒரு கடை.

அவளுக்கு இந்தக் கற்பனையே ரசமாக இருந்தது. பகவதி அத்தையிடம் சொல்ல அவள் திருப்பிக் கேட்டாள்.

என்னத்துக்கு இப்படி அன்ன ஆகாரத்துக்குக் கூட ஏங்கிண்டு

சமுத்திரம் தாண்டி கண்காணாத தூரத்திலே இருக்கணும். நீயும் ஆத்துக்காரரும் அரசூரோடேயே வந்துடுங்கோ. அவருக்கு போர்ட் பள்ளிக்கூடத்திலே கட்டாயம் ஹெட்மாஷ் உத்யோகம் கிட்டும். இல்லேன்னா சாமாவுக்கு எஜமான ஸ்தானத்திலே கலெக்டர் வாய்க்காம போயிடுமா என்ன?

அத்தைக்கு ஹெட்மாஸ்டர் உத்தியோகம் இந்த காலேஜ் வாத்தியார் வேலையை விட உன்னதமானது. கலெக்டர் உத்யோகமோ மகாவிஷ்ணு அவதாரம்.

மருதையன் பகவதியை ரொம்பப் பாவமாகப் பார்த்துக் கொண்டு சொல்ல, வேதையனுக்கு அது ஒரு சாக்காக அத்தையைக் கொஞ்சம் கேலி கிண்டல் செய்து ரசிக்க அயனான சந்தர்ப்பம்.

கண்ணூரிலே சாய்ப்பன்மார் சாப்பாட்டுக்கடை வேணும்னா பீட்டர் அளியனுக்கு நான் ஏற்படுத்திக் கொடுத்துடறேன். குரிசுப் பள்ளிக்குப் போற பாதிரி, கன்யாஸ்திரிகள், அப்புறம் இங்கே சதுர்வர்ண பிரமுக மனுஷ்யர்னு அல்லோலகல்லோலப்படும். மாம்சாதி பதார்த்தங்கள்லே தால்பர்யம் பெருத்த ஊர்னா இது. அதுவும் மத்ச்யம் கழிக்கறதுன்னா கேட்கவே வேண்டாம்.

சொன்னபடி பரிபூர்ணத்தைப் பார்க்க, அவள் இல்லையில்லை என்று சக்தமாகத் தலையாட்டி மறுப்புத் தெரிவித்தாள்.

ஏதோ அறியாப் பருவத்துலே சாப்பிட்டிருப்பேன். இங்கே கல்யாணம் கழிச்சு வர்றதுக்கு வெகு நாள் முந்தியே அந்த கருமாந்திரத்தை விட்டொழிச்சாச்சு. பூண்டு மட்டும் ஜன்மவாசனையோ என்னமோ விடாம ஒட்டியிருந்து உசிரை வாங்கறது.

பகவதி அவளைப் பரிவாகப் பார்த்துச் சிரித்தாள்.

என்ன உசிதமானதுன்னு படறதோ சாப்பிடுடி பரி. இவன் கிடக்கான். தொட்டதுக்கெல்லாம் கொனஷ்டையும் கேலியும். பொண்ணைக் கல்யாணம் பண்ணிக் கொடுத்து மாமனாரும் ஆயாச்சு. இன்னும் பாரு, சாருகசேரயில் சோம்பரா சாஞ்சுண்டு சரம வார்த்தையிலே நாளப்பாட்டு நம்பூதிரியோட

சம்பந்தக்கார ஸ்திரியோட மாதா மரிச்ச நூதன சமாசாரத்துலே முழுகியிருக்கான்.

ஒருத்தரை ஒருத்தர் பகடி செய்து சிரித்து, கூடி இருந்து உண்டு, பருகி, பழங்கதை சொல்லி, பகிர வேண்டியதை எல்லாம் பகிர்ந்து அசந்து உறங்கி எழுந்து ஒரு பதினைந்து நாள் விறுவிறுவென்று தெரிசாவுக்கு உதிர்ந்து போனது.

இன்னும் நாலைந்து நாள் தம்பி குடும்பத்தோடு இருக்க ஆசைதான். ஆனால் பகவதி அத்தை கண்டிப்பாகச் சொல்லி விட்டாள்.

அரசூருக்கு வந்து சாமாவையும் மற்றவர்களையும் க்ஷேமலாபம் விசாரித்துவிட்டுத்தான் கல்கத்தாவுக்கு வண்டியேறி அங்கே இருந்து சமுத்திரம் கடக்க வேண்டும்.

மருதையனும் வெகு பிரியமாக அக்கா என்று ஆதரவாக அழைத்து இன்னொரு தம்பியாக அவளை அரசூருக்கு ரயில் வண்டியில் பகவதியோடு கூட்டிப் போனான்.

சாமாவும் அவன் பெண்டாட்டியும் சுபாவமாக தெரிசாவோடு பிரியம் காட்டியது அவளுக்கு இன்னொரு இதமாக இருந்தது. அரசூரில் கோவில் கொண்ட விசாலாட்சி சமேத விசுவநாத சுவாமியோ, சருகணி மாதாவோ, கிறிஸ்து நாதரோ இவர்களின் வாத்சல்யத்துக்கு குறுக்கே போகாமல் பக்கத்தில் இருந்து பார்த்து பூர்ண ஆசீர்வாதம் நல்கினார்கள்.

என்னோட நாத்தனார். லண்டன் பட்டணத்திலே கொடிகட்டிப் பறக்கற சீமானோட ஆத்துக்காரி. கண்ணூர்லே வீட்டு விசேஷத்துக்கு வந்துட்டு அப்படியே விச்சியா இருக்கியாடின்னு என்னையும் ஜாரிச்சுட்டுப் போக எம்புட்டுத் தூரம் வந்திருக்கா.

தாசில்தார் பெண்டாட்டிக்கு விதேசி நாத்தனாரைக் கொண்டு கச்சேரி உத்யோகஸ்தர்கள், ஊர் வர்த்தகப் பிரமுகர்களின் சகதர்மிணிகளோடு கூடுதல் பெருமை ஏற்றிக் கொள்ள வெகு இஷ்டமாக இருந்தது.

அவர்களும் சரளமாக தமிழும் மலையாளமும் கூடவே திவ்ய

பாஷையான இங்கிலீஷும் சரளமாக நாக்கில் புரளும் இந்த உயர்ந்து மெலிந்த துரைசாணியைப் பார்த்து அதிசயப்பட்டுப் போனார்கள். வெளுப்பு கலக்காத கறுத்த துரைசாணி. நாகரீகமும், பழக்க வழக்கமும் கரைகண்டவள். தோசை சாப்பிட பிரியம் காட்டுகிறவள். கொடுக்காய்ப்புளிப் பழம் கூட கேட்டு வாங்கித் தின்றாள்.

சாமா உனக்கு பட்டணத்துலே ஹைகோர்ட் உத்யோகஸ்தர், என்னாக்க, கொஞ்சம் உயர்ந்த ஸ்தானம் வகிக்கறவா யாராவது தெரியும்னா சொல்லு. ஒரு காரியம் ஆகவேண்டி இருக்கு.

விசாலம் பெரியம்மா புகை ரூபமாக தீபஜோதி கல்யாண நேரத்தில் வந்து பேசினதோ, அல்லது பேசினதாக தனக்கு பிரமை ஏற்பட்டதோ, ஏதோ ஒரு தருணத்தில் சொன்னது தெரிசாவுக்கு நினைவு வரவே சாமாவைக் கேட்டாள்.

கோர்ட் உத்யோகஸ்தன் வீட்டுப் பரண்லே ஸ்தாலிச் சொம்புலே பிடி சாம்பலாக் கிடக்கேண்டி குழந்தை. மத்தவா எல்லாம் உசிரோடு இருந்தும் உடம்பு விலகி நடந்துண்டு இருக்கா.

விசாலம் பெரியம்மாவை மட்டுமாவது அஸ்திக் கலசம் கிடைத்தால் வாங்கி, சாமா மூலமோ பகவதி அத்தை மூலமோ காசிக்கோ ராமேஸ்வரத்துக்கோ போகச்சொல்லி கடைத்தேற்ற முடியும். மகாதேவ அய்யன் குடும்பத்தின் மிச்சப்பேர் ஸ்திதி அவள் எத்தனை பிரயத்தனப்பட்டாலும் சரியாகாது போல.

நாளைக்கோ, இன்னும் நூறு இருநூறு வருஷம் போயோ விஞ்ஞானம் முன்னேறி மனுஷன் காலத்திலும் யாத்திரை செய்ய ஒரு சூழ்நிலை வருமானால் அவர்களுக்கு ஒரு நல்ல கதி திரும்பக் கிடைக்கலாம். அதுவரை உண்ணும் சோறும் பருகும் நீரும் தின்னும் வெற்றிலையும் அவர்களுக்குக் கிடைக்க என்ன செய்தால் முடியும்?

அவளுக்குத் தெரியவில்லை. கில்மோர் தெரு கன்யாஸ்திரிகளிடம் பேசலாம். அவர்கள் ஆவிகளோடு பேசுகிறதே கிறிஸ்து மதத்தில் தடைசெய்யப்பட்டது. இப்படிக் காலம் கடந்து ஜீவிக்கிறவர்களோடு அதே ரீதியில் பேச முயற்சி செய்து,

அவர்களை நல்லடக்கம் செய்ய யூதமொழி உச்சாடனங்களை உருவேற்றியது அதைவிடப் பெரும் தவறு.

மாற்றித் தரமுடிந்தால் அது தெரிசாவுக்கு நன்மையாக இருக்கும். குட்டியம்மிணியும் பர்வதவர்த்தினியும் அவ்வப்போது கண்ணில் பட்டு, ரொட்டியும் வஸ்திரமும், ரெண்டு வார்த்தை ஆறுதலான பேச்சுமாகக் கூட இருந்துவிட்டுப் போகட்டும். தெரிசா ஆயுசோடு இருக்கும்வரை இதை நடத்தித்தர எந்தத் தடையும் அவளுக்கு இல்லை.

ஹைகோர்ட் உத்யோகஸ்தர் விவரம் கேட்டியே அக்கா. விடிகாலையிலே நினைவு வந்தது. நம்ம நீலகண்டன் மெட்ராஸ்லேதான் நேவிகேஷன் ஆபீஸ்லே பெரிய உத்யோகத்துலே இருக்கான். உறவு என்னன்னு கேட்காதே. சொல்ல ஆரம்பிச்சா என் தலையும் உன் தலையும் பொடிக்கடை பொம்மை மாதிரி சுத்த ஆரம்பிச்சுடும். எனக்கு தாயாதி. அம்புட்டுத்தான். அவன் விலாசம் தரேன். கப்பலேற முந்தி போய்ப் பாரு. அவனுக்கு ஹைகோர்ட்லே ஜட்ஜ்மார் கூட அன்னியோன்யமான சிநேகிதம்னு சொல்வான்.

சாமா கொடுத்த நீலகண்டனுடைய விலாசத்துக்கு மதராசில் தெரிசா போனபோது வீட்டு வாசலில் பூட்டு தொங்கிக் கொண்டிருந்தது.

குழந்தைக்கு மொட்டை பிரார்த்தனை நிறைவேத்தறதுக்காக திருப்பதிக்கு குடும்பத்தோடு போயிருக்கார் துரைசாணியம்மா.

பக்கத்து வீட்டுக்காரர்கள் புடவை கட்டிய துரைசாணிக்கு ஏக மரியாதையாக விவரம் சொன்னார்கள்.

விசாலம் பெரியம்மா, இன்னும் கொஞ்ச நாள் பரணில் கஷ்டத்தை சகித்துக்கொண்டிரு. வேறே ஏற்பாடு செய்யமுடியுமான்னு பார்க்கிறேன்.

கப்பல் பயணமானபோது மேல்தளத்தில் நின்று சென்னைப் பட்டணத்தை வெறித்த தெரிசா தனக்குள் சொல்லிக் கொண்டாள்.

போடி போக்கத்தவளே. உன்னாலே ஒரு குசுவும் முடியாது.

மேலே கூவிக்கொண்டு பறந்த பறவையை அவளுக்குத் தெரியும்.

கிடக்கு போ சவமே.

கையை வீசி அதை விரட்ட, அலைகள் ஒன்றோடு ஒன்று முட்டி மோதிச் சிரித்தபடி கூடவே வந்து கரைந்து போனது.

தெரிசா மட்டும் கப்பல் மேல்தளத்தில் இன்னும் நிற்கிறாள்.

அத்தியாயம் எழுபத்தாறு

1916 ஜனவரி 14 ராட்சச வருஷம் தை 1 வெள்ளிக்கிழமை

என் பிரியமுள்ள புத்ரன் வைத்தாஸே,

இந்தத் தேதியிலே தமிழ்ப் பிரதேசத்துலே பொங்கலோ போகியோ கொண்டாடற வழக்கம். சுபதினம். உனக்கும் ஈஸ்வர அனுக்கிரஹத்துலே எல்லா சுபமும் கைகூடி வரட்டும். அமோகமா இருடா கண்ணே.

உனக்கு ஒரு கடுதாசியிலே யோகக்ஷேமம் விசாரிச்சு இவிடத்து வர்த்தமானம் எல்லாம் எழுதி அரைகுறையா நிறுத்தினேன் இல்லியா? ஏன் கேக்கறே, அன்னிக்கு இருட்டிடுத்து. வந்த புதுசு. இருட்டானா விளக்கு ஏத்தி வைக்கறதுக்கு அப்போ இந்த லண்டன் பட்டணத்திலே வீடும் வாசலுமா எனக்கு இருந்தது?

ஏத்தி வச்சு நாமம் சொல்ல, ராமாயணமோ மகாபாரதமோ எல்லோரையும் கூட்டி இருத்தி வச்சு பெலமா படிச்சு பாராயணம் பண்ண. கொடுப்பினை இல்லை அப்போ.

பாரதம் வேண்டாம். அகத்துலே அதைப் பாராயணம்

பண்ணினா கலகமும் வீண் சண்டையும்தான் வரும்பார் என் தகப்பனார் ஸ்வர்க்கஸ்ரீ வைத்தியநாத ஐயர். மதராஸ் செயிண்ட் ஜார்ஜ் கோட்டை கப்பல் ஆபீஸ்லே நேவிகேஷன் க்ளார்க். இப்போ உன் சித்தப்பனும் என் தம்பியுமான நீலகண்டன் அந்த உத்தியோகத்திலே இருக்கான். அதிலே இருக்கானோ, ப்ரமோஷன் கிடைச்சு சப் கலெக்டர் ஆயிட்டானோ தெரியலை. க்ஷேமமா இருக்கட்டும் அவனும் அவனோட குடும்பமும்.

அவன் படிச்ச படிப்புக்கும் மாதா பிதாக்கள் மெச்ச ஏற்பட்ட நடத்தைக்கும் பித்ரு காரியங்களை கிரமமாப் பண்ணி மூணு தலைமுறை பூர்வீகர்களைப் பட்டினி போடாம வச்சுக்கற நறுவுசான போக்குக்கும் அவன் மேலே மேலே செழிப்பா வருவான். சந்தேகமே இல்லே.

இன்னிக்கு என்னமோ எல்லாருக்கும் ஆசீர்வாதம் செய்யணும்னு, எல்லோரும் அமோகமா இருக்கணும்னு மனசு நிறைஞ்சு இருக்கு. உன் அம்மாவும் என் பெண்டாட்டியுமான லோலா உட்பட சுகமாயிருக்கட்டும். உன் புது அப்பனும் கூட.

மனசுலே சந்தோஷம் பொங்கி வழிய, தொழிலுக்குக் கூடப் போகாமால் உனக்கு கடுதாசு எழுத உட்கார்ந்துட்டேன். இருக்கட்டும் அதெல்லாம். நம்ம கதைக்கு வரலாம்.

நான் எப்படி உன் அம்மா லோலாவை அலங்கோலப்படுத்திட்டு குடிபுகுந்த நாட்டுலே இருந்து தப்பிப் பிழைச்சு யுத்தத்துலே போய்ச் சேர்ந்தேன்னு ஆறு மாசம் முந்தி அனுப்பின கடுதாசியிலே உனக்கு விஸ்தாரமா எழுதின ஞாபகம்.

எங்களை பிரஞ்சு பாஷை புழங்கற ஒரு பிரதேசத்துக்குக் கூட்டிப் போனான்கள். யுத்தம் பண்ணுங்கோடா என்று ஏவி விட்டுட்டு காக்கிச் சட்டை போட்ட வெள்ளைக்காரத் தாயோளிகள் கையைக் கட்டிண்டு சும்மா நோக்கி நின்னதுகள்.

வெள்ளைக்காரனுக்கும் வெள்ளைக்காரனுக்கும்தான் இந்த லோக மகா யுத்தம் அப்படீன்னு உனக்கு நான் சொல்ல வேண்டியதில்லை. துப்பாக்கி, பீரங்கி, கண்ணிவெடி என்றபடிக்கு சகல ஆயுதங்களும் பிரயோகமான சூழ்நிலை.

திடுதிப்பென்று ஜெர்மன்கார வேசி மகன்கள் இங்கிலீஷ்கார, பிரஞ்சுக்கார அதே ரீதியிலான உத்தம புத்ரர்கள் மேலே ஏதோ விஷ வாயுவைத் திறந்து விட, அதன் பேர் கூட குளோரினோ என்னமோ சொல்றது, ஒரே அதகளம் போ. அப்படி ஒரு சர்வ நாசம்.

ஏராளமான உசிர்ச் சேதம். விஷவாயுவை சுவாசித்து நெஞ்சடைப்பு ஏற்பட்டு மூச்சுத் திணறி ஏகமான ஜவான்களும் ஜனங்களும் மடிந்து போகலாச்சு. வழக்கமா நடக்கற தோதிலே கண்ணிவெடியும் துப்பாக்கியும் வெடிச்சு கை, கால், கண்ணு போனதோ இன்னும் பலபேர். எனக்கும் சுவாசம் முட்டி மயக்கமாச்சு. சுகவீனம். பலவீனம். ஆஸ்பத்திரியிலே படுக்க வைச்சு சிகிச்சை. ஆனாலும் உயிர் உண்டு.

என்னை மாதிரி தப்பிப் பிழைச்சவங்களை ஸ்வதேசங்களுக்குக் கொண்டு போய் விட ஏற்பாடு மும்முரமா நடந்தது.

ரெட்டி, உமக்கு எங்கேங்காணும் போகணும்னு கேட்டார் மேஜர். எங்களோட படைத்தலைவர்.

நான் ஆஸ்பத்திரியிலே படுத்த படுக்கையா இருந்தாலும், பாரத தேசம்னு உடனே சத்தமா சொன்னேன்.

மன்னிச்சுக்கோடா என் குழந்தே. உன் அம்மா காப்பிரிச்சி லோலாவைக் கைப்பிடிச்சு கல்யாணம் பண்ணி உன்னையும் வாரிசாக குலம் விளங்க, என்னத்தை விளங்க, பெற்று வைச்சாலும் மனசாலே நான் இன்னும் பாரத வர்ஷே, பரத கண்டே, மேரோஹோன்னு இருக்கப்பட்ட மதராஸ் பட்டண தரித்திரவாசி.

தமிழ் பாஷை பேசி, இங்கிலீஷ் படிச்சு பொடிக்கடை உத்தியோகத்துக்குப் போய், காராகிரகத்துக்கும் ஒருவிசை போய் எட்டிப் பார்த்து வந்தது எல்லாம் அந்தப் பட்டணத்திலே தான்.

என் ப்ரியமான ஆத்மசகி லலிதாம்பிகை, உன் பெரியம்மாடா வைத்தாஸே, மறந்துடலியே. அவளை காசி யாத்திரை போய் கன்யாதானம் வாங்கி மாங்கல்ய தாரணம் செஞ்சு கூட்டி வந்து மைலாப்பூர் வெங்கடேச அக்ரஹாரம் குச்சில் இருத்தி

குடும்பம் நடத்தினேண்டா குழந்தே.

அவளை நிர்க்கதியா விட்டுட்டு வந்து எங்கெங்கேயோ திரிஞ்சு லோல்படறேன். பட்டதெல்லாம் போறும். பாரதத்துக்கே திரும்பிடலாம்னு பிடிவாதமா முடிவு பண்ணினேன்.

கொஞ்சம் போல் காசு கொடுத்துக் கையெழுத்து வாங்கிண்டானுங்கள். இந்தியாவுக்குப் பிரயாணத்துக்கான காகிதமும் கூடவே கொடுக்கப்பட்டது.

ஆனா பாரு, கப்பல் ஏற்றி அனுப்பற ஆபீசரான பிரம்மஹத்தி என்னைத் தவறுதலா சவுத் ஹாம்டன் போற கப்பல்லே ஏத்தி அனுப்பிடுத்து அதாண்டாப்பா, இங்கிலீஷ் தேச சமுத்திரக்கரை.

மற்ற நேரத்திலேன்னா இப்படி தேசம் தப்பி தேசம் போகறது மகா கஷ்டம். கையிலே கொடுத்தனுப்பின ராஜாங்க முத்திரையும் ராணுவ முத்திரையும் பதிச்ச காகிதத்தைப் பார்த்துத் தான் நடவடிக்கை எடுக்கற வழக்கம். ஆனா என்னமோ நாங்க வந்த கப்பல் நங்கூரம் இட்ட நேரத்துலே சுங்க அதிகாரி வங்க அதிகாரின்னு ஒருத்தனையும் ஹார்பர் ஆபீசிலே காணலை.

மூட்டை முடிச்சோடு வெளியே வந்து சுத்திமுத்தும் பார்த்தேன். தேசமும் திக்கும் சுத்தமா புலப்படலை.

தெருவெல்லாம் தூசி போக துப்புரவாப் பெருக்கிண்டிருந்த ஒரு காப்பிரிச்சியை நம்ம பாஷையிலே விசாரிச்சேன். அவளுக்கு அர்த்தமாகல்லை. அதுக்குள், தெரு முனையிலே குப்பை கூளத்தைக் குடைஞ்சுண்டிருந்த அவ ஆம்படையான் பாய்ஞ்சு வந்து என் சட்டையைப் பிடிச்சுட்டான். நான் ஏதோ அவன் பொண்டாட்டியை விடிகாலையிலே சம்போகத்துக்குக் கூப்பிடறதா அவனுக்கு சந்தேகமாயிருக்கும்.

நான் சட்டையை விடுவிச்சபடி அந்தப் பெண்பிள்ளை கிட்டே கேட்டதையே அவன் கிட்டேயும் கேட்டேன். அவனுக்கு ஓரளவுக்கு அர்த்தமாயிடுத்து. நீ ஆப்பிரிக்காவாசியா, ஆசியாக் காரனான்னு கேட்டான் அவன். இங்கிலீஷ்லே சுருக்கமா பூர்வோத்ரம் சொன்னேன்.

அவனுக்குச் சொல்லவொண்ணா ஆனந்தம். நம்ம பிரதேசத்தான்

தானாம் அவனும். பெண்சாதியோ தெற்கு ஆப்பிரிக்கா தேசத்திலேருந்து வந்த குடும்பமாம். ஆப்பிரிக்காவிலேயும் ஆயிரம் இனம் இருக்காமே.

என் மேலே பரிதாபப்பட்டு காப்பிக்கடைக்கு அழைச்சுப் போய் ஆகாராதிகளும் மூத்திரச் சூட்டில் ஒரு சிராங்காய் காப்பியும் வாங்கிக் கொடுத்தான். இங்கே எல்லாம் காப்பி டிகாக்ஷனை முதலில் சூடு பண்ணி அப்புறம் பச்சைப் பாலைக் கலக்கற வழக்கம்னு ஏற்கனவே யுத்த பூமியிலே கூட இருந்தவங்க சொல்லிக் கேட்டிருக்கறதாலே அந்தக் காப்பி ஒண்ணும் வித்தியாசமாத் தெரியலை.

சவுத் ஆம்ப்டன் பட்டணத்திலே எனக்கு ஏதாவது வேலை வெட்டி கிடைக்குமா, நித்தியப்படிக்கு கொஞ்சம் போல் துட்டு கிடைச்சாலும் கூட கிரமமா மூச்சுவிட்டு அக்கடான்னு கிடப்பேன்னு சொன்னேன். தெருப் பெருக்குவியான்னான் சிரிச்சுண்டே அவனோட வாரியலைக் காட்டி. அது ஒண்ணு தான் இன்னும் பண்ணலே, பொழைக்கணும்னா அதுக்கும் தயாராத்தான் இருக்கேன்னேன்.

ஆனாக்க, அந்தச் சின்ன நகரத்திலே அப்படியான ஜோலியும் கிடைக்காதபடியாலே, அதிகம் தாமதியாமல் பக்கத்தில் இருக்கப்பட்ட மகா நகரமான லண்டன் பட்டணத்துக்கு வந்து சேர்ந்தேன். இங்கே கும்பாரமா வேலை குவிஞ்சிருக்குன்னு நினைப்பு. சவுத் ஆம்டன் கறுப்பனும் அதான் சொன்னான்.

ரெண்டு நாள் அலைஞ்சு திரிஞ்சு அல்லாடி யாரோ கை காட்ட வார் ஆபீசுக்கு வந்து சேர்ந்தேன். புகைக் குழாயிலே புகையிலை அடைச்சு இழுத்து வலிச்சு புகைபிடிச்சபடி இன்பத்தோடு ஒரு அதிகாரி. அதிகாரின்னா எப்பவும் வெள்ளைக்காரன் தான். அட்டணக்கால் போட்டு உட்கார்ந்திருந்தான்.

என்னடா பயலேன்னு பார்வையிலேயே விசாரிச்சான்.

அடிமை வந்திருக்கேன் எஜமானே.

கைகூப்பினேன்.

என் அழுக்குப் படிஞ்ச மிலிட்டேரி உடுப்பை ஒரு க்ஷணம்

கவனிச்சான். கையிலே மடக்கிப் பிடிச்சிருந்த கசங்கிப் போன டிஸ்சார்ஜ் சர்ட்டிபிகேட்டையும் வாங்கிப் பார்த்தான்.

நீ இங்கே என்ன எழவெடுக்க வந்திருக்கே. உங்க தேசத்துக்குப் போக வேண்டித்தானே யுத்த பூமியிலேருந்து அனுப்பினது? சத்தமாகக் கேட்டான்.

அது என் தப்பா? கப்பல் மாத்தி ஏத்தி விட்டுட்டானுகள்.

நீ இங்கிலீஷ் நாலு எழுத்து படிக்கத் தெரிஞ்சவன் தானே. என்ன ஏதுன்னு கேட்டு சரியானபடி பிரயாணம் பண்ண சொல்லித் தரணுமா?

என்னமோ தப்பு நடந்து போச்சு. எனக்கு இங்கே வேலை ஏதாவது கொடுத்தா நன்றி பாராட்டுவேன் எஜமானே. தோட்டி வேலை, தோட்ட வேலை, ரேக்ளா ஓட்டற ஜோலி, சீமாட்டிகளுக்கு எண்ணெய் தேச்சு முதுகு நீவி விடறது இத்யாதி.

அதுக்கெல்லாம் நாங்க இருக்கோம். நீ பொத்திண்டு போய்ச் சேரு.

அதுக்குக் காசு?

தெருப் பொறுக்கு. ஜேப்படி பண்ணு. என்னை எதுக்கு இம்சை பண்றே?

எங்க மேலே க்ளோரின் வாயுவை அபிஷேகம் பண்ணின ஜெர்மன்காரங்க இந்த மாதிரி பிரகிருதிகள் ஆசனத் துவாரத்திலேயும் அதை நுழைச்சு லோக க்ஷேமத்துக்கு வழிவகுத்திருக்கலாம்.

நான் அதுக்கு அப்புறம் அந்த எழவெடுத்த வார் ஆபீஸ் படி ஏறவே இல்லை. பிரதேசம் பிரதேசமா கடை கடையா ஏறி இறங்கி வேலை கேட்டேன். கோவண்ட் கார்டன்னு பட்டணத்துலே கொத்தவால் சாவடி மாதிரி ஒரு மார்க்கெட்டு இருக்கு. உனக்கு கொத்தவாலும் தெரியாது, கோவண்டும் தெரியாதுடா வைத்தாஸே. தெரிஞ்சா மட்டும் என்ன, வெள்ளைக்கார அதிகாரி மெடல் குத்திவிடப் போறானா?

கையிலே இருந்த காசு ரொட்டியும், தேத்தண்ணியும், பன்னி இறைச்சி சாசேஜும் வாங்கித் தின்னு பசியாறினதுலே கொஞ்சம் கொஞ்சமாக் கரைஞ்சு பத்து நாள்லே ஐவேஜி சுத்தமாக் காலி. அப்புறம் வேறே வழியில்லாம தொப்பியைக் கையிலே பிடிச்சுண்டு விக்டோரியா டெர்மினஸ் ரயில்வே ஜங்க்ஷன் பக்கமா தரையிலே உட்கார்ந்து கையேந்த ஆரம்பிச்சேன். அது போன வருஷம் ஆகஸ்ட் மாசம்.

நம்புவியோ என்னமோ, இந்த ஆறு மாசத்துலே யாசகம் வாங்கறதுலே கைதேர்ந்த ஒருத்தனாகிட்டேன். வேலை பார்த்தா கிடைக்கிறதை விட எதேஷ்டமா கிடைக்கறது போ. ஒரு நாளைக்கு ஒரு பேட்டைன்னு வச்சுண்டு சுத்தி வந்து காசு தண்டி, தின்னது போக மிச்சத்தை இடுப்புக்கு அடியிலே தோல் சஞ்சியிலே வச்சு இறுக்கிப்பேன். அங்கே கைவைக்க எவனுக்கும் தோணாது. அட்டுப் பிடிச்சு இருக்கறதாலே தொழில்காரி கூட அண்ட மாட்டா. ஆக, பத்திரமா பணத்தோட பாலத்துக்கு அடியிலே படுத்துப்பேன். அதுவும் சுகமாத்தான் இருந்தது போ.

கொஞ்சம் வசதி வந்ததும் லண்டன் டவர் பிரிட்ஜ் பக்கமா சேரிப் பிரதேசத்துலே ஒரு சின்ன குச்சுவீட்டுலே ஒண்டுக் குடித்தனமா ஜாகை மாத்தினேன். அங்கே யாருக்கும் நான் பிச்சை எடுத்து ஜீவிக்கிறவன்னு தெரியாது. தெரிஞ்சா மட்டும் என்ன குறைஞ்சு போறது? அவங்க எல்லாம் என்ன கவ்னர் உத்தியோகமா பார்க்கிற துரைகள்? கக்கூஸ் அலம்பறதுலே இருந்து ஆட்டுக்குக் காய் அடிக்கறதுவரை அத்தனை குற்றேவலும் செய்து பிழைக்கிற ஜனங்கள். எனக்கு வார் ஆபீஸ்லே உத்யோகம் வாங்கிக் கொடுத்திருந்தா நானும் அதெல்லாம் செய்து ஜீவிச்சிருப்பேன். போறது, அவனவனுக்கு விதிக்கப்பட்டதுதானே நடக்கும்?

ஒண்டுக் குடித்தனத்துலே மருந்துக்குக் கூட ஒரு மொரிஷியஸ், பிஜிக்காரனோ, பாரத தேசத்து ஆசாமியோ கிடையாது. பல தேசத்துலே இருந்து வந்த பாமர கலப்பு இன மனுஷர்கள், ஆப்பிரிக்க வம்சாவளி ஜனங்கள் இப்படித்தான்.

இந்தக் கூட்டத்திலேதான் ஜேம்ஸ்னு ஒருத்தன் பழக்கம் ஆனான். வெள்ளைக்காரனுக்கே உரிய புருஷ லட்சணம். மொறிச்சுன்னு வஸ்திரம் தரிச்சு, மிடுக்கா நடந்து, பேசி, கவுரவமான தோரணை

எப்பவும். சின்ன வயசுப் பையன். உன்னை விட நாலஞ்சு வயசு பெரியவனா இருப்பான்னு நினைக்கறேன். இவனுக்குப் பொறுத்தமட்டில் ஒரே ஒரு குறைச்சல். புள்ளையாண்டானுக்கு ஒத்தைக் கைதான். அருவாமணையிலே புடலங்காய் அரிஞ்சு தள்ளின மாதிரி வலது முழங்கைக்குக் கீழே இருக்கப்பட்ட பாகம் காணாமப் போயிருக்கும்.

அவனுக்கு நான் கரும்பு தேசத்துலே இருந்து வந்தவன்னு மாத்திரம் தெரியுமே தவிர பழைய புராணம் ஏதும் நான் சொல்லலே. அவனும் கேட்கலை. சொன்னாலும் அவனுக்கு அதெல்லாம் கேட்க பொறுமை ஏதும் இருக்கப் போறதில்லே.

ஜேம்ஸ் குடும்பத்தோட இருக்கறவன். குடும்பம்னு சொன்னா, அவன் பொண்டாட்டி மரியா. அப்புறம் மாமியார்க்காரி. அவ பெயர் எல்லாம் தெரியாது. டமாரச் செவிடு. சதா கையிலே ஏதோ போத்தல்லே உப்பை வச்சு மோந்து பார்த்துண்டு சகலரையும் தெய்வத்தையும் சபிச்சுண்டு குரிச்சி போட்டு உட்கார்ந்து புலம்பிண்டு இருப்பா. என்னைக் கண்டதும் தவறாம இப்போ எத்தனை மணின்னு கேட்பாள். தெரிஞ்சு என்ன ஆகப் போறது? ஆனாலும் சொல்லுவேன்,

கடியாரம் கூடப் புதுசா வாங்கிட்டேன். கூடவே வாட்ச்சை இடுப்பிலே தொங்க விட்டுக்கற ஒய்யாரமான செயினும். காசு கொஞ்சம் கையிலே சேர்ந்தா செலவழிக்க விதம் விதமா என்னவெல்லாம் தோண்றது பாரு.

இங்கத்திய பொண்கள் அதாவது நடுவயசு கடந்த ஸ்திரிகள் சிலபேர் வந்து என்னை ஆகர்ஷிக்கப் பார்த்தா. எனக்கு என்னமோ அலுத்துப் போச்சு போகமும் கழுதை விட்டையும். வயசான மணியமா இருக்கே. ஆடின ஆட்டமெல்லாம் போறாதா? இன்னும் கொஞ்சம் காசு சேர்ந்ததும் கப்பலேறி மதராஸுக்குப் போய் அங்கே கட்டையை வேகவிட வேண்டியதுதான்.

ஜேம்ஸ் என்ன வேலை பார்க்கிறான்னு தெரியலை. ஆனா அவன் பொண்டாட்டி மரியா இருக்காளே அந்தப் பொண்ணு கென்ஸிங்டன் வட்டாரத்திலே நாலஞ்சு பெரிய மனுஷாள் வீடுகள்லே எடுபிடி வேலை, பாத்திரம் துலக்கிப் பெருக்கி மெழுகறதுன்னு வீட்டு வேலைக்காரியாம். முகத்திலே எப்பவும்

சிநேகிதமான சிரிப்பும் வாயிலே நல்ல வார்த்தையுமா இருக்கற அவளைப் பார்த்தாலே சந்தோஷமா இருக்கும். இது கிழட்டு வயசிலே வர்றது. காமக் கலப்படமில்லாதது.

நாலு நாள் முன்னாலே ஜேம்ஸ் தயங்கித் தயங்கி என் குச்சுக்கு வந்தான். என்ன விஷயம் ஜேம்ஸேன்னு கேட்டேன். தொழில் அபிவிருத்திக்கு ஒரு ஐம்பது பவுண்ட் கடனாத் தர முடியுமான்னு கேட்டான்.

நான் கொஞ்சம் யோசிச்சேன். இவனுக்காக இல்லாட்டாலும் இவன் பெண்டாட்டியோட நல்ல குணத்துக்காக பணம் கொடுக்கலாம். எதுக்கும் அவகிட்டே சொல்லிட்டுத்தான் கொடுப்பேன். வசூலிக்க கஷ்டம் வராது பார்.

நீ என்ன தொழில் பண்றே ஜேம்ஸேன்னு கேட்டேன்.

வீடு வீடா கோழிமுட்டையும் தாரா முட்டையும் கருவாடும் விநியோகிக்கறதுன்னான். எங்கேயெல்லாம் விநியோகிப்பேன்னேன். லண்டன்லே வெஸ்ட்மினிஸ்டர்லே எங்கே எல்லாம் பாதாள ரயில் போறதோ அங்கே எல்லாம். முக்கியமா கென்சிங்டன், நைட்ஸ்ப்ரிட்ஜ் மாதிரி பெரிய மனுஷாள் இருக்கப்பட்ட பேட்டைகள்லே.

அவனுக்கு ஐம்பது பவுண்ட் கடன் கொடுத்தேன். வட்டி எட்டு சதவிகிதம். மாசாந்தரம் கூட்டு வட்டியா கணக்குப் போட்டு வசூலிக்க ஏற்பாடு.

எனக்கு ஒரு யோசனை. எத்தனை நாள்தான் பிச்சை எடுத்துக் காசு சேர்க்கறது? நாமும் இப்படி ஒரு வியாபாரத்திலே இறங்கினா என்ன?

அதுக்கு முன்னாடி ஸ்திதி விவரங்கள் தெரிஞ்சா தேவலைன்னு பட்டுது.

ஜேம்ஸே, நானும் உன் கூட ஒரு நாள் கூடமாட ஒத்தாசையா வரட்டான்னு கேட்டேன்.

அப்படித்தான் நான் கென்சிங்க்டன் போனது. மலையாளம் பேசற வெள்ளைக்காரச்சியைப் பார்த்தது.

அத்தியாயம் எழுபத்தேழு

1916 ஜனவரி 16 ராட்சச வருஷம் தை 3 ஞாயிற்றுக்கிழமை

வைத்தாஸே, இங்கே இப்போ விடிகாலை ஆறு மணிதான் ஆறது. சீக்கிரமே முழிப்புத் தட்டிடுத்து. இன்னிக்கு ஒரு வேலையா வெளியிலே போக வேண்டி இருக்கு. சொன்னேனே, இந்த ஜேம்ஸானவன் என்ன மாதிரியான விநியோகம் பண்றான், இதோட அபிவிருத்தி எப்படி இருக்கும், கைக்காசு போனா உடுதுணியாவது மிஞ்சுமா, சர்க்கார் உத்யோகஸ்தன், போலீஸ் இப்படி எவனெவன் பிருஷ்டத்தைத் தாங்கி விருத்தியாகணும் எல்லாம் கொஞ்சம் போலவாவது தெரிஞ்சுக்கணுமே. அவனோடு பல்லி மாதிரி ஒட்டிண்டு ஒருநாள் முழுக்க இருந்து கவனிச்சா முழுசும் கிரமமா மனசில் பதியும்னு நப்பாசை. எட்டு மணிக்கு அவன் வந்ததும் கிளம்ப வேண்டியதுதான்.

இன்னிக்கும் தொழிலுக்குப் போகலை. ரஜா. ஞாயிற்றுக்கிழமை உழைக்கிறது தப்பு என்று எந்த வேதத்திலேயோ சொல்லியிருக்காம். இங்கே தொண்டமான் முதல்கொண்டு தோட்டி வரைக்கும் சனிக்கிழமை ராத்திரியே முழுக்க சுதியேத்திக்கொண்டு உருண்டு பிரண்டு ஸ்திரி சுகம் அனுபவிச்சபடி ராப்பொழுதைக்

கழித்துட்டு ஞாயித்துக்கிழமை முழுக்க முழுக்க சிரம பரிஹாரம் பண்ணிக்கொள்வது வழக்கம். அதே ரீதியிலே, இன்னிக்குத் தொழில் செய்யாம நானும் விஸ்ராந்தியா இருக்கப் போறேன்.

எனக்கேது தொழில்னு பார்க்கறியா? பிச்சை எடுத்தால் என்ன அதுவும் ஒரு வேலைதானே. யாரையாவது அடித்துப் பிடித்து அடிமடியில் கைபோட்டு மூத்ரம் நனைஞ்சு நாறும் காசைப் பறிச்சாலோ, நாலு பவுன் ஒட்டியாணத்தையோ தங்கச் சங்கிலியையோ ஸ்தூலமான ஸ்திரி உடம்பில் இருந்து வியர்வைக் கசகசப்போடு உருவி எடுத்துண்டு ஓடினாலோ அதெல்லாம் தான் திருட்டு. வாங்கோ துரைகளே, ஒரு பென்னி, ரெண்டு பென்னி தர்மம் பண்ணி புண்ணியம் தேடிக்க வாங்கோடீன்னு துரைசாணித் தேவிடிச்சிகளே கூவி அழைக்கறதுலே கபடம் ஏது உண்டு சொல்லு?

இந்தப் பிரதேசத்திலே சனிக்கிழமை ராத்திரி இவன்கள் கொட்டமடிப்பான்கள் பார், அதைக் காண ஆயிரம் கோடிக் கண் வேணும். சாராயம் விற்கிற கடைகளில் எல்லாம் சட்டமாக முக்காலி போட்டு ஆரோகணித்து உட்கார்ந்து குப்பி குப்பியாக மாந்தித் தள்ளிக்கொண்டிருப்பார்கள். பெண்பிள்ளைகளும் அத்தனைக்கு லஜ்ஜையில்லாமல் கூடச் சேர்ந்து குடிக்கிறதும் மெல்லப் புகுந்துகொண்டிருக்கு. அவாளும் மனுஷ ஜன்மம் தானே. சந்தோஷமாக இருக்கப்படாதா?

நேற்றைக்கு ராத்திரி பனி கவிந்தபடிக்கு இருட்டு இறங்கினது. நான் கரி அடுப்பில் வாட்டின நாலு ரொட்டியும் கொஞ்சம் உருளைக்கிழங்கும் வெங்காயம் வதக்கியதுமாக சாப்பிட்டு விட்டு கம்பளியை இழுத்துப் போர்த்திக்கொண்டு அக்கடா என்று டவர் பக்கம் உட்கார்ந்திருந்தேன்.

இந்த நேரத்திலும் ஒரு மெழுகுத்திரியை ஏற்றி வைத்துக்கொண்டு ஏசுநாதர் படத்தையோ யுத்தத்தில் நான் தரித்த குப்பாயத்தையோ காட்டி, காலை பாதி ஒடிந்துபோனதாக ஜோடனை செய்து மறைத்து நாலு காசு வாங்கலாம்தான். ஆனால் ராத்திரியிலும் தொழில் நடத்தி இதுவரை பழக்கம் இல்லை.

மேலும், துஷ்ட சக்திகள் நடமாட்டம் இருட்டு கூடக்கூட அதிகமாகி சேர்த்த காசை எந்தத் தடியனாவது பிடுங்கிக்கொண்டு கொட்டையில் உதைத்துக் கூழாக்கி விரட்டி விடலாம். என்னத்துக்கு வம்பு? வேண்டாம் என்று நதிக்கரைக் காற்று வாங்கிக்கொண்டு இருந்தேன்.

பிக்பென் என்கிற ஒரு மணிக்கூண்டு கடியாரம் பத்திக் கேட்டிருக்கியோ? லோகப் பிரசித்தம். லண்டன் பட்டணத்துக்கே கேட்கிற தோதில் காண்டாமணி முழக்கி நேரத்தை ராப்பகலாக தெரிவிக்கும் இது. இதுக்காகவே ஒரு பிரம்மாண்டமான கோபுரத்தை சர்வேஸ்வரனான மூணு தலைமுறைக்கு முந்திய வெள்ளைக்காரச் சக்கரவர்த்தி எழுப்பி லோகம் இருக்கிற மட்டுக்கும் கணகணவென்று மணி அடித்துக்கொண்டே இருக்க வைத்துப் போனான்.

பாரத தேசத்துப் புடுங்கி மகாராஜாக்களும் ஜமீந்தார் தாயோளிகளும் சொந்த மணியடித்துக்கொண்டு ஒரு குடி விடாமல் புகுந்து புறப்பட்டு போகத்துக்காக ஊர் மேய்கிறபோது இங்கே நடந்த சத்காரியம் இது.

பிக்பென் பக்கமாக, டவர் பாதாள ரயில் ஸ்டேஷன் மறுவாசலில் தேம்ஸ் நதி தீரம். அங்கே இப்படிக் காத்தாடப் பெஞ்சில் உட்கார்ந்திருந்தபோது ஜேம்ஸ் வந்து சேர்ந்தான். அவன் அங்கே என்னைச் சந்திப்பதாக சாயந்திரமே ஏற்பாடு.

இது முட்டை வியாபாரம் பற்றித் தெரிஞ்சுக்க இல்லை. நானும் நாடகம் பார்க்கணும் என்று நப்பாசை. ஸ்ட்ராண்ட் பேட்டை கொட்டகையில் நடக்கிற நாடகத்தில்தான் ஒரு சின்ன வேஷம் கட்டி ஆடுகிறதாகவும் அது காரணமாக தன்னோடு கூட வருகிற ஒரு நபருக்கு இலவசமாக அனுமதி என்றும் சொல்லியிருந்தான். அப்படியாகத்தான் நான் ஓசிச் சீட்டில் கூத்து பார்க்கப் போய்ச் சேர்ந்தேன்.

பிக்பென் சுநாதமாக ஏழு அடிக்கிற நேரத்தில் ஒரு பாதிரி வந்து பக்கத்தில் நின்றான். பக்கத்து விளக்குக் கூண்டில் மங்கின வெளிச்சத்தில் நான் அந்த மனுஷரைப் பார்த்து

விட்டு மரியாதை நிமித்தம் எழுந்து நின்று கர்த்தருக்கும் சர்வ மங்களேஸ்வரி மாதாவுக்கும் முணுமுணுவென்று ஸ்தோத்ரம் சொன்னேன். உங்கம்மா லோலா சொல்லிக்கொடுத்தது. ஞாயிற்றுக்கிழமை அவள் மாதாகோவிலுக்குப் போகும்போது கூடப்போய் இருந்து, மற்றவர்களோட வாய் பார்த்து சும்மா இராமல் சுபாவமாக நடக்க இந்த வழக்கம் வேண்டியிருந்தது.

ஸ்தோத்ரமுமாச்சு மண்ணாங்கட்டியுமாச்சு, கிளம்பு போகலாம்.

அவன் வாயைத் திறந்தாலே விஸ்கி வாசனை மூக்கில் குத்தியது.

பாதிரி சொல்கிற வார்த்தையா இது? முட்டக் குடித்து விட்டு வந்த பாவாடை சாமியா இது? இந்த ஊரிலே இப்படியும் பிரகிருதிகள் நடமாடுவது உண்டோ?

நான் மலைத்துப் போய் நிற்க பாதிரி சிரித்தான். அட, ஜேம்ஸ் இல்லியோ இது?

கொட்டகைக்குப் போய் வேஷம் தரித்துக் கொள்ள நேரம் எடுக்காமல் வரும் வழியிலேயே போட்டுக் கொண்டு போய்விட்டால் சட்டுப் புட்டென்று வேலையை ஆரம்பித்து விடலாம் என்றான் ஜேம்ஸ். ஆனாலும் அவன் வீட்டில் இருந்து கிளம்பும்போது பார்த்திருந்தேன். சாக்குப்பையும் கையுமாக நாலு மனுஷாள் போல் சாமானிய உடுப்போடு தான் கிளம்பிப் போனான். இந்தக் குப்பாயத்தைப் பையில் சுருட்டி எடுத்துப்போய் வெளியே எங்கேயாவது வைத்து மாட்டிக்கொண்டு, முகத்தில் மாவை ஈஷிக்கொண்டிருக்கலாம். கூத்தும் குடியும் மனுஷனை எப்படி எல்லாம் கோமாளியாக்கி குரங்காட்டம் போடச் சொல்றது பார்.

நாடகமும் கூத்தும் கச்சேரிப் பாட்டுமான கிறக்கடித்துப் போடுகிற வியவகாரங்களில் ஏதாவது உனக்கு சிரத்தை ஏற்பட்டிருந்தால் மேற்படி சுகத்தை அளவோடு வச்சுக்கோ. குடி விஷயத்திலும் ஜாக்கிரதை தேவை. ஸ்திரி விஷயம் குறித்து உனக்கு புத்தி சொல்ல எனக்கு கிஞ்சித்தும் தகுதி இல்லை.

எப்படி இருக்கு இந்தப் பாதிரி ஜோடனைன்னு கேட்டான்

ஜேம்ஸ். ஓஹோன்னு தலையாட்டினேன். ஒத்தக்கை பாதிரி எக்கேடும் கெட்டுப் போகட்டும். நாளைக்கு முட்டை விற்கிற தொழில் ரகசியம் சொல்லித் தரப் போறவன் ஆச்சே.

போகலாம் வா, நேரமாச்சுது என்றபடி அவன் பாதாள ரயிலுக்குப் படியிறங்கினான்.

சரியென்று கூடப் போனேன். அவனோடு கூட பாதாள ரயில் ஏறி அரை மணி நேரம் போல் சவாரி செய்து ஏர்ள்ஸ் கோர்ட் என்ற பிரசித்தமான லண்டன் பேட்டைக்குப் போய்ச் சேர்ந்தோம். மேற்படி ரயிலிலே போக அவன்தான் காசு கொடுத்து எனக்கும் சேர்த்துச் சீட்டு வாங்கினது. திரும்பும்போது மறக்காமல் நான் பிரதியுபகாரமாக அவனுக்கும் என் காசில் சீட்டு எடுக்க வேண்டும் என்று மனதில் முடிபோட்டு வைத்துக் கொண்டேன்.

மனசு முழுக்க சிண்டும் சிடுக்குமாக எத்தனை முடி. எதுக்குப் போட்டோம் எப்போ போட்டோம், என்னத்தை உள்ளே வச்சு அடைச்சிருக்கோம்னு நினைவுகூட இல்லாம, அத்தனையையும் ஒண்ணொண்ணா அவிழ்த்து முடிக்கிறதுக்குள் ஆயுசே முடிஞ்சுடும்டா குழந்தே.

ஏர்ள்ஸ் கோர்ட்டில் இறங்கி அங்கே ஊர் முச்சூடும் மொய்க்கிற ஒரு சாராயக் கடையில் படியேறினான் ஜேம்ஸ். ஐநூறு வருஷமாக அங்கேயே இருக்கப்பட்ட பாரம்பரியம் கொண்ட கடையாம். தாத்தா குடிச்ச குவளையிலே தளும்பத் தளும்பக் குடிச்சே வம்சம் வளர்த்திருக்கான்கள். எதுக்கெல்லாம் நாலு, எட்டு தலைமுறைன்னு பெருமைப்படறதுக்கு ஒரு அளவே கிடையாது போல் இருக்கு.

நான் ஒரு குவளை பியர் மட்டும் வாங்கிக்கொண்டேன். அதுக்கும் அவன் தான் காசு எடுத்துக் கொடுத்தான். அவனும் பிராந்தி குடித்து தாகசாந்தி செய்து கொண்டான். இப்படி இன்னும் நாலு இடத்தில் விடையாறினால், இவன் நடிக்கிற நாடகம் இன்னிக்கு ஆரம்பிச்ச மாதிரிதான். ஒருவேளை ராத்திரி முழுக்க நடக்கிற தமிழ்ப் பிரதேச வள்ளித் திருமணம் நாடகம் போலவோ இதுவும்?

நேரமாச்சு என்று நான் மெல்லச் சொன்னேன்,

என்னத்துக்கோசரம் கவலைப்படறே. ராத்திரி வயிறு எக்களிக்க உண்டு பானம் பண்ணி வந்து சாவகாசமாகத்தான் திரையைத் தூக்கற வழக்கம். போய்ச் சேர்ந்து உன்னை முதல் வரிசையிலே உட்கார வைக்க வேண்டியது என் பொறுப்பு.

உற்சாகமாக என் தோளில் தட்டினான் பாழாய்ப் போன அந்த ஜேம்ஸ்.

அந்த மிடாக்குடியன் ஒரு உத்திரிணி மாத்ரம் ஆசமனீயம் பண்ணினதுபோல் அமெரிக்கையாக நடந்து வர, ஒரே ஒரு குவளை லேசான லாகிரி வஸ்துவை உள்ளே இறக்கின நானோ பரமானந்த சாகரத்தில் மூழ்கி மிதந்தபடி வந்தேன் என்பது நிஜம். வயசானால், லாகிரி லேசும் கடினமும் எல்லாம் ஒண்ணுதான். மனுஷனைப் புரட்டிப் போட்டுக் குப்புறத் தள்ளிடும் பார்த்துக்கோ.

ராத்திரியும் புகை மாதிரி மேலே கவிகிற பனியும் ஆள் ஒய்ந்த அகலமான தெருக்களும், ரெண்டு வசத்திலும் பிரம்மாண்டமாக எழும்பி வெளிச்சத்தில் மினுக்கிக்கொண்டிருக்கிற கட்டிடங்களும், அவ்வப்போது ஓடிவந்து கடந்துபோகிற சாரட் வண்டிகளுமாக ஒரு பூலோகம் கடந்த சூழ்நிலை. இந்த சுவர்க்கத்தை அனுபவிக்கவே பிறவி எடுத்திருக்கேன் என்று மனதில் ஒரு சுகமான நினைப்பு. பாதரட்சை அணிந்த கால் தரையில் பாவாமல் அலைபாய்ந்து, மனசும் லேசாகி, வாடா பறக்கலாம் என்று நைச்சியமாகச் சிரிக்கிற பிரமை.

வாயில் பாட்டு சரமாரியாக வந்தது. சாமஜ வர கமனாவும், பள்ளிக்கூடத்தில் பாதிரி படிப்பிச்ச சத்திய ஸ்வரூபன் ஏசு பிறந்தாரே பெத்லஹேமில் நித்திய ஜோதியாய் நின்று வளர்ந்தாரேயும் சுவரம் தப்பினாலும் குரல் அடங்காது பீறிட, பாடிக்கொண்டே ஜேம்ஸ் பாதிரியின் தோளைத் தாங்கிப் பிடித்தபடி நடந்தேன்.

ஒரு மாதாகோவில். பூர்வீகர்கள் ஏர்ள்ஸ் கோர்ட் சாராயக்கடை ஸ்தாபிப்பதற்கும் முன்னால், ஒரு ஏழெட்டு நூறு வருஷம்

முன்னால் ஏற்படுத்தினது போல கல் சுவரில் அங்கங்கே காட்டுச் செடி முளைத்தது. கதவு அடைச்சுப் பூட்டி வைத்திருந்தது.

இங்கே இன்னும் பிரார்த்தனை எல்லாம் நடக்கிறதா ஜேம்ஸே என்று விசாரித்தேன்.

போய்ப் பார்த்துத்தான் சொல்லணும்.

ஜேம்ஸ் என்னை மாதாகோவில் வாசலில் ஓரமாக நிறுத்தினான். உள்ளே போய் ஒரு வினாடி பிரார்த்தித்து விட்டு ஸ்ட்ராண்ட் பேட்டைக்குப் போக வேண்டியதுதான்.

ராத்திரியிலே அதுவும் லாகிரி பானம் செய்த பிற்பாடு தொழுகையா?

அட, என்னமோ தோணறது. ஞாயிற்றுக்கிழமை காலையில் அசந்து தூங்கி பிரார்த்தனைக் கூட்டம் போகிற வழக்கமே அற்றுப் போனது. இப்படி மனசு உத்தரவிடுகிறபோதாவது தொழுதுவிட்டு வந்துடறேன்.

ஒவ்வொரு மனுஷனும் ஒவ்வொரு விதம். கோவில் பூட்டி வச்சிருக்க மாட்டார்களோ? ஜேம்ஸைக் கேட்டேன். இரும்புக் கதவு வழியாகவாவது பார்த்து ஹரஹரன்னு கன்னத்தில் போட்டுக்க இதென்ன கபாலீஸ்வரன் கோவிலா?

அதெல்லாம் திறந்துதான் இருக்கும். உனக்கு எதுக்கு வீண் கவலை? நாடகம் ராத்திரி பத்து மணிக்குத் தொடக்கம் என்றான் ஜேம்ஸ் என் மனசைப் படித்த மாதிரி. அவன் ராத்திரிக்கு ஆடப்போவது இங்கிலீஷ் பாஷை வள்ளித் திருமணமே தான் போல் இருக்கு.

ஜேம்ஸ் கோவிலைச் சுற்றிப் பின்னால் நடந்தான். போகும்போது என்னைப் பார்த்துச் சொன்னான் உமக்குப் பாட வேண்டும் போல் இருந்தால் நீர் பாட்டுக்குப் பாடும். தேவகீதமாக இருக்கிற வரையில் சந்தோஷமான விஷயம்தான்.

அந்நியர் நடமாட்டத்துக்கு இடைஞ்சலாக இருக்குமே என்று சொன்னேன்.

இதெல்லாம் குருமார்கள் இருக்கப்பட்ட பிரதேசம். வாய்விட்டுப்

பாடும். யாராவது எதிர்ப்பட்டுக் கடந்து போனால் பாடும். உமக்கு ஸ்தோத்ரம் சொன்னால் பாடும். ஒரே நிமிஷம்தான். போனேன் வந்தேன்னு வந்துடறேன்.

அவன் மெல்ல நாலு திசையும் பார்த்தபடி உள்ளே போனான். ராத்திரி வெளிச்சமும் இருட்டும் மாறி மாறி விளையாட்டுக் காட்டுகிற கோவில் உள்பாதையில் அந்த ஒற்றைக்கை பாதிரி மெல்ல நடக்கிறது பார்க்க நூதனமாக இருந்தது.

நான் விட்ட இடத்தில் இருந்து சாமஜ வரகமனாவைப் பாட ஆரம்பித்தேன். கூடவே சுவர்க்கோழியும் சுருதி பேதமாக இரைய ஆரம்பித்ததால் நிறுத்தினேன். தூரத்தில் பிக்பென் சத்தமாக முழங்கினது காதில் விழுந்தது. ஒற்றை மணி. எட்டரையோ ஒன்பதரையோ தெரியலை.

ஜேம்ஸ் மாதாகோவில் உள்ளே இருந்து ஓட்டமும் நடையுமாக வந்தான். போகலாம் வா என்றபடி அவன் மூட்டையைக் கைமாற்றினான். ஒரு நிமிஷம் பிடிச்சுக்கோ. இடுப்பு வாரை இறுகக் கட்டிக்கறேன் என்றான். பொணம் கனம் கனத்தது அந்த மூட்டை. எல்லாம் ஒப்பனை பண்ணிக்கற சாதனங்களும் வேறே உடுப்புகளுமாம்.

நாடகக் கொட்டகை பக்கம் இருந்த வைக்கோல் சந்தைப்பேட்டை சந்துக்குப் போய்ச் சேர்ந்தபோது ரெண்டு தாணாக்காரர்கள் என்னைத் தடுத்து நிறுத்தி மூட்டையில் என்ன இருக்கு என்று விசாரித்தார்கள். ஜேம்ஸ் கொடுத்த மூட்டையை இன்னும் நானே சுமந்துகொண்டு வந்திருக்கிறேன் என்பது அப்போது தான் போதமானது.

தான் பாதிரி மற்றும் உதிரி வேஷங்களில் நடிப்பதாகவும், ஒற்றைக் கையோடு ஒப்பனைக்கான ஜாமான்களைச் சுமந்து போக கஷ்டமாக இருப்பதால் அவனுக்கு சிநேகிதனான நான் கூடவே அதை எல்லாம் தூக்கிக்கொண்டு வருவதாகவும் சொன்னபோது நானும் பலமாக ஆமோதித்தேன். தாணாக்காரர்கள் விலகிப் போனார்கள். அர்த்தராத்திரிக்கு ஒரு நாழிகை முன்னால் ஜேம்ஸுக்கு அடைப்பக்காரன் என்று அடையாளம் கிடைக்க என்ன கொடுத்து வச்சிருந்தேனோ.

கொட்டகையில் நுழைந்தபோது முதல் மணி அடித்திருந்தது.

ஜேம்ஸ் ரொம்பத் தாமதம் நீ. ரெண்டாம் சீன்லே கூட்டத்துலே முன்வரிசையிலே நிக்கணும். எதுக்கு பாதிரியார் குப்பாயம்? தப்பாப் போட்டுக்கிட்டு வந்திட்டியா? யுத்தத்திலே கைபோன ரோமானியப் போர்வீரன் வேஷம் ஆச்சே.

யாரோ சடசடவென்று அவனுடைய பாதிரி குப்பாயத்தை அவிழ்த்து அவன் உள்ளே தரித்த கோவணாதிகளோடு நிற்க ராணுவ வீரன் உடுப்பை மாட்டினார்கள். நான் பாதிரி குப்பாயத்தை கவனமாகச் சுருட்டி என் தோளில் தொங்கின பையில் வைத்தேன். அதில் நங்கென்று கை இடிக்க ஏதோ உலோக வஸ்து. ரோமாபுரி வீரன் சாராயம் குடிக்கிற கோப்பையாக இருக்குமோ என்னமோ.

முதல் வரிசை, ரெண்டாம் வரிசை எல்லாம் நிறைந்து கிடந்ததால் நான் கடைசி வரிசையில்தான் உட்கார்ந்தேன்.

ஒரு எழவும் புரியலை. ஆட்டமும் பாட்டும் சுவாரசியமாக இருந்தது வாஸ்தவம்தான். கதை புரிந்தால் இன்னும் ரசமாக இருக்குமே?

அது சரி, காசு கொடுத்தா இதையெல்லாம் பார்த்து சந்தோஷப்பட வந்திருக்கிறேன்? இனாமாகக் கிடைத்ததுக்கு இதுவே ஜாஸ்தி இல்லையோ.

ஆமா, மேடையில் ஜேம்ஸ் எங்கே? ஊஹூம் ஆளையே காணோம். கடைசியில் நாடகம் முடிந்து படுதாவை இறக்க நாலு நிமிஷம் முந்தி யுத்தத்தில் அடிபட்ட படைவீரர்கள் பரிதாபமாகப் பாடிக்கொண்டு போகிற காட்சி.

சொல்லப்போனால் மகா யுத்தத்தில் அடிபட்ட நான் கூட அந்தக் கூட்டத்தில் போக வேணும். இன்னும் நன்றாகவும் பாடுவேன். சாமஜ வரகமனா, ஹிந்தோளத்தில்.

முட்டை வியாபாரம் விருத்தியாகட்டும். நாடகம் எதுக்கு?

கூட்டத்தில் கடைசியாக ஜேம்ஸும் போவதைக் கண்டு புளகாங்கிதமடைந்து அதி உச்சத்தில் கரகோஷம் செய்தேன்.

பக்கத்தில் இருந்தவர்கள் என்னை விநோதமாகப் பார்த்தார்கள். அவங்களுக்கு என்ன போச்சு?

நாடகம் முடிந்து ரோமாபுரி வீரன் உடுப்பை உள்ளேயே வைத்து களைந்துவிட்டு திரைக்குப் பின்னால் இருந்து எட்டிப் பார்த்து என்னைக் கூப்பிட்டான் ஜேம்ஸ். அவனுடைய பையில் முன்வசத்தில் ஒரு திறப்பில் வைத்திருந்த கால்சராயையும் குப்பாயத்தையும் மாட்டிக் கொண்டு வா கிளம்பலாம் என்றான்,

நாடகம் பார்க்க வந்து போகிறவர்கள் சாரட் வண்டிகளில் ஏறிப் போய்க் கொண்டிருந்தார்கள்.

அதில் ஒரு வண்டியில் மேனி கறுத்த ஒரு மேடம் வீற்றிருந்தாள். கூடவே உயர் உத்யோகஸ்தனான ராணுவக்காரன் என்று தோன்றும் மீசையும் கண்ணும் உசரமான தொப்பியுமாக ஒரு வெள்ளைக்காரன் ராஜமுழி விழித்துக்கொண்டு போனான். மேஜராக இருப்பானோ அல்லது ஜெனரலோ. நிச்சயம் லங்கர் கமாண்டர் இல்லை. அது என் போல சமையல்காரர்களைக் கட்டி மேய்க்கிற பணி.

பீட்டர், இந்தச் சால்வையைப் போர்த்திக்கோ, குளிர் ஜாஸ்தி

மேடம் சொன்னதை அந்த மேஜர் லட்சியமே பண்ணாமல் புன்முறுவல் பூக்க வண்டி நகர்ந்தது.

என் வாடிக்கைக்காரங்கதான். கென்சிங்க்டன் பக்கம் இருக்கப்பட்டவங்க. என் பெண்டாட்டி மரியா இவங்க வீட்டுலேதான் கல்யாணத்துக்கு முந்தி வேலை பார்த்தா.

நான் வெறுமனே கேட்டுக்கொண்டே நடந்தேன்.

பரம்பரைப் பணக்காரன்னு நான் சொல்லி உனக்குப் புரிய வைக்க வேண்டியதில்லை. நாளைக்கு ஞாயித்துக் கிழமை ஆச்சே. இவங்க வீட்டுலே முட்டையும் பாலாடைக் கட்டியும் கொண்டு போய்த் தரணும். இவங்க மட்டுமில்லே, தெருவிலே இருக்கப்பட்ட எல்லா டெரஸ் அவுசுக்கும் தான்.

ஜேம்ஸ் நடந்தபடி சொன்னான். நான் கனமான அவன் மூட்டையை இன்னும் சுமந்துகொண்டு வந்தேன்.

டெரஸ் அவுஸ் என்னாக்க என்ன ஜேம்ஸே?

நீதான் நாளைக்குக் கூட வரும்போது பார்க்கப் போறியே?

ஜேம்ஸ் சிரிச்சான். காலையிலே எட்டு மணிக்குத் தயாரா இரு.

கடன்காரனுக்கு நூறாயுசு. ஜேம்ஸ் வந்துண்டிருக்கான். அவனோடு போய்ட்டு வந்து மிச்சத்தை எழுதறேண்டா வைத்தாஸே.

அத்தியாயம் எழுபத்தெட்டு

1916 ஜனவரி 30 ராட்சச வருஷம் தை 17 ஞாயிற்றுக்கிழமை

வைத்தாஸே, ரெண்டு வாரம் இடைவெளி விட்டு இதை உனக்கு எழுதறேன். எழுதாட்ட என்ன? சதா உன் நினைப்பு தான்.

பிள்ளைகள் எல்லாம் வளர்ந்து, நல்ல நல்ல கலாசாலைகளிலே படிச்சு புத்தியோடு சர்க்கார் உத்யோகத்தில் உட்காரணும். அதுகள் கல்யாணமும் கழிந்து குடும்பத்தோடு கூடி இருக்கணும். எல்லாத்தையும் பார்த்து அனுபவிச்சபடி, வீட்டுத் திண்ணையில் உட்கார்ந்து அப்பன்காரன் ஹாலாஸ்ய மகாத்மியத்தைப் படிச்சு ஒப்பேத்திண்டு கிடக்கணும். அந்த வயசாயிடுத்து எனக்கு. ஆனா, நான் லண்டன் பட்டணத்துலே பிச்சை எடுத்தபடி இருக்கேன். ஒத்தைக் கை வெள்ளைக்காரனோடு கூட்டு வச்சு, கோழி முட்டை விக்கக் கிளம்பியிருக்கேன்.

உன்னை நாலெழுத்து படிக்க வைக்க, இதே லண்டனுக்கு அனுப்பி சகல விஷய ஞானமும் அடையப் பெற்ற புத்திமானாக்க என்னாலே முடியலே. குடிச்சு, குட்டிகள் பின்னாடி வாடை பிடிச்சுப் போய் அழிஞ்சுடாதேடா வைத்தாஸே. தெரிஞ்ச விவசாயத்தை, சர்க்கரை பண்ற தொழிலை கிரமமாப் பார்த்து க்ஷேமமா இருடா குழந்தே.

கருப்போ, வெள்ளையோ, தமிழச்சி, தெலுங்கச்சியோ, நல்ல பொண்ணா பாத்து கல்யாணம் பண்ணிக்கோ. அவளுக்குப் புருஷன் இருக்கான்னா வேண்டாம், விட்டுத் தொலை. வேறே பொண்ணு கிடைக்காமலா போயிடுவா இந்த லோகத்திலே?

ரெண்டு வாரமா கூட்டு வியாபாரத்திலே படு மும்முரம். பிச்சை எடுக்கப் போற நேரத்தைக் கூடக் குறைச்சு, தினமும்னு இல்லாமல் வாரத்துக்கு மூணு நாள் மட்டும் ஆக்கிட்டேன். அதுவும் இல்லாம இருக்கலாம் தான். ஆனா, பழக்கம் விட்டுப் போனா, அப்புறம் புதுசா ஆரம்பிக்கும்போது நெளிவு சுளிவு, லாகவம் எல்லாம் திரும்பக் கைவராது.

ஜேம்ஸோடு கூட கோவண்ட் கார்டனுக்குப் போகிற போதே அங்கே எப்படி யார் கிட்டே என்ன மாதிரி பேரம் பேசி காய்கறியும், பழமும், முட்டையும் மத்ததும் வாங்கணும்னு புரிஞ்சது. எங்கே இருந்தா என்ன, மேல் தோல் என்ன நிறமா இருந்தா என்ன? மனுஷன் எங்கேயும் ஒண்ணுதான். அவனை உசந்தவனாகச் சொன்னா மயங்கறது, வாசாலகமா பேசினா அதிக யோஜனையில்லாம சொன்னதுக்கு உடன்படறது, அங்கங்கே கெட்ட வார்த்தை பிரயோகங்கள், மதுபானக் கடைக்குக் கூட்டிப் போறதா வாக்குதத்தம் கொடுக்கற தந்திரம். இதெல்லாம் பண்டம் கொள்முதல் பண்ண, அதுவும் பணத்தை முழுசாகக் கொடுக்காமல் பாதிக்கு மேல் நிலுவை வைச்சுட்டு வாங்கிப் போக ரொம்ப உதவி.

கொள்முதல் பண்ற கேரட்டோ, ஆப்பிள் பழமோ கொஞ்சம் முன்னே பின்னே இருந்தாலும் முகத்தைத் திருப்பிண்டு அடுத்த கடைக்குப் போயிட்டா இவன் விரோதியாகிடுவான். சாமர்த்தியம் எதுலே இருக்குன்னா, அவனையே விட்டு அடுத்த கடையிலே வாங்கி நமக்குத் தர வைக்கறதுலேதான். இந்த மொத்த வியாபாரிகள் எல்லாம் பங்காளிகள், பந்துக்கள். வியாபாரத்தை நாம மாத்தினாத்தான் பிடிக்காது. அவங்களுக்குள்ளே அது சகஜமா நடக்கும். வடக்கிலே இருந்து மெட்ராஸ் வந்து சௌகார்பேட்டையிலே ஜாகை ஏற்படுத்தி, அடகு பிடிக்கிற வியாபாரம் செய்யற சேட்டுகள்லே இருந்து, கோவண்ட் கார்டன்லே கருவாடு விக்கறவன் வரைக்கும்

இதான் உலகத்தோட நியதி.

கோவண்ட் கார்டன்லே ஏது கருவாடுன்னு கேக்கறியா? பேஷாக் கிடைக்குமே. இங்கே கிப்பர்னு சொல்றா. நீள நீளமா மீனை காடித் தண்ணியும் உப்பும் தேச்சு முழுக்காட்டி சுக்கா காய வச்சு காலங்கார்த்தாலே ஆகாரமா இங்கே இருக்கற பிரஹஸ்பதிகள் ரசிச்சுச் சாப்பிடுற வழக்கமாம். அதுவும் கென்சிங்டன் டெரஸ் ஹவுஸ் லட்சாதிபதி பிரபுக்கள் ரொட்டியைக் கொடுக்காட்டாலும் பரவாயில்லே, எங்கேடா கிப்பர்னு ஜேம்ஸ் போய் நின்னதுமே வாசலுக்கு வந்துடுவாங்களாம்.

சாரட் வண்டியை ஒத்தைக் கையாலேயே வெகு அழகா ஓட்டிப் போனான் ஜேம்ஸ். பின்னாடி மூட்டை முடிச்சோடு பொதி மாதிரி நானும் காலை மடிச்சு வண்டிக்குள்ளே உட்கார்ந்திருந்தேன்.

கொஞ்சம் பொறுத்துக்கோ. காலை நீட்டி நிக்கறதுக்கு இடம் வந்துடும். இப்படி உட்கார்றதுன்னு நரக வேதனை. இல்லேன்னா நீ வண்டியோட ஓடி வரணும். அது இன்னும் கொடுமை.

பஞ்சமா பாதகம் புரிந்த குற்ற போதத்தோடு சொன்னான் ஜேம்ஸ்.

பாவம், அவனுக்கு என் பூர்வோத்ரம் ஒண்ணும் தெரியாதே. நம்ம பக்கத்திலே, சரி, வைத்தாஸே உனக்கும் அது எல்லாம் அனுபவப்பட வாய்க்கலே, பரத கண்டத்திலே முக்கியமா மதராஸ் பட்டணம் சுற்று வட்டாரத்திலேயும், தெற்கு திசையிலே ராமேசுவரம், தனுஷ்கோடி போற வரைக்கும் வண்டிக்குள்ளே காலை மடிச்சு சம்மணம் கொட்டி உக்காந்துண்டு போறதுதான் வழக்கம். இதுலே ஊறின எனக்கு கருவாட்டு மூட்டையோட மூட்டையா மூச்சைப் பிடிச்சுண்டு போறதிலே என்ன சங்கடம் இருக்கப் போறது?

வண்டி நானாவித வாடையையும் கிளப்பிண்டு முன்னாடி போன மணியமா இருக்கு. இதிலே நல்லதா ரோஜாப்பூ வாடையும் சேர்த்தி. ஒரு கூடை நிறைய ரோஜாப்பூ கொத்தா எடுத்து சாட்டின் ரிப்பனை வச்சுக் கட்டி நாலைஞ்சு செண்டு, அப்புறமா, ரோஜாவும் மஞ்சள் அரளியும் கலந்து பிரிமணை

மாதிரி பெரிய சைசுலே கட்டின நாலைஞ்சு வடம்.

என்னத்துக்குடா ஜேம்ஸே இதெல்லாம்? இந்த மகா பட்டணத்து சீமாட்டிகளைப் பார்த்தா ஒண்ணும் தலையிலே புஷ்பாலங்காரத்தோட உலாத்தற மாதிரி தெரியலியேன்னு கேட்டேன். ஓய் ரெட்டி, இதெல்லாம் தலையிலே தூக்கி வச்சுக்க அவங்க என்ன உன் அட்டைக்கரி ஆப்பிரிக்கா ஊர்ப் பொண்ணுங்க மாதிரி பொறந்த மேனிக்கே திரியற வர்க்கமா என்னன்னு கேட்டான் ஜேம்ஸ்.

அட குரங்கே, ஆப்பிரிக்காவுலேயும் பூ வைச்சுக்கறது ஸ்திரி வழக்கம் இல்லேடான்னேன். இந்தியாவுலே வச்சுப்பாளாம். அதுவும் தெற்கு பக்கம் சகஜமாம். எங்க தாத்தா ஆப்பிரிக்காவுக்கு அங்கே இருந்து வந்ததாலே எனக்கு இதெல்லாம் கதாரூபத்துலே சொல்லியிருக்கார்னு நிறைய பொய்யை விளம்பி அடிச்சு விட்டேன்.

என்ன பண்ணச் சொல்றே? ஓட்டை வாய் நமக்கு. நான் ஆப்பிரிக்கா இல்லே, மெட்ராஸ்லே இருந்து வந்தேன்னு ஆரம்பிச்சா, கென்சிங்க்டன் போய்ச் சேர்றதுக்குள்ளே திருக்கழுக்குன்றத்துக்கு இதேபடிக்கு ஒரு வண்டியிலே போய் ரெட்டியக் கன்யகை மேலே காமத்தோட அவ எச்சில் உண்ட வரைக்கும் சொல்லி முடிச்சுடுவேன். அப்புறம் காராகிருஹ பிரவேசம்தான். ஒத்தைக் கையனுக்கு என்னத்துக்கு என் பழைய கதையும் மத்ததும் சொல்லு. உனக்கே நான் சொல்லலே

ஒரு வழியா காலை ஒன்பது மணி சுமாருக்கு கென்சிங்க்டன் வந்து சேர்ந்தோம். அதுக்கு முந்தி நைட்ஸ்பிரிட்ஜ்லே வண்டியை சித்தப்போல நிறுத்தினான் ஜேம்ஸ்.

இறங்குய்யா ரெட்டின்னு என்னையும் இறங்கச் சொன்னான். இடம், ஜாகை, மனுஷா ஒரு எழவும் புரியலை. அந்தப் பூவடத்தை எல்லாம் கொஞ்சம் எடுத்துக் கொடுக்கறீரான்னு கேட்டான். எதுக்குடா வெள்ளைப் பன்னின்னு விசாரித்தேன்.

ராணியம்மா விடிகாலையிலே ரொட்டி சாப்பிட நீயும் என்னோட வந்து தீனிமேஜைக்கு முன்னாடி உட்காரேன்னு கூப்பிட்டனுப்பின மாதிரி இருபது முப்பது பேர் ரொம்ப

தோரணையா உடுத்தி, கழுத்துப் பட்டியும் அதுவுமா திரிஞ்சிண்டிருந்தாங்க. ஒண்ணரை ஆள் மட்டத்துக்கு வெகு உசரமா நாலு வெள்ளைக் குதிரைகள் வீட்டு வாசல்லே தேமேன்னு புல்லை மேஞ்சுண்டு லத்தி போட்டபடி நின்னதுகள். மூசு மூசுன்னு அழுதுட்டு, வெல்வெட் கைக்குட்டையிலே மூக்கைச் சிந்தியபடிக்கு வெள்ளைக்காரி தடிச்சிகள் நிறையப் பேர் இலக்கே இல்லாம சுத்திச் சுத்தி வந்துண்டிருந்தாள்கள். கருப்பு அங்கியும் தலையிலே முழ நீளத்துக்குத் தொப்பியுமா சர்ச் விகாரி எல்லாரும் ஒழிஞ்சு போங்கடான்னு அலுப்போடு ஒரு ஓரமா நின்ன படிக்கு இடுப்பைக் குனிஞ்சு குனிஞ்சு அடிக்கடி பார்த்துண்டு இருந்தார். அதது அததுக்கான இடத்துலே தானே இருக்கப்போறது இவர் எதுக்கு அவஸ்தைப் பட்டு பரிசோதிச்சுக்கணும்னு பட்டது. அவர் பார்வை செயின்லே கோர்த்து இடுப்பிலே கட்டின கடியாரத்துலே மணி பார்க்கவாம்.

ஜேம்ஸே ரீத்து எல்லாம் கொண்டு வந்தாச்சா?

கோவில் பிரசங்கியார்னு தோணின ஒருத்தர் ஜேம்ஸை விசாரிக்க, ஓ ஆச்சேன்னு நம்ம பயல் குஷியோடு சொன்னான். நான் அவனோட உள்ளே நுழைஞ்ச போதுதான் அங்கே வச்சிருந்த சவப் பெட்டியைப் பார்த்தேன்.

வரிசையா ஏத்தின மெழுகுவர்த்தியும், நீள விரிச்ச வெள்ளைத் துணியும் நடுவிலே பெட்டியும், பொணக் களையைக் குறையாம அப்பினது. சமாதிக்குன்னே தயார் செஞ்சு விக்கற சாவு வாடை அடிக்கற வாசனை திரவிய தைலக்குப்பி மேஜை மேலே திறந்து கிடந்தது. தலையிலே கறுப்புத் துண்டும் நீலத் துண்டும் கட்டி முடியை மறைச்சபடி நிக்கற பெண்டுகள் பாடுறது ஒப்பாரியா, ஸ்தோத்திரமான்னு கண்டுபிடிக்க முடியலே. கோஷ்டி கானத்திலே அந்த இடமே கலகலப்பா இருந்தது. பெட்டியிலே நீட்டி நிமிர்ந்து ஒரு வயசனைப் படுக்க வச்சிருந்தா. பிஷப்பாம். மூக்குக் கண்ணாடியையும் மாட்டி கிடத்தியிருந்தா. எதுக்கோ.

எல்லா பூவட்டையும் அடுக்கி வச்சுட்டு வெளியே வந்தேன். பொணத்துக்கு பூவைத் தலையிலேயா சூட்டி விட முடியும்? எங்க ஊர்னா, ஜோரா மாலை மரியாதையோட மயானத்துக்கு

அனுப்பி இருப்பா. அதுவும் கோவில் குருக்கள் வகையறான்னா கோவில் மடைப்பள்ளியிலே இருந்தே எருமுட்டையிலே அக்னி எடுத்து வந்து சுடுகாட்டுலே எரிக்க அதுலே இருந்து கொளுத்திக்கற வழக்கம். இங்கே அதெல்லாம் என்ன கண்றாவிக்காக மனசுலே நினைப்பா வந்து பிடுங்கணும் போ.

ஆளுக்கு ஒரு புஷ்ப சக்கரத்தை பிஷப் காலடியிலே வச்சு ஞாபகமா அதிலே அவங்க அவங்க பெயரையும் கட்டைப் பேனாவாலே ஒரு காகிதத்துலே எழுதி வச்சதைப் பார்த்தேன். குழிக்குள்ளே இறக்கினதும் சாவகாசமா அந்தப் புண்ணியாத்மா பெட்டிக்குள்ளே நீட்டி நிமிர்ந்து உக்கார்ந்து யார்யார் புஷ்ப சக்கரம் சாத்தினான்னு பட்டியல் போட்டு அவா நித்திய ஜீவிதத்துக்காக மன்னாடுமா என்னன்னு தெரியலை. ஆனா ஒண்ணு தெரிஞ்சது. நாலஞ்சு ரோஜாப்பூ, பீக்காட்டுலே பறிச்ச மஞ்சப் பூ, ஊதாப்பூ இப்படிக் கலந்து கட்டியா கட்ட வச்சு நம்ம ஜேம்ஸ் தடியன் கோவண்ட் கார்டன்லே வாங்கின பூவட்டம் ஒண்ணொண்ணும் முப்பது பென்ஸ், எல்லாத்தையும் சேர்த்து மதிப்பு போட்டாலும் ஒரு பவுண்டு ஒண்ணரை பவுண்டுதான் வரும். அவனோ, இங்கே இதையெல்லாம் வித்த வகையிலே கிட்டத்தட்ட இருபது பவுண்டு பார்த்திருப்பான். முழுத் திருடன்.

பிஷப் இப்படி சட்டுனு போவார்னு தெரியாமப் போச்சு. அவர் இருக்கறபோதே கல்யாணம் நடத்திக்க மனுப் போட்டிருந்தேன். கல்யாணப் பிரசங்கம் செய்யறதிலேயும், ஞாயித்துக்கிழமை பாவமன்னிப்பு பிரசங்கத்திலேயும் அவரை அடிச்சுக்க இங்கே லண்டன் தொடங்கி ஸ்காட்லாந்துலே எடின்பரோ, கிளாஸ்கோ வரைக்கும் ஒரு கொம்பனும் உண்டா என்ன?

யாரோ வயசன் வாசல்லே நின்னு போய்ச் சேர்ந்த ஆத்மாவோட பிரதாபங்களை எடுத்து விட்டுண்டு இருக்கான். கேட்டபடி நிறையப் பேர் அடுத்த முறை தேத்தண்ணி எப்படா வரும்னு அங்கேயும் இங்கேயும் பார்த்தபடி நிக்கறாங்க. நான் மனசுலே பூக் கணக்குப் போட்டபடி, இந்த வட்டத்தை கோவண்ட் கார்டன்லே போய் வாங்காமே நாமளே பொட்டக்காட்டுலே அலைஞ்சு பறிச்சுண்டு வந்து வட்டமாவோ சதுரமாவோ இந்தப்

புடுங்கிகள் கேட்டபடிக்கு ஆக்கிக் கொடுத்தா காசு கலகலன்னு கொட்டுமேன்னு மனசுலே கணக்குப் போட்டபடிக்கு நின்னேன்.

டவர் பிரிட்ஜ் சர்ச் பூஜா வஸ்துக்கள் கொள்ளை போன அதிர்ச்சியிலேதான் பிஷப் இவ்வளவு சீக்கிரம் மரிச்சது. அந்த சர்ச் அவருக்கு குழந்தையா இருந்தபோதிலிருந்து பழக்கம். அம்மா அப்பாவோடு ஞாயித்துக்கிழமை பிரசங்கம் கேட்க வந்து மண்டி போட்டபடிக்கு தொரதொரன்னு மூத்திரம் போன காலத்துலே இருந்து அவருக்கு உசிரு. சின்ன வயசுலே கத்தோலிக்கரா இருந்து நினைவு தெரிஞ்ச காலத்துலே புராட்டஸ்டண்டா மாறினாலும் அந்தக் கோவில் மேலே அபிமானம் மாறாம இருந்தாராம். தொடச்சு வச்ச மாதிரி பூஜா பாத்திரங்களை எல்லாம் எவனோ தேவிடியாளுக்குப் பொறந்தவன் எடுத்துண்டு போய்ட்டானாம் முந்தின ராத்திரி.

சதா ஓரமா ஒதுங்கி மரத்தடியிலே ஒண்ணுக்குப் போய்ட்டு வந்துட்டு இருந்த இன்னொரு வயசன் சொன்னான்.

சவப்பெட்டிக்குள்ளே அற்ப சங்கைக்கான சவுகரியம் எல்லாம் இருக்கோன்னு கேட்க நினைச்சேன். நமக்கெதுக்கு ஊர்வம்பு? நாராயணா நாராயணா நாரைக் கொண்டாடான்னா இந்தான்னு வாழை நாரு. உன் பொண்டாட்டிக்குத் தாலி கட்ட பூவைக் கொண்டாடான்னா இந்தாடான்னு ஜவந்திப் பூவுன்னு எடுத்து நீட்டணும். எம் பொண்டாட்டிக்குத்தான் அவன் தாலி கட்டணுமாங்கற கேள்வியைக் காசை வாங்கி ஜேபியிலே போட்டுண்ட பிற்பாடு கேட்கலாம். என்ன சொல்றே?

சரி போகலாம்னான் ஜேம்ஸ். அவன் முகத்திலே முழுத் திருப்தி. தினசரி இப்படி சர்ச் காரியஸ்தர்கள் யாராவது கர்த்தரில் துயில் கொள்ளக் கிளம்பினா, அதான், மூச்சு விட மறந்து போனா, ஊர்க்காட்டு பூவுக்கெல்லாம் கொண்டாட்டம். ஜேம்ஸ் கையிலே காசு புழக்கமும் அதிகமா இருக்கக் கூடும். அடுத்த ஞாயித்துக்கிழமை பிரார்த்தனையிலே புதுசா வந்த பிஷப்போ விகாரியோ பொட்டுனு போகணும்னு வேண்டிக்கச் சொன்னா சரின்னு சொல்லிடுவான் அவன்.

ஜேம்ஸே தெரியுமா, நம்ம டவர் பிரிட்ஜ் சர்ச்லே இருக்கப்பட்ட

வெள்ளிப் பாத்திரம் தங்கப் பாத்திரம் எல்லாத்தையும் எவனோ அள்ளிண்டு போய்ட்டானாம்.

வண்டி கிளம்பி கென்சிங்டன் பக்கமா ஓட ஆரம்பிச்ச போது நான் சொன்னேன். தகவல்தான். பிரியம், துக்கம், ஏமாற்றம், ஆனந்தம், சோகம்னு வேறே பகிர்ந்துக்க ஏதும் இல்லாட்ட நாம பகிர்ந்துகொள்ள நாலு புகையிலை சுத்தின சிகரெட், ஒண்ணுத்துக்கும் பிரயோஜனமாகாத தகவல் இதெல்லாம் தான் இருக்கு.

இதுக்குத்தானே ராத்திரியோட ராத்திரியா கண் முழிச்சு உக்கார்ந்து நியூஸ் பேப்பர் அடிச்சு காலையிலே பத்து பென்சுக்கு விக்க அனுப்பறான் பேப்பர்காரன்? பூவட்டம் பண்ணி துக்கத்தை காசாக்கற மாதிரி அதுவும் திரிசமனான வியாபாரம் இல்லாம என்ன? இதெல்லாம் பண்றதுக்கு, விக்டோரியா டெர்மினல் வாசல்லே தொப்பியை கவுத்தி வச்சு உக்காந்து, துரைகளே துரைசானிகளே, ஏழைக் கருப்பனுக்கு ஒரு பென்ஸ் தானம் பண்ணிட்டு ரெடியா சொர்க்கத்துக்குப் போங்கோ. ராத்திரி சம்போகம் பண்ணிட்டு குளிக்காம புறப்பட்டிருந்தாலும் பரவாயில்லேன்னு கூவியழைச்சுக் காசு தண்டறது நேரான தொழில் இல்லையோ?

ஜேம்ஸ் சிரிச்சான். ஓய் ரெட்டி, தங்கப் பாத்திரம்னா சொன்னீர்? சர்ச்சிலே ஏதுய்யா தங்கமும் மண்ணும்? அழுக்கு வெள்ளிதான் அத்தனையும்.

அவன் வண்டியை நிறுத்தின இடம் ராஜ வம்சம் தலைமுறை தலைமுறையா இருக்கப்பட்ட, கன கம்பீரமான கட்டிடங்கள் உயர்ந்து நிக்கற பிரதேசம். இங்கே எல்லாம் யாரும் சாக மாட்டாங்க. பூ வட்டம் தேவையில்லாத இடம். காசு இருந்தா சாவு எதுக்கு வந்து தலையை நுழைக்கப் போறது?

ரெட்டி, முட்டை அடைச்ச பெட்டியை எடும். காய்கறி தனியா எடுத்து மரக் குடுக்கையிலே போட்டு வச்சிருக்கேனே அதையும் சேர்த்து ஜாக்கிரதையா தூக்கிண்டு என் பின்னாடியே வாரும்.

ஒத்தக்கையன் படியேற அந்த மலையாளச்சி துரைசாணி வாசல்லே நிக்கறா.

அத்தியாயம் எழுபத்தொன்பது

1916 ஜனவரி 30 ராட்சச வருஷம் தை 17 ஞாயிற்றுக்கிழமை

குட்மார்னிங் மேடம்.

தொப்பியைக் கழற்றிக் கையில் மரியாதையாகப் பிடித்துக் கொண்டு குனிந்து கும்பிடு போட்டான் ஜேம்ஸ். நானும் அந்த துரைசாணிக்கு அபிவாதயே சொல்லாத குறையாக எண்சாணும் ஒரு சாணாகக் குறுக ஒரு அவசர நமஸ்காரம் செய்தேன்.

திருவாளர் மக்கென்ஸி உன் மேல் வெகு கோபமாக இருக்கிறார் என்று தெரியுமா?

ஜேம்ஸை பாதி சிரிப்பும் பாதி கண்டிப்புமாக விசாரித்தாள் துரைசாணி. அவள் என்னை யாரென்று லட்சியம் கூடச் செய்யவில்லை.

எஜமானியம்மா, இந்த ஏழை மேல் என்னத்துக்காக தெய்வங்கள் கோபப் படவேணும்? அதைத் தயவாகத் தெரிவிக்க வேணுமே.

இப்படிக்குக் குழைந்தான் ஜேம்ஸ்.

அதற்குள், வாயில் உறையூர் சுருட்டோ என்னமோ பிடித்து குப் குப்பென்று புகை வலித்தபடி வீட்டு எஜமானர் வாசலுக்கு வந்து விட்டார். ராத்திரி உடுத்த அங்கியிலேயே காலை விடிந்து பத்து மணிக்கும் இருக்கிற கோலம் அவர் முழுக்க ஓய்வு எடுத்துக் கொண்டு இருக்கிறார் என்பதைச் சொன்னது. தெய்வ துல்யரான அந்த வெள்ளைக்காரருக்கும் ஒரு வந்தனத்தைச் செய்து வைத்தேன்.

கிப்பர் தானே, என் குலம் வாழ வைக்கிற எஜமானே, உங்களுக்காக அங்கே இங்கே அலைந்து திரிந்து நல்ல ஐரிஷ் சரக்காக வாங்கி வந்ததில் தான் நேரம் சுணங்கி விட்டது போலிருக்கு. பெரிய மனசு பண்ணி அதை மன்னிக்கணும்.

ஜேம்ஸ் கையில் தொப்பியோடு நின்றபடிக்கே மன்றாட துரை சிரிக்க ஆரம்பித்து விட்டான். அவன் குஷியான மனோநிலையில்தான் இருந்திருக்கிறான் போல. வீட்டுக்காரி வேலை மெனக்கெட்டு ஜேம்ஸை அநியாயத்துக்கு மிரட்டிவிட்டு உள்ளே போயிருக்கிறாள். பணம். அது பேசும்போது, மிரட்டும்போது, அரையில் உதைக்கும்போது ஒன்றும் செய்ய முடியாது. வேறே யாரையாவது பீஜத்தை நெருக்கி இம்சைப் படுத்த நம்மிடமும் நாலு காசு சேரும்போது வேண்டுமானால் இதுக்கெல்லாம் பதில் சொல்லலாம். செய்து காட்டலாம். போறது போ வைத்தாஸே.

போன வாரம் நீ வந்தபோதே சொன்னேனே ஜேம்ஸ். இன்னிக்கு எனக்குக் கல்யாணம் ஆன தினம். பூச்செண்டு கொண்டு வான்னு சொல்லி விட்டேனே?

துரை கேட்க, ஒத்தைக் கையன் என்னைப் பார்த்து இரைந்தான் ஓய் ரெட்டி, பூவை எல்லாம் எடுத்து வரச் சொன்னேனே மறந்து விட்டீரா? உமக்கு பொறுப்பே இல்லை. எல்லாத்தையும் நானே கவனித்துச் செய்யணும். தப்பு பண்ணிட்டேன்.

அவன் கண்காட்ட, அவனுக்கு எடுபிடியாக நான் வெகு சிரத்தையாக நடித்து சாரட்டுக்கு நெட்டோட்டம் ஓடி பூச்செண்டுகளை எடுக்கும்போது என் வாடை பழக்கமில்லாத

குதிரை ஒன்று பெரிதாகக் கனைத்தது. ஜேம்ஸ் ஒற்றைக் கையால் அதை ஆதரவாகத் தடவிக்கொண்டே கல்யாண தின வாழ்த்துகள் எஜமானி என்றான். வாசலுக்குத் திரும்ப வந்த எஜமானி எங்களை உள்ளே வரச் சொன்னாள்.

வந்த விருந்தினர்களை உட்கார வைத்து உபசரித்துப் பேசி அனுப்பும் பெரிய அறை அது. மூலையில் ஒரு நிமிடம் பார்க்க எனக்கு ஏகத்துக்கு ஆச்சரியம். இடது பதம் தூக்கி நடனமாடுகிற நடராஜ மூர்த்தி செம்பிலோ பித்தளையிலோ சிலாரூபமாக அங்கே ஆடிக் கொண்டிருந்தார். பக்கத்திலேயே பஞ்ச முக குத்துவிளக்குகள் ரெண்டு அலங்காரமாக உட்கார்ந்திருந்தன. ஏற்றித்தான் வைக்கலை.

நான் கிச்சிலிப் பழக் கூடையையும், ஆப்பிள் பழக் கூடையையும் எடுத்துக் கொண்டு பூக்கூடையோடு சமையல்கட்டில் போய் இறக்கி வைக்க, ஜேம்ஸ் திருவாளர் வெள்ளைச்சாமிக்கு பூங்கொத்துகளை மரியாதையோடு கையில் கொடுத்தான். காசும் வாங்கிக் கொண்டு கல்யாண நாளுக்கு சந்தோஷமாக வாழ்த்தும் சொல்ல முடிகிறது இந்தத் தொழிலில்தான் என்று புரிந்தது எனக்கு.

சமையல்கட்டில் கமகமவென்று மணம். தெற்கில் தமிழ்ப் பிரதேசம், அதையும் தாண்டி மலையாள பூமியில் பிரத்யேகமாக எழும்பி வருகிற சமையல் வாடை. எத்தனை, எத்தனை, எத்தனை, எத்தனை வருடமாச்சு இப்படி ஒரு அவியல் மணத்தையும், பால் பாயசம் உருளியில் கொதிக்கிற சந்தோஷத்தையும் பார்த்து.

நீர் இந்திய தேசவாசியில்லையோ?

அந்த மெலிந்து கறுத்த மேடம் என்னைக் கேட்டபோது ஆமா அப்படீன்னு பதில் வாய் வரைக்கும் வந்துவிட்டது. என் அழுக்கும் சகதியும் அப்பின பூர்வ சரித்திரம் உடனடியாக நினைவுக்கு வர அவள் கிட்டே மனசறிஞ்சு பொய் சொன்னேன். அதுவும் தப்பும் தவறுமான இங்கிலீஷில். ரெண்டு வார்த்தைக்கு ஒரு தடவை ஒரு ஐ சீ போட்டுண்டேன். காப்பிரிகள் ஆப்பிரிக்க தேசத்தில் இருந்து புதுசா வரும்போது அப்படித்தான் தடுக்கி விழுந்து பேசிப் பேசிக் கத்துக்கும்.

எஜமானி அம்மா, ரெண்டு தலைமுறை முந்தி கரும்புத் தோட்டத்து வேலைக்காக இந்தியாவிலே இருந்து வந்த குடும்பம் என்னோடதுன்னு மாத்திரம் தெரியும். அம்மா காப்பிரிச்சி. அப்பா இந்தியா. மீன் மாம்சாதிகள் ஒண்ணும் கழிக்கற வம்சம் இல்லே. தோள்லே நாலைஞ்சு நூல் கோர்த்துப் போட்டுட்டு இருப்பார். நான் பள்ளிக்கூடம் போகிறபோதே இறந்து போய்ட்டார். பக்கத்து லைன் வீட்டு ரெட்டி பெயரைத்தான் அப்பா பெயர்னு கொடுத்தேன். ரெட்டி ஒண்ணும் சொல்ல மாட்டார்னு தைரியம். அவர் தான் வாய் பேச முடியாத ஊமையாச்சே.

நான் நீள அகலமாக கண், மூக்கு வாய், அரைக்கெட்டு எல்லாம் வச்சு இப்படி ஒரு சுவாரசியமான பொய் சொன்னேன். எஜமானியம்மா அது புரிஞ்சோ என் இங்கிலீஷைக் கேட்டோ விழுந்து விழுந்து சிரிச்சா.

ஓய் ரெட்டி, நீர் யாரா வேணும்னாலும் இருந்துட்டுப் போம். முதல்லே பின்கட்டில் போய் ஜேம்ஸ் கூட உட்கார்ந்து பசியாறும். இன்னிக்கு எங்க கல்யாணம் கழிச்சு இருபத்தஞ்சு வருஷம் பூர்த்தியான தினம். உங்க ஊர்லே விசேஷமான்னு தெரியாது. இங்கேயானா வெள்ளிவிழான்னு அமர்க்களப்படும்.

என்னையும் ஒரு பொருட்டா மதிச்சு இவ்வளவு தூரம் பேசறாளே, கற்பகாம்பாள் கடாட்சத்திலே கழுத்திலே தொங்கத் தொங்கக் கட்டிண்டு, இவாதான் கழுத்திலே தாலி கட்டிக்கறது இல்லையே, கைவிரல்லே இறுக்க இறுக்க மோதிரம் போட்டுண்டு அமோகமா இருக்கட்டும்னு மனசார நான் கும்பிடற தெய்வத்தை வேண்டிண்டேன்.

கொஞ்ச நேரம் வீட்டு வேலைக்காரர்களோட அரட்டை அடிக்கறதுலே நேரம் போச்சு. ஜேம்ஸ் உள்ளே வந்தான். சமையல் கட்டுலே கூட மாட ஒத்தாசை பண்ற ஒரு குட்டி அங்கே தோட்டக்காரன் கிட்டே வார்த்தை சொல்லிண்டிருந்தா. அதைக் கேட்டபடி ஈர்க்குச்சி எடுத்து பல்குத்த ஆரமபிச்சான் ஜேம்ஸ்.

கல்யாணம் கழிச்சு இருபத்தஞ்சு வருஷம் கடந்துபோன

கொண்டாட்டமாச்சே. வீட்டுக்காரி கழுத்திலே மாட்டி அழகு பார்க்க ஆப்பிரிக்காவிலே இருந்து வைரம் பதிச்ச மாலை வாங்கிண்டு வந்திருக்கார் துரை.

அதிசயமா சொன்னா அந்தச் சுத்துக் காரியக் குட்டி.

இந்த தேசம் போகிற போக்குலே ஒவ்வொரு வருஷம் கல்யாணம் தாக்குப் பிடிச்சாலும் இனிமேல் ஒரு வைர அட்டிகை வாங்கிட்டு வந்து தர வேண்டி இருக்கும்னு அவளைப் பார்த்துக் கண் அடிச்சான் ஜேம்ஸ் தடியன்.

நீ இந்த ஆண்டு நிறைவுக்கு உன் பொண்டாட்டிக்கு என்ன வாங்கிண்டு போய்க் கொடுக்கப் போறேன்னா அந்தப் பொண்ணு. அவ சிரிக்கும்போது சோழியைப் பதிச்சு வச்ச மாதிரி அவ பல் வரிசை பார்க்க ரம்மியமா இருந்தது.

இந்த வருஷம் உனக்குத்தான் முத்துமாலை வாங்கி வந்து கண்ணாலம் கட்டிக்கணும்னு நினைச்சிருக்கேன்னான் ஜேம்ஸ் அசராமல்.

என் வீட்டுக்காரன் கிட்டே அனுமதி வாங்கிட்டு வா, பாக்கலாம்னா அவளும் விட்டுக்கொடுக்காம. தோட்டக்காரனும், சாரட் ஓட்டறவனும் ரொம்பவே ரசிச்சு சிரிச்சு மகிழ்ந்து போனாங்க.

சிட்டுச் சிடுக்கியா ஒரு பொண்ணு வந்து பேசினா என்னமா ஒரு சந்தோஷம்.

நடுவாந்திர வயசிலேயே ரெட்டிய கன்யகையை கழுக்குன்றத்துலே பார்த்து லகரியிலே பிதற்றினவன் நான். எனக்கு மத்த மனுஷாளைக் குத்தம் சொல்ல என்ன அந்தஸ்து இருக்கு?

கேத்தி, கேத்தி, உள்ளே கொஞ்சம் வா.

சுத்துக் காரியக் குட்டி எஜமானி அம்மா குரல் கேட்டு உள்ளே ஓடினாள்.

அவ அஞ்சு நிமிஷம் கழிச்சு வந்தபோது ஒரு பாத்திரம் நிறைய அட, நான் நம்பவே முடியாமல் பார்த்தேன். இட்டலி.

கேட்டிருக்கியா? தமிழ்ப் பிரதேசத்தில், ஏன் தெற்குப் பிராந்தியம்

பூரா தினம் தினம் ஆகாரம் பண்ண காலையிலே தந்த சுத்தி செய்து, குளிச்சு, சூரிய நமஸ்காரம் செஞ்சுட்டு இலைக்கு முன்னாலே உக்கார்ந்தா சாதாரணமா இலையிலே விழறது இந்த அமிர்த பதார்த்தம் தான்,

இருபத்தைஞ்சு வருஷம். இவா கல்யாணத்துக்கு ஆண்டுநிறைவு கொண்டாடற அதே காலம். ஊரையும் உறவையும் விட்டுப் பிரிஞ்சு தேசாந்தரியா எங்கேயோ திரிஞ்சு உன்னையும் பெத்து, கைவிட்டு இப்போ லண்டன் பட்டணத்திலே யாசகம் கேட்டு வயறு வளக்கறவனுக்கு ஈசுவரன் காட்டற கருணையைப் பார்த்தியா வைத்தாஸே? கென்சிங்க்டன் பிரபு மாளிகைக்கு பின்கட்டிலே உக்கார்ந்து இட்லி தின்னணும்னு இன்னிக்கு என் தலையிலே எழுதின அந்த பிரம்மாவுக்கு இட்லியாலேயே அர்ச்சனை பண்ணி அஷ்டோத்தரம் சொல்லலாம்.

தட்டுலே நாலு நாலு இட்லி வச்சு, கூடவே கெட்டியா பூஷணிக்காய் சாம்பாரும் ஊத்தி அந்தப் பொண்ணு வார்த்துது. அணு அணுவா ரசிச்சுச் சாப்பிடறபோது கண்ணு நிறைஞ்சு போச்சு. பிடிச்ச தீனியை இத்தனை வருஷம் கழிச்சுத் திங்கற சந்தோஷம் மட்டும் இல்லே அது. திங்கற பதார்த்தமும், உடுத்திக் கிழிச்ச உடுப்பும், பழைய கட்டிடமும், இரும்பு, மரத்திலே செஞ்ச பீரோ, மேஜை, நாற்காலியும் எல்லாம் அதது மட்டும் இல்லே. நம்மோடு பாத்தியப்பட்டவங்களும் வேறே ரூபத்திலே நம்மை வந்து கையைப் பிடிச்சு இழுத்துப் பேசறது இல்லியோ.

கேத்தி திரும்ப பின்னங்கட்டுக்கு வந்தபோது நான் திருப்தியா எட்டு இட்லியும் ஒரு குவளை நிறைய சாம்பாருமா அதம் பண்ணிட்டு கையலம்பி வந்தேன்.

அவள் கையிலே ஒரு கொப்பரையை வச்சுண்டு நின்னா. உரிக்கணுமாம். ஜேம்ஸ் கள்ளத்தனமா அவளைப் பார்த்து எதுக்கு சிரிச்சான்னு எனக்கு அர்த்தம் ஆச்சு. வயசான பாம்புதான் நான். ஆனாலும் மத்தப் பாம்போட காலும், அரையும் தெரியாதா என்ன?

நான் உரிச்சுத் தரேன்.

கொப்பரையை எடுத்துண்டு உள்ளே போனேன். மரபீரோக்கு

பின்னாடி மேஜை மேல் இரும்புலே நெம்புகோல் ஒண்ணு. கத்தி. எங்க பக்கத்துலே வீச்சரிவாள்னு சொல்வாங்க. அதுக்கு ஒண்ணுவிட்ட தம்பி மாதிரி இங்கத்திய கொல்லன் வடிச்சுக் கொடுத்த ஏதோ ஒரு கருவி.

தேங்காய் உரிக்க ஆரம்பிச்சேன். நான் நிக்கற இடத்துலே இருந்து சமையல்கட்டு முழுசும் தெரிஞ்சது. எஜமானியம்மா பால் பாயசத்தை அடிபிடிக்காம கிளறிண்டு இருந்தா. தமிழ்க்காரிதான். நிச்சயமா சொல்வேன்.

துரை தடதடன்னு கையிலே ஒரு குப்பியைத் தூக்கிண்டு கால் செருப்பையும் கழட்டாம சமையல்கட்டுக்குள்ளே வந்துட்டான்.

சமையல்கட்டுலே சுகந்த பரிமள வாசனை. எஜமானி பக்கத்துலே மேல் குப்பாயம் இல்லாம கையே இல்லாத காடாத் துணி வளைச்சுத் தச்ச எதையோ மாட்டிண்டு துரை நிற்கறான். கரளை கரளையா அவன் புஜத்தைப் பார்த்தா, பிறக்கறதுக்கு முந்தியே மிலிட்டரியிலே சேர்ந்து கசரத் எடுக்கறவனோன்னு தோணல்.

அதை சாயந்திரம்னா உனக்குத் தரணும்னு வச்சிருந்தேன். அதுக்குள்ளே ஏன் எடுத்தே?

எஜமானி துரை கையில் இருந்து தட்டிப் பறிச்ச குப்பியை பத்திரமா அடைச்சு சமையல்கட்டு அலமாரி மேல் தட்டுலே வைக்கறபோது துரை கைநிறைய வழிச்சு ஊத்திண்ட வாசனை திரவத்தை கஷ்கத்துலே நன்னா பூசிண்டான். இந்த வாசனைக்காக இந்த வீட்டையே எழுதி வைக்கலாமேன்னு பூரிச்சுப் போய்ச் சொன்னான்.

அது சரி, அப்ப பென்னாலிகன் கடைக்குத்தான் எழுதி வைக்கணும் அப்படீன்னா எஜமானி. நான் கேட்டபடிக்கு இரும்புத் தடியாலே தேங்காய் உரிச்சபடி இருந்தேன்,

பென்னாலிகன்? இந்தப் பெயரை எங்கே கேட்டிருக்கேன்? யோசிச்சு யோசிச்சுப் பார்த்தேன். ரொம்ப நெருக்கமா இருக்கே. மெட்ராஸ் பட்டணத்திலேயா? இல்லே உன் அம்மா லோலாச்சி சொன்னாளா? நான் பிச்சை எடுக்கற பிரதேசத்திலே இருக்கற கடையா?

ஞாபகம் வந்துடுத்து. கோவண்ட் தோட்டப் பக்கம் மெய்ட் லேன் சந்துலே இருக்கப்பட்ட வாசனைத் திரவியக்கடை. பத்து பவுண்டுக்கு குறையாதே அங்கே ஜவ்வாதும் சாந்தும் பன்னீர் அத்தரும் எல்லாம்?

பென்னாலிகனுக்கு என்னைத்தான் எழுதி வைக்கணும். அப்பா இந்த வீட்டை ஸ்காட்லாந்து பேங்குலே அடைமானம் வச்சு வாங்கின கடனே கழுத்தை நெறிச்சுட்டு இருக்கு. வட்டி கட்டியாகணும் இந்த மாசம். முன்னூறு பவுண்ட்.

துரைக்கும் பணக் கஷ்டமா? ஏன் இருக்கக் கூடாதா? பண மொடை வர்றதுக்கு முந்தி யார் என்னன்னு ஸ்திதி பார்த்தா வரும்? ஆனாலும் இவ்வளவு பெரிய வீடு அடமானத்துலே இருக்கப்பட்டதுன்னு கேட்க கஷ்டமாத்தான் இருந்தது.

மொதல்லே அவர் கிட்டே இருந்து பவர் ஆப் அட்டர்ணியை கேன்சல் செய்யுங்க. அடமானம் வச்ச தொகை இவ்வளவு திரும்பி அடைச்சும் பூதம் போல வளர்ந்துட்டுத்தான் இருக்கு. உங்க தகப்பனார் செலவுக்கு அஞ்சறதில்லே. முக்கியமா பொண்ணு விஷயத்துலே இன்னும் சபலம் தான்னு சொல்றா எல்லாரும்.

நான் உரிச்சு முடிச்ச தேங்காயை சமையல்கட்டுலே எஜமானி கிட்டே கொடுக்க உள்ளே போனேன்.

துரை ஏதோ திரும்பச் சொல்ல வந்து என்னைப் பார்த்து சட்டுனு நிறுத்தினான். ஏய், முன்னே பின்னே தேங்காய் உரிச்சிருக்கியா, கன்னா பின்னான்னு ஏதோ பண்ணிட்டு இருக்கியேன்னு சத்தமாக் கேட்டான்.

நான் தேங்கா உரிச்சது எல்லாம் சரியாத்தான் இருந்தது. எனக்கு அவனும் அவன் பொண்டாட்டியும் பேசினது முழுக்க அர்த்தமாச்சான்னு சோதிக்கத்தான் இப்படிக் கேட்கறான்னு புரிஞ்சு போனது.

எஸ், எஸ் அப்பபடீன்னு இங்கிலீஷ் பாஷையே இனிமேதான் ஜென்மம் எடுத்துக் கத்துக்க வேண்டிய நிர்பந்தத்துலே இருக்கற முட்டாள் போல் திரும்பத் திரும்பச் சொன்னேன். நல்ல வேளை, ஜேம்ஸ் அப்போ உள்ளே வந்து அவனோட வார்த்தைக்கு

ரெண்டு கெட்ட வார்த்தை முன்பாரம் பின்பாரமா வரும் பாஷையிலே என்னோடு பேச ஆரம்பிக்கலே. வண்டவாளம் அப்போ தண்டவாளம் ஏறி கல்கத்தாவுக்கு ரயில் மார்க்கமா போயிருக்கும். மெட்ராஸ்லேருந்து கல்கத்தாவுக்கு ரயில் விட்டாளே, அது இருக்குமோ இப்பவும்? ஆமா, அதுதான் தலைபோற விஷயம் நமக்கு.

தேங்காயைக் காட்டி, வேர் புட்னு எஜமானியைக் கேட்டேன். அவ சிரிச்சபடி, புருஷன் தலையைக் காட்டி, ஹியர் புட்-னாளே பாக்கணும். நான் நக்கல் புரிஞ்சாலும் வாத்து மடையனா முழிக்க, அவ தேங்காயை உடச்சுத் தரச் சொல்லி அபிநயம் பண்ணினா. ஒண்ணும் வேண்டாம், டேய் கட்டாலே போறவனே, இந்தத் தேங்காயை உடைச்சு இளநீரை ஒரு பாத்திரத்திலே பத்திரமா வடிச்சுட்டு தேங்காத் துருவியிலே சன்னமாத் தூவிக் கொடு. அம்மியிலே சன்னமா மொளகா சேர்த்து அரைச்சு அவியல்லே விடணும்னு அவ சொல்லியிருந்தா எவ்வளவு நன்னா இருந்திருக்கும். அவ பேசுவாதான். நான் பேசினா எங்கே போய் முடியுமோ.

ஓய் ரெட்டி, இதைக் குடிச்சிருக்கீரா?

எஜமானி ஒரு லோட்டாவிலே ரெண்டு கரண்டி பால்பாயசத்தை சுடச்சுட விளம்பிக் கொடுத்தாள். துளித் துளியா ரசிச்சு அதைக் குடிக்கறபோது இது என்னன்னு தெரியுமான்னு கேட்டாள்.

ஏன் தெரியாது? சூடாக்கின சக்கரைத் தண்ணி.

வேறே எதுக்கு நரகத்துக்குப் போகாட்டாலும், வாய் மணக்க, நாக்கு ருஜிக்க இதமான சூட்டோடு வயிறு வரைக்கும் ஜிவுஜிவுன்னு உள்ளே இறங்கின அந்த தேவாமிர்தத்தை சக்கரைத் தண்ணின்னு மனசறிஞ்சு பொய் சொன்னதுக்கு நிச்சயம் நான் அங்கேதான் போவேன்.

அத்தியாயம் எண்பது

1916 டிசம்பர் 31 நள வருஷம் மார்கழி 17 ஞாயிற்றுக்கிழமை

பிரம்மஸ்ரீ வைத்தியநாத ஐயர் மற்றும் அவருடைய பாரியாள் மாதுஸ்ரீ கோமதி அம்மாள் இவர்களின் மேலான பார்வைக்கு வேண்டி, க்ஷேத்ரார்களின் புத்ரன் மகாலிங்கய்யன் எழுதுகிற லிகிதம் இது. லண்டன் மகாபட்டணத்தில் ஏற்படுத்திய பெண்டன்வில் ஜெயிலில் இருந்து எழுதுகிறேன்.

என்னைப் பெற்றவளே, எனக்கு எல்லாமுமான தகப்பனாரே. இந்தப் பரிதாபமான சிசு சகல அசுத்தத்தோடும், உடம்பு நோக்காட்டோடும், மனசு பேதலித்தும் உங்கள் ரெண்டு பேரையும் ஆயிரம் தடவை தண்டனிட்டு கிழக்கு நோக்கி நமஸ்காரம் பண்ணி எழுத உட்கார்கிறேன். எனக்கு பிரத்யட்சமான தெய்வங்களாக இருந்தும், இருக்கப்பட்டவரைக்கும் மதிப்பு தெரியாமல், மரியாதை ஏதும் செலுத்தாமல் நான் உதாசீனம் பண்ணினேன் உங்கள் ரெண்டு பேரையும்.

என்னைக் கலாசாலைக்கு உடன்பிறந்தோனோடு அனுப்பினீர்கள். நல்ல வித்யாப்யாசத்தை ஏற்படுத்தி ஸ்வபுத்தியும், படிப்பதால் உண்டான ஞானமும் கூடிவர, ஊர் மெச்ச உன்னதமான

உத்யோகத்தில் இருந்து துரைகளுக்கு ஊழியம் பண்ணி உய்யுமாறு எல்லா ஏற்பாடுகளையும் ஒரு குறைச்சலும் இல்லாமல் செய்து கொடுத்தீர்கள்.

சண்டித் தனம் பிடித்து ஒழுங்காகப் படிக்காமல், சகவாச தோஷத்தால் சீரழிந்து ஒன்றுக்கும் உருப்படாமல் நான் போனேன். இந்த சிநேகிதர்களின் உபயத்தால் மதுபானமும் செய்துவிட்டு ஒரு ராத்திரி சகதியில் விழுந்து புரண்ட கோலத்தில் வீட்டுக்கு வந்து சேர்ந்தேன். அம்மா ஒண்ணும் சொல்லாமல் தாரைதாரையாக கண்ணீர் வடித்து அழுதபடிக்கே, ராப்போஜனம் வேண்டாம் என்று தொட்டியில் களைந்து விட்டு கரப்பும் பாச்சையும் ஓடித் திரியும் சமையல்கட்டிலேயே படுத்து என்னைக் குறித்த விசனமே துணைக்கு இருக்க ராத்திரி பூரா விம்மி வெடித்துக் கொண்டிருந்ததை நான் எப்படி மறக்க முடியும்?

பொணம் தூக்கக் கூட லாயக்கில்லாம ஒரு பிள்ளையைப் பெத்தெடுத்திருக்கேனே என்று அப்பா அரற்றினாலும் என்னைக் கைதொட்டு அடிக்கக் கூட இல்லை. தம்பி நீலகண்டன் மாத்திரம் ஏண்டா பெரியம்பி இப்படி ரகளை பண்றே என்று மர ஸ்கேலால் என்னை முழங்காலில் தட்ட முற்பட்ட போது நான் இன்னும் பெருங்குரல் எடுத்து அவனை காது கூசுகிற வார்த்தைகளில் திட்டித் தீர்த்ததும், வாசல் திண்ணையிலேயே சாக்கடை ஈரவாடை அடிக்கும் வேஷ்டியும், சகதி அப்பிய குடுமியுமாக படுத்து நித்திரை போனதையும் கூட எப்படி மறக்க முடியும்?

நான் செய்த மேற்படி பாதகங்களுக்காகவே எனக்கு ஜீவ பரியந்தம் ஜெயிலில் இருக்க விதித்திருக்க வேண்டும். உங்கள் மனசு உருகி எனக்காக வருத்தப்பட வைத்த பாவத்துக்கு நான் சீக்கிரம் காலமாகும்போது ரௌராவாதி நரகங்கள் தயார் நிலையில் வைக்கப்பட்டிருந்தாலும் ஆச்சரியமில்லை. அத்தனைக்கு கிராதகன் நான்.

பதினேழு வயசுக்கு மேல், படிப்பு வராவிட்டாலும் இந்தப் பிள்ளை மாசம் பத்து ரூபாயோ இருபது ரூபாயோ சம்பாதித்து

கஷ்ட ஜீவனத்துக்குக் கொஞ்சம் மேலே அடுத்த வேளை சாப்பாடு பற்றி கிஞ்சித்தும் கவலையின்றி இருக்க வேண்டும் என்று நல்ல மனசோடு உத்தேசம் செய்தீர்கள். நம் பெந்துவும் பூஜ்ய தகப்பனாருமான உமக்குத் தாயாதி வழியில் ஒண்ணு விட்ட சகோதரனுமான அரசூர் சங்கரய்யர் மதராஸ் கருப்புப் பட்டணத்தில் ஸ்தாபிதம் செய்த புகையிலைக் கடையில் சிப்பந்தியாக உத்யோகம் பண்ணியும் வைத்தீர்கள். ஆயிரம் நமஸ்காரம் இதுக்கு.

இந்தப் பொடிக்கடை ஊழியனுக்கு சர்க்கார் உத்யோகஸ்தர், மிட்டா மிராசுதார், ஜவுளி வியாபாரி இப்படியான குடும்பத்தில் பெண் கிடைக்காது என்று உணர்ந்து கழுக்குன்றத்தில் ஏழைப்பட்ட குடும்பத்தில் வெகுளியும், நாலு எழுத்து படிக்காதவளும், அசடும் ஆனால் அத்தனைக்கத்தனை ரொம்ப நல்ல குணமும், சகல கஷ்டத்தையும் சகித்துக்கொண்டு ஜீவிதம் நடத்துவதில் யாதொரு புகார் இல்லாதவளுமான லலிதாம்பிகையைக் கல்யாணம் செய்து வைத்ததுக்கும் மாதா பிதாவான உங்களின் பாதாரவிந்தங்களில் சதா தெண்டனிட்டு எழுந்து நிற்கிறேன்.

எந்த பிரதியுபகாரமும் எதிர்பார்க்காமல் பெற்ற கடனுக்காக இந்த நாயேனைப் பொறுத்துக் கொண்டு சகல வசதியும் செய்து கொடுத்து, நான் கொடுக்கிற கஷ்டத்தையும் உண்டாக்குகிற மனக் கிலேசத்தையும் எல்லாம் பொறுத்துக்கொண்டு, என்னையும் ஒரு மனுஷனாக, சந்தான விருத்தி செய்து நல்லபடிக்கு ஆத்துக்காரியோடு ஜீவித்து அமாவாசையும், ஆவணி அவிட்டமும் கொண்டாடி எள்ளுருண்டை, அதிரசம் சாப்பிட்டு அக்கடா என்று திண்ணையில் சாய்ந்து போகிற நாளை கவலையில்லாமல் எண்ணிக்கொண்டு தாம்பூலம் மெல்ல உங்கள் ஆசீர்வாதத்தால் மட்டுமே எனக்கு வாய்த்தது.

எதைக் கொண்டு உங்களுக்கு இந்த எல்லையில்லாத கடாட்சத்துக்காக நெக்குருகி இதமான வார்த்தை சொல்லப் போகிறேன்? நான் இருக்கிற ஸ்திதிக்கு நீங்கள் மட்டும் இன்னும் உடம்பில் உசிரைத் தக்க வைத்துக் கொண்டு மாடப் புரையிலோ,

வீட்டு ரேழியிலோ ஜீவித்திருந்தால் காறி உமிழ்ந்து செத்துப் போக விதிச்சிருப்பீர்கள்.

கட்டின பெண்டாட்டியை தூரமீனாளாக கிழிஞ்ச வஸ்திரத்தோடு கிணற்றடியில் படுக்கவிட்டு, பகலிலே ஒருத்தி, ராத்திரி இன்னொருத்தி, கழுக்குன்றத்திலே ஒருத்தி, கரும்புத் தோட்டத்திலே ஒரு தடிச்சி, அடுத்தவன் பெண்டாட்டியான இன்னொரு குட்டி என்று மோகாவஸ்தையில் மூழ்கி ஜீவிதத்தை சீரழிச்சுக் கொண்டதுதான் நீங்கள் செய்த பேருதவிக்கு உங்களுக்கு நான் தீர்த்த கடன்.

ஒரு தடவை காராகிரஹம் போய், சாவை பக்கத்தில் பார்த்து க்ஷேமலாபம் விசாரித்து விட்டு திரும்ப வந்த இந்த உங்களோட பெரியம்பி மகாலிங்கம் இப்போ தீவாந்தர சிட்சையிலே வெள்ளைக்கார தேசத்துலே ஜெயில்லே கிடக்க ஆரம்பிச்சு இதோட நாலு மாசம் முடியறது. வெள்ளைக்கார துரையைக் கொன்னு போட்டதா குற்றச்சாட்டு. நான் இல்லே அந்த குரூரமான கொலையைச் செஞ்சதுன்னு என்ன மன்னாடினாலும் ஜட்ஜி பிரபுவோ வக்கீல்களோ, போலீஸ் உத்தியோகஸ்தர்களோ காதில் போட்டுக் கொள்ளாமல் இங்கே கொண்டு வந்து தள்ளிவிட்டார்கள். அரைக்கிழவன் வயசில் இந்த ஆயுசு முடியணும்னு தலைவிதி.

என் தங்கமான அம்மா, பரதேவதே, ஸ்படிகம் போல தெளிந்த மனசுக்கும், குறைவில்லாத பிரியத்துக்கும் சொந்தக்காரி. நம்பு என்னையம்மா. நான் யாரையும் கொலை செய்யலே. அப்பா, என்னைத் தோளிலும் மார்பிலும் தூக்கிச் சுமந்து வளர்த்து என் பொருட்டு எல்லா அவமானத்தையும் பொறுத்துக் கொண்ட மகா தெய்வமே, என்னை நம்பு. உங்க பிள்ளை குடிப்பான். குட்டிகளோடு கூத்தடிப்பான். ஒண்ணுக்கும் பிரயோஜனமில்லாத பொணம் தூக்கக் கூட லாயக்கில்லாத பிரம்மஹத்தியா, இழவு வீட்டுலே ஒத்தையனா சாப்பிட்டு பிரேதத்தோட பிரதிநிதியா காசு வாங்கிண்டு திரும்பக்கூட அருகதை இல்லாதவன் இவன்.

இன்னும் சொல்லப்போனா, கழுக்குன்றத்துலே ரெட்டியக்

கன்யகையை மானபங்கப் படுத்தி மதராஸ் பட்டின ஜெயில்லே போட்டு தெய்வாதீனமா வெளியிலே வந்தபோதே உங்க பெரியம்பி மகாலிங்கம் செத்துப் போயிட்டான். கொஞ்ச நாள் ரெட்டியாத் திரிஞ்சான். இப்போ இவனை ஜெயில் ரிஜிஸ்தர்லே சாமின்னு பதிஞ்சு இருக்கு. வெறும் சாமி. புழு மாதிரி, பூச்சி மாதிரி ஒரு ஜீவன்,

பீட்டர் மெக்கன்ஸி துரையை நான் எதுக்காகக் கொல்லணும்? மகாலட்சுமி மாதிரி அவனோட சம்சாரம், இந்தியாக்கார, அதுவும் நம்ம தமிழ்க்கார மாமியைப் பார்த்தாலே ரெண்டு பேரையும் ஒண்ணா நிக்க வச்சு சாஷ்டாங்கமாக் காலில் விழுந்து கும்பிட்டு ஆசீர்வாதம் வாங்கணும் போல இருக்கும். இத்தனைக்கும் ஒரு நாள் தான் அவாளோட பழக்கம். யார் என்னன்னு கேட்டப்போ முழுப் பொய் சொல்லி ஆளே அடையாளம் தெரியாதபடி காட்டிண்டாலும், கல்யாண ஆண்டு நிறைவுன்னு சொல்லி ஒரு குவளை பால்பாயசமும், லண்டன் பட்டணத்திலேயே அதி ஆச்சரியமா, மல்லிப்பூ மாதிரி இட்லியுமாக வயித்துக்கு குளிரக் குளிர ஆகாரம் கொடுத்தாளே அந்த மகாராஜிக்கு நான் கெட்டது நினைப்பேனா?

என்ன செய்ய, அந்த நாள் முடிஞ்சு அடுத்த நாள் ஆரம்பிக்கறதுக்குள்ளே அவளோட ஆத்துக்காரன் உயிர் போயிடுத்து. அவனை வதைச்சவன் இந்த ரெட்டியாகப்பட்ட மகாலிங்கமய்யன்னு லோகமே நம்பிண்டு இருக்கு.

விதி. வேறே என்ன சொல்ல? சின்ன வயசிலே கண்ணாடியிலே கருப்புப் புகை பூசி சூரிய கிரகணம் பார்த்தோமே, அந்தப் பொழுதிலேயே சகல பீடையும் எனக்குள்ளே எறங்கியாச்சு. பாவாடை தரிச்ச பாதிரிகள் சொல்லிக் கொடுத்த சயன்சும், க்ஷேத்ர கணிதமும், பூகோளமும் நாசமாப் போக, நான் நரகத்துக்குள்ளே விழ ஆரம்பிச்சது இன்னும் தலைகுப்புறத்தான் உள்ளே போய்ண்டு இருக்கேன்.

கரும்புத் தோட்டத்திலே களவாணித்தனம் பண்ணி தப்பிச்சு ஓட வைச்சது, யுத்தத்திலே மாட்டிண்டு உசிரைக் கையிலே பிடிச்சபடி அலைஞ்சது, சென்னைப்பட்டணம் போகணும்னு

கப்பல் ஏறி லண்டன்லே வந்து இறங்கினது எல்லாமே என் தலைவிதிதான்.

விதியில்லாம வேறே என்ன என் அம்மா, தேமேன்னு மணிக் கூண்டு பக்கம் பிச்சை எடுத்துக் காசு தண்டிண்டு இருந்தவனை வியாபாரம் செய்யலாம்னு ஆசை காட்டினது. வியாபாரமும் தனியா செய்ய வேண்டாம்னு கூட்டாளி தேடினேனே. என்ன முட்டாள்தனம்? அதுவும் இந்த ஒத்தக் கையனை எல்லாமுமா நினைச்சு இவனோடு மத்த வேலையை எல்லாம் விட்டுட்டுப் புறப்பட்டேனே. தப்பாச்சே?

கொலைக்கும் அஞ்சாத அந்த கிராதகன் என் கையிலே கத்தியைத் திணிச்சு கொலைகாரனாக்கி எங்கேயோ ஓடிப் போய்ட்டான். அவன் தலையிலே தீர்க்கமா நல்லபடிக்கு இங்கிலீஷ்லே எழுதி வச்சிருக்கும்.

அந்த ஜேம்ஸ் பயலோடு கென்சிங்க்டன் போனேனே. வயிறு நிறையச் சாப்பிட்டு வெளியே வந்தபோது ஜேம்ஸ் ரொம்ப சந்தோஷமாத்தான் என்கிட்டே பேசிண்டு வந்தான். வீட்டுக்குள்ளே இருந்து எஜமானி அம்மா அவனை எதுக்கோ கூப்பிட்டா அப்போ. நீ நில்லு ரெட்டி, என்னன்னு போய்க் கேட்டுட்டு வரேன். கிப்பருக்கோ வெண்ணெய்க் கட்டிக்கோ இருக்கும்னு சொல்லிட்டு உள்ளே ஓடினான் ஜேம்ஸ். அவன் கதவு மறைவிலே வச்சு சமையல்கட்டு சுத்துக்காரியம் பண்ற கேத்திக்கு நான் பார்த்துண்டு இருக்கறபோதே நாலஞ்சு முத்தம் கொடுத்துட்டான். இன்னும் அரைமணி நேரம் இங்கே இருந்தா. வேண்டாம். பெத்தவாள் கிட்டே பிள்ளைகள் பேசற சமாசாரம் இல்லை அதெல்லாம்.

உள்ளே போய்ட்டு வரும்போது கையிலே பழுப்புக் காகிதத்திலே கட்டின ஒரு மூட்டையோட வந்தான் ஜேம்ஸ். என்னன்னு விசாரிச்சேன். அதுக்குப் பதிலே சொல்லாம, ராத்திரி பத்து மணிக்கு வீட்டுலே விருந்து முடிஞ்சு பாத்திரம் பண்டம் கழுவிக் கொடுக்க வரச் சொல்லியிருக்காங்க எஜமானியம்மான்னு சொன்னான்.

அதை ஏன் அவனைக் கூப்பிட்டு அந்தம்மா சொல்ல வேணும்னு புரியலை. நீயும் வந்துடு, ஒத்தைக்கையா, ஒத்தையனா அத்தனை எச்சில் தட்டையும் கழுவறது கஷ்டம். நீதான் பாக்கறியே. இங்கே ஒவ்வொரு துரைத் தடியனும் திங்கற தீனி. ஆளாளுக்கு ஒரு முழுக் கோழியையும், பாதி ஆட்டையும் மென்னு தின்னுட்டு வீடு முழுக்க எலும்பாத் துப்பி வச்சுடுவாங்க. போதாக்குறைக்கு சாராயம். விருந்து நடந்த பிற்பாடு பார்த்தா, யுத்தம் முடிஞ்ச பூமி மாதிரி நாறிக் கிடக்கும்.

வியாபாரத்தில் கூட்டுன்னு அஸ்திவாரம் போட்டது இப்படி குற்றேவல் செய்யறதுலே கூட்டு நிக்கறதா மாறினபோதே நான் முழிச்சுண்டிருக்க வேண்டாமா? என்ன சொல்ல? கொஞ்சம் அசந்துட்டேன் அம்மா. அப்பா சொன்னபடிக்கு ஒழுங்கா பள்ளிக்கூடம் போய் ஒழுங்கா நாலெழுத்து படிச்சிருந்தா இதையெல்லாம் யோஜிச்சு முடிவு எடுக்கற புத்தி இருந்திருக்கும். வாய்க்கலையே.

எட்டு மணிக்குக் கிளம்பி பத்து மணிக்குப் போய் நிக்கலாம்னு சொன்ன அந்தப் பேர்வழி கிளம்பினதோ ராத்திரி பதினோரு மணிக்கு. பாதாள ரயில், சாரட் ஒரு மண்ணாங்கட்டியும் இல்லாத நேரம். தூங்கிண்டு இருந்த என்னைத் தட்டி எழுப்பி, வா போகலாம்னதும் ஒரு பேச்சு மறுபேச்சு இல்லாம நான் கிளம்பினேன். விதி விதி.

கோவண்ட் கார்டனுக்கு மூட்டை ஏத்திப்போன வண்டியிலே முட்டைக்கோஸ் மூட்டைக்கு மேலே உக்கார்ந்து ஒரு யாத்திரை. அப்புறம் ஆள் அரவம் இல்லாத ஏர்ள்ஸ் கோர்ட் பாதாள ரயில் ஸ்டேஷன் வாசல்லே அவனோட பிரியமான சிநேகிதன்னு யாரோ ஒருத்தனை பரிச்சயம் பண்ணி வச்சான். அவனும் நம்ம கூட வரப் போறான்னான். என்னடா, புதுசு புதுசா ஆட்களைக் கூட்டிண்டு கென்சிங்டன்லே ஒரு பிரபு மாளிகைக்கு அர்த்த ராத்திரிக்குப் போறோமே, இது சரிதானான்னு கேட்டிருக்க வேண்டாமா? எங்கே கேட்க விட்டான்? அந்த ராத்திரியிலும் மட்ட மல்லாக்கத் திறந்து இருந்த ஏர்ள்ஸ் கோர்ட் மதுபானக் கடையிலே என்னையும் முட்ட முட்டக் குடிக்க வச்சுட்டான்.

ஜேம்ஸ் சிநேகிதன் ஓட்டிண்டு வந்த ஒத்தைக் குதிரை வண்டியிலே உட்கார்ந்து ஒரு வழியா கென்சிங்க்டன் வந்து சேர்ந்தபோது இடமே இருளோன்னு கிடந்தது. தூங்கி இருப்பாங்கடா ஜேம்ஸே. போய்ட்டு விடிகாலையிலே வந்து பத்து பாத்திரம் தேச்சுக் கொடுத்துடலாம். தப்பா நினைக்க மாட்டா அந்த புண்யாத்மான்னு சொல்லிப் பார்த்தேன். ஒத்தக் கையன் காதுலேயே வாங்கிக்கலே.

பின்னாடி வாசல் திறந்துதான் இருக்கும். கேத்தியும் மீதி வேலைக்கு இருக்கப்பட்ட சிப்பந்திகளும் வேலையா இருப்பாங்க. நாமளும் போய்க் கைகொடுத்தா சீக்கிரம் முடிச்சுட்டு கிளம்பிடலாம்னான் ஜேம்ஸ், அவனை விட அவன் சிநேகிதன் இன்னும் துடிப்பா இருந்தான். அந்நிய கிரஹத்திலே நுழையறதிலே அப்படி என்ன இஷ்டமோ அந்தக் கடன்காரனுக்கு?

நீ இங்கேயே இரு, வண்டிக் குதிரை ஓடிடாம லகானைப் பிடிச்சுண்டு நில்லு. நாங்க உள்ளே என்ன ஸ்திதியிலே இருக்குன்னு பாத்துன்னு வந்து உன்னையும் அழைச்சுப் போறோம்னு போகிற போக்கிலே சொல்லிட்டு பின்வாசல் பக்கம் நடந்தான் அந்த ஜேம்ஸ். என் தோள்லே எதோ பல்லி விழுந்த மாதிரி சொத்-துன்னு தட்டிட்டு சிநேகித எழவும் போயாச்சு.

ராத்திரியிலே தூக்கக் கலக்கமும், உடம்பு முழுக்க ஏர்ள்ஸ் கோர்ட் கடையில் ஊத்திக் கொடுத்த பிராந்தி உண்டாக்கி விட்ட போதையுமா நான் குதிரைக்கு காவலா, குதிரை எனக்குக் காவலான்னு தெரியாம நின்னுண்டே இருந்தேன். அப்படியே தூங்கிட்டேன் போலே இருக்கு.

கண் முழிச்சுப் பார்த்தா என் கையிலே கத்தி இருக்கு. அது முழுக்க கோழி அறுத்த மாதிரி ரத்தம். இன்னும் உள்ளே விருந்து சமையல் முடியலியா?

திரும்பிப் பார்த்தேன். ஒரே விரட்டா விரட்டிண்டு அந்தக் கருப்புக் குதிரை வண்டி இருட்டுலே ஓடி மறைஞ்சுது.

வீட்டுக்குள்ளே எஜமானி கத்தற சத்தம்.

பீட்டர் துரை கத்தியாலே குத்திக் கொலை செய்யப்பட்டார். கத்தியைப் பிடிச்சுண்டு வீட்டு வாசல்லேயே கொலைகாரன். அந்நிய நாட்டுக்காரன். காலையிலே வீட்டுக்கு வந்துட்டுப் போனவன். இவன் தான்.

இந்த ஜெயில் இருட்டுலே வந்து விழுந்தேன்.

போன ஜன்மத்துலேயோ இந்த ஜன்மத்திலே இத்தனை நாள் துராத்மாவா நடந்ததுக்கோ இன்னிக்குத் தண்டனை.

ஒரு மாசம் கேஸ் விசாரணை நடந்தது. எஜமானியிலே இருந்து காத்தி வரைக்கும் வந்து சாட்சி சொன்னா. ஜேம்ஸோட பொண்டாட்டி மரியா, அவன் மாமியார் செவிட்டுக் கிழவின்னு எத்தனையோ பேர். யாரும் என்னைப் பத்தி ஓசத்தியா, வேண்டாம் அப்பாவி மனுஷன்னு கூடச் சொல்லலே.

அந்த ஒத்தைக் கையன் ராத்திரி கண்முழிச்சு நாடகமா நடிச்சான்? என்னையும் கூடக் கூட்டிண்டு போய் மாதா கோவில் பூஜைப் பாத்திரத்தை எல்லாம் இல்லே ஜன்னலை ஒடைச்சுத் திறந்து திருடிண்டு வந்தான் போக்கிரி? அபிஷ்டு மாதிரி அவனுக்கு ஜாக்கிரதையா பந்தோபஸ்து கொடுத்தது போறாதுன்னு அவன் திருடின வெள்ளிப் பாத்திர வகையறாவை எல்லாம் மூட்டையாத் தூக்கிண்டு நாடகக் கொட்டகைக்கு அவனோடு போனேனே இப்படியுமா நான் அடிமுட்டாளா இருப்பேன்?

அந்தப் பாத்திரம் எல்லாம் எங்கேன்னு கேட்டு ஆசனத் துவாரத்திலே பழுக்கக் காய்ச்சின இரும்புக் குச்சியைச் செருகினான் போலீஸ்காரன். அம்மா, அம்மான்னு தான் கூப்பிட்டேன். வேறே யாரைச் சொல்லி அழ முடியும்? பாத்திரத்தை அங்கேயா மறைச்சு வச்சிருக்கேன்? உள்ளே எல்லாம் ரணமாப் போனது இன்னமும் வலிக்கறது என் அம்மா. ரொம்ப வலிக்கறது பெரியம்பிக்கு.

என்னமா என் மேலே குத்தம் மேலே குத்தமா அடுக்கினா துரைகள் எல்லாரும்.

இருபத்தஞ்சாவது கல்யாண ஆண்டு நிறைவுக்கு துரை பொண்டாட்டிக்குக் கொடுத்த வைர அட்டிகையை நான் கள்ளத்தனமா ராத்திரியிலே வீட்டுக்குள்ளே அத்துமீறிப் புகுந்து பீரோக்கு உள்ளே இருந்து களவாடி இருக்கேன். அந்த பீரோவை காலையிலே சமையல் கட்டுலே ஒத்தாசை செய்யும்போதே பாத்து வச்சுண்டதாலே சுலபமா திறந்து ஆபரணத்தை எடுத்துட்டேன்.

அதைக் கையிலே எடுத்தபடிக்கு திரும்ப வெளியே போறபோது துரை முழிச்சுண்டு சயன கிரஹத்துலே இருந்து துப்பாக்கியோட வந்துட்டார். அவர் சுடறதுக்கு முந்தி சமையல் கட்டுலே மாமிசம் நறுக்க வச்சிருந்த கத்தியை வச்சு நான் அவர் கழுத்தை அறுத்து போதாக்குறைக்கு நெஞ்சிலும் நாலைஞ்சு தடவை கத்தியைப் பாய்ச்சி கொலை பண்ணிட்டேன். இல்லேன்னா என் சிநேகிதங்கள் இப்படிச் செய்யறதுக்கு வழிபண்ணிக் கொடுத்தேன்.

என் கூட்டாளிகளை நகையோடு அனுப்பிட்டு நானும் தப்பிச்சு ஓடற முந்தி மாட்டியாச்சு. கொலைகாரன். கொலைகாரன். அப்பா, அப்படித்தான் கூப்பிடறா.

பனிரெண்டு வருஷம் ஜெயில் வாசம். கொலை செஞ்சேன்னு நிரூபிக்காவிட்டாலும், அதுக்கு சகல விதத்திலும் உடந்தையா இருந்த குற்றம்.

குறையும்கற பேச்சுக்கே இடமில்லைன்னுட்டார் ஜட்ஜ் பிரபு. கெட்டதிலும் கொஞ்சம் போல நல்ல வேளை. தீவாந்திர சிட்சையா ஆஸ்திரேலியாவுக்கு அனுப்பாமல் இருந்ததுக்காக அந்த ஜட்ஜி பிரபு இருக்கப்பட்ட திசைக்கு தினமும் நான் நமஸ்காரம் செய்யறேன்.

ஜெயில்லே என்னை பார்க்க ஒரே ஒரு தடவை எஜமானி வந்தா. அவளைப் பார்த்ததும் கண்ணுலே கண்ணீர் பொங்கிப் பிரவாகமா வந்தது. என்ன வனப்பா, சுமங்கலியா, சிரியும் கும்மாளியுமா இருந்தா. எப்படி ஆகிட்டா இப்போ.

ஏன் என் பீட்டரைக் கொன்னே?

அவள் இங்கிலீஷில் கேட்டாள்.

எனக்கு அதுக்கு மேலேயும் வேஷம் போட முடியலே.

எஜமானி, நம்புங்கோ என்னை, நான் கொல்லலே. நான் மதராஸ் பட்டின பிராமணன். நேவிகேஷன் கிளார்க் வைத்தியநாத ஐயர் சீமந்த புத்ரன். எல்லா அட்டூழியமும் பண்ணி இருக்கேன். கொலை மட்டும் நான் செய்யலே. அதுக்கான மனோதிடமோ, காரணமோ எங்கிட்டே இல்லே.

சீமாட்டி ஒரு நிமிடம் அதிர்ந்துதான் போனாள் அம்மா. கம்பியைப் பிடிச்சபடி என்னையே பார்த்தபடி நின்னா. அப்புறம் மெதுவா தமிழ்லே சொன்னா.

பீட்டரைக் கொன்னிருக்க வேண்டாமே.

அவள் இடத்தை விட்டு கண்ணைக் கைக்குட்டையால் தொடச்சிண்டு போனதைக் கடைசியாப் பார்த்தது அன்னிக்குத்தான்.

ஓய் மகாலிங்கய்யர், சௌக்கியமா? என் அம்மா அஸ்திக் கலசம் என்ன ஆச்சுன்னு விசாரிச்சீரா ஓய்?

யாரோ என் ஜெயில் அறைக்குள்ளே ஓரமா மல்லாந்து படுத்துண்டு எகத்தாளம் பண்ற சத்தம்.

மலையாள பிராமணன். கழுக்குன்றத்துலே இருந்து இங்கே வரைக்கும் என்னையே தொடர்ந்து வந்துண்டு இருக்கப்பட்டவன்.

இப்ப நீயும் நானும் ஒண்ணுதான் ஓய். இருக்கோமா இல்லையான்னு நமக்கும் தெரியாது. நம்மைப் படைச்சவனுக்கும் தெரியாது. போறது படுத்துக்கும்.

அவன் ஓரமாகத் தூங்கிப் போனான்.

அப்பா, அவன் யாரா இருக்கும்? அம்மா, உனக்குத் தெரியுமோ?

கடுதாசு தீர்ந்து போச்சு. கான்ஸ்டபிள் இதுக்கு மேலே தரமாட்டேன்னு கெட்ட வார்த்தை சொல்லித் திட்டறான். அப்பா, அம்மா, நான் எப்படியோ கெட்டொழியறேன். உங்க

பேரன், அதான் எனக்கும் லோலாச்சிக்கும் பிறந்த பிள்ளள வைத்தாஸ் நன்னா இருக்கணும்னு ஆசீர்வாதம் மட்டும் பண்ணுங்கோ. தயவாகட்டும். இந்தப் பாவிக்கு பெத்தவா செய்யற பெரிய உபகாரம் அது. செய்வேளா? முடிச்சுக்கறேன்.

பெரியம்பி மகாலிங்கம்

அத்தியாயம் எண்பத்தொன்று

1927 ஜனவரி 30 அக்ஷய வருஷம் தை 17 ஞாயிற்றுக்கிழமை

அறையில் மொத்தம் நாலு பேர் இருந்தார்கள்.

நீள்சதுரமாக ஒரு மரமேஜை. நிறம் மங்கிய ஆனால் அழுக்கோ கறையோ இல்லாத நீலத் துணி விரித்து வைத்த அந்த மேஜை மேல் நாலைந்து பேர் வசதியாகச் சாப்பிடத் தகுந்த விதத்தில் ரொட்டித் துண்டுகள், ஆப்பிள் பழம், வார்த்து அடுக்கி வைத்த கல் தோசைகள், விழுதாக இஞ்சியும் கொத்தமல்லியும் சேர்த்து நைய்ய அரைத்த துவையல், ஆரஞ்சுப் பழச் சாறு, ஓரமாக கற்சட்டியில் நீர்க்கக் கரைத்து உப்பும், சன்னமாக அரிந்து போட்ட மிளகாயுமாக மோர்.

தெரிசா மேஜைக்குத் தலைப் புறமாக உட்கார்ந்திருந்தாள். அவளுக்குப் பின்னால் பற்றிப் பரவி சுவரில் குழித்த ஒரு பெரிய மாடத்தின் ஆழ அகலங்களுக்கு உள்ளே கனன்று எரியும் தீ. வெளியே எடின்பரோ நகரம் இன்னொரு முறை பனிக்கட்டி மழையில் உறைந்து போய் இயக்கம் நிலைத்திருந்தது. குளிரையும் மழையையும் பற்றி விசனப்படாத குடிகாரன் எவனோ தெருவில் விட்டு விட்டு அபசுவரமாகப் பாடிக்

கொண்டு போன சத்தத்தையும் அந்த ராத்திரி தேய்த்து அழித்து விட்டது.

மேஜைக்கு வலது புறத்தில் மூன்று பேர் இருந்தார்கள். அந்த நிமிடத்தில் கதவைத் திறந்துகொண்டு யாராவது உள்ளே வந்திருந்தால் கண்ணில் படாது போயிருப்பார்கள் அவர்கள். ஆனாலும் அங்கேதான் இருக்கிறார்கள். தெரிசா அவர்கள் பேசுகிறதை எல்லாம் கேட்க முடியும். அவளுக்கு மட்டும் தெரிகிறார்கள். அவள் மட்டும் கேட்கக் கூடிய சத்தத்தில் அவளோடு பேச, கேட்க வந்தவர்கள். ராத்திரி போஜனம் அவர்களுக்காகத்தான் காத்திருக்கிறது.

வெளியே காற்று அதிகமாக இருக்கிறது. காற்றின் வேகத்தில் ஒரு கண்ணாடி ஜன்னல் திறந்து அறைக்குள்ளே குளிரை விசிறி அடிக்கிறது. வெளியே புகை மாதிரி நிறுத்தாமல் பனி விழுந்துகொண்டிருப்பது வாசல் விளக்கு வெளிச்சத்தில் தெரிகிறது. எதிர் சாரியில் கருப்புக் கல் கட்டிடங்கள் பனி பூசிக்கொண்டு சாரல்மழையின் ஈரத்தை முழுக்க உள்வாங்கிக் கொண்டு மௌனமாக நிற்கின்றன. இதுவும் கடந்து போகும் என்பதை அவை அறியும்.

தெரிசா எழுந்து போய் ஜன்னலைச் சார்த்திவிட்டு வந்தாள். அவள் உடம்பு தளர்ந்து போயிருந்தது. மனமும் அதே படித்தான். பந்திரெண்டு வருடமாக வாதனைப் பட்டதில் நேர்ந்தது அது. பீட்டர் கடைசி மூச்சை விட்ட ராத்திரிக்கு அடுத்த தினத்தில் தொடங்கியது அதெல்லாம். கடந்து போகப் போகிறாள். எதை எல்லாம், எப்போது என்றுதான் தெரியவில்லை. கடந்த பின்னே எது என்பதும்.

பந்திரெண்டு வருடமாக பீட்டர் ராத்திரியில் இதமான வியர்வை வாடையாக, பீஜம் விறைத்து ஆலிங்கனத்துக்கும் சம்போகத்துக்கும் தவிக்கிற ஆணாக, கட்டில் பக்கம் புகை ரூபமாக நின்று செல்ல வார்த்தை சொல்லி எழுப்பி, கண் விழிக்கும்போது காணாமல் போகிறவனாக கூடவே இருக்கிற பிரமை. அவனுடைய கல்லறையில் வருடாவருடம் பூ வைக்கும்போது பக்கத்துக் கல்லறைகள் பீட்டர் இளைப்பாறும்

இடத்தை அங்கே கொஞ்சம் இங்கே கொஞ்சம் என்று ஆக்கிரமித்ததை விலக்கச் செய்யும் பிரயத்தனங்கள். ஒரு மழைக்காலத்தில் கல்லறைக்கு மேலே வைத்த குரிசு விழுந்தபோது அதை நேராக்கி மீண்டும் வைக்க ராத்திரியிலேயே அங்கே ஓடிய அவசரம். எல்லாம் தெரிசாவுக்கு மட்டுமே சம்பவிக்கக் கூடியவை. அப்படித்தான் அவள் நினைத்தாள்.

பந்திரெண்டு வருஷமாக அவள் இருக்க இடமில்லாமல் சுற்றிச் சுற்றி வந்து கொண்டிருக்கிறாள். பீட்டரைத் தொடர்ந்து அவன் அப்பா மக்கென்ஸியும் குடித்தே இறந்துபோக, கென்சிங்டன் வீட்டை அடமானம் வைத்து வாங்கிய தொகைக்காக பீட்டரையோ அந்தக் குடிகார அப்பாவையோ நெருக்க முடியாத ஸ்காட்லாந்து பேங்குக்காரர்கள் தெரிசாவைத் துரத்தித் துரத்தி வழக்குப் போட்டு லண்டனில் கோர்ட் கோர்ட்டாகப் படியேற வைத்து அலைக்கழித்தார்கள். நேற்றுவரைக்கும்.

தெரிசா முன்னால் உட்கார்ந்திருப்பவர்களைப் பார்க்கிறாள். பஞ்சகச்சமாகக் கட்டிக் கட்டி அலுத்துப்போய், சுருக்கங்கள் இன்னும் பதிந்திருக்க, பழைய வேட்டியை தட்டுச் சுற்றாக உடுத்தி தலையில் கட்டுக் குடுமியும், முகத்தில் நரை பாய்ந்த தாடி மீசையும், குழி விழுந்த கண்ணுமாக ஒருத்தன். கூடவே அவன் சகதர்மிணி நூல் புடவையிலும், துன்பத்தைத் தவிர வேறே ஏதும் தெரியாமல், கண்ணில் நீர் வற்றி, பயமான பார்வையோடு கூட. அவள் கட்டி இருக்கிற மடிசார் சேலை நைந்துதான் போயிருக்கிறது. அவள் பக்கத்தில் சிற்றாடையும், தலையில் நாரால் முடித்த நாலைந்து ஜவ்வந்திப் பூவுமாக ஒரு சின்னப் பெண். தெரிசாவின் சொந்த பந்தம் இவர்கள் எல்லோரும்.

அந்தக் கிறிஸ்துவச்சிக்கு இந்தப் பார்ப்பான் தம்பி முறை. பார்ப்பனத்தி தம்பி பெண்டாட்டி. கூட அவளை அத்தை என்று உரிமையோடு கூப்பிடும் குழந்தை.

ஏன் ஒருத்தரும் ஒண்ணுமே சாப்பிடலே?

விசனத்தோடு கேட்டாள் தெரிசா.

மகாதேவய்யன் குரிச்சியைப் பின்னால் தள்ளிவிட்டு எழுந்து நின்றான். இரண்டு கையையும் நெஞ்சுக்கு நேரே கூப்பிக் கொண்டு கொல்லூர் அம்பலத்தில் மூகாம்பிகா தேவியைத் தொழுகிற பக்தன் போல் தெரிசாவைத் தொழுதான்.

சேச்சி.

அவன் குரல் தழதழத்தது. வாழ்க்கையில் எத்தனையோ சோகம் சுமந்தும் இன்னும் வாழ்க்கையும் சோகமும் பாக்கி இருக்கிறது என்று தெரிந்த புத்தியும், இவனும் இவன் குடும்பமும் இப்படிக் கண்ணுக்குத் தெரியாமல், காலத்தில் தொலைந்து போய், செத்தவர்களுக்கும் கீழாக சீரழிந்து சுற்றிக் கொண்டிருக்கும் அவலமும், இதையெல்லாம் புரிந்துகொண்டு இவர்களுக்கு ஒரே அடைக்கலமாக இத்தனை வருஷமாக இருக்கிற அவனுடைய பிரியமான தெரிசா சேச்சி மேல் வைத்த அன்பும் மரியாதையும், அவள் படும் வாதனைகள் தெரிந்து அதற்கான துக்கமும் எல்லாம் வெளிப்படுத்த முடியாமல் தழுதழுத்த குரல் அது.

சாப்பாடு, தாகம் எல்லாம் மறந்து உடம்பில்லாத உயிரோடு மரத்துப் போய் நிக்கறது பழகிடுத்து சேச்சி. உங்க பிரியத்துக்கு முன்னாடி வேறே பேச்சு ஒண்ணும் எழ மாட்டேங்கறது. அது ஒண்ணே போதும். இந்தத் தீனியும் பானமும் எதிலும் மனசு ஒட்டலை. இதுகளைச் சாப்பிட்டு, குடிச்சு திரும்ப இதிலே ஈடுபாடு வந்து அலைய வேணாமில்லையா? வந்தோம். பார்த்துட்டுப் போயிடறோம். சரியா?

மகாதேவய்யனின் பெண்டாட்டி பர்வதவர்த்தினி தெரிசாவைப் பார்த்து ஏக்கத்தோடு முகத்தை வைத்தபடி மன்றாடுகிற தொனியில் கேட்டாள். அந்தப் பெண்குழந்தை குஞ்ஞும்மிணி மட்டும் இரண்டு கையையும் மேசையில் ஊன்று முகத்தைத் தாங்கி விம்மி விம்மி அழ ஆரம்பித்தாள்.

அச்சா, என்னம்மா பெரிய மனுஷியாட்டம உங்க பொண்ணு பேசறாளேன்னு கோபிச்சுக்க வேணாம். சாரதே அத்தை நீங்களும்தான். என் ஆத்தாமை. பேச முடியறதைக் கேட்க யாராவது வரமாட்டாளான்னு இத்தனை நாளா ஏங்கிண்டு

இருக்கேன். இப்பவாவது நான் பேசலாமா?

அந்தச் சின்னப் பெண் குச்சி குச்சியாக இருந்த கைகளை முன்னால் நீட்டி முறையிட்ட போது தெரசாவால் வேண்டாம் என்று சொல்ல முடியவில்லை.

குஞ்ஞே. அதெல்லாம் அப்புறமா இன்னொரு திவசம்.

பர்வதம் தப்பு செய்த பாவத்தோடு தெரிசாவைப் பார்த்தபடி, குஞ்ஞும்மிணியை ஆதரவாக அணைத்துக்கொண்டு அவள் கவனத்தை மாற்றப் பார்க்க, குஞ்ஞும்மிணி குரிச்சியை தடார் என்று தள்ளி இழுத்துப் போட்டுக் கொண்டாள். அந்தச் சத்தத்தில் அறையே அதிர்ந்து அடங்கினதையும், மேஜையில் வைத்திருந்த ஆப்பிள் பழங்கம் உருண்டு போய் கீழே விழுந்து பின்னும் உருண்டு அறைக் கோடிக்குப் போனதையும் தெரிசா பார்த்தாள். ஏற்றி வைத்த மெழுகுத்திரிகள் ஆடி அலைபாய்ந்து அந்தச் சின்னப் பெண்ணுக்கு ஆதரவாக சட்டென்று பிரகாசமாக ஒளிர்ந்தன ஒரு கணம்.

நான் சின்னக் குழந்தை. காலத்திலே மாறித் தடம் பதிச்சு, காலத்துலே உறைஞ்சு போய் யாருக்கும் புலப்படாத இந்தக் குழந்தை உடம்போட, இந்தக் குஞ்சுப் பாவாடையோட, சட்டையோட, சேச்சி முன் எப்பவோ கொடுத்த மேல் வஸ்திரத்தோட., கையிலே குட்டி குட்டியா ரப்பர் வளையோட. அஞ்சு வயசே ஆன குஞ்ஞும்மிணியோடு அதெல்லாம் கூட சாஸ்வதமாகிடுத்து. ஏதோ ஒரு பெரிய சக்தி எல்லாத்தையும், எங்க எல்லோரையும் உறிஞ்சி எடுத்து உருவமில்லாம, சக்தியெல்லாம் இழந்து ஒண்ணும் இல்லாம, தூசு மாதிரி பறக்க விட்டுடுத்து. நான் என்ன பாவம் பண்ணினேன் அத்தை? சொல்லுங்கோ. நான் என்ன பாவம் பண்ணினேன்? இவாளுக்குக் குழந்தையா பிறந்ததைத் தவிர?

குஞ்ஞும்மிணி பெருங்குரலெடுத்து விம்ம ஆரம்பித்தாள்.

எல்லாப் பொண்களுக்கும் சுபாவமா விதிக்கப்பட்ட எதுவும் எனக்கும் விதிக்கப்பட ஏன் வாய்க்கலே? இன்னிக்கு நான் இப்படி இல்லேன்னா, இப்போ எனக்கே முப்பத்தஞ்சாவது வயசு

ஆகியிருக்கும். வத்தலோ தொத்தலோ, சமையல்காரனோ, சாமி கோவில்லே சப்பரத்துக்கு தீவட்டி பிடிக்கறவனோ எனக்கும் ஒரு ஆம்படையான் இருப்பான். தலைக்கு மேலே கூரையோடு ஒரு குச்சு, கல்யாணத்துக்குக் காத்துண்டு இருக்கற ஒரு பொண்ணு. அவளுக்கு வரன் தேடி அலைச்சல், கல்யாணச் செலவுக்கு சேர்த்து வைக்கறது. வீட்டை அடமானம் வைக்கறது. உதவி வாங்கறது எல்லாம் என்னைப் பெத்த இவா செஞ்சிருப்பா. பெரிய மனுஷத் தோரணையோட இருக்கப்பட்ட ஒருத்தரை விட்டு வைக்காம பின்னாலேயே போயிருப்பா, பிராமண கன்யகை கன்யாதானம் ஆக பெரிய மனசு பண்ணி உங்களாலே முடிஞ்ச அளவு பணமா, பண்டமா கொடுங்கோன்னு மன்னாடி சேவிக்கறதுக்காக அந்த மனை வாசல்களிலே கைகட்டி நின்னுண்டு இருப்போம். இல்லே, எங்களுக்குன்னு ஒரு தோசைக்கடை இருக்கும். நானும் அவரும், அவர் மூஞ்சி எப்படி இருக்கும்னு கூட அனுமானம் பண்ணி வச்சிருக்கேன். முன் வழுக்கையா தலை. அள்ளிச் செருகி அங்கங்கே நரைச்சுப் போன தலை. சதா வெத்திலை குதப்பி பல் எல்லாம் சிவப்பா குருதிபூஜையான பகவதி மாதிரி நிற்கறவர். முன்பல்லுலே ஒண்ணு நீண்டு இருக்கும்.

அவள் சொல்லச் சொல்ல முகம் கலைந்த ஒருத்தன் கூடத்தில் பிரம்மாண்டமாக எழும்பி நின்று கெக்களி கொட்டிச் சிரித்தான். வெத்திலை போட்டுக் கொண்டான்.

எனக்குன்னு குடும்பம், எனக்குன்னு குழந்தை குட்டி. ஒரு சின்னப் பிள்ளை. குஞ்ஞிக்கிருஷ்ணன்னு பேரு. அம்பலத்துலே போய் அவனுக்கு அட்சராப்யாசம். வேணாம். அம்பலத்துக்குப் போனா அந்தர்தியானமாயிடுவா மத்தவாளும்.

அவள் கலகலவென்று சிரித்தாள். தெரசா துக்கத்தோடு பார்த்துக் கொண்டிருந்தாள். அவள் கண்களில் பிரவாகமாக வடிகிற கண்ணீர் நிற்கவில்லை.

வேணாம். எதுவும் வேணாம். பசியும் தாகமும், மரத்துப்போன நாக்கும் வயிறும் கண்ணுலே தெரியாத சூட்சுமமான உடம்புமாக இந்த அலைச்சலும் எல்லாம் போதும். எனக்கு

மடுத்து. என்னைக் கொன்னுடுங்கோ சேச்சி. ரொம்ப உபகாரமா இருக்கும். இருந்தும் இல்லாம் இருக்கறதுக்கு ஒரேயடியா இல்லாமே போயிடறேன். ஆவியா பிரேத ரூபமா அலையாம, என்னையும் கிறிஸ்தியானியா மாத்தி, குரிசை நெஞ்சிலே வச்சுப் பிளந்து என்னையும் கொன்னுடுங்கோ. பாபாத்மாகளை கடைத்தேத்த அப்படி ஒரு வழி இருக்காமே. கில்மோர் தெரு கன்யாஸ்திரி மாடத்து மதாம்மை ஒருத்தி, உங்க கூட்டுக்காரி தான் சொன்னா. என்னையும் அப்படி குரிசாலே அறைஞ்சு கொன்னுடுங்கோ. என் மேலே தயவு செய்யுங்கோ. இந்த உதவியை உபகாரத்தை மறக்கவே மாட்டேன்.

குஞ்ஞும்மிணி குலுங்கிக் குலுங்கி அழ, அவள் கூட பர்வதவர்த்தினியும் அழ ஆரம்பித்தாள். மகாதேவய்யன் கண்ணைத் துடைத்துக் கொண்டே, அரற்றினான்.

சேச்சி, சேச்சி, இவாளை மன்னிச்சுடுங்கோ. என்னை மன்னிச்சுடுங்கோ. தெரியாம இங்கே வந்துட்டோம். இனிமே வரலே, மன்னிச்சுடுங்கோ. எல்லோரும் போறோம்.

தெரிசா எழுந்தாள். குஞ்ஞும்மிணி பக்கமாகப் போய் நின்றாள். மேஜையில் கவிழ்ந்திருந்த அவள் தலையை ஆதரவாகத் தடவினாள். வெளியே நிலத்தில் பனி விழுந்து பதியும் குளிர்ச்சி எல்லாம் ஒரு வினாடி அவள் விரலில் அர்த்தமானது. குஞ்ஞும்மிணியின் முகத்தை வருட அவள் விரல்கள் நீண்டன. அந்தக் குழந்தையின் கண் இமைகளின் நனைவு விரல்களில் உஷ்ணமாக உறைத்தது. விம்மி அழுது அடங்கட்டும். அவளுடைய குரிசு. யார் ஏற்றி வைத்தார்களோ. அவள் தான் சுமந்தாக வேண்டும். தெரிசா சுமக்கிறதை விட வேறுபட்டது அது. ஆனால் என்ன, குரிசுகள் குரிசுகள் தான். அந்தந்தத் தோள்களில் தான் சுமக்கப்பட வேண்டியவை. மாற்ற முடியாது. எதையும்.

முதல்லே சாப்பிடு என் கண்ணே.

அவள் மூடி வைத்த பாத்திரத்தைத் திறந்து ஒரு தோசை எடுத்து விண்டு குஞ்ஞும்மிணிக்குத் தின்னக் கொடுத்தாள்.

அந்தக் குழந்தை மெல்ல அந்த விள்ளலை மெல்ல அவள் முகத்தில் சன்னமாக ஒரு சிரிப்பு ஒரு கணம் தட்டுப்பட்டது. தெரிசாவின் கைத் தண்டையில் முகம் புதைத்த அந்தக் குழந்தைக்கு முப்பத்தைந்து வயது என்பதை தெரிசாவால் நம்ப முடியவில்லை.

கையில் மீதம் இருந்த தோசைத் துண்டுகளை பர்வதத்தின் கையில் வைத்து மூடினாள். மூடிய விரல்களை அந்த ஸ்திரி இறுகப் பற்றிக் கொண்டாள். இன்னொரு முறை அந்த அறைக்குள் பனி பெய்கிற குளிர்ச்சி எட்டிப் பார்த்துப் போனது. குஞ்ஞும்மிணி தோளிலும் பர்வதம் கையிலுமாக தெரிசாவின் இரண்டு கைகளும் சிறைப்பட்டு குரிசில் அறைந்தது போல் அப்படியே எவ்வளவு நேரம் நின்றாள் என்று அவளுக்கே தெரியாது.

உருகிய மெழுகு உள்ளங்கையில் விழ அவள் உணர்வு நிலைக்கு வந்தாள்.

அவர்கள் சாப்பிடத் தொடங்கி இருந்தார்கள்.

பாத்திரங்களிலும் தட்டுகளிலும், குவளைகளிலும் வைத்தது வைத்தபடி இருக்க, மூன்று பேர் அங்கே மௌனமாக எத்தனையோ காலத்துக்குப் பிறகு பசியாறிக்கொண்டிருந்தார்கள்.

தெரிசா ஒரு ரொட்டித் துண்டை எடுத்துக் கடித்தாள். பசியே இல்லை. இன்றைக்கு எதுவுமே வேண்டாம். நாள் நீண்டு ராத்திரி கவிந்து இதுவும் முடியாமல் இன்னும் கடந்து போய்க் கொண்டிருக்கிறது. காலம் கட்டுக்களைத் தளர்த்தி நிற்கிறது. எல்லோரும் எல்லாமும் வெளியில் இடைவிடாமல் பொழிகிற பனி போல் உறைந்துதான் போயிருக்கிறது. பனிப் பாளங்களுக்கு நடுவே அவள் இருட்டும் வெளிச்சமும் மாறிவர நின்றுகொண்டே இருக்கிறாள்.

நம்ம துக்கத்தைத்தானே சேச்சியோடு பங்கு வச்சுண்டிருக்கோம். அவ கஷ்டத்தைக் கேட்டோமோ.

பர்வதம் மகாதேவனைப் பார்த்தபடி மெலிந்த குரலில் சொன்னாள்.

கேட்க என்ன இருக்கு? எல்லோருக்குமே எல்லாமே தெரிஞ்சுதுதானே பர்வதம்?

மகாதேவன் பாதி தோசையோடு தட்டைத் தள்ளி வைத்து விட்டு குஞ்ஞும்மிணி குடிக்க ஒரு குவளை நீர் எடுத்துக் கொடுத்தபடி சொன்னான்.

இல்லேடா அனியா. என் துக்கம் எல்லாம் என்னோடதான். உன்னையும் இவங்களையும் அதையெல்லாம் சொல்லி இந்த ராத்திரி முழுக்க கஷ்டப்படுத்த வேண்டாம்னு இருக்கேன்.

தெரிசா சோகமாக புன்சிரித்தாள். அவளுடைய வாழ்க்கை இனியும் நேர்கோட்டில் போகப் போவதில்லை. பீட்டர் துர்மரணம் சம்பவித்து அவளை விட்டுப் பிரிந்து போனதோடு அந்த ஜீவிதமும் கடந்து போனது.

ஆனால் இன்றைக்கு அவளுக்கு ஒரு விசேஷமான தினம்தான். பீட்டர் இருந்தால் சிவப்பு ஒயினும் வெள்ளை ஒயினும் போத்தல் போத்தலாக கழுத்து நீண்ட கோப்பைகளில் ஒழித்துக் குடித்துக் கொண்டாடி மகிழ்ந்திருப்பான்.

கென்சிங்க்டன் வீட்டை அவள் பெயருக்கு மாற்ற கோர்ட் உத்தரவு வந்ததோடு, பீட்டரின் அப்பன் ஸ்காட்லாந்த் பேங்கில் வாங்கிய கடன் தொகையை பீட்டரும், அவன் இறந்த பிறகு தெரிசாவும் கட்டி வந்ததே கடனையும் நியாயமான வட்டியையும் சேர்த்த தொகைக்கு மேலே வந்து விட்டது என்றும் நீதிமன்றம் தீர்ப்புச் சொல்லிய காகிதம் லண்டனில் தபாலில் அரக்கு முத்திரையோடு போடப்பட்டு இன்றுதான் தெரசா கைகளில் கிடைத்தது.

பேங்கு திரும்பக் கட்டிய தொகை போதாதென்று அடமானமாக வைத்த கென்சிங்டன் வீட்டையும் கைமாற்ற செய்து கொண்ட மனுவை கோர்ட்டார் தள்ளி அந்த வீட்டின் சகல பாத்தியதையும் பீட்டர் மெக்கன்ஸியின் விதவை, தெரிசா மெக்கன்ஸி அம்மைக்கே ஆனது என்று தீர்மானமாக அறிவித்து விட்டார்கள். மேலும் அதிகமாகச் செலுத்திய தொகை, அதை வசூலித்த வகையில் பேங்கு தெரிசாவுக்குச் செலுத்த வேண்டிய அபராத வட்டி இப்படி எண்ணாயிரத்து முன்னூத்துப் பத்து

பவுண்டுகள் பேங்கு அடுத்த இரண்டு மாதத்தில் தெரிசாவுக்குத் தரவேண்டும் என்றும் கோர்ட் உத்தரவு சொன்னது.

நாளை லண்டன் புறப்பட வேண்டும். வழக்கு வியாஜத்தில் சிக்கி இருந்ததால் அடிக்கடி திறந்து பராமரிக்க முடியாமல் போன வீட்டை சீராக்க வேண்டும். அங்கே மூலைக்கு மூலை, அறைகள் ஒன்றுவிடாமல், தரையில், கட்டிலில், வெளி முற்றத்தில், கழிவறையில், நெருப்பு மாடத்தில், மெழுகு சிந்தாமல் எரியும் விளக்குகளில் எல்லாம் பீட்டரின் சுவாசம் அடர்த்தியாகப் படர்ந்திருக்கிறது. அது இன்னும் பலகாலம் அங்கேயே உலா வரட்டும். தெரிசா வீட்டை விருத்தியாக்கி அந்த நினைவுகளோடு கொஞ்ச நாள் அங்கேயே போக்கி விட்டு தேவ ஊழியத்துக்குத் திரும்ப வருவாள். எடின்பரோவோ கடல் கடந்து வேறு ஏதாவது தேசமோ. விலகிப் போவதும் நன்மைக்கே. அகன்று அகன்று அப்படியே ஒரு புள்ளியாக எட்டாத் தொலைவில் கரைந்து போய் விடலாம். தெரிசா இல்லாத உலகம் அது பாட்டுக்கு முன்னே முன்னே போய்க் கொண்டிருக்கட்டும்.

சேச்சி, நாங்க தான் உன்னை உபத்திரவப்படுத்தி இத்தனை காலம் எங்க கஷ்டத்தைத் தீர்க்க முயற்சி செஞ்சிருக்கோம்.

மகாதேவன் ஏதோ சொல்ல ஆரம்பிக்க, தெரசா கையைக் காட்டி நிறுத்தினாள்.

இந்தக் குழந்தையின் துக்கத்துக்கு முன்னாலே நான் செஞ்ச எல்லாமே துரும்பு கூட இல்லே. அதிலும் இத்தணூண்டு. மூணு மனுஷ ஜீவன், எனக்கு பாத்தியப்பட்டவங்க எல்லாரும், இப்படி இருந்தும் இல்லாம அலைஞ்சு திரிஞ்சுண்டு இருக்கறதை பார்க்கறதைத் தவிர வேறே என்ன செய்ய முடிஞ்சுது எனக்கு? உயிரோட இல்லேன்னாலும் அம்பலத்துலே தந்திரி கிட்டே சொல்லி கடைத்தேத்தலாம். கிறிஸ்தியானியா கருதி இங்கே குடீரத்துலே பீட்டர் மாதிரி நித்திய விஸ்ரமத்தில் இருத்தலாம். உயிரோடு இருக்கப்பட்டவங்க ஆச்சே. அதுவும் இந்தக் குழந்தை. வாழ்க்கைன்னாலே என்னன்னு தெரியாம அதைப் பறிகொடுத்துட்டு அலையவேண்டிப் போச்சே. யார் தீர்வு

தருவா இதுக்கெல்லாம்?

தெரிசா தனக்குத்தானே பேசுகிறதும் அவர்களோடு பேசுகிறதும் ஒன்றானது,

என்னிக்கு விக்ஞானம் வளர்ந்து மேன்மைப்பட்டு காலத்துலேயும் முன்னே பின்னே போக சாத்தியமாகறதோ, வெளிச்சம்போல், அதைவிட வேகமா மனுஷன் சூரிய மண்டலத்திலும் வேறே வெளியே பிரபஞ்சத்திலும் போக வர முடியறதோ, அன்னிக்கு நீங்க திரும்ப இந்த உலகத்துக்கு உங்க காலத்துக்கே உடம்போட திரும்ப வரலாம். அதுவரைக்கும் இந்தப் பிரதேசங்கள்லே இந்தக் காலத்திலே மட்டும் உலாவுங்கோ. காலத்துக்கு முன்னாடி இன்னும் இருபது, ஐம்பது வருஷம் தள்ளிப்போய் என்ன நடக்கிறதுன்னு பார்க்க வேண்டாம். துக்கம்தான் மிஞ்சும்.

தெரிசா சொல்லி நிறுத்தினாள்.

ஆமா, சேச்சி. நடேசனோட நகர்ற படம் பார்க்கப் போய் ஏக கஷ்டமாப் போச்சு. ஓட்டல்லே ராத்திரி கூட்டிப் போய் ரவா உப்புமா கிண்டிப் போட வச்சான். பாவம். நல்ல மனுஷன். அவன் எனக்கு ரொம்பப் பிந்தினவன். ப்ராந்து பிடிச்ச மாதிரி அலஞ்சுண்டு இருந்திருப்பானாக்கும்.

மகாதேவன் சொல்லச் சொல்ல தெரிசாவுக்கு அதில் ஒரு அட்சரமும் புரியவில்லை.

நான் எடின்பரோவிலேயே தினசரி மூணு பேர் புசிக்கக் கூடிய தரத்தில் ரொட்டியும், பழமும், ஜலமும், பாலும் இந்த வீட்டு வளாகத்திலே தினம் வைச்சு எடுத்து மூணு அநாதைகளுக்குக் கொடுக்க ஏற்பாடு பண்ணியிருக்கேன். நீங்க சாப்பிட்டது போக மீந்த எல்லாம் மிச்ச ருசியும் மணமும் எவ்வளவு இருந்தாலும் பரவாயில்லே, இன்னும் மூணு வயறை நிறைக்க தினசரி போகும். வருடம் ரெண்டு தடவை உடுத்த துணிமணியும் அதேபடிக்குத்தான் கொடுக்க ஏற்பாடு. இந்த வீட்டையும் வாங்கி அததுக்கான செலவுக்கு வட்டியிலே இருந்து எடுத்துக்க பேங்கிலே பணமும் அடைச்சாச்சு. நான் போனாலும், காலாகாலத்துக்கு இதெல்லாம் தொடரும்.

தெரிசா சிரித்தாள். அவளால் முடிந்தது. மதமும் ஆச்சாரமும், நம்பிக்கையும், நம்பிக்கையின்மையும், தர்க்கமும், தத்துவமும், பிரியமும், பாசமுமாக மனசார உண்டாக்கிய ஏற்பாடுகள் அவையெல்லாம். இதற்காக அவளை நல்ல கிறிஸ்தியானியில்லை என்று விதித்து நரகம் போகச் சொன்னாலோ, சநாதன தர்மத்தை சீர்குலைக்க வந்த கோடாரிக் காம்பு என்று புராணம் சொல்லும் சிக்ஷைகளுக்கு உட்படுத்தினாலோ அவளுக்கு சுண்டுவிரல் நகம் போனது போல். அற்ப விஷயம் அதெல்லாம்.

சேச்சி, எங்க அம்மா, அதான் உங்க விசாலம் பெரியம்மா. அவளைக் கடைத்தேத்த வழி ஒண்ணும் பிறக்காதா?

மகாதேவன் கேட்டான். அவன் மடியில் படுத்து குஞ்ஞம்மிணி நித்திரை போயிருந்தாள். அஞ்சு வயசுக் குழந்தைதான் அவள், எப்போதும். தெரிசாவுக்குத் தெரியும்.

நான் அந்த மகாலிங்க அய்யன் கிட்டே கழுக்குன்றத்திலே அம்மாவோட அஸ்திக் கலசததைக் கொடுத்தேன். இப்ப அது எங்கேயோ போய் உட்கார்ந்திருக்கு. அந்த பிராமணன்னா, கேட்டேளா, சமுத்திரம் தாண்டி வந்து, சேச்சி வீட்டுக்காரரை எவனோ ஒரு சுப்பன் கொன்னு களைய ஒத்தாசை பண்ணிட்டு லண்டன்லே கம்பி எண்ணப் போய்ட்டா. பிரம்மஹத்தி. அப்பப்ப அவனையும் பார்த்துக் கேட்பேன். பேந்தப் பேந்த முழிச்சுண்டு லோகத்துலே இருக்கப்பட்டவாளுக்கு எல்லாம் வெகு மும்முரமா லிகிதம் எழுதிண்டு இருக்கற பேர்வழி. எழுதினபடிக்கே அவன் ஆயுசு முடிஞ்சுடப் போறது ஒருநாள் நீங்க வேணும்னா பாருங்கோ. பீட்டர் அத்திம்பேரைக் கொன்னதுக்கு உடன் போனானே, அதுக்கு அவன் இந்தப் பிறப்பு முடிஞ்சும் சித்தரவதைப்படப்போறான். அதான் நடக்கப்போறதாக்கும்.

மகாதேவன் ஆத்திரமாகச் சொன்னபோது மறுபடி ஜன்னல் கதவுகள் காற்றில் தடார் தடார் என்று அதிர, கதவுகள் விரியத் திறந்து பெருஞ்சத்தத்தோடு திரும்ப அடைத்துக்கொண்டன.

அனியா, அந்த பிராமணன் பீட்டரை வதிக்கலே. அதுக்கு

சகாயம் ஏதும் மனசறிஞ்சு செய்யலை. சந்தர்ப்ப சூழ்நிலையாலே அவன் பேர்லே பழி விழுந்துடுத்து. முடிஞ்சா லண்டன் போனதும் அவனை ஜெயில்லே போய்ப் பார்த்து.

மேஜை விரிப்பில் ஊறும் எறும்புகளைக் குனிந்து பார்த்துக் கொண்டே சொன்ன தெரிசா நிமிர்ந்தபோது அந்த அறை வேறு யாருமில்லாமல் காலியாக இருந்தது.

வெளியே பனி நிற்காமல் பொழிந்தபடி அந்த இரவு ஊற, தெரிசா மெல்ல மாடிப்படி ஏறினாள். விடிய எத்தனை நாழிகை இருக்கோ? அவளுடைய ஜன்னலில் வந்து கடல்நாரை சொல்லும். அவளுக்குத் தெரியும். அதுவரை கொஞ்சம் தூங்கலாம்.

கடல்நாரையின் சத்தம் காதில் சூழ, கடலும், அம்பலத்தில் சீவேலிக்கு வாசிக்கும் செண்டை மேளமும், சர்ச் இசைக்குழு மேல் ஸ்தாயியில் பாடுவதும் சேர்ந்து ஒலிக்க அவள் நித்திரை போனபோது பீட்டர் பக்கத்தில் வந்து உபத்திரவப்படுத்தாமல் படுத்துக்கொண்டான்.

தெரிசா, என் கண்ணே.

அவன் அவளை மெல்ல இதழ்களில் முத்தினான்.

அத்தியாயம் எண்பத்திரெண்டு

1927 ஃபெப்ருவரி 27 அக்ஷய மாசி 15 ஞாயிற்றுக்கிழமை

நான். நான்தான். மகாலிங்கய்யன். வரதராஜ ரெட்டி. எவனுமில்லை.

ஸ்திரி சம்போகத்திலும், ஜெயிலிலும், பிச்சை எடுப்பதிலும், தெய்வம் தொடங்கி நான் தெண்டனிட வேண்டிய, பிரியம் காட்ட விதிக்கப்பட்ட, இக்கிணியூண்டாவது எனக்கு வேண்டப்பட்டவர்களாக நான் நினைக்கிற மனுஷர்கள் வரை அநேகம் பேருக்குக் கடுதாசி எழுதியும் ஒரு ஜீவிய காலம் முழுசையும் போக்கினவன்.

இன்னும் இது பாக்கி இருக்கா, எப்போ எப்படி முடியும் என்பதொண்ணும் தெரியாது. தெரிஞ்சு என்ன ஆகப் போறது? காகிதத்தைப் பார்த்தால் மட்டும் எழுது எழுது என்று மனசு படபடக்கிறதும் கை துறுதுறுக்கிறதும் மட்டும் நிற்கவில்லை. சைனா பஜாரில் இதற்காகவே ரெண்டு பெருமாள் செட்டி பென்சில் வாங்கிக் கொண்டேன். ஆமா, நான் மெட்ராஸ் வந்தாகி விட்டது. யாருக்கு இதைக் கடுதாசி எழுதிச் சொல்ல வேண்டியது? தெரியலே. எனக்கே எனக்காக இருக்கும்.

பெண்ட்வில் ஜெயிலில் இருந்து என்னை மேளதாளம் இல்லாமல், மாலை மரியாதை கிட்டாமல், நாலஞ்சு சுமங்கலிப் பொண்டுகள் ஆரத்தி எடுத்து சோபானம் சோபானம் பாடாமல் வெளியே போடா புழுத்த நாயே என்று துரத்தி விட்டது நாலு வருஷம் முந்தி. உள்ளே போகும் போது போட்டுக் கொண்டு போன கால் சராயையும், குளிருக்கு இதமாகப் போர்த்தியிருந்த கம்பளித் துண்டு, பொத்தல் குடை, அழுக்கான நீளக் கோட்டு, ஓரத்தில் கிழிந்த தொப்பி ஆகிய ஆஸ்தி பூஸ்திகளையும் என்னை காராக்ரஹத்தில் கொலைகாரன் என்று அடைத்து வைத்திருந்த காலம் முழுசும் போற்றிப் பாதுகாத்து பத்திரமாக ஒப்படைத்து ஏழெட்டு ரிஜிஸ்தரில் ரேகை புரட்டிக் கைநாட்டு வாங்கிக்கொண்டார்கள்.

ஜெயிலில் அதுவும் இதுவும் செய்து சம்பாதித்த வகையில் இருநூறு பவுண்ட் பணத்தையும் ராஜா தலை போட்ட காகித உறையில் வைச்சுக் கொடுத்தார்கள்.

அப்போ நான் கேட்டேன். இந்தக் கோட்டுப் பையில் பத்து பவுண்ட் பணம் காசு ஒரு தோல்பையில் முடித்து வைத்திருந்தேனே. அது கிட்டுமா.

சாமி, நீ மகா பெரிய கள்ளனடா. இன்னொரு நிமிஷம் என் முன்னால் அற்ப வார்த்தை சொல்லிக் கொண்டு நிற்காதே. நிற்கிற பட்சத்தில் சூப்ரண்ட் துரையைக் கொலை செய்ய யத்தனித்ததுக்காக உன்னை உடனே கைதாக்கி திரும்ப அடைச்சு தூக்கு மாட்ட வழி செஞ்சுடுவேன்.

போலீஸ்காரன் சிரிப்பும் நையாண்டியுமாகச் சொன்னபடி தோளில் கையை வைத்து வெளியே உந்தித் தள்ளினான். டெபுடி சூப்ரண்ட் துரை என்னைத் திரும்பக் கூப்பிட்டு என் சட்டைப் பையில் ரெண்டு பவுண்ட் காசுகளைப் போட்டுத் திருப்தியா என்று கேட்டார். கேட்கிறது யார் கல்யாணியா, லோலாவா - பரம திருப்தி, இன்னொரு தடவை ஆரம்பிக்கலாமான்னு இந்தக் கேள்விக்குப் பதில் சொல்ல? மஞ்சள் காரை படிந்த பல்லோடு சிரிக்கிற நெஞ்செலும்பு தெரிகிற வெள்ளைக்காரன். பிச்சைக்காரனுக்கு ரெண்டு பவுண்ட் தர்மம் செய்த துரை.

ஆனாலும் இவன் கொடுத்த ரெண்டு பவுண்டுக்கு உரித்தான ஈஸ்வர கிருபை கிட்டட்டும். என் பத்து பவுண்டில் ரெண்டைக் கழித்துக் கொண்டு மீதி எட்டு பவுண்ட் இந்த தடியன்களுக்கு நேர்ந்துவிட்டதாகப் போய்த் தொலையட்டும். இங்கே கிட்டிய இருநூறு பவுண்ட் இருக்கட்டும். பத்து வருஷம் லண்டன் பாலத்துக்கு அடியில் பிருஷ்டம் தேய உட்கார்ந்து யாசகம் கேட்டு நான் சேர்த்து வைத்த பணம் காசு என்ன ஆச்சு?

ஒரு ஷில்லிங்குக்கு ரொட்டி, வெறும் ரொட்டி மாத்திரம் வாங்கி அரண்மனைக்கு முன்னால் கிரீன்பார்க் பாதாள ரயில் நிலைய வாசலில் உட்கார்ந்து மொச்சு மொச்சு என்று முழுக்கத் தின்று தீர்த்தேன். எதிர்த்த தோட்டத்தில் செடிக்கு விட்டுக் கொண்டிருந்த குளிர்ந்த ஜலத்தைக் கையைக் குவித்து வாங்கிக் குடித்தேன். மகாராஜா சவுக்கியமா என்று அரண்மனை ஜன்னலைப் பார்த்துக் கேட்டேன். சவுக்கியமாகத்தான் இருப்பார். நான் கஷ்டப்படுகிறேனே அதனால்.

ஊரே ஒரு யுத்தம் முடிந்த ஆயாசம் தீரும் முன்னால் அடுத்த யுத்தத்துக்குத் தயாராகிக்கொண்டிருந்ததது. அது இந்த லோகம் முழுசையும் பாதிக்கும் என்றும் யுத்தம் நிற்கிறபோது பாதி பூமி மண்டலமும் அங்கே சுவாசித்துக் கொண்டிருக்கிற ஜனங்களும் இருந்த இடம் தெரியாமல் அடைந்துபோவார்கள் என்றும் காப்பிக் கடையில் பேசிக்கொண்டதைக் கேட்டபடி பாதாள ரயில் பிடிக்க இறங்கினேன். பிக்காடலி கடந்து டெர்மினஸ், அங்கேயிருந்து டவர் பிரிட்ஜ் போய் இறங்க வேண்டும்.

என்னமோ பிறவியிலேயே வெள்ளைக்காரத் துரையாக இங்கேயே பிறந்து இப்படி சுற்றித் திரிந்து சுகபோகமாக ஜீவித்துக் கொண்டிருப்பது போல் நினைப்பு. துரை எதுக்கு பாதாள ரயிலைப் பிடிக்கணும்?

சரி வேண்டாம். லண்டன் பட்டணத்தில் போக்குவரத்து இத்தனை வருஷம் இருட்டு ஜெயிலில் கிடந்தாலும், வெளிச்சத்துக்கு வந்ததும் இதோ இதோ என்று மறக்காமல் மனசில் ஓடி வந்து நிக்கறதே. அந்த கர்வமாவது இருந்துவிட்டுப் போகட்டும் என்று நினைத்தபடி என் பழைய பேட்டைக்கு

வந்து சேர்ந்தேன்.

ஊர் உலகம் எல்லாம் மாறும்போது டவர் பிரிட்ஜ் குச்சு குடிசைப் பிரதேசம் மட்டும் மாறாமல் இருக்குமா என்ன? நாலைந்து தடவை பிரதட்சிணமாகவும் அப்பிரதட்சிணமாகவும் அங்கே திரிந்து இடத்தைக் கண்டுபிடித்தேன்.

புதுசாக நாலைந்து சர்க்கார் ஆபீஸ் அங்கே எழுப்பி காகிதத்தை ரொப்பிக் காசு பார்த்துக் கொண்டு துரைமார்கள் சுகஜீவனம் நடத்தி வந்திருப்பதாகத் தெரிந்தது. நல்ல வேளையாக நான் இருந்த அந்த முடுக்குச் சந்தில் ஒரு சும்பனும் ராஜாங்க மர ஜாமானைத் தேய்க்கிறேன் பேர்வழி என்று பேப்பரும் பேனாவும் ராஜா தலை முத்திரை போடுகிற அரக்கு சீலுமாக வந்து வழித்துக்கொண்டு உட்காரவில்லை.

என் வீடு. அதென்ன வீடா, எலியும் பெருச்சாளியும் இருக்கப்பட்டது போல் பொந்து. பூட்டி வைத்திருந்தது.

வீடு இருக்கே, அதுவே எதேஷ்டம். பூட்டை நாலு தடவை பேனாக் கத்தியால் நெம்பினால் கையோடு வந்துவிடும்.

பேனாக் கத்திக்கு எங்கே போக? சடசடவென்று டவர் பிரிட்ஜ் பக்கம் உட்கார்ந்து கைநீட்டிவிட்டு அடுத்த வேளை ரொட்டி, பேனாக் கத்தி, மேலே போட்டுக்கொள்ள பழசாக இருந்தாலும் ஒரு சட்டை இதெல்லாம் ஃப்ளீ மார்கெட்டில் வாங்கி வந்தால் என்ன? மனசில் கணக்குப் போட்டேன்.

அது சரி, இந்தப் பொந்தில் வேறே பெருச்சாளி ஏதாவது புகுந்து சொந்தம் கொண்டாடிக் கொண்டிருந்தால்? அதுவும் வெள்ளைப் பெருச்சாளி. நாலு தலைமுறையாக நான் தான் இங்கே இருக்கேன் என்று அவன் சொன்னால், நாலு இல்லே, அஞ்சு என்று திருத்திக் கொடுத்து சுயஜாதி அபிமானத்தோடு சுற்றுக் காரியம் செய்ய ஒரு பெரிய ஜனக் கூட்டம் இங்கே உண்டே. பூட்டை நெம்பினால் பிரளயமே ஏற்பட்டு விடக் கூடும்.

நான் யோசனையில் நிற்கும் போது யாரோ பின்னால் இருந்து

ரெட்டி ரெட்டியென்று கூப்பிடுகிற சத்தம். பெண் குரல். உடனே திரும்பிப் பார்த்தேன்.

மரியா.

நீ இன்னும் இங்கேதான் இருக்கியா பெண்ணே? உன் ஒத்தக்கை வீட்டுக்காரன் எனக்குப் பண்ணின அநியாயத்துக்கு இன்னேரம் அழுகிப் புழுத்து அழிஞ்சு எந்த மாதாகோவிலில் ராவோடு ராவாகக் கொள்ளை அடிச்சானோ அதே கோவில் சமாதித் தரையில் ஒடுங்கி இருப்பானே? அந்த டமாரச் செவிடு மாமியார்க் கிழவி இன்னும் தெருவோடு போகிற ஒவ்வொருத்தனையும் நிறுத்தி நேரம் கேட்டுக் கொண்டிருக்கிறாளா? அவளுடைய கடிகாரம் நின்றுபோயிருக்க வேணுமே.

மரியாவை இதெல்லாம் கேட்க முடியுமா? சும்மா பார்த்து சிரித்தேன். அவள் முன்னைக்கிப்போ ஒரு சுற்று பெருத்திருந்தாள். வயிறு கொஞ்சம் முன்னால் சரிந்திருக்கிறது கண்டேன். ஒத்தைக்கையன் இன்னும் மும்முரமாக இருக்கிறான் போல இருக்கிறது. கை இல்லாவிட்டால் என்ன, பொய் சொல்லவும், ராத்திரியில் கூடப் படுத்துப் பையை ரொப்பவும் அவனுக்கு துரைத்தனத்து பூரண அனுமதி உண்டு. வெள்ளைத் தோல் ஆச்சே? என் போல அட்டுப் பிடித்த கறுப்பனா என்ன?

எப்போ திரும்ப வந்தே ரெட்டி?

மரியா கேட்டாள். அவளுக்கு நான் ஜெயிலில் அடைபட்டிருந்தது தெரியும். அவளுக்கென்ன, ஊருக்கே தெரியும். எதுக்காக என் முட்டியில் தட்டி உள்ளே போட்டிருந்தான்கள் என்பதும் தெரியும். அந்த ஒத்தைக் கையன் கைவரிசை பற்றியும் தெரிந்துதான் இருப்பாள்.

என்ன செய்யறான் அந்த இழவெடுத்த தேவிடிச்சி மகன்? உள்ளே விதைக்கொட்டைக்கு எண்ணெய் போட்டு ஜொலிக்க வச்சுக் கொண்டிருக்கானா?

உங்க வீட்டுக்காரர் சௌக்கியமா அம்மா?

உதடு ஒட்டாமல் கேட்டேன். அவள் சிரித்தபடி உள்ளே திரும்பிக் கூப்பிட்டாள்.

முன் வழுக்கையும் தொப்பையுமாக ஒரு வெள்ளைக்காரன் கோழி உரித்துக் கொண்டிருந்தது கையில் பிடித்தபடி நடந்து வந்தான்.

கோழியோடு சேர்த்து அவன் நீட்டிய கையைக் குலுக்கினேன். கோழி நாட்டுக் கோழி. பிடித்திருக்கிற மனுஷன் யார் என்று தெரிந்தால் நன்றாக இருக்கும்.

என் வீட்டுக்காரன் என்று அந்த மரியாப் பெண்டு சொன்னாளே பார்க்கணும்.

உள்ளபடிக்கே எனக்கு சந்தோஷமாக இருந்தது. ஜேம்ஸ் கடன்காரனைத் தலைமுழுகி விட்டாளே. சுபாவமாகவே நல்ல புத்தி வந்து சேர்ந்ததோ, இல்லை, பந்து ஜனமும் சிநேகிதர்களும் நாசுக்காகவும் நயந்தும் பயந்தும் சொன்னபடிக்கோ.

டேவிட் இத்தனை நாள் இங்கேதான் பிக்கடலி தையல் கடையில் வேலை பார்த்தான். இப்போ யார்க்ஷயரில் கப்பல் கம்பெனியிலே உத்தியோகமாகிப் போயிருக்கான்.

முகம் எல்லாம் பெருமை எழுதி இருக்க மரியா சொன்னாள்.

க்ஷேமமாக இருக்கட்டும். கப்பல் கட்டுற வழுக்கையன் பாதிரி வேஷத்தில் நாடகக் கொட்டகையில் குடித்துவிட்டு ரெண்டு நிமிஷம் தலை காட்டி விட்டு படுதா விழுந்ததும் இன்னும் குடிக்கப் போக மாட்டான். மாதா கோவிலைக் கொள்ளையடிக்க மாட்டான். துரை வீட்டுக்குள் ராத்திரி நுழைந்து வெட்டிப் போட்டுக் காசும் நகையும் கவர்ந்து கொண்டு போக மாட்டான். அப்பிராணி கறுப்பு சிநேகிதன் மேல் மொத்தப் பழியையும் தூக்கிப் போட்டுவிட்டு ஓட மாட்டான்.

இவர்?

அவன் நான் யாரென்று புரியாமல் மரியாவைப் பார்க்க அவள் சொன்ன பதில் திருப்திகரமானது.

இங்கே தான் பத்து வருஷம் முந்தி இருந்தார். கஷ்ட ஜீவனம் தான். பிரான்ஸுக்குக் கிளம்பிப் போனார். அங்கேயும் இப்போ

நிலவரம் சரியில்லையாம். பழைய நினைப்போடு திரும்பியாச்சு. இங்கே மட்டும் என்ன வாழுதுன்னு சொல்லு.

ஆக, நான் போகாத பிரான்சில் இருந்து வந்திருக்கேன். என் வீட்டுச் சாவி எங்கே பெண்ணே? அதில் வைத்த காசு பணம் என்ன ஆச்சு? யார் இப்போ இருக்கா அங்கே? பணத்தை தரையைக் குழித்துத் தான் இரும்புப் பெட்டிக்குள் கண்ணாடி பாட்டிலை வைத்து அதற்குள் சுருட்டி சுருட்டி ஆசனவாயில் நுழைக்கிற கவனத்தோடு திணித்து வைத்திருந்தேன். இருக்குமில்லையோ அதெல்லாம்?

டேவிட் கோழிக்கு கதி மோட்சம் கொடுக்க திரும்ப வீட்டுக்குள் நடந்தான். மரியா என் பக்கத்தில் வந்தாள்.

அந்த அயோக்கியனைத் தொலச்சுத் தலைமுழுகிட்டேன். இவன் கொஞ்சம் வயசானவன் ஆனாலும் ரொம்பவே கவுரவமானவன்.

தெரியுமே. காட்ட வேண்டியதைக் காட்டி, கொடுக்க வேண்டியதைக் கொடுத்து, உனக்கு வடிச்சுக் கொட்டி கோழி பொரிச்சு மீன் வறுத்து சேவகம் பண்ண ஏற்பாடு செஞ்சு வச்சுட்டே. பிரமாதம்டி பொண்ணே.

மனசுக்குள் நினைச்சபடி அச்சாபிச்சமாக ஈ என்று இளித்தேன்.

அவன், அந்தக் கொலைகாரன் ஜேம்ஸ் உனக்குச் செஞ்ச துரோகத்துக்கு பீஜம் இல்லாம நரகத்திலே தலைகீழாத் தொங்குவான்.

அவள் கையை நெறிக்காமல் சாபமிட்டாள். இல்லேடி மரியாளே. கருட புராணத்திலே அதைவிட உக்ரமான தண்டனை எல்லாம் இருக்குனு நெனச்சுண்டேன். தமிழ் புஸ்தகம் கையால் தொட்டு எத்தனை வருஷம் ஆச்சு.

போகட்டும். எங்கே போய்த் தொலைஞ்சான் ஜேம்ஸ்? இங்கே தான் சுத்தி வந்துண்டு இருக்கானா?

அவனுக்கு என்ன பைத்தியமா? உன்னை மாட்டிவிட்டதுமே ஓடிட்டான் நாய் மாதிரி. போகிறபோது என்ன பண்ணினான் தெரியுமா?

உங்கம்மாளையும் இழுத்துண்டு போயிருப்பான். என்ன பண்ணினான்னு சொன்னாத்தானேடீயம்மா பரதேவதை தெரியும் எனக்கு?

உன் வீட்டுக்குள்ளே பூட்டை உடச்சு உள்ளே போய் தரையெல்லாம் கொத்திப் போட்டு போயிருக்கான். என்ன வேலையோ எழவோ?

எனக்குத் திக்கென்று இருந்தது. ஆக நான் ஒரு பென்னியும் ரெண்டு பென்னியுமாக சும்பாதிசும்பன்களின் காலைப் பிடிச்சு உருவி வாங்கினதை இந்த வல்லாரவோழி வழிச்சு எடுத்துண்டு ஓடிட்டான். தப்பு என் பேர்லே தான். ஏர்ள்ஸ் கோர்ட் சாராயக் கடையில் அவனோடு கூட உட்கார்ந்து சுதி சேர்த்துண்ட போது என்னை அறியாமல் எல்லாத்தையும் உளறித் தொலைச்சிருக்கேன்.

ஆக கையில் இருந்த இருநூறு பவுண்டும் சில்லறையும்தான் ஐவேஜி இந்த ரெட்டிக்கு. இன்னும் என்னத்துக்கு ரெட்டியும் ரொட்டியும்? மகாலிங்க ஐயனுக்கு.

வீட்டுக்குள்ளே சுத்தம் பண்ணித் தரட்டா ரெட்டி? நீ காலார டவர் பிரிட்ஜ் போய்ட்டு வா. முடிச்சுத் தரேன்.

மரியா சிநேகிதமாகச் சொன்னாள். ஒத்தைக் கையன் ஜேம்ஸ் எனக்குச் செய்த மகா துரோகத்துக்கு எதாவது ஒரு வழியில் பிராயச்சித்தம் செய்யணும் என்று அவள் தயாராக இருந்ததாகத் தோன்றியது. வயத்தில் தலைச்சன் பிள்ளை உள்ள வீட்டுக்கடக்கமான வெள்ளைக்காரி. க்ஷேமமாக இருக்கட்டும். எனக்கு ஒரு புத்ரி இருந்தால் இவள் வயசு இருக்கும்.

அவள் உள்ளே போய்ச் சாவி எடுத்து வந்து கதவைத் திறந்தாள். உள்ளே தரையில் தார்ச்சீலை போட்டு மூடி இருந்த இடத்தை எனக்கு ரொம்பவே நன்றாகத் தெரியும். அங்கே இருந்த துட்டு எல்லாம் ஐயா துரையே தர்மவானே என்று இன்னும் எங்கேயாவது அழுது புலம்பி கெஞ்சிக் கொண்டிருக்கும். எடுத்தவன் விளங்குவானா?

இங்கே தங்கி, திரும்ப டவர் பிரிட்ஜ் கீழே உட்கார்ந்து பிச்சை

எடுத்து.

எதுக்கு? யாருக்கு அதெல்லாம் சம்பாதிக்கணும்? அறுபது வயசுக்கு மேலே ஆச்சு. இந்தப் பரதேச பூமியில் என்ன பண்ணிக் கொண்டிருக்கேன்? எதுவரைக்கும் இங்கே இருக்கணும்? ஏன் இருக்கணும்?

ஊருக்குப் போய்விடலாமா?

லலிதாம்பிகை காலில் சுருணையும் இடுப்பில் பிரஷ்டையாக சிவப்பு வஸ்திரமும் முடிந்துகொண்டு கொல்லைக் கிணற்றடியில் இருந்து கூப்பிட்டாள்.

வந்துடுங்கோ. திருக்கழுக்குன்றம் போகலாம். நானும் வரேன்.

நான் மரியாவை நிமிர்ந்து பார்த்தேன்.

டேவிட் யார்க்ஷயரில் எந்தக் கப்பல் கம்பெனியில் வேலை பார்க்கிறான்?

ஏன்? பிரிட்டீஷ் இந்தியா நேவிகேஷன். மிடில்ஸ்பர்க் வட்டாரத்தில் இருக்கப்பட்டது.

இந்தியாவுக்குக் கப்பல் விடற கம்பெனிதானே?

நான் அவசரமாக விசாரித்தேன்.

நான் என்னத்தக் கண்டேன் ரெட்டி? டேவிட்டைக் கேக்கறேன். ஆமா, தெரிஞ்சு என்ன செய்யப் போறே?

ஆத்துக்குத் திரும்பணும். ரொம்ப நாழியாச்சு நான் வந்து. லலிதா காத்துண்டிருக்கா.

சொன்னது புரியாமல் உதட்டைப் பிதுக்கியபடி அவள் உள்ளே போனாள்.

அத்தியாயம் எண்பத்தி மூன்று

1927 ஃபெப்ருவரி 27 அக்ஷய மாசி 15 ஞாயிற்றுக்கிழமை

பிரம்மாண்டமான பறவை சாவகாசமாக ஜலப் பிரவாகத்தில் மிதந்துகொண்டு அசைந்து ஆடுகிறதுபோல் அந்தக் கப்பல் நின்றது.

புத்தம் புதுசு. கம்பமும், படியும், கொடியும், உருளைக் கம்பிகளும், இரும்புச் சங்கிலிகளும் பளபள என்று புதுக்கருக்கோடு சூரிய வெளிச்சத்தில் ஜ்வலித்தன. இவ்வளவு நீளமும் அகலமும் விஸ்தீரணமும் கொண்ட கப்பலை நான் என் ஆயுசுக்கும் பார்த்ததில்லை.

தோணியிலோ கட்டு மரத்திலோ ஏறி நின்றபடிக்கு இந்த சுந்தர ஸ்வரூபமான சமுத்திர வாகனத்தை நாலு தடவை பிரதட்சணம் பண்ணினாலும் சரிதான்.

இல்லையோ, இதன் கட்டுமானம் இன்னபடிக்குத்தான் இருக்கணும் என்று தீர்மானம் செய்து அதேபடிக்கு பாளம் பாளமாகச் செதுக்கி, வார்த்து, நிமிர்த்தி, வளைத்து இதைச் செய்து கடலில் மிதக்கவிட்டானே அந்தத் துரையின் அற்ப சங்கை ஜலத்தை தாராளமாக தலையில் புரோட்சணம்

பண்ணிக் கொள்ளலாம்.

செய்தால். இதுக்கான புத்தியில் கால்வீசம், அரைவீசமாவது எனக்கும் மட்டுப்படும். ஆமா, சப்த நாடியும் ஒடுங்கற காலத்திலே கப்பல் கட்டுகிறதுக்கான புத்தி எல்லாம் புதுசாக வாய்த்து நான் என்ன பண்ணப் போறேன்?

ப்ஹஹஹம் ப்ஹஹஹம் என்று கப்பல் நாலு தடவை சங்கு அடித்தது. இங்கே இருந்து நாலு பத்து மைல்கல் தூரம் ஸ்பஷ்டமாகக் கேட்கக் கூடிய நூதனமும், கம்பீரமும் நிறைந்த ஓசை அது. வாடா பொச கெட்ட மகாலிங்கய்யனே, வந்து ஏறிக்கோ, ஊரைப் பார்க்கப் போய்ச் சேருவோம் என்கிறது போல பரிகாசமான சத்தம்.

அந்த மகராசி மரியாவும் அவளுக்கு ரெண்டாம் புருஷனாக வாய்த்த டேவிட்டும் இகத்தில் சகல சுகங்களும் மேன்மைகளும் அனுபவித்து பரத்திலும் சாயுஜ்ய பதவி கிடைத்து சவுக்கியமாக இருக்கட்டும். அந்த ரெண்டு நல்ல ஆத்மாக்கள் மட்டும் இல்லையென்றால் நான் யார்க்ஷையர் பக்கம் தலை வைத்துக்கூடப் படுத்திருக்க மாட்டேன். மிடில்ஸ்பரோ துறைமுகம் எனக்கு மற்ற எத்தனையோ உலக விஷயம் போல் அந்நியமாகவே விலகிப் போயிருக்கும்.

இந்தியாவுக்கு நான் போகணும் என்று சொன்னபோது டேவிட் கேட்டான்.

நீ மொரிஷியஸ், பிஜி இப்படி ஏதோ தீவுப் பிரதேசத்து மனுஷனாச்சே. பிரான்ஸில் வேறே குப்பை கொட்டி இருக்கே. இந்தியாவில் போய் என்ன பண்ணப் போறே.

தெவசம் பண்ணப் போறேன். அங்கே என் மூதாதையர் எல்லாம் இருந்திருக்கா. நானும் போற கதிக்கு புண்ணியம் கிட்டணுமே.

அவன் வெள்ளைக்காரன். அதுக்கு மேலே வேறெதும் கேட்கவில்லை. நம்மூர் நிரட்சரகுட்சிகள் என்றால், கரும்புத் தோட்டத்திலே இருக்கறபோது கல்யாணம் பண்ணிண்டியா,

வாரம் எத்தனை தடவை சுகிச்சே, எத்தனை தடவை எண்ணெய் ஸ்நானம் செஞ்சுண்டே, கோமணமா லங்கோடா உடுத்திக் களைந்தது, எத்தனை சுபுத்ரன், எத்தனை சுபுத்ரி, என்ன வயசு, ஆத்துக்காரி என்ன ஜாதி, என்ன உயரம், நிறம் இத்யாதி விஷயம் எல்லாத்தையும் தூண்டித் துருவிக் கேட்டு வாயைப் பிடுங்கி இருப்பான். வெள்ளைக்காரன் நாய் மாதிரி கறுப்பனை மதிச்சாலும் அடுத்தவன் விவகாரத்திலே தலையிடறதுங்கற பேச்சே இல்லை.

நீர் இப்போ மெட்ராஸ் போகணும். அவ்வளவுதானே. கவலையை விடும். புதுசா ஒரு கப்பல், ரக்கூலான்னு நாமதேயம் பண்ணி இப்பத்தான் க்ளாஸ்கோவிலே கட்டி முடிச்சு வந்துருக்கு. அதை மெட்ராஸுக்கும் அங்கே இருந்து சிங்கப்பூருக்கும் வழியிலே பினாங்குக்கும் வெள்ளோட்டம் விட்டுப் பார்த்து கம்பெனி உத்யோகஸ்தர்கள்கிட்டே ஒப்படைச்சுட்டு வரணும்.

அதெல்லாம் பெரிய மனுஷாளுக்கு விதிக்கப்பட்ட காரியமாச்சே. நாலு எழுத்து சரிவரத் தெரியாத ஏழைக் கருப்பனுக்கு என்னத்துக்காக இந்த கவுரதை?

ஓய், நீரே கப்பலை ஓட்டிப் போய் ஒப்படைச்சுட்டு வரணும்னு சொல்லலே. அந்தக் கப்பல் அடுத்த வாரம் கிளம்பறது. டெக்கையும், மேலேயும் துடைச்சு மெழுகி வைக்கற வேலை தரச் சொல்றேன். உமக்கும் நாலு காசு கையிலே. பிரயாணத்துக்கு ஒரு சல்லி துட்டும் செலவழிக்க வேணாம். என்ன சொல்றீர்?

பருத்தி புடவையாக் காய்ச்சு சாயம் ஏத்திண்டு உடம்பிலேயும் பாந்தமா சுத்திண்ட மாதிரி இருக்கே இந்த ஏற்பாடு? மகாலிங்கய்யனே, உனக்கும் அதிர்ஷ்டம்னு ஒண்ணு எப்போவாவது அடிக்கணும்னு ஜாதகத்திலே இருக்கு போலடா.

சரி அப்படீன்னு உடனே ஒத்துக்கொண்டேன். கப்பல்லே போகும்போது கர்ப்ப ஸ்திரி மாதிரி குமட்டலும் வாந்தியும் ஜூரமும் காணும். அதை எல்லாம் பொறுத்து வேலையும் பார்க்கணும். என்ன சாப்பிடக் கொடுத்தாலும் முகம் சுளிக்காம சாப்பிடணும். வெய்யில் நேரத்திலே கப்பல் தளத்திலே வேலை

செய்யும்போது கண்ணே மங்கிப் போற மாதிரி கடல்லே நாலாபக்கமும் இருந்து வெளிச்சம் இருக்கும். அது பழகிக்கணும்.

டேவிட் அடுக்கிக்கொண்டே போனான். அதெல்லாம் எனக்கு ஏற்கனவே அனுபவமான விஷயங்களாச்சே, நான் யுத்த காலத்திலே கப்பல் சேவகம்தானே செய்தேன் என்று ஜாஸ்தி புனைசுருட்டும் இக்கிணியூண்டு நிஜமும் கலந்து கட்டியாக அடித்துவிட வெள்ளைக்காரனுக்குப் பரம திருப்தியாகப் போனது.

ஆனாலும் வேலை சம்பந்தமாக முடிவு எடுக்க வேண்டியது அவனுக்கும் எஜமான் துரைகள் ஆச்சே. அவர்கள் என்னை வேலைக்கு எடுக்க தீர்மானித்தாலும், நான் இன்னார் என்று ருஜுப்பிக்கிற தஸ்தாவேஜு கைவசம் கொண்டு வந்து காண்பிக்க வேணும் என்று எதிர்பார்ப்பார்களே. என்னண்டை ஒரு துண்டு கடுதாசியும் இல்லை. வெள்ளைக்கார தேசத்துக்கு யுத்தம் முடிந்து வந்து சேர்ந்ததுமே அதெல்லாம் காணாமல் போக்கி விட்டேன். இதை டேவிட்டிடம் சொன்னேன்.

எதெல்லாம் என்று அவன் கேட்க, நான் வார் ஆபீஸ் அனுமதிச் சீட்டைப் பற்றிப் பிரஸ்தாபித்தேன். டேவிட் முகம் பிரகாசமானது.

கவலையை விடும். ஒரு இருபது பவுண்ட் ஆகும். பரவாயில்லையா. உமக்கு தஸ்தாவேஜு தயாரித்துவிடலாம்.

அட்டியில்லாது உடனே தோள் சஞ்சியில் இருந்து எடுத்து நீட்டினேன். காகிதத்தில் கோணல் மாணலாக ராயங்கல வரதராஜ ரெட்டி, வயசு அறுபத்து மூணு, அபிசீனியாவிலும், இத்தாலி தேசத்தில் பெயர் வாயில் வராத ஏதோ பிரதேசத்திலும் யுத்த சேவையாக, பட்டாள சமையல்கட்டில் மீன் கழுவிக் கொடுத்துக்கொண்டிருந்தேன் இப்படி சகல தகவலும் எழுதிக் கொடுத்தேன்.

வார் ஆபீசில் யாரைப் பிடித்தானோ நாலு நாளில் ராயங்கல வரதராஜ ரெட்டியை ஆயுசு முழுக்க மாட்சிமை தாங்கிய வெள்ளைக்காரச் சக்கரவர்த்திகளின் கவர்மெண்டுக்கு ரொம்ப

நெருக்கமாகத் தெரியும் என்று உலகத்துக்கு அறிவிக்கிற தஸ்தாவேஜு ஒன்றுக்கு ரெண்டாகக் கிடைத்தது.

மரியா தான் அதை எடுத்து வந்து கொடுத்தது. கூடவே நான் கொடுத்த இருபது பவுண்ட் பணத்தையும் அவள் திருப்பிக் கொண்டு வந்து கொடுத்து விட்டாள். அது நான் யார்க்ஷயர் புறப்பட்ட காலை நேரத்தில்.

ரெட்டி, நீ என் குடும்பத்தாலே பட்ட கஷ்டத்துக்கு, ஜேம்ஸ் இப்போ என் புருஷன் இல்லேன்னா என்ன, அவனோட மோதிரம் மாத்திண்டு பத்து வருஷம் இங்கே சேர்ந்து இருந்தேனே அதைக்கொண்டு சொல்றேன். நான் உனக்கு இன்னும் எவ்வளவோ செய்யணும். அவன் செஞ்ச படுகொலைக்கு நீ ஜெயில்லே இத்தனை வருஷம் அடஞ்சு கிடந்தே. அவனானால் பேடி போல் ஓடி ஒளிஞ்சுட்டான். அவன் வகையிலே உனக்குத் தன நாசம்னு ஓரளவுக்கு எனக்கும் தெரியும். தெரிஞ்சும், நான் உனக்குச் செய்யக் கூடிய குறைஞ்ச பட்ச பிரதியுபகாரம் இது மட்டும்தான்.

இங்கிலீஷ்காரிகள் அழுது பார்த்ததில்லை. அழும்போது எல்லாப் பெண்களும் ஒரே மாதிரி அனாதைத் தனமும் நிர்க்கதியுமாக பார்க்க கண் கூடுகிறதில்லை. இவளுக்கு என்ன மாதிரி அனுசரணையான வார்த்தை சொல்லி மனசைத் தேற்றலாம் என்று யோசித்தபடி இருக்க, அவள் கண்ணைத் துடைத்துக்கொண்டு உள்ளே ஓடினாள். முதுகில் துணிச் சாக்கோடு வந்த டேவிட் போகலாமா என்றான்.

ரயிலிலும் சாரட் வண்டியிலும் கொஞ்சம் அங்கே இங்கே நடந்துமாக வந்து சேர்ந்தாச்சு.

கடலில் அலை அதிகமாக இருந்த காரணத்தால் கப்பல் அலைபாய்ந்து கொண்டிருந்தது. பக்கத்தில் படகு ஒன்று கப்பலோடு சம்போகத்தில் ஈடுபட்ட மாதிரி அதுக்கு ஏத்தபடி முன்னும் பின்னுமாக அசைந்து கொடுத்துக் கொண்டிருந்தது.

அட ராபணா. இந்த வயசிலும் நாய் தேங்காய் உருட்டின மாதிரி, பல் இல்லாதவன் கவிச்சி திங்க ஆசைப்பட்டு எச்சில்

வடித்த மாதிரி காமம்தான் மனசு முழுக்க.

போகிற வழிக்குப் புண்ணியமாக ஒரு சிராங்காய் அளவாவது சேர்த்துக்கொண்டு போக இந்த சிருங்காரம் பாராட்டுகிறதில் ஈடுபடுகிற புத்தி என்னை அனுமதிக்காது போலிருக்கே. என்ன செய்ய. அது இல்லாவிட்டால் நானும் கூட இல்லாமல் போயிருக்கலாம்.

மகாலிங்கய்யனுக்கு உசிர் போகும்போது ஜீவன் முக்தர்கள் மாதிரி கண் வழியே போகாது. ஏனைய தூர்த்தர்கள் போல் ஆசனவாய் வழியிலும் போகாது. லிங்கம் வழியாகத்தான் வெளியேறும். பிரம்மதேவன் தலையில் எழுதி வச்சிருக்கான்.

சாமி, பேப்பரைக் காட்டு.

முதுகில் ஒரு சஞ்சியும் கையில் பிடித்த தோல்பையுமாக நான் படகைப் பார்க்க போட் ஜெட்டியில் நடந்தபோது ஒரு துரை என்னை வழிமறித்துக் கேட்டான்.

அதைத் தீர்க்கமாகப் படித்துவிட்டு திருப்பிக் கொடுத்தபடி வைசூரிக்கு குத்தி வச்சியா என்று கேட்டான்.

குசினி உத்தியோகம் கப்பலில். கூடவே துப்புரவு ஜோலி. ஊழியம் பண்றவாளுக்கும் அதெல்லாம் உண்டா பிரபுவே?

எதுக்கும் உள்ளே டாக்டர் உக்கார்ந்திருக்கார். பாத்துட்டுப் போ என்றான்.

டாக்டர் என்னை நாக்கை நீட்டச் சொல்லிப் பார்த்து, பிருஷ்டத்தை, பீஜத்தை எல்லாம் அடுத்தபடி காட்டச் சொல்லி அதனாலும் திருப்தி அடையாமல் பக்கத்தில் இருந்த ஒரு தடியனிடம் கண்ணாடிக் குப்பியை எடு என்றான். நான் விதிர்விதிர்த்துப் போனேன். யானைக்குப் போடுகிற தோதில் இம்புட்டுப் பெரிய ஊசியை என் பிருஷ்டத்தில் ஏத்தினால் நான் கப்பலில் படுத்தபடிதான் போக வேண்டி இருக்கும். வேலை வெட்டி இல்லாமலா நான் பிரயாணம் வைத்தது?

டாக்டர் துரை காலில் விழுந்து தீனமாக மன்றாடினேன். போடா புழுத்த பன்னிச் சேயே என்று காலை இழுத்துக்

கொண்டு அவனுடைய குறியைச் சும்பனம் செய்யச் சொன்னால் செய்வியா என்று கேட்டான். அதுக்கும் தயார் என்றேன் சளைக்காமல். எத்தனையோ மான நஷ்டத்தை, இழிவை பார்த்தாகி விட்டது. இன்னொன்று கூடினால் என்ன போச்சு?

பிழைச்சுப் போ என்று என் காகிதத்தில் முத்திரை குத்தி விட்டெறிந்தான். பொறுக்கிக் கொண்டு வெளியே படகுக்கு ஓடினேன்.

சாமி, நில்லு.

இன்னொரு வெள்ளைக்காரன். கூலிக்காரன் என்பதால் கரிசனமும் இருந்தது குரலில். படகில் நின்றபடிக்கு அதோடு அசைந்து ஆடிக் கொண்டிருந்தான்.

குசினி உத்யோகம் என்று திரும்ப உத்யோக லட்சணம் சொன்னேன். திருப்தியடைந்தவனாக, மூட்டையை முதுகில் இருந்து எடுக்கச் சொன்னான்.

அதை நான் கொண்டு போகாவிட்டால் குளிச்சு விட்டுத் தரிக்க மாற்று உடுதுணி இல்லையடா என்றதும் முட்டாளே, நீ எதுக்கு சகலமானதையும் தூக்கிச் சுமந்து கஷ்டப்படவேணும்? இதை எல்லாம் ஏற்றி இறக்க யந்திரம் ஸ்தாபிச்சிருப்பதைப் பார்க்கலியா என்று பக்கத்தில் கையைக் காட்டிக் கேட்டான். பார்த்தேன்.

ராட்சச இரும்புக் கை மாதிரி ரெண்டு தூக்குத் தூக்கிகள் கப்பல் தளத்தில் இருந்து புறப்பட்டு குனிந்து படகு பக்கம் வந்து மேலே வைத்த சுமையை அலட்சியமாகச் சுமந்து கப்பல் தளத்தில் போட்டு விட்டு மறுபடி குனிந்தபடி இருந்தன. மனுஷனாக இருந்தால் ரெண்டு மணி நேரம் இப்படி குண்டி வணங்கி வேலை செஞ்சா, அப்புறம் மூத்திரம் போகவும், பொடி போடவும், அக்குளில் துண்டால் துடைத்துக் கொண்டு மோரைக் கொண்டா, கள்ளைக் கொண்டா என்று தேடவுமாக ஆகியிருக்கும். யந்திரத்துக்கு இதெல்லாம் வேணாம். என்னைப் பாடாய்ப் படுத்துகிற, வயசானாலும் வதைக்கிற

இன்னொண்ணும் கூட வேணாம்.

கைப்பையையும், முதுகு சஞ்சியையும் தூக்குத் தூக்கி நுனியில் கோர்த்த பெரிய இரும்புக் கூடையில் வைத்து விட்டு கப்பல் ஏணியைப் பிடித்து உள்ளே ஏறலானேன். படகிலே ரெண்டு பேர் என் பிருஷ்டத்தைத் தாங்கிப் பிடிக்க, கப்பலில் இருந்து வழிந்து கொண்டிருந்த ஏணியோடு அதனடியில் விரிந்த தளத்தில் இன்னும் ரெண்டு தடியன்கள் தயாராக இருந்தான்கள்.

வந்த அலை ஏனோ என்னைக் கண்ட கோபத்தில் பலமாக வீச, அப்படியே குண்டுக் கட்டாக படகுக்காரன் என்னை ஏணிக்காரனிடம் புளிமூட்டை மாதிரி தூக்கிப் போட அவர்களும் அதேபடிக்கு ஏற்று வாங்கி ஏணியில் திணித்தார்கள்.

ஊருக்குத் திரும்புகிற உற்சாகத்தோடு குழந்தை மாதிரி குதூகலத்தோடு ஏணி ஏறி கப்பலுக்குள் வந்தேன். மொறிச்சென்று போன நிமிஷம் தான் கழுவித் துடைத்து அலம்பி விட்ட மாதிரி லட்சுமிகரமாக இருந்தது அந்தக் கப்பல். என் அழுக்குக் காலால் உள்ளே அடி எடுத்து வைத்து நடக்கக் கூட எனக்கு அருகதை இல்லை என்று மனசில் பட்டது.

கப்பல் முழுக்க ஏதோ அப்பளம் பொரிக்க சுட்டெண்ணெயைக் காய்ச்சுகிறது போல பலமாக நெடி அடித்தது. பக்கத்தில் எங்கேயாவது குசினி இருக்கவேணும்.

நுழைகிற திட்டி வாசலில் நின்ற இன்னொரு கிழங்கன் பேப்பர் இருக்கா என்று கேட்டான். நல்ல வேளையாக அதை மூட்டை முடிச்சோடு தூக்குத் தூக்கியில் போடாமல் மடியில் இடுப்புவார் தோல் சஞ்சிக்குள் திணித்து வச்சிருந்தேன்.

மூக்கைச் சுளித்துக்கொண்டே அந்தக் கசங்கின காகிதத்தை வாங்கிப் பார்த்தான். நான் என்ன மர்ம ஸ்தானத்தில் வச்சா எடுத்துக் கொடுக்கறேன்?

சாமி, நேரே கீழே இறங்கி வலது பக்கமா போ. குசினி வரும். உனக்கு உடுப்பு கொடுப்பான். அதைத்தான் மாட்டிக்கிட்டு நடமாடணும், இப்படி அழுக்கு கால் சராயும், பாதரட்சையுமா

உன்னைக் கப்பல்லே பார்த்தேன், கடல்லே தூக்கி வீசிடுவேன். ஜாக்கிரதை.

அவன் யாரோ, என்ன பிரதாபம் உள்ளவனோ. கால் பிடிக்கக் குனிந்தேன். சும்பிக்கச் சொன்னாலும் சரிதான். அவன் காலை இழுத்துக்கொண்டான். கீழே போ என்று இன்னொரு தடவை உரக்கச் சொன்னபடி அந்தாண்டை போனான்.

குசினியில் ஹிந்துஸ்தானி பேசுகிற ரெண்டு சமையல்காரர்களும், ஒரு வெள்ளைக்கார பட்லரும், சுற்றுக் காரியம் ஆப்பிரிக்கக் கறுப்பன்மார் நாலைந்து பேரும் என்னைப் பிரியத்தோடு வரவேற்றார்கள்.

சின்ன வயசு வெள்ளைக்காரப் பிள்ளை ஒருத்தன், இருபது வயசுக்கு மேலே ஒருநாள் கூடத் தேற மாட்டான். அவன் தான் பிரதம சமையல்காரனாம். மிஸ்டர் ஹென்றி என்று பேர் சொன்னான்.

நான் கப்பல் தளத்திலே பாதம் பணிந்தது இந்தக் கப்பலின் கேப்டன் என்ற உன்னதமான தலைமைப் பதவியில் இருக்கப்பட்ட மிஸ்டர் ஒயிட் துரையையாம். ஜன்மம் கடைத்தேறினதே அய்யா என்று நெக்குருகினேன்.

மிஸ்டர் ஹென்றி எனக்கு ரெண்டு ஜதை நீல நிற உடுதுணியும், சவுக்காரம், புகையிலை, கொய்னா மாத்திரை, இன்னும் கொண்டித் தோப்பு வைத்தியன் தைலம் மாதிரி அசுர வாடை அடிக்கிற ஏதோ தோல் அரிப்பு நிவாரணக் களிம்பு இப்படியான சமாசாரங்களையும் எடுத்துத் தர பக்கத்தில் இருந்த ஸ்டோர் குமஸ்தனிடம் சித்தம் பண்ணினான்.

எனக்கென்று டெக்கில் தேவைப்பட்ட விஸ்தீரணத்தில் இடம் எடுத்துக்கொள்ளும்படி ஹிந்துஸ்தானி சமையல்காரன் சொன்னான். அங்கே மெத்தை போட்டுக் கொள்ளலாமாம். பிரப்பம்பாய் குசினியில் வாங்கி விரித்துக்கொண்டு உருளலாமாம்.

அது இல்லாவிட்டாலும் கவலை இல்லை. புதுசாகக் கட்டி

முடிஞ்ச கப்பலை ஒப்படைக்கத்தான் இந்தப் பிரயாணம் என்பதாலே எந்தக் குப்பச்சியும் ஏறலை. உனக்குத் தோணின இடத்தில் இருந்துக்கோ. அதுக்காக பர்ஸ்ட் கிளாசிலோ, அதுக்கும் மேம்பட்ட சொகுசு சூத்திலோ புகுந்திடாதே என்றான். கடைசியாகச் சொன்னது தமிழ் பாஷையில் சொல்லும் தரமில்லாத வார்த்தையாகக் காதில் விழுந்து நான் மலைக்க, லக்ஷுரி ஸ்வீட் என்று அவனைத் திருத்தினான் பட்லர்.

கெட்டும் திரும்பப் பட்டணம் போய்ச் சேர குதம் என்ன, மலப்புழுவாகக் கூட மாற உமக்கு எந்த ஆட்சேபணையும் இல்லையே?

உத்தியோக உடுப்பும் தலையில் நீளத் தொப்பியுமாக கப்பல் டெக்கிலே நின்று கடல் காற்று வாங்கியபடி யோசிக்க அந்த விஸ்தாரமான டெக்கில் ஒரு மூலையில் சந்தியாவந்தனம் செய்தபடி உட்கார்ந்திருந்த பிராமணன் நிமிர்ந்து பார்த்துச் சொன்னான்.

திருக்கழுக்குன்றத்தில் இருந்து என் கூடவே வருகிற மலையாளத்துக்காரன்.

பஹ்ஹ்ஹ்ஹ்ம்.

கப்பல் கரையை விட்டுக் கிளம்பியது.

அத்தியாயம் எண்பத்து நாலு

1927 ஃபெப்ருவரி 28 அக்ஷய மாசி 16 திங்கள்கிழமை

பிராமணோத்தமரே என்னை மன்னித்தேன் என்று சொல்லும். முதலில் அதைச் சொல்லாவிட்டால் நான் உம்மோடு ஒரு போதும் பேசப்போவதில்லை.

நான் காலில் விழாத குறையாகச் சொன்னேன். மலையாளத்துப் பிராமணன் மூச்சை உறிஞ்சி சமுத்திரத்து உப்புக் காற்று வாசனையைப் பரிமள சுகந்தமாக அனுபவித்தபடி என்னை தீர்க்கமாகப் பார்த்தான்.

ஆதி நாட்களில் அதாவது நான் மதராஸ் பட்டினத்தில் காராகிரகம் புகுந்த காலத்தில் இவன் பார்வை பட்டுத்தான் இன்றைக்கு இப்படி கப்பலில் கக்கூஸ் கழுவி, துரை பீ துடைத்த காகிதத்தை வாரிப் போட்டு சேவகம் பண்ண வாய்த்திருக்கிறது. கழுக்குன்றத்தில் இக்கட்டான சூழ்நிலையில் இவன் என் கையில் ஒப்படைத்த அந்தச் செம்பை எங்கோ தவறவிடாமல் இருந்தால் இன்னேரம் நானும் துரை போல் லக்ஷுரி சுவீட்டில் சுகம் அனுபவித்துக் கொண்டு இந்தக் கப்பலில் பிரயாணம் செய்து கொண்டிருப்பேன். இல்லாவிட்டால் குறைந்த பட்சம்

ஜியார்ஜ் டவுண் மூக்குத்தூள் கடையில் தலைமை சிப்பந்தியாக எனக்குக் கீழே இன்னும் பத்து பேரை வைத்து ஏவி வேலை வாங்கிக் கொண்டிருப்பேன்.

அந்தக் கடைதான் வேறே இடத்துக்கு மாறி அங்கே தோலையும் துருத்தியையும் பாடப்படுத்தி செருப்புத் தைக்கத் தருகிற பட்டாணியன் கடை போட்டாச்சே. நீர் பட்டணத்தில் மாமியாரம்மாள் கிரகத்திலிருந்து இறங்கி வந்ததும் அங்கே தானே நேரே போய் நின்னீர்? மறந்துட்டீரா?

பாழாப் போனவனுக்கு எல்லாம் வெகு நுணுக்கமாகத் தெரிஞ்சிருக்கு. எத்தனையோ காலம் போயும், என்னமோ பக்கத்தில் நின்று பார்த்த மாதிரி பளிச்சென்று ஞாபகம் வைத்திருக்கான்.

அவன் சமுத்திரத்தையே பார்த்தபடி உட்கார்ந்திருந்தான். குடுமி சிகை அவிழ்ந்து காற்றில் முகத்தை மறைத்தது. பாதி வெளுத்த நாலு நாள் தாடி முகத்தில் பராரிக் கோலத்தை அழுத்தமாக எழுதி வைத்திருந்தது. இன்னும் பத்து நாள் இவன் தாடி விட்டால், யோகீசுவரன் மாதிரி தெரிவானோ என்னமோ. மயிருக்கும் மகத்துவம் இருக்கப்பட்ட லோகம் இல்லையா இது. இவன் லோகத்தில் இல்லாது போனாலும்.

என்னமோ அவன் தொந்தரவு படுத்த வந்திருக்கான் என்று எப்பவும் தோணுகிற மாதிரி தோணவில்லை. பயமும் இல்லை. இந்த இருபது சில்லறை வருஷத்தில் நானும் எவ்வளவோ அடிபட்டு மனசும் உடம்பும் மரத்துப் போயிருக்கேன். இனிமேல் அனுபவிக்க சுகமும் இல்லை. துக்கமும் இல்லை. பயமும் கிடையாது. வேதனையும், சந்தோஷமும், ஆச்சரியமும், அதிர்ச்சியும் எதுவும் என்னை எதுவும் செய்யப் போவதில்லை. அதெல்லாம் வந்து அனுபவப்பட்டு கடந்து போக, யார் யாருக்கோ நல்லதும் இல்லாததும் கலந்துகட்டியானதுமாக எத்தனையோ செய்திருக்கேன். என் பிரியமான பாரியாள் லலிதாம்பிகைக்குத்தான் எந்த அரவணைப்பும் தர முடியாமல் அவளைத் தொலைத்து விட்டேன். மலையாளத்தான் கொடுத்த செம்பைப் போல.

மதராஸ் போய்ச் சேர்ந்ததும் சின்னம்பி நீலகண்டனைத் தேடிப் போய் இவனுடைய தீராத பிரச்சனையைப் பற்றி பிரஸ்தாபித்து அது நீங்க உபாயம் கண்டால் என்ன?

நீலகண்டன் முகம் கொடுத்துப் பேசுவானோ. அதுவும் என்னுடைய இத்தனை வருஷப் பிரதாபத்தை எல்லாம் தெரிந்த அப்புறமும்?

நீலகண்டனும் மற்றவனும் ஒண்ணும் வேணாம். எதுக்கு அலைஞ்சு சிரமப் படரீர்?

மலையாளத்தான் குரலில் எப்போதும் இல்லாத வாத்சல்யம் தெரிந்ததாகப் பட்டது எனக்கு. இல்லை பிரமையா? இவன் இங்கே இருப்பதே பிரமைதான் இல்லையோ.

சுவாமின், என்னை க்ஷமிக்கணும். நீரும் எவ்வளவோ காலமா என்னாண்டை சொல்லி அலுத்திருப்பீர். என்கிட்டே, அது எந்தச் சந்தர்ப்பமா இருந்தாலும் சரி, ஒப்படைச்ச பொருளை திரும்ப சேர்ப்பிக்க வேண்டியது என் கடமை ஆச்சே. அந்த கங்காஜலத்தையும்.

என்னைத் தொடர்ந்து பேசவிடாமல் கை காட்டினான் அவன். எல்லாம் கடந்த ஒரு பாவத்தில் அவன் முகம் கூட வழக்கமான சூனியமும் சோகமும் இல்லாமல் சாந்தமாக இருந்தது.

அது கங்கா ஜலம் இல்லே ஓய். எங்கம்மாவோட அஸ்திக் கலசம். அவ இன்னும் அதுக்குள்ளே பொரண்டு பொரண்டு நிம்மதியில்லாம புலம்பிண்டு இருக்கா.

அதுக்குத்தான் சொன்னேன். நீலகண்டனைப் பார்த்து, தம்பியானாலும் பரவாயில்லேன்னு கால்லே சாஷ்டாங்கமா விழுந்து.

நீர் சிரமப்பட வேணாம். உம்ம காரியங்களை அததுக்கான ஸ்திதியிலே நடக்கற மாதிரி பார்த்துண்டு இரும். மனசை நீச சிந்தையிலே செலுத்தாம இரும். வயசானாலும் மனசு கருங்குரங்கனா அங்கே தான் போய் நிக்கும். பிடிச்சு வலிச்சு பின்னாடி இழுத்து செய்யற வேலையிலே முழுக் கவனமா

இரும். எல்லாம் எல்லாம் எல்லாம் போகிற தோதில் போகட்டும். நீர் ஒரு பாவம். நான் இன்னொரு பாவம்.

அவன் வார்த்தையைக் கடல் காற்று அடித்துப் போய் வெட்டவெளியில் பரத்தாதபடிக்குக் அவனுக்கு வெகு அருகில் குனிந்து நான் கவனித்துக்கொண்டிருந்தேன். ஒரு பயமும் இல்லை. அவன் துர்தேவதையோ பிரேத பைசாசமோ பிரம்மராட்சசமோ ஆக இருந்துட்டுப் போகட்டும். என் மேலும் லவலேசம் காருண்யம் காட்டி ரெண்டு வார்த்தை இதமாகச் சொன்னானே, வேறே யார் இதைச் செஞ்சிருக்கான் இந்தக் கஷ்டமான காலம் முழுக்க?

நான் பார்த்துக்கொண்டிருந்த போதே அவன் உப்புக் காற்றில் கரைந்து போனான். இனிமேல் கொண்டு அவனை என்னென்னிக்கும் பார்க்கப்போவதில்லை என்று ஏனோ பலமாகத் தோண ஆரம்பித்தது.

சாமி, ஓ சாமி.

கீழே இஞ்சின் ரூமில் இருந்து வெள்ளைக்காரன் கத்தினான். குடலைப் பிரட்டும் எண்ணெய் வாசத்தில் இவன் எப்படி நாள் முச்சூடும் அங்கேயே சுத்திச் சுத்தி வருகிறானோ தெரியலை.

எண்ணெயை ஊத்தி எரிச்சு இஞ்சினை ஓட்ட வைக்கறது நூதனமான யந்திரக் கட்டுமானமாம். நான் கரும்புத் தோட்டத்துக்குப் புறப்பட்ட போது இருந்ததே கரியை எரிச்சு ஓட்டற கப்பல் அது எல்லாம் இப்போ பழைய பஞ்சாங்கமாகி உடைபட காலம் கனிஞ்சிருக்காம். கரி கண்ணைக் கரிச்சாலும் நாறிப் புடுங்காது. இந்த எண்ணெய் இருக்கே இது கூட வந்து படுத்தவளை சம்போகத்துக்கு அப்புறம் எங்கேயோ முகர்ந்து பார்த்த.

மகாலிங்கய்யரே, சித்தத்தை சிவ சிவன்னு சொல்லிக் கட்டுப்படுத்திப் போற வழிக்கு சிராங்காய் புண்ணியமாவது தேடிண்டு போன்னு இப்பத்தானே சொன்னேன்?

ரொம்பப் பக்கத்தில் எங்கேயோ மலையாளத்தான் குரல் ஒரு

க்ஷணம் கேட்டது. அதுவும் இஞ்சின் ரூமிலிருந்து வருகிற மாதிரித்தான் தெரிந்தது. வேணாம். எல்லா துவாரமும் நாறி அழுகிச் சொட்டும் மனுஷ உடம்பில் பிரேமை வைக்காது அவன் சொன்னபடி வேலையில் கவனம் வைக்க வேண்டிய தருணம். டெக்கை ஈரத் துணியால் மெழுகறதை ஆரம்பிக்க வேண்டியதுதான்.

சாமி, எங்கே தொலைஞ்சே.

வெள்ளைக்காரன் திரும்ப இரையும் சத்தம். ஓடிப் போய் பூட்ஸ் கால் சப்திக்க ஒரு சல்யூட் வைத்தால் சந்துஷ்டனாவான் இந்த வேசி மகன். என்ன எழவுக்குக் கூப்பிடறானோ.

நான் கீழே போய் பவ்யமாக மூஞ்சியை வைத்துக் கொண்டு அவனுக்கு முன்னால் நின்றேன். சாவகாசமாக கால் சராய் பொத்தான்களை அவிழ்க்க ஆரம்பித்தான் அந்த மூதேவி.

அட பொணமே, உனக்கு இதுவும் பண்ணிவிடணுமோ? முடியாது போ.

மனசு என்னென்னமோ கணக்குப் போட்டுக் கொண்டு நின்னது. அவன் உட்கார்ந்த வாக்கில் அந்தக் கால் சராயை உருவிக் கழற்றினான். உள் வஸ்திரம் மாத்திரம் தரித்த நிலையில் கால் மேல் கால் போட்டபடி ஒரு புகைச் சுருட்டை வாயில் வைத்துக் கொண்டு எனக்கு முன்னால் தீப்பெட்டியை விட்டெறிந்தான்.

லாகவமாக அதைப் பிடித்து உள்ளே இருந்து குச்சியை எடுத்துக் கொளுத்தினேன். காற்று அணைத்துவிடாமல் ஜாக்கிரதையாக அவன் முகத்துக்கு நேரே நீட்டிப் பற்ற வைத்து அவனுக்கு புகை விட ஒத்தாசை செய்தேன். அடி வஸ்திரத்துக்குள் அந்த எரியும் குச்சியைப் போட முடிந்திருந்தால் எவ்வளவோ நன்றாக இருந்திருக்கும்.

சாமி, இந்த டிரவுசரை அழுக்கும் இஞ்சின் எண்ணெய்ப் பிசுக்கும் போக நல்லபடிக்கு துவைத்துப் பிழிஞ்சு இரும்பு சூட்டால் சுருக்கம் எடுத்துக் கொண்டு வா. நாளைக்கு வேணும். கப்பல் கேப்டன் துரை விருந்து கொடுக்கறார். சராய் ஏறுமாறா

இருந்தா என் புட்டத்தை அவர் வீங்க வைச்சுடுவார்.

துரை சிரித்தான். இல்லாவிட்டாலும் என்ன? தினசரி ராத்திரி சாப்பாடு முடிந்த அப்புறம் கேப்டன் துரை கேபினின் இந்த ரெண்டு களவாணிகளும் புகை ஊதும்போது அதேதான் செய்கிறதாக கப்பல் முழுக்கப் பேச்சு இருக்கே. இருந்து தொலையட்டும். எனக்கு என்ன போச்சு? ஊருக்குப் போகணும். அவ்வளவுதான்.

அவனுடைய மூத்திரம் உலர்ந்த அந்த திவ்ய வஸ்திரத்தை தோளில் சுமந்து கொண்டு டெக்கில் நீள நடந்தேன். கப்பல் சமையல்காரன் யாரையாவது கையைக் காலை உருவி இந்த கண்றாவித் துணியை சுத்தமாக்க சுத்த ஜலம் வாங்கணும். இல்லாவிட்டால் காப்டன் துரை இந்தப் பரிவார தேவனுக்குச் செய்கிற கைங்கரியத்தை இவன் எனக்கும் செய்துவிடலாம். இத்தனை வயசுக்கு மேல் அது ஒண்ணுதான் பாக்கி.

மிடுக்காகப் போன கப்பல் வேலைக்காரன் ஒருத்தன் என்னைப் பார்த்துக் கையசைத்தபடி போனான். இவன் என்னைப் போல நரகல் கழுவவோ, துணி துவைக்கவோ, சமையல்காரன் போல பன்றிக்கறி சமைக்கவோ ஏற்பட்டவன் இல்லை. மாலுமி உத்தியோகத்துக்குத் தயார் செய்து கொள்கிறவன். கப்பல் கிளம்பி ஒரு வாரமாகி விட்டது. இருந்தாலும் பேச யோசிக்கிறான். அவனைச் சொல்லிக் குற்றம் இல்லை. வயசான தோட்டி வேலைக்காரனோடு கப்பல் மாலுமிக்கு என்ன பேச்சு? துரையா என்ன, கால் சராயைக் கழட்டித் தர?

நான் கப்பல் சமையல்காரன் ஒருத்தனையாவது பிடிக்கும் உத்தேசத்தோடு குசினியிலும் சுத்து வட்டாரத்திலும் ஒவ்வொரு கதவாகத் திறந்து பார்த்துக்கொண்டிருந்தபோது உலர வைத்த மீனும், ஆட்டு மாமிசமும், மது வர்க்கங்களும் போத்தல் போத்தலாக அடுக்கி வச்சிருந்த ஸ்டோர் ரூம் கதவைத் திறக்க கொஞ்சம் கஷ்டப்பட்டேன். தள்ளித் திறந்தால் ரெண்டு இந்துஸ்தானி சமையல்காரர்களும், என்னாட்டம் சாக்கடை தள்ளுகிற துருக்கி தேசத்து சிவப்புத் தோல் பையனும். அவனை நடுவில் உட்கார்த்தி சேஷ்டையும் சல்லாபமுமாக இருந்த அந்தப்

பீடைகளிடம் சுத்த ஜலம் என்று கேட்டபோது என்னத்துக்கோ சிரிப்பு வந்தது. கேபினில் புகை விட்டபடி மாலுமி துரைகள் செய்கிறதை இந்தக் குப்பன்கள் சாக்கு மூட்டைக்கு நடுவிலே நடத்துகிறார்கள்.

நான் சகல கண்றாவியையும் பார்த்த காரணத்தாலோ என்னமோ அவன்கள் ரெண்டு பேரும் ஓடிப் போய் ஆளுக்கு ஒரு இரும்பு வாளி நிறைய தண்ணீரோடு வந்து சேர்ந்தார்கள். துருக்கிப் பையன் அப்படி இப்படிப் பார்த்துவிட்டு மீன் சாக்கில் தலை வைத்து தூங்கிப் போய்விட்டான். அவன் சிரமம் அவனுக்கு.

துவைக்கிற துணியும் ரெண்டு வாளி தண்ணீருமாக மேலே டெக்குக்கு ஏற முற்பட்டேன். இதில் ஒரு வாளி ஜலத்தில் சுத்தமாகக் குளித்து தேக ஆரோக்கியத்தை மேன்மைப் படுத்திக் கொள்ளலாம். உப்புக் காற்று மேலே முழுக்க பொறபொற என்று காஞ்சு போன ரொட்டி மாதிரி ஆக்கிவிட்டது.

படிக்கட்டுக்குப் பக்கம் ஒரு நூதன யந்திரம். இந்தக் கப்பலில் எண்ணெய் ஊத்தி எரிச்சு இஞ்சினை ஓட்டறதும், மூட்டை முடிச்சை உச்சந்தலைக்கு வெகு மேலே தூக்கி உள்ளே போடற தூக்குத் தூக்கியும் மாத்திரம் இல்லே. இந்த உசரம் போற யந்திரமும் புதுசா செஞ்சு பொருத்தினதுதான். காபின்லே கால் பாகத்துக்கு இருக்கப்பட்ட இதுக்கு உள்ளே போய் கதவை அரைஞ்சு சாத்தினா, யந்திரம் மேலே கிளம்பிப் போய் டெக்குலே நிக்கும். கால் வலிக்க படி ஏறிக் கஷ்டப்பட வேண்டிய அவசியமே இல்லை. ஆனா இந்த வசதி நமக்காக ஏற்பட்டது இல்லே. துரைகள் மேலுக்கு நலுங்காம ஏறி இறங்கி எழவெடுக்க. இவன்கள் துரைசாணியை சுகிக்கவும் யந்திரம் வச்சிருக்கலாம். யார் கண்டது?

ஏறி இறங்கற யந்திரத்துக்குப் பக்கமா அந்தச் சின்ன வயசு கப்பல்காரன் நிக்கறான். என்னமோ எங்கிட்டே கேட்க நினைச்ச மாதிரி, அப்புறம் வேண்டாம்னு வச்ச மாதிரி முகத்திலே ஒரு பாவம். அதைப் பூசி மெழுகி சிநேகிதமாச் சிரிச்சுண்டு கூடவே இன்னொரு முகபாவம். வெள்ளைக்காரனுக்கு அடிமை ஜனங்களை வசியம் பண்ண சொல்லித் தரணுமா என்ன?

என்ன தொரை, கால்சராய் துவைக்கணுமா?

நானாகத்தான் கேட்டேன். வேண்டாம்னு தலையை அசைச்சான்.

சாமி, உன்னை எங்கேயோ பார்த்திருக்கற ஞாபகம்.

இவன் வயசுக்கு இவன் அப்பனைப் பார்த்திருந்தாலே அதிசயம்.

இந்தியா வந்திருக்கீங்களா துரைன்னு கேட்டேன்.

இல்லையாம்.

பிக்பென் கடிகாரத்தைப் பார்க்கவும், தேம்ஸ் நதியிலே படகுலே போய்த் திரும்பி வர்றதுக்கும் குடும்பத்தோடு வாரா வாரம் போவேன். அப்போ, டவர் பிரிட்ஜ் ஓரமா.

இழுத்தான் அவன்.

நாசமாப் போச்சு. உலகம் இவ்வளவு சுருங்கிப் போனதா? டவர் பிரிட்ஜ் பக்கம் எப்போ பார்த்திருப்பான்? கையிலே தொப்பியை ஆட்டிண்டு பிச்சை எடுத்தபோதா இல்லை ஒத்தைக்கையன் ஜேம்ஸ் கூட சாராயம் சாப்பிட்டுட்டு பீட்டர் துரை கழுத்தை அறுக்கப் போனபோதா?

கோவண்ட் கார்டன்லே கறிகாய் மூட்டை ஏத்திப் போக வண்டி தேடி வந்திருப்பேனா இருக்கும். அங்கே ஒரு பெரிய மண்டிக்கடையிலே வேலை பார்த்தேன்.

இனிமே ஆயுசுக்கும் பொய் சொல்லக் கூடாதுன்னு வைச்சதைத் தள்ளிப்போட்டேன்.

போகட்டும். உமக்கு மதராஸ் பட்டணத்திலே கையிலே காசு பணம் வச்சிருக்கற நாலைஞ்சு பேராவது பழக்கம் இருக்கா?

துரை விசாரித்தான். அவன் எதுக்கு அடிபோடுகிறான் என்று புரியவில்லை.

எனக்கு என்னமோ திரும்ப நீலகண்டன் ஞாபகம்தான் உடனடியாக வந்தது. நல்ல ஸ்திதியில் இருப்பான் அவன். ஒரு குறைவும் அவனுக்குக் கற்பகாம்பாள் கடாட்சத்தில் வராது இருக்கட்டும்.

என்ன விஷயம் துரை?

சைக்கிளும், சாராயமும், கோக்கோ சாக்லெட்டும், பெண்ட்லே பிஸ்கட்டும் எடுத்துப் போறேன். வித்துக் கொடுக்கணும். பத்து சதவிகிதம் கமிஷன் தரேன்.

ஆக இவன் தொழிலைக் கவனிக்க வந்தவன். நமக்கும் பங்கு தரேங்கறான்.

கப்பல் மதராஸிலேதான் நிலையா நிக்குமா?

நான் கேட்டேன்.

ஒரு வாரம் இருந்துட்டு சிங்கப்பூர் போகறோம். நீ வர்றியா?

சிங்கப்பூர்லே எனக்கு என்ன வேலை? மதராஸ்லே கொஞ்சம் அலைஞ்சு நீலகண்டனையும் அவனோட உத்தியோக சிநேகிதர்களையும் பார்த்து துரை கொண்டு வந்த சரக்கை வித்துக் கொடுத்து நாலு காசு பார்த்தா என்ன?

இது படிந்து வந்தா, அடுத்த அவதாரம் இந்தத் தரகு வேலை. பகவான் விட்ட வழி அப்படீன்னா நான் தீர்மானிக்க என்ன இருக்கு? லலிதாம்பிகையும் கெடச்சு தரகு ஜோலியும் அமோகமா வளர்ந்தா இன்னொரு நீலகண்டன் ஆக மாட்டேனா?

முக்கியஸ்தர்கள் பலரையும் பட்டணத்துலே தெரியும்னு சொன்னேன். துரை பையில் இருந்து ஒரு பவுண்டை எடுத்து நீட்டினான். தட்டாமல் வாங்கிக்கொண்டேன்.

சுங்கம் வங்கம்னு இதை எல்லாம் கரைக்குக் கொண்டு போக தகராறு பண்ணுவானோ.

அவன் கேட்டபோது கையமர்த்தினேன்.

அதை கப்பல் நங்கூரம் இட்டதும் பார்த்துக்கலாம்.

சாமஜ வர கமனான்னு ரொம்ப நாளைக்கு அப்புறம் வாய்விட்டுப் பாடியபடிக்கு கழிப்பறையை ஒண்ணொண்ணாக சுத்தம் செய்ய ஆரம்பிச்சேன்,

அத்தியாயம் எண்பத்தைந்து

1927 மார்ச் 2 அக்ஷய மாசி 18 புதன்கிழமை

மதராஸ். மதராஸ். மதராஸ்.

குழாய் மூலம் வெகு தொலைவில் பார்த்துக்கொண்டிருந்த மாலுமிகளில் ஒருத்தன் சொன்னான். கூட நின்ற கூட்டாளிகள் நாலைந்து பேர் உரக்கக் கைதட்டினார்கள். அந்தக் கைதட்டல் கீழே எஞ்சின் ரூமுக்குக் கடக்க, அங்கே இருந்து அவசரமாக வெளியே வந்து இன்னும் நாலு கப்பலோட்டிகள் ஓ என்று ஹூங்காரம் செய்து வானத்தைப் பார்த்து ரெண்டு கையையும் பரக்க நீட்டிக் கும்பிட்டார்கள். குசினியில் அண்டா குண்டா பாத்திரங்களைக் கையில் அகப்பட்ட கரண்டியாலும் கட்டையாலும் தட்டி சத்தம் எழுப்பி சமையல்காரர்களும் அவர்களோடு சுற்றுக் காரியம் செய்கிற எடுபிடிகளும் ஆனந்தப் பட்டதை பட்டவர்த்தனமாக்கினார்கள். இந்த பிரகிருதிகள் எல்லோரையும் தொடர்ந்தபடிக்கு டெக்கில் தரை மெழுகிக் கொண்டிருந்த நானும், கூட இருந்த காப்பிரிப் பிள்ளை, பாரசீக துருக்கப் பிள்ளை, இந்துஸ்தானி உச்சுக் குடுமி மனுஷன் என்று எல்லோரும் துடைப்பத்தையும் வாளிகளையும் கீழே வைத்துவிட்டுக் குதூகலமாகக் கைதட்டினோம்.

இருபது வருஷம் தேசாந்தரம் போய்விட்டு சொந்த பூமிக்குப் போகிறதற்காக நான் வேண்டுமானால் இந்தத் தரத்தில் சந்தோஷப் படலாம். ஆகாயத்துக்கும் பூமிக்குமாகக் குதித்துக் கும்மாளம் போடலாம். இவன்களுக்கு என்ன ஆச்சு?

சாமி, கப்பல் கட்டிப் பயணம் வச்சு முதல் தடவையாக மெட்ராஸ் வந்திருக்கு. இந்த விஜயத்தைக் கொண்டாட வேணாமா?

எனக்கு ஒரு பவுண்ட் சன்மானம் கொடுத்து மெட்ராஸில் சீமைச் சரக்கு பலதையும் விற்க பிரயத்தனப்படுகிற மாலுமி சொன்னான்.

சாமி, காப்டன் துரை உன்னைத் தேடிட்டு இருந்தார்.

சமையல்கார இந்திக்காரன் மேலே உலர்த்தி இருந்த மீனில் ரெண்டு குத்து கையில் எடுத்துக்கொண்டு குசினிக்குத் திரும்பும்போது தகவல் அறிவித்தான்.

நான் குச்சியில் கட்டிய ஈரத் துணி சகிதம் காப்டன் இருக்கப்பட்ட சவரச் சாலைக்குள் நுழைந்தேன். துப்புரவுக் கழி வாசல் நிலையில் தட்டிய சத்தம் கேட்டு நாற்காலியில் உட்கார்ந்திருந்த காப்டன் துரை திரும்பிப் பார்த்தார்.

அவர் விரதம் இருக்கிற மாதிரி நாள் கணக்காக மழிக்காமல் விட்ட தாடியை ஒரு சிப்பந்தி மழிக்க முகத்தை அப்படியும் இப்படியும் காட்டி ஆனந்தித்தார். இன்னொருத்தன் படிகாரத்தை பனிக்கட்டி மாதிரி கையில் பற்றி அவர் முகத்தில் தடவ, சுகமான எரிச்சலில் சிணுங்கிச் சிணுங்கிச் சிரித்து போதும் போதும் என்றார். அது சுகிக்கும் போது ஸ்திரி போதுமெனச் சொல்வது மாதிரி என்று புரிந்துகொண்ட சிப்பந்தி தொடர்ந்து படிகாரத்தை அவர் முகத்தில் இழைய விட்டான்.

சாமி, கக்கூஸ் துடைத்த துணியை எல்லாம் என் முகத்துக்கு நேரே நீட்டாதே. உங்க பூமிதான். உன் ராஜ்ஜியம்தான். ஆனாலும் காப்டனுக்கு ஒரு மரியாதை தர வேணாமா நீ?

அவர் சிரித்துக்கொண்டே கேட்டார். இன்று இந்தக்

கப்பலில் இருக்கும் மிச்ச நேரம் எல்லாம் யாரையும் யாரும் எதற்காகவும் கண்டிக்கவோ, நாக்கூச வையவோ எத்தனிக்க மாட்டார்கள் என்று திடமாகத் தோன்றியது. கரைக்கு வந்து கொண்டிருக்கோம். புத்தம் புதுக் கப்பலைக் கை மாற்றி விருந்து சாப்பிட்டு சம்பாவனை வாங்கிக்கொண்டு இவர்கள் எல்லோரும் நல்லபடியாக ஊரைப் பார்க்கப் போய்ச் சேரட்டும்.

நாடகத்தில் ராஜபார்ட் வேஷம் போட்டது மாதிரி வெள்ளைத் துணியைக் கழுத்தைச் சுற்றித் தழையத் தழையத் போர்த்திக் கொண்டு கேப்டன் துரை நாற்காலியை விட்டு இறங்கினார். அந்த கந்தர்கோளத்துக்கு உள்ளே கையை நுழைத்துத் துளாவி நாலைஞ்சு துட்டை சிரைத்துவிட்ட சிப்பந்திக்கு விட்டெறிந்தார். ஆடி அலைபாயும் கப்பல் தரையில் விழுந்த அந்தக் காசு ஓரமாக ஒதுங்குவதே குறியாக நகர, நம்ம கறுப்பன் குந்தி உட்கார்ந்து ஒண்ணுவிடாமல் பொறுக்கிக் குப்பாயத்தில் திணித்துக்கொண்டான்.

நடக்க ஆரம்பித்த துரை என் பக்கத்தில் வந்ததும் குரலை தாழ்த்திக் கேட்டது இந்தப்படிக்கு இருந்தது.

சாமி, நீ உள்ளூர்க்காரன் தானே. பட்டணம் முழுக்க ஒரு இண்டு இடுக்கு விடாமல் பரிச்சயம் உண்டல்லவா.

ஏதோ தெரியும் சார். நான் இங்கே இருந்து வெளியே போய் வெகு நாள் ஆச்சு. ஆனாலும் சமுத்திரமும் கோட்டை கொத்தளம் கோவிலும் வீதியும் எல்லாம் மனசில் அச்சு வெல்லமாப் பதிஞ்சு இருக்கே. அதுவும் ஜன்ம ஸ்தலம் ஆச்சே.

அப்போ நல்லதாப் போச்சு சாமி. இங்கே வெள்ளைக்காரங்க பேட்டை, அது வேணாம், அதுவும் இல்லாம இதுவும் இல்லாம அதான் சாமி அப்பன் வெள்ளை ஆத்தா கறுப்புன்னு இருக்கப்பட்ட ஜனங்கள்.

என்னோடு மிஷின் பள்ளிக்கூடத்தில் படித்த ஹென்றி ஞாபகம் வந்தான். ஆப்பம்னு அவனையும் ஈர்க்குச்சிக்கு பாவாடை சுத்தின மாதிரி இருந்த அவன் அக்காளையும் சொல்றது. அவா எல்லாரையுமே அப்படித்தான் சொல்றதுன்னு அப்புறம்

தான் தெரியும். ஆப்பமோ சாப்பமோ பாதி படிக்கற போதே அட்சரம் மூளையிலே ஏறாதே ஹென்றியும். சகுடும்பமும் வெள்ளைக்கார தேசத்துக்கு சவாரி விட்டுட்டதா ஞாபகம். அமெரிக்காவுலே ஏதாவது தெருவிலே அவனும் கூட்டிப் பெருக்கிண்டு இருப்பான் இப்போ வங்கிழவனா, என்னைப் போல.

ஹென்றி பெரம்பூர்லே இருந்த ஞாபகம். அவன் மாதிரிப் பட்டவங்க தான் குடும்பம் குடும்பமா அங்கே தங்கியிருந்தது. புதுசா வந்த நீராவி ரயில் வண்டி ஓட்டப் படிச்சுட்டு உத்தியோகத்துக்குப் போனதும் இந்தக் குடும்பத்து மனுஷாள் தான்.

நான் காப்டன் துரைகிட்டே பிரம்பூர் பற்றிச் சொன்னேன்.

சந்தோஷமாகக் கேட்டுக் கொண்டு தாடையில் சொறிந்தபடி மேலும் விசாரிக்கலானார்.

ரெண்டு மூணு வாரம் கூட வந்து சமைச்சுப் போட்டு படுக்கையிலே கைகால் பிடிச்சு விட்டு, கூடவே தூங்கிட்டுப் போற மாதிரி அங்கே அகப்படுமில்லே.

சரியாப் போச்சு. ஒரு துரை சாமான் சீமைச் சரக்கு செட்டை வித்துத்தர தரகு வேலை பாக்கறியாங்கறான். இன்னொருத்தன் பாவாடைப் பொண்ணா பிடிச்சுண்டு வாடா வக்காளிங்கறான். பட்டணத்து மண்ணுலே காலை வைக்கற மிந்தி என்ன மாதிரி உத்தியோகங்களுக்கான சந்தர்ப்பம் வந்து நிக்கறது நமக்கு.

துரையே அதொண்ணும் எனக்குத் தெரியாது. வேணுமானால் விசாரிச்சுச் சொல்றேன். ஆனா விசாரிச்சதைச் சொல்ல நான் கரையிலே இருந்து நங்கூரம் பாய்ச்சி நிக்கற கப்பலுக்கு எப்படி வர்றதாம்?

சோப்பும் சீப்பும் பெடல் சைக்கிளும் விற்றுத்தர தரகு பண்றதுக்கும் இப்படி புகுந்து புறப்பட அனுமதி அவசியம். அந்த இக்கிணியூண்டு உத்தியோக துரையை விட, பொம்மனாட்டி சுகம் தேடி நாக்கைத் தொங்கப் போட்டுண்டு நிக்கற நம்ம

காப்டன் துரைவாள் சிரேஷ்டமானவராச்சே. இவர் பெர்மிஷன் கொடுத்தா சர்வேஸ்வரனே கொடுத்த மாதிரி.

இங்கே வர்றது எல்லாம் ஒரு கஷ்டமும் இல்லே. நீ மூட்டை முடிச்சோட கப்பலை விட்டுப் புறப்படற முந்தி கடுதாசி தரேன். அதைக் காட்டினா நான் படுத்து இருக்கற இடத்துக்குக் கூட ரைட் ராயலா வந்துடலாம். ஆனா கப்பல் கிளம்பின அப்புறம் முடியாது, கேட்டுக்கோ.

தன் ஹாஸ்யத்துக்கு தானே சிரித்த துரை கடாட்சம் புரிந்து முன்னால் போறார். இன்னும் ஒரே வினாடி நின்று கூடுதல் தகவலாகச் சொன்னார் - கொஞ்சம் புஷ்டியா, அஞ்சரை அடிக்கு மேலே உசரம் இல்லாம, என்ன நான் சொல்றது புரியறதா?

பெருமாள் மாடாத் தலையை ஆட்டினேன். அஞ்சரை அடி என்ன கணக்கு? உன் உசரத்துக்குச் சரியா இருக்கணுமா? நிக்க வச்சா சேவை சாதிக்கப் போறே?

வெளியே வந்து வாளியை குசினிக்கு முன்னால் கவிழ்த்தி வைத்தேன். இனிமேல் ஆயுசுக்கும் கப்பல் கழுவி வயிறு கழுவ வேண்டியிருக்காது. ஊர்லே, அடுத்தவன் பிருஷ்டத்தை அலம்ப வேண்டி இருந்தாலும் சரிதான். அது எதுக்கு வரணும்?

எல்லா கப்பல் வேலைக்காரன்களும், மாலுமி, எஞ்சின் ரூம் சிப்பந்திகள் உட்பட நல்ல உடுப்பாக எடுத்து வெளியே வைப்பது, சுய சவரம் செய்து மூஞ்சி முகமெல்லாம் குரங்கு பிராண்டின மாதிரி ரத்தக்காயத்துலே படிகாரத்தை வச்சு இன்னும் சிவக்க வச்சுக்கிறது, அவசர அவசரமா தலைமுடியை வெட்டி விடச் சொல்லி, வட்டக் கிண்ணியைச் சதுரமாக்கித் தலையிலே ஒட்டின மாதிரி கோண்டு வேஷத்துலே நிக்கறது இப்படி இல்லாத கொனஷ்டை எல்லாம் காமிச்சுண்டு இருந்தாங்கள். சில பேர் எஞ்சின் கரியைக் குழைச்சு நரைச்ச தலைமுடியை கருக்க வச்சுண்டு இருந்தான். ஒருத்தன் அக்குளில் கூட இந்தச் சிகிச்சையை கர்ம சிரத்தையா நடத்திண்டு இருந்தான். படை பட்டாளமா ஸ்திரி வாசனை பிடிக்கப் போற முஸ்தீபு இது

எல்லாம்.

உசரம் தூக்குற யந்திரம் மேலே கீழே போய் வர சக்கரம் சுத்தற ரூம்லே சத்தம். என்னடான்னு பார்த்தா, அபிசீனியப் பையனுக்கு கட்டக் கடோசி முத்தம் கொடுத்து குசினிக்காரன் திரும்பிண்டு இருந்தான். இவன் பட்டணத்துலே எறங்கி, எந்த ஸ்திரியையும் ஏறெடுத்துப் பார்க்க மாட்டான். சொந்த பூமின்னு பம்பாய் போனாலும் கல்கத்தா போனாலும் டில்லிப் பட்டணம் போனாலும் அதே கதைதான்.

சாமி.

உசரம் தூக்குற யந்திரத்தில் ஏறிக்கொண்டிருந்த துரை கூப்பிட்டான். சாதாரணமா சிப்பந்திகள் அதுலே போக அனுமதி இல்லே. இப்போ அதெல்லாம் இல்லாத நேரம்.

அவனோடு சேர்ந்து நின்னபடிக்கு மேலே வந்தேன். கொஞ்சம் கீழே இறங்கினா முதல் கிளாஸ் கேபின். அவன் தங்கி இருந்த இடம். இன்னும் கொஞ்சம் நாள்லே கப்பல்லே காசு கொடுத்து பிரயாணம் பண்ற கூட்டம் வர்ற போது அங்கே தங்கி இருந்து சுகமா பிரயாணம் செய்ய ஏகத்துக்கு பணம் அழ வேண்டி இருக்குமாம். அபிசீனியப் பையன் குசினிக்காரனோடு கூட இருந்து உலக விஷயம் சர்ச்சை செய்யாத நேரங்கள்லே எப்பவோ சொல்லி இருக்கான்.

சாமி, இதைப் பாரு,

துரை பெரிய தோல்பெட்டி நாலைஞ்சு அடுக்கி வச்சிருந்ததிலே ஒண்ணைத் திறந்து காட்டினான். உள்ளே நிறைய பியர்ஸ் சோப்பு, முகத்துலே போட்டுக்கற சுண்ணாம்பு மாவு, வாசனாதி செண்ட், நானாவிதமான பிஸ்கோத்து, அழுத்தமான மல்லுத் துணி, முழம் முழமா உருளையிலே சுத்தி வெல்வெட் துணி, பெல்ஜியம் கண்ணாடி, சீப்பு, லாந்தர் விளக்கு, பல தரத்திலே கத்திகள் சமையல்கட்டுலே பிரயோஜனமாகறதுக்கு, ஆப்பிள் பழ ஜாம், கிச்சிலிப்பழ மர்மலேடு இன்னும் என்னென்னமோ.

சகலமும் விக்கற ஒரு கடையையே சுருட்டி எடுத்து தோல்பை

தோல்பையா அடச்சுக்கொண்டு வந்திருக்கான் போல.

சாம்பிள் காட்ட, முதல்லே வியாபாரம் படிஞ்சு வந்தா முடிக்கன்னு இதுலே கொஞ்சம் கொஞ்சம் எடுத்துக்கோ. இந்தப் பையிலே எல்லாத்தையும் அடச்சுக்கலாம்.

நான் அவன் சொன்னபடிக்குச் செய்தேன். கத்தி கபடா மட்டும் வேணாம்னு வச்சேன், பீட்டர் மெக்கன்ஸி துரையைக் கொன்ற சங்கதி. நான் செய்யலே. ஆனாலும் கத்தியே ஆயுசுக்கும் எனக்கு வேணாம்.

பெடல் சைக்கிள்?

அதை எப்படி இறக்கி எடுத்துப் போறது? அதுலே ஆரோகணிச்சு செலுத்தவும் எனக்குப் பரிச்சயமில்லை. சக்கரம் உருள உருள உருட்டிண்டு போனா கல்ப கோடி காலம் அதுமட்டும் தான் செய்ய வேண்டி இருக்கும்.

சைக்கிளை எடுக்க வேண்டாம். சுங்கத்திலேயும் விட மாட்டான். இந்தப் படத்தைக் காட்டிப் பேசறது சிலாக்கியம். படிஞ்சு வந்த மனுஷ்யர்களைக் கப்பலுக்குக் கூட்டிண்டு வந்து சேர். தோலான் துருத்தி எல்லாம் இங்கே படி ஏத்திடாதே. உன்னையும் அவனையும் சமுத்திரத்திலே தள்ளிவிட்டுடுவேன்.

அவன் சிரித்தான்.

தள்ளினா என்ன ஓய்? எங்க ஊர் எங்க சமுத்திரம். நடந்தே திரும்பிட மாட்டோம்?

நானும் பரிகாச வார்த்தை சொன்னேன். அவன் சின்னதாகச் சிரித்து விட்டு என் காதுப் பக்கம் குனிந்தான். என்ன சமாசாரம்? பெரம்பூரா? இல்லை கொண்டித்தோப்பு தாசி போதுமா?

சொல்லு துரை என்று சகஜ பாவத்தோடு சொன்னேன். எப்போ நம்மோட ஒத்தாசை தேவைப்படறதோ அப்பவே அவனுக்குக் கொடுக்க வேண்டிய மரியாதையை எல்லாம் பெருக்கித் தள்ளி மெழுகி ஓரமாத் தள்ளிடலாம்.

அப்படியும் இப்படியும் ரெண்டு தடவை வாசலைப் பார்த்து

விட்டு, கொஞ்சம் இரு என்று எனக்குக் கைகாட்டி மெல்ல அந்தப் பக்கம் நடந்தான், வெளியே எட்டிப் பார்த்து விட்டுக் கதவை அடைத்துச் சார்த்தி விட்டு என்னைப் பார்த்துச் சிரித்தான்.

இது என்ன விபரீதம்? கொண்டித் தோப்புத் தாசி, பெரம்பூர் மிஸ்ஸி, அபிசீனியாப் பையன். இப்படித்தான் அவனவன் மோகாவேசப்பட்டுத் திரிந்து கொண்டு இருக்கிறான். கரையில் உடம்புக்குச் சுகம் தேட இப்பவே முஸ்தீபு செய்கிறான். இவன் என்னடா போயும் போயும் இந்தக் கிழவனை.

அவன் உள் அலமாரியில் ஒரு தடுப்பை விலக்கித் திறந்து அதன் அடி பாகத்தில் இருந்து கிழங்கு மாதிரி, திண்டுக்கல் பூட்டுக்குக் குழந்தை பிறந்த தோதில் இருந்த ஒரு சின்ன பூட்டு மாட்டிய மரப் பேழையை வெளியே எடுத்தான். குனிந்து நின்று கழுத்தில் மாட்டியிருந்த சிலுவைச் சங்கிலியில் கோர்த்த சாவியால் பெட்டகத்தைத் திறந்தான்.

உள்ளே எக்கிப் பார்த்தேன். மூக்குத் தூள் மாதிரி வாசனை வந்தது. பொட்டலம் பொட்டலமாக ஏதோ அடைத்து வைத்திருந்தது.

ஓப்பியம் சாமி. இருநூறு பவுன் பெறுமானத்துக்கு வச்சிருக்கேன். கையிலே எடுத்து மோந்து பாரு.

எனக்கெதுக்கு இந்த இழவெல்லாம்? என்னோட ஒரே லாகிரி பெருத்த முலையும் கனத்த தொடையுமா படுத்துக்க சித்தமா பல் தேச்சுட்டு வந்து காத்திருக்கிற ஸ்திரிதான்.

பழிகாரன் சொன்னானே என்று சிட்டிகையிலும் அரைக்கால் பாகம் ஒரு பொட்டலத்தைப் பிரித்து எடுத்து மூக்குப் பொடி மாதிரி உறிஞ்சினேன். ரெண்டு நிமிஷம் இருக்கப்பட்ட இடமும் நேரம் காலமும் ஒண்ணும் தெரியாமல் கப்பலும் கடலும் உலகமும் சூரிய சந்திராதிகளும் சுழண்டு சுழண்டு என்னைச் சுத்தி வெள்ளம் வந்த மாதிரி முழுகிப் போகற அளவு பெருகி கண்ணைக் கட்டினது.

ஒஸத்தியான சரக்கு சாமி.

அவன் என் முதுகில் தட்டிச் சிரித்தான்.

அயன் பார்ட்டி ஜமீந்தார், மகராஜான்னு கிடச்சா சொல்லும். இது ரொம்ப ஜாக்கிரதையான வேலை. பத்து நாள்லே முடியாதுன்னா, நான் சிங்கப்பூர்லே இருந்து திரும்பும்போது பார்க்கலாம். அங்கேயே இது முழுக்க வித்துப் போயிடும்.

ஆள் சின்னவனா இருந்தாலும் என்னமா காசு விஷயத்துலே கண்ணு வச்சு ஆரியக் கூத்து ஆடறான் வெளுத்த தோல்காரன். கூட நின்னு ஜால்ரா அடிக்கறதுலே நமக்கும் நாலு காசு வருமானம் வரும்.

இது ஏடாகூடமானா திரும்ப பட்டணத்திலே ஆயுசு முடியற வரை காராக்ருஹம் தான்னு ஒரு மனசு பயம் காட்டினது.

இந்தா சாமி பிடி, சாம்பிள் காட்ட ரெண்டே ரெண்டு பொட்டலம். ஜாக்கிரதையா வச்சுக்கோ. அஞ்சு பவுண்ட் பெறும் ரெண்டும். ஆள் பார்த்து மூக்கிலேயோ பின்னஞ் சந்திலேயோ திணிச்சு விட்டு மூஞ்சி போற லக்ஷணத்தைப் பாரு. நிச்சயம் வாங்கற பேர்வழின்னா அப்படியே உன்னோடு கூட இங்கே வந்துடுவான்.

நான் அவன் கொடுத்த சஞ்சியையும் எடுத்துக்கொண்டு டெக்கில் என் இருப்பிடம் வந்தேன். குசினிக்குள் போய் ஸ்டோர் ரூமில் பத்திரமாகப் பூட்டி வைத்திருந்த மர அலமாரிக்குள் திணித்திருந்த என் மூட்டைகளையும் எடுத்துக்கொண்டேன். மொத்தம் மூணு மூட்டை. ரெண்டு கையில். தோல் பை தோளில் மாட்ட.

பூட்ஸைக் களைந்து ஒரு சஞ்சியில் திணித்துக்கொண்டு பாபாஸ் ஜோடு பழசு வச்சிருந்ததைத் தேடிக் காலில் போட்டுக் கொண்டேன்.

நங்கூரம் பாய்ச்சி நின்ற கப்பலில் இருந்து கடைசியாக மகாலிங்க அய்யன் இறங்கினான்.

அத்தியாயம் எண்பத்தாறு

1927 மார்ச் 5 அக்ஷய மாசி 21 சனிக்கிழமை

கப்பலில் தெலூக்குஸ் கேபினில் சுகமாக வந்து இறங்கி தரையில் பல்லக்கு பரிவட்டம், போர்டு கம்பேனியாரின் சொகுசான மோட்டார் கார் சவாரி என்று பவனி வருகிற பெரிய மனுஷனாக இருக்கட்டும். அல்லாத பட்சத்தில் நடுவாந்திரமாக சம்பாதிச்சு பொன்னை வைக்கிற இடத்தில் பூவை வைத்து ஒப்பேற்றி ஆஹான்னும் இல்லாது, ஓஹோன்னும் இல்லாமல் ஜீவிதத்தை நடத்திப் போகிற குமஸ்தனாக இருக்கட்டும். இல்லையோ, தெருவைப் பெருக்கி, அஞ்சு லாந்தரில் எண்ணெய் விளக்கு ஏற்றிவிட்டு நடக்கிற வேலைக்கார மனுஷனாக இருக்கட்டும். அட, வேறே எதுவுமே வேணாம், தெருவில், கோவில் குளத்துப் பக்கம் நின்று ரெண்டு சல்லியும் ஒரு சல்லியும் யாசிக்கிற நித்ய யாசகனாகவே இருக்கட்டும். இந்தப் பட்டணத்தை ஒரு தடவை வந்து தரிசித்தாலே புளகாங்கிதம் சித்தமாகிறது. இங்கேயே ஏதாவது கொழுகொம்பை கெட்டியாக பிடித்துக்கொண்டு ஒண்டிக்கொள்ளச் சொல்கிறது. பட்டணப் பிரவேசம் செய்து, ஒரு வருஷம் ரெண்டு வருஷம் இருந்து விட்டு, என்னத்துக்காகவோ வெளியில் போய் காலம் கடத்தி

விட்டுத் திரும்ப வரும்போது மலைத்துப்போக வைக்கிறது.

பட்டணம் ரொம்பவே மாறிடுத்து.

இன்னும் எத்தனை நூறு நூறு வருஷம் மதராஸ் இருந்தாலும் இந்த வாக்கியத்தை லட்சம் கோடி பேர் சொல்லிக்கொண்டே தான் இருப்பார்கள். நானும் சொன்னேன்.

பிராட்வேயிலும் ஐகோர்ட் எதிரிலும் குறுக்கும் நெடுக்குமாக டிராம் வண்டிகள் ஜனத்தொகையை ஏற்றி இறக்கி சலிப்பே இல்லாமல் அததுக்காக ஏற்படுத்திய வழியில் சஞ்சரித்துக் கொண்டிருந்தன. தலையில் முளைத்த கொம்பு பாதைக்கு மேலே இழுத்த எலக்டிரிசிட்டி கம்பியைத் தொட்டு முன்னாலே செலுத்த தபால்காரன் நடக்கிற வேகத்தில் ஊர்ந்த அவற்றைப் புளி மூட்டை போல நிறைத்துக்கொண்டு அடை அடையாக மனுஷர்கள், ஸ்திரிகள். அலிகள்.

முன்னைக்கிப்போ பெருகியிருக்கிற அதிகமான ஜனம். அதிகமான டிராம் கார்கள். டிராமில் ஏறிப்போக எந்த நேரத்திலும் காத்திருக்கும் கூட்டமும் அதிகம். அவர்கள் துப்புகிற எச்சிலும், சொல்லி மகிழ்கிற சுப வார்த்தைகளும் வெகு திவ்யம். இதெல்லாம் போக, தெருவிலும் அறுபத்து மூவர் உற்சவம் போல வருவானும் போவானுமாகத் தொடர்ந்து ஆள் நடமாட்டம்.

கொத்தவால் சாவடியில் காய்கறி ஏற்றி இறக்கி வெளியே கட்டி வைத்திருந்த மாட்டு வண்டிகள் ஒரு நூறோ இருநூறோ சாவடியைச் சுற்றி நுகத்தடியை மேலே ஓங்கிக்கொண்டு ஓயிலாக நிற்கிற காட்சியும், சாவடிக்குள்ளே கடை கடையாக காயும் கனியும் கிழங்கும் இறக்கிவிட்டு நடக்கிற கூலிகளின் புளித்து நாறும் வசவும் இருபது வருஷத்துக்கு முன்னால் அனுபவப்பட்டதை விட இன்னும் மோசமாகப் போயிருந்தது. சுதேசித் துணிப் பையில் ராட்டினமும், மகாத்மா காந்தியும் எழுதின படத்தோடு சாவடிக்குள் புகுந்து புறப்பட்டுக் கொண்டிருந்தவர்கள் வெளியே வந்து டிராமுக்காகக் காத்திருக்கும்போது அந்தப் பையெல்லாம் நிறைந்து தளும்பிக் கொண்டிருந்தது.

கண்ணில் தட்டுப்படுகிற கடையில் பத்துக்கு ஒண்ணாவது சாப்பாட்டுக் கடை. அதிலும் பிராமணாள் ஹோட்டல்களே அதிகம். மைசூர் ஓட்டல், உடுப்பி ஓட்டல் என்று கன்னடக் காரர்களோ அவர்கள் பெயரைத் திருடிக்கொண்டு உள்ளூர் குப்பன்களோ ஊர் முழுக்க உப்புமா கிண்டிப் போட்டுக் காப்பி கலந்து கொடுத்து காசை வாங்கி வாங்கிக் கல்லாவில் ரொப்பிக் கொண்டிருந்தது கண்ணில் பட்டது.

இந்த டிராமில் எது எங்கே போகும்? டெர்மினஸ் என்று பலகை எழுதின வண்டிகள் எங்கே இருந்து வருது, எங்கே போகிறது என்று ஒரு மண்ணும் புரியவில்லை. யாரையாவது கேட்கலாம் என்று யோசிப்பு. ஒரு மாச தாடியும், கடல் காற்றில் உலர்ந்து பொருக்குத் தட்டிப் போன உடம்புமாக நான் முன்னால் போய் நின்றால், குப்பாயத்தில் தடவிப் பார்த்துவிட்டு சில்லறை இல்லை என்பான்கள் தடியன்கள். நான் உடுத்தி இருந்த வஸ்திரமும் சொல்லும் தரத்தில் இல்லை.

ஐகோர்ட் தெருமுனை திரும்பி வடக்கே நடந்தேன். வெய்யில் உறைக்க ஆரம்பித்து, கழுத்தில் பிசுபிசு என்று வியர்வை. நுங்கம்பாக்கம் போறது இருக்கட்டும். மைலாப்பூர் போய் சித்திரக் குளத்தில் குளித்துவிட்டு மேலே செய்ய வேண்டியதை எல்லாம், எது எல்லாம்னு தெளிவில்லை, செய்ய வேண்டியதை எல்லாம் கவனிக்கலாமே. தாடியையும் தலையையும் மழித்து வீபுதியைக் குழைத்துப் பூசிக்கொண்டால் சிராங்காய் மரியாதையாவது கிட்டும்.

சென்ட்ரல் ரயில்வே ஸ்டேஷன் கடியாரப்படி காலை ஏழு மணி தான் ஆனது என்றாலும் நெரிசலும் ஜன நடமாட்டமும் உச்சத்தில் இருந்தது. தோளில் மாட்டிய பையும் ரெண்டு கையிலும் ரெண்டு கப்பல் பையுமாக நான் நடக்கும்போது பக்கத்தில் நடந்து போகிறவன் கவனமெல்லாம் என் கையில் பிடித்த பையில் இருந்ததைக் கவனித்தேன்.

ஆயுசு வருமானமாக நான் பெண்ட்வில் ஜெயிலில் சம்பாதித்த இருநூறு சில்லறை பவுண்டு, கப்பலில் வேலை பார்த்த வகையில் கேப்டன் கொடுத்த நூற்றுப் பத்து பவுண்டு. இப்படி பத்திரமாக

மாட்டுத் தோல் சஞ்சியில் வைத்து தோள்பைக்கு உள்ளே வெகு ஜாக்கிரதையாக வைத்திருந்தேன். அதோடு கூட துரை கொடுத்த ரெண்டு பொட்டலம் அபின்.

கையில் பிடித்த பையிலோ என் வஸ்திரமும், கப்பலில் தரித்த கால்சராய்களும், பூட்ஸூம் இன்னும் லண்டனில் இருந்து கொண்டு வந்த பழைய குப்பாயம், தொப்பி, கம்பளிச் சட்டை இத்யாதியும். இதோடு தரகு துரைக்கு முதல் ஈடாக விற்றுத் தர வேண்டிய சோப்பும் சீப்பும் கண்ணாடியும் மண்ணாங்கட்டி தெருப்புழுதியும். கப்பல் குசினியில் மிச்சம் இருந்த ரெண்டு பொட்டலம் ரொட்டியையும், அரிசி, பொரிகடலையையும், அஸ்கா சர்க்கரையையும் மூட்டை கட்டிப் போட்டிருந்தேன். விற்க ஏற்பட்டதில்லை. எனக்கு அவசரத்துக்குக் கைகொடுக்க.

எனக்கு பத்து தப்படி முந்தி கனவான் தோரணையோடு தொப்பையும் தொந்தியுமாக ஒருத்தன் உருண்டு கொண்டு போனான். சரிகைத் துணி வைத்து அரிசி மூட்டையை நெட்டுக்குத்தாக நிறுத்தினதுபோல் அவனில் கால்வாசி உசரத்துக்குத் தலையில் ஏறி இருந்த தலைப்பாகையும், புகையிலைக்கடை நிர்வாகி ராவ் போல அல்பாகா கோட்டும், இடுப்பில் தொங்குகிற கடியாரமும் வசதியான வெளியூர் மனுஷன் என்று சொல்லாமல் சொல்ல, அவன் எதிர் வசத்தில் ஆஸ்பத்திரியைப் பார்த்து நின்றான். அந்தக் கட்டிடம்தானா போக வேண்டியது என்றோ என்னமோ கோட்டுக்குள் இருந்து காகிதத்தை எடுத்துப் பார்த்துக் கொண்டிருக்க நாலைந்து உள்ளூர் நோஞ்சான்கள் நீலமும் பச்சையுமாக சாரம் உடுத்திக் கொண்டு கூட்டமாக அவனைக் கடந்து போனார்கள். இப்படி நெருக்கமாக ஏன் ஈஷிக்கொண்டு போகணும் இவன்கள் என்று நான் அதிசயப்பட்டுக்கொண்டு நடக்க, அந்த கனவான் திடீரென்று உச்சத்தில் அலறினான்.

ஐயோ என் கடிகாரம் காணலியே.

எனக்குச் சமமாக நடைபாதையில் கொஞ்சம் போல் இடம் விட்டு நடந்து வந்த மனுஷன் என்னிடம் சிநேகமாகச் சொன்னான்

இப்படி நாலு பேர் கூட்டமா அவர் மேலே மோதினதுமே நினைச்சேன். கோட்டுக்குள்ளே பர்ஸாவது இருக்கா அதுவும் கோவிந்தாவா?

பறிகொடுத்த கனவானைச் சுற்றிலும் நின்று வேடிக்கை பார்த்த கூட்டத்தில் அவனும் கலக்க, நான் ஜாக்கிரதையாக இதையெல்லாம் தவிர்த்து விட்டு முன்னால் போனேன். தோள் சஞ்சி பத்திரமாக இருக்கா என்று சோதித்தேன். இருந்தது.

முன்னே எல்லாம் அங்கே இங்கே வழிப்பறி செய்து கொண்டு ஓடுவார்கள். கன்னக்கோல் போட்டு பூட்டின வீட்டிலே பாத்திரம் பண்டம் களவாடுவார்கள். இப்போ நடந்து போகும் போதே நோகாமல் தெரியாமல் கைக்குக் கிடைத்ததை நாசுக்காக அறுத்து எடுத்துக் கொண்டு ஜன சமுத்திரத்தில் கலக்கிறவர்கள் காலம் போலும்.

பார்க் ஸ்டேஷன் வாசலில் ஒரு சின்னக் கூட்டம். பணப்பையைப் பறிகொடுத்தவனா என்று ஒரு நிமிஷம் நின்று பார்த்தேன். அதிசயமான அதிசயம். புஸ்தகம் விற்கிறவன்.

மதிமோச விளக்கம். மதிமோச விளக்கம். ஒரே ரூபாய்தான். திருட்டு புரட்டு ஜேப்படி கேப்மாரித்தனம் மொல்லமாரி வேலை, எத்தர்கள் ஏமாற்றுகிற ரகசியங்கள், குருக்கள் கொள்ளையடிக்கும் வழி, வைத்தியன் காசு பிடுங்கும் வழிமுறை. இருநூற்று முப்பது பக்கத்துக்கு டெம்மி சைசில் உன்னதமாக அச்சுப் போடப்பட்ட அரிய புஸ்தகம். வாங்கிப் படித்து பத்திரமாக இருக்க வாங்க வாங்க.

அவன் கூவல் வழியோடு போகிறவன் எல்லோரையும் அங்கே இழுத்தது.

குப்பாயத்தில் பார்த்தேன். கப்பல் சம்பளம் கொடுக்கும்போது இருபது பவுண்ட் தொகைக்கு ஈடாக ரூபாயாகக் கொடுத்திருந்தது, ஐம்பது சில்லறை இருந்தது. ஒத்தை ரூபாய் ராஜா தலைக் காசைக் கொடுத்து நானும் ஒரு மதிமோச விளக்கம் வாங்கினேன். ரொம்ப நாளைக்கு ரொம்ப நாள் கழித்துத் தமிழில் ஒரு புஸ்தகம் படிக்கக் கிடைத்திருக்கு. ஆற

அமர உட்கார்ந்து படிக்க வேணும்.

புஸ்தகத்தைத் தோள் பையில் திணித்துக்கொண்டு ஜட்கா வண்டி கிடைக்குமா என்று பார்த்தேன். இரண்டு வண்டி மாறி மைலாப்பூர் போய்ச் சேரலாம் என்று வண்டிக்காரர்கள் புகையிலைக் கட்டையை மென்று கொண்டு ஒட்டுமொத்தமாகச் சொன்னார்கள். ஒரே வண்டி போகாதா என்ன?

பட்டணக் குதிரை சாமி. நம்மள மாதிரித்தான் சோதா உடம்பு. ரொம்ப தூரம் இசுத்தா மூச்சு வாங்கி பட்டுனு பூடும்.

நான் மயிலாப்பூர் போய்ச் சேர்ந்தபோது பதினோரு மணி ஆகி இருந்தது. கோவில் பூட்டி இருந்தது. சித்திரக் குளம் முன்னளவுக்கு ஸ்படிகம் போல நீரோடு இல்லாமல் ஜலத்தில் அங்கங்கே திட்டு திட்டாகப் பாசி படர்ந்திருந்தது. ஆனாலும் விடாப்பிடியாகக் குளித்துக் கொண்டிருந்தவர்கள் தொகையும், ஓரமாக குளப்படியில் ஈரமாக்கி அடித்து அடித்து உடுதுணி துவைத்துக் கொண்டிருந்த சத்தமும் அதிகமாகத்தான் இருந்தது. உதய காலத்தில் வந்திருந்தால் லட்சணமான ஸ்திரிகளும் கூட இருந்திருப்பார்கள். அவர்கள் நாசமாகப் போக. வேணாம். சர்வ மங்களத்தோடும் இருக்கட்டும். நான் முதலில் நரகம் போறேன்.

குளக்கரைப் படியில் முடிதிருத்துகிறவனைத் தேடிக் கண்டு பிடிக்கிறதுக்குள் போதும் போதும் என்று ஆகிவிட்டது. கோவிலை ஒட்டி சந்துக்குக் குடிபெயர்ந்திருந்த ஒரு நாவிதன் முகம் மழித்து விட்டதோடு நான் கேட்காமலேயே தலையில் சாஸ்திரிகள் போல குடுமி வைத்து மற்றபடிக்கு சுத்தமாக வழித்து விட்டபோது பாதி மகாலிங்கய்யன் திரும்ப வந்திருந்தான். சித்திரக் குளத்தில் குளித்துவிட்டு ஓர மனையில் இருந்த புரோகிதனுக்கு ஓரணா தட்சணை கொடுத்து எட்டுப் பிரியாக இருந்த ஒரு பூணூலை வாங்கி மாட்டிக் கொண்டதும் அவன் முழுசாக உருவம் எடுத்தான்.

கப்பலில் பூணூல் கழண்டு போச்சு என்று புரோகிதனிடம் சொல்ல, சீமைக்குப் போய்வந்த தீட்டு கழிய குறைந்த செலவில்

ஹோமம் பண்ணிவிடலாமா என்று விசாரித்தான். வேண்டாம் என்றேன். இருபது வருஷ குண தோஷம், மன தோஷம், வார்த்தை தோஷம், காரிய தோஷம் எல்லாத்துக்கும் சேர்த்து ஹோமம் பண்ணினால் ஹோம குண்டம் நாள் கணக்கில் மாசக் கணக்கில் எரிய விட வேண்டி இருக்கும். உள்ளே இருந்து கூஜாவில் பாயசத்தோடு பூதம் கூட பிரத்தியட்சம் ஆகிவிடும்.

கோவில் பூட்டி இருந்தது. சாவகாசமாக வந்து ஒரு கும்பிடு போட்டுக்கலாம். மூட்டை முடிச்சோடு கோவிலுக்குள் போகிறது சரியாகப் படவில்லை. இதுகளைத் தூக்கிக்கொண்டு படித்துறையில் வைத்து விட்டு ஸ்நானம் செய்கிறது கூட கஷ்டமான வேலை. அவிழ்த்துக் கசக்கிப் பிழிந்து வைத்த கோமணத்தையே தூக்கிக் கொண்டு ஓடுகிறவன் மூட்டையை சும்மா விட்டு வைப்பானா? நல்ல வேளை அங்ஙனம் ஆகாமல் தப்பினேன்.

கோவிலை ஒட்டின தெருவில் கண்ணாடி அலமாரிக்குள் லட்டு உருண்டை அடுக்கிய தட்டு எல்லாம் வைத்து ஒரு ஓட்டல் ஆரம்பமாகி இருந்தது. காந்தி படமும் சக்கரவர்த்திகள் படமும் மாட்டி வியாதியஸ்தர்கள் உள்ளே வரக்கூடாது என்று கண்டிப்பாக எழுதி வைத்த இடம். பிராமணர்கள் சாப்பிடும் இடம் என்று ஒரு இருட்டுக் கிடங்கு தெரிந்தது. அங்கே போய்ச் சாப்பிட ஆசைதான். ஆனால் சாப்பாட்டோடு கரப்பானும் பாச்சையும் கலந்து வயிற்றில் போய் ஜீவ சமாதியாகும் என்று தோணவே, மற்ற ஜாதியாரோடு உட்கார்ந்து சாப்பிடும் விஸ்தாரமான இடத்துக்குப் போய்ச் சேர்ந்தேன்.

சாப்பிட்டு விட்டு என்ன செய்யணும்?

வெங்கடேச அக்ரஹாரம் போனால் என்ன? அங்கே போய் என்னடா பண்ணப் போறே பிரம்மஹத்தி என்றது மனசு. வீடும் உன்னுது இல்லை. உன்னுடையவள்னு ஒருத்தியும் இல்லாமத் தொலைச்சு வெகு காலம் ஆச்சு.

நீலகண்டனைத் தேடி நுங்கம்பாக்கம் போக வேண்டியதுதான்.

அவன் இருந்த கிரஹம் அரசல் புரசலாக நினைவு இருக்கிறது. பார்த்தாலாவது பட்டணத்தில் மிச்ச காலம் குப்பை கொட்ட ஏதாவது வழிபிறக்கும். அட, அவனால் முடியலை என்றால் அவன் மூலமாவது ஏதாவது மார்க்கம் புலப்படாதா என்ன?

ஜெயிலில் இருந்து இறங்கி லலிதாம்பிகையைத் தேடின காலத்திலேயே போய்ப் பார்க்க வேணும் என்று நினைத்து அவமானம் கருதி சும்மா இருந்து விட்டேன். இப்போவானால், கடல் தாண்டிப் போய் சம்பாதித்து வருகிற தோரணை. ஜெயிலில் கிடந்து சிட்சை அனுபவித்த அவமானத்தைப் போக்கடிக்கும் தோரணை அது.

நீலகண்டன் வீட்டில் இருப்பானோ? ரிடையர் ஆகியிருப்பானே. வேறே எங்கே போகப் போறான்? வீட்டையே காலி செய்து விட்டு வேறே எங்கேயாவது போயிருந்தால்? போயிருந்தால் வேறே வழி? வாயில் இருக்கு வழி.

ஒரு ஆறு மாசம் ஒரு வருஷம் தாக்குப்பிடிச்சா, காசு சேர்ந்து வெங்கடேச அக்ரஹாரம் வீட்டையும் திரும்ப வாங்கி. அல்நாசர் மாதிரி ரொம்ப மனக் கோட்டை கட்டாதேடா மகாலிங்கம்.

அண்ணா டிபன் எல்லாம் தீர்ந்துடுத்து. அஞ்சு நிமிஷம் உட்கார்ந்தா சுடச்சுட சாதம் வடிச்சு மத்யான சாப்பாடே தயாராயிண்டு இருக்கு.

பரிமாறுகிற பிள்ளை முன்னால் நின்று பவ்யமாகச் சொன்னான்.

இன்னிக்குக் காலையில் நேரே அன்னலட்சுமியம்மாள் முகத்தில் முழிக்கணும் என்று பிரம்மா என் உச்சிக்குடுமித் தலைக்கு உள்ளே எழுதி வச்சிருந்தா யாரால் மாற்ற முடியும்?

சரி, காத்திருக்கேன் என்று வாசல் பக்கம் போய் ஒரு நாற்காலியில் உட்கார்ந்து தோள் சஞ்சியில் வைத்திருந்த மதிமோச விளக்கம் புஸ்தகத்தை எடுத்தேன்.

அச்சு எழுத்தைப் படிக்க மசமச என்று இருந்தது. கண்ணில் கோளாறு. சாளேஸ்வரமோ என்னமோ. ஜார்ஜ் டவுனில் மூக்குக்கண்ணாடி வாங்கி மாட்டினால் சொஸ்தமாகும்.

அதுக்கென்ன இப்போ அவசரம்?

புத்தகத்தைக் கண்ணுக்குக் கொஞ்சம் நெருக்கமாக வைத்துக் கொண்டு புரட்டினேன். திறந்த பக்கத்தில் மோசடி வழிமுறையாக இந்தக் கால பட்டண ஓட்டல்கள் பற்றி ஆதியோடந்தமாக எழுதியிருந்தது.

முந்தின நாள் மீந்த சரக்கு எல்லாத்தையும் அரிசியும் உளுந்தும் அரைக்கிறபோது கூடவே கலந்து அரைத்து இன்னிக்கு உண்டான பலகாரம் செய்கிற நடைமுறை பற்றி வர்ணனை.

நல்ல வேளை. கொஞ்சம் முன்னால் வந்திருந்தால் முந்தாநாள் உளுந்துவடை நூல் இழுக்க அரைத்து வேகவைத்த இட்டலியோ வேறே எதோ சாப்பிட்டிருக்க வாய்ப்பு உண்டாகி இருக்கும்.

அண்ணா சாப்பாடு ரெடி. வாங்கோ.

பையன் வந்து சத்தமாகச் சொன்னபடி ஒரு மரப் பலகையில் எழுதியும் வைத்தான்.

இன்னிக்கு சமைச்சதுதானேடா கண்ணா?

நான் அவனைப் பரிகாசமாகக் கேட்டபடி உள்ளே போனேன்.

உள்ளே பார்த்தேன். நாலைந்து பேர் உட்கார்ந்திருந்தார்கள். நான் மதிமோச விளக்கத்தில் முழுகிக் கிடந்தபோது உள்ளே வந்தவர்களாக இருக்கும்.

இலையைப் போட்டு பதார்த்தம் எடுத்து வைத்ததும் பக்கத்தில் குரல். என்னோடுதான் பேசுகிறார்கள்.

கப்பல்லே வந்த சாமியா?

அத்தியாயம் எண்பத்தேழு

1927 மார்ச் 6 அக்ஷய மாசி 22 ஞாயிற்றுக்கிழமை

காரசாரமான வெங்காய சாம்பாரும், கத்தரிக்காய் எண்ணெய்க் கறியும், ஆனையடி அப்பளமுமாக ராஜ போஜனம் போல ஒரு சாப்பாடு. இருபது சொச்சம் வருஷத்துக்கு முன்பு இந்த பாக்கியம் கிடைத்து அப்புறம் சொப்பனத்தில் மட்டும் கிடைக்கிறதாக மாறிப்போன சுகம் திரும்ப சித்தித்திருக்கிறது. அதை அனுபவிக்க விடாமல், போக வேளையில் வாசல் கதவைத் தட்டி மூட்டு வலித் தைலம் கேட்கிற அண்டை வீட்டுக்காரன் போல் இந்த மனுஷர்கள் கரடி விடறான்களே?

எரிச்சலோடு ஒரு கவளத்தை அழுத்தமாகப் பிசைந்தேன். அவன் விரையைப் பிசைந்து கூழாக்கினாலும் பாதகமில்லை. பாதிரி சொல்ற மாதிரி இந்த அசத்துகள் நரகத்துக்கோ அதுக்கு அப்பாலுமோ அரையைப் பொத்திக்கொண்டு போகட்டும்.

சாமி கப்பல் சாமி தானே?

திரும்ப விசாரித்தான் பக்கத்தில் இருந்தவன். நான் சாப்பிட்ட படிக்கே அவனைப் பார்த்தேன். தெருத் தெருவாக அலைந்து திரிந்து பட்டுத் துணி விற்கிற சீனாக்காரன் போலத் தொங்கு

மீசையோடு ஒரு நோஞ்சான்.

தெரிஞ்சு உமக்கு என்ன ஓய் ஆகப் போறது? சாப்பிட வந்தீர் சாப்பிட்டுட்டுப் போமே.

அதிகாரமாகவே சொன்னேன். இவன்களை உடனுக்குடன் கருவறுத்து விடணும்.

அட சாமி கோபிச்சிக்கறாங்க பாரு செல்லையா.

அவன் பக்கத்தில் இருந்த சிநேகிதனிடம் குறைச்சல் பட்டுக் கொண்டான்.

நான் நிமிர்ந்தே பார்க்காமல் இலையில் விழுந்த ரசம் தரைக்கு வழியாமல் சாதத்தைப் பரப்பிவிட்டு, கூடுதலாக ஒரு சிராங்காய் ரசத்துக்கு உள்ளங்கையைக் குவித்தேன். சுடச்சுட விழுந்த தக்காளி அமிர்தத்தை ஆசமனீயம் போல உறிஞ்சின போது செல்லையா என்று சொல்லப்பட்டவன் மெல்லச் சிரித்தது கேட்டது.

பாவம் பசி அடங்க சாப்பிடற நேரத்துலே அதையும் இதையும் கேட்டு நச்சரிச்சா அவர்தான் என்ன பண்ணுவாருங்கறே. கப்பல்லே வெறும் அரிசியை எச்சியிலே ஊற வச்சுத் துண்ருப்பாரு. சோறு பார்த்தா சுகப்படாதா என்ன?

நான் கப்பலில் என்ன தின்று எழவைக் கூட்டினேன் என்கிறதில் இவன்களுக்கு ஏன் அக்கறை? கோபமாக எகிற தலையை நிமிர்த்தியபோது கட்டித் தயிரை இலையில் தாராளமாக வார்த்து, பரிமாறிய பையன் வாயை அடைத்து விட்டான்.

அந்த ரெண்டு மனுஷ்யர்களும் எழுந்து போவதை ஓரக் கண்ணால் பார்த்தபடி, ஒரு குத்து காரம் வழிகிற எலுமிச்சங்காய் ஊறுகாயை வாங்கி பட்சணம் மாதிரி சாப்பிட்டு விட்டு தயிர் சாதத்தைத் தொட்டேன். ஓட்டல் வைத்த புண்ணியவான் மதிமோசம் பண்ணி போன வருஷம் போட்ட ஊறுகாயை வைத்து ஒப்பேத்தினவனாக இருந்தாலும் சரிதான். அவனுக்கு சகல சுகமும் கிட்டட்டும்.

இலையை எடுத்துண்டு போய்ப் போட்டுடுங்கோ அண்ணா.

நம்ம பக்கத்து ஆசாரம் இன்னும் மாறலியே. அண்ணா சீமைக்குப் போய்ட்டு வந்தாலும் அதானே ஸ்திதி?

மோர் வாளியைப் பக்கத்தில் வைத்து நசுங்கின பித்தளை லோட்டாவில் ரெண்டு கரண்டி பச்சை மிளகாய் இஞ்சி கருவேப்பிலை கிள்ளிப் போட்டு கடுகு தாளிச்சு விட்ட மோரை வார்த்தபடி சொன்னான் பையன்.

இவ்வளவு திவ்யமான மோர் கொடுத்தால் என்னோட எச்சல் இலை மட்டும் என்ன, அங்கே உட்கார்ந்து கொட்டிக் கொண்ட அத்தனை சும்பன்களின் எச்சலையும் வாரி வழித்துப் போய்ப் போட்டிருப்பேன். கப்பலில் மாசக் கணக்கில் எச்சல் தட்டு அலம்பின கையில்லையா இது ரெண்டும்.

இந்த மூட்டை முடிச்சை எல்லாம் ஒரு நிமிஷம் பாத்துக்கோடா குழந்தை.

பையனை ஏவி விட்டு கையில் மடக்கிப் பிடித்த எச்சில் இலை காலில் வழியாமல் பின்கட்டுக்குப் போனேன்,

தொட்டியில் இலையை விட்டெறிந்து விட்டு இரும்பு வாளியில் நிறைத்து வைத்திருந்த அசுத்த ஜலத்தில் கையும் வாயும் கழுவுகிறதாக பாவனை செய்து விட்டு உள்ளே வரும் வரை மனசு பை பை என்று பரபரத்துக்கொண்டிருந்தது.

மோர் வாளியோடு காவலுக்கு நின்ற பையனுக்கு பையில் தேடி நாலணா தட்சணை கொடுத்தேன். வெகு சந்தோஷமாக வாங்கி குப்பாயத்தில் இடது கையால் முடிந்துகொண்டு, ராத்திரி பலகாரம் பண்ண வருவேளா அண்ணா என்று பிரியத்தோடு விசாரித்தான். ராத்திரிக்கு அடை, பூஷணிக்காய் சாம்பார், பீர்க்கங்காய் சட்னி.

அவன் சொன்னபோதே நாக்கில் எச்சில் ஊறினது. கர்ப்பிணிப் பொண்ணு போல நிறைந்து புரண்டு கொண்டிருந்த வயிறு பாதகா சண்டாளா கொஞ்சம் என்னைச் சும்மா விட மாட்டியா என்று தீனமாக ஓலமிட்டது.

திண்ணையில் கால் நீட்டி உட்கார்ந்து ரெண்டு வெத்திலை

மென்று விட்டு கிளம்பலாம் என்று நினைத்தேன்.

வெற்றிலைத் தட்டுக்குப் பக்கத்தில் அந்தத் தொங்கு மீசைக்காரன். அட பழியே, இவன் சாப்பிட வரலை. என்னோடு ஒட்டுண்ணி போல ஒட்டிக்கொண்டு பின்னாலேயே வந்திருக்கான். என்ன திட்டமோ எழவெடுத்தவனுக்கு?

இவனைப் பார்த்து ஓடினால் இளக்காரமாகி விடும். என்னைத் தொந்தரவு செய் என்று வெற்றிலை பாக்கு வைத்து அழைத்த மாதிரி காரியம் அது. ரெண்டு வார்த்தை சொல்லிக் கொண்டிருந்து விட்டு கிளம்பலாம். நிஜமாகவே சரக்கு வாங்க வந்தவன் என்றால் ஆள் ஆழம் பார்க்க நூல் விட்டுப் பார்த்து மேற்கொண்டு நடவடிக்கை எடுப்பது உத்தமம்.

பைகளை பத்திரமாக சுவரோரம் வைத்தேன். அதுகளுக்கு அண்டக் கொடுக்கிற மாதிரி சுவரில் சாய்ந்து கொண்டு வெத்திலையில் சுண்ணாம்பு தடவியபடி அந்த மனுஷனைச் சாதாரணமாகப் பார்த்தேன்.

சாமி, கப்பல் சரக்கு ஏதாச்சும் உண்டுமா?

நான் கப்பல்லே வந்தேன்னு உனக்கு யாரு சொன்னது?

அவன் என் முதுகுக்குப் பின்னால் ரெண்டு பெரிய தார்ச்சீலைப் பையையும் காட்டினான். கப்பல் படம் அடித்து பெயர் எழுதின பை அந்த ரெண்டும். கப்பலில் ஏறி வருகிறவர்களுக்கு இனாமாகக் கொடுக்கிற வழக்கத்தை உள்ளே உத்தியோகம் பார்த்த எங்களிடம் கேப்டன் துரை ஆரம்பித்து வைத்திருந்தார்.

அதெல்லாம் பழந்துணிப்பா. அட்டுப் பிடிச்சு கப்பல் அழுக்கும் சமுத்திர நாத்தமுமா சுருட்டி வச்சது. வண்ணாந்துறையிலே கொடுத்துத் துவைச்சு எடுத்துண்டு போகணும்.

நம்ம சாமி நல்ல சாமி. சாமர்த்தியமாத்தான் பேசுவாக. நம்ம சமீந்தார் ஐயா மாதிரி.

புளிமூட்டை மாதிரியான இன்னொரு மனுஷனும் தூண் ஓரத்தில் இருந்து முன்னால் வந்து உட்கார்ந்தான்.

என்னப்பா சாமர்த்தியத்தைக் கண்டே.

நான் வெகுளியாகக் கேட்டேன்.

அது யார் ஜமீந்தார்? இந்த சம்பாஷணையில் அவர் எங்கே வந்தார்?

சாமிகளே, நாங்க, சிங்கம்பட்டி ஜமீந்தாரோட ஜமீன் உத்யோகஸ்தர்கள்.

தொங்கு மீசை கதை சொல்கிற தோரணையோடு ஆரம்பித்தான்.

மாசம் ஒரு தடவை டாக்டர் கிட்டே ஊசி போட்டுக்க சமீந்தார் துரை வரும்போது கூடவே ஒத்தாசைக்கு வருவோம். வைத்தியத்தோட, இங்கே கப்பல் வர்ற நேரமா இருந்தா துரைக்கும் அம்மாளுக்கும் செண்டு பாட்டில், சோப்பு இப்படி ஒஸ்தியான சரக்கு அதுவும் நம்பிக்கையான மனுஷங்க மூலம் கெடச்சா வாங்கறதுலே துரைக்கு அலாதி பிரியம்.

நான் நம்பிக்கையான மனுஷன்னு உனக்கு யாருப்பா சொன்னது?

கேட்டபடி இன்னொரு வெத்திலையில் சுண்ணாம்பு தடவினேன். அவனை நிமிர்ந்து பார்த்தே பேசக் கூடாது என்று சங்கல்பம் செய்து கொண்டேன். கொஞ்சம் போல அலட்சியம் காட்டுவதும் நல்லதுக்குத்தான். நம் ஸ்திதி மெச்சமானதென்றும், நாம் யாதொன்றுக்கும் பயப்படுகிறதில்லை என்றும் அடுத்தவனுக்கு எடுத்துக் காட்டும்.

பிராமணாள் சாப்பிடற இடத்திலே இருட்டுலே உட்கார்ந்து அவதி அவதியா வழிச்சுத் திங்காம, சகல ஜாதியோடும் வெளியிலே உட்கார்ந்து போஜனத்தை ருஜிச்சு சாப்பிடற போதே ரொம்ப வித்தியாசமான மனுஷ்யர்னு புரிஞ்சு போச்சு. என்னமோ மனசுக்குள்ளே சொல்லுது. இந்த ஆள் நம்பிக்கைக்கு உரியவர். ஜமீந்தார் பேசிப் பழகத் தகுதியானவர்னு தோணிச்சு. தப்புன்னா சொல்லுங்க சாமி.

இவ்வளவு பெரிய கிரீடத்தைத் தலையில் வைத்ததுக்கு அப்புறம் கழட்டச் சொல்ல முடியலை.

ஜமீந்தார் எங்கே இருக்கார்?

நான் கேட்க வேணுமென்றே காத்திருந்தது போல அவர்கள் எதிர் சாரியில் கையைக் காட்டினார்கள்.

அடுத்த தெருவில் ஒரு மாடி வீட்டை புதுசாகக் கட்டுவித்து இங்கே வரும்போதெல்லாம் தங்கி இளைப்பாறிப் போக ஏற்பாடு பண்ணியிருக்கார் எஜமான். ரெண்டே எட்டுலே போய்ட்டு வந்துடலாம். வரீங்களா சாமி?

நான் பைகளைத் தூக்கிக் கொண்டேன். அந்த ரெண்டு பேரும் ஆளுக்கு ஒண்ணு எடுத்து வருவதாகச் சொன்னபோது திடமாக வேணாம் என்று சொல்லிவிட்டேன். எந்தப் புற்றில் எந்தப் பாம்பு இருந்தாலும் மகாலிங்க ஐயனுக்குத் தெரியும். எத்தனை ஊர்த் தண்ணி குடிச்சவன்?

உண்ட மயக்கத்தில் கண் கிறங்கிக் கொண்டு வந்தது. வேணாம்டா மகாலிங்கம். தூங்கி விழுந்தா அப்புறம் எழுந்திருக்கவே முடியாது.

எதிர்ப் புறத்துத் தெரு விசாலமானது. அங்கே இருந்து சின்னதும் பெரிதுமான குறுக்குச் சந்துகள் பத்தடிக்கு ஒன்றாக ரெண்டு பக்கத்திலும் பிரிந்து வளைந்து நெளிந்து எங்கேயோ முடிவதற்காகப் போய்க்கொண்டிருந்தன.

கோடியில் மோட்டார் கார் நிற்கிற ஒரு மாடி வீட்டைச் சுட்டிக் காட்டினான் புளிமூட்டை மனுஷன்.

சமீந்தார் எஜமான் அங்கேதான் இருக்கறாப்பல.

வசதியான இடம் தான். சோப்பு, சீப்பு, கண்ணாடி இப்படி சொத்தை சாமான் எல்லாம் கிடக்கட்டும். மனுஷன் லாகிரி வஸ்து உபயோகிக்கிறவனா? கொஞ்சம் தெளிவானால் கஞ்சா பொட்டலத்தையும் கண்ணில் காட்டி கப்பலுக்குக் கூட்டிப் போய் வெள்ளைக்காரன் கிட்டே நிறுத்தலாம்.

கப்பலுக்கு எல்லாம் ஜமீந்தார் வருவானா என்ன? கூப்பிட்டால் மாட்டேன் என்றா சொல்லப் போறான். வெள்ளைக்காரக் குட்டிகள் இருக்கா என்று மோப்பம் பிடிக்கவாவது வந்து

எட்டிப் பார்க்க மாட்டானா?

எப்படி வருவான்?

மோட்டார் கார் எதுக்கு வச்சிருக்கான்?

ரெண்டு எட்டில் வீட்டு வாசலுக்கு ஓடி வாசலில் போட்டிருந்த கம்பி கிராதி கதவை மட்ட மல்லாக்கத் திறந்தான் தொங்கு மீசைக்காரன்.

அவன் ஏற்படுத்திக் கொடுத்த இடத்தில் நான் மட்டுமில்லாமல் இன்னும் நாலைந்து பேர் ஒற்றை வரிசையாக நுழையலாம். மரியாதை காட்டுகிறானாம் எனக்கு.

படியேறினதும் மரக் கதவு அடைத்து இருந்தது. உள்ளே இருந்து கிராமபோன் பெட்டியில் இந்துஸ்தானி சங்கீதம் கேட்டது. உல்லாசப் பிரியன் தான்.

சாமிகளே, அழுக்குத் துணி மூட்டையோட ஜமீந்தாரைப் போய்ப் பார்க்கணுமா?

புளிமூட்டை கரிசனத்தோடு ஞாபகப்படுத்தினான்.

நான் கையில் சுமந்து வந்த ரெண்டு மூட்டையையும் திண்ணையில் தூணுக்குப் பக்கமாக வைக்கப் போனேன்.

அங்கே வேணாம் சாமிகளே. தெருவோட போறவன் எவனாவது பார்த்தா அடிச்சுட்டுப் போயிடுவான். அவனுக்குக் கப்பல் பைன்னுதான் தெரியும். உள்ளே கட்டித் தங்கம் இருக்கா, கட்டிட்டு வந்த கோமணம் இருக்கான்னு தெரியாது.

உள்ளே ரெண்டு எட்டு நடந்து அவன் காட்டின மேஜை மேல் ரெண்டு பைகளையும் வைத்தேன்.

அங்கே அடுத்தாற்போல் திறந்து இருந்த கதவு இடைவெளியில் பக்கத்து முடுக்குச் சந்து கண்ணில் பட்டது. இதெதுக்கு அன்ன திரேஷமாக இப்படி அரண்மனை மாதிரி வீட்டுக் கதவை சந்து பொந்தெல்லாம் தெரியக் காட்டிக் கொண்டு இருக்க வேணும்?

அவன் ஒரே ஓட்டமாக மாடிக்கு ஓடினான். அங்கே முத்துச்

சிதறின மாதிரி சிரிப்புச் சத்தம் கேட்டது. பெண் பிள்ளை சிரிக்கிற சத்தம்.

ஜமீந்தார் தூங்கறார்.

அதி ரூப சுந்தரியான ஒரு ஸ்திரி குரல் முன்னால் வந்தது. பின்னால் அவள் வந்தாள்.

ஜமீந்தாரிணியா? இல்லை, பட்டணத்துத் தொடுப்பா?

தெரிஞ்சு என்ன ஆகணும்?

நான் தோள்பையில் கையை விட்டு சோப்புக் கட்டி எடுப்பதற்கு முன்னால் அவள் ரகசியம் பேசுகிற குரலில் சொன்னாள்.

கஞ்சா அபின்னு கர்மாந்திரம் ஏதாவது இருந்து தொலைச்சு அந்த மனுஷர் கண்ணுலே காட்டிடாதேயும். உம்மை தயவாயிட்டு கேட்டுக்கறேன்.

நான் தலையை ஆட்டும்போது அவள் ரவிக்கையைக் கவனித்தேன்.

தயவாயிட்டு. மலையாளத்துக்காரி. திண்ணென்றுதான் இருக்காள்.

உச்சிக்குடுமி ஐயரை எதுக்குடா கூட்டி வந்து எழவெடுக்கறீங்க? தெவசமா கொடுக்கப் போறேன். ஒரு பொட்டலம் கஞ்சா வாங்கி வரத் துப்பு இல்லே.

மாடியில் குரல் கேட்டது. ஆஜானுபாகுவான ஒரு முப்பது வயசுக்காரன் இறங்கிக்கொண்டிருந்தான்.

நான் விஷமச் சிரிப்போடு தோள்பையிலிருந்து கஞ்சா பொட்டலத்தைத் தேடி எடுத்தேன். அந்தப் பெண்பிள்ளையிடம் மன்னிப்பு கேட்கிற தோரணையை ஒரு வினாடி அபிநயித்து விட்டு பொட்டலத்தை அப்படியே நீட்டினேன்.

எனக்குப் பின்னால் ஏழெட்டு ஜதை தோல் ஜோடு மாட்டிய கால்கள் படி ஏறி வரும் சத்தம். நீளமாக ஒரு பிகில் சத்தமும் கூடவே கேட்டது.

போலீஸ்காரன்கள்.

அத்தியாயம் எண்பத்தெட்டு

1927 மார்ச் 13 அக்ஷய மாசி 29 ஞாயிற்றுக்கிழமை

சட்டென்று பக்கத்து முடுக்குச் சந்துக்கு நேராக மட்ட மல்லாக்காகத் திறந்து வச்சிருந்த மரக் கதவு கண்ணில் பட்டது. அதுக்கு அண்டக் கொடுத்துத்தான் என் மூட்டை முடிச்செல்லாம் வச்சது.

அந்தத் திட்டிவாசல் வழியாக தலை தப்பிச்சது தம்பிரான் புண்ணியம் என்று ஒரே ஓட்டமாக ஓடின போது காலில் இடறிய மூட்டைகளைக் கையில் தூக்கிக்கொண்டேன். ஆயுசு முழுக்க சம்பாதிச்சதும், விற்று வரச் சொல்லி துரை கொடுத்ததும், உடுதுணியும் எல்லாம் எதில் எது இருக்கு என்பது நினைவுக்கு வரலல. எதுக்கு? எல்லாம் மொத்தமா இருந்தாலே போறாதா என்ன?

அறுபது வயசில் சுவரேறிக் குதித்து அடுத்தவன் பெண்டாட்டியை அனுபவிக்கிற நேரத்தில் பிடிபட்டு ஓடின மாதிரி ஓட உடம்பு இடம் கொடுக்க மாட்டேன் என்றது. மூச்சு முட்டி வாய் திறந்தது திறந்தபடி இருக்க ஓடினேன்.

உடம்பில் உசிர் இருக்கப்பட்ட வரை ஓடியே சாக

துர்தேவதைகளும் சத் புருஷர்களும் கூடிப் பேசி சாபம் கொடுத்தவனாக ஓடினேன்.

பகல் போஜனமாக ருஜிச்சுச் சாப்பிட்டதெல்லாம் கலந்து குடலேறித் திரும்பி வந்து வாயைச் சாக்கடை போல நிறைத்து குமட்டிக் குமட்டி கன்னமெல்லாம் கசிந்து வழிய ஓடினேன்.

சுற்றி வளைந்து திரும்பி எங்கேயோ நெளிந்துபோகிற சந்துக்குள் மனுஷ நரகலும், கோழிக் கழிச்சலும், நேற்றைக்கோ போன வாரமோ கொட்டித் தீர்த்த மழைச் சகதியும், எச்சில் இலையும், ஸ்திரிகளின் சிக்கெடுத்துப் போட்ட தலை மயிரும், தூரத் துணியும், இருமித் துப்பின வியாதியஸ்தனின் கோழையுமாக வழியெல்லாம் நிறைந்து கிடந்ததில் கால் அமிழ்ந்து, வாடை மூக்கில் குத்த ஓடினேன்.

எதிர்ப்பட்டவன் மேல் மோதி என் அம்மாளையும் அக்காளையும் அவன் செய்ய நினைக்கிற காரியத்தைப் பற்றிய வசவைக் கேட்டபடி, பதில் சொல்ல நேரமில்லாமல், மனசுக்குள் அவனை வையக்கூட நேரமில்லாமல் ஓடினேன்.

ஓட வேணும். ஓடியே ஆகணும். ஓடினேன்.

முடுக்குச் சந்து திடுதிப்பென்று ஒரு பெரிய செங்கல் சுவரில் முடிந்து போனது. நீள, அகலமாக விரிந்த அந்தச் சுவரைத் தாண்டி கறுப்பாக தண்ணீர் தேங்கிய பெரிய குட்டை. குட்டையா இல்லை ஊர்க் கழிவு எல்லாம் கலந்து சமுத்திரத்திலோ வாய்க்காலிலோ கலக்கப் போய்க்கொண்டிருக்கிற திரவமா?

யோசிக்க நேரமில்லை. சுவரில் கால் வைத்துப் பல்லி போல தொற்றிக் கொண்டு ஏறினேன். கையில் வைத்திருந்த மூட்டை முடிச்சை சுவருக்கு மேலே வச்சு ரெண்டு கையையும் மேலே ஊன்றி ஏறி அந்தப் பக்கம் சாடி ஜலத்துக்குள் விழுந்தேன். நான் நினைச்சதை விட ஆழம். கிட்டத்தட்ட அக்குள் வரை சாக்கடை சாகரம்.

தோளில் இருந்து முதுகு வழியாக ஏதோ நழுவுகிறது போல் இருந்தது.

அய்யய்யோ, தோள்பை என்னாச்சு?

அவசரமாகத் தொட்டுப் பார்க்க, அது பொதபொதவென்று நழுவி ஆழத்தில் விழுந்து ஒரு நொடியில் கண்ணுக்கு மறைவாக ஒழிந்துபோனது. காலால் துழாவி அது எங்கே போனதென்று தேடினேன். காலெல்லாம் சாக்கடைக் கசடு தட்டுப்பட்டது தான் மிச்சம்.

பகவானே, மற்ற கப்பல் பை ரெண்டும்?

எடுக்கக் கை நீட்டினேன். ரெண்டில் ஒண்ணே ஒண்ணுதான் சுவர் மேலே இருந்தது. என்ன கஷ்டம்டா ஈசுவரா.

கழுத்தளவு துர்ஜலத்தில் நின்றபடி கையில் கிட்டிய கப்பல் பையைப் பார்த்தேன். என்னத்தைச் சொல்ல? பழந்துணி. சின்ன சஞ்சியில் கப்பல் துரை கொடுத்த ரூபாயில் மத்தியானம் மூக்குப் பிடிக்கச் சாப்பிட்டதுக்குக் கொடுத்தது போக மிச்சப் பணம். எப்போ எல்லாமோ கையில் கிடைக்கிற எந்தக் காகிதத்தில் எல்லாமோ எழுதி வச்சு யாருக்கும் அனுப்பாமல் போன கடுதாசுகள். அப்புறம் அந்த மதிமோச விளக்கம் புஸ்தகம். அவ்வளவு தான், நான் ஆயுசு வருமானமாக பெண்ட்வில் ஜெயிலில் சம்பாதித்த இருநூறு சில்லறை பவுண்டு, கப்பலில் வேலை பார்த்த வகையில் கேப்டன் கொடுத்த நூற்றுப் பத்து பவுண்டு இப்படி பத்திரமாக மாட்டுத் தோல் சஞ்சியில் வைத்து தோள்பைக்கு உள்ளே வெகு ஜாக்கிரதையாக வைத்திருந்தது, அதோடு கூட துரை கொடுத்த ரெண்டு பொட்டலம் அபின். எல்லாம் போச்சு.

நுங்கும் நுரையுமாகப் பாய்ந்துகொண்டிருக்கிற அந்த வெள்ளம் என் மிச்ச ஆயுசு என்ன விதிச்சிருக்கோ அதையும் கூட சப்ஜாடாக அடிச்சுப்போய்விட்டது.

அஷ்ட தரித்திரனாக, ஜெயிலில் போட்டு அடைச்சு வச்சு வெளியே வந்த கொலைகாரனாக இந்தப் பட்டணத்தில் இருந்து இருபது வருஷம் முன்னால் கிளம்பினேன். அங்கே இருபது வருஷம் கழிச்சு அதே மாதிரி தரித்திரனாக கழுத்து முட்ட கழிசடைத் தண்ணியில் முங்கி மூத்திர நாற்றமடிக்கும்

கோமணம் அடைத்த பையைச் சுமந்து கொண்டு நிற்கிறேன்.

லலிதாம்பிகே. எல்லாம் உனக்கு நான் செஞ்சதுக்கான தண்டனை. லலிதாம்பிகே, நான் உனக்குச் செய்யாமல் போனதுக்கான தண்டனை. லலிதாம்பிகே, மகாலிங்க அய்யன் ரெட்டிய கன்யகைக்குச் செய்ய யத்தனித்ததற்கான தண்டனை. அடி லலிதே, வரதராஜ ரெட்டி கல்யாணியை சுகித்ததற்கான தண்டனை. லலிதாம்பிகே, ரெட்டியான் லோலாவை ஏமாற்றினதுக்கான தண்டனை. லலிதாம்பாளே, அந்த மலையாளப் பார்ப்பான் பத்திரமாக வைத்துக் கொள்ளக் கொடுத்த அவனுக்கு அதிமுக்கியமான உடமையைக் காணாமல் போக்கினதற்கான தண்டனை. லலிதாம்பிகே. மகாலிங்க அய்யன் உன்னைத் தொலைத்ததற்கான தண்டனை. லலிதாம்பிகே, நான் பிறந்து விழுந்ததற்கான தண்டனை.

வசுதேவன் கிருஷ்ணனைச் சுமந்து வந்த மாதிரி அந்தக் கப்பல் பையைத் தலைக்கு மேல் சுமந்தபடி வாய்க்காலைக் கடந்து அக்கரை ஏறினேன். திரும்பிப் பார்த்தேன். ஒரு தேவடியாள் மகனும் பின்னால் வந்திருக்கலை. பிகில் ஊதிக் கொண்டு ஓடின போலீசும் போனது போனதுதான். ரட்சைப்பட்டேன்.

திருக்கழுக்குன்றம் போடா நாயே.

மனசு சொன்னது.

எதுக்கு? அதெல்லாம் அனாவசியம்.

போகச் சொன்னாப் போக வேண்டியதுதானே?

நனைந்த வஸ்திரத்தை அலை அலையாக வீச ஆரம்பிச்ச சமுத்திரக் காற்றில் தலைக்கு மேல் பிடித்தபடி கோவணதாரியாக ஒரு ஓரம் நின்று உலர்த்தினேன். காய்ந்து போனபோது துர்வாடை அபரிமிதமாக இருந்தது.

சுருட்டிப் பையில் திணித்துக்கொண்டு உள்ளே இருந்து ஒரு மாசக் கப்பல் அழுக்கும் எண்ணெய்ப் பிசுக்கும் படிந்த கப்பல் உடுப்பை மாட்டிக் கொண்டேன். கையில் துடைப்பமும் துடைக்கக் கப்பலும் கிடைத்தால் மிச்ச காலம் ஓடிவிடும்.

வண்டி ஏறி வண்டி இறங்கி வண்டி ஏறி வண்டி இறங்கி நடந்து நின்று நடந்து விழுந்து எழுந்து கழுக்குன்றம் வந்து சேர்ந்தேன்.

பொழுது விடிந்திருந்தது. இளசான காலை நேரத்து வெய்யிலில் கட்டாந்தரையும் கள்ளிச் செடியும் கண்ணுக்கெட்டின தூரம் எல்லாம் தட்டுப்பட்டதே தவிர ஊரும் தெருவும் ஜனமும் ஒண்ணும் கண்ணில் படலை.

பாதை இல்லாத பாதை ஓரமாகக் குத்த வைத்து மலம் கழித்துக் கொண்டிருந்தவனைக் கேட்க, அவன் தனக்குப் பின்னால் கையை நீட்டி விட்டு கையில் வைத்திருந்த சுருட்டை பிரியமாக உதட்டில் மறுபடி கவ்விக்கொண்டான்.

இருக்கு. ஒரு தெரு. இன்னொரு தெரு. பாழான மாதிரி இடிஞ்ச கட்டடம் நாலஞ்சு கண்ணில் பட்டது. சோனி நாய்களும், ரெண்டு பன்னிகளும், ஒரு கிழட்டு மாடும் தவிர வெறிச்சென்று கிடந்தது அந்த இடம்.

இந்தத் தெருதானா நான் லலிதாம்பிகையைப் பெண் எடுத்தது? தலையில் கொம்பு முளைச்சது போல் புடைத்திருக்கிற கிழட்டு புரோகிதன் அவளை எனக்குத் தாரை வார்த்துக் கொடுத்தது இந்த கிரஹத்தில்தானா?

ஒரு ஜீவராசியும் காணோம். வீட்டு வாசலில் தெளித்து கோலம் போட்ட சுவடே இல்லை.

எதுக்கு கோலம்? மகாலிங்க அய்யனை மாமியார் அகத்தில் வருந்தி அழைத்துக் கொண்டாடி தலை தீபாவளி விருந்து உபசாரம் செய்யவா?

கந்தலாகிப் போன கப்பல் பையை கஷ்கத்தில் இடுக்கிக் கொண்டு வாசலில் நின்று லலிதா என்று கூப்பிட்டேன். சரம் சரமாக இருமல்தான் வந்தது.

வாசலுக்கு வந்த குரூபியான வயோதிக ஸ்திரி ஒரு க்ஷணம் என்னைப் பார்த்தாள். திரும்ப உள்ளே போனாள். அவள் மறுபடி வந்தபோது கையில் மண்சட்டியில் ஏதோ தூக்கிக்

கொண்டு வந்தாள். விசர்ஜனமான நரகலா?

கையைக் குவியும்.

அவள் கொஞ்சம் அதிகாரமாகச் சொல்ல, நான் உடனே பதறி துணி மூட்டையைத் தோளில் மாட்டிக்கொண்டு ரெண்டு கையையும் குவித்து இடுப்பையும் வளைத்து அவளுக்கு முன்னால் நின்றேன். என் கையில் விழுந்தது நேற்று வடிச்ச சோற்றை தண்ணீர் விட்டு வைத்த நீராகாரம்.

ரெண்டு வாய் சோறும் தண்ணியுமாகக் குடித்தேன். இன்னும் கொஞ்சம் சாதம் இதில் இருந்தால், இன்னும் ரெண்டு கல் உப்பு சேர்த்திருந்தால் தேவாமிர்தமாக இருக்கும்.

சொல்லலாம் என்று தலையை நிமிர்த்தி அவளைப் பார்த்தேன். சாட்சாத் லலிதாம்பிகே தான்.

சரியான இடத்துக்குத்தான் திரும்பி வந்திருக்கேன்.

லலிதே.

அவள் கையைத் தொட்டுப் பிடிச்சு வாசல் படியேற முற்பட்டேன்.

ஐயோ, தேசாந்தரி கையப் பிடிச்சு இழுக்கறானே.

அந்த ஸ்திரி கத்தின கத்தலில் வீட்டுக்குள்ளே இருந்து அதி குரூபியான ஒரு கிழவன் தட்டுத் தடுமாறி வெளியே வந்தான். தலையில் கொம்பு முளைச்சது போல் புடைத்திருக்கிற கிழட்டு புரோகிதன் அவன்.

இன்னும் உசிரோடு இருக்கீரா?

அவன் பலமெல்லாம் திரட்டி என் தாடையில் அறைந்தான். வாயில் இருந்த சோற்றுப் பருக்கைகள் வெளியே தெறித்து விழ நான் திரும்ப வந்த வழியே ஓடினேன். ஓட இப்போது வெகு சுலபமாக வந்தது.

கிறுக்கன் போல இருக்கு. கதவைச் சாத்திட்டு வா.

கிழவன் காறித் துப்புகிற சத்தம்.

நாசமாப் போக. வயசைக் கூடப் பாக்காம கையைப் பிடிச்சு இழுக்கறானே படுபாவி.

கிழவி சாபம் கொடுத்தபடி கதவை அடைத்தது தெருத் திரும்பி படுத்திருந்த நாயை மிதித்தபோது காதில் கேட்டது. நாய் குரைத்த சத்தத்தில் அப்புறம் எதுவும் கேட்கவில்லை.

ஓட்டம் நடையாக மாற, நான் வந்து சேர்ந்தது குளக்கரைக்கு. இது கோவில் வாசல். உள்ளே போக இந்த உடுப்பும் அட்டுப் பிடித்த திருக்கோலமும் தடை செஞ்சிடும். வெளியே இருந்தே கன்னத்தில் போட்டுக் கொண்டு குளத்தில் காலை நனைச்சால் கொஞ்சம் போலவாவது பாவம் தொலையும்.

பாசி அடையாக அப்பின குளத்தில் என்னத்தை இறங்க?

யாரோ பலமாகச் சிரிக்கிற சத்தம். நெருப்பு கொளுத்திக் குளிர் காய்ந்து கொண்டு யாரோ குந்தியிருந்தார்கள்.

இவன் தான் நான் சுட்ட கிழங்கைப் பிய்த்துத் தின்ன எத்தனித்தவன். கழுகு காட்டக் கூட்டிப் போகிறதாக அவளை மேலே கூட்டிப் போய் லட்டு உருண்டை வாயிலே ஊட்டி விட்டு, வேறே எதையோ காட்டியிருக்கான். அவ பாறையிலே இருந்து குதிச்சு செத்துட்டா.

வள்ளிக் கிழங்கைச் சுட்டவன் என்னை யாரிடமோ காட்டித் தெலுங்கில் சொன்னான்.

நான் ஆத்திரமாக அவனைப் பார்த்தேன்.

அப்புறம் ஏண்டா பொண்டாட்டியை நான் ஆக்ரமிக்க விட்டுட்டு கரும்புத் தோட்டத்து இருட்டிலே வாசல்லே போய்ப் படுத்திருந்தே?

கேட்டபோது பக்கத்தில் இருந்த பையன் சொன்னது

கங்காணி ஐயா, அது வேறே யாரோ.

அப்போ உடம்பைக் கொடுத்து பணத்தை எடுத்துப் போன கல்யாணி?

என்னைக் கேட்டா? உமக்கு சித்தப் பிரமையோ என்னமோ.

பையனும் கிழங்கனும் பலமாகச் சிரித்தார்கள்.

அந்தப் பையனை வேலைக்கு தாமதமாக வந்ததற்காக சவுக்கால் விளாசி இருக்கேன். கையில் இருந்தால் சவுக்கு இன்னொரு தடவை விளாசுவேன்.

பிடுங்கினீரு. போய்யா.

கிழங்கன் பிருஷ்டத்து மண்ணை தட்டுகிற சாக்கில் அதை எனக்கு முன்னால் அப்படியும் இப்படியும் ஆட்டி என்னை அவமானப்படுத்தின திருப்தியில் அந்தப் பையனோடு நடந்து போனான்.

தாகம் அதிகமாக இருந்தது. படி ஏறி மேலே போனால் சத்திரம் இருக்குமே? பல வருஷம் முன்னால் கல்யாணிக்கு கரடியைப் பார்த்த பிராமணன் கதை சொல்லிக் கூட்டிப்போனேனே?

கல்யாணியும் கரடியும் காமமும் எல்லாம் இல்லை. சத்திரம் இருந்தது. கரைத்து வைத்த பானகத்தைக் குவளை குவளையாக வார்த்துக்கொண்டிருந்தவன் இருந்தான். வயசாகி தலை முடியெல்லாம் கொட்டி தோலில் சுருக்கம் விழுந்தவன். எனக்கும் கல்யாணிக்கும் பானகம் கொடுத்தவன்.

சத்திரத்துக்குள் களேபரமான கூட்டமாக இருந்தது. ஒரு தடவை குவளையில் நிரப்பிக் கொடுத்த பானகம் குடித்த ஒருத்தன் அந்தாண்டை போகமாட்டாமல் திரும்பத் திரும்ப வேணுமென்று பிடிவாதமாக நிற்க, சத்திரத்துச் சிப்பந்தி அவனை நகர்ந்து போகச் சொல்லிக் கொண்டிருந்தது காதில் விழுந்தது.

அய்யா, தாகத்தில் தொண்டை வரண்டு கிடக்கிறது. நீர் உழக்கு மாதிரி குவளையில் ஒரு சிராங்காய் தீர்த்தம் நிறைத்துக் கொடுத்துவிட்டு அப்பால் போகச் சொல்வது நியாயமா? இது என்ன வைத்தியன் சங்கில் கரைத்து சிசுவுக்குப் புகட்டச் சொல்லித் தருகிற அவுடதமா? வெறும் வெல்லம் கரைத்த ஜலம்தானே?

சிப்பந்திக்கு முன்னால் நின்றவன் தன் பங்கு நியாயத்தை இன்னும் சொல்லிக் கொண்டிருக்க, பானகக்காரன் என்னைப் பார்த்துச் சிரித்தான்.

சமுத்திரம் தாண்டி நித்தியப்படிக்கு பானகம்தானா ஓய் உமக்கு? அதுவும் புதுசா காய்ச்சிய சர்க்கரை போட்டு. காப்பிரிச்சி கொடுத்தது இஷ்டமா கல்யாணி கொடுத்தது இஷ்டமா?

அவன் கேட்டபடி பானகத்தை நீட்ட, நான் பதிலே சொல்லாமல் குடித்தேன். தாகம் அடங்கவில்லை. இன்னொரு குவளை கேட்டேன்.

அய்யா, தாகத்தில் தொண்டை வரண்டு கிடக்கிறது. நீர் உழக்கு மாதிரி குவளையில் ஒரு சிராங்காய் தீர்த்தம் நிறைத்துக் கொடுத்துவிட்டு அப்பால் போகச் சொல்வது நியாயமா? இது என்ன வைத்தியன் சங்கில் கரைத்து சிசுவுக்குப் புகட்டச் சொல்லித் தருகிற அவுடதமா? வெறும் வெல்லம் கரைத்த ஜலம் தானே?

அது நீர் சொன்ன வார்த்தை இல்லை. இந்த மனுஷன் சொன்னது. புத்தி புரண்டு போச்சா என்ன?

பானகக்காரன் கேட்டபடி எனக்கும் அந்த இன்னொருத்தனுக்கும் ஆளுக்கு ஒரு குவளை அதிகமாகவே வெல்லக் கரைசலை வார்த்தான்.

நான் வெளியே போகும்போது அவன் என்னை மகாலிங்க அய்யரே என்றும், சண்டைக்காரன் என்னை வரதராஜ ரெட்டி காரு என்றும் உரக்க விளித்தது முதுகுக்குப் பின்னால் கேட்டது. நான் திரும்பவே இல்லை.

படியே இல்லாத தரையில் ஜாக்கிரதையாகக் கால் வைத்து கண் இருள, தோளில் கந்தலான கப்பல் பை லாலி சுபலாலி என்றபடிக்கு ஆடி அசைய நடந்தேன்.

ஓய், கப்பல் உடுப்பைக் களைந்து விட்டு இதை உடுத்திக் கொள்ளும். திவ்யமான வஸ்திரம்.

வழிக்கு ஓரமாக நின்று தர்மகர்த்தா முதலியும் ஒற்றைக் கை

ஜேம்ஸுூம் தூசி நெடி அடிக்கும் சிவப்புத் துணியை விரித்து ஆட்டியபடி கூப்பிட்டார்கள்.

நான் வேணாம் என மறுத்துவிட்டு நடந்தபோது ஒத்தைக் கையனைக் கேட்டேன் நான் லண்டன் பிரிட்ஜ் ஓரமா பிச்சை எடுத்துச் சேர்த்து வச்ச பணம் எங்கே?

அவன் என் கிட்டே கொடுத்துட்டான். கை மட்டும் தான் குறைச்சல். மத்தது எல்லாம் அதிகமாவே இருக்கப்பட்டவன்.

பின்னால் இருந்து எட்டிப் பார்த்து லோலாச்சி சிரித்தாள். அவள் தூக்கி வைத்திருந்த கைக்குழந்தை வைத்தாஸ் தூக்கம் கலைந்து அழ ஆரம்பிச்சான்.

நீ நரகத்துக்குப் போவே. நீயும்தான். நீயும்தான்.

சபிக்கும் போது வைத்தாஸை ஜாக்கிரதையாக விட்டு விட்டு மற்ற எல்லோரையும் சொன்னேன்.

வைத்தாஸ் குழந்தை ஆச்சே. அமோகமா வரட்டும். கழுகு தரிசனம் ஆனதும் என் கணக்கிலே புண்ணியம் வரவானா அது வைத்தாஸுுக்குப் போய்ச் சேரட்டும்.

யோசித்துக் கொண்டு மேலே வந்தபோது இன்னிக்குக் கழுகு வரலை என்றான் பூசாரி.

எப்போ வரும்?

நீர் அந்தப் பாறைக்குப் பின்னால் போய்ப் பாரும். கல்யாணி இருக்கா. அவளைக் கீழே கிடத்தி. உமக்குச் சொல்லித் தரணுமா? அனுபவிச்சதும் கழுகு ஆசீர்வாதம் பண்ண வரும்.

பூசாரி பாட்டு ரூபத்தில் சொன்னான். கொஞ்சம் தட்டிக் கொட்டினால் அதை வெண்பா ஆக்கலாம். அதெல்லாம் இப்போ புஸ்தகம் போட்டா படிக்க யார் இருக்கப் போறா? மதிமோச விளக்கம் மாதிரி விற்குமா என்ன?

பூசாரி பக்கத்தில் கையில் குப்பியோடு நின்ற கொண்டித் தோப்பு வைத்தியனை விசாரித்தேன்.

எனக்கு அதெல்லாம் அனாவசியம். இந்தாரும். அரையில் நல்லா தடவிக்கொள்ளும். கல்யாணியோடு சுகிக்க உமக்கு பெலம் கிட்டும்.

காமம் இல்லை. இச்சை இல்லை. கல்யாணி இல்லை. கழுகு இல்லை. மயில் எண்ணெய் பூசிக்கொண்டு என்ன பண்ணப் போறேன்?

அவன் போத்தலை என் அரையில் கவிழ்த்தான். கப்பல் எண்ணெய்ப் பிசுக்குக்கு மேல் அடர்த்தியாகப் படிந்தது அந்த எண்ணெய்.

பாறைக்குப் பின்னால் போனேன். தரையில் ஒருக்களித்துப் படுத்திருந்தது?

கல்யாணியே தான்.

குச்சி உடம்பு. மாணப் பெரிய ஸ்தனங்கள். எல்லாம் சதைத் திரட்சி. எனக்கு வேண்டாம்.

அடி பெண்ணே, முந்தானையைச் சரியாப் போத்திக்கோ. இல்லே மகாலிங்க அய்யன் சில்மிஷம் செய்து சிட்சை அனுபவிக்க நேரும்.

வரதராஜ ரெட்டியாகத் தெலுங்கில் சொன்னேன்.

தெலுங்கு தெரியாது ரெட்டியாரே.

கல்யாணி சிரித்தாள். கையை நீட்டி இழுத்து மேலே கிடத்திக் கொண்டாள்.

என் துரையே.

அவள் என் உதடுகளைக் கடித்தாள். கடைவாய் ஓரத்தில் ஒட்டின சோற்றுப் பருக்கையை நாக்கால் எடுத்து ருஜி பார்த்தாள்.

கிறுக்கன். ஜாக்கிரதையா இருடி பொண்ணே.

கீழே இருந்து குரூபியான கிழவி குரல் கேட்டது. தலையில் கொம்பு போல் புடைத்த கிழவன் ஆகாயத்தைப் பார்த்துக் கோழையைத் துப்பினான்.

நான் மேலே படாமல் நகர்ந்து கல்யாணியைப் பார்த்தேன். ஒரு வினாடியில் ஊற்று பீறிட்டது போல் மனசில் எங்கேயோ இருந்து காமம் பீறிட்டது. மிருகம். மிருகம். குறி விரைத்த கரடி. தெரு நாய். கிழங்கனை எழுப்பி வெளியே போகச் சொல்லி விட்டுக் கல்யாணியை ருஜி பார்த்த ஏதோ மிருகம். வெளிக் கிளம்பிய மிருகம்.

ஐயோ, மயில் றெக்கை எண்ணெய் வாடை குடலைப் பிடுங்கறதே. இதைத் தேச்சுண்டு என் கிட்டே வர வேணாம்.

கல்யாணி திரும்பிப் படுத்தாள். கல்யாணி இல்லை. லலிதா. என் லலிதாம்பிகை.

லலிதே. லலிதாம்பிகே. லலிதா.

மேலே இருட்டாகக் கவியலாச்சு.

ரெண்டு கழுகுகள் இறங்கி

(மதராஸ் பட்டினம் மயிலாப்பூர் கஸ்பா தாணாவில் கான்ஸ்டபிள் சேவகனான பெருமாள் செட்டி 1927 மார்ச் 14 அக்ஷய மாசி 30 திங்கள்கிழமை எழுதின கேஸ் ஷீட் பகுதி கீழே காண்பது).

சென்னை மயிலாப்பூர் கஸ்பா தாணா அதிகாரத்துக்கு உட்பட்ட வெங்கடேச அக்ரஹாரம் ஏரியாவில் ரெம்ப நாளாகப் பூட்டி வச்சிருக்கும் வீட்டு நெம்பர் இல்லாத ஓல்ட் காரை வீட்டு வாசலில் பிணம் கிடப்பதாக தெருவாசிகளான நாலு நபர்கள் புகார் கொடுத்ததன் பேரில் காலை எட்டு மணிக்கு சப் இன்ஸ்பெக்டர் எஜமான் உத்தரவுப்படி அங்கே ஆஜரானேன்.

வயசான பிச்சைக்காரன் ஒருத்தன் அழுக்கான கால்சராய் தரித்துக்கொண்டு வீட்டுத் தூணைப் பிடித்தபடி உக்காந்த ஸ்திதியில் செத்துப்போயிருந்தான். தலை தூணில் தாங்கின படியால் பிரேதம் கீழே விழாமல் உக்காந்த ஸ்திதியிலேயே இருந்தது. அவன் பக்கத்தில் வச்சிருந்த கப்பல் பை அள்ளு கந்தலாக அலங்கோலமாக இருந்ததால் அதை சோதனை போட்டேன். பழந்துணியும், பதினேழு ரூபாயும் ரெண்டணாவும்,

அடச்சு வச்ச கந்தல் காகிதங்களும் பையில் இருந்தன. காகிதம் மூலம் அவன் யாரென்று தெரியும் என்று தெருவாசிகள் சொல்லி அந்தக் கட்டைப் பிரித்துப் பார்க்க, எல்லாமே எழுதி தபால் பொட்டியில் போட உத்தேசிச்சோ என்னமோ அடச்சு வச்சிருந்த கடுதாசுகள்.

பதினேழு ரூபாய் ரெண்டணாவை இன்ஸ்பெக்டர் எஜமான் உத்தரவுப்படி கஜானாவில் அடைக்க ஏற்பாடு செய்தேன். கப்பல் கிருமியும் மத்ததும் இருக்கும் என்று சந்தேகப்பட்டதால் கடுதாசி, பழந்துணி எல்லாம் கொளுத்திவிடவும் இன்ஸ்பெக்டர் எஜமான் உத்தரவுப்படி ஏற்பாடானது.

ஷெ யாசகனின் பிரேதத்துக்கு பரிசோதனை எதுவும் தேவையில்லை என்று இன்ஸ்பெக்டர் எஜமான் உத்தேசிச்சபடி வேணாம்னு வைத்து, கோவிந்தா கொள்ளி போடவும் ஏற்பாடு செய்தேன். இன்னிக்கு சாயந்திரம் ஆறு மணிக்கு ஓட்டேரி மசானத்தில் அந்தக் காரியமும் எஜமான் உத்தரவுப்படி பூர்த்தியானது.

இந்த ரிப்போர்ட்டை சமர்ப்பிப்பது (கையெழுத்து) சக்கர பெருமாள் செட்டி.

அத்தியாயம் எண்பத்தொன்பது

1929 ஜனவரி 30 விபவ வருஷம் தை 17 புதன்கிழமை

பெண்டல்வில் ஜெயில் இருக்கப்பட்ட வீதியில் ஆஸ்டின் கார் மெதுவாக ஊர்ந்து வந்தது. கென்சிங்டனிலேயே இருக்கப்பட்ட டாக்சி தெலூக்ஸ் கம்பெனிக்கு ஆளனுப்பிச் சொல்லி தெரிசா வரவழைத்தது. டிராமில் வந்திருக்கலாம். கூட்டத்தைக் கண்டால் பயமாக இருக்கிறது. மனுஷர்களைப் பார்த்து உண்டான பயம் இல்லை இது. இடித்துப் பிடித்து வண்டியில் ஏறி, குளிர் காலம் என்ற சாக்கில் மாசக் கணக்கில் குளிக்காமல் உடுப்பு மாற்றாமல் திரிகிறவர்களின் உடம்பு வாடை பற்றிய சங்கடம்.

அரை மணி நேரம் முன்னால் பனி பொழிந்து வெளுத்துக் கிடக்கிற சாலை. பாதி அடைத்து மூடி இருக்கும் கடை வாசல்களுக்கு உள்ளே இருந்து மண்வெட்டிகளும், வாரியல்களும் எடுத்துக் கொண்டு தெருவில் வந்தவர்கள் கட்டித்துப் போன பனியைக் கூடிய மட்டும் விலக்கித் தள்ளி தெரு ஓரமாகக் குவித்துக் கொண்டிருந்தார்கள். நாலைந்து விடலைகள் ட்வீட் கால்சராய்களும். கண்ணை மறைக்கிற விதத்தில் உசரத் தொப்பிகளும் அணிந்து தெருவோரத்தில் பனிக்கட்டி பொம்மை

பண்ணிக் கொண்டிருந்தார்கள்.

தெரிசா சாரட்டில் இருந்து இறங்கியதும் பொம்மைதான் கண்ணில் பட்டது. வெள்ளைக்காரி. முலைகள் குத்திட்டு நிற்க காலை அகட்டி வாவா என்று கூப்பிடுகிற பாவம். ஒருத்தன் அந்த பொம்மையின் இடுப்புக்குக் கீழே உள்ளங்கையை நுழைத்துக் குடைந்து கொண்டிருந்ததைப் பார்க்க தெரிசாவுக்குப் பற்றிக் கொண்டு வந்தது. யோனி வைக்கிறானாம் போக்குக் கெட்ட பயல்.

மேடம் மேடம். அங்கஹீனன். உதவி செய்யுங்க.

பிச்சைக்காரன் ஒருத்தன் தொப்பியைக் கையில் பிடித்துக் கொண்டு பின்னாலேயே வந்தான்.

ஹேண்டிகேப் என்றால் கையாவது கண்ணாவது காலாவது பிசகாகி இருக்க வேண்டாமோ? கிழங்கு மாதிரி இருக்கிறியே?

அவன் கையில் பிடித்த தொப்பியைக் காட்டிச் சிரித்தான்.

கேப் இன் ஹேண்ட். ஹேண்டிகேப். சரிதானா மேடம்?

ஒழிந்து போ.

தானும் சிரித்துக் கைப்பையில் இருந்து காசு எடுத்துப் போட்டபடி பெண்டல்வில் சிறைச்சாலை வாசலைக் கடந்தாள் தெரிசா.

உள்ளே நுழைந்ததும் வந்திருக்கவே வேண்டாமே என்ற நினைப்பு முனைப்பாக மேலேறி வந்தது. பீட்டரின் சாவும் இந்த இடத்தோடு பின்னிப் பிணைந்திருக்கிறது. அவனுடைய சுவாசத்தை நிறுத்திக் கட்டையாக்கிக் கிடத்தியதற்காக கோர்ட் தீர்ப்பு விதித்து இங்கே தான் குற்றம் சாட்டப்பட்டவனை அனுப்பினார்கள். தெரிசா இங்கே வந்து அவனைச் சந்தித்த காலைப் பொழுது இப்போது போல பனியோடு இல்லை. நல்ல காற்றும் பூவாடையும் கூடிய வசந்த காலம் அது. பூவும் வாசனையும் கூட மனசில் துன்பத்தை மீண்டும் கிளப்பும் போல.

இந்த ஹால் முடிந்து இடது கைப்பக்கம் நடந்தால் ஜெயில் சூப்பிரண்டண்ட் ஆபீஸ் வரும். ஏதேதோ மறந்து போக, இந்தத் தகவல் ஏனோ இன்னும் நினைவில் இருக்கிறது. ஒரு வேளை தெரிசா இங்கே வர வேண்டும் என்று உள் மனதில் தோன்றிக் கொண்டே இருக்கிறதோ? அவளுக்குத் தெரியவில்லை,

மன்னிக்க வேணும். யாரைப் பார்க்கணும்?

காக்கி உடுப்பு தரித்த இரண்டு பேர் வழி மறித்தது போல் நின்றார்கள். இரண்டு பேருமே ஐரீஷ்காரர்களாக இருக்கும் என்று தெரிசாவுக்குத் தோன்றியது. இந்த அளவு நீலக் கண்கள் இங்கிலாந்துக்காரர்களுக்குக் கிடையாது. பல்லும் இத்தனை சுத்தமாக, மஞ்சள்கறை பிடிக்காமல் வெளேரென வெளுத்து இருக்காது.

சூப்பிரண்டண்டை பார்க்கணும்.

அவர் இந்தப் பக்கம் இல்லையே.

இங்கேதானே இருந்தார்?

சின்னக் குழந்தை பிடிவாதம் பிடிக்கிற மாதிரி அவள் சொல்ல ஒரு கான்ஸ்டபிள் மென்மையாகச் சிரித்தான்.

நான் இங்கே வந்து அஞ்சு வருஷமாகிறது. சூப்பிரண்டண்ட் மேல் மாடியில்தான் இருப்பு. படி இந்தப் பக்கம் இருக்கு மேடம்.

அங்கே இருந்தாரே.

அங்கே இப்போ தூக்குமேடைக்குப் போகிற ரெண்டு கைதிகளை வச்சிருக்கு. பார்க்க முடியாது.

கூட இருந்தவன் சொல்லியபடி மாடிப்படியேறினான். ரெண்டு படி முன்னால் போய், வாங்க என்று தெரிசாவைக் கூப்பிட்டான்.

வழிமறித்தவர்கள் யார் என்ன என்ற விவரம் எதுவும் கேட்கவில்லை. தெரிசாவின் தோரணை அவர்களுக்கு சகல சந்தேகத்தையும் போக்கியிருக்கலாம். கழுத்தில் தழையத்

தழைய அணிந்த சிலுவை கோர்த்த வெள்ளிச் சங்கிலியும் அங்கங்கே அழுத்தமாக நரை படர்ந்த தலைமுடியும் கண் கண்ணாடியும் அவளுக்கு ஒரு கன்யாஸ்திரியின் தோற்றத்தைக் கொடுத்திருக்கலாம். வெள்ளைப் பாவாடையும்.

அந்த அறை விசாலமாக இருந்தது. நீள விரிந்த மர மேஜையில் ஒரு பூங்கொத்து தவிர வெறுமையாகக் கிடந்தது. சுவரில் கன்யாஸ்த்ரி புனித ஜோன் ஓஃப் ஆர்க் மாதாவை வைக்கோல் படப்பில் உட்கார்த்தி வைத்து எரிக்கிற ஓவியம் பெரியதாக மாட்டப்பட்டிருந்தது. சுவர் ஓரமாக டெலிபோன் ஒன்றை ஸ்டாண்ட் அடித்துப் பொருத்தி வைத்திருந்தார்கள்.

வாழ்க்கையிலேயே எத்தனை முறை இந்தக் கருவியில் பேசியிருக்கிறோம்? தெரிசா யோசித்துப் பார்த்தால். மிஞ்சினால் நாலு தடவை. எடின்பரோவில் இருந்து மடாலய விஷயமாக கார்டினலோடு இரண்டு நிமிடமும் மூன்று நிமிடமும் பேசியது அதெல்லாம். கையில் வைத்துப் பேச ஒரு குழாயும் காதில் பொருத்திக் கொள்ள இன்னொன்றுமாக இரண்டையும் ஒரே நேரத்தில் கையாள சற்றுச் சிரமப்பட வேண்டியிருக்கும். தூரத்தில் இருந்து பல தடவை தேசலாக குரல் கேட்கும். இப்போதெல்லாம் பேக்லைட்டில் கன்னங் கறேலென்று பேசவும் கேட்கவும் ஒரே குழாயோடு இது வந்து விட்டது. நாளைக்குக் குழாயே இல்லாமல் பேச முடியலாம்.

இந்தியாவுக்குக் கூட இந்த டெலிபோன் வந்துவிட்டதாக கார்டியனில் படித்திருக்கிறாள் தெரிசா. தம்பி வேதையன் வீட்டில் வாங்கி வைத்திருப்பானோ? ஆஸ்டின் கார் போல் இதுவும் மேட்டுக்குடிக்கான சுகபோகமாக இருந்தால்?

யாரோ செருமுகிற சத்தம். தெரிசா திரும்பிப் பார்த்தாள்.

நெடுநெடுவென்று உயரமாக, வயதில் இளையவனாக நுழைந்தவன் ஜெயில் சூப்பிரண்டண்ட் ஆக இருக்க வேண்டும். தேகம் பூஞ்சை என்றாலும் வலிமை கண்ணில் தெரிந்தது. ஆனால் என்ன? கத்தோலிக்கன். இல்லாவிட்டால் ஜோன் ஓஃப் ஆர்க் படத்தை உத்தியோக ஸ்தலத்தில்

பிரதானமாக மாட்டி வைத்து பூஜிக்க மாட்டான். நாட்டில் பெரும்பான்மை ப்ராட்டஸ்டண்ட் இருக்கும்போது ஒன்று இரண்டு கத்தோலிக்கர்கள் இப்படி முக்கியமான பதவிகளுக்கு வருவது அபூர்வமாக நடந்து கொண்டுதான் இருக்கிறது.

கையில் விரைப்பாகப் பிடித்திருந்த பிரம்பை மேஜையில் உருளாமல் ஜாக்கிரதையாக வைத்து விட்டு, தெரிசாவைப் பார்த்தான். மரியாதை நிமித்தம் சற்றே குனிந்து வந்தனம் செய்தான்.

அம்மா உங்களுக்கு நான் என்ன விதத்தில் உதவி செய்யக் கூடும் என்று சொல்லுங்கள்.

ஐரிஷ்காரன் இல்லை. ஸ்காட்லாந்து. ஸ்காட்லாந்துக் காரர்கள் மரியாதை என்ன விலை என்று கேட்கக் கூடியவர்கள் ஆச்சே. கத்தோலிக்கனாக இருப்பதால் மரியாதையையும் பிரார்த்தனை கிரமத்தையும் கற்றுக்கொடுப்பதோடு, கட்டுச் சாதம் போல் இன்னும் பத்து வருடத்துக்குத் தீராதபடிக்கு மூளையில் அடைத்து அனுப்பியிருப்பார்கள். எடின்பரோ கில்மோர் தெரு கன்யாஸ்திரிகள் போல ஸ்காட்லாந்து முழுக்க மும்முரமாக பல விசுவாசிகளும் செய்கிற காரியம் இது. மிடாக்குடி பிரதேசத்தில் எப்படியோ கிறிஸ்துவமும் வளர்ந்துகொண்டிருக்கிறது.

எனக்கு. எனக்கு இங்கே.

தெரிசாவுக்குக் கண்ணை இருட்டிக் கொண்டு வந்தது. இங்கே எதற்கு வந்திருக்கிறாள்? நினைவு வரவில்லை. இது என்ன இடம்? முன்னால் இருப்பது யார்? ஒன்றும் புலப்படவில்லை. கொஞ்சம் உடம்பு தள்ளாடியது.

சூப்பிரண்டண்ட் விரசாக முன்னால் நகர்ந்து ஆதரவாக தெரிசாவின் தோளைப் பற்றி அவளை நாற்காலியில் அமர்த்தினான். தெரிசாவுக்கு ஒரு மகன் இருந்தால் இந்த வயது இருக்கும். இப்படி ஆதரவாகக் கவனித்துக் கொண்டிருப்பான். அவளுக்கு நெஞ்சு கனத்தது.

பீட்டர், தனியாக விட்டுவிட்டுப் போய்விட்டாயேடா.

தன்னந்தனியாக விட்டுவிட்டு பர்லிங்க்டன் கல்லறை வளாகத்தில் உனக்கு என்ன அந்திம விஸ்ரமம் நிம்மதியாகக் கண்ணை மூடி சவப்பெட்டிக்குள் படுத்தபடி வேண்டியிருக்கு? நீ செய்தது அநியாயம் இல்லையா?

பீட்டர் பீட்டர் என்று மெல்ல இரண்டு முறை முனகினாள் தெரிசா.

அம்மா, உடம்பு சுகமில்லாமல் இவ்வளவு தூரம் சிரமப்பட்டு வந்திருக்க வேணாம் இல்லையா? ஏதாவது தேவையா? கடுதாசி கொடுத்துவிட்டிருந்தால் நானே மடாலயத்தில் வந்து பார்த்திருப்பேனே? இங்கே வேணுமானால் இங்கே. எடின்பரோவில் நீங்க ஊழியம் செய்யும் இடத்தில் வேணுமானால் அங்கே.

சட்டென்று திரும்ப எல்லா நினைப்பும் வர, சுறுசுறுப்பானாள் தெரிசா. இந்தப் பையன் யார்? அவளை எப்படித் தெரியும்? போன தடவை அவள் ஜெயிலுக்கு வந்தபோது வேலை பார்த்தவனா? ஊஹூம். அப்போது பள்ளிக்கூடத்தில் இல்லையா படித்துக்கொண்டு இருந்திருப்பான்?

நீங்கள்?

தெரிசா தயங்கித் தயங்கிக் கேட்டாள்.

எடின்பரோதான். தோப்புத்தெருவில் என் தாத்தா விடுதி வைத்திருந்தார். நீங்கள் அங்கே வந்து தங்கியபோது பார்த்திருக்கிறேன். எடின்பரோ வந்த சக்கரவர்த்திகளிடம் தாத்தாவுக்காக நிதி உதவி கேட்டுக் கடிதம் கொடுத்தபோது நான் உங்கள் பக்கத்திலே சின்னப் பையனாக வாய் பார்த்துக் கொண்டு நின்றேன். நினைவு இல்லையா?

அவன் சிரித்தபடி கேட்டான்.

நினைவில் இல்லை என்று சொல்ல தெரிசாவுக்கு வருத்தமாக இருந்தது. அவள் வெறுமனே சிரித்தபடி அவன் தலையில் கை வைத்து ஆசிர்வாதம் செய்தாள்.

செயிண்ட் ஜேம்ஸ் சர்ச்சில் நாலு வருஷம் முந்தி நீங்க பியானோ

வகுப்பு எடுத்தபோது என் வீட்டுக்காரி உங்க சிஷ்யை.

அப்படியா? பெயர் என்ன?

தெரிசா பரபரப்பாகக் கேட்டாள். எப்படியாவது இந்தப் பையனோடு சொந்தம் கொண்டாட வேண்டும் என்று மனசு அடித்துக் கொண்டது.

மூரியல். கொஞ்சம் மெலிந்த பெண். தங்க நிறத்துலே தலைமுடி இருக்கறவள்.

தெரிசா தனக்குத் தெரிந்த தங்க நிறத் தலைமுடிப் பெண்களை எல்லாம் நினைவு படுத்திப் பார்த்தாள். நாற்பது வயதுக்கு மேற்பட்ட, தேவ ஊழியம் பார்க்கிற, சால்வேஷன் ஆர்மியில் சேர்ந்து, அநாதைகளுக்காகப் பழைய துணியும் நிதியும் வாங்க தெருவோரத்தில் டிரம்பெட் ஊதுகிற, பேங்கில் கணக்கு பதிந்து தருகிற ஸ்தூல சரீரமுள்ள பெண்கள். இவன் வயதில் யாரும் மனதில் உடனடியாக வர மாட்டேன் என்கிறார்கள்.

ஆமா, நினைவு வந்துவிட்டது. அவள் டால்ரி தெருதானே.

இவனிடம் பொய் சொல்லக் கூட சந்தோஷமாக இருந்தது. யாருக்கும் எந்த சிரமத்தையும் கொடுக்காத பொய். கூட நாலு கரண்டி சர்க்கரையாக மனசில் பால் பாயசத்தைப் பொங்கி வழிந்து தித்திக்க வைக்கட்டும்.

அவளே தான். நீங்க யாரை மறந்தீங்க, அந்த கீச்சுக் கீச்சுக் குரல் பூனைக்குட்டியை மறக்க?

சூப்பிரண்டெண்ட் பையன் கால் சராய் பாக்கெட்டில் இருந்து தன் பர்ஸை எடுத்து அதில் செருகி வைத்திருந்த புகைப்படத்தைக் காட்டினான். படத்தில் சிரிக்கிற பெண்ணை அவள் பார்த்திருக்கிறாள், பழகியிருக்கிறாள் என்று நம்பத் தயாராக இருந்தாள் அவள்.

பீட்டரை இந்த மாதிரி ஒரு ஃபோட்டோ பிடித்து வைக்காமல் போய்விட்டதற்காக தெரிசாவுக்கு சட்டென்று வருத்தம் எட்டிப் பார்த்தது. தனியாக ஏன்? தெரிசாவும் கூட நின்றபடிக்கு. டெலிபோன் இல்லாவிட்டால் போகட்டும், புது விஷயமாக

ஃபோட்டோவாவது அவள் வாழ்க்கையில் எங்கேயாவது மெல்ல நுழைந்திருக்கக் கூடாதா?

பார் நான் ஞாபகம் வச்சிருக்கேன். நீ உன் கல்யாணத்துக்குக் கூப்பிட்டியா? உன் தாத்தா உயிரோடு இருந்தால் கூப்பிடாமல் விட்டிருப்பாரா?

அவள் சூப்பிரண்டெண்ட் பையனை சும்மா சீண்டினாள்.

அம்மா, நாங்க இன்னும் முறைப்படி கல்யாணம் செய்துக்கலே. என்னை ப்ராட்டஸ்டண்ட் ஆகச் சொல்றாங்க.

அதுக்காக.

ஏதோ பேச ஆரம்பித்த தெரிசா கட்டுப்படுத்திக் கொண்டாள். கல்யாணம் இல்லாமல் அவர்கள் சேர்ந்து வாழ்வது அவர்களாக எடுத்த முடிவு. இந்தப் பையன் எதற்காக மாற வேண்டும்? அவன் என்ன தெரிசாவா? நாற்பது வருடம் முந்தி அம்பலப்புழை இந்து பிராமண கன்யகையாக இருந்து கத்தோலிக்க ஸ்திரியாக மாற்றம். அதுக்கு பத்து வருஷம் கழித்து பீட்டரின் பெண்டாட்டியாக, கப்பலில் விதேசியாகப் போகவேண்டி வந்தபோது, கத்தோலிக்கத்தில் இருந்து ப்ராட்டஸ்டண்ட் மதம்.

இதெல்லாம் இல்லாமலேயே இந்த வாழ்க்கை எல்லா மகிழ்ச்சிகளோடும் சோகங்களோடும் ஒழுகிப் போயிருக்காதா?

அம்மா, சூடாக பால் சாப்பிடறீங்களா? ஆர்டர்லியை எடுத்து வரச் சொல்றேன்.

சூப்பிரண்ட் கேட்டபோது சிரிப்போடு வேண்டாம் என்று மறுத்துவிட்டு வந்த காரியத்தைச் சொன்னாள்.

கைதியைப் பார்க்க வேணுமா? ஆயுள் தண்டனை பெற்ற இந்தியனா? இங்கே பெண்ட்வில் ஜெயிலிலா? நான் தானே ஜெயிலர். எனக்குத் தெரியாமல் இந்தியக் கைதியா?

இல்லை, மொரிஷியஸ்காரன் என்று விவரம் இருக்கும். ஒரு பத்து வருடம் முந்தி இங்கேதான் இருந்தான்.

அப்படியா? கொஞ்சம் இருங்க.

அவன் பழைய ரிக்கார்டுகளைக் கொண்டுவரச் சொல்லி ஆர்டர்லியை அனுப்பினான். தூசியைக் கிளப்பிக் கொண்டு ஒரு கட்டு காகிதங்களும் பைண்ட் செய்த நோட்டுப் புத்தகங்களும் அவனுடைய சுத்தமாக மேஜையில் பரந்து கிடந்து இடத்தை முழுமையாக ஆக்கிரமித்துக் கொண்டன.

மொரிஷியஸ். சாமி. கென்சிங்க்டன் தெரு பீட்டர் மெக்கன்ஸியைக் கொலை செய்த குற்றத்துக்காக.

பீட்டர் மெக்கன்ஸி என் கணவன்.

தெரிசா இடைமறித்த போது அவள் குரல் கம்மி இருந்தது.

வருத்தப்படுகிறேன் அம்மா. ரொம்ப வருத்தப்படுகிறேன்.

அந்தப் பையன் கண்களில் சோகம் தெரிந்தது.

பரவாயில்லை. அது நடந்து பத்து வருடம் ஆகியாச்சு. அந்தக் கைதி இப்போ எங்கே.

தெரிசா முடிப்பதற்குள், பழைய ரிக்கார்டில் ஆள்காட்டி விரலால் கோடு மாதிரி கிழித்தபடி சூப்பிரண்டண்ட் உரக்கப் படித்தான்.

சாமி. கைதி எண் முன்னூத்து முப்பத்தெட்டு. நாலு வருட தண்டனைக்கு அப்புறம் மேல் விசாரணை கோரிக்கை ஏற்கப்பட்டு குற்றம் நிரூபிக்கப்படாததால் விடுதலை.

சாமி வெளியே போய் கிட்டத்தட்ட நாலு வருடம் கடந்து போச்சு அம்மா.

தெரிசாவுக்குத் திரும்ப மனதில் சந்தேகம் பலமாக எழுந்து வந்தது.

இங்கே எதற்காக வந்தேன்?

வாசல் வரை அவள் கூட நடந்து வழியனுப்ப வந்தான் சூப்பிரண்டண்ட்.

அம்மா, வாரக் கடைசியில் நான் உங்களை என் வீட்டுக்கு அழைத்துப் போக அனுமதி தருவீங்களா? மேரியலும் நானும்

உங்களோடு ஒரு ஞாயிற்றுக்கிழமை முழுக்க இருக்க வேணும். தயவு செய்து சரி என்று சொல்லணும்.

அவன் தெரிசாவின் கையைப் பற்றியபடி சொன்னான்.

தெரிசா அவன் தலையில் கை வைத்து ஆசிர்வதித்தாள்.

மூரியலுக்கு என் ஆசிர்வாதத்தைச் சொல்லு. நீயும் அவளும் ஆஸ்திரேலியா தேசத்துக்குப் பயணம் போகிறதாக திட்டம் இருந்தால் தெரியப்படுத்து.

அவனுக்கு விளங்கவில்லை.

சனிக்கிழமையன்று நான் ஆஸ்திரேலியாவுக்குப் பயணம் வச்சிருக்கேன். தேவ ஊழியம் செய்ய அங்கே போய் இருக்கச் சொல்லி திருச்சபை உத்தரவு.

கர்த்தர் உங்களோடு எப்பவும் இருக்கட்டும் அம்மா.

வாசலில் காத்து நின்ற மோட்டார் காரில் அவள் ஏற கார் கதவைத் திறந்தபடி சொன்னான்.

உன்னோடும் தான். மூரியலை உடனே கல்யாணம் செஞ்சுக்கோ. சரியா?

அவன் தலையசைக்க, வண்டி நகர்ந்தது.

அத்தியாயம் தொண்ணூறு

1938 அக்டோபர் 7 வெகுதான்ய புரட்டாசி 21 வெள்ளிக்கிழமை

நீலகண்டன் வாசல் திண்ணையில் மேற்கு வடமேற்கில் ஆரோகணித்திருந்தான். முதுகில் உதய கால வெய்யில் இதமாகப் படர்ந்திருந்தது. கற்பகம் பின்னால் இருந்து ஆலிங்கனம் செய்த மாதிரி சுகம்.

அதெல்லாம் இப்போ அதிகமாகக் கிடைக்கிறதில்லை. தூரம் நின்னு போச்சு. இச்சை எல்லாம் கட்டுக்குள்ளே அடக்கிக்குங்கோ இல்லே தச்சனைக் கூப்பிட்டு பலகை அடிச்சு அரைக் கட்டுலே அடைச்சு மூடுங்கோ. போற வழிக்குப் புண்ணியம் தேடிண்டு கோவிலுக்கு நிதம் போறதுதான் இந்த வயசுக்கு அழகு.

தொட்டாலே கற்பகம் அவசரமாகக் கழன்று கொள்கிறாள். ராத்திரி பலவந்தமாகப் படுக்க வைத்தால், சுரைக் குடுக்கை மாதிரி தொங்கிப் போயாச்சு, அதை ஏன் பிடிச்சு நீங்களும் வேலை மெனக்கெடு தொங்கணும் என்று மாரை மூடிக் கொள்கிற தீவிரம் அவனுடைய ஆசையை எதிர்த்து இல்லை என்பது மட்டும் புரிகிறது. முப்பது வருஷ தாம்பத்தியத்தில்

தேய்ந்து போன உடம்பு அது,

இன்னும் பலவந்தமாக உள்ளே போனால், எங்கே போக, வழி முட்டி உடனே வெளியே வந்து. என்னடா கஷ்டம் ராமச்சந்திரா. சொன்னேனே, கேட்டேளா, திரும்பிப்படுங்கோ. சுக்கு மாதிரி உலர்ந்து கிடக்கு. இந்த வயசுக்கு இதான்,

ஆனாலும் சாப்பாட்டிலும் சிஷ்ருஷையிலும் எந்தக் குறைபாடும் அண்டாமல் பார்த்துக் கொள்கிறாள்.

இந்தப் பேப்பர்க் கடன்காரன் கொண்டு வந்து வீசி எறிஞ்சா காந்தி, நேரு, டி.பி.ராஜலெட்சுமின்னு நாலு விஷயம் படிச்சுட்டு குளிக்கப் போகலாம். காந்தியும் நேருவும் கிடக்கட்டும். அந்த நடிகை. தோள்பட்டையும் மத்ததும் என்னமா உருண்டு திரண்டு. கல்யாணமான புதுசுலே கற்பகத்துக்கு வாச்ச மாதிரி. விஷயம் இல்லாமலா சினிமா ராணின்னு பட்டம் எல்லாம் கொடுத்திருக்கான். பல்லு ஒண்ணொண்ணும் முத்து மாதிரி. பார்த்துண்டிருந்தாலே ஸ்கலிதமாயிடும்.

அட என்னடா எழவு. எப்பப் பாரு இதான் ஞாபகத்துக்கு வரணுமா. ரிடையர் ஆன அப்புறம் ஒட்டுமில்லாம உறவுமில்லாம ஒழிஞ்சுபோகும்னு பார்த்தா வந்துட்டேன் வந்துட்டேன்னு சதா முந்தி வந்து நின்னு தொலைக்கறது சனியன்கள்.

கற்பகம் ஏன் இன்னும் காப்பியோடு வரவில்லை? அவன் எழுந்து 'கபாலீசுவரா, கற்பகாம்பா, கந்தா சரவணா கணபதி' என்று கைலாசக் குடும்பத்து தெய்வங்களுக்கு அட்டண்டென்ஸ் எடுக்கிற சத்தத்தோடேயே பில்டர் மூடி தரையில் வைத்து காபி டபராவில் டம்ளர் மோதுகிற சத்தம் கேட்குமே.

இந்த சனியன் கொலு வைத்து முழுக் கூடத்தையும் அடைத்து கதவை வேறே சாத்தி வைத்திருப்பதால் காப்பி வேண்டு பதிகம் கற்பகத்துக்குக் கேட்டிருக்காது. புதுசாக வாங்கிய பொம்மைகளை யாராவது பார்த்து கண் பட்டுவிடும் என்று பகல் முழுக்க கூடத்துக்குள் விரியும் ரேழிக் கதவுகள் மூடியே கிடக்கின்றன.

கொலுவை சனியன் என்று திட்டியதற்காக கபாலீசுவரன் வகையறாக்களிடம் மன்னிப்பு கேட்டுக் கொண்டிருந்தபோது நீலகண்டன் மனதில் இன்னார் மேல் என்றில்லாத கோபம் சுறுசுறுவென்று ஏறிக்கொண்டிருந்தது.

பேப்பர் போட்டு இழவெடுக்கிற பையன் எங்கே தொலைந்தான்? அஞ்சு மணிக்கு வந்து விழற காகிதக் கட்டு இன்னும் வந்து சேரல்லியே? வந்து நாலு பக்கம் புரட்டி, ஆபிச்சுவரியிலே யார் மண்டையைப் போட்டான்னு படிக்க ஆரம்பிச்சாத்தானே கலகலன்னு அடிவயிறு ஆபேரி ராகம் பாடும்? கிரமமா கொல்லைக்குப் போகாட்ட பாம்பே கக்கூஸ் கட்டி வச்சதுக்கு என்ன பிரயோஜனம்? பேப்பர் இல்லாம நடக்கிற சங்கதியா இதெல்லாம்?

சரி பேப்பர் வந்து அதிலே யாரும் நேத்து செத்துப் போனதா அச்சடிச்சு வராட்ட? கோபத்துக்கு நடுவிலும் நீலகண்டனுக்கு சந்தேகம். யாரும் சாகாம ஒரு நாளும் இருக்குமா என்ன? இழுத்துப் பறிச்சுக் கிடந்து உயிரை விடறவங்களும், ஒரு இருபது வருஷம் முந்தி அவன் எஜமானன் வெள்ளைக்கார துரை பரலோகம் போனமாதிரி படார்னு போறவங்களும் இல்லாம அஸ்தமிச்சா போயிடுவாங்கள்?

சட்டென்று சிநேகிதன் நாயுடு ஞாபகம் வந்தது. அவன் ரொம்பவே சுகவீனப்பட்டுக் கிடக்கறதா பென்ஷன் வாங்கப் போனபோது யாரோ சொன்னார்களே. போய்ப் பார்த்துட்டு வந்துடணும். இன்னிக்குப் போனா என்ன?

என்ன எழவெடுக்க? வீடு முழுக்க மண் பொம்மையை உக்காத்தி வச்சு காலை நீட்டி நடக்க இடம் இல்லே. காப்பி கிடையாது. பேப்பர் வரலே. கொல்லைக்குப் போகாம எப்படி மத்தக் காரியத்தைப் பார்க்கறது?

பேப்பர் பையன் காந்தி குல்லாயும் அரையில் முக்கால் காலுக்கு மூடிய சோமனும், கதர் சட்டையுமாக கைநிறைய பேப்பரை அள்ளியபடி படி ஏறி வந்தான்.

நேரம் ஆனதுக்குக் கோபித்துக்கொள்ள முடியாது. காந்திக்காரன்.

சுதந்திரம் வாங்குகிற வேலையில் மும்முரமாக இருக்கப்பட்டவன். ஒழிஞ்ச நேரத்தில் தான் பேப்பர் போட்டாகணும். தேசத்துக்கும், நீலகண்டனுக்கும் சுதந்திரம் வேணும். அப்போ, இந்த சிரமத்தை எல்லாம் பொறுத்துத்தான் ஆகணும்.

பேப்பரைக் கையில் வாங்கியபோது தமிழ் வாராந்தரியும் கூடவே கொடுத்தான் பையன். இது என்ன இன்னிக்கு அதிசயமா? வாரக் கடைசியில் வருமில்லையோ?

பண்டிகைக்காகக் கனமான புஸ்தகமாப் போட்டிருக்காங்க சாமி. ரெண்டு நாள் முன்னாடியே அடிச்சு அனுப்பிட்டாங்க.

பையன் விளக்க. நீலகண்டன் பேப்பரைப் பிரித்தபடி தலையாட்டினான்.

அவன் இன்னும் அங்கேயே நின்று கொண்டிருந்ததாக உணர்ந்து தலையை நிமிர்த்தினான்.

சாமி குறுக்கெளுத்துப் போட்டி நீங்க அனுப்பறீங்களா?

ஏன் கேக்கறே?

நீலகண்டன் மூக்குக்கண்ணாடியை மூக்கு முனையில் இருந்து திரும்ப மேலே ஏற்றி விட்டுக் கொண்டு பையனை தீர்க்கமாகப் பார்த்தான்.

இல்லே, நீங்க போடலேன்னா, நான் எடுத்துக்கறேன். சும்மா வேணாம் சாமி. நாலணா தந்துட்டுத்தான்.

ரிடையர் ஆனால் கோபம் அதிகமாக வருகிறது. யாரையாவது பார்த்து நிஷ்டூரமாக ஏதாவது சொல்லணும் என்று வாய் விறுவிறுக்கிறது.

உன் நாலணாவை உடப்புலே போடு. நான் பேப்பர்லே குறுக்கெழுத்தை ரொப்பி அனுப்பறேன். கிழிச்சு பின்னாலே துடச்சுக்கறேன். உனக்கு என்ன போச்சு?

சாமி இஷ்டம் இல்லேன்னா தர வேணாம். வார்த்தையை எதுக்கு விடறீங்க? வந்தேமாதரம்.

பையன் இந்த க்ஷணம் காந்தி மகாத்மா கூப்பிட்டு சேர்த்த

ஹர்த்தாலில் கலந்துகொள்கிற சாந்தமும் முகமெல்லாம் தியாக சிந்தையும் எழுதியிருக்க, நீலகண்டனைப் புழுவே என்று பார்த்தபடி படி இறங்கிப் போனான்.

பல்லு தேச்சாச்சோ?

கேட்டபடி உள்ளே இருந்து காப்பியோடு கற்பகம் பிரத்யட்சமானாள்.

ஏண்டி கழுதே. தேய்ச்சுட்டேன்னு தெரிஞ்சுதானே காப்பியோட வந்து நிக்கறே. அப்புறம் எதுக்கு நீட்டி முழக்கி கேள்வி?

கோபமா சிரிப்பா ரெண்டும் கலந்த எதோ ஒண்ணா என்று தெரியலை நீலகண்டனுக்கு அனுபவப்பட்டது.

கொலுவை மிதிக்காமல், கொலுப் படியில் ஓரமாக இருக்கிற ராமர் பட்டாபிஷேக செட் அனுமாரையோ, கீழ்ப்படியில் மாரைக் காட்டிக் கொண்டு நிற்கிற பளிங்கு வெள்ளைக்காரியையோ தட்டிவிட்டு உடைக்காமல் கொல்லையில் பல் தேய்க்கிற சடங்கை வாசல் திண்ணையிலேயே நிறைவேற்ற பல்பொடி, வாளித் தண்ணீர், எடுத்து நிறைத்துக் கொப்பளிக்க வெங்கலச் சொம்பு சகிதமாகத் தான் வாசலில் ஜமுக்காளத்தை ராத்திரி உதறி விரிப்பது.

நடுராத்திரிக்கு மூத்திரம் வந்தால் தெருக் கோடியில் போய்க் குத்த வைக்கக்கூட கற்பகம் யோசனை சொன்னாள். அந்த கண்றாவி எல்லாம் முடியாது என்பதால், ராத்திரி ஏழு மணிக்கு மேல் பொட்டு தண்ணீர் குடிப்பதில்லை நீலகண்டன்.

காப்பியைக் கையில் வாங்கிக்கொண்டு டம்ளரை ஓரமாக எச்சில் படுத்தி சூடு எந்தத் தரத்தில் இருக்கிறது என்று சோதித்தான். கொதிக்கக் கொதிக்கத்தான் இருக்கு. அதற்குக் கீழே போனால் அது கனவான்கள் குடிக்கத் தகுந்ததில்லை.

எச்சப் பண்ணாம குடியுங்களேன்.

அவளும் முப்பது வருஷமாகச் சொல்கிறாள். நீலகண்டனும் கேட்பதில்லை. எஃப்.ஏ படிக்க கல்கத்தா போயிருக்கிற இளைய பிள்ளையும் கொழும்புவுக்கு உத்தியோக நிமித்தம் புறப்பட்டுப்

போன மூத்தவனும் கூடக் கேட்பதில்லை.

சாதம் நேத்திக்கு மாதிரி இன்னிக்கும் கொழச்சு வடி. வயித்துக்கு இதமா இருக்கு.

அவன் வயிற்றைத் தடவிக்கொண்டு காப்பிச் சூட்டில் லயித்தான்.

இப்படி வடிச்சா சக்கரை போடாத பாயசம் மாதிரி இருக்கு. பசங்க இருந்தா வாயிலேயே வைக்காது.

கற்பகம் உள்ளே போக முற்படுகிற அவசரத்தில் சொன்னாள்.

சின்னவன் கல்கத்தாவிலே இருந்து வந்தா அவனுக்கு மட்டும் உதிர் உதிரா சின்ன வெங்கலப் பானையிலே சாதம். எனக்கு இப்படி புனர்பாகம். கஷ்டமில்லயே உனக்கு?

ஒரு கஷ்டமும் இல்லே. வடிச்சுக் கொட்டத்தானே எங்கம்மா பெத்துப் போட்டு அனுப்பியிருக்கா?

கற்பகம் மூக்கில் வைர மூக்குத்தி டாலடிக்கச் சொன்னபோது ரசித்துத் தலையை ஆட்டிக்கொண்டபடி தன் காதையும் மூக்கையும் தொட்டபடி அவளைப் பார்த்தான்.

ஏன் இடுப்பிலேயும் கைவச்சு அபிநயம் பிடிக்க வேண்டியதுதானே?

கற்பகம் விடாமல் இடுப்பிலும் கைவைத்து அபிநயம் பிடித்தாள்.

கிட்டே வா, நானும் பிடிக்கறேன்.

விவஸ்தையே இல்லை. இது வாசல் திண்ணை. ஞாபகம் இருக்கோ இல்லியோ?

அவள் வார்த்தையில் உஷ்ணம் இல்லை. எல்லாம் சேர்ந்து காப்பியில் இருந்தது.

சாயந்திரம் சுண்டல் என்ன பண்ணப் போறே?

காப்பி இன்னும் நாலு வாய் இருக்கிறது. அது தீர்வதற்குள் அவள் வாயைப் பிடுங்க வேண்டும்.

அதுக்கு இன்னும் எட்டு மணி நேரம் இருக்கு. கிடந்து அலையறேளே.

காப்பியில் கொஞ்சம் சர்க்கரை தூக்கல். தமிழ்ப் பத்திரிகை தன்னிச்சையாகப் பிரிந்த பக்கத்தில் ராஜகுமாரி முந்தானை அலட்சியமாக விலகிக் கிடக்க உற்றுப் பார்க்கிறாள். கற்பகம் இல்லாத நேரத்தில் உன்னித்தெழுந்த சமாசாரங்களைத் தீவிரமாகப் பார்வையிட வேண்டும்.

இங்கிலீஷ் பேப்பரில் சிவலோகப் பிராப்தி கேசுகளை வாசிப்பதற்கு முந்தியே வயிறு கூப்பிடுகிறது. மனதில் சந்தோஷம் தானாக வந்தது. சாயந்திரம் நாயுடுவைப் போய்ப் பார்க்கணும் என்று சம்பந்தமே இல்லாமல் திரும்ப நினைவு. செத்துக் கித்துப் போயிட்டானோ பாவம்?

சுண்டல் என்ன பண்ணலாம்? நீங்களே சொல்லுங்களேன்.

பட்டாணி தான். அம்சமா எலுமிச்சம் பழம் பிழிஞ்சு விட்டு.

ஊறுகாய் மாதிரி இருக்கும். என்ன ருஜியோ உங்களுக்குன்னு.

நன்னார்க்குண்டி.

ஐயோ, தனித் தனியாப் பிரிச்சுச் சொல்லுங்களேன். கேட்க சகிக்கலை.

அவள் அடக்க முடியாமல் சிரித்தாள்.

சந்தி பிரிச்சா இன்னும் கஷ்டமாப் போயிடுமே.

நீலகண்டன் எழுந்து வேஷ்டியை இடுப்பில் இறுக்கியபோது கற்பகம் காலி டம்ளரோடு நன்னா இருக்கும்டீ என்று உரக்கச் சொல்லி மறுபடி சிரித்தபடி சமையல் கட்டுக்குள் புகுந்தாள்.

நன்றாக இருக்கும் அடி. அப்படித்தான் தமிழ்லே.

அவன் சொல்லிக் கொண்டே உள்ளே போன வேகத்தில், நாலாவது கொலுப்படியில் இருந்த போலீஸ் கான்ஸ்டபிள் தலைகுப்புற விழுந்து சிரச்சேதம் ஆனான்.

நீலகண்டன் அவசரமாக உள்ளே எட்டிப் பார்த்துவிட்டு

உடைந்தவனை படிக்கு உள்ளே வெள்ளைத் துணிக்கு மறைவில் தள்ளினான். மோட்டார் கார் ஓட்டி வந்து விபத்துக்குள்ளாகி அதில் இறந்து போனவன் பிணத்தை மறைக்கிற குற்ற உணர்ச்சி. அதை எல்லாம் அடித்துத் தள்ளிக் கொண்டு வயிறு முன்னால் போகச் சொல்லிக் கூப்பாடு போட்டது. நியூஸ் பேப்பரில் ராஜலஷ்மி கண்ணடித்தாள்.

ராஜலெட்சுமியை சாவகாசமா பார்த்துக்கலாம் அய்யரே. உன் தோஸ்த் நாயுடுவை மறக்காம பார்த்துடு. போகாட்ட மொதலுக்கே மோசமாகிடும். போ ரைட்.

வேட்டியை மடித்துக் கட்டிக் கொண்டபோது படியில் இருந்த இன்னொரு போலீஸ்காரன் சொன்னான்.

இருங்கோடா எல்லா தீத்தாராண்டிகளும். போய்ட்டு வந்து பேசிக்கறேன்.

நீலகண்டன் பூணூலை காதில் சுற்றிக் கொண்டு நடந்தான்.

அத்தியாயம் தொண்ணூற்றொன்று

1938 அக்டோபர் 7 வெகுதான்ய புரட்டாசி 21 வெள்ளிக்கிழமை

சாயந்திர வெய்யில் சென்ட்ரல் ரயில்வே ஸ்டேஷன் சுற்றுப் புறத்துக்கு அலாதியான சோபையைக் கொடுத்திருந்தது. ஊர்ந்து கொண்டிருக்கிற டிராம்களில் இருந்து குதித்து ஜெனரல் ஆஸ்பத்திரிக்குப் பாய்ந்து கொண்டிருந்தவர்கள் முகத்தில் தீர்க்கமான மகிழ்ச்சி இருந்ததாக நீலகண்டனுக்குத் தோன்றியது. பார்க்கப் போகிறவன் மூச்சை இழுத்துப் பிடித்துக் கொண்டு கிடந்தால் ரெண்டு நிமிஷம் உபசார வார்த்தை பேசிவிட்டு, நர்ஸ் மிஸ்ஸியம்மாக்களின் ஸ்தன பாரத்தை வெறித்த பிறகு பார்க் ஸ்டேஷன் ஓரமாக மசால்வடையும் போண்டாவும் பித்தளை தம்ளரில் சூடான காப்பியும் குடிக்கலாம் என்ற நினைப்பில் பிறந்த உற்சாகமாக அது இருக்கக் கூடும்.

ஸ்டேஷன் வாசல் பக்கம் ஒருத்தன் கைநிறைய நோட்டிசுகளை வைத்துக் கொண்டு வினியோகித்தபடி இருந்தான். பாகவதர் டாக்கி எதுக்காவது இருக்கும். நீலகண்டன் அசிரத்தையாக வாங்கிக் கொண்டு கண்ணை மேயவிட எழுத்தெல்லாம் பூச்சி பூச்சியாக ஊர்ந்தது.

சாளேஸ்வரம் பாடாய்ப் படுத்துகிறது. மூக்குக்கண்ணாடி இல்லாமல் பொடி எழுத்து எல்லாம் கண்ணாமூச்சி காட்டுகிறது. அச்சுப் போடுகிற மகானுபாவன்கள் எல்லோரும் வெண்டைக்காய் எழுத்தில் போடணும் என்று எதிர்பார்க்க முடியுமா?

நோட்டிசைக் கண்ணுக்குப் பக்கமாகப் பிடித்துக்கொண்டு வாசிக்க முயற்சி செய்ய, விநியோகித்த பையனே சின்ன சிரிப்போடு சொன்னான்.

சாமிகளே, வர்ற மாசம் ஒத்தவாடை தியேட்டர்லே சுயமரியாதை மகாநாடு. அவசியம் வந்து குடும்பத்தோடு கலந்துக்கணும்.

பக்கத்தில் மெகபோனும் இன்னும் நிறைய நோட்டீசுமாக நின்ற ரெண்டு பேர் காணாததைக் கண்டது போல் சிரித்தார்கள்.

நீலகண்டன் சாடி அந்தாண்டை விலகிப் போனான். பிராமண துவேஷிகள். இன்னும் கொஞ்ச நேரம் இந்தப் பிரதேசத்தில் திரிந்தால் பூணூலையும் அறுத்து விடக்கூடும்.

மெயில் பத்திரிகைக்கு இதைப் பற்றிக் கடுமையாக விமர்சித்து ஒரு கடிதாசு எழுதணும். பிரியமான பத்ராதிபருக்கு, நாளது தேதி. கிடக்கட்டும். வீட்டுக்குப் போனதுக்கு அப்புறம் எழுத உட்காரலாம். மனசிலேயே உருப்போட்டுக் கொண்டு போய் ஜட்கா வண்டி மேலோ, ஜெனரல் ஆஸ்பத்திரி பொண வண்டி மேலேயோ முட்டிக் கொள்ள வேண்டாம்.

உசிர்க் காலேஜ் என்கிற சிங்கம் புலி திரியும் மிருகக் காட்சி சாலை கால்வாய்த் தண்ணீரைக் கடந்து இருப்பது. அங்கே இருந்து அவ்வப்போது மாமிச நெடியும், யானை பிளிறலும், வேறே ஏதோ மிருகத்தின் உறுமலுமாக காற்றில் கலந்து வந்தது. பகல் முழுக்க அந்தப் பிரதேசத்தில் கட்டுச் சோற்றோடு அலைந்து திரிந்து சிறுத்தைப் புலியையும் ராட்சசக் குரங்கையும் ஆசனவாயில் குத்தி குரோதமாக உறும வைத்துப் பார்த்துத் திருப்தியடைந்து, புளியஞ்சோறு சாப்பிட்ட ஏப்பம் மேலெழ, குடும்பம் குடும்பமாக சென்ட்ரல் ஸ்டேஷனை வெறித்துப் பார்த்தபடி நின்றுகொண்டிருந்தார்கள்.

நுகத்திலிருந்து பின்னால் கால் வைத்து ஏறும் சின்ன மரப்படி வரை மூட்டை முடிச்சுகளைத் திணித்துக்கொண்டு, தாட்டியான சேட்டுகளும் அவர்களை விட உடம்பு பருத்த சேட்டாணிகளும் ஜட்கா வண்டிகளில் சென்ட்ரல் ஸ்டேஷனுக்குள் ஊர்ந்து கொண்டிருந்தார்கள். இந்தக் குதிரைகள் நின்றால் பிராணனை உடனடியாக விட்டுவிடும் என்று நீலகண்டன் நினைத்தான்.

சேட்டுகள் எப்படியோ, அவர்கள் நடத்துகிற மிட்டாய்க் கடைகளில் சென்ட்ரலுக்கு வெளியே கூட்டம் நிரம்பி வழிந்ததையும் அவன் கவனித்தபடி சென்ட்ரலுக்கு இடது வசம் வால்டாக்ஸ் ரோடில் திரும்பினான். நாயுடு வீட்டுக்கு இந்தப் பக்கமாகத்தான் போக வேண்டும்.

நாயுடு கோர்ட் சிரஸ்தாராக பட்டணப் பிரசித்தமாக இருந்து இந்த வருஷ ஆரம்பத்தில்தான் ரிடையர் ஆனான். அதாவது நீலகண்டன் ரிடையர் ஆகி பத்து மாசத்துக்கு அப்புறம்.

உள்ளபடிக்கு நான் உனக்கு பத்து நாள் முந்திப் பிறந்தவன்'பா. எங்க நாய்னா எதுக்கும் இருக்கட்டும்னு கிராமத்து கர்ணம் கிட்டே பத்து நாள் பிந்திப் பிறந்ததாப் போடச் சொன்னாராம். அந்தாளு காது டப்சா காது போல. இல்லே நாய்னா மேலே மரியாதையா இருக்கலாம். பத்து நாள் பத்து மாசம் பிந்தியே போட்டுக் கொடுத்திட்டான். அதான் உன்னை விட அதிக நாள் மர ஜாமானைத் தேச்சுட்டு எளுந்து வரேன்.

ரிடையர் ஆன தினத்தில் நாயுடு நீலகண்டன் தோளில் தட்டிச் சிரித்தான். வருஷ ஆரம்பத்தில் ஒரு சாயந்திரம் கோர்ட் காம்பவுண்டில் நடந்த பிரிவு உபசாரக் கூட்டம். நீலகண்டனையும் வரச் சொல்லிக் கூப்பிட்டிருந்தான். இதேபோல் கையில் பட்டணம் பொடி கம்பெனி விளம்பரம் அடித்த மஞ்சள் பையும், குடையுமாக நீலகண்டன் போயிருந்தான்.

ஆபீஸ் வேலைச் சனியன் எழவெடுத்து முடித்து ஏறக்கட்ட நேரமாகி விட்டது. ஹைகோர்ட் போகும்போது நாயுடு தாலி கட்டின மாப்பிள்ளை மாதிரி அசதியோடும் அசட்டுச் சிரிப்போடும் பத்துப் பேர் சுற்றி நின்று சும்மா வாய் பார்க்க

உட்கார்ந்திருந்தான்.

என்னா அய்யரே, மஞ்சாப் பையும் கொழும்புக் குடையுமாக் கிளம்பிட்டே?

குண்டூசியால் பல் குத்திக் கொண்டே கரிசனமாக நீலகண்டனை விசாரித்தான் அப்போது.

ரிடையர் ஆனதும் தன்னிச்சையாகக் கையில் ஏறுகிற சமாச்சாரம் இது ரெண்டும் என நாயுடுவிடம் சொன்னான் நீலகண்டன்.

நாயுடு ரிடையர் ஆன கையோடு சிந்தாதிரிப்பேட்டையில் குடக்கூலிக்கு இருந்த வீட்டை காலி செய்துவிட்டு ஆனைக் கவுனியில் பூர்வீக வீட்டுக்குக் குடித்தனம் மாற்றிவிட்டான்.

பென்ஷன் பணத்துலே குடக்கூலி என்னாத்துக்கு அநாவசியமா? மூத்திரத்துலே மீன் பிடிச்சு நாலு சல்லி மிச்சப்படுத்தினாத்தான் மருவாதையா ஒரு கதம்ப மாலையைப் போட்டு நெத்தியிலே ஒரு சல்லியை ஒட்ட வச்சுத் தூக்கிப் போய்க் கொளுத்துவாங்க. இல்லியோ கோவிந்தா கொள்ளிதான்.

நாயுடு அதையும் அனுபவித்துச் சொல்லிச் சிரித்தான். நீலகண்டனுக்குச் சிரிக்க முடியவில்லை. ஐம்பத்தொன்பது வயசிலேயே சாவைப் பற்றி யோசிக்கணுமா என்ன? பென்ஷன் ஆர்டரே இன்னாருக்கு, இன்னாரின் விதவைக்கு என்று தானே அச்சடித்து வருகிறது? இன்னும் ஒரு வருஷத்தில் அறுபது. சஷ்டி அப்த பூர்த்திக்கு இருந்தால் வீட்டில் லட்டு உருண்டை. போய்ச் சேர்ந்தால் எள்ளுருண்டை.

அவனுக்கும் சிரிப்பு வந்து விட்டது.

என்ன அய்யரே, அசமஞ்சமா சிரிக்கறே. மஞ்சாப் பையிலே என்னா கொண்டாந்திருக்கே? ரிடையர் ஆனதும் நான் படிக்க கொக்கோக புஸ்தகமா?

நாயுடு அவன் கையில் பிடித்திருந்த துணிப்பையை உரிமையோடு பிடுங்கினான். நாசமாய்ப் போனவன், எத்தனை கழுதை வயசானாலும் மாறுவேனா என்கிறான். அதுவே நீலகண்டனுக்கு

சந்தோஷமாக இருந்தது.

பையில் விஷ்ணு சகஸ்ரநாமம் கிரந்தப் புஸ்தகமும், போன மாசத்து கலாவல்லி பத்திரிகையும் இருந்தது. இந்து நேசன் இல்லையா என்று விடாமல் பிடித்தான் நாயுடு. அவனை ரோஜாப்பூ மாலையும் கழுத்துமாக, கையில் ஏழெட்டு போண்டா வடை மூட்டையோடு ஜட்காவில் வீடு வரை கொண்டு விட கோர்ட் உத்யோகஸ்தர்கள் குழுமிய போது, ஒருத்தரும் வேணாம் என்று சொல்லிவிட்டான் நாயுடு.

அய்யரே, நீ ஏறு வண்டியிலே. சமுத்திரக் காத்து வாங்கிட்டே வீட்டுக்குப் போயிடலாம். துணைக்கு வா.

அவன் வாத்சல்யத்தோடு கூப்பிட்ட இடம் முன்னால் குடக்கூலிக்கு இருந்த சிந்தாதிரிப்பேட்டை மாடி வீடு.

இந்த சௌகரியத்தை விட்டுட்டு மாசக் கடைசியிலே ஸ்தலம் மாறணும்பா என்றான் நாயுடு அப்போது முகத்தில் அலுப்பு தெரிய.

பழகின சௌகரியமும், அதிகாரமும், கூப்பிட்ட குரலுக்கு ஒருத்தனோ ரெண்டு பேரோ வந்து நிற்கிற பதவிசும் எல்லாம் ஓய்ந்துபோனதால் வந்த அலுப்பு என்று நீலகண்டனுக்குப் புரிந்தது.

வீட்டுக்குள்ளே வந்துட்டுப் போயேன் என்று நாயுடு திரும்பத் திரும்பக் கூப்பிட்டும் நீலகண்டன் இன்னொரு சமயம் வரேன், ஆத்துலே அவ தனியா இருக்கா என்று மறுத்து விட்டான்.

அட, என்ன கல்யாணம் ஆகி ரெண்டு மாசம் ஆன புருஷன் பொஞ்சாதியா? அய்யரம்மாவுக்கும் ஐம்பது வயசாவது ஆயிருக்காது? தனியா இருக்க விடமாட்டேங்கறியேப்பா இப்பவும்.

போடா உனக்கு எல்லாமே கொனஷ்டைதான்.

நாயுடுவைக் கொண்டு வந்து விட்ட அதே ஜட்கா வண்டியில் நீலகண்டன் புறப்பட்டான். சென்ட்ரல் போய் எலக்ட்ரிக் ரயில் பிடித்து நுங்கம்பாக்கத்தில் வீடு போய்ச் சேர ராத்திரி

எட்டு மணியாவது ஆகிவிடும் என்ற பரபரப்பு அப்போது.

அடுத்த வாட்டி நீ வரும்போது ஆனைக்கவுனி போயிருப்பேன். அட்ரஸை போஸ்ட் கார்டுலே போட்டு அனுப்பறேன். அவசியம் வா. உன் கிட்ட சில சமாசாரம் ஒப்படைக்கணும். மறந்துடாதே.

அதுக்கு பத்து நாள் சென்று சொன்னபடிக்கே நாயுடு போஸ்ட் கார்டில் வலது பக்கம் வரிசையாகத் தலை சாய்த்த இங்கிலீஷ் எழுத்துகளில் குசலம் விசாரித்து விட்டு ஆனைக்கவுனி வீட்டுக்குப் போய்ச் சேர்ந்த சுபச்செய்தியையும் விலாசத்தையும் அனுப்பி விட்டான். நீலகண்டன் அங்கே போகத்தான் இப்படிப் பத்து மாதம் ஆகிப் போனது.

எங்கே சார் போவணும்?

கை ரிக்ஷாவை இழுத்து வந்தவன் விசாரித்தான். அனேகமாக ஆற்காட்டுப் பிரதேசத்து ஆளாக இருக்கும். வாப்பா போப்பா என்று சகஜமாக சகலரையும் கூப்பிடுகிற நடைமுறை நீலகண்டனின் சர்க்கார் அதிகாரி மிடுக்கையோ முன் வழுக்கையைத் தாண்டி ஒளிவட்டமாகப் படர்ந்திருந்த வெள்ளை ரோம வளையத்தையோ கருதி சார் ஆகி இருக்கும்.

எல்பண்ட் கேட் போலீஸ் ஸ்டேஷன்

அய்யோ ஆனக்கவுனி தாணா கச்சேரியா? ஆள வுடு.

அவனுக்கு ரிக்ஷா இழுத்துப் பிழைக்கும் வகையில் அந்த சர்க்கார் அலுவலகத்தில் கசப்பான அனுபவம் ஏற்பட்டிருக்கலாம்.

போலீஸ் ஸ்டேஷன் எல்லாம் போக வேண்டாம்பா. அதுக்குக் கொஞ்சம் அப்பாலே.

ஏழு கிணறா?

அதுக்கும் முன்னாலே.,

ஏதோ சொல்றே போ சார். எட்டணா கொடு.

மிஞ்சினா ரெண்டு இல்லே மூணு பர்லாங்கு. இதுக்கு எட்டணாவா?

விலைவாசி ஏறிடுச்சு சாமி.

சாமி ஆறணா கொடுக்க சம்மதிக்க, கைரிக்ஷா சவாரி வாய்த்தது.

ஜன நெரிசல் அதிகமாகி விட்டது. நீலகண்டன் மிஷினரி ஸ்கூலில் படிக்கிற காலத்தில் அப்பா வைத்தியநாதன் கையைப் பிடித்துக் கொண்டு இங்கே ஒற்றைவாடை கொட்டகையில் கிட்டப்பா பாடி நடித்த ஏதோ நாடகத்தைப் பார்க்க வந்திருக்கிறான். அது கிட்டப்பா இல்லை என்று மூளை உடனே சொன்னது. பெங்களூர் ராஜா அய்யங்கார்.

ஷீர சாகர சயனா என்று உச்சக் குரலில் பாடிக்கொண்டு அய்யங்கார் மேடையை இடம் வலமாகச் சுற்றும்போது அவன் தூங்கிப் போயிருந்தான். காலேஜில் படிக்கும்போது ஒற்றைவாடை பக்கம் சினிமா பார்க்க ஒரு தடவை வந்து, தாமதமாக ராச்சாப்பாட்டுக்கு வீட்டுக்குப் போனதால் வைத்தியநாதய்யரும் கோமதியம்மாளும் உயிர் விடுமளவு விசாரத்தில் ஆழ வைத்ததும் கூடவே நினைவு வந்தது. அதுக்கு அப்புறம் ஜியார்ஜ் டவுன் ஏரியாவில் திரிவதை ஆகக் குறைத்துக் கொள்ளவும், அதுவும் பகலில் மட்டும் என்றாகிப் போயிருந்தது அந்தக் காலத்தில். நாயுடுவோடு அவன் வீட்டு முகப்பில் உட்கார்ந்து அரட்டை அடிப்பதெல்லாம் சாயந்திரம் ஐந்து மணிக்கு முடிந்து பார்க் ஸ்டேஷனுக்கு டிராம் ஏறிவிடுவான்.

நாயுடு காலேஜில் நீலகண்டனுக்கு ஒரு வருடம் ஜூனியர். எஃப் ஏ பாஸ் ஆன கையோடு பி.ஏவுக்காகக் காத்திருக்காமல் அவன் நாயனா கோர்ட் உத்தியோகத்தில் ஆகக் கடைசி வரிசை குமஸ்தனாக இழுத்து விட்டுவிட்டார்.

நாயனா ஜட்ஜ் துரைக்கு பங்கா இழுக்கிற உத்தியோகத்தில் இருந்ததால் இது வாய்த்ததாக நாயுடு பல தடவை சொல்வதுண்டு. அப்போதெல்லாம் சந்தோஷமாக இருந்தால் நாயனாவை குலதெய்வமாக கண்ணில் நீர் கோர்க்க வார்த்தையால் நமஸ்கரித்துப் புல்லரிப்பான் அவன்.

சரியான தினமாக இல்லாவிட்டால், எத்தச் செஞ்சு எளவைக் கூட்டினாரு எங்க நாயனா. ஒயுங்கா படிக்க வைச்சு பி.ஏ முடிச்சிருந்தா இங்கே கோர்ட்டிலே வளுக்கை மண்டையானுக்கு

எல்லாம் முடி பிடுங்கிட்டு இருக்க வேணாம் பாரு. அதான் தெவசம் கூட குடுக்காம போய்யான்னு விட்டுட்டேன் என்று தரையில் போட்டு ஓங்கி மிதிப்பான்.

இந்த வீடுதான். இத்தனை வருடம் இந்தப் பக்கமே வராமல் இருந்தாலும் ராஜா அய்யங்காரின் ஷீர சாகர சயனா மாதிரி இதெல்லாம் ஞாபகம் இருக்கிறது. நாள் நட்சத்திரம் திதி இப்படி தினசரி நடவடிக்கையைத் தீர்மானிக்கிற காரியம்தான் மறந்து போகிறது. அமாவாசை என்று நினைவு வராமல் சாம்பாருக்கு சின்ன வெங்காயம் வாங்கிக் கொண்டு ஞாயிற்றுக்கிழமை வாசல் படி ஏறி கற்பகத்திடம் வசவு வாங்குகிறான். அம்மா திவசத்துக்கு சாஸ்திரிகளைக் கூடத்தில் உட்கார வைத்துவிட்டு பஞ்சகச்சமாக வேஷ்டியை உடுத்த பிரயத்தனப்பட்டால் அது லாலி பீலி என்று சதுர்க்காரி உடுதுணி மாதிரி இடுப்பைச் சுற்றி வழிகிறது. எந்தப் பக்கம் மடித்து எப்படி உள்ளே செருகி எப்படித் தழைக்க வேண்டும் என்பது குழப்பமாகத்தான் மனசில் தங்கி இருக்கிறது.

வாய்யா அய்யரே, இப்பத்தான் இன்னாண்ட வர வழி தெரிஞ்சுதா?

வாசல் நடையில் கயிற்றுக் கட்டில் போட்டு உட்கார்ந்திருந்த நாயுடு எழுந்திருந்து அவன் கையைப் பற்றிக்கொண்டான்.

ரிடையர் ஆனதுமே கிழண்டு போயிட்டியேடா. ஆபீஸ் போகாத ஏக்கமா?

நீலகண்டன் நிஜமாகவே நாயுடுவைப் பார்த்துக் கொஞ்சம் மிரண்டு போய்விட்டான். அவனுடைய மிடுக்கும் வெள்ளை வேட்டியும், இந்துஸ்தானி கோட்டும், தொப்பியும் தொப்பையும் போன இடம் தெரியவில்லை. மங்கிய சிவப்பும் பச்சையுமாக சாரத்தை இடுப்பில் கட்டிக்கொண்டு, மேலே அழுக்கு கதர் துண்டால் நரை பரந்த நெஞ்சை மூடிக்கொண்டு கக்ஷத்தில் கொத்தாக முடி தெரிய நிற்கிறவன் சிரஸ்தார் நாயுடு இல்லை. அவனுடைய நிழலோட சோகையான நிழல்.

நீயும் அப்படித்தான் இருக்கே. கண்ணாடியிலே பார்த்துக்கோ.

இல்லே கற்பகத்தைக் கேளு.

ராஜா அய்யங்கார் இடுப்பில் கையை வைத்துக்கொண்டு இன்னொரு கையில் நீல வர்ண லேஞ்சியை ஆட்டிக்கொண்டு மேடையில் இடமிருந்து வலமாகச் சுற்றியபடி சொன்னார். அவருக்கும் வயதாகி இருந்தது.

இது ஒரு கஷ்டம். திடீர் திடீர் என்று ஒரு நிமிஷம் ரெண்டு நிமிஷம் பிரக்ஞை சர்வ சுதந்திரமாக வேறே எங்கேயோ மேய்ந்து விட்டு, ராச்சாப்பாட்டுக்கு வீடு திரும்ப வேண்டிய அவசரத்தோடு திரும்ப விட்ட இடத்துக்கு வருகிறது.

உக்காரு அய்யரே. சமுத்திரக் காத்து பிச்சுக்கிட்டு போவுது பாரு. உங்க நொங்கம்பாக்கத்துலே இதெல்லாம் கிடைக்குமா?

நாயுடு உள்ளே போய் தேக்கு மரத்தில் கடைந்து செய்த ஒரு பழைய நாற்காலியை சர்வ சாதாரணமாகத் தூக்கி வந்து கயிற்றுக் கட்டிலுக்கு நேரே போட்டான்.

இவனுக்கா உடம்பு சரியில்லை என்று பார்க்க வந்தோம்?

மனசில் தோணியதை எல்லாம் பெரிசாக எடுத்துக் கொள்வதும் அலைபாய்வதும் ரிட்டயர் ஆனதுக்குப் பிற்பாடு நீலகண்டனுக்கு ஏற்பட்ட இன்னொரு கோளாறு. சனியனை விட்டுத் தள்ளு. இப்படிப் பட்டியல் போடுகிறது கூட அதே போலதான்.

நாயுடு பக்கம் கோணல் மாணலாக மடித்த மெயில் பத்திரிகை. சாயந்திரம் அஞ்சு மணிக்குத்தான் வந்திருக்கும். படித்து விட்டு அதே போல் மடிப்பு கலையாமல் திரும்ப வைக்க சில பேருக்குத்தான் முடியும். நாயுடு அந்த கோஷ்டியில் பட்டவன் இல்லை என்பது நீலகண்டனுக்குத் தெரிந்தது.

மெயிலைப் புரட்டிப் பார்த்தான். ராஜகோபாலாச்சாரி ராஜகோபாலாச்சாரி ராஜகோபாலாச்சாரி. முதல்மந்திரி தவிர வேறே ராஜதானியில் யாரும் மூச்சுவிடுவதில்லை. மூத்திரம் போவதில்லை.

அய்யங்கார் வந்தாலும் வந்தாரு, மரம் ஏரறவங்க அல்லாரும் குடும்பம் குடும்பமா தெருவுக்கு வந்துட்டாங்கப்பா. கள்ளை

எத்தினி நாளைக்கு நிறுத்தி வைக்க முடியும் சொல்லு. ஒரு மரத்துக் கள்ளு மாதா கையால ஊட்டுற கஞ்சித்தண்ணி மாதிரி. ராஜகோபால ஆச்சாரிகள் ஒரு தபா குடிச்சா விடுவாரா அய்யரே?

நாயுடு வம்பு வளர்க்க வாகாக ராஜாங்க விஷயம் பேச ஆரம்பித்தான். உலக நடப்பு. சும்மா கோண்டு மாதிரி கேட்டுக் கொண்டு உட்கார்ந்திருந்தால் ஏதொண்ணும் தெரியாத மனுஷன் என்று தோன்ற ஆரம்பித்து விடும். கிரிக்கெட் பற்றி யாராவது பேசினாலும் இப்படித்தான்.

அடே நாயுடு, அய்யங்கார் மந்திரியானதும் தானே கோவில் பிரவேசச் சட்டம் வந்தது. வியாபாரி வித்து வித்து கோடி கோடியா லாபம் சம்பாதிக்கறதுக்கு நியாயமா நாலு காசு வரி கட்டணும்னு கொண்டு வந்தது. சுனா மானா சர்க்கார் என்ன பண்ணினது முன்னாடி? இப்போ என்னமோ கிழிக்கறேன்னு கான்பரன்ஸாம்.

சட்டைப் பையில் இருந்து சென்ட்ரல் ஸ்டேஷன் வாசலில் அந்தப் பையன் விநியோகித்த நோட்டிசை எடுத்து நீட்டினான். நாயுடுவிடம் சொல்லலாமா அவனுடைய நக்கலையும், கூட நின்ற கட்சிக்காரர்களுடைய பரிகாசத்தையும்.

வேணாம். நாயுடுவும் சுனா மானா ஆதரவாக இருக்கலாம். ஊஹூம். நெற்றி நிறைய திருமண்ணோடு இவன் எங்கே ஒற்றைவாடை டாக்கீஸ் மகாநாட்டில் பிரசங்கம் கேட்கப் போய் உட்கார?

நாயுடு நோட்டிசை வேகமாக ஒரு பார்வை பார்த்துவிட்டு, வேறே வேலை இல்லே என்றபடி தரையில் போட்டான். கொடுத்த மரியாதைக்காவது அதை மெயில் பேப்பருக்குள் செருகி வைத்திருக்கலாம்.

நீலகண்டன் நிமிர்ந்து உட்கார்ந்தான். எருமை மாடு கத்துகிற சத்தம். காம்பவுண்ட் சுவர் ஓரமாக ஷெட் இறக்கி ரெண்டு எருமைகளைக் கட்டி வைத்திருந்தது சிரத்தையில் பட்டது. நாயனா காலத்தில் இதெல்லாம் இங்கே இருந்ததாக

நீலகண்டனுக்கு நினைவில் இல்லை.

இரு, புண்ணாக்கு வச்சுட்டு வந்துடறேன். ரிடையர் ஆனதுக்கு ஏதாச்சும் வேலை பார்க்க வேணாமா. அதான் பொண்டாட்டியைச் சுத்தாம எருமையைச் சுத்திட்டு கிடக்கேன்.

நாயுடு சாரத்தை மடித்துக் கட்டிக்கொண்டு கொட்டிலுக்குப் போனான்.

ஒரு பசுமாடு வாங்கி வீட்டில் வளர்த்தால் என்ன?

நீலகண்டனுக்கு நப்பாசை வந்தது.

மாடு எல்லாம் லட்சுமிதான். ஆனா பின்கட்டு முழுக்க சாணி போட்டுத் தள்ளும். அதைக் கறக்கப் படிக்க வேணும். சைக்கிள் ஓட்டுகிறது போல நறுவுசான வேலை அது. நீலகண்டனுக்குப் படிந்து வராது.

என்னைக் கரையேத்துடா குழந்தே. பசுமாடு எல்லாம் அமோகமா அப்புறம் வாங்கலாம்.

ரொம்ப நாளைக்கு அப்புறம் அந்தக் குரல் கேட்டது. நீலகண்டனுக்கு மாத்திரம் முணுமுணு என்று கேட்ட சத்தம்.

உள்ளேதான் இருக்கேன். கூட்டிண்டு போயிடேன். புண்ணியமாப் போயிடும்.

இருட்டு படர்ந்துகொண்டிருந்தது.

அத்தியாயம் தொண்ணூற்றிரண்டு

1938 அக்டோபர் 7 வெகுதான்ய புரட்டாசி 21 வெள்ளிக்கிழமை

என்ன அய்யரே உக்காந்திட்டு இருக்கும்போதே கண்ணு அசந்திட்டியா? நம்ம கேசுதான் போல இருக்கு அங்கேயும்.

எதிர்பாராத சந்தோஷம் கிடைத்த திருப்தியோடு சிரித்தபடி நாயுடு கயிற்றுக் கட்டிலில் உட்கார்ந்தான். இவன் கிட்டே எப்படிச் சொல்ல?

பக்கத்திலே யாரும் இருக்காளாடா? பேசின மாதிரி இருந்தது.

அவன் எங்கே என்று இலக்கு இல்லாமல் கைகாட்டிக் கேட்டான்.

குரல் கேட்குதா? கேக்கும் கேக்கும். மாட்டுத் தொழுத்திலே இருந்து கேட்டா ஏசுநாதர் அழைக்கிறார். உள் கட்டுலே இருந்து கேட்டா அன்னலட்சுமி. காம்பவுண்டுக்கு வெளியே கேட்டா பள்ளிவாசல்லே பாங்கு வைக்கறது. கயத்துக் கட்டில்லே இருந்து கேட்டா இந்த ராமானுஜலு நாயுடு. என்ன மாதிரி இருந்துச்சு?

பரம திருப்தியாக இருந்தது போல நாயுடுவுக்கு. வழக்கமான மூட்டு வலி, கண் பார்வை குறைச்சல், தலை சுற்றுதல் போன்ற

வயோதிகம் எட்டிப் பார்க்கும்போது ஏற்படும் பிரச்சனைகளோடு நீலகண்டனுக்கும் இதெல்லாம் உண்டென்பது தெரிந்த திருப்தி அது.

உனக்கு வேடிக்கையா இருக்கும்டா நாயுடு. என்னமோ சொல்லணும்னு தோணிச்சு சொன்னேன். அது கிடக்கு. ரொம்ப நாள் கழிச்சு இப்பத்தான் உம் பெயரை நீ முழுசாச் சொல்லிக் கேட்கறேன். மெட்ரிக் எழுதறபோது ராமானுஜடு நாய்லுன்னு ஸ்கூல் அட்டெண்டண்ஸ்லே தப்பா எழுதினாளே ஸ்கூல் கிளார்க் மிஸ்ஸியம்மா, நினைவு இருக்கா?

நீலகண்டன் ஐம்பது வருஷப் பழைய சம்பவத்தைச் சொல்லிச் சிரித்தான்,

சட்டென்று நீள ப்ராக் அணிந்து சோனியான மார்புகளோடு சைக்கிளில் வரும் மிஸ்ஸியம்மாவும் அவள் பாவாடையில் சிவப்பும் கருப்புமாக பெரிய கட்டங்களும் நீலகண்டனுக்கு கூடவே நினைவு வந்தது.

ஆமா ஆமா, நல்லாத்தான் ஞாபகம் வச்சிருக்கே போ. மாத்தி எழுதி ரகளை பண்ணிட்டா ஆப்பக்காரி. ஏன் கேக்கறே. அந்த மிஸ்ஸியம்மா பாவாடையை உடுத்துக்கிட்டு ஸ்கூல் மாடிப்படி ஏறும்போது கீழ்ப்படியிலே நின்னு ஏதாச்சும் உள்ளாற தெரியுமான்னு உத்து உத்துப் பாப்போமே அதுக்கு தண்டனை போல.

அட ராமா, நான் என்னிக்கு தரிசனத்துக்கு நின்னிருக்கேன். நீயும் கண்ணாயிரம் முதலியும், வடகலை அய்யங்கான் ஒருத்தன் இருந்தானே, என்ன பேரு? வடமலையன்தானே. நீ கூட பெயரை மாத்திக் கூப்பிடுவே.

ஆமாமா வடைமுலையன்.

உன் நாக்குலே தர்ப்பையை போட்டுப் பொசுக்க.

இடுப்பிலிருந்து நழுவும் வேட்டியைத் திரும்பக் கட்ட எழுந்து நின்றபடி வெடிச் சிரிப்பு சிரித்தான் நீலகண்டன்.

இறுக்கம் தளர்ந்து பழையபடி ஆகியிருந்தது. அவன் எந்தக்

குரலையும் கேட்கவில்லை. கேட்டிருந்தால்தான் என்ன போச்சு?

சரி அய்யரே, ஆயுசு முழுக்க உத்தமமான மனுஷனா இருந்து நீ கைலாசம் போ. நான் கசத்தையும் கண்றாவியையும் கட்டி அழுதுட்டு வைகுண்டம் போறேன். பகவானுக்கு நாத்தம் தான் பிடிக்கும் தெரியுமா? நாற்றத் துழாய்முடி நாராயணன்னு ஆண்டாளம்மா கூடச் சொல்லிட்டுப் போயிருக்கு. தில்லக்கேணி பெருமாள் ஆனைக்கவுனிக்கு வந்து கொழாயிலே குளிச்சா அவருக்கும் கப்பு அடிக்கற மயிர்தான் வாய்க்கும், சொல்லிட்டேன்.

நீ திருந்தவே மாட்டேடா. அது வாசனையான நாற்றம்னு தமிழ் வாத்தியார் செங்கல்வராய முதலியார் படிச்சுப் படிச்சுச் சொன்னாரேடா. நீ மிஸ்ஸியம்மா கவட்டய நினச்சுக்கிட்டு கோட்டை விட்டுட்டியா?

மனசுக்குப் பிரியமான பால்ய காலத் தோழனோடு கொக்கோக ரசம் தெளிக்கப் பேசும்போது வயசே குறைந்து போய், துக்கமும் கஷ்டமும் நோயும் வாதனையும் எல்லாம் ஓடியே போய் கரைந்து விடும். நீலகண்டனுக்கு அது வேணும்.

செங்கல்வராய முதலியாரைப் பாடையிலே வைக்க. வைக்க என்ன, வச்சாச்சு மூணு வருஷம் முந்தி. மேனகா ரிலீஸ் பண்ணச் சொல்ல. ஞாபகம் இருக்கா?

மேனகாவை எப்படி மறக்க முடியும்? உருண்டு திரண்ட தோளோடு அதே ராஜலட்சுமி. கூடவே ஒரு புதுப்பையன்.

உடம்பு முழுக்க முத்தம் கொடுத்துட்டே மூஞ்சிக்கு வருவானேப்பா அந்த நாகர்கோவில் பையன். ஷண்முகமோ ஆறுமுகமோ பேர்.

நாயுடுவும் அந்த அதியற்புதக் காட்சியில் தான் லயித்திருக்கிறான்.

ஏன் கேக்கறே போ. வீட்டுக்காரிக்கு பயாஸ்கோப்பு பாக்கணும்னு ரொம்ப ஆசை. வா, இது ஏதோ புதுப் படமா ஆடுது. பாக்கலாம்னு இட்டுப் போனேன். நேர்லே முத்தம் கொடுத்தாலே சங்கடப்படறவ.

அதெல்லாம் வேறே பொண்டாட்டிக்கு இன்னும் சேவை

சாதிக்கறியாடா?

நீலகண்டன் கேட்டபோது கற்பகத்தை இன்னும் போகத்துக்கு விடாப்பிடியாக எழுப்பி, உடனே உறங்கப் போகச் சொல்வது நினைவில் வந்து போனது. சும்மா என்னத்துக்கு எழுப்பி என் தூக்கத்தையும் கெடுக்கறேள்? அலம்பிண்டு அக்கடான்னு படுங்கோ. தூரம் போனதுக்கு அப்புறம் ராமா கிருஷ்ணான்னு இருக்கறதுதான் எனக்கு அழகு உங்களுக்கும் பதவிசு.

திரும்பிப் படுக்கும் முன், அவனுக்கு உதட்டில் ஒரு முத்தம் அழுத்தமாகத் தந்துவிட்டுத்தான் கற்பகம் சொல்வாள்.

இதுவும் சேவை சாதிக்கறதா? உன் நாக்குலேதான் அந்த குருக்கள் ஐயர் கைப் புல்லை போட்டு தீ வைக்கணும் அய்யரே. சம்சாரத்துக்கு சாதிச்சா சேவை. எருமைமாடு கறக்க வர்றவளுக்கு சாதிச்சா ஏவையா?

நாயுடு விசிறிக்கட்டையால் முதுகு சொறிந்து விட்டு பக்கத்தில் இருந்த ஏதோ பத்திரிகையைப் பிரித்து விசிறிக் கொண்டான். இவ்வளவுக்கும் சமுத்திரக் காற்று சீராகத் தான் அந்தப் பிரதேசம் முழுக்கச் சுழன்றுகொண்டிருந்தது.

ஆக, நாயுடு எருமை வளர்க்க பௌதிகமான காரணங்களும் இருக்கக் கூடும். நினைக்கக் கொஞ்சம் குறுகுறுப்பாக இருந்தது நீலகண்டனுக்கு. இதுக்குக் காதும் மூக்கும் வைத்து இன்னும் கிளுகிளுப்பாக்கி ராத்திரி கற்பகத்திடம் சொல்ல வேண்டும். ரொம்ப நாழி பேசிக் கொண்டிருக்கணும். முன் போல.

டீ சொல்லட்டாடா? பக்கத்துலேயே நம்மாளு அதாவது எங்க ஆளு, சூளை நாயக்கரு ஒருத்தரு மிலிட்டரி ஓட்டல் ஆரம்பிச்சு சக்கைப் போடு போடறாரு. தேவாமிர்தமா இருக்கும் டீயும் பொறைறையும். ராட்டு வறுவல் என்னமா இருக்கும்போ.

இத்தாலி தேசத்து பட்சணம் எதை எதையோ சொல்கிறான் நாயுடு. வீட்டில் அவன் பெண்டாட்டி பிள்ளைகள் இல்லையா இதையெல்லாம் உண்டாக்கித் தர?

சென்ட்ரல்லே நந்தனார் ஆடுதுன்னு ஊட்டுக்காரி போயிருக்கா.

என்னத்தை நந்தனார்? சுந்தராம்பாளுக்கு வேட்டியை சுத்தி விட்டுட்டா நந்தனார் ஆயிடமுடியுமா? அதான் பத்திரிகைக்கார பார்ப்பான் எழுதிட்டான். இந்தப் படத்திலே விசிறிக்கட்டை, தென்னை மரம், எருமைக் கன்னுக்குட்டி இதெல்லாம்தான் நல்லா நடிச்சுருக்குன்னு.

நாயுடு இன்னொரு தடவை சிரித்தபோது நீலகண்டன் நினைவு படுத்தினான்.

வயசானவங்கறது சரியா இருக்குடா. செங்கல்வராய முதலியாரை அம்போன்னு விட்டே. ராஜலட்சுமிக்கு தேகம் முழுக்க சேவை செஞ்ச பையனையும் விட்டே. வேஷ்டி கட்டின சுந்தராம்பாளுக்கு வந்துட்டே பாரு.

அட, ஆமா, பேச்சு சுவாரசியம்தான். வேறே என்ன?

திரும்ப கொட்டில் எருமை வாடா நாயுடு என்று அதிகாரமாகக் கூப்பிட்டது. போன ஜன்மத்திலோ அல்லது இந்த ஜன்மத்தில் தானோ அது நாயுடுவுக்கு பெண் வழித் தொடர்பில் உறவாக இருக்க வேண்டும்.

தோ வந்துடறேண்டா. கழுநீர் எடுத்து வச்சுட்டா இதுங்க பாட்டுக்கு தூங்கப் போயிடும். வாயில்லா சீவனுங்க. பெருமாள் யாதவனா வந்து மேச்சதாச்சே.

சரிடா உளறாம போய்ட்டு வா. பகவான் மேய்ச்சது பசு மாடு.

நாயுடு உள்ளே போகும்போது கட்டிலில் பரத்தியிருந்த பத்திரிகையை எடுத்துப் பிரித்துப் பார்த்தான் நீலகண்டன். கம்மவார் மித்ரன். சுதேசமித்திரன் தெரியும். இதென்ன? உள்ளே ஒரே நாயுடு மயமாக இருந்தது. காதுகுத்து, ருது சாந்தி, கல்யாணம் தொடங்கி கருமாதிவரை நாயுடுக்களும் நாயுடம்மா, நாயுடு கன்யகை, வரன்களும் தெலுங்குத் தமிழ் பேசுகிற பெருமையோடு போட்டோவில் சிரித்தார்கள். 'ராமானுஜ வைபவம்' என்று ராமானுஜலு நாயுடு எழுதிய ஒரு பக்க வியாசம் கூட இருந்தது. நாயுடு நாலு பழைய புத்தகத்தை அங்கே இங்கே பீராய்ந்து எழுதி இருக்க வாய்ப்பு உண்டு என்று நீலகண்டனுக்குப் பட்டது.

மேனகா பார்க்கப் போனோமா?

கேட்டபடி நாயுடு திரும்பவும் கயிற்றுக் கட்டிலில் உட்கார்ந்து தெற்கே பார்த்து, பாவா பாவா என்று கூப்பிட்டான். கூப்பிடு தூர ஓட்டல் கடை வாசலில் தலைப்பாக் கட்டிய ஒரு மீசைக்காரக் கிழவர் வந்து இந்தத் திசையில் பார்த்தார்.

பாவா, சுக்கு தட்டிப் போட்டு ரெண்டு காப்பியும் முறுக்கும் பையனாண்டை கொடுத்து விடுங்க.

சரி மாப்ளே என்று சத்தமாகச் சொல்லியபடி உள்ளே போனார்.

கிளாஸில் சுடச்சுட வந்த பிரஷ்டமான சமாசாரம் அந்த டீ. கூடவே இந்துநேசன் பேப்பரில் மடித்து வந்தது ரெண்டு முள்ளுத் தேங்குழல். தேங்குழலை எடுக்கிற சாக்கில் இந்து நேசன் பத்திரிகைத் துண்டைப் படிக்க முயன்றான் நீலகண்டன்.

கங்கைகொண்டானில் அம்புலுவின் கொண்டாட்டம். பஜார் தெரு லோல்படுகிறது.

அம்புலுவுக்கும் ராஜலட்சுமி போல் தோளெல்லாம் இருக்குமா?

டீ ஆறுது அய்யரே. வேணும்னா முழுப் பேப்பரே வாங்கித்தரேன் பாவா கிட்டே சொல்லி. வீட்டுக்கு எடுத்துப் போனா மாமி உன்னை கூழாக்கிட்டா நான் ஜவாப்தாரி இல்லேப்பா.

அட நாயுடு, விஷயத்துக்கே வர மாட்டியா?

அதைத்தான் சொல்ல வரேன். மேனகா பார்க்கப் போனோமா ஜதையா. ஜாடையா அங்கே இங்கே ரெண்டு வசனம், பிரேமை அது இதுன்னு பாட்டு எல்லாம் வந்தபோதே இவளுக்கு ஒரு மாதிரி ஆயிடுச்சு. ஏன் இந்தக் கருமாந்திரத்தை எல்லாம் படுதாக்குப் பின்னாடி வச்சுக்காமா முன்னாடியே காட்டியாகணும்னு கேட்டா. அடியே பின்னாடி ஒரு குசுவும் இல்லே, இது பயாஸ்கோப்பு படம், முன்னாலே மட்டும்தான் ஆடும். வாயை மூடிட்டு பாரு இன்னேன். பாத்துட்டே வந்தாளா? ராஜலட்சுமிக்கு முத்த அபிஷேகம் ஆரம்பமாச்சு இல்லே, விலுக்குனு எழுந்துக்கிட்டா'பா. நீங்களே இந்த எளவை முழுக்கப் பாத்துட்டு வந்து தொலையுங்க. நான் ஊட்டுக்குப்

போறேன்னு கிளம்பிட்டாளே பாக்கணும்.

அப்புறம்?

நீலகண்டன் அக்கறையாகக் கேட்டான். டீ ருஜியாக இருந்தது. கற்பகத்துக்குச் சொல்லிக் கொடுத்துப் போட்டுத் தரச் சொன்னால் என்ன? உடம்பு பூரா முத்தம் கொடுத்தால் சரி என்பாளோ? நாலு பக்கமும் சதை போட்டு தூண் மாதிரி உருண்டு மூத்த மாமி களை முகத்தில் பூசிக் கிடந்தாலும், இதெல்லாம் வேணாம் என்றா சொல்லப் போறாள்?

அப்புறம் விளுப்புரம். மெயின் கேட்டைத் தொறக்க மாட்டேன். பாதி டாக்கி ஆடற போது ஆளுங்களை வெளியே அனுப்பற வழக்கமில்லேன்னான் தியேட்டர்காரன். ஏன்யா, டிக்கெட் எடுத்துட்டா உள்ளே வந்தவங்க எல்லாரும் செண்ட்ரல் ஜெயில்லே இருக்கற கைதி மாதிரியான்னேன். முறைச்சுக்கிட்டே பின் வாசலைத் தொறந்து துரத்தி விடாத குறையா வெளியே அனுப்பினான். அது ஒரு சின்னச் சந்துப்பா. கொட்டாய்க்குப் பின்னாடி இருந்தது. நேரே நடந்து வலது பக்கம் திரும்பினா ஆனக்கவுனியைப் பிடிக்கலாம். நடந்தா, நம்ம வாத்தியார் முதலியார்.

அவர் வீடு அங்கேயா இருக்கு?

வாசல்லே பூம் பூம்னு சங்கு வச்சு ஊதிட்டு நின்னாங்க. பாடை கட்டித் தயாரா இருந்துச்சு. ஈர வேட்டியைக் காயப் பிடிச்சுக்கிட்டு நாலைஞ்சு முதலியாருங்க. யாருங்க தவறிப்போனதுன்னு வீட்டு ஓரமா வெத்திலை போட்டுக்கிட்டு உக்காந்திருந்த பெரிசைக் கேட்டேன். அது சொல்லித்தான் தெரியும் வாத்தியார்னு. மனுஷன் தொண்ணூத்து நாலு வயசு கல்லுக் குண்டாட்டம் இருந்துட்டு இப்ப சொல்லத்தான் இறந்து போயிருக்காரு.

நீ வீட்டுக்குப் போய் வென்னீர் போட்டு வை. தலை முழுகணும்னு பொண்டாட்டியை அனுப்பிட்டு வாத்தியாரையும் ஓட்டேரி வரைக்கும் போய் பிரிவுபசாரம் நடத்திட்டு வந்தேன். எதோ போ. ஆமா இதை எதுக்குச் சொன்னேன்?

நீலகண்டனுக்கும் மறந்துவிட்டிருந்தது. கங்கைகொண்டான் அம்புலு கற்பகத்துக்கு இளையவளா மூத்தவளா?

டீ கிளாஸைத் தரையில் வைக்கும்போது நாயுடு சொன்னான்.

உனக்கு குரல் கேட்டுதுன்னியே. வாஸ்தவம் தான்பா. நம்பு.

இருட்டிக் கொண்டு வந்தாலும் அவனுடைய கண்கள் நீலகண்டனைத் தீர்க்கமாகப் பார்ப்பது நீலகண்டனுக்குத் தெரிந்தது. கொட்டிலில் எருமை மாடுகள் நிறுத்தாமல் கனைக்க ஆரம்பித்திருந்தன. அதுகளுக்கும் தெரிந்த ரகசியமாக இருக்கும் இது.

அத்தியாயம் தொண்ணூற்றுமூன்று

1938 அக்டோபர் 7 வெகுதான்ய புரட்டாசி 21 வெள்ளிக்கிழமை

உன்னாண்ட ஒரு தண்ணிச் சொம்பும் கன்னடத்திலே எவனோ எங்கேயோ எழுதிக் கொடுத்த கோர்ட் காயிதமும் ஒரு தபா கொடுத்தேனே, ஞாபகம் இருக்கா? கோர்ட்டுலே குப்பை செத்தையா அடஞ்சு வச்சிருந்த ஜாமானுங்க.

நாயுடு சாயும் சூரிய வெளிச்சம் முகத்தைப் பாதிக்கு வெளிச்சம் போட, மீதம் மசங்கல் இருட்டில் இருந்தபடி நீலகண்டனைக் கேட்டான்.

நினைவு இருக்கிறது. அவன் கொடுத்தது. முக்கியமாக அந்தச் செம்பு. கங்கா ஜலம் என்று மாடப்புரையில் வைத்தது. அதுக்குள்ளே இருந்தும் குரல் கேட்டது மாதிரி பிரமை. எல்லாம் பத்து இருபது வருஷத்துக்கு முந்திய சமாச்சாரம் இல்லையோ. நீலகண்டன் கெத்தாக சூப்பிரண்டெண்ட் ஆகிறதுக்குக் கொஞ்சம் முன்னால். நாயுடுவும் கியாதியாக ஹை கோர்ட்டில் சிரஸ்தாராக இருந்த காலம்.

ஆமாடா நாயுடு. கொடுத்துட்டு திரும்ப வந்து பிடுங்கிண்டு போனியே. ஸ்டேன்ஸ் துரை பரலோகம் போன அன்னிக்கு. திதி கூட ஞாபகம் இருக்கு. வருஷம் மாசம் தினம். ஆடிட்டுன்னோ

என்னமோ நீ கால்லே வென்னீரைக் கொட்டிண்டு நின்னே. ஆத்துக்குப் போய் எடுத்துண்டு வரதுக்குள்ளே தாவு தீர்ந்து போச்சு அன்னிக்கு.

அதேதான். அந்தக் கபோதி ஆடிட்டர் நான் இந்தச் சொம்பையும் சட்டி பானை நசுங்கின லோட்டாவை எல்லாம் மூட்டை கட்டி எடுத்துப் போய் ஒப்படைக்கறதுக்குள்ளாற ரிப்போர்ட்டை முடிச்சு ஏறக்கட்டி வச்சுட்டான் சாவுகிராக்கி. எல்லாம் சரியா இருக்குன்னு சர்ட்டிபிகேட். அதை முன்னாடியே சொல்லித் தொலைச்சா நான் அலைஞ்சு நீ அலைஞ்சு எளவு கூட்டியிருக்க வேணாமில்லே. ஆடிட்டு வந்தா ஜாமான் முடியைக் கூட எண்ணிப் பார்ப்பானுங்க.

அவன் உள்ளபடிக்கே கோபப்பட்டான். மூக்கு விடைத்துக் கொண்டது. கொட்டிலில் இருந்து எருமை மாடு நீளமாக நீட்டி முழக்கிக் கூப்பிட்டபோது, அதனுடைய அம்மா மாட்டோட்டு உறவு வைத்துக் கொள்ள அக்கறை உள்ளதாக அறிவித்தான் நாயுடு. நீலகண்டனுக்கு சிரிக்க இன்னொரு சந்தர்ப்பம்.

அடே, மனுஷாளே இந்த வயசுலே கஷ்டம். மாட்டோட என்னத்துக்குடா இழுபறி? ஆடிட்டர் வந்து போனது பதினஞ்சு வருஷம் முந்தி. அவனும் உன்னையும் என்னையும் போல பென்ஷன் வாங்கிண்டு, கயத்துக் கட்டில்லே உக்காந்திருப்பான் இப்படி.

இல்லே அய்யரே. அவன் வீட்டிலும் எருமைமாடு இருக்கும். அதை.

மாட்டை விடுடா. சொம்பு பத்தி ஏதோ சொல்ல வந்தியே?

நீலகண்டன் அவசரப்பட்டான். அவனுக்குக் கேட்ட குரல் பிரமை இல்லை என்று நிச்சயப்படுத்திக் கொண்டால் சற்றே ஆசுவாசம் கிட்டும்.

ஆமாமா, அந்தச் சொம்பு. அதாலே என்னா பிரச்சனை போ. அடுத்த உலக மகா யுத்தமே கூட வந்துடலாம். வந்துட்டு இருக்காமே. பேய்ப்பய ஹிட்லர் அடிச்சுத் தள்ளிக்கிட்டு

முன்னேறி வரானாமே.

நாயுடு சப்ஜெக்டை விட்டு வழக்கப்படி விலகி வெளியே போய்விட்டான்.

ஹிட்லர் கிடக்கட்டும்டா.

சரிப்பா சரி, வந்தாச்சு. சொம்புதானே. நான் ரிடையர் ஆனேன் பாரு. அன்னிக்கு நீ கூட வந்தியே. அதுக்கு முந்தி ராவ்ஜி மிட்டாய்க்கடை பூந்தி லட்டு, காராபூந்தி, உளுந்து வடை இதோட பார்ட்டி. உனக்கும் கொடுத்திருப்பாங்களே நீ வந்தப்போ.

ஆமாடா, அப்புறம் அக்ராசனர் பிரசங்கம், செய்யுள் இயற்றத் தெரிஞ்ச யாராவது அறம் பாடுற மாதிரி பத்து பனிரெண்டு வரி எழுதிக் கண்ணாடிச் சட்டம் போட்டுக் கொண்டு வந்து வாசிச்சுக் கொடுக்கற வாழ்த்துப் பாட்டு உபச்சாரம் ஆகியிருக்குமே. நான் கொஞ்சம் லேட்டா வந்துட்டேன்.

கோர்ட்டுலே அதெல்லாம் தெரிஞ்ச பயபுள்ளைங்க யாரும் கிடையாது. உங்க கப்பல் ஆபீஸ்லே வேணும்னா இருக்கலாம். ஆனா, எலுமிச்சம்பழ மாலை?

எலுமிச்சம்பழ மாலையா? கையிலே சாஸ்திரத்துக்கு ஒண்ணைக் கொடுத்துட்டு அவனவன் பேசிண்டே போவான். நாம மோந்து பாத்துண்டு எப்படா முடியும் இதெல்லாம்னு நட்ட நடு நாயகமா உக்கார்ந்துண்டு இருக்கணும்.

எங்க ஆபீஸ்லே என்ன வழக்கமோ போ. சின்னதும் பெரிசுமா இருபது எலுமிச்சம் பழத்தை மாலையாக் கோர்த்து கையிலே கொடுப்பாங்க. கழுத்திலே மல்லிப்பூ மாலைக்கு மேலே போட்டுக்கிட்டு நாற்காலியிலே உக்கார்ந்தா ஏதோ சாதியிலே சாவு விழுந்தா உக்கார வச்சு எடுத்துப் போவாங்களே அச்சு அசப்பா அது மாதிரி இருக்கும்.

நீலகண்டன் ரசித்துச் சிரித்தான். நாயுடு விறைப்பாக எலுமிச்சம்பழ மாலையோடு வாய் பார்த்தபடி உட்கார்ந்திருக்கிற காட்சி மனசில் தத்ரூபமாகப் பதிந்துவிட்டது.

வாக்கிங் ஸ்டிக், வெள்ளி தகடு பதிச்ச ராமர் பட்டாபிஷேகப் படம் இப்படி அதுதுக்குன்னு உண்டான வெகுமதி எல்லாம் எடுத்துக் கொடுத்ததும், ஜட்ஜ் துரை எழுந்திருச்சார். கையிலே ஒரு துணிப்பை. அரிசி, அஸ்கா ஏதுனாச்சும் தர்றாரான்னு தோணிச்சு.

ஆமாமா, ரேஷன் காலத்துலே உபயோகமா இருக்குமே.

இல்லே அய்யரே. அதிகாரி சிரிச்சுக்கிட்டே பையை என் கையிலே கொடுத்தான். அஸ்கா இல்லே. அரிசியும் இல்லே. ஆடிட்டு நேரத்திலே என்னை எடுத்தாற வச்சாங்களே அந்த சொம்பும் டாக்குமெண்டும் தான்.

நீலகண்டன் புரியாமல் பார்த்தான்.

மிஸ்டர் நாயுடு கிட்டே இருந்து வாங்கி கோர்ட் கிளார்க் கேஸ் சம்பந்தமான ஜாமான் ஜாபிதாவிலே எண்ட்ரி போட்டு இம்புட்டு நாள் ரிக்கார்ட் ஆபீஸ்லே வச்சிருந்தது. இதாலே யாருக்கும் ஒரு பிரயோஜனமும் இல்லேன்னு தெரிய வந்தது. அந்த காப்பர் செம்பில் ஹிந்து பிரஜைகளுக்கு ரொம்பவே புனிதமாக கங்கைத் தண்ணீர் இருக்கும் என அனுமானிக்கிறேன். நாயுடுவுக்கு அவர் உத்தியோகம் பூர்த்தியாகிப் போகும்போது கோவில் பூஜாரி போல் சந்தோஷமா இதைக் கொடுக்கறேன்.

நாயுடு துரை போல் இங்கிலீஷில் ஆரம்பித்து, அவனுடைய பாஷையில் முடித்தான்.

சரிய்யான்னு அதை வாங்கியாந்து ஜட்கா வண்டியிலே உன் கூட உக்காந்தேன் பாரு. அப்பப் பிடிச்சு மனசுலே ஏதோ குத்தம் பண்ணின மாதிரி தோணுது. உன் கிட்ட கூட சொல்லலே.. வீடு மாத்தி இங்கே சொந்த வூட்டுக்கு வரச் சொல்ல அங்கேயே விட்டுட்டு வரலாமானு பார்த்தேன். வேணாம் வேணாம்னு யாரோ அய்யர் வூட்டம்மா ராப்பூரா என் தலைமாட்டுலே நின்னு அழுத மாதிரி தோணிச்சுப்பா, ஏன் கேக்கறே.

நீலகண்டன் நிமிர்ந்து உட்கார்ந்தான். நாயுடுவுக்கு ஏற்பட்ட அனுபவம் ஆகக் கூடி அந்தச் செம்போ இல்லை பழைய காகித

ஸ்டாம்ப் பேப்பர் டாக்குமெண்டோ உண்டாக்கியதாகத்தான் இருக்கும் என்பதில் அவனுக்கு சந்தேகம் இல்லை.

இங்கே குடிபெயர்ந்ததும் மொத வேலையா பரண்லே ஒரு கள்ளியம்பெட்டியிலே அந்த ரெண்டு ஜாமானையும் போட்டு முன்னடிக்கே கைக்கு எடுக்கற வாகா தூக்கி வச்சேன். நாய்னா, இதென்னத்துக்கு இங்கே, கோவில்லே கொடுத்திடலாமேன்னான் பையன்.

அட, நானும் மடையன் மாதிரி வாய் பாத்துண்டு உக்காந்துண்டிருக்கேன் பாரு. ஆமா, உனக்கு ஒரே புத்ரனாச்சே. லேட் மேரேஜ். லேட் சந்தானம். அப்படித்தானேடா?

என்னத்த லேட்டு? அவனுக்கும் இப்போ பத்தொன்பது வயசு. டிராம் கம்பெனியிலே கண்டக்டரா இருக்கான்.

சொல்லவே இல்லியே. சம்பளம் எல்லாம் எப்படி?

ஏன் சில்லறையாத்தான் கொடுப்பானான்னு கேக்கறியா? அதெல்லாம் இல்லே. மாசம் பொறந்ததும் நாப்பது ரூபாய் ராஜா தலை போட்ட நோட்டா கொடுத்திடறான். அதுலே அவுங்க அம்மா கையிலே இருபது ரூபாயைக் கொடுத்திட்டு தனக்குச் செலவுக்குன்னு மீதி. என்ன செலவு. பயாஸ்கோப் பாக்கணும். பாகவதர் படம்னா வெறி. போன வருஷம் அம்பிகாபதியும் சிந்தாமணியும் ரிலீஸ் ஆனப்போ வேலைக்கு லீவு சொல்லிட்டு கொட்டாய்க்குப் போய்ட்டான்'பா.

நீலகண்டனோடு நாயுடுவும் பலமாகச் சிரிக்க, என்னை வந்து கவனியேண்டா என்று எருமை இரைந்தது கொட்டிலில்.

பேரு என்ன?

நீலகண்டன் கரிசனத்தைக் காட்ட வேண்டிக் கேட்டான்.

கன்னையா. கன்னையா நாயுடு சன் ஆப் ராமானுஜடு நாயுலு.

ஜூனியர் நாயுடு எங்கே? அவங்க அம்மாவை சினிமாவுக்குக் கூட்டிண்டு போயிருக்காப்பலியா?

வீடு வெறிச்சென்று இருக்க, இவனைக் கயிற்றுக் கட்டிலோடு

விட்டுவிட்டு அம்மாவும் பிள்ளையும் சினிமா போயிருக்கலாம். அம்மாவுக்கு பிரியமான பிள்ளை. நாளைக்கு ஒரு கல்யாணம் ஆனால் அதுக்கு அப்புறமு பிரியமும் மாசச் சம்பளத்தைக் கொண்டு வந்து கொடுப்பதும் எல்லாம் இருக்குமா என்று தெரியவில்லை. அது சரி, நம்ம வீட்டுக் கதை எப்படி இருக்குமோ? மனசில் இப்போது சிரிப்பது கற்பகம். சீக்கிரம் வந்துடுங்கோன்னா. இருட்டிண்டு போறது. ஞாபகப்படுத்தவும் மறக்கவில்லை அவள்.

அவன் செகண்ட் ஷோதான் போவான். இப்போ பூனமல்லி ஹைகோர்ட் டிராம்லே டிக்கெட் கிழிச்சுக் கொடுத்துட்டு இருப்பான்.

நாலு காசு சம்பாதிக்கிற உத்தியோகத்தில் இருக்கப்பட்ட மகன். அது நாலு மட்டும்தான் என்றாலும் பாதகமில்லை. நாயுடுவுக்குப் பெருமைதான்.

சரி, செம்பு சமாச்சாரத்தை இன்னொரு நாள் வரும்போது பார்த்துக் கொள்ள வேண்டியதுதான். இதுக்கு மேல்கொண்டும் இவனோடு வார்த்தை சொல்லிக் கொண்டிருந்தால், வீட்டில் கற்பகம் பிடிபிடி என்று பிடித்துக் கொண்டு விடுவாள். அவளுக்கு தூரம் நின்று போனதற்கு அப்புறம் எதற்கெடுத்தாலும் கோபம் வருகிறது. பத்து நிமிஷம் தான். அந்த நேரத்தில் எலுமிச்சம் மாலை போட்டுக் கொள்ளாத பத்ரகாளியாகக் கூட சமயத்தில் தெரிந்து நீலகண்டனை வெருள வைத்ததுண்டு.

நீலகண்டன் எழுந்து நின்றான்.

எங்கே அய்யரே கிளம்பிட்டே? மெயின் சினிமாவே இன்னும் போடலே. அதுக்குள்ளே எந்திரிச்சா என்ன அர்த்தம்?

நாயுடு அவன் கையைப் பிடித்துத் திரும்பவும் உட்கார வைத்தான்.

போன வாரம் நம்ம வூட்டுக்கு ஒரு சாமியாரம்மா வந்துச்சுபா. திருக்கழுக்குன்றம்தான் ஊராம். மெட்ராஸிலே வாக்கப்பட்டுதாம்.

சாமியாரிணிக்கு எதுக்குடா கல்யாணம்?

நீலகண்டன் பேச்சு சுவாரசியத்தில் திரும்ப உட்கார்ந்தான். காப்பி கிளாசில் எறும்பு மொய்க்க ஆரம்பித்திருந்ததால் அதை காலுக்கு அப்புறமாக நகர்த்தி வைத்தான்.

ரே தொங்கா, இக்கட ரா.

நாயுடு இருட்டுக்குள் இருந்து இரைந்து, காப்பிக்கடைக்காரப் பையனைக் கிளம்பி வரவைத்தான்.

அவன் கிளாசோடு போகும்போது, ‘மாசக் கணக்கு. காசு பென்ஷன் வந்ததும் கொடுத்தா போதும்’ என்றான் நீலகண்டனிடம்.

உப்பு, புளி, மளிகை, பேப்பர் சந்தா, பால்காரன் இதுபோல் காப்பிக் கடையிலும் கடன் வைக்கலாம் போல் இருக்கு.

நீலகண்டனுக்குத் தோன்றியது.

என்னத்துக்கு உங்களுக்கு அந்த கர்மகாண்டம் எல்லாம். காலாகாலத்திலே வீட்டுக்கு வந்து சேர்ற வழியைப் பாருங்கோ என்று கற்பகம் சிடுசிடுத்தாள்.

திருக்கழுக்குன்றம் சாமியாரம்மா.

ஆமா அய்யரே அதேதான். அய்யர் ஊட்டம்மா. புருஷன் விட்டுட்டுப் போனதுக்கு அப்புறம் கோவிலே கதியாக் கிடந்து அம்மன் அருள் வந்த பொம்பளை. வீட்டுக்குள்ளே நுழைஞ்சதுமே என்னா ஏது, இருக்கப்பட்டவங்களோட பழைய கதை, இனிமே நடக்கப்போறது இப்படி பலதும் சட்டுனு சொல்லிடும்.

நீலகண்டனுக்கு அந்த சாமியார் மாமியை வீட்டுக்குக் கூப்பிட வேணும் போல் இருந்தது. என்னத்துக்கு? அசுவ தோஷம். பரிகாரமா ஹைகோர்டு வாசல்லே நிக்கற ஜட்கா வண்டி குதிரையிலே வெள்ளைக் குதிரையாப் பார்த்து கொள்ளு வாங்கி பனெண்டு பவுர்ணமிக்குப் போடு என்றால் கொள்ளுக்கு எங்கே போக, குதிரைக்கு எங்கே போக.

சாமியாரம்மா நம்ம வூட்டுலே காலடி எடுத்து வச்சதுமே பரண்லே கள்ளிப்பெட்டியக் காட்டிச்சு.

அதுலே ஒரு சுமங்கலி இருக்காப்பா. எங்கே கொடுத்தியோ அங்கேயே திரும்பக் கொடுத்துடு அப்பிடீன்னுச்சு. கோர்ட்டுலே திரும்பக் கொண்டு போய்க் கொடுத்தா வாங்க மாட்டாங்களே தாயி, நான் வேறே உத்தியோகத்திலே இப்போ இல்லேன்னேன். அப்போ எங்கே இருந்து வந்துச்சோ அங்கேயே கொண்டு போய்க் கொடுன்னாங்க. மலையாள பூமியிலே ஆள் அட்ரஸ் நமக்கு என்ன தெரியும்? அதுவும் ஐம்பது வருஷத்துக்கு முந்தின கதை. அப்பத்தான் உன் நினைவு வந்துச்சு. உன் கிட்டே இருந்துதானே திரும்பி வாங்கினேன்?

நாயுடு சாரத்தை மடித்துக் கட்டிக் கொண்டு எழுந்தான்.

நீயே தயவு பண்ணி அதுங்களை எடுத்துப் போய் அய்யர் கிட்டே நாலு புல்லை வாங்கி திதி கொடுத்திட்டு சமுத்திரத்திலே போட்டுடு. புண்ணியமாப் போகும்.

நீலகண்டன் ஒன்றும் பேசாமல் அவனைப் பார்த்தான். எதோ ஒன்று இன்றைக்கு அவனை நாயுடுவைத் தேடி வந்து இத்தனை நேரம் குந்தி இருக்க வைப்பது இதற்காகத் தான் போலிருக்கிறது.

வா அய்யரே ஒரு கை கொடு.

நாயுடு உள்ளே இருந்து கூப்பிட்டான். மூலையில் சார்த்தி இருந்த ஏணியைப் பரணில் சார்த்தினான்.

நாயுடு மேல் படிக்குப் போய்க் கொண்டிருந்தபோது வெளியே எருமைகள் ஏக காலத்தில் இரைந்தன.

அவன் ஏணியின் கடைசிப் படியில் கால் வைத்தபோது பார்த்துப்பா பார்த்துப்பா என்று மேலே இருந்து குரல் ஸ்பஷ்டமாக நீலகண்டன் காதில் விழுந்தது.

நீலகண்டன் பலமாக ஏணியைப் பற்றிக் கொண்டு மேலே பார்க்கும்போது நாயுடு தரையில் அலங்கோலமாகக் கிடந்தான்.

நாயுடு. நாயுடு.

தரையில் நாயுடு தலை மோதி ரத்தம் பெருக்கெடுத்துக் கொண்டிருந்தது.

நாயுடு, கண்ணைத் திறடா. அய்யோ, என்ன ஆச்சுடா?

நீலகண்டனின் கூக்குரலை எருமைகள் துடைத்து இன்னும் உச்சத்தில் இரைய வாசலில் யாரோ வருகிற சத்தம். காக்கி சட்டையும் தொப்பியுமாக வருகிறவன் கன்னையாவாக இருக்க வேண்டும்.

அத்தியாயம் தொண்ணூற்றுநாலு

1938 டிசம்பர் 18 வெகுதான்ய மார்கழி 3 ஞாயிற்றுக்கிழமை

நீலகண்டன் கண் முழித்தபோதே அசதியாக இருந்தது. எழுந்து குளித்து சாப்பிட்டுவிட்டு ஆஸ்பத்திரிக்கு ஓட வேண்டும். கொஞ்ச நேரம் அங்கே இருந்து டாக்டர் வார்டு வார்டாக வரும்போது அவரை எதிர்கொள்ள வேண்டும். நாயுடுவின் படுக்கைக்குப் பக்கத்தில் இருந்தாலே அது சாத்தியம். வெள்ளைக்கார டாக்டர் என்பதால் அவர் கேட்பதற்கு எல்லாம் இங்கிலீஷில் பதில் சொல்லி, அவரிடமிருந்து நாயுடு தேக நிலை பற்றி புதுசாகத் தகவலும், மருந்து மாத்திரை சம்பந்தமான விஷயங்களும் தெரிந்து கொண்டு மற்றவர்களோடு பகிர்ந்து கொள்ள வேண்டும். மற்றவர்கள் என்றால் நாயுடு குடும்பமும் பந்து ஜனமும் அண்டை அயல் பிரதேசத்து குடித்தனக்காரர்களும்.

நாளில் பாதி பாகம் ஜெனரல் ஆஸ்பத்திரி, வால்டாக்ஸ் ரோடு, ஜட்காவிலும் டிராமிலுமாக சவாரி என்றே போய்விடும். நேரத்துக்கு ஆகாரம் கழித்து நேரத்துக்கு.

இல்லை, அதெல்லாம் ஒன்றும் இல்லையென்று ஆகி ரெண்டு வாரமாச்சு.

அவனுக்குச் சட்டென்று நினைவு வந்தது.

நாயுடு போய்ச் சேர்ந்து இன்றோடு பதினாறு நாள் ஆகிவிட்டது. அவன் ஆத்மாவைக் கருமாதியோடு கடைத்தேற்றி அனுப்பி வைத்தது நேற்றைக்குக் காலையில்.

சிநேகிதன் ஒருத்தன் பிராணாவஸ்தையில் துடிக்கிற போது பக்கத்தில் கையைப் பிசைந்து கொண்டு நிற்கிற விதி நீலகண்டனுக்கு மட்டும் வாய்த்த ஒன்று போல. அவன் மனசை சதா அலைக்கழித்து கஷ்டப்படுத்துகிற சம்பவங்கள் நடந்து முடிந்தவை. நாயுடுவை அவன் பார்க்கப் போன சுபதினத்தில் ஆரம்பமானது அது.

நாயுடுவை அவன் பார்க்கப் போன சாயந்திரத்தில் தொடங்கிய நாள் இன்னும் முடியாமல் நீளுகிற பிரமை.

நாயுடு மகன் பொதபொத என்று நாயுடுவை விட உசரமாக, ஆகிருதியாக, தொந்தியும் தொப்பையுமாக வளர்ந்திருந்தாலும் அடிப்படையில் மனசில் தைரியம் என்பதே கிஞ்சித்தும் இல்லாமல் இருந்தான்.

நாய்னா நாய்னா என்று தரையில் ரத்தப் போக்கு அதிகமாகிக் கிடந்த நாயுடுவின் தோளைப் பிடித்துக் குலுக்குவதைத் தவிர அவன் பிரக்ஞை பூர்வமாக வேறேதும் செய்யவில்லை. வீட்டுக்குள்ளே நிற்கிற அந்நிய மனுஷரான நீலகண்டன் யார் என்று விசாரிக்கக் கூட அவனுக்குத் தோன்றவில்லை.

நீலகண்டன் தான் பதற்றமும் அவசரமுமாகக் கேட்டான்.

நீ நாயுடுவோட பிள்ளையாண்டனாப்பா?

அவன் குரல் நடுங்கியது. நாயுடுவுக்கு நேர்ந்ததுக்கு அவனும் காரணம். அவன்தான் காரணம். எதுக்கு இந்தத் துரதிருஷ்டம் பிடித்த தினத்தில் அவனைத் தேடி வந்து வாசலில் உட்கார்ந்து அதுவும் இதுவுமாக வம்பு பேசி கேட்டு வார்த்தை சொல்லிக் கொண்டிருந்து சாயந்திரம் கரையும் வரைக்கும் பொழுதைப் போக்கினது? போக்கினது தான் போக்கினதாக இருக்கட்டும். மனப் பிரமையை வாய்விட்டு அவன் கிட்டே சொல்லி, அவன்

சொம்பை எடுக்கறேன், சருவப் பானையை எடுக்கறேன் என்று வயசையும் பாராமல் ஏணியை நிமிர்த்திப் போட்டு பரணில் ஏற வைத்தது என்னத்துக்கு? சரி அவன் தான் பிடிவாதம் பிடிக்கிறான் என்றால் நமக்கு எங்கே புத்தி போச்சு? கையைக் காலை உடச்சுப்பேடா நாயுடு, சாவகாசமா ஒருநாள் வந்து எல்லாத்தையும் வாங்கிக்கறேன் என்று சொல்லி விட்டு நடையைக் கட்டி இருந்தால் இந்தக் கதி நாயுடுவுக்கு வந்திருக்குமா?

நீலகண்டன் மனசு ஒரு பக்கம் குமைந்து கொண்டிருக்க, அடுத்த பக்கம் உடனடியாக ஆகவேண்டிய காரியங்களைக் கணக்குப் போட்டது.

கேவிக் கேவி அழும் இந்தப் பிள்ளை கன்னையா நாயுடுவை நம்பி பிரயோஜனம் இல்லை. நீலகண்டன் வெளியே அவசரமாக, வாசல் நிலைப்படி தலையில் இடித்த வலியோடு நடந்து காலில் செருப்பை மாட்டக் கூட நேரமில்லாமல், நாயுடு வீட்டை ஒட்டித் தெருக்கோடியில் இருந்த காப்பிக் கடைக்கு ஓடினான். என்னாச்சு என்று எருமைகள் விசாரித்தபோது அவை பதில் கிடைக்காமல் நாயுடுவைக் கூப்பிட்ட குரல் மட்டும் தெரு இருட்டில் துணையாக நீலகண்டனோடு வந்தது.

அது காப்பி ஓட்டல் இல்லை என்று நுழைந்ததும்தான் தெரிந்தது. அசைவ பதார்த்தங்களின் வாடை மூக்கில் முட்டும் மிலிட்டரி ஓட்டல். தலையில் ஈரிழைத் துண்டு தலைப்பாவும், வியர்த்த உடம்புமாக ஒரு நடு வயதுக்காரன் சாதத்தையோ எதையோ மாமிச பதார்த்தங்களைக் கலந்து அகப்பையால் கிளறிக்கொண்டிருந்தான். உஸ் என்று சதா பெருமூச்சு விடும் பெட்ரோமாக்ஸ் விளக்கு ஒன்றும் நாலைந்து லாந்தர்களும் கடைக்கு பிரகாசம் கொடுத்தபடி ஒளிர்ந்தன.

நாயக்கர்னு, ராமானுஜலு நாயுடு சிநேகிதர் நீங்கதானா?

தலைப்பாக்காரன் நிமிர்ந்து பார்த்த பார்வையில் ஒரு ஆச்சரியம் தெரிந்தது. சின்னதாகக் குடுமி வைத்த பிராமணர்கள் வருகிற இடமில்லையே மிலிட்டரி ஓட்டல்? ராமானுஜலு நாயுடு

என்றால் யார்? பக்கத்து காரைக் கட்டிடத்தில் எருமை வளர்த்து தினசரி கடைக்குப் பால் தருகிற கோர்ட் காரரா?

எந்த நாயுடுவைச் சொல்றீங்க சாமி? கோர்ட்டுக்கார ஐயா?

அவரே தான். உசிர் போறமாதிரி கிடக்கறார். கொஞ்சம் வாங்கோ. புண்ணியமாப் போகும்.

நீலகண்டன் நிற்க நேரமில்லாமல் சுபாவத்துக்கு கொஞ்சம் இரைந்த குரலில் சொல்லியபடி திரும்ப நாயுடு வீட்டுக்கு ஓடினான். அறுபது கழிந்து ராத்திரியில் திடுதிப்பென்று ஓடிச் சாடி நடந்து மூச்சு முட்டிக் கொண்டிருந்தது அவனுக்கு. வயிறு வேறு சமய சந்தர்ப்பம் தெரியாமல் பசிக்கிறது பசிக்கிறது என்று முணுமுணுத்துக் கொண்டிருந்தது.

நீலகண்டனைத் தொடர்ந்து தலைப்பாக்கட்டி நாயக்கரும், கடையில் எடுபிடிகளும், சாப்பிட வந்து ரொட்டியோ வேறே ஏதோ சுடச்சுட இலையில் பரிமாறக் காத்திருந்த ஆனைக்கவுனி பக்கத்து வாடிக்கையாளர்களோ ஓடி வந்தார்கள். அதில் ஜெனரல் ஆஸ்பத்திரி கம்பவுண்டர் ஒருத்தரும் அடக்கம்.

ஜட்கா வண்டி ஏற்பாடு செய்கிறது, ஆஸ்பத்திரிக்குக் கொண்டு சேர்க்கிறது இப்படி எல்லாக் காரியத்தையும் அவர்கள் கவனித்துக் கொண்டார்கள். நாயுடுவுக்கு முன்பாரா பின்பாராவாக ரெண்டு பேர் வண்டியில் உட்கார அது நகர்ந்தபோது பக்கத்தில் யாரிடமாவது சொல்லிக் கொண்டு வீட்டுக்குப் புறப்படலாமா என்று நீலகண்டன் நினைத்தது வாஸ்தவம். போகலாம் என்றது வயிறும். போறதுன்னா போய்யா என்று கொட்டில் எருமைகளும் இரைந்தன.

வேணாம். அது நல்ல நடத்தையாக இருக்காது. இந்த நாயுடு நீலகண்டனுக்கு நல்ல சிநேகிதன். நீலகண்டனுக்கு எதையோ எடுத்துத்தரப் போய் இப்படி உயிர் ஊசலாடுகிற அவஸ்தையில் கிடக்கிறான்.

நாயுடு மகனோடு அவனும் இன்னொரு ஜட்காவில் உட்கார்ந்தான்.

அம்மா எந்த கொட்டாய்க்கு'பா பயாஸ்கோப் போயிருக்கு?

நாயுடு மகன் பேந்தப் பேந்த முழித்தான். நீலகண்டனுக்கு நாயுடு சொன்ன தகவல் அது. அவன் தான் அங்கே போய்ப் பார்க்கச் சொல்லி கேட்டவனை அனுப்பி வைத்தான்.

ரொம்ப ரத்த சேதம். அட்மிட் பண்ணுங்க. பார்க்கலாம். நீங்க யாரு? அவருக்கு தம்பியா?

டாக்டர் துரை நீலகண்டனிடம் விசாரித்தது என்ன என்று புரியாமல் பார்த்தபடி கூடவே நின்ற கன்னையா நாயுடு அடுத்த அழுகைக்கு முஸ்தீபாக மூக்கை உறிஞ்சினான்.

இவங்க எல்லாம் யாரு? கம்பவுண்டர், நீ என்ன பண்றே இங்கே? டியூட்டி போ.

மிலிட்டரி ஓட்டலில் சாப்பாடு கிட்டாத பரோபகாரி கம்பவுண்டர் ஒன்றும் பேசாமல் உள்ளே போனான். போகும்போது தெலுங்கில் ஏதோ கன்னையா நாயுடுவிடம் சொல்ல அவன் நாலு லேதுவும் நாலு நாயனாவுமாக மாறி மாறி உச்ச ஸ்தாயியில் விளித்து அழ ஆரம்பித்தான்.

அந்தப் பையனைக் கொஞ்சம் வெளியே அனுப்புங்க. இங்கே எல்லாம் அழக்கூடாது.

டாக்டர் கண்டிப்பாகச் சொன்னார். அவருடைய தேசத்தில் செத்தால் கூட அழ மாட்டார்கள்.

நீலகண்டன் இடைமறித்து யார் யார் நாயுடுவுக்கு என்ன என்று சுருக்கமாகச் சொல்வதற்குள் நாயுடுவை படுக்கையில் கிடத்தி உள்ளே உருட்டிப் போய்விட்டார்கள்.

மகன் உள்ளே இருக்கட்டும். இங்கிலீஷ் புரியும்தானே?

டாக்டர் விசாரித்தார். நீலகண்டன் இரையும் வயிறோடு கன்னையா நாயுடுவைப் பார்த்தான். வேறே எது புரிந்தது அவனுக்கு இது புரிய?

சிநேகிதனுக்காக நீலகண்டன் செய்ய வேண்டிய கடமையில் இன்னும் பாக்கி இருக்கிறது.

நானும் உள்ளே போகட்டுமா என்று அவன் டாக்டரைக் கேட்க உடனடி அனுமதி கிடைத்தது.

மருந்தும் மற்றதும் நாயுடுவுக்கு எழுதிக் கொடுத்ததை வாங்கி வர அவனே பிராட்வேக்குப் போய் வந்தான். கைக்காசையும் கருதல் இல்லாமல் செலவழித்தான்.

அவன் வந்தபோது உள்ளே டாக்டர்கள் ரெண்டு பேர் நாயுடு படுக்கை பக்கமாகக் காத்துக்கொண்டிருந்தார்கள் அவன் வருவதற்காக. படுத்துக்கிடந்தவனின் தலையில் ஏழெட்டு சுற்றாவது வலைத் துணியைச் சுற்றி முகத்தையும் கிட்டத்தட்ட மூடி மறைத்துக் கட்டுப் போட்டிருந்தார்கள்.

நீலகண்டன் வாங்கி வந்த ஊசி மருந்தை உடனே வாங்கி இன்சக்ஷன் போட ஆரம்பிக்க அவன் வெளியே வந்தான். வாசலில் பெருங்கூட்டமாகக் கூட வந்தவர்கள் ஏதோ மைதா மாவு பலகாரத்தைக் சாப்பிட்டுக்கொண்டிருந்தார்கள். ஓரமாக கன்னையா நாயுடு கையில் பூவரச இலையைப் பிடித்தபடி ஒரு பிடி ஆகாரமும் உடனே அழுகையுமாக குந்தியிருந்தான்.

நம்ம கடை பொரட்டா சார். இது மட்டும் சைவம். கூட முட்டை, மட்டன் சேர்க்காம சாப்பிடறீங்களா? பசி எடுக்குமே பாவம்?

மிலிட்டரிக்கடைக்கார தலப்பா நாயக்கர் நீலகண்டனைக் கேட்டார். அவன் வேண்டாம் என்று மரியாதையோடு சொல்லும்போது சென்ட்ரல் ஸ்டேஷன் வாசல் கடியாரம் அடித்தது பதினொரு மணி.

நீலகண்டனுக்கு விதிர்விதிர்த்தது.

கற்பகம் இன்னேரம் அங்கே என்ன துடித்துக் கொண்டிருக்கிறாளோ?

நாளைக்கு வரேன் என்று சொல்லிவிட்டு செலவு அதிகம் என்றாலும் பரவாயில்லை என்று மூணு ஜட்கா வண்டி மாறி அவன் நுங்கம்பாக்கம் வந்து சேர்ந்தபோது ராத்திரி பனிரெண்டு அடித்து கூடவே பதினைந்து நிமிஷம் கழிந்திருந்தது.

கற்பகம் தூணைப் பிடித்துத் துவண்டு போய் உட்கார்ந்தபடி வாசலிலேயே எதிர்ப்பட்டாள். பக்கத்து கிரஹத்து, எதிர் வீட்டு மனுஷர்கள் என்று இங்கேயும் கூட்டம் நிரம்பி வழிந்தது.

இதோ வந்துட்டாரே உங்காத்து மாமா.

யாரோ தென்னோலை விசிறியால் விசிறிக்கொண்டே சொல்ல, அவள் நிமிர்ந்து பார்த்தாள். அழுகையும் ஆத்திரமும் அவசரமுமாக ஓடியே வந்து நீலகண்டன் கன்னத்தில் அறைந்தாள்.

கற்பகம், நான்

அவனை முடிக்க விடாமல் ஜனக் கூட்டத்துக்கு நடுவே நிற்கிறதையும் சட்டை செய்யாமல் அவனை இறுக ஆலிங்கனம் செய்து மார்பில் அப்படியே அடிபட்ட பறவை போல் சாய்ந்து கண்ணை மூடிக் கொண்டாள். தாரை தாரையாகக் கண்ணில் தண்ணீர்.

நீலகண்டனுக்கும் எதற்கென்று தெரியாமல் அழுகை வந்தது. ஆம்பிளை. கன்னையா நாயுடு மாதிரி அழக் கூடாது. அடக்கு என்றது மனசு. போய்ச் சாப்பிடலாம் என்றது வயிறு.

எப்போது சாப்பிட்டு எப்போது வர்த்தமானம் முழுக்கச் சொல்லி, கேட்டு முடித்து, எப்போது வாசல் விளக்கு அணைத்து கதவு சார்த்தித் தூங்கினார்கள் என்பதே தெரியாது. அறுபதுக்கு மேலும் தேக சம்பந்தம் வைத்துக் கொள்ளலாம் என்று நீலகண்டனுக்கு நம்பிக்கை கொடுத்த ராத்திரி அது.

அடுத்த பத்து நாள் நாயுடுவே மனசு முழுக்க இருக்க, கற்பகம் விலகி நிற்க வேண்டிப் போனது.

தீவிர சிகிச்சை பலன் இல்லாமல் நாயுடு உயிரை விட்டது பதினைந்து நாளைக்கு முந்தைய புதன்கிழமை சாயந்திரம்.

பேப்பர் சார்.

தமிழ்ப் பேப்பரைப் போட்டு விட்டு பையன் கட்டுக் காகிதத்தைச் சுமந்தபடி வெளியே ஓடினான்.

நாயுடு மரண வார்த்தை வந்திருக்கும்.

நீலகண்டன் திண்ணையில் உட்கார்ந்து பேப்பரைப் புரட்டினான். மூக்குக்கண்ணாடி இல்லாமல் எழுத்தெல்லாம் மங்கலாகத் தெரிந்தாலும் படித்து விட முடியும் என்று நம்பிக்கை.

நேற்றைக்கு பத்திரிகை ஆபீசுக்கு அவனே போய் ஐந்து ரூபாய் கட்டணம் கட்டி எழுதிக் கொடுத்து விட்டு வந்தான். நிஜமாவே போய்ட்டாரா என்று நாலைந்து தடவை விசாரித்து வாங்கிக் கொண்டார்கள் அந்த மனுஷர்கள்.

உசிரோட இருக்கறவாளுக்கு வைகுண்ட பதவியும் கைலாச பதவியும் கிடச்சு ப்ரமோட் ஆகிப் போனதா அச்சுப் போட்டுட்டா கஷ்டம் சார். எங்க தலை உருளும். உருண்டிருக்கு.

வெற்றிலையை மென்றபடி ஒரு ஐயங்கார் தன் ஹாஸ்யத்துக்குச் சிரித்தபடி மரண வார்த்தை என்று நீலகண்டன் எழுதிக் கொண்டு வந்த காகிதத்தை வாங்கினார்.

இதோ ராயங்கல ராமானுஜலு நாயுடு.

அவன் படிக்க ஆரம்பித்த போது முன்னால் யாரோ வந்து நிற்கிற சத்தம்.

கண்ணை உயர்த்திப் பார்த்தான். கன்னையா நாயுடு. முதல் தடவையாகச் சிரிக்கிறான். கையில் துணிப் பையில் ஏதோ வைத்து ஜாக்கிரதையாகப் பிடித்திருக்கிறான்.

அதை நீலகண்டனிடம் நீட்டியபடி சொன்னான்.

நாய்னா கொடுத்துட்டு வரச் சொன்னாரு.

அத்தியாயம் தொண்ணூற்றைந்து

1938 டிசம்பர் 27 வெகுதான்ய மார்கழி 12 செவ்வாய்க்கிழமை

குளிரக் குளிர வாரணாசியில் பொழுது விடிந்துகொண்டிருந்தது. அடை அடையாக அப்பிய பனி மூட்டம் இப்போதைக்குக் கலைகிற உத்தேசம் இல்லை என்கிறது போல் ஸ்நானக் கட்டங்களை மூடி மறைத்தது.

ஓடியும் தேங்கியும் ஒடுங்கியும் விரிந்தும் கடந்த கங்கா நதிப் பிரவாகத்தை அது கீழிறங்கித் தொட்டு, கவிந்தபடிக்கே விடியும் பொழுது.

பஞ்ச பஞ்ச உஷத் காலத்தில் பூவாடையும் பிணவாடையும் மக்கிய இலையும் சோற்றுப் பிண்டமும் ஊறின தண்ணீரின் ஊசிப் போன கவிச்சி வாடையும் அரைத்த சந்தனத்தில் குங்குமமும் துளசி இலைகளும் கலந்த பவித்ரமான பச்சை வாடையும் வழியெல்லாம் கழித்து வைத்த ஆண்பிள்ளை மூத்திர வாடையுமாக நாசியிலும் மனதிலும் நிரம்பும் புனிதமான துர்க்கந்தம் அது.

பகவதிக்கு புனிதம் மட்டும் போதும். கந்தத்தை லட்சியம் செய்யாமல் சஞ்சரிக்க மூக்கும் மனதும் காலகாலமாகப் பழகி விட்டது.

அவளும் பிள்ளை சாமாவும் அவளுக்குப் பிறக்காவிட்டாலும் புத்திரனாகிப் போன மருதையனும் வாரணாசி வந்து ஒரு வாரம் ஆகிவிட்டது. துலாக் கட்டங்களில் தேங்கி நிற்கிற கங்கா ஜலமாக மனசில் என்னென்னமோ அலையடித்து அங்கேயே நிற்கிறது. அதெல்லாம் கலங்கினால் அதற்கும் காசி வாசனை வந்துவிடலாம்.

நான் சொல்றது சரிதானே விசாலம் மன்னி?

அவள் பிரியத்தோடு இருள் பிரிய ஆரம்பித்த தண்ணீர்த் தடங்களின் மீது பார்வை பதித்துக் கேட்டாள்.

நீ சொன்னது எது தெற்றிப் போச்சு இது தெற்ற என் குழந்தே? காசிக்கும் ஒரு கந்தம் உண்டு. கேட்டியோடி பொண்ணே. மூத்ரம் ஒழிச்சு வச்சு வருத்தினதில்லே அது. அதோ அங்கே விசுவநாத சுவாமி அம்பலத்திலே சங்கு முழக்கி காற்றை சுத்தப்படுத்தறா பாரு அங்கே இருந்து தொடங்கற நிர்மால்ய தர்சன நெடி.

விசாலம் மன்னி சிரித்தாள். ஸ்தாலிச் செம்பில் ரெண்டே எலும்பாக இருந்தாலும் அவளுக்கு சிரிக்கவும் எப்போதும் போல பிரியத்தை எந்த நாழியும் உழக்கும் இல்லாமல் எடுத்து அளந்து அளந்து வழிய விடாமல் நிறைக்கவும் தெரியும். பகவதியோடு அவளும் காசிக்கு வந்துவிட்டாள். மற்ற யாரும் நம்பினாலும் நம்பாவிட்டாலும்.

மூணு வாரம் லீவு சாங்ஷன் செஞ்சிருக்கார் துரை. அம்மாவை காசிக்குக் கூட்டிண்டு போய்ட்டு வரணும்னு கேட்டு வாங்கினேன்.

சாமா ஒரு சனிக்கிழமை பகலோடு வீட்டுக்கு வந்து தகவல் சொன்னபோது பகவதிக்கு சிரிப்பாக இருந்தது. மூணு வாரத்தில் வாரணாசி போய் திரும்பி வேறே வர முடியுமா என்ன?

சங்கரன் கல்யாணமான புதிதில் சொன்னதில்லையா? அவன் அப்பாவும் அவளுடைய மரியாதைக்கும் ப்ரீதிக்கும் உரிய மாமனாரான சுப்பிரமணிய அய்யரும் மாமியார் கல்யாணி

அம்மாளும் இன்னும் நித்ய சுமங்கலி சுப்பம்மா போல ஏகப்பட்ட பந்து ஜனங்களும் காசிக்குப் போய்த் திரும்பி வர கிட்டத்தட்ட ஒரு மண்டலம், நாற்பத்தைந்து நாள் தேவையாக இருந்தது என்று.

பதினைந்து நாளில் அதில் பாதி தூரத்தில் தென்காசிப் பட்டணத்துக்கு வேணுமானால் போகலாம்.

அம்மா, நீ இன்னும் பழைய நாள்லேயே இருக்கே. ரயிலும் மோட்டார் காரும் தேசம் முழுக்க ஓடிண்டு இருக்கப்பட்ட காலம் இது. பத்தே நாள் போதும் போக வர. இருந்தாலும் அவ்வளவு தூரம் போய் செய்ய வேண்டிய காரியங்களை எல்லாம் முடிக்காமல் வர முடியாது இல்லியா? அதான் போனாப் போறதுன்னு கூடவே ஒரு வாரம் லீவை நீட்டிச்சாச்சு.

சாமா நினைத்த காரியத்தை சாதித்த திருப்தியோடு அன்றைக்கு மதியம் மூணு மணிக்கு இலை போட்டு, மீந்து போயிருந்த சாதத்தையும் காய்கறியையும் புளிக்க ஆரம்பித்திருந்த தேங்காய்த் துவையல் சகிதம் ரசித்துச் சாப்பிட்டான். ஊசலும் ஒரு ருசி என்று அதுக்கு நியாயமும் கற்பித்தான் பெண்டாட்டியிடம்.

மனம் றெக்கை கட்டி உற்சாகத்தில் பறந்தால் எல்லாமும் எல்லோரும் எந்த விரோதமும் இல்லாமல் பிரியத்துக்கு உரியதாகி விடுகிறது. மோருஞ்சாதம் சாப்பிட்டு அலம்பிய கையோடு டிக்ரி காப்பி வேண்டும் என்று அடம்பிடித்து சாப்பிட்ட போதே அந்த அலாதி ஆனந்த மனநிலை பகவதிக்கு மட்டுப்பட்டுவிட்டது.

சாமா பெண்டாட்டி மட்டும், ஆபீஸ்லே எதையோ பார்த்து பயந்திருக்கார். மசூதியிலே ஊதணும் என்று திரும்பத் திரும்பச் சொல்ல அதற்கும் சிரித்தான் சாமா.

ஏண்டா சாமா, நீ பெலவான் தான். அதியுன்னதமான புத்திசாலி தான். என் பிள்ளையாச்சே. போறது. அது மட்டும் போறுமோ எங்க ரெண்டு பேரையும் காசிக்குக் கூட்டிண்டு போய்த் திரும்பக் கொண்டு வந்து சேர்க்கறதுக்கு?

பகவதி கேட்டபடி சாமா பெண்டாட்டியைப் பார்த்தாள்.

இவளும் நம்மோட காசிக்கு வரப்போறான்னு யார் சொன்னா?

சாமா மர்மமான புன்னகையோடு சொன்னான்.

வீட்டுக்காரி ரெண்டு மாசம் தஞ்சாவூரில் அவள் பிறந்த வீட்டில் சீராடி விட்டு வரப் போகிறாளாம். பிள்ளைகள் ஹாஸ்டலில் தங்கி திருச்சியில் படிப்பதால் அவர்களைப் பற்றிக் கவலை இல்லை.

காசிக்கு ரெண்டே டிக்கெட்தான் இங்கே இருந்து. மூணாவது ராஜக்ரஹம்.

அவன் பக்கத்து வீட்டுப் பக்கம் கையை உயர்த்திக் காட்டினான்.

மருதையனும் நம்மோட வர்றான்.

பகவதியின் முகத்தில் கொஞ்சம் மலர்ச்சி தெரிந்தது. சாமாவால் சமாளிக்க முடியாததைக் கூட மருதையன் சமாளித்து விடுவான். வாய் சாலகமும் உடம்பு பெலமும் அதிகம். ராஜ வம்சமாச்சே.

வீட்டை ரெண்டு மாசம் பூட்டி வைத்துவிட்டு இப்படி வீட்டோடு கிளம்புகிறது தான் அவளுக்குப் பிடிக்கவில்லை. கேட்டால் அதற்கும் ஏதாவது ஏற்பாடு வைத்திருப்பான் சாமா. கிளம்பும்போது தன்னாலே தெரியப் போகிறது.

நடுவில் ஒரு வாரம் சாமா மாமனார் வீட்டுக்குப் பெண்டாட்டியைக் கொண்டு விடப் போவதில் கழிந்து போனது. தனியாகக் கொட்டக் கொட்ட அந்தப் பெரிய காரைக் கட்டிடத்தில் இருக்கவும் பிடிக்காமல் படுக்கவும் பிடிக்காமல் சுற்றிச் சுற்றி வந்து கொண்டிருந்தாள் பகவதி. சங்கரன் நினைப்பு ஒவ்வொரு நிமிஷமும் அவளை ஆக்கிரமித்துக்கொண்டே இருந்தது. அந்த வீட்டின் ஒவ்வொரு அணுவிலும் அவன் கலந்து போய் இன்னும் தீர்க்கமாக சுவாசித்துக்கொண்டிருக்கிறான். கண்ணுக்குத் தெரியாவிட்டால் என்ன?

மருதையன் அந்த ஒரு வாரமும் வேண்டாம் வேண்டாம் என்று பகவதி மறுத்துப் பார்த்தாலும் கேட்காமல் உடைய சேர்வார்

ஊருணிக்கரை குண்டு ராயர் ஹோட்டலில் அவளுக்குச் சாப்பாடு எடுத்து வந்து விட்டான். சாமா தான் போகும்போது அப்படிச் செய்யச் சொல்லிவிட்டுப் போனதாகச் சொன்னான்.

அம்மாவுக்கு அடுப்பு பக்கம் போய் சமைக்க முடியாதுடா இனிமே. ராயன் கடையிலே காலையிலே நாலு இட்லி, கெட்டிச் சட்னி, மதியத்துக்கு சாதம், ரெண்டு காய்கறி, சாம்பார். சாம்பாரை வீட்டுக்குக் கொண்டு வந்ததும் ஒரு மூடி எலுமிச்சம்பழம் பிழிஞ்சுடுடா. காரம் இவளுக்குத் தாங்காது. ராத்திரி கோதுமை உப்புமா கிண்டித் தர ராயன் கிட்டே நான் சொன்னேன்னு சொல்லி ஏற்பாடு செஞ்சிடு.

பாரு இதான் உலகம். நான் உலகத்திலேயே பெரிய சாம்ராஜ்யமான அரசூர் பூமண்டலத்து சக்கரவர்த்திகள். பிரக்யாதியான காலேஜ் வாத்தியார். என்ன பிரயோஜனம்? ஊருணிக்கரை குண்டுராயன் கடையிலே உன் பெயர் தான் செல்லுபடியாகும். நாலு இட்லி வாங்கக் கூட சப் கலெக்டர் உத்தரவுன்னாத்தான் ராயன் குடுகுடுன்னு குடுமியை முடிஞ்சுக்கிட்டு அக்கறையா செய்வான்.

மருதையன் தான் இப்படி சாமாவிடம் சொன்னதையும் பகவதியிடம் பகிர்ந்து கொள்ள மறக்கவில்லை. அவனுக்கும் அவள் அம்மாதான். இத்தனை வயசிலும் சர்வமானதையும் சொல்லிப் போட வேண்டும் என்று மனம் துடிக்கிறது என்றான் கூடவே. பகவதி நெகிழ்ந்துதான் போனாள். ராயன் கடை இட்லி கூட அவளுக்கு அப்புறம் பிடித்துப் போய்விட்டது.

சாமா தஞ்சாவூரில் இருந்து திரும்பி வருவதற்குள் போட் மெயிலில் பட்டணம் போக மூணு டிக்கட் ரெண்டாம் கிளாஸில் எடுத்து வைத்து விட்டான் மருதையன். அவன் முதல் வகுப்பு கூட எடுக்கத் தயார்தான். வெள்ளைக்காரத் துரைகளும் துரைசாணிகளும் சஞ்சரிக்கிற இடம் அது. காகிதத்தால் பின்னால் துடைத்துப் போட்டுத் திரிகிற கூட்டம் என்று பகவதி கருதுகிறபடியால் ஒரு ராத்திரி முழுக்க அங்கே பிரயாணம் செய்ய வேண்டி இருந்து ஆகாரம் கழிக்கவோ, பச்சைத் தண்ணீர் குடிக்கவோ கூட அவளால் முடியாது.

அவளோடு மலையாளக் கரைக்குப் போனபோது இவ்வளவு மடி ஆசாரம் பார்க்கிறவளாக இல்லை பகவதி. அப்போது என்றால் அவனும் இன்னும் கொஞ்சம் பலமாக வற்புறுத்துவான். வயசாகிறதே. அம்மாவுக்கு மட்டுமில்லை, மருதையனுக்கும் தான். அவள் ராயர் ஹோட்டலில் இருந்து எடுப்புச் சாப்பாடுக்கு ஒத்துக்கொண்டதே பெரிய விஷயம்.

ரயிலுக்குக் கட்டி எடுத்துப் போகவாவது உப்புமா கிண்டுகிறேனே என்றாள் பகவதி. ரெண்டு பிள்ளைகளும் ஒருத்தரை ஒருத்தர் பார்த்தார்கள். பேச்சே இல்லாமல் ஏதோ சம்பாஷணை.

உப்புமா எல்லாம் வேணாம் என்று தீர்மானமாகச் சொல்லி விட்டார்கள்.

காரைக்குடி ஸ்டேஷன்லே பிரமாதமா சாப்பாடு கிடைக்குமே சாமா? செட்டியார் திருப்பத்தூர்லேருந்து நேரே இங்கே வர்ற ரயில் பாதையைத் திருப்பி செட்டிநாடு வழியாச் சுத்தி வளைச்சுக் கொண்டு வந்தது நமக்கெல்லாம் அந்த சுகத்தைத் தரத்தானே?

மருதையனும் சாமாவும் ஏக காலத்தில் சிரித்தபடி மிட்டாய்க்காகக் காத்திருக்கும் குழந்தைகளைப் போல் பகவதியைப் பார்க்க அவள் நான் காசிக்கே வரலை என்று அழுத்தம் திருத்தமாகச் சொல்லி விட்டாள்.

ஆக, குண்டு ராயன் ஹோட்டல் இட்லி தான் காசிப் பிரயாணிகளோடு கூட போட்மெயில் ஏறியது. அது பகவதிக்குப் பழகி, விரோதம் இல்லாத விஷயமாக இந்த ஒரு வாரத்தில் மாறிவிட்டதால் பிரச்னை இல்லை.

விஸ்ராந்தியாக ஆளுக்கு ஒரு முழு சீட்டில் படுத்து சிரம பரிகாரமாக ரயில் ஆட்டத்தோடு நல்ல உறக்கத்தில் இருந்தபோது சங்கரனை நினைக்காமல் இல்லை பகவதி. அவனோடு காசிக்குப் போகக் கொடுத்து வைக்கத்தான் இல்லை.

நான் இருந்தா நீ காசிக்கு எதுக்குப் போகணும்?

சங்கரன் சீண்டினான். அவள் கண் கலங்க எழுந்து

உட்கார்ந்தபோது தஞ்சாவூர் வந்திருந்தது. அப்புறம் அவள் சாமாவையும் மருதையனையும் தூங்கவிடவில்லல.

அவர்கள் ரெண்டு பேரும் அந்த நடு ராத்திரியில் தஞ்சாவூர் காப்பியும் வாசனை விடயமும் நல்ல பூவன் பழமுமாக ஆர்வமாகச் சாப்பிட்டுக்கொண்டிருக்க, வாஞ்சையோடு பார்த்தபடி இருந்தாள் பகவதி. காசி போகாவிட்டால் கூட வேண்டாம் பரவாயில்லை. இப்படியே மனதில் எந்த விதமான பாரமும் இல்லாமல் நகர்ந்தபடிக்கே உயிரை விட முடியும் என்றால் அவள் சரி என்று சொல்லி விடுவாள். நகரணும். அது முக்கியம். நகர்ந்தபடியேதான் மூச்சு நிக்கணும்.

அவர்கள் இருந்த கம்பார்ட்மெண்டில் கூட்டமே இல்லாத தினம் வேறே. வடக்கே சூலம் எல்லாம் பார்க்காமல் டிக்கெட் எடுக்க ஊரில் இருக்கப்பட்டவர்கள் எல்லாம் மருதையனா என்ன? ஆனாலும் அவன் மேல் பகவதிக்குக் கோபம் இல்லை. சூலமும் பில்லியும் எல்லாம் கங்கைத் தண்ணீரில் அடித்துப் போகட்டும். முடிந்தால் பகவதியையும் கூடவே சங்கரனையும் அது இழுத்துப் போய் வங்காள விரிகுடாவில் சேர்த்து விடட்டும். அங்கேயிருந்து? நிச்சயமில்லை. சங்கரன் பார்த்துக்கொள்வான்.

அம்மா பாடுங்க. நீங்க பாடி நாங்க கேட்டு வருஷக் கணக்காச்சு. பாடுங்கம்மா,

அவள் பாடினாள். குரல் நடுங்கப் பாடினாள். என்ன பாட்டு? பெண்ணு பார்க்க வந்தபோது சங்கரன் உறவில் ஒரு சுமங்கலிக் கிழவி பாடினாளே அதே பாட்டு தான். வாரணம் ஆயிரம் சூழ வலம் செய்து.

கனாக் கண்டேன் கனாக் கண்டேன் என்று மனசு கரைந்து உருகி அவள் பாடி முடிக்க, கண் திரும்பச் சுழன்று கொண்டு உறக்கம் வந்தது. கண் இமைகள் பிடிவாதமாகக் கவிந்து கொள்ள மனதில் அந்த மாப்பிள்ளை வீட்டுக் கிழவி இன்னும் உற்சாகமாகப் பாட ஆரம்பித்தாள். அவள் குரல் இன்னும் அப்படியேதான் இருந்தது.

கனாக் காணுங்க அம்மா. பட்டணம் வர நேரம் இருக்கு.

அவன் சொல்வதற்கு முன்னாடியே அவள் உறங்கி இருந்தாள்.

எழுந்தபோது பட்டணம் வந்திருந்தது. வண்டி இறங்கி டிராமில் நீலகண்டன் வீட்டுக்குப் போகலாம் என்று உத்தேசம் செய்து வைத்திருந்த சாமாவுக்கு ஆச்சரியமாக அவர்களைக் கொண்டு போய்ச் சேர்க்க ஒரு மோட்டார் கார் ரயிலடியிலேயே அதுவும் ரெயில் வந்து நின்ற முதலாவது பிளாட்பாரத்தை ஒட்டியே காத்துக் கொண்டிருந்தது.

மெட்ராஸ் யூனிவர்சிட்டியிலே என் சிநேகிதன் பிலாசபி புரபசரா இருக்கான்னு சொன்னேனே. அவனுக்கும் நுங்கம்பாக்கம் தான் ஜாகை. உன்னைக் கேட்காமலே அவன் காருக்குச் சொல்லி வச்சுட்டேன்.

பாரு, ராஜா எங்கேயும் ராஜா தாண்டா. உன் சொல்லுக்கு இருக்கப்பட்ட மரியாதை மத்தவாளுக்கு உண்டோ?

பகவதி சொன்னது தத்துவார்த்தமாக இல்லாவிட்டாலும் மருதையனுக்குப் பிடித்திருந்தது. வயசுதான் மனுஷர்களை அவர்களின் இஷ்டமானதை, ஒவ்வாததை எல்லாம் எவ்வளவு சுலபமாகப் புரட்டிப் போடுகிறது. அப்பார் மாதிரி அரண்மனையை மேய்த்துக்கொண்டு இருந்திருக்கலாமோ?

கிறுக்குத்தனம் என்று தலையை அசைத்து இன்னொரு முறை சிரித்தான். சாமாவுக்கு இதில் இருக்கிற ஹாஸ்யம் புலப்பட்டதுபோல் அவனும் சிரித்தபடியே வண்டி இறங்கினான்.

அவர்கள் நீலகண்டன் வீட்டுக்கு வந்து சேர்ந்தபோது கையில் உலோகச் சொம்பு ஒன்றைப் பிடித்துக் கொண்டு ஒரு இளம் வயசுக்காரன் படியேறிக் கொண்டிருந்தான்.

வா வா பகவதி. யாத்திரை சுகமா இருந்ததோ?

விசாலாட்சி மன்னி பகவதியை விசாரித்தது அவளுக்கு ஸ்பஷ்டமாகக் கேட்டது.

காசிக்கு என்னையும் கூட்டிண்டு போயிடுடீம்மா. என்ன சரியா?

அத்தியாயம் தொண்ணூற்று ஆறு

1938 டிசம்பர் 27 வெகுதான்ய மார்கழி 12 செவ்வாய்க்கிழமை

விசாலம் மன்னி அதற்கு அப்புறம் பகவதி கூடவேதான் இருக்கிறாள்.

சூனிய மாசம்னாலும் அமிர்தமான மாசம். நேரம். நல்ல நாளும் பெரிய நாளுமா அத்தை வந்திருக்கா. வந்தேளா, குளிச்சேளா சாப்பிட்டேளான்னு பக்ஷமா நாலு வார்த்தை பேசாமா, ஏழுகிணறு நாயுடு கொண்டு வந்து கொடுத்த சொம்பைக் கட்டித் தூக்கிண்டு அலைஞ்சாறது.

பகவதி அத்தை வீட்டுக்கு வந்த சந்தோஷத்தைக் கொண்டாடிக் கொண்டே வீட்டுக்காரனைப் பற்றிக் குறைபட்டுக் கொள்ள நீலகண்டன் பெண்டாட்டி கற்பகம் மறக்கவில்லை.

பாவம். அவ சாதுப் பொண்ணு. இந்த நீலகண்டன் அவளைப் படுத்தற பாடு இருக்கே. நச்சு நச்சுன்னு அதைக் கொண்டாடீ இதைக் கொண்டாடீன்னு பிடுங்கிண்டே இருப்பான்.

விசாலம் வீட்டுக்குள் இருந்து பகவதி மட்டும் கேட்க சேதி சொன்னாள். சுபாவமாகப் பகவதி தலை ஆட்டிக் கொண்டாள், மருதையன் அவளை ஒரு வினாடி அதிசயமாகப் பார்த்து

விட்டு காப்பி குடிக்க ஆரம்பித்தான்.

விசாலம் மன்னி கள்ளக் குரலில் தொடர்ந்தாள்

எதை எங்கே வச்சான்னு ஞாபகம் கிடையாது. பிருஷ்டம் மறந்தவன்னு சொல்வாளே நம்ம பக்கத்திலே.

அரசூரில் அதையே அழுத்தம் திருத்தமாக குண்டி மறந்தவன் என்று சொல்வது வழக்கம். நினைக்கும்போதே பகவதிக்கு சிரிப்பு பொத்துக் கொண்டு வந்து விட்டது. வலுக்கட்டாயமாக அடக்கப் புரை ஏறி இருமலில் முடிந்தது.

சரி, கிடக்கு விடு அதை. சமையல்கட்டுலே இந்த பிராவஸ்யம் புதுசா என்ன மாற்றி வச்சிருக்கே?

பகவதி சமையல் கட்டுக்குள் நடப்பதை யோசனையோடு பார்த்த நீலகண்டன் சாமாவிடம் சொன்னது அவள் காதில் விழத் தவறவில்லை.

இந்தக் கலசத்துலே என்ன வேணும்னாலும் இருக்கட்டும். நாயுடு பிள்ளை சொன்னான். இதைக் கங்கையிலே விட்டா நன்னா இருக்கும்னு அவன் அப்பன் நினைவு தப்பறதுக்கு முந்தி பினாத்திண்டே இருந்தானாம். நீ ஒரு காரியம் பண்ணேன் சாமா.

காரியம் பண்ணத்தானேப்பா காசிக்குப் போறேன்.

சாமா சிரிக்க, பகவதிக்கு அழுகை முட்டிக் கொண்டு வந்தது.

நீங்க இருந்தா நான் காசிக்கு எதுக்கு இப்படி கர்மம் தொலைக்க வரணும்?

அங்கே இல்லாத சங்கரனை அவள் ஏக்கத்தோடு கேட்க, அங்கே இல்லாவிட்டாலும் இருந்த விசாலாட்சி அவளை ஆசுவாசப்படுத்தினாள்.

மாப்பிள்ளை நல்ல கதிக்குப் போயிருக்கார். நீ ஒண்ணும் கவலைப்படாதே. விதிச்சது அவ்வளவுதான்னு இருக்கப் பழகிண்டவள்தானே நீ. என்னை மாதிரி அடஞ்சு கிடந்து காலாகாலத்துக்கும் கஷ்டப்படற துக்கமெல்லாம் உனக்கு சர்வ

நிச்சயமா விதிக்கலை பகவான்.

காசியிலே எதை எதையோ விடறதோட இந்தக் கலசத்தையும் போட்டுட்டு வந்துடேன்.

நீலகண்டன் சாமாவைக் கேட்டுக்கொண்டான்.

பகவானே பகவானே.

விசாலாட்சி சந்தோஷமாக பகவதி காதில் சொன்னாள். இனிமேல் அவளுக்கு எந்த விசனமும் இல்லை. பகவதி பார்த்துக் கொள்வாள். பாத்துப்பே இல்லியோ பகவதிக் குட்டி?

தீர்ச்சயாயும் மன்னி.

காசி சங்கரனுக்கு மட்டுமில்லை விசாலம் மன்னிக்கும் இன்னொரு கதவைத் திறக்கப் போகிறது. ரௌராவாதி நரகம் எல்லாம் கிடையாது. சுவர்க்கம்தான் இனிமேல் கொண்டு.

உடம்பு எரிந்து சாம்பலாகிறது. உசிர் மட்டும்தான் வெளியேறிப் பறக்கிறது. சுவர்க்கமும் நரகமும், சுகமும் வலியும் ஆனந்தப் படுவதும் அழுது புலம்புவதுமெல்லாம் ஆத்மாவுக்கு ஏது? யமபடனும் தேவாதி தேவனும் எல்லாம் ஒரு சௌகரியத்துக்காக பிடித்து வைத்த வெல்லப் பிள்ளையாரா? யார் சௌகரியத்துக்கு?

பகவதிக்குப் புரியவில்லை. எதுக்குப் புரியணும்? அதது அததுக்கு விதிக்கப்பட்ட மாதிரி இருந்துவிட்டுப் போகட்டும். அவளுக்கு எந்த விரோதமும் இல்லை.

அம்மா, இந்தக் கலசத்தை எடுத்துப் போய் கங்கையிலே விட்டுடலாமா? சாஸ்திர சம்பிரதாயப்படி உங்களுக்கு ஒரு ஆட்சேபணையும் இல்லியே?

சாமா அவளைக் கேட்டது காதில் விழத் திரும்பினாள்.

இல்லேன்னு சொல்லுடி குழந்தே. தயவு பண்ணி, இந்த பிராந்து பிடிச்ச மன்னிக்காக ஒரு வார்த்தை சொல்லுடியம்மா. வேறே எதுவும் வேண்டாம். என்னை ஒண்ணுமில்லாம ஆக்கிடு. பிச்சை கேட்கறேண்டி. பிச்சை.

விசாலம் குரல் உடைந்து அழ பகவதியின் கண்ணிலும்

கண்ணீர் வழிந்தது.

கண்ணைப் புடவைத் தலைப்பால் துடைத்தபடி தலையை ஆட்டினாள்.

உன்னோட இஷ்டம் தாண்டா சாஸ்திரமும் சம்பிரதாயமும். நீ தீர்மானிச்சிருந்தா அரசூர்லே உடைய சேர்வார் ஊருணிக் கரையிலும் கங்காதேவி கரைபுரண்டு ஓடுவா. அப்பாவை அங்கேயே கடைத்தேத்தி இருந்தாலும் எனக்கு நிம்மதிதான். காசியிலே அவருக்காக காரியம் செய்யும்போது நம்ம குடும்பத்திலே, வெளியே வேறே நல்ல ஆத்மாக்களும் சாந்தியாகட்டும் ஏண்டியம்மா, ஒரு கூடை பெல்லாரி வெங்காயம் வாங்கி வச்சிருக்கியே. யாருக்கு இதெல்லாம்?

பகவதியின் கடைசிக் கேள்வி நீலகண்டன் பெண்டாட்டிக்கு. காசிக்குப் போகிற மனுஷர்கள் வெங்காயம் சாப்பிடக் கூடாது என்பதை அவள் என்ன கண்டாள்?

வெங்காய வாடையே படாமல் பட்டணத்தில் நாலு நாள் தங்கி விதவிதமாக அம்பலப்புழை பாயசமும் ஆலப்புழை ஆகாரமுமாக கை சலிக்காமல் சமைத்துப் பரிமாறக் கைகாட்டி, உப்பைக் கொண்டா, புளியைக் கரை, காப்பித்தூளை புதுசா அரைச்சுக் கொடு என்று தினுசு தினுசாக ஆணை பிறப்பித்து வேலை வாங்கி பகவதி அந்த வீட்டை நிர்வகிக்க ஆரம்பித்து விட்டாள். அதிலே எல்லோருக்குமே சந்தோஷம்தான். முக்கியமாக மருதையனுக்கு. அம்மா கவலை மாற இதுவும் ஒரு வழி போலிருக்கு.

பட்டணத்தில் ரெயில் ஏறும்போது கற்பகம் ஸ்டேஷன் வரை வந்து சகல ஆகாரமும் பான பதார்த்தமும் கொடுத்து அனுப்பினபோது, ரெயிலடி என்று கூடப் பார்க்காமல் பகவதியின் காலில் விழுந்து நமஸ்காரம் செய்து குலுங்கக் குலுங்க அழுதாள்.

எங்கம்மா வந்து இருந்துட்டுப் போற மாதிரி இருக்கு. இன்னும் நாலு நாள் இருக்கக் கூடாதா?

வாஞ்சையோடு அவளைத் தழுவி ஆசிர்வாதம் செய்தபோது

விசாலம் மன்னியும் சேர்ந்து கொண்டாள். பகவதியோடு கூட தூரதேசப் பயணம் போகிற சந்தோஷம் அவளுக்கு,

அந்தப் பயணம் முழுக்க விசாலம் பகவதியோடு பேசிக் கொண்டேதான் வந்தாள். அவளுடைய சந்தோஷம் பகவதியையும் தன்வசமாக்கிக் கொண்டது. ரெண்டு எலும்பாக மட்டுமில்லாமல் ஒரு சரீரமாக இருந்திருந்தால் சாமாவையும் மருதையனும் அவள் இதேபடிக்கு உற்சாகப்படுத்தி யாத்திரையை இன்னும் சுகானுபவமாக ஆக்கி இருப்பாள்.

என்ன, பட்டணத்துலே சமையல் கச்சேரி நடத்தினதை நினைச்சுக்கறியா? இல்லே அந்த ஒரு வீசை பெல்லாரி வெங்காயத்தை என்ன செஞ்சிருப்பான் நீலகண்டன்னா? வெங்காயத்தை எல்லாம் தினசரி தின்னு தீத்தாச்சு. அக்கம் பக்கத்துலே தானமாக் கொடுத்தாறது இப்போ.

விசாலம் லகு வார்த்தை சொல்லியபடி தினத்தை ஆரம்பித்து வைத்தாள். காசி வந்து ஒரு வாரம் ஆகியும் அவள் வாய் ஓயாமல் பேசுவது நிற்கவே இல்லை.

பனி மூட்டம் விலகி சூரியன் தூரத்தில் கங்கைக் கரையைப் பிரகாசிக்கச் செய்திருந்த திவ்ய நேரம் அது. பகவதி குளிக்கக் கிளம்ப வேண்டியதுதான்.

மருதையனும் சாமாவும் அயர்ந்து உறங்கிக்கொண்டிருந்தார்கள். எழுப்பலாமா?

ராத்திரி தாமசமா படுத்துது இல்லியா இந்த ரெண்டு பிள்ளையும்? அதான் சரிக்கு ஒரு உறக்கம். புலர்ச்சை ஆகியும் அடிச்சுப் போட்ட மாதிரி அப்படி அசதியாக்கும்.

விசாலம் அவர்களை எழுப்ப வேண்டாம் என்று சொல்லி விட்டாள்.

ஒரு மணி நேரம் நேரம் கடந்து குளிக்கப் போனாலும் ஸ்நான கட்டம் திறந்துதான் இருக்கும், அதுக்கென்ன கதவும் பூட்டும்? காலாகாலமாகக் கல்லில் பாளம் அடித்துப் பதிந்தது பதிந்தபடி கிடக்கும் படிகளுக்கு அப்புறம் பிரவகித்து ஓடிக்கொண்டே

இருக்கும் கங்கை இருக்கும்வரை எப்போது வேணுமானாலும் குளிக்கலாம்.

விடிகாலை நேரத்தில் தெருவோடு ஊர்வலமாக ஒரு சின்ன கும்பல் ஊர்ந்து போனது.

ராம் நாம் சத்ய ஹை. ராம் நாம் சத்ய ஹை.

ராத்திரி செத்துப் போன யாரையோ எரிக்கத் தூக்கிப் போகிறார்கள். பகவதி படுத்தபடி போகிறது யார் என்று பார்த்தாள்.

அது நானாக்கும் என்றாள் விசாலாட்சி. இல்லே நான்தான் என்றாள் பகவதி.

அச்சானியமா சொல்லாதேடி. நீ இன்னும் நூறு வருஷம் இருக்கணும்.

எதுக்கு? பெல்லாரி வெங்காய சாம்பார் விளம்பி சகலரையும் சந்தோஷப்படுத்தவா?

பகவதி எழுந்தாள். பாழாய்ப் போன நாக்கு சூடும் ருஜியுமாக ஒரு வாய் காப்பிக்கு ஏங்குகிறது. இங்கே காப்பித்தூள் கண்ணில் படவில்லை. தேத்தூள் தான் எதேஷ்டமாக, கள்ளிச் சொட்டு மாதிரி பாலோடு கிடைக்கிறது. கொஞ்சம் பொறுத்தால் வடக்கத்தி பால்காரன் பைஜாமா மாட்டிக் கொண்டு வந்து நிற்பான்.

காப்பியும் டீயும் குடித்து வேளாவேளைக்கு அரிசிச் சாதமும், நெய் மினுக்கும் சப்பாத்தியும் பருப்புக் கூட்டும் சாப்பிட்டு உடம்பை வளர்க்கவா காசிக்கு வந்தது?

கொஞ்சம் காலாற நடந்துட்டு வந்தா நன்னாயிருக்குமே மன்னி.

தனியா எங்கேயும் போக வேண்டாம்னு உன் பிள்ளை சொல்லியிருக்கானே, மறந்துட்டியா?

தனியாவா? நானா? நீங்களும்தானே கூட இருக்கறதா ஏற்பாடு? அப்புறம் அவர் வேறே இதோ கூடவே வரார். காப்பி இல்லேன்னு முகம் வாடித்தான் இருக்கு மனுஷருக்கு.

நான் என்ன செய்யட்டும் சொல்லுங்கோ.

எழுந்தாச்சா? இன்னுமா ஆகலே?

சட்டென்று தமிழ்க் குரல் உரக்க வந்தது. கெச்சலாக, பஞ்ச கச்சமும், மேலே கம்பளிச் சட்டையுமாக புரோகிதர் வாசலுக்கு வந்து குரல் கொடுத்தார். இந்திக்காரன் தமிழ் பேசுகிற சாயலில் அவர் குரல் இருந்தது.

வந்துட்டான் குடுமிக்காரன். எல்லோரையும் கட்டித் தூக்கி கைலாசம் அனுப்பிட்டுத்தான் இவன் கொல்லைக்குப் போவான்.

விசாலம் மன்னி சாதாரணமாகக் குரலில் தென்படாத சிடுசிடுப்போடு சொன்னாள். அவளுக்குக் கூட எகத்தாளமும் இகழ்ச்சியாகவும் பேச வரும் என்று தெரிய பகவதிக்கு ஆச்சரியமாக இருந்தது.

மருதையன் புரோகிதன் குரல் கேட்டதுமே எழுந்து உட்கார்ந்து விட்டதுமல்லாமல் சாமாவையும் உலுக்கி எழுப்பினான்.

டிபுடி கலெக்டர் சாமிகளே, கொஞ்சம் எழுந்து அருள் புரியணும். அய்யர் வந்து நின்னுட்டார். அமாவாசை காத்துக்கிட்டிருக்காம். சொல்லச் சொன்னார்.

நாலு தடவை உலுக்கி, முகத்தில் கொஞ்சம் பலமாகத் தட்டி, உதிர்ந்தது போக மிச்சம் லவலேசம் இருக்கப்பட்ட தலைமுடியைப் பிடித்து ஜாக்கிரதையாக இழுத்து ஒரு வழியாக சாமாவை எழுப்பி உட்கார்த்தினான் மருதையன்.

ஈஷ்வர் சாமிகளே.

ஈசு வாத்தியார் எனப்படும் ஈஸ்வர சாஸ்திரிகளான இங்கே இருக்கப்பட்டவர்களுக்கு ஈஷ்வர் பண்டிட் ஆன மனுஷர் ஓணான் போல தலையை உள்ளே நுழைத்து போலியே மஹாராஜ் என்றார்.

கலெக்டர் ஐயா இன்னும் அரை மணி நேரத்துலே உம்ம கொட்டகையிலே ஈர வேட்டியோட உக்காந்திருப்பார். நீர் கிளம்பி இடத்தைச் சுத்தம் செய்து வையும்.

பகவதி சும்மா இருடா என்று அவனைக் கோபமே வராமல் கோபித்தாள்.

அம்மா, தேத்தண்ணி போடுங்க. பால் விடிகாலையிலேயே கொண்டு வந்து கொடுத்துட்டான். உள்ளே பாத்திரத்துலே மூடி வச்சிருக்கேன் பாருங்க. குளிர்லேயும் பனியிலேயும் உறைஞ்சு கட்டியா இருந்துது. இப்ப சரியான பதத்துக்கு வந்திருக்கும்.

அட படுபாவி. பால் வந்தாச்சுன்னு சொல்லிட்டு தூங்க மாட்டியோ.

கையை ஓங்கிக்கொண்டே சமையல்கட்டுக்குப் போனாள் பகவதி. கீகடமான இடத்தில் நாலு பாத்திரமும் தகர டப்பாவில் டீத்தூளும் சக்கரையும். வென்னீரைக் கொதிக்க வைத்து விட்டு டப்பாவைத் திறந்தாள்.

இன்னும் ஒரு நாள் தான் டீத்தூள் வரும்.

போதும். எதேஷ்டம்.

விசாலமோ சங்கரனோ சொல்லவில்லை. பகவதி தான் சொன்னாள். போதும் என்றால் போதும்தான். முகத்தில் தீர்மானம் தெரிந்தது.

என்ன விசாலம் மன்னி, சரிதானே?

விசாலம் மன்னிக்குக்கூட மௌனமாக இருக்கத் தெரியும்போல.

அத்தியாயம் தொண்ணூற்று ஏழு

1938 டிசம்பர் 27 வெகுதான்ய மார்கழி 12 செவ்வாய்க்கிழமை

அம்மா, போகலாமா?

சாமா கேட்டான். மேல் சட்டையில்லாத உடம்பில் குற்றாலம் துண்டைப் போர்த்தி, கையில் சின்ன மூட்டையைத் தூக்கிப் பிடித்திருந்தான். இடுப்பில் வார் பெல்ட்டில் பத்திரமாக ரூபாய் நோட்டுகளை வைத்துவிட்டு, பர்ஸை மருதையனிடம் கொடுத்தான்.

குடிக்க கொஞ்சம் தண்ணி எடுத்துக்கலாமய்யா. அண்டா குண்டாவிலே வச்சு கங்கா ஜலம்னு சகலமானதுக்கும் எடுத்து நீட்டறான். மத்ததெல்லாம் சரிதான். குடிக்கவும் அதானான்னு எதுக்களிச்சுட்டு வருது.

மருதையன் சொல்வதும் உண்மைதான். பத்து அடி தூரத்தில் யாரோ யாருடைய சாம்பலையோ எரித்துக்கொண்டிருக்க, வலது கையை ஓங்கி நீட்டினால் முகத்தில் இடிக்கும் தூரத்தில் யாரோ கர்ம சிரத்தையாக உடம்பைச் சொறிந்து சொறிந்து அழுக்கு நீக்கிக் குளித்து முழுக்குப் போட்டுக் கொண்டிருக்க, இடது கை ஓரமாக மேல் படியில் நின்றபடிக்கே தகர டிரம்களில்

தண்ணீரை நிறைத்துக் கொண்டு ஒரு மகா முண்டாசுக்காரன் நிற்கிறதை நேற்றுப் பார்க்க நேர்ந்தது. அவன் தான் இவர்கள் தங்கியிருக்கிற சத்திரத்துக்குக் குடிதண்ணீர் தினசரி கொண்டு வந்து ஊற்றி விட்டுப் போகிறான் என்றான் மருதையன்.

சத்திரக் கிணற்றில் இரைத்து, காய்ச்சி வைத்து ஆற்றிய வென்னீரோடு இரண்டு முந்திரிக்காய் கூஜாக்களை முன்னால் எடுத்து வைத்தாள் பகவதி. கூடவே களிம்பு ஏறிய கலசம்.

போகலாமா மன்னி?

அவள் மனதுக்குள் விசாலத்தை விசாரித்தாள்.

சாமா என்ன சொல்றான்னு கேளு.

இந்தச் சொம்பை எதுக்கும்மா இப்ப எடுத்து வைக்கறே? அப்பாவுக்கு சிரார்த்தக் காரியம் பண்ணப் போயிண்டு இருக்கோம். ஓர்மை இருக்கில்லியோ?

சாமா சிரித்தபடி தான் கேட்டான். ஆனாலும் பகவதிக்கு மனதில் சுருக்கென்று தைத்தது.

இல்லேடா, நம்மை நம்பி ஒப்படைச்சது. நாமதானே அதுக்கு ஒரு வழி செய்யணும்.

முதல்லே இந்தச் சொம்புக்குள்ளே என்ன இருக்குன்னே யாருக்கும் தெரியாது. கங்கா ஜலமாக் கூட இருக்கலாம். இல்லே காசி விசுவநாதர் விபூதி அதுவும் இல்லியா வியாதியை ஸ்வஸ்தமாக்கிற ஏதாவது சூரணம். டப்பாவை அடைக்கிற மாதிரி வாயையும் இறுக்கமா மூடி வச்சிருக்கு. உள்ளே நகை பணம் காசு கூட இருக்கலாம். யார் சொத்தோ என்னமோ. எதுக்கும் ஒரு தடவை உடைச்சுத் திறந்து பார்த்துட்டு அப்புறம் தீர்மானிக்கலாமே.

குழந்தே நான் தாண்டா. உன்னோட பாட்டித் தள்ளை. உங்கம்மாவுக்கு மன்னி. விசாலம்.

விசாலம் பசித்து மெலிந்து கொஞ்சூண்டு சோற்றை யாசிக்கிற சிறுமி மாதிரி முறையிட்டாள். பகவதிக்கு மனசு நெகிழ்ந்து

போனது,

மருதையன் கலசத்தைத் தனியாக எடுத்து வைத்தான்.

அம்மா, நாளைக்குக் கட்டாயம் இதுக்கு ஒரு வழி செஞ்சுடலாம். இன்னிக்கு முக்கிய விஷயம் இவங்க அப்பாருக்கு திதி கொடுக்கறது. அதை முடிக்கவே நேரம் சரியா இருக்கும்னு அய்யர் சொன்னார்.

இருந்தாலும் இந்தக் கலசம்.

பகவதி தயங்கியபடி விசாலத்தை நோக்கினாள். அவள் காலையில் படிந்த பனியின் மிச்ச சொச்சமாக கலைந்து கொண்டிருந்தாள்.

பகவதி, பகவதி குட்டி நீ தாண்டி எனக்கு எல்லாம். அவள் திரும்பத் திரும்ப அரற்றிக்கொண்டிருந்தது பகவதி காதில் மாத்திரம் விழுந்தது.

மன்னி ஒரு நாள் மட்டும் பொறுத்துக்கலாமே. தயவு செய்யுங்கோ. நான் போய் முதல்லே உங்க மாப்பிள்ளையை அனுப்பி வச்சுட்டு வந்துடறேன். நான் ஒண்ணும் செய்யற இடம் இல்லே இது. உங்களுக்குத் தெரியுமே. முழுக்க ஆண் பிள்ளைகளுக்கான நியமம். ஓரமா நின்னு, புடவைத் தலைப்பால கண்ணைத் தொடச்சுண்டு கூஜாவிலே இருந்து வென்னீர் விளம்பிக் கொடுத்து ஒத்தாசை செய்யலாம். அவ்வளவுதான். செஞ்சுட்டு வர்றேன். நாளைக் கதை நாளைக்கு.

பகவதி சாமாவோடும், மருதையனோடும் கிளம்பினாள்.

கொஞ்சம் நில்லு. நல்ல சகுனம்.

ராம் நாம் சத்ய ஹை. ராம் நாம் சத்ய ஹை.

சாமா கையைக் காட்டினான். அடுத்த சவ ஊர்வலம் தெருவில் ஊர்ந்து கொண்டிருந்தது. சாவுக்கும் வாழ்வுக்கும் நடுவில் இடைவெளி மாதிரி குறுகிச் சிறுத்து இருந்த தெருவில் சடலத்தைச் சுமந்து போனவர்கள் முன்னால் பின்னால் வந்தவர்கள் மேல் இடித்து மோதிக் கொண்டுதான் முன்னேறிக் கொண்டிருந்தார்கள். ஊரே மகா மாசானம். தீட்டும் சகுனமும்

நல்ல நேரமும் அல்லாததும் பாவமும் புண்ணியமும் என்று தனித்தனியாக இங்கே ஒன்றும் இல்லை.

பகவதி கைகூப்பிக் கும்பிட்டாள், யாரோ, ஆணோ பெண்ணோ அலியோ. எந்த பாஷையிலோ சந்தோஷப்பட்டு அதிலேயே ரௌத்ரம் காட்டி ஆடி, குழைந்து மன்றாடி, இருமி இளைத்து அடங்கியது யாராக இருந்தாலும் அந்த ஆத்மா நல்ல கதிக்குப் போகட்டும்.

அவள் கையில் இருந்த இரண்டு கூஜாக்களில் ஒன்றை வலுக்கட்டாயமாகப் பிடுங்கிக் கொண்டான் மருதையன். போதாக்குறைக்கு சாமாவின் இன்னொரு ஜதை மடி வேஷ்டி, ஈரிழைத் துண்டு, ஆஸ்த்மா மருந்து, தலைவலிக்குத் தைலம் என்று அடைத்து வைத்த மஞ்சள் பையும் அவன் கையில் தான் இருந்தது.

கூட்டம் அதிகமா இருக்கும் போல இருக்கே

பகவதி மெல்லச் சொன்னாள்.

இங்கே கூட்டம் இல்லாம இருக்கணும்னா உலகத்திலே சாவு எங்கேயும் விழாம இருக்கற நாள் எதுவோ அன்னிக்குத்தான்.

மருதையன் சொன்னான். அவனுக்கு இதிலெல்லாம் ஒரு நம்பிக்கை இல்லை என்பது சாமாவுக்குத் தெரியும்.

ஏண்டா மருது, உங்க அப்பா அம்மாவுக்கும் சேர்த்துக் கொடுத்திடேண்டா. மகராஜி. பூவும் பொட்டுமா போய்ச் சேர்ந்திருக்கா எங்க மகாராணியம்மா. அவளையும் ராஜா சாகிப்பையும் வைகுந்தத்திலே அமர்க்களமா உட்கார வை. புண்ணியமாப் போகும்.

உள்ளபடி நம்பி, மனதில் இருந்து சுரக்கும் பரிவு வார்த்தையில் இழைந்து வர, பகவதி சொன்னாள். அண்டை வீட்டார்களை நினைக்கும்போது அவர்களின் அந்நியோன்யமும் ஒருவர் மேல் ஒருவர் கொண்ட பிரியமும் தவறாமல் நினைவு வரும். இப்போதும்தான்.

அடுத்த முறை வரும்போது பார்த்துக்கலாம் அம்மா.

என்னமோ அரசூருக்கு நாலு மைல் தூரத்தில் வாரணாசி இருக்கிற சகஜமான பாவத்தில் சொன்னான்.

அவனை அடிக்கக் கை ஓங்கிய பகவதிக்கு சட்டென்று தேகம் முழுக்கத் தளர்ந்து கண்ணை இருட்டிக்கொண்டு வந்தது.

மருதையா சித்தெ நில்லு. கண்ணைக் கட்டறது.

அவள் ஒரு வினாடி நின்றாள். சாமா விடுவிடுவென்று முன்னால் நடந்துபோய்க் கொண்டிருந்தான். மருதையன் அவள் வேகத்துக்குச் சரியாக மெல்ல ஊர்ந்துகொண்டு போக வேண்டி இருந்தாலும் பொருட்படுத்தாமல் நடந்து கொண்டிருந்தான். அவனுக்குப் பார்க்க எல்லாக் காட்சியும் வேண்டும். எல்லா கந்தமும் எல்லா சத்தமும் வேண்டும். பகவதியோடு போகிற போது அவளுக்கும் அம்மாவிடம் பேசித் தீர்க்கிற ஒரு குழந்தை மாதிரி எல்லாவற்றையும் பகிர்ந்து கொள்ள வேண்டும் என்று மனது துடிக்கிறது.

சொந்த அம்மாவோடு ஆக ஒட்டாமல் அடிச்சுட்டா பாப்பாத்தின்னு சொல்லப் போறா ஊர்லே, ரொம்ப ஒட்டுதல் வேணுமான்னு பார்.

சங்கரன் கூட சமயத்தில் எச்சரித்திருக்கிறான். ஆனாலும் அந்தப் பிரியத்தை, அம்மா என்று ராகம் போட்டுக் கூப்பிட்டுக் கொண்டு வாசலில் வந்து நிற்கிற அவசரத்தை அவளுக்கு வேணாம் போ என்று தள்ளிக் களைய முடியவில்லை.

அய்யர் வீட்டுலே வளர்ந்தா ஆட்டுக்கறி திங்க வாய் பழகாது போயிடும். மத்தபடிக்கு ஒரு குறைச்சலும் இல்லே. தயிர்சாதமும் விபூதிப் பட்டையும் வாங்கோ போங்கோ கொச்சையுமாக நம்ம குமாரன் நல்லாப் படிச்சு நல்லா முன்னுக்கு வரட்டும். வேறென்ன வேணும் எனக்கும் கெழவிக்கும்?

ராஜா இந்தப் பிரச்சனையை யாரோ ரொம்பக் காரியமாக முன்னால் எடுத்து வந்தபோது சொன்னதை ராணியும் மனதார ஆமோதித்த தகவலையும் வேறு யார் மூலமாகவோ கேள்விப்பட்டு சங்கரன்தான் அவளிடம் சொன்னான்.

ரெண்டு பிள்ளையை வளர்க்கற அவசரத்துலே சாமாத்

தேவனையும் மருது அய்யனையும் கொழக்கட்டை மாதிரி பிடிச்சு அனுப்பிடாதே. உலகம் தாங்காது.

அவளை சங்கரன் கிண்டல் செய்யும் போதெல்லாம் பகவதி சொல்வாள் - அது இல்லாம இருந்தா மட்டும் இந்த ரெண்டு வானரங்களை உலகம் அப்படியே தாங்கிடுமா என்ன?

என்ன அம்மா, பசி மயக்கம்தான் இது. காலையிலே ரெண்டு இட்டலியாவது புட்டுப் போட்டுக்கிட்டு வந்திருக்கலாமில்லே.

மருது ஐயர் விசாரிக்கிறார், இன்னொரு வானரம் அவசரமாக முன்னேறிக்கொண்டிருக்கிறது.

சாப்பாடா? உங்க அப்பாவையே முழுசா முழுங்கிட்டு உக்காந்துண்டு இருக்கேன். அந்த மனுஷரையாக்கும் கடைத்தேத்த போயிண்டு இருக்கோம். பசியா பெரிசு இப்போ, அச்சாபிச்சம்.

அப்ப எதுக்கு நிக்கச் சொன்னீங்களாம்? ஜாட்ஜாட்டுனு நீங்க பாட்டுக்கு போய்க்கிட்டே இருக்க வேண்டியதுதானே. நான் வயசான ஆளு பையப் பதறாம பின்னாடியே வரேன்.

அவன் மலங்க மலங்க விழித்தபடி சொல்லி விட்டுக் கண்ணால் சிரித்தான். படுபாவி, குடும்பம், குழந்தை குட்டி என்று சகல சௌகரியத்தோடும் இருக்கப் பிடிக்காமல் இப்படித் தனிக்கட்டையாகவே பாதி ஆயுசைக் கழித்து விட்டானே இந்தப் பிள்ளை. அவள் வளர்ப்பு தப்பு தானோ? ராணியம்மாவே ரெண்டு பேரையும் வளர்த்தி எடுத்திருக்கலாமோ?

அவளுக்குத் தெரியவில்லை. மருது தோளில் சற்றே சாய்ந்து கண்ணை மூடிக் கொண்டாள்.

ராம் நாம் ச்த்ய ஹை.

பின்னால் இருந்து யாரோ நெட்டித் தள்ளுகிறார்கள்.

அடுத்த ஊர்வலம்.

பகவதிக் குட்டி. சுகம் தன்னே.

படுத்துப் போனவள் கேட்டாள். அவள் நாணிக் குட்டிதான். பகவதிக்குத் தெரியும். எப்படி என்றெல்லாம் கேட்கக் கூடாது.

அத்தியாயம் தொண்ணூற்று எட்டு

1938 டிசம்பர் 28 வெகுதான்ய மார்கழி 13 புதன்கிழமை

இன்னொரு வாரணாசிக் காலை. பனியும் பழகிவிட்டது. பகவதி நடந்துகொண்டு இருக்கிறாள். இருட்டுதான் எங்கேயும். அது விலகி சூரியோதயம் ஆகிறதுக்கு ரொம்ப நேரம் செல்லும். வெளிச்சத்துக்காக சத்திரத் திண்ணையில் உட்கார்ந்து கொண்டிருந்தால் வேலை நடக்காது. போயே ஆக வேண்டும். போய்க் கொண்டிருக்கிறாள்.

பகவதிப் பொண்ணே, வேண்டாம்டி, சொன்னாக் கேளு. திரும்பிடலாம் வா. ஆம்பிளைகள் இல்லாம இப்படி புலர்ச்சை வேளையில் தனியா எங்கேயும் போகண்டா, கேட்டியா?

அவள் கைப்பிடியில் கலசத்துக்குள் இருந்து குரல் நடுக்கத்தோடு விசாலாட்சி மன்னி சொல்கிறாள். இரண்டே இரண்டு துண்டு எலும்பாக மட்டும் இருக்கும் அவளுக்குக் கூட பனியும் குளிரும் அனுபவப்படுமோ? பகவதிக்கு ஆச்சரியமாக இருந்தது.

இதுக்கும் தனு மாசக் குளிருக்கும் ஒரு சம்பந்தமும் இல்லேடி பொண்ணே. எனக்கு எனக்கு.

மன்னி கூட வார்த்தை வராமல் தடுமாறுகிறாள்.

என்ன உங்களுக்குச் சொல்லுங்கோ. என்னோடு இப்படி வரப் பிடிக்கலியா?

பகவதி அந்தக் கலசத்தைக் காதுக்கு அருகில் பிடித்து உள்ளே ஏதும் ஒலிக்கிறதா என்று பார்த்தாள்.

பயம்டீ. பயம். ரொம்பவே பயப்படறேன்.

குரல் வெளியே எங்கேயோ இருந்து வருகிறது. இல்லை, அது அவளுக்கு உள்ளேயே எழுந்து மனசிலும் புத்தியிலும் பரவி ஒரு க்ஷணத்தில் கரைந்து போகிறது.

ராம் நாம் சத்ய ஹை. ராம் நாம் சத்ய ஹை.

எல்லா நாளும் இப்படித்தான் தொடங்குகிறது. இப்படித்தான் முடிகிறது. இந்தக் காலை நேரத்தின் முதல் ஊர்வலம் சுடலைக்கு ஊர்ந்துகொண்டிருக்கிறது.

பகவதி வழிவிட்டு நின்று வழிபாடு போல் பிரார்த்திக்கிறாள்.

மன்னி சொன்னா கேளு பகவதி. போயிடு.

சங்கரன்.

பூட்டிய கடைத் திண்ணையில் உட்கார்ந்து புகையிலைச் சுருட்டு பிடித்தபடி சொல்கிறான்.

நீங்களுமா போ போன்னு விரட்டறது இப்படி? நல்ல காரியத்துக்குத்தானே போயிண்டு இருக்கேன். பிடிக்கலியா? ஆமா, சுருட்டு எல்லாம் எப்பப் பழகினது?

சங்கரன் அங்கே இல்லை. பைராகி ஒருத்தன் திண்ணையில் கௌபீன தாரியாக நித்திரை போய்க் கொண்டிருக்கிறான். சே, என்ன கஷ்டம். இந்த தரிசனத்துக்காகவா வந்தது?

சொன்னாக் கேளு பகவதி. போற வழி முழுக்க ஆளாளுக்கு அது பாட்டுக்கு ஆடட்டும் நான் பாட்டுக்கு உறங்கறேன்னு இன்னும் நிறையப் பேர்வழிகள் உண்டு. போயிடலாமே.

ராம் நாம் சத்ய ஹை. ராம் நாம் சத்ய ஹை.

நாணிக் குட்டி படுத்துப் போனபடி, நாலு பேர் சுமந்து

போனபடி சொல்கிறாள்.

நானும் உன்னோட படுத்துண்டே வரேனே.

பகவதி அவளை ஏக்கத்தோடு நிமிர்ந்து பார்க்கிறாள்.

இங்கே எனக்கே எசகுபிசகாத்தான் இடம் இருக்கு. இதோ வந்தாச்சு. கொஞ்ச தூரம் தான். உனக்கு இப்ப இல்லைன்னு தோணறது. எதுக்கு இங்கே வர்றே? பிராந்தா என்ன உனக்கு?

ஏதோ ஸ்நான கட்டம். ஒரு வாரமாக இப்படி கங்கைப் படித்துறைகளைப் பார்த்துப் பழகி இருந்தது பகவதிக்கு.

பகவதியின் முப்பாட்டனுக்கும் முப்பாட்டன் காலத்திலோ அதுக்கும் முன்போ யாரோ போட்டு வைத்த கல் படிகள் நதியைத் தொட அவசரமாக இறங்கும். அப்புறம் ஆழமில்லாத கங்கை பாசத்தோடு காலை நனைத்து வா வா என்று கூப்பிடும். நாலு அடி தண்ணீரில் கால் வைத்து சில்லிப்பை, நகர்கிற நீரின் வேகத்தை அனுபவித்தபடி முன்னால் போனால், புரோகிதப் பண்டா உட்கார்ந்திருக்கிற தாவளம்.

ஏழெட்டு பலகையை குறுக்கே போட்டு மேலே ஒரு கூரையும் ரெண்டு அடுத்தடுத்த பலகைகளுக்கு நடுவே பதித்து வைத்த ஆசனங்களும் தலைமாட்டில் ஒரு குடையுமாக எல்லா பண்டாக்களும் எல்லா நேரத்திலும் சுறுசுறுப்பாக தொழில் செய்துகொண்டிருப்பார்கள்.

இருட்டில் ஒன்றும் சரியாகத் தெரியவில்லை. ஆனால் என்ன? இறங்கினால் இங்கேயும் ஒரு புரோகிதன் தட்சணையை எதிர்பார்த்து இருட்டுக் கோழி மாதிரி அடைசலாக கம்பளியைப் போர்த்திக்கொண்டு உட்கார்ந்திருப்பான்.

ராம் நாம் சத்ய ஹை. ராம் நாம் சத்ய ஹை.

இதென்ன, இங்கே இருட்டை இன்னும் கருப்பாக்கிக் காட்டிக் கொண்டு வெளிச்சம் ஒரு ஓரத்தில் உயர்ந்து கொண்டிருக்கிறதே. புகை. இது பனிமூட்டம் இல்லை. புகைதான். எதையோ பொசுக்குகிற வாடை.

கரையில் நூறு இருநூறு வருஷம் பழைய கட்டிடங்கள் வரிசையாகச் சாம்பல் பூசிக்கொண்டு சுவரும் கூரையும் கருத்துப் போய் நிற்கின்றன. ஊர்கிற மனுஷர்கள். ஆண்கள் மட்டும்.

ராம் நாம் சத்ய ஹை. ராம் நாம் சத்ய ஹை.

பகவதி போயிடடாம் வா. இதுல்லாம் ஸ்திரிகள் புழங்கற இடம் இல்லே போல இருக்கு.

விசாலம் மன்னி பயத்தோடு சொல்கிறாள். என்ன பயம் மன்னி? நாமே தான் நமக்குன்னு ரெண்டு பேரும் ஆகி எத்தனையோ வருஷமாச்சு. நம்மையும் பொண்ணா மதிச்சு எங்கே கூப்பிடறா இங்கே மட்டும் விலக்கி வைக்க?

போயிடுடி பகவதி. நான் முடிஞ்சு போகணும்.

படித்துறையில் இருந்து குரல் வருகிறது. நாணிக்குட்டி.

ஏய், நீ எதுக்கு இங்கே வந்து படுத்துண்டு இருக்கே?

குளிக்கத்தான்.

நாணிக்குட்டியைக் கிடத்தியபடிக்கே கங்கையில் ஒரு முறை அமிழ்த்தி எடுக்க, புழையில் குளித்த சிலிர்ப்போடு அவள் பகவதியைப் பார்க்கிறாள்.

போய்க்கோ பகவதிக் குட்டி.

நதிப் பிரவாகத்தை ஒட்டி கால் இருக்கணும். சரிச்சு வை. கர்த்தா யாரு? வா இப்படி.

ராம் நாம் சத்ய ஹை. ராம் நாம் சத்ய ஹை.

கங்காஜலத்தை மூணு முறை வாயிலே விடு. அப்படியே மீதி தண்ணியை மேலே முழுக்க நனைக்கற மாதிரி விடு. கங்கா ஸ்நானத்தோடு அமர்க்களமா சுவர்க்கம் போறா உங்க அம்மா. தீபாவளிதான் அவளுக்கு. சந்தோஷப்படு.

எனக்கு மட்டும் தீபாவளியாம். ஏன் ஓணம் இல்லியா? விஷு இல்லியா? நாம ஏற்பாடு செஞ்சுக்கறதுதானே எல்லாம்? சரி நான் கிளம்பறேன். நீ போ.

நாணிக்குட்டி மறுபடியும் அவசரப்படுத்துகிறாள்.

அந்தக் கட்டை மேலே மெல்ல படுக்க வையுங்கோ.

நாணிக்குட்டியை விறகுக் கட்டைகளுக்கு மேலே படுக்க வைக்கிறார்கள். மார் மேலே இன்னொரு கட்டை குறுக்கு நெடுக்காக வைக்கப்படுகிறது.

ராம் நாம் சத்ய ஹை. ராம் நாம் சத்ய ஹை.

அக்னி. அக்னி.

புரோகிதன் அவசரப்படுத்துகிறான், சூரிய கிரணங்கள் பதவிசாக அங்கே இறங்கிக்கொண்டிருக்கின்றன. இருட்டில் குவியல் குவியலாகக் கண்ணுக்கு எட்டிய தூரம் வரை தெரிந்தவர்கள் மனுஷர்கள். இருப்பவர்கள். இருந்தவர்கள்.

நாணிக்குட்டி சிரிக்கிற மாதிரி தோன்றுகிறது பகவதிக்கு. அவள் ஏதோ பகவதியிடம் சொல்கிறாள்.

பகவதி படி இறங்கி இடுப்பளவு கங்காஜலத்தில் நகர்ந்து முன்னால் போக பிருஷ்டத்தில் ஏதோ தட்டி விலகுகிறது. கையில் பிடித்த கலசத்தோடு அவள் பின்னால் திரும்பிப் பார்க்கிறாள்.

ஏய் இதென்ன, இப்படி பிரம்மாண்டமாக முதுகில் மலை மாதிரி ஓட்டைச் சுமந்துகொண்டு ஒரு ராட்சச ஆமை.

அந்த ஆமை அவளை லட்சியம் செய்யவே இல்லை. தண்ணீருக்குள் முக்குளித்து எதையோ தேடுகிறது. அது நிமிரும் போது வாயில் மனுஷக் கையோ காலோ ஏதோ ஒன்று பாதி எரிந்து கரிந்து நீட்டிக் கொண்டிருக்கிறது. அப்புறம் அதுவும் முழுக்க வாயில் மறைய ஆமை திரும்ப முக்குளிக்கிறது.

ராம் நாம் சத்ய ஹை. ராம் நாம் சத்ய ஹை.

என்ன பார்க்கிறே? நீ போக மாட்டியா? சரி இரு. நானும் எரிஞ்சு முடிச்சுக்கறேன்.

நாணிக்குட்டி பலமாகச் சிரிக்கிறாள். வேற்று மனிதர்கள்

அதுவும் ஆண்கள் இருப்பதைப் பற்றி எல்லாம் லட்சியம் செய்யாத சிரிப்பு. உயிர் போனதற்கு அப்புறம் யாருக்கும் எந்த மரியாதையும் தர வேண்டியது இல்லை போலிருக்கிறது.

பின்னால் யாரோ உரசுகிற மாதிரி. அரை வட்டம் கிரங்கி பகவதி பார்க்க இன்னொரு ஆமை. அதே தோதில். அதே போல மனுஷ உடலின் வேறு ஏதோ உறுப்பைக் கவ்விப் பிடித்தபடி.

ஆமை வாயிலேதான் அவனோட பௌருஷம் அடங்கணும்னு இருக்கு பாரு.

நாணிக்குட்டி. உனக்கு விவஸ்தையே கிடையாதா.

பகவதி சிரித்தபடி தலையைத் தாழ்த்த, புரோகிதன் குரல் சத்தமாக பக்கத்தில் ஒலிக்கிறது.

ஏய் மாதாஜி. இங்கே எல்லாம் ஸ்திரிகள் வரக் கூடாது. இது ஸ்நானக் கட்டம் இல்லே. மணிகர்ணிகா ச்மசானம். போயிடுங்கோ.

இவ மட்டும் இருக்காளே?

பகவதி நாணிக்குட்டியைக் காட்டிச் சிரிக்கிறாள். வெளிச்சத்தில் நாணிக்குட்டியின் முகத்தைப் பார்க்கிறாள். அதென்ன வடக்கத்திச் சாயலில் சோகையான இளவயசுப் பெண்ணாகவா நாணிக்குட்டி இருந்தாள்?

முகத்தை இன்னொரு தடவை பார்க்கிறதுக்குள் காரியம் செய்ய வந்தவன் அக்னியோடு வலம் வந்து மேலே கொள்ளியை எரிகிறான்.

சுற்றிலும் நிற்கிற எல்லோரும் பகவதியை அங்கே இருந்து விரட்டி அவசரப்படுத்துகிறார்கள். போறதுன்னா போய்க்கோ என்று அவளைத் துச்சமாகப் பார்த்துவிட்டு ஆமைகள் ஆற்றுப் பிரவாகத்துக்குள் இன்னொரு தடவை மூழ்குகின்றன,

ராம் நாம் சத்ய ஹை. ராம் நாம் சத்ய ஹை.

போதும்டி அம்மா. போதும். கிளம்புன்னா கிளம்பணும்.

விசாலம் கண்டிப்பாகச் சொல்கிறாள். பகவதி படி ஏறி மெல்ல மேலே வருகிறாள்.

மேல் படியில் நின்றபடி அந்த மயானக் கட்டத்தை இன்னொரு தடவை தீர்க்கமாகப் பார்க்கிறாள்.

ராம் நாம் சத்ய ஹை. ராம் நாம் சத்ய ஹை.

இன்னும் இரண்டு சவங்கள் கோஷ யாத்திரையோடு வந்து சேர்கின்றன. கால்கள் கட்டிய நிலையில் கங்கையை நோக்கி வைக்கப்பட்டு சுகமான குளியல். சுத்தமாக்க வாயில் கங்கை நீர். மூணு தடவை.

எரிந்துகொண்டிருந்த சவத்தை அப்படியே கங்கைப் பிரவாகத்தில் விட, பக்கத்தில் நிற்கிற ஒரு பிரம்மஹத்தி குதித்துப் போய் அரைகுறையாக இருந்த கழுத்தில், கை, கால், காது இருந்த இடத்தில் ஏதாவது பொட்டுத் தங்கமோ வெள்ளியோ இருக்கா என்று சல்லடையால் சலித்துத் தேடுகிறான். இந்தியில் வசவு உதிர்த்துக்கொண்டு அவன் மேலே வரும்போது ஆமைகள் சிரிக்கின்றன,

பகவதி, வா, வந்த வழி இதுதான். திரும்பிடலாம்.

விசாலம் மன்னி குரலில் இன்னும் பயம் போகாமல் அவசரப்படுத்துகிறாள்.

தடதடவென்று ஒரு பெரிய கூட்டம் முன்னேறி வருகிறது. ஆமைகள் மாதிரி முரட்டு மனிதர்கள். பைராகிகள்.

ராம் நாம் சத்ய ஹை. ராம் நாம் சத்ய ஹை.

நீண்டு நெடுகப் போகும் சவ ஊர்வலத்தை ஊடுருவி சத்தம் போட்டபடியே ஓடுகிறார்கள்.

தீர் சே போல்.

ஜோர் சே போல்

அரையில் தார்பாய்ச்சிக் கட்டிய வேஷ்டியும் மேலே முறுக்கி வளைத்து முடிச்சுப் போட்ட உத்தரீயமுமாக ஓடுகிறார்கள்.

நடக்கிறார்கள். சிலர் முழு நக்னமாக. இன்னும் சிலர் அரையில் கௌபீனம் மட்டும் தரித்து. எல்லோர் கையிலும் ஒரு இரும்பு உலக்கை.

முன்னாலும் பின்னாலும் போய்க்கொண்டிருந்தவர்கள் அவசரமாக வழிவிட ஒதுங்குகிறார்கள்.

பைராகிகள் சேர்ந்து பாடுகிறார்கள். சேர்ந்து ஓடுகிறார்கள். பாடிக்கொண்டே ஓடுகிறார்கள்.

தீர் சே போல்
ஜோர் சே போல்
சுபே தக் ராத்
விஸ்வ நாத்.

பாட்டுக்கு நடுவே சொல்லி வைத்தது போல் சேர்ந்து நிறுத்தி இரும்பு உலக்கைகளால் அவரவர்கள் மாரிலும் தொடையிலும் ஓங்கி அறைந்துகொள்கிறார்கள். மாரெல்லாம் காய்த்துத் தழும்பேறிப் போயிருக்கிறது. உலக்கைகள் கருத்து நீண்டு பயங்கொள்ள வைக்கின்றன.

பைராகிகளின் கூச்சல் மயானக் கட்ட சடலங்களையும் எழுந்து பார்க்க வைக்கும் திடமும் திண்மையும் கொண்டது.

பகவதி எங்கேயாவது ஒதுங்கி ஒரு நிமிடம் நின்றால் போதும். பைராகிகள் வழியோடு போய்விடுவார்கள்.

அவள் பக்கத்துக் கடைத் திண்ணை ஏற நினைக்கும்போது அங்கே உடம்போடு உடம்பு படிய போகத்தில் ஈடுபட்டிருந்த ரெண்டு நாய்களைப் பார்க்கிறாள்.

காலையிலே இந்தக் கண்றாவியா பார்க்கணும்?

அவள் கீழே அவசரமாக இறங்க, பைராகிகள் அவளை நாலு பக்கமும் சூழ்கிறார்கள்.

முன்னும் பின்னும் இடமும் வலமும் ஆண் உடல்கள். வியர்த்து நாறி விபூதி உலர்ந்து சாம்பல் பூசி உதிர்ந்து உலக்கை அடிபட்டு அடிபட்டுக் கன்றிப்போன முதுகும் புஜங்களும்.

ஈ மொய்க்கும் புண்களில் ஊறி வடியும் நீரின் துர்வாடையோடு முன்னேறி வருகிறார்கள் பைராகிகள்.

அவள் யார் மேலும் தன் உடம்பு படாமல் குறுகிக் குறுகி நகர முயன்றாள். முகத்துக்கு நேரே கைகளும் உலக்கைகளும் உயர்ந்து தாழ, தூசி எழுந்து நாற்புறமும் சூழ அவள் தன்னை அறியாமலேயே கல் படிகளில் கால் பதித்துக் கொண்டிருந்தாள். படித்துறைப் படிகள்.

மயானக் கட்டம் இல்லை இது. கீழே மங்கலாக நிறையப் பேர் முழுகிக் கொண்டிருப்பது தெரிகிறது.

அவள் மெல்லப் படி இறங்குகிறாள்.

பகவதி. பகவதி. பகவதி.

விசாலம் மன்னி திரும்பத் திரும்ப அவளை விளிக்கிறது மட்டும் கேட்கிறது. பைராகிகளின் இரைச்சலில் மற்றது எதுவும் காதில் விழவில்லை.

பத்திரமா என் கையிலேயே இருங்கோ மன்னி. இதோ ஆச்சு. வந்த படிக்கே திரும்ப வேண்டியதுதான்.

அவள் கங்கைப் பிரவாகத்தில் நுழைந்தாள். ஆமைகளோ எரியும் உடல்களோ அவசரப்படுத்தும் புரோகிதர்களோ பைராகிகளோ இல்லாத பெருவெளியாக விரிகிற நீர்ப் பரப்பு. தான் தொடும் எதையும் எவரையும் கறை களைவித்து தூய்மையாக்கி நிறுத்தி ஓடும் நதி. மனதிலும் உடலிலும் எல்லா அழுக்கையும் கங்கையின் பிரவாகம் கழுவிக் களையட்டும்.

மனமும் தான் எதற்கு? உடலும் தான் எதற்கு? எதுவுமே வேண்டாமே? நீ ரெண்டுமில்லையே?

கங்கை சிரித்தபடி ஓடுகிறாள்.

பகவதி கழுத்து வரை நீரில் மூழ்குகிறாள் .

அவள் கிருஷ்ணனை நினைத்துக் கொண்டாள். அம்பலப்புழை அம்பலத்தில் காலம் முழுக்க கடாட்சம் பொழிகிறவன். ஸ்ரீகிருஷ்ண சரிதமும், ருக்மிணி சுயம்வரமும், கல்யாண

சௌகந்திகமுமான ஆட்டக் கதைகளோடு ஓட்டந் துள்ளிய குஞ்சன் நம்பியாரும் சம்பகச்சேரி மகாராஜாவும் தொழுது வணங்கி நின்ற மகா பிரபு.

பால் பாயசம் நைவேத்தியம் ஆகிற அம்பலப்புழை. உடன்பிறப்புகளோடும், அவர்கள் குடும்பங்களோடும் ஆடித் திரிந்து ஓடிக் களித்த வீடு.

விசாலாட்சி மன்னி. அம்மா மாதிரி, பகவதிக்கு ஓர்மையில் வராத அம்மாவை விடப் பிரியம் காட்டின தேவதை.

அப்புறம் காமாட்சி மன்னி. சிநேகாம்பா மன்னி. அண்ணாக்கள். அத்தைகள்.

இங்கேதான் எல்லோரும் எல்லாமும் இருக்கிறார்கள். இருக்கிறது. அம்பலப்புழையும் இதுதான். தூரத்தில் எரிகிறதும் எரிக்கிறதும் சிரிக்கிறதும் விலாவில் இரும்பு உலக்கையால் ஓங்கிப் புடைத்துக்கொண்டு ஓடுகிறதும்.

நான் தான் என்கிறான் கிருஷ்ணன்.

தீபம் ஒளிர மஞ்சளில் குழைத்துப் பூசிய தெய்வீகம் அழுத்தமாகக் கவிந்திருந்த சந்நிதிக்கு முன்னால் பகவதி கை கூப்பி நின்றாள். அவள் ஒரு தூசு. துகள். பிரபஞ்சத்தின் எத்தனையோ கோடானுகோடி நட்சத்திர மண்டலங்களில், அவற்றில் மையம் கொண்டு இயங்கும் அளவு தட்டுப்படாத கிரகங்களில் ஆகச் சிறிய ஒரு கிரகத்தில் ஊர்கிற, நடக்கிற, பறக்கிற, இழைகிற, உறைந்து கிடக்கிற ஏதேதோ ஜீவராசிகளில் ஒரு சின்ன உயிராக, உடம்பாக மனசாக ஒரு மகா பிரதிமை முன்னால் நிற்கிறவள் அவள்.

வானத்துக்கும் பூமிக்குமாக வளர்ந்து விசுவரூபம் கொண்டு அண்ட சராசரங்களை வளைத்து அணைத்து இன்னும் வளர்ந்து பாதாளம் தொட்டு தலைகீழாகப் புரட்டி வானம் செய்து வேடிக்கை பார்த்தபடி நிற்கிற கிருஷ்ணன் கனிவாகச் சிரிக்கிறான்.

அச்சுதம் கேசவம் ராம நாராயணம் கிருஷ்ண தாமோதரம்

வாசுதேவம் பஜே.

வரச் சொல்கிறான். அரசூர்ச் சங்கரனாகச் சிரிக்கிறான் அவன்.

கையில் இருந்த கலசம் நழுவுகிறது

கிருஷ்ணன் கூப்பிடறான். போய்ட்டு வாங்கோ விசாலம் மன்னி. நானும் பின்னாலேயே வந்துண்டு இருக்கேன். அவர் கூப்பிடறார். இதோ வந்தாச்சு.

சாமா, சாமா, அம்மா இங்கே இருக்காங்கடா.

மருதையனின் குரல்தான் அவள் கடைசியாகக் கேட்டது.

அத்தியாயம் தொண்ணூற்று ஒன்பது

1939 ஜனவரி 27 வெகுதான்ய தை 14 வெள்ளிக்கிழமை

அண்ணா இதுதான் அரசூர்னு ஒரு ஓர்மை. கிச்சிலிப் பழ வர்ணத்துலே அந்தக் குட்டை இருக்கே, போன விசை வந்தபோது பார்த்து மனசில் பதிஞ்சு இருக்கு.

துர்க்கா பட்டன் பரபரப்பாக வேதையனை எழுப்பினான்.

அழுத்தமான மஞ்சள் கலரில் ஜிலேபி பிழிந்து தலையில் கொம்பால் அடித்து நீட்டி வைத்த மாதிரி எழுத்துகளில் வரப் போகும் ஸ்டேஷன் பெயர் எழுதியிருக்கிறது. இது வழக்கமான மலையாளம் என்றாலோ கன்னடம் என்றாலோ துளுவன் படித்துவிடுவான். கண்ணடை வேணும். ஒற்றைக் கண்ணில் அந்தக் கண்ணாடியைப் பொருதி மூக்கால் பிடித்துக் கொண்டால் போதும். தூரத்திலே பறக்கிற பட்சி, மிதக்கிற யட்சி எல்லாமே துல்லியமாகத் தெரியும். மஞ்சள் பலகையில் எழுதின எழுத்து தமிழில் இருந்தால் எந்தக் கண்ணாடியால் பிரயோஜனம்?

ரயில் மெல்ல அசைந்து நிற்கப் போவது போல் போக்குக் காட்டி திரும்ப ஊர்ந்தது.

வேதையன் எழுந்து உட்கார்ந்தான். நேற்றைக்கு விடிகாலையிலே புறப்பட்டு, மஞ்சேரி, பொள்ளாச்சி, திருச்சி இப்படி தெற்கு நோக்கிப் பயணம்.

மானாமதுரை ஜங்க்ஷனில் வண்டி நின்றபோது துளுவன் ஓடிப்போய் ரயில்வே போஜன சாலையில் வாங்கி வந்த நாலு இட்டலியும், காரசாரமான துவையலுமாக சாப்பிட்டு கண்ணைச் சுழற்றிக் கொண்டு வர, உட்கார்ந்தபடிக்கே உறங்கியும் போய்விட்டான் வேதையன்.

சாமா அனுப்பிய கடிதம்தான் அவனை வரவழைத்தது. அவசரமாக எழுதி, மேலே ஸ்டாக்காக மகா ராஜஸ்ரீ என்று ஆரம்பித்து சாமிநாத சர்மா என்று முடித்து நீளமாகக் கையெழுத்தை சர்க்கார் ஃபைலில் போட்டு அனுப்புவது போல் கிறுக்கி சாமா அனுப்பியிருந்தான். டிபுடி கலெக்டர் என்கிற படியால் ஜில்லா முழுசும் அறிமுகமான பிரமுகர். வேதையனுக்குக் சொந்தக்காரன் தான். ஆனாலும் நினைவு வைத்திருந்து துக்கப் பத்திரிகை வைத்திருக்கானே.

வேதையன் அப்பா ஜான் கிட்டாவய்யர் இருந்திருந்தால், தங்கை இறந்து போனதற்கு, அதுவும் காசியில் போய் மரித்ததற்கு எப்படி எதிர்வினை செய்திருப்பார்?

அப்பன் ஒரு வித்தியாசமான பேர்வழியாக இருந்தார் என்பதை வேதையன் நினைத்துப் பார்த்தான். கிறிஸ்துவும் வேணும், யாராவது போகும்போது வாங்கிவரச் சொல்லி அனுப்பி கூஜா நிறைய அம்பலப்புழை பால் பாயசமும், மகாதேவ க்ஷேத்ரத்தில் வழுதணங்காய் நைவேத்தியமும் கூட வேண்டும்.

குரிசுப் பள்ளியில் தென்காசி முனியனின் பாண்டி மேளக் கோஷ்டியும் அப்பு மாராரின் செண்டையும் பதிவாக ஞாயிற்றுக்கிழவை பிரார்த்தனைக்கு முன் வாசிக்க வைக்கலாம் என்று அப்பன் சொன்னதை வேறு யாரும் ஏற்றுக் கொள்ளாததால் அதை நடப்பாக்க முடியாமலேயே போய்விட்டது. சர்ச் என்றால் மென்னியை நெரிக்கிற அவசரத்தில் வெள்ளைக்காரன் குரலை பாசாங்கு செய்து அதே

போல் மலையாளத்தில் ஏசு கிறிஸ்து மீது உருகுகிற ஸ்தலம் இல்லை அப்பனுக்கு. ஆனந்த பைரவியில் கிறிஸ்து பிறந்ததின சோபான கீர்த்தனமும், அடாணாவில் அப்போஸ்திலர்களோடு வலம் வந்த வரலாறும், சஹானாவில் சிலுவைப்பாடும் சிட்டைப் படுத்தி வைத்தவன் ஜான் கிட்டாவய்யன். அடுத்த வருடமாவது அதை எல்லாம் சாமாவோ மருதையனோ அச்சுப்போட உதவி செய்ய, புத்தக ரூபமாகக் கொண்டு வர வேண்டும். இந்தப் பயணம் துக்கம் கொண்டாடி வர மட்டுமே.

இதுதான் போலே இருக்கு பட்டா. இறங்கிடலாம். என் கண்ணடையை எங்கே கொண்டு போய் வச்சே? உன்னோடதுன்னு எடுத்து இடுப்புலே செருகினியோ? கண்ணும் தெரியலே மண்ணும் தெரியலே.

வேதையன் புகார் செய்துகொண்டே கையில் கொண்டு வந்திருந்த கித்தான் பையில் துழாவிக்கொண்டிருந்தான்.

அண்ணா, அதை முகத்திலே பொருதி வச்சுத்தான் இருக்கறதா ஒரு தோணல்.

வேதையன் போதும் என்று கைகாட்டியபடி மூக்குக் கண்ணாடியைச் சட்டைப்பையில் வைத்துக் கொண்டபோது ரெயில் நின்றது. ரெண்டு வயோதிகர்களும் சிரித்துக் கொண்டே இறங்கினார்கள். அரசூரே தான்,

குதிரை வண்டி ஏற்பாடு செய்து கொண்டு புகையிலைக் காரர் வீடு என்று சொன்னது இம்மியும் பிசகாது அரை மணி நேரத்தில் கொண்டு வந்து சேர்த்து விட்டான் வண்டிக்காரன்.

இதேது இங்கே கட்டாந்தரையும் தரிசு பூமியுமா இருந்தாலும் செடி கொடி மண்டிக்கிடக்கே.

சப்பாத்திக் கள்ளி இதெல்லாம். சாப்பிட ஆகாது.

வேதையன் சொன்னபோது வண்டிக்காரன் கையில் குதிரை லகானைப் பிடித்தபடியே பலமாகத் தலையை ஆட்டி மறுத்தான். இது அவன் ஊராக்கும். தப்பான தகவலை யார் சொன்னாலும் அவன் குறுக்கிட்டுத் தெளிவுபடுத்தணும் என்ற

கட்டாயம் குரலில் தெரிந்ததை வேதையன் ரசித்தான்,

சப்பாத்திக்கள்ளி இல்லே சாமி. வேலிகாத்தான். நீங்களும் நானும் சாப்பிட முடியாதுதான். ஆனா அங்கே பாருங்க.

அவன் காட்டிய திசையில் வெள்ளாடு ஒன்று பின்காலில் எக்கி நின்று முட்களுக்கு இடையே இருக்கும் சொற்ப இலைகளை நாவால் லாவகமாக உருவி எடுத்து அசை போட்டுக்கொண்டு இருந்தது. ஜீவிக்க உசிரோடு கூட கொஞ்சம் புத்தியையும் அடைத்து அனுப்பி விடுகிறான் ஆண்டவன். அதுக்கு அந்தந்த மாதிரி இத்திரியாவது சாதுரியம். வேதையன் நினைத்தான்.

இந்த வீடுதான் ஐயா.

வண்டியை நிறுத்தியபடியே பின்னால் திரும்பிச் சொன்னான் வண்டிக்காரன்.

எத்தனையோ வருடம் முன்னால் பார்த்த அதே ஊர். அதே தெரு. கொஞ்சம் எல்லாமே அளவு குறைந்து சுருங்கி யார் பார்வைக்கோ காட்சி வைக்கிறதுக்காக ஏற்படுத்தின மாதிரி.

புகையிலைக்கடை வீட்டுக்கு அடுத்து காரை உதிர்ந்து நிற்கும் அரண்மனை தான் பள்ளிக்கூடமாக மாறி இருக்கிறது. சாரி சாரியாகக் குழந்தைகள் உள்ளே போன மணியமாக இருக்கிறார்கள். குடை பிடித்து, பாளைத்தார் உடுத்தி வாத்தியார்மார்களும்.

வேதையன் படி ஏறி வீட்டுக்குள் போனபோது சாமா திண்ணையில் யாரோடோ பேசிக்கொண்டிருந்தான். அவனோடு சம்பாஷணை செய்து கொண்டிருந்தவனின் தலை நிற்காமல் ஆடிக் கொண்டிருந்தது. ‘ஆனா என்ன, கொடுத்து வச்ச மகாராஜி’ அவன் திரும்பத் திரும்பச் சொல்லிக் கொண்டிருந்தான்.

வேதையனும் பின்னாலேயே அவனுடைய தளர்ந்த நிழல் போல் துர்க்கா பட்டனும் படி ஏறி வருவதை சாமா பார்த்தான். வா வா என்று சொல்ல வாய் வரை வந்துவிட்டதை அடக்கிக்கொண்டு மௌனமாகத் தலையை அசைத்தான்.

முன்னால் இருந்தவனும் அவர்கள் பக்கமாகப் பார்த்துவிட்டு தலையாட்டலைத் தொடர்ந்தபடி சொன்னான்.

கல்யாணச்சாவு சார். அதேதான்.

அவன் சாமா வீட்டுக்குள் இருந்து யாரோ கொண்டு வந்த காப்பியை ஒரு துளி மிச்சம் இல்லாமல் குடித்து முடித்து திரும்பத் தலையாட்டியபடி வைபோகம் என்றபோது சாமா கைகூப்பி அப்புறம் பார்க்கலாம் என்றான்.

துக்கித்தவன் மனசே இல்லாமல் இறங்கிப் போனான்.

துக்கம் கேட்க வந்ததிலேருந்து தலையாட்ட ஆரம்பிச்சான். அரை மணி நேரமா அதான் செஞ்சுண்டிருந்தான். அம்மா இருந்தா சிரிச்சிருப்பா. நீ வந்தியோ நான் பொழச்சேனோ.

அது நானாக்கும் அனுப்பி வச்சது. காப்பி கொண்டு வரல்லேன்னா இன்னும் சோபானம் சோபானம்னு பாடிண்டிருப்பார்.

சாமா பெண்டாட்டி சிரித்தபடி இவர்களை வரவேற்று விட்டு வெற்று தம்ளரோடு உள்ளே போனாள்.

உன் கூடப் பேச வேண்டியது உனக்குக் கைமாற வேண்டியதுன்னு ஒருபாடு இங்கே உண்டு. முதல்லே நீயும் பட்டனும் குளிச்சு ஆகாரம் பண்ணுங்கோ. வென்னீர் போட்டு ரெடியா வச்சிருக்கு.

வேதையனைக் கையைப் பிடித்துக் கிணற்றடிக்குக் கூட்டிப் போனான் துர்க்கா பட்டன்.

தலை துவட்ட துண்டு எடுத்துக்காம கிணத்தடிக்குப் போயிட்டியே.

சாமா மொரிச் என்று வெள்ளைத் துண்டோடு வந்து பட்டனிடம் கொடுத்தான். இரைத்து ஊற்றி வைத்திருந்த கிணற்று நீரை கொதிக்கக் கொதிக்க வேம்பாவில் போட்டு வைத்திருந்த வென்னீரோடு கலந்து வேதையன் முதுகில் ஊற்றிக் கொண்டிருந்த பட்டன் கை நடுங்க செம்பை வைத்துவிட்டு அதை வாங்கினான்.

அண்ணாவுக்கு இடது காது சரியாக் கேட்கலே. கையும் ஆத்திர அவசரத்துக்கு வழங்க மாட்டேங்கறது.

சாமா வேதையனை பரிதாபமாகப் பார்த்தான். அவன் தரையில் குத்துக்காலிட்டு தலைகுனிந்து அடுத்த குவளை நீர் முதுகை நனைக்க சிறகு உதிர்த்த கிழட்டுப் பறவை போக குந்தியிருந்தான்.

பட்டனுக்கும் கால் தள்ளாடுகிறது. கை நடுக்கம். சாமாவுக்கு கண் பார்வை அடிக்கடி மறைக்கிறது. இந்த கிட்டத்தட்ட ஒரே வயசு மனுஷர்களில் மருதையன் மட்டும் தான் இன்னும் திடகாத்திரமாக நடமாடிக் கொண்டிருக்கிறான். அவனுக்குள்ளும் என்ன தளர்ச்சி இருக்கோ?

சாமா கிணற்றடியில் துவைக்கிற கல்மேல் உட்கார்ந்து குவளை நீரை வேதையன் மேல் சரித்தான்.

பட்டா, என்னது முதுகு பொள்ளிப் போகும். தணுத்த வெள்ளம் கலக்க மறந்து போனியோ?

வேதையன் அவசரமாக புகார் செய்தபடி தலையை நிமிர்த்த சாமாவைப் பார்த்துச் சிரித்தான்.

டெபுடி கலெக்டரை குளிப்பாட்டி சீராட்ட ஊர்லே ஆயிரம் பேர் இருக்க டி.சி என்னைக் குளிப்பாட்ட கொடுத்து வச்சிருக்கணுமே.

சாமா துக்கம் கேட்க வந்தவன் போல் தலையை ஆட்டினான்.

கொடுத்து வச்சிருந்தா இப்படி கூட்டிண்டு போய் அம்மாவைத் தொலைச்சுத் தலைமுழுகிட்டு வந்திருப்பேனா வேதையா. எல்லாம் என் தலையெழுத்து.

இரு வந்துட்டேன். இன்னிக்கு முழுக்கப் பேசிட்டுப் போகத்தானே வந்திருக்கேன்.

வேதையன் சுதேசி சோப்பை மேலே தேய்த்தபடி அவனைக் கையமர்த்தினான்.

அடுத்த நாலைந்து குவளை மேலே விழுந்து நுரைத்து வழிந்ததும்

போதும் என்று எழுந்தான் வேதையன். பட்டன் அவனுக்குக் குழந்தை மாதிரி தலையைத் தாழ்த்தி வைத்து ஈரம் போகத் துவட்டி விட்டான். சாமாவுக்கு மனசுக்கு இதமான காட்சியாக அது இருந்தது.

இவனை நான் உள்ளே கூட்டிப் போறேன். நீயும் குளிச்சுட்டு வா பட்டா.

சாமா கைத்தாங்கலாகப் படி ஏற்றி வேதையனை உள்ளே கூட்டிப் போனான்.

ரெண்டு இட்டலிக்கு மேல் வேண்டாம் என்று கை காட்டி விட்டான் வேதையன். அவனுக்கு ஆகாரமும் பானமும் கூட தேவை சுருங்கிக் கொண்டிருக்கிறதை சாமா கவனித்தான். வயோதிகம் சில பேரை பெருந்தீனிக்காரன் ஆக்குகிறது. வாய் ஓயாமல் பேச வைக்கிறது. அஞ்சு நிமிடத்துக்கு ஒரு தடவை ஒரு மிடக்கு பானம் செய்ய வைக்கிறது. கண்ணுக்குக் கீழே சதை தொங்கி தூங்கும் நேரத்தில் வாயில் எச்சிலாக வழிந்து தன்மையை மாற்றிப் போடுகிறது. இன்னும் சில பேரையோ யோகி ஆக்கி ஆளைச் சுருக்கி ஆகாரத்தைச் சுருக்கி ஆத்மாவைப் பெருக்கியோ விரித்தோ என்னமோ மாயம் செய்கிறதும் அதே வயோதிகம்தான். சாமாவும் வயோதிகன் தான். எந்தப் பக்கம் அவன் போகிறான் என்றுதான் அவனுக்கு அர்த்தமாகவில்லை.

வேதையா, பயணம் எல்லாம் சௌகரியமா இருந்துச்சா?

மருதையன். காலையில் ஊரைச் சுற்றி நடந்து விட்டு அரைக்கால் சட்டையும் வியர்வையில் நனைந்த பனியனுமாக ரேழிக் கதவை ஒட்டி நின்று சொன்னான்.

ரிடயர்ட் பிரின்சிபால் சாருக்கு என்ன, ஜாம்ஜாம்னு வந்து இறங்கியிருக்கார். நீ உள்ளே வாயேன் மருதையா. ஒரு வாய் காப்பி சாப்பிட்டபடி மலபார் நியூஸ் எல்லாம் கேட்கலாம்..

இன்னும் குளிக்கலியே சாமிகளே.

ஆனாலும் அவன் உள்ளே வந்து பாயில் எட்டி உட்கார்ந்தான்.

கூடத்தில் இன்னொரு மடக்கு காப்பியோடு சாமா

பெண்டாட்டி வந்தபோது அதுவும் வேண்டாம் என்று மறுத்து விட்டான் வேதையன். பட்டன் மட்டும் தட்டாமல் வாங்கிக் கொண்டான். காப்பி சோம பானம் சுரா பானம் போல. தேவர்கள் ஆசிர்வதித்து அனுப்புவது. நடு ராத்திரிக்கு எழுப்பி யாராவது நீட்டினாலும் பவ்யமாக வாங்கிப் பருக வேண்டியதே தேச ஆச்சாரம் என்றான் பட்டன்.

சாமிகளே, சாயாவையும் இப்படி சாமி பிரசாதம் ஆக்கிடப் போறாங்க என்றான் மருதையன்.

இன்னும் கொஞ்ச நாள் இருந்திருக்கலாம்.

பாதியில் நிறுத்தினதை மீண்டும் தொடங்கினது போல் சாமா தரையைப் பார்த்தபடி சொன்னான்.

அவன் நினைப்பு அம்மா பகவதியைப் பற்றி என்று அங்கே யாருக்கும் யாரும் எடுத்துத் தர வேண்டி இருக்கவில்லை.

ஒரு நாள். ஒரே ஒரு நாள். அது கூட அவளைத் தூக்கி எறிஞ்சு ஏதும் சொல்லலே. பட்டணத்திலே இருந்து கட்டித் தூக்கி வந்திருந்த ஏதோ கலசத்தை கங்கையிலே விடறதுக்கு மறந்து போச்சு. சத்திரத்துலேயே ஒப்படைச்சுட்டுப் போனா அவங்க பார்த்துப்பாங்கன்னு சொன்னது அவளுக்கு ஆகலே.

குழந்தை பொம்மை மேல் வைக்கிற பிரியம் மாதிரி அந்த கலசத்து மேலே அம்மா வைச்சிருந்தாங்கன்னு தெரிஞ்சும் கொஞ்சம் ஏனோ தானோன்னு நாங்க நடந்துட்டது தப்புதான்.

மருதையன் காபி டபராவை தரையில் கரகரவென்று அங்கேயும் இங்கேயும் நகர்த்திக்கொண்டே சொன்னான்.

காசியை விட்டுக் கிளம்பற அன்னிக்கு விடி காலையிலே, அவ அப்படி எல்லாம் தனியாப் போறவ இல்லே., ஏதோ ஒரு தைரியம், தன்னம்பிக்கை. நடந்து எங்கேயோ போய்ச் சேர்ந்துட்டா. மணிகர்ணிகா கட்டம்னு மசானம். அங்கே எப்படிப் போனா, எதுக்குப் போனா. ஒண்ணும் தெரியலே.

பைராகிக் கூட்டத்துக்குப் பின்னாலே போகாம அவங்க முன்னாடி நான் புகுந்து புறப்பட்டு நடந்திருந்தா அம்மா

பிழைச்சிருப்பாளோ என்னமோ.

கங்கையிலே அந்த புண்யாத்மா கலக்கணும்னு இருந்திருக்கு. நீங்க யாரு என்ன செஞ்சாலும் அது பாட்டுக்கு அது நடந்து தான் இருக்கும்.

பட்டன் தீர்மானமாகச் சொன்னான். அவன் சொன்னதற்கு எதிர்ப்பேச்சில்லை.

வேதையன் சாயந்திரமே கிளம்பிவிட்டான். துக்கம் கேட்க வந்த இடத்தில் ராத்தங்கக் கூடாது என்று பட்டன் வற்புறுத்தி இருந்தான்.

அவன் கிளம்பும்போது சாமா ஒரு பழுப்பு உறையை எடுத்து வந்து கையில் கொடுத்தான்.

என்ன இது சாமா?

பட்டிணம் ரிடையர்ட் எமிக்ரேஷன் ஆபிசர் நீலகண்டன் வகையிலே உனக்கு வர வேண்டியது. பிரிச்சுப் பாரு.

பட்டன் கண் கண்ணாடியை நீட்ட அதைப் பிரித்தான் வேதையன்.

மலையாளத்தில் எழுதிய பழைய பத்திரம். அவனுக்கு அம்பலப்புழை நிலத்தை பாத்தியதை ஆக்கி மகாதேவன் எழுதிக் கொடுத்தது. ரிஜிஸ்தர் ஆப்பீசில் எண்ட்ரி போட வேண்டி சமர்ப்பித்த கோப்பி என்று மேலே ராஜாங்க முத்திரையிட்டு நெம்பர் எழுதி வைத்தது.

‘கொல்ல வருடம் ஆயிரத்து எழுபத்து நாலு மேடம் ஒண்ணு. கிறிஸ்து சகாப்தம் ஆயிரத்து எண்ணூற்றுத் தொண்ணூத்தொன்பது. கொல்லூர் தேவி க்ஷேத்ரத்தில் புஷ்பம் சார்த்தி உத்தரவு கிடைத்தபடி அம்பலப்புழை மகாதேவய்யன் நல்ல தேக ஆரோக்யமும், ஸ்வய புத்தியும் பூர்ண திருப்தியுமாக தனது சிறிய தகப்பனார் அம்பலப்புழை ஜான் கிட்டாவய்யன் குமாரனும் ஒன்று விட்ட சகோதரனுமான வேதய்யனுக்கு எழுதிக்கொடுத்தது யாதெனில்’.

இது எங்கே இருந்து எனக்கு எப்படி?

அவன் கேள்வி எதுக்கும் யாரிடமும் விடை இல்லை.

தெரிஞ்சு என்ன ஆகணும்? உங்களது உங்க கைக்கு வந்தாச்சு. அவ்வளவுதான்.

பட்டன் மூட்டைகளைச் சுமந்து கொண்டு முன்னால் போனான்.

ஆயுசுக்கும் அவனைத் தொடர்ந்தால் போதும் என்பது போல் அவன் கால் தடம் பதிந்த பாதையில் வேதையனும் இறங்கி நடந்தான்.

அத்தியாயம் நூறு

1939 ஜனவரி 29 வெகுதான்ய தை 16 ஞாயிற்றுக்கிழமை

ஆலப்புழை ரயிலடியே அதிசயித்து நிற்க நடேசன் ரயிலேறினார்.

யாராக்கும் புள்ளிக்காரன், ராஷ்ட்ரியக்காரனோ, மதராஸியிலே வல்ல சம்மேளனம் ஏதும் ஒத்து சேரும் பரிபாடியோ?

அம்பலப்புழ நீலன் வக்கீலோட குமஸ்தன்.

வக்கீல் குமஸ்தன்மாரே, வரூ, நமக்கும் உக்ரனாயிட்டு ஒரு ஹர்த்தால் நடத்தலாம் என்று அஜெண்டா குறிச்சு ஆளனுப்பி வரவழைத்திருப்பார்கள்.

பாண்டிப் பிரதேச ஜனங்களுக்கு இதெல்லாம் சுபாவத்தில் இல்லாத விஷயம். இங்கே இருந்து அங்கே ஒண்ணும் ரெண்டுமாகப் போய்ச் சேர்ந்த குறூப்பும், நாயரும், பிள்ளையும் முன்சீப் கோடதியிலும் ஜில்லா கச்சேரி, ஏன், ஹைகோர்ட்டிலும் பேனா ஓட்டி சுகமாகப் பிழைக்கிறதாகத் தகவல். அவர்கள் வேலையாக இருக்கலாம்.

எல்லோரும் இந்தப்படிக்கே நினைத்து ஆச்சரியப்படட்டும். நடேசனுக்கு மனசுக்கு இதமாக இருக்கும்.

ஓட்டல்கார பட்டரின் தஸ்தாவேஜைத் தேடிக்கொண்டு நடேசன் பயணம் வைக்கிறார் என்று தெரிந்தால் புச்சமாகப் பார்ப்பார்கள். சரி, பார்க்கட்டுமே, அப்பவும் தான். நடேசனுக்கு என்ன போச்சு?

நடேசனுக்கு அம்பலப்புழை ஸ்ரீகிருஷ்ணன் சார்பாகப் படியளக்கும் வக்கீலே ஹோட்டல்காரப் பட்டரோடு பேச்சு நடத்த அவருடைய சாப்பாட்டுக் கடைக்குப் படியேறிப் போனார்.

ஒரு வாரம் முந்தி கோஷ யாத்திரை, கொடி பிடிப்பு, ஹர்த்தால் என்று முடக்கிப் போட்டிருந்த ஊரும் நாடும் ஒரே ராத்திரியில் காந்தியோ யாரோ கைகாட்ட சுபாவமாக இயங்க ஆரம்பித்திருந்தது.

ஒரு ஹர்த்தால் ஜெயம் ஜெயம் என்று முடிந்து அடுத்தது ஆரம்பிக்க இன்னும் ஒரு மாதமோ ரெண்டு மாதமோ ஆகும் என்பதால் எல்லாரும் வேலையைப் பார்க்க முடிவு செய்திருந்த அதிசய நேரம் அது. பலா மரத்தை வெட்டின கேஸ், பாகப்பிரிவினை, பகவதி அம்மன் காவில் ஊழியத்துக்கு பரம்பரை உரிமையை ஊர்ஜிதம் செய்யக் கோரி மனு இப்படி ஏழெட்டு பேர்வழிகள் வக்கீல் ஆபீசுக்குப் படையெடுத்து வந்திருக்கிற நேரம். கிராமத்தில் விவசாயத்தைக் கவனிக்கப் போன ஜட்ஜியின் பங்கா இழுவைக்காரன் கோலப்பன் கூடத் திரும்ப வந்து தெய்வ துல்யர் ஜட்ஜி மகாராஜனுக்கு தூசியும் துப்பட்டையுமாக பங்கா இழுத்து தும்ம வைக்க ஆரம்பித்து விட்டான். ஊரே கச்சேரி காரியம் என்று முஸ்தீபு எடுத்து கொண்டிருக்கும் போது நீலன் வக்கீல் குமஸ்தனை தூர தேசம் போக வைத்து விட்டு நிற்கலாகுமா?

அய்யர்வாள். இந்த நடேசன் போய்த்தான் ஆகணுமா?

வக்கீல் ஓட்டல் இட்டலியை கொத்தமல்லி துவையலில் புரட்டியபடி கேட்டார். எல்லாத்துக்குமே காந்தி தான் காரணம். அடுத்த ஹர்த்தாலை அறிவிப்பு செய்திருந்தால், பட்டரின் டாக்குமெண்டைத் தேடுகிற சாக்கில் வக்கீலே பட்டணம்

போய்விட்டு வர ஒரு திட்டமும் யோசித்து வைத்திருந்தார்.

காந்தி இப்போது வக்கீல் என்ன, குமஸ்தன் கூட எங்கேயும் போய் அலைந்து திரியாமல், இருக்கப்பட்ட இடத்து காரியங்களை அங்கேயே இருந்து கிரமமாகப் பார்க்கச் சொல்லி விட்டு தலையில் ஈரத் துணியைப் போட்டுக் கொண்டு ராட்டையில் மும்முரமாக நூல் நூற்கிறாராம். வடக்குப் பிரதேசத்துத் தகவலை பத்திரிகைகள் மூணாம் பக்கத்தில் சுவாரசியமில்லாமல் அச்சுப் போட்டிருக்கின்றன. அடைச்சால் சேதி. நிறுத்திப் போட்டால் நியூஸ். போகிறது போகிற போக்கில் போனால், மசி புரட்டி நியூஸ்பேப்பர் கொண்டு வர ஒரு காரியமுமில்லை.

வக்கீலே, அது சரி. நீர்தானே நடேசன் போகலாம்னு யோசனை சொன்னது? அவராலே முடியவில்லை என்கிற பட்சத்தில் யாரைப் போய் மதராஸியில் பார்த்தால் சரியாக இருக்கும் என்று சொல்லும். நானே போகிறேன்.

அய்யருக்கு அந்த டாகுமெண்ட் வெகு முக்கியம். நிலத்துக்கான பட்டயம் என்று நடேசன் சொல்லியிருந்தார். நிலத்தை விற்க ஏதும் விலை படிந்து வந்திருக்கோ என்னமோ. என்னத்துக்காக அதை காப்பி செய்து வைக்கணும்? அதுவும் நடேசனைக் கொண்டு? எழுதினவன் மசியில் எந்த யட்சி வசிய மூலிகைச் சாறு கலந்து எழுதித் தொலைத்தானோ? காற்று பட்டதும் கரைந்துபோகிற எழுத்தா அது? அப்படியானால் செல்லுபடிதான் ஆகுமா?

நிலத்தை விற்க எல்லாம் உத்தேசமில்லை. எங்க தகப்பனார் காலத்திலே கைக்கு வந்தது. நான் கரிசனமில்லாமல் இத்தனை நாள் எங்கேயோ காணாமல் போக்கினது மட்டுமில்லாம அந்த பூமி எங்கே இருக்குன்னு அக்கறை கூட காட்டலே. ஆலப்பாட்டு ஜோசியனும் தைக்காட்டு மூஸாவும் சோழி உருட்டிப் பார்த்துட்டு கடமை தவறிட்டியேடான்னு அங்கலாய்க்கறா.

வக்கீல் உள்ளூர் கோர்ட்டிலேயே மனுப்போட்டுப் பார்க்கலாம் என்றார். மனுப்போட்டு என்ன செய்யணும் என்று அவருக்கும் புரிபடவில்லைதான்.

ஆக, ஏற்கனவே முடிவானபடி நடேசனை மதராஸ் பட்டணத்துக்கு இப்போது அனுப்பி வண்டியும் நகர ஆரம்பித்து விட்டது.

நடேசனுக்கு இத்தனை வயசுக்கு மேல் பட்டணப் பிரவேசம் என்று கிருஷ்னன் விதித்திருக்கான். அவனுக்கு என்ன? இஷ்டத்துக்கு விளையாடுகிறதே வேலையாகிப் போச்சு.

கைக்கடியாரத்தில் மணி பார்த்தார் நடேசன். அது ஓடவில்லை.

நடேசா, மணியும் நாளும் என்ன கணக்கு? இன்னிக்குப் போ. நான் வேணுங்கறபோது அங்கே இருந்து இங்கே இழுத்துக்கறேன். நடுவிலே ஒரு யுகம் நீண்டு போனாலும் உனக்கு ஒண்ணும் ஆகப் போறதில்லே. புரியறதா?

கிருஷ்ணசாமி ஜன்னல் ஓர ஆசனத்தில் கால் மேல் கால் போட்டு சட்டமாக உட்கார்ந்து வாயில் புகையிலையை அதக்கியபடி சொன்னான்.

கிருஷ்ணா என்னது நீ லாஹிரி வஸ்து எல்லாம் உபயோகிச்சபடி?

மதராசி போய்ச் சேரும் வரைக்கும் எனக்கும் பொழுது போக வேண்டாமா? நீ தூங்கு.

பொழுது விடிந்து தமிழ்ப் பிரதேசம் முழுக்க ஊர்ந்தபடி அந்த ரயில் மதராஸ் ரெயிலடியைச் சேரும்போது சாயந்திரம் நாலு மணி.

கிருஷ்ணா இறங்கலாமா?

நடேசன் கேட்டார்.

நீ போ. எனக்கு சந்தியாகால பூஜை நேரம். நம்பூதிரி கோயில் குளத்திலே முழுகிட்டு ஈரமான கோணகத்தோட நடை திறக்க வந்துட்டு இருக்கார். அப்பு மாரார் செண்டை கேக்கலியா?

கிருஷ்ணன் போயே போய்விட்டான்.

ஏழுகிணறு எங்கே போறது?

இப்படித்தான் தமிழ் பேச வேண்டும் என்று உத்தேசம் செய்து

வைத்திருந்தபடி நடேசன் கை ரிக்ஷாக்காரனைக் கேட்க அவன் தாடையைச் சொறிந்தபடி உதிர்த்தது இது -

கிணறு எங்கேயும் போவாது சாமி. நாமதான் குளிக்க, குண்டி களுவ அதுங்கிட்ட போவணும்.

அரைகுறை தமிழ் எல்லாம் பிரச்சனையில் கொண்டு போய் விடும். நடேசன் நல்ல மலையாளத்துக்குத் தாவினார். ஆச்சரியம், அடுத்த நிமிஷம் கையைப் பிடித்து இழுக்காத குறையாக ரிக்ஷாவைத் தாழ்த்திக் கொண்டு சொன்னான்.

உக்காரு நாயர். இட்டுக்கினு போய் வுடறேன்.

அங்கே, கோஷி வக்கீல். ரொட்டிக்கடை கூட வச்சிருக்கார்.

நல்லாத் தெரியும் நைனா.

நாயரோ நைனாவோ, அவன் தூக்கிச் சுமந்து இழுக்க வண்டியில் உட்கார்ந்து போக நடேசனுக்கு சங்கடமாக இருந்தது. நர வாகனத்தில் ஏறக் கைகாட்டி விட்டு, அந்தப் பயல் அம்பலத்தில் நடை திறக்கிற நேரம் என்று கிளம்பிவிட்டான்.

போனோம் வந்தோம்னு இருடா நடேசா. கோஷி வக்கீல் வீட்டைத் தாண்டிப் போறே.

எய் நிறுத்து.

நடேசன் அவசரமாக நிறுத்த, வண்டிக்காரன் படாரென்று ரிக்ஷாவைக் கவிழ்த்தான். நடேசன் தலை குப்புற விழுந்து விடக்கூடிய அபாயம்.

ஏன் நாயரே உனுக்கு மருவாத கொடுத்தா நீ நம்மளை ஏய்னு நாயைக் கூப்பிடற மாதிரி கூவறே. உங்க ஊர்லே இதான் மருவாதயா?

அவனுக்கு மலையாள எய் வேறே தமிழ் ஏய் வேறே என்று புரிய வைப்பது சிரமம் என்று பட நடேசன் இரண்டு கையையும் தூக்கிக் கும்பிட்டார். கிருஷ்ணா மன்னிச்சுடுப்பா உன்னைப் பயல்னு சொல்லிட்டேன்.

பரவாயில்லே நாயரே, இந்த வூடுதான். கரீட்டா சொல்லிட்டியே. நான்தான் அன்னாண்ட போயிட்டேன்,

கிருஷ்ணன் நடேசனின் மூட்டை முடிச்சுகளை பத்திரமாக வீட்டு நடையில் கொண்டு வந்து வைத்தான். அவர் தாராளமாக எடுத்துக் கொடுத்த பணத்தை மாற்றுப் பேச்சு ஏதுமின்றி வாங்கிக் கொண்டு வியர்வையைத் துடைத்துக்கொண்டு கிளம்பும்போது சொன்னான் -

நாயரே, மனசிலே ஏதும் வச்சுக்காதே. நீ நல்ல மனுசன். வாய்தான் சமயத்துலே டர்ருனு விட்டுடுது. அடக்கிக்கோ அம்சமா இருக்கும். இன்னா சொல்றே?

நடேசன் தலையை முழுக்க ஆட்டி முடிவதற்குள் கோஷி வக்கீல் வீட்டுக்குள் இருந்து எட்டிப் பார்த்தார்.

சார் நான் வெளியூர்.

நடேசன் தமிழில் ஆரம்பித்தவர், இந்தாள் நம்மளவன் என்று நினைவு வர மலையாளத்துக்குத் தாவினார்.

கோஷி வக்கீல் ஆலப்புழைக்காரர். போனதுக்கு முந்திய தலைமுறையில் மதராஸ் குடிபெயர்ந்த குடும்பம். ரொட்டிக் கடை நடத்த கிளம்பியவர்கள் வீட்டில் ஒரே வக்கீல் இவர்தான். நடேசன் குமாஸ்தா பணியெடுக்கும் நீலன் வக்கீல் லா காலேஜில் படிக்கும்போது சினேகிதம். கடிதாசு கொடுத்து விட்டிருக்கிறார் அவர்.

என் பிரியமான கோஷி, இந்த நடேசன் எனக்கு நெருங்கின உறவு. கொஞ்சம் ஹைகோர்ட் பழைய ரிக்கார்ட் ஆபீஸுக்கு இவரைக் கூட்டிப் போ. என்ன விவரம் என்று கூடவே இருக்கப்பட்ட காகிதத்தில் விவரம் இருக்கு.

சும்மா கடிதாசு மட்டும் அனுப்பவில்லை. கோஷிக்காக சக்க வரட்டி, அடை பிரதமனுக்காக பாலடை, உன்னி மாங்கா அச்சார் போத்தல், கோட்டக்கல் சியவனபிராஷ் இப்படி சகலமானதும் மூட்டை முடிச்சில் உண்டு.

நடேசனை உட்காரச் சொன்னார் கோஷி. உள்ளே இருந்து

சாயாவும் கேக்குத் துண்டும் வந்தது. எடுத்து வந்த சின்னப் பெண் - முட்டை போட்டிருக்கு, சாப்பிடுவீங்க இல்லே - என்றபடி நடேசனைப் பார்த்தாள்.

தமிழோ மலையாளமோ. நாட்டுக் கோழி முட்டை தானே. இருந்துட்டுப் போறது.

அவர் மலையாளத்தில் சொன்னது புரியாமல் சிறுமி அவரை தீர்க்கமாக நோக்கினாள்.

நம்ம ஊர் அவசரத்துலே மலையாளம் பேசினால் இந்தக் குட்டிக்கு அர்த்தம் ஆகாது. பதுக்கெ பதுக்கெ.

கேக் அமிர்தமாக இருந்தது நடேசனுக்கு. கிருஷ்ணா முட்டை போட்டா தின்னுவே இல்லியோ?

முட்டைக்குள்ளேயும் நான் தானேடா நடேசா உக்கார்ந்திருக்கேன். பாரு, மாரார் சோபானம் பாட ஆரம்பிச்சுட்டார். இனிமே இருமல் பாதி பாட்டு பாதின்னு நான் தான் கஷ்டப்பட்டுக் கேட்டபடி நின்னுக்கிட்டு இருக்கணும். உனக்கென்ன, பட்டணத்திலே கேக்கு தின்னுட்டு இருக்கே.

கிருஷ்ணனுக்கும் நடேசனைச் சீண்டாமல் பொழுது போகவில்லை. அம்பலப்புழையானால் என்ன, பட்டணம் ஆனால் என்ன, கூடவேதான் எப்பவும் இருப்பு.

கிருஷ்ணார்ப்பணம்.

நடேசன் சாயாவை மிடறு மிடறாக ரசித்துக் குடித்ததைப் பார்க்க கோஷி வக்கீலுக்கே ஆசை வந்தது போலும்.

மோளே, எனக்கும் ஒரு சாயா எடு.

உள்ளே பார்த்துக் குரல் கொடுத்தபடி, அப்புறம் என்றார் நடேசனிடம்.

அத்தியாயம் நூற்று ஒன்று

1939 ஜனவரி 31 வெகுதான்ய தை 18 செவ்வாய்க்கிழமை

கோஷி வக்கீலை விட ரொட்டிக்கடைக்காரன் கோஷி சுறுசுறுப்பான மனுஷர். கடைக்காரன் கொஞ்சமும் கேரள வாசனை இல்லாத, எருமைப் பால் காப்பி சாப்பிடுகிற, தமிழ் டாக்கி நட்சத்திரங்களை அதுவும் வடிவான ராஜகுமாரியையும், லக்ஸ் பத்மாவையும் மாராப்பு பற்றிக் கவலைப்படாமல் பக்கவாட்டில் நிற்கச் சொல்லிப் பிடித்த படங்களை ரொட்டிக்கடை சுவரில் மாட்டி, தீப தூபம் காட்டாத குறையாக கும்பிட்டு குழைந்து சந்தோஷப்படுகிறவன். லக்ஸ் பத்மா வந்தால் கேக்கை கடைக் கண்ணாடி பீரோவில் இருந்து எடுத்து ஊட்டி விடக்கூடச் செய்வார் என்று ஏனோ நடேசனுக்குத் தோன்றியது. அந்தப் பெயரே அவருக்குப் பிடித்துவிட்டது. நேற்று சாயந்திரம் வந்ததில் இருந்து இன்று விடிந்து பத்து மணி ஆகிற வரை அந்த அழகியைப் பற்றியும் அவள் உபயோகிக்கிற சோப்பு பற்றியும் கோஷி வக்கீல் வாய்மொழியாக நடேசன் தெரிந்துகொண்டது அதிகம்.

கோஷிக்கும் பெண்டாட்டி இறந்து எட்டு வருஷமாகிறது.

நடேசனுக்கு அஞ்சு வருஷம். வக்கீலுக்கும் பிள்ளை குட்டி கிடையாது. நினைச்ச போது நினைச்ச இடத்தில் சஞ்சரித்து, நினைத்ததைச் சாப்பிட்டு நினைக்கிற நேரம் நித்திரை போய். இதுவும் நடேசன் மாதிரிதான். வயசில் கொஞ்சம் இளசு. ஐம்பது திகைய இன்னும் ஒரு ஓணம் போகணுமாம். நடேசனை அவருக்கு இஷ்டமாகி விட்டது நடேசனின் பூர்வ ஜென்மப் புண்ணியம். நாலு நாளோ ரெண்டு நாளோ கோர்ட் கச்சேரி காரியம் முடிகிற வரை அந்த சிநேகிதம் நிலைத்தால் போதுமானது.

நீர் இங்கேயே ஒரு மாசம் தங்கி இந்தக் கடையைப் பார்த்துக்கொண்டு கேஸ் வியாஜ்யம் வம்பு வழக்கிலும் ஒத்தாசை செய்து கொண்டிருந்தால் பத்மாவை நேரில் கூட்டிப் போய்க் காட்டுவேன். நீரும் தனிக்கட்டை. அந்தப் பெண்பிள்ளையும் அப்படித்தான்.

ரொம்ப சுவாதீனமாக கோஷி வக்கீல் லக்ஸ் பத்மாவைக் காட்டி, அதுவும் பப்புக் கை வைத்த ரவிக்கையும் வாய் நிறையச் சிரிப்புமாக ஒரு போட்டோவாகக் காட்டி ரொட்டிக்கடையில் கோதுமை மாவு பிசைய உட்கார்த்தி வைக்க நினைக்கிறாரே. என்ன காரணம் கிருஷ்ணா? அவன் பதிலே சொல்லவில்லை. அவனுக்கும் லக்ஸ் பத்மா இஷ்டம் போல.

அட தீவட்டி, பத்மாவோ வழுதணங்காயோ வெண்டைக்காயோ நடேசனோ இந்தக் கோஷியோ எல்லோரும் எனக்கு ஒருபோல தானடா. உனக்கும் அவனுக்கும் என்ன வித்தியாசம்?

காசு ஒண்ணுதான் கிருஷ்ணா. அப்புறம் லக்ஸ் பத்மா படம் மாட்டின ரொட்டிக்கடை.

நீயும் இன்னிக்கு எஸ்பிளனேட் பிளாட்பாரத்துலே ஒரு படம் வாங்கு. கடையை உனக்கு நான் வச்சுத் தரேன்.

கிருஷ்ணனுக்கு என்ன, யோசனை சொல்லி விட்ட திருப்தியில் சிரம பரிகாரம் செய்து கொள்ள பால் பாயசம் குடித்தபடி அம்பலத்தில் நின்று விட்டான். இனி அப்பு மாராரின் சோபான சங்கீதம் கூட அவனைச் சிரமப்படுத்தாது.

ஓய் அடுத்த முறை வரும்போது பாயசம் கொண்டாருமய்யா. உம்மோட முதலாளி அதை விட்டுட்டு மீதி எல்லாம் கொடுத்தயச்சிருக்கான்.

கிருஷ்ணா பாயசக் குடியன்மார் மதராசியிலும் அதிகம் போல. இதுக்கு இந்து, கிறிஸ்தியானின்னு ஒரு வேறுபாடும் இல்லியோ?

கிருஷ்ணன் தலைப்பாகையைத் தலையில் வைத்துக்கொண்டு கோர்ட்டுக்குக் கிளம்பி விட்டான்.

ஓய் வாரும், ஒரு வள்ளாளகண்டன். உம்மை டோக்குமெண்ட் தேடி வரச்சொல்லி அனுப்பினானே, அது வைக்கோல் போரில் ஊசியைத் தேடுகிற, பூனைக்கு மயிர் பிடுங்கி ஷவரம் பண்ணுகிற வியக்தமான காரியம்கறது அவனுக்கும் தெரிஞ்சு தான் இருக்கும்.

கோஷி வக்கீலுடைய ரொட்டிக் கடை வியாபாரம் சூடு பிடித்துக் கொண்டிருந்தபோது அவருக்கு கோர்ட் கச்சேரி என்று நேரத்தைப் பாழடிக்க இஷ்டமே இல்லை. ஆனாலும் சிநேகிதன் ஒப்படைச்ச காரியமாச்சே. இந்த மனுஷனையும் காரியமாக அனுப்பி வைத்திருக்கிறான்.

நடேசன் கொண்டு வந்த பையில் இருந்து சலவை செய்த கதர்ச் சட்டையை எடுத்துப் போட ஆரம்பித்து வேணாம் என்று திரும்ப மடித்து வைத்தார். சர்க்கார் வேலை நடத்துகிற இடத்தில் காந்திக் கட்சி சட்டையோடு போனால் நடக்க வேண்டியதும் நடக்காமல் போகலாம்.

மஞ்சள் நிறக் குப்பாயத்தைத் தலை வழியாகத் தோளில் வழியக் கவிழ்த்துக் கொண்டிருந்தபோது ஒரு கருத்த தமிழன் படியேறி வந்தான்.

வாய்யா, கன்னையா நாயுடு. இன்னிக்குக் கொறச்சுத்தான் கொடுத்தாளா பாக்கியலட்சுமி?

வக்கீல் புஞ்சிரியோடு விசாரித்தார். கள்ளப் புன்னகை அது.

வந்தவனும் சிரித்துக்கொண்டே கல்லாவில் போய் உட்கார்ந்து, இருக்கிற பணத்தை எண்ண ஆரம்பித்தான்.

கோஷி வக்கீல் ஏற்கனவே எண்ணி க்ளிப் போட்டு தொகை குறித்து வைத்திருந்ததோடு அது பொருந்தி வந்ததில் திருப்தி ஏற்பட்டவனாக அவன் வக்கீலைப் பார்த்துச் சிரித்தான்.

வக்கீல் சார், ஒரு அஞ்சு மணிக்கு வந்துடுங்க. சரியா? போய் சீக்கிரம் உறங்கணும். விடிகாலையிலே டியூட்டி இருக்கு.

ஆமாய்யா. நீ போகாட்ட டிராம் கம்பெனி அடைச்சுப் பூட்டி நாளைக்கு மெட்ராஸிலேயே டிராம் வண்டி ஓடாதே. சீக்கிரம் போய் சீக்கிரம் உறங்கு. ராஜகுமாரி, பசுபலோடி கண்ணாம்பா, பெரியநாயகி, வசந்தகோகிலம், ராஜகாந்தம்னு நினைச்சுக்கிட்டுப் படு. சீக்கிரம் எழும்பிடலாம். என்ன சொல்லு, நம்ம லக்ஸ் பாப்பா மாதிரி ஆகுமா?

அந்தக் கருத்த தமிழன் உதட்டைப் பிதுக்கினான்.

நம்ம பாக்கியலட்சுமி கூட அந்தப் பொண்ணை விட கொள்ளை அழகு வக்கீல் சார். இல்லேன்னு சொல்லாம ஆழாக்கு பால் வேறே தருவா கள்ளிச் சொட்டு மாதிரி.

நடேசன் இவர்களுக்குள் என்ன மாதிரி உறவு இருக்கும் என்று தெரியாமல் குழப்பமாக நின்றார். பாக்கியலட்சுமி என்ற ஸ்திரியை அதுவும் முலையூட்டுகிற ஒருத்தியை ரெண்டு பேரும் இச்சிக்கிறார்கள். எக்கேடும் கெட்டுப் போகட்டும். விவஸ்தையே இல்லாத ஊராக்கும் மதராஸ்.

போகலாமா நடேசன்? நாயுடு கடையைக் கவனிச்சுப்பான். இன்னிக்கு அவன் டிராம்லே ஓட வேண்டாமாக்கும்.

வாசலுக்கு வந்த கோஷி வக்கீல் திரும்பக் கடைப் பக்கம் பார்த்தார்.

போட்டோ படத்தைப் பார்த்துக்கிட்டு வியாபாரத்தை கோட்டை விட்டுடாதே நாயுடு நான் இந்த மனுஷரோடு ஹைகோர்ட் போயிட்டு வந்து காசு தரேன்.

கோஷி வக்கீல் செருப்பில் கால் நுழைத்தபோது நடேசனிடம் சொன்னார் -

நீர் ஒரு கொல்லம் முந்தி வந்திருந்தா, இந்தக் காரியம் இன்னும் எளுப்பமா நடந்திருக்கும்.

ஒரு கொல்லம் முந்தி என்றால், பாக்கியலட்சுமி கோஷி வக்கீலுடைய சிரத்தையில் படாமல் இருந்திருப்பாளோ என்னமோ. அவரும் முழு கவனத்தையும் வக்கீல் தொழிலிலும் ரொட்டிக் கடையிலும் வைத்து இன்னும் சுறுசுறுப்பாக இருந்திருப்பார். அப்படித்தானே?

வாயைத் திறந்தே கேட்டு விட்டார் நடேசன். வாசல் வரைக்கும் அவர் கூட நடந்த வக்கீல் பெருஞ்சிரிப்போடு திரும்பி வந்து நாயுடு பையன் கேட்க வாசல் கதவை ஒட்டி நின்று நடேசன் சொன்னதை அட்சரம் பிசகாமல் சொன்னார்.

கொல்லம்னா ஊரு இல்லே. வருஷம்ப்பா.

டிராம் கம்பெனி ஊழியன் நாயுடு புரிந்துகொள்ள விளக்கமும் சொன்னார்.

நாயரே, நம்ம பாக்கியலட்சுமி வக்கீலுக்குத் தொடுப்பு எல்லாம் இல்லை. வூட்டுத் தோட்டத்துலே கட்டி வச்சுக் கறக்கற எருமை மாடு. கோஷி வீட்டு டீக்கு வேண்டிய பால்.

கோஷி வக்கீல் பொழுது போகாத காலங்களில் மட்டுமே கோர்ட் பக்கம் போவதை வழக்கமாகக் கொண்டிருந்ததால் அவருக்கு ரொட்டி தின்னுகிற மிஸ்ஸியம்மாக்களும், பாக்கியலட்சுமியும் தான் அதிகமாக பழக்கம்.

நாயுடு தகவல் அறிவித்தான்.

மலையாளக் கரையில் இருந்து இங்கே ஹைகோர்ட்டில் சகலமானதும் சுடக்குப் போட்ட மாத்திரத்தில் கை வசப்படும் என்று நம்பி மனுஷர்கள் வருகிறார்களே என்று ஆச்சரியம் நாயுடுவுக்கு நடேசனைப் பார்த்ததும் தெரிந்தது. அதுவும் இந்த ஆள் சேர சோழ மகாராஜா காலத்தில் எழுதின டாக்குமெண்டைத் தேடி வந்திருக்காராம்.

நாயுடு கூடத்தான் நாயினா சொல்லி நொங்கம்பாக்கம் அய்யருக்கு ஒரு கடிதாசைக் கொண்டு கொடுத்து வந்திருக்கிறான்.

அந்த அய்யர் நாய்னா பிருஷ்டத்தைத் தாங்காமல் இருந்தால் நாய்னாவாகப் பட்டவர் இழுத்துப் பறித்துக் கொண்டு கிடந்து விட்டு போய்ச் சேராமல் ஒரேயடியாக வைகுண்டப் பதவி கிடைத்து அங்கே பஞ்சப்படியும் அலவன்சும் வாங்கிக் கொண்டிருப்பார் இந்நேரம்.

வக்கீலும் நடேசனும் தெருத் திரும்பினார்கள்.

ஒரு கொல்லம் முந்தி வந்திருக்கணும்னு சொன்னீரே வக்கீலே.

நடேசன் நினைவுபடுத்தினார்.

அதுவா? இந்த நாயுடுவோட அச்சன் ஹைகோர்ட்டிலேயே ஹெட் குமஸ்தனாகப் பணி எடுத்தவர். உமக்கு எதாவது ரூபத்திலே உதவி செஞ்சிருப்பார்.

இப்போ பார்க்க முடியாதா?

அடுத்த தனு மாசம் தான். பித்ருவா வருவாராம். பார்க்கலாம்.

போய்ச் சேர்ந்த ஹைகோர்ட் ஹெட் குமஸ்தன் நாயுடுவும் உதவி செய்யத்தான் செய்தார். கோஷி வக்கீல் அவருடைய ஆப்த சிநேகிதர் என்று சொல்லி ஹைகோர்ட்டு ரிகார்டு ஆபீசுக்கு நடேசனையும் இட்டுப் போனார். நாயுடுவைப் பற்றிப் பேச, அவருடைய நல்ல குணங்களை சிலாகிக்க, தாசியாட்டம் பார்ப்பதில், டாக்கிக்குப் போவதில் அவருடைய பிரியத்தை சிலாகிக்க, அவருடைய வாய்க்கு ருசியாகச் சாப்பிடும், பெண்பிள்ளை விஷயத்தில் சாங்கோபாங்கமாகப் பேசும் புத்திசாலித்தனத்தை எல்லாம் ரசிக்க இன்னும் அங்கே உத்தியோகஸ்தர்கள் இருந்தார்கள். எல்லோரும் ரிடையர் ஆகிற வயசுக்காரர்கள்.

ஆலப்புழையிலே இருந்து வந்த டாக்குமெண்டா? வந்திருக்கலாம். லண்டன்லே சக்கரவர்த்தி ஒப்பு இட்டு மூத்திர வரி போடச் சொல்லி அனுப்பின தாக்கீது கூட இருந்ததாக் கேள்வி.

ஒரு வயசர் கோஷி வக்கீலுக்கு ஏற்கனவே பழக்கமானவர் போல் வெகு இஷ்டமாகப் பேசினார். நாயுடு ரிடையரான தினத்தில் நாலைந்து டாக்குமெண்டை மலையாளப் பெண்டு

வாடை பிடிக்க வீட்டுக்கு எடுத்துப் போனதாக இன்னொருத்தர் சொல்ல எல்லோரும் நாயுடு நினைவில் சிரித்தார்கள்.

அது ஏதோ ஈயச் செம்பு இல்லியோ? கோஷி வக்கீல் விசாரித்தார்.

சின்ன நாயுடு அவன் நாய்னா சாகிற தருணத்தில் பிருஷ்டம் தாங்கின யாரோ நுங்கம்பாக்கத்து பட்டருக்கு அதை வெகுமதியாகக் கொடுத்து விட்டு வந்ததாக கோஷி வக்கீலுக்கு நினைவு. அந்தப் பிள்ளை வேறே ஏதோ கதைக்கும்போது சொல்லியிருக்கிறான்.

ஆலப்புழையிலே ஸ்திரிகள் கச்சேரி ஜோலிக்கு வருவதுண்டோ?

வயசன் விசாரிக்க நடேசன் இன்னும் இல்லை என்றார். அவர்கள் வந்தாலும் இல்லாவிட்டாலும் அவருக்கு ஒன்றும் ஆகப்போவதில்லை.

எதுக்கும் ஒரு விசை இங்கே இருக்கப்பட்ட குப்பையில் பார்த்தால் என்ன? இந்த நடேசன் இங்கேயே ஒரு நாள் ரெண்டு நாள் உட்கார்ந்து எல்லா பேப்பரையும் விடாமல் குடைந்து பார்க்கட்டும். மலையாள பாஷையில் ஏதாவது பேப்பர் இருந்தால், அது குண்டி துடைத்துப் போடுகிற விஷயமாகக் கலாசாலை பண்டிதர் எழுதின லிகிதம் என்றாலும் சரிதான், இவருக்கு ஏதாவது விதத்தில் உபயோகப்படும்.

கோஷி வக்கீல் நப்பாசையோடு கேட்டார். ஹெட் கிளார்க் ஒரு நிமிடம் வெற்றிலை நிறைந்த வாயோடு சிரித்தார். நாயுடு மீது ப்ரீதி உள்ள மனுஷன். அவர் பெயரைச் சொல்லிக் கொண்டு வந்திருக்கிறவர்களுக்கு இத்தணூண்டு உபகாரமாவது செய்தால் நாயுடு அவருக்கும் வைகுண்டத்தில் மூக்குப்பொடி அப்பிய கைக்குட்டை போட்டு வைப்பார்.

அவர் அழைத்துப் போய்த் திறந்த ரிக்கார்ட் ரூம் முழுக்க பைண்ட் செய்த தீர்ப்பு நகல், அலுவலக ஃபைல், கோர்ட்டில் வீசி பழுதடைந்து ஓரமாக விட்ட பங்கா, ஜட்ஜ் உட்கார்ந்து கால் ஒடிந்த நாற்காலி, யாரையும் அழைக்கமுடியாமல்

மௌனமான அழைப்பு மணி இப்படியான சமாசாரங்கள். ஓரமாக வெளியூர் கோர்ட் தஸ்தாவேஜ் என்று ஒரு அலமாரி.

இதெல்லாம் தெலுங்கு, இந்தி செஷன்சுக்கு கமிட் ஆகி வர்ற கேசுகள்லே எடுத்த பேப்பர். மலையாளம் இருக்கறதா தெரியலே. தேடி வேணா பாருங்க. இருந்தா ராஜாவா எடுத்துட்டுப் போங்க.

ரெண்டு நாள் கழித்து வேட்டியில் அப்பிய தூசியும், நிறைந்த ஜலதோஷமும், கையில் ஏதோ பூச்சி கடித்த ரணமுமாக நடேசன் இனிமேலும் முடியாது என்று நிச்சயித்தபோது கிருஷ்ணன் கேட்டான்.

ஹோட்டல்கார அய்யருக்குத் தகப்பனார் யார் கிட்டே வாங்கினாரோ அவர் கிட்டேயே கேட்டுப் பார்க்க வேண்டியதுதானே?

நடேசன் நிமிர்ந்து பார்த்தார். சொன்னது யார்? கோஷி வக்கீலா கிருஷ்ணனா?

கோஷி வக்கீல் வியர்வையைத் துடைத்துக்கொண்டு வெளியே போனார்.

நியாயம்தான் கிருஷ்ணா. ஆனா அந்த அய்யன் பிருஷ்டம் அசைய நடந்து வேலை செய்ய சோம்பல் உள்ள மனுஷனாச்சே. ஓட்டலை விட்டுட்டு ஒரு பொழுது கூட அடியெடுத்து வைக்க மாட்டார். என்ன கருமாந்திர டோக்குமெண்டோ?

எல்லா கருமத்துக்கும் கடைசியிலே கருமாந்திரம். நான்தான் அது. நீ கிளம்பு.

கோஷி வக்கீல் ஊருக்குப் போக டிக்கெட் எடுத்துக் கொடுத்தார். முடிந்தால் திரும்பி வந்து ரொட்டிக்கடையைப் பார்த்துக் கொண்டு இங்கேயே இருக்கச் சொன்னார்.

உமக்கு இஷ்டமானால் நல்ல தெலுங்கச்சியாகக் கட்டி வைக்கிறேன்.

நடேசனுக்கு இத்தனை வயசுக்கு மேல் தெலுங்கில் போகம்

பண்ண சோம்பலாக இருந்தது. அவர் என்ன கிருஷ்ணனா? நினைச்சால் யோகம், நினைச்சால் போகம் என்று சாட.

அவன் அத்தாழ பூஜை கழிந்து தூங்கப்போனதாக பாசாங்கு செய்ய ரயில் ஏறி உட்கார்ந்தார் நடேசன். பாக்கியலட்சுமிகளின் பாலில் விடியும் பட்டணத்துக்கே திரும்பிவிடலாமா? சொல்லேன் கிருஷ்ணா.

சல்யப்படுத்தாதேடா நடேசா.

கிருஷ்ணன் திரும்பிப் படுத்துக் கொண்டான்.

ரயில் கிளம்பி வேகம் பிடித்தது.

அத்தியாயம் நூற்றி ரெண்டு

1939 ஃபெப்ருவரி 6 வெகுதான்ய தை 24 திங்கள்கிழமை

துர்க்கா, மூட்டையக் கட்டு. பிரயாணம் போற வேளை.

வேதையன் துர்க்கா பட்டனிடம் சொல்லும்போதே மெய் தளர்ந்து தாங்க முடியாத அசதி. குத்திருமல் வேறே. என்ன ஔஷதம் கழிச்சும், தயிரை விட்டொழித்து எடத்வா கேசவன் மூஸ் வைத்தியர் கொடுத்த ஆயுர்வேதப் பொடியைத் தேனில் குழைச்சு தினசரி நாலு வேளை விழுங்கியும் ஒழிஞ்சு போகாமல் கூடவே வந்து உசிரெடுக்கிறது. இருமித் துப்பினதில் ரத்தம் இருந்ததாக மனது பேதலிக்கிறது..

போய்த்தான் ஆகணுமா?

பரிபூரணம் வேதையன் கால் மூட்டில் தைலம் புரட்டியபடி கேட்டாள். அவள் குரல் மெதுவாக ஒலித்தது விசேஷம் தான். வீடு முழுக்கப் பரந்து பரவி அதிகாரம் செய்ய அந்தக் குரலும் இல்லாவிட்டால் இந்த வீட்டுக்கே வாசஸ்தலம் என்ற மரியாதை போய்விடும். துர்க்கா பட்டன் நிசப்தமான கட்டடங்களுக்குள் எல்லாம் இருக்க மாட்டான். மங்களூர் ல்தேவாலயமா என்ன, சத்தம் போட்டால் பாதிரி கோபிக்க?

சத்தம்தானே மனுஷர்களை ஸ்தாபிக்கிறது.

வரேன்னு வாக்குத் தத்தம் செய்தாச்சு. ஒடுவிலத்து யாத்ரை. தி லாஸ்ட் ஜேர்ணி.

வேதையன் சிரித்தான். பட்டன் அவனை முறைத்துப் பார்த்தபடி விறைப்பாக நின்றான்.

அண்ணா, அச்சானியமா இன்னொரு வார்த்தை சொன்னா இந்த உறவே வேண்டாம்னு இறங்கிப் போயிடுவேன். எழுபத்தொண்ணு வயசுலே அந்திம யாத்திரையைப் பத்தி என்ன யோசனை? பாதிரியாருக்கு நூறு வயசு ஜன்ம ஆகோஷம் கொண்டாட நேத்துத்தான் பணம் பிரிக்க வந்தது. உங்க நூறுக்கு பணம் பிரிக்காட்டாலும்.

வாயு பிரிக்கலாம்னு சொல்றியா?

வேதையன் உரக்கக் கேட்டு மறுபடி சிரிக்க, இந்தத் தடவை பரிபூரணம் அடக்கினாள்.

விவஸ்தையே இல்லாம ஏதாச்சும் பேசியே ஆகணுமா? வாசல் திண்ணையில் விருந்து வந்தவங்க இருக்கற ஓர்மை இல்லையா என்ன? துருக்கா, அவங்களுக்கு ஆகாரம் ஏதும் கழிக்க விளம்பியாச்சா?

பரிபூரணம் துர்க்கா பட்டனிடம் விசாரித்தபடி கொடியில் மடித் துணியை மாற்றி உலரப் போட்டாள்

பிராதல் கழிச்சுத்தான் இறங்கினதா சொன்னதாலே பச்ச வெள்ளம் தான். பானகம் கலந்து எடுத்துப் போகட்டா மன்னி?

என்னை என்ன கேள்வி? உன் வீடு. பானகமும் சம்பாரமும் உன் ராஜ்யம்.

பரிபூரணம் உலர்ந்த துணியை எல்லாம் துர்க்கா பட்டன் தோளில் போட்டாள். ஒட்டகம் போல அவன் நகர்ந்து உள்ளே போய் அதை எல்லாம் உதிர்த்து மடித்துக் கொண்டிருந்தான்.

வாசலில் நாற்காலி போட்டு நடேசனும் அம்பலப்புழை ஓட்டல்கார ஏகாம்பர அய்யரும் காத்துக் கொண்டிருந்தார்கள்.

வேதையனோடு புறப்படத் தயாராக செருப்பைக் கூடக் காலில் இருந்து கழற்றாமல் இருந்தார் அய்யர். அவர் வாசல் அலமாரியில் எடுத்த பெரிய எழுத்து பைபிளை திறக்கிற இடத்தில் வாசித்தார்.

கண்ணீரோடு விதைக்கிறவர்கள் கெம்பீரமாக அறுக்கிறார்கள்.

கிறிஸ்துநாதர் என்ன சொல்கிறார் என்று புரியவில்லை. புரியாவிட்டால் என்ன? தேவ வார்த்தை. அதையும் நாலு தடவை உருப்போட்டால் நல்லதே நடக்கும். கிறிஸ்தியானி கடவுள் என்றால் என்ன? அப்படி எல்லாம் கூட இருக்கா என்ன?

அம்பலப்புழையை விட்டு கண்ணூர் வந்து உடனே அம்பலப்புழை திரும்ப வேண்டியதை நினைத்தாலே அய்யருக்கு அசதி. வேலை இருக்கே. கெம்பீரமாக அறுக்க கிளம்பியாச்சு இனி கண்ணீர் எதுக்கு? தூக்கம் வந்தால் பரவாயில்லை.

காஜேஜ் புரபசர் வேதையன் உள்ளே இருந்து வரும் வரைக்கும் சித்தே இளைப்பாறலாம். கண்ணை மூடிக்கொண்டார். அவரும் நடேசனும் அரிவாளும் கையுமாக அம்பலப்புழை அம்பல நடையில் நிற்கிற காட்சி மனதில் வந்தது. என்னத்துக்கு அங்கே நிற்கணும்? நடேசனைக் கேட்க நினைத்து நினைவு தடுமாறியது.

பக்கத்தில் மாத்ருபூமியில் ஜோசியப் பக்கத்தில் தன் லக்னத்துக்கு இன்றைய பலன் பார்த்த நடேசன் திருப்தியாகச் சிரித்தார் - வாகன யோகம், வெட்டி அலைச்சல். கிருஷ்ணா இவ்வளவு தானா இன்னும் இருக்கா?

பேப்பர்லே தேதியைப் பாருடா நடேசா.

பகவான் சிரிக்கிறார். திரும்பப் புரட்டி அவசரமாக நடேசன் பார்க்க, அது போன கொல்லத்து பேப்பர். பரணில் இருந்து யாரோ காரியமாக இறக்கி வைத்தது.

அவருடைய வாகன யோகமும் அலைச்சலும் ஒரு வாரம் முன்பு உச்சத்தில் இருந்தது. மதராஸில் இருந்து வெறுங்கையோடு திரும்பியிருந்த நேரம்.

வெறுங்கையோடு வரவில்லைதான். இங்கிலீஷில் நாலைந்து தடி தடியான புஸ்தகங்களை நீலன் வக்கீலுக்காகச் சுமந்து கொண்டு வந்ததில் கை நிறைந்து தான் இருந்தது. மூர் மார்க்கெட்டில் கோஷி வக்கீல் வாங்கி அனுப்பியது எல்லாம்.

ஆவியோடு பேசறதாம். அசட்டுத்தனம்.

மூர்மார்க்கெட்டில் இருந்து திரும்பும்போது கோஷி வக்கீல் தீர்மானமாகச் சொன்னதுக்கு அடுத்த நிமிஷம் அவருடைய பர்ஸை யாரோ களவாடி விட்டார்கள்.

அதெல்லாம் மதராஸியிலே சர்வ சாதாரணம், நடேசன்.

நீலன் வக்கீல் புத்தகத்தைப் புரட்டும்போது ஓட்டல்கார ஏகாம்பர அய்யர் வந்ததும், வக்கீல் அவருக்கு ஆலோசனை சொல்லி கண்ணூர் போகச் சொன்னதும் அடுத்து நடந்தேறியது. தன் பங்குதான் இதிலெல்லாம் என்ன என்று நடேசனுக்குத் தெரியவில்லை.

நீரும் கொஞ்சம் இவர் கூட போய் வந்துடும். நாளை மறுநாள் கோர்ட் ஆரம்பிச்சுடுத்துன்னா வேலை நமக்கு மும்முரமாயிடும்.

கழுத்தைப் பிடித்துத் தள்ளாத குறையாக நீலன் வக்கீல் நடேசனையும் ஓட்டல்காரரோடு கண்ணூருக்கு அனுப்பி வைத்திருக்கிறார்.

ஓட்டல்காரர் இந்தப் பிரயாணத்துக்கு ஒத்துக்கொண்டதே ஆச்சரியம் தான். ஒரு நாள் தான் ஊரில் இல்லாவிட்டால் ஓட்டலை இழுத்து மூட வேண்டியிருக்கும் என்று அவருக்கு மனசில் திடமான நம்பிக்கை. அதையும் கடந்து அந்நிய மனுஷர்களை சந்திக்கிறதில் அவருக்கு இருக்கப்பட்ட சங்கடம். தேடிப் போகிறவர்கள்தான் இருப்பார்களா?

நாற்பது வருஷம் முந்தி என் பூஜ்ய பிதாவிடம் நீங்க ஒப்படைச்ச காரியத்தை நிறைவேற்ற முடியாமல் போச்சு. நீங்க ஒப்பிச்ச பத்திரத்தை வேறே காணலை.

இதை நூறு முறை சொல்லிச் சொல்லி அப்பியாசம் செய்து கொண்டபோது கேட்க வேண்டியவர் இருப்பாரா,

கேட்டதும் அவர் கோபப்படுவாரா, ஒன்றும் பேசாமல் எழுந்து போய்விடுவாரா, இல்லை வம்பு வழக்கு என்று போக முஸ்தீபு செய்வாரா என்பது அய்யருக்குப் புலப்படவில்லை. பயமாக வேறே இருந்தது.

ஆனால் இங்கே வந்த பிறகு அதெல்லாம் போய் அவருக்கு திரும்ப மன சமாதானம் உண்டானதற்கு புரபசர் வேதையனின் பிரியமான உபசரிப்புதான் முக்கியக் காரணம்.

போன தலைமுறைக்கார புரபசர் பூர்ண சௌக்கியமாக கொஞ்சம் இருமிக்கொண்டு இருக்கிறார். அவர் கொடுத்த டோக்குமெண்ட் காகிதம் மட்டும் இருக்க எழுத்தெல்லாம் உதிர்ந்து விட்டது என்று நடேசன் சொன்னபோது ஹாஸ்யத்தைக் கேட்டது போல் சிரித்தார் புரபசர்.

துர்க்கா இதை கொஞ்சம் கேளு.

உள்ளே இருந்து வந்த இன்னொரு வயோதிகன் பிராமணன் மாதிரி இருந்தான். கிறிஸ்தியானி வீட்டில் சமையல் காரியத்துக்கு வைத்திருக்கார்களோ என்னமோ என்று நடேசன் யோசித்தார்.

கேட்டு விட்டு அந்த கன்னடக்கார பட்டன் சொன்னது நடேசன் சதா சர்வ காலமும் உச்சரிக்கிறதுதான்.

கிருஷ்ணார்ப்பணம், அண்ணா. அதுவும் இதுவும் எதுவுமெல்லாம் கிருஷ்ணார்ப்பணம்.

நிலத்தை விற்க ஏற்பாடு ஏதும் செஞ்சிருக்கீங்களா?

வேதையன் ஓட்டல்காரரைக் கேட்டான். தமிழ்ப் பிராமணர்களில் இந்த வயதுக்காரர்களுக்கு கட்டாயம் கல்யாண வயதில் ஒரு பெண் இருப்பாள். அரசூர் சாமாதான் விதிவிலக்கு. அவனுக்கு பிள்ளைகள் தான் ரெண்டும். ஆகவே கல்யாணச் செலவு பற்றி யோசிக்க வேண்டியதில்லை. ஓட்டல்காரர் தானமாக வந்ததோ, சுயார்ஜிதமாக வந்ததோ நாலு காணி நிலத்தை விற்று மகளைக் கரையேற்ற உத்தேசித்திருக்கலாம். அதுக்காக வேதையன் ஒத்தாசை செய்ய முடியும் என்று இருந்தால் சந்தோஷமே.

அதெல்லாம் ஒரு பிக்கல் பிடுங்கலும் இல்லே சார். அந்த இடத்திலே எங்க அப்பா வாக்குத் தத்தம் செய்தபடிக்கு திரும்ப பயிர் செய்யணும். கோவிலுக்கும் குரிசுப் பள்ளிக்கும் சொல்லப்பட்ட விகிதத்தில் வர்ற தொகையைப் பிரிச்சுக் கொடுக்கணும். எங்க அப்பா ஒரு தப்பு செய்துட்டார்.

வேதையன் அவரை ஆச்சரியமாகப் பார்த்தான்.

நீங்க நாற்பது வருஷம் முந்தி ஒரிஜினல் டோக்குமெண்டும் கூடவே அதை எப்படி அனுபோக பாத்தியதை கொண்டாடறதுன்னு விவரமான கடுதாசியும் கொடுத்திருந்தது ஓர்மை இருக்கலாம். அப்பா அதை ரிஜிஸ்தர் செய்யாமல் பீரோவிலேயே வச்சுப் பூட்டி.

அவர் கைப்பையைத் திறந்து ஒரு பழுப்பு கவரை வேதையன் கையில் கொடுத்தார். வேதையன் அதை பிரித்தபோது நாலைந்து பகுதியாக உதிர்ந்து வெளியே வந்தது அவன் நாற்பது வருடம் முன்னால் எழுதியது.

அட, எழுத்து எத்தனை நேர்த்தியா அச்சு எடுத்த மாதிரி இருக்கு?

தனக்குத்தானே ஒரு பாராட்டு செலுத்திக் கொண்டு அந்த பழைய கடிதத்தைப் படிக்க ஆரம்பித்து முடித்த போது வேதையன் ஒரு முடிவுக்கு வந்தாகி விட்டது.

இந்தக் கடுதாசி எங்கிட்டேயே இருக்கட்டும்.

ஓட்டல்காரரும் நடேசனும் நம்ப முடியாமல் பார்த்தார்கள். கிணறு வெட்ட பூதம் தான் கிளம்பி விட்டதா?

ஒரு குழப்பமும் இல்லே. இதையும் சேர்த்துப் புதுசா ஒண்ணு எழுதி நோட்டரி பப்ளிக் வக்கீலன்மார் மூலமா நோட்டரைஸ் பண்ணிக் கொடுத்திடறேன்.

வேதையன் சொன்னது ஓட்டல்காரருக்கு சுத்தமாகப் புரியவில்லை. நடேசனுக்கு அரைகுறையாகப் புரிந்தது.

எல்லாம் சரி, அந்த ஒரிஜினல் பத்திரம்? அது இல்லாமல் மற்ற

ஆயிரம் காகிதம் இருந்தாலும் என்ன மதிப்பு அதுக்கெல்லாம்?

ஓட்டல்காரர் தயங்கித் தயங்கிக் கேட்க, வேதையன் உள்ளே போனான்.

அவன் வெளியே வந்தபோது கையில் அந்த டாக்குமெண்ட் இருந்தது.

எனக்கே ஆச்சரியமா இருக்கு. பட்டணம், பாண்டி பிரதேசம், வடக்கே காசி இப்படி யாத்திரை செய்துட்டு என்கிட்டே வந்திருக்கு பத்திரமா.

அவன் சுருக்கமாகச் சொல்ல, நடேசன் பத்திரத்தை அவசரமாகப் படித்துவிட்டு இதேதான் இதேதான் என்றார்.

அசடுடா நீ என்றான் கிருஷ்ணன்.

ஆவியோடட பேசறவங்களைவிடவா?

அதை விடவும் கூடுதல் பிராந்தன்.

இருந்துட்டுப் போறேன் போடா கிருஷ்ணா.

நடேசன் வேட்டியை உதறிக் கட்டிக் கொண்டு எழுந்தார்.

கிளம்பலாமா?

உள்ளே இருந்து சலவை முண்டும் சால்வையுமாக புரபசரும், கூடவே மூட்டை முடிச்சுகளோடு துர்க்கா பட்டனும் வெளியே வந்தார்கள். துர்க்கா பட்டன் தோளில் ஒரு குடை பின்னால் முளைத்த கருப்புக் கையாக, சாதுவாகத் தொங்கிக் கொண்டிருந்தது.

யாருமே எதுவுமே பேசாமல் அந்தப் பயணம் அம்பலப்புழையில் முடிந்தது.

மூட்டை முடிச்செல்லாம் ஓட்டலில் இறக்கி வைத்து ஒரு சிரம பரிகாரம். கொஞ்சம் காப்பி. வேதையனுக்காக எடை கட்டாத பால் கேட்டு வாங்கி துர்க்கா பட்டன் ஆற்றி ஆற்றி இளம் சூட்டில் கொடுத்தான்.

இன்னும் எத்தனை வருஷம் இந்தக் கன்னட பட்டன் இந்த

ஊழியம் செய்வான் கிருஷ்ணா?

நடேசன் கேட்டார்.

அதெல்லாம் உனக்கு எதுக்கு? வேறே எதாவது இருந்தா கேளு,

கிருஷ்ணா இப்போ என்ன செய்யணும்?

நடேசன் கேட்டார். உரக்கவே கேட்டார். யாரும் தப்பாக நினைக்க மாட்டார்கள். பதில் சொல்லக் கூடியவனிடம் எதுக்காக ரகசியமாகக் கேட்கணும்?

முதல்லே போய் அந்த இடத்தைப் பார்த்துட்டு வரலாமே.

இது எங்கே இருக்கு கிருஷ்ணா?

அவசரக் குடுக்கை. போய்ப் பார்த்துட்டு வாடா.

நடேசன் டாக்குமெண்டை இன்னொரு தடவை படித்து இடம் எங்கே என்று ஒருவாறு தீர்மானம் செய்து கொண்டார்

புரபசர் கிருஷ்ணன் முன்னால் நடந்தார். தோளில் குடை ஆட கிருஷ்ண பட்டன் பின்னால் நடந்தான். ஹோட்டல்காரக் கிருஷ்ணனும், கிருஷ்ணன் வக்கீலுடைய குமஸ்தன் கிருஷ்ணனும் அவர்களுக்கு வழிகாட்டுகிற மாதிரி கூடவே போனார்கள்.

புரபசர் கிருஷ்ணனின் ஆறாவது விரல் துடித்தது. மனசு படபடக்கும்போதும், ஆச்சரியமும் அதிசயமுமாக ஏதாவது நடக்கப் போகிறது என்று தோன்றும்போதும் அது அப்படித்தான் அவன் பிறந்து விழுந்ததில் இருந்து அழிச்சாட்டியம் செய்து கொண்டிருக்கிறது.

இந்த இடம் தான்.

கிருஷ்ணன் சொன்னார்.

கிருஷ்ணன் நின்றார்.

ஆள் ஒழிந்த பூமி அது.

இது மசானமாச்சே.

கிருஷ்ணன் ஆச்சரியத்தோடு சொன்னான். கிருஷ்ணன்

ஏமாற்றத்தோடு கூவினான். கிருஷ்ணன் நம்ப முடியாத திகைப்போடு திரும்பத் திரும்பச் சொன்னான். கிருஷ்ணன் அடக்க முடியாமல் சிரித்தான்.

புதைக்கவும், எரிக்கவுமாக அந்த இடம் எத்தனை காலமாகவோ மாறி இருக்கிறது. சமாதிகளும், கிறிஸ்தியானி சவக் குடீரங்களும், ஓரமாக வேலி போட்டு இஸ்லாமிய கபர்ஸ்தானுமாக ஒரு பூமி.

கிருஷ்ணா என்னடா இது?

வக்கீல் குமஸ்தன் கிருஷ்ணன் திரும்ப உரக்கக் கேட்டார்.

நீ எப்பவும் சொல்லியே அதேதான்.

கிருஷ்ணன் சத்தம் இல்லாமல் உச்சரித்தது என்ன என்று கிருஷ்ணனுக்கு அர்த்தமானது.

புரபசர் கிருஷ்ணன் மண் தரையில் மண்டி போட்டு ஒரு நிமிடம் பிரார்த்தித்தார்.

எது நடக்கணுமோ அதுவே நடந்தது.

அவர் முன்னால் போக மற்றவர்கள் தொடர்ந்தார்கள்.

அம்பலத்தில் செண்டை மேளச் சத்தம். சாயங்கால பூஜைக்கு சங்கீதமில்லாத சங்கீதத்தால் அழைக்கிற மாரார் குரல். நடேசன் அம்பலக் குளப் படிகளில் மெல்ல இறங்கினார்.

வெள்ளம்.

மூடிய கண்ணுக்குள் பச்சை வாடையோடு வெள்ளம் மெல்ல அலையடித்து விளிம்பு உயர்கிறது. குளம் விரிந்து விரிந்து நீளமும் அகலமும் ஆழமும் கூடிக் கொண்டே வர நடேசன் அதில் ஒரு துரும்பாக அடித்துப் போகப்படுகிறார். போகிறது எங்கே என்று தெரியவில்லை. இயக்கம் மட்டும் சீராக நடந்தபடி இருக்க, பழைய நிலைக் கதவு போல் நினைவு இறுக்கமாக அடைத்துத் தாழ்போட்டுக் கொள்கிறது. இருட்டு ஒரு பொதியாகச் சரிந்து விழிப் படலில் கருமையை அழுத்தமாக அப்புகிறது. வெள்ளத்தின் பச்சை வாடை நாசியில் அப்பி இருக்க, இந்த இருட்டுக் கருமையைப் பாளம் பாளமாகக்

கடித்துச் சுவைத்து உள்ளே இறக்கும்போது அப்பு மாராரின் சோபான சங்கீதச் சத்தம் கைக்கு அருகே பிடி கூடாமல் மிதந்து வருகிறது.

வந்தே முகுந்த ஹரே ஜெய ஷவ்ரே

எய்ய் நடேசன். தியானமா இல்லே உறக்கமா?

மேல்சாந்தி உரக்க விசாரிக்கிற சத்தம். நடேசன் கண் திறந்தபோது நடுக் குளத்தில் அவர் மட்டும் இருந்தார்.

(முற்றும்)

இரா.முருகன்

1953-ல் தமிழ்நாடு, சிவகங்கையில் பிறந்தவர் இரா.முருகன். பன்னாட்டு நிறுவனங்களில் வங்கித் தொழில்நுட்பவியல், திட்ட மேலாண்மைத் துறைகளில் பொது மேலாளராக இந்தியா, பிரிட்டன், தாய்லாந்து, அமெரிக்காவில் பணிபுரிந்து பணி ஓய்வுபெற்றுத் தற்போது சென்னையில் வசிப்பவர்.

தமிழ் இலக்கிய வெளியில் 1977 முதல் தீவிரமாக இயங்கும் இரா.முருகன் கவிதையிலிருந்து சிறுகதை, குறுநாவல் வழியே நாவலுக்கு வந்தவர். மேடை நாடக ஆக்கம், திரைக்கதை உரையாடல் ஆக்கம் என்றும் பங்களித்துள்ளார். அவருடைய அ-புனைகதைப் பரப்பில் பயண-வரலாற்றுக் கட்டுரைகள், இலக்கிய, வெகுஜனப் பத்திரிகை பத்திகள், தமிழில் தொழில்நுட்ப அறிமுகம், மேலாண்மை அறிமுகம், இஸ்லாமிய வங்கியியல் அறிமுகம் ஆகியவையும் அடங்கும். மலையாளத்தில் இருந்து தமிழுக்கு நாவல், சிறுகதை, கவிதை மொழிபெயர்ப்பு செய்து வருகிறார். ஆங்கிலத்திலும் கவிதை, பத்திரிகை பத்தி எழுதி வருகிறார்.

இதுவரை இரா.முருகனின் பத்து நாவல்களும், பதினொன்று சிறுகதைத் தொகுதிகளும், மூன்று குறுநாவல் தொகுதிகளும், இரண்டு கணினியியல் நூல்களும், பயண – வரலாற்று நூல் மற்றும் இரு இலக்கியக் கட்டுரைத் தொகுதிகளும், மலையாள நாவல் மொழிபெயர்ப்பாக ஒரு தமிழ் நூலும்

(பீரங்கிப் பாடல்கள்) அச்சில் வெளியாகியுள்ளன. இந்திய இலக்கியச் சிற்பிகள் வரிசையில் சாகித்ய அகாதமி கோரியபடி எழுத்தாளர் சுஜாதா பற்றி எழுதிய நூலும் வெளியாகியுள்ளது. இவை தவிர தனி மின் நூல்களாக, பதினைந்து புத்தகங்கள் வெளியாகியுள்ளன.

இரா.முருகனின் அண்மையில் வெளிவந்த பெருநாவல் மிளகு (ஜனவரி 2022).

இரா.முருகனின் மாய எதார்த்த இலக்கிய முயற்சிகளில் முக்கியமானது 'அரசூர் நாவல்கள்' என்ற 1850 – 1960 காலகட்டத்தில் நிகழும், தமிழ்நாட்டிலும், கேரளத்திலும் வேர்விட்டுப் பரவிய ஒரு குடும்பத்தின் புனைவு கலந்த நான்கு புதினங்கள் – *அரசூர் வம்சம், விஸ்வரூபம், அச்சுதம் கேசவம், வாழ்ந்து போதீரே.* ஒன்றிலிருந்து நீண்டு மற்றொன்றாகி அதுவும் நீட்சி கொள்ள இரண்டாயிரத்துக்கு மேற்பட்ட பக்கங்களில் நிறைந்திருப்பவை இவை.

இலக்கியச் சிந்தனை ஆண்டிறுதி விருது, கதா விருது, பாரதி பல்கலைக்கழக விருது போன்றவை பெற்றவர் இரா.முருகன். *அரசூர் வம்சம்* நாவலின் ஆங்கிலப் பதிப்பான *தி கோஸ்ட்ஸ் ஒஃப் அரசூர்,* இந்திய புக்கர் விருது என்று சிறப்பிக்கப்படும் க்ராஸ்வேர்ட் விருதுக்கான குறும்பட்டியலில் இடம் பெற்றது.

2019-ஆம் ஆண்டில் *'பீரங்கிப் பாடல்கள்'* நூலுக்காகச் சிறந்த மொழிபெயர்ப்பாளர் விருது (மலையாளத்திலிருந்து தமிழ்) கனடா நாட்டின் 'இலக்கியத் தோட்டம்' அமைப்பால் இவருக்கு வழங்கப்பட்டது.

2019-இல், மலையாள மகாகவி உள்ளூர் பரமேஸ்வர ஐயர் நினைவுப் பரிசு, மலையாளம் – தமிழ் இலக்கியப் பரிமாற்றத்துக்காக இவருக்கு திருவனந்தபுரம் தமிழ்ச் சங்கத்தால் வழங்கப்பட்டது.

www.ingramcontent.com/pod-product-compliance
Lightning Source LLC
LaVergne TN
LVHW060308051026
849517LV00004B/1030